ഗ്രീൻ ബുക്സ്

കുരുവിയുടെ നിലവിളി

അഹമ്മദ് ഉമിത്

കവി, ഗ്രന്ഥകാരൻ, വിവർത്തകൻ.
1960ൽ ടർക്കിയിലെ ഗസിയാൻടെപ്പിൽ ജനനം.
വിദ്യാഭ്യാസം: ഡിയാർബാക്കിറിലെ അട്ടാറക്ക് ഹൈസ്കൂൾ,
ഇസ്താംബൂളിലെ മർമാര യൂണിവേഴ്സിറ്റിയിൽ
പബ്ലിക് അഡ്മിനിസ്ട്രേഷനിൽ ബിരുദം.
തുർക്കിയിലെ പട്ടാളഭരണത്തിനെതിരെയുള്ള
സജീവപ്രവർത്തകൻ. കമ്യൂണിസ്റ്റ് പാർട്ടി അംഗം.
Odor of Snow, Look here again, Stash of the Street
തുടങ്ങി നാല്പതിലേറെ ഭാഷകളിൽ പുസ്തകങ്ങൾ
പ്രസിദ്ധീകരിച്ചിട്ടുണ്ട്. ഒകാൻ യൂണിവേഴ്സിറ്റിയിൽ
അഡ്വൈസറി ബോർഡിൽ അംഗമാണ്.

ഹരിത സാവിത്രി: കരുനാഗപ്പള്ളിയിൽ ജനനം.
വിദ്യാഭ്യാസം: കേരള യൂണിവേഴ്സിറ്റിയിൽ
നിന്ന് ഇംഗ്ലീഷ് സാഹിത്യത്തിലും
യൂണിവേഴ്സിറ്റി ഓഫ് ബാഴ്സിലോണയിൽ നിന്ന്
ഇംഗ്ലീഷ് ഭാഷാശാസ്ത്രത്തിലും ബിരുദാനന്തര ബിരുദം.
2023ൽ പ്രഖ്യാപിച്ച യാത്രാവിവരണത്തിനുള്ള
മുറിവേറ്റവരുടെ പാതകൾ എന്ന കൃതിക്ക്
കേരള സാഹിത്യ അക്കാദമി അവാർഡ് ലഭിച്ചിട്ടുണ്ട്.

ഗ്രീൻ ബുക്സ് പ്രസിദ്ധീകരിച്ച
ഗ്രന്ഥകർത്താവിന്റെ ഇതര കൃതികൾ

ദാർവിഷ് കവാടം

(നോവൽ)

മൂടൽമഞ്ഞും പാതിരാവും

(നോവൽ)

നോവൽ

കുരുവിയുടെ നിലവിളി

അഹമ്മദ് ഉമിത്

തെറ്റും ശരിയും തിരിച്ചറിയാനുള്ള ശേഷി
നഷ്ടമായ ഒരു ലോകം
നരകമല്ലാതെ മറ്റെന്താണ്?

വിവർത്തനം:
ഹരിത സാവിത്രി

ഗ്രീൻബുക്സ്

green books private limited
gb building, civil line road, ayyanthole,
thrissur- 680 003, kerala, ph: +91 487-2381066, 2381039
website: www.greenbooksindia.com
e-mail: info@greenbooksindia.com

branches:
thrissur 0487-2422515
thiruvananthapuram 0471-2335301
calicut 0495 4854662

original title - turkish
Kırlangıç Çığlığı
novel
by
Ahmet Ümit

english
The Cry of a Swallow

malayalam
kuruviyude nilavili

translated by
haritha savithri

first published august 2023

cover design : s. mahendra

printed in india
manipal technologies ltd

isbn : 978-93-95878-95-1

₹ 650.00
GBPL/1308/2023

മുഖക്കുറി

പ്രശസ്ത ടർക്കിഷ് നോവലിസ്റ്റ് അഹമ്മദ് ഉമിതിന്റെ പുതിയ നോവലാണ് 'കുരുവിയുടെ നിലവിളി'. ഒരു കുറ്റാന്വേഷണ നോവൽ എന്നതിലുപരി കുടിയേറ്റക്കാരുടെയും അഭയാർത്ഥികളുടെയും കൂടി കഥയാണിത്. സിറിയയിൽനിന്നും ടർക്കിയിലേക്ക് പലായനം ചെയ്യുന്നവരുടെ ആശങ്കകളും നൈരാശ്യങ്ങളും ക്ലേശങ്ങളും ഈ നോവലിലൂടെ വായനക്കാരിലേക്ക് എത്തിക്കുകയാണ് അഹമ്മദ് ഉമിത്. ഈ നൂറ്റാണ്ടിന്റെ ഏറ്റവും വലിയ ശാപമായ, നിർബന്ധിതമായി കുടിയേറ്റക്കാരാകേണ്ടി വന്നവരുടെ ജീവിത പശ്ചാത്തലത്തിലാണ് ഉദ്വേഗത്തിന്റെ മുൾമുനയിൽ നിർത്തുന്ന ഈ കഥ വികസിക്കുന്നത്. തുടക്കം മുതൽ രസകരമായി പുരോഗമിക്കുന്ന ഈ കഥയുടെ രസച്ചരടുകൾ ഒട്ടും മുറിയാതെ അതീവ ഹൃദ്യമായി മലയാളത്തിലേക്ക് പകർന്നു നൽകിയിരിക്കുന്നത് പ്രശസ്ത നോവലിസ്റ്റും എഴുത്തുകാരിയുമായ ഹരിത സാവിത്രിയാണ്. സാഹിത്യ അക്കാദമി പുരസ്കാര ജേതാവായ ഹരിതയുടെ രചനാസൗകുമാര്യം ഈ പുസ്തകത്തെ കൂടുതൽ ആസ്വാദ്യകരമായിരിക്കുന്നു.

എഡിറ്റർ

ആമുഖം
അഹമ്മദ് ഉമിത്

ഞാൻ വേദന കണ്ടിട്ടുണ്ട്. കണ്ണിന് നടുവിൽ ഒരു പൂവ് പോലെ കൃഷ്ണമണി ആദ്യം പതുക്കെ ചുരുങ്ങുന്നതും പിന്നീട് ഒരു അലർച്ച പോലെ പൊട്ടിത്തെറിക്കുന്നതും ഞാൻ കണ്ടിട്ടുണ്ട്. വിറയ്ക്കുന്ന ചുണ്ടുകളും മെഴുകുപോലെ വിളറിയ മുഖങ്ങളും കുഴിഞ്ഞ കവിളുകളും തള്ളിനിൽക്കുന്ന കവിളെല്ലുകളും ഗുഹകൾ പോലെ ആഴമുള്ള കൺതടങ്ങളും വരണ്ട വായിൽ ജെല്ലിപോലെ രൂപംമാറിയ നാവും ഞാൻ കണ്ടിട്ടുണ്ട്. നാം ആത്മബോധം കൈവരിക്കുന്ന നിമിഷം വേദനയുടെ പിടിയിൽപ്പെട്ട് പുളയേണ്ടി വരുമെന്ന് ഞാൻ മനസ്സിലാക്കിയിട്ടുണ്ട്.

നിലവിളി അല്ല, ഞെട്ടലല്ല, പിറുപിറുപ്പല്ല, അതെ, അത് എവിടെ നിന്ന് വരുന്നു എന്നെനിക്കറിയില്ല, പക്ഷേ എന്റെ ഹൃദയത്തിന്റെ ആഴങ്ങളിൽ ആ വന്യമായ ആർത്തനാദം ഞാൻ കേട്ടിട്ടുണ്ട്. ശ്വാസമില്ലാതെ, വായ വരണ്ടുണങ്ങി, പുരികങ്ങൾക്ക് തീ പിടിച്ചതുപോലെയുള്ള അവസ്ഥയിൽ എനിക്ക് കഴിയേണ്ടി വന്നിട്ടുണ്ട്. വിചിത്രമായ ഒരു സ്വപ്നത്തിലേക്ക് വലിച്ചെറിയപ്പെട്ടതുപോലെ ഞാൻ ആ അടിത്തറയില്ലാത്ത ശൂന്യതയിലേക്ക് ഒഴുകിപ്പോയിട്ടുണ്ട്. ജീവിതത്തിലെ ഏറ്റവും ഇരുണ്ട രഹസ്യത്തെ ഞാൻ നേരിട്ടിട്ടുണ്ട്. പറയാത്ത, എഴുതാത്ത, കാണാത്ത ഒന്ന്. ഇരുട്ടിന്റെ ഓരോ ഘട്ടങ്ങളിലൂടെയും ഞാൻ കടന്നുപോയി, ഒഴുകുന്ന രക്തത്തിന്റെ ശബ്ദം കേട്ടു, സിരകളിൽ മരണത്തിന്റെ തണുപ്പ് അനുഭവിച്ചു. ഞാൻ അത് നിഷേധിക്കുകയില്ല. ക്രൂരതയിൽ കഴുകിയെടുത്ത ശുദ്ധമായ സത്യത്തെ ഞാൻ ഇഷ്ടപ്പെട്ടു. എന്റെ ശരീരം ചെറുപ്പമാവുകയും എന്റെ ആത്മാവ് ശുദ്ധീകരിക്കപ്പെടുകയും ചെയ്തു. എന്റെ സ്വന്തം അസ്തിത്വത്തിൽ

നിന്ന് ഞാൻ ഒരു പുതിയ എന്നെ നിർമ്മിച്ചു. വർഷങ്ങളായി എന്നെ അനുഗമിച്ച ഭയാനകമായ ഓർമ്മകളുടെ ഭാരത്തെക്കുറിച്ചല്ല ഞാൻ പറയുന്നത്. അവ വളരെ പിന്നിലാണ്. പാമ്പ് തൊലി മാറ്റുന്നതുപോലെ ഞാൻ ആ അപമാനം ഉരിഞ്ഞുകളഞ്ഞു. എന്റെ ശരീരത്തിലെ മുറിവ് ഇടയ്ക്കിടെ വേദനിപ്പിക്കുന്നുണ്ടെങ്കിലും അത് എന്നെ കൂടുതൽ ശക്തനാക്കുകയാണ് ചെയ്തത്. എന്റെ ബാല്യകാല സ്വപ്നങ്ങളെ കളങ്കപ്പെടുത്തുന്ന ദുസ്സ്വപ്നം ജീവിതത്തിലെ ഏറ്റവും വിലപ്പെട്ട അവസരമാണെന്ന് ഞാൻ മനസ്സിലാക്കി. ഞാൻ എന്റെ മുതുകിൽനിന്ന് ഭൂതകാലത്തിന്റെ ഭാരം പണ്ടേ വലിച്ചെറിയുകയും ഉപേക്ഷിക്കുകയും ചെയ്തു. ഇന്നത്തെ ദിവസത്തെ ചൊല്ലി മാത്രമേ ഞാനിപ്പോൾ ആകുലപ്പെടാറുള്ളൂ. ജീവിതത്തെ മരണംകൊണ്ട് അനുഗ്രഹിക്കുന്നതിനെക്കുറിച്ചാണ് ഞാൻ സംസാരിക്കുന്നത്. ആത്മാവിനെ ദുരിതത്താൽ ഉയർത്തുന്നതിനെക്കുറിച്ചാണ്. ദൈവങ്ങൾക്ക് മുന്നിൽ കുമ്പിടുകയല്ല, മറിച്ച് ഒരേ സിംഹാസനത്തിൽ ഇരിക്കുന്നതിനെക്കുറിച്ചാണ്. നട്ടെല്ലിലെ സമാനതകളില്ലാത്ത വിറയലിനെപ്പറ്റിയും തീവ്രമായ ഭീകരതയെപ്പറ്റിയും അധികാരത്താൽ ലഹരി പിടിച്ച് ഉന്മത്തനായ കലാപകാരിയായ ആത്മാവ് സ്വന്തം അർത്ഥം കണ്ടെത്തുന്നതിനെക്കുറിച്ചുമാണ് ഞാൻ സംസാരിക്കുന്നത്. അതുകൊണ്ടാണ് ഞാൻ ഭയപ്പെട്ടത്.

ഞാൻ ഭയപ്പെട്ടു. എന്തുകൊണ്ടെന്നാൽ, ഒരു മനുഷ്യൻ മറ്റൊരാളെ കൊല്ലുന്ന ആദ്യ നിമിഷം, ഇരയുടെ ഭയാനകമായ നിലവിളി, കൊലയാളിയുടെ വിജയാരവം എന്നിവ ഞാൻ കേട്ടിട്ടുണ്ട്. ഞാൻ കൊലയാളിയെപ്പോലെ വിളിച്ചു കൂവുകയും ഇരയെപ്പോലെ ഭയന്ന് നിലവിളിക്കുകയും ചെയ്തു. മനുഷ്യന്റെ ഈ അവസ്ഥയും ഞാൻ ഇഷ്ടപ്പെട്ടു. മറ്റൊരു യാഥാർത്ഥ്യവും എന്റെ ശരീരത്തെ ഇത്ര വികാരാവേശത്തോടെ പിടിച്ചു കുലുക്കിയിട്ടില്ല. എന്റെ ജീവിതത്തെ ഇത്ര ആഴത്തിൽ സ്വാധീനിച്ച മറ്റൊരു സത്യവുമില്ല. അതുകൊണ്ടാണ് ഞാൻ ഭയന്നത്. ആ മഹത്തായ അനുഭവത്തിലൂടെ വീണ്ടും കടന്നു പോകാൻ ഭയന്നത്. അതുകൊണ്ടാണ് ഞാൻ സ്വയം നിയന്ത്രിച്ചത്. എപ്പോൾ വേണമെങ്കിലും ഉണർത്താൻ തയ്യാറുള്ള ആ അതിമനോഹരമായ പ്രേരണയെ അടിച്ചമർത്താനും ആ ശുദ്ധമായ പ്രകൃതിയിലേക്ക്, മനുഷ്യരാശിയുടെ ഏറ്റവും നിസ്സാരമായ അവസ്ഥയിലേക്ക് മടങ്ങാതിരിക്കാനുമായി വർഷങ്ങളോളം ഞാൻ എന്നെത്തന്നെ വഞ്ചിക്കുകയായിരുന്നു. വിലകുറഞ്ഞ സന്തോഷത്തിന്റെ

അംശങ്ങൾ ഉപയോഗിച്ച് എന്നെ രൂപപ്പെടുത്തിയ കഠിനമായ അവസ്ഥ മാറ്റിയെടുക്കാൻ ഞാൻ ശ്രമിച്ചു. പ്രാകൃതികമായ വയെക്കാൾ എളുപ്പത്തിൽ അടിച്ചമർത്താവുന്ന വികാരങ്ങൾ ഞാൻ തിരഞ്ഞെടുത്തു. ലോകത്തോടൊപ്പം ചേർന്ന് ഞാൻ എന്നെത്തന്നെ വഞ്ചിച്ചു. ഞാൻ മിക്കവാറും വിജയിച്ചു വെങ്കിലും അവർ എന്നെ അതിനനുവദിച്ചില്ല. അവർ എന്റെ പേരിൽ കൊല്ലാൻ തുടങ്ങി. ഒരു സുഖവും അനുഭവിക്കാതെ എന്നുമാത്രമല്ല, ആ അനുപമമായ സൗന്ദര്യത്തോട് നീതി പുലർത്താതെയും ആ സംതൃപ്തി അനുഭവിക്കാതെയും ഇരുട്ടിന്റെ നിഗൂഢതയിൽ എത്താതെയും. ഈ പ്രാകൃതത്വവും ഈ അശ്ലീലതയും ഈ വ്യർത്ഥതയും എനിക്ക് സഹിക്കാനായില്ല.

അതെ, അതുകൊണ്ടാണ് ഞാൻ മടങ്ങി വന്നത്...

■

ചീഫ്, മറ്റൊരു കൊലപാതകം കൂടി നടന്നു

വേനലിന്റെ ശോഭയുള്ള ദിവസങ്ങളെ പേടിസ്വപ്നമാക്കി മാറ്റിയ കൊലപാതകങ്ങളുടെ ശൃംഖല ആരംഭിച്ചത് ജൂൺ രണ്ടാം തീയതി മുതലാണ്. മൂന്ന് ദിവസത്തെ തുടർച്ചയായ മഴയ്ക്കുശേഷം നഗരം മുഴുവൻ വേനൽ ആലസ്യത്താൽ തളർന്ന, ആദ്യമായി ഉഷ്ണക്കാറ്റ് വീശിയ ദിവസമായിരുന്നു അത്.

അന്ന് വൈകുന്നേരം ഞങ്ങൾ ടാറ്റവ്ലയിലെ പൂന്തോട്ടത്തിൽ ഇരിക്കുകയായിരുന്നു. പതിവുസ്ഥലത്ത്, ഒരുപാട് പ്രായമുള്ള ഒരു മരത്തിന്റെ തണലിൽ സ്ഥാപിച്ചിരിക്കുന്ന മരമേശകളിലൊന്നിന്റെ ചുറ്റും എല്ലാവരും വട്ടംകൂടിയിരുന്നു. ഒരു ഇളംകാറ്റ് പോലും വീശുന്നുണ്ടായിരുന്നില്ല. വലിപ്പമുള്ള ശിഖരങ്ങളെ അലങ്കരിക്കുന്ന വിശാലമായ ഇലകൾ നിശ്ചലമായി നിന്നു. ഞങ്ങളുടെ മേശയ്ക്ക് മുകളിൽ അനക്കമില്ലാതെ ചാഞ്ഞുനിന്ന ആ വൃക്ഷം ഒരു ഭീമാകാരമായ പ്രതിമയെ ഓർമിപ്പിച്ചു. കുറച്ചു തണുപ്പ് കിട്ടുമെന്ന പ്രതീക്ഷയിൽ എവ്ജീനിയ ഫാൻ എടുത്ത് കൊണ്ടുവന്നിരുന്നു. അതിന്റെ ചെറിയ ബ്ലേഡുകൾ കുറച്ചു കാറ്റ് നൽകിയെങ്കിലും ഞങ്ങൾ വെള്ളത്തിനടിയിലാണെന്ന തോന്നലുണ്ടാക്കിയ കട്ടിയുള്ള ഈർപ്പം വിട്ടുമാറിയില്ല.

ഞാൻ എവ്ജീനിയയുടെ കൂടെ താമസിക്കുകയായിരുന്നു. അത് മറച്ചുവെക്കുന്നതിൽ അർത്ഥമില്ല. ജീവിതത്തിൽനിന്ന് മോഷ്ടിച്ചെടുത്ത മനോഹരമായ രാത്രികളിൽ ഒന്നായിരുന്നു അത്. ശബ്ദങ്ങൾ, മണം, പാട്ടുകൾ, കുറച്ചു മദ്യലഹരി, സ്നേഹിക്കുന്ന സ്ത്രീയുടെ സാന്നിധ്യം, ഇതെല്ലാം ചേർന്ന് ലോകത്തെയും എന്നെക്കുറിച്ചുപോലും മറന്നു പ്രണയമെന്ന മാസ്മരിക പ്രപഞ്ചത്തിൽ വഴി തെറ്റിപ്പോയി. ഞങ്ങൾ ടാറ്റവ്ലയിൽ നിന്ന് എപ്പോഴാണോ വീട്ടിലെത്തിയതെന്ന് എനിക്ക് ഓർമയില്ല. എവ്ജീനിയയുടെ ഊഷ്മളമായ ചർമ്മത്തിൽനിന്ന് ഉയരുന്ന ലാവെൻഡറിന്റെ ഗന്ധം, ഇരുട്ടിലെ മധുരമുള്ള മന്ത്രണങ്ങൾ, പരസ്പരം ശരീരത്തിൽ അലിഞ്ഞുചേരുന്ന രണ്ടുപേർ, തുടർന്ന് ഗാഢവും ശാന്തവുമായ ഉറക്കം എന്നിവ മാത്രമേ ഞാൻ ഓർക്കുന്നുള്ളൂ. ഞാൻ ഉണർന്നപ്പോൾ സൂര്യൻ എവ്ജീനിയയുടെ മുഖത്ത് ലജ്ജയില്ലാതെ അലയുകയായിരുന്നു. പിടിച്ചുനിൽക്കാനാവാതെ അവളുടെ ചെസ്റ്റ്നട്ട് മുടിയിൽ

ഞാൻ തഴുകി. അവൾ കണ്ണുതുറന്നു. ആ വിളറിയ ചുണ്ടുകളിൽ സ്വാഭാവികമായ ഒരു പുഞ്ചിരി വിടർന്നു.

‘‘സുപ്രഭാതം എന്റെ പ്രിയേ.’’

അവൾ അവളുടെ ആർദ്രതയുള്ള ശബ്ദത്തിൽ പറഞ്ഞു. ‘‘സുപ്രഭാതം, നെവ്സാറ്റ്.’’

ഞാൻ മൂരി നിവർത്തിയിട്ട് അവളുടെ ചുണ്ടിൽ ഒരു മുത്തം കൊടുത്തു. എന്റെ നോട്ടം ജനലിലേക്ക് തെന്നി. ‘‘വൈകി. ഞാൻ പോകുന്നതാ നല്ലത്.’’

‘‘നടക്കില്ല.’’ അവൾ എഴുന്നേറ്റിരുന്നുകൊണ്ട് പറഞ്ഞു. ‘‘പ്രഭാത ഭക്ഷണം കഴിക്കാതെ പോകാൻ ഞാൻ നിങ്ങളെ അനുവദിക്കുന്നില്ല.’’

എനിക്ക് ധാരാളം ഭക്ഷണം കഴിക്കാൻ കഴിയും എന്ന മട്ടിൽ അവൾ പരസ്പരം തട്ടുന്ന രീതിയിൽ പ്ലേറ്റുകൾകൊണ്ട് മേശപ്പുറം അലങ്കരിച്ചു. എല്ലാത്തരം ചീസുകളും അവിടെയുണ്ടായിരുന്നു. ആട്ടിൻപാലിൽ നിന്നുണ്ടാക്കിയത്, നാരുകൾ പോലെയുള്ളത്, പിന്നിയിട്ടത് പോലെയുള്ളത്, സുഗന്ധമുള്ള ഇലകൾ ചേർത്തത്, അങ്ങനെ പലതരം, പച്ച, കറുപ്പ്, തവിട്ട് നിറങ്ങളിലുള്ള ഒലീവ് കായകൾ, കടുംചുവപ്പ് തക്കാളി, പുതുമയുള്ള കുരുമുളക്, കരുമുരാ തിന്നാവുന്ന ചെംഗൽക്കോയ് വെള്ളരി, സ്ട്രോബെറി, ആപ്രിക്കോട്ട്, പീച്ച്, ഓറഞ്ച്, ബെർഗമോട്ട്, റോസാപ്പൂവിതളുകൾ കൊണ്ടുണ്ടാക്കിയ ജാം അങ്ങനെ മേശ നിറഞ്ഞു കവിഞ്ഞു. ജാമുകൾ അവൾ തന്റെ സ്വന്തം കൈകൊണ്ട് ഉണ്ടാക്കിയതായിരുന്നു. എല്ലാവർക്കും ചില കാര്യങ്ങളോട് അഭിനിവേശമുണ്ടാകാറുണ്ട്. ജാം നിർമ്മാണത്തിനോട് അവൾക്ക് വലിയ താല്പര്യമായിരുന്നു. ഈ ശീലം എവ്ജീനിയയ്ക്ക് അവളുടെ മുത്തശ്ശി മാരികയിൽ നിന്നു പരമ്പരാഗതമായി ലഭിച്ചതാണ്. ജാം ഉണ്ടാക്കുന്നത് ആത്മാവിന് നല്ലതാണെന്ന് മാരിക വിശ്വസിച്ചു. അവർ പ്രമേഹരോഗിയായിരുന്നു. സ്വയം ഉണ്ടാക്കുന്ന ജാം ഒരിക്കലും അവർ രുചിച്ചിട്ടില്ല. എന്നിട്ടും അവർ അവ ഉണ്ടാക്കുന്ന ശീലം ഉപേക്ഷിച്ചില്ല.

‘‘അത് അവർക്ക് ഒരു ചികിത്സപോലെയായിരുന്നു’’, എന്റെ ഗ്രീക്ക് പ്രണയിനി വിശദീകരിച്ചു. ‘‘ഒരു പുണ്യകർമത്തിന്റെ ആചരണം പോലെയൊന്ന്.’’

മാരിക മരിച്ചതിനുശേഷം മാത്രമാണ് എവ്ജീനിയ ഈ പാരമ്പര്യം സ്വീകരിച്ചത്. ജാം ഉണ്ടാക്കുന്നത് നിറുത്തുന്നത് മുത്തശ്ശിയോടുള്ള ചതിയാണെന്ന് അവൾക്ക് തോന്നി. മെയ്ഹാനിന്റെ കവാടത്തിലെ അലമാരയിൽ അവൾ ജാമുകൾ വർഷം മുഴുവനും പ്രദർശിപ്പിക്കും. വർണ്ണാഭമായ ആ ഭരണികൾ തൊടാൻ ആർക്കും കഴിഞ്ഞില്ല, അവൾ സ്നേഹിക്കുന്ന സുഹൃത്തുക്കൾക്ക് സമ്മാനമായി മാത്രമേ അവ നൽകിയിരുന്നുള്ളൂ.

‘‘മാന്യരായ ആളുകൾ ഈ ജാമുകൾ പരീക്ഷിക്കണം. നന്മയുള്ളവർക്ക് മാത്രമേ ഈ വിശുദ്ധ ഭക്ഷണത്തിന്റെ രുചി ലഭിക്കൂ.’’

ഒരിക്കൽ രണ്ട് മുട്ടയുടെ മഞ്ഞക്കരു കഴിച്ചതിനുശേഷം ഞാൻ ബെർഗമോട്ട് മാർമാലേഡ് പരീക്ഷിക്കണമെന്ന് എവ്ജീനിയ നിർബ ന്ധിച്ചു.

''ഞാനത് മെർസിനിൽനിന്നുള്ള കയ്പേറിയ ഓറഞ്ച് തൊലി കൊണ്ടാണ് ഉണ്ടാക്കിയത്. എനിക്കായി കച്ചവടക്കാർ പ്രത്യേകം തിര ഞ്ഞെടുത്തവ. രുചി അതിവിശിഷ്ടമാണ്. നിങ്ങളുടെ അണ്ണാക്കിൽ നിന്ന് ആ സുഗന്ധം വിട്ടുപോവുകയില്ല.''

എനിക്ക് അവളെ നിരാശപ്പെടുത്താൻ കഴിഞ്ഞില്ല. ചെമ്പ് നിറമുള്ള ജാം ബ്രെഡ്ഡിലേക്ക് പുരട്ടിയ നിമിഷം എന്റെ സെൽ ഫോൺ റിംഗ് ചെയ്തു. സ്ക്രീനിൽ അലിയുടെ പേര് കാണാമായിരുന്നു. വീണ്ടും ജോലി തുടങ്ങിയെന്ന് എനിക്ക് മനസ്സിലായി. വീണ്ടും ഒരു കൊല പാതകം നടന്നിരുന്നു. ഇനിയും ഞങ്ങൾ കുറ്റകൃത്യം നടന്ന സ്ഥല ത്തേക്ക് പോവുകയും തെളിവുകൾക്കായി സ്ഥലം ഇഞ്ചോടിഞ്ച് ചീകി പരിശോധിക്കുകയും ചെയ്യും. സാക്ഷികളെ കണ്ടെത്തും, സംശയിക്കു ന്നവരെ ചോദ്യം ചെയ്യും. ആരെയെങ്കിലുമൊക്കെ പിന്തുടരും. എനിക്ക് പെട്ടെന്ന് ക്ഷീണം തോന്നി. ഇര എങ്ങനെ കൊല്ലപ്പെട്ടു എന്നോ കൊ ലയാളിയെ തിരിച്ചറിയുന്നതിനോ എനിക്ക് ജിജ്ഞാസയില്ലായിരുന്നു. കൂടുതൽ രക്തം കാണാൻ ഞാൻ ആഗ്രഹിച്ചില്ല. തണുത്ത ശരീരങ്ങളിൽ സ്പർശിച്ചപ്പോൾ എനിക്ക് കുളിര് കോരി. എനിക്ക് പ്രായമാകുകയാണോ? എനിക്ക് തൊഴിലിൽ വിരസത തോന്നിത്തുടങ്ങിയോ? ഇല്ല, ഇല്ല, എനിക്ക് മടുത്തിട്ടില്ല. ഇത് ഈ മൂഷിപ്പിന്റെയും ഒട്ടിപ്പിടിക്കുന്ന ചൂടിന്റെയും ഫലങ്ങൾ മാത്രമാണ്. എന്റെ കണ്ണുകൾ എവ്ജീനിയയുടെ ഈ പച്ച കണ്ണുകളോട് കൂട്ടിമുട്ടി. അവൾ ഭയത്തോടെ എന്നെ നോക്കിക്കൊണ്ടിരി ക്കുകയായിരുന്നു. നിറുത്താതെ റിംഗ് ചെയ്യുന്ന ഫോൺ ഞാൻ അവ ഗണിച്ചു, തകർന്നുപോയ മാനസികാവസ്ഥയോട് എതിർത്ത് നിൽക്കാ നായി അമിതമായ വിശപ്പോടെ ഞാൻ മർമലെഡ് പുരട്ടിയ ബ്രെഡ്ഡ് ഒരു വലിയ കടി കടിച്ചു.

''ഒന്നാന്തരം.'' ഞാൻ ചവച്ചുകൊണ്ട് പിറുപിറുത്തു. ''ഇത് മാഡം സുലയുടെ മത്തങ്ങ ജാമിനെക്കാൾ രുചികരമാണ്.''

''നിങ്ങൾ ഒരു മോശം മനുഷ്യനാണ് നെവ്സാറ്റ്.'' തന്റെ രോഷം അടക്കാനാവാതെ അവൾ എന്റെ ഇടതുതോളിൽ ചെറുതായി അടിച്ചു. ''വളരെ മോശം.''

''നിൽക്ക്, നിൽക്ക്.'' ഞാൻ അവളുടെ ചെറിയ മുഷ്ടികളിൽനിന്ന് രക്ഷപ്പെടാൻ ശ്രമിച്ചുകൊണ്ട് പറഞ്ഞു. ''നിന്നെ വെറി പിടിപ്പിക്കാൻ വേണ്ടി പറഞ്ഞതാ.'' ഞാൻ സ്വർണ്ണദ്രാവകത്തിൽ മുക്കിയെടുത്ത സിട്രസ് തൊലികളിലേക്ക് വിരൽ ചൂണ്ടി. ''ഇത് ശരിക്കും അതിവിശി ഷ്ടമാണ്. ഞാൻ സത്യം ചെയ്യുന്നു, ഞാൻ ഇതുവരെ കഴിച്ചിട്ടുള്ളതിൽ വച്ച് ഏറ്റവും മികച്ച ജാം ഇതാണെന്ന്. സുഗന്ധം, മധുരം... തികച്ചും സന്തുലിതം. നീ അത് നന്നായി ഉണ്ടാക്കിയിട്ടുണ്ട്.''

രാത്രിയുടെ ക്ഷീണം പേറുന്ന അവളുടെ കലങ്ങിയ കണ്ണുകൾ തിളങ്ങി.

''നന്ദി, നെവ്സാറ്റ്. നിനക്ക് നല്ല വിശപ്പുണ്ടാകട്ടെ.''

എന്റെ ദയാലുവായ കാമുകിയെ സന്തോഷിപ്പിക്കാൻ ഇത്രമാത്രം മതിയായിരുന്നു. ഈ മണ്ടൻ അലി ഇങ്ങനെ ശല്യം ചെയ്തില്ലായിരുന്നുവെങ്കിൽ നന്നായിരുന്നു. ഇതാ അവൻ വീണ്ടും വിളിക്കാൻ തുടങ്ങിയിരിക്കുന്നു. എവ്ജീനിയയ്ക്ക് പിടിച്ചുനിൽക്കാനായില്ല.

''നിങ്ങൾ ആ ഫോണെടുക്കൂ. പ്രധാനപ്പെട്ട എന്തെങ്കിലും കാര്യമായിരിക്കും.''

മറുപടി പറയുന്നതിന് പകരം ഞാൻ ഫോണിന്റെ ഒച്ച കുറച്ചിട്ട് മുഖത്ത് നിർവൃതിയുടെ ഭാവവുമായി വായിൽ കിടന്ന ഭക്ഷണശകലം ചവച്ചരച്ചു. അലി തന്റെ പിടിവാശി ഉപേക്ഷിച്ച ലക്ഷണമാണ്. കോഫി കഴിച്ചതിനുശേഷം മാത്രമേ എന്റെ അസിസ്റ്റന്റിനോട് സംസാരിക്കൂ എന്നു ഞാൻ തീരുമാനിച്ചു. ഞാൻ എവ്ജീനിയയെ മേശ വൃത്തിയാക്കാൻ സഹായിച്ചു.

''മറ്റൊരു കൊലപാതകം കൂടി നടന്നു ചീഫ്.'' അലി ഒരു സന്തോഷവാർത്ത പറയും പോലെയാണത് പറഞ്ഞത്. ''കാസിംപാസയിലെ ഒരു പാർക്കിൽ വച്ചാണത് നടന്നത്. നിങ്ങൾ വന്നാൽ നന്നായിരിക്കും.''

ഇത് നല്ല വാർത്തയാണെന്ന് എനിക്ക് തോന്നിയില്ല. പക്ഷേ തീർച്ചയായും പോകണം. ഞാൻ എവ്ജീനിയയുടെ ചൂടുള്ള, കാപ്പിപ്പത പുരണ്ട ചുണ്ടുകളിൽ നന്ദിയോടെ ഒരു ചുംബനം നൽകിയിട്ട് എന്റെ വിശ്വസ്തനായ പഴയ കാറിലേക്ക് ചാടിക്കയറി. പ്രഭാതമായതേ ഉണ്ടായിരുന്നുള്ളൂവെങ്കിലും അടുപ്പിനകത്ത് പെട്ടതുപോലെ ചൂടനുഭവപ്പെട്ടു. ഞാൻ കാറിന്റെ വിൻഡോകൾ പൂർണമായി തുറന്നു. കുർതുലുസ് അവന്യൂവിലെ കോലാഹലശബ്ദങ്ങൾ കാറിനുള്ളിലേക്ക് ഇരച്ചു കയറി. നല്ല പാട്ട് എന്തെങ്കിലും കാണുമെന്ന പ്രതീക്ഷയിൽ റേഡിയോ ഓൺ ചെയ്തു. ഹോ! ഒരു ഫ്രിഡ്ജ് ബ്രാൻഡിനെ പ്രകീർത്തിച്ചുകൊണ്ടുള്ള ഒരു സ്ത്രീയുടെ പതിഞ്ഞ ശബ്ദം. കൂടുതലൊന്നും ആലോചിക്കാതെ ഞാൻ ആക്സലേറ്ററിൽ ചവിട്ടി.

അവർ വളരെ നേരത്തെ തന്നെ സ്ക്രീനിൽ അക്രമം കണ്ടു പരിചയിച്ചിട്ടുണ്ട്

ഇസ്താംബൂൾ അതിശയങ്ങൾ നിറഞ്ഞ ഒരു നഗരമാണ്. ഈ പാർക്കും അങ്ങനെയായിരുന്നു. ഒരു കോൺക്രീറ്റ് കാട്ടിലെ മരുപ്പച്ചപോലെ അത് പെട്ടെന്ന് എന്റെ മുന്നിൽ പ്രത്യക്ഷമായി. വിരോധാഭാസം എന്തെന്നാൽ, ഈ ഇടുങ്ങിയ തെരുവുകൾക്കിടയിലുള്ള, നിറമില്ലാത്തതും കുമ്മായം പുരട്ടാത്തതുമായ മതിലുകളുള്ള കെട്ടിടങ്ങളുടെ അരികിലുള്ള ഈ മനോഹരമായ പാർക്കിന്റെ നടുവിലാണ് ഒരു ശരീരം ജീവിതാഘോഷം അവസാനിപ്പിച്ചു പോയിരിക്കുന്നത്.

ക്രൈം സീൻ ഇൻവെസ്റ്റിഗേഷന്റെ വെള്ളവാനിനു പിന്നിൽ ഞാൻ എന്റെ കാർ നിർത്തി. വാതിൽ തുറന്നപ്പോൾ തന്നെ നരകതുല്യമായ ചൂടിലേക്ക് വീണതുപോലെയാണ് അനുഭവപ്പെട്ടത്. നിരത്ത്, കാറുകൾ, നടപ്പാത, അതിർത്തിക്കല്ലിലെയും വൈദ്യുത തൂണിലെയും ചവറ്റുകുട്ട, ഇരുമ്പ് വേലി, പാർക്കിന്റെ തടി ഗേറ്റ് എന്നിങ്ങനെ എല്ലാ വസ്തുക്കളും ചുറ്റുപാടും കത്തുന്നതുപോലെ തോന്നി. നീളമുള്ള ശാഖകളും വലിയ ഇലകളുമുള്ള കൂറ്റൻ മരങ്ങൾ എന്നെ രക്ഷിക്കുമെന്ന് കരുതി ഞാൻ പെട്ടെന്ന് പാർക്കിലേക്ക് ഓടിക്കയറി. പക്ഷേ അവയുടെ തണൽ ഉപയോഗശൂന്യമായിരുന്നു. വെയിലിനടിയിൽ നിന്ന് മാറിയിട്ടും എല്ലാ രോമകൂപങ്ങളിൽനിന്നും വിയർപ്പ് പൊട്ടിയൊഴുകിക്കൊണ്ടേയിരുന്നു. പോക്കറ്റിൽ ഉണ്ടായിരുന്ന ഒരു തൂവാലകൊണ്ട് നെറ്റിയും കഴുത്തിന്റെ പിൻഭാഗവും തുടച്ചുകൊണ്ടിരുന്ന ഞാൻ പിന്നിൽ ഒരു ശബ്ദം കേട്ടു.

‘‘ഹലോ ചീഫ്. സ്വാഗതം.’’

കുറച്ച് ചുവടുകൾക്കപ്പുറം, എന്റെ അസിസ്റ്റന്റ് ഒരു വണ്ണം കുറഞ്ഞ ഹാക്ക്ബെറി മരത്തിന്റെ ചുവട്ടിൽ നിന്നിരുന്നു. ചൂട് ഒട്ടും ബാധിച്ചിട്ടില്ലെന്ന മട്ടിൽ അവൻ പല്ലുകൾ എല്ലാം പ്രദർശിപ്പിച്ച് ഇളിച്ചു. തെമ്മാടി! ഞാനും ഒന്ന് പുഞ്ചിരിക്കാൻ ശ്രമിച്ചു.

‘‘ഹായ്, അലി, എങ്ങനെയുണ്ട് കാര്യങ്ങൾ? ബോഡി എവിടെ?’’

മരങ്ങൾക്കപ്പുറമുള്ള ഒരു സ്ഥലത്തേക്ക് അയാൾ തന്റെ കൈയിലിരുന്നു ശബ്ദമുണ്ടാക്കുന്ന റേഡിയോ ചൂണ്ടി.

‘‘അവിടെ. കളിക്കാനുള്ള സ്ഥലത്ത്.’’ അവൻ ചൂണ്ടിക്കാണിച്ച ഇടം

പാർക്കിന്റെ ഏറ്റവും ആളൊഴിഞ്ഞ മൂലയായിരുന്നു, തെരുവിൽനിന്ന് ഏറ്റവും അകലെയുള്ള സ്ഥലം.

''അവർ അത് മുകളിൽ നിന്ന് കൊണ്ടുവന്നിട്ടതായിരിക്കണം. രാത്രി നേരത്ത് ഒരു ആത്മാവ് പോലും അവിടെ ഉണ്ടാകാറില്ല.''

പാർക്കിന് തൊട്ടുമുകളിലുള്ള ഒരു ഇടുങ്ങിയ റോഡിനെക്കുറിച്ചാണ് അയാൾ പറഞ്ഞത്.

''ആരാണ് ശരീരം കണ്ടെത്തിയത്?'' നടന്നടുക്കവേ ഞാൻ ചോദിച്ചു.

''രണ്ട് കുട്ടികൾ. എട്ടോ ഒമ്പതോ വയസ്സ് കാണും.'' ഇത്തവണ അയാൾ തൊട്ടടുത്ത കെട്ടിടത്തിലേക്ക് ആണ് റേഡിയോ ചൂണ്ടിയത്.

''അവർ ആ സ്കൂളിൽ പഠിക്കുന്നവരാണ്. ഇടവേളയിൽ ക്ലാസ്സ് കട്ട് ചെയ്ത് സ്ലൈഡിൽ കളിക്കാൻ പാർക്കിൽ വന്നതാണ്. മൃതദേഹം കണ്ടപ്പോൾ രണ്ടുപേരും നിലവിളിക്കാൻ തുടങ്ങി.''

''ശരീരം അത്ര മോശമായ അവസ്ഥയിലാണോ?''

''അല്ല.'' എന്റെ സഹായി പറഞ്ഞു. ''വളരെ മോശമല്ല എന്നു വേണം യഥാർത്ഥത്തിൽ പറയാൻ. പക്ഷേ അത് ഒരു ശവമാണ്. മണൽ അരിക്കാനായി ദ്വാരങ്ങളിട്ട പെട്ടിയിൽ മരിച്ചു കിടക്കുന്ന ഒരാൾ.''

അത് കണ്ടപ്പോൾ കുട്ടികളുടെ മുഖത്തുണ്ടായ ഭയം ഞാൻ മനസ്സിൽ കണ്ടു.

''അവർ വളരെ നേരത്തെ തന്നെ സ്ക്രീനിൽ അക്രമങ്ങൾ കണ്ടു പരിചയിച്ചിട്ടുണ്ട്.''

''സോറി ചീഫ്? എന്താ പറഞ്ഞത്?''

''ഒന്നുമില്ല അലി.'' ഞാൻ വീണ്ടും പാർക്കിലേക്ക് നോക്കി.

ഒരു വാൽനട്ട് മരത്തിന്റെ തണലിൽ ചൂടിൽ കണ്ണുതുറക്കാൻ പോലും മടിച്ച് കിടക്കുന്ന കറുത്തതും വയ്ക്കോലിന്റെ നിറമുള്ളതുമായ രണ്ട് തെരുവ്നായ്ക്കൾ അല്ലാതെ മറ്റാരും ചുറ്റും ഉണ്ടായിരുന്നില്ല.

''ശരി. സാക്ഷികളുണ്ടോ? ആരെങ്കിലും സംഭവം കണ്ടോ?''

''ഇല്ല ചീഫ്. ആരുമില്ല.'' താൻ തന്നെയാണ് ഇതിന് ഉത്തരവാദി എന്ന മട്ടിൽ അവൻ എന്നെ തിരിഞ്ഞു നോക്കി.

''കൊലപാതകം രാത്രിയിലായിരിക്കും നടന്നിരിക്കുന്നത്. ആ സമയത്ത് പാർക്കിൽ ആരാണുണ്ടാവുക?''

''ഇത് അന്വേഷിക്കേണ്ട കാര്യമാണ് അലി. മരങ്ങളുടെ ചുവട്ടിലോ മറ്റോ വൈൻ കുടിക്കാനായി ഉറക്കമില്ലാത്ത മനുഷ്യർ ആരെങ്കിലും ഉണ്ടായിരുന്നിരിക്കാം. നീ അവിടെയൊക്കെ ഒക്കെ ഒന്ന് ചുറ്റിനടക്ക്. അത് പറ്റില്ലേ? ചുറ്റുമുള്ള കോഫിഹൗസുകളിലും കടകളിലും ഇന്നലെ മുതൽ അപരിചിതമായ എന്തെങ്കിലും ശ്രദ്ധയിൽപെട്ടോ എന്നു ചോദിക്കൂ. അർദ്ധരാത്രിയിൽ അവർ ആരെയെങ്കിലും സംശയാസ്പദമായി കണ്ടോ എന്നും എന്തെങ്കിലും നിലവിളിയോ വിചിത്രമായ ശബ്ദമോ കേട്ടോ എന്നും അന്വേഷിക്കണം.

''ശരി, ചീഫ്.''

മരം കൊണ്ടുള്ള ഗേറ്റിലൂടെ പുറത്തേക്ക് പോയ അലിയെ ഞാൻ തിരികെ വിളിച്ചു.

''നീ ഈ ജോലി പൂർത്തിയാക്കിക്കഴിഞ്ഞു ശരീരം കിടക്കുന്ന സ്ഥലത്തേക്ക് വാ.''

ചൂടിൽ വലിയ വ്യത്യാസമൊന്നുമില്ലെങ്കിലും മരങ്ങളുടെ തണൽ പിടിച്ച് പാർക്കിന്റെ ഏറ്റവും വിദൂരമായ കോണിൽ ഒരു കൂറ്റൻ ചെസ്റ്റ്നട്ട് മരത്തിന് പിന്നിലായി കുട്ടികൾക്കായി നീക്കിവെച്ചിരിക്കുന്ന പ്രദേശത്തേക്ക് ഞാൻ നടന്നുപോയി. വെയിലിനു താഴെ വീർപ്പുമുട്ടുന്ന ഊഞ്ഞാൽ സെറ്റുകൾ, സീസോകൾ, കൊച്ചുകുട്ടികൾക്ക് ജിംനാസ്റ്റിക്സ് ചെയ്യാനുള്ള കയർ പാലം, മാതളനാരങ്ങയുടെ ചുവപ്പ് നിറമുള്ള ഒരു സ്ലൈഡ് എന്നിവ അവിടെയുണ്ടായിരുന്നു. ആ സ്ലൈഡ് നിലത്തു തട്ടുന്നയിടത്ത് ഒരു ശരീരം ഉണ്ടായിരുന്നു. ആ മനുഷ്യൻ മണലിൽ ഒരു കുഞ്ഞിനെപ്പോലെ ഇരിക്കുകയായിരുന്നു. സ്ലൈഡിൽ നിന്ന് ആരും സഹായിക്കാനില്ലാതെ കഠിനമായ ഒരു ലാൻഡിംഗ് നടത്തിയതുപോലെയുണ്ടായിരുന്നു ആ ഇരിപ്പ്. അയാളുടെ കാക്കക്കറുപ്പ് നിറമുള്ള മുടി ഇടുങ്ങിയ നെറ്റിയെ പൊതിഞ്ഞിരുന്നു. തലയ്ക്ക് പിന്നിൽ കണ്ണുകൾ മൂടാനുപയോഗിച്ച ചുവന്ന വെൽവെറ്റിന്റെ കെട്ട് കാണാമായിരുന്നു. അയാളുടെ തല മുന്നോട്ട് വീണു കിടക്കുന്നതിനാൽ എനിക്ക് മുഖം കാണാൻ കഴിഞ്ഞില്ല. കഴുത്തിന്റെ പിൻഭാഗത്തിലൂടെ കടന്ന ബുള്ളറ്റ് വായിലൂടെ പുറത്തേക്ക് പോയിരിക്കണം. അയാളുടെ നെഞ്ചിലേക്ക് പരന്നിറങ്ങിയ രക്തം വെള്ള ഷർട്ടിൽ ചുവപ്പ് ചായം പൂശിയതിനുശേഷം മഞ്ഞനിറമുള്ള മണലിലേക്ക് ഒഴുകിയിറങ്ങിയിട്ട് നിമിഷം തോറും കറുത്തതായി മാറുന്ന ഒരു കുളമുണ്ടാക്കിയിരുന്നു.

''ഇരയെ ഇവിടെ വച്ചായിരിക്കണം കൊലപ്പെടുത്തിയത്.''

സെയ്നപ്പിന്റെ ശബ്ദം ഞാൻ പെട്ടെന്ന് തിരിച്ചറിഞ്ഞു. മണലിൽ നിന്നു തെളിവുകൾ കണ്ടെടുക്കുന്ന സിഎസ്ഐ ടീമിലെ പ്രത്യേക വസ്ത്രങ്ങളും തൊപ്പിയും ധരിച്ച മൂന്ന് അംഗങ്ങൾക്ക് കുറച്ചു പിന്നിലായി നിൽക്കുകയായിരുന്നു അവൾ. അവളുടെ അരികിൽ തൂണ് പോലെ നിന്ന സിഎസ്ഐയുടെ ഭീമാകാരനായ ചീഫ് ഇൻസ്പെക്ടറായ സെഫിക്കിന്റെ നിഴലിൽ സെയ്നപ് അഭയം പ്രാപിച്ചതായി തോന്നി. അവർ നല്ല സുഹൃത്തുക്കളാണ് എന്നു പറയാനാവില്ല. വാസ്തവത്തിൽ, രണ്ടുംപേരും വളരെ മിടുക്കരായിരുന്നു. സേനയിലെ പല പൊലീസുകാരും അവരോടുള്ള അസൂയയാൽ മരിക്കുകയായിരുന്നു എന്നു വേണം പറയാൻ. നല്ല പല്ലുള്ള ഒരു ചീപ്പ് പോലെയാണ് സെഫിക് പ്രവർത്തിച്ചത്. കുറ്റകൃത്യം നടന്ന സ്ഥലത്തെ ഒരു വിശദാംശവും അവനിൽ നിന്നു രക്ഷപ്പെട്ടില്ല. സെയ്നപ് ആകട്ടെ, അവൻ ശേഖരിച്ച എല്ലാ വിശദാംശങ്ങളും സംയോജിപ്പിച്ച് സംഭവത്തിന്റെ ഒരു പൂർണ്ണമായ ചിത്രവുമായി വരികയും കാര്യങ്ങൾ എങ്ങനെ നടന്നുവെന്ന് വിശദീകരിക്കുകയും കൊലയാളിയുടെ മാനസികാവസ്ഥ ഞങ്ങൾക്ക് മുന്നിൽ അവതരിപ്പിക്കുകയും ചെയ്യും. അതിനാൽ അവൾ എപ്പോഴും പുതിയ

വിവരങ്ങൾക്കായി സിഐസ്ഐെ മേധാവിയുടെ മേൽ സമ്മർദ്ദം ചെലുത്തിയിരുന്നു. ദിവസേന നിരവധി ആളുകൾ കൊല്ലപ്പെടുന്ന ഈ നഗരത്തിൽ, സെഫിക്കിന് വളരെയേറെ ജോലിയുണ്ടായിരുന്നു. ജോലിക്കൂടുതൽകൊണ്ട് തളർന്ന അയാൾ ഓരോ തവണയും സമ്മർദ്ദം മൂലം വയറുവേദന അനുഭവിക്കുമായിരുന്നു.

‘‘ഏയ്, ചീഫ്. ഈ പെണ്ണിനോട് നിങ്ങൾ ഒന്നു പറയുമോ? എനിക്കു വേറെയും കാര്യങ്ങൾ ചെയ്യാനുണ്ട്. ആർക്കാണ് ദിവസവും ഏറ്റവും കുറഞ്ഞത് അഞ്ച് തവണ ഈ പണി ചെയ്യാൻ താല്പര്യം ഉണ്ടാവുക?’’

അവർ രണ്ടും പേരും എന്റെ അമൂല്യമായ സമ്പാദ്യമായിരുന്നു. എനിക്ക് അവരെ ആവശ്യമായിരുന്നു, ഇരുവരെയും വിഷമിപ്പിക്കാതിരിക്കാൻ ഞാൻ പരമാവധി ശ്രദ്ധിക്കാറുണ്ട്.

‘‘ശരി, സെഫിക്, നിങ്ങൾ സ്വന്തം ജോലി ചെയ്യൂ, ഞാൻ സെയ്നെപ്പുമായി സംസാരിക്കാം.’’

ഞാൻ പറയും, പക്ഷേ ഉടൻ തന്നെ കൂട്ടിച്ചേർക്കും.

‘‘എന്നാൽ ഞങ്ങളുടെ ജോലി മന്ദഗതിയിലാകാൻ നിങ്ങൾ കാരണമാവരുത്.’’

മണൽപ്പെട്ടിയിലെ ശവത്തിലേക്ക് തുറിച്ചുനോക്കിക്കൊണ്ട് അവർ വീണ്ടും തർക്കിച്ചു.

‘‘ഇര ഇവിടെവച്ചാണ് കൊല്ലപ്പെട്ടത്.’’ സെയ്നെപ് ആവർത്തിച്ചു. ‘‘അല്ലെങ്കിൽ ഇത്രയധികം രക്തം ഇവിടെ ഉണ്ടാകില്ലായിരുന്നു.’’

സ്ലൈഡിലേക്ക് നീണ്ടുകിടക്കുന്ന മണലിലെ രണ്ട് സമാന്തര വരകൾ ചൂണ്ടിക്കാണിച്ചുകൊണ്ട് സെഫിക് അതിനെ എതിർത്തു.

‘‘എനിക്ക് സംശയമുണ്ട്, നോക്കൂ, ശരീരം വലിച്ചിഴച്ചത് ഇതിലൂടെയാണ്. നിങ്ങൾ അടയാളങ്ങൾ കാണുന്നില്ലേ?’’

ഞങ്ങളുടെ സുന്ദരിയായ ക്രിമിനോളജിസ്റ്റ് ഒരു തരി പോലും ചലിച്ചില്ല.

‘‘നിങ്ങൾ പറഞ്ഞത് ശരിയാണ്. അയാളെ ഇവിടേക്ക് വലിച്ചിഴച്ചു, പക്ഷേ അയാൾ ജീവിച്ചിരിപ്പുണ്ടായിരുന്നു. ഇവിടെവച്ചാണ് കൊല്ലപ്പെട്ടത്. കുറച്ച് സമയത്തിനുള്ളിൽ നിങ്ങളുടെ ആളുകൾ മണലിൽ നിന്ന് അതിനുള്ള തെളിവുകൾ കണ്ടെത്തും.’’

‘‘ശരി, കുറ്റവാളിയുടെ കാൽപ്പാടുകളുടെ കാര്യമോ?’’

സംവാദത്തിൽ പങ്കെടുത്തുകൊണ്ട് ഞാൻ പറഞ്ഞു.

‘‘അവയെവിടെ? അവ ഇവിടെ എവിടെയെങ്കിലും ഉണ്ടായിരിക്കണം.’’

എന്നെ ശ്രദ്ധിച്ചതോടെ ഇരുവരും സംയമനം പാലിച്ചു. സെയ്നെപ് എന്റെ ചോദ്യത്തിന് ഉത്തരം നൽകി.

‘‘കാൽപ്പാടുകൾ മായ്ച്ചു കളഞ്ഞിട്ടുണ്ട് ചീഫ്. കൊലയാളി ഒരു പ്രൊഫഷണൽ ആണെന്ന് തോന്നുന്നു.’’

അവൾ ഇരയുടെ കഴുത്ത് ചൂണ്ടിക്കാണിച്ചു.

''ഒറ്റ ബുള്ളറ്റ് ആണ് ഉപയോഗിച്ചിരിക്കുന്നത്. സൈലൻസറും ഉപയോഗിച്ചിരിക്കാം.''

അവൾ കണ്ണുകൾ ചെറുതാക്കി തെരുവിലേക്ക് നോക്കി.

''അല്ലെങ്കിൽ ആരെങ്കിലും അത് കേൾക്കുമായിരുന്നു. അർദ്ധരാത്രിയിൽപോലും അത് ചെയ്യാൻ അയാൾ ധൈര്യപ്പെടില്ലായിരുന്നു.''

തർക്കിച്ചു മടുത്ത സെഫിക് വിട്ടുവീഴ്ച ചെയ്യാൻ തീരുമാനിച്ചു.

''അങ്ങനെയാണെങ്കിൽ, അവൻ ഇരയെ ബോധം കെടുത്തിയിരിക്കണം, അല്ലെങ്കിൽ അയാൾ എതിർക്കുമായിരുന്നു.''

എന്റെ ശ്രദ്ധ ഇരയുടെ തലയുടെ വലതു ഭാഗത്തേക്കായി. പതുക്കെ വൃത്തികെട്ട മഞ്ഞനിറമായി മാറിക്കൊണ്ടിരുന്ന അവന്റെ തലയിലെ വലതു ചെവിയുടെ താഴത്തെ പകുതി നഷ്ടപ്പെട്ടിരുന്നു.

''ഇരയുടെ ചെവി പകുതി മുറിച്ചെടുത്തിട്ടുണ്ട്.'' സെയ്നെപ് സ്ഥിരീകരിച്ചു.

''പക്ഷേ തലയുടെ ഇപ്പുറത്ത് അധികം രക്തമില്ല. അത് നേരത്തെ വെട്ടിക്കളഞ്ഞതായിരിക്കണം. രക്തം നിന്ന മട്ടിലാണ് കാണപ്പെടുന്നത്.''

കാര്യങ്ങൾ കൂടുതൽ രസകരമായിത്തുടങ്ങി. പക്ഷേ കാലാവസ്ഥ ഞങ്ങളെ കഷ്ടപ്പെടുത്തി. നെറ്റിയിലെ വിയർപ്പ് കൈയുടെ പിൻഭാഗം കൊണ്ട് തുടച്ചുകൊണ്ട് സെഫിക് വിഷയം മാറ്റി.

''എന്തൊരു ചൂട്, ചീഫ്, നമ്മൾ ഒരു ചതുപ്പിൽ ജീവിക്കുന്ന പോലെയുണ്ട്.''

സൂര്യൻ ഉയർന്നുതുടങ്ങിയതോടെ പാർക്കിലെ അവസ്ഥ കൂടുതൽ വഷളായിക്കൊണ്ടിരുന്നു, ഞങ്ങൾക്ക് ശ്വാസം കിട്ടാതെയായി. വായകൾ ഉണങ്ങി വരണ്ടു. ആരുടെയെങ്കിലും പക്കൽ വെള്ളമുണ്ടോ എന്നറിയാൻ ചുറ്റും നോക്കിയ നേരത്ത് സ്വർണ്ണനിറമുള്ള മണലിൽ കിടക്കുന്ന ഒരു പിങ്ക് വസ്തു എന്റെ കണ്ണിൽ പെട്ടു. ഇരയുടെ കാലിന് താഴെയായിരുന്നു അത് കാണപ്പെട്ടത്. ഞാൻ ആകാംക്ഷയോടെ മണൽപെട്ടിയുടെ അടുത്തേക്ക് നീങ്ങി. സെഫിക് നിറുത്താതെ സംസാരിച്ചുകൊണ്ടിരുന്നു.

''ഇത്ര നേരത്തെ ഈ ചൂട് ആണെങ്കിൽ ഉച്ചയ്ക്ക് എങ്ങനെയായിരിക്കുമെന്ന് ആർക്കറിയാം?''

അയാളുടെ വാക്കുകൾ എന്റെ ശ്രദ്ധ തെറ്റിച്ചു.

''ഒരു മിനിറ്റ്.'' ഞാൻ പരുഷമായി പറഞ്ഞു. ''സെഫിക്, ഒരു മിനിറ്റ്.''

അവൻ ഞെട്ടിപ്പോയി, പക്ഷേ അപമാനിക്കപ്പെട്ട ഭാവത്തെക്കാൾ കൂടുതൽ താൽപ്പര്യം അവന്റെ ഭാവത്തിൽ ഉണ്ടായിരുന്നു. സെയ്നെപ്പും കാര്യത്തിന്റെ ഗൗരവം മനസ്സിലാക്കി.

''അതെന്താ ചീഫ്? നിങ്ങൾ എന്താ കണ്ടത്?''

ഉത്തരം പറയുന്നതിന് പകരം ഞാൻ ശരീരം പരിശോധിക്കുന്ന മെലിഞ്ഞ ഉദ്യോഗസ്ഥനെ വിളിച്ചു.

''അതെന്താ ആ പിങ്ക് സാധനം?''

''ഇതൊരു പാവയാണ്, ചീഫ്. ഒരു ബാർബി ഡോൾ.'' സെഫിക് വിശദീകരിച്ചു. ''നിങ്ങൾ അത് കാണുന്നതിന് വേണ്ടിയാണ് ഞാൻ അത് അവിടെ വെച്ചത്. കുറ്റകൃത്യം നടന്ന സ്ഥലം അതുപോലെതന്നെ സൂക്ഷിക്കാനായിട്ട്.''

ഞാൻ മെലിഞ്ഞ പൊലീസുകാരന്റെ നേരെ തിരിഞ്ഞു.

''എനിക്ക് അത് ഒന്ന് തരാമോ മോനേ?''

കയ്യുറയിട്ട വലംകൈയുടെ തള്ളവിരലും ചൂണ്ടുവിരലുംകൊണ്ട് അയാൾ പാവയെ എടുത്ത് എനിക്ക് നേരെ നീട്ടി. പോക്കറ്റിൽനിന്നും ഒരു ടിഷ്യുകൊണ്ട് ഞാൻ ആ പാവയെ കാലിൽ പിടിച്ചു. എന്റെ വായിൽ നിന്ന് വാക്കുകൾ അറിയാതെ പുറത്ത് വന്നു.

''അയ്സുൻ! ഇത് അയ്സുന്റെ കളിപ്പാട്ടമാണ്.''

എല്ലാവരും അത്ഭുതത്തോടെ എന്നെ നോക്കി. അൽപ്പനേരത്തെ നിശ്ശബ്ദതയ്ക്കുശേഷം, വിസ്മയം കനപ്പിച്ച സ്വരത്തിൽ സെയ്നെപ് ചോദിച്ചു, ''നിങ്ങളുടെ മകളോ? അതെങ്ങനെയാണ്?''

''എനിക്കറിയില്ല,'' ഞാൻ പറഞ്ഞു. ''എനിക്കറിയില്ല, സെയ്നെപ്.''

എന്താണ് സംഭവിച്ചതെന്നറിയാതെ സെഫിക്കും മറ്റ് രണ്ടുപേരും ഞങ്ങളെ നിരീക്ഷിച്ചു. ആ സുന്ദരമായ മുടിയുള്ള പാവയെ പരിശോധിക്കാനുള്ള തത്രപ്പാടിലായിരുന്നു ഞാൻ. ചുറ്റുമുള്ളവരെ ശ്രദ്ധിക്കാൻ എനിക്ക് കഴിഞ്ഞില്ല. ബാർബിയെ മുഖത്തേക്ക് അടുപ്പിച്ചു ഞാൻ പരിശോധിച്ചു. വലതുകൈയ്ക്ക് ഒടിവൊന്നും ഇല്ലെന്ന് തോന്നി. അത് ഉറപ്പാക്കാൻ വേണ്ടി ഞാൻ വീണ്ടും വീണ്ടും പരിശോധിച്ചു. ഒന്നുമില്ല. ഞാൻ ഒരു ദീർഘനിശ്വാസം എടുത്തു.

''ഇല്ല... ഇല്ല, ഇത് അയ്സുന്റേതല്ല. അവളുടെ പാവയുടെ കൈ ഒടിഞ്ഞു പോയിരുന്നു, ഞാനണതിനെ വീണ്ടും ചേർത്തുറപ്പിച്ചത്.''

സെയ്നെപ്പിന് അത് കേട്ടപ്പോൾ സന്തോഷമായി എന്നു തോന്നി.

''അപ്പോൾ പാവ നിങ്ങളുടെ മരിച്ചുപോയ മകളുടേതല്ല. അല്ലെങ്കിലും അത് എങ്ങനെയാണ് സാധ്യമാവുക?''

സെഫിക്കും ആശ്വസിച്ചു. ആവശ്യമില്ലെങ്കിലും അയാൾ ചില ഊഹങ്ങൾ നിരത്തി.

''പാവയ്ക്ക് ഇതുമായി ബന്ധമില്ലായിരിക്കാം. ഇന്നലെ ഇവിടെ കളിക്കാൻ വന്ന പെൺകുട്ടികളിൽ ആരെങ്കിലും അത് മറന്നിരിക്കാം. ഇത് ഒരു കുട്ടികളുടെ പാർക്കാണ്.''

അതിനു സാധ്യതയുണ്ടായിരുന്നു. അത് പറയാൻ തുടങ്ങിയപ്പോൾ ആ മനുഷ്യന്റെ വലിയ തലയിലെ മുടി സ്വഭാവികമല്ല എന്നു എനിക്ക് തോന്നി. അത് വളരെ കട്ടിയുള്ളതായിരുന്നു, സൂര്യപ്രകാശത്തിൽ തിളങ്ങുന്ന ഈ കറുപ്പ് സ്വാഭാവികമായി തോന്നിയില്ല. അതൊരു വിഗ്ഗായിരുന്നു. അത് മനസ്സിലായപ്പോൾ എന്റെ താൽപ്പര്യം കൂടുതൽ ഉണർന്നു.

ഞാൻ കുറച്ച് ചുവടുകൾകൂടി അടുത്ത് ചെന്ന് ആ മനുഷ്യന്റെ മുഖം കാണാൻ ശ്രമിച്ചു. അത് സാധ്യമായിരുന്നില്ല. ഞാൻ വീണ്ടും ഓഫീസറുടെ സഹായം തേടി.

''ഈ കണ്ണിന്റെ കെട്ടഴിച്ചു തരാമോ? നമുക്ക് ഇയാളുടെ തല ഉയർത്തി നോക്കാം.''

മെലിഞ്ഞ പൊലീസുകാരൻ വെൽവെറ്റ് തുണി സൂക്ഷ്മതയോടെ അഴിച്ചിട്ട് ഇരയുടെ താടിയിൽ പിടിച്ച് പതുക്കെ ഉയർത്തി. ഞാൻ പൊട്ടിച്ചിരിച്ചുവെങ്കിലും പെട്ടെന്ന് നിയന്ത്രിച്ചു. ശ്വാസം അടക്കിപ്പിടിച്ചു കൊണ്ട് ഞാൻ വീണ്ടും അയാളെ നോക്കി. കമാനാകൃതിയിലുള്ള മൂക്ക്, തടിച്ച പുരികങ്ങൾക്ക് താഴെ ആഴത്തിലുള്ള കുഴികളിൽ മരവിച്ച തവിട്ടു നിറത്തിലുള്ള കണ്ണുകൾ, കൂർത്ത താടി.

''അപ്പോൾ ഇതാണ് ആൾ.'' ഞാൻ പറഞ്ഞു. ''ഇത് ആ വൃത്തികെട്ടവനാണ്.''

അതെ, അത് അവനായിരുന്നു. അൽപ്പം പ്രായം കൂടിയിരുന്നുവെങ്കിലും അത് അവനാണെന്ന് എനിക്ക് സംശയമുണ്ടായിരുന്നില്ല. ഓർമ്മിച്ചെടുക്കാൻ കഴിയാതെ സെഫിക്കും സെയ്നെപ്പും ആശ്ചര്യത്തോടെ എന്നെ നോക്കി. ഇരയുടെ മുഖം പരിശോധിച്ചിട്ടും ജിജ്ഞാസ ശമിക്കാത്ത സെയ്നെപ്, പിടിച്ചുനില്ക്കാൻ കഴിയാതെ ചോദിച്ചു, ''ആരെക്കുറിച്ചാണ് നിങ്ങൾ പറയുന്നത്?''

ഏതോ നികൃഷ്ടജീവിയെ കണ്ടപോലെ എന്റെ മുഖം ചുരുങ്ങി.

''ഈ പയ്യൻ... വർഷങ്ങൾക്കു മുമ്പ് എന്റെ മകളെ ശല്യപ്പെടുത്തിയത് ആ ദുഷിച്ചവനാണ്.''

നമുക്ക് ഇതുവരെ അർത്ഥം അറിയില്ലെങ്കിലും കൊലയാളി ഒരു സന്ദേശം നൽകുകയാണ്

ഞാൻ ഒരു വില്ലോമരത്തിന്റെ അല്പമായ തണലിൽ ഇരിക്കുകയായിരുന്നു. അയൽക്കാരുമായുള്ള സംഭാഷണങ്ങൾക്ക് ശേഷം വെറും കൈയോടെ തിരിച്ചെത്തിയ അലി എന്റെ മുന്നിൽ നിന്നിരുന്നു. അവർ ആരുംതന്നെ അസ്വാഭാവികമായി എന്തെങ്കിലും കാണുകയോ സംശയാസ്പദമായി ആരെയും കണ്ടുമുട്ടുകയോ ചെയ്തിട്ടില്ല. സെയ്നെപ് പറഞ്ഞതുപോലെ, കൊലയാളി അല്ലെങ്കിൽ കൊലയാളികൾ വളരെ പ്രൊഫഷണലായാണ് പ്രവർത്തിച്ചിരിക്കുന്നത്. പക്ഷേ തീർച്ചയായും ഞങ്ങളെ അവരിലേക്ക് നയിക്കുന്ന ചില അടയാളങ്ങൾ ബാക്കിയുണ്ടാവും. അത് എല്ലായ്പ്പോഴും അങ്ങനെയാണ്, ഈ കേസിൽ അത് എങ്ങനെയായിരിക്കും എന്ന് കണ്ടുപിടിക്കേണ്ടിയിരിക്കുന്നു. ഞങ്ങളെ മാറ്റി നിറുത്തിയിട്ട് തങ്ങളുടെ ഉപകരണങ്ങളുമായി പണിയെടുക്കുന്ന സിഎസ്ഐ ടീമിന് ഒരു സൂചനയും ലഭിച്ചില്ല. കുറഞ്ഞപക്ഷം, ഈ ആദ്യഘട്ടത്തിൽ ഒരു തെളിവും അവർ കണ്ടെത്തിയില്ല.

അത്ര എളുപ്പമൊന്നും തളരാത്ത സെയ്നെപ് ബുള്ളറ്റിനായി മണലിൽ അപ്പോഴും തിരച്ചിൽ തുടരുകയായിരുന്നു. ഞാൻ അലിയുടെ വിശദീകരണം കേൾക്കുകയായിരുന്നുവെങ്കിലും ഈ കൊലപാതകത്തിന് എന്റെ മകളുമായി എന്തെങ്കിലും ബന്ധമുണ്ടോ എന്ന ചോദ്യത്തിൽ എന്റെ മനസ്സ് കുടുങ്ങിക്കിടന്നു. പിങ്ക് നിറമുള്ള വസ്ത്രം ധരിച്ച ഒരു ബാർബിപ്പാവ അവളെ ഒരിക്കൽ ശല്യപ്പെടുത്തിയ ഈ മനുഷ്യന്റെ ശരീരത്തോടൊപ്പം കൊലപാതകസ്ഥലത്ത് അക്രമി ഉപേക്ഷിച്ചത് യാദൃച്ഛികമാണോ, അതോ എനിക്കുള്ള സന്ദേശമാണോ? ഈ ചോദ്യങ്ങൾക്കുള്ള ഉത്തരത്തിനുവേണ്ടി ഞാൻ തല പുകയ്ക്കവേ പ്രോസിക്യൂട്ടർ നാദിർ സംഭവസ്ഥലത്ത് എത്തിച്ചേർന്നു.

''ശുഭദിനം സുഹൃത്തുക്കളെ.'' അയാളുടെ ആജ്ഞാസ്വരം എന്നെ കണ്ടപ്പോൾ ശാന്തമായി. ''ഓ, ചീഫ്! അപ്പോൾ നിങ്ങളാണ് ഈ കേസ് നോക്കുന്നത്. അത് നല്ലതാണ്, നമുക്ക് ഒരുമിച്ച് പ്രവർത്തിക്കാം.''

അലിയെപ്പോലെതന്നെ അയാളെയും ചൂട് ബാധിച്ചതായി തോന്നിയില്ല. ആ വലിയ ശരീരം ചടുലചലനങ്ങളുള്ള ഒരു ഗുസ്തിക്കാരനെ

അനുസ്മരിപ്പിക്കുന്നതും ശബ്ദം ശക്തവുമായിരുന്നു. ഞാൻ എന്നെ ബാധിച്ചിരുന്ന മയക്കത്തിൽനിന്നും ഉണർന്നെഴുന്നേറ്റു.

''സുപ്രഭാതം സാർ.'' ഞാൻ അവന്റെ കൈ കുലുക്കിക്കൊണ്ട് പറഞ്ഞു. സിവിൽ സർവീസുകാരെപ്പോലെയോ ഉദ്യോഗസ്ഥരെപ്പോലെയോ അല്ല, നല്ല രണ്ടു നല്ല സുഹൃത്തുക്കളെപ്പോലെ ഒട്ടും പിരിമുറുക്കമില്ലാതെയാണ് ഞങ്ങൾ വെയിലിൽ ചുട്ടുപഴുക്കുന്ന മണൽപ്പെട്ടിയെ സമീപിച്ചത്.

''ഇതാ, ഇരയുടെ ശരീരം ഇവിടെയാണ് കിടക്കുന്നത്.''

ഞാൻ പറഞ്ഞത് പൂർത്തിയാക്കുന്നതുവരെ കാത്തുനിൽക്കാതെ, നാദിർ മൃതദേഹം പരിശോധിക്കാനായി മണൽപ്പെട്ടിക്കടുത്തേക്ക് നീങ്ങിക്കഴിഞ്ഞിരുന്നു. ഞാൻ ഒരരികിൽ മാറി ഇരുന്നിട്ട് വിശദീകരണം തുടർന്നു.

''നിങ്ങൾക്ക് കാണാമല്ലോ, പുറംകഴുത്തിൽ ഒരൊറ്റ ബുള്ളറ്റ് കൊണ്ട് വെടിവച്ചിരിക്കുന്നു. അക്രമി ഇരയുടെ വലതു ചെവിയുടെ പകുതിയും മുറിച്ചെടുത്തു. ഇത് ഒരു വാടകക്കൊലയാളിയാകാനുള്ള സാധ്യതയുണ്ട് എന്നതിന്റെ സൂചനയാണിത്. ജോലി തീർന്നുവെന്ന് തെളിയിക്കാൻ വേണ്ടി പണി ഏൽപ്പിച്ച ആളുടെ മുന്നിൽ സമർപ്പിക്കാനായി ചെവിയുടെ ഒരു കഷണം എടുത്തതാണ് എന്നാണ് തോന്നുന്നത്. ഇരയുടെ മൃതദേഹം മറ്റെവിടെയെങ്കിലും നിന്ന് ഇങ്ങോട്ട് മാറ്റിയിരിക്കാനാണ് സാധ്യത. രണ്ട് കൊലയാളികൾ ചേർന്ന് ചെയ്തതാണെന്ന് തോന്നുന്നു. ആർക്കറിയാം, ഒരുപക്ഷേ ഒരാൾ മാത്രമായിരിക്കാം. ഇത്ര നേരത്തെ അത് പറയാൻ ബുദ്ധിമുട്ടാണ്.''

ഇതൊക്കെ പറയുമ്പോൾ ഞാൻ ആകെ വിഷമത്തിലായി. കൊലപാതകത്തിന് എന്റെ മകളുമായി ബന്ധമുണ്ടെന്ന് നാദിറിനോട് പറയണോ അതോ ഇക്കാര്യം രഹസ്യമായി സൂക്ഷിക്കണോ? സത്യം പറഞ്ഞാൽ, ഈ കേസ് ഏറ്റെടുക്കാൻ എനിക്ക് ആഗ്രഹമുണ്ടായിരുന്നു. സംഭവത്തെക്കുറിച്ച് ആദ്യം കേട്ടപ്പോൾ ടാറ്റവ്‌ലയിൽ വച്ച് തോന്നിയ വിമുഖത എപ്പോഴേ മാറിക്കഴിഞ്ഞു. വളരെ വിചിത്രമായ വിധത്തിൽ ഈ കൊലപാതകം എന്നിൽ താൽപ്പര്യമുളവാക്കി. ഒരുപക്ഷേ എന്റെ മകളുമായുള്ള ഒരു ബന്ധം ഈ സംഭവത്തിൽ കണ്ടെത്താനാകുമെന്ന് എന്റെ അബോധമനസ്സ് പറയുന്നതാവാം. പക്ഷേ അതിന് മറ്റൊരു കാരണമുണ്ടായിരുന്നു. അതൊരു ഗംഭീരമായ കുറ്റകൃത്യമായിരുന്നു. ഇരയുടെ കൊലപാതകത്തിന്റെ പ്രൊഫഷണലിസം, കൊലപാതക ദൃശ്യം അവതരിപ്പിച്ചിരിക്കുന്ന രീതി. ഈ ധിക്കാരപരവും രക്തരൂക്ഷിതമായതുമായ പ്രവൃത്തിക്ക് മറുപടി നൽകണമെന്ന് എനിക്കൊരു വാശി തോന്നി. സ്വാഭിമാനവും തൊഴിൽപരമായ സഹജാവബോധവും ചേർന്ന് എനിക്ക് നല്ല ആത്മവിശ്വാസം നല്കി. പക്ഷേ, ഈ സംഭവത്തിന് ശരിക്കും എന്നോട് ബന്ധമുണ്ടെങ്കിൽ, ഞാൻ അത് ഏറ്റെടുക്കുന്നത് ശരിയായിരിക്കില്ല. അതുകൊണ്ടുതന്നെ ഇര എന്റെ മകൾക്ക് നൽകിയ ബാർബിയെക്കുറിച്ച് മേലധികാരികളോട് പറയേണ്ടതുണ്ട്. ഇത് ധാർമ്മികമായ കാര്യമാണ്. പക്ഷേ എന്നിൽനിന്ന് കേസിന്റെ ചുമതല എടുത്തുകളയാനുള്ള സാധ്യത എന്നെ അതിൽ നിന്ന് തടഞ്ഞു.

വിചിത്രമെന്നു പറയട്ടെ, സെഫിക്കോ സെയ്നെപ്പോ ഈ വിഷയത്തിൽ ഒരു വാക്കുപോലും പറഞ്ഞില്ല. സുന്ദരനായ പ്രോസിക്യൂട്ടറോട് കൊലപാതകത്തെക്കുറിച്ചുള്ള വിശദമായ അഭിപ്രായങ്ങൾ പറയുന്നതിൽ സെയ്നെപ് ഒരു മടിയും കാണിച്ചില്ല. സെഫിക്കും സെയ്നെപ്പിൽ നിന്ന് വ്യത്യസ്തനായിരുന്നില്ല. മരണത്തിന് കാരണമായ ബുള്ളറ്റ് മുതൽ, ഇരയെ വലിച്ചു നീക്കിയ രീതി വരെയുള്ള എല്ലാ സാധ്യതകളും അവൻ നിരത്തിവച്ചു. പക്ഷേ രണ്ടുപേരും എന്റെ മകളും പാവയും തമ്മിലുള്ള ബന്ധത്തെക്കുറിച്ചോ ഇരയെ എനിക്ക് അറിയാമെന്നോ പറഞ്ഞില്ല. ഞങ്ങൾ അത് ചർച്ച ചെയ്തില്ലെങ്കിലും അവർ തീരുമാനം എനിക്ക് വിട്ടു.

എന്റെ മനസ്സിൽ നിശ്ശബ്ദമായി വീശുന്ന കൊടുങ്കാറ്റിനെക്കുറിച്ച് അറിയാതെ ആ യുവ പ്രോസിക്യൂട്ടർ ഒരു വശത്ത് വിശദീകരണങ്ങൾ ശ്രദ്ധിക്കുകയും മറുവശത്ത് മണൽപ്പെട്ടി സൂക്ഷ്മമായി പരിശോധിക്കുകയും ചെയ്തു. എനിക്ക് നാദിറിനെ അറിയാമായിരുന്നു. ഞങ്ങൾ രണ്ട് കേസുകളിൽ ഒരുമിച്ച് പ്രവർത്തിച്ചിട്ടുണ്ട്. അയാൾ തന്റെ ജോലിക്ക് വേണ്ടി സ്വയം സമർപ്പിച്ചവനായിരുന്നു. അടുത്തകാലത്തായി നിങ്ങൾ അപൂർവ്വമായി മാത്രം അഭിനന്ദിച്ചുകൊണ്ട് തോളിൽ തട്ടുന്ന തരം അഭിഭാഷകരിൽ ഒരാളായിരുന്നു അദ്ദേഹം. സത്യം പറഞ്ഞാൽ, ഈ ശ്വാസം മുട്ടുന്ന ചൂടിൽ അയാൾ കുറ്റകൃത്യം നടന്ന സ്ഥലം വളരെ സൂക്ഷ്മമായി പരിശോധിക്കുന്നത് എനിക്ക് അൽപ്പം അസാധാരണമായി തോന്നി. അയാളുടെ മനസ്സിൽ കാര്യമായി എന്തോ ഉണ്ട് എന്നത് വ്യക്തമായിരുന്നു. അയാളുടെ നിശ്ശബ്ദത നീണ്ടുനിന്നതോടെ അസുഖകരമായ ഒരു നിഗൂഢത അവിടെ ഉടലെടുത്തു.

''ആ മനുഷ്യൻ ഒരു ബാലപീഡകനായിരുന്നു.'' ഞാൻ പറഞ്ഞു. ''ഒരു കുറ്റവാളി. ശിക്ഷിക്കപ്പെട്ട പീഡകൻ.''

''അങ്ങനെയാണോ? ബാലപീഡകനോ?''

''സത്യമാണ്.'' ഞാൻ ഒരു നെടുവീർപ്പോടെ പറഞ്ഞു. ''എന്റെ മകളെയും അയാൾ ശല്യം ചെയ്തിട്ടുണ്ട്.''

അവസാനം ഞാൻ അത് സമ്മതിച്ചു. അല്ലെങ്കിലും ആ വിവരം എനിക്ക് എത്രനാൾ മറച്ചുവെക്കാൻ കഴിയും? അത് നന്നായി എന്നു എനിക്ക് തോന്നി. ഭാരം മനസ്സിൽ നിന്നൊഴിഞ്ഞതോടെ എനിക്ക് ആശ്വാസമായി, പക്ഷേ നാദിറിന്റെ സുന്ദരമായ കണ്ണുകൾ ആശ്ചര്യത്തോടെ വിടർന്നു. അവ കൺകുഴികളിൽനിന്ന് പറന്നുയരുന്നതുപോലെ എനിക്ക് തോന്നി.

''ചീഫ് ഇൻസ്പെക്ടർ, നിങ്ങൾ എന്താണ് പറയുന്നത്? നിങ്ങളുടെ മകൾ?''

ഞാൻ പതുക്കെ തലയാട്ടി.

''അതെ, വർഷങ്ങൾക്ക് മുമ്പ് മരിച്ച എന്റെ മകൾ അയ്സുൻ. അവളെ എനിക്ക് നഷ്ടപ്പെടുന്നതിന് മുൻപാണത് സംഭവിച്ചത്. വേറെയും ഒരു കാര്യം ഉണ്ട്. ഇയാൾ എന്റെ മകൾക്ക് ഇത്തരമൊരു പിങ്ക് നിറത്തിലുള്ള പാവയെ സമ്മാനിച്ചിരുന്നു.''

നാദിറിന്റെ പരിഭ്രാന്തി വർദ്ധിച്ചു. പക്ഷേ അമ്പരപ്പ് മൂലം വാ പൊളിഞ്ഞുപോയ ആ അവസ്ഥയിൽനിന്ന് അയാൾ വേഗത്തിൽ മുക്തി നേടി. നിർണായകമായ ഒരു ചോദ്യത്തിനുള്ള ഉത്തരം തേടുന്നതു പോലെ, ചൂട് മൂലം വീർക്കാൻ തുടങ്ങിയ ആ ശരീരം അയാൾ കുറച്ചു കൂടി സൂക്ഷ്മമായി പരിശോധിച്ചു. തനിക്ക് വേണ്ട ഉത്തരം കണ്ടെത്താനാകാത്തതിനാൽ അയാൾ വീണ്ടും എന്റെ നേർക്ക് തിരിഞ്ഞു.

‘‘ഈ സംഭവത്തെപ്പറ്റി നിങ്ങൾ എന്താണ് പറയുന്നത്? എന്താണ് ഇതിന്റെ അർത്ഥം?’’

സത്യത്തിൽ ഞാൻ അൽപ്പം പോലും ശാന്തനായിരുന്നില്ല. പക്ഷേ അസ്വസ്ഥത പുറത്തു കാണിക്കാതെയിരിക്കാൻ ശ്രമിച്ചുകൊണ്ട്, ഞാൻ നെഞ്ചിൽ കൈകൾ കെട്ടിവച്ചു നിന്ന് അനുമാനങ്ങൾ പറയാൻ തുടങ്ങി.

‘‘ഒരുപക്ഷേ ഇത് ചെയ്തത് തന്റെ മകളെയോ പ്രിയപ്പെട്ട ഒരാളെയോ ഉപദ്രവിച്ച ഒരാളായിരിക്കാം. കാരണം ആ വികാരം എനിക്കറിയാം. എന്റെ ഏറ്റവും വലിയ ശത്രുവിന് പോലും അത് സംഭവിക്കാൻ ഞാൻ ആഗ്രഹിക്കില്ല. അത് ഒരു വ്യക്തിയെ ഭ്രാന്തനാക്കുന്നു. നിങ്ങൾ അന്ധനാക്കപ്പെടുന്നു. ആ അന്ധമായ കോപത്താൽ ആരും അക്രമിയെ കൊന്നുപോകും.’’ ഞാൻ ഇരയുടെ നേരെ കൈവീശി. ‘‘എന്നാൽ രസകരമായ കാര്യം, ഈ സംഭവത്തിൽ രോഷമില്ല. അഭിനിവേശമില്ല, ആരും ഭ്രാന്തമായി പെരുമാറിയിട്ടില്ല. ശരീരത്തിൽ ഒരുപാട് ദ്വാരങ്ങൾ ഇട്ട് അരിപ്പ പോലെയാക്കിയില്ല. ഒരു ബുള്ളറ്റുകൊണ്ട് ആ മനുഷ്യനെ അവസാനിപ്പിച്ചു. അക്ഷോഭ്യമായി, സാമർഥ്യത്തോടെ, കലാപരമായി...’’ ഞാൻ വീണ്ടും പ്രോസിക്യൂട്ടറുടെ അടുത്തേക്ക് തിരിഞ്ഞു. ‘‘ഇത് ചെയ്തവർ ഒരു സന്ദേശംപോലും നമുക്കായി അയച്ചിട്ടുണ്ട്. ഇരയുടെ പാർക്കിലെ സ്ഥാനം, അവന്റെ കണ്ണുകൾ ബന്ധിച്ചിരിക്കുന്ന ചുവന്ന തുണി, കഴുത്തിലെ ഒറ്റ വെടിയുണ്ട, അറ്റുപോയ ചെവി, പിങ്ക് നിറത്തിലുള്ള ബാർബി.., ഒരു സംശയവുമില്ല. ഇവയ്ക്കെല്ലാം അർത്ഥമുണ്ട്. നമുക്ക് ഇതുവരെ ആ അർത്ഥം മനസ്സിലായില്ലെങ്കിലും, കൊലയാളി ഒരു സന്ദേശം നൽകുകയാണ്.’’

‘‘എന്താണ് സംഭവിച്ചതെന്ന് വ്യക്തമല്ലേ ചീഫ്?’’ അലിയാണ് എന്നെ തടസ്സപ്പെടുത്തിയത്. ‘‘ഇത് ചെയ്ത ആൺകുട്ടികൾ പറയുന്നത് ഇതാണ്, ഭരണകൂടമെന്ന നിലയിൽ നിങ്ങൾക്ക് പീഡകരെ തടയാൻ കഴിയില്ല, അതിനാൽ ഞങ്ങൾ അതങ്ങ് കൈകാര്യം ചെയ്തു.’’

നാദിർ എന്റെ അസിസ്റ്റന്റിനെ ഇടംകണ്ണിട്ട് നോക്കി, പക്ഷേ അവൻ അത് കാര്യമാക്കിയില്ല.

‘‘ഈ സാഹചര്യം താങ്കളുമായി എങ്ങനെ ബന്ധപ്പെട്ടിരിക്കുന്നു, ചീഫ്?’’

നാദിർ തന്റെ പോക്കറ്റിൽനിന്നും പുറത്തെടുത്ത ഇളം തവിട്ടുനിറമുള്ള തൂവാലയാൽ നെറ്റിയിലെ വിയർപ്പുതുള്ളികൾ തുടച്ചുകൊണ്ട് ചോദിച്ചു.

‘‘എന്തിനാണ് അവർ നിങ്ങളെ ഈ വൃത്തികെട്ട കളിയിലേക്ക് വലിച്ചിഴയ്ക്കുന്നത്?’’

ആരുംതന്നെ കാര്യമായി എടുക്കാതെയിരുന്നതിനാൽ അലി കോപാകുലനായി. അവൻ എനിക്ക് വേണ്ടി ഉത്തരം നൽകാൻ ഒരുങ്ങുകയായിരുന്നുവെങ്കിലും സെയ്നപ് ഞങ്ങളെ രണ്ടുപേരെയും കടത്തിവെട്ടി.

''ഒരുപക്ഷേ ഒരു ബന്ധവുമില്ലായിരിക്കാം. ഇത് യാദൃച്ഛികമായിരിക്കാം. ഈ വൃത്തികെട്ടവന് അതേതരം പാവയെ മറ്റൊരു പെൺകുട്ടിക്ക് നൽകാം. ഒരുപക്ഷേ ഇയാൾക്ക് പിങ്ക് നിറത്തിലുള്ള വസ്ത്രങ്ങൾ ധരിച്ച ബാർബിയുമായി ബന്ധപ്പെട്ട എന്തെങ്കിലും ലൈംഗിക താല്പര്യം ഉണ്ടായിരിക്കാം. പീഡനത്തിനിരയായ ഏതെങ്കിലും പെൺകുട്ടിയുടെ പിതാവ് ആ മനുഷ്യനെ കൊന്നിട്ട് ബാർബിയെ അരികിൽ ഉപേക്ഷിച്ചതാവാം.''

നാദിറിന്റെ കണ്ണുകളിലെ ചോദ്യചിഹ്നങ്ങൾ എന്നിട്ടും അപ്രത്യക്ഷമായില്ല. ഞങ്ങളെപ്പോലെ അപൂർണ്ണമായ ആ ചിത്രത്തിന്റെ പൂർണ്ണരൂപം സങ്കൽപ്പിക്കാൻ ശ്രമിച്ചുവെങ്കിലും അയാൾക്കും ഒളിഞ്ഞിരിക്കുന്ന ഭാഗങ്ങൾ കണ്ടെത്താൻ കഴിഞ്ഞില്ല.

''ഒരുപക്ഷേ...'' അവൻ ഒടുവിൽ പറഞ്ഞു. ''ഒരുപക്ഷേ അതങ്ങനെയായിരിക്കും സെയ്നെപ് മാഡം. എന്തായാലും നമ്മളത് പെട്ടെന്ന് കണ്ടെത്തും.'' അവന്റെ നോട്ടം വീണ്ടും മണൽപ്പെട്ടിയിലേക്ക് നീണ്ടു.

''പിൻകഴുത്തിലെ ഒറ്റ ബുള്ളറ്റ്, ചുവന്ന വെൽവെറ്റ്, കുറ്റകൃത്യത്തിനായുള്ള സ്ഥലമായി തിരഞ്ഞെടുത്ത കളിസ്ഥലം, പിങ്ക് നിറത്തിലുള്ള ബാർബി.''

എന്റെ വാക്കുകൾ ആവർത്തിച്ചുകൊണ്ട് അയാൾ പറഞ്ഞു.

''നിങ്ങൾ പറഞ്ഞത് ശരിയാണ് ചീഫ്. ഇതെല്ലാം നമ്മോട് ഒരു കഥ പറയുകയാണ്. ഇതുവരെ നമുക്ക് പൂർണമായി അറിയാത്ത ഒരു കഥ. ഇത് കൊലപാതകിയുടെ ശീലമായി മാറുകയില്ലെന്ന് ഞാൻ പ്രതീക്ഷിക്കുന്നു.''

അവൻ ഒരു ദീർഘനിശ്വാസമെടുത്തു.

''എന്നാൽ ഇത് ഒരു വാടകക്കൊലയാളിയുടെ പണിയേക്കാൾ ഒരു സീരിയൽ കില്ലറുടെ പ്രവൃത്തിയായിട്ടാണ് തോന്നുന്നത്. എന്റെ ഊഹം തെറ്റായിപ്പോകട്ടെ എന്ന് ആഗ്രഹിക്കാനാണ് എനിക്ക് ഇഷ്ടം. ഇതിന് ഒരു തുടർച്ച ഉണ്ടാകില്ലെന്ന് ഞാൻ പ്രതീക്ഷിക്കുന്നുവെങ്കിലും ഈ അന്വേഷണത്തിലേക്ക് ആഴ്ന്നിറങ്ങാൻ അത്തരമൊരു സാധ്യത്തെ മനസ്സിൽ സൂക്ഷിക്കുന്നത് നമ്മളെ സഹായിക്കും.''

അയാൾ ഒരു നിമിഷത്തേക്ക് നിശ്ശബ്ദനായെങ്കിലും അല്പനേരത്തിനുള്ളിൽ ആ മുഖം ആത്മവിശ്വാസം നിറഞ്ഞ ഒരു പുഞ്ചിരിയാൽ പ്രകാശിച്ചു.

''വിഷമിക്കണ്ട. ഈ സംഭവത്തിന് നിങ്ങളുമായി ബന്ധമുണ്ടെങ്കിലും ഇല്ലെങ്കിലും നമ്മൾ ഈ കേസിൽ ഒരുമിച്ചാണ്. ചീഫ് ഇൻസ്പെക്ടർ നെവ്സാറ്റിനൊപ്പം ഒരു കേസ് നടത്താനുള്ള അവസരം ഞാൻ നഷ്ടപ്പെടുത്താൻ പോകുന്നില്ല.''

മറ്റൊരു സീരിയൽ കില്ലർ

ആകിഫ് സോയ്കൻ. അതായിരുന്നു ഇരയുടെ പേര്. ഇന്ന് കളിസ്ഥലത്തെ മണൽപ്പെട്ടിയിൽനിന്ന് കണ്ടെത്തിയ പീഡകന്റെ ശരീരത്തെക്കുറിച്ചാണ് ഞാൻ സംസാരിക്കുന്നത്. ഞാൻ ആദ്യമായി കാണുമ്പോൾ അവൻ വളരെ ചെറുപ്പമായിരുന്നു. കഷണ്ടി ബാധിച്ചിരുന്നുവെങ്കിലും സുന്ദരനായിരുന്നു. ആ മനുഷ്യന്റെ മുഖം ഇപ്പോഴും എന്റെ കൺമുന്നിൽ ഉണ്ട്. എന്റെ മനസ്സിൽ അന്ന് നടന്ന കാര്യങ്ങളുടെ എല്ലാ വിശദാംശങ്ങളും ഞാൻ രേഖപ്പെടുത്തിയിരുന്നു. എന്റെ ഓർമ്മ ശക്തമാണെന്ന് ഞാൻ അവകാശപ്പെടുന്നില്ല. ഈയിടെയായി മറവി കൂടുതലാണ്. തലേന്ന് രാത്രി അഴിച്ചുമാറ്റിയ വാച്ച് എവിടെ വെച്ചെന്ന് പോലും രാവിലെ എനിക്ക് ഓർമയില്ല. എന്നാൽ ഈ സംഭവം എന്നെ വളരെയധികം സ്വാധീനിച്ചിരുന്നു. അവന്റെ മുഖത്തെ ചുളിവുകൾവരെ എനിക്ക് ഓർമയുണ്ടായിരുന്നു. അയാൾക്ക് നൈർമല്യമുള്ള ഒരു മുഖമുണ്ടായിരുന്നു. കുട്ടികളെ ശല്യം ചെയ്യുന്ന ഒരു മാനസികരോഗിയാണെന്ന് അത് കണ്ടവരാരും സംശയിക്കില്ല. അവൻ വൃത്തിയുള്ള ടർക്കിഷ് ഭാഷയിലായിരുന്നു സംസാരിച്ചിരുന്നത്, മര്യാദയുള്ളവനായിരുന്നു എന്നു പറഞ്ഞാൽ പോരാ, അമിതമായി മര്യാദയുള്ളവനായിരുന്നു. ഒറ്റനോട്ടത്തിൽ അവൻ ഒരു ലൈംഗിക വേട്ടക്കാരനാണെന്ന് എനിക്ക് തോന്നിയതേയില്ല. അയ്സുന്റെ സ്കൂളിന് എതിർവശത്തുള്ള ബുക്ക് സ്റ്റോറിലായിരുന്നു അവന് ജോലി.

അയ്സുൻ മൂന്നാംക്ലാസിൽ പഠിക്കുമ്പോഴാണ് ഈ അപമാനകരമായ സംഭവം ഞങ്ങളുടെ ജീവിതത്തിലുണ്ടായത്. മരിച്ചുപോയ എന്റെ ഭാര്യ ഗുസെഡാണ് കാര്യം മനസ്സിലാക്കിയത്. പിങ്ക് നിറത്തിലുള്ള ബാർബിയുമായി സ്കൂളിൽനിന്ന് വരുന്ന അയ്സുനെ കണ്ടപ്പോൾ, എന്തോ സംശയകരമായ കാര്യം നടക്കുന്നതായി അവൾക്ക് തോന്നി. പാവയെ എവിടെ നിന്ന് കിട്ടി എന്ന് അവൾ ഞങ്ങളുടെ മകളോട് ചോദിച്ചു.

''ആകിഫ്ചേട്ടൻ എനിക്ക് തന്നു.'' അയ്സുൻ പറഞ്ഞു. എന്റെ ഭാര്യയുടെ സംശയം ഗണ്യമായി വർദ്ധിച്ചു. അന്ന് വൈകുന്നേരം അവൾ എന്നോട് സംഗതി പറഞ്ഞു. ആദ്യം കേട്ടപ്പോൾ ഞാൻ അത്ര കാര്യമാക്കിയില്ല. അയ്സുൻ എല്ലാവരോടും സൗഹൃദത്തോടെ പെരുമാറുന്ന

ഒരു കുട്ടിയായിരുന്നു, തന്നോട് സംസാരിക്കാൻ ആഗ്രഹിക്കുന്ന ഒരാളെയും അവൾ ഒരിക്കലും നിരാശപ്പെടുത്തില്ല. അമ്മ പലതവണ മുന്നറിയിപ്പ് നൽകിയിട്ടും എല്ലാവരേയും പ്രീതിപ്പെടുത്തണമെന്ന രീതിയിലുള്ള തന്റെ പെരുമാറ്റം അവൾ ഉപേക്ഷിച്ചില്ല. അവളുടെ ഈ സ്വഭാവം എനിക്ക് നന്നായി അറിയാമായിരുന്നതിനാൽ ഒരുപക്ഷേ ഈ 'ആകിഫ് ചേട്ടൻ' അവളെ ഒരു സഹോദരിയെപ്പോലെ സ്നേഹിക്കുകയും അതിന്റെ ഭാഗമായി ഒരു സമ്മാനം നൽകുകയും ചെയ്തതാവുമെന്ന് ഞാൻ കരുതി. പക്ഷേ, തന്റെ തെറ്റുപറ്റാത്ത അവബോധത്തിന്റെ സഹായത്തോടെ ഗുസൈഡ് ഒരു ചീഞ്ഞ എലിയുടെ ഗന്ധം ആ സംഭവത്തിന്റെ പിന്നിൽനിന്നു മണത്തറിഞ്ഞു.

''എന്തിനാണ്? തനിക്കറിയാത്ത ഒരു കൊച്ചു പെൺകുട്ടിക്ക് ഒരാൾ എന്തിനാണ് സമ്മാനം നൽകുന്നത്?'' അവൾ ആഞ്ഞടിച്ചു. ''അത് ശരിയല്ല, എന്റെ മകൾക്ക് ഒരു കളിപ്പാട്ടം നൽകാൻ അയാൾക്ക് എങ്ങനെ ധൈര്യം വന്നു!''

അവളുടെ ദേഷ്യം അൽപ്പം അതിശയോക്തി കലർന്നതാണെന്ന് എനിക്ക് തോന്നിയെങ്കിലും ഞാൻ എതിർത്തില്ല. ഗുസൈഡ് ഈ വിഷയം അവിടെ ഉപേക്ഷിച്ചില്ല. അവൾ ആവശ്യപ്പെട്ടു, ''നിങ്ങൾ നാളെ ഈ മനുഷ്യന്റെ അടുത്തേക്ക് പോകണം, നെവ്സാറ്റ്. നിങ്ങൾ പോയി ഈ പാവയെ അവന് തിരികെ നൽകണം.''

ഗുസൈഡ് അത് പറഞ്ഞപ്പോൾ എന്റെ മകളുടെ കണ്ണുകൾ നിറഞ്ഞു. അവൾ ആ പാവയെ ഇഷ്ടപ്പെടുകയും സൂക്ഷിക്കാൻ ആഗ്രഹിക്കുകയും ചെയ്യുന്നുണ്ട് എന്ന് എനിക്ക് മനസ്സിലായി. അവളുടെ കണ്ണുനീർ ഗുസൈഡും ശ്രദ്ധിച്ചു, പെട്ടെന്നുള്ള ബുദ്ധി ഉപയോഗിച്ച്, അവൾ ഉടൻതന്നെ ഒരു പരിഹാരം കണ്ടെത്തി.

''എങ്കിൽ അതിനുള്ള പണം നമുക്ക് കൊടുക്കാം. പാവയെ തിരിച്ചു കൊടുക്കണ്ട. പക്ഷേ നെവ്സാറ്റ്, ആ മനുഷ്യന് ഇനി ആർക്കും കളിപ്പാട്ടങ്ങൾ കൊടുക്കാൻ പോകരുതെന്ന് നിങ്ങൾ മുന്നറിയിപ്പ് നൽകണം.''

അതുകഴിഞ്ഞ് അവൾ അയ്സുന്റെ അടുത്തേക്ക് ചെന്ന് പറഞ്ഞു,

''മോളേ, നിനക്ക് എന്ത് വേണമെങ്കിലും ഞങ്ങൾ വാങ്ങിത്തരാം. പക്ഷേ നീ മറ്റാരുടെയും സമ്മാനങ്ങൾ സ്വീകരിക്കരുത്, അത് ശരിയല്ല.''

ആദ്യം അയ്സുൻ ഒന്നും മിണ്ടാതെ തല കുനിച്ചു, പിന്നെ പതിവുപോലെ അവൾ എന്റെ നേർക്ക് കണ്ണുകൾ നീട്ടി സഹായത്തിനായി അപേക്ഷിച്ചു. എന്നാൽ ഇത്തവണ മൃദുവായ എന്റെ ഹൃദയത്തെ കഠിനമാക്കി ഞാൻ പറഞ്ഞു, ''നിന്റെ അമ്മ പറഞ്ഞത് ശരിയാണ്, പരിചയമില്ലാത്തവരിൽനിന്ന് സമ്മാനങ്ങൾ വാങ്ങരുത്. നിനക്ക് ആവശ്യമുള്ളതെല്ലാം ഞങ്ങൾ വാങ്ങിത്തരും.''

സാഹചര്യത്തിന്റെ ഗൗരവം മനസ്സിലാക്കിയ അയ്സുൻ, അവളുടെ തുടുത്ത ചുണ്ടുകൾ കൂട്ടിപ്പിടിച്ച് , നനഞ്ഞ കണ്ണുകൾ തുടച്ച് പ്രശ്നമൊന്നും ഉണ്ടാക്കാതെ ഗൃഹപാഠവുമായി ഇരുന്നു. എന്തായാലും, പിറ്റേന്ന് രാവിലെ ഞാൻ എന്റെ മകളെ സ്കൂളിലേക്ക് കൊണ്ടുപോയി.

സ്കൂളിലെത്തും മുൻപ് ഞാൻ ബുക്സ്റ്റോറിന്റെ അടുത്ത് വണ്ടി നിർത്തി. കൗണ്ടറിന് പിന്നിലുണ്ടായിരുന്ന വൃത്തിയായി ഷേവ് ചെയ്ത് നല്ല വസ്ത്രം ധരിച്ച ചെറുപ്പക്കാരനെ ചൂണ്ടി അയ്സുൻ പറഞ്ഞു, ''അതാണ് ആകിഫ് ചേട്ടൻ.'' അയ്സുന്റെ അരികിൽ എന്നെ കണ്ടതും ആ ചെറുപ്പക്കാരൻ ചാരംപോലെ വിളറി. ഞാൻ പാവയെ കൗണ്ടറിൽ കിടത്തി ചോദിച്ചു, ''നീയാണോ ഈ ബാർബിയെ എന്റെ മകൾക്ക് കൊടുത്തത്?''

അവന്റെ മാംസളമായ ചുവന്ന ചുണ്ടുകളിൽ നിഷ്കളങ്കമായ ഒരു പുഞ്ചിരി പ്രത്യക്ഷപ്പെട്ടു. അവൻ ഒന്നുരണ്ടു തവണ തുപ്പൽ വിഴുങ്ങിയിട്ട് മുരടനക്കി, ''ഞാൻ... ക്ഷമിക്കണം. അവൾക്ക് ആ പാവയെ വേണം എന്ന് വളരെ ആഗ്രഹമുണ്ട് എന്നു എനിക്ക് തോന്നി. കുട്ടികളെ സന്തോഷിപ്പിക്കുന്നത് എത്ര പുണ്യമാണെന്ന് ഞാൻ ചിന്തിച്ചു.''

ആ വാക്കുകൾ ആത്മാർത്ഥതയുള്ളതായി തോന്നിയെങ്കിലും ഞാൻ അത് അവഗണിച്ചു.

''നോക്കൂ, ആകിഫ്.'' ഞാൻ അവന് മുന്നറിയിപ്പ് നൽകി. ''കുട്ടികളുടെ മാതാപിതാക്കൾ ഒപ്പമില്ലാത്തപ്പോൾ അവർക്ക് സമ്മാനങ്ങൾ നൽകാൻ നിങ്ങൾക്ക് അവകാശമില്ല.''

''പക്ഷേ സാർ...'' അവൻ പറഞ്ഞു തുടങ്ങി.

''അതിനെക്കുറിച്ച് ഒരു 'പക്ഷേ'യുമില്ല.'' ഞാൻ ഇടപെട്ടു. ''നീ ചൂടുവെള്ളത്തിൽ വീഴും. മനസ്സിലായോ?''

അവൻ തല കുനിച്ചു.

''എനിക്ക് മനസ്സിലായി സാർ, എനിക്ക് മനസ്സിലായി.'' അവൻ വഴങ്ങുന്നതായി തോന്നി. എന്നിട്ടും താൻ തെറ്റ് ചെയ്തു എന്നു സമ്മതിക്കാൻ അവനു കഴിഞ്ഞില്ല. ''എന്നെ വിശ്വസിക്കൂ, എനിക്ക് മോശമായ ഉദ്ദേശ്യങ്ങളൊന്നും ഉണ്ടായിരുന്നില്ല.''

''ഇത് ഉദ്ദേശ്യത്തിന്റെ പ്രശ്നമല്ല, ആകിഫ്.'' ഞാൻ അവനെ വീണ്ടും തടസ്സപ്പെടുത്തി. ''ഞങ്ങൾക്ക് നിങ്ങളെ അറിയില്ല, എന്നെയും എന്റെ മകളെയും നിങ്ങൾക്കും അറിയില്ല. നിങ്ങൾ ഇത് നല്ല ഉദ്ദേശ്യത്തോടെ ചെയ്തതാകാം, പക്ഷേ ഇത് അനുചിതമായ പെരുമാറ്റമാണ്. നിങ്ങൾ പാവയ്ക്കുള്ള പണം സ്വീകരിക്കണം. എന്റെ മകൾക്ക് മാത്രമല്ല, പരിചയമില്ലാത്ത കുട്ടികൾക്ക് സമ്മാനങ്ങൾ നൽകുന്നത് നിർത്തുക.

''ശരി, സാർ. നിങ്ങളുടെ ഇഷ്ടംപോലെ.'' അവൻ പിറുപിറുത്തു. പരുഷമായി പെരുമാറിയതിൽ ഞാൻ ഖേദിക്കുന്ന തരത്തിൽ വളരെ പരിതാപകരമായ രീതിയിൽ അയാൾ അസ്വസ്ഥനായിരുന്നു. അതുകൊണ്ടായിരിക്കാം കളിപ്പാട്ടത്തിന് പണം കൊടുത്തതിനുശേഷം ഞാൻ അവന്റെ കൈ കുലുക്കിയത്. അവന്റെ മൃദുവായ കൈ എന്റെ കനത്ത പിടിയിൽ ഒതുങ്ങിപ്പോയി. ശവത്തിന്റെ കൈ പോലെ വല്ലാത്ത ഒരുതരം തണുപ്പാണ് എന്റെ മനസ്സിലൂടെ കടന്നുപോയത്. ആ യുവാവ് വല്ലാതെ ഭയന്നിരിക്കുന്നു എന്നെനിക്ക് ബോധ്യമായി. ഒരു ക്ഷമാപണത്തിന്റെ രീതിയിൽ എന്തെങ്കിലും ചെറിയ സൗഹൃദസംഭാഷണം നടത്തണം എന്ന് കരുതിയെങ്കിലും അവന്റെ കണ്ണിലൂടെ മിന്നിമാഞ്ഞു

പോയ ഒരു നോട്ടം എന്റെ ശ്രദ്ധയിൽപ്പെട്ടു. വെറുപ്പിന്റെ തീപ്പൊരി സൂര്യപ്രകാശത്തിൽ മിന്നിമറയുന്ന കത്തിപോലെ എന്റെ മുഖത്ത് പതിഞ്ഞു. ഒരു നിമിഷനേരത്തിനുള്ളിൽ അത് മറഞ്ഞു. ഒരുപക്ഷേ ഞാൻ അത് തെറ്റായി വ്യാഖ്യാനിച്ചതാണോ എന്ന് ഉറപ്പിക്കാൻ പറ്റാത്ത ക്ഷണികമായിരുന്നുവെങ്കിലും ആ നോട്ടം എന്റെ തലച്ചോറിൽ കുടുങ്ങി.

സെൻട്രൽ സ്റ്റേഷനിൽ തിരിച്ചെത്തിയ ഉടൻ പബ്ലിക് സെക്യൂരിറ്റി ബ്രാഞ്ചിലെ കോങ്കണ്ണൻ മുനീറിനെ വിളിച്ച് ഒരു ആകിഫ് സോയ് കാന്റെ വിവരങ്ങൾ പരിശോധിക്കാൻ ഞാൻ ആവശ്യപ്പെട്ടു. അധികം സമയം വേണ്ടിവന്നില്ല. ഏതാനും മണിക്കൂറുകൾക്ക് ശേഷം സത്യം പുറത്തു വന്നു. ഇരുപത്തഞ്ചു വയസ്സുമാത്രമേ പ്രായമുള്ളൂവെങ്കിലും കുട്ടികളെ ഉപദ്രവിച്ചെന്നാരോപിച്ച് കൃത്യം നാലുതവണ അവനെ കസ്റ്റഡിയിലെടുത്തിരുന്നു. ഉടനെ ബുക്സ്റ്റോർ റെയ്ഡ് ചെയ്ത് അവനെ അകത്താക്കണം എന്നെനിക്ക് തോന്നി. എന്നാൽ ഞാൻ അവന്റെ മേൽ എന്ത് കുറ്റം ചുമത്തും? എന്റെ മകൾക്ക് ഒരു ബാർബി ഡോൾ നൽകി യതിന് എനിക്ക് അവനെ തുരത്തിയോടിക്കാനാവില്ല. വീണ്ടും മുനീ റിനെ വിളിച്ചിട്ട് ഞാൻ സാഹചര്യം വിശദീകരിക്കുകയും ഈ വേട്ട ക്കാരനെ ട്രാക്ക് ചെയ്യാൻ അവനോട് ആവശ്യപ്പെടുകയും ചെയ്തു. മുനീർ അതിവേഗം കാര്യങ്ങൾ മുന്നോട്ട് നീക്കുന്ന തരം പൊലീസു കാരനായിരുന്നു.

''വിഷമിക്കേണ്ട, ചീഫ് നെവ്സാറ്റ്. സാധ്യമായ ഏറ്റവും കുറഞ്ഞ സമയത്തിനുള്ളിൽ ഞങ്ങൾ ആ വിഴുപ്പിനെ കുടുക്കും.''

അവൻ പറഞ്ഞതുപോലെ ചെയ്തു. രണ്ടാഴ്ച തികയുന്നതിന് മുമ്പ്, തന്റെ പുസ്തകക്കടയിൽ വെച്ച് മറ്റൊരു പ്രായപൂർത്തിയാകാത്ത പെൺ കുട്ടിയെ ഉപയോഗിക്കുന്നതിനിടയിൽ ആകിഫ് സോയ്കാൻ പിടിക്ക പ്പെട്ടു.

ഈ കുട്ടികളെ പീഡിപ്പിക്കുന്നവനെ ഞാൻ ഒരു പ്രാവശ്യം കണ്ടി ട്ടുണ്ട്, പിന്നീടൊരിക്കലും ഞാൻ അവനെ കണ്ടിട്ടില്ല. എന്നാൽ സംഭവം നടന്ന് മൂന്ന് വർഷത്തിനുശേഷം ഞാൻ അവനെക്കുറിച്ച് ചില വാർ ത്തകൾ പത്രങ്ങളിൽ വായിച്ചു. ഇത്തവണ ഒരു എട്ടുവയസ്സുകാരിയെ പീഡിപ്പിച്ച കേസിലാണ് ഇയാൾ അറസ്റ്റിലായത്. അവനെ അടച്ച ടോക്കാട്ട് ജയിലിൽവച്ച് തടവുകാർ നടത്തിയ ആക്രമണത്തിൽ നിന്ന് കഷ്ടിച്ച് രക്ഷപ്പെട്ടുവെങ്കിലും ആകിഫിന് ഗുരുതരമായി പരിക്കേറ്റു. അവൻ ഏകാന്തതടവിൽ ശിക്ഷ അനുഭവിച്ചുതീർക്കുമെന്ന് വാർത്ത യിലുണ്ടായിരുന്നു. ശിക്ഷാ കാലാവധി കഴിഞ്ഞു കാണണം. അതി നർത്ഥം അവൻ വീണ്ടും സാധാരണക്കാരുടെ ഇടയിൽ ചേർന്നു എന്നാണ്. എന്നാൽ ക്ഷമിക്കാൻ തയ്യാറല്ലാത്ത ആരോ ഉണ്ടായിരുന്നു എന്നു വേണം കരുതാൻ. തലയ്ക്ക് പിന്നിൽനിന്നു വച്ച ഒരു വെടിയുണ്ട കൊണ്ട് അവന്റെ ദയനീയമായ അസ്തിത്വം അവർ അവസാനിപ്പിക്കും വരെ എല്ലാം സാധാരണ നിലയിലായിരുന്നു. വാളുകൊണ്ട് ജീവിക്കു ന്നവൻ വാളാൽ മരിക്കും എന്ന പഴഞ്ചൊല്ല് പറഞ്ഞ് ഈ വിഷയം നമുക്ക് വേണമെങ്കിൽ വിട്ടുകളയാം. എന്നാൽ പിങ്ക് നിറത്തിലുള്ള

വസ്ത്രം ധരിച്ച ആ ബാർബി ഡോളിൽ ഞാൻ കുടുങ്ങിപ്പോയി. അത് ശരിക്കും യാദൃശ്ചികമായിരുന്നോ, അതോ എന്നെ ഇതിലേക്ക് വലിച്ചിഴയ്ക്കാൻ ആരെങ്കിലും ശ്രമിച്ചതാണോ? അങ്ങനെയാണെങ്കിൽ, കാര്യങ്ങൾ ഉടൻതന്നെ പുറത്തുവരും.

ഞാൻ എന്റെ മേശയ്ക്കടുത്ത് ഇതെല്ലാം ആലോചിച്ചുകൊണ്ടിരുന്നപ്പോൾ, എന്റെ രണ്ട് സഹായികൾ ഒരുമിച്ച് മുറിയിലേക്ക് കയറി വന്നു. അവരെ കണ്ടപ്പോൾ തന്നെ രസകരമായ എന്തെങ്കിലും കാണുമെന്ന് എനിക്ക് മനസ്സിലായി. അലി പ്രകോപിതനായും സെയ്നെപ് വളരെ ശാന്തയായും കാണപ്പെട്ടു, പക്ഷേ ആ ചെസ്റ്റ്നട്ട് നിറമുള്ള കണ്ണുകളിലെ ആവേശകരമായ തിളക്കം അവളെ വഞ്ചിച്ചു. നീല നിറത്തിലെ റിബൺ കെട്ടിയ ഒരു ഫയൽ അവൾ നെഞ്ചോട് ചേർത്തുപിടിച്ചിരുന്നു. അത് എന്റെ മേശപ്പുറത്ത് വെച്ചതിനുശേഷം അവൾ സ്വയം പിടിച്ചു നിറുത്താനാവാതെ പറഞ്ഞു.

''ബ്ലൈൻഡ്മാൻസ് ബഫ്..! ബ്ലൈൻഡ്മാൻസ് ബഫ് വീണ്ടും പണി തുടങ്ങി ചീഫ്.''

''ബ്ലൈൻഡ്മാൻസ്? ആരെക്കുറിച്ചാണ് നീ ഈ പറയുന്നത് സെയ്നെപ്?''

''സീരിയൽ കില്ലർ! നാദിർ പറഞ്ഞത് ശരിയാണ്, ഇതൊരു സീരിയൽ കില്ലറുടെ പണിയാണ്.''

''അവൾ പറഞ്ഞത് ശരിയാണ് ചീഫ്.'' അലി പറഞ്ഞു.

അവന്റെ ശബ്ദത്തിൽ ഭയമില്ലായിരുന്നു. നേരെമറിച്ച്, യോഗ്യനായ ഒരു എതിരാളിയെ തിരഞ്ഞു നടന്ന ഒരു യോദ്ധാവിന്റെ അന്വേഷണാത്മകതയോടെയാണ് അയാൾ സംസാരിച്ചത്. എനിക്കവനെ പൂർണ്ണമായും മനസ്സിലായി.

''കുട്ടികളേ, കാര്യം ആദ്യം മുതൽ വിശദീകരിക്കൂ. നിങ്ങൾ എന്തിനാണ് വാക്കുകൾ വിഴുങ്ങുന്നത്?''

''സീരിയൽ കില്ലർ.'' സെയ്നെപ് ആവർത്തിച്ചു, കണ്ണുകൾ തുറന്നു. ''ബ്ലൈൻഡ്മാൻസ് ബഫ് ഒരു കഠിനഹൃദയനായ സീരിയൽ കില്ലറാണ്.''

''പക്ഷേ അയാൾ വ്യത്യസ്തനായ ഒരു സീരിയൽ കില്ലർ ആണ്.'' അലി അവളുടെ വാക്കുകളുടെ തുടർച്ചയെന്നോണം പറഞ്ഞു.

''കുട്ടികളെ പീഡിപ്പിക്കുന്നവരെ മാത്രമാണ് അവൻ കൊല്ലുന്നത്.''

അയാൾ സ്വന്തം വാക്കുകളിൽ മതിമറന്നതുപോലെ തോന്നി.

''ഇരകളുടെ കണ്ണുകൾ തുണികൊണ്ട് മൂടുന്നത് മൂലമാണ് അവർ അവനെ ബ്ലൈൻഡ്മാൻസ് ബഫ് എന്ന് വിളിക്കുന്നത്. 'ഈ വഴിപിഴച്ചവരെ കൊന്നത് ഞാനല്ല, മറിച്ച് അവൻ പീഡിപ്പിച്ച കുട്ടികളുടെ ആത്മാവാണ്.' എന്നു പറയുന്നത് പോലെയാണത്. അയാൾ സ്വയം ഒരുതരം നിയമപാലകനായാണ് കാണുന്നത് എന്ന് തോന്നുന്നു.'' ഒന്നു നിറുത്തിയിട്ട് അവൻ കൂട്ടിച്ചേർത്തു. ''നമുക്കത്ര ദൂരത്തിൽ ചിന്തിക്കേണ്ട കാര്യം ഇപ്പോഴില്ല.''

കൊലപാതകിയെ തിരിച്ചറിയുന്നതിന് മുമ്പുതന്നെ എന്റെ സഹായി വ്യാഖ്യാനം തുടങ്ങിയിരിക്കുന്നു.

"എന്തായിത് അലി? ആ മനുഷ്യൻ ചെയ്ത കൊലപാതകങ്ങൾ നീ അംഗീകരിക്കുന്ന പോലെയുണ്ട്."

അവൻ നിർത്തി. എനിക്ക് നന്നായി പരിചയമുള്ള കൗശലം നിറഞ്ഞ ആ തീപ്പൊരി അവന്റെ കണ്ണുകളിൽ തിളങ്ങി.

"ഇല്ല, ചീഫ്. കൊലപാതകത്തെയോ മറ്റെന്തെങ്കിലും അക്രമപ്രവർത്തികളെയോ ഞാൻ അംഗീകരിക്കുന്നില്ല. പക്ഷേ ഈ ബ്ലൈൻഡ്മാൻസ് ബഫ് ഒരു വിചിത്ര കഥാപാത്രമാണ്. തിന്മയെ തുടച്ചുനീക്കാൻ അവൻ സ്വന്തം ജീവിതം അർപ്പിച്ചുവെന്നത് വ്യക്തമാണ്. നമ്മൾ ഇതുവരെ പിടികൂടിയ ഒരു കൊലപാതകികളോടും അയാൾക്ക് സാമ്യമില്ല."

ഓർമ്മയിൽ നിന്ന് എന്തൊക്കെയോ ഉയർന്നു വരുന്നു. പത്രങ്ങളുടെ തലക്കെട്ടുകൾ, ടിവികളിലെ അലറിക്കൂവലുകൾ: "നമുക്കിടയിൽ ഇപ്പോൾ ഒരു സീരിയൽ കില്ലറുണ്ട്!" ആ സമയത്ത് അന്റാലിയയിൽ നടന്ന കൊലപാതകങ്ങളുടെ ഒരു കേസ് അന്വേഷിക്കുകയായിരുന്നതിനാൽ എനിക്ക് അതിന്റെ വിശദാംശങ്ങൾ അറിയില്ല. പക്ഷേ അവർ കൊലയാളിക്ക് ബ്ലൈൻഡ്മാൻസ് ബഫ് എന്ന വിളിപ്പേര് നൽകിയതെങ്ങനെയെന്ന് എനിക്ക് നന്നായി ഓർമയുണ്ടായിരുന്നു. പക്ഷേ, ഈ കൊലപാതകം നടത്തിയത് അതേ സീരിയൽ കില്ലറാണെന്ന് എനിക്ക് ഉറപ്പില്ലായിരുന്നു.

"അത് നിനക്ക് എങ്ങനെ അറിയാം അലി?" സഹായിയുടെ ആവേശം കെടുത്തിക്കൊണ്ട് ഞാൻ ചോദിച്ചു.

"നമ്മുടെ ആൾ ബ്ലൈൻഡ്മാൻസ് ബഫ് ആണെന്ന് നമുക്ക് ഉറപ്പില്ല. ആകിഫ് സോയ്കാന്റെ കണ്ണുകൾ കെട്ടിയിട്ടിരിക്കുന്നതുകൊണ്ട് ഈ കൊലപാതകിയെ വിരൽ ഞൊടിയിടയിൽ കണ്ടെത്തിയെന്ന് നിങ്ങൾ കരുതുന്നുണ്ടോ?"

സെയ്നെപ് എന്റെ ജിജ്ഞാസയെ തൃപ്തിപ്പെടുത്താൻ ശ്രമിച്ചു.

"കണ്ണ് കെട്ടിയത് മാത്രമല്ല ചീഫ്, അവനെ കൊലപ്പെടുത്തിയ രീതിയും അങ്ങനെതന്നെ. ഇരയുടെ പിൻകഴുത്തിലൂടെ വച്ച ഒരു വെടിയുണ്ട, കണ്ണുകൾ കെട്ടിയിരിക്കുന്ന ചുവന്ന തുണി, വലതു ചെവിയുടെ മുറിഞ്ഞ ഭാഗം, ശരീരത്തിനടുത്തായി ഉപേക്ഷിക്കപ്പെട്ട ഒരു കളിപ്പാട്ടം ഇവയൊക്കെ സമാനമാണ്."

അലി എപ്പോഴുമെന്നപോലെ വാശിയോടെ തന്റെ വാദം മുന്നോട്ട് വച്ചു.

"ഇനിയുമുണ്ട്, സ്കൂൾമുറ്റം, കളിസ്ഥലം, അല്ലെങ്കിൽ അമ്യൂസ്മെന്റ് പാർക്ക് എന്നിങ്ങനെ കുട്ടികൾക്കായി നിർമ്മിച്ച സ്ഥലങ്ങളിൽ അവൻ തന്റെ ഇരകളെ ഉപേക്ഷിക്കും. എങ്ങനെയാണ് ഇത്രയധികം സാമ്യതകൾ ഉണ്ടാകുന്നത്? എന്റെ വാക്കുകൾ എഴുതി വച്ചോളൂ, നമ്മുടെ കൊലയാളി തീർച്ചയായും ആ പഴയ ബ്ലൈൻഡ് മാൻസ് ബഫ് ആണ്."

അതിന് സാധ്യതയുണ്ടായിരുന്നുവെങ്കിലും ഞങ്ങൾക്ക് നിഗമന ങ്ങളിൽ എത്തിച്ചേരാനായില്ല.

''ഈ ബ്ലൈൻഡ് മാൻസ് ബഫ്, എപ്പോഴാണ് അവൻ അവസാന മായി ഒരു കൊലപാതകം നടത്തിയത്?''

സെയ്നെപ് ഒരു കസേരയിലേക്ക് വീണു. അവൾ എന്റെ മേശ പ്പുറത്ത് വച്ചിരുന്ന നീല ഫയൽ തുറന്നു.

''ഞാൻ ഇപ്പോൾതന്നെ അത് പറഞ്ഞുതരാം.'' അവളുടെ നീണ്ട മെലിഞ്ഞ വിരലുകൾ ഒരു കടലാസിൽ ചലിക്കാൻ തുടങ്ങി. ''ഇതാ... 2012 ജൂൺ. അതെ, 2012 ജൂൺ ആറിനായിരുന്നു അയാളുടെ അവസാന കൊലപാതകം. നൂറി കർലിഡാഗ് എന്ന ബോഡി ഷോപ്പ് ജീവനക്കാര നെയാണ് ഇയാൾ കൊലപ്പെടുത്തിയത്. ഇര പൊലീസ് രജിസ്റ്റർ ചെയ്ത ലൈംഗിക കുറ്റവാളിയായിരുന്നു. മൂന്ന് ആൺകുട്ടികളെ ബലാത്സംഗം ചെയ്ത കുറ്റത്തിന് അവൻ തടവുശിക്ഷ അനുഭവിച്ചിട്ടുണ്ട്. അൽതു നിസാഡിലെ ഒരു പ്രൈമറി സ്കൂളിന്റെ സ്കൂൾ മുറ്റത്ത് നിന്നാണ് മൃതദേഹം കണ്ടെത്തിയത്. മൃതദേഹത്തിന് സമീപം ഒരു പർപ്പിൾ നിറത്തിലുള്ള കളിപ്പാട്ട ട്രക്കും ഉണ്ടായിരുന്നു. ഇരയെ പിൻകഴുത്തിൽ വെടിവെച്ച് കൊന്നു. ഒരു ചുവന്ന വെൽവെറ്റ് തുണികൊണ്ട് കണ്ണ് കെട്ടിയിരുന്നു. അവന്റെ വലതുചെവിയുടെ പകുതി നഷ്ടപ്പെട്ടിരുന്നു. സംഭവസ്ഥലത്ത് നിന്ന് വെടിയുണ്ടയോ കേസിംഗോ കണ്ടെത്തിയില്ല.''

ഇത്രയും സാമ്യം ആശ്ചര്യപ്പെടുത്തുന്നതായിരുന്നു. സത്യം പറ ഞ്ഞാൽ, ബ്ലൈൻഡ്മാൻസ് ബഫ് എന്നെ ആകർഷിച്ചു.

''അന്ന് മുതൽ ഒരു കേസും ഉണ്ടായിട്ടില്ലേ?''

സെയ്നെപ് ഫയലിലേക്ക് വീണ്ടും തല പൂഴ്ത്തി.

''ഇല്ല ചീഫ്, അതിനുശേഷം ആ വിഷയം തണുത്തു. തൊഴിൽ പരമായി അവൻ ഉറക്കത്തിലായി എന്നു വേണം പറയാൻ. പക്ഷേ വർഷങ്ങൾക്കുശേഷം, എന്തോ കാരണത്താൽ, അവൻ വീണ്ടും കൊല്ലാൻ തുടങ്ങിയിരിക്കുന്നു.''

''നിങ്ങൾ എന്താണ് പിന്നെ പ്രതീക്ഷിക്കുന്നത്?'' എന്റെ സഹായി പറഞ്ഞു. ''ഈ നാട്ടിൽ ധാരാളം ലൈംഗിക കുറ്റവാളികൾ കൂണു പോലെ മുളച്ചുവന്നിട്ടുണ്ട് എന്നറിയില്ലേ? ആ പാവം അത് സ്വയം ഏറ്റെടുത്തു.''

ഞങ്ങളുടെ സ്വന്തം മണ്ടൻ ഒടുവിൽ കൊലപാതകികളെ സംരക്ഷി ക്കുന്ന ഘട്ടത്തിലെത്തി, പക്ഷേ ഇപ്പോൾ അവനോട് നീതിയുടെ സൂക്ഷ്മ മായ പോയിന്റുകളെപ്പറ്റി തർക്കിക്കാൻ ഞാൻ തയ്യാറായിരുന്നില്ല.

''ശരി, ഈ ബ്ലൈൻഡ്മാൻസ് ബഫ്, അവൻ ഇന്നുവരെ എത്ര പേരെ കൊലപ്പെടുത്തിയിട്ടുണ്ട്? നമുക്ക് എണ്ണം അറിയാമോ?''

മറ്റ് പ്രധാനപ്പെട്ട വസ്തുതകൾപോലെ, സെയ്നെപ് ഇതും മനഃ പാഠമാക്കിയിരുന്നു.

''പന്ത്രണ്ട്. ആ കൊലപാതകങ്ങളെല്ലാം നടന്നത് 2012ലാണ്. ഈ പന്ത്രണ്ടിന് പ്രസക്തിയുണ്ട്...''

ആ വാക്കുകളുടെ ഫലം അറിയാൻ അവൾ എന്നെ തന്നെ നിശ്ശബ്ദയായി നോക്കി നിന്നു.

''എന്ത് പ്രസക്തി? അത് നമ്മളോട് എന്താണ് പറയുന്നത്?''

നിഗൂഢമായ ഒരു തിളക്കം അവളുടെ കണ്ണിലൂടെ കടന്നുപോയി.

''നമുക്ക് അത് കൃത്യമായി അറിയില്ല, പക്ഷേ ഉടൻ കണ്ടെത്തും.''

അതെ, ബ്ലൈൻഡ്മാൻസ് ബഫ് എന്ന പേരിൽ ഒരു വലിയ കടങ്കഥ ഞങ്ങളുടെ മുന്നിൽ ഉയർന്നു നിന്നു. നീതിയുടെ പോരാളിയായി സ്വയം സങ്കല്പിച്ച ഒരു ഭ്രാന്തൻ. മുറിവേറ്റ ആത്മാവിനെ കൊലയിലൂടെ സുഖപ്പെടുത്താൻ ശ്രമിക്കുന്നത് നിരാശ ബാധിച്ച ചില വ്യക്തികളായിരിക്കും.

സംശയമൊന്നും അവശേഷിക്കാതിരിക്കാൻ, ഞാൻ ചോദിച്ചു, ''2012 വർഷത്തിലുടനീളം അവൻ കൊലപ്പെടുത്തിയ പന്ത്രണ്ടുപേരും ബാലപീഡകരായിരുന്നോ?''

സെയ്നെപ് അവളുടെ കണ്ണുകളിൽനിന്ന് തലമുടി വകഞ്ഞു മാറ്റി.

''തീർച്ചയായും. അവരെല്ലാം ബാലപീഡകരായിരുന്നു. ഓരോരുത്തരും ഈ കുറ്റത്തിന് അറസ്റ്റിലായവരാണ്. അവരിൽ ചിലർ കുറ്റം സമ്മതിച്ചു, മറ്റുള്ളവരെ പീഡിപ്പിക്കപ്പെട്ട കുട്ടികൾ തിരിച്ചറിഞ്ഞു. ഈ ക്രൂരമായ കുറ്റകൃത്യത്തിന് രണ്ടുതവണയെങ്കിലും ശിക്ഷ ലഭിച്ചവരായിരുന്നു എല്ലാവരും.''

''എല്ലാ കൊലപാതകങ്ങളിലും ബ്ലൈൻഡ്മാൻസ് ബഫ് ഒരേ രീതി നടപ്പിലാക്കി!''

അവൾ ഉറപ്പോടെ തലയാട്ടി.

''അതെ. പിൻകഴുത്തിൽ തറച്ച വെടിയുണ്ട, കണ്ണുകൾ കെട്ടിയിരിക്കുന്ന ചുവന്ന വെൽവെറ്റ് തുണി, ചെവി മുറിച്ച ശേഷം ഒരു കളിപ്പാട്ടം സഹിതം കുട്ടികൾക്കായുള്ള ഇടങ്ങളിൽ വലിച്ചെറിഞ്ഞിരിക്കുന്ന മൃതദേഹം.''

''2012ൽ മരിച്ച പന്ത്രണ്ട് പീഡകരും.'' അലി അത്യാവേശത്തോടെ കൂട്ടിച്ചേർത്തു. ''അതായത്, നമ്മൾ കണ്ടെത്താത്ത മറ്റ് ഇരകൾ ഇല്ലെങ്കിൽ... ഒരുപക്ഷേ വേറെയും ആളുകൾ ഉണ്ടായിരിക്കാം.''

''എനിക്ക് സംശയമാണ്, അലി.'' സെയ്നെപ് പറഞ്ഞു, ''കൊലയാളി കുറ്റകൃത്യങ്ങൾ മറച്ചുവെക്കുന്നില്ല, മറിച്ച് നമ്മൾ അവരെ കാണണമെന്ന് ആഗ്രഹിക്കുന്നു. കുറ്റവാളികളെ ശിക്ഷിച്ചുവെന്ന് നമ്മൾ അറിയണമെന്ന് അവൻ ആഗ്രഹിക്കുന്നു. അവൻ നീതി പാലിച്ചുവെന്ന് അവൻ വിശ്വസിക്കുന്നു. പക്ഷേ അതിലും പ്രധാനമായ മറ്റൊന്നുണ്ട്. കുട്ടിക്കാലത്ത് താൻ അനുഭവിച്ച ലൈംഗികചൂഷണത്തിനോ ബലാത്സംഗത്തിനോ പ്രതികാരം ചെയ്യാനാണ് അവൻ ശ്രമിക്കുന്നത്, ശരീരത്തെ മാത്രമല്ല, അവന്റെ ആത്മാവിനെയും കീറിമുറിച്ച പീഡനത്തിനുള്ള

പ്രതികാരം. ഒരുപക്ഷേ പന്ത്രണ്ട് എന്ന സംഖ്യയും ഇതുമായി ബന്ധപ്പെട്ടിരിക്കാം.അവൻ പന്ത്രണ്ട് തവണ പീഡിപ്പിക്കപ്പെട്ടിട്ടുണ്ടാകാം.''

''അല്ലെങ്കിൽ പന്ത്രണ്ട് വ്യത്യസ്ത ആളുകളാൽ.'' ഞാൻ ഊഹിച്ചു.

ഞങ്ങളുടെ ക്രിമിനോളജിസ്റ്റിന് അത് സഹിക്കാനായില്ല.

''ഒരു വഴിയുമില്ല ചീഫ്. പന്ത്രണ്ടുപേരും ഒരു കൊച്ചുകുട്ടിയും!''

അതിലും മോശമായത് ഞാൻ കാണുകയും കേൾക്കുകയും ചെയ്തിട്ടുണ്ട്. പക്ഷേ ആ തർക്കം ഞങ്ങളെ എവിടെയും എത്തിക്കില്ല.

''ഇയാളെക്കുറിച്ച് മറ്റ് വസ്തുതകൾ ഒന്നുമില്ലേ? ബ്ലൈൻഡ്മാൻസ് ബഫിന്റെ ഐഡന്റിറ്റിയുമായി ബന്ധപ്പെട്ട എന്തെങ്കിലും? ഒരു ലീഡ്, ഒരു സാക്ഷി, ഒരു സൂചന?''

സെയ്നെപ് നിരാശയോടെ മറുപടി പറഞ്ഞു, ''ഇല്ല, ചീഫ്. ആ മനുഷ്യൻ യഥാർത്ഥത്തിൽ സമർത്ഥനാണ്. അവൻ വെണ്ണയിലൂടെ ചൂടുള്ള കത്തി കടത്തുന്നതുപോലെ പന്ത്രണ്ടു പേരെയും കൊന്നു. അവൻ ഒരു വഴിയോ അടയാളമോ സാക്ഷിയോ തെളിവോ ഒന്നും അവശേഷിപ്പിച്ചില്ല. നമ്മൾ പ്രവർത്തിക്കുന്ന രീതി അയാൾക്ക് നന്നായി അറിയാം. ചിലപ്പോൾ അയാൾ നമ്മളിൽ ഒരാളായിരിക്കാം.''

അലിയുടെ ചിരി അവിടെ മുഴങ്ങി.

''അത് നമ്മുടെ സെഫിക് അല്ലെന്ന് ഞാൻ പ്രതീക്ഷിക്കുന്നു. എല്ലാത്തിനുമുപരി, അവൻ ക്രൈം സീൻ ഇൻവെസ്റ്റിഗേഷന്റെ ഇൻസ്പെക്ടറാണ്.''

ഞാനും സെയ്നെപ്പും ചിരിച്ചില്ല. തമാശയാണെങ്കിലും ഒരുമിച്ച് ജോലി ചെയ്യുന്നവരെ കളിയാക്കുന്ന സംസാരം എനിക്ക് ഇഷ്ടപ്പെട്ടില്ല.

''ആരാണ് ഇത് കൈകാര്യം ചെയ്തത്, സെയ്നെപ്?'' നീലക്കവറുള്ള ഫയലിലേക്ക് കൈ നീട്ടിക്കൊണ്ട് ഞാൻ ചോദിച്ചു. ''അഞ്ച് വർഷം മുമ്പ് ബ്ലൈൻഡ്മാൻസ് ബഫ് കേസ് ആരാണ് നോക്കിയത്?''

സെയ്നെപ് ഫയലിലെ പേജുകൾ തുറന്നു.

''ആ വിവരങ്ങളെല്ലാം ഇവിടെയുണ്ട്. ചീഫ് ഇൻസ്പെക്ടർ സെക്കായ്. സെക്കായ് ഒവാസിക്.''

ചീഫ് ഇൻസ്പെക്ടറുടെ പേര് കേട്ട് ഞാൻ ചിരിച്ചു.

''ഹാ! നമ്മുടെ വേട്ടനായ സെക്കായ്?''

വിചിത്രമായ ഭാവം ഇരുവരുടെയും മുഖത്ത് തെളിഞ്ഞു.

''ഇത് എന്റെ തെറ്റല്ല സുഹൃത്തുക്കളേ, അതാണ് അയാളുടെ വിളിപ്പേര്. അവൻ വളരെ നല്ല പൊലീസുകാരനായിരുന്നു. വളരെ നല്ലവനായിരുന്നു. മുന്നിൽ വന്ന എല്ലാ കൊലപാതക കേസുകളും അയാൾ പരിഹരിച്ചു. അതുകൊണ്ടാണ് അവർ അവനെ വേട്ടനായ എന്ന് വിളിച്ചത്. അവൻ ഒരു നല്ല വേട്ടക്കാരനായിരുന്നു.'' ഞാൻ ഒന്നു നിർത്തി, ഫയൽ ഒന്നുകൂടി നോക്കി. ''എന്നാൽ ഈ കേസിൽ അയാൾ പരാജയപ്പെട്ടതായി തോന്നുന്നു.''

ഒരു സീരിയൽ കില്ലറിന് ശീലങ്ങൾ വളരെ പ്രധാനമാണ്

പിങ്ക്നിറത്തിലുള്ള വേനൽ റോസാപ്പൂക്കളുടെ ഗന്ധം പൂന്തോട്ടത്തെ പൊതിഞ്ഞു നിന്നിരുന്നു. പഴയ ചീഫ് ഇൻസ്പെക്ടർ, ഈയിടെ വിരമിച്ച വേട്ടനായ സെക്കായ് എന്നറിയപ്പെട്ടിരുന്ന ഉദ്യോഗസ്ഥൻ, തന്റെ ലളിതമായ വീടിന്റെ പൂന്തോട്ടത്തിൽ തന്റെ നീണ്ട കാലുകളിൽ മുട്ടുകുത്തിയിരുന്ന് ഉണങ്ങിയ പൊടി പറത്തിക്കൊണ്ട് എന്തോ ചെയ്യുന്നത് ഞാൻ കണ്ടു. എന്നെ കണ്ടതും ഹാർദ്ദവമായ ഒരു പുഞ്ചിരിയോടെ അവൻ എഴുന്നേറ്റു.

''ഓ, നെവ്സാറ്റ്! ചീഫ് ഇൻസ്പെക്ടർ!'' അവൻ കൈകൾ വിടർത്തിയപ്പോൾ ആ ശരീരത്തിന്റെ വലിയ ചട്ടക്കൂടിന്റെ വലിപ്പം വർദ്ധിച്ചതുപോലെ തോന്നി. ''നിങ്ങളെ കണ്ടതിൽ സന്തോഷം. എത്ര നാളായി?''

ഞങ്ങൾ ആലിംഗനം ചെയ്തു.

''രണ്ടു വർഷമെങ്കിലും.'' ഞാൻ അവന്റെ മുതുകിൽ തട്ടിക്കൊണ്ട് പറഞ്ഞു. ''സുഗന്ധമുള്ള കൊലയാളിയുടെ കേസ് നമ്മൾ ഒരുമിച്ച് പരിഹരിച്ചു. അത് കഴിഞ്ഞ് സാരിയറിലെ കൊലപാതകങ്ങൾ.''

അയാൾക്ക് വേട്ടനായ എന്ന വിളിപ്പേര് കിട്ടാൻ ആ തൂങ്ങിക്കിടക്കുന്ന ചെവികളും തിളക്കമുള്ള ചെമ്പ് നിറത്തിലെ കണ്ണുകളുംകൂടി കാരണമായിരിക്കും എന്നു ഞാൻ ചിന്തിച്ചു.

''പ്രായമായ സ്ത്രീകളെ നഴ്സ് കൊലപ്പെടുത്തിയ കേസ്! അവൾ ഒരു മുഴുഭ്രാന്തിയായിരുന്നു. അല്ലേ? ഇരകളെ പെർഫ്യൂമിൽ കഴുകുക! ആ സുഗന്ധത്തിന്റെ പേരെന്താണ്? എന്തോ ഫ്രഞ്ച് പേര് ആയിരുന്നു.''

''ഒ ദ് ലാംകോമെ.'' ഞാൻ പറഞ്ഞു. ''പിടിക്കാൻ പ്രയാസമായിരുന്നു. അവൾ പെർഫ്യൂം ബൾക്കായി ഓർഡർ ചെയ്തു, അങ്ങനെയാണ് ഞങ്ങൾ കൊലപാതകിയെ പിടികൂടിയത്.''

അയാൾ അസൂയയോടെ എന്നെ നോക്കി.

''ബ്രാവോ, നെവ്സാറ്റ്, ഇന്നലെ അത്താഴത്തിന് കഴിച്ചത് എന്താണ് എന്ന് എനിക്ക് ഓർമയില്ല, നിങ്ങളുടെ ഓർമ്മ ഒരു സൂചിപോലെ മൂർച്ചയുള്ളതാണ്.''

''ഹേയ്! സെക്കായ്.'' ഞാൻ തോളിൽ കുലുക്കി പറഞ്ഞു. ''സുഗന്ധ മുള്ള കൊലയാളിയുടെ കേസ് ഒരിക്കലും ഞാൻ മറക്കില്ല. കാരണം അത് അത്തരമൊരു യഥാർത്ഥ കേസായിരുന്നു.''

അവൻ കണ്ണുകൾ ഇറുക്കി അത് ഓർത്തെടുക്കാൻ ശ്രമിച്ചു.

''ഈ നേഴ്സിന് അവളുടെ അമ്മൂമ്മയുമായി ഒരു പ്രശ്നമുണ്ടായി രുന്നു, അല്ലേ? പാവം കിടപ്പിലോ മറ്റോ ആയിരുന്നു അല്ലേ?''

''നീ പറഞ്ഞത് ശരിയാണ്, ചെറിയ പെൺകുട്ടിയായിരുന്നപ്പോൾ അവൾക്ക് അവളുടെ മുത്തശ്ശിയെ നോക്കേണ്ടി വന്നു, വൃദ്ധയ്ക്ക് അവ ളുടെ ശാരീരിക പ്രവർത്തനങ്ങൾ നിയന്ത്രിക്കാൻ കഴിഞ്ഞിരുന്നില്ല. അവളുടെ അമ്മ മകളെ കിടക്ക വൃത്തിയാക്കാൻ നിർബന്ധിക്കുമായി രുന്നു. അത് പോരാതെ മകളെ നഴ്സ് ആക്കണമെന്ന് നിർബന്ധം പിടിച്ചു. ഒരുപക്ഷേ മറ്റ് ആഘാതങ്ങളും ഉണ്ടായിട്ടുണ്ടാകാം. എന്താ യാലും അവസാനം അവൾക്ക് അത് താങ്ങാനായില്ല, വർഷങ്ങൾക്ക് ശേഷം അവൾ പ്രായമായ സ്ത്രീകളെ കൊല്ലാൻ തുടങ്ങി, ഇരകളെ കൊന്നതിനുശേഷം അവൾ അവളുടെ മുത്തശ്ശി ഉപയോഗിച്ചിരുന്ന മണത്തിൽ കുളിപ്പിക്കും.

''ഇപ്പോഴും അവിടെ നിൽക്കുകയാണോ, നെവ്സാറ്റ് ചേട്ടാ?'' ഒരു സ്ത്രീയുടെ ശബ്ദം കേട്ട് ഞങ്ങൾ തിരിഞ്ഞു നോക്കി. മധ്യാഹ്നസൂര്യന്റെ മൃദുവായ വെളിച്ചത്തിൻകീഴിൽ സെലീൽ നിന്നിരുന്നു.

''കൊള്ളാം, സെക്കായ്, നമ്മുടെ അതിഥികളെ ഇങ്ങനെയാണോ സൽക്കരിക്കുന്നത്?''

''നിൽക്കൂ, സെലീൽ, ഈ മനുഷ്യൻ ഇപ്പോൾ ഇവിടെ എത്തിയ തേയുള്ളൂ. ഞങ്ങൾ പഴയ കാര്യങ്ങൾ ഒക്കെ ഒന്നു പൊടി തട്ടിയെടു ക്കുകയാണ്.'' കുറ്റബോധം കലർന്ന ഒരു ചിരിയോടെ സെക്കായ് പറഞ്ഞു.

തന്റെ ഭർത്താവിനെപ്പോലെ ഉയരവും വലിയ എല്ലുകളുമുള്ള, എല്ലാ അർത്ഥത്തിലും ഭീമാകാരമായ ബോസ്നിയൻ രൂപമുള്ള സെലീലിന് അവന്റെ വാക്കുകളിൽ വലിയ കാര്യമുള്ളതായി തോന്നിയില്ല. ഞാൻ നിന്നെക്കൊണ്ട് തോറ്റു എന്നർത്ഥം വരുന്ന നോട്ടം സെക്കായിയുടെ നേരെ എറിഞ്ഞശേഷം അവൾ എന്റെ നേരെ തിരിഞ്ഞു.

''സോറി, നെവ്സാറ്റ് ചേട്ടാ, നമ്മുടെ സെക്കായ് ഇങ്ങനെയാണ്.'' അവൾ ഒരു മഗ്നോളിയ മരത്തിന്റെ ചുവട്ടിലെ മേശയിലേക്ക് ആംഗ്യം കാണിച്ചു. ''ദയവായി ഇങ്ങോട്ട് വരൂ. അവിടെ തണുപ്പായിരിക്കും.''

ഇത്രയും വർഷങ്ങൾ സെക്കായിയോടൊപ്പം എല്ലാ ദിവസവും വീട്ടിൽ ചെലവഴിച്ചത് അവളെ സംബന്ധിച്ചിടത്തോളം അത്ര എളുപ്പ മായിരുന്നില്ല എന്നത് എനിക്ക് ഉറപ്പായിരുന്നു. സെക്കായ്ക്കും ഇത് പിക്നിക്പോലെ രസകരമായിരുന്നിരിക്കില്ല എന്നും എനിക്ക് അറിയാ മായിരുന്നു. പക്ഷേ എന്ത് ചെയ്യാൻ കഴിയും? അയാൾക്ക് വീട്ടിലിരിക്കു കയല്ലാതെ മറ്റൊരു മാർഗവുമില്ല. മണ്ണിൽ പണിയെടുക്കാനും പൂക്കളെ താലോലിക്കാനുമായി അയാൾ പൂന്തോട്ടത്തിലേക്ക് ഇറങ്ങും. പക്ഷേ

സമ്മതിക്കാതിരിക്കാൻ വയ്യ, സെക്കായ് നല്ല മിടുക്കാനായി കാണപ്പെട്ടു. മനോവീര്യം നഷ്ടമാവുകയോ വിഷാദത്തിനോ ഉത്കണ്ഠയ്ക്കോ അടിമപ്പെടുകയോ ചെയ്തിട്ടില്ല. എന്റെ റിട്ടയർമെന്റ് ദിവസങ്ങളിൽ എനിക്ക് അവനെപ്പോലെ വിശ്രമിക്കാൻ കഴിഞ്ഞിരുന്നെങ്കിൽ എന്നു ഞാൻ ആഗ്രഹിച്ചു. ആ സമയം വരുമ്പോൾ എവ്ജീനിയ എന്നെ എങ്ങനെ സഹിക്കുമെന്ന് നോക്കാം.

''വരൂ, നെവ്സാറ്റ്. നമുക്ക് പോകാം.'' സെക്കായ് എന്റെ കൈയിൽ പിടിച്ച് നല്ല തടിയും മുഴുത്ത വേരുകളുമുള്ള മഗ്നോളിയ മരത്തിന്റെ ചുവട്ടിലെ മരമേശയിലേക്ക് വലിച്ചിഴച്ചു. ''അല്ലെങ്കിൽ സെലിൽ നമ്മളെ സമാധാനത്തോടെ വിടില്ല.''

ഒന്നും പറയാതെ, ഞാൻ മേശയുടെ അറ്റത്തുള്ള കസേരയിൽ ഇരുന്നു, ഇവിടെ ശരിക്കും തണുപ്പായിരുന്നു. ഒരു കടൽക്കാറ്റ് കൂറ്റൻ അപ്പാർട്ട്മെന്റ് കെട്ടിടങ്ങളും ഇടുങ്ങിയ തെരുവുകളും മറികടന്ന് ആ പൂന്തോട്ടത്തിൽ അത്ഭുതകരമായി വീശിയിരുന്നു.

''ഞാൻ കാപ്പി ഉണ്ടാക്കട്ടെ? അതോ നാരങ്ങാവെള്ളമാണോ വേണ്ടത്? ഉണ്ടാക്കി വച്ചിട്ടുണ്ട്. അതിൽനിന്ന് കുറച്ച് തരട്ടെ?''

ശരീരപുഷ്ടിയുള്ള സ്ത്രീകൾക്ക് സ്വഭാവികമായുള്ള മൃദുത്വവും സാരള്യവും അവളുടെ ശബ്ദത്തിലും നിറഞ്ഞു നിന്നിരുന്നു. എന്നിരുന്നാലും ഞാൻ ഔപചാരികമായാണ് പെരുമാറിയത്.

''വെറുതെ കഷ്ടപ്പെടണ്ട.''

അവളുടെ ഇളം തവിട്ടുനിറത്തിലുള്ള പുരികങ്ങൾ ഞാനെന്തോ അപരാധം ചെയ്തതുപോലെ ചുളുങ്ങി.

''എന്നെ കഷ്ടപ്പെടുത്തുകയോ നെവ്സാറ്റ്? നിങ്ങൾ വല്ലപ്പോഴുമൊരിക്കലാണ് ഞങ്ങളുടെ വീട്ടിൽ വരുന്നത്.''

''എങ്കിൽ ഞാൻ നാരങ്ങാവെള്ളം കഴിക്കാം.''

നിർവികാരമായ ഭാവത്തോടെ അവൾ ഭർത്താവിനെ നോക്കി.

''നിങ്ങളോ സെക്കായ്? നിങ്ങൾക്ക് എന്ത് വേണം?''

സെക്കായ് തന്റെ ഭാര്യയെ അഗാധമായ വാത്സല്യത്തോടെ നോക്കിക്കൊണ്ടിക്കുകയായിരുന്നു.

''ശരി, എനിക്കും ആ പ്രശസ്തമായ നാരങ്ങാവെള്ളം തരൂ സെലിൽ മാഡം. ഈ ചൂടിൽ കാപ്പി കഴിക്കാൻ വയ്യ.''

ഞങ്ങളുടെ ആതിഥേയയുടെ വലിയ രൂപം അപ്രതീക്ഷിതമായ ചടുലതയോടെ അകത്തേക്ക് കയറിപ്പോയി. അവളുടെ ഭർത്താവ് എനിക്ക് എതിർവശത്തുള്ള കസേരയിൽ സ്വസ്ഥമായി ഇരുന്നു.

''അതാ പറ്റിയത് നെവ്സാറ്റ്? ഏത് കാറ്റാണ് നിങ്ങളെ ഇങ്ങോട്ട് പറത്തിക്കൊണ്ട് വന്നത്? കുഴപ്പമൊന്നുമില്ലല്ലോ, അല്ലേ?''

ഗൗരവമുള്ള എന്തോ കാര്യമാണെന്ന് അയാൾക്ക് പെട്ടെന്ന് മനസ്സിലായി. 'നിന്നെ കാണണം എന്നു തോന്നി' എന്നൊക്കെയുള്ള പരാമർശങ്ങൾ മാറ്റിവെച്ച് ഞാൻ കാര്യത്തിലേക്ക് എത്തി.

''ഞാൻ ഇവിടെ വന്നത് അഞ്ച് വർഷം പഴക്കമുള്ള ഒരു കേസിന്റെ കാര്യത്തിലാണ്. നിങ്ങളായിരുന്നു ആ ഫയൽ കൈകാര്യം ചെയ്തിരുന്നത്.''

വിഷമകരമായ ഒരു സാഹചര്യം നേരിടേണ്ടി വന്നതുപോലെ സെക്കായ് മുഖം ചുളിച്ചു. തനിക്കത് ഓർത്തെടുക്കാൻ കഴിയാതിരിക്കുമോ എന്നോർത്ത് അയാൾ പരിഭ്രാന്തനായി.

''കുട്ടികളെ പീഡിപ്പിക്കുന്നവരെ കൊന്ന ആ കൊലപാതകി,'' അയാളെ സഹായിക്കാൻ ഞാൻ പറഞ്ഞു. ''നിങ്ങൾ ഓമനപ്പേരിട്ട മനുഷ്യൻ.''

''ബ്ലൈൻഡ്സ് മാൻസ് ബഫ്?'' അത്ഭുതത്തോടെയാണ് സെക്കായ് പറഞ്ഞത്. ''നീ അവനെ പിടിച്ചോ?''

വർഷങ്ങളായി താൻ പിന്തുടരുകയായിരുന്ന കൊലയാളിയെ പിടികൂടിയതിൽ സന്തോഷമുണ്ടോ, അതോ താൻ തന്നെ പിടികൂടാത്തതിൽ സങ്കടമുണ്ടോ എന്ന് എനിക്ക് വ്യക്തമായില്ല.

''ഇല്ല, ഇല്ല. അവൻ ഇപ്പോഴും ഒളിവിലാണ്, പക്ഷേ അവൻ വീണ്ടും കൊല്ലാൻ തുടങ്ങിയിരിക്കുന്നു.''

അവൻ ശാന്തതയോടെയാണെങ്കിലും എന്നെ വിചിത്രമായി നോക്കി.

''കൊല്ലാൻ തുടങ്ങിയോ?''

അയാൾ ഈ സാഹചര്യം അസാധാരണമാണ് എന്നു കരുതുന്നു എന്ന് തോന്നി.

''ഞങ്ങൾക്ക് അങ്ങനെയാണ് തോന്നുന്നത്. ഇന്ന് രാവിലെ ഞങ്ങൾ ഒരു മൃതദേഹം കണ്ടെത്തി. ബ്ലൈൻഡ്മാൻസ് ബഫ് നടത്തിയിരുന്ന രീതിയിലുള്ള ഒരു കൊലപാതകം.''

അവൻ കൈമുട്ട് മേശപ്പുറത്ത് ഊന്നിയിട്ട് അടുത്തേക്ക് നീങ്ങിയിരുന്നു. ''എന്ത് രീതി?''

തണലിൽ തവിട്ടുനിറമാകുന്ന ആ കണ്ണുകൾ എന്റെ മുഖത്തേക്ക് സൂക്ഷിച്ചു നോക്കി. എന്റെ ഓരോ വാക്കും പൂർണ്ണ ശ്രദ്ധയോടെ കേൾക്കാനായി സെക്കായ് കാത്തിരിക്കുകയായിരുന്നു.

''നിങ്ങൾക്കറിയാം. അവൻ തിരഞ്ഞെടുത്ത ഇര ബാലപീഡകനായിരുന്നു. കഴുത്തിന്റെ പിൻഭാഗത്ത് വച്ച ഒരൊറ്റ വെടിയുണ്ട കൊണ്ട് ഇരയെ അവൻ കൊന്നു, ചുവന്ന വെൽവെറ്റ് തുണി കൊണ്ട് കണ്ണുകൾ പൊതിഞ്ഞുവച്ചിരുന്നു.''

അയാൾക്ക് കൂടുതൽ പിടിച്ചുനിൽക്കാനായില്ല.

''അവന്റെ അരികിൽ ഒരു കളിപ്പാട്ടം ഉണ്ടായിരുന്നോ?''

ഞാൻ തലയാട്ടി.

''ഒരു ബാർബി ഡോൾ. അവൻ ഇരയുടെ വലതു ചെവിയുടെ ഭാഗവും എടുത്തു.''

റിട്ടയർമെന്റ് ജീവിതം ആസ്വദിച്ചിരുന്ന ശാന്തനായ മനുഷ്യന് പകരം കുറ്റവാളികളെ നായാടുന്ന ഉത്സാഹിയായ ഒരു വേട്ടക്കാരൻ പ്രത്യക്ഷനായി. പക്ഷേ അയാൾക്ക് അപ്പോഴും ഉറപ്പില്ലായിരുന്നു എന്നു തോന്നി. എന്തോ ഒരു നിർണായക ചോദ്യം അവനെ അലട്ടുന്നുണ്ടായിരുന്നു. സ്വയം സംസാരിക്കുന്നപോലെ സെക്കായ് ചോദിച്ചു, ''നമ്മൾ ഏത് മാസത്തിലാണ്? മെയ്?''

''ജൂൺ.'' ഞാൻ അവനെ തിരുത്തി. ഇന്ന് ജൂൺ രണ്ടാണ്.''

''ജൂൺ രണ്ട്.'' അയാൾ ചിന്താപൂർവ്വം ആവർത്തിച്ചു. ''2012 ജൂൺ രണ്ടാം തീയതിയും അവൻ ഒരു കൊലപാതകം നടത്തി.'' ആ കണ്ണുകൾ ആഹ്ലാദത്താൽ തിളങ്ങി. ''അതെ, അപ്പോൾ ബ്ലൈൻഡ്മാൻസ് ബഫ് കളിക്കളത്തിലേക്ക് മടങ്ങിയെത്തി.''

കടലിൽ നിന്നുള്ള കാറ്റ് അവസാനിച്ചിരുന്നു. ആ ചൂടിൽ എനിക്ക് ശ്വസിക്കാൻ ബുദ്ധിമുട്ട് തോന്നി.

''നിങ്ങൾക്ക് ഉറപ്പാണോ?''

ഒരു നിമിഷം സെക്കായ് മടിച്ചു നിന്നു. മറുപടിക്ക് പകരം അയാൾ ആവേശത്തോടെ ചോദിച്ചു, ''എവിടുന്നാണ് മൃതദേഹം കണ്ടെത്തിയത്?''

ഷർട്ടിന്റെ കോളർ അഴിച്ചുകൊണ്ട് ഞാൻ മറുപടി പറഞ്ഞു. ''കാസിംപാസയിലെ ഒരു പാർക്കിൽ. കുട്ടികൾക്കായുള്ള ഒരു കളിസ്ഥലം.'' എന്നെ തുറിച്ചു നോക്കിനിന്നുകൊണ്ട് അവൻ ഊഹിച്ചു.

''ഒരു സ്ലൈഡിൽ, ഒരു മണൽപ്പെട്ടിയിൽ.''

''അത് നിനക്കെങ്ങനെ അറിയാം?'' ഞാൻ അത്ഭുതത്തോടെ ചോദിച്ചു.

സെക്കായ് ഭയങ്കരമായ ഏതോ ഓർമ്മയെ ചികഞ്ഞെടുക്കുന്നതുപോലെ തോന്നി.

''അഞ്ച് വർഷം മുമ്പ് ജൂൺ രണ്ടാം തിയതി ഒരു മൃതദേഹം ഒരു സ്ലൈഡിൽനിന്ന് കണ്ടെത്തി. ഇര തെന്നിവീണത് പോലെയാണ് കാണപ്പെട്ടത്. പക്ഷേ വീണിടത്ത് നിന്ന് എഴുന്നേൽക്കാൻ കഴിഞ്ഞില്ല. അവന്റെ കാലുകൾ അപ്പോഴും മണലിൽ പൂണ്ടിരുന്നു. പിങ്ക് നിറത്തിലുള്ള വസ്ത്രം ധരിച്ച ഒരു ബാർബി അവന്റെ കാൽക്കൽ ഉണ്ടായിരുന്നു.''

''ആ മൃതദേഹം കസിംപാസയിലായിരുന്നോ കണ്ടെത്തിയത്?''

''അല്ല, സിഹാംഗീറിലെ ഒരു പാർക്കിൽ.'' സെക്കായ് കുസൃതിയോടെ പുഞ്ചിരിച്ചു. ''ബ്ലൈൻഡ് മാൻസ് ബഫ് ഒരിക്കലും റിസ്ക് എടുക്കില്ല. ഒരേ ലൊക്കേഷൻ രണ്ടുതവണ അയാൾ ഉപയോഗിച്ചിട്ടില്ല. പന്ത്രണ്ട് കൊലപാതകങ്ങളിൽ ഒന്നിലും അവൻ അത് ചെയ്തിട്ടില്ല, ഇപ്പോൾ അത് ചെയ്യുമോ എന്നു എനിക്ക് സംശയമുണ്ട്.''

ആ മനുഷ്യൻ അൽപ്പം പെരുപ്പിച്ചു കാണിക്കുകയായിരുന്നു.

''എന്നാൽ അവൻ തന്റെ ശീലത്തിൽനിന്ന് വ്യതിചലിച്ചില്ല. കുറഞ്ഞത് സമാനമായ സ്ഥലങ്ങളെങ്കിലും ഉപയോഗിച്ചു.''

തനിക്ക് നന്നായി അറിയാവുന്ന ഒരാളെക്കുറിച്ച് എന്നതുപോലെ സെക്കായ് സംസാരിക്കാൻ തുടങ്ങി.

''ഒരു സീരിയൽ കില്ലറിന് തന്റെ ആചാരങ്ങൾ വളരെ പ്രധാനമാണ്, നമ്മുടെ ബ്ലൈൻഡ്മാൻസ് ബഫിനും അത് അങ്ങനെയായിരുന്നു. അത് അവനു മാറ്റാൻ കഴിയില്ല. ഇത് ഒരുതരം ബിസിനസ്സ് കാർഡ് പോലെ യാണ്. ഒരേ തരം ഒപ്പ്. രണ്ടാമത്തെ കൊലപാതകം ചെയ്യുന്നുണ്ടെങ്കിൽ അവൻ മൃതദേഹം ഒരു ഡേകെയറിൽ ഉപേക്ഷിക്കും.''

അവൻ ഒരു നിമിഷം ആലോചിച്ചു. ''ജൂൺ മാസം നാലിന്, അതെ, മറ്റൊരു ഇരയുണ്ടെങ്കിൽ, ഈ മാസം നാലിന് അവനെ കൊന്ന് മൃത ദേഹം ഏതെങ്കിലും ഡേകെയർ സെന്ററിന്റെ പൂന്തോട്ടത്തിൽ ഉപേ ക്ഷിക്കും. അഞ്ച് വർഷം മുമ്പ് അവൻ ഇതേ കാര്യം ചെയ്തു. ജൂണിൽ, ഫിറുസാഗയിലെ ഡേകെയറിന്റെ പൂന്തോട്ടത്തിൽ ആണ് അവൻ രണ്ടാ മത്തെ മൃതദേഹം ഉപേക്ഷിച്ചത്.''

ഞങ്ങളിൽ ആർക്കും കഴിയാത്ത ഒന്ന് അവൻ പ്രവചിക്കുകയായി രുന്നു. സത്യം പറഞ്ഞാൽ എനിക്ക് അവനോട് ആരാധന തോന്നിയെ ങ്കിലും ഞാൻ അത് പുറത്ത് കാണിച്ചില്ല. ഞാൻ പറഞ്ഞു, ''ഞങ്ങളും അങ്ങനെ തന്നെ കരുതി. നാലാം തീയതി ഡേകെയർ സെന്ററുകൾക്ക് ചുറ്റും ഞങ്ങൾ പ്രത്യേക നടപടികൾ കൈക്കൊള്ളും, പക്ഷേ അവൻ കൊന്നില്ലെങ്കിൽ?''

അവന്റെ കണ്ണുകൾ ആവേശത്താൽ മിന്നി.

''അവൻ കൊല്ലും, നെവ്സാറ്റ്. മറ്റൊരു സാധ്യതയുമില്ല, അവൻ കൊല്ലണം, കാരണം അവന് ആ വൃത്തം പൂർത്തിയാക്കേണ്ടതുണ്ട്, പക്ഷേ...''

അവന്റെ കണ്ണുകൾ എന്റെ മുഖത്തു തന്നെ തറച്ചു നിന്നു.

''പക്ഷേ..?'' ഞാൻ കൗതുകത്തോടെ ചോദിച്ചു.

അവൻ അസ്വസ്ഥതയോടെ കസേരയിൽ ഇരുന്നു മുന്നോട്ടും പിന്നോട്ടും ആടി.

''എന്തോ ശരിയല്ല.'' അദൃശ്യമായ ഒരു ചോക്ക്ബോർഡിൽ അദൃശ്യ സംഖ്യകൾ ഉപയോഗിച്ച് അവൻ കണക്ക് ചെയ്യുന്നതുപോലെ എനിക്ക് തോന്നി. ''അതെ, നെവ്സാറ്റ്, എന്തോ കുഴപ്പമുണ്ട്. അതായത്, ബ്ലൈൻഡ് മാൻസ് ബഫ് തന്റെ ആദ്യ കൊലപാതകം നടത്തിയത് ജനുവരി മാസ ത്തിലാണ്. ജൂൺ രണ്ടാം തീയതിയല്ല, ജനുവരി ഒന്നാം തീയതി. അവൻ വീണ്ടും കൊല്ലാൻ തുടങ്ങിയെങ്കിൽ...''

''ജനുവരി ഒന്നാം തീയതി അവൻ കൊല്ലേണ്ടതായിരുന്നു,'' ഞാൻ അവന്റെ വാക്കുകൾ പൂർത്തിയാക്കി.

അവന്റെ മുഖം മ്ലാനമായി.

''അങ്ങനെ തന്നെ വേണം കരുതാൻ. മറ്റെല്ലാം പൊരുത്തപ്പെടുന്നു പിന്നെങ്ങനെ തീയതികൾ മാറിമറിഞ്ഞു?''

അവൻ അസന്തുഷ്ടനായി കാണപ്പെട്ടു.

‘‘ഒരുപക്ഷേ അവൻ ദൂരെ എവിടെയെങ്കിലും ആയിരുന്നിരിക്കാം.’’ ഞാൻ ന്യായീകരിച്ചു. ‘‘ഒരുപക്ഷേ അവൻ ജയിലിൽ ആയിരുന്നിരിക്കാം, അതിനാൽ അവന് കൃത്യസമയത്ത് ആരംഭിക്കാൻ കഴിഞ്ഞില്ല എന്നു വേണം കരുതാൻ.’’

നിനക്ക് മനസ്സിലായില്ല എന്ന് പറയാൻ സെക്കായ് ആഗ്രഹിക്കുന്നതുപോലെ തോന്നി.

‘‘ഇല്ല, അവൻ കാത്തിരിക്കുമായിരുന്നു. ആളെ എനിക്ക് നന്നായി അറിയാം. അടുത്ത വർഷം വരെ അവൻ ക്ഷമയോടെ കാത്തിരിക്കുമായിരുന്നു.’’ അവൻ ക്ഷോഭത്തോടെ നെടുവീർപ്പിട്ടു. ‘‘ഇല്ല, നെവ്സാറ്റ്, ബ്ലൈൻഡ്മാൻസ് ബഫ് അവന്റെ വൃത്തം തകർക്കുകയില്ല.’’

അവൻ പറഞ്ഞത് ശരിയാണെങ്കിലും എനിക്ക് എതിർക്കണമെന്ന് തോന്നി.

‘‘ശരി, പക്ഷേ നമ്മൾ അഭിമുഖീകരിക്കുന്ന ആൾ ഒരു മനോരോഗിയാണ്. ഒരു യഥാർത്ഥ ഭ്രാന്തനാണ് അയാൾ. അങ്ങനെയൊരുത്തൻ സ്ഥിരതയില്ലാത്തവനാകുന്നത് സാധാരണമല്ലേ? ഒരുപക്ഷേ അവൻ തന്റെ ശൈലി മാറ്റിയിരിക്കാം.’’

സെക്കായിയുടെ കോപം മൂർച്ഛിക്കുകയായിരുന്നു.

‘‘അവൻ ചെയ്യില്ല. അവൻ ഒരിക്കലും പതിവ് തെറ്റിക്കില്ല. പതിവ് തെറ്റിക്കേണ്ടിവന്നാൽ അവൻ കൊലപാതകം ചെയ്യില്ല. നിങ്ങൾ ഇതൊന്നു മനസ്സിലാക്കാൻ ശ്രമിക്കു നെവ്സാറ്റ്, ഇത് ഒരു ചടങ്ങാണ്. ഒരു സീരിയൽ കില്ലറിന് അവൻ ഉണ്ടാക്കുന്നവ അല്ലാതെ വേറെ ഒരു നിയമവുമില്ല. ഇത് കർശനമായി നടപ്പിലാക്കുന്ന കൊലയാളികളിൽ ഒരാളാണ് ബ്ലൈൻഡ്മാൻസ് ബഫ്. അതുകൊണ്ടാണ് ഞങ്ങൾക്ക് അവനെ ഒരിക്കലും പിടിക്കാൻ കഴിയാതിരുന്നത്. അവന് ഒരിക്കലും നിയന്ത്രണം നഷ്ടപ്പെടുന്നില്ല. അവൻ ഒരിക്കലും തിരക്കിട്ട് കാര്യങ്ങൾ ചെയ്യില്ല. അവൻ ഒരിക്കലും ഒന്നും മറന്നുപോകുന്നില്ല. തന്റെ ഇരകളെ തിരഞ്ഞെടുക്കുന്നതിൽ വളരെ ശ്രദ്ധാലുവാണ്, തണുത്തുറഞ്ഞ ക്രൂരതയോടെ വധശിക്ഷ നടപ്പിലാക്കുന്നു. എന്നിട്ട് ഒരു കലാകാരന്റെ കയ്യടക്കത്തോടെ രംഗം ക്രമീകരിക്കുകയും ഒരു തുമ്പും അവശേഷിപ്പിക്കാതെ സ്ഥലംവിടുകയും ചെയ്യുന്നു.’’

സെക്കായ് വേദനിക്കുന്നതുപോലെയാണ് സംസാരിച്ചത്. ജീവിതത്തിൽ ഒരിക്കലും വിട്ടുപോകാത്ത ഒരാളെക്കുറിച്ച് പറയുന്നതുപോലെ. ഹൃദയം തകർത്ത ഒരു കാമുകൻ, അവിശ്വസ്തനായ ഒരു ബന്ധു, വഞ്ചിച്ച ഒരു സുഹൃത്ത്, അങ്ങനെ ആരോ. അപ്പോഴാണ് എനിക്ക് മനസ്സിലായത്, ഇതാണ് സെക്കായ് പണിയെടുക്കുകയും തന്റെ പ്രൊഫഷണൽ ജീവിതത്തിലുടനീളം പരിഹരിക്കാൻ കഴിയാതിരുന്നതുമായ ഒരേയൊരു കേസ്.

‘‘ബ്ലൈൻഡ് മാൻസ് ബഫ് എത്ര വിദഗ്ദ്ധനാണ് എന്നു എനിക്കറിയാം.’’ ഞാൻ ശാന്തമായി പറഞ്ഞു. ‘‘ഞാൻ ഫയലിലെ രേഖകൾ പരിശോധിച്ചു. നിങ്ങൾ പറഞ്ഞത് ശരിയാണ്. എന്നെ സഹായിക്കാൻ

കഴിയുന്ന ഒരു വിവരവും എനിക്ക് ലഭിച്ചില്ല. അതിനാലാണ് ഞാൻ ഇവിടെ വന്നത്. കാരണം നിങ്ങളെക്കാൾ നന്നായി ആർക്കും ബ്ലൈൻഡ് മാൻസ് ബഫിനെ അറിയില്ല. ഒരുപക്ഷേ നിങ്ങളെ അലട്ടുന്നതും നിങ്ങൾ റിപ്പോർട്ടുകളിൽ എഴുതിയിട്ടില്ലാത്തതുമായ എന്തെങ്കിലും വിശദാംശം തന്നു സഹായിക്കാൻ കഴിഞ്ഞേക്കും എന്നെനിക്ക് തോന്നി.''

അവൻ കണ്ണു തള്ളി. അതെ, ഞങ്ങൾക്ക് ആർക്കും അറിയാത്ത എന്തോ ഒരു കാര്യമുണ്ട്, എന്നിട്ടും അവൻ അത് നിഷേധിച്ചു.

''ഇല്ല, നെവ്സാറ്റ്. ഇല്ലെന്ന് ഞാൻ സത്യം ചെയ്യുന്നു, നിങ്ങൾ കണ്ടെത്തിയിടത്തോളം മാത്രമേ എനിക്ക് അറിയൂ, എനിക്ക് സഹായിക്കണം എന്നുണ്ട്. പക്ഷേ ഞാൻ കണ്ടെത്തിയതെല്ലാം, ഞാൻ ആരോട് സംസാരിച്ചു, എന്തിനെക്കുറിച്ചാണ്, ഈ വിവരങ്ങൾ എല്ലാംതന്നെ ഞാൻ കേസ്ഫയലിൽ ഉൾപ്പെടുത്തിയിട്ടുണ്ട്.''

അവൻ കള്ളം പറയുകയായിരുന്നു. അതുകൊണ്ടാണ് അവൻ ഇത്ര ശക്തമായി വാദിക്കുന്നത്.

''ബ്ലൈൻഡ്മാൻസ് ബഫ് ഒരു യഥാർത്ഥ പ്രൊഫഷണലാണ്. സത്യം പറഞ്ഞാൽ, ഇത് ഒരു പൊലീസ് ഉദ്യോഗസ്ഥനാണെന്ന് ഞാൻ പോലും സംശയിച്ചു. കാരണം അവൻ ഒരിക്കലും ഒരു തെളിവും അവശേഷിപ്പിക്കില്ല. കാൽപ്പാടുകളോ വിരലടയാളമോ മുടിയോ ഉമിനീരോ വിയർപ്പോ ദൃക്സാക്ഷികളോ.., ഒന്നുമില്ല. പൊതുസ്ഥലങ്ങളിൽ അവരെ കൊന്നിടും എന്നതല്ലാതെ ഒന്നുമില്ല.

''ഒരുപക്ഷേ അയാൾക്ക് ഒരു കൂട്ടാളി ഉണ്ടായിരുന്നിരിക്കാം...'' ഞാൻ പറഞ്ഞു, അവൻ എന്തെങ്കിലും വിട്ടു പറയുമെന്ന പ്രതീക്ഷയിൽ ഞാൻ വീണ്ടും ചോദിച്ചു.

ഈ സങ്കീർണ്ണമായ പ്രശ്നത്തെപ്പറ്റി കുറച്ചു നേരം ചിന്തിച്ചതിന് ശേഷമാണ് അയാൾ മറുപടി പറഞ്ഞത്.

''ഇല്ല, കൂട്ടാളികൾ ആരുമില്ല. ആ മനുഷ്യൻ തനിച്ചായിരുന്നു. ഇത് ചെയ്തത്. രണ്ടുപേർ ചേർന്ന് ആയിരുന്നെങ്കിൽ എന്ന് എനിക്ക് ആഗ്രഹമുണ്ട്. കാരണം അത് തെറ്റുകൾ സംഭവിക്കാനുള്ള സാധ്യത വർദ്ധിപ്പിക്കും. നിങ്ങൾക്കറിയാമോ, ഒരു കുറ്റകൃത്യം നടക്കുന്ന സ്ഥലത്ത് കൂടുതൽ ആളുകളുണ്ടെങ്കിൽ കൂടുതൽ തെളിവുകൾ നമുക്ക് ലഭിക്കാൻ സാധ്യത കൂടുതലാണ്. ഇല്ല, നെവ്സാറ്റ്, ആ മനുഷ്യൻ ഒറ്റയ്ക്കാണ് ഈ പണി ചെയ്യുന്നത്. മാത്രമല്ല, ചെയ്യുന്ന ജോലിയിൽ അവൻ സമർത്ഥനാണ്.''

''ഒരുപക്ഷേ അവന്റെ സഹായിയും അവനെപ്പോലെ മിടുക്കനായിരിക്കാം.'' ഞാൻ പറയാൻ തുടങ്ങിയപ്പോൾ അവൻ എന്നെ തടഞ്ഞു.

''ഞാൻ പറയുന്നത് കേൾക്ക്, അയാൾക്ക് ഒരു സഹായി ഇല്ല. ഈ മനുഷ്യന് ഒരു പങ്കാളി ഉണ്ടാകുന്നത് ബുദ്ധിമുട്ടായിരിക്കും. കുട്ടികളെ പീഡിപ്പിക്കുന്നവരെ കൊല്ലുന്ന ഒരാൾക്ക് ഭൂതകാലത്തിൽ ലജ്ജാകരമായ രഹസ്യങ്ങളും ആഴത്തിലുള്ള മുറിവുകളും ഉണ്ടായിരിക്കും. അത് മറ്റുള്ളവരുമായി പങ്കിടുന്നത് എളുപ്പമല്ല. അവൻ ആ വിവരങ്ങൾ പങ്കു

വെച്ചു എന്ന് കരുതുക, മറ്റൊരാൾക്ക് അവനെ മനസ്സിലാക്കാൻ വളരെ ബുദ്ധിമുട്ടായിരിക്കും. ഇല്ല, എനിക്ക് ഉറപ്പുണ്ട്. ആ മനുഷ്യൻ ഒറ്റയ്ക്കാണ് പ്രവർത്തിക്കുന്നത്. അവൻ തീർച്ചയായും ഒരു വാഹനം ഉപയോഗിക്കുന്നുണ്ട്. പക്ഷേ ആരും അത് കണ്ടിട്ടില്ല. നമുക്ക് ആ വാഹനത്തിന്റെ നിറം, മേക്ക് എന്നിവ അറിയില്ല. ബ്ലൈൻഡ്മാൻസ് ബഫിന് മൂർച്ചയേറിയ ബുദ്ധിയും വളരെയേറെ അറിവുമുണ്ട്.''

അവന്റെ വാക്കുകളിലെ നിർവികാരത എന്നെ അലോസരപ്പെടുത്തി.

''കൊള്ളാം, അപ്പോൾ നമ്മൾ എന്തുചെയ്യും? അയാളുടെ പിന്നാലെ പോകേണ്ട എന്നാണോ?''

അവൻ ഒരു കള്ളച്ചിരിയോടെ എന്റെ പിരിമുറുക്കം അയയ്ക്കാൻ ശ്രമിച്ചു.

''തീർച്ചയായും നിങ്ങൾ അവന്റെ പിന്നാലെ പോകും, പക്ഷേ നിങ്ങൾ ക്ഷമയോടെയിരിക്കണം. കാത്തിരിക്കണം; എന്താണ് സംഭവിക്കുന്നതെന്ന് കാത്തിരുന്നു കാണുക.''

അറിയാതെ എന്റെ ശബ്ദം ഉയർന്നു.

''അവൻ മറ്റൊരാളെ കൊല്ലുന്നതുവരെ ഞങ്ങൾ കാത്തിരിക്കണം എന്നാണോ നിങ്ങൾ അർത്ഥമാക്കുന്നത്?''

അവൻ തോൾ കുലുക്കി.

''നിങ്ങൾ ചെയ്യേണ്ടത് നിങ്ങൾ ചെയ്യും. നിങ്ങൾ ഡേകെയറുകൾ നിരീക്ഷിക്കും, നിങ്ങൾ കാത്തിരിക്കും.'' കീഴടങ്ങിയ മട്ടിൽ അയാളുടെ കൈകൾ വശങ്ങളിൽ തളർന്നു തൂങ്ങി.

''ഇത് നിങ്ങളുടെ ജോലിയുടെ ഏറ്റവും പ്രയാസകരമായ ഭാഗമാണ്. എനിക്കറിയാം. കാത്തിരിപ്പ്. പക്ഷേ മറ്റൊരു വഴിയുമില്ല. ബ്ലൈൻഡ്മാൻസ് ബഫ് മറ്റൊരു ജീവൻ എടുക്കുന്നതിനായും ഇരയെ എവിടെയെങ്കിലും ഉപേക്ഷിക്കാനും നിങ്ങൾ കാത്തിരിക്കണം. അതായത്, അവൻ സ്വന്തം ആചാരങ്ങളും ശീലങ്ങളും നടപ്പിലാക്കുന്നതിനായി. ഒരുപക്ഷേ അവൻ എന്തെങ്കിലും തെറ്റുകൾ വരുത്തിയേക്കാം. മറ്റൊരു സാധ്യതയും ഞാൻ കാണുന്നില്ല. വർഷങ്ങളോളം ഈ കേസ് കൈകാര്യം ചെയ്തിട്ടും ഒരു നിഗമനത്തിലെത്താൻ കഴിയാത്ത ഒരാളെന്ന നിലയിലാണ് ഞാൻ നിങ്ങളോട് ഇത് പറയുന്നത്.''

അവൻ ഒരു നിഗമനത്തിൽ എത്തിയിട്ടുണ്ടാകില്ല, പക്ഷേ ഞങ്ങളേക്കാൾ കൂടുതൽ വിവരങ്ങൾ അവനറിയാമെന്ന് എനിക്ക് ഉറപ്പായിരുന്നു. അതെ, എനിക്ക് അത് വ്യക്തമായിരുന്നു. അത് എന്നോടു പങ്കുവയ്ക്കാൻ അവൻ തയ്യാറായില്ല എന്നതാണ് മോശം കാര്യം. ഈ നിമിഷവും അവൻ തന്റെ യഥാർത്ഥ ചിന്തകൾ എന്നോട് തുറന്നു പറയുന്നില്ല. കാരണം, ബ്ലൈൻഡ്മാൻസ് ബഫിന്റെ കേസ് സെക്കായ് അവസാനിപ്പിച്ചിരുന്നില്ല. അയാൾ അപ്പോഴും ആ സീരിയൽ കില്ലറെ നിരീക്ഷിച്ചുകൊണ്ടിരിക്കുകയാണ്. ഇത് നിയമത്തിന് അനുസൃതമായിരുന്നില്ല. പക്ഷേ, സെക്കായിക്ക് പൊലീസിന്റെ ജോലി വെറുമൊരു

തൊഴിലായിരുന്നില്ല. അത് ജീവിതം തന്നെയായിരുന്നു. ഇതെല്ലാം എന്റെ മനസ്സിലൂടെ കടന്നുപോകുന്ന നേരത്ത് സെലീൽ ഹാനിം പ്രത്യക്ഷപ്പെട്ടു, അവളുടെ കൈയിലെ ട്രേയിൽ രണ്ട് ഗ്ലാസ്സ് പോലെ തണുത്ത നാരങ്ങാവെള്ളമുണ്ടായിരുന്നു. അവൾ ഗ്ലാസുകൾ ഞങ്ങളുടെ മുന്നിലെ മേശമേൽ വെച്ചു.

‘‘കുടിച്ചു നോക്ക്.’’

സ്വർണ്ണനിറത്തിലുള്ള, തുളസിയുടെ മണമുള്ള ദ്രാവകം തൊണ്ടയിലൂടെ എന്റെ വരണ്ട വായിൽ മധുരമുള്ള തണുപ്പ് അവശേഷിപ്പിച്ച് കൊണ്ട് ഒഴുകി.

‘‘എവ്ജീനിയ എന്താണ് ചെയ്യുന്നത്? അവൾ സുഖമായിരിക്കുന്നോ?’’ സെലിൽ ചോദിച്ചു.

ഞങ്ങൾ അവർക്ക് ടാറ്റവ്‌ലയിൽവച്ച് ഒരു വിരുന്ന് നല്കിയിരുന്നു. അവൾക്ക് ശരിക്കും എവ്ജീനിയയെ ഇഷ്ടമായിരുന്നു. ഞാൻ എന്റെ നാരങ്ങാവെള്ളം മേശപ്പുറത്ത് വച്ചു, ‘‘നന്ദി, സെലിൽ, അവൾ നന്നായിരിക്കുന്നു.’’

മനസ്സിൽ വന്ന ആദ്യത്തെ ചിന്തയനുസരിച്ച് ഞാൻ വീണ്ടും പറഞ്ഞു. ‘‘ടറ്റാവ്‌ലയിൽ ഒരു രാത്രി നമുക്ക് വീണ്ടും ആഘോഷിക്കണം. ഞാൻ ഇവിടെ വരുന്നുവെന്ന് കേട്ടപ്പോൾത്തന്നെ അവൾ പറഞ്ഞു, ‘‘നിങ്ങൾ സെലിലിനേയും സെക്കായിയെയും ക്ഷണിക്കണം.’’

തന്ത്രശാലിയായ ആ കിളവന് പെട്ടെന്നുള്ള ക്ഷണം സംശയാസ്പദമായി തോന്നിയിരിക്കണം. അയാൾ എന്നെ കണ്ണുകൾ മിഴിച്ചു സൂക്ഷിച്ചു നോക്കി. എന്നാൽ സെലിൽ സന്തോഷംകൊണ്ട് ഇക്കിളി പൂണ്ടതുപോലെ പറഞ്ഞു.

‘‘ഓ, ഞങ്ങൾ തീർച്ചയായും വരാം! അത് നന്നായിരിക്കും. എന്തായാലും ഞാൻ പുറത്തുപോയിട്ട് കുറച്ചു നാളായി.’’ പ്രതികരിക്കാതെയിരിക്കുന്ന ഭർത്താവിനെ അവൾ കൈമുട്ടുകൊണ്ട് ഒരു കുത്ത് കൊടുത്തു.

‘‘ശരിയല്ലേ, സെക്കായ്, നമുക്ക് പോകാം, അല്ലേ?’’

സെക്കായിക്ക് സന്തോഷം നടിക്കുകയല്ലാതെ എന്ത് ചെയ്യാൻ കഴിയും?

‘‘തീർച്ചയായും, പ്രിയേ.’’ അവൻ തന്റെ ഹൃദയത്തിൽനിന്നുള്ള പുഞ്ചിരിപോലെതന്നെ ആത്മാർത്ഥമായ ശബ്ദത്തിൽ പറഞ്ഞു. ‘‘എവ്ജീനിയ ക്ഷണിച്ചാൽ എങ്ങനെ പോകാതിരിക്കാൻ കഴിയും?’’

ചുണങ്ങ് ചുരണ്ടുന്നതിൽ ഒരു അർത്ഥവുമില്ല

എന്റെ വിശ്വസ്തനായ പഴയ കാർ വീടിനു മുന്നിൽ പാർക്ക് ചെയ്തപ്പോൾ കണ്ട കാഴ്ച എവിടെ നിന്നോ നരകം പ്രത്യക്ഷപ്പെട്ടതുപോലെയായിരുന്നു. ഞാൻ ജനലിലൂടെ തല പുറത്തേക്ക് നീട്ടി എന്താണ് നടക്കുന്നത് എന്നു നിരീക്ഷിച്ചു. ഞങ്ങളുടെ വീടുകൾ സ്ഥിതി ചെയ്യുന്ന പ്രദേശത്തിന് പുറത്തായി മൂന്ന് നായ്ക്കളെ ബഹ്തിയാർ ഓടിക്കുന്നത് ഞാൻ കണ്ടു. പെട്ടെന്ന് അക്കൂട്ടത്തിൽ ഉണ്ടായിരുന്ന വൃത്തികെട്ട മഞ്ഞ നിറക്കാരൻ നായ ഒന്ന് ഇടറിയതുപോലെ തോന്നി, പെട്ടെന്ന് ഞങ്ങളുടെ കടുപ്പക്കാരനായ കാവൽക്കാരൻ ആ പാവത്തെ അവന്റെ കീഴിലാക്കി. അത് തമാശയായിരുന്നില്ല. അവൻ അതിന്റെ കഴുത്തിൽ കടിച്ചു കൊല്ലാൻ പോവുകയായിരുന്നു. ഞാൻ തിരക്കിട്ട് കാറിൽ നിന്നിറങ്ങി.

‘‘നിർത്തൂ, നിർത്തൂ, ബഹ്തിയാർ! വേണ്ട!’’ ഉറക്കെ വിളിച്ചു പറഞ്ഞുകൊണ്ട് ഞാൻ ഓടിച്ചെന്നു.

ആരാണ് നിലവിളിക്കുന്നത് എന്നു നോക്കാനായി തിരിഞ്ഞ അവൻ എന്നെക്കണ്ട് പല്ലിളിച്ചു.

‘‘ബഹ്തിയാർ!’’ ഞാൻ വീണ്ടും അലറി. ‘‘എടാ തെണ്ടീ, നീ എന്താണ് ചെയ്യുന്നത്?’’

എന്നെ തിരിച്ചറിഞ്ഞതോടെ ബഹ്തിയാർ ആ പ്രവൃത്തിയിൽ നിന്ന് പിന്മാറി, പക്ഷേ ദേഷ്യം പിടിച്ചിരുന്നതിനാൽ അവന് പെട്ടെന്ന് ശാന്തനാകാൻ കഴിഞ്ഞില്ല. അവൻ മുറുമുറുക്കുന്നത് എനിക്ക് കാണാമായിരുന്നു.

‘‘എടാ തെമ്മാടീ!’’ ഞാൻ അവനെ വീണ്ടും ശാസിച്ചു. ‘‘നീ എന്റെ നേരെ പല്ലിറുമ്മുന്നോ?’’

അവന്റെ മുറുമുറുപ്പ് സാവധാനം ഒരു മോങ്ങലായി മാറി. അഴുക്കു പിടിച്ച മഞ്ഞനിറക്കാരൻ നായ കിട്ടിയ അവസരം പാഴാക്കാതെ ബഹ്തിയാറിന്റെ പിടിയിൽനിന്ന് കുതറിമാറി ജീവനുംകൊണ്ട് ഓടി രക്ഷപ്പെട്ടു. ബഹ്തിയാർ അവന്റെ പുറകെ ഓടി. ഞാൻ കൈകൾ നീട്ടിക്കൊണ്ട് അവന്റെ മുന്നിൽ കയറി നിന്നു.

''ബഹ്തിയാർ, നിൽക്കൂ!''

എന്ത് ചെയ്യണമെന്നറിയാതെ തന്റെയടുത്ത് നിന്ന് രക്ഷപ്പെടുന്ന എതിരാളിയെ നിരാശയോടെ നോക്കിയെങ്കിലും ഒടുവിൽ അവൻ എന്റെ കൽപ്പന അനുസരിച്ചു. അവൻ തന്റെ കാലുകൾക്കിടയിൽ വാൽ ഇട്ടു ഞരങ്ങി.

''ഹാ, ഇങ്ങനെയാണ് അപ്പോൾ കാര്യങ്ങൾ. അല്ലേ? മറ്റ് നായ്ക്കളെ ആക്രമിക്കുന്നത് നിന്റെ ജോലിയാണ് എന്നാണോ നിന്റെ വിചാരം?''

എന്തോ പറയാൻ എന്ന മട്ടിൽ എന്നെ തിരിഞ്ഞു നോക്കിയെങ്കിലും പ്രയോജനമില്ല എന്നു മനസ്സിലാക്കി ആ ശ്രമം ഉപേക്ഷിച്ചിട്ട് നടപ്പാതയിലെ പാത്രത്തിൽ തന്നെ കാത്തിരിക്കുന്ന അസ്ഥികളുടെ അടുത്തേക്ക് അവൻ പതിയെ നടന്നു പോയി.

''താങ്കൾ അവനോട് ചെയ്തത് അനീതിയാണ് ചീഫ്.''

തല തിരിച്ചപ്പോൾ ഞാൻ ആരിഫ് ചേട്ടന്റെ കുറ്റപ്പെടുത്തുന്ന നോട്ടം കണ്ടു.

''ബഹ്തിയാറിനെ എന്തിനാണ് കുറ്റപ്പെടുത്തുന്നത്?'' അദ്ദേഹം തുടർന്നു. ''മറ്റ് നായ്ക്കൾ അവനുമായി കടിപിടി കൂടുകയായിരുന്നു. ഞാൻ അത് എന്റെ സ്വന്തം കണ്ണുകൊണ്ട് കണ്ടതാണ്. അവൻ സ്വയം പ്രതിരോധിക്കുകയായിരുന്നു.''

''ശരിക്കും?'' എനിക്ക് അത്ര മാത്രമേ പറയാൻ കഴിഞ്ഞുള്ളൂ. ''ഞാൻ വിചാരിച്ചു...''

ഞാൻ ബഹ്തിയാറിനെ നോക്കി. പക്ഷേ അവൻ തന്റെ നേരെ നടന്ന അന്യായം മറന്നതായി തോന്നി. അവൻ ഒരു വലിയ അസ്ഥി വായിൽ എടുത്ത് കടിച്ചുകീറുകയായിരുന്നു. എന്നിട്ടും എനിക്ക് ആരിഫിനോട് കാര്യം വിശദീകരിക്കണമെന്ന് തോന്നി.

''ഞാൻ ഇടയ്ക്ക് കയറിയില്ലായിരുന്നുവെങ്കിൽ അവൻ ആ നായയെ കൊല്ലുമായിരുന്നു.''

പാചകക്കാരനായ ആരിഫ് സത്യം മാത്രം പറയുന്ന, ആദർശവാനായ ഒരു മനുഷ്യനായിരുന്നു.

''യഥാർത്ഥത്തിൽ, ആ മൂന്ന് നായ്ക്കൾ ബഹ്തിയാറിനെ കൊല്ലുമായിരുന്നു. ആ പാവം ഞാൻ റെസ്റ്റോറന്റിൽനിന്ന് കൊണ്ടുവന്ന എല്ലുകൾ തിന്നുകയായിരുന്നു. അവർ മൂന്നുപേരും പെട്ടെന്ന് അവനെ ആക്രമിച്ചു. എവിടെനിന്നോ പൊട്ടി വീണതുപോലെയാണ് അവർ പ്രത്യക്ഷപ്പെട്ടത്. ഭ്രാന്തൻ നായ്ക്കളെപ്പോലെയാണ് എനിക്ക് തോന്നിയത്. എന്റെ കൺമുന്നിൽ വച്ചാണ് ഇതെല്ലാം സംഭവിച്ചത്.'' നായ്ക്കൾ ഓടിപ്പോയ തെരുവിന്റെ അറ്റത്തേക്ക് അയാൾ തല നീട്ടി നോക്കി.

''ഞാൻ അവരെ കുറ്റം പറയുന്നില്ല, അവർക്കും വിശന്നിരിക്കാം. വേറെ വഴിയില്ലായിരുന്നു. പക്ഷേ അവരാണ് ഇത് തുടങ്ങിയത്. നമ്മുടെ കുട്ടി പ്രതിരോധിച്ചു. ഇല്ലെങ്കിൽ അവർ അവനെ കീറിമുറിക്കുമായിരുന്നു. നിങ്ങൾക്ക് എന്നെക്കാളും ഈ സത്യം നന്നായി അറിയാം ചീഫ്.

ഈ ലോകം ക്രൂരമാണ്. അത് മനുഷ്യർക്കാണെങ്കിലും നായ്ക്കൾക്കാണെങ്കിലും. നിങ്ങൾ മിണ്ടാതെ നിന്നാൽ അവർ നിങ്ങളുടെ മുതുകിൽ നിന്ന് കുപ്പായം അഴിച്ചു കൊണ്ടുപോകും.''

എന്ത് പറയണമെന്ന് എനിക്ക് മനസ്സിലായില്ല. എന്തായാലും ആരിഫ് ചേട്ടൻ ആ സംഭാഷണം വലിച്ചു നീട്ടിയില്ല.

''എനിക്ക് പോകാറായി. ശുഭരാത്രി.''

നല്ല രാത്രി ആശംസിച്ചുകൊണ്ട് ഞാനും എന്തോ പിറുപിറുത്തു. അദ്ദേഹം പെട്ടെന്ന് തിരിഞ്ഞു നോക്കി.

''ചീഫ് ഇൻസ്പെക്ടർ, ഞാൻ നിങ്ങൾക്ക് ഇഷ്ടമുള്ള കുറച്ച് പച്ചക്കറി സ്റ്റൂ ഉണ്ടാക്കിയിട്ടുണ്ട്. നന്നായി എരിവു ചേർത്തിട്ടുണ്ട്. വരൂ, നമുക്ക് ഒരുമിച്ച് കഴിക്കാം. അതിനൊപ്പം കഴിക്കാൻ വെള്ളരിക്ക ചേർത്ത കുറച്ച് തണുത്ത തൈരും ഉണ്ടാകും.''

തന്റെ പതിവുകാരോടെന്ന പോലെയല്ല മറിച്ച് ഒരു സുഹൃത്തിനെ അത്താഴത്തിന് ക്ഷണിക്കുന്നതുപോലെയാണ് അദ്ദേഹം എന്നെ വിളിച്ചത്.

''നന്ദി, ആരിഫ്ചേട്ടാ, എന്റെ കൈയിൽ പാകം ചെയ്ത കുറച്ച് വെണ്ടയ്ക്കയുണ്ട്. നിങ്ങൾ വരൂ, നമുക്കിത് ഒരുമിച്ച് കഴിക്കാം. നമുക്ക് രണ്ടുപേർക്കും മതിയാവോളം കഴിക്കാൻ ഉണ്ടാവും. തണ്ണിമത്തനും ആട്ടിൻപാലിൽ നിന്നെടുത്ത വിശേഷപ്പെട്ട പാൽക്കട്ടിയും ഉണ്ട്. വേണമെങ്കിൽ രണ്ടു ഗ്ലാസുകളും നമുക്ക് പുറത്തെടുക്കാം.''

അദ്ദേഹം സിഗരറ്റ് കറ പുരണ്ട പല്ലുകൾ കാണിച്ചു ചിരിച്ചു.

''മറ്റൊരിക്കലാകട്ടെ ചീഫ്. നാളെയുണ്ടാക്കേണ്ട ഭക്ഷണത്തിന് വേണ്ട തയ്യാറെടുപ്പുകൾ നടത്തണം. നിങ്ങൾ ആസ്വദിച്ചു കഴിക്ക്.''

ഉദാരമതിയായ ഞങ്ങളുടെ റെസ്റ്റോറന്റുടമ പോയിക്കഴിഞ്ഞപ്പോൾ റസിഡൻഷ്യൽ ഏരിയയുടെ വിശ്വസ്തനായ കാവൽക്കാരനെ ഞാൻ സമീപിച്ചു.

''ക്ഷമിക്കണം, ബഹ്തിയാർ.'' ഞാൻ പതുക്കെ പറഞ്ഞു. ''ഞാൻ നിന്നെ തെറ്റിദ്ധരിച്ചു. പക്ഷേ ആ പട്ടിയെ കൊല്ലാൻ നിന്നെ അനുവദിക്കില്ല.''

കറുവപ്പട്ടയുടെ നിറമുള്ള അവന്റെ കണ്ണുകളിൽ നീരസമോ വെറുപ്പോ ഇല്ലായിരുന്നു. അത്ര വലിയ കാര്യമല്ലെന്ന് അവൻ പറയുന്നതായി തോന്നി. ബഹ്തിയാറിനെ അവന്റെ ഭക്ഷണവുമായി ഉരുണ്ടുമറിയാനായി തെരുവിൽ വിട്ടിട്ട് വീടിനകത്തേക്ക് പോകുമ്പോൾ പരിചയമുള്ള ആ തണുപ്പ് എന്നെ സ്വാഗതം ചെയ്തു. സന്ധ്യ മയങ്ങിയിട്ടും പുകയുന്ന തെരുവിൽ നിന്നു കയറി വരുമ്പോൾ ഈ തണുപ്പ് എന്നെ സന്തോഷിപ്പിക്കേണ്ടതാണ്. പകരം തീവ്രമായ ഒരു വിഷാദം എന്നെ കീഴടക്കി. പരിചിതമായ കുളിരും അതിന് പിന്നാലെ എത്തിയ പരിചിതമായ വിഷാദവും. ഒരിക്കലും അവസാനിക്കാത്ത വിയോഗം, തീവ്രമായ ആഗ്രഹം, വർഷങ്ങൾ കടന്നുപോയിട്ടും ഇടയ്ക്കിടെ ചോരയൊലിക്കുന്ന ആ ആഴത്തിലുള്ള മുറിവ്...

ഇല്ല, എനിക്ക് എപ്പോഴും ഇങ്ങനെ അനുഭവപ്പെടാറില്ല. എത്ര വലിയ വേദനയാണെങ്കിലും മനുഷ്യൻ അത് നേരിടാനുള്ള ശക്തിയാർജ്ജിക്കുന്നു. അത് മറക്കുന്നു. ഒരിക്കലും മറക്കില്ല, ഒരിക്കലും മറക്കാൻ കഴിയില്ല എന്ന് ഞാൻ പറഞ്ഞെങ്കിലും, ചില ഓർമ്മകൾ ക്രമേണ മാഞ്ഞുപോയി. നിറങ്ങൾ മങ്ങി. ശബ്ദങ്ങൾ മങ്ങി. ഗന്ധങ്ങൾ അപ്രത്യക്ഷമാകാൻ തുടങ്ങി. എന്റെ ഭാര്യയുടെയും മകളുടെയും മുഖം മനസ്സിലേക്ക് കൊണ്ടുവരാൻ ഞാൻ ഇടയ്ക്കിടെ ശ്രമിച്ചു, പക്ഷേ അത് നടന്നില്ല. ഞാൻ എന്ത് ചെയ്തിട്ടും അത് നടന്നില്ല. ആ മുഖങ്ങൾ ഓർത്തെടുക്കാനായി എനിക്ക് ഫോട്ടോകൾ വീണ്ടും വീണ്ടും നോക്കണം. എന്താണ് ഇങ്ങനെ എന്ന് ഞാൻ എന്നോടുതന്നെ ചോദിക്കാറുണ്ട്. ദേഷ്യം വന്ന് സ്വയം കുറ്റപ്പെടുത്താറുണ്ട്. പക്ഷേ അത് ഒരു ഗുണവും ചെയ്തില്ല. ആ മുഖങ്ങൾ പതിയെ എന്റെ ഓർമ്മയിൽനിന്നും മാഞ്ഞുപോവുകയാണ്.

എന്നാൽ ഇന്ന് കാസിംപാസയിലെ ആ പാർക്കിൽ, അയ്സുന്റേത് പോലെ തോന്നിക്കുന്ന പാവയെ കാണുകയും കൊല്ലപ്പെട്ട മനുഷ്യൻ ആരാണെന്ന് മനസ്സിലാക്കുകയും ചെയ്തതിനുശേഷം, എന്റെ ഭാര്യയുടെയും മകളുടെയും ഓർമ്മകൾകൊണ്ട് ഓരോ മുക്കിലും മൂലയിലും നിറഞ്ഞുനിൽക്കുന്ന ഈ വീട്ടിൽ എനിക്ക് ഒന്നും സംഭവിക്കാത്തതുപോലെ വന്നു കയറാൻ കഴിയില്ല. എവ്ജീനിയ ഇടയ്ക്കിടയ്ക്ക് മുന്നറിയിപ്പ് നൽകിയിരുന്നതുപോലെ, ചുണങ്ങു ചുരണ്ടുന്നതിൽ അർത്ഥമില്ല. എന്നാൽ ഇന്ന് കുറ്റകൃത്യം നടന്ന സ്ഥലം കണ്ടതിനുശേഷം ഞാൻ ഉറപ്പ് വരുത്തേണ്ട ചില കാര്യങ്ങളുണ്ട്. കടന്നുപോയ മണിക്കൂറുകൾ സംശയത്തെ ദൂരീകരിക്കുന്നതിന് പകരം ആശങ്കകൾ വർദ്ധിപ്പിക്കുകയാണ് ചെയ്തത്. മരിച്ച ബാലപീഡകന്റെ അതിവിദഗ്ധമായി തയ്യാറാക്കിയ കൊലപാതകത്തിന് എന്നോട് എന്തെങ്കിലും ബന്ധമുണ്ടോ? ഈ സംശയം ദൂരീകരിക്കണം. വാശിയോടെ ഞാൻ ബേസ്മെന്റിലേക്കുള്ള പടവുകൾ ലക്ഷ്യമാക്കി നടന്നു. അതിനുള്ളിലേക്ക് ഞാൻ ഇറങ്ങിയിട്ട് വളരെക്കാലമായിരുന്നു. ഓരോ ചുവടിലും പടികൾ എന്റെ കാലടിയേറ്റ് വേദനിക്കുന്നതുപോലെ ഞരങ്ങി.

തടി വാതിലിന്റെ വശത്തായി ഞാൻതന്നെ ഉണ്ടാക്കിയ ഒരു ചെറിയ പെട്ടിയിൽ താക്കോൽ ഇരിപ്പുണ്ടായിരുന്നു. ആരെങ്കിലും അത് തൊട്ടിട്ട് എത്ര നാൾ കഴിഞ്ഞെന്ന് ആർക്കറിയാം. പൊടിയും തുരുമ്പും പിടിച്ചു അത് വികൃതമായിരുന്നു. താക്കോൽ അതിന്റെ ദ്വാരത്തിനുള്ളിൽ കുടുങ്ങിപ്പോകല്ലേ എന്ന പ്രാർഥനയുമായി പൂട്ടിനുള്ളിൽ തിരുകി ഒരു പ്രാവശ്യം ഞാൻ തിരിച്ചു. ഒരിക്കൽ കൂടി. അത് തുറന്നു. ഞാൻ മെല്ലെ വാതൽപ്പാളി ഒന്നു തള്ളി നോക്കി. ഒരുതരം കനത്ത, നനഞ്ഞ ഗന്ധം എന്റെ മൂക്കിലേക്ക് തുളച്ച് കയറി. ഞാൻ സ്വിച്ച് ഓൺ ചെയ്തു. ഒന്ന് രണ്ടു തവണ മിന്നിയതിന് ശേഷം അത് പ്രകാശിച്ചു. ഇരുണ്ടു മങ്ങിയ ബേസ്മെന്റിനുള്ളിൽ അടുത്തടുത്തായി അടുക്കിവച്ച പെട്ടികൾ, വാൽനട്ട് തടി കൊണ്ടുണ്ടാക്കിയ ഒരു പെട്ടിയുടെ മുകളിൽ പൊടിപിടിച്ച ഗ്രാമഫോൺ, കിളിവാതിലുകൾക്കു സമീപം പഴയ ലാമ്പ് ഷേഡുകൾ, നിശാശലഭങ്ങൾ തിന്നുതീർത്തുകൊണ്ടിരിക്കുന്ന വലിയ പരവതാനി,

അങ്ങനെ നിരവധി സാധനങ്ങൾ ആ ബേസ്മെന്റിൽ കാണപ്പെട്ടു. ആ കാർഡ്ബോർഡ് പെട്ടികളിലൊന്നിലായിരിക്കണം അയ്സുന്റെ കളിപ്പാട്ടങ്ങൾ. ഒരു സാധനംപോലും കളയാൻ ഞാൻ തയ്യാറായിരുന്നില്ല. അവളുടെ വസ്ത്രങ്ങളും പുസ്തകങ്ങളും കളിപ്പാട്ടങ്ങളും മാലകളും മോതിരങ്ങളും വാച്ചും അങ്ങനെ എല്ലാം ഈ പെട്ടികളിലായിരുന്നു. അതിനടുത്ത് തന്നെ ഗുസൈഡിന്റെ സാധനങ്ങൾ ഉണ്ടായിരുന്നു. അവയൊന്നും എറിഞ്ഞുകളയാനുള്ള മനസ്സ് എനിക്കുണ്ടായിരുന്നില്ല. അവരെ മറവിക്ക് വിട്ടുകൊടുക്കാൻ എനിക്ക് കഴിഞ്ഞില്ല. ഇത് അവരുടെ വീടായിരുന്നു, അവരുടെ ശരീരങ്ങൾ എന്നെ വിട്ടുപോയെങ്കിലും അവരുടെ സാധനങ്ങൾ ഈ വീട്ടിൽതന്നെ ഉണ്ടാവും.

ഭിത്തിയോട് ചേർന്ന് മൂന്ന് അടുക്കുകളായി നിരത്തിവച്ചിരുന്ന പെട്ടികളിൽ അയ്സുന്റെ സാധനങ്ങൾ ഉണ്ടായിരുന്നു. വീട് മാറുമ്പോൾ എളുപ്പം കണ്ടുപിടിക്കാൻ ചെയ്യുന്ന രീതിയിൽ പെട്ടികൾക്കുള്ളിൽ ഉള്ള സാധനങ്ങളുടെ പേര് വിശദമായി എഴുതിയിരുന്നു. ഇന്നായിരുന്നെങ്കിൽ എനിക്ക് അത് ചെയ്യാൻ കഴിയുമായിരുന്നില്ല. ഗുസൈഡിനെയും അയ്സുനെയും നഷ്ടപ്പെട്ട ആ ഭയാനകമായ നാളുകളിൽ വേദനയോടും രോഷത്തോടും സങ്കടത്തോടുംകൂടി ആയിരിക്കണം ഞാൻ അവയിൽ എഴുതിയത്. എന്റെ ഭാര്യയെയും മകളെയും കൊന്നവരെ കണ്ടെത്താത്തതിന് എന്നെത്തന്നെ ശിക്ഷിക്കാൻ വേണ്ടി. അന്ന് നടന്ന കാര്യങ്ങൾ ഒന്നുംതന്നെ ഞാൻ ഇന്ന് ഓർക്കുന്നില്ല. അന്ന് കഴിച്ചിരുന്ന മരുന്നുകൾ കാരണമല്ല. മറിച്ച് പ്രതീക്ഷിക്കാത്ത സമയത്ത് എന്റെ ഈഗോയ്ക്കേറ്റ ഈ ശക്തമായ ആഘാതം എന്നെ എന്റെ അബോധാത്മാവിനെപ്പോലും പിടിച്ചു കുലുക്കിക്കളഞ്ഞു. ചിലപ്പോൾ എല്ലാം, എല്ലാവരെയും അവസാനത്തെ വിശദാംശങ്ങൾപോലും മറന്നുകളയണം എന്ന എന്റെ തീവ്രമായ ആഗ്രഹവും അതിന് ഒരു കാരണമായിരുന്നിരിക്കാം.

ദുർബലമായ ഓർമ്മകൾക്ക് കേടുപാടുകൾ വരുത്തിയേക്കാമെന്ന മട്ടിൽ പെട്ടികൾ സൂക്ഷിച്ചാണ് ഞാൻ കൈകാര്യം ചെയ്തത്. അവയ്ക്ക് പുറത്തുള്ള എഴുത്തിൽ ഞാൻ വളരെ ശ്രദ്ധിച്ചിരുന്നു. ''അയ്സുന്റെ കളിപ്പാട്ടങ്ങൾ.'' താഴെയുള്ള വരിയിൽ, ''അടുക്കള സെറ്റ്, മോഡൽ ഹൗസ്, ലെഗോസ്.'' ഇല്ല, ഈ ബോക്സിൽ ബാർബി ഇല്ല. ''അയ്സുന്റെ പാവകൾ'' എന്ന് ലേബൽ ചെയ്ത അടുത്ത ബോക്സിന്റെ അടിയിൽ അത് ഉണ്ടായിരിക്കാം. ആ പെട്ടിയിൽ പാവകളെ കുത്തിനിറച്ചിരുന്നു. എന്റെ മകൾക്ക് പാവകളെ ഇഷ്ടമായിരുന്നു. നൂറുകണക്കിന് ഉണ്ടായാൽപോലും അവൾക്ക് അവയോട് മടുപ്പ് തോന്നില്ല. ഓരോരുത്തർക്കും വെവ്വേറെ പേരും ഒരു പ്രത്യേക കഥയും ഉണ്ടായിരുന്നു. അവൾ അവരോട് ഓരോ ശബ്ദത്തിൽ അവയ്ക്ക് ജീവനുള്ളതുപോലെ സംസാരിച്ചിരുന്നു. എന്നിട്ട് അവൾ അവയ്ക്ക് വേണ്ടി ഉത്തരം നൽകുകയും ചെയ്തിരുന്നു. തുടക്കത്തിൽ, അത് എന്നെയും ഗുസൈഡിനെയും അസ്വസ്ഥരാക്കി. പക്ഷേ, മനശ്ശാസ്ത്രജ്ഞർ പറഞ്ഞു, ''അതൊന്നും കുഴപ്പമില്ല, നിങ്ങളുടെ മകൾക്ക് വളരെയേറെ ഭാവനയുണ്ട്.''

ഞങ്ങൾക്ക് അത് കേട്ടപ്പോൾ ആശ്വാസമായി. അവൾക്ക് പ്രായമായപ്പോൾ അവയോടുള്ള താൽപ്പര്യം കുറഞ്ഞെങ്കിലും തന്റെ മുറിയിൽ നിന്ന് പാവകളെ എടുത്തുമാറ്റിയില്ല.

ഞാൻ പെട്ടി താഴെ ഇറക്കിവച്ചിട്ട് തുറന്നു. ഒരിക്കൽ അയ്സുന്റെ ഏറ്റവും വിലപ്പെട്ട നിധിയായിരുന്ന ആ പാവകൾ ഞാൻ എന്തിനാണ് അവരെ ഈ ഇരുണ്ട മുറിയിൽ ഉപേക്ഷിച്ചത് എന്നു ചോദിക്കുന്നതു പോലെ നിന്ദയോടെ എന്നെ നോക്കി. എന്റെ തൊണ്ടയിൽ ഒരു കുരുക്ക് മുറുകുന്നതുപോലെ അനുഭവപ്പെട്ടു. അവയെല്ലാം അവിടെയിട്ടിട്ട് പോകാൻ ആഗ്രഹിച്ചുവെങ്കിലും ഞാൻ അതിന് എന്നെ അനുവദിച്ചില്ല. മുകളിലുണ്ടായിരുന്ന പാവകളെ എടുത്തുമാറ്റിയിട്ട് പിങ്ക് വസ്ത്രം ധരിച്ച ബാർബിയെ കണ്ടെത്താൻ ഞാൻ ശ്രമിച്ചു. പക്ഷേ അത് അവിടെ ഉണ്ടായിരുന്നില്ല. വലുത്, ചെറുത്, സ്വർണ്ണനിറത്തിലും തവിട്ടുനിറത്തിലും കറുത്ത നിറത്തിലും ചുവന്ന നിറത്തിലും തലമുടിയുള്ളവർ, എല്ലാ നിറങ്ങളിലുമുള്ള വസ്ത്രങ്ങൾ ധരിച്ചവർ, അങ്ങനെ പലതരം പാവകൾ. എനിക്ക് അബദ്ധം പറ്റിയോ? കുറ്റകൃത്യം നടന്ന സ്ഥലത്ത് കാണപ്പെട്ട പാവ അയ്സുന്റേതായിരിക്കുമോ? അതെങ്ങനെ സാധിച്ചു? കൊലയാളി എന്റെ വീട്ടിൽ വന്നു, ബേസ്മെന്റിലേക്ക് ഇറങ്ങി, ഈ പെട്ടിയിൽനിന്ന് ബാർബിയെ പുറത്തെടുത്തു എന്നു കരുതണോ? അതിന് ഒരു സാധ്യതയും ഉണ്ടായിരുന്നില്ല.

സ്വയം ശാന്തനാകാൻ ശ്രമിച്ചിട്ടും എന്റെ ഹൃദയം പടപടാ ഇടിക്കാൻ തുടങ്ങി. ഞാൻ വിയർത്തു കുളിച്ചു. നിയന്ത്രണം നഷ്ടപ്പെട്ട് നിരാശയോടെ ഞാൻ ആ കളിപ്പാട്ടങ്ങൾ വാരി നാലുപാടും എറിഞ്ഞു. ദേഷ്യവും നിരാശയും അല്പമൊന്നടങ്ങിയപ്പോൾ നിർത്തിയിട്ട് ഞാൻ ഒരു ദീർഘ നിശ്വാസം എടുത്തു. ആ നിലവറയിൽ ഈർപ്പം നിറഞ്ഞിരുന്നു. ശക്തമായ മണം മൂലം ചുമയ്ക്കാതിരിക്കാൻ ഞാൻ പാടുപെട്ടു. ശ്വാസം മുട്ടുന്നതുപോലെയുള്ള അവസ്ഥ മൂലം ഒരുപക്ഷേ ഇവിടെ നിന്ന് പെട്ടെന്ന് പോകേണ്ടിവരുമെന്ന് തോന്നിയെങ്കിലും പാവയെ കണ്ടെത്താതെ അത് ചെയ്യാൻ എനിക്ക് കഴിഞ്ഞില്ല. ഞാൻ വീണ്ടും പെട്ടിയിലേക്ക് ഊളിയിട്ടു. അവിടെ, പെട്ടിയുടെ ഏറ്റവും അടിയിൽ, ഒരു വലിയ മൊട്ടത്തലയുള്ള ഒരു കുഞ്ഞുപാവയുടെ കാലുകൾക്കിടയിൽ അത് കിടപ്പുണ്ടായിരുന്നു. ആശ്വാസത്തോടെ ഞാൻ ആ പിങ്ക് നിറത്തിലുള്ള ബാർബിയെ എടുത്തു. കൈയിൽ കിട്ടിയ ഉടനെതന്നെ അതിന്റെ വലതു കൈ നോക്കുകയാണ് ഞാൻ ചെയ്തത്. ഭാഗ്യവശാൽ, അവിടെ ഞാൻ ചെയ്ത അറ്റകുറ്റപ്പണിയുടെ അടയാളം ഉണ്ടായിരുന്നു. ഇത് അയ്സുന്റേതാണ്. ഒരു സംശയവുമില്ല. ആ ചെറിയ പാവയെ നെഞ്ചോട് ചേർത്തുപിടിച്ച് ആ നനഞ്ഞ നിലവറയുടെ പൊടി നിറഞ്ഞ നിലത്ത് കുത്തിയിരിക്കുന്ന നേരത്ത് എനിക്ക് കണ്ണുനീർ അടക്കാനായില്ല.

''യാദൃച്ഛികമായ ഒരു സംഭവമാണിത്.'' ഞാൻ മൂക്ക് ചീറ്റിക്കൊണ്ട് എന്നോട് തന്നെ പറഞ്ഞു. ''വെറും യാദൃച്ഛികം.''

അവൻ മറച്ചുവെക്കുന്ന ചില വസ്തുതകളുണ്ട്

സൂര്യൻ എത്തും മുൻപുതന്നെ ചൂട് എന്നെ ഉണർത്തി. കണ്ണ് തുറന്നപ്പോൾ ഞാൻ വിയർപ്പിൽ നനഞ്ഞു കുതിർന്ന അവസ്ഥയിലായിരുന്നു. കിടക്കയിലും നനവുണ്ടായിരുന്നു. ഇനി ഉറങ്ങാൻ കഴിയില്ലെങ്കിലും ഷീറ്റും തലയിണയും രാത്രിവസ്ത്രങ്ങളും മാറ്റിയിട്ട് ഞാൻ വീണ്ടും തിരിഞ്ഞും മറിഞ്ഞും കിടന്നു. സൂര്യപ്രകാശം ജനലിലൂടെ കടന്നുവന്നു തുടങ്ങിയതോടെ വിയർപ്പ് വീണ്ടും ഒഴുകിത്തുടങ്ങി. ഇന്ന് സാധാരണ ദിവസങ്ങളേക്കാൾ ചൂട് കൂടുമെന്നാണ് തോന്നുന്നത്. അന്തരീക്ഷത്തിന് അസഹനീയമാംവിധം ഈർപ്പവും ഞെരുക്കവും ഉണ്ടായിരുന്നു. ഒരുപക്ഷേ താഴത്തെ നിലയിൽ വടക്കോട്ട് അഭിമുഖമായുള്ള ചെറിയ മുറിയിൽ പോയിക്കിടന്നാൽ കുറച്ചുകൂടി ഉറങ്ങാൻ കഴിഞ്ഞേക്കും. പക്ഷേ എനിക്ക് കട്ടിലിൽനിന്ന് ഇറങ്ങാൻ മടി തോന്നി. ഉറക്കം എന്നെ വിട്ടുപോയി എന്നു പറയുന്നതാവും ശരി. കുളിച്ചു കഴിഞ്ഞപ്പോൾ കുറച്ച് ആശ്വാസമായി. തണുത്ത വെള്ളം ഗുണം ചെയ്തു.

ഉന്മേഷത്തോടെ ഷേവ് ചെയ്തതിനുശേഷം വസ്ത്രം ധരിച്ചു പടികളിറങ്ങാൻ തുടങ്ങിയപ്പോഴാണ് പൂക്കളെക്കുറിച്ച് ഓർത്തത്. ഞാൻ ഗുസൈഡിന്റെ ഫോട്ടോയിലേക്ക് നോക്കി. ‘‘നീ വീണ്ടും മറന്നോ നെവ്സാറ്റ്?’’ അതെ. മറന്നുപോയിരുന്നു. ഞാൻ വെള്ളപ്പാത്രവും എടുത്ത് പൈപ്പിനടുത്തേക്ക് ഓടി.

അലങ്കാരപ്പൂമ്പാറ്റകൾ നിരനിരയായി ഇരിക്കുന്ന ചെറിയ ബാൽക്കണിയിൽ എത്തിയപ്പോൾ വയലറ്റുകൾ ഉണങ്ങിത്തുടങ്ങിയതായി കണ്ടു. ‘‘ഓ, നെവ്സാറ്റ്!’’ ചെറുചൂടുള്ള വെള്ളം പൂച്ചട്ടികളിലേക്ക് ഒഴിക്കാൻ തുടങ്ങിയപ്പോൾ ഞാൻ ഗുസൈഡിന്റെ സ്ഥാനത്തുനിന്ന് എന്നോടുതന്നെ പറഞ്ഞു. ഉണങ്ങിയ മണ്ണ് സ്പോഞ്ച് പോലെ വെള്ളം വലിച്ചെടുത്തു. ഇല്ല, ഇത്തവണ ഞാൻ ഈ വയലറ്റുകളെ കൂടുതൽ സംരക്ഷിക്കും. പക്ഷേ ഇത് എത്രാമത്തെ തവണയാണ്? ഞാൻ ഇവയെ കൂടുതൽ ശ്രദ്ധിക്കേണ്ടതുണ്ട്. ചൂടിനെ ധിക്കരിക്കുന്നതുപോലെ പിങ്ക്, ചുവപ്പ്, പർപ്പിൾ നിറങ്ങളിൽ പൂത്തുലഞ്ഞുനിന്ന ജെറേനിയത്തിന് കൂടുതൽ ഭംഗിയുണ്ടായിരുന്നു. അവർക്ക് ആവശ്യത്തിന് വെള്ളം ഒഴിച്ച്

കൊടുത്തിട്ട് ഉണങ്ങിയ ഇലകൾ ഓരോന്നായി നുള്ളിയെടുത്തു. മൂർച്ച യുള്ള, വശ്യമായ സുഗന്ധം അന്തരീക്ഷത്തിൽ നിറഞ്ഞു. എനിക്ക് നല്ല സുഖം തോന്നി. ഞാൻ അവളുടെ ഫോട്ടോയിലേക്ക് തിരിഞ്ഞു നോക്കി പുഞ്ചിരിച്ചു.

''ശരി, ഗുസൈഡ്, എന്റെ പ്രിയപ്പെട്ടവളേ, ഞാൻ വേണ്ടതുപോലെ ചെയ്തിട്ടുണ്ട്. അവ ഉണങ്ങില്ല. ഇത്തവണ എന്തായാലുമില്ല.'' ഞാൻ താഴേക്ക് ചെന്നിട്ട് ഇന്നലെ രാത്രി നിലവറയിൽ നിന്ന് കൊണ്ടു വന്നു മേശയിൽ വച്ചിരുന്ന അയ്സുന്റെ ബാർബിയും എടുത്ത് തെരുവിലേക്ക് ഇറങ്ങി.

വാതിലിനു പുറത്ത് ഒരു ചെറിയ കാറ്റ് വീശുന്നുണ്ടായിരുന്നു. പക്ഷേ അദൃശ്യമായ മതിൽപോലെ നഗരത്തിന് മുകളിൽ തങ്ങിനിൽക്കുന്ന ഈർപ്പം കുറയ്ക്കുന്നതിന് അത് സഹായിച്ചില്ല. ഞാൻ ചുറ്റും ഒന്ന് കണ്ണോടിച്ചു. ബഹ്തിയാറിനെ എങ്ങും കാണാനില്ലായിരുന്നു. തണു പ്പുള്ള ഒരു മൂല കണ്ടെത്താമെന്ന പ്രതീക്ഷയിൽ അവൻ ഗോൾഡൻ ഹോണിന്റെ തീരത്തേക്ക് പോയിരിക്കാം. മത്സ്യത്തൊഴിലാളിയായ മഹ്മൂത്തിന്റെ വിശ്രമ സ്ഥലത്തുവെച്ച് ഞാൻ അവനെ പല തവണ കണ്ടിട്ടുണ്ട്. അവിടെ വർഷം മുഴുവനും കാറ്റ് വീശുന്നതിനാൽ അവൻ ആ സ്ഥലം വീണ്ടും കയ്യേറിയേക്കാം. കൂടുതൽ ആലോചിക്കാതെ ഞാൻ എന്റെ പഴയ കാറിൽ കയറി സെൻട്രൽ സ്റ്റേഷനിലേക്ക് പോയി.

സ്റ്റേഷനിൽ എത്തിയപ്പോൾ സമയം കളയാതെ ഞാൻ നേരെ തെളി വുകൾ സൂക്ഷിക്കുന്ന മുറിയിലേക്കാണ് പോയത്. അത് മണ്ടത്തരമാ ണെന്ന് എനിക്കറിയാമായിരുന്നു. അയ്സുന്റെ കളിപ്പാട്ടം കൈയിൽ ഉണ്ടായിരുന്നുവെങ്കിലും എന്റെ ഉള്ളിൽ പുകഞ്ഞു നീറിക്കൊണ്ടിരുന്ന ആ സംശയം ഇതുവരെ പോയിരുന്നില്ല. രണ്ട് പാവകളെയും താരതമ്യം ചെയ്താൽ മരിച്ചുപോയ എന്റെ മകളുമായി ഈ സംഭവത്തിന് ഒരു ബന്ധവുമില്ലെന്ന് എനിക്ക് ഉറപ്പിക്കാം. തെളിവുകൾ സൂക്ഷിച്ചിരിക്കുന്ന ഡസൻകണക്കിന് സഞ്ചികൾ അവിടെ ഉണ്ടായിരുന്നിട്ടും അത് കണ്ടെ ത്താൻ എനിക്ക് ബുദ്ധിമുട്ടുണ്ടായില്ല.

മേശയുടെ മുൻവശത്ത് തന്നെ ഞാൻ തേടിവന്ന വസ്തു ഉണ്ടാ യിരുന്നു. സുതാര്യമായ ഒരു ബാഗിനുള്ളിൽനിന്ന് ഞാൻ കൈവശം വച്ചിരിക്കുന്നതുപോലെയുള്ള ഒന്ന് എന്നെ ഒരു തരം വിചിത്രമായ ദയനീയതയോടെ നോക്കിക്കൊണ്ടിരുന്നു. ഞാൻ അടുത്ത് ചെന്ന് അതെ ടുത്തിട്ട് അയ്സുന്റെ ബാർബിക്ക് നേരെ പിടിച്ചു. വാസ്തവത്തിൽ, രണ്ട് പാവകളും തികച്ചും വ്യത്യസ്തമായിരുന്നു. എന്റെ മകളുടെ പാവ യുടെ വസ്ത്രം ചുവപ്പ് കലർന്ന പിങ്ക് നിറമുള്ള ഒന്നായിരുന്നു. അതേ സമയം കുറ്റകൃത്യം നടന്ന സ്ഥലത്ത് ഉപേക്ഷിച്ചതിന്റെ വസ്ത്രത്തിന് നീലകലർന്ന നിറമായിരുന്നു. മാത്രമല്ല, ആ പാവയ്ക്ക് ഞാൻ വീട്ടിൽ നിന്ന് കൊണ്ടുവന്നതിനേക്കാൾ കുറച്ച് ഉയരമുണ്ടായിരുന്നു. എനിക്ക് ഉറപ്പായി. കൊലയാളി എനിക്ക് സന്ദേശം അയച്ചതല്ല. സെയ്നെപ്പ് പറഞ്ഞതുപോലെ, ഇത് യാദൃച്ഛികമായ ഒരു സംഭവം മാത്രമാണ്. ബ്ലൈൻഡ്മാൻസ് ബഫ് വീണ്ടും കൊല്ലാൻ തുടങ്ങി. ഒരിക്കൽക്കൂടി

അവൻ ഒരു കളിപ്പാട്ടം സംഭവസ്ഥലത്ത് ഉപേക്ഷിച്ചു. തന്റെ പതിവ് ആവർത്തിച്ചു. ആ കളിപ്പാട്ടം എന്റെ അയ്സുന്റെ ബാർബി ഡോളിനോട് സാമ്യമുള്ളതായിരുന്നു. അത്രമാത്രമേയുള്ളൂ.

ഞാൻ ആശ്വാസത്തോടെ തെളിവ് മുറിയിൽനിന്ന് പുറത്തിറങ്ങി. ആ നിമിഷം സെയ്നെപ്പിനെയും അലിയെയും ഒരു മിന്നലാട്ടംപോലെ ഞാൻ കണ്ടു. രണ്ടു നിഴലുകൾപോലെ അവർ എന്റെ മുന്നിലൂടെ കടന്നുപോയി. ഞാൻ അവരുടെ പിന്നാലെ പതിയെ നടന്നു. ഇടനാഴിയുടെ അറ്റത്തുള്ള അലിയുടെ മുറിയിൽ എത്തിയപ്പോൾ എനിക്ക് തെറ്റിയില്ലെന്ന് ഞാൻ കണ്ടു. അവർ രണ്ടുപേരും അവിടെ ഉണ്ടായിരുന്നു, ആ തെമ്മാടിയുടെ മേശയ്ക്ക് മുന്നിൽ ഇരുന്നു യൗവനസഹജമായ വിശപ്പോടെ രണ്ടുപേരും പൊഗാച്ച കഴിച്ചു തുടങ്ങുകയായിരുന്നു. എന്നെ കണ്ടപ്പോൾ അവർ ചാടി എഴുന്നേറ്റു.

''ഇരിക്കൂ, ഇരിക്കൂ.'' ഭക്ഷണത്തിന്റെ കൊതിപ്പിക്കുന്ന ഗന്ധം മുറിയിൽ നിറഞ്ഞുനിന്നിരുന്നു. ''എന്നെ കണ്ടതുകൊണ്ട് ആഹാരം കഴിക്കാതിരിക്കരുത്.''

അലിയുടെ തളർന്ന മുഖം തിളങ്ങി.

''ചീഫ്, ഞങ്ങളോടൊപ്പം കഴിക്ക്. നമുക്ക് വേണ്ടത്രയുണ്ട്.''

മേശപ്പുറത്ത് വിരിച്ച കടലാസ് പൗച്ചുകൾക്കുള്ളിൽ നിന്ന്, വറുത്ത പൊഗാച്ച പറയുന്നതായി തോന്നി, 'നിങ്ങൾ എന്ത് കാത്തിരിക്കുകയാണ്?'

''എങ്കിൽ എനിക്കും ഒരു ചായ ഓർഡർ ചെയ്താൽ നന്നായിരിക്കും.'' ഞാൻ സെയ്നെപ്പിന്റെ എതിർവശത്തുള്ള കസേരയിൽ ഇരുന്നു. എന്റെ അസിസ്റ്റന്റ് ആദരവോടെ സ്വന്തം ചായ എനിക്ക് നേരെ നീട്ടി.

''നിങ്ങൾ കഴിച്ചു തുടങ്ങൂ, ചീഫ്. ഞാൻ മറ്റൊരു ചായ എടുക്കാം.''

എനിക്ക് എതിർക്കാൻ അവസരം കിട്ടും മുൻപ് അവൻ ഒരു ചാട്ടുളിപോലെ ഇടനാഴിയിലേക്ക് കുതിച്ചു. ഞാൻ വണ്ണം കുറഞ്ഞ ചായ ഗ്ലാസ് മുന്നിലേക്ക് നീക്കി വച്ചു.

''എന്താണ് വിശേഷം സെയ്നെപ്? നിങ്ങൾ ഇവിടെ എന്താണ് ചെയ്യുന്നത്?''

അവൾ തന്റെ കസേരയിൽ നിവർന്നിരുന്നു.

''ചീഫ്, ഞങ്ങൾ രാത്രി മുഴുവൻ പാർക്കിൽ ഉണ്ടായിരുന്നു. ആ ബുള്ളറ്റിനായി എത്ര തിരഞ്ഞിട്ടും ഞങ്ങൾക്ക് ഒന്നും കണ്ടെത്താനായില്ല. അതിശയോക്തിയല്ല, ഓരോ മണൽത്തരിയും അരിച്ചുപെറുക്കി.''

വളരെ പ്രധാനപ്പെട്ട ഒരു കാര്യം ആയിരുന്നു അത്. അവർക്ക് ഒരു ബുള്ളറ്റ് കണ്ടെത്താൻ കഴിഞ്ഞിരുന്നെങ്കിൽ, ബ്ലൈൻഡ്മാൻസ് ബഫ് അല്ല ഈ അവസാന കൊലപാതകം നടത്തിയത് എന്ന ഞങ്ങളുടെ ഊഹത്തെ അത് ശക്തിപ്പെടുത്തുമായിരുന്നു. ആരെയും ഇതുവരെ കണ്ടെത്താനാകാത്തതിനാൽ ആ പഴയ സീരിയൽ കില്ലറാണ് ഇതിന്

പിന്നിൽ എന്നു ഉറപ്പിക്കേണ്ടി വരും. അവൻ അഞ്ച് വർഷത്തെ ഇട വേള എടുത്തു എന്ന് മാത്രം.

''അപ്പോൾ ആ മനുഷ്യൻ വീണ്ടും തന്റെ പണി തുടങ്ങി.''

ഉറക്കമില്ലായ്മമൂലം ചുവന്നിരുന്ന അവളുടെ ചെസ്റ്റ്നട്ട് കായ പോലെ തവിട്ട് നിറമുള്ള കണ്ണുകൾ മിന്നി.

''ഒറ്റനോട്ടത്തിൽ അങ്ങനെ തോന്നും, പക്ഷേ ഒരു പ്രധാന വ്യത്യാസ മുണ്ട്.''

''എന്താണത്?''

''തീയതികൾ.'' ഉറക്കം തൂങ്ങിയതുപോലെ അവളുടെ ശബ്ദം ഇഴ ഞ്ഞിരുന്നു. ''ബ്ലൈൻഡ്മാൻസ് ബഫിന്റെ ആദ്യ കൊലപാതകത്തിന്റെ തീയതി ഈ അവസാന കൊലപാതകത്തിന്റെ തീയതിയുമായി പൊരുത്തപ്പെടുന്നില്ല. ബ്ലൈൻഡ്മാൻസ് ബഫ് വീണ്ടും കൊല്ലാൻ തുടങ്ങിയെങ്കിൽ, ഈ വർഷത്തെ ആദ്യ കൊലപാതകം ജനുവരി ആദ്യ മാണ് അത് ചെയ്യേണ്ടിയിത്.''

ബ്രാവോ, സെയ്നെപ്, ഞാൻ ചിന്തിച്ചു. സെക്കായ് പറഞ്ഞ അതേ സുപ്രധാനമായ വിവരം അവൾ മനസ്സിലാക്കിയിരിക്കുന്നു.

''ശരിയാണ്.'' ഞാൻ പിന്തുണച്ചു. ''തീയതികൾ പൊരുത്തപ്പെടു ന്നില്ല.''

വിശപ്പുണ്ടാക്കുന്ന സുഗന്ധം പരത്തിക്കൊണ്ട് മേശപ്പുറത്ത് ഇരുന്ന പൊഗാച്ചയിൽ ഒരെണ്ണം ഞാൻ എടുത്തു. അവൾ ചോദിച്ചു, ''ചീഫ്, നിങ്ങൾക്ക് എന്താണ് തോന്നുന്നത്? ബ്ലൈൻഡ്മാൻസ് ബഫ് ആണോ കൊലയാളി?''

''എനിക്കറിയില്ല, സെയ്നെപ്. നമ്മൾ ഒരു മനോരോഗിയെയാണ് കൈകാര്യം ചെയ്യുന്നത്. ആ മനുഷ്യൻ ഒരിക്കലും തന്റെ പതിവുകൾ തെറ്റിക്കില്ലെന്ന് സെക്കായ് തറപ്പിച്ചുപറയുന്നു, പക്ഷേ നമുക്ക് കൃത്യ മായി അറിയാൻ കഴിയില്ല.''

ഞങ്ങളുടെ ക്രിമിനോളജിസ്റ്റും ഒരു കഷണം പൊഗാച്ച എടുത്തു കൊണ്ട് തന്റെ അഭിപ്രായം പറഞ്ഞു.

''നമ്മളെ ആശയക്കുഴപ്പത്തിലാക്കാൻ അവന് വേണമെങ്കിൽ ഇത്തര ത്തിൽ പെരുമാറാം. ആ മനുഷ്യന് തന്റെ രീതികളുണ്ടാവാം. പക്ഷേ അവനും പിടിക്കപ്പെടാൻ ആഗ്രഹിക്കുന്നില്ല. അതുകൊണ്ടായിരിക്കാം ഈ അവസാന കൊലപാതകത്തിന്റെ തീയതികൾ മാറ്റിയത്.''

''എന്നിരുന്നാലും.'' ഒരു കഷണം വായിലാക്കിയതിനുശേഷം ഞാൻ പറഞ്ഞു, ''അഞ്ച് വർഷം മുമ്പ്, ജൂൺ രണ്ടാം തീയതി ചെയ്തതു പോലെ, ഇരയെ വീണ്ടും ഒരു കളിസ്ഥലത്ത് സ്ലൈഡിന്റെ ചുവട്ടിൽ ഉപേക്ഷിക്കുന്നതിൽ അവൻ ഒരു ഉപേക്ഷയും വരുത്തിയില്ല.''

''ശരിയാണ്. മറ്റ് രീതികളും അവൻ കൃത്യമായി പിന്തുടർന്നി ട്ടുണ്ട്. പതിവനുസരിച്ച് കാര്യങ്ങൾ നടന്നാൽ ജൂണിലെ രണ്ടാമത്തെ

കൊലപാതകം ഈ മാസം നാലിനാണ്. അവൻ പതിവ് പിന്തുടരുന്ന പക്ഷം നാളെ മറ്റൊരാളെ കൊലപ്പെടുത്തും.''

അവളും അലിയും ഇന്നലെ രാത്രി തലച്ചോറിന് വിശ്രമം നാല കത്തെ പണിയെടുത്തു എന്ന് തോന്നുന്നു.

''ശരിയാണ്. ഇത് നമുക്ക് ഒരു അവസരമാണ്. ബ്ലൈൻഡ്മാൻസ് ബഫ് തന്റെ പതിവ് തുടരുകയാണെങ്കിൽ നമുക്ക് ഒരു അവസരം ലഭിക്കും.''

അവൾക്ക് മനസ്സിലായില്ല. ഞാൻ എന്റെ പൊഗാച്ചയുടെ രണ്ടാ മത്തെ കഷണം ചവയ്ക്കുന്നത് നിർത്തിയിട്ട് വിശദീകരിച്ചു.

''സെയ്നെപ്, അവൻ ഇരയെ എവിടെ ഉപേക്ഷിക്കും എന്നതിനെ ക്കുറിച്ചാണ് ഞാൻ സംസാരിക്കുന്നത്. അഞ്ച് വർഷം മുമ്പ് ജൂൺ നാലിന് ഇരയെ ഒരു ഡേകെയർ സെന്ററിൽ ആണ് ഉപേക്ഷിച്ചത്.''

ആ ചെസ്റ്റ്നട്ട് കണ്ണുകൾ തിളങ്ങി.

''ഇസ്താംബൂളിലെ എല്ലാ ഡേകെയർ സെന്ററുകളും നമ്മൾ നിരീ ക്ഷിക്കണം!''

''അതെ, ഇന്ന് രാത്രി നമ്മുടെ മുഴുവൻ പൊലീസ് സേനാംഗങ്ങളും ജാഗ്രത പാലിക്കും. ഞാൻ ഉടൻ തന്നെ ഡയറക്ടർ ഇസ്മത്തിന്റെ അടുത്തേക്ക് പോകുന്നുണ്ട്.''

സെയ്നെപ് അപ്പോഴും അവളുടെ പലഹാരക്കഷണം കൈയിൽ പിടിച്ചിരിക്കുകയായിരുന്നു.

''കഴിക്കൂ.'' ഞാൻ പറഞ്ഞു, മൊരിച്ചെടുത്ത റൊട്ടി ചവച്ചുകൊണ്ട് ഞാൻ പറഞ്ഞു. ''നീ എന്താ നോക്കിയിരിക്കുന്നത്?''

അവൾ ചിന്തയിൽ മുഴുകിയിരിക്കുകയായിരുന്നു. ഞാൻ പറഞ്ഞത് സെയ്നപ് കെട്ടില്ലെന്ന് തോന്നി.

''ഇത് ബ്ലൈൻഡ്മാൻസ് ബഫ് അല്ലെങ്കിലോ? ആരെങ്കിലും അവനെ ശരിക്കും അനുകരിക്കുകയാണെങ്കിലോ?'' അവളുടെ കണ്ണുകൾ ആവേശംകൊണ്ട് വിടർന്നു. ''സീരിയൽ കില്ലർമാരെക്കുറിച്ചുള്ള സിദ്ധാന്തം ശരിയാണെങ്കിൽ, ഇത്തരം ആളുകൾക്ക് ശീലങ്ങൾ എളുപ്പത്തിൽ മാറ്റാൻ കഴിയില്ല. കൂടാതെ നമ്മൾ ഈ സംസാരിക്കുന്നത് അഞ്ച് വർഷത്തെ ഇടവേളയ്ക്കുശേഷം വീണ്ടും കൊല്ലാൻ തുടങ്ങിയ ഒരു സീരിയൽ കില്ലറെക്കുറിച്ചാണ്. എല്ലാവരും അവനെ ഓർക്കാൻ ആ മനുഷ്യൻ ആഗ്രഹിക്കുന്നുണ്ടാവില്ലേ?''

സെക്കായിയുടെ വാക്കുകളുടെ പ്രതിധ്വനിപോലെയാണ് സെയ്നെ പ്പിന്റെ ശബ്ദം എന്റെ ചെവികളിൽ മുഴങ്ങിയത്. പക്ഷേ അവൾക്ക് അയാളെപ്പോലെ പിടിവാശിയുണ്ടായിരുന്നില്ല. അവൾക്ക് പിന്തുണ നല്കാൻ ഞാൻ ആഗ്രഹിച്ചു. കാരണം ഈ ചർച്ച ചെയ്യുന്ന സാധ്യത കളൊന്നും ചെയ്യേണ്ട ജോലികളെ ബാധിക്കില്ല എന്നെനിക്ക് അറിയാ മായിരുന്നു.

''തീർച്ചയായും, അത് മറ്റൊരു സാധ്യതയാണ്. പക്ഷേ കൊലയാളി മറ്റാരെങ്കിലും ആണെങ്കിൽപ്പോലും നമ്മൾ പഠിക്കേണ്ട കേസ് ഇപ്പോഴും ബ്ലൈൻഡ്മാൻസ് ബഫിന്റേതാണ്.''

''അത് മറ്റാരെങ്കിലും ആണെങ്കിൽപോലും?'' കൈയിൽ ചായ ഗ്ലാസുമായി അകത്തു കടന്ന അലി ആണത് ചോദിച്ചത്. ''കൊലയാളി മറ്റാരോ ആണെന്നാണോ നിങ്ങൾ പറയുന്നത്?''

''ഇല്ല അലി. ഞങ്ങൾ സാധ്യതകൾ ചർച്ച ചെയ്യുക മാത്രമാണ്.''

''മണ്ടത്തരം!''

ആവി പറക്കുന്ന ചായ ഗ്ലാസ് മേശപ്പുറത്ത് വച്ചിട്ട് അവൻ പരിഹസിച്ചു. ''ആ മനുഷ്യൻ തന്റെ എല്ലാ സ്ഥിരം അടയാളങ്ങളും കുറ്റകൃത്യം നടന്ന സ്ഥലത്ത് നമുക്കായി ഒരുക്കിവച്ചു. നിങ്ങൾ ഇപ്പോഴും എന്തിനെക്കുറിച്ചാണ് തർക്കിക്കുന്നത്? എല്ലാം പകൽപോലെ വ്യക്തമാണ്.''

സെയ്നെപ് അസ്വസ്ഥതയോടെ തല കുലുക്കിയിട്ട് കൈയിലിരുന്ന പൊഗാച്ച കടിച്ചു. അവളുടെ ഭാവം അലി ശ്രദ്ധിക്കാതിരുന്നില്ല.

''ഇത് നിന്റെ ആശയമാണോ?'' അവൻ അത്ഭുതത്തോടെചോദിച്ചു. ''ഇന്നലെ രാത്രി പറഞ്ഞത് ഇതല്ലല്ലോ.''

അവർ രണ്ടുപേരും തമ്മിൽ വഴക്കിടാൻ പോവുകയാണോ എന്ന് ഞാൻ പേടിച്ചു.

''ആദ്യം ഇത് പറഞ്ഞത് സെക്കായിയാണ്. ഇന്നലെ ഉച്ചകഴിഞ്ഞ് ഞാൻ അവന്റെ വീട്ടിൽ പോയിരുന്നു. പക്ഷേ അവനും ഉറപ്പില്ല.''

അലി പുഞ്ചിരിച്ചുകൊണ്ട് തന്റെ കസേരയിൽ ഇരുന്നു.

''വേട്ടനായ എന്നു പേരുള്ള ആ ചീഫ് ഇൻസ്പെക്ടർ അല്ലേ?''

''വേട്ടനായ സെക്കായി. ഈ കേസിന്റെ എല്ലാ വിശദാംശങ്ങളും അവനറിയാം. പക്ഷേ നിർഭാഗ്യവശാൽ, തന്റെ പക്കൽ ഒരു വിവരവുമില്ലെന്നാണ് അയാൾ പറയുന്നത്. പ്രയോജനം ചെയ്യാവുന്ന ചെറിയ ഒരു സൂചനപോലും അയാളിൽനിന്ന് എനിക്ക് ലഭിച്ചില്ല.''

ഞാൻ എന്താണ് പറയുന്നത് എന്നു മനസ്സിലാക്കാൻ ശ്രമിക്കുകയായിരുന്നു സെയ്നപ്.

''നിങ്ങൾ അയാളെ വിശ്വസിച്ചില്ലേ?''

ചായഗ്ലാസിലേക്ക് കൈ നീട്ടിക്കൊണ്ട് ഞാൻ വിശദീകരിച്ചു.

''ഇല്ല. അവൻ കള്ളം പറയുകയാണ്. അവൻ നമ്മിൽനിന്ന് മറച്ചുവെക്കുന്ന എന്തോ ചില വസ്തുതകളുണ്ട്. ഫയലിൽ ഇല്ലാത്ത വസ്തുതകൾ.'' അവർ രണ്ടുപേരും അന്ധാളിച്ചു. ''നിങ്ങൾ എന്താ നോക്കിയിരിക്കുന്നത്? ആഹാരം കഴിക്കൂ. നമുക്ക് കഴിച്ചുകൊണ്ട് സംസാരിക്കാം.''

ഞാൻ ഒരു വലിയ കവിൾ ചായ വലിച്ചുകുടിച്ചു. അവർ ഞാൻ പറഞ്ഞതിനെച്ചൊല്ലി തല പുകയ്ക്കുകയായിരുന്നു. അലിയുടെ മനസ്സ് ഞാൻ പറഞ്ഞതിൽത്തന്നെ കുടുങ്ങിക്കിടക്കുകയായിരുന്നു. വായിൽക്കിടന്ന പൊഗാച്ച വിഴുങ്ങിയശേഷം, അവൻ ചോദിച്ചു, ''എന്തുകൊണ്ടാണ്

അദ്ദേഹം വസ്തുതകൾ രഹസ്യമായി സൂക്ഷിക്കുന്നത്? എന്തുകൊണ്ടാണ് അയാൾ ബ്ലൈൻഡ്മാൻസ് ബഫിനെ സംരക്ഷിക്കാൻ ആഗ്രഹിക്കുന്നത്?''

ഞാൻ ചായഗ്ലാസ് മേശപ്പുറത്ത് വച്ചു.

''അലി, ഈ കുറ്റവാളിയെ സംരക്ഷിക്കാൻ അയാൾ ആഗ്രഹിക്കുന്നില്ല, സ്വയം പിടികൂടാൻ വേണ്ടിയാവണം. വർഷങ്ങളായി താൻ പിന്തുടരുന്ന സീരിയൽ കില്ലറിനെ മറ്റാരും പിടികൂടാൻ അവൻ ആഗ്രഹിക്കുന്നില്ല എന്നാണ് എനിക്ക് തോന്നുന്നത്. എന്താണ് കാരണം എന്നു വ്യക്തമായില്ല. ചിലപ്പോൾ മറ്റാരെയും വിശ്വസിക്കുന്നുണ്ടാവില്ല. ഇത്രയും പ്രയാസമുള്ള ഒരു കേസ് കൈകാര്യം ചെയ്യാൻ തനിക്ക് മാത്രമേ കഴിയൂ എന്നും സെക്കായിക്ക് തോന്നുന്നുണ്ടാവാം.''

ജീവിതത്തെക്കുറിച്ചോ ആളുകളെക്കുറിച്ചോ വേണ്ടത്ര അറിവില്ലാത്ത എന്റെ നിഷ്കളങ്കനായ സഹായി ആശയക്കുഴപ്പത്തിലായി.

''ദൈവമേ, ഈ ഗ്രഹത്തിൽ ശരിക്കും ചില തല തിരിഞ്ഞവന്മാർ ഉണ്ട്.''

''അങ്ങനെ പറയരുത് മകനേ, അയാൾ ശരിക്കും പൊലീസ് ജോലിയിൽ ഒരു മാന്ത്രികനായിരുന്നു. സെക്കായിക്ക് പരിഹരിക്കാനാവാത്ത ഒരു കൊലപാതകവും അയാളുടെ കരിയറിൽ ഇല്ല. ബ്ലൈൻഡ്മാൻസ് ബഫിനെ പിടിക്കാൻ കഴിഞ്ഞില്ല എന്ന സത്യം അയാൾക്ക് സഹിക്കാൻ കഴിയുന്നുണ്ടാവില്ല.''

തന്റെ പതിവ് നേർയുക്തിയിലൂടെ അലി ഏറ്റവും എളുപ്പമുള്ള വഴി നിർദ്ദേശിച്ചു.

''ചീഫ്, നിങ്ങൾ അയാളോട് ഇത് ചോദിച്ചിരുന്നെങ്കിൽ നന്നായിരുന്നു. ഒരുപക്ഷേ അദ്ദേഹം നിങ്ങളോട് സമ്മതിച്ചേക്കും.''

''ഇല്ല. അവൻ അത് നിഷേധിക്കും. എനിക്ക് സെക്കായിയെ അറിയാം. അവൻ ഒരു പന്നിത്തലയനാണ്, അവൻ ഒരിക്കലും പിന്നോട്ട് പോകില്ല.'' ഞാൻ എന്റെ പാത്രത്തിൽ ബാക്കിയുള്ളത് എടുത്തു.

''അതിനാൽ സുഹൃത്തുക്കളേ, നമ്മൾ വീണ്ടും സെക്കായിയുടെ വാതിലിൽ മുട്ടും. ഒരുപക്ഷേ അത് വേണ്ടിവരില്ല, അവൻ നമ്മുടെ അടുത്തേക്ക് വരും. നല്ല സൂക്ഷ്മബുദ്ധിയുള്ള ആളാണ്. എന്തായാലും, നിങ്ങൾ പോയി ബ്ലൈൻഡ്മാൻസ് ബഫിന്റെ ഇരകളുടെ പ്രിയപ്പെട്ടവരെ സന്ദർശിക്കൂ. ഭൂതകാലം ഒന്നു തിരയുന്നത് നമുക്ക് ഗുണം ചെയ്യും. റിപ്പോർട്ടിൽ വരാത്ത വിശദാംശങ്ങളിലേക്ക് അത് വെളിച്ചം വീശിയേക്കും. സെക്കായി അടുത്തിടെ അവരെ ബന്ധപ്പെട്ടിട്ടുണ്ടോ എന്നു കൂടി അവരോട് ചോദിക്കണം.''

''ശരി ചീഫ്, സെയ്നെപ് ഇതിനകം ഒരു ലിസ്റ്റ് തയ്യാറാക്കിയിട്ടുണ്ട്. ഞാൻ ഇന്ന് തന്നെ പണി തുടങ്ങാം.''

''ഒന്നാന്തരം!'' ഞാൻ സെയ്നെപ്പിനെ അഭിനന്ദിച്ചു. ''നമുക്ക് രണ്ടു

പേർക്കുംകൂടി ഈ ആകിഫ് സോയ്കന്റെ ബന്ധുക്കളോട് സംസാരിക്കാം. അവർക്കും എന്തെങ്കിലും പറയാനുണ്ടാവും എന്നു എനിക്ക് ഉറപ്പുണ്ട്.''

ഞങ്ങളുടെ ക്രിമിനോളജിസ്റ്റ് തല കുനിച്ചു.

''ആകിഫ് സോയ്കന്റെ ബന്ധുക്കളെ തിരഞ്ഞിട്ട് കിട്ടിയില്ല ചീഫ്. അവൻ ഒരു അനാഥാലയത്തിലാണ് വളർന്നത്.''

അലി ചൈൽഡ് പ്രൊട്ടക്ഷൻ ഏജൻസിയുടെ ഡോർമിറ്ററികളിൽ വളർന്ന ഒരു കുട്ടി ആയതിനാൽ ആ വാചകം അവന്റെ ശ്രദ്ധ പെട്ടെന്ന് പിടിച്ചുപറ്റി.

''ഏത് സ്ഥലം? അത് ഇസ്താംബൂളിന് പുറത്തായിരുന്നോ?''

സ്വന്തം കടമകൾ പൂർണ്ണമായി നിറവേറ്റുന്ന ഒരാളുടെ അനായാസതയോടെ ഞങ്ങളുടെ ക്രിമിനോളജിസ്റ്റ് അത് വിശദീകരിച്ചു.

''ചനക്കലെയിൽ ആയിരുന്നു അത്. പത്ത് വർഷം മുമ്പ് അത് അടച്ചുപൂട്ടി. പക്ഷേ നമുക്ക് ഭാഗ്യമുണ്ടായിരുന്നു. അ സ്ഥാപനത്തിന്റെ അന്നത്തെ ഡയറക്ടർ ഹികാബി ഇപ്പോൾ ഇസ്താംബൂളിലാണ് താമസിക്കുന്നത്. അയാൾ വിരമിച്ചു കഴിഞ്ഞ് സെയ്റ്റിൻബർണുവിലെ ഒരു ഫ്ളാറ്റിലാണ് താമസിക്കുന്നത്. ഞാൻ അദ്ദേഹത്തോട് ഫോണിൽ സംസാരിച്ചു. അയാൾക്ക് ആകിഫിനെ ഓർമ്മയുണ്ടായിരുന്നു. അവൻ മരിച്ചതിൽ വളരെ വിഷമമുണ്ടെന്നും ഏതു വിധേനയും സഹായിക്കാൻ തയ്യാറാണെന്ന് അയാൾ പറഞ്ഞു.''

അങ്ങനെയുള്ള ഒരാളായിരുന്നു ഞങ്ങൾക്ക് ആവശ്യമായിരുന്നത്. ഞാൻ ബാഗിൽ അവശേഷിച്ച പൊഗാച്ചയിലേക്ക് വിരൽ ചൂണ്ടി.

''എങ്കിൽ വാ. ഭക്ഷണം കഴിച്ചുതീർക്കൂ, ഞാൻ ഡയറക്ടർ ഇസ്മെത്തിനോട് സംസാരിക്കട്ടെ. ഡേകെയറുകളിൽ നിരീക്ഷണത്തിനായി പൊലീസുകാരെ വിന്യസിക്കണം.''

എന്റെ കുട്ടികളിൽ ഓരോരുത്തരും ഓരോ രത്നമാണ്

വെറും ഇരുപത് വർഷങ്ങൾക്കുമുമ്പ്, സെയ്റ്റിൻബർനു ദരിദ്രവും എന്നാൽ ആകർഷകവുമായ ഒരു സ്ഥലമായിരുന്നു. പൂന്തോട്ടങ്ങളിൽ വലിയ മരങ്ങൾ ഉയർന്നുനിന്നിരുന്ന ഒരു സ്ഥലത്ത് സ്ഥിതി ചെയ്തിരുന്ന ഒറ്റനില വീടുകളായിരുന്നു അവിടെ നിറയെ. ഇപ്പോൾ അത് അറപ്പ് തോന്നിക്കുന്ന തരത്തിൽ ഒന്നിനു മുകളിൽ ഒന്നായി കൂട്ടിയിട്ടിരിക്കുന്നതുപോലെ നിൽക്കുന്ന, ഒരുപോലെയുള്ള കെട്ടിടങ്ങളാൽ മൂടപ്പെട്ട ദുർഘടമായ ഒരു കോൺക്രീറ്റ് കാടായി മാറിക്കഴിഞ്ഞു. കൊല ചെയ്യപ്പെട്ടവൻ വളർന്നുവന്ന ചിൽഡ്രൻസ് ഹോമിന്റെ ഡയറക്ടർ ഹികാബി ഗവണ്മെന്റ് നിർമ്മിച്ച ഇത്തരം വൃത്തികെട്ട അപ്പാർട്ട്മെന്റ് കെട്ടിടങ്ങളിൽ ഒന്നിന്റെ നാലാം നിലയിലാണ് താമസിച്ചിരുന്നത്. ലിഫ്റ്റ് പ്രവർത്തനരഹിതമായതിനാൽ ഞങ്ങൾ ഇടുങ്ങിയ പടികൾ കയറാൻ തുടങ്ങി. വാതിലിനു പുറത്ത് വച്ചിരിക്കുന്ന ചെരിപ്പുകൾ, കുട്ടികളുടെ ശബ്ദങ്ങൾ, ഈ ചൂടിൽ അസഹ്യമായിത്തോന്നിയ ഭക്ഷണഗന്ധങ്ങൾ... അനറ്റോലിയൻ പ്രദേശങ്ങളിൽനിന്നു പറിച്ചെടുക്കപ്പെട്ട മനുഷ്യർ കെട്ടിടങ്ങളുടെ ഈ ക്രൂരമായ കാട്ടിൽ വീണുപോകാതെ മുറുകെ പിടിച്ചു ജീവിക്കാൻ ശ്രമിക്കുന്നു.

ഹികാബി വാതിൽക്കൽ ഒരു ചെവി വച്ചുകൊണ്ട് ഞങ്ങളെ കാത്തിരിക്കുന്നു എന്നാണ് തോന്നിയത്. ബെൽ അടിച്ച നിമിഷം അദ്ദേഹം വാതിൽ തുറന്നു. ചുട്ടുപൊള്ളുന്ന കാലാവസ്ഥയെ വകവെക്കാതെ അയാൾ ഒരു ബ്രൗൺ സ്യൂട്ട് ധരിച്ചിരുന്നു. ഇളം തവിട്ടു നിറമുള്ള ഒരു ഷർട്ട്, ഇരുണ്ട തവിട്ട് ടൈ.., ഈ മീറ്റിംഗിന് അദ്ദേഹം വളരെയേറെ പ്രാധാന്യം നല്കിയിരുന്നു എന്നു വ്യക്തമായിരുന്നു. ആ കണ്ണുകളായിരുന്നു അയാളുടെ ഏറ്റവും ശ്രദ്ധേയമായ സവിശേഷത. ഒരുതരം വിചിത്രമായ ലജ്ജയോടെ ആ വിശാലമായ കറുത്ത കണ്ണുകൾ ഞങ്ങളെ സൂക്ഷിച്ചു നോക്കി. ആ മുഖത്തുണ്ടായിരുന്ന അലസഭാവം അധികനേരം നീണ്ടുനിന്നില്ല. നേർത്ത ചുണ്ടുകളിൽ തങ്ങിനിന്ന പുഞ്ചിരി ആ മുഖത്ത് പടരുകയും കണ്ണുകൾ തിളങ്ങുകയും ചെയ്തു.

“സെയ്നെപ് മാഡം അല്ലേ? നിങ്ങൾ ചീഫ് ഇൻസ്പെക്ടർ

നെവ്സാറ്റ് ആയിരിക്കണം.'' അയാൾ മാന്യതയോടെ ഒരു വശത്തേക്ക് മാറി നിന്നു. ''ദയവായി വരൂ. സ്വാഗതം.''

ഞങ്ങളുടെ ക്രിമിനോളജിസ്റ്റ് മുന്നിലും ഞാൻ അവളുടെ പിന്നിലുമായി അകത്തേക്ക് പോയി. വീട് തികച്ചും വൃത്തിയുള്ളതായിരുന്നു. നല്ല അഭിരുചിയോടെ തിരഞ്ഞെടുത്തതോ ഉയർന്ന നിലവാരമുള്ളതോ ആയ വീട്ടുപകരണങ്ങൾ. അവിടെ ഹികാബിയല്ലാതെ മറ്റാരുമുണ്ടായിരുന്നില്ല. എന്റെ മനസ്സിലുണ്ടായിരുന്ന ചോദ്യം സെയ്നെപ് ചോദിച്ചു.

''നിങ്ങൾ ഒറ്റയ്ക്കാണോ താമസിക്കുന്നത്?''

അവ്യക്തമായ ഒരു ദുഃഖം ആ മുഖത്ത് നിഴലിച്ചു.

''അതെ, ഞാൻ ഒറ്റയ്ക്കാണ്. അത് ഞാൻ ആഗ്രഹിച്ചതല്ല സെയ്നെപ് മാഡം. ഞാൻ ബിസിനസ് കാര്യങ്ങളുമായി എപ്പോഴും അനറ്റോലിയയിലായിരുന്നു. നഗരങ്ങളിൽനിന്ന് നഗരങ്ങളിലേക്ക് അലഞ്ഞുതിരിയുന്നതിനിടയിൽ എനിക്ക് വിവാഹത്തിന്റെ കാര്യത്തിലെ കുരുക്കഴിക്കാൻ കഴിഞ്ഞില്ല.'' അയാൾ എന്നെ നോക്കി വീണ്ടും ചിരിച്ചു.

''ഒന്നോ രണ്ടോ ശ്രമങ്ങൾ നടത്തിയെങ്കിലും അത് വിജയിച്ചില്ല. അത്എന്റെ വിധിയിൽ ഇല്ലെന്നാണ് തോന്നുന്നത്. എനിക്ക് ഇപ്പോൾ നല്ല പ്രായമുണ്ട്. സാരമില്ല, സെയ്നെപ് മാഡം, ഈ വർഷം അറുപത്തിയഞ്ച് വയസ്സ് തികഞ്ഞു. ഈ പ്രായത്തിൽ എന്നെപ്പോലൊരു വൃദ്ധനെ ആർക്ക് വേണം?''

ആ മനുഷ്യന് സ്വന്തം പ്രതിച്ഛായയെപ്പറ്റി ക്രൂരമായ ഒരു ധാരണയാണ് ഉള്ളതെന്ന് തോന്നി. അയാൾക്ക് അമ്പതിൽ കൂടുതൽ തോന്നുമായിരുന്നില്ല. അയാൾ സുന്ദരനും മര്യാദയുള്ളവനും ആയിരുന്നു, മാത്രമല്ല നല്ല നർമ്മബോധവും ഉണ്ടായിരുന്നു. നര കലർന്ന മുടിയും സൂര്യപ്രകാശത്തിൽ തിളങ്ങുന്ന വെങ്കലനിറമുള്ള ചർമ്മവും ഒരുക്കിയ പുരികങ്ങൾക്ക് താഴെയുള്ള മാസ്മരികമായ കറുത്ത കണ്ണുകളും ചേർന്ന് അദ്ദേഹം യെസിൽ ചാമിന്റെ സിനിമകളിൽ നിന്നിറങ്ങി വന്ന ഏതോ മുൻകാല നടനെപ്പോലെ കാണപ്പെട്ടു. ഇടതുകവിളിലെ ആഴത്തിലുള്ള മുറിവ് ആ മുഖത്ത് ഒരു നാടകീയമായ ഭാവം നല്കി. ഒരുപക്ഷേ തന്റെ കാലം കഴിഞ്ഞുപോയ ഒരു നടനെപ്പോലെയായിരിക്കാം അയാൾ. എന്നാൽ സ്ത്രീകൾ അത്തരം പുരുഷന്മാരെയും സ്നേഹിക്കാറുണ്ട്. അവരുടെ സമയം കടന്നുപോയെങ്കിൽ പ്രത്യേകിച്ചും. പക്ഷേ, സെയ്നെപ്പോ ഞാനോ ഈ വിഷയത്തിലേക്ക് കടക്കാൻ ആഗ്രഹിച്ചില്ല. എന്തായാലും ഞങ്ങളുടെ ആതിഥേയനും ആ വിഷയം തുടർന്നില്ല. ഇരുമ്പ് അടുപ്പിനടുത്തുള്ള ഒരു പച്ച ദിവാനിൽ ഇരിക്കാനായി അയാൾ ഞങ്ങളെ ക്ഷണിച്ചു.

''ഇവിടെ ഇരിക്കാം.''

ഞാൻ അടുപ്പിലേക്ക് നോക്കുന്നത് കണ്ട് ആ ഉപകരണത്തോട് വാത്സല്യം കലർന്ന ഒരു ഭാവം കാട്ടിക്കൊണ്ട് അദ്ദേഹം വിശദീകരിച്ചു. ''പാരമ്പര്യമായി കിട്ടിയ ഒന്ന്. ഇതിനെ ചുറ്റിപ്പറ്റി ഒരുപാട് ഓർമ്മകളുണ്ട്. എനിക്ക് അതിനെ എവിടെയും ഉപേക്ഷിക്കാൻ കഴിയില്ല. ഞാൻ എവിടെ

താമസിക്കാൻ പോയാലും അത് എടുത്തിട്ടുണ്ട്. ഈ കെട്ടിടത്തിൽ ഗ്യാസ് കണക്ഷൻ ഉണ്ട്. പക്ഷേ, ഇത് മാത്രമാണ് എന്റെ പിതാവിൽ നിന്ന് ലഭിച്ചതായി അവശേഷിക്കുന്നത്. അത് വലിച്ചെറിയാൻ എനിക്ക് മനസ്സില്ലായിരുന്നു.''

''എനിക്ക് നിങ്ങളുടെ വികാരം മനസ്സിലായി ചേട്ടാ.'' ഞാൻ അയാൾ പറഞ്ഞത് അംഗീകരിച്ചു.

''ഓർമ്മകൾ നിറഞ്ഞുനില്ക്കുന്ന വസ്തുക്കൾ വലിച്ചെറിയുന്നത് എനിക്കും സഹിക്കാനാവില്ല.''

ഞാനും സെയ്നെപ്പും അടുത്തടുത്തായി ഇരുന്നു. ദിവാനിലെ ഇരുപ്പ് ഒട്ടും സുഖമായിരുന്നില്ല. പിന്നിലേക്ക് ചാഞ്ഞ് ഞാൻ സ്വസ്ഥ നായി ഇരിക്കാൻ ശ്രമിച്ചു. രാത്രി മുഴുവൻ ഉണർന്നിരുന്നുവെങ്കിലും സെയ്നെപ്പിന് വലിയ പ്രശ്നമുണ്ടെന്ന് തോന്നിയില്ല. ഞാൻ നേരം കളയാതെ വന്ന കാര്യത്തിലേക്ക് കടന്നു.

''ഞങ്ങളോട് സംസാരിക്കാൻ സമ്മതിച്ചതിന് നന്ദി. സെയ്നെപ് ഫോണിലൂടെ വിശദീകരിച്ചതുപോലെ, ഞങ്ങൾ ആകിഫ് സോയ്കന്റെ മരണത്തെക്കുറിച്ച് അന്വേഷിക്കുകയാണ്.''

ആ മനുഷ്യന്റെ മുഖത്ത് ആത്മാർത്ഥമായ സങ്കടം നിഴലിച്ചു.

''ഇത് അവിശ്വസനീയമാണ്. വാർത്ത കേട്ടപ്പോൾ ഞാൻ ആകെ കുഴങ്ങിപ്പോയി.'' അയാൾക്ക് തുടരാൻ കഴിഞ്ഞില്ല. ആ കവിളുകളിലൂടെ കണ്ണുനീർ ഒലിച്ചിറങ്ങാൻ തുടങ്ങിയിരുന്നു. ''ക്ഷമിക്കണേ.'' അയാൾ പോക്കറ്റിൽനിന്ന് ഒരു തൂവാല എടുത്തപ്പോൾ നേരിയ സുഗന്ധം അന്ത രീക്ഷത്തിൽ നിറഞ്ഞു. ''ആലോചിക്കുമ്പോൾ എനിക്ക് ഭയങ്കര വിഷമം തോന്നുന്നു.'' കവിളുകൾ തുടച്ചിട്ട് ഹികാബി തന്റെ തൂവാല ഭംഗിയായി മടക്കി പോക്കറ്റിലേക്ക് തിരിച്ചു. ''അവൻ ഒരു നല്ല കുട്ടിയായിരുന്നു, ശരിക്കും നല്ല കുട്ടിയായിരുന്നു. ശാന്തനും. ആരോടും കലഹിക്കില്ല. ഒരിക്കലും വഴക്കുണ്ടാക്കില്ല. ആ പാവപ്പെട്ടവനിൽനിന്ന് അവർക്ക് എ ന്താണ് വേണ്ടിയിരുന്നത്?''

ആകിഫ് ഒരു ബാലപീഡകനാണെന്ന് അയാൾക്ക് അറിയില്ലായി രുന്നോ?

''നിങ്ങൾ അവനെ എങ്ങനെയാണ് കണ്ടുമുട്ടിയത്?'' ഞാൻ ചോദിച്ചു. തന്റെ വിദ്യാർത്ഥിയെ കുറ്റപ്പെടുത്തുന്ന നിമിഷം അയാൾ പ്രതിരോധ ത്തിലേക്ക് പോകുമെന്ന് എനിക്ക് ഉറപ്പായിരുന്നു. തനിക്കറിയാവുന്ന കാര്യങ്ങൾ മറച്ചുവെക്കാൻപോലും ശ്രമിച്ചേക്കാം. ''അനാഥാലയത്തിൽ വരുമ്പോൾ ആകിഫ് നന്നേ ചെറുപ്പമായിരുന്നിരിക്കണം.''

അവന്റെ കണ്ണുകൾ ചിന്തയിലാണ്ടു.

''അവൻ ചെറുതായിരുന്നു, വളരെ ചെറുതായിരുന്നു. ആ സമയത്ത് അവന് ഒമ്പത് വയസ്സായിരുന്നു. സുന്ദരനായിരുന്നു. വളരെ മിടുക്കനായ കുട്ടി. അമ്മയും അച്ഛനും ഒരു വാഹനാപകടത്തിൽ മരിച്ചു. അവന്

ഈസിനിൽ രണ്ട് അമ്മാവന്മാരുണ്ടായിരുന്നു. പക്ഷേ അവർ ദരിദ്രരായിരുന്നു. കുട്ടികളെ നോക്കാനുള്ള കഴിവില്ല. മൂത്ത അമ്മാവൻ അവനെ അനാഥാലയത്തിലേക്ക് കൊണ്ടുവന്നു. അയാളുടെ പേര് സുഹ്തു എന്നായിരുന്നു എന്നാണ് തോന്നുന്നത്. മറ്റേ അമ്മാവൻ വന്നിട്ടില്ല. ഒരു വർഷത്തോളം സുഹ്തു ഇടയ്ക്കൊക്കെ മരുമകനെ സന്ദർശിച്ചിരുന്നു. പക്ഷേ പിന്നീട് അയാൾ വരുന്നത് നിർത്തി. ഇത്തരം വിഷയങ്ങളിൽ അത് സാധാരണമാണ്. എന്തായാലും...'' ഹികാബി ഒരു ദീർഘനിശ്വാസമെടുത്തു. ''ഞാൻ ആ കുട്ടിയുടെ അമ്മയും അച്ഛനും ആയിരുന്നു.''

അയാൾ വിഷയത്തിൽനിന്ന് വ്യതിചലിക്കാൻ തുടങ്ങിയിരുന്നു.

''എത്ര വർഷം ആകിഫ് അനാഥാലയത്തിൽ ഉണ്ടായിരുന്നു?''

അയാൾക്ക് കണക്കുകൂട്ടേണ്ട ആവശ്യംപോലും ഉണ്ടായിരുന്നില്ല.

''ഹൈസ്കൂൾ കഴിയുന്നതുവരെ. അവൻ ഒരിക്കലും, ഒരു ക്ലാസ്സിലും തോറ്റിട്ടില്ല, റിപ്പോർട്ട് കാർഡിൽ മോശം ഗ്രേഡുണ്ടായിരുന്നില്ല. ഞാൻ നേരത്തെ പറഞ്ഞതുപോലെ, അവൻ ഒരു മിടുക്കനായ കുട്ടിയായിരുന്നു. കഠിനാധ്വാനിയായിരുന്നു. മനോഹരമായ കഥകൾ എഴുതുമായിരുന്നു. അവൻ ഒരു എഴുത്തുകാരനാകും എന്നു ഞാൻ സ്വപ്നം കണ്ടിരുന്നു. അവന് ഒരു സാഹിത്യ അദ്ധ്യാപകനുണ്ടായിരുന്നു. തലത്, ശരിയാണ്, തലത് കിസിലേ. അയാൾ ഈ കുട്ടിയോട് പ്രത്യേക താൽപ്പര്യം കാണിച്ചിരുന്നു. ദൈവം അയാളെ അനുഗ്രഹിക്കട്ടെ. തലതിന് രണ്ട് പെൺമക്കളുണ്ടായിരുന്നു. അയാൾക്ക് അവർ തമ്മിൽ യാതൊരു വിവേചനവും ഉണ്ടായിരുന്നില്ല. തലത് അവന് പുസ്തകങ്ങൾ, പേനകൾ, അങ്ങനെ എല്ലാം നല്കിയിരുന്നു. അവധി ദിവസങ്ങളിൽ ധരിക്കാനായി ഷൂസും വസ്ത്രങ്ങളുംപോലും ആകിഫിനായി അയാൾ വാങ്ങി.''

സെയ്നെപ് എന്റെ നേരെ നോക്കി. ഞങ്ങൾ രണ്ടുപേരുടെയും മനസ്സിലെ ചിന്ത ഒന്നുതന്നെയായിരുന്നു.

''ആകിഫ് തലത്തിനെ ഇഷ്ടപ്പെട്ടിരുന്നോ?'' അവൾ മൃദുവായി ചോദിച്ചു.

ആകിഫ് ചെറുപ്പത്തിൽ ലൈംഗികാതിക്രമത്തിന് ഇരയായെന്ന് എന്നെപ്പോലെ അവളും ചിന്തിച്ചിരുന്നു. തലത് കുട്ടിയോട് ആവശ്യത്തിലധികം ശ്രദ്ധ കാണിച്ചുവെന്ന് കേട്ടപ്പോൾ, ഈ ടീച്ചർ കുഞ്ഞുങ്ങളെ ദുരുപയോഗം ചെയ്യുന്നയാളായിരിക്കുമെന്ന് അവൾക്ക് തോന്നി. എന്നാൽ ഹികാബി ചേട്ടന് അത്തരം ചിന്തകൾ ഉണ്ടായിരുന്നില്ല.

''തീർച്ചയായും തലത് അവനെ സ്നേഹിച്ചു.'' അയാൾ പറഞ്ഞു. ആ മുഖത്ത് നിഷ്കളങ്കമായ പുഞ്ചിരി തെളിഞ്ഞു നിന്നു.

''എന്തുകൊണ്ടില്ല? എന്നെക്കൂടാതെ, അയാൾ മാത്രമാണ് ആകിഫിൽ താൽപ്പര്യം കാണിച്ചത്. തലത് ഒരു നല്ല വ്യക്തിയായിരുന്നു. എനിക്കറിയാവുന്ന ഏറ്റവും നല്ല അധ്യാപകനായിരുന്നു അദ്ദേഹം. ആ ജീവിതത്തിന് ഭയങ്കരമായ ഒരു അന്ത്യമുണ്ടായെങ്കിലും. അത് അവിശ്വസനീയമായിരുന്ന്. പക്ഷേ അദ്ദേഹത്തിന്റെ ഭാര്യ, ശരിയാണ്, സ്വന്തം

ഭാര്യ, ആ നല്ല മനുഷ്യനെ കുത്തിക്കൊന്നു. അവൾക്ക് അയാളുടെ വിദ്യാർത്ഥികളോട് അസൂയ ഉണ്ടായിരുന്നു എന്ന് അവർ പറയുന്നു. ആ സ്ത്രീക്ക് നല്ല മാനസികാരോഗ്യം ഉണ്ടായിരുന്നില്ല. അവർ അവളെ എങ്ങനെയോ ഒരു മാനസികരോഗികൾക്കായുള്ള വാർഡിൽ അടച്ചു. അയാളുടെ പെൺമക്കൾക്ക് എന്താണ് സംഭവിച്ചതെന്ന് അറിയില്ല.''

''ശരി.'' ഞാൻ വീണ്ടും സംഭാഷണം മുറിച്ചു. ''ഹൈസ്കൂളിൽ പഠിക്കുമ്പോൾ ആകിഫ് കൂടെയുണ്ടായിരുന്നു എന്നു നിങ്ങൾ പറഞ്ഞു. അതിനുശേഷം അവനെ കണ്ടിട്ടില്ലേ?''

അപമാനിക്കപ്പെട്ടതുപോലെ അയാൾ കണ്ണുകൾ ഇറുക്കിയടച്ചു.

''തീർച്ചയായും കണ്ടു നെവ്സാറ്റ് സാറേ. എന്നെ കണ്ടിട്ട് കുട്ടികളെ തെരുവിലേക്ക് വലിച്ചെറിയുന്ന ഒരു മനുഷ്യനെപ്പോലെ തോന്നുന്നുണ്ടോ?'' തുകലിന്റേതുപോലെ തവിട്ട് നിറമുള്ള ഒരു ചുമരിലേക്ക് അയാൾ കൈ ചൂണ്ടി. ഒരു ഡസനിലധികം ഫ്രെയിമുകളാൽ അത് നിറഞ്ഞിരുന്നു. അവയ്ക്കുള്ളിൽ മങ്ങാൻ തുടങ്ങിയ ചില ഫോട്ടോഗ്രാഫുകൾ ഉണ്ടായിരുന്നു. ചിലത് ബിരുദദാന ചടങ്ങിനിടയിലും മറ്റുള്ളവ വിവാഹങ്ങളിലും എടുത്തതാണ്. മടിയിൽ നവജാതശിശുവുമായിരിക്കുന്ന ഒരു ചെറുപ്പക്കാരൻപോലും അക്കൂട്ടത്തിൽ ഉണ്ടായിരുന്നു.

''അവർ എന്റെ കുട്ടികളാണ്, അവരുടെ കുട്ടികൾ എന്റെ കൊച്ചുമക്കളാണ്, ഞാൻ എല്ലാവരുമായും ആശയവിനിമയം നടത്തുന്നു, അവരുമായി ഫോണിൽ സംസാരിക്കുന്നു. ഇപ്പോൾ ഈ ഇന്റർനെറ്റ് വന്നതിനുശേഷം അവർ എന്നോട് അതിലൂടെ എഴുതാൻ പറയുന്നു, പക്ഷേ എനിക്ക് ഇത് കൈകാര്യം ചെയ്യാൻ കഴിയില്ല.''

''ആകിഫ് സോയ്കന്റെ കാര്യമോ?'' ഞാൻ തടസ്സപ്പെടുത്തി. ''നിങ്ങൾ ഇപ്പോഴും അവനുമായി ബന്ധപ്പെട്ടിരുന്നോ?''

ആ മുഖത്ത് നിഴൽ പടർന്നു.

''ഞാൻ അതിലേക്ക് എത്തുകയായിരുന്നു. തീർച്ചയായും ഞങ്ങള് തമ്മിൽ ബന്ധമുണ്ടായിരുന്നു. അവൻ എന്നെ അവസാനമായി വിളിച്ചത് രണ്ട് മാസം മുമ്പാണ്. അവൻ പഠിച്ചിരുന്ന അതേ കാലഘട്ടത്തിൽ സെമിഹ് എന്നു പേരുള്ള ഒരു ആൺകുട്ടി അനാഥാലയത്തിൽ ഉണ്ടായിരുന്നു, ആകിഫ് അവന്റെ വിവാഹത്തിന് പണം ശേഖരിക്കുകയായിരുന്നു. ഞങ്ങൾ ഞങ്ങളുടെ കുട്ടികളെ നന്നായാണ് വളർത്തിയത്. അവർ വിശ്വസ്തരാണ്. അവർ എപ്പോഴും പരസ്പരം പിന്തുണയ്ക്കാറുണ്ട്.''

ഞങ്ങളുടെ അക്ഷമയായ ക്രിമിനോളജിസ്റ്റ് ഒടുവിൽ പൊട്ടിത്തെറിച്ചു.

''ആകിഫിനെ നിങ്ങൾക്ക് നന്നായി അറിയാമെങ്കിൽ, അതിനർത്ഥം അവൻ ഒരു ബാലപീഡകനാണെന്ന് നിങ്ങൾക്കറിയാം എന്നാണ്.''

ഹികാബിയുടെ മണലിന്റെ തവിട്ടുനിറത്തിലുള്ള പുരികങ്ങൾ ചുളിഞ്ഞു. ആശ്ചര്യവും അതിനെ തുടർന്ന് കോപത്തിന്റെ ഒരു മേഘവും ആ മുഖത്തുകൂടി കടന്നുപോയി.

''എന്ത്? സെയ്നെപ് മാഡം, നിങ്ങൾ എന്തിനെക്കുറിച്ചാണ് സംസാരിക്കുന്നത്?''

ആ പെൺകുട്ടിക്ക് പിന്നോട്ട് പോകാൻ ഉദ്ദേശമുണ്ടായിരുന്നില്ല.

''നിങ്ങൾ ആകാശത്തോളം സ്തുതിച്ചുകൊണ്ടിരിക്കുന്ന ആകിഫ് സോയ്കൻ ഒരു കടുത്ത മാനസികരോഗിയായിരുന്നു എന്നതിനെക്കുറിച്ചാണ് ഞാൻ സംസാരിക്കുന്നത്. അവൻ ഒരു ബാലപീഡകനായിരുന്നു. അവനെതിരെ കേസുകൾ ഉണ്ട്. ഈ കുറ്റത്തിന് അവനെ ജയിലിലടച്ചിരുന്നു. നിങ്ങൾ കേട്ടിട്ടില്ലേ?''

ആ മനുഷ്യന്റെ മുഖം വെള്ളപൂശിയതുപോലെയായിത്തീർന്നു.

''അതെങ്ങനെ? ഇല്ല, എന്തെങ്കിലും തെറ്റ് സംഭവിച്ചിട്ടുണ്ടാകും. ഞാൻ ഇത് നിങ്ങളിൽനിന്നാണ് ആദ്യമായി കേൾക്കുന്നത്.'' അയാൾ പരിഭ്രാന്തനാകുന്നതുപോലെ തോന്നി. ''പേരുകൾ ഒന്നുതന്നെയായിരിക്കണം. ഇത് വേറെ ഏതോ ആകിഫ് സോയ്കനാണ്. എന്റെ കുട്ടി അങ്ങനെയുള്ള ഒരാളല്ല.''

അയാൾ ആത്മാർത്ഥമായി സംസാരിക്കുന്നതുപോലെയാണ് തോന്നിയത്. പക്ഷേ സത്യം വെളിപ്പെട്ടുകഴിഞ്ഞിരുന്നു. ഒന്നുകിൽ അയാൾക്ക് തന്റെ വിദ്യാർത്ഥികളിൽ താൽപ്പര്യമുണ്ടെന്നും അവർ തമ്മിലുള്ള ബന്ധം ഒരിക്കലും തകരില്ല എന്നും അതിശയോക്തിപരമായി പറഞ്ഞതാണ്. അല്ലെങ്കിൽ അയാൾ കള്ളം പറയുകയായിരുന്നു.

''ഒരു തെറ്റും ഇല്ലെന്ന് പറയുന്നതിൽ ക്ഷമിക്കണം ചേട്ടാ.'' ഞാൻ തണുത്ത ശബ്ദത്തിൽ പറഞ്ഞു. ''കൊല്ലപ്പെട്ട ആകിഫ് സോയ്കാൻ നിങ്ങൾക്കറിയാവുന്ന വ്യക്തിയാണ്. അവൻ ശരിക്കും ഒരു ബാലപീഡകനായിരുന്നു. അവന്റെ ഈ വക്രതയാണ് അവന്റെ കൊലപാതകത്തിൽ കലാശിച്ചത് എന്നാണ് ഞങ്ങളുടെ ഊഹം.''

ആ കറുത്ത കണ്ണുകൾ ആശ്ചര്യത്താൽ വിടർന്നു, പക്ഷേ അയാൾ നേരെയാകുന്നതുവരെ കാത്തിരിക്കാനുള്ള മാനസികാവസ്ഥയിൽ ആയിരുന്നില്ല ഞാൻ.

''നിർഭാഗ്യവശാൽ ഇതാണ് സ്ഥിതി. ഞാൻ നിങ്ങളോട് മറ്റ് ചില കാര്യങ്ങൾ ചോദിക്കാൻ ആഗ്രഹിക്കുന്നു. ആ വർഷങ്ങളിൽ, അവന്റെ കുട്ടിക്കാലത്തോ ചെറുപ്പത്തിലോ ആകിഫിന് സമാനമായ എന്തെങ്കിലും പരാതികൾ ഉണ്ടായിരുന്നോ? ഉപദ്രവമോ മറ്റെന്തെങ്കിലുമോ? ഉദാഹരണത്തിന്, ഈ തലത്. അയാൾ ഒരു നല്ല അധ്യാപകൻ ആയിരുന്നു എന്നു നിങ്ങൾ പറയുന്നു. തീർച്ചയായും ഞങ്ങൾ അതിനെ തെറ്റായി വ്യാഖ്യാനിക്കാൻ ആഗ്രഹിക്കുന്നില്ല, പക്ഷേ എന്താണ് സംഭവിച്ചതെന്ന് മനസ്സിലാക്കേണ്ടതുണ്ട്. ആകിഫിന്റെ കൊലയാളിയെ കണ്ടെത്തുന്നതിന് അതാവശ്യമാണ്.''

അവൻ തന്റെ കാൽമുട്ടുകൾ കൂട്ടിപ്പിടിച്ചശേഷം ചൂണ്ടുവിരൽ ആകാശത്തിലേക്ക് ചൂണ്ടി.

''നിങ്ങൾക്ക് തെറ്റി! ഈ പറഞ്ഞതെല്ലാം തെറ്റാണ്. ആകിഫ് നിങ്ങൾ പറയുന്ന തരം കുട്ടിയല്ല, തലത്തും അങ്ങനെയുള്ള ആളല്ല.'' അയാളുടെ താടി വിറയ്ക്കാൻ തുടങ്ങിയിരുന്നു.

''കൂടാതെ.., കൂടാതെ, ഞാൻ നിയന്ത്രിച്ചിരുന്ന ആ വീട് അങ്ങനെയൊരാൾക്ക് അഭയം നൽകില്ല. ഇല്ല, എന്റെ ഓരോ കുട്ടികളും ഓരോ രത്നങ്ങളാണ്.''

ഞങ്ങളുടെ മുന്നിൽ ഇരുന്ന ദയയുള്ള ആതിഥേയൻ അപ്രത്യക്ഷനായി. ആ സ്ഥാനത്ത് ഒരു തൊപ്പി താഴെ വീണു എന്ന കാരണം കൊണ്ട് പോലും യുദ്ധം ചെയ്യാൻ തയ്യാറാവുന്ന തരം ഒരു മനുഷ്യൻ പ്രത്യക്ഷപ്പെട്ടു.

''അതെ, നെവ്സാറ്റ്, നിങ്ങൾക്ക് ഗുരുതരമായ തെറ്റുപറ്റി. ഞാൻ വളർത്തുന്ന ഒരു കുട്ടി ഒരിക്കലും ഇത്തരം വികാരങ്ങൾക്ക് അടിമയാകില്ല. ഒരിക്കലും അത്ര വെറുപ്പോടെ പെരുമാറില്ല. ഇല്ല സർ, എന്നെ വിശ്വസിപ്പിക്കാൻ ആർക്കും കഴിയില്ല.''

ആ മനുഷ്യൻ ഒരു സ്വപ്നലോകത്ത് ജീവിക്കുകയായിരുന്നു. അയാൾ കുറ്റമറ്റവനായിരുന്നു, തീർച്ചയായും അയാൾ വളർത്തിയ കുട്ടികളും അങ്ങനെ ആയിരിക്കും എന്നാണ് അയാൾ ചിന്തിക്കുന്നത്. പരാജയത്തെയോ തിന്മയെയോ ചെറിയ നിഷേധാത്മകതയെപ്പോലും നേരിടാൻ ആഗ്രഹിക്കാത്ത ഇത്തരത്തിലുള്ള വ്യക്തികളെ എനിക്ക് അറിയാമായിരുന്നു. വിരുദ്ധമായ എന്തെങ്കിലും ഉണ്ടെന്ന് അവർ സമ്മതിക്കില്ല. സ്വയം നന്നായിരിക്കുന്നിടത്തോളം കാലം ലോകം മുഴുവൻ നല്ലതായിരിക്കുമെന്ന് അവർ കരുതി. എന്തിനധികം, ജീവിതം അവരെ നേരെയാക്കാൻ നിരന്തരം ശ്രമിച്ചാലും ഈ വിഡ്ഢിത്തം നിറഞ്ഞ ശുഭാപ്തി വിശ്വാസം അവർ ഒരിക്കലും കൈവിടില്ല.

''അപ്പോൾ ചേട്ടാ.'' സെയ്നെപ് ഇടപെട്ടു. ''നിങ്ങളുടെ ബോയ്സ് ഹോമിൽ കുട്ടികളോട് ലൈംഗികാതിക്രമം ഒരിക്കലും ഉണ്ടായിട്ടില്ലേ?''

ആ കണ്ണുകളിൽ വെറുപ്പ് നിറഞ്ഞു.

''നിനക്കെങ്ങനെ എന്നോട് ഇങ്ങനെ സംസാരിക്കാൻ കഴിയുന്നു?'' അയാൾ അലറി. ''ഈ ചോദ്യം എന്നോട് ചോദിക്കാൻ നിങ്ങൾക്ക് എങ്ങനെ ധൈര്യം വന്നു?''

''ശാന്തനാകൂ.'' ഞാൻ അദ്ദേഹത്തിന് മുന്നറിയിപ്പ് നൽകി. ''ചേട്ടാ, നിങ്ങൾ സംസാരിക്കുന്നത് ഒരു സ്ത്രീയോടാണ്. ശബ്ദം ഉയർത്തരുത്. ഇത് നിങ്ങളെപ്പോലെ ഒരു മാന്യന് ചേർന്ന പെരുമാറ്റമല്ല.''

ഇത്തരമൊരു പ്രതികരണം അദ്ദേഹം പ്രതീക്ഷിച്ചിരുന്നില്ല.

''അവൾ എന്നെ കുറ്റപ്പെടുത്തുന്നു. ഞങ്ങളുടെ ജനറൽ മാനേജരോട് എന്തെങ്കിലും പരാതികൾ ഫയൽ ചെയ്തിട്ടുണ്ടോ എന്ന് അന്വേഷിക്കുക.''

അയാൾ വളരെ രോഷാകുലനായിരുന്നു. എന്തുചെയ്യണമെന്ന് അറിയാതെ ഹികാബി സെയ്നെപ്പിന് നേരെ തിരിഞ്ഞു.

''ക്ഷമിക്കണം, പക്ഷേ നിങ്ങളുടെ ചോദ്യങ്ങൾക്ക് ഇനി ഉത്തരം നൽകാൻ ഞാൻ ആഗ്രഹിക്കുന്നില്ല. ദയവായി പോകൂ. സർ, നിങ്ങൾ രണ്ടുപേരും ദയവായി പോകണം. നമ്മുടെ സംഭാഷണം ഇവിടെ തീർന്നു. ദയവായി എന്നെ വെറുതെ വിടൂ.''

കഞ്ചാവ് ഇസ്മായിൽ ശവസംസ്കാരത്തിന്റെ ഉത്തരവാദിത്തം ഏറ്റെടുക്കുന്നു

അപ്പാർട്ട്മെന്റ് കെട്ടിടത്തിൽനിന്ന് പുറത്തുകടക്കുമ്പോൾ ആ ഈർപ്പമുള്ള ചൂട് വീണ്ടും ദയയില്ലാതെ ഞങ്ങളെ ആക്രമിച്ചു. ഭാഗ്യവശാൽ ഞാൻ കാർ തണലിലാണ് പാർക്ക് ചെയ്തിരുന്നത്. എന്റെ തൊട്ടടുത്തുള്ള സീറ്റിൽ നിശ്ശബ്ദയും അപമാനിതയുമായി സെയ്നെപ് ഇരുന്നു. ഉറക്കമില്ലായ്മകൊണ്ട് നേരത്തെതന്നെ ഉണ്ടായിരുന്ന അസ്വാസ്ഥ്യം കാരണമാവാം, അവളെ അയാളുടെ ആക്രോശങ്ങൾ വല്ലാതെ ബാധിച്ചിരുന്നു. ഇടനാഴി കടന്ന് പടികൾ ഇറങ്ങുമ്പോൾ അവൾ ഒരക്ഷരം മിണ്ടിയില്ല. ഇപ്പോൾ, കാർ സ്റ്റാർട്ട് ചെയ്യുന്നതിനായി നിശ്ശബ്ദമായി കാത്തിരിക്കുന്നതിനിടയിൽ സമീപത്തുള്ള ചെറിയ പൂന്തോട്ടത്തിൽ കളിക്കുന്ന ഒരു ആൺകുട്ടിയെയും രണ്ട് പെൺകുട്ടികളെയും അവൾ നിരീക്ഷിക്കുന്നത് ഞാൻ ശ്രദ്ധിച്ചു. നടന്ന സംഭവമോർത്ത് വിഷമിക്കേണ്ട എന്ന് ഞാൻ അവളോട് പറയാൻ പോകുകയായിരുന്നു. പക്ഷേ റിംഗ് ചെയ്യുന്ന ഫോൺ എന്നെ അതിന് അനുവദിച്ചില്ല. മറുതലയ്ക്കൽ അലി ആയിരുന്നു. അവനില്ലാതെ ഞങ്ങൾക്ക് ഈ പണികൾ ഒന്നും ചെയ്യാൻ കഴിയില്ല.

‘‘അലി, പറയൂ, ഞാൻ കേൾക്കുന്നുണ്ട്.’’ ഞാൻ ഫോൺ അറ്റൻഡ് ചെയ്തു. പ്രിയതമന്റെ പേര് കേട്ടതോടെ സെയ്നെപ് വിഷാദത്തിൽ നിന്ന് പുറത്തു കടന്നു. ഞങ്ങളുടെ ഇരുണ്ട നിറമുള്ള ജൂലിയറ്റിന്റെ ചുണ്ടിലെ പുഞ്ചിരി കണ്ടില്ലെന്ന് നടിച്ച് ഞാൻ ഫോണിലെ റോമിയോയുടെ വാക്കുകളിൽ ശ്രദ്ധ പതിപ്പിച്ചു.

‘‘ഇരയുടെ ശവസംസ്കാരം നാളെ ഉച്ചസമയത്തെ പ്രാർത്ഥനയുടെ നേരത്തായിരിക്കും. എഡിർനെകാപ്പിയിലെ മിഹിർമാ സുൽത്താൻ മസ്ജിദിലാണത് നടക്കുക. പോസ്റ്റ്മോർട്ടം പൂർത്തിയായിക്കഴിഞ്ഞു. ഇനി സെയ്നെപ്പിന് റിപ്പോർട്ട് തയ്യാറാക്കാം.’’

എനിക്ക് കൗതുകം തോന്നിയ കാര്യം ഇതൊന്നുമായിരുന്നില്ല. അതിനെപ്പറ്റി ചോദിക്കാതിരിക്കാൻ കഴിഞ്ഞില്ല.

‘‘മുനിസിപ്പാലിറ്റിയാണോ ശവസംസ്കാരത്തിന്റെ ചുമതല

വഹിക്കാൻ പോകുന്നത്? ആകിഫിന് ബന്ധുക്കളാരും ഇല്ലെന്ന് നിങ്ങൾക്കറിയാമല്ലോ.''

''അതാണ് ഞാൻ പറയാൻ പോയത് ചീഫ്. കഞ്ചാവ് ഇസ്മായിൽ ശവസംസ്കാരച്ചിലവ് ഏറ്റെടുക്കുന്നു.''

ഇതൊരു അപ്രതീക്ഷിത വാർത്തയായിരുന്നു.

''നമ്മുടെ കഞ്ചാവ് ഇസ്മായിൽ? ആ മാഫിയാക്കാരൻ?''

''അതുതന്നെ. രാവിലെ മുതൽ അവന്റെ ആളുകൾ മോർച്ചറിയുടെ വാതിലിനു പുറത്തുണ്ട്.''

കഴിഞ്ഞ കുറച്ച് വർഷങ്ങളായി നഗരത്തെ ഭീതിയിലാഴ്ത്തിയ ഗുണ്ടാസംഘത്തിന്റെ ക്യാപ്റ്റനായിരുന്നു കഞ്ചാവ് ഇസ്മായിൽ. അയാൾ പലതരം അനധികൃത ബിസിനസ്സുകളിൽ ഏർപ്പെട്ടിരുന്നതായി എനിക്കറിയാമായിരുന്നു. കൊള്ളയടിക്കൽ, ഭൂമി തട്ടിയെടുക്കൽ, ഏകപക്ഷീയമായ ലേലം, അങ്ങനെ പലതും. കുചുക് ചെക്മെസിലെ ഒരു ബാറിൽ മൂന്നുപേരുടെ മരണത്തിന് കാരണമായ ഒരു അക്രമത്തിന് കാരണം അവനാണെന്ന സംശയം ഉയർന്നിരുന്നു. എണ്ണമറ്റ തവണ ചോദ്യം ചെയ്യാനായി ഞങ്ങൾ പിടിച്ചുകൊണ്ടുവന്നുവെങ്കിലും അവന്റെ ആളുകൾ കുറ്റം ഏറ്റെടുക്കുന്നതിനാൽ ഇസ്മായിൽ എപ്പോഴും ശിക്ഷയിൽനിന്നു രക്ഷപ്പെട്ടു. കുചുക് ചെക്മെസിലെ സംഭവത്തിൽ കഞ്ചാവിനെ ചോദ്യം ചെയ്തത് ഞാനായിരുന്നു. തണുത്ത രക്തമുള്ള, തരംതാണ ജീവിതം നയിക്കുന്നവൻ ആണെങ്കിലും അവൻ വിചിത്രമായവിധം സ്ഥിരതയുള്ളവനായിരുന്നു. അവൻ ഒരിക്കലും സ്വന്തം അതിരുകൾ ലംഘിക്കുകയോ എന്നോട് ധിക്കാരം കാണിക്കുകയോ ചെയ്തില്ല. എന്നാൽപ്പോലും അവൻ സമ്മർദ്ദങ്ങൾക്ക് മുന്നിൽ വളയുകയോ കുനിയുകയോ ചെയ്യാതെ എപ്പോഴും തന്റെ ഔന്നത്യം കാത്തുസൂക്ഷിച്ചു. ഒരു പീഡകനുമായി ബന്ധപ്പെടുത്തി തന്റെ പേര് അറിയപ്പെടുന്നതിൽ കഞ്ചാവിന് താല്പര്യം ഉണ്ടാവുമോ എന്ന് ഞാൻ സംശയിച്ചു.

''ഈ കുറ്റവാളിയും ഇരയുമായി എന്ത് ബന്ധം?''

''എനിക്കറിയില്ല. കേട്ടപ്പോൾ ഞാൻ അത്ഭുതപ്പെട്ടുപോയി. ആകിഫ് അവന്റെ സംഘത്തിൽ ഉണ്ടായിരുന്നോ എന്ന് എനിക്ക് സംശയമുണ്ട്.''

ഇന്നലെ രാവിലെ കണ്ട ശവമായിട്ടല്ല, വർഷങ്ങൾക്കുമുമ്പ് ഞാൻ കണ്ടുമുട്ടിയ യുവാവിന്റെ മുഖമായിരുന്നു എന്റെ ഓർമ്മയിൽ. ആകിഫ് ഒരു ഗുണ്ടാസംഘത്തിൽ ചേരുന്ന തരം ആളായിരുന്നില്ല. പ്രതിരോധിക്കാൻ കഴിയാത്ത കുട്ടികളെ ദുരുപയോഗം ചെയ്യാനുള്ള ധൈര്യം മാത്രമേ അവന് ഉണ്ടായിരുന്നുള്ളൂ. അവൻ ഒരു ദുർബലനായിരുന്നു.

''എനിക്ക് സംശയമുണ്ട്, അലി.'' ഞാൻ പറഞ്ഞു, ആ വാചകം വായിൽ നിന്ന് പോയ നിമിഷം ഞാൻ പുനപരിശോധിച്ചു. ''ഉറപ്പിച്ചു പറയാൻ പ്രയാസമാണ്. നിങ്ങൾ പറഞ്ഞത് ശരിയായിരിക്കാം. ആകിഫിന് സംഘത്തിൽ എന്തെങ്കിലും കടമ ഉണ്ടായിരുന്നിരിക്കാം.''

കിട്ടിയ അവസരം പാഴാക്കാതെ എന്റെ സഹായി ആവേശത്തോടെ പറഞ്ഞു.

''നിങ്ങൾ അനുവദിച്ചാൽ ഞാൻ ഇപ്പോൾതന്നെ കഞ്ചാവിനെ പിടിക്കാം. നമുക്ക് അവനെ ചൂടോടെ ചോദ്യം ചെയ്യാം.''

അവൻ അത് ചെയ്യുമെന്ന് എനിക്ക് ഉറപ്പായിരുന്നു. എന്ത് വില കൊടുത്തും അവൻ കഞ്ചാവിനെ സ്റ്റേഷനിലേക്ക് കോളറിൽ പിടിച്ചു വലിച്ച്കൊണ്ടുവരും. പക്ഷേ ആ മനുഷ്യൻ ഞങ്ങളോട് സത്യം പറയുമോ എന്നത് സംശയമാണ്.

''ഇല്ല, അലി, നമുക്ക് കാത്തിരിക്കേണ്ടി വരും. നാളെ ശവസംസ്കാര ചടങ്ങിൽവച്ച് നമുക്ക് കഞ്ചാവുമായി സംസാരിക്കാം. അത് പോട്ടെ, നിങ്ങൾ ഇന്ന് എന്താണ് ചെയ്തത്? ബ്ലൈൻഡ്മാൻസ് ബഫിന്റെ ഇരകളുടെ ബന്ധുക്കളിൽനിന്ന് എന്തെങ്കിലും വിവരം ലഭിച്ചോ?''

''ഞാൻ ഇപ്പോൾ ഒരാളുടെ അച്ഛനുമായി സംസാരിച്ചു. കാമിൽ ചോട്ടുക് എന്ന് പേരുള്ള ഒരാൾ. അയാൾ ഹാരൂൺ ചോട്ടുക്കിന്റെ പിതാവാണ്. 2012 ജനുവരിയിൽ കൊല്ലപ്പെട്ട ചോട്ടുക്കിന്റെ അച്ഛൻ. അയാൾ ഒരു മാന്യനും ഭക്തനുമാണ്. അല്ലെങ്കിൽ കുറഞ്ഞപക്ഷം അയാൾ മറ്റുള്ളവരുടെ മുന്നിൽ അങ്ങനെ പ്രത്യക്ഷപ്പെടുകയെങ്കിലുമാണ്. എന്നാൽ ആ സംഭവത്തിൽ അയാൾ ശരിക്കും കുലുങ്ങിപ്പോയി. അഞ്ചു വർഷം കഴിഞ്ഞിട്ടും ആ മനുഷ്യൻ എന്റെ മുന്നിൽ ഭയന്നു വിറച്ചുകൊണ്ട് നിന്ന ഓർമകൾ മായുന്നില്ല. മകൻ മരിച്ചതു കൊണ്ടല്ല, മറിച്ച് ബാലപീഡകനെന്ന നിലയിൽ അവനെപ്പറ്റി ചിന്തിക്കാൻ അശക്തനായതിനാൽ കാമിൽ ചോട്ടുക് വല്ലാതെ അസ്വസ്ഥനായിരുന്നു. മകനെ ന്യായീകരിക്കാനോ പ്രതിരോധിക്കാനോ അയാൾ ശ്രമിച്ചില്ല. തന്റെ മകൻ ഒരു ലൈംഗിക കുറ്റവാളിയാണെന്ന് അയാൾക്ക് വ്യക്തമായി അറിയാമായിരുന്നു. എന്നാൽ അവനെ കൊന്നത് ആരായിരിക്കുമെന്ന് അയാൾക്ക് അറിയില്ല. സത്യം പറഞ്ഞാൽ, അയാൾ അത് കാര്യമാക്കിയില്ല. മരണാനന്തര ജീവിതത്തിൽ തന്റെ മകന് എന്ത് സംഭവിക്കുമെന്നതിനെ പറ്റിയായിരുന്നു അദ്ദേഹം കൂടുതൽ ആശങ്കാകുലനായത്. 'ഹാറൂണിന് പാപമോചനം ലഭിക്കട്ടെ.'' അയാൾ പ്രാർത്ഥിക്കുന്നതു പോലെ പറഞ്ഞു. 'തമ്പുരാൻ അവനോട് പൊറുക്കട്ടെ.' തന്റെ മകൻ കൊല്ലപ്പെട്ടതിൽ അയാൾ സന്തോഷിച്ചിരിക്കാം. ഈ ലോകത്ത് ചെയ്ത കുറ്റങ്ങൾക്കുള്ള ശിക്ഷ അനുഭവിച്ചുകഴിഞ്ഞാൽ അവൻ മറ്റേതോ ലോകത്തിലെ നരകത്തിൽനിന്ന് രക്ഷപ്പെട്ടേക്കാം എന്നയാൾ ആശിച്ചു. എന്തായാലും ഞാൻ കാര്യം ചുരുക്കിപ്പറയാം ചീഫ്. കൊലപാതകിയെക്കുറിച്ചല്ല, സുപ്രണ്ട് സെക്കായിയെക്കുറിച്ചാണ് കാമിൽ രസകരമായ ഒരു കാര്യം വെളിപ്പെടുത്തിയത്. നിങ്ങൾ പറഞ്ഞത് ശരിയായിരുന്നു. സെക്കായ് ഇപ്പോഴും ഈ കേസ് അന്വേഷിക്കുകയാണ്. കുറച്ച് മാസങ്ങൾക്ക് മുമ്പ്, അദ്ദേഹം വീണ്ടും കാമിൽ ചൊട്ടുക്കിനെ സന്ദർശിച്ചിരുന്നു. താൻ റിട്ടയർ ചെയ്ത കാര്യം അയാളോട് സെക്കായ് പറഞ്ഞില്ല.''

ഞാൻ പ്രതീക്ഷിച്ച വാർത്തയായിരുന്നു ഇത്.

''സെക്കായ് എന്താണ് ചോദിച്ചത്?''

''ഞാൻ ചോദിച്ച അതേ കാര്യങ്ങൾ. ആരെങ്കിലും അയാളുടെ മകനെ ഭീഷണിപ്പെടുത്തിയിരുന്നോ. അവനു ശത്രുക്കൾ ഉണ്ടായിരുന്നോ

കൊലയാളിയെക്കുറിച്ച് എന്തെങ്കിലും വിവരം ഉണ്ടായിരുന്നോ. ഒന്നും അറിയില്ലെന്ന് കാമിൽ ചോട്ടുക്ക് പറഞ്ഞപ്പോൾ, അയാൾ സംസാരം അല്പം കടുപ്പിച്ചു. 'നിങ്ങൾ എന്നിൽ നിന്ന് ഒന്നും മറച്ചുവെക്കരുത്,' സെക്കായ് മുന്നറിയിപ്പ് നൽകി, 'നിങ്ങൾക്ക് നിങ്ങളുടെ മകന്റെ കൊല പാതകിയെ കണ്ടെത്തണം, അല്ലേ? ശരി, നിങ്ങളെ സഹായിക്കാൻ എനിക്ക് മാത്രമേ കഴിയൂ.' പക്ഷേ, അയാളുടെ പക്കൽ ഒരു വിവരവും ഉണ്ടായിരുന്നില്ല. എന്നിട്ടും സൂപ്രണ്ട് സെക്കായ് പിന്മാറിയില്ല.എന്തെങ്കിലും വാർത്ത കിട്ടിയാൽ വിളിക്കാൻ പറഞ്ഞിട്ടാണ് പോയത്.''

ഞാൻ വിചാരിച്ചതുപോലെ തന്നെ. സെകായിയുടെ ഹൃദയം വിര മിച്ചിരുന്നില്ല. പാതി പൂർത്തിയായ ഈ കേസ് അവസാനിപ്പിക്കാതെ അയാൾ തന്റെ മൂലയിലേക്ക് മടങ്ങാൻ പോകുന്നില്ല എന്നെനിക്ക് ബോധ്യമായി. അയാൾക്ക് ബ്ലൈൻഡ്മാൻസ് ബഫിനെ പിടിക്കാതെ മനസ്സമാധാനം ലഭിക്കില്ല. എനിക്ക് സെക്കായിയെ കുറ്റപ്പെടുത്താൻ കഴിഞ്ഞില്ല. ഈ വിഷയത്തിൽ ഉണ്ടായിരുന്ന ഒരേയൊരു പ്രശ്നം, അങ്ങേര് ഞങ്ങളോട് സഹകരിക്കുന്നില്ല എന്നതായിരുന്നു. അത് ഈ അന്വേഷണത്തെ പ്രതികൂലമായി ബാധിച്ചേക്കാം. ഒരുപക്ഷേ അനൗ ദ്യോഗികമായി സെക്കായിയെ കേസിൽ ഇടപെടാൻ അനുവദിക്കുന്ന തിലൂടെ ഒരു ധാരണയിലെത്താൻ കഴിഞ്ഞേക്കും. അത് നിയമവിരുദ്ധ മായിരുന്നു. പക്ഷേ ഞങ്ങൾ ഒരുമിച്ച് കൊലയാളിയെ പിടിക്കുകയാ ണെങ്കിൽ ഇതൊന്നും ഒരു പ്രശ്നമാവുകയില്ല. എന്നാൽ സെക്കായ് ഇത് സമ്മതിക്കുമോ എന്നത് സംശയമായിരുന്നു.

''എനിക്ക് മനസ്സിലായി അലി.'' ഞാൻ എന്റെ സഹായിയോട് പറഞ്ഞു. ''നിങ്ങൾ പഴയ ഇരകളുടെ ബന്ധുക്കളുമായി കാണുന്നത് തുടരുക. ഞങ്ങൾ ഈ ഏറ്റവും പുതിയ ഇരയുടെ വീട്ടിലേക്ക് വിളിക്കാം. ഇന്ന് വൈകുന്നേരം കാണാം.''

ഫോൺ കട്ട് ചെയ്തപ്പോൾ, സെയ്നെപ് എന്നെ ആശങ്കയോടെ നോക്കുന്നത് ഞാൻ ശ്രദ്ധിച്ചു. അല്പം ശുദ്ധവായു കിട്ടാൻ വേണ്ടി ഞാൻ കാറിന്റെ ഡോർ തുറന്നു. എന്റെ നെറ്റിയിൽ വീണ്ടും വിയർപ്പ് പൊടിഞ്ഞു.

''നമ്മളും അങ്ങനെ ആകുമോ?'' അവൾ ചോദിച്ചു.

അവൾ എന്താണ് ഉദ്ദേശിച്ചതെന്ന് എനിക്ക് മനസ്സിലായില്ല.

''എന്തുപോലെ?''

''സൂപ്രണ്ട് സെക്കായിയെപ്പോലെ. അയാൾ ഇപ്പോഴും ഈ കേസ് പിന്തുടരുന്നു. അല്ലേ?''

അലി പറഞ്ഞത് അവൾ കേട്ടിട്ടുണ്ടാകില്ല. പക്ഷേ ആ മിടുക്കിയായ പെൺകുട്ടിക്ക് വിഷയം മനസ്സിലായി.

''അതെ.'' ഞാൻ ഫോൺ ജാക്കറ്റിന്റെ പോക്കറ്റിലേക്ക് ഇട്ടു.

''സെക്കായ് ഇപ്പോഴും ബ്ലൈൻഡ്മാൻസ് ബഫിന്റെ പിന്നാലെയാണ്. കൊലയാളിയെ കിട്ടുന്നതുവരെ അവൻ വിശ്രമിക്കാൻ പോകുന്നില്ല. തീർച്ചയായും അത് അന്വേഷണത്തിന് പ്രശ്നമുണ്ടാക്കിയേക്കാം.''

അവളുടെ തളർന്ന മുഖത്തെ ആകാംക്ഷ മാഞ്ഞില്ല.

''അദ്ദേഹം നമുക്ക് പ്രശ്നമുണ്ടാക്കുന്നതിനെക്കുറിച്ചല്ല ഞാൻ പറയുന്നത്, ചീഫ്. സൂപ്രണ്ട് സെക്കായ് നയിക്കുന്ന ജീവിതത്തെക്കുറിച്ചാണ് ഞാൻ സംസാരിക്കുന്നത്. ജോലിയോട് ഇത്രയും പ്രതിബദ്ധത പുലർത്തുന്നത് ശരിയാണോ?''

ഞാൻ അടക്കിപ്പിടിച്ചു ചിരിച്ചു.

''ഇത് ജോലിയോടുള്ള പ്രതിബദ്ധത ആയിരുന്നെങ്കിൽ എന്ന് ഞാൻ ആഗ്രഹിക്കുന്നു, എന്റെ പ്രിയപ്പെട്ട സെയ്നെപ്. ഇത് വളരെ വലിയ ഒരു വിഷയമാണ്. ഇപ്പോഴും ജോലിയെ തന്റെ ജീവിതത്തിൽനിന്നു വേർതിരിച്ചു കാണാൻ അയാൾ പഠിച്ചിട്ടില്ല. പക്ഷേ നമുക്ക് എന്ത് പറയാൻ കഴിയും? ആ മനുഷ്യൻ വർഷങ്ങളോളം അങ്ങനെയാണ് ജീവിച്ചത്, അവൻ അതിൽ സന്തോഷവാനാണ്. വരൂ, നിങ്ങളുടെ സമയം കഴിഞ്ഞു എന്ന് ആരെങ്കിലും പറഞ്ഞാൽ ഉടനെ നിർത്താൻ അവന് കഴിയില്ല.''

''നമ്മളും അങ്ങനെ ആകുമോ?'' അവൾ ആവർത്തിച്ചു.

പക്ഷേ ഇത്തവണ അവളുടെ ശബ്ദം പരുഷമായിരുന്നു. അവൾ സെക്കായിയോട് സഹതപിക്കുകയാണോ അതോ അതേ വിധി പങ്കിടാനുള്ള സാധ്യതയെക്കുറിച്ചോർത്തു വിഷമിക്കുകയാണോ എന്ന് പറയാൻ ബുദ്ധിമുട്ടായിരുന്നു. തന്റെ കാര്യം അവൾ മാറ്റിനിർത്തിയാൽപ്പോലും, സെയ്നെപ് വിവാഹം കഴിക്കാൻ പോകുന്ന ആളും ഒരു പൊലീസുകാരനായിരുന്നു. തന്റെ ജോലിയോട് സ്നേഹമുള്ള ഒരു പൊലീസുകാരൻ. അലി സെക്കായിയെപ്പോലെയാണെങ്കിൽ അവനെ വിവാഹം കഴിച്ച് മക്കളെ വളർത്തുന്നത് ബുദ്ധിപൂർവ്വമായ ഒരു കാര്യമാണോ? അല്ലെങ്കിൽ താൻ സ്വയം സെക്കായിയെപ്പോലെയാകുമെന്ന് സെയ്നെപ് കരുതിയിരിക്കാം. കൊലപാതകികളെ വിടാതെ പിന്തുടരുന്ന ഒരു ക്രിമിനോളജിസ്റ്റ്. ഞാൻ അവളെ ആശ്വസിപ്പിക്കാൻ ശ്രമിച്ചു.

''എനിക്ക് അതിനെക്കുറിച്ച് അറിയില്ല, പക്ഷേ ഇത് അത്ര മോശമായ ഒരു വികാരമല്ലെന്ന് തോന്നുന്നു? നമുക്ക് പരിചയമുള്ള മിക്ക പൊലീസുകാരെക്കാളും ആയിരം മടങ്ങ് നല്ലതാണ് സെക്കായിയെപ്പോലെ ആകുന്നത്. കണ്ണുകൾ അടച്ച് കടമ നിർവഹിക്കുകയാണ് സാധാരണ അവരൊക്കെ ചെയ്യുന്നത്. ജീവിതത്തെയും ലോകത്തെയും തങ്ങളെത്തന്നെയും നിരന്തരം ചോദ്യം ചെയ്യുന്നവർ നല്ല മനുഷ്യരാണ്. വിഷമിക്കേണ്ട. സെക്കായിയും ഒടുവിൽ തന്റെ സാഹചര്യം തിരിച്ചറിയും. താൻ മുകളിലേക്ക് തുഴയുകയാണെന്ന് അയാൾ മനസ്സിലാക്കും.''

താക്കോൽ എടുത്തുകൊണ്ട് ഞാൻ തുടർന്നു,

''സെക്കായി നമ്മുടെ വഴിക്ക് വരും. അയാൾക്ക് അറിയാവുന്ന വിവരങ്ങൾ പറയുകയും ചെയ്തുകൊണ്ടിരിക്കുന്ന ജോലി നമുക്ക് കൈമാറുകയും ചെയ്യും.''

സ്വാർത്ഥമോഹങ്ങൾക്ക് പിന്നാലെ പായുന്ന തന്തയില്ലാത്തവന്മാർ

ഇയ്യൂപ്പിലെ ജീർണിച്ച കൊത്തുപണികളുള്ള കെട്ടിടങ്ങളിലൊന്നിന്റെ നിലവറയിലായിരുന്നു ഇരയുടെ ഫ്ളാറ്റ്. സൂര്യനു കീഴിൽ വെള്ളിനിറമായി മാറിയ ഉരുളൻകല്ല് പാകിയ നടപ്പാതകൾ പ്രകാശത്തിന്റെ തീക്ഷ്ണത മൂലം ഞങ്ങളെ താൽക്കാലികമായി അന്ധരാക്കി. പഴക്കം ചെന്ന ആ കെട്ടിടത്തിന്റെ വാതിലിലൂടെ അകത്തേക്ക് പ്രവേശിച്ച നേരത്ത് തീരത്തിനടുത്തുള്ള ഇസ്താംബൂളിലെ പ്രദേശങ്ങളിൽ താമസിക്കുന്നവർക്ക് പരിചയമുള്ള പൂപ്പൽ മണം അനുഭവപ്പെട്ടു. പുറത്തെ കൊടും ചൂടിൽനിന്ന് അപ്പാർട്ട്മെന്റിന് അകത്ത് പ്രവേശിച്ചപ്പോൾ അനുഭവപ്പെട്ട തണുപ്പ് മരുന്നുപോലെയാണ് ഞങ്ങളിൽ പ്രവർത്തിച്ചത്. കെട്ടിടത്തിന്റെ ഉൾവശം സൂക്ഷ്മമായി പരിശോധിക്കാൻ തുടങ്ങിയ സെയ്നെപ്പിന്റെ ക്ഷീണിച്ച മുഖത്തെ സംതൃപ്ത ഭാവം ഞാൻ ശ്രദ്ധിച്ചു. അവൾക്കും തണുപ്പ് തട്ടിയപ്പോൾ നല്ല സുഖം തോന്നിയിരിക്കണം.

കാലങ്ങളായി ചായം പൂശിയിട്ടില്ലാത്ത ഭിത്തികളിൽനിന്ന് ഊറിവന്ന ഈർപ്പത്തിന്റെ ഗന്ധം ശ്വാസകോശത്തിലേക്ക് തുളച്ചു കയറി. ജീർണിച്ച പടവുകൾ ഇറങ്ങുമ്പോൾ ബേസ്മെന്റിൽനിന്നു ഞങ്ങളെ ഞെട്ടിച്ചുകൊണ്ട് എന്തോ ശബ്ദം ഉയർന്നു. താഴെയുള്ള ഫ്ളാറ്റിൽ ആകിഫ് സോയ്കൻ മാത്രമാണ് താമസിച്ചിരുന്നത്. അത് ആരായിരിക്കാം എന്ന അർത്ഥത്തിൽ സെയ്നെപ് എന്നെ ചോദ്യഭാവത്തിൽ നോക്കി. അവളോട് പ്രതികരിക്കുന്നതിന് പകരം ഞാൻ ജാഗ്രതയോടെ തോക്കിൽ കൈവെച്ചുകൊണ്ട് കോണിപ്പടിയിലൂടെ ഇഴയുന്നതുപോലെ ഇറങ്ങി. കുറച്ച് ചുവടുകൾ മുന്നോട്ട് വച്ചപ്പോൾ ഞാൻ ഫ്ളാറ്റിന്റെ വാതിൽക്കൽ എത്തി. വാതിൽ തുറന്നു കിടന്നിരുന്നതിനാൽ ഞങ്ങൾ വീണ്ടും അല്പം മടിച്ചു നിന്നു. ഞാൻ കൈ തോക്കിനോട് ചേർത്തുപിടിച്ച് നിശ്ശബ്ദമായി വാതിലിൽ പിടിച്ചു തള്ളി.

''ഇതെന്താ?'' എന്റെ ചെവിയിൽ ഒരു ശബ്ദം മുഴങ്ങി. ''എന്തുകൊണ്ടാണ് ഈ ഫ്രെയിമുകൾ ശൂന്യമായിരിക്കുന്നത്? ഇയാൾ എന്താണ് പറയാൻ ശ്രമിക്കുന്നത്?''

ഹാളിലേക്ക് ആരോ വരുന്നെന്ന് ഞങ്ങളുടെ കാലിനടിയിൽ നിന്നുയർന്ന മരപ്പലകകളുടെ കിറുകലിൽനിന്ന് മനസ്സിലായതുകൊണ്ടാവണം, ആ മനുഷ്യൻ പെട്ടെന്ന് നിശ്ശബ്ദനായി. ഞങ്ങൾ സ്വീകരണമുറിയുടെ വാതിൽ കടന്നപ്പോൾ അകത്തുണ്ടായിരുന്ന വ്യക്തി മുന്നിൽ പ്രത്യക്ഷപ്പെട്ടു.

''ചീഫ്!'' എന്റെ എതിർവശത്തുള്ള ആൾ അത്ഭുതപ്പെട്ടു. ''ഇത് നിങ്ങളാണോ?''

കോങ്കണ്ണൻ മുനീറാണ് എന്റെ മുന്നിൽ നിന്നിരുന്നത്. ഒരിക്കൽ പബ്ലിക് സെക്യൂരിറ്റി ബ്രാഞ്ച് ഡയറക്ടറേറ്റിലെ ഒരു കൗശലക്കാരൻ ഇൻസ്പെക്ടറുടെ അസിസ്റ്റന്റായിരുന്ന ഇദ്ദേഹം ഇപ്പോൾ ഇൻസ്പെക്ടർ മുനീറായിരിക്കുന്നു. ഞങ്ങളെക്കണ്ടപ്പോൾ ആ മുഖത്തെ ആശങ്ക അലിഞ്ഞുപോകുകയും അവന് ആ വിളിപ്പേര് ലഭിക്കാൻ കാരണമായ കണ്ണ് സന്തോഷത്തോടെ തിളങ്ങുകയും ചെയ്തു.

''നിങ്ങൾ ഇവിടെ എന്താണ് ചെയ്യുന്നത്, മുനീർ?''

''ചീഫ്, ഞങ്ങൾ ഒരു ലൈംഗിക കുറ്റവാളിയെ പിന്തുടരുകയാണ്.''

അയാൾ സെയ്നെപ്പിനെ നോക്കിക്കൊണ്ടാണ് ഇത് പറഞ്ഞത്. ആ കണ്ണുകൾ അവളെ പൂർണ്ണമായി വിഴുങ്ങുകയിരുന്നു. ഞാൻ എന്റെ അധികാരം നിറഞ്ഞ ശബ്ദം ഉയർത്തി അവന്റെ ശ്രദ്ധ തിരിക്കാനായി പറഞ്ഞു. ''ആകിഫ് സോയ്കൻ മരിച്ചെന്ന് നിങ്ങൾക്കറിയില്ലേ?''

സെയ്നെപ്പിന്റെ സൗന്ദര്യം അവനെ വളരെയധികം സ്വാധീനിച്ചു എന്നത് വ്യക്തമായിരുന്നു. എന്തുകൊണ്ടാണ് ഞാൻ പ്രകോപിതനാകുന്നത് എന്ന് പോലും മുനീറിന് മനസ്സിലായില്ല. എന്നിരുന്നാലും എന്റെ നേരെ തിരിയാനുള്ള സൗമനസ്യം അവൻ കാട്ടി.

''എനിക്കറിയാം, എനിക്കറിയാം. അതിനാണ് ഞങ്ങൾ ഇവിടെ വന്നത്.'' അയാൾ തല നേരെ നിറുത്താൻ പാടുപെടുകയായിരുന്നു.

''ചീഫ്, എന്നെ തെറ്റിദ്ധരിക്കരുത്, നിങ്ങളുടെ കേസ് കുഴച്ച് മറിക്കാൻ എനിക്ക് യാതൊരു ഉദ്ദേശവുമില്ല. ഇത്തരം വൈകൃത സ്വഭാവമുള്ളവരിൽനിന്ന് കുട്ടികളെ സംരക്ഷിക്കാൻ ഞങ്ങൾ ശ്രമിക്കുന്നു. അതുകൊണ്ടാണ് മരിച്ചിട്ടും ഞങ്ങൾ അവരെ പിന്തുടരുന്നത്. അവരുടെ വഴികൾ എങ്ങോട്ടൊക്കെയായിരുന്നു, സുഹൃത്തുക്കൾ ആരൊക്കെയായിരുന്നു, സന്ദർശിക്കുന്ന വെബ്സൈറ്റുകൾ ഏതൊക്കെ ആയിരുന്നു, അവർക്ക് മറ്റ് പീഡകരുമായി ബന്ധമുണ്ടോ, അങ്ങനെ പലതും...''

അവന്റെ ദിശ തെറ്റിയ കണ്ണ് വീണ്ടും ഞങ്ങളുടെ ക്രിമിനോളജിസ്റ്റിലേക്ക് പാഞ്ഞു. ''നിങ്ങൾ അവന്റെ കൊലപാതകിയെ പിന്തുടരുകയാണ് എന്ന് എനിക്ക് മനസ്സിലായി. എന്തെങ്കിലും തെളിവ് കണ്ടെത്താൻ കഴിഞ്ഞോ?''

''നിങ്ങൾ ആരോടാണ് ചോദ്യം ചോദിക്കുന്നത്?'' ഞാൻ ദേഷ്യം സഹിക്കാനാവാതെ കുരച്ചു.

ഒരു ഞെട്ടലോടെ അവൻ തന്റെ ശ്രദ്ധ എന്നിലേക്ക് തിരിച്ചു.

''എന്താ? എന്താ ചീഫ്?''

''നീ ആരോടാണ് ചോദിക്കുന്നത്? മുനീർ, നിന്റെ ഒരു കണ്ണ് എന്നിലും ഒരു കണ്ണ് സെയ്നെപ്പിലുമാണ്. നീ ചുമ്മാതെയല്ല ഒരു കോങ്കണ്ണനായി മാറിയത്!''

ആ പെൺകുട്ടി അടക്കിച്ചിരിക്കുന്നത് കണ്ട മുനീറിന്റെ മൂന്നു ദിവസം പഴക്കമുള്ള താടിരോമങ്ങൾ നിറഞ്ഞ വെങ്കലനിറമുള്ള മുഖം കടുംചുവപ്പായി മാറി.

''ഇല്ല ചീഫ്, ഞാൻ അത് ചെയ്യുമോ?'' അവൻ വീണിടത്ത് കിടന്നു ഉരുളാൻ തുടങ്ങി. ''എന്നോട് ക്ഷമിക്കണം, അതായത്, ഈ സ്ത്രീയുടെ മുഖം ഞാൻ എവിടെയോ കണ്ടിട്ടുണ്ട്. അതുകൊണ്ടാണ്...''

''ഈ സ്ത്രീ ഞങ്ങളുടെ ക്രിമിനോളജിസ്റ്റാണ്, അതേസമയംതന്നെ ഈ സ്ത്രീ എന്റെ വലംകൈയുമാണ്. അവൾ അലിയുടെ പ്രതിശ്രുത വധുവുമാണ്. നിങ്ങൾ ഇൻസ്പെക്ടർ അലിയെ ഓർക്കുന്നുണ്ടോ?''

ഞാൻ സെയ്നെപ്പിനെ നോക്കി, അവൾ അസ്വസ്ഥതയോടെ തന്റെ നേരിയ നെറ്റി ചുളിച്ചുകൊണ്ട് ദൂരേക്ക് നോക്കി നിന്നു. എന്റെ വാക്കുകൾ കേട്ട് അവൾ തെറ്റിദ്ധരിച്ചു എന്നെനിക്ക് തോന്നി. തനിക്ക് സ്വയം പ്രതിരോധിക്കാനുള്ള കഴിവുള്ള നിലയ്ക്ക് ചീഫ് എന്തിനാണ് ഇടപെടുന്നതെന്നായിരുന്നു ആ ഭാവത്തിന്റെ അർത്ഥം.

''എന്തായാലും മുനീർ, നമുക്ക് കാര്യത്തിലേക്ക് കടക്കാം. ആകിഫ് സോയ്കൻ എന്ന ഈ വ്യക്തി, ആ മനുഷ്യനെക്കുറിച്ച് ഒരു പ്രത്യേക കേസ് ഫയൽ തന്നെ നിങ്ങളുടെ പക്കൽ ഉണ്ട്, അല്ലേ?''

വിഷയം മാറിയതിൽ മുനീറും സന്തോഷിച്ചു.

''തീർച്ചയായും.'' അയാൾ ആശ്വസിച്ചുകൊണ്ട് പറഞ്ഞു. ''വളരെ വിശദമായ ഒരു കേസ്ഫയൽ തന്നെയുണ്ട്.'' അവൻ ഒന്നു നിർത്തി. ''ആ മനുഷ്യൻ നിങ്ങളുടെ മരണമടഞ്ഞ മകളെ പീഡിപ്പിക്കാൻ ശ്രമിച്ചുവെന്ന് മറക്കരുത്.''

ഞാൻ സങ്കടത്തോടെ തലയാട്ടി.

''ഓർക്കുന്നുണ്ട്.'' ഞാൻ വിഷയം അവസാനിപ്പിക്കാൻ ശ്രമിച്ചുകൊണ്ട് പറഞ്ഞു.

''ആർക്കെങ്കിലും അത് മറക്കാൻ കഴിയുമോ? ചീഫ്, ഈ മനുഷ്യർ നികൃഷ്ടമായ ജീവിതമാണ് നയിക്കുന്നത്. മനുഷ്യകുലത്തിലെ ഏറ്റവും താഴ്ന്നവർ. വാസ്തവത്തിൽ, കൊല്ലപ്പെട്ടുവെന്നതുകൊണ്ട് മാത്രം അവൻ ചെയ്ത തിന്മകൾ മറക്കേണ്ടതില്ല. ആകിഫ് സോയ്കൻ ജയിലിൽനിന്നു പുറത്തിറങ്ങിയതിനുശേഷവും ഞങ്ങൾ അവനെ പിന്തുടർന്നിരുന്നു. ഇത് അവനോട് മാത്രമല്ല ചെയ്യുന്നത്. ഒരു ബാലപീഡകനും ഞങ്ങൾ സ്വതന്ത്രമായ ജീവിതം നല്കുകയില്ല. അങ്ങനെ പറയുമ്പോൾ, അവരുടെ ചലനങ്ങൾ നിരീക്ഷിക്കുന്നതിനെക്കുറിച്ചാണ് ഞാൻ സംസാരിക്കുന്നത് ഓരോ മണിക്കൂറിലും ഓരോ മിനിറ്റിലുമുള്ള പെരുമാറ്റം. അവർ എവിടെയാണ് ജോലി ചെയ്യുന്നതെന്ന് ഞങ്ങൾ മനസ്സിലാക്കുകയും അവരുടെ വീട്ടുവിലാസങ്ങൾ കണ്ടെത്തുകയും ചെയ്യുന്നു.

അവരുടെ ജോലിസ്ഥലത്തെ മാനേജ്മെന്റുമായും അവരുടെ അയൽപക്കത്തുള്ള ആളുകളുമായും ഞങ്ങൾ തന്ത്രപരമായി സംസാരിക്കുന്നു. അവർ വീണ്ടും തങ്ങളുടെ വൈകൃതങ്ങൾ പുറത്തെടുക്കുന്നുണ്ടോ എന്നറിയേണ്ടതുണ്ട്. യഥാർത്ഥത്തിൽ ഈ അവസാനത്തെ രണ്ട് വർഷങ്ങളിൽ ആകിഫ് സോയ്കൻ ഒരു പ്രശ്നവും ഉണ്ടാക്കിയില്ല. ഒരു ദുരുപയോഗക്കേസും അയാളുടെ വകയായി ഞങ്ങളുടെ മുന്നിൽ വന്നില്ല. മുൻപാപങ്ങൾമൂലം അയാൾ കൊല്ലപ്പെട്ടുവെന്ന് ഞാൻ കരുതുന്നു. ഇവന്റെ കൊലപാതകി ഭൂതകാലം കുഴിച്ചെടുക്കുന്ന ഒരാളാണ്.''

ലൈംഗിക കുറ്റവാളികളുടെ കാര്യത്തിൽ അയാൾ ഒരു വിദഗ്ദ്ധനായിരുന്നു, അതിനാൽ ബാർബിയുടെ കാര്യത്തിൽ മുനീറിന്റെ അഭിപ്രായം അറിയാൻ ഞാൻ ആഗ്രഹിച്ചു.

''കുറ്റകൃത്യം നടന്ന സ്ഥലത്ത് ഞങ്ങൾ ഒരു പാവയെ കണ്ടെത്തി. അത് എന്റെ മകൾക്ക് ആകിഫ് നൽകിയ ബാർബിപോലെ തന്നെയുണ്ട്. ഇരയുടെ കണ്ണുകൾ ചുവന്ന വെൽവെറ്റ് കൊണ്ട് കെട്ടിയിരുന്നു. വലത് ചെവിയുടെ ഒരു ഭാഗം...''

എന്റെ വാചകം പൂർത്തിയാക്കാൻ അവൻ എന്നെ അനുവദിച്ചില്ല.

''ബ്ലൈൻഡ്മാൻസ് ബഫ്?'' തന്റെ മൂക്കടഞ്ഞതുപോലെയുള്ള ശബ്ദത്തിൽ അതിശയത്തോടെ മുനീർ ചോദിച്ചു.

''അപ്പോൾ ബ്ലൈൻഡ്മാൻസ് ബഫ് തിരിച്ചെത്തി.'' അല്പം സങ്കോചത്തോടെയാണെങ്കിലും അവന്റെ കണ്ണുകൾ എന്റെ മുഖത്തു ചോദ്യഭാവത്തിൽ തങ്ങിനിന്നു. ''എന്നാൽ ഈ സംഭവവുമായി നിങ്ങളെ എന്തിനാണ് അവൻ ബന്ധിപ്പിക്കാൻ ശ്രമിക്കുന്നത്? തന്റെ ധൈര്യം പ്രദർശിപ്പിക്കാനാണോ?'' അവൻ വീണ്ടും അല്പനേരം നിശ്ശബ്ദനായി, എന്നിട്ട് പ്രശംസിക്കുന്നതുപോലെ പറഞ്ഞു, ''കൊള്ളാം. ബ്ലൈൻഡ്മാൻസ് ബഫിന്റെ ലക്ഷ്യം വളരെ ഉയരത്തിലാണ്. നിങ്ങളിലൂടെ, അവൻ ഞങ്ങളെ എല്ലാവരെയും മുഴുവൻ പൊലീസ് സേനയെയും വെല്ലുവിളിക്കുകയാണ്.''

ഞാൻ ഒരിക്കലും അങ്ങനെ ചിന്തിച്ചിരുന്നില്ല. ബ്ലൈൻഡ്മാൻസ് ബഫിന് എന്നെ വെല്ലുവിളിക്കാൻ പ്രത്യേകിച്ച് കാരണമൊന്നും ഇല്ല എന്നായിരുന്നു എന്റെ ധാരണ. പക്ഷേ, ഈ സീരിയൽ കില്ലറിനെക്കുറിച്ച് എന്നേക്കാൾ കൂടുതൽ അറിവുണ്ടായിരുന്നു മുനീറിന്.

''ബ്ലൈൻഡ്മാൻസ് ബഫിനെക്കുറിച്ച് നിനക്കറിയാവുന്നത് പറയൂ.''

മുനീറിന്റെ മനസ്സ് ഇപ്പോൾ സെയ്നെപ്പിലോ എന്റെ കൈയിൽ നിന്നു കിട്ടിയ ശകാരത്തിലോ ആയിരുന്നില്ല. അവൻ തന്റെ വരണ്ട ചുണ്ടുകൾ നക്കി നനച്ചതിനുശേഷം വിശദീകരണം നടത്തി.

''വാസ്തവത്തിൽ, ഈ മനുഷ്യൻ ഒരു യഥാർത്ഥ ഹീറോയാണ്. നമുക്ക് ചെയ്യാൻ കഴിയാത്തത് അവൻ ചെയ്യുന്നു. അവൻ ഈ പ്രശ്നം വേരോടെ പിഴുതെറിയുകയാണ്. പീഡനങ്ങളെയും പീഡകരെയും നാട്ടിൽനിന്ന് അവൻ തുടച്ചുനീക്കുന്നു.''

കൊലപാതകത്തെ തുറന്ന് പുകഴ്ത്തുക എന്നതിനർത്ഥം കൊലയാളിയെ ഒരു നായകനായി കാണുക എന്നതാണ്. പക്ഷേ ഞാൻ ആ ചൂണ്ടയിൽ കൊത്താതെ നേരെ വിഷയത്തിലേക്ക് കടന്നു, ''ആരാണ് ഈ ബ്ലൈൻഡ്മാൻസ് ബഫ്?''

അവൻ നിഷേധാർത്ഥത്തിൽ തന്റെ ചുമലുകൾ കുലുക്കി.

''എനിക്ക് എങ്ങനെ അറിയാൻ കഴിയും ചീഫ്? ഇത് എന്റെ വിഷയമല്ല. കൊലപാതക വിഭാഗമാണ് ഈ കേസ് അന്വേഷിച്ചത്. പക്ഷേ ഞാൻ പറഞ്ഞതുപോലെ, ആ മനുഷ്യൻ വായുവിന് കടക്കാൻപോലും ഇടം നല്കിയില്ല. പൊലീസുകാർക്ക് ഒരു ചെറിയ തെളിവ് പോലും കണ്ടെത്താൻ കഴിഞ്ഞില്ല.''

''അത് ശരിയാണ്. അവർക്ക് കഴിഞ്ഞില്ല. പക്ഷേ, ദുരുപയോഗത്തിന് ഇരയായ ഒരാളെ നിങ്ങൾക്ക് തിരിച്ചറിയാൻ കഴിയും. നിങ്ങൾ ഇക്കാര്യത്തെപ്പറ്റി എന്താണ് പറയുന്നത്? ബ്ലൈൻഡ്മാൻസ് ബഫ് ചെറുപ്പത്തിൽ ലൈംഗികമായി ദുരുപയോഗം ചെയ്യപ്പെട്ടിട്ടുണ്ടോ?''

പെട്ടെന്ന് അയാൾ ഗൗരവത്തിലായി.

''ഒരുപക്ഷേ അങ്ങനെ ആയിരിക്കാം. ഞങ്ങൾ ഇത്തരം ഒരുപാട് കേസുകളിലൂടെ കടന്നുപോയിട്ടുണ്ട്., കുട്ടിക്കാലത്ത് പീഡിപ്പിക്കപ്പെട്ടതിന്റെ പേരിൽ മുതിരുമ്പോൾ അക്രമം നടത്തുന്നവർ. പക്ഷേ, ബ്ലൈൻഡ്മാൻസ് ബഫ് ആരെയും അങ്ങനെ ഉപദ്രവിച്ചതായി ഞാൻ കരുതുന്നില്ല. അവൻ അങ്ങനെയുള്ള ഒരാളല്ല. ഒരുപക്ഷേ അയാൾക്ക് അടുപ്പമുള്ള ആരെങ്കിലും, മകൻ, മകൾ, സുഹൃത്ത്, അങ്ങനെ ആർക്കെങ്കിലും ഈ ദുരവസ്ഥ നേരിടേണ്ടി വന്നിരിക്കാം. ആ സാധ്യത കാണാതെ പോകരുത്.'' അവൻ ദയനീയമായ ഭാവത്തിൽ തന്റെ താടി ചൊറിഞ്ഞു.

''ഈ ലൈംഗിക ആക്രമണങ്ങൾ വളരെ നീചമാണ് ചീഫ്. ഇത് ഇരകളുടെ മാത്രമല്ല, അവരുടെ പ്രിയപ്പെട്ടവരുടെയും ജീവിതത്തെ കീഴ്മേൽ മറിക്കുന്നു. അതെ, ദുരുപയോഗം ചെയ്യപ്പെടുന്ന വ്യക്തി ഈ ആഘാതത്തിൽ നിന്ന് രക്ഷപ്പെടാനായി മറ്റുള്ളവരെ ഉപദ്രവിക്കുന്നു. ഈ പരിപാടി അവന് കുറച്ച് ആശ്വാസം നൽകുന്നു.''

''പക്ഷേ അത് കുറച്ച് സമയത്തേക്ക് മാത്രമാണ്.'' സെയ്നെപ് പറഞ്ഞു. ''അതിനുശേഷം പഴയ ആഘാതത്തിന്റെ ഓർമ്മകൾ വീണ്ടും ഉണ്ടാകും. അയാൾക്ക് അതിൽനിന്നു രക്ഷപ്പെടാനായി വീണ്ടും പീഡിപ്പിക്കുകയോ കൊല്ലുകയോ ചെയ്യേണ്ടിവരും.''

''ശരിയാണ് സെയ്നെപ് മാഡം.'' മുനീർ വിനീതമായും ലജ്ജയോടെയുമാണ് പറഞ്ഞത്. അവൻ തുടർന്നു. ''ബ്ലൈൻഡ്മാൻസ് ബഫ് അത്തരത്തിലൊരാളായിരിക്കണം. 2012ൽ അവൻ പന്ത്രണ്ട് പേരെ കൊന്നു. പന്ത്രണ്ട് ലൈംഗിക കുറ്റവാളികളുടെ മരണം അയാൾക്ക് അഞ്ച് വർഷത്തേക്ക് മാത്രമേ ആശ്വാസം നൽകിയുള്ളൂ. ഇപ്പോൾ അവൻ വീണ്ടും കൊല്ലാൻ തുടങ്ങിയിരിക്കുകയാണ്. പക്ഷേ ഇക്കാര്യത്തിൽ ഞാൻ നിങ്ങളെപ്പോലെയാണ്. എനിക്ക് ഈ കൊലപാതകിയെപ്പറ്റി ഒരു വിവരവുമില്ല.''

അവൻ ആത്മാർത്ഥമായി പറയുന്നതാണ് എന്നാണ് എനിക്ക് തോന്നിയത്. എന്നാൽ അയാളുടെ നിഗമനങ്ങൾ ശരിയാണെന്ന് അതിനർത്ഥമില്ല.

''ശരി, നമുക്ക് ഇരയിലേക്ക് മടങ്ങാം. നിങ്ങളുടെ അഭിപ്രായത്തിൽ, ആകിഫ് സോയ്കൻ ചെറുപ്പത്തിൽ ലൈംഗികമായി ചൂഷണം ചെയ്യപ്പെട്ടിട്ടുണ്ടാകുമോ?''

ഈ വിഷയത്തിൽ ഒരു വിദഗ്ദ്ധനെന്ന നിലയിൽ മുനീർ ആത്മവിശ്വാസത്തോടെ ഉത്തരം നൽകി.

''അങ്ങനെയുണ്ടാവണം എന്നില്ല ചീഫ്. ലൈംഗികാതിക്രമം അനുഭവിച്ചവരും അല്ലാത്തവരും ഇത്തരം പീഡനങ്ങൾ നടത്താറുണ്ട്. നമ്മൾ ഒഴികഴിവ് കണ്ടെത്താൻ ശ്രമിക്കുന്നത് ദുരുപയോഗം ചെയ്യുന്നവരെ ന്യായീകരിക്കലാണ് എന്നാണ് എന്റെ അഭിപ്രായം.''

മുനീർ നേരിട്ട ഭയാനകമായ കാര്യങ്ങൾ എന്താണെന്ന് ആർക്കറിയാം. എന്തുകൊണ്ടാണ് അവൻ അത്തരം പുരുഷന്മാരെ വെറുക്കുന്നത് എന്ന് എനിക്ക് മനസ്സിലാക്കാൻ കഴിയും, പക്ഷേ ഈ വികാരം കേസന്വേഷണത്തിൽ നിന്ന് അയാൾ മാറ്റിനിർത്തിയാൽ നല്ലത്. സ്വീകരണമുറിയിലേക്ക് ഞാൻ വിരൽ ചൂണ്ടി.

''നിങ്ങൾ വീട് പരിശോധിച്ചോ? നമുക്ക് പ്രയോജനമുള്ള എന്തെങ്കിലും ലഭിച്ചോ?''

''ചിലതൊക്കെ. പക്ഷേ ബ്ലൈൻഡ്മാൻസ് ബഫിനെ കണ്ടെത്താൻ അവ നിങ്ങളെ സഹായിക്കില്ല, പക്ഷേ കൊല്ലപ്പെട്ടയാളുടെ മാനസികാവസ്ഥ എന്തായിരുന്നു എന്നു കാണിക്കാൻ പറ്റിയ കാര്യങ്ങൾ ധാരാളം ഉണ്ട്.'' അവൻ വഴിയിൽ മാറി നിന്ന ശേഷം ഞങ്ങളെ കടന്നുപോകാൻ അനുവദിച്ചു. ''സ്വന്തം കണ്ണുകൊണ്ട് കണ്ടു നോക്കൂ.''

അകത്ത് കയറിയപ്പോൾ തന്നെ മുനീർ എന്താണ് ഉദ്ദേശിച്ചതെന്ന് എനിക്ക് മനസ്സിലായി. എല്ലാ ചുവരുകളിലും ആഴത്തിലുള്ള, ഇരുണ്ട, ഏതാണ്ട് കടും നീലയോടടുത്ത ഒരു നിറം പൂശിയിരുന്നു. ജനാലകൾ കടുംതവിട്ടുനിറമുള്ള കർട്ടനുകൾകൊണ്ട് മൂടിയിരുന്നു.

''എന്തൊരു ഇരുണ്ട ആത്മാവായിരുന്നു അവനുണ്ടായിരുന്നത്,'' സെയ്നെപ് മന്ത്രിച്ചു. ''ഭയങ്കരമായ നിറങ്ങൾ.''

നാല് ചുവരുകളിൽ ഓരോന്നിലും സ്വർണ്ണം പൂശിയ തടി ഫ്രെയിമുകൾ തൂങ്ങിക്കിടന്നിരുന്നു. പക്ഷേ അവയ്ക്കുള്ളിൽ ചിത്രങ്ങളോ ഫോട്ടോഗ്രാഫുകളോ ഉണ്ടായിരുന്നില്ല, ചോക്ക് പോലെ വെളുത്ത കാർഡ്ബോർഡ് മാത്രം. സന്തോഷമോ വേദനയോ സങ്കടമോ ഇല്ല. ശുദ്ധമായ വെളുത്ത നിറം. ഒരിക്കലും ഉണ്ടായിട്ടില്ലാത്ത അല്ലെങ്കിൽ ഒരിക്കലും ഉണ്ടാവാൻ പാടില്ലാത്ത നിമിഷങ്ങളെ അവ സൂചിപ്പിച്ചു. എതിർവശത്തുള്ള വിശാലമായ ഭിത്തിയിൽ തൂങ്ങിക്കിടക്കുന്ന ഫ്രെയിമിന്റെ അടുത്തേക്ക് പോയിട്ട് ഞാൻ അതിന്റെ മുകളിൽനിന്ന് താഴേക്ക് പരിശോധിക്കാൻ തുടങ്ങി.

''ചീഫ്, വിഷമിക്കേണ്ട, ഞങ്ങൾ പരിശോധിച്ചു. പ്രത്യേക തരം വെളിച്ചവും മറ്റും ഉപയോഗിച്ച് വിശദമായിത്തന്നെ പരിശോധിച്ചു, പക്ഷേ അതിൽ എഴുത്തോ സന്ദേശമോ ഡ്രോയിംഗോ ഒന്നുമില്ല.''

മുനീർ സംസാരിച്ചുകൊണ്ടിരുന്നപ്പോൾ മൂലയിലുണ്ടായിരുന്ന തടിയിലുണ്ടാക്കിയ ഒരു ചെറിയ പുസ്തകഷെൽഫ് ഞാൻ ശ്രദ്ധിച്ചു. ചുവരുകളിലെ ചിത്ര ഫ്രെയിമുകൾപോലെ അതിന്മേലും സ്വർണ്ണനിറം പൂശിയിരുന്നു. കൂടാതെ അതിലുണ്ടായിരുന്ന എല്ലാ പുസ്തകങ്ങളും നീല പേപ്പറിൽ പൊതിഞ്ഞിരുന്നു, ചുവരുകളുടെ അതേ നീല നിറത്തിലുള്ള കടലാസ്. സോയ്കനെ ഒരു ഭ്രാന്തൻ എന്ന് പറഞ്ഞ് തള്ളിക്കളയുന്നത് എളുപ്പമായിരിക്കും. എന്നാൽ ഈ കണ്ണുകളെ വേദനിപ്പിക്കുന്ന നീലയുടെയും ഫ്രെയിം ചെയ്ത വെള്ള കാർഡ്ബോർഡിന്റെയും സ്വർണ്ണം പൂശലിന്റെയും അടിത്തട്ടിലെത്തുക എന്നത് പ്രധാനമാണ്.

''അവൻ ഏതുതരം കാര്യങ്ങളാണ് വായിക്കുന്നത് എന്നറിയാൻ എനിക്ക് കൗതുകമുണ്ട്.'' നീലക്കടലാസിൽ കെട്ടിയ പുസ്തകങ്ങളിലൊന്ന് പുറത്തെടുത്തിട്ട് സെയ്നെപ് പുസ്തകത്തിന്റെ പുറംചട്ട തുറന്ന് പേജുകൾ മറിച്ചു. ''ശൂന്യം. തീർത്തും ശൂന്യം.'' അവൾ ആശ്ചര്യത്തോടെ പറയുന്നു. ''ഈ പേജുകളിൽ ഒരക്ഷരം പോലും ഇല്ല.''

ഞാൻ പുസ്തകങ്ങളിലൊന്ന് എടുത്തു തുറന്നു. പേജുകൾ ശൂന്യമായിരുന്നു. ആ പേജുകളിൽ ഒരു പോറൽപോലും പതിഞ്ഞിരുന്നില്ല. ഇവ പുസ്തകങ്ങളായിരുന്നില്ല, ഉപയോഗിക്കാത്ത നോട്ട് ബുക്കുകളായിരുന്നു. അനാഥാലയത്തിന്റെ റിട്ടയേർഡ് ഡയറക്ടർ ഹികാബിയുടെ വാക്കുകൾ ഞാൻ ഓർത്തു. ആകിഫ് മനോഹരമായ കഥകൾ എഴുതിയിട്ടുണ്ടെന്ന് അദ്ദേഹം പറഞ്ഞിരുന്നു. ഇവൻ എഴുതാൻ പോകുന്ന കഥകൾക്കുള്ള നോട്ടുബുക്കുകളായിരുന്നോ ഇവ? ഒരു വഴിയുമില്ല. അങ്ങനെയായിരുന്നെങ്കിൽ ഒന്നോ രണ്ടോ ബുക്കുകൾ ഉണ്ടാകുമായിരുന്നു. പക്ഷേ, അമ്പതോളം ശൂന്യമായ നീല നിറത്തിലുള്ള നോട്ടുബുക്കുകളെങ്കിലും ആ ബുക്ക്കേസിൽ ഉണ്ടായിരുന്നു.

''ഒരുപക്ഷേ അവ ഉപയോഗിക്കാത്ത ബുക്കുകളാവാം.'' മുനീർ പറഞ്ഞു, അയാളുടെ വാക്കുകൾ എന്റെ ചിന്തകളെ ചിതറിച്ചു. ''ഒരുപക്ഷേ, താൻ ചെയ്ത മോശം കാര്യങ്ങളും കുട്ടികളോട് ചെയ്ത നിന്ദ്യമായ കാര്യങ്ങളും രേഖപ്പെടുത്താൻ ആകിഫ് ആഗ്രഹിച്ചിരുന്നിരിക്കാം. പക്ഷേ അത് എഴുതാനുള്ള ധൈര്യം അയാൾക്ക് ലഭിച്ചില്ല.''

പുസ്തകം അലമാരയിൽ വെച്ചപ്പോൾ സെയ്നെപ് തന്റെ അഭിപ്രായം പറഞ്ഞു.

''അയാൾ എഴുതിയിരുന്നെങ്കിൽ അത് നമ്മളെ വളരെയധികം സഹായിക്കുമായിരുന്നു.'' അവൾ പറഞ്ഞു, ആ ശബ്ദത്തിൽ ദേഷ്യമോ വിദ്വേഷമോ ഉണ്ടായിരുന്നില്ല.

''സെയ്നെപ് മാഡം, അത് നമ്മളെ എങ്ങനെ സഹായിക്കുമായിരുന്നു? അവൻ അത് നടന്നതുപോലെ ഒരിക്കലും പറയില്ലായിരുന്നു. അവൻ തന്റെ നിഷ്കളങ്കത്വം തെളിയിക്കാൻ ശ്രമിക്കുമായിരുന്നു.

വസ്തുതകളെ വളച്ചൊടിച്ചു തന്റെ നിരപരാധിത്വം പ്രകടിപ്പിക്കാൻ ശ്രമിക്കുമായിരുന്നു.''

ഞങ്ങളുടെ ക്രിമിനോളജിസ്റ്റ് അവന്റെ നേർക്ക് ഒരു തണുത്ത നോട്ടം എറിഞ്ഞു.

''ആകിഫ് തന്റെ അവസ്ഥയിൽ അസ്വസ്ഥനായിരുന്നു എന്നാണ് എന്റെ നിഗമനം. ഈ ശൂന്യമായ ഫ്രെയിമുകളും ബുക്കുകളും ആ മനുഷ്യന്റെ കഷ്ടപ്പാടാണ് കാണിക്കുന്നത്. ഒരുപക്ഷേ അത് എഴുതാൻ കഴിയുമായിരുന്നെങ്കിൽ അവൻ കുട്ടികളെ പീഡിപ്പിക്കുന്നത് നിർത്തുമായിരുന്നു. അവൻ ചെയ്തതും അവനോട് ചെയ്തതുമായ കാര്യങ്ങളെ നേരിടാൻ ഒരുപക്ഷേ കഴിയുമായിരുന്നു. ചിലപ്പോൾ അയാൾക്ക് സ്വയം ക്ഷമിക്കാനും ഇരകളോട് ക്ഷമ ചോദിക്കാനും കഴിയുമായിരുന്നേനെ.''

തീർച്ചയായും മുനീർ ഈ വീക്ഷണം പച്ചയ്ക്ക് വിഴുങ്ങിയില്ല.

''ഇതുപോലുള്ള പുരുഷന്മാർ അത്ര എളുപ്പത്തിൽ ഈ ശീലം ഉപേക്ഷിക്കില്ല.'' അയാൾ പറഞ്ഞു. ''ചികിത്സ തേടിയാലും അവർക്ക് ഈ രോഗത്തിൽനിന്ന് മുക്തി ലഭിക്കില്ല. നിസ്സഹായരായ, എതിർക്കാൻ കഴിവില്ലാത്ത പാവപ്പെട്ട കുട്ടികളുടെ ജീവിതം നശിപ്പിക്കുന്നത് അവർ തുടർന്നുകൊണ്ടേയിരിക്കും.''

പറഞ്ഞുകൊണ്ടിരിക്കുമ്പോഴും അയാൾ പണിയെടുക്കുകയായിരുന്നു. ''എനിക്കറിയില്ല. ഒരുപക്ഷേ അവരുടെ ലൈംഗികശേഷി ഇല്ലാതാക്കുക മാത്രമാണ് ഏക പരിഹാരം എന്നു തോന്നുന്നു. പക്ഷേ ആ വിഷയത്തിൽ ആരും ധൈര്യപൂർവ്വം മുന്നിട്ടിറങ്ങുകയില്ല.''

''ഒരുപക്ഷേ അധികാരികൾ അങ്ങനെ ചെയ്തേക്കാം.'' സെയ്നെപ് പറഞ്ഞു. ''വഴി തെറ്റിയാലും ബാലപീഡകനായാലും നിങ്ങളെപ്പോലെ, എന്നെപ്പോലെ, അവർക്കും ഒരു മനസ്സുണ്ട്. ഒരുപക്ഷേ, അവർക്കും പശ്ചാത്താപം തോന്നിയേക്കാം. ഇവർ ഈ ചെയ്യുന്നതിന്റെ പിന്നിലെ കാരണങ്ങൾ നമ്മൾ മനസ്സിലാക്കണം. മനസ്സിലാക്കാതെ എങ്ങനെ അത് തടയും?

ഇനിയും വിശദീകരിക്ക് എന്ന മട്ടിൽ മുനീർ അവളെ പരിഹാസത്തോടെ നോക്കി. എന്നാൽ സെയ്നെപ് അവനെ അവഗണിച്ചുകൊണ്ട് തുടർന്നു.

''ഈ വിഷയത്തെ ഈ രീതിയിൽ സമീപിച്ചില്ലെങ്കിൽ, നമുക്ക് പ്രശ്നത്തിന്റെ വേരുകളിലേക്ക് കടക്കാൻ കഴിയില്ല. കൊലയാളികളെ ഓരോന്നായി പിടികൂടി കൊലപാതകങ്ങൾ തടയാൻ കഴിയാത്തതു പോലെതന്നെ കുട്ടികളെ പീഡിപ്പിക്കുന്നവരെ കൊന്ന് നമുക്ക് ഈ പ്രശ്നം പരിഹരിക്കാൻ കഴിയില്ല. ആകിഫ് സോയ്കൻ സന്തുഷ്ടനായ ഒരു വ്യക്തിയായിരുന്നില്ല എന്നതിൽ സംശയമില്ല. അവൻ മറ്റൊരു ജീവിതത്തെക്കുറിച്ച് സ്വപ്നം കാണുകയായിരുന്നു. ആരും സ്പർശിക്കാത്ത, കേടുപാടുകളില്ലാത്ത, വൃത്തിയുള്ള ശരീരങ്ങളും ആത്മാവുകളും ചേർന്ന ഒരു ജീവിതം.'' ചുവരുകളിലെ ശൂന്യമായ ഫ്രെയിമുകളിലേക്ക് അവൾ വിരൽ ചൂണ്ടി. ''ഈ വെളുത്ത നിറത്തിലുള്ള

ചിത്രങ്ങൾ പോലെ, ആ നീല നിറത്തിലുള്ള നോട്ട്ബുക്കുകളുടെ ഇതുവരെ മലിനമാക്കപ്പെടാത്ത പേജുകൾപോലെയുള്ള ഒന്ന്. അവൻ ഈ ദുഷിച്ച ജീവിതം തിരഞ്ഞെടുത്തതല്ല, പക്ഷേ അതിലേക്ക് വീഴുന്നതിൽ നിന്ന് സ്വയം തടയാനും കഴിഞ്ഞില്ല.''

''അവന് കഴിഞ്ഞില്ല എന്നതിന് മാത്രമാണ് പ്രാധാന്യം.'' മുനീർ പൊട്ടിത്തെറിച്ചു. ''സെയ്നെപ് മാഡം, ഞാൻ പണ്ടുമുതലേ പറയുന്നതുപോലെ, ഈ ആളുകൾക്ക് ആത്മാവില്ല. തങ്ങളുടെ നികൃഷ്ടമായ ആഗ്രഹങ്ങൾക്ക് പിന്നാലെ പായുന്ന വൃത്തികെട്ട തെണ്ടികളാണ് ഇവർ.''

ഞാൻ ഇനിയും മിണ്ടാതിരുന്നാൽ ഈ ചർച്ച അനന്തമായി നീണ്ടുപോകും.

''ഒരുപക്ഷേ ആകിഫ് താൻ ഈ പേജുകളിൽ എഴുതുന്നതായി സങ്കൽപ്പിച്ചിരിക്കാം,'' ഞാൻ ഇടപെട്ടു. ''എന്തുകൊണ്ടില്ല? നമ്മൾ ഈ ശൂന്യമായ പേജുകൾ കാണുന്നിടത്ത് അവൻ നോവലുകളും കവിതകളും കഥകളും കണ്ടിരിക്കാം. ആ പേജുകളിലുള്ള കഥകൾ അവൻ സ്വയം എഴുതിയതാണ്. പക്ഷേ ആരും അവ വായിക്കരുത് എന്നു ആകിഫ് ആഗ്രഹിച്ചു. അതുകൊണ്ടാണ് അവൻ ആ പേജുകളെ ഇങ്ങനെ ശൂന്യമായി വിട്ടത്.''

ഞാൻ സ്വീകരണമുറിയിലേക്ക് ഒന്ന് പാളി നോക്കി. ''ഒരു സിനിമ സെറ്റ് പോലെയുള്ള ഈ സ്ഥലത്തേക്ക് നിങ്ങൾ ഒന്നു നോക്കൂ. അവൻ ചെയ്തതിന്റേയോ അവനോട് ചെയ്തതിന്റേയോ അനന്തരഫലങ്ങളിൽ നിന്ന് രക്ഷപ്പെടാനുള്ള മാർഗ്ഗമാണിത് എന്നാണ് തോന്നുന്നത്.''

''അതിന് സാധ്യതയുണ്ട് ചീഫ്.'' സെയ്നെപ് എന്നോട് യോജിച്ചു. ''ഒരു നോവൽ വായിക്കുമ്പോൾ, നമ്മുടെ സ്വന്തം പ്രശ്നങ്ങളും വേവലാതികളും നമ്മൾ മറക്കില്ലേ? ആകിഫ് സോയ്കനെ തന്റെ ദുരിതമയമായ ജീവിതത്തിന്റെ ഭാരം താങ്ങാൻ സഹായിച്ച കാര്യമാണിത്.''

പരിഹാസം കലർന്നതും കരുണയില്ലാത്തതുമായ ശബ്ദത്തിൽ മുനീർ പറഞ്ഞവസാനിപ്പിച്ചു.

''അങ്ങനെയെങ്കിൽ, നമ്മുടെ ബ്ലൈൻഡ്മാൻസ് ബഫ് ആ മനുഷ്യന് ഒരു വലിയ ഉപകാരം ചെയ്യുകയാണ് ചെയ്തത്. അവൻ ആകിഫിന്റെ അധഃപതിച്ച ദയനീയമായ ജീവിതം അവസാനിപ്പിച്ചു.''

ഈ ചൂട് നല്ലതല്ല ചീഫ്

പ്രതീക്ഷയെല്ലാം വൈകുന്നേരത്തെപ്പറ്റിയായിരുന്നു. സൂര്യൻ അസ്തമിക്കുമ്പോൾ കടലിൽനിന്ന് കാറ്റ് വീശുകയും ഈ ശ്വാസംമുട്ടിക്കുന്ന വായുവിനെ അത് അടിച്ചു ചിതറിക്കും എന്നും അതോടെ താപനില കുറയുമെന്നും ഞങ്ങൾ ആശിച്ചു. പക്ഷേ അത് സംഭവിച്ചില്ല. ചൂടിന് ചെറിയ കുറവു പോലുമുണ്ടായില്ല. അതിന് പകരം അന്തരീക്ഷത്തിലെ ഈർപ്പം ഉയർന്നു. ഞങ്ങൾ ഡോൾമാബാഹ്ചെ കൊട്ടാരത്തിന് മുന്നിലുള്ള കഫേയിൽ ഇരിക്കുകയായിരുന്നു. മേഘങ്ങളില്ലാത്ത ആകാശത്തിന് ക്രമേണ ആഴത്തിലുള്ള നീല നിറം കൈവന്നു. ഇടയ്ക്കിടെ കടന്നുപോകുന്ന കടത്തുവള്ളങ്ങൾ സൃഷ്ടിച്ച തിരമാലകൾ ഇല്ലായിരുന്നെങ്കിൽ കടൽ ശാന്തമായ തടാകംപോലെ നിശ്ചലമായി കിടക്കുമായിരുന്നു. കഫേയിലെ മേശകളെല്ലാം നിറഞ്ഞിരുന്നു. അല്പം ആശ്വാസം പ്രതീക്ഷിച്ച് ആളുകൾ വെള്ളത്തിലേക്ക് ഇറങ്ങി. സെൻട്രൽ സ്റ്റേഷനിലേക്ക് പോകുന്നതിനെപ്പറ്റി ചിന്തിക്കുകപോലും കഴിയാത്തതിനാൽ ഞങ്ങൾ അലിയെ ഇവിടെ വച്ച് കണ്ടുമുട്ടാൻ തീരുമാനിച്ചു. സെയ്നെപ് അവളുടെ മുഖത്ത് കുറച്ച് വെള്ളം തളിക്കാനായി വിശ്രമമുറിയിലേക്ക് പോയി. ഞങ്ങൾ മേശയ്ക്കടുത്ത് നിശ്ശബ്ദരായി ഇരുന്നു. എന്റെ അസിസ്റ്റന്റ് റിപ്പോർട്ട് തരുന്ന കാര്യം മറന്നതുപോലെ കാണപ്പെട്ടു. ചോദ്യം ചെയ്യൽ ഞങ്ങളെ എങ്ങും എത്തിച്ചില്ല എന്നു എനിക്ക് അറിയാമായിരുന്നു. അവൻ ചിന്താശൂന്യനായി ചുവന്ന വെള്ളത്തിലേക്ക് നോക്കിയിരുന്നു.

“അഗ്നിപർവ്വതം പോലെ...” അലി ഒടുവിൽ തന്റെ പരുഷശബ്ദത്തിൽ ഒച്ചയിട്ടു. “തീപിടിക്കുന്നതു പോലെയുണ്ട്. ഈ വെള്ളം തിളച്ചുമറിഞ്ഞു കുമിളകളാകും. തീരം ഉരുകിയൊലിക്കുന്നത് പോലെയുണ്ട്.” പരാതിപ്പെടുന്നതുപോലെ അവൻ ആകാശത്തിലേക്ക് കൈകൾ ഉയർത്തി. “ഞങ്ങളെയങ്ങ് പൊരിച്ചെടുക്ക്. ഇസ്താംബൂളിനെ ഒന്നാകെയങ്ങ് വറുക്ക്.”

എന്റെ ചുണ്ടിലെ പരിഹാസപ്പുഞ്ചിരി അവഗണിച്ച് അവൻ തന്റെ വാദഗതിയെ ന്യായീകരിച്ചു. “ഞാൻ പറയുന്നത് നിങ്ങൾ വിശ്വസിക്കില്ല. പക്ഷേ ഈ ചൂട് നല്ലതല്ല ചീഫ്. ഈ കാലാവസ്ഥ നമ്മെയെല്ലാം കൊല്ലാൻ പോവുകയാണ്.”

അവന്റെ ഷർട്ടിന്റെ കഴുത്ത് തുറന്നിട്ടിരുന്നു, മുടി അഴുക്ക് പിടിച്ചിരുന്നു. ശ്വാസം എടുക്കാൻ പാടുപെടുന്നതുപോലെ വായ തുറന്നിരുന്നു. സ്വയംപ്രഖ്യാപിത മാഫിയ സംഘങ്ങളെയും ഭീകരന്മാരും ആയുധധാരികളുമായ ഗുണ്ടകളെയും നട്ടം തിരിച്ചിരുന്ന ഞങ്ങളുടെ കിറുക്കൻ ചെക്കനെ അവസാനം ഈ ചൂട് മുട്ടുകുത്തിച്ചു. അവൻ പരാജയം സമ്മതിച്ചിരുന്നു.

''നാടകം കളിക്കുന്നത് നിർത്തൂ അലി. ആരും മരിക്കില്ല. കുറച്ച് ദിവസങ്ങൾക്കുള്ളിൽ ഇത് കടന്നുപോകും. എന്നെ വിശ്വസിക്കൂ. ഒരു കാറ്റ് വന്നു നമ്മുടെ നഗരത്തെ തണുപ്പിക്കും, ഇന്നല്ലെങ്കിൽ നാളെ അതുണ്ടാവും. എല്ലാം സാധാരണ നിലയിലാകും. ഈ ഭ്രാന്തൻ ചൂടിനെപ്പറ്റി ഒരു കഥ പോലെ നമുക്ക് പറയാൻ കഴിയും.''

ഞാൻ ചലനമില്ലാത്ത കടലിലേക്ക് വിരൽ ചൂണ്ടി.

''വെള്ളത്തിന് ഇപ്പോൾ കടും ചുവപ്പ് നിറമാണോ? 1954ൽ കടൽ ഐസ് കൊണ്ട് മൂടപ്പെട്ടിരുന്നു. അതേ സമയം വെള്ളം മരവിച്ചതായിരുന്നില്ല എന്നു നമ്മൾ മറക്കരുത്. കരിങ്കടലിൽനിന്ന് താഴേക്ക് ഒഴുകുന്ന കൂറ്റൻ ഐസ് കഷ്ണങ്ങളായിരുന്നു അത്. അച്ഛൻ ഞങ്ങളോട് ആ നാളുകളെക്കുറിച്ച് പറയാറുണ്ടായിരുന്നു. ആളുകൾ ഐസിന്റെ മേൽ ചുറ്റി നടക്കുന്നു. വിനോദത്തിനായി മഞ്ഞുപാളികളുടെ മേലേ മറുതീരത്തേക്ക് തെന്നിപ്പായുന്നു. അത് പോലെ അനേക വർഷങ്ങൾക്ക് ശേഷം, ജൂണിലെ അസാധാരണമായ ഈ ചൂടിനെപ്പറ്റി നിങ്ങളും നിങ്ങളുടെ കുട്ടികൾക്ക് പറഞ്ഞു കൊടുക്കും.''

അവൻ വരുത്തിക്കൂട്ടിയതുപോലെ പുഞ്ചിരിച്ചു.

''എനിക്ക് അതിന് അവസരം ലഭിക്കട്ടെ.''

ഇന്നലെ രാത്രി അലി ഉറങ്ങിയിരുന്നില്ല. ശ്വാസം മുട്ടിക്കുന്ന അന്തരീക്ഷവും ചൂട് വായുവും ചേർന്ന് അവന്റെ ഞരമ്പുകളെ തകർത്തുവെന്ന് എനിക്ക് തോന്നി.

''തീർച്ചയായും. ഈ അവസ്ഥ നിലനിൽക്കില്ല. നോക്കൂ, ഈയിടെ മൂന്ന് ദിവസം തുടർച്ചയായി മഴ പെയ്തതെങ്ങനെയെന്ന് നിങ്ങൾക്കറിയാമോ? എല്ലാ വർഷവും ഇത്തരം കൊടുങ്കാറ്റ് സാധാരണയായി ജൂൺ ഒന്നാം തീയതിയിലാണ് ആരംഭിക്കുന്നത്. പക്ഷേ അത് ഇത്തവണ നമ്മുടെയെല്ലാം കണക്കുകൂട്ടലുകൾ തെറ്റിച്ചുകൊണ്ട് നേരത്തെ വന്നു. അതായിരിക്കണം ചൂടിന് കാരണം. ശരിയാണ്, ഇത് അൽപ്പം കടുത്തുപോയി. പക്ഷേ ഏത് ദിവസവും ഈ അവസ്ഥ മാറും.''

''നിങ്ങൾ പറഞ്ഞത് ശരിയാണ് ചീഫ്, പക്ഷേ...'' അവൻ പുറംകൈകൊണ്ട് നെറ്റിയിലെ വിയർപ്പ് തുടച്ചു. ''ഈ ചൂട് അവസാനിക്കുമെന്ന് തോന്നുന്നില്ല. ലോകാവസാനം അടുത്തോ? അല്ലെങ്കില് പിന്നെ എന്താണിത്?''

ഞാൻ അടക്കിച്ചിരിച്ചു.

''എടാ മോനേ, നീയിപ്പോൾ ഒരു കിളവനെപ്പോലെയാണ് സംസാരിക്കുന്നത്.''

അവനും ചിരിച്ചു.

''എനിക്കറിയില്ല. ഇതൊന്നും ഞാൻ ഇതുവരെ കണ്ടിട്ടില്ല. നമ്മൾ നരകത്തിൽ ജീവിക്കുന്നതുപോലെയാണ് എനിക്കിപ്പോൾ തോന്നുന്നത്.'' അവൻ എന്റെ മുന്നിലിരിക്കുന്ന ചുവന്ന ചായയിലേക്ക് വിരൽ ചൂണ്ടി. ''ഈ ചൂടിൽ നിങ്ങളിത് എങ്ങനെ കുടിക്കുമെന്നാണ് എനിക്ക് മനസ്സിലാവാത്തത്.''

''ചായ നല്ലതാണ്.'' ഞാൻ ശാന്തവും എന്നാൽ ദൃഢവുമായ ശബ്ദത്തിൽ വിശദീകരിച്ചു. ''അത് ചൂടിനെ ശമിപ്പിക്കുന്നു.''

''ചൂടിനെ ശമിപ്പിക്കുമെന്നോ? നമ്മൾ ഇവിടെ ഇരിക്കാൻ തുടങ്ങിയത് മുതൽ ഞാൻ രണ്ട് കുപ്പി ഐസ്പോലെ തണുത്ത വെള്ളം കുടിച്ചിട്ടുണ്ട്. നിങ്ങളാകട്ടെ ഒരു പിടിവാശിക്കാരനെപ്പോലെ തിളച്ച ചായയും മോന്തിക്കൊണ്ടിരിക്കുന്നു.''

ചൂട് ചായ ശരീരത്തെ എങ്ങനെ തണുപ്പിക്കുന്നു എന്നതിനെക്കുറിച്ചുള്ള ഒരു പ്രസംഗത്തിനായി ഞാൻ തയ്യാറെടുക്കുകയായിരുന്നു, എന്നാൽ എവ്ജീനിയുടെ കോൾ അതിന് ഇടംകോലിട്ടു.

''ഹലോ... ഹായ്, എവ്ജീനിയ...''

ആത്മാവിനെ മയക്കുന്ന ആ ശബ്ദം എന്റെ കാതുകളിൽ മുഴങ്ങി.

''ഹായ്, നെവ്സാറ്റ്! നിങ്ങളുടെ വിവരം ഒന്നും കേൾക്കാതായപ്പോൾ ഞാൻ വിഷമിച്ചു. സുഖമാണോ? കുഴപ്പമൊന്നുമില്ലല്ലോ അല്ലേ?''

അഞ്ച് വർഷം മുമ്പ് പന്ത്രണ്ട് പേരെ കൊലപ്പെടുത്തിയ ഒരു സീരിയൽ കില്ലർ വീണ്ടും കൊലപാതകം ചെയ്യാൻ തുടങ്ങിയെന്നത് മറന്നുകളഞ്ഞാൽ ബാക്കിയെല്ലാം നന്നായിരിക്കുന്നുവെന്ന് പറയാൻ തോന്നിയെങ്കിലും ഞാനത് ചെയ്തില്ല.

''സുഖമാണ്, സുഖമാണ്.'' അതിന് പകരം ആത്മവിശ്വാസത്തോടെ ഞാൻ പറഞ്ഞു. ''എനിക്ക് കുറച്ച് പേപ്പർ വർക്ക് ചെയ്യാനുണ്ടായിരുന്നു. വിളിക്കാൻ കഴിഞ്ഞില്ല. നിനക്ക് സുഖമാണോ?''

''ഇവിടെ കുഴപ്പമില്ല, ഒരു ചെറിയ കാര്യമൊഴിച്ച്.'' അവൾ ഒന്നു നിർത്തി. എന്തോ കുഴപ്പമുണ്ടെന്ന് എനിക്ക് മനസ്സിലായി. ''എനിക്ക് സുഖമാണ്, പക്ഷേ ഈ സിറിയൻ അഭയാർത്ഥികൾ...''

അതിനായല്ല എന്നെ വിളിച്ചതെങ്കിലും അവൾ വാർത്തകൾ കേൾക്കുന്നുണ്ടായിരുന്നു എന്നെനിക്ക് തോന്നി. അവൾക്ക് അസ്വസ്ഥത അനുഭവപ്പെടുന്നു എന്നതിൽ സംശയമുണ്ടായിരുന്നില്ല.

''അതെ, അവസ്ഥ വഷളാകുന്നു.'' ഞാൻ സമ്മതിച്ചു. ''അവർക്ക് എന്ത് സംഭവിക്കുമെന്ന് എനിക്കറിയില്ല.''

''അതല്ല, ഞാൻ നമ്മുടെ മേദേനിയെക്കുറിച്ചാണ് സംസാരിക്കുന്നത്. അവർക്ക് ചെറിയൊരു പ്രശ്നമുണ്ട്.''

''മേദേനി?''

''എന്റെ പ്രിയപ്പെട്ടവനേ!'' അവൾ അത്ഭുതത്തോടെ പറഞ്ഞു. ''അത് ശരിയാണല്ലോ. നിങ്ങൾ അവരെ ഒരിക്കലും കണ്ടിട്ടില്ല. മേദേനിയും കുടുംബവും ഫെറിക്കോയിലെ കുടിയേറ്റ ക്യാമ്പിലാണ് താമസിക്കുന്നത്. ഇവിടെ ചിലപ്പോൾ അതിഥികളായി വരാറുണ്ട്. അവർ ഇന്ന് രാത്രി വരുന്നുണ്ട്. അതിനാലാണ് ഞാൻ വിളിച്ചത്. നിങ്ങളവരോട് ഒന്ന് സംസാരിക്കണം. ഇന്ന് വൈകുന്നേരം വരാമോ?''

ആ ശബ്ദത്തിൽ പരിഭ്രാന്തി മുഴങ്ങി. അവൾ എന്നോട് ഒരിക്കലും സഹായം ചോദിച്ചിരുന്നില്ല. ഇക്കാര്യം പ്രാധാന്യമുള്ളതാണ് എന്നെനിക്ക് മനസ്സിലായി. എന്നിട്ടും ഞാനത് എന്തോ നിസ്സാരകാര്യമാണെന്നതുപോലെയാണ് സംസാരിച്ചത്.

''തീർച്ചയായും, മാഡം, മെയ്ഹാൻസിലെ എവ്ജീനിയ രാജ്ഞി വിളിച്ചാൽ, വരാതിരിക്കാൻ കഴിയില്ല, അടിയന് ഒരു ചെറിയ മീറ്റിംഗ് ഉണ്ട്. പക്ഷേ അത് കഴിഞ്ഞാലുടൻ ഞാൻ ഭവതിയുടെ മുന്നിലെത്തും.''

അവൾ ശ്വാസംമുട്ടുംവരെ ചിരിച്ചു. പക്ഷേ എന്റെ കോമാളിത്തത്തിൽ പങ്കുചേരാൻ കൂട്ടാക്കിയില്ല.

''നന്ദി, നെവ്സാറ്റ്. ഞാൻ കാത്തിരിക്കും.'' അവൾ പറഞ്ഞു.

എനിക്ക് കൗതുകം തോന്നി. എന്തായിരിക്കും അവളെ ഇത്രയേറെ വിഷമിപ്പിച്ചത്?

''അലി, നിനക്ക് എന്തുപറ്റി?'' സെയ്നെപ് മടങ്ങിയെത്തിയിരുന്നു. അവളുടെ ശബ്ദം എന്നെ സ്വപ്നലോകത്തിൽ നിന്നു പുറത്തേക്ക് എടുത്തെറിഞ്ഞു. അവൾ അലിയെ നോക്കി മുഖം ചുളിച്ചു. ''വളരെ മോശം അവസ്ഥയിൽ ആണല്ലോ.''

അവൻ സീറ്റിൽ വീണ്ടും ഇരുന്നിട്ട് തന്റെ ഷർട്ടിലെ തുറന്നു കിടന്ന രണ്ടു ബട്ടണുകൾ ഇട്ടു.

''എനിക്ക് കുഴപ്പമൊന്നുമില്ല. ഇത് ഈ ദിവസത്തെ ക്ഷീണം മാത്രമാണ്. ചോദ്യം ചെയ്ത ആളുകൾ എന്നെ അൽപ്പം അസ്വസ്ഥനാക്കി. ഞാൻ തളർന്ന് പോയി.''

അവൻ തന്റെ വിയർപ്പൊലിക്കുന്ന കഴുത്തിൽ തെരുതെരെ മാന്തി.

''ചീഫ്, പറഞ്ഞതുപോലെ, കൊലയാളി ആരാണെന്ന് ആർക്കും അറിയില്ല. സംശയിക്കാനായി ഒരാളില്ല. ഇന്ന് ഉച്ചകഴിഞ്ഞ് ഞാൻ നാല് വ്യക്തികളെ കണ്ടു. 2012ൽ കൊല്ലപ്പെട്ട നാല് ലൈംഗിക കുറ്റവാളികളുടെ ബന്ധുക്കൾ. അവരെല്ലാം അസ്വസ്ഥരായിരുന്നു. വിഷയം വീണ്ടും ഉയർന്നുവന്നതോടെ ഇരകളുടെ മൂന്ന് പിതാക്കന്മാരും പറഞ്ഞത് ഏകദേശം ഒരേ വാചകമാണ്. ഞങ്ങൾ മറക്കാൻ ആഗ്രഹിക്കുന്ന ചില കാര്യങ്ങൾ പണ്ട് സംഭവിച്ചു. അത് ഇപ്പോൾ ദൈവത്തിന്റെ കൈയിലാണ്. അവർ ഇങ്ങനെയാണ് പ്രതികരിച്ചതെങ്കിലും അവരുടെ മക്കളെ കൊലപ്പെടുത്തിയവരെ പിടികൂടുന്നതിനെക്കുറിച്ചാണ് ഞാൻ സംസാരിച്ചത്. സെന്നൂർ എന്ന ഒരു സ്ത്രീ, ജൂൺ രണ്ടാം തിയതി കൊല്ലപ്പെട്ട

ഇൽക്കർ ബാറ്റ്സി എന്ന ഇരയുടെ അമ്മ, അവർ മാത്രം ഞാൻ അവളുടെ മകന്റെ കൊലയാളിയെ കണ്ടെത്താൻ പോവുകയാണോ എന്ന് എന്നോട് ചോദിച്ചു. 'ദയവായി ആ വൃത്തികെട്ടവനെ കണ്ടുപിടിക്കൂ,' അവൾ പറഞ്ഞു, അവളുടെ മകനെപ്പറ്റി എല്ലാവരും അപവാദം പറഞ്ഞു പരത്തിയെന്നും അവന്റെ നല്ല പേര് അന്യായമായി കളങ്കപ്പെടുത്തിയെന്നും അവർ പറഞ്ഞു. 'ആ രാക്ഷസനെ കണ്ടെത്തൂ, എല്ലാവരും സത്യംമനസ്സിലാക്കട്ടെ.' അവർ മാത്രമാണ് എന്നെ സഹായിക്കാൻ ആഗ്രഹിച്ചത്, പക്ഷേ നിർഭാഗ്യവശാൽ അവർക്കും ഒന്നും അറിയില്ലായിരുന്നു.''

ഞാൻ ചായ കുടിച്ചു.

''ഇരയായവരിൽ ഓരോരുത്തരും ബാലപീഡകരായിരുന്നു. അവർക്ക് എങ്ങനെ ശത്രുക്കളില്ലാതിരിക്കും? ആക്രമിക്കപ്പെട്ട കുട്ടികളുടെ കുടുംബങ്ങൾ എങ്ങനെ ഇവന്മാരെ വെറുതെ വിടും?''

എന്റെ സഹായി ദയനീയമായി നെടുവീർപ്പിട്ടു.

''എനിക്ക് ഉറപ്പിച്ചു പറയാൻ കഴിയില്ല, ചീഫ്, ഞാൻ ഇരകളുടെ ഫയലുകൾ നോക്കി. അവർ പീഡിപ്പിച്ച കുട്ടികളുടെ ബന്ധുക്കൾ അവരെ ഒരിക്കലും ആക്രമിച്ചിട്ടില്ല. അവരെ അയച്ച ജയിലുകളിൽ ചില സംഭവങ്ങൾ ഉണ്ടായിട്ടുണ്ട്. അതിൽ രണ്ടുപേരെ മറ്റു തടവുകാർ അടിച്ചു പരിപ്പിളക്കി. ഒരാളെ കുത്തി, അത്ര മാത്രമേ ഉണ്ടായിട്ടുള്ളൂ.''

സെയ്നെപ് അവളുടെ കാമുകനോട് യോജിച്ചു. ''ജയിലിൽ വച്ചുണ്ടായ ആക്രമണം കണക്കാക്കിയില്ലെങ്കിൽ, ആകിഫ് സോയ്കനും പുറത്തുനിന്നുള്ള ഭീഷണികളൊന്നും ഉണ്ടായിരുന്നില്ല. അവന്റെ ഫയലിലും അത്തരം പരാതികളൊന്നുമില്ല.''

പുറത്ത് ട്രാഫിക് ബ്ലോക്കിൽപ്പെട്ട വാഹനങ്ങളുടെ ബഹളത്തെ മറികടക്കാൻ എനിക്ക് ശബ്ദം ഉയർത്തേണ്ടി വന്നു.

''ലൈംഗിക കുറ്റവാളികൾ ഇത്തരം ആക്രമണങ്ങളെപ്പറ്റി പരാതിപ്പെടാൻ മടിക്കുമെന്നാണ് തോന്നുന്നത്. ഒന്നാലോചിച്ചു നോക്കൂ. ഇവന്മാരെ ആളുകൾ ശപിക്കപ്പെട്ടവരായിട്ടാണ് കാണുന്നത്. എല്ലാവരും അവരെ വൃത്തികെട്ട വസ്തുക്കളെപ്പോലെയാണ് നോക്കുന്നത്. ആരെങ്കിലും ഭീഷണിപ്പെടുത്തിയാൽപോലും അവർ പൊലീസിൽ പോകില്ല. അവരുടെ വീട്ടുകാരുടെ കാര്യവും അങ്ങനെത്തന്നെ. ഒരു ബാലപീഡകൻ ബന്ധുവായി ഉള്ളത് അവരുടെ പേരുകൾപോലും ചീത്തയാക്കും. ഒരു ലൈംഗികക്കുറ്റവാളിയുടെ അമ്മയോ, അച്ഛനോ, സഹോദരനോ ആകുന്നത് അത്ര എളുപ്പമല്ല. അലി പറഞ്ഞതുപോലെ, കേസ് വീണ്ടും തുറന്നതുകൊണ്ട് അവർ വീണ്ടും നാണംകെട്ടു. ഈ കേസ് എങ്ങനെയെങ്കിലും ഒന്നു അവസാനിപ്പിക്കണമെന്നും സംഭവിച്ച കാര്യങ്ങൾ എല്ലാവരും മറക്കണം എന്നുമാണ് അവരുടെ ആഗ്രഹം. അതുകൊണ്ടാകാം അവർ വിശദീകരണം നൽകുന്നതിൽ നിന്ന് ഒഴിഞ്ഞുമാറുന്നത്. കാര്യങ്ങൾ അങ്ങനെയാണെങ്കിൽ നമുക്ക് എന്തുചെയ്യാനാകും? അവരുടെ കുറ്റവാളിയായ ബന്ധു മരിച്ചുപോയി. തങ്ങളുടെ പേരുകളിലും കൂടി

ചെളി പുരട്ടിയ ആ വൃത്തികെട്ടവൻ മരിച്ചത് കാര്യമായി എന്നായിരിക്കും അവർ കരുതുന്നത്.''

സെയ്നെപ് തന്റെ മുന്നിലെ തണുത്തുറഞ്ഞ ഗ്ലാസിലേക്ക് കൈ നീട്ടി. ''അത് സാധ്യമാണ്, ചീഫ്.'' അവൾ സമ്മതിച്ചു. കുപ്പിവെള്ളം ഗ്ലാസിലേക്ക് ഒഴിച്ചുകൊണ്ട് അവൾ തുടർന്നു. ''ഇരകളുടെ ബന്ധുക്കളുടെ പുറകെ പോയതുകൊണ്ട് ഒരു പ്രയോജനവുമില്ലെന്ന് തോന്നുന്നു. സൂപ്രണ്ട് സെക്കായിയുടെ മേൽ കുറച്ചു സമ്മർദ്ദം ചെലുത്തുന്നത് നല്ലതായിരിക്കും.''

ചായയുടെ അവസാനതുള്ളിയും ഞാൻ നാക്കിലേക്ക് ഇറ്റിച്ചു.

''അയാളുമായി വീണ്ടും സംസാരിക്കാം.'' ഞാൻ ഗ്ലാസ് മേശപ്പുറത്ത് വെച്ചു. ''എന്നാൽ നമുക്ക് കുറച്ചുകൂടി ബുദ്ധി ഉപയോഗിക്കേണ്ടതുണ്ട്. വെറുംകയ്യുമായി സെക്കായിയുടെ അടുത്തേക്ക് പോകാൻ ഞാൻ ആഗ്രഹിക്കുന്നില്ല.''

ശരീരത്തിന് അല്പം തണുപ്പ് കിട്ടിയേക്കുമെന്ന പ്രതീക്ഷയോടെ അപ്പോഴും തണുത്ത വെള്ളം നിറച്ച ഗ്ലാസ് കൈയിൽ പിടിച്ചിരുന്ന സെയ്നെപ്പിന്റെ നേരെ ഞാൻ തിരിഞ്ഞു.

''നിങ്ങൾ 2012 എന്ന വർഷത്തിലേക്ക് തിരിച്ചുപോകണമെന്നാണ് എന്റെ അഭിപ്രായം. ചില കൊലപാതകങ്ങളുടെ ഇരകളുടെ എണ്ണവും തീയതിയും നിങ്ങൾ നല്കിയിട്ടുണ്ട്. പക്ഷേ എനിക്ക് എല്ലാ കണക്കുകളും വേണം. ആദ്യ ഇര മുതൽ അവസാന കൊലപാതകം വരെയുള്ള എല്ലാ വിവരങ്ങളും. പൊലീസ് അന്വേഷണത്തിന്റെ വിവരങ്ങൾ മാത്രമല്ല. അന്നത്തെ പത്രങ്ങൾ എന്താണ് എഴുതിയത്, ആരാണ്, എന്താണ് പറഞ്ഞത്, എന്താണ് ഈ സംഭവങ്ങളുടെ വ്യാഖ്യാനം എന്നിവയെല്ലാം നമുക്ക് പഠിക്കേണ്ടതുണ്ട്. വിട്ടുപോയ പോയിന്റുകൾ, അവഗണിക്കപ്പെട്ട പ്രസ്താവനകൾ, പ്രധാനമെന്ന് കരുതാത്ത തെളിവുകൾ.., കിട്ടാവുന്നതെല്ലാം നമുക്ക് ആവശ്യമാണ്. ബ്ലൈൻഡ്മാൻസ് ബഫിന്റെ രീതി മനസ്സിലാക്കാൻ മറ്റൊരു മാർഗവുമില്ല.''

ഈ ചൂടിലും ഞാൻ കുടിക്കുന്ന ചൂട് ചായയുടെ പിന്നിലെ ന്യായം മനസ്സിലാക്കാൻ കഴിയാതെ അലി എന്റെ ഗ്ലാസ്സിലേക്ക് തമാശരൂപേണ നോക്കിക്കൊണ്ട് പറഞ്ഞു, ''എന്തായാലും അത് നമുക്കിപ്പോൾ അറിയാമല്ലോ ചീഫ്. ആ മനുഷ്യൻ തന്റെ രീതികൾ മറച്ചുവെക്കുന്നില്ലല്ലോ.''

''ഇല്ല അലി. നമുക്ക് അതറിയില്ല.'' ഞാൻ ശക്തമായി പറഞ്ഞു. ''നമുക്ക് അറിയാവുന്നത്, അവൻ ഇരകളുടെ കണ്ണ് കെട്ടിയിട്ട് തലയുടെ പിൻഭാഗത്ത് വെടിവച്ചു, അവരുടെ വലത് ചെവികളുടെ കഷണങ്ങൾ മുറിച്ചെടുത്തു. കുട്ടികൾ കൂടുതലുള്ള സ്ഥലങ്ങളിൽ ഉപേക്ഷിച്ചു, ഓരോ ശരീരങ്ങളുടെയും അരികിൽ ഒരു കളിപ്പാട്ടം വെച്ചിരുന്നു. ഇതൊക്കെയാണ് നമ്മുടെ കൈയിലുള്ളത്. തീയതികൾ, അക്കങ്ങൾ എന്നീ കാര്യങ്ങൾ എന്താണ് പറയുന്നത്, അതിന്റെ അർത്ഥമെന്താണ് ഈ വക കാര്യങ്ങൾ നമ്മൾ കണ്ടെത്തണം, 2012ൽ ബ്ലൈൻഡ്മാൻസ് ബഫ് പന്ത്രണ്ട് പേരെ കൊന്നു. കൊലപാതക തീയതികളും മൃതദേഹങ്ങൾ

ഉപേക്ഷിച്ച സ്ഥലങ്ങളും തമ്മിലുള്ള എല്ലാ ബന്ധങ്ങളും എനിക്ക് വേണം. ഇരയുമായി ബന്ധമുള്ള സ്ഥാപനമോ സംഘടനയോ എന്തെങ്കിലുമുണ്ടോ എന്നു നമുക്ക് കണ്ടെത്തണം.''

ഞാൻ ഒരു നിമിഷം നിശ്ശബ്ദനായി. ''ഇതെല്ലാം കണ്ടെത്തിക്കഴിഞ്ഞാൽ പോലും, കൊലയാളിയെക്കുറിച്ചുള്ള ഒരു വിവരവും ലഭിക്കാനിടയില്ല എന്നും നാമോർക്കണം, പക്ഷേ ശ്രമിക്കാതിരിക്കാൻ കഴിയില്ലല്ലോ. ഈ കാര്യം വളരെ സങ്കീർണ്ണമാണ്. സുഹൃത്തുക്കളേ, ഇരട്ടി ജാഗ്രതയോടെ മുന്നോട്ട് പോകാൻ ഞാൻ അപേക്ഷിക്കുകയാണ്.''

എന്റെ സംസാരം ശ്രദ്ധിച്ചുകൊണ്ടിരുന്ന സെയ്നെപ് ആവേശത്തോടെ കിതച്ചു.

''എനിക്ക് മനസ്സിലായി ചീഫ്. വിഷമിക്കേണ്ട. നിങ്ങൾക്ക് ആവശ്യമുള്ള വിവരങ്ങൾ ഉടൻ ലഭിക്കും.''

ഞാൻ അവരെ രണ്ടുപേരെയും ആത്മവിശ്വാസത്തോടെ നോക്കി.

''എനിക്ക് വേണ്ടത് വിവരങ്ങൾ മാത്രമല്ല, വ്യാഖ്യാനങ്ങൾകൂടിയാണ്. നമുക്ക് ബ്ലൈൻഡ്മാൻസ് ബഫിന്റെ വ്യക്തിത്വത്തെക്കുറിച്ച് ഒരു വിശകലനം ആവശ്യമാണ്. എത്ര വൈദഗ്ധ്യമുള്ളവരാണെങ്കിലും, ഓരോ കൊലയാളിയും തെറ്റുകൾ വരുത്തുമെന്ന കാര്യം മറക്കരുത്. ബ്ലൈൻഡ്മാൻസ് ബഫും വ്യത്യസ്തനാവാൻ വഴിയില്ല. നമ്മൾ ആ തെറ്റുകൾ ഇതുവരെ കണ്ടെത്തിയില്ല എന്നു മാത്രം. അവൻ ഇതുവരെ തെറ്റൊന്നും ചെയ്തില്ലെങ്കിലും ഇനി ചെയ്യും. ഈ ജോലിയിൽ നമ്മൾ കാണാത്തതായി എന്തെങ്കിലും ഉണ്ടോ? പിശാചിന് തന്നെ ആസൂത്രണം ചെയ്യാൻ കഴിയാത്ത തരം കൊലപാതക പദ്ധതികൾ. ഏറ്റവും പ്രഗത്ഭനായ ഡിറ്റക്ടീവ് നോവലിസ്റ്റിനെപ്പോലും ലജ്ജിപ്പിക്കുന്ന തരം കുറ്റമറ്റ ഗൂഢാലോചന. എന്നാൽ അതേസമയം, അത്തരം കൗശലക്കാരിൽനിന്ന് നിങ്ങൾ ഒരിക്കലും പ്രതീക്ഷിക്കാത്ത മണ്ടത്തരങ്ങളും നഗ്നമായ തെറ്റുകളും ഉണ്ടായിട്ടുണ്ട്. മറക്കരുത്, ജീവിതം എപ്പോഴും ഒരു കൊലപാതകിക്കെതിരെ മാത്രമേ പ്രവർത്തിക്കൂ. അവൻ തീർച്ചയായും എന്തെങ്കിലും പ്രധാനപ്പെട്ട കാര്യം അവഗണിക്കും, അത് എങ്ങനെ കണ്ടെത്തണം എന്നു നമ്മൾ മനസ്സിലാക്കുന്ന കാലംവരെ ഒരു സൂചനയെങ്കിലും അവൻ അവശേഷിപ്പിച്ചിരിക്കും.''

സിറിയൻ കുട്ടികളിൽ ഒരാൾ

ടറ്റാവ്‌ലയുടെ വാതിലിലൂടെ കടന്നപ്പോൾതന്നെ അടുക്കളയിൽ പാകം ചെയ്യുന്ന ഭക്ഷണങ്ങളുടെ രുചികരമായ ഗന്ധം അനുഭവപ്പെട്ടു. ടേപ്പ് റെക്കോർഡറിൽ മുസെയ്യൻ കരളുരുകി പാടുന്നു.

''മറ്റൊരു വഴിയുണ്ട്, അത് വേണ്ടെന്ന് നീ പറയുമോ?''

വീണ്ടും, കയ്ക്കുന്ന ഒരുതരം സന്തോഷം എനിക്ക് അനുഭവപ്പെട്ടു. വീണ്ടും ആഴത്തിൽ ഒളിഞ്ഞിരിക്കുന്ന ആ ജാള്യത പുറത്തു വരുന്നു. അതെ, ജാള്യത തന്നെ. അത് എന്തിനാണെന്ന് ചോദിച്ചാൽ എനിക്ക് ഉത്തരമില്ല. ലോകത്ത് ഇത്രയധികം കഷ്ടപ്പാടുകൾ ഉള്ളപ്പോൾ ഇത്ര യേറെ സന്തോഷം അനുഭവിക്കുന്നതിലെ കുറ്റബോധമായിരിക്കാം അത്. സമ്മതിക്കാതെ തരമില്ല. ഓരോ തവണയും ഞാൻ മെയ്ഹാ നിൽ കാലുകുത്തുമ്പോൾ മറ്റൊരു ഇടത്തേക്ക്, മറ്റൊരു ലോകത്തിന്റെ കവാടം കടന്നു വരുന്നതുപോലെയായിരുന്നു. ക്രൂരതയോ കൊല പാതകമോ നാശനഷ്ടങ്ങളോ ഇല്ലാത്ത ലോകം. സ്നേഹവും അനു കമ്പയും സഹിഷ്ണുതയും ഉള്ള ഒരു രാജ്യം. അത് യാഥാർത്ഥ്യമ ല്ലെന്ന് എനിക്കറിയാം, ഇത് ഒരു വ്യാമോഹമാണ്. പക്ഷേ ഒരു നല്ല വ്യാമോഹമാണ് എന്നുകൂടി പറയേണ്ടി വരും. ഇത്രയൊക്കെ പ്രശ്ന ങ്ങൾ ഉണ്ടായിട്ടും മുസെയ്യന്റെ പാട്ടിന് വിരുദ്ധമായി ജീവിതം ഇപ്പോഴും മനോഹരമാണെന്നും മരണം മാത്രമല്ല പ്രതീക്ഷിക്കാനുള്ളത് എന്നും പറയുന്നത് ദുരാഗ്രഹം തന്നെയാണ്.

''നെവ്സാറ്റ്. നെവ്സാറ്റ്, എന്റെ പ്രിയനേ!'' എവ്ജീനിയയുടെ ശബ്ദം എന്നെ ചിന്തകളിൽ നിന്നുണർത്തി. തല തിരിച്ചപ്പോൾ അവ ളുടെ ആഴത്തിലുള്ള പച്ച കണ്ണുകൾ ഞാൻ കണ്ടു.

''ഞാൻ വിളിച്ചുകൊണ്ടേയിരുന്നു, പക്ഷേ നിങ്ങൾ കേൾക്കുന്നില്ല, നിങ്ങളുടെ മനസ്സ് എവിടെയാണ്?'' കപടപരിഭവവുമായി അവൾ പുരിക ങ്ങൾ ഉയർത്തി.

''നിങ്ങൾ ആരെക്കുറിച്ചാണ് ഇത്ര ആഴത്തിൽ ചിന്തിക്കുന്നത്?''

ഞാൻ ചിരിച്ചു.

അവൾ കൃത്രിമ പരിഭവത്തോടെ ചുണ്ട് കൂർപ്പിച്ചു.

''പിന്നേ... വെറുതെ ഓരോന്ന് പറയാതെ.''

ലാവെൻഡർ പെർഫ്യൂമിന്റെ സുഗന്ധം വമിക്കുന്ന അവളുടെ ശരീരം അവിടെ വച്ചുതന്നെ കെട്ടിപ്പിടിക്കണമെന്ന് എനിക്ക് തോന്നി.

ഞാൻ വെറുതെ പറഞ്ഞു, ''ഇത് കള്ളമല്ല, എവ്ജീനിയ, ശരിക്കും അല്ല, ഞാൻ നിന്നെ ഒരുപാട് മിസ്സ് ചെയ്തു.''

ഞങ്ങൾ രണ്ടുപേരും വിഡ്ഢികളായ കാമുകീകാമുകരെപ്പോലെ ആലിംഗനം ചെയ്യാൻ തുടങ്ങി.

''എവ്ജീനിയ, എവ്ജീനിയ...''

ഒരു ദുർബലശബ്ദം എവിടെനിന്നോ ഞാൻ കേട്ടു.

തിരിഞ്ഞു നോക്കിയപ്പോൾ ഒരു കൊച്ചു പെൺകുട്ടിയെ ഞാൻ കണ്ടു. അവളുടെ തലമുടി കാറ്റിൽ പാറിക്കളിച്ചു. പക്ഷേ ആ കുട്ടിയേക്കാൾ എന്റെ ശ്രദ്ധ ആകർഷിച്ചത് അവൾ കൈവശം വച്ചിരുന്ന കളിപ്പാട്ടമായിരുന്നു. ഒരു ബാർബി ഡോൾ! ഞാൻ വിധിയിലോ അമാനുഷികതയിലോ വിശ്വസിക്കുന്നില്ല, പക്ഷേ ചോര പുരണ്ട ആ രംഗത്തിന് സാക്ഷ്യം വഹിച്ചതിനുശേഷം മെയ്ഹാനിൽ വച്ചു മറ്റൊരു ബാർബിയെ കണ്ടപ്പോൾ, സത്യം പറഞ്ഞാൽ, ഞാൻ ഞെട്ടിപ്പോയി.

''ഈ പാവ! നിനക്കത് എവിടെ നിന്നു കിട്ടി?''

വാക്കുകൾ ഞാനറിയാതെയാണ് പുറത്ത് ചാടിയത്. ആ കൊച്ചു പെൺകുട്ടിക്ക് ഞാൻ പറഞ്ഞത് മനസ്സിലായില്ല. അവൾ തന്റെ മുന്നിൽ നില്ക്കുന്ന പരുക്കൻ മനുഷ്യനെ നോക്കി നെറ്റി ചുളിച്ചു.

''ഞാൻ വാങ്ങി.'' എവ്ജീനിയ ഇടപെട്ടു. എന്റെ പെരുമാറ്റം അവൾക്ക് വിചിത്രമായി തോന്നി. ''ഞാനാണ് അവൾക്ക് ഈ പാവയെ വാങ്ങി നല്കിയത്. അതിനെന്താ നെവ്സാറ്റ്?''

അവളുടെ സ്വരത്തിലെ പ്രതിഷേധം അനായാസം തിരിച്ചറിയാവുന്നതായിരുന്നു.

''ഒന്നുമില്ല. ക്ഷമിക്കണം. ഞാൻ വെറുതെ ചോദിച്ചതാ.''

അവൾ അത് വിശ്വസിച്ചില്ല എങ്കിലും വിഷയം കൂടുതൽ വലിച്ചു നീട്ടിയില്ല. അവൾ പെൺകുട്ടിയുടെ നേരെ തിരിഞ്ഞു.

''അസീസ്, നിനക്ക് എന്താണ് വേണ്ടത് കുഞ്ഞേ? നീ എന്തിനാ ആ മേശയുടെ അടുത്തുനിന്ന് എഴുന്നേറ്റത്?''

അഞ്ചോ ആറോ വയസ്സായിരുന്നു അസീസിന്. ഇരുണ്ട തൊലിയുള്ള, അതിസുന്ദരിയായ ഒരു കൊച്ചു പെൺകുട്ടി. ''വെള്ളം. കുടിക്കാൻ വെള്ളമില്ല...'' എന്ന് തന്റെ ചെറിയ സ്വരത്തിൽ പറഞ്ഞപ്പോൾ അവൾ കൈത്തണ്ടയിൽ ചേർത്ത് വച്ച പാവയോടൊപ്പം കുണുങ്ങി.

എവ്ജീനിയ കുനിഞ്ഞ് ആ പെൺകുട്ടിയുടെ മെലിഞ്ഞ കവിളിൽ ഒരു വലിയ ചുംബനം നൽകി.

''ശരി എന്റെ സുന്ദരി, നീ മേശയ്ക്കടുത്തേക്ക് പൊയ്ക്കൊ. വെള്ളം ഇതാ ഇപ്പോൾ കൊണ്ടുവരാം.''

പൂന്തോട്ടത്തിന്റെ മൂലയിൽ ഒരുക്കിയിരിക്കുന്ന വലിയ മേശയിലേക്ക്

ഓടിയപ്പോൾ ഒരു പൂമ്പാറ്റയുടെ ചിറകുകൾപോലെയുള്ള അവളുടെ മഞ്ഞവസ്ത്രം പറന്നു കളിച്ചു.

എവ്ജീനിയ വിശദീകരിച്ചു, ''അവൾ സിറിയൻ ആണ്. ആ പാവപ്പെട്ട സിറിയൻ കുട്ടികളിൽ ഒരാൾ.''

അവളുടെ സ്വരത്തിൽ അവ്യക്തമായ ആക്ഷേപം ഉണ്ടായിരുന്നു. ''എന്താണ് സംഭവിച്ചത്, നെവ്സാറ്റ്? എന്തിനാണ് പരിഭ്രമിച്ചത്? ആ കുട്ടി ഒരു കള്ളിയാണെന്ന് നിങ്ങൾ കരുതിയില്ലേ?''

ഇതിനെല്ലാം ഞാൻ അർഹനാണ്.

''അല്ലല്ല, അതൊന്നുമല്ല. അവൾ പിടിച്ചിരുന്ന ആ പാവ എന്നെ മറ്റൊരു പാവയെ ഓർമ്മിപ്പിച്ചു. ഇന്നലെ കൊലപാതകസ്ഥലത്ത് നിന്ന് കണ്ടെത്തിയ ഒന്ന്. പെട്ടെന്ന് അത് കണ്ടപ്പോൾ ഞെട്ടിപ്പോയി. ഞാൻ എന്നെത്തന്നെ മറന്നു. ഞാൻ ക്ഷമ ചോദിക്കുന്നു. ഇനി ഒരിക്കലും ഇങ്ങനെ ഉണ്ടാകില്ല. ഈ കൊച്ചു പെൺകുട്ടി ഒരു കള്ളിയാണെന്ന് എനിക്ക് ഒരിക്കലും തോന്നിയിട്ടില്ല.''

അവളുടെ സുന്ദരമായ, ശാന്തമായ മുഖത്ത് ഒരു പുഞ്ചിരി വിരിഞ്ഞു.

''എനിക്കറിയാം, നെവ്സാറ്റ്. എനിക്കറിയാം. നിങ്ങൾ അങ്ങനെ ചിന്തിക്കുന്ന ഒരാളല്ല.''

അവളുടെ നോട്ടം മേശയിലേക്ക് പാഞ്ഞു. അവിടെ പത്തോ പതിനഞ്ചോ പേരുണ്ടായിരുന്നു. സ്ത്രീകൾ അഗാധമായ വിഷാദത്തിൽ മുങ്ങിയത് പോലെ കാണപ്പെട്ടു, പുരുഷന്മാർ നിരാശരായിരുന്നു. പക്ഷേ കുട്ടികൾ മേശയ്ക്ക് ചുറ്റും ചിരിച്ചും കളിച്ചും ആഹ്ലാദിച്ചുകൊണ്ടിരുന്നു.

''അവർ വല്ലാത്ത ഒരു അവസ്ഥയിലാണ്.'' അവൾ മന്ത്രിച്ചു. ''ശരിക്കും നിരാശാജനകം. ഞാൻ ഫോണിൽ പറഞ്ഞതുപോലെതന്നെ. ഞാൻ അവരെ ചിലപ്പോൾ ഭക്ഷണം കഴിക്കാൻ ക്ഷണിക്കാറുണ്ട്. ഫെറിക്കോയിൽ, ഇമിഗ്രന്റ് ഹൗസിംഗ് സെന്ററിലാണ് ഇവരുടെ താമസം.'' അവൾ ആഴത്തിൽ നെടുവീർപ്പിട്ടു.

''നിൽക്കൂ, ഞാൻ കുറച്ച് വെള്ളം എടുത്തു കൊടുക്കട്ടെ. ഇപ്പോൾ വരാം.''

ഒന്നുരണ്ടു ചുവടുകൾ വച്ചിട്ട് എന്തോ ഓർത്തെന്നപോലെ തിടുക്കത്തിൽ തിരിഞ്ഞു.

''നിങ്ങൾ ഇപ്പോളും വന്ന കാലിലാണ് നിൽപ്പ്. ഞാൻ നമ്മുടെ പതിവ് മേശ തയ്യാറാക്കിയിട്ടുണ്ട്. നമ്മുടെ അക്കേഷ്യയുടെ ചുവട്ടിൽ. അങ്ങോട്ട് പൊയ്ക്കൂടെ?''

''ശരി, എന്നെക്കുറിച്ച് നീ വിഷമിക്കേണ്ട. ചെയ്യാനുള്ള കാര്യങ്ങൾ ചെയ്യൂ.''

പഴയ അക്കേഷ്യ മരത്തിന്റെ ചുവട്ടിൽ ഒരുക്കിയിരിക്കുന്ന ഞങ്ങളുടെ മേശയിലേക്ക് നടക്കുമ്പോൾ അസീസ് വീണ്ടും എന്റെ കണ്ണിൽ പെട്ടു. തന്റേതുപോലെ രൂപമുള്ള ഒരു ആൺകുട്ടിയോട് അവൾ

ആവേശത്തോടെ എന്തോ വിശദീകരിക്കുകയായിരുന്നു. ഞാൻ അയ്സുനെക്കുറിച്ച് ചിന്തിച്ചു. എന്റെ മകൾക്ക് ഇളം തവിട്ട് നിറമുള്ള മുടി ഉണ്ടായിരുന്നു, അസീസിനേക്കാൾ അല്പം വലുതായിരുന്നുവെങ്കിലും ഈ പ്രായത്തിൽ അവൾ ഇങ്ങനെയായിരുന്നു, അടങ്ങി ഒരിടത്ത് നിൽക്കാൻ കഴിയാതെ എല്ലായിടത്തും ഓടിനടക്കുന്ന പ്രകൃതം. അവൾ നിരന്തരം ചോദ്യങ്ങൾ ചോദിക്കുകയും ഉത്തരം ലഭിക്കുന്നതിന് മുമ്പ് അടുത്ത വിഷയത്തിലേക്ക് പോകുകയും ചെയ്യുമായിരുന്നു. എന്റെ ഹൃദയം തകർന്നു ചിതറുന്നതുപോലെ അനുഭവപ്പെട്ടു. കാറ്റു പിടിച്ച മുടിയുള്ള ആ സിറിയൻ പെൺകുട്ടിയെ എനിക്ക് നോക്കാൻ പോലും കഴിഞ്ഞില്ല. ഞങ്ങൾക്കായി തയ്യാറാക്കിയ മേശയിൽ ഞാൻ എന്റെ പതിവ് സ്ഥലത്ത് ഇരുന്നു. അക്കേഷ്യയുടെ തടിയിലേക്ക് ചാരി ഇരുന്നിട്ട് ഞാൻ റാക്കി കുപ്പിയിലേക്ക് കൈ നീട്ടി. അത് എന്നെ നോക്കി, നിങ്ങൾ ഇനി എന്തിനെയാണ് കാത്തിരിക്കുന്നത് എന്നു ചോദിക്കുന്നതുപോലെ തോന്നി. വെള്ളം ചേരുമ്പോൾ റാക്കി മഞ്ഞുപോലെയുള്ള വെളുത്ത നിറമായി മാറുന്നത് നോക്കിയിരുന്നപ്പോൾ എവ്ജീനിയയുടെ ശബ്ദം കേട്ടു.

''ദയവായി മടിയൊന്നും വിചാരിക്കരുത്.'' അവൾ പറഞ്ഞു. ''സ്വന്തം വീട്ടിൽതന്നെയാണ് എന്നു വിചാരിക്കൂ. നിങ്ങൾക്ക് എന്ത് വേണമെങ്കിലും പറഞ്ഞാൽ മതി.''

അവളുടെ അതിഥികൾ ഒരു വിശുദ്ധയെ എന്നപോലെ പ്രശംസയോടെയും നന്ദിയോടെയും അവളെ നോക്കി. ഞാൻ എന്റെ റാക്കിയുടെ ആദ്യ സിപ്പ് എടുക്കുമ്പോൾ, മേശയുടെ അറ്റത്ത് ഇരുന്ന പുരുഷന്മാരിൽ മൂത്തയാൾ എഴുന്നേറ്റു. അയാൾ മെലിഞ്ഞ, ഉയരമുള്ള ഒരുവനായിരുന്നു. ആ ശരീരം ഉണങ്ങിയ ശിഖരംപോലെ ചാഞ്ഞു. അയാൾ സംസാരിക്കാൻ തുടങ്ങി, പക്ഷേ ശബ്ദം വളരെ ദുർബലമായിരുന്നതിനാൽ എന്താണ് പറയുന്നതെന്ന് എനിക്ക് മനസ്സിലാക്കാൻ കഴിഞ്ഞില്ല. എവ്ജീനിയയുടെ കവിളുകൾ ചുവന്നു തുടുത്തതുകൊണ്ട് അവൻ അവളോട് നന്ദി പറയുകയാവും എന്നു ഞാൻ ഊഹിച്ചു. എന്റെ എളിമയുള്ള കാമുകിയെ ആരെങ്കിലും പുകഴ്ത്തിയാൽ ഉടനെതന്നെ അവൾ നാണംകൊണ്ട് തളർന്നുപോകും. സംസാരം നീണ്ടപ്പോൾ, വിഷയം മാറിയെന്ന് എനിക്ക് മനസ്സിലായി, എവ്ജീനിയ ആ മനുഷ്യൻ പറയുന്നത് ശ്രദ്ധിച്ചുകേട്ടതിനുശേഷം എനിക്ക് നേരെ ആംഗ്യം കാണിച്ചു, ''വിഷമിക്കേണ്ട. നമുക്ക് നെവ്സാറ്റിനോട് പറയാം. അയാൾ അത് ശരിയാക്കും.''

ഞാൻ രണ്ടാമത്തെ സിപ്പ് റാക്കി എടുക്കുന്നതിന് മുമ്പ് അവർ എന്റെ മേശയ്ക്ക് മുന്നിലെത്തി.

''നെവ്സാറ്റ്, ഞാൻ നിങ്ങൾക്ക് മേദേനിച്ചേട്ടനെ പരിചയപ്പെടുത്തട്ടെ?''

എവ്ജീനിയയുടെ അരികിൽ നിന്നിരുന്ന ഉയരമുള്ള, മെലിഞ്ഞ മനുഷ്യൻ ഭയന്ന കണ്ണുകളോടെ എന്നെ നോക്കി.

''ഹലോ...'' ഞാൻ കൈ നീട്ടി പറഞ്ഞു. ''നിങ്ങളെ കാണാനായതിൽ സന്തോഷം.''

അയാൾക്ക് ഭംഗിയുള്ള ഇരുണ്ടനിറമായിരുന്നു. ഭൂമിയുടെ നിറമുള്ള കണ്ണുകൾ ആ നീണ്ട മുഖത്തിന് ആഴത്തിലുള്ള ഒരു ഭാവം നല്കി.

''നിങ്ങളേയും കണ്ടതിൽ സന്തോഷമുണ്ട്.'' എന്റെ മുന്നിൽ തല കുനിച്ചുകൊണ്ട് അയാൾ പറഞ്ഞു. ആ വിരലുകൾ വല്ലാതെ ചുളിഞ്ഞിരുന്നു. ഹസ്തദാനം വേദനിപ്പിക്കുമോ എന്ന ഭയത്തോടെ ഞാൻ അയാളുടെ കൈ മൃദുവായി അമർത്തി.

എന്റെ എതിർവശത്തുള്ള കസേര ചൂണ്ടിക്കാണിച്ചിട്ട് ഞാൻ പറഞ്ഞു. ''ദയവായി ഇരിക്കൂ.''

അവൻ തല കുനിച്ചു.

''ഇല്ല, നിങ്ങളുടെ സ്വസ്ഥതയിലേക്ക് ഞാൻ തള്ളിക്കയറാൻ ആഗ്രഹിക്കുന്നില്ല.''

ചുവയുള്ള ഉച്ചാരണം ആയിരുന്നെങ്കിലും അയാൾ ശരിയായ ടർക്കിഷ് സംസാരിച്ചു.

''ഇതാണോ തള്ളിക്കയറൽ മേദേനിച്ചേട്ടാ?'' എവ്ജീനിയ വിനയത്തോടെ എതിർത്തു. ''നെവ്സാറ്റ് നിങ്ങളോട് എല്ലാവരോടും സംസാരിക്കാനാണ് വന്നത്.''

അവസാനം വൃദ്ധൻ ധൈര്യത്തോടെ കസേരയിൽ ഇരുന്നു. എവ്ജീനിയ അരികിൽ തന്നെ ഇരുന്നു. നിശ്ശബ്ദത അവിടെ തങ്ങി നിന്നു. സംഭാഷണം തുടങ്ങേണ്ടത് ഞാനായിരുന്നു.

''നിങ്ങൾ സിറിയയിൽ നിന്നാണ് വന്നത് അല്ലേ?''

''അതെ, അലപ്പോയിൽ നിന്ന്.'' അയാൾ ധൈര്യത്തോടെ പറഞ്ഞു. ''ഞാനൊരു ദ്വിഭാഷിയായിരുന്നു. ടർക്കിഷ് ഭാഷയിലാണ് എനിക്ക് വൈദഗ്ദ്ധ്യം. ഞാൻ അങ്കാറയിൽ, ഹാസെറ്റെപ്പ് യൂണിവേഴ്സിറ്റിയിൽ ആണ് പഠിച്ചത്. സർക്കാർ ജീവനക്കാർക്കും ബിസിനസ്സുകാർക്കും വേണ്ടി ഭാഷാവ്യാഖ്യാനം ചെയ്യുകയായിരുന്നു എന്റെ തൊഴിൽ. എന്റെ ചെറിയ സഹോദരൻ എദെം ലതാകിയയിലാണ് താമസിച്ചിരുന്നത്. എന്റെ മകൾ ആദെവിയെയും അവിടെത്തന്നെയാണ് വിവാഹം കഴിച്ചയച്ചത്. പരസ്പരം കാണാനാകാത്തതിൽ വിഷമം ഉണ്ടായിരുന്നുവെങ്കിലും ഞങ്ങളുടെ ജീവിതം സുഖകരമായിരുന്നു, തുടർന്ന് യുദ്ധം പൊട്ടിപ്പുറപ്പെട്ടു. എല്ലാം നശിച്ചു. വീടും കുടുംബവും എല്ലാം പോയി. എന്റെ മകളും സഹോദരനും അവന്റെ ഭാര്യയും മകനും ഒരുമിച്ചായിരുന്ന സമയത്ത് ഒരു സ്ഫോടനത്തിൽ കൊല്ലപ്പെട്ടു.'' ആ കണ്ണുകൾ നിറഞ്ഞിരുന്നു, നനഞ്ഞ കൺപീലികളിൽ തങ്ങിനിന്ന രണ്ട് കണ്ണുനീർത്തുള്ളികൾ വിറപൂണ്ടു.

''അതിനിവിടെ പ്രാധാന്യമില്ല. ഒടുവിൽ ഞങ്ങൾക്ക് തുർക്കിയിലേക്ക് കടക്കാൻ കഴിഞ്ഞു.'' അൽപനേരത്തെ നിശ്ശബ്ദതയ്ക്ക് ശേഷം അയാൾ പറഞ്ഞു.

അന്തരീക്ഷം ലഘൂകരിക്കാൻ ഞാൻ പറഞ്ഞു, ''നിങ്ങളെ കണ്ടതിൽ സന്തോഷം.''

ദയയുള്ള സ്വരത്തിൽ ഞാൻ തുടർന്നു. ''നിങ്ങൾ ഇവിടെ സന്തോഷവാനാണോ? എല്ലാം നന്നായി നടക്കുന്നുണ്ടോ?''

ആത്മാർത്ഥമായി സംസാരിക്കണോ എന്ന ആശങ്ക അയാളെ കുഴക്കി.

''ഞങ്ങൾക്ക് സന്തോഷമുണ്ട്. കൂടുതൽ കൃത്യമായി പറഞ്ഞാൽ ഞങ്ങൾക്ക് സന്തോഷമുണ്ടായിരുന്നു. പക്ഷേ ഞങ്ങൾക്ക് ഫഹറിനെ നഷ്ടമായി.''

അയാൾ എന്താണ് ഉദ്ദേശിച്ചതെന്ന് എനിക്ക് മനസ്സിലായില്ല.

''ഫഹർ?''

''ഫഹർ എന്റെ മരിച്ചുപോയ സഹോദരൻ എദെമിന്റെ രണ്ടാമത്തെ മകനാണ്. അവന്റെ അമ്മയും അച്ഛനും മരിച്ചതിനുശേഷം ഞങ്ങൾ അവനെ കൂടെ കൂട്ടി. എന്നെ കൂടാതെ കുടുംബത്തിലെ ഒരേയൊരു ആൺകുട്ടി അവനാണ്.''

അല്പം ദൂരെയായി വട്ടമിട്ട് ഓടുന്ന പെൺകുട്ടിയെ ഞാൻ ചൂണ്ടിക്കാണിച്ചു.

''അസീസിന്റെ സഹോദരനാണോ?''

മേദേനിയുടെ കണ്ണുകൾ അസീസിലേക്ക് തിരിഞ്ഞപ്പോൾ വീണ്ടും പ്രകാശിച്ചു. ''അതെ. അവളുടെ വല്യേട്ടൻ! ഫഹർ അസീസിനേക്കാൾ മൂത്തതാണ്.''

മേദേനി വിശദീകരിക്കുന്നത് ശ്രദ്ധിച്ചിരിക്കുകയായിരുന്ന എവ്ജീനിയപറഞ്ഞു. ''അനന്തരവനെയും മരുമകളെയും സ്വന്തം ചിറകിന് കീഴിലാക്കിയത് മഹത്തായ കാര്യമാണ്, എനിക്ക് നിങ്ങളോട് ബഹുമാനമല്ലാതെ മറ്റൊന്നുമില്ല, മേദേനിച്ചേട്ടാ. നിങ്ങൾ ശരിക്കും വലിയ ഒരു മനുഷ്യനാണ്.''

വൃദ്ധൻ തന്റെ കുനിഞ്ഞ മുതുകിനെ വീണ്ടും കുനിച്ചു.

''ഒരിക്കലുമില്ല. അള്ളാഹുവാണ് വലിയവൻ ഞാനല്ല. അവൻ കല്പ്പിക്കുന്നതുപോലെ ഞങ്ങൾ ചെയ്യുന്നു.''

സംഭാഷണം വഴിതിരഞ്ഞു പോവുകയായിരുന്നു.

''നീ പറഞ്ഞത് ഫഹറിനെക്കുറിച്ചാണ്. അവന് എന്ത് സംഭവിച്ചു?''

അയാൾ ഒന്നുരണ്ടു തവണ ഉമിനീർ വിഴുങ്ങി.

''അവൻ അപ്രത്യക്ഷനായി, ഒരു ദിവസം രാവിലെ വീട്ടിൽനിന്ന് ഇറങ്ങിയ അവൻ മടങ്ങിവന്നില്ല.''

അയാൾക്ക് തുടരാനായില്ല; ആ മനുഷ്യൻ കരയാൻ തുടങ്ങി. ഞാൻ എവ്ജീനിയയുടെ കണ്ണുകളിലേക്ക് നോക്കി. ഞങ്ങൾക്ക് സംസാരിക്കാനുള്ള ധൈര്യം കിട്ടിയില്ല. കണ്ണുനീർ പൊഴിച്ചുകൊണ്ടിരുന്ന ആ മനുഷ്യനെ ഞങ്ങൾ കരയാനായി വിട്ടു. പക്ഷേ അത് അധികനേരം നീണ്ടുനിന്നില്ല, അയാൾ തന്റെ കണ്ണുകൾ ഉയർത്തി.

''ക്ഷമിക്കണം. ഈ വിചിത്രമായ നിസ്സഹായത! നമ്മൾ മനുഷ്യർ, എത്ര ദയനീയ ജീവികളാണ്.''

ഞാൻ ഒരു ഗ്ലാസ് വെള്ളം നീട്ടി.

''കുടിക്കൂ. കുറച്ച് ആശ്വാസം കിട്ടട്ടെ.''

''നന്ദി.'' അയാൾ പറഞ്ഞു.

എല്ലുംതൊലിയുമായ കൈയുടെ പിൻഭാഗം കൊണ്ട് നനഞ്ഞ കണ്ണുകൾ തുടച്ചതിനുശേഷം അയാൾ വീണ്ടും വിശദീകരിക്കാൻ തുടങ്ങി.

''മൂന്ന് ദിവസം. മൂന്ന് ദിവസം മുമ്പ് അവനെ കാണാതായി.''

അതായിരുന്നു കാര്യം. അയാൾ വീണ്ടും നിശ്ശബ്ദനായി.

''ഒരു വിവരവും ഇല്ലേ?''

''ഒന്നുമില്ല. അവന് പതിമൂന്ന് വയസ്സേ ഉള്ളൂ. വളരെ മിടുക്കനായ കുട്ടി, വളരെ നല്ല പെരുമാറ്റം. അവൻ സിസ്ലിയിലെ ഒരു ബേക്കറിയിൽ ജോലി കണ്ടെത്തിയിരുന്നു. അവിടെ ഒരു മാസമായി ജോലി ചെയ്യുന്നു. ഒരു ദിവസം ജോലിക്ക് പോയിട്ട് വീട്ടിൽ വന്നില്ല.''

''നിങ്ങൾ അവന്റെ ജോലിസ്ഥലത്ത് പോയി നോക്കിയോ? അവർ എന്താണ് പറയുന്നത്?''

അയാൾക്ക് ദേഷ്യം വന്നിരിക്കണം. ആദ്യമായി ആ ശബ്ദം ഉയർന്നു.

''തീർച്ചയായും ഞാൻ പോയി. ആദ്യ ദിവസം രാത്രിതന്നെ. അവന്റെ ബോസിനോട് സാഹചര്യം വിശദീകരിച്ചു. ആ മനുഷ്യൻ അതിശയിച്ചു പോയി. കാരണം അന്ന് രാവിലെ ഫഹർ അസുഖമാണെന്ന് പറഞ്ഞ് അവധി ചോദിച്ചിരുന്നു. അവൻ വീട്ടിലേക്ക് പോകുന്നുവെന്നാണ് പറഞ്ഞത്. പക്ഷേ അവൻ ആ രാത്രിയും അടുത്ത രാത്രിയും വന്നില്ല.

''നിങ്ങൾ പൊലീസിനെ അറിയിച്ചോ?''

അയാളുടെ മുഖത്തെ അപമാനം കടുത്ത രോഷമായി മാറി.

''അന്ന് രാത്രിതന്നെ ഞാൻ പൊലീസിനോട് പരാതിപ്പെട്ടു. അവർ ഞാൻ പറഞ്ഞത് ശ്രദ്ധിക്കുകയും മൊഴി എടുക്കുകയും ചെയ്തു, 'എന്തെങ്കിലും വിവരം കിട്ടിയാൽ ഞങ്ങൾ നിങ്ങളെ അറിയിക്കാം.' എന്നാൽ ഒരു ദിവസം കഴിഞ്ഞു, ആരും വിളിച്ചില്ല, രണ്ട് ദിവസം, അവർ വിളിച്ചില്ല. ഞാൻ വീണ്ടും പൊലീസ് സ്റ്റേഷനിലേക്ക് പോയി. 'വിഷമിക്കേണ്ട, ഞങ്ങൾ അത് അന്വേഷിക്കുന്നുണ്ട്.' അവർ പറഞ്ഞു. പക്ഷേ ഒരു ഫലവുമില്ല. ഞങ്ങളുടെ കുട്ടിയെ ആണ് നഷ്ടമായത്. ഞങ്ങൾ ആളുകളോട് സംസാരിക്കാൻ ശ്രമിച്ചു. പക്ഷേ ആരും വിശ്വസിക്കുന്നില്ല. സഹതാപം നേടാനും പണം പറ്റാനുമാണ് ഞങ്ങൾ ശ്രമിക്കുന്നതെന്ന് അവർ കരുതുന്നു. എല്ലാവരും കുട്ടിയെ ഓർത്തു പേടിച്ചിരിക്കുകയാണ്.''

അവരുടെ സങ്കടങ്ങളെക്കുറിച്ച് എനിക്ക് ഒന്നും പറയാനില്ലായിരുന്നു, അതിനാൽ ഞാൻ യഥാർത്ഥ വിഷയത്തിൽ ശ്രദ്ധ കേന്ദ്രീകരിച്ചു.

''നിങ്ങൾ ഫഹറിന്റെ സുഹൃത്തുക്കളോട് സംസാരിച്ചിരുന്നോ? ഒരു പക്ഷേ അവൻ ഇസ്താംബൂൾ വിട്ടിരിക്കാം. എനിക്കറിയില്ല; ഗ്രീസിലേക്കോ മറ്റോ ഓടിപ്പോകാൻ ശ്രമിച്ചുകാണുമോ?''

കുഴിഞ്ഞ കവിളുകളുള്ള ആ മുഖം കൂടുതൽ ചുരുങ്ങി.

''ഇല്ല. ഫഹർ അങ്ങനെയൊന്നും ചെയ്യില്ല. അവൻ പോകുകയാണെങ്കിൽ തീർച്ചയായും ഞങ്ങളോട് പറയുമായിരുന്നു. ഞങ്ങൾക്ക് മറ്റാരുമില്ല. ദൈവത്തെയോർത്ത് ഞങ്ങളെ സഹായിക്കൂ.''

ആ മനുഷ്യൻ വീണ്ടും പൊട്ടിക്കരഞ്ഞു.

''നോക്ക് മേദേനിച്ചേട്ടാ...'' ഞാൻ അയാളെ ആശ്വസിപ്പിക്കാൻ ശ്രമിച്ചു. ''വിഷമിക്കരുത്. ഒരുപക്ഷെ നിങ്ങൾ ഒരിക്കലും ഊഹിക്കാത്ത എവിടെയെങ്കിലും അവൻ പോയിരിക്കാം. എനിക്കറിയില്ല, ഒരുപക്ഷേ ഏതെങ്കിലും സുഹൃത്തിന്റെ കുടുംബത്തോടൊപ്പമായിരിക്കാം. പക്ഷേ ഞങ്ങൾ അവനെ കണ്ടെത്തും. ഉറപ്പായും. ദയവായി കാത്തിരിക്കൂ, ഞാൻ ഇപ്പോൾ എന്റെ സുഹൃത്തുക്കളെ വിളിക്കട്ടെ.''

ഞാൻ ഫോൺ എടുത്ത് മുനീറിന്റെ നമ്പർ ഡയൽ ചെയ്തു. എത്ര ശ്രമിച്ചിട്ടും അവനെ കിട്ടിയില്ല.

''ആ ഫോൺ ഓഫാണ്. ഞാൻ നാളെ വീണ്ടും ശ്രമിക്കാം. എന്തെങ്കിലും വിവരം കിട്ടിയാലുടൻ നിങ്ങളെ അറിയിക്കാം.''

മേദേനി ബഹുമാനത്തോടെയും നന്ദിയോടെയും എന്റെ കൈ ചുംബിക്കാൻ ശ്രമിച്ചു. അതിന് അനുവദിക്കാതെ കൈ വലിച്ചെടുക്കാൻ ഞാൻ വളരെ ബുദ്ധിമുട്ടി. എനിക്ക് നന്ദി പറഞ്ഞതിനുശേഷം കുനിഞ്ഞ തോളുകളോടെ മേദേനി തന്റെ കുടുംബം ഇരുന്നിരുന്ന മേശയ്ക്കരികിലേക്ക് മടങ്ങി.

''നിങ്ങൾ ഫഹറിനെ കണ്ടെത്തണം.'' എവ്ജീനിയ പറഞ്ഞു. കണ്ണുകൾ നനഞ്ഞിരുന്നുവെങ്കിലും അവളുടെ ശബ്ദത്തിൽ ദൃഢനിശ്ചയം മുഴങ്ങി നിന്നു. ''മേദേനിയുടെ മരുമകനെ കണ്ടുപിടിക്കണം. ആ പ്രായത്തിലുള്ള കുട്ടി എവിടെ പോകാനാണ്?''

ഈ ചോദ്യത്തിന് നിരവധി ഉത്തരങ്ങൾ ഉണ്ടായിരുന്നു, പക്ഷേ അവയെല്ലാം മോശമായിരുന്നു. ഉത്തരം പറയുന്നതിന് പകരം ഞാൻ വാഗ്ദാനം ചെയ്തു. ''ഒന്നല്ലെങ്കിൽ മറ്റൊരു വഴിയിലൂടെ ഞാൻ ഇതിന്റെ ഉത്തരം കണ്ടെത്തുക തന്നെ ചെയ്യും.''

മരിച്ച, അടക്കം ചെയ്യാത്ത കുട്ടികളുടെ ശ്മശാനം

രാത്രി അവസാനിക്കാറായിട്ടും ബഹ്തിയാർ എന്നെ വാതിൽക്കൽ വച്ചു തന്നെ എതിരേറ്റു. മലർന്നു കിടന്നിരുന്ന നടപ്പാതയിൽനിന്ന് എഴുന്നേറ്റു പുകയുന്ന ചൂട് കണക്കിലെടുക്കാതെ അവൻ എനിക്ക് നേരെ സന്തുഷ്ടിയോടെ വാലാട്ടി. ഞാൻ കാറിൽനിന്ന് ഇറങ്ങിയപ്പോൾ അവൻ അലസമായതെങ്കിലും ഉറപ്പുള്ള ചുവടുകളുമായി വന്ന് എന്റെ കാലുകളിൽ ഉരുമ്മി. ഞാൻ മൃദുവായ രോമങ്ങൾ നിറഞ്ഞ അവന്റെ തലയിൽ തലോടി; ''ഹായ്, ബഹ്തിയാർ! എന്താ വിശേഷം ചെക്കാ?''

ഉത്തരത്തിന് പകരമായി, അവൻ എന്നെ തന്റെ തലകൊണ്ട് സൗഹൃദ ത്തോടെ ഉന്തി. തലേദിവസത്തെ സംഭവം ബെഹ്തിയാർ മറന്നു പോയിരുന്നു. ഞങ്ങൾ വീണ്ടും സുഹൃത്തുക്കളായി മാറി. അവൻ തന്റെ വലിയ ശരീരവുമായി എന്റെ കാലിന് ചുറ്റും വട്ടമിട്ടു. അവന് കളി ക്കണം എന്നുണ്ടായിരുന്നു. പക്ഷേ ഞാൻ അതിന് പറ്റിയ ഒരു മാന സികാവസ്ഥയിലായിരുന്നില്ല. ഞാൻ ശരിക്കും തളർന്നിരിക്കുന്നു.

''ബഹ്തിയാർ, നമുക്ക് പിന്നീട് കളിക്കാം.''

അവന് അത് അംഗീകരിക്കാൻ പ്രയാസമുണ്ടായില്ല. കൊള്ളാം, എന്നാൽപ്പിന്നെ അങ്ങനെയാകട്ടെ എന്ന മട്ടിൽ പിന്നെയും നടപ്പാത യിൽ തല മുതൽ വാൽ വരെ നീട്ടിവച്ചു കിടന്നിട്ട് എന്നെ നോക്കി. സഹാനുഭൂതിയുള്ള എന്റെ ആ സുഹൃത്തിനെ തെരുവിൽ ഉപേക്ഷി ച്ചിട്ട് അല്പം തണുപ്പ് കിട്ടാൻ വേണ്ടി ഈ വൈകിയ വേളയിലും ബാൽക്കണിയിൽ ഇരിക്കുന്ന അയൽവാസികളുടെ ഉയർന്നുകേൾക്കുന്ന സംസാരവും ശ്രദ്ധിച്ചുകൊണ്ട് ഞാൻ എന്റെ വാതിൽ തുറന്നു.

ഉള്ളിൽനിന്നു പരിചിതമായ ടിക് ടിക് ശബ്ദം ചെവിയിൽ മുഴങ്ങി. എന്റെ കണ്ണുകൾ ഗോവണിപ്പടിക്കടുത്തുള്ള വയസ്സൻ ക്ലോക്കിലേക്ക് നീണ്ടു. സമയം അർദ്ധരാത്രി കഴിഞ്ഞ് മുപ്പത്തിയേഴ് മിനിറ്റ് ആയിരുന്നു. അന്ന് എവ്ജീനിയയ്ക്കൊപ്പം അധികനേരം ചിലവഴിച്ചിരുന്നില്ല. മേദേനി യുമായി സംസാരിച്ചതോടെ ഞങ്ങൾ രണ്ടുപേരും തളർന്നുപോയിരുന്നു. ഭക്ഷണത്തിന് എന്നപോലെതന്നെ റാക്കിക്കും അതിന്റെ രുചി നഷ്ട പ്പെട്ടു. എന്തിനധികം, എനിക്ക് വല്ലാത്ത ക്ഷീണം തോന്നി. എവ്ജീനിയ

എന്റെ അവസ്ഥ കണ്ടെങ്കിലും കുറച്ചു നേരം കൂടി അവളോടൊത്ത് ചിലവഴിക്കാൻ എന്നെ നിർബന്ധിച്ചു. ആ ക്ഷണം വിനയപൂർവം നിരസിച്ചുവെങ്കിലും സ്വന്തം കൈകൊണ്ട് എനിക്കായി ഉണ്ടാക്കിയ കാപ്പി കുടിക്കാതെ അവൾ എന്നെ പോകാൻ അനുവദിച്ചില്ല.

മുകളിലത്തെ നിലയിലേക്ക് പടികൾ കയറുമ്പോൾ എന്റെ ക്ഷീണം ഇരട്ടിയായി. കാലുയർത്താൻ പോലും ഞാൻ പാടുപെടുകയായിരുന്നു. നേരെ കട്ടിലിൽ ചെന്നു വീണ് മണിക്കൂറുകളോളം, അല്ല, ദിവസങ്ങളോളം ഉറങ്ങാൻ ഞാൻ ആഗ്രഹിച്ചു. എന്നാൽ അത് അസാധ്യമാണെന്ന് എനിക്കറിയാമായിരുന്നു. ചിലപ്പോൾ കട്ടിലിൽ മലർന്ന് കിടന്ന് കുറച്ച് മിനിറ്റുകൾ ഒന്നു മയങ്ങിയേക്കാം. പക്ഷേ ഉടൻതന്നെ ഞാൻ വീണ്ടും കണ്ണുകൾ തുറക്കും. എന്നത്തേയുംപോലെ, മനസ്സ് യാന്ത്രികമായി പകൽ നടന്ന സംഭവങ്ങൾ അവലോകനം ചെയ്യാൻ തുടങ്ങും. ഇരകളുടെ മുഖങ്ങൾ ഓരോന്നായി കൺമുന്നിലൂടെ കടന്നുപോകും, ഇതുവരെ തിരിച്ചറിയപ്പെടാത്ത കൊലയാളിയെക്കുറിച്ച് ഗാഢമായി ചിന്തിക്കും. അവൻ എന്തിനാണ് കൊന്നത്, എന്താണ് ചെയ്യാൻ ശ്രമിക്കുന്നത് എന്ന് തിരിച്ചറിയാൻ ഞാൻ വീണ്ടും വീണ്ടും ശ്രമിക്കും. തീർച്ചയായും ഒരു നിഗമനത്തിലും എത്താൻ പോകുന്നില്ല എന്നെനിക്കറിയാമായിരുന്നു,

കിടക്കയിൽ കിടന്നു തിരിയുകയും മറിയുകയും ചെയ്തുകൊണ്ട് ആ രാത്രി മുഴുവൻ ചിലവഴിക്കും. ഇതറിയാവുന്നതുകൊണ്ട് ഞാൻ നേരെ കിടക്കയിലേക്കു വീഴുന്നതിനു പകരം നല്ല ഒരു കുളി പാസ്സാക്കാനായി കുളിമുറിയിലേക്ക് കയറി. തണുത്ത വെള്ളം ശരീരത്തിനും മനസ്സിനും ഉണർവ് നൽകിയെങ്കിലും പുറത്ത് കൊടുംചൂടായിരുന്നു, കുളിമുറിയിൽനിന്ന് കിടപ്പുമുറിയിലെത്തിയപ്പോഴേക്കും ഞാൻ വിയർത്തു കുളിച്ചിരുന്നു. ലൈറ്റ് ഓൺ ചെയ്തില്ലെങ്കിലും തെരുവ് വിളക്കിൽ നിന്നുള്ള പ്രകാശംമൂലം മുറിയിലെ എല്ലാ വസ്തുക്കളുടെയും നേരിയ വിശദാംശങ്ങൾവരെ കാണാൻ കഴിയുമായിരുന്നു.

നൈറ്റ് സ്റ്റാൻഡിലെ കുടത്തിൽനിന്ന് ഗ്ലാസ് നിറച്ചു പകുതി കുടിച്ചതിനുശേഷം ഞാൻ കട്ടിലിൽ കിടന്ന് സീലിംഗിൽനിന്നു തൂങ്ങിക്കിടക്കുന്ന അണഞ്ഞ വിളക്കിലേക്ക് നോക്കി ബ്ലൈൻഡ്മാൻസ് ബഫിനെക്കുറിച്ച് ചിന്തിക്കാൻ തുടങ്ങി. എന്തുകൊണ്ടാണ് അവൻ തന്റെ പതിവ് തെറ്റിച്ചത്? എന്തുകൊണ്ടാണ് പഴയതുപോലെ തീയതികൾ പൊരുത്തപ്പെടാത്തത്? അതോ സെക്കായ് സംശയിച്ചതുപോലെ, ഏറ്റവും പുതിയ കൊലപാതകം മറ്റാരെങ്കിലും നടത്തിയതാണോ? ഊഹാപോഹങ്ങളിൽ എത്തേണ്ട സമയമെത്തിയിരുന്നില്ല. എന്താണുണ്ടാകുന്നത് എന്നു കാത്തിരുന്ന് കാണേണ്ടി വരും. നടക്കുന്ന കാര്യങ്ങൾ അസഹ്യമാണ് പക്ഷേ അവൻ വീണ്ടും കൊലപാതകം നടത്താൻ കാത്തിരിക്കുകയല്ലാതെ മറ്റ് മാർഗമില്ല. ബ്ലൈൻഡ്മാൻസ് ബഫ് അല്ലെങ്കിൽ മറ്റാരെങ്കിലും അത് ചെയ്യും. കൊലയാളി നിങ്ങളെയും എന്നെയുംപോലെയുള്ള ഒരാളാണ് എന്നു ഞാൻ സ്വയം പറഞ്ഞുകൊണ്ടേയിരുന്നു. എല്ലാവരേയുംപോലെ അവനും അബദ്ധങ്ങൾ വരുത്തി വയ്ക്കും. അവനെ എല്ലാം തികഞ്ഞവനായി കാണുന്നതിൽ അർത്ഥമില്ല.

ഈ കൊലപാതകത്തിൽ ഉൾപ്പെട്ട വ്യക്തിക്കോ ആളുകൾക്കോ ബ്ലൈൻഡ്മാൻസ് ബഫുമായി യാതൊരു ബന്ധവുമില്ലെങ്കിൽപ്പിന്നെ അവരുടെ ലക്ഷ്യം എന്തായിരുന്നു? എന്ത് ചെയ്യാനാണ് അവർ ശ്രമിച്ചത്? ഇതൊരു കോപ്പിയടി കൊലപാതകമായിരുന്നോ? എല്ലാത്തിനുമുപരി ആളുകൾ വിചിത്രജീവികളാണ് എന്നതുംകൂടി ഞാൻ കണക്കിൽ എടുക്കേണ്ടതുണ്ട്. സീരിയൽ കില്ലറെ അനുകരിക്കാൻ ശ്രമിച്ചേക്കാവുന്ന ധാരാളം ഭ്രാന്തന്മാർ നാട്ടിലുണ്ട്. ചിലപ്പോൾ അവർ തികച്ചും വ്യത്യസ്തമായ, ഞാൻ ഉദ്ദേശിക്കാത്ത എന്തെങ്കിലും ഒന്നിന് പിന്നാലെയായിരിക്കാം. കാര്യങ്ങൾ അങ്ങനെയാണെങ്കിൽ ബ്ലൈൻഡ്മാൻസ് ബഫിന് ഇതിനെക്കുറിച്ച് എന്തായിരിക്കും പറയാനുള്ളത്? അത് അവനെ അസ്വസ്ഥനാക്കുമോ അതോ അവനെ അനുകരിക്കുന്നവരുടെ ആരാധനാമനോഭാവം സന്തുഷ്ടനാക്കുമോ? ഇത്തരം കാര്യങ്ങളിൽ ബ്ലൈൻഡ്മാൻസ് ബഫ് അധികം ഇക്കിളിപ്പെടില്ല എന്നായിരുന്നു എന്റെ വ്യക്തിപരമായ അഭിപ്രായം.

ചിലപ്പോൾ തന്നെ അനുകരിക്കുന്നവർക്ക് ഒരു പണി കൊടുക്കാൻ പോലും അയാൾ ശ്രമിച്ചേക്കാം. ഇത് അപകടകരമായഒരു കളിയാണ്. ഇതറിഞ്ഞാൽ മറ്റുള്ളവർ തന്റെ പ്രശസ്തി മുതലെടുത്ത് തന്റെ പേരിൽ കൊല്ലുന്നതിൽ അയാൾ അസ്വസ്ഥനാകും. അയാളുടെ പൈതൃകം ആരെങ്കിലും കൈക്കലാക്കുന്നതുപോലെയാണത്. ഈ അവസാന കൊലപാതകം സംഘടിപ്പിച്ചത് നമ്മുടെ അയാൾ അല്ലെന്ന് ആരെങ്കിലും പറയുമോ? ചിലപ്പോൾ സ്വന്തം കൈകളാൽ കൊല്ലുന്നതിന് പകരം അർപ്പണബോധമുള്ള ഒരു അനുയായിയിലൂടെ കൊലപാതകം നടത്താൻ അവൻ തീരുമാനിച്ചിരിക്കാനും സാധ്യതയില്ലേ? ഒരു മനോരോഗിയുടെ മനസ്സിൽ എന്താണ് സംഭവിക്കുന്നതെന്ന് നമുക്ക് എങ്ങനെ അറിയാനാകും?

മസ്തിഷ്കത്തിൽ ചോദ്യങ്ങൾ ഉയർന്നപ്പോൾ, എന്റെ കൺപോളകൾ അറിയാതെ അടയുന്നത് ഞാൻ മനസ്സിലാക്കി. ഈ ചിന്തകൾ എല്ലാം എഴുതിവയ്ക്കുന്നത് നന്നായിരിക്കും, പക്ഷേ അനങ്ങാൻ കഴിയാത്ത വിധം ഒരു ഭാരം എന്നിൽ വന്നു വീണതുപോലെ തോന്നി. തളർന്ന ശരീരം ചുവരിലേക്ക് തിരിച്ച് അയ്സുന്റെ ഫോട്ടോയ്ക്ക് അഭിമുഖമായി ഞാൻ ചുരുണ്ടുകൂടി കിടന്നു. മങ്ങിയ വെളിച്ചത്തിലും എതിർവശത്തെ ഭിത്തിയിൽനിന്ന് എന്നെ നോക്കി.

''അച്ഛാ എന്താ ചെയ്യുന്നത്?'' എന്ന് അവളുടെ വിടർന്ന കണ്ണുകൾ ചോദിക്കുന്നതായി തോന്നി. ''ഞങ്ങളുടെ മരണത്തിന് നിങ്ങൾ കാരണമായത് പോരേ? ഇപ്പോൾ സ്വയം കൊല്ലപ്പെടാൻ പോവുകയാണോ?'' അവളുടെ ന്യായമായ ചോദ്യം അവഗണിച്ച് ഞാൻ എന്റെ കൺപോളകൾ പൂട്ടി. അത്ര എളുപ്പമല്ലെങ്കിലും യാഥാർത്ഥ്യത്തിൽനിന്ന് രക്ഷപ്പെടാൻ ഞാൻ മോഹിച്ചു. മൃദുവായതെങ്കിലും ദൃഢമായി പൊതിഞ്ഞ ഉറക്കത്തിന്റെ ആവരണത്തിന് പോലും നിങ്ങളെ ചിലപ്പോൾ യാഥാർത്ഥ്യത്തിൽനിന്ന് രക്ഷിക്കാൻ കഴിയില്ല.

എത്ര സമയം അങ്ങനെ കിടന്നു എന്ന് എനിക്ക് ഉറപ്പില്ല, വിചിത്ര മായ ഇരുട്ടിലൂടെ ഞാൻ കടന്നുപോയി. മരങ്ങൾ നിറഞ്ഞ പ്രദേശ മായിരുന്നു അത്. ആദ്യം അത് അയ്സുന്റെ ശ്മശാനമാണെന്ന് ഞാൻ കരുതി. അയ്സുന്റെയും എന്റെ ഭാര്യ ഗുസൈഡിന്റെയും അന്ത്യവിശ്രമ സ്ഥലം. പക്ഷേ, തടികൊണ്ടുള്ള വാതിൽ കടന്നപ്പോൾ, ഈ സ്ഥലം ഇതുവരെ കണ്ടിട്ടില്ലാത്ത ഒരു തോട്ടമാണെന്ന് ഞാൻ മനസ്സിലാക്കി. അത്തിപ്പഴത്തിന്റെ തീക്ഷ്ണമായ മണം ഇരച്ചു കയറി. അത്തിമരങ്ങൾ മാത്രമല്ല, വാൽനട്ട്, പ്ലം, അക്കേഷ്യ, ഹാക്ക്ബെറി, സ്പ്രൂസ്, ഓക്ക്, ചെസ്റ്റ്നട്ട്.., എല്ലായിടത്തും മരങ്ങൾ മൂടിയിരിക്കുന്നു. പച്ചയുടെ എല്ലാ നിറവിന്യാസങ്ങളും അവിടെ കാണാൻ കഴിഞ്ഞു, ഓരോന്നും മറ്റുള്ള വയിൽ നിന്ന് വ്യത്യസ്തമാണ്, എന്നാൽ എല്ലാം പുതിയ വൃക്ഷങ്ങളാണ്. ആരോഗ്യമുള്ളവ. സമൃദ്ധം. ശാഖകൾ പടർന്നു തിങ്ങിയും ഇലകൾ വളരെ വലിപ്പത്തിലുമായിരുന്നതിനാൽ ആകാശം കാണുന്നത് മിക്ക വാറും അസാധ്യമായിരുന്നു.

വെള്ളി, തവിട്ട്, മണ്ണ്, തേൻ എന്നീ നിറങ്ങളുള്ള തായ്ത്തടികൾ ക്കിടയിലൂടെ പന്ത്രണ്ട് വഴികൾ നീണ്ടു കിടന്നിരുന്നു. അതെ, പന്ത്രണ്ട് എന്ന സംഖ്യ വീണ്ടും വീണ്ടും എന്റെ ജീവിതത്തിലേക്ക് കടന്നു വരിക യാണ്. ആ പന്ത്രണ്ട് പാതകൾ വിശാലമായ തുറന്ന സ്ഥലത്തേക്ക് നയിച്ചു. അവിടെ ഒരു കളിസ്ഥലം ഉണ്ടായിരുന്നു. ഊഞ്ഞാലുകൾ സ്ലൈഡുകൾ, സീസോകൾ, ചെറിയ പാലങ്ങൾ, വീടുകൾ എന്നിവ യെല്ലാം തടികൊണ്ട് നിർമ്മിച്ചതാണ്. സാൻഡ്ബോക്സിന് ചുറ്റുമുള്ള വേലി പോലും മരം കൊണ്ടാണ് നിർമ്മിച്ചിരിക്കുന്നത്. എന്നാൽ എന്തോ കാരണത്താൽ മനോഹരമായ ആ പാർക്ക് ഇരുട്ടിന്റെ അനുഭൂതിയാണ് ജനിപ്പിച്ചത്. എന്തുകൊണ്ടെന്ന് മനസ്സിലാക്കാൻ എനിക്ക് അധികസമയം വേണ്ടിവന്നില്ല: ഒരു കുട്ടിയെപോലും കാണാനില്ല. പെൺകുട്ടികൾ നൃത്തച്ചുവടുകൾ വച്ചു ചുറ്റിക്കറങ്ങുന്നില്ല, കുസൃതിക്കാരായ ആൺ കുട്ടികളില്ല, സന്തോഷത്തോടെ മുഴങ്ങുന്ന ശബ്ദങ്ങളൊന്നുമില്ല. കുട്ടി കളെ രസിപ്പിക്കാൻ സ്ഥാപിച്ച സ്ലൈഡുകളും ഊഞ്ഞാലുകളും സീസോ കളും സാൻഡ്ബോക്സും മറ്റെല്ലാ കാര്യങ്ങളും മരവിച്ചു നിൽക്കുന്നു എല്ലാറ്റിനുമുപരിയായി ആളുകളുടെ അഭാവം മൂലമുണ്ടാകുന്ന അദൃശ്യ മായ ഇരുട്ട് അവിടെയാകെ നിറഞ്ഞു നിന്നു. കേവലം മനുഷ്യശബ്ദ മായിരുന്നില്ല. കിളികളുടെ ചിലപ്പ്, ശിഖരങ്ങളിൽ ചാടിക്കളിക്കുന്ന അണ്ണാനുകളുടെ ചിൽ ചിൽ ശബ്ദം, ഇലകളുമായി കളികളിലേർ പ്പെടുന്ന കാറ്റിന്റെ മുഴക്കം.., ഒന്നുമില്ല. വിസ്തൃതമായ ആ പ്രദേശം മുഴുവനും നിശ്ശബ്ദതയിലാണ്ട് കിടന്നു. നഗരത്തിലെ ആരവങ്ങളും ആൾക്കൂട്ടങ്ങളും കണ്ട് തളർന്നുപോയ ഞാൻ സാധാരണയായി ഇത്തരം സ്ഥലങ്ങളിൽ എത്തുമ്പോൾ സന്തോഷവാനാകാറുണ്ട്, പക്ഷേ ഈ വിജനമായ പച്ചപ്പിന് നടുവിൽ, വിചിത്രമായ ഒരു ആപത്സൂചന എന്റെ ഉള്ളിൽ വളർന്നു വന്നു.

അപ്പോഴാണ് ഞാനാ കുട്ടിയെ കണ്ടത്. പച്ച നിറമുള്ള പാർക്കിനെ ചിലന്തിവലപോലെ പൊതിഞ്ഞ പന്ത്രണ്ട് മൺപാതകളിൽ മൂന്നാമത്തേ തിൽനിന്ന് അവൻ ഓടി വന്നു. അല്ല, ഓടുകയല്ല, പറക്കുന്നതുപോലെ

ആയിരുന്നു അത്. സങ്കടവും പിരിമുറുക്കവും ഭയവുംകൊണ്ട് അവൻ മരങ്ങൾക്കിടയിലൂടെ പരക്കം പാഞ്ഞു. എനിക്ക് ആ മുഖം കാണാൻ കഴിഞ്ഞില്ല, പക്ഷേ ചലനങ്ങളിൽനിന്ന് അവൻ പരിഭ്രാന്തനാണെന്ന് മനസ്സിലാക്കാൻ കഴിഞ്ഞു. പേശികൾ വലിഞ്ഞു മുറുകി പ്രാണരക്ഷാർത്ഥം ആ കുട്ടി ഓടിക്കൊണ്ടിരുന്നു, കഠിനമായ വേദന സഹിക്കാനാവാതെയോ ആരിൽനിന്നോ രക്ഷപ്പെടാൻ ശ്രമിക്കുന്നതുപോലെയോ ആയിരുന്നു അത്. അവൻ വളരെ ദുർബലനായിരുന്നു, വസ്ത്രധാരണം മോശമായിരുന്നു. എനിക്ക് കൃത്യമായി ഊഹിക്കാൻ കഴിഞ്ഞില്ല, പക്ഷേ അവന് ഏകദേശം പത്ത് വയസ്സ് ഉണ്ടായിരിക്കണം. അവന്റെ നിറമോ മറ്റ് ശാരീരികസവിശേഷതകളോ എനിക്ക് മനസ്സിലാക്കാൻ കഴിഞ്ഞില്ല.

അവൻ ആരുടെ അടുത്ത് നിന്നാണ് പേടിച്ച് ഓടുന്നത് എന്ന് എനിക്ക് അല്പനേരത്തിനുള്ളിൽ മനസ്സിലായി. തൊട്ട് പിന്നാലെ ഓടുന്ന ആ മനുഷ്യനെ ഞാൻ കണ്ടു. അയാൾ ഒരു തവിട്ട് നിറത്തിലുള്ള ഓവർകോട്ട് ധരിച്ചിരുന്നു, ശരീരഭാഷ, ഉയരം, പ്രത്യേകതകൾ എന്നിവയിൽ നിന്ന് ഉറപ്പിക്കാൻ കഴിഞ്ഞില്ലെങ്കിലും അവ്യക്തമായി ഞാനയാളെ ഓർമ്മിക്കുന്നതുപോലെ തോന്നി. അയാൾ ആ കുട്ടിയെ പിന്തുടരുകയാണ് എന്നതിൽ സംശയമുണ്ടായിരുന്നില്ല. ഈ വേട്ടയാടൽ കുറച്ചു നേരമായി നടക്കുന്നുണ്ടാവണം. ഒരു നിമിഷത്തേക്ക് അയാളുടെ കണ്ണുകളിൽ നിന്ന് കുട്ടി അപ്രത്യക്ഷനായി. ഭ്രാന്ത് പിടിച്ചതുപോലെ വലത്തോട്ടും ഇടത്തോട്ടും നോക്കിയതിനുശേഷം, അതെങ്ങനെ മനസ്സിലായി എന്നറിയില്ല, കുട്ടി തിരഞ്ഞെടുത്ത വഴിയിലേക്കുതന്നെ അവൻ തിരിഞ്ഞു. കുട്ടിയെപ്പോലെ അയാൾ ഓടുകയായിരുന്നില്ല, മിക്കവാറും പറക്കുകയായിരുന്നു. ആ കാലുകൾ നിലത്തു തൊടുന്നത് എനിക്ക് കാണാൻ കഴിഞ്ഞില്ല. അവൻ വേഗതയുള്ളവനായിരുന്നു, കുട്ടിയേക്കാൾ വേഗമുള്ളവൻ. രക്ഷയില്ല; അവസാനം അവൻ ആ ദുർബലനായ ഇരയെ പിടിക്കും.

''നിർത്തൂ!'' ഞാൻ നിലവിളിച്ചു. ''നിൽക്ക്!''

പക്ഷേ, എന്റെ ശബ്ദം കനത്ത മരക്കൊമ്പുകളിലും സമൃദ്ധമായ ശാഖകളിലും വലിപ്പമുള്ള ഇലകളിലും തട്ടി തിരിച്ചടിച്ചു.

''നിൽക്ക്! ഞാൻ കൂടി വരട്ടെ.''

ഞാൻ പറയുന്നത് കേട്ടില്ല എന്ന മട്ടിൽ, കുട്ടി കടന്നുപോയ വഴിയിലൂടെ ആ മനുഷ്യൻ അപ്രത്യക്ഷനായി. അവരെ പിടിക്കാൻ എനിക്ക് കഴിഞ്ഞില്ല, പക്ഷേ വിചിത്രമെന്നു പറയട്ടെ, കുറച്ച് ചുവടുകൾ മുന്നോട്ട് വച്ചതിനുശേഷം, അവർ രണ്ടുപേരും സഞ്ചരിച്ച പാത മുഴുവനായി എന്റെ മുമ്പിൽ നിവർന്നു. വീണ്ടും... കൂടുതൽ.. കൂടുതൽ.. മഞ്ഞപ്പാമ്പിനെപ്പോലെ മൂന്നു പ്രാവശ്യം എന്റെ മുന്നിൽ വളഞ്ഞുപുളഞ്ഞു നിവർന്നതിനുശേഷം ആ പാത ചുവന്ന ഇഷ്ടികകൊണ്ട് നിർമ്മിച്ച ഒരു മതിലിന്റെ ചുവട്ടിൽ അവസാനിക്കുന്നതായി ഞാൻ കണ്ടു.

''അയ്യോ...'' ഞാൻ ഭയത്തോടെ കരഞ്ഞു. ''ആ മനുഷ്യൻ അവനെ പിടിക്കാൻ പോകുന്നു.''

ഞാൻ ശ്വാസമടക്കിപ്പിടിച്ച് മതിലിനടുത്തേക്ക് സർവശക്തിയുമെടുത്ത് ഓടാൻ തുടങ്ങി. അവൻ കുട്ടിയെ പിടിക്കുന്നതിനുമുമ്പ് എനിക്ക് അവരുടെ അടുത്തെത്തണം. ദൂരം കുറച്ചേ ഉള്ളൂ എന്നു തോന്നിയെങ്കിലും മുന്നോട്ട് ഓടുംതോറും ചുവന്ന ഇഷ്ടിക കൊണ്ടുണ്ടാക്കിയ ആ മതിൽ എന്നിൽനിന്ന് അകന്നു പോയി. എന്റെ ഓട്ടത്തിന്റെ വേഗത മൂലം വാൽനട്ട്, സ്പ്രൂസ്, ഓക്ക്, വില്ലോ എന്നീ മരങ്ങൾ പിന്നിലേക്ക് പാഞ്ഞു പോകുന്നതുപോലെ തോന്നി. എന്നിട്ടും എനിക്ക് എന്തുകൊണ്ടോ ആ മതിലിനടുത്തെത്താൻ കഴിഞ്ഞില്ല.

''എന്താണ് ഇവിടെ നടക്കുന്നത്?'' ഞാൻ അമ്പരപ്പോടെ ചോദിച്ചുകൊണ്ടിരുന്നു. പെട്ടെന്ന് കാലിൽ എന്തോ കുടുങ്ങി ഞാൻ മുഖമടിച്ചു നിലത്തേക്ക് വീണു. മണ്ണ് മൃദുലമായിരുന്നു. ഞാൻ എഴുന്നേൽക്കാൻ ശ്രമിച്ചു, പക്ഷേ മനുഷ്യചർമ്മത്തിൽ സ്പർശിക്കുന്നതുപോലെ എനിക്ക് അനുഭവപ്പെട്ടു. ഒരു ചെറിയ കാൽ. അതെ, ഞാൻ ഒരു കുട്ടിയുടെ ശവശരീരത്തിന്റെ കാലിലായിരുന്നു പിടിച്ചിരുന്നത്. മഞ്ഞുപോലെ തണുത്തു വിളറിയ ശരീരം! വെള്ളിപോലെ വിളറിയ മുഖം! അവന്റെ മരവിച്ച കാൽ എന്റെ കൈയിൽ! ആ നിമിഷം ഞാൻ എന്നെ ഭയപ്പെടുത്തിക്കൊണ്ട് ഒരു ഭീകരമായ ദൃശ്യം പ്രത്യക്ഷമായി. നൂറുകണക്കിന് കുട്ടികളുടെ ശവങ്ങൾ എന്നെ വളഞ്ഞു. സമൃദ്ധമായ മരങ്ങൾ, തവിട്ടു നിറത്തിലുള്ള കട്ടിയുള്ള കൊമ്പുകൾ, കൂറ്റൻ ഇലകൾ എന്നിവയ്ക്കിടയിൽ എങ്ങും മരിച്ച കുട്ടികൾ. അത് ഒരു തുറന്ന കുഴിമാടമായിരുന്നു. മരിച്ച, അടക്കം ചെയ്യാത്ത കുട്ടികളുടെ ശവക്കുഴി. തല മുതൽ കാൽ വരെ ഒരു വിറയൽ എന്നിലൂടെ കടന്നുപോയി, പക്ഷേ ഞാൻ ഭയത്തെ വേഗത്തിൽ മറികടന്നു. ആ മനുഷ്യൻ ഓടിച്ച കുട്ടിയെപ്പറ്റി ഞാൻ ഓർത്തു. എനിക്ക് അവനെ രക്ഷിക്കണമായിരുന്നു. അവനെ മരിക്കാൻ അനുവദിക്കരുത്. അവൻ ആ മഞ്ഞ നടപ്പാതയിൽ ഉണ്ടായിരുന്നു. ഭാഗ്യവശാൽ, അവൻ പിടിക്കപ്പെട്ടില്ല, ആ മനുഷ്യനെ വെട്ടിച്ച് കടന്നുകളയാൻ അവന് കഴിഞ്ഞു. അവൻ മരങ്ങളുടെ നിഴലുകളിൽനിന്ന് ഉടൻ വരും. എന്റെയടുത്തേക്ക് ഓടിവരും. ഞാൻ അവനെ ആലിംഗനം ചെയ്യും. അവനെ പിന്തുടർന്ന ആ നികൃഷ്ടനിൽനിന്ന് അവനെ രക്ഷിക്കുകയും ചെയ്യും. ഞാൻ അവനെ ഈ കൊലപാതകിക്ക് വിട്ടുകൊടുക്കാൻ പോകുന്നില്ല. ആ ദുഷ്ടൻ മറ്റുള്ളവരെ കൊന്നു, പക്ഷേ ഞാൻ ഇവനെ രക്ഷിക്കും.

എന്റെ കാലിനടിയിൽ ഞെരിഞ്ഞമരുന്ന ദുർബലമായ ശരീരങ്ങളുടെ മൃദുലത അവഗണിച്ച്, ഞാൻ ആ പാതയിലൂടെ നടന്നു. അപ്പോഴാണ് ആ കുട്ടി നിഴലിൽനിന്ന് പുറത്തുവന്നത്. അവളെ കണ്ടപ്പോൾ ഞാൻ മരവിച്ചു പോയി. എന്റെ അടുത്തേക്ക് ഓടിവന്ന കുട്ടി മറ്റാരുമല്ല, എന്റെ തന്നെ മാംസവും രക്തവുമായ മകൾ അയ്സുൻ ആയിരുന്നു. അവൾ എന്റെ അടുത്തേക്ക് ഓടുകയായിരുന്നു, പക്ഷേ തന്നെ സഹായിക്കാൻ വേണ്ടി അവളുടെ ഡാഡിയെ വിളിച്ച് അവൾ നിലവിളിച്ചില്ല. ലോകത്തിലെ എല്ലാ തിന്മകളിൽനിന്നും അവളെ സംരക്ഷിക്കാൻ ഞാൻ ആഗ്രഹിച്ചു. മുന്നിൽ വന്നുവെങ്കിലും വിചിത്രമെന്നു പറയട്ടെ, അവൾ

എന്നെ തിരിച്ചറിഞ്ഞുവെന്നതിന് ഒരു ചെറിയ സൂചനപോലും ഉണ്ടായിരുന്നില്ല.

''അയ്സുൻ! അയ്സുൻ, എന്റെ മോളേ!'' ഞാൻ ഉറക്കെ വിളിച്ചു.

അവൾ അത് കേട്ടില്ല എന്ന് എനിക്ക് തോന്നി. അവൾ പരിഭ്രാന്തയായി എന്റെ അടുത്തേക്ക് ഓടി. അവളെ കെട്ടിപ്പിടിക്കാൻ ആഗ്രഹിച്ചുകൊണ്ട് ഞാൻ എന്റെ കൈകൾ വിരിച്ചുപിടിച്ചു. പക്ഷേ എന്റെ മകൾ. എന്റെ പ്രിയപ്പെട്ട മകൾ എന്നിലൂടെ കടന്നുപോയി. അതെ, എന്റെ മകൾ, ഒരു പ്രേതത്തെപ്പോലെ, എന്റെ ശരീരത്തിലൂടെ കടന്നുപോയി.

അമ്പരപ്പ് മാറുംമുൻപേ മരങ്ങൾക്കിടയിൽ ആ മനുഷ്യനെ വീണ്ടും കണ്ടു. എന്റെ മകളെ വേട്ടയാടുന്ന വൃത്തികെട്ട അധമജീവി. ഒരുപക്ഷേ ഈ കുട്ടികളെയെല്ലാം കൊന്നത് ഈ രാക്ഷസൻ തന്നെയാവും. അവൻ എന്റെ നേരെ പാഞ്ഞു വന്നു. ഞാൻ എന്റെ അരയിലേക്ക് കൈ നീട്ടി തോക്ക് വലിച്ചെടുത്തു. ശ്വാസം അടക്കിപ്പിടിച്ച് എന്റെ കോപം അടക്കി ആ മനുഷ്യൻ മരങ്ങൾക്കിപ്പുറം പ്രത്യക്ഷപ്പെടാൻ കാത്തുനിന്നു. എന്നാൽ അവൻ എങ്ങനെയോ അപ്രത്യക്ഷനായി. ആ തെണ്ടി എവിടെപ്പോയി? അവന് കുട്ടികളെ പിടിക്കാനുള്ള ശക്തി മാത്രമേ ഉണ്ടായിരുന്നുള്ളൂ. ഭയന്ന് എവിടെയോ മറഞ്ഞിരിക്കുകയാണ്. അവനെ എന്നിൽനിന്ന് അകറ്റാൻ ആർക്കും കഴിയില്ല. തോക്കിൽ മുറുകെ പിടിച്ച്, ഞാൻ അവൻ അപ്രത്യക്ഷനായ മരങ്ങളുടെ അടുത്തേക്ക് നടക്കുമ്പോൾ എന്റെ കഴുത്തിൽ ആരുടെയോ ശ്വാസം അനുഭവപ്പെട്ടു.

''എന്നെ വെടിവയ്ക്കാൻ പോവുകയാണോ?'' പരിചിതമായ ഒരു ശബ്ദം മന്ത്രിച്ചു. ''നീ കൊല്ലാൻ പോകുന്നത് എന്നെയാണോ?''

തിരിഞ്ഞു നോക്കിയപ്പോൾ ഞാൻ മരവിച്ചു പോയി. വളരെ പരിചിതമായ ആ മുഖം എന്റെ മുന്നിൽ ഉണ്ടായിരുന്നു, തളർന്ന ശരീരം തകർന്ന ആത്മാവിനെ ചുമന്നുകൊണ്ട് ശാഠ്യത്തോടെ ഉറച്ചുനിൽക്കുന്നു. എന്റെ തൊണ്ടയിൽനിന്ന് രക്തം കട്ടപിടിക്കുന്ന ഒരു നിലവിളി ഉയർന്നു. അതെ, വിറയലോടെ എന്റെ മുഖത്തേക്ക് നോക്കി നിന്ന ആ മനുഷ്യൻ മറ്റാരുമല്ല. ഞാൻ തന്നെയായിരുന്നു.

ഭയത്തോടെ ഞാൻ കണ്ണ് തുറന്നു. സമൃദ്ധമായ കാടും, അടക്കം ചെയ്യാത്ത കുട്ടികളുടെ ദുർബലമായ ശരീരങ്ങൾ നിറഞ്ഞ ശ്മശാനവും പെട്ടെന്ന് അപ്രത്യക്ഷമായി, വിയർപ്പ് നനഞ്ഞ കിടക്കയിൽ ഞാൻ മാത്രമേ ഉണ്ടായിരുന്നുള്ളൂ.

''സ്വപ്നം.'' ഞാൻ ആഞ്ഞു ശ്വസിച്ചു. ''ദൈവമേ, അതൊരു സ്വപ്നമായിരുന്നു.'' പക്ഷേ, തല തിരിച്ചപ്പോൾ ഞാൻ അയ്സുന്റെ മുഖം വീണ്ടും കണ്ടു.

വീണ്ടും ആ വിടർന്ന കണ്ണുകൾ ചോദിക്കുന്നു. ''അച്ഛാ, നിങ്ങൾ എന്താ ഈ ചെയ്യുന്നത്?'' അവൾ അപ്പോഴും പറയുന്നതുപോലെ തോന്നി. ''ഞങ്ങളുടെ മരണത്തിന് കാരണമായത് മതിയാകാത്തതുപോലെ സ്വയം കൊല്ലപ്പെടാൻ പോവുകയാണോ?''

എല്ലാത്തരം വിദ്വേഷങ്ങളിലും വച്ച് ഏറ്റവും വെറുപ്പുളവാക്കുന്നത് രാഷ്ട്രീയവിദ്വേഷമാണ്

"ഫഹർ എൽ കുതുബി... ഫഹർ എൽ കുതുബി." മുനീർ തന്റെ കമ്പ്യൂട്ടറിലേക്ക് നോക്കിക്കൊണ്ട് മന്ത്രിച്ചു. "അവൻ സിസിലിയിൽ ജോലി ചെയ്യുന്നുണ്ടെന്നല്ലേ ചീഫ് നിങ്ങൾ പറഞ്ഞത്?"

അയാൾ ഇന്നലെ എനിക്ക് തന്റെ സ്വകാര്യ ഫോൺ നമ്പർ തന്നിരുന്നു. അത് രാത്രി ഓഫ് ചെയ്യാറാണ് പതിവ്. അതുകൊണ്ടാണ് മുനീർ വളരെ വൈകിയാണെങ്കിലും എന്നെ തേടിയെത്തിയത്. കാണാതായ സിറിയൻകുട്ടിയെക്കുറിച്ച് ഞാൻ വിശദീകരിച്ചു.

"നിങ്ങൾക്ക് പ്രത്യേകിച്ച് തിരക്കൊന്നും ഇല്ലങ്കിൽ വരൂ, നമുക്ക് ഒരുമിച്ച് നോക്കാം." അയാൾ പറഞ്ഞു.

അരമണിക്കൂറിനുശേഷം അയാളുടെ ലളിതമായി സജ്ജീകരിച്ച മുറിയിൽ കടലാസുകൾ നിറഞ്ഞ മേശയ്ക്ക് എതിർവശത്തുള്ള കസേരയിൽ ഇരുന്നു ഞാൻ ഒരു കപ്പ് കാപ്പി കുടിച്ചുകൊണ്ട് സംഭാഷണം തുടങ്ങി.

"അവന്റെ അമ്മാവന്റെ പേര് മേദേനി എന്നായിരുന്നു, അല്ലേ?" മുനീർ ചോദിച്ചു. ആ ശബ്ദം പ്രതീക്ഷ നൽകുന്നതാണെങ്കിലും അയാളുടെ കണ്ണ് സ്ക്രീനിൽതന്നെ തറഞ്ഞുനിന്നിരുന്നു. കുട്ടിയെ അവസാനം കണ്ടെത്തി എന്ന് എനിക്ക് തോന്നി.

"അതെ, അതെ. മേദേനി എൽ കുട്ടുബി..." ഞാൻ ഉറക്കെ പറഞ്ഞു. "അയാളാണ് എന്നോട് സഹായം ചോദിച്ചത്."

മുനീർ തന്റെ വലതുകൈയുടെ നടുവിരൽകൊണ്ട് മേശയിൽ തട്ടി.

"ശരി."

കസേര പിന്നിലേക്ക് തള്ളിനീക്കിയിട്ട് അയാൾ ചാരിക്കിടന്നു.

"സത്യം പറഞ്ഞാൽ നിങ്ങളെ സഹായിക്കാൻ കഴിയുമെന്ന് ഞാൻ കരുതിയില്ല. ധാരാളം കുട്ടികളെ ഈയിടെ കാണാതാകുന്നുണ്ട്. ഞാൻ സിറിയക്കാരുടെ കാര്യമാണ് സംസാരിക്കുന്നത്. എന്നെ വിശ്വസിക്കണം. ദിവസേന കാണാതായ ആളുകളുടെ റിപ്പോർട്ടുകൾ മഴ പെയ്യുന്നതു

പോലെയാണ് മുന്നിൽ വന്നു വീഴുന്നത്. എന്ത് ചെയ്യണം എന്നറിയാതെ ഞങ്ങൾ വട്ടം തിരിയുകയാണ്. അതുകൊണ്ടാണ് ഞാൻ ഇവിടേക്ക് വരാൻ നിങ്ങളെ നിർബന്ധിച്ചത്. എന്താണ് സംഭവിക്കുന്നതെന്ന് സ്വന്തം കണ്ണുകൊണ്ട് കാണട്ടെ എന്നു കരുതി. നിങ്ങളിൽനിന്ന് ഞാനൊന്നും മറയ്ക്കാൻ പോകുന്നില്ല. ചില റിപ്പോർട്ടുകൾപോലും പ്രോസസ്സ് ചെയ്യാൻ ഞങ്ങളെ കൊണ്ട് കഴിയുന്നില്ല. പക്ഷേ ഈ കുട്ടിയുടെ കാര്യം അങ്ങനെയല്ല.'' അയാൾ വീണ്ടും കമ്പ്യൂട്ടറിലേക്ക് കുനിഞ്ഞു. ''ഫഹർ എൽ കുതുബി, കൃത്യം മൂന്ന് ദിവസം മുമ്പ് കാണാതായി. പക്ഷേ റിപ്പോർട്ട് ഫയൽ ചെയ്തത് ഒരു ദിവസം മുമ്പാണ്. അവന്റെ അമ്മാവൻ ആണ് ഫയൽ ചെയ്തത്.''

എന്തെങ്കിലും പിശക് പറ്റിയോ?

''ഒരു മിനിറ്റ്. മേദേനി ഇന്നലെ റിപ്പോർട്ട് ചെയ്തോ?''

മുനീർ കണ്ണുകൾ ചെറുതാക്കി സ്ക്രീനിലെ റിപ്പോർട്ട് ഒന്നുകൂടി പരിശോധിച്ചു.

''അതെ, ഇവിടെ അങ്ങനെയാണ് എഴുതിയിരിക്കുന്നത്. ജൂൺ 3, വെള്ളിയാഴ്ച, 10:13ന് അപ്പീൽ സമർപ്പിച്ചു. എന്തുപറ്റി?എന്താ പ്രശ്നം?''

മേദേനിക്ക് തീയതികൾ മാറിപ്പോയതാണോ അതോ നമ്മുടെ ആളുകൾക്ക് തെറ്റ് പറ്റിയതാണോ? എന്തായാലും അത് അത്ര പ്രധാനമായിരുന്നില്ല.

''അത് സാരമില്ല. കുട്ടിയുടെ കാര്യം പറയൂ.''

എന്ത് പറയണമെന്ന് അയാൾക്ക് അറിയില്ലായിരുന്നു. മുനീറിന്റെ ക്ഷീണിച്ച നോട്ടം വീണ്ടും സ്ക്രീനിലേക്ക് തെന്നിമാറി.

''വലിയ വിവരങ്ങളൊന്നുമില്ല, വാസ്തവത്തിൽ. കുട്ടി സിസിലിയിലെ ഒരു ബേക്കറിയിൽ ജോലി ചെയ്യുകയായിരുന്നു. അറിയപ്പെടുന്ന ഒരു ടർക്കിഷ് ഫ്രാഞ്ചൈസിയിൽ. പക്ഷേ അന്ന് രാത്രി അവൻ വീട്ടിലെത്തിയില്ല.''

''എനിക്ക് അത് നേരത്തെ അറിയാം.'' ഞാൻ കാപ്പി കുടിച്ച ശേഷം ക്ഷീണത്തോടെ പറഞ്ഞു. ''അവന്റെ അമ്മാവൻ മേദേനി എന്നോട് പറഞ്ഞു. യഥാർത്ഥത്തിൽ പിന്നീട് നടന്ന കാര്യങ്ങളാണ് പ്രധാനം. നിങ്ങൾ എന്താണ് ചെയ്തത്? അതിനെപ്പറ്റി മാത്രമാണ് ഞാൻ ആലോചിക്കുന്നത്. ഫഹറിനെക്കുറിച്ച് എന്തെങ്കിലും വിവരം ലഭിച്ചോ? അവൻ ആരെയാണ് അവസാനമായി കണ്ടത്, അവൻ ജോലിസ്ഥലത്ത് നിന്ന് ഇറങ്ങിയപ്പോൾ കൂടെയുണ്ടായിരുന്നത് ആരാണ്?''

ലജ്ജയും നിരാശയും ഇടകലർന്ന ഒരു വിചിത്ര ഭാവം മുനീറിന്റെ മുഖത്ത് തെളിഞ്ഞു.

''ഇല്ല, അങ്ങനെയൊന്നും ഇവിടെ രേഖപ്പെടുത്തിയിട്ടില്ല.''

ഒരു ദീർഘനിശ്വാസത്തോടെ അയാൾ മേശയുടെ വലതുവശത്തുള്ള ഫോണിലേക്ക് നീട്ടി.

''നമുക്ക് കണ്ടുപിടിക്കാം ചീഫ്. ഹലോ, റെക്കായ്. നിങ്ങൾക്ക് ഇവിടെവരെ ഒന്ന് വരാമോ? വേഗമാകട്ടെ, ഞാൻ കാത്തിരിക്കുകയാണ്.''

ഫോൺ കട്ട് ചെയ്തതിനുശേഷം അയാൾ വിശദീകരിച്ചു.

''കാണാതായ സിറിയൻ കുട്ടികളെ അന്വേഷിക്കുന്നത് റെക്കായ് ആണ്. ദൈവം അവനെ സഹായിക്കട്ടെ . ആ സ്ഥാനത്ത് വരാൻ ഞാൻ ഒരിക്കലും ആഗ്രഹിക്കുന്നില്ല.''

അയാൾ തന്റെ ചക്രക്കസേര കമ്പ്യൂട്ടറിന്റെ മുന്നിൽനിന്ന് തള്ളി മാറ്റി. ഞങ്ങൾ വീണ്ടും പരസ്പരം അഭിമുഖീകരിച്ചു.

''സത്യം പറയാമല്ലോ, ഞങ്ങൾക്ക് ഇത് നേരിടാനുള്ള കഴിവില്ല. അതെ, ഞങ്ങൾക്ക് ഒന്നും ചെയ്യാൻ കഴിയില്ലെന്ന് ഞാൻ സമ്മതിക്കുകയാണ്. എത്ര വർഷമായി ഞാൻ പൊലീസ് വകുപ്പിൽ ജോലി ചെയ്യുകയാണ്. ഇത്തരമൊരു ദുരന്തം ഞാൻ ഒരിക്കലും കണ്ടിട്ടില്ല. ആദ്യം സാഹചര്യം നിയന്ത്രണവിധേയമായിരുന്നു. ഞങ്ങൾ തെരുവുകളിൽ നിന്ന് ആളുകളെ കൊണ്ടുവന്ന് അഭയകേന്ദ്രങ്ങളിൽ പാർപ്പിച്ചിരുന്നു. പക്ഷേ അവരുടെ എണ്ണം വളരെയധികം വർദ്ധിച്ചു, സിസ്റ്റത്തിന് ഉൾക്കൊള്ളാവുന്നത്തിന്റെ പരിധികൾ ലംഘിച്ചുകൊണ്ടാണ് കാര്യങ്ങൾ മുന്നോട്ട് നീങ്ങിയത്. ക്രമേണ നിസ്സാരകാര്യങ്ങൾക്ക് വേണ്ടിയുള്ള മോഷണങ്ങൾ ആരംഭിച്ചു. ഒരു കഷ്ണം റൊട്ടിപോലും കിട്ടാത്ത സിറിയക്കാരുണ്ട്. താമസിയാതെ അവരും മോഷ്ടിക്കാൻ തുടങ്ങും. അതിനായി സംഘങ്ങൾ ഉണ്ടാക്കും.

വലിയ പ്രശ്നമാണ്, ചീഫ്, ശരിക്കും വലിയ പ്രശ്നമാണ്. നിലനിൽപ്പിന്റെ പ്രശ്നം. അവരുടെ കുട്ടികളുടെ സ്ഥിതിയും പരിതാപകരമാണ്. അവരിൽ ചിലരെ കാണാതാവുകയും പിന്നീട് മരിച്ച അവസ്ഥയിൽ കണ്ടെത്തുകയും ചെയ്യുന്നു. ചിലർ ജോലിക്കായി എവിടേക്കൊക്കെയോ ഓടിപ്പോകുന്നു. ചിലർ പെൺവാണിഭസംഘങ്ങളുടെ കൈകളിൽ അകപ്പെടുന്നു. സ്ത്രീകളാകട്ടെ, അത് മറ്റൊരു പ്രശ്നം.'' അവൻ വെറുപ്പോടെ മുഖം ചുളിച്ചു. ''എല്ലാ തരത്തിലും നിങ്ങൾക്ക് ഊഹിക്കാവുന്ന നാണം കെട്ട, നികൃഷ്ടമായ പ്രശ്നങ്ങൾ. ഈ ഫയലുകൾ നോക്കുമ്പോഴെല്ലാം, ഞാൻ മനുഷ്യരാശിയെ ഓർത്ത് ലജ്ജിക്കുന്നു.'' താൻ പറയുന്നത് ആരെങ്കിലും കേൾക്കുമെന്ന് ഭയന്നത് പോലെ, അവൻ ശബ്ദം താഴ്ത്തി. ''സിറിയയിലെ കാടത്തത്തിൽ മാനുഷികസഹായം ആവശ്യമാണ്. പക്ഷേ നമ്മൾ യുദ്ധത്തിൽ ഒരു പക്ഷം പിടിക്കുന്നതുപോലെയാണ്. എന്തിനാണത്? സിറിയയിൽ നമുക്ക് എന്ത് കാര്യമാണുള്ളത്?''

ആ ചോദ്യം എന്റെ മനസ്സിനെ തളർത്തി. മുനീറിനെപ്പോലെ എനിക്കും പരിഭ്രാന്തിയും ദേഷ്യവും നിസ്സഹായതയും തോന്നി.

''എല്ലാ വിദ്വേഷങ്ങളിലും വച്ച് ഏറ്റവും വൃത്തികെട്ടത് രാഷ്ട്രീയ വിദ്വേഷമാണ്, മുനീർ.'' ഞാൻ ശാന്തനാകാൻ ശ്രമിച്ചുകൊണ്ട് പറഞ്ഞു. ''രാഷ്ട്രീയത്തെ മതവും വിശ്വാസവുമായി കൂട്ടിക്കുഴച്ചാൽ, ഇടപെടുന്നവരുടെ ശരീരത്തും ആ അഴുക്ക് പുരളും. ആ അവസ്ഥയിലൂടെയാണ്

നമ്മൾ ഇപ്പോൾ കടന്നുപോകുന്നത്. അതിനുള്ള വിലയാണ് രാജ്യം ഇപ്പോൾ നൽകുന്നത്. ഈ പാവപ്പെട്ട സിറിയക്കാരെ നമുക്ക് സഹായിക്കാൻ കഴിഞ്ഞെങ്കിൽ! പക്ഷേ നമുക്കത് ചെയ്യാൻ കഴിയില്ല. ഇപ്പോൾ നമുക്കത് വിടാം. ഈ വിഷയം പറഞ്ഞു തുടങ്ങാതിരിക്കുന്നതാണ് ഇപ്പോൾ നല്ലത്.''

ആ നിമിഷം വാതിലിൽ മുട്ട് കേട്ടു. പതിയെ കതക് തുറന്ന് ചുവന്ന തലയും തടിച്ച കവിളുകളുമുള്ള ഒരു ചെറുപ്പക്കാരൻ അകത്ത് പ്രവേശിച്ചു.

''അകത്തേക്ക് വരൂ റെക്കായ്. ഫഹർ എൽ കുതുബി, മൂന്ന് ദിവസം മുമ്പ് കാണാതായി. അവന് എന്ത് സംഭവിച്ചു?''

''ഏത് ഫഹർ, സർ?'' പെട്ടെന്ന് എന്നെ അവൻ ശ്രദ്ധിച്ചു. മുന്നിൽ ഇരിക്കുന്നത് സ്വാധീനവും അധികാരവുമുള്ള ഒരാളാണെന്ന് റെക്കായ് മനസ്സിലാക്കിയെന്ന് തോന്നുന്നു.

മുനീറിന് ദേഷ്യം വരാൻ പോകുന്നു, ഞാൻ മനസ്സിൽ വിചാരിച്ചു, പക്ഷേ അങ്ങനെയൊന്നുമുണ്ടായില്ല.

''സിസിലിയിലെ ആ സിറിയൻ കുട്ടി..''

റെക്കായിയുടെ നെറ്റിയിൽ ചുളിവുകൾ വീണു.

''ആ അലഞ്ഞുതിരിഞ്ഞു നടന്ന പെൺകുട്ടിയോ? ട്രക്ക് ഇടിച്ചു കയറ്റിയ...?''

ഇത്തവണ മുനീറിന് ക്ഷമ നശിച്ചു.

''എന്ത് ട്രക്ക്, റെക്കായ്? കാണാതായത് എന്നു ഞാൻ പറഞ്ഞു. കാണാതായത്.''

ആ ചെറുപ്പക്കാരൻ പറയാൻ വന്നത് വിഴുങ്ങി.

''ശരി സാർ. ആ പെൺകുട്ടിയെയും കാണാനില്ല. അവർ അവളെ ഹോസ്പിറ്റലിൽ കൊണ്ടുപോയെന്നാണ് അവസാനം അറിഞ്ഞത്. പിന്നെ ഒരു വാക്കുപോലും കേട്ടില്ല.''

''ഈ കുട്ടി ജീവിച്ചിരിപ്പുണ്ട്, റെക്കായ്! കുട്ടിയുടെ പേര് ഫഹർ. ഫഹർ ഒരു പെൺകുട്ടിയുടെ പേരാണോ? നിനക്കറിഞ്ഞുകൂടേ? കേക്ക് കടയിൽ ജോലി ചെയ്യുന്ന ആ കുട്ടി. ഒരു വൈകുന്നേരം അവൻ വീട്ടിൽ വന്നില്ല.''

''ആ, അതെ! ആ കുട്ടി...'' അവൻ ഒരു ചുവടു കൂടി മുന്നോട്ടടുത്തു. അടുത്തു വരുന്തോറും ഒരു പേടി കലർന്ന ഒരു നോട്ടം എന്റെ നേരെ അയയ്ക്കാൻ അവൻ മറന്നില്ല. ''ഇപ്പോൾ ഓർക്കുന്നു. ബേക്കറിയിൽ പോയി എല്ലാവരോടും സംസാരിച്ചത് ഞാനാണ്. ശരിക്കും അവൻ ജോലിക്ക് പോയതാണ് സാർ, പക്ഷേ നടുവേദന വന്നു, അത് സഹിക്കാൻ കഴിയാത്തവിധം ശക്തി പ്രാപിച്ചു. അവർ അവനെ ആരുടെയോ കൂടെ എത്ഫൽ ഹോസ്പിറ്റലിലേക്ക് അയച്ചു, പക്ഷേ അവിടെ കാലതാമസം ഉണ്ടായിരുന്നു, അവന്റെ കൂടെ പോയ കുട്ടി കടയിലേക്ക് മടങ്ങി, അപ്പോഴാണ് ഫഹറിനെ കാണാതായത്.''

മുനീർ കുറച്ചുകൂടി മുഖം ചുളിച്ചു.

''പിന്നെ, നീ ഹോസ്പിറ്റലിൽ പോയില്ലേ? കുട്ടിക്ക് എന്ത് പറ്റിയെന്ന് ചോദിച്ചില്ലേ?''

''ഞാൻ പോയി, സാർ. ഞാൻ പോയി. ഞാൻ ഡോക്ടർമാരോടും നഴ്സുമാരോടും മറ്റ് മെഡിക്കൽ സ്റ്റാഫുകളോടും സംസാരിച്ചു. പക്ഷേ അവരെല്ലാം ഒത്തുകളിച്ചതുപോലെയാണ് എനിക്ക് തോന്നുന്നത്. ഒന്നും കണ്ടിട്ടില്ലെന്നാണ് അവർ പറഞ്ഞത്. ഞാൻ ആശുപത്രിരേഖകൾ പരിശോധിച്ചു, പക്ഷേ അതിലൊന്നും ഫഹറിന്റെ പേരില്ല.''

മുനീർ തന്റെ മുന്നിലുള്ള കമ്പ്യൂട്ടറിലേക്ക് വിരൽ ചൂണ്ടി. ''എന്തുകൊണ്ടാണ് ഇപ്പോൾ വിശദീകരിച്ചത് ഇവിടെ കാണാത്തത്?''

അവന്റെ തടിച്ച കവിളുകൾ ചുവന്നു പോയി.

''എനിക്ക് സമയം കിട്ടിയില്ല, സർ, ആ ഇരട്ട സിറിയൻ പെൺകുട്ടികളെ കൂട്ടിക്കൊടുക്കുന്ന മനുഷ്യനെ കൈകാര്യം ചെയ്യാൻ നിങ്ങൾ എന്നോട് പറഞ്ഞു. തഹ്തകലെയിൽ കയർ വിൽക്കുന്ന അബ്ദുറഹീം എന്നയാളെ നിങ്ങൾക്കറിയാമല്ലോ. ഞങ്ങൾ ബസാക്സെഹിറിലെ അവരുടെ വീട് റെയ്ഡ് ചെയ്തു. നാട്ടിൽ പ്രചാരത്തിലുള്ള താത്കാലിക സുഖവിവാഹങ്ങളുണ്ടല്ലോ, അത്തരത്തിൽ ഒന്ന് തനിക്കുണ്ടെന്ന് അയാൾ പറഞ്ഞു. ഞങ്ങളെ അകത്തേക്ക് കടത്തിവിടാൻ അയാൾക്ക് സമ്മതമില്ലായിരുന്നു. ഞങ്ങൾക്ക് ബലം പ്രയോഗിക്കേണ്ടി വന്നു. ദിവസവും രണ്ട് മണിക്കൂർ മാത്രമേ ഞാൻ ഉറങ്ങുന്നുവെന്ന് ഇതാ സത്യം ചെയ്യുന്നു, സർ. മനസ്സിലാക്കണം, ഇവിടെ ജീവനക്കാരുടെ കുറവുണ്ട്. നമുക്ക് പുതിയ ആളുകളെ ആവശ്യമുണ്ട്.''

മുനീറിന് എന്ത് പറയണമെന്ന് അറിയില്ലായിരുന്നു. അവൻ എന്റെ നേർക്ക് നിങ്ങൾ ഇത് കാണുന്നുണ്ടോ എന്ന മട്ടിൽ അർത്ഥവത്തായി നോക്കി.

''മനസ്സിലായി റെക്കായ്.'' മുനീർ പറഞ്ഞു. ''ഈ താൽക്കാലിക കല്യാണത്തിന്റെ കേസ് വിട്ടേക്ക്. ഇനി മുതൽ ഈ കാണാതായ ഫഹറിന്റെ കേസ് നിങ്ങൾ കൈകാര്യം ചെയ്യൂ.''

''പക്ഷേ, സർ...'' എന്ന് ആ ചെറുപ്പക്കാരൻ എന്തോ പറയാൻ തുടങ്ങി. അയാളുടെ പോക്കറ്റിൽ വേറെയും കാര്യങ്ങൾ ഉണ്ടായിരുന്നുവെന്ന് എനിക്ക് വ്യക്തമായി.

''ഒഴിവുകഴിവ് ഒന്നും വേണ്ട റെക്കായ്. ഞാൻ പറയുന്നതുപോലെ ചെയ്യൂ. താൻ ഹോസ്പിറ്റലിലേക്ക് മടങ്ങണം. അവിടെ ക്യാമറയുണ്ട്, മറ്റ് വിവരങ്ങൾ ഉണ്ട്. ഈ ഫഹർ ശരിക്കും ഹോസ്പിറ്റലിൽ പോയോ എന്ന് നോക്കണം.'' ഒന്ന് നിർത്തിയിട്ട് അയാൾ റെക്കായിയെ പരുഷമായി നോക്കി. ''ഇവിടെ തൂങ്ങിപ്പിടിച്ചു നിൽക്കണ്ട. നിങ്ങൾ ഇപ്പോൾ പോകുന്നു. ഉടനെ. എനിക്ക് ഇന്ന് ഉച്ചയോടെ വിവരം വേണം. മനസ്സിലായോ?''

''ശരി സർ!''

ഇതെല്ലാം നിങ്ങൾ കാരണമാണ് എന്ന മട്ടിൽ, അവൻ എന്നോട് ഒരു വാക്ക് പോലും പറയാതെ മുറി വിട്ടു.

''എന്തൊരു സമ്മർദ്ദം!'' ഞാൻ മുനീറിനെ കളിയാക്കി. ''നിങ്ങൾ കൂടുതൽ ശക്തമായി ആജ്ഞാപിച്ചിരുന്നെങ്കിൽ അവൻ കലാപമുണ്ടാക്കുമായിരുന്നു.''

അയാളുടെ കണ്ണുകൾ റെക്കായ് ഇറങ്ങിപ്പോയ വാതിലിലേക്ക് പാഞ്ഞു.

''അയാളെ കുറ്റപ്പെടുത്താൻ കഴിയുമോ ചീഫ്?'' മുനീർ ശബ്ദം താഴ്ത്തി പറഞ്ഞു. ''അടുത്തയിടെ നടന്ന ആ സംഭവത്തെക്കുറിച്ച് അയാൾ പറഞ്ഞത് നിങ്ങൾ കേട്ടല്ലോ. അബ്ദുറഹീം എന്നൊരുത്തൻ രണ്ട് സിറിയൻ പെൺകുട്ടികളെ വിൽക്കുകയായിരുന്നു. പെൺകുട്ടികൾക്ക് പതിന്നാല് വയസ്സ് മാത്രമേ പ്രായമുണ്ടായിരുന്നുള്ളൂ. ഇസ്താംബൂളിന്റെ ഹൃദയഭാഗത്ത്, രണ്ട് പെൺകുട്ടികളെ ഇരുപതിനായിരം ഡോളറിന് അടിമകളായി വിൽക്കുകയായിരുന്നു. കുട്ടികളുടെ കുടുംബം അവരുടെ നിയന്ത്രണത്തിൽ ആയിരുന്നു. അവർക്ക് താഴെ മൂന്ന് ചെറിയ കുട്ടികൾകൂടി ഉണ്ട്. ഈ പണം കൊണ്ട് കുടുംബം മറ്റ് കുട്ടികളെ രക്ഷിക്കാമെന്ന് ആഗ്രഹിച്ചു. അയൽക്കാർ പൊലീസിനെ വിവരം അറിയിച്ചു. അതോടെ ഞങ്ങൾ വിഷയം ഏറ്റെടുത്തു. പക്ഷേ റെക്കായ് പറഞ്ഞത് കേട്ടില്ലേ? നിയമം നടപ്പാക്കുന്നത് എങ്ങനെയാണെന്ന് നോക്കൂ. എല്ലാ ദിവസവും ആരെങ്കിലും വിളിക്കും, പൊലീസുകാരും ഡയറക്ടർമാരും. അങ്ങനെ പലരും. അത് കുഴപ്പമില്ല. പക്ഷേ പാർട്ടി അധ്യക്ഷന്മാർപോലും വിളിക്കാൻ തുടങ്ങിയിരിക്കുന്നു. അത് എന്ത് തരം താണ രീതിയാണ്?''

''അവർ ഭീഷണിപ്പെടുത്തുന്നുണ്ടോ?''

അവൻ ദേഷ്യത്തോടെ ചിരി.

''നേരിട്ട് ഇല്ല. അബ്ദുറഹീം നല്ല മനുഷ്യനാണെന്നാണ് അവർ പറയുന്നത്. അയാൾക്ക് ദുരുദ്ദേശ്യമില്ലായിരുന്നുവത്രെ. അയാൾ പെൺകുട്ടികളെ തെരുവിൽനിന്ന് രക്ഷിച്ചു എന്നാണ് ഇപ്പോൾ പറയുന്നത്. പക്ഷേ ഇവരൊക്കെ സ്വാധീനിക്കാനായി എന്നെ വിളിക്കുന്നതുപോലും തെറ്റാണ്. ഇത് എന്തൊരു ക്രൂരതയാണ്?''

നിർഭാഗ്യവശാൽ, അതങ്ങനെയാണ്. തങ്ങളുടേതല്ലാതെ മറ്റാരുടെയും ജീവിക്കാനുള്ള അവകാശം അംഗീകരിക്കാത്ത സർക്കാരുകൾക്ക് കീഴിൽ ആദ്യം വൃത്തികേടാകുന്നത് പൊലീസ് സേനയാണ്.

''അത് നിങ്ങളെ ബാധിക്കരുത്.'' ഞാൻ അയാളെ ആശ്വസിപ്പിക്കാൻ ശ്രമിച്ചു. ''ഇതിൽ ഒന്നും ചെയ്യാനില്ല.''

''ചീഫ് ഇൻസ്പെക്ടർ നെവ്സാറ്റ്, നിങ്ങൾ പറയുന്നത് ശരിയാണ്. സത്യം പറഞ്ഞാൽ ഇതിൽ ഒന്നും ചെയ്യാനില്ല. മറ്റ് താല്പര്യങ്ങൾ ഇല്ലെങ്കിൽ അവർ ഞങ്ങളെ ഞങ്ങളുടെ ജോലി ചെയ്യാൻ അനുവദിക്കും. നിങ്ങൾ റെക്കായിയെ കണ്ടു. അവന്റെ അവസ്ഥ ശ്രദ്ധിച്ചോ? സിറിയൻ

അഭയാർത്ഥികൾ കഴിഞ്ഞാൽ ഞങ്ങൾക്കാണ് സഹായം ആവശ്യമുള്ളത്. ഞാൻ എത്ര തവണ സംസാരിച്ചുവെന്നോ? എത്ര പരാതികൾ നൽകി? ഒരൊറ്റ ഉത്തരമില്ല, എല്ലാ പ്രശ്നങ്ങളുംകൂടി ഞാൻ നിങ്ങളുടെ മേൽ ചൊരിയുകയാണ്. വിഷമിക്കേണ്ട, ഫഹറിന്റെ കാര്യത്തിന്റെ അടിത്തട്ട് വരെ നമ്മൾ എത്തും.''

മുനീറിന് എന്റെ പൂർണ വിശ്വാസവും പിന്തുണയും ഉണ്ടായിരുന്നു. ഒരു തരത്തിൽ അല്ലെങ്കിൽ മറ്റൊരു വിധത്തിൽ, അയാൾക്ക് വിവരങ്ങൾ ലഭിക്കും.

''നിങ്ങളുടെ കേസ് എങ്ങനെ പോകുന്നു? ആ ആകിഫ് സോയ്കൻ കൊലപാതകം, നിങ്ങൾ എവിടെയെങ്കിലും എത്തിയോ?'' ഞാൻ എഴുന്നേൽക്കാൻ ഒരുങ്ങിയപ്പോൾ അയാൾ ചോദിച്ചു.

സീരിയൽ കില്ലർ വിഷയം അയാളുടെയും ശ്രദ്ധയാകർഷിച്ചുകൊണ്ടിരുന്നു.

''ഇതുവരെ ഒരു പുരോഗതിയും ഉണ്ടായിട്ടില്ല. ഞങ്ങൾ അന്വേഷണം തുടരുന്നു.'' എന്റെ ഫോൺ റിംഗ് ചെയ്യാൻ തുടങ്ങി. എന്റെ അസിസ്റ്റന്റ് ആയിരുന്നു വിളിച്ചത്. ''പറയൂ അലി.''

''മറ്റൊരു മൃതദേഹം കണ്ടെത്തി, ചീഫ്...''

ബ്ലൈൻഡ്മാൻസ് ബഫ് തിരിച്ചെത്തി.

''ഡേകെയറിൽ?''

''അല്ല. കുട്ടികളുടെ മ്യൂസിയത്തിൽ. ആ കൊലപാതകി നമ്മളെ വഴിതെറ്റിച്ചു. രണ്ടാമത്തെ ശരീരം അവൻ ടോഫാനെ പാലസിലെ കുട്ടികളുടെ മ്യൂസിയത്തിലാണ് ഉപേക്ഷിച്ചത്.''

നമ്മളെക്കൊണ്ട് കൂടുതൽ പണിയെടുപ്പിക്കുന്ന തരം കൊലയാളികളെ ഇവിടെ അധികം കാണാറില്ല

ടോഫാൻ പാലസിലെ കുട്ടികളുടെ മ്യൂസിയം കടും പച്ച നിറമുള്ള ഒരു ഒറ്റനിലക്കെട്ടിടമായിരുന്നു. പൂന്തോട്ടത്തിലെ ഗേറ്റ് കടന്ന് ആകാംക്ഷയോടെ തിക്കിത്തിരക്കുന്ന ആൾക്കൂട്ടത്തിനിടയിലൂടെ മുന്നോട്ട് പോയപ്പോൾ ഇരയെ ഞാൻ കണ്ടു. പൈൻ മരങ്ങളുടെ തണൽ അവ്യക്തമായി വീണുകിടക്കുന്ന ഉണങ്ങിയ പുല്ലിൽ ശവശരീരം മുഖമമർത്തി കിടക്കുകയായിരുന്നു. വലത് കാലിലെ തുകൽ ചെരുപ്പ് ഏതാണ്ട് ഊരിപ്പോയ അവസ്ഥയിലായിരുന്നു. ചെരുപ്പിന്റെ വലിപ്പമാണ് എന്നെ അത്ഭുതപ്പെടുത്തിയത്. ഇരയുടെ പാദങ്ങൾ വളരെ ചെറുതായിരുന്നു. ഏതാണ്ട് ഒരു കുട്ടിയുടേതുപോലെ ചെറുത്. ഇത്തവണ കൊന്നത് ഒരു കുട്ടിയെ ആണോ? അടുത്തെത്തിയപ്പോൾ എനിക്ക് കാര്യം മനസ്സിലായി, ഇര മെലിഞ്ഞ ഒരു വ്യക്തിയായിരുന്നു. പൂർണ്ണമായും ദുർബലൻ. പക്ഷേ അത് പ്രായപൂർത്തിയായ ഒരു മനുഷ്യനായിരുന്നു.

ഇരയുടെ ശരീരം ഒന്നു നോക്കിയപ്പോൾ എനിക്ക് ഉറപ്പായി. നാൽപ്പത് വയസ്സെങ്കിലും അയാൾക്കുണ്ടായിരിക്കണം. ആ കൈകൾ പാദങ്ങൾപോലെ വിചിത്രമാംവിധം അസന്തുലിതമായിരുന്നു. അവ മറ്റാരുടെയോ ആണെന്ന് തോന്നുംവിധം ശരീരത്തിന് ചേരാത്ത വലിപ്പത്തിൽ കാണപ്പെട്ടു. അലി ഫോണിൽ പറഞ്ഞതുപോലെ അയാളുടെ കഴുത്തിൽ വെടിയേറ്റിരുന്നു. ബുള്ളറ്റ് കടന്നു പോയ ദ്വാരത്തിൽനിന്ന് കഴുത്ത് മുഴുവൻ ചോരയുടെ ചുവപ്പ് പടർന്നിരുന്നു. കണ്ണുകൾ ചുവന്ന വെൽവെറ്റ് തുണികൊണ്ട് മൂടിക്കെട്ടിയിരുന്നു. അയാളുടെ വലതു കൈപ്പത്തിയിൽ ഒരു സ്വർണ്ണ ഫോക്സ്വാഗൺ ബസ് കാണപ്പെട്ടു. എന്റെ കണ്ണുകൾ ശരീരത്തിന്റെ ചെവിയുടെ നേരെ നീണ്ടു. പ്രതീക്ഷിച്ചതുപോലെ വലതു ചെവിയുടെ പകുതി നഷ്ടപ്പെട്ടിരുന്നു. ക്രൈം സീൻ ഇൻവെസ്റ്റിഗേഷൻ സൂപ്രണ്ട് സെഫിക്, ഇരയുടെ തല ഉയർത്തി നിലത്ത് തിരയുന്നതിന് ഇടയിൽ, ''ഇവിടെയും ബുള്ളറ്റില്ല, ചീഫ്'' എന്ന് നിരാശയോടെ പറഞ്ഞു. ഞാൻ വന്നത് അവൻ ശ്രദ്ധിച്ചു എന്നത് വ്യക്തം.

ഉത്തരം അറിയാമായിരുന്നിട്ടും ഞാൻ ചോദിച്ചു, ''ഉം. കേസിംഗും കാണാനില്ല?''

''അതുമില്ല.''

നിലത്ത് അവശേഷിച്ച അടയാളങ്ങളിൽ ചവിട്ടാതിരിക്കാൻ ശ്രദ്ധിച്ചു കൊണ്ട് ഞാൻ സെഫിക്കിന്റെ അടുത്തേക്ക് പോയി. എന്റെ നിഴൽ അവന്റെ മേൽ പതിച്ചപ്പോൾ സെഫിക് ആദരവോടെ തന്റെ കൈകളിലെ തല നിലത്തേക്ക് താഴ്ത്തിവച്ചിട്ട് എന്റെ നേരെ തിരിഞ്ഞു.

''ഇത് കാസിംപാസ കൊലപാതകത്തിലെ പ്രതിയുടെ പണിയാണ്. ഒരു വ്യത്യാസവുമില്ല. കൃത്യം. കഴുത്തിലൂടെ ഒരൊറ്റ ബുള്ളറ്റ്. കണ്ണ് മൂടിക്കെട്ടിയിരിക്കുന്ന ചുവന്ന വെൽവെറ്റ് തുണി, മുറിഞ്ഞ ചെവി, സംഭവസ്ഥലത്തുള്ള കളിപ്പാട്ടം.'' അവൻ നിർവ്വികാരമായി നെടുവീർപ്പിട്ടതിനുശേഷം എഴുന്നേറ്റു. അവൻ എന്റെ നിഴലിൽനിന്ന് മാറിയിട്ട് കണ്ണിറുക്കി. ''ഇതും ബ്ലൈൻഡ്മാൻസ് ബഫിന്റെ സൃഷ്ടിയാണ്.'' അവൻ വിരസതയോടെ, അല്പംപോലും ആവേശമില്ലാത്ത ശബ്ദത്തിൽ പറഞ്ഞു. ''സൈക്കോ വീണ്ടും എത്തി.''

അങ്ങനെ ഉറപ്പിക്കരുത് എന്ന അർത്ഥത്തിൽ ഞാൻ അവനെ ഒന്ന് നോക്കി.

''ഇതൊരു കോപ്പിയടിക്കൊലപാതകമല്ലെങ്കിൽ...'' അവൻ ഒരു ഇരുണ്ട പുഞ്ചിരിയോടെ തുടർന്നു. ''പക്ഷേ നമ്മളെക്കൊണ്ട് കൂടുതൽ പണിയെടുപ്പിക്കുന്ന തരം കൊലയാളികളെ ഇവിടെ അധികം കാണാറില്ല. അതിൽ കൂടുതലൊന്നും ഈ വിഷയത്തിൽ പറയാൻ ഇല്ല.''

ഞങ്ങളുടെ ടീമിന് എന്താണ് സംഭവിക്കുന്നത്? സീരിയൽ കില്ലർമാരോട് താൽപ്പര്യവും അഭിലാഷവും മുൻകരുതലും അടുപ്പവും ഉള്ളവരെപ്പോലെയാണ് ഇവർ എല്ലാം പെരുമാറുന്നത്. നാണമില്ലാത്തവർ! എല്ലാം തികഞ്ഞ കൊലപാതകം എങ്ങനെ നടത്താമെന്ന് ഇവന്മാർ കൊലപാതകികൾക്ക് ഉപദേശം നൽകും.

''ഇനി എന്ത് വേണം, സെഫിക്?'' ശബ്ദം ഇത്ര കർക്കശമാകണമെന്ന് ഞാൻ ഉദ്ദേശിച്ചിരുന്നില്ല. ''ആ കശാപ്പുകാരൻ ബ്ലൈൻഡ്മാൻസ് ബഫ് ഇന്നുവരെ പന്ത്രണ്ട് പേരെ കൊന്നിട്ടുണ്ട്. ഈ അവസാന രണ്ട് പേരും അവന്റെ ഇരകൾ ആണെങ്കിൽ പതിന്നാല് പേർ. അഞ്ച് വർഷത്തിനുള്ളിലാണ് ഇത് സംഭവിച്ചിരിക്കുന്നത്. ആ മനുഷ്യനെക്കുറിച്ച് ഒരു പ്രയോജനകരമായ വസ്തുതപോലും നേടാൻ കഴിഞ്ഞില്ല. ലീഡുകളില്ല, ഒരു സൂചനയുമില്ല. ഒരു തെളിവുമില്ല. സംശയിക്കാവുന്ന ഒരു ആളെപ്പോലും കണ്ടെത്തിയിട്ടില്ല. ഒരു കൊലയാളിക്ക് ഇതിൽ കൂടുതൽ നിങ്ങളെ പണിയെടുക്കാനുള്ള അവസരം തരാൻ കഴിയുമോ?''

അവന്റെ മൂഡ് മോശമായിരുന്നു.

''ഇല്ല ചീഫ്, ഇവിടെ അസാധാരണമായി ഒന്നുമില്ലെന്ന് എനിക്ക് തോന്നുന്നു. നമുക്കു മുമ്പുള്ളവർ വേണ്ട വിധത്തിൽ ഇത് കൈകാര്യം ചെയ്തില്ല. പക്ഷേ കേസ് ഇപ്പോൾ കഴിവുള്ളവരുടെ കൈയിലാണ്. ഇത്രയും നാളിനുള്ളിൽ ഏതെങ്കിലും കൊലയാളിയെ നമ്മൾ രക്ഷപ്പെടാൻ അനുവദിച്ചിട്ടുണ്ടോ? ബ്ലൈൻഡ്മാൻസ് ബഫും അതിൽനിന്ന് വ്യത്യസ്തനല്ല. ഹാ, നിങ്ങൾക്കും ഇത് തന്നെയല്ലേ ജോലി, എന്നെ

ഇക്കാര്യത്തിൽ വെല്ലുവിളിക്കരുത്. ആരോടും എന്ത് വേണമെങ്കിലും ഞാൻ ഇക്കാര്യത്തിൽ വാതുവെക്കും. അങ്ങേയറ്റം പോയാൽ രണ്ടാഴ്ച, അതിനുള്ളിൽ നിങ്ങൾ ബ്ലൈൻഡ്മാൻ ബഫിനെ ജയിലിന് അകത്തേക്ക് എറിയും.''

സെഫിക് എന്നെ സോപ്പിടാൻ ശ്രമിക്കുകയായിരുന്നില്ല. അവൻ അത്തരത്തിലുള്ള ആളായിരുന്നില്ല. താൻ പറയുന്ന കാര്യങ്ങളിൽ അവന് ആത്മാർത്ഥമായ വിശ്വസമുണ്ടായിരുന്നു. എന്നാൽ ഇത്തവണ അയാൾക്ക് തെറ്റി.

''ചുമ്മാ ഊതിപ്പെരുപ്പിക്കാതെ.'' ഞാൻ സെഫിക്കിന് മുന്നറിയിപ്പ് നൽകി. ''നീ ഒന്നു പോകാമോ? എന്നെ സന്തോഷിപ്പിക്കുന്നത് നിർത്തി സ്വന്തം പണി ചെയ്യ്.''

അവൻ ചുണ്ടുകൾ കോട്ടി.

''ഞാൻ അതിശയോക്തി പറഞ്ഞതല്ല ചീഫ്. ഒന്നുമില്ല. ബ്ലൈൻഡ് മാൻസ് ബഫ്, അല്ലെങ്കിൽ ഏത് നാശം പിടിച്ചവൻ ആയാലും, അവൻ ഇപ്പോഴും ഒരു ടർക്ക് തന്നെയല്ലേ?''

ഞാൻ തളർന്നു തുടങ്ങിയിരുന്നു.

''എടോ മനുഷ്യാ, സെഫിക്, കൊലപാതകി ടർക്കോ അമേരിക്ക ക്കാരനോ ആരായാൽ എന്താ? അവരെല്ലാം സൈക്കോകളാണ്, അവ രിൽ ഭൂരിഭാഗവും അങ്ങനെത്തന്നെയാണ്. അമേരിക്കൻ ടിവി ഷോകൾ കണ്ടു കുളിരണിയുന്നത് നിങ്ങൾ അവസാനിപ്പിക്കണം. അവയിൽ മിക്കതും ചൂടുള്ള വായു നിറച്ച ബലൂണുകളാണ്, തിരക്കഥാകൃത്തിന്റെ ഫാന്റസി. അമേരിക്കയിലെ എല്ലാ മൂലയിലും ഓരോ സീരിയൽ കില്ല റുണ്ട് എന്നാണ് നിങ്ങളുടെ വിചാരം.''

അവൻ തോളുകൾ കൂച്ചി.

''എന്നിരുന്നാലും അവരുടെ കൗശലക്കാരായ കൊലയാളികളുടെ എണ്ണം നമ്മുടേതിനെ കവച്ചുവയ്ക്കും. ടെഡ് ബണ്ടിയെത്തന്നെ നോക്ക്. ആ മനുഷ്യൻ ചുവന്ന തലമുടിയുള്ള സ്ത്രീകളെയാണ് കൊന്നത്. കാരണം അവർ അവന്റെ അമ്മയെപ്പോലെയായിരുന്നു. ആകെ മുപ്പത് സ്ത്രീകൾ. അത് അവൻ ഏറ്റുപറഞ്ഞ കണക്ക്. യഥാർത്ഥ എണ്ണം അതിലൊക്കെ ഒരുപാട് കൂടുതൽ ആയിരിക്കും എന്നു എനിക്കുറപ്പുണ്ട്. പൊലീസ് ആയിരുന്ന എല്ലാ വർഷങ്ങളുംകൂടി എടുത്താൽ ഇത്തരത്തിൽ മനസ്സിനെ തളർത്തുന്ന എത്ര കൊലപാതകങ്ങൾ നിങ്ങൾ പരിഹരി ച്ചിട്ടുണ്ട്? അസാധാരണമായ എത്ര കേസുകൾ നിങ്ങൾ നേരിട്ടിട്ടുണ്ട്?''

ഞാൻ നിരാശയോടെ തലയാട്ടി.

''ഓരോ നരഹത്യയും അസാധാരണമാണ് സെഫിക്. ഒരു മനുഷ്യൻ മറ്റൊരാളെ കൊല്ലുന്നതിനേക്കാൾ അസാധാരണമായ മറ്റൊരു സാഹ ചര്യം ഉണ്ടാകുമോ? കൊലയാളി യഥാർത്ഥത്തിൽ ഒരു മനോരോഗി തന്നെയാണോ? അതുപോലെയുള്ള ഒരു കൃത്യം ചെയ്യുന്ന ക്രൂരൻ മിടു ക്കനായിരിക്കേണ്ടതുണ്ടോ? അവൻ മിടുക്കൻ കൂടിയാണെങ്കിൽ എന്തു ചെയ്യും? അത് അവനെ ഒരു കൊലയാളിയിൽ കുറഞ്ഞത് എന്തെങ്കിലും

ആക്കുന്നുണ്ടോ? എന്റെ കാഴ്ചപ്പാടിൽ എല്ലാ കൊലയാളികളും പരിതാപകരമായ അവസ്ഥയിലുള്ളവരാണ്. അവർക്ക് പ്രശംസനീയമായ ഒരു വശവുമില്ല.''

എനിക്ക് ദേഷ്യം വരുന്നു എന്നു സെഫിക്കിന് മനസ്സിലായി. അവൻ ഉത്തരം നൽകിയില്ല. പക്ഷേ ഞാൻ അവിടംകൊണ്ട് നിറുത്തിയില്ല ''ബുദ്ധിയുള്ള കൊലയാളികളെ കാത്തിരിക്കുന്നതിന് പകരം നിങ്ങൾക്ക് സ്വന്തം ജോലി ശരിയായി ചെയ്തുകൂടെ? നോക്കൂ, നിങ്ങൾ ചുറ്റും ടേപ്പ് പോലും വലിച്ചിട്ടില്ല.''

കുറ്റകൃത്യം നടന്ന സ്ഥലം ടേപ്പ് കൊണ്ട് വളയാൻ അവർ ശരിക്കും മറന്നുപോയിരുന്നു. പിടിക്കപ്പെട്ടു എന്നു മനസ്സിലായപ്പോൾ അവന്റെ മുഖം ചുവന്നു. തെളിവുകൾക്കായി തിരയുന്ന മൂന്ന് ഉദ്യോഗസ്ഥരിൽ ഏറ്റവും മെലിഞ്ഞയാളെ നോക്കി സെഫിക് ആക്രോശിച്ചു. ''സെസുർ! എന്തുകൊണ്ടാണ് നിങ്ങൾ ഇവിടെ കുറച്ച് ടേപ്പ് ചുറ്റാത്തത്?''

നിലത്തെ കാൽപ്പാടുകളുടെ അളവ് എടുക്കാൻ ശ്രമിച്ചുകൊണ്ടിരുന്ന സെസുർ, സെഫിക് പറയുന്നത് കേട്ടിട്ടും ഇരിക്കുന്നയിടത്തുനിന്ന് ഇളകിയില്ല.

''ഇതാ വരുന്നു സൂപ്രണ്ടേ, കാറിൽ ഒന്നും ബാക്കിയുണ്ടായിരുന്നില്ല. കുറച്ച് എടുക്കാൻ നെസിപ്പ് സെൻട്രലിലേക്ക് പോയി.''

''ഇനി ബാക്കിയില്ല എന്ന് പറഞ്ഞാൽ എന്താ ഉദ്ദേശിക്കുന്നത്?'' അവൻ ശകാരിക്കാൻ തുടങ്ങി.

''ഇങ്ങോട്ട് വരൂ, സെഫിക്.'' ഞാൻ അവനെ നിശ്ശബ്ദനാക്കാൻ പറഞ്ഞു. ''നിങ്ങൾക്ക് വിരോധമില്ലെങ്കിൽ, ഇരയുടെ തല വീണ്ടുമുയർത്താമോ?''

അവൻ പെട്ടെന്ന് ജാഗരൂകനായി മാറിയതായി എനിക്ക് തോന്നി.

''നിങ്ങൾക്ക് ഇവനെയും അറിയാമോ?''

''മുഖം കണ്ടില്ല, ഞാൻ പിന്നെ എങ്ങനെ അറിയാനാണ്?''

സെഫിക് ഒരിക്കൽകൂടി ഇരയുടെ തല താടിയെല്ലിൽ പിടിച്ച് ഉയർത്തി. ആ മുഖം ആകെ മണ്ണും പൊടിയുംകൊണ്ട് പൊതിഞ്ഞിരുന്നു. അവൻ കണ്ണുകൾ മൂടിയിരുന്ന വെൽവെറ്റ് മാറ്റി. ആദ്യം, ശ്രദ്ധാപൂർവം ഷേപ്പ് ചെയ്ത പുരികങ്ങളാണ് എന്റെ ശ്രദ്ധ പിടിച്ചുപറ്റിയത്. ഇരുണ്ട കൺപീലികൾക്കിടയിലൂടെ ചെറുതായി കണ്ട മരവിച്ച പച്ചക്കണ്ണുകൾ സൂചനകളൊന്നും നൽകിയില്ല. എന്നാൽ ചുണ്ടുകൾ ഫില്ലറുകൾകൊണ്ട് തുടുപ്പിച്ചതുപോലെ വ്യാജമായി കാണപ്പെട്ടു. അവന്റെ മുഖം ഒരു സ്ത്രീയുടേതുപോലെ അലങ്കരിച്ചിരുന്നു. ഞാൻ മണ്ണിലേക്ക് നോക്കി.

''ഇതെന്താ? നിലത്ത് രക്തമൊന്നും കാണുന്നില്ലല്ലോ!''

ക്രൈം സീൻ ഇൻവെസ്റ്റിഗേഷൻ സൂപ്രണ്ടിന് എന്റെ ചോദ്യം മനസ്സിലായില്ല.

''രക്തം! സെഫിക്. രക്തം! നിലത്ത് രക്തം കാണുന്നില്ലല്ലോ! അവനെ ഇവിടെ വച്ചാണ് കൊന്നതെങ്കിൽ, കാസിംപാസയിലെ കൊലപാതകം പോലെ കൂടുതൽ രക്തം ഉണ്ടാകണം.''

ഇരയുടെ താടിയെല്ലിന് കീഴിൽ വലതുകൈകൊണ്ട് പരിശോധിച്ചു കൊണ്ടിരുന്ന സെഫിക് ഒരു നിമിഷനേരം ചലനമറ്റ് നിന്നു. അല്പ സമയത്തിനുശേഷം അയാൾ പറഞ്ഞു.

''അപ്പോൾ ഇത് ബ്ലൈൻഡ്മാൻസ് ബഫിന്റെ മറ്റൊരു രീതിയാണ്. ആ മനുഷ്യൻ ഇരകളിൽ ഒരാളെ കൊന്ന സ്ഥലത്തുതന്നെ ഉപേക്ഷിച്ച്, മറ്റേയാളുടെ ശരീരം സംഭവസ്ഥലത്ത് നിന്ന് മാറ്റി...''

ഇത് അത്ര ലളിതമാണെന്ന് എനിക്ക് തോന്നിയില്ല.

''ഇരയുടെ പേര് എന്താ? ഇയാളുടെ ഐഡി കാർഡ് ശരീരത്തിൽ ഉണ്ടായിരുന്നല്ലോ, അല്ലേ?''

''ചീഫ്, ഫെറിറ്റ് സെൽസിം എന്നാണ് ഇരയുടെ പേര്.'' അത് പറഞ്ഞത് സെഫിക് ആയിരുന്നില്ല. തിരിഞ്ഞു നോക്കിയപ്പോൾ കൈയിൽ കുറിപ്പുകളുമായി സെയ്നെപ് നിൽക്കുന്നത് ഞാൻ കണ്ടു. ''അവൻ 'സുന്ദരി ഫെറിറ്റ്' എന്നും അറിയപ്പെട്ടിരുന്നു. ഇവനെയും കുട്ടികളെ ലൈംഗികമായി ഉപദ്രവിച്ചതിന് ശിക്ഷിച്ചിട്ടുണ്ട്. പക്ഷേ ഇയാൾ ആൺ കുട്ടികളെ മാത്രമാണ് പീഡിപ്പിച്ചത്.''

ഞങ്ങളുടെ ക്രിമിനോളജിസ്റ്റ് കൃത്യസമയത്ത് പ്രത്യക്ഷപ്പെട്ടതിൽ എനിക്ക് അതിയായ സന്തോഷം തോന്നി.

''ഒന്ന് നിൽക്ക് സെയ്നെപ്. നീ എങ്ങനെയാണ് ഇതൊക്കെ ഇത്ര വേഗത്തിൽ ചെയ്തത്? ഇതെല്ലാം എപ്പോൾ കണ്ടെത്തി?''

എന്റെ അഭിനന്ദന വാക്കുകൾ കേട്ടപ്പോൾ അവളുടെ മുഖം ലജ്ജ കൊണ്ട് ചുവന്നു. അത് കേട്ടപ്പോൾ സെഫിക് അസ്വസ്ഥനായത് ഞാൻ കൺകോണ് കൊണ്ട് കാണുന്നുണ്ടായിരുന്നു. ക്രൈം സീൻ ഇൻവെസ്റ്റി ഗേഷന്റെ മേധാവി സ്വർണ്ണനിറമുള്ള ഫോക്സ്വാഗൺ പരിശോധിക്കാ നായി തിരിഞ്ഞപ്പോൾ സെയ്നെപ് വിശദീകരിക്കാൻ തുടങ്ങി.

''അലി വിളിക്കുമ്പോൾ ഞാൻ സെൻട്രൽ സ്റ്റേഷനിലായിരുന്നു. അപ്പോഴേക്കും ഇരയെ തിരിച്ചറിഞ്ഞിരുന്നു. അത് കഴിഞ്ഞപ്പോൾ ഞാൻ ഇവന്റെ വിവരങ്ങൾ ചികഞ്ഞെടുത്തു.''

''ബ്രാവോ!'' ഞാൻ അവളുടെ കൈയിലിരുന്ന കുറിപ്പുകളുടെ നേരെ നോക്കി സംതൃപ്തിയോടെ തലയാട്ടി. ''നമുക്ക് വേറെ എന്തൊക്കെ അറിയാം?''

ചെസ്റ്റ്നട്ടിന്റെ ആകൃതിയുള്ള ആ കണ്ണുകൾ മുന്നിലുള്ള പേപ്പറിൽ തറഞ്ഞു നിൽക്കുകയായിരുന്നു.

''ലൈംഗിക പീഡനത്തിന് മൂന്ന് തവണ അറസ്റ്റ് ചെയ്യപ്പെട്ടു. പല തവണ ജയിലിലായിട്ടുണ്ട്. രണ്ട് തവണ കുത്തേറ്റു. ഒരിക്കൽ ഒരു ആൾക്കൂട്ടക്കൊലപാതകത്തിന്റെ വക്കിൽനിന്ന് കഷ്ടിച്ച് രക്ഷപ്പെട്ടു.''

സുന്ദരി ഫെറിറ്റിന്റെ ആകർഷകമായ വസ്ത്രങ്ങൾ എന്റെ ശ്രദ്ധ ആകർഷിച്ചു.

''ഈ മനുഷ്യൻ ഉപജീവനത്തിനായി എന്താണ് ചെയ്തിരുന്നത്?''

സെയ്നെപ് അവന്റെ വസ്ത്രങ്ങളിലേക്ക് ഒന്ന് നോക്കിയിട്ട് മറുപടി പറഞ്ഞു, ‘‘ഇയാൾ ഒരു തയ്യൽക്കാരനായിരുന്നു. കസ്റ്റമർ ആവശ്യപ്പെടുന്ന തരം ആഡംബരവസ്ത്രമുണ്ടാക്കുന്നതിൽ അതിവിദഗ്ദ്ധൻ. ഒരു സമയത്ത് വളരെ പ്രശസ്തനായിരുന്നു. നിസാന്റസിയിൽ സ്റ്റുഡിയോ പോലെ ഒരു തയ്യൽക്കട ഉണ്ടായിരുന്നു. ഇസ്താംബൂളിലെ ഉന്നത സമൂഹം ഇവന്റെ അപ്പോയിന്റ്മെന്റിനായി കാത്തുനിന്നിരുന്ന ഒരു കാലമുണ്ടായിരുന്നു. പക്ഷേ ഇയാൾ ഒരു ലൈംഗിക കുറ്റവാളിയാണെന്ന് പുറത്തുവന്നപ്പോൾ ഇടപാടുകാർ വിരണ്ടോടി. ബിസിനസ് പൊളിഞ്ഞു പാളീസായി. അവസാനകാലത്ത് അയാൾ തന്റെ വീട്ടിൽനിന്ന് മറ്റ് തയ്യൽക്കാർക്ക് വേണ്ടി ജോലി ചെയ്യുകയായിരുന്നു. സ്വന്തം പേര് ഉപയോഗിക്കാതെ.’’

ബാലപീഡകൻ എന്ന മുദ്രയാണ് കസിംപാസയിലെ ഇരയുമായി ഇവനുള്ള പൊതുവായ സാമ്യം. ഇത് തന്നെയാവണം മരണത്തിലേക്ക് നയിച്ച കാരണം എന്നത് മിക്കവാറും തീർച്ചയാണ്.

‘‘അലി എവിടെ?’’

‘‘ഞാൻ ഇവിടെയുണ്ട്, ചീഫ്.’’

ഞങ്ങളുടെ കിറുക്കൻ ആ മ്യൂസിയത്തിന്റെ വാതിലിൽത്തന്നെ കുത്തനെ നിൽക്കുന്നുണ്ടായിരുന്നു. അവന്റെ അരികിൽ വെള്ള ടാങ്ക് ടോപ്പിട്ട ഒരു ഇരുണ്ട മനുഷ്യൻ നിൽക്കുന്നുണ്ടായിരുന്നു. ഒട്ടും നീളമില്ലാത്ത ഒരാൾ. അയാളെ വേണമെങ്കിൽ ഒരു കുള്ളനായി കണക്കാക്കാമായിരുന്നു. എന്റെ സഹായി സന്തോഷം സഹിക്കാനാവാതെ പല്ലിളിച്ചു കൊണ്ട് തന്റെ കൈയിലുള്ള വാർത്ത വിളിച്ചു പറഞ്ഞു.

‘‘നമ്മുടെ കൈയിൽ ഒരു സാക്ഷിയുണ്ട്.’’

ഈ വാർത്ത കുറ്റകൃത്യം നടന്ന സ്ഥലത്തുണ്ടായിരുന്ന എല്ലാവരെയും ഉണർത്തി. പക്ഷേ ഈ സംഭാഷണം കേട്ടുകൊണ്ട് നിന്ന ക്രൈം സീൻ ഇൻവെസ്റ്റിഗേഷൻ ടീമിന് ഒരു ചലനവും ഉണ്ടായില്ല.

‘‘അവിടെ നിൽക്ക്. ഞാൻ വരുന്നു.’’

ഞാൻ സെയ്നെപ്പിനൊപ്പം മ്യൂസിയത്തിന്റെ വാതിലിനടുത്തേക്ക് പോയി. അലിയേക്കാൾ ഇരുപത് സെന്റീമീറ്ററെങ്കിലും കുറവുള്ള ഒരാളായിരുന്നു അലിയുടെ കൂടെ ഉണ്ടായിരുന്നത്. അയാളെയാണ് സാക്ഷി എന്നു അവൻ സൂചിപ്പിച്ചത്.

‘‘വെയിസ് സംഭവം കണ്ടു, ചീഫ്, പക്ഷേ അവർ ഒരു ടിവി ഷോ ചിത്രീകരിക്കുകയാണെന്നാണ് അവൻ കരുതിയത്.’’

ഞാൻ ചോദിക്കുന്നതിന് മുമ്പ് വെയിസ് ഒരു യന്ത്രത്തോക്കിന്റെ വേഗതയിൽ അത് വിവരിക്കാൻ തുടങ്ങി.

‘‘അദ്ദേഹം പറഞ്ഞത് ശരിയാണ്. അതൊരു സിനിമാസംഘമാണെന്നാണ് ഞാൻ കരുതിയത്. അവർ എല്ലാ രാത്രികളിലും രാവിലെ വരെ ജോലി ചെയ്യുന്നുണ്ടായിരുന്നു. ആളുകൾക്ക് ശരിക്കും മടുത്തു. അവർ ചുറ്റുപാട് മുഴുവൻ കുളമാക്കി. തെരുവുകൾ രാത്രി മുഴുവൻ പകൽ

പോലെ പ്രകാശിച്ചു. ബഹളം, കൂടുതൽ ബഹളം, നിലവിളി, ഒച്ചയിടീൽ. അവർ വീണ്ടും വന്നുവെന്നാണ് ഞാൻ കരുതിയത്.''

ഞാൻ ഒരു കൈ ഉയർത്തി.

''പതുക്കെ ചേട്ടാ. സാവധാനം. ആദ്യം മുതൽ നടന്ന മുഴുവൻ കാര്യങ്ങളും ഞങ്ങളോട് പറയാമോ? പക്ഷേ ശാന്തമായി.., വളരെ ശാന്തമായി. ഞങ്ങൾക്ക് ഒരുപാട് സമയമുണ്ട്. ദയവായി വിശദാംശങ്ങൾ ഒന്നും ഒഴിവാക്കരുത്.''

ആ ചെറിയ മനുഷ്യൻ ഒരു മാനിന്റേതുപോലെ മനോഹരമായ തന്റെ കണ്ണുകൾ ചിമ്മി.

''തീർച്ചയായും സാർ. ഞാൻ ഇവിടുത്തെ രാത്രികാവൽക്കാരനാണ്. വലിയ ഉത്തരവാദിത്തമാണ് എന്റെ തലയിലുള്ളത്. ദിവസവും ഡസൻകണക്കിന് കുട്ടികൾ ഇവിടെയെത്തുന്നുണ്ട്.'' അയാൾ കെട്ടിടത്തിന്റെ ജനലിലൂടെ പുറത്തേക്ക് നോക്കി. ''അവർ എന്തായാലും ഇപ്പോൾ ഇവിടെയില്ല. ഇന്ന് ഞായറാഴ്ചയാണല്ലോ. പക്ഷേ ഒന്നു ശ്രദ്ധിക്കുന്നത് നല്ലതാണ്. സമയം മോശമാണെന്ന് എന്നെക്കാൾ നന്നായി നിങ്ങൾക്കറിയാമല്ലോ.''

''ഹേയ് വെയിസ്, വെറുതെ കാടുംപടലും തല്ലാതെ.'' അലി മുന്നറിയിപ്പ് നൽകി. ''നിങ്ങൾ കാര്യത്തിലേക്ക് കടക്ക്.''

''ശരി സാർ, ഇന്നലെ രാത്രിയിൽ പൊള്ളുന്നതുപോലെയുള്ള ചൂടായിരുന്നു. എനിക്ക് ഉറങ്ങാൻ കഴിഞ്ഞില്ല. തിരിഞ്ഞും മറിഞ്ഞും കിടന്നു മടുത്തപ്പോൾ ഞാൻ പതിയെ എഴുന്നേറ്റു. അപ്പോഴാണ് ജനലിനു മുന്നിലൂടെ ആരോ കടന്നുപോകുന്നത് കണ്ടത്. ഈ വാതിലിനു തൊട്ടു മുന്നിലൂടെ. പക്ഷേ, ഇൻസ്പെക്ടർ അലിയോട് പറഞ്ഞതുപോലെ, അവർ ഷൂട്ട് ചെയ്യുകയാണ് എന്നാണ് ഞാൻ കരുതിയത്.''

''മ്യൂസിയത്തിന്റെ പൂന്തോട്ടത്തിൽ വച്ചു ഷൂട്ട് ചെയ്തിരുന്ന ടി.വി. ഷോയെ പറ്റിയാണോ നിങ്ങളീ പറയുന്നത്?''

ഉണങ്ങിയ മരക്കൊമ്പിനോട് സാമ്യമുള്ള തന്റെ കൈ അയാൾ തെരുവിന്റെ നേർക്ക് വീശി.

''അല്ല. അത് പരിസരത്തൊക്കെ നടക്കുന്നുണ്ട്. ഞങ്ങളുടെ കാര്യങ്ങൾ ഒക്കെ നോക്കുന്ന ആ മൊട്ടത്തലയൻ ഒരു ഫിലിം കമ്പനിയുമായി കരാർ ഉണ്ടാക്കി. പ്രതിഫലമായി കിട്ടുന്ന പണം ഉപയോഗിച്ച് ഈ പാർക്ക് ശരിയാക്കാൻ പോവുകയാണ് എന്നാണ് അറിയിച്ചത്. പക്ഷേ അതിൽ കൂടുതൽ പണം കിട്ടുമെന്ന് ആളുകൾ കുശുകുശുക്കുന്നുണ്ടായിരുന്നു. എന്തായാലും ഈ ടിവിക്കാർ ഞങ്ങളുടെ നിലനിൽപ്പ് തന്നെ വെള്ളത്തിലാക്കി. കഴിഞ്ഞ ദിവസം രാത്രി അവർ ഞങ്ങളുടെ കെട്ടിടത്തിൽനിന്ന് വൈദ്യുതി എടുത്തു. അതോടെ ഫ്യൂസുകൾ അടിച്ചുപോയി. പിന്നെ ഞാൻ അവരോട് വഴക്കിടേണ്ടി വന്നു. ഇന്നലെ രാത്രി ആ മനുഷ്യനെ കണ്ടപ്പോൾ അവർ വീണ്ടും ഷൂട്ട് ചെയ്യുകയാണ് എന്നാണ് ഞാൻ കരുതിയത്. പക്ഷേ ആ മനുഷ്യൻ ഒരു കൊലപാതകിയായിരുന്നുവെന്ന് തെളിഞ്ഞു.''

ഉള്ളിൽ ഉണർന്ന ആവേശം അടക്കി നിർത്താൻ ഞാൻ കഴിയുന്നത്ര ശ്രമിച്ചു.

“നീ അവന്റെ മുഖം കണ്ടോ?”

അയാളുടെ മുഖം മ്ലാനമായി. മെല്ലെ തല പുറകിലേക്ക് എറിഞ്ഞുകൊണ്ട് ആ കൊച്ചു മനുഷ്യൻ പറഞ്ഞു,

“ഞാൻ കണ്ടില്ല. ഞങ്ങൾ ടിവിക്കാരുമായി നല്ല ബന്ധത്തിലല്ലാത്തതിനാൽ, അവനെയൊക്കെ പിശാച് പിടിക്കട്ടെ എന്ന് പറഞ്ഞുകൊണ്ട് ഞാൻ പുറത്തേക്ക് പോകാതെ ഇവിടെത്തന്നെ നിന്നു. പക്ഷേ അത് ഒരു വലിയ മനുഷ്യനായിരുന്നു. പോത്തിനെപ്പോലെയുള്ള ഒരുത്തൻ.”

“അവൻ തനിച്ചായിരുന്നോ?”

അയാളുടെ മുഖത്ത് സംശയഭാവം തെളിഞ്ഞു.

“ഞാൻ ഒരാളെ മാത്രമേ കണ്ടിട്ടുള്ളൂ, പക്ഷേ മിനിവാനിൽ മറ്റുള്ളവർ ഉണ്ടായിരിക്കാൻ സാധ്യതയുണ്ട്.”

“ഏത് മിനിവാൻ?”

“ഞാൻ അത് പറഞ്ഞില്ലേ? ഒരു മിനിവാൻ ഉണ്ടായിരുന്നു. അത് അവിടെ പാർക്ക് ചെയ്തിരുന്നു. ഡ്രൈവർ ഉണ്ടായിരിക്കാം, പക്ഷേ ഞാൻ കണ്ടില്ല.”

ശ്രദ്ധയോടെ കേട്ടിരുന്ന സെയ്നെപ് സംഭാഷണത്തിൽ ചേർന്നു.

“അവർ തിരിച്ചു മിനിവാനിൽ തന്നെയാണോ പോയത്?”

മിനുസമാർന്ന ഇരുണ്ട നെറ്റിയിൽ ഉരുണ്ടുകൂടിയ വിയർപ്പുതുള്ളികൾ അവൾ പുറംകൈകൊണ്ട് തുടച്ചു.

“അങ്ങനെ തോന്നുന്നു. ഞാനത് കണ്ടില്ല, പക്ഷേ എഞ്ചിന്റെ ശബ്ദം കേട്ടു.”

സെയ്നെപ്പിന് നിറുത്താൻ ഭാവമുണ്ടായിരുന്നില്ല.

“ലൈസൻസ് പ്ലേറ്റ് എങ്കിലും കണ്ടോ?”

കുറ്റബോധത്തോടെ അവൻ കണ്ണുതള്ളിച്ചു.

“ഇല്ല മാഡം, കഷ്ടകാലത്തിന് ഞാനതും കണ്ടില്ല.”

“അപ്പോൾ വാനിന്റെ മേക്ക് അറിയില്ലേ?”

അവൻ തന്റെ ശരീരത്തിന് യോജിക്കാത്തയത്ര നീളമുള്ള കൈകൾ വിടർത്തി.

“ഇല്ല. എനിക്കറിയില്ല. പക്ഷേ ഞാൻ ജനാലയ്ക്കരികിൽനിന്ന് നോക്കിയപ്പോൾ അതിന്റെ നിറം കണ്ടു. അതൊരു കറുത്ത മിനിവാൻ ആയിരുന്നു.” അവൻ ഒന്നു നിർത്തി. അയാൾക്ക് അത് അത്ര ഉറപ്പില്ലായിരുന്നു. “അല്ലെങ്കിൽ കടുംനീലയായിരിക്കാം. ഇല്ല, ഇല്ല, ചാരനിറം..? എന്തായാലും അതൊരു ഇരുണ്ട നിറമായിരുന്നു.”

ഞാനല്ല ആകിഫിനെ കൊന്നത് അവൻ എന്റെ സുഹൃത്തായിരുന്നു

മിഹ്രിമ സുൽത്താൻ മസ്ജിദിന് എതിർവശത്തുള്ള ചരിത്രപ്രാധാന്യമുള്ള കോട്ടകളിൽ തട്ടി ഇമാമിന്റെ ഗാംഭീര്യമുള്ള ശബ്ദം പ്രതിധ്വനിച്ചപ്പോൾ, ശവസംസ്കാര പ്രാർത്ഥനയ്ക്കുള്ള ആഹ്വാനമാണത് എന്നു ഞങ്ങൾക്ക് വ്യക്തമായില്ല. പള്ളിയുടെ ചുട്ടുപഴുത്ത ഈയത്തകിടുകൊണ്ടുള്ള മേൽക്കൂര മാത്രമായിരുന്നില്ല കാരണം. മാവ് കുഴച്ചതുപോലെ ഉരുകിക്കിടന്ന റോഡിലെ ടാറ് മുതൽ ഉണങ്ങി മൊരിഞ്ഞ ഇലകളുള്ള അക്കേഷ്യ മരങ്ങൾ വരെ, ചെറിയ കടകളുടെ വാതിലിനു പുറത്ത് വലിച്ചെറിയപ്പെട്ടതുപോലെ കിടന്ന കസേരകൾ മുതൽ കോട്ട മതിലുകളുടെ ദ്രവിച്ച കല്ലുകൾ വരെ, ആ ചെറിയ ചത്വരത്തിൽ ഉണ്ടായിരുന്നതെല്ലാം ഉച്ചവെയിലിൽ കത്തിക്കൊണ്ടിരുന്നു. മൂന്ന് ഇരുണ്ട മെഴ്സിഡസ് കാറുകൾ, ചാരനിറത്തിലും നീല നിറത്തിലുമുള്ള രണ്ട് ബിഎംഡബ്ല്യുകൾ, നേവിബ്ലൂ നിറത്തിലുള്ള ഒരു ഓഡി, എനിക്ക് പരിചയമില്ലാത്ത തരം ഒരു എസ്‌യുവി എന്നിവ അവിടെ കിടപ്പുണ്ടായിരുന്നു. ഈ ആഡംബരക്കാറുകൾക്കിടയിൽ ഞങ്ങൾക്ക് ഇടം കണ്ടെത്താനായില്ല. ഒടുവിൽ ഭിക്ഷക്കാരുടേതുപോലെ തോന്നിച്ച എന്റെ റെനോ ഈ ആഡംബരകാറുകൾക്കിടയിൽ കുത്തിക്കയറ്റി പാർക്ക് ചെയ്തു. ആലി കാറുകളെല്ലാം തന്റെ കണ്ണുകൾകൊണ്ട് സ്കാൻ ചെയ്തു.

"ഓ, കഞ്ചാവ് ഇസ്മായിലിന്റെ മുഴുവൻ സംഘവും ഇവിടെയുണ്ട്. ഇന്ന് കുറച്ച് തമാശയുണ്ടാവുന്ന ലക്ഷണമുണ്ട് ചീഫ്." അലി സന്തോഷത്തോടെ പറഞ്ഞു.

നെറ്റിയിലെ വിയർപ്പുതുള്ളികൾ ഒരു തൂവാലകൊണ്ട് ഒപ്പിക്കൊണ്ട് ഞാൻ പറഞ്ഞു, "അലീ, നീ ആവശ്യമില്ലാതെ വഴക്കുണ്ടാക്കരുത്."

ഇന്നലെ ഞങ്ങളെ വീട്ടിൽനിന്ന് പുറത്താക്കിയ അനാഥാലയത്തിന്റെ ഡയറക്ടർ ഹികാബിയെയും ഞാൻ കണ്ടു. കറുത്ത വിലാപവസ്ത്രം ധരിച്ചിരുന്നെങ്കിലും ശവസംസ്കാരത്തിനേക്കാളും പ്രധാനമായ എന്തോ വെളിയിൽ കാര്യം നടക്കുന്നു എന്ന മട്ടിൽ അയാൾ പുറത്തേക്ക് ഓടിയെത്തിയതായിരുന്നു. അല്ല, ഞാൻ സ്വയം തിരുത്തി. തിരക്കുള്ളതു

പോലെയല്ല, മറിച്ച് പരിഭ്രാന്തിയോടെ കുതിച്ചുകൊണ്ട് ഓടിപ്പോകുന്നു. അദ്ദേഹത്തിന് പിന്നാലെ വന്ന രണ്ടുപേർ ചേർന്ന് പള്ളിയുടെ വാതിൽ കുറ്റിയിട്ടു. മെലിഞ്ഞ ശരീരപ്രകൃതിയായിരുന്നുവെങ്കിലും നല്ല ആരോഗ്യ മുള്ളവരായിരുന്നു രണ്ടുപേരും. കറുത്ത സ്യൂട്ടുകൾ ധരിച്ചിരുന്ന അവർ ഹികാബിയെപ്പോലെ വേഗത്തിലാണ് വന്നത്.

"ആരാണവർ?"

"കഞ്ചാവിന്റെ വാലാട്ടിപ്പട്ടികൾ, അല്ലാതാരാ? വരൂ അലി." ഞാൻ വേഗത കൂട്ടി. "നീ പുറകിലുള്ള രണ്ടുപേരെയും പിടിച്ചുനിറുത്ത്. മുന്നി ലുള്ളവനെ ഞാൻ പിടിക്കാം."

അത് കേൾക്കാൻ കാത്തിരുന്നതുപോലെ, അലി പാഞ്ഞുപോകുന്ന സ്യൂട്ടുധാരികൾക്ക് പിന്നാലെ തൊടുത്തുവിട്ട അമ്പ് പോലെ പറന്നു. ഹികാബിയുടെ മുന്നിൽ കയറാൻവേണ്ടി പൊള്ളുന്ന കുഴഞ്ഞ ടാറി ലൂടെ എല്ലാ ശക്തിയുമെടുത്ത് ഞാൻ ചെറിയ പാർക്കിലേക്ക് ഓടി. സത്യം പറഞ്ഞാൽ അതെനിക്ക് വളരെ പ്രയാസമായിരുന്നു. ഞങ്ങളുടെ അനാഥാലയം ഡയറക്ടർ തന്റെ പ്രായത്തിലുള്ളവരിൽനിന്ന് പ്രതീക്ഷി ക്കാത്ത തരം ചടുലതയോടെ ഓടുകയായിരുന്നു. പക്ഷേ, അയാളുടെ ഭാഗ്യം പെട്ടെന്നുതന്നെ അവസാനിച്ചു. രാത്രിയിൽ പാർക്കിൽ മദ്യ പിക്കാനായി ഒത്തുകൂടിയവർ വലിച്ചെറിഞ്ഞ തണ്ണിമത്തന്റെ തൊലി ചവിട്ടി കാലുകൾ തെന്നി അയാളുടെ ശരീരം പിന്നിലേക്ക് വഴുതി വീണു. ബാലൻസിനായി കൈകൾകൊണ്ട് വായുവിൽ അള്ളിപ്പിടി ക്കാൻ ശ്രമിച്ചുവെങ്കിലും അയാൾക്ക് സ്വന്തം ശരീരം നിയന്ത്രിക്കാനായില്ല. ഉച്ചത്തിലുള്ള ശബ്ദത്തോടെ അയാൾ നടുവിടിച്ച് വീണു. ഞാൻ പാഞ്ഞു ചെന്ന് അയാൾക്ക് എഴുന്നേൽക്കാനാവാത്തവിധം മുകളിൽ നിന്നു. ചൂണ്ടുവിരൽ ആട്ടികൊണ്ട് ഞാൻ ആക്രോശിച്ചു. "നിങ്ങൾ എവിടേക്കാണ് ഈ ഓടുന്നത്?"

എന്നെ അവിടെ കണ്ടതും ഹികാബിയുടെ മുഖത്ത് സന്തോഷ ത്തിന്റെ തിരമാലകൾ ഉയർന്നു. എന്നെ വീട്ടിൽനിന്ന് പുറത്താക്കിയത് ഒക്കെ മറന്ന മട്ടിൽ അയാൾ നിലത്ത് കിടന്നയിടത്തുനിന്ന് ആഹ്ലാദ ത്തോടെ പറഞ്ഞു, "ചീഫ് ഇൻസ്പെക്ടർ നെവ്സാറ്റ്! ഹോ! നിങ്ങളാ യിരുന്നോ? ഞാൻ വിചാരിച്ചു..." അയാൾ തലയുയർത്തി മസ്ജിദിന്റെ വാതിലിലേക്ക് നോക്കി. അലി ആ രണ്ട് തെമ്മാടികളെയും പിടിച്ചു നിർത്തിയിരിക്കുന്നത് കണ്ടപ്പോൾ അയാൾ സന്തോഷം കൊണ്ട് മതി മറന്നു. "ആ മാന്യൻ നിങ്ങളുടെ സുഹൃത്താണ്. അല്ലേ?"

മറുപടിക്ക് പകരം ഞാൻ കൈ നീട്ടി.

"നിങ്ങളുടെ പുറകെ വന്ന ഈ മനുഷ്യർ ആരാണ്? അവർക്ക് എന്താണ് വേണ്ടത്?"

എന്റെ കൈ പിടിച്ച് എഴുന്നേറ്റുകൊണ്ട് അയാൾ വിശദീകരിച്ചു.

"എനിക്കറിയില്ല. അവർ പെട്ടെന്ന് എന്നെ ആക്രമിച്ചു. നിങ്ങൾ അവരെ കണ്ടല്ലോ. അവർ രണ്ടുപേരും വവ്വാലുകളെപ്പോലെ ഭ്രാന്തന്മാരാണ്. നാണംകെട്ട ഓട്ടം. പക്ഷേ ഞാൻ എന്തുചെയ്യും? ഓടി രക്ഷപ്പെടാൻ

ശ്രമിക്കുകയല്ലാതെ.'' ഇന്നലത്തെ ധാർഷ്ട്യത്തിന്റെ ഒരു ലാഞ്ഛനയും ആ സ്വരത്തിൽ ഇല്ലായിരുന്നു.

''അവർ ആരാണ്?'' ഞാൻ ആവർത്തിച്ചു. ''നിങ്ങൾക്ക് അവരെ അറിയില്ലെങ്കിൽ, അവർ എന്തിനാണ് നിങ്ങളെ പിന്തുടരുന്നത്?''

അയാളുടെ പിടയുന്ന കണ്ണുകളിൽ വക്രത കലർന്നു .

''എനിക്കറിയില്ലെന്ന് ഇതാ സത്യം ചെയ്യുന്നു.'' അയാൾ നുണ ആവർത്തിച്ചു. പെട്ടെന്ന് ആ മുഖത്ത് ആവേശം വർധിച്ചു. ''നോക്കൂ, നോക്കൂ, നിങ്ങളുടെ സുഹൃത്ത് വഴക്കിടുകയാണ്.''

അയാൾ ചൂണ്ടിക്കാണിച്ച ദിശയിലേക്ക് തിരിഞ്ഞപ്പോൾ, ഒരുത്തന്റെ മുഖത്തിനിട്ട് അലി തലകൊണ്ട് ഊക്കനൊരു ഇടി കൊടുക്കുന്നത് ഞാൻ കണ്ടു. അവന്റെ മൂക്കിൽനിന്ന് ചാടിയ രക്തം ശരീരത്ത് വീഴുന്നത് ഒഴിവാക്കാനായി അലി പിന്നോട്ട് പോയപ്പോൾ അടുത്ത തെമ്മാടി അവന്റെ നേർക്ക് ചാടി. എന്നാൽ അലി സമർത്ഥമായി ഒഴിഞ്ഞുമാറിയിട്ട് അവന്റെ താടിയെല്ലിന്റെ വലതുവശത്ത് പന്തടിക്കുന്നതുപോലെ ഒരു തൊഴി കൊടുത്തു. അവന്റെ എല്ല് പൊട്ടുന്ന ശബ്ദം ഇവിടെ നിന്ന് ഞാൻ കേട്ടു. അയാൾ ഇടത്തോട്ട് ചാഞ്ഞപ്പോൾ സ്വന്തം മൂക്കിൽ നിന്ന് ഒഴുകുന്ന രക്തത്തെ അവഗണിച്ച് മുഖത്ത് ഇടി കിട്ടിയവൻ അലിയുടെ മേൽ ചാടിവീണു. അപ്രതീക്ഷിതമായതിനാൽ അലി അവനോടൊപ്പം നിലത്തുവീണു. തൊഴിയുടെ ആഘാതത്തിൽ തളർന്ന യുവാവ് ബാലൻസ് നഷ്ടമാവാതെയിരിക്കാൻ ശ്രമിക്കുകയായിരുന്നു.

''ഒരു മസിൽപോലും ചലിപ്പിക്കരുത്.'' ഇടി കണ്ട് വിളർത്ത് ചാരനിറമായി മാറിയ അനാഥാലയം ഡയറക്ടർക്ക് ഞാൻ മുന്നറിയിപ്പ് നൽകി.

ബോക്സിങ് റിങ്ങായി മാറിയ മസ്ജിദിന്റെ മുന്നിലെ നടപ്പാതയിലേക്ക് ഞാൻ വിളിച്ചു കൂവിക്കൊണ്ട് പരക്കം പാഞ്ഞു. ''നിർത്തൂ! പൊലീസ്!''

ആരു കേൾക്കാനാണ്? കണ്ണും മൂക്കുമൊന്നും വേർതിരിച്ചറിയാൻ കഴിയാത്തവിധം രക്തത്തിൽ മുങ്ങിയ മുഖമുള്ളവനെ ഞങ്ങളുടെ പോര് കോഴി കീഴടക്കിക്കഴിഞ്ഞിരുന്നു. തലയുടെ വലത്തും ഇടത്തും ഓരോ ഇടികൂടി കൊടുത്തുകൊണ്ട് അവൻ തന്റെ ജോലി പൂർത്തിയാക്കാൻ ശ്രമിച്ചു. ചെറുതായി ആടിയുലഞ്ഞുകൊണ്ടാണെങ്കിലും സ്വന്തം കാലിൽ നില്ക്കുന്നവൻ ഒരവസരത്തിനായി നിലത്ത് മൽപ്പിടുത്തം നടത്തുന്നതുവരെ വട്ടമിട്ട് നടന്നു. ഒരു ഒഴിവ് കണ്ടയുടനെ, അലിയുടെ വലതുവശത്ത് ഒരു കനത്ത തൊഴി അവൻ കൊടുത്തു. എന്റെ അസിസ്റ്റന്റ് വേദനകൊണ്ട്, മുഖം ചുളുക്കിപ്പിടിച്ചുകൊണ്ട് ഇടതുവശത്തേക്ക് ചരിഞ്ഞു. പക്ഷേ അലി പെട്ടെന്നുതന്നെ നിവർന്നു. ആ മനുഷ്യന്റെ രണ്ടാമത്തെ തൊഴി വായുവിൽ വച്ചുതന്നെ അവൻ പിടിച്ചു. അക്രമി തന്റെ എതിരാളിയുടെ ഇത്തരമൊരു നീക്കം പ്രതീക്ഷിച്ചിരുന്നില്ല. കൂടുതൽ നേരം ചെറുത്ത് നിൽക്കാൻ കഴിയാതെ അവൻ നിലത്തേക്ക്

വീണു. ആ നിമിഷം, പിസ്റ്റൾ പുറത്തെടുക്കാനായി ആ മനുഷ്യൻ വലതുകൈ അരക്കെട്ടിലേക്ക് കൊണ്ടുപോകുന്നത് ഞാൻ കണ്ടു.

‘‘നിന്റെ കാര്യം കഴിഞ്ഞു.’’ അവൻ തോക്ക് എന്റെ സഹായിയുടെ നേരെ ചൂണ്ടി പറഞ്ഞു. ‘‘ഒന്നും പറയാനില്ലേ?’’

തോക്കിലേക്ക് അലി എറിഞ്ഞ നോട്ടം എനിക്ക് പരിചിതമായിരുന്നു. അയ്യോ, അവൻ അത് പിടിക്കാൻ പോകുന്നു എന്ന് ഞാൻ പറയും മുമ്പ്, അലി കൈ നീട്ടി തോക്കിൻകുഴലിൽ പിടിച്ചു.

‘‘തന്തയില്ലാത്തവനേ, ധൈര്യമുണ്ടെങ്കിൽ നീ വെടിവെക്ക്.’’ അവൻ രോഷത്തോടെ അലറി. ‘‘ഇല്ലെങ്കിൽ ഞാൻ ആയിരിക്കും നിന്നെ തീർക്കുന്നത്.’’

ആ തെമ്മാടിയുടെ മുഖത്തെ നിശ്ചയദാർഢ്യം പെട്ടെന്ന് സംശയത്തിലേക്ക് വഴിമാറി. എന്നിട്ടും അയാൾ തോക്ക് മുറുകെ പിടിക്കാൻ ശ്രമിച്ചു. അപ്പോഴേക്കും ഞാൻ അവരുടെ അടുത്തെത്തിയിരുന്നു. എന്റെ തോക്ക് വലിച്ചെടുത്ത് ഞാൻ അവന്റെ നെറ്റിയിലേക്ക് ഉന്നം വെച്ചു.

‘‘തോക്ക് താഴെയിട്, വേഗം..!’’

അവൻ പരിഭ്രാന്തനായി, പക്ഷേ തോക്ക് താഴെയിട്ടില്ല. എനിക്ക് പേടി തോന്നി. അബദ്ധവശാൽ അയാളുടെ വിരൽ ട്രിഗറിൽ തട്ടിയാൽ അലിക്ക് മുറിവേൽക്കുമെന്നത് ഉറപ്പാണ്. അത്രയടുത്ത് നിന്നായതിനാൽ മാരകമാവാനാണ് സാധ്യത. ഞാൻ എന്റെ തോക്കിന്റെ കുഴൽ കൊണ്ട് ആ യുവാവിന്റെ വിയർപ്പുതുള്ളികൾ ഉരുണ്ടിറങ്ങുന്ന ചെന്നിയിൽ കുത്തി. വീണ്ടും മുന്നറിയിപ്പ് നൽകാൻ ഒരുങ്ങുമ്പോൾ, മറ്റാരോ നിലവിളിക്കുന്ന ശബ്ദം കേട്ടു.

‘‘താഴെയിട്, അർദാ! തോക്ക് താഴെയിട്.’’

ചൂടിൽ സിന്ദൂരത്തിന്റെ നിറമായ കഞ്ചാവ് ഇസ്മായിലിന്റെ മുഖം ഞാൻ തിരിഞ്ഞപ്പോൾ കണ്ടു. മസ്ജിദിന്റെ വാതിൽപ്പടിയിൽ നിന്നുകൊണ്ട് തന്റെ അനുയായികളെ അവൻ ദേഷ്യത്തോടെ നോക്കി.

‘‘എടാ, നീയൊക്കെ ആ ദുഷിച്ചവനെ രക്ഷപ്പെടാൻ അനുവദിച്ചു. ഇപ്പോൾ ചീഫ് ഇൻസ്പെക്ടർ നെവ്സാറ്റുമായി വഴക്കിടുകയാണോ? നോക്കൂ, അവൻ ഇപ്പോഴും അവിടെത്തന്നെ നിൽക്കുന്നു. അത് താഴെയിട്. ആ തോക്ക് താഴെയിടൂ.’’

അർദ ഉടൻതന്നെ തോക്ക് താഴെയിട്ടു. പക്ഷേ അത് പോരായിരുന്നു.

‘‘താഴെ നിലത്ത് കിടക്ക്.’’ ഞാൻ അലറി.

ചുട്ടുപൊള്ളുന്ന നടപ്പാതയിലേക്ക് ഒരു പരവതാനിയിലേക്കെന്നപോലെ അർദ മുഖം കുനിച്ചു. തനിക്ക് കിട്ടിയ അടികൾമൂലം പൂർണ്ണമായും സ്തംഭിച്ചുപോയ മറ്റേ അക്രമിയുടെ നെഞ്ചിലെ എല്ലിൽനിന്ന് കയ്യെടുത്തിട്ട് അലി എഴുന്നേറ്റു. അവൻ കഞ്ചാവിനോട് ആക്രോശിച്ചു, ‘‘ഇവർ നിങ്ങളുടെ ആളുകളാണോ? ഈ നായ്ക്കൾ?’’

നായ്ക്കളുടെ ഉടമസ്ഥൻ അപമാനിക്കപ്പെട്ടതുപോലെ തല കുനിച്ചു.

‘‘ഈ ചീത്തവിളിയൊന്നും ശരിയല്ല ഇൻസ്പെക്ടർ അലി.’’

അത് ശ്രദ്ധിക്കാതെ നമ്മുടെ നായകൻ കഞ്ചാവിന്റെ അടുത്തേക്ക് നീങ്ങി. അവന് അലിയേക്കാൾ തലപ്പൊക്കവും രണ്ട് ഇരട്ടി വലിപ്പവും ഉണ്ടായിരുന്നു.

‘‘വായടയ്ക്ക്! നീയെന്നെ സംസാരിക്കാൻ പഠിപ്പിക്കുന്നോ?’’

ഇടപെട്ടില്ലെങ്കിൽ കഞ്ചാവ് ഇസ്മയിലിന്റെ വൃത്തികെട്ട മുഖവും ക്ഷണനേരം കൊണ്ട് ചോരയിൽ കുളിക്കും എന്നെനിക്ക് മനസ്സിലായി.

‘‘ശരി അലി. ഞാൻ നോക്കിക്കൊള്ളാം. നീ ഇവന്റെ കൂടെ നിൽക്ക്.’’

ദേഷ്യംകൊണ്ട് തിളയ്ക്കുകയായിരുന്ന അലിക്ക് കഞ്ചാവിനെ സഹിക്കാൻ കഴിയുന്നുണ്ടായിരുന്നില്ല. അവൻ അയാളുടെ വൃത്തികെട്ട മൂക്കിന്റെ തൊട്ടരികിലെത്തി.

‘‘അലി...’’ ഞാൻ അധികാരശബ്ദത്തിൽ അലറി, ‘‘ഞാൻ നിങ്ങളോടാണ് പറയുന്നത്.’’

അവൻ നിർത്തിയെങ്കിലും മാഫിയാത്തലവനിൽ നിന്ന് കണ്ണുകൾ പിൻവലിച്ചില്ല.

‘‘താങ്കളുടെ ഇഷ്ടംപോലെ ചീഫ്.’’

അലിയുടെ തലയ്ക്കു മുകളിലൂടെ ആ ചെറിയ പൂന്തോട്ടത്തിലേക്ക് കഞ്ചാവിന്റെ തിളങ്ങുന്ന കണ്ണുകൾ നീണ്ടു.

‘‘നോക്കൂ! നമ്മൾ ഇവിടെ പരസ്പരം പോരടിക്കുമ്പോൾ ആ തെണ്ടി എങ്ങനെയാണ് രക്ഷപ്പെടുന്നുവെന്ന് നോക്കൂ.’’

കിട്ടിയ അവസരം പാഴാക്കാതെ അനാഥാലയം ഡയറക്ടർ അവിടെ നിന്ന് സ്ഥലം വിടുകയായിരുന്നു. അയാൾ ചരിത്രമുറങ്ങുന്ന ആ വാതിലിനു പിന്നിൽ അപ്രത്യക്ഷനാകുന്നത് ഞാൻ കണ്ടു.

‘‘ഓടെടാ നാറീ, ഓട്!’’ കഞ്ചാവ് വിഷം തുപ്പി. ‘‘ഇപ്പോഴല്ലെങ്കിൽ പിന്നീട്, നീയൊക്കെ ഈ ചെയ്തതിന് ഞാൻ തന്നിരിക്കും.’’

അപ്പോഴാണ് ഇതിന് പിന്നിൽ ഒരു കഥയുണ്ടെന്ന് എനിക്ക് തോന്നിയത്.

‘‘എഴുന്നേൽക്ക്.’’ ഞാൻ നിലത്തിരിക്കുന്ന ഗുണ്ടകളോട് പറഞ്ഞു. ‘‘പരസ്പരം സഹായിക്ക്.’’

അലി കഞ്ചാവിനെ ഉപേക്ഷിച്ച് അർദയുടെ അടുത്തേക്ക് പോയി. അയാളായിരുന്നല്ലോ തന്റെ തോക്ക് പരീക്ഷിക്കാൻ ശ്രമിച്ചത്.

‘‘നിനക്ക് അതിനുള്ള ലൈസൻസ് ഉണ്ടോ?’’

‘‘ഉണ്ട്.’’ ജാക്കറ്റിലെ പൊടി തട്ടിയിട്ട് അർദ പറഞ്ഞു. ‘‘ഞാൻ ക്ഷമ ചോദിക്കുന്നു ഇൻസ്പെക്ടർ, നിങ്ങൾ പൊലീസാണെന്ന് ഞാനറിഞ്ഞില്ല.’’

‘‘വായിട്ടടിക്കുന്നത് നിർത്ത്. കുറച്ചെങ്കിലും നട്ടെല്ല് വേണ്ടേ? നമ്മൾ തല്ല് കൂടി. അതിൽ കാര്യമില്ല. ഞാൻ ആ ലൈസൻസ് നോക്കട്ടെ.’’

അലിക്ക് സാഹചര്യം മനസ്സിലായിട്ടുണ്ട്. ഈ കീടങ്ങളെ മുട്ടുകുത്തിക്കുന്നതിനേക്കാൾ വളരെ വിലപ്പെട്ടതാണ് കഞ്ചാവിന് ഞങ്ങളോട് പറയാൻ കഴിയുന്നതെന്ന് അവന് തോന്നിയിട്ടുണ്ട്. കഞ്ചാവ് ഇന്ന് കനത്ത ഗന്ധമുള്ള എന്തോ സുഗന്ധദ്രവ്യം ഉപയോഗിച്ചിട്ടുണ്ട്. ദൂരെ നിന്നുതന്നെ ആ ഗന്ധം ശ്വാസം മുട്ടിക്കുന്നു. അവന്റെ അടുത്തേക്ക് ഞാൻ പതുക്കെ നടന്നു. ചൂടുള്ള കാലാവസ്ഥയായതുകൊണ്ട് വിയർപ്പ് കൂടിക്കലർന്ന് അയാളിൽനിന്ന് ദുർഗന്ധം വമിക്കുന്നുണ്ടായിരുന്നു. ഞങ്ങൾക്കിടയിലുള്ള പ്രശ്നം അവസാനിച്ചതിൽ സന്തോഷിച്ച മാഫിയ തലവന് നടന്ന കാര്യങ്ങളെ ഓർത്ത് അൽപ്പംപോലും വിഷമമുണ്ട് എന്നു തോന്നിയില്ല. നേരെമറിച്ച് അയാൾ തന്റെ ചുണ്ടുകളിൽ രസകരമായ ഒരു പുഞ്ചിരിയുമായി രക്തംപുരണ്ട മുഖമുള്ള മനുഷ്യനെ നോക്കി നിന്നു.

''എടോ സെർകാൻ, എല്ലാ പ്രശ്നത്തിലും അടി കിട്ടണമെന്ന് നിർബന്ധമാണോ?''

വിശ്വസ്തനായ ഒരു നായ്ക്കുട്ടിയെപ്പോലെ സെർകാൻ തല കുനിച്ചു. ഞാൻ എന്ത് ചെയ്യും എന്നു ചോദിക്കുന്നതുപോലെ ചോര പുരണ്ട പല്ലുകൾ കാണിച്ചുകൊണ്ട് അയാൾ ഇളിക്കുന്നുണ്ടായിരുന്നു.

കഞ്ചാവ് ഇസ്മായിൽ ചിരിച്ചു.

''എല്ലാ വഴക്കുകളിലും എന്റെ ഈ സുഹൃത്തിന് നല്ല ഇടി കിട്ടുന്നുണ്ട് ഇൻസ്പെക്ടർ.'' മങ്ങിയ ചിരിയിൽ പരിഹാസം കലർന്നു. ''വാസ്തവത്തിൽ ഇത്തവണ അത് നന്നായി എന്നാണ് എനിക്ക് തോന്നുന്നത്. എന്തിനാണ് നിങ്ങൾ പൊലീസുമായി വഴക്കടിക്കുന്നത്? ചീഫ് ഇൻസ്പെക്ടർ നെവ്സാറ്റ്! അതിൽ കുറഞ്ഞ ആരെയും അവന്മാർക്ക് തല്ല് കൂടാൻ കിട്ടിയില്ല.''

അവന്റെ ശബ്ദത്തിൽ തമാശ കലർന്നു,

''മതി, മതി, ഇസ്മായിൽ.'' ഞാൻ പൊട്ടിച്ചിരിച്ചു. ''ഇതെന്താ? എന്തിനാ നീ ഹികാബിയെ പിന്തുടരുന്നത്?''

അവൻ പെട്ടെന്ന് ഗൗരവത്തിലായി.

''അവൻ ഒരു വൃത്തികെട്ട ചെറ്റയാണ് ചീഫ്. ആകിഫിന്റെ ശവസംസ്കാരത്തിന് വന്നിരിക്കുന്നു! അവന് നാണമില്ല.''

അർദ നൽകിയ ലൈസൻസ് നോക്കുകയായിരുന്ന അലി തന്റെ നോട്ടം കഞ്ചാവിലേക്ക് തിരിച്ചു.

''നീയെന്തിനാ ആ മനുഷ്യന്റെ നേരെ ചെളി വാരിയെറിയുന്നത്? ഹികാബി നിന്നോടെന്ത് ചെയ്തു?''

കഞ്ചാവ് അലിയുടെ നേരെ വെറുപ്പു പുരണ്ട ഒരു നോട്ടം നോക്കി. അവൻ മറുപടി പറയാൻ തുടങ്ങിയെങ്കിലും ഞാൻ ഇടപെട്ടു.

''കാര്യമായിട്ടാണ് ചോദിച്ചത്, ഇസ്മായിൽ, ഹികാബിയെ നിനക്കെങ്ങനെ അറിയാം?''

അവൻ ദേഷ്യമടക്കിയിട്ട് അസ്വസ്ഥതയോടെ തല കുലുക്കി.

''ആകിഫ് വഴി. ആ നശിച്ചവൻ അവന്റെ അനാഥാലയത്തിലെ ഡയറക്ടറായിരുന്നു.''

ആ പേരിൽ അലി കയറിപ്പിടിച്ചു.

''ആകിഫിനെ നിനക്കെങ്ങനെ അറിയാം?''

ഇസ്മായിലിന്റെ മുഖം പരിഹാസത്താൽ ചുരുങ്ങി.

''ഇൻസ്പെക്ടർ, തുടർന്നിട്ട് കാര്യമില്ല. ഈ ബിസിനസ്സ് എന്റേതാണ് എന്നു തെളിയിക്കാൻ നിങ്ങൾക്കാവില്ല.''

അലി തന്റെ സ്ഥിരം ഫോം വീണ്ടെടുത്തു.

''എന്ത് ബിസിനസ്സ്? നീ എന്താണീ പറയുന്നത്?''

''നിങ്ങൾ പൊട്ടനായി അഭിനയിക്കുന്നത് നിറുത്ത്. ഞാനല്ല ആകിഫിനെ കൊന്നത്. അവൻ എന്റെ സുഹൃത്തായിരുന്നു.''

എന്റെ അസിസ്റ്റന്റ് തന്ത്രപൂർവ്വം കണ്ണിറുക്കി.

''എവിടെ വച്ചാണ് നിങ്ങൾ സുഹൃത്തുക്കളായത്?''

ഇത്തവണ കഞ്ചാവ് നോട്ടം മാറ്റിയില്ല. പകരം വെല്ലുവിളിക്കുന്നതു പോലെ അലിയുടെ കണ്ണുകളെ നേരിട്ടു.

''ജയിലിൽ വച്ച്. ഞങ്ങൾ ഒരുമിച്ച് ടോക്കറ്റിലെ ജയിലിൽ ഉണ്ടായിരുന്നു. മറ്റ് തടവുകാർ അവനെ ശല്യപ്പെടുത്താൻ തുടങ്ങി. ആകിഫ് സഹായത്തിനായി എന്റെയടുത്ത് വന്നു. ഞങ്ങൾ അവനെ ചിറകിന് കീഴിലെന്നപോലെ സംരക്ഷിച്ചു. അതോടെ അവൻ എന്റെ വിശ്വസ്തനായ സുഹൃത്തായി.''

''കുട്ടികളെ പീഡിപ്പിച്ചിരുന്ന അവനുമായി നിങ്ങൾ എത്ര നാളായി ഈ വിശ്വസ്ത സുഹൃത്ബന്ധം സൂക്ഷിക്കുന്നുണ്ടായിരുന്നു?''

അടിയേറ്റതുപോലെ ചുരുണ്ടുവെങ്കിലും അവൻ അത് മറച്ചുവെച്ചില്ല. തന്റെ തെറ്റ് ഏറ്റു പറയാൻ കഞ്ചാവ് തയ്യാറായിരുന്നു.

''നിങ്ങൾ പറഞ്ഞത് ശരിയാണ് ചീഫ്. ഇക്കാര്യത്തിൽ നിങ്ങൾ എന്നെ എന്ത് പറഞ്ഞാലും എനിക്ക് പരാതിയില്ല. ആകിഫ് എനിക്ക് ഉറപ്പ് നല്കിയിരുന്നു. അവൻ ഖുർആനിൽ തൊട്ട് സത്യം ചെയ്തു. 'ഞാൻ ഇനി അത് ചെയ്യില്ല,' ഞങ്ങൾ അവനെ വിശ്വസിച്ചു.''

അവൻ കള്ളം പറയുകയായിരുന്നു. ആകിഫിനെ സംരക്ഷിക്കാൻ അയാൾക്ക് ശക്തമായ മറ്റേതോ കാരണമുണ്ടായിരുന്നു. അവനെ പ്രകോപിപ്പിച്ചു സത്യം പുറത്തു ചാടിക്കാനായി ഞാൻ വിഷയത്തിൽ നിന്നു തെന്നി മാറാതെ തുടർന്നു.

''എന്നാൽ അവൻ തന്റെ പ്രതിജ്ഞ ലംഘിച്ചു. പലതവണ. അത് നിങ്ങൾക്കറിയില്ലേ?''

അവൻ തന്റെ വിശാലമായ തോളുകൾ കുലുക്കിയിട്ട് കണ്ണുകൾ

ചെറുക്കി. അവയുടെ നിറം നീലയോ ചാരനിറമോ എന്നെനിക്ക് തിരിച്ചറിയാൻ കഴിഞ്ഞില്ല.

''എനിക്കറിയാമായിരുന്നു. അവനെ തടയാൻ ഞാൻ എന്റെ കഴിവിന്റെ പരമാവധി ശ്രമിച്ചു. ഞാൻ അവന്റെ ജീവിതം നരകമാക്കിയെന്ന് ഇതാ സത്യം ചെയ്യുന്നു. ഞാൻ അവനെ അടിച്ചു, അവന്റെ തലയിലേക്ക് തോക്ക് ചൂണ്ടി ഭീഷണിപ്പെടുത്തി. ദേഷ്യം സഹിക്കാനാവാതെ ഒരിക്കൽ അവന്റെ കാലിലേക്ക് വെടിവച്ചു. പക്ഷേ ഒന്നും ഫലിച്ചില്ല. കഴിഞ്ഞ ആഴ്ച കണ്ടപ്പോൾ ആകിഫ് പറഞ്ഞു, 'ഞാൻ സ്വയം കാസ്ട്രേറ്റ് ചെയ്യാൻ പോകുന്നു,' ഒരാഴ്ച മുമ്പ് കണ്ടപ്പോഴും അവൻ ഇത് തന്നെ പറഞ്ഞു, 'ഒരു ഡോക്ടറെ കണ്ടെത്തൂ, ഞാൻ ഇത് അവസാനിപ്പിക്കാൻതന്നെ തീരുമാനിച്ചു.' ഞങ്ങൾ അത് ചെയ്യാൻതന്നെ തീരുമാനിച്ചു. ഒരു സർജനെ തിരയാൻ വരെ തുടങ്ങി. പക്ഷേ വളരെ വൈകിപ്പോയിരുന്നു. ആരോ അവനെ തീർത്തുകളഞ്ഞു. എനിക്ക് കൊലയാളിയോട് പരാതിയോ ദേഷ്യമോ ഇല്ല. ആകിഫ് അതിന് അർഹനാണെന്ന് എനിക്ക് ഉറപ്പുണ്ട്.''

മനസ്സിനെ വല്ലാതെ അലട്ടിയ ചില ചോദ്യങ്ങൾക്ക് എനിക്ക് ഉത്തരം കണ്ടെത്താൻ കഴിഞ്ഞില്ല.

''ആകിഫ് കുട്ടികളെ ഉപദ്രവിക്കുന്ന ഒരുത്തനാണ് എന്നു നിങ്ങൾക്കറിയാമായിരുന്നുവെങ്കിൽ, എന്തുകൊണ്ടാണ് അവനുമായുള്ള സൗഹൃദം തുടർന്നത്?''

ഇസ്മായിൽ കരുണയോടെ കണ്ണ് ചിമ്മി.

''അതൊരു വലിയ കഥയാണ് ചീഫ്. ഞങ്ങൾ ടോക്കാറ്റിലെ ജയിലിൽ കിടന്ന കാലത്ത് അവൻ തന്റെ കുട്ടിക്കാലത്തെ കഥകൾ പറയാറുണ്ടായിരുന്നു. ആരുമില്ലാത്ത ആൺകുട്ടികൾക്കായി ചനാക്കലെയിൽ എവിടെയോ പ്രവർത്തിച്ചിരുന്ന ഒരു അനാഥാലയത്തിൽ വളർന്ന ഒരു കുട്ടി. ആകിഫിന് ലോകത്തെക്കുറിച്ച് ഒന്നുമറിയില്ലായിരുന്നു. ഒരു ചെറിയ കുട്ടി. അവൻ ആ ആഭാസനെ സ്വന്തം അച്ഛനെപ്പോലെയാണ് കരുതിയത്.''

ഇസ്മയിലിന്റെ ശബ്ദം സങ്കടവും ദേഷ്യവുംകൊണ്ട് ഉച്ചസ്ഥായിയിലെത്തി.

''നിങ്ങൾ പറയുന്ന 'ആഭാസൻ' ഹികാബിയാണോ?'' എന്റെ അസിസ്റ്റന്റ് പെട്ടെന്ന് ഇടയ്ക്ക് കയറി. ''നമ്മൾ അനാഥാലയത്തിന്റെ ഡയറക്ടറെക്കുറിച്ചാണോ ഈ പറയുന്നത്?''

കഞ്ചാവിന്റെ മുഖം വലിഞ്ഞു മുറുകി, അവന്റെ ശബ്ദം പെട്ടെന്ന് വിചിത്രമായി.

''അവൻതന്നെ, ആ പുഴുത്തവൻ. ആകിഫിന്റെ ശവസംസ്കാര ചടങ്ങിൽ തല കാണിക്കാനുള്ള ധൈര്യം അവനെങ്ങനെ ഉണ്ടായി?''

കാരണമെന്താണ് എന്നെനിക്കറിയില്ല, പക്ഷേ എന്റെ സഹായിയുടെ താൽപ്പര്യം വർധിച്ചു.

''ഈ ഹികാബിക്ക് വേറെ പേരുണ്ടോ?''

ഇസ്മായിൽ കണ്ണുകളടച്ച് ഓർക്കാൻ ശ്രമിച്ചു.

''അവന്റെ കുടുംബപ്പേര് ഇൻസെ എന്നാണ്. പക്ഷേ അവന് മറ്റൊരു പേരുണ്ട്. അതെ, അമീർ. അനാഥാലയത്തിലെ കുട്ടികൾ അവനെ അമീർ എന്നാണ് വിളിച്ചിരുന്നത്.''

''ഉറപ്പാണോ?'' അലി പറഞ്ഞു. ''ഹികാബിയ്ക്ക് അമീർ എന്നൊരു പേര് കൂടിയുണ്ട് എന്നാണോ നിങ്ങൾ പറയുന്നത്?''

അലിയുടെ ജിജ്ഞാസ കഞ്ചാവിനെ അസ്വസ്ഥനാക്കി.

''ഉറപ്പുണ്ട്. ആ മനുഷ്യൻ അന്ന് അമീർ എന്നാണ് അറിയപ്പെട്ടിരുന്നത്. എച്ച്. അമിർ ഇൻസെ.''

അലിക്ക് കിട്ടിയ വിവരങ്ങൾ മതിയായിരുന്നില്ല.

''അയാളുടെ ഇടതുകവിളിൽ എന്തെങ്കിലും പാടുണ്ടോ?''

''ഉണ്ട്, ആഴത്തിലുള്ള മുറിവിന്റെ പാട്. എന്താ, നിങ്ങൾക്ക് ആ തന്തയില്ലാത്തവനെ അറിയാമോ?''

അലി വഴുതി മാറി.

''ഇല്ല. ഞാൻ എങ്ങനെ അറിയാനാണ്? ഇത്തരമൊരാളുമായി എനിക്ക് എന്ത് ബിസിനസ്സാണുള്ളത്?''

ഇസ്മായിൽ നിർത്തിയിടത്തുനിന്നും തുടർന്നു.

''ഈ പിഴച്ചവൻ കുട്ടികളെ ഉപയോഗിക്കുക മാത്രമല്ല, അവരെ പങ്കുവെക്കുകയും ചെയ്തു.''

''ആരുമായാണ് അവൻ ആകിഫിനെ പങ്കുവെച്ചത്?'' ഞാൻ ഇടയ്ക്ക് കയറി.

ഇസ്മായിൽ കുപിതനായി.

''ഹികാബിയെ ഉപയോഗിച്ചിരുന്ന ഒരാൾ ഉണ്ടായിരുന്നു. അവിടുത്തെ സാഹിത്യാദ്ധ്യാപകനോ മറ്റോ ആയിരുന്നു.''

''തലത് ആണോ അത്? ആകിഫിന് സമ്മാനങ്ങൾ നല്കിയിരുന്നവൻ?''

ആരോ എന്തോ ചീഞ്ഞളിഞ്ഞ വസ്തു തന്റെ നേരെ നീട്ടിയതുപോലെ ഇസ്മയിലിന്റെ മുഖം വിറച്ചു.

''അതെ, ആ വേശ്യയുടെ മകൻതന്നെ. ആദ്യം രണ്ട് ആഭാസന്മാരും ചേർന്നായിരുന്നു പരിപാടികൾ. ഇങ്ങനെ പറയുന്നതിന് എന്നോട് ക്ഷമിക്കണം. ഹികാബി താഴെയും തലത് മുകളിലും ആയിരുന്നു. പക്ഷേ ആ വൃത്തികെട്ട തലതിന് അത് പോരായിരുന്നു. അവൻ നിർബന്ധിക്കാൻ തുടങ്ങി. 'ആകിഫിനെ കൂട്ടിക്കൊണ്ടു വരൂ. അല്ലെങ്കിൽ നീ വരണ്ട.' ആ വക്രബുദ്ധി ആവശ്യപ്പെട്ടത് ആണും പെണ്ണും കെട്ട ഹികാബി ചെയ്തു.''

''ഇതെല്ലാം ബോയ്സ്ഹോമിൽ നടന്നതാണോ?''

അലിയുടെ ചോര വാർന്ന ചുണ്ടുകളിൽനിന്ന് വാക്കുകൾ അറിയാതെ പുറത്ത് ചാടി.

''ബോയ്സ്ഹോമിലും ആ വൃത്തികേട്ടവന്റെ വീട്ടിലും. വർഷങ്ങളോളം അവന്മാർ ആ കുട്ടിയെ ഉപയോഗിച്ചു. മുതിർന്നപ്പോൾ ആകിഫ് മറ്റ് ചെറിയ കുട്ടികളോടും ഇത് ചെയ്യാൻ തുടങ്ങി. കാരണം അവന് തന്റെ പ്രായത്തിലുള്ള സ്ത്രീകളുമായി ബന്ധം പുലർത്താൻ കഴിയില്ല. സ്ത്രീകളെയും പുരുഷന്മാരെയും അവന് വേണ്ടായിരുന്നു, അവൻ കുട്ടികളെ ആക്രമിച്ചു. പെൺകുട്ടികളെയും ആൺകുട്ടികളെയും. എന്നോട് ഇക്കാര്യങ്ങൾ പറയുമ്പോൾ അവൻ കരഞ്ഞു. എനിക്ക് വല്ലാത്ത വിഷമം തോന്നി. ഇല്ലെങ്കിൽ ഞാൻ അവനെ അടുപ്പിക്കുമായിരുന്നോ? തൊണ്ടയിൽ കത്തി കയറ്റിയിട്ട് ശവം ജയിലിന്റെ പൂന്തോട്ടത്തിലേക്ക് വലിച്ചെറിയുമായിരുന്നു. പക്ഷേ അവനെ ഒരു കുട്ടിയായി കാണാൻ മാത്രമേ എനിക്ക് കഴിഞ്ഞുള്ളൂ.''

അലി സ്തബ്ധനായി. ഞങ്ങളിൽനിന്ന് ഒരു വാക്ക് പോലും പുറപ്പെട്ടില്ല. കഞ്ചാവ് തുടർന്നു വിശദീകരിച്ചു.

''ആകിഫിന്റെ ശവപ്പെട്ടിക്കടുത്ത് ആ വിഴുപ്പ് നിൽക്കുന്നത് കണ്ടപ്പോൾ എനിക്ക് സഹിക്കാൻ കഴിഞ്ഞില്ല. ഞാൻ ഹികാബിയെ പൂട്ടാൻ ശ്രമിച്ചു. അവൻ നല്ല ബലമുള്ള ഒരുത്തനാണ്. ബഹളം തുടങ്ങിയപ്പോൾ അച്ഛന്മാർ ഇടപെട്ടു. അവൻ അവസരം മുതലെടുത്ത് ഓടിപ്പോയി.'' അലി അടിച്ചവരെ അയാൾ ചൂണ്ടിക്കാണിച്ചു. ''അതുകൊണ്ടാണ് അർദയും സെർകാനും അവനെ പിന്തുടർന്നത്. ഹികാബിയെ പിടിച്ചിരുന്നെങ്കിൽ, ഞാനവന്റെ അമ്മയുടെ പാൽ ഛർദ്ദിപ്പിക്കുമായിരുന്നു. ആ വിഡ്ഢി! പക്ഷേ അവൻ ഭാഗ്യവാനായിരുന്നു, നമ്മൾ പരസ്പരം കോർത്ത നേരത്ത് അവൻ വീണ്ടും തെന്നിക്കളഞ്ഞു.''

ഏയ് മനുഷ്യരേ, ഈ കല്ലിൽ കിടക്കുന്ന മരിച്ചയാളെക്കുറിച്ച് നിങ്ങൾക്ക് എന്തറിയാം?

ഉച്ചസമയത്തെ പ്രാർത്ഥനകൾ അവസാനിച്ചു. പണ്ടുതൊട്ടേ ശവപ്പെട്ടി വയ്ക്കുന്ന സ്റ്റാൻഡായി പ്രവർത്തിക്കുന്ന ശിലാഫലകത്തിൽ നിശ്ശബ്ദമായി ഇരുന്ന ശവപ്പെട്ടിക്ക് മുന്നിൽ ആളുകൾ വരിവരിയായി നിന്നു. ആൾക്കൂട്ടം എന്നതുകൊണ്ട് ഞാൻ ഉദ്ദേശിക്കുന്നത് വെയിൽ നിറഞ്ഞ നടുമുറ്റത്തെ ചെറിയ സംഘത്തെയാണ്. കഞ്ചാവ് ഇസ്മായിലിന്റെ കൂടെ ശവസംസ്കാരത്തിനെത്തിയ സ്യൂട്ട്ധാരികളായ പത്ത് പതിനഞ്ച് പേരല്ലാതെ ആകിഫിന്റെ സുഹൃത്തോ ബന്ധുവോ അക്കൂട്ടത്തിൽ ഉണ്ടായിരുന്നില്ല. പ്രശ്നമാകും എന്നു കണ്ടു സ്ഥലത്ത് നിന്ന് രക്ഷപ്പെട്ട ബോയ്സ് ഹോം ഡയറക്ടർ ഹികാബിക്ക് മാത്രമേ ആകിഫുമായി നേരിയ ബന്ധമെങ്കിലും അവകാശപ്പെടാനുണ്ടായിരുന്നുള്ളൂ.

കഞ്ചാവ് പറഞ്ഞതൊക്കെ സത്യമാണെങ്കിൽ, ഹികാബി ശവസംസ്കാര ചടങ്ങിന് വന്നതുതന്നെ വളരെ വിചിത്രമായി എനിക്ക് തോന്നി. സംഭവിച്ച കാര്യങ്ങളിൽ അയാൾ സ്വയം കുറ്റപ്പെടുത്തുന്നില്ല എന്നത് വ്യക്തമായിരുന്നു. അല്പം പോലും മനസ്സാക്ഷിക്കുത്ത് ഇല്ലാത്ത ഒരുത്തൻ! ഒരുപക്ഷേ അയാൾ ആകിഫുമായി ഈ വിഷയത്തെപ്പറ്റി സംസാരിച്ചിരിക്കാം. ചിലപ്പോൾ അയാളുടെ ആ മുൻവിദ്യാർത്ഥി പണ്ട് ഈ മനുഷ്യൻ തന്നോട് ചെയ്ത ദ്രോഹങ്ങളെല്ലാം ക്ഷമിച്ചിരിക്കാം. പക്ഷേ, ഇനി അത്തരം കാര്യങ്ങൾ ഒരു മാറ്റവും ഉണ്ടാക്കാൻ പോകുന്നില്ല. ആ ഭീകരമായ അവസ്ഥയിലേക്ക് വലിച്ചെറിയപ്പെട്ട കൊച്ചുകുട്ടി അവനോട് ക്ഷമിച്ചാലും മനുഷ്യരാശി ഒരിക്കലും ക്ഷമിക്കില്ല. പള്ളിയിൽ നിന്ന് പ്രാർത്ഥനയ്ക്കുശേഷം ഇറങ്ങിവന്ന അഞ്ചാറു പേർ പെട്ടിക്ക് മുന്നിലെ ക്യൂ കണ്ടപ്പോൾ സ്വമേധയാ അതിനോടൊപ്പം ചേർന്നു. ആകിഫ് ആരാണെന്ന് അറിയാമെങ്കിൽ അവർ ഇത് ചെയ്യുമോ എന്ന് എനിക്ക് ഉറപ്പില്ലായിരുന്നു.

ചൂടിൽനിന്ന് രക്ഷ നേടാനായി ഒരു ടാർപ്പായയുടെ കീഴിൽ അഭയം പ്രാപിച്ചതിനുശേഷം ശവസംസ്കാരചടങ്ങിൽ പങ്കെടുക്കുന്നവരെ ഞാൻ പഠിക്കാൻ തുടങ്ങി. അലി മുറ്റത്തെ ജലധാരയിൽ തന്റെ മുഖത്തെ

പൊടിയും അഴുക്കും കഴുകിക്കളയുകയായിരുന്നു. അല്പം മുന്പ് വേട്ട പ്പട്ടികളെപ്പോലെ കടിച്ചുകീറാൻ ശ്രമിച്ച അർദയും സെർകാനും അലി യുടെ കൂടെയുണ്ടായിരുന്നു. കുറച്ചൊന്നു ശാന്തമായതുപോലെ അവന്റെ ഭാവവും ചലനങ്ങളും മന്ദഗതിയിലായി മാറിയിരുന്നു.

പോകുന്നയിടത്തുനിന്ന് ലഭിക്കുന്ന വിവരങ്ങളെല്ലാം ഞങ്ങൾ പഠിച്ചുവെങ്കിലും ബ്ലൈൻഡ്മാൻസ് ബഫിനെപ്പറ്റി ഞങ്ങൾക്ക് വളരെ കുറച്ച് മാത്രമേ അറിയാമായിരുന്നുള്ളൂ. മുൻകൂട്ടി പ്രതീക്ഷിക്കാത്ത എന്തെങ്കിലും സംഭവവികാസങ്ങൾ ഉണ്ടാകുമെന്നോ സൂചനകൾ തരാൻ കഴിയുന്ന ആരെങ്കിലും പ്രത്യക്ഷപ്പെടുമെന്നോ ഉള്ള പ്രതീക്ഷയിൽ ഞങ്ങൾ ശവസംസ്കാര ചടങ്ങിൽ തുടർന്നു. തല മൊട്ടയടിച്ച കഞ്ചാവ് ഇസ്മായിലിനും അവന്റെ കൂട്ടുകാർക്കും ഇടയിലൂടെ കഷ്ടിച്ച് കാണാ വുന്ന ശവപ്പെട്ടിയിലേക്ക് നോക്കിയിരുന്നപ്പോൾ, ബ്ലൈൻഡ്മാൻസ് ബഫിനെക്കുറിച്ച് മുനീർ പറഞ്ഞത് ഞാൻ ഓർത്തു.

''അവൻ ഈ വിഴുപ്പ്ചാക്കുകളെ ഓരോന്നായി അവസാനിപ്പിക്കുക യാണ്. ഒരു തുമ്പും അവശേഷിപ്പിക്കാതെ. ഒരു കുറുക്കുവഴിയിലൂടെ അവനവരെ മുകളിലേക്ക് അയയ്ക്കുന്നു.''

ഇസ്മായിൽ പറഞ്ഞ കാര്യങ്ങൾ കേട്ടിരുന്നെങ്കിൽ, അയാൾ ചില പ്പോൾ തന്റെ മനസ്സ് മാറ്റിയേക്കുമെന്നു തോന്നി. നരകതുല്യമായ ചൂടിൽ ശവപ്പെട്ടിയിൽ തണുത്ത് കിടക്കുന്ന ഈ ശവശരീരം ഒരു കാലത്ത് ഒരു നിഷ്കളങ്കശിശുവായിരുന്നു. അവനോട് ഈ ലോകം മോശമാ യാണ് പെരുമാറിയത്. അവന് അമ്മയെയും അച്ഛനെയും നഷ്ടമായി. സംരക്ഷിക്കാൻ ഉത്തരവാദിത്തമുണ്ടായിരുന്ന ബന്ധുക്കൾ അവനെ ഉപേക്ഷിച്ചു. സമൂഹം അവനെ അതിന്റെ ചിറകിനടിയിൽ കാത്തുസൂക്ഷി ക്കുന്നതിൽ പരാജയപ്പെട്ടു. അവർ അവനെ സംരക്ഷിച്ചില്ലെന്നു മാത്ര മല്ല, അവനെന്ത് സംഭവിക്കുന്നു എന്നത് അവർക്ക് പ്രശ്നമായിരുന്നില്ല.

ആത്യന്തികമായി ഈ ലോകം അവനെ ചൂഷണം ചെയ്തു. ശരീ രത്തെ മാത്രമല്ല, അവന്റെ ആത്മാവിനെയും എല്ലാവരും ചേർന്ന് കളങ്ക പ്പെടുത്തി. സമൂഹം എന്ന് പറയുന്നുവെങ്കിലും ആ വാക്കിന് അർത്ഥ മില്ലെന്ന് എനിക്കറിയാം. ആകിഫിനെ സംരക്ഷിക്കാൻ ഞങ്ങൾക്ക് കഴി ഞ്ഞില്ല. ഞങ്ങൾ, ഈ രാജ്യത്തെ ജനങ്ങൾ പരാജയപ്പെട്ടു. മാനസിക മായി തകർന്നുപോയ ആകിഫ്, തന്നോട് ചെയ്തതുപോലെയുള്ള ക്രൂരതകൾ മറ്റുള്ളവരോടും ചെയ്യുന്ന ഒരുതരം രാക്ഷസനായി മാറി. ശ്മശാനത്തിലെ അന്ത്യവിശ്രമസ്ഥലത്തേക്ക് പോകാനായി ശവപ്പെട്ടി യിൽ കാത്തുകിടക്കുന്ന ഈ ശരീരം, ഹൃദയം തുടിക്കുന്ന സമയത്ത്, ചൂടുള്ള രക്തം സിരകളിലൂടെ പമ്പ് ചെയ്യുന്ന സമയത്ത്, മറ്റ് കുട്ടി കളുടെ ശരീരത്തെയും ആത്മാവിനെയും കളങ്കപ്പെടുത്തുകയായിരുന്നു. അവൻ അതിൽ ആനന്ദം കണ്ടെത്തി.

കഞ്ചാവ് പറഞ്ഞ കാര്യങ്ങൾ ആരിലും താല്പര്യമുണർത്തുന്നതാ യിരുന്നു. ആ മാഫിയ തലവൻ പഴയ കഥകൾ വിശദീകരിച്ചത് അങ്ങേ യറ്റം ആത്മാർത്ഥതയോടെയായിരുന്നു. പക്ഷേ അയാൾ എന്നെ ബോദ്ധ്യ പ്പെടുത്തുന്നതിൽ പരാജയപ്പെട്ടു. ഞങ്ങളുടെ സെകായിയെപ്പോലെ,

അവൻ എന്തോ ചില സത്യങ്ങൾ മറച്ചുവെക്കുകയാണെന്ന് എനിക്ക് ഉറപ്പായിരുന്നു.

കൈത്തണ്ടയിൽ നിന്ന് ഒലിച്ചിറങ്ങുന്ന വെള്ളം വറ്റിക്കാനായി കൈകൾ വായുവിൽ ആഞ്ഞുവീശിക്കൊണ്ട് അലി എന്റെ അടുത്തേക്ക് വന്നു. ആ നിമിഷം ഇമാമിന്റെ ശബ്ദം മുറ്റത്ത് മുഴങ്ങി.

''ഏയ് സുഹൃത്തുക്കളേ, ഈ കിടക്കുന്ന മരിച്ചയാളെക്കുറിച്ച് നിങ്ങൾക്ക് എന്തറിയാം?''

ഇമാം ഉയരമുള്ള, മെലിഞ്ഞ മനുഷ്യനായിരുന്നു. അദ്ദേഹം പെട്ടിക്ക് തൊട്ടുപുറകിൽ നിൽക്കുകയായിരുന്നു. ഈ പുണ്യപ്രവൃത്തികൾ അനേക തവണ ചെയ്യുന്നതിലൂടെ നേടിയ മനസ്സാന്നിദ്ധ്യം കൈവിടാതെ, പൊള്ളുന്ന ചൂടിൽ, തലയിൽ തലപ്പാവുമായി അദ്ദേഹം നിന്നു. ആ സ്വരത്തിൽ സങ്കടമോ നിരാശയോ ഇല്ലായിരുന്നു. നാമെല്ലാം ഒരിക്കൽ നേരിടേണ്ട നിത്യവും പ്രാചീനവുമായ അന്ത്യത്തെ അംഗീകരിക്കുന്ന ഒരാളിന്റെ ധൈര്യത്തോടെയാണ് അദ്ദേഹം സംസാരിച്ചത്.

''അല്ലാഹുവിന് വേണ്ടി എന്നോട് ഇക്കാര്യങ്ങൾ ആർക്കെങ്കിലും പറഞ്ഞുതരാൻ കഴിയുമോ? മരിച്ചയാൾ ഒരു നല്ല വിശ്വാസിയായിരുന്നോ? നല്ല മുസ്ലീമായിരുന്നോ? നല്ല വ്യക്തിയായിരുന്നോ?''

സഭയിലെ ആളുകളിൽനിന്ന് ഒരു മറുപടിയും വന്നില്ല. ആശ്ചര്യം നിറഞ്ഞ അവ്യക്തമായ ഒരു ഭാവം ഇമാമിന്റെ മുഖത്ത് പ്രതിഫലിച്ചു. എന്താണ് സംഭവിക്കുന്നതെന്ന് ചോദിക്കുന്നതുപോലെ അദ്ദേഹം മുന്നിൽ നില്ക്കുന്ന ആളുകളുടെ മുഖങ്ങളിലേക്ക് നോക്കി, പക്ഷേ ഇമാമിന് ഒരു നിഗമനത്തിലെത്താൻ കഴിഞ്ഞില്ല. തന്റെ മുന്നിൽ നിശ്ശബ്ദവും നിശ്ചലവുമായി കിടക്കുന്ന ശവശരീരത്തിന് എന്താണ് സംഭവിച്ചതെന്ന് വ്യക്തമാക്കാനാവും എന്ന മട്ടിൽ അദ്ദേഹത്തിന്റെ നോട്ടം ശവപ്പെട്ടിയുടെ മേല് ഓടി നടന്നു. സ്വാഭാവികമായും ഇമാമിന് അപ്പോഴും ഒന്നും മനസ്സിലാക്കാൻ കഴിഞ്ഞില്ല. നിസ്സഹായനായി അദ്ദേഹം കൂടിനിന്ന മനുഷ്യരുടെ നേരെ തിരിഞ്ഞു.

''വിശ്വാസികളേ, ഞാൻ നിങ്ങളോട് ചോദിക്കുന്നു, നിങ്ങൾക്ക് എങ്ങനെ ആകിഫ് സോയ്കനെ അറിയാം?''

മുൻനിരയിൽനിന്ന് ഒരു ശബ്ദം ഉയർന്നു, ''ഞങ്ങൾക്ക് അവനെ നന്നായി അറിയില്ലായിരുന്നു.''

കഞ്ചാവ് ഇസ്മായിലിന്റെ ശബ്ദമായിരുന്നു അത്. മുറ്റത്തെ തലകളെല്ലാം നമ്മുടെ മാഫിയ തലവന്റെ നേർക്ക് ഒറ്റയടിക്ക് തിരിഞ്ഞു.

''ഞങ്ങൾക്ക് അവനെ അറിയില്ലായിരുന്നു.'' അവൻ ധൈര്യത്തോടെ ആവർത്തിച്ചു. ''കാരണം അവൻ ഒരു മോശം മനുഷ്യനായിരുന്നു. അവൻ ഒരു പീഡകനായിരുന്നു, അവൻ കൊച്ചുകുട്ടികളെ ഉപദ്രവിച്ചു. അവൻ കുറ്റക്കാരനും ദുഷ്ടനും പാപിയുമാണ്.''

ഇതെല്ലാം ഒറ്റ ശ്വാസത്തിൽ പറഞ്ഞതിനുശേഷം കഞ്ചാവ് നിശ്ശബ്ദനായി. കനത്ത നിശ്ശബ്ദത മുറ്റത്തെ വിഴുങ്ങി. കൂടിനിന്നവരിൽ

ചിലർ പരിഭ്രാന്തരായി പരസ്പരം നോക്കുകയും മറ്റുചിലർ തല കുനിച്ചു നിലക്കുകയും ചെയ്തു. എന്ത് ചെയ്യണമെന്നോ പറയണമെന്നോ അറിയാതെ ഇമാം കുറച്ചു നേരം മരവിച്ചു നിന്നു. പിന്നെ ഇസ്മായിലിന്റെ വാക്കുകൾ കേട്ടിട്ടില്ലെന്ന മട്ടിൽ, മരിച്ചയാളെ ആരും വെറുതെ കുറ്റം പറഞ്ഞിട്ടില്ലെന്ന മട്ടിൽ, അദ്ദേഹം തനിക്ക് മുന്നിലുള്ള സംഘത്തിലുള്ളവരെ വീണ്ടും അഭിസംബോധന ചെയ്തു.

''അല്ലയോ വിശ്വാസികളേ, ഹേ മുസ്ലീങ്ങളേ, ഞാൻ വീണ്ടും നിങ്ങളോട് ചോദിക്കുന്നു, കൽപ്പലകയിൽ വിശ്രമിക്കുന്ന ഈ വിശ്വാസിക്ക് നിങ്ങൾ അനുഗ്രഹം നൽകുമോ?''

അപ്പോഴും സംഘത്തിലുണ്ടായിരുന്ന ആരും കണ്ണുകൾ ഉയർത്തിയില്ല. കഞ്ചാവ് ആണ് വീണ്ടും സംസാരിച്ചത്.

''ഞങ്ങൾ നല്കുന്നു.'' അയാൾ തന്റെ പരുക്കൻ ശബ്ദത്തിൽ പറഞ്ഞു. ''ഞങ്ങൾ അനുഗ്രഹം നൽകുന്നു.'' ശ്വാസമെടുക്കാനായി ഒരു നിമിഷം നിറുത്തിയിട്ട് ഇമാം തന്നോട് വിശദീകരണം ചോദിച്ച മട്ടിൽ കഞ്ചാവ് വിശദീകരിക്കാൻ തുടങ്ങി, ''കാരണം അവനും ഒരു ഇരയായിരുന്നു. ശരിയാണ്, ഭീകരമായ തിന്മയ്ക്ക് അവൻ തന്റെ ആത്മാവിനെ വിറ്റിരിക്കാം, പക്ഷേ അവൻ അത് മനസ്സോടെ ചെയ്തതല്ല. വലിയ പാപികളുടെ കൈയിലെ ഒരു കളിപ്പാട്ടമായിരുന്നു അവൻ. എല്ലാം നിർത്താൻ ആഗ്രഹിച്ചുവെങ്കിലും അവന് അതിന് കഴിഞ്ഞില്ല. ആകിഫ് രോഗിയായിരുന്നു. അവന് സ്വയം സുഖപ്പെടുത്താൻ കഴിഞ്ഞില്ല. തന്റെ അവസ്ഥയോർത്ത് അവൻ നിരാശനായിരുന്നു. വീണ ചതുപ്പിൽനിന്ന് ആകിഫിന് പുറത്തുകടക്കാൻ കഴിഞ്ഞില്ല. സുഹൃത്ത് എന്ന നിലയിൽ ഞാൻ എന്റെ അനുഗ്രഹം ഇതാ നല്കുന്നു. അവനോടു ക്ഷമിക്കാൻ സർവ്വശക്തനായ അല്ലാഹുവിനോട് അപേക്ഷിക്കുന്നു.''

ഇമാമിന്റെ പരിഭ്രമം കുറഞ്ഞു വന്നു. അയാൾ പ്രസംഗം അവസാനിപ്പിക്കുന്ന ആളെ പ്രശംസ കലർന്ന ഒരു നോട്ടം നോക്കി.

വരിയിലെ മറ്റ് ആളുകൾക്ക് നേരെ കഞ്ചാവ് തിരിഞ്ഞു. ''നിങ്ങൾ അദ്ദേഹത്തിന് നിങ്ങളുടെ അനുഗ്രഹങ്ങൾ നൽകുന്നുണ്ടോ?''

''നല്കുന്നു.'' കൂട്ടത്തിൽനിന്ന് ഒരു ശബ്ദം ഉയർന്നു. ''ഞങ്ങൾ അദ്ദേഹത്തിന് അനുഗ്രഹം നൽകുന്നു. അല്ലാഹു അവന്റെ പാപങ്ങൾ പൊറുക്കട്ടെ.''

സോസറുകൾപോലെ വിടർന്ന കണ്ണുകളോടെ അലി നടന്നതെല്ലാം വീക്ഷിച്ചു. പതിവുപോലെയുള്ള മയ്യിത്ത് നമസ്കാരത്തിന് ഇമാം സംഘത്തിന് നിർദ്ദേശം നൽകിയപ്പോൾ അവൻ എനിക്ക് നേരെ തിരിഞ്ഞ് പിറുപിറുത്തു, ''ഈ കഞ്ചാവ് ഒരു മോശം മനുഷ്യനല്ല. നമുക്ക് അവനെക്കുറിച്ച് ഉണ്ടായിരുന്ന ധാരണ തെറ്റായിരുന്നുവെന്ന് തോന്നുന്നോ ചീഫ്?''

എന്റെ ആവേശഭരിതനായ ചങ്ങാതി വീണ്ടും നിഗമനങ്ങളിലേക്ക് എടുത്തു ചാടി.

''അലി, അവൻ സ്വന്തം ആത്മാവിനെ ശുദ്ധീകരിക്കുകയാണ്. അതേ സമയം തന്നെ അവൻ ആകിഫിനെ പിന്തുണച്ചത് എന്തുകൊണ്ടാണെന്ന് സ്വന്തം ആളുകളോട് വിശദീകരിക്കുന്നു. ഒരുതരം മനസ്സാക്ഷിയുടെയും ധാർമ്മികതയുടെയും പ്രകടനമാണിത്. ഈ മനുഷ്യർക്ക് അത്തരം നീക്കങ്ങളോട് ഭ്രാന്തമായ താല്പര്യമുണ്ട്. അവൻ അത് കാര്യമായിത്തന്നെ ചെയ്യുന്നുണ്ട്. നിർണ്ണായകമായ എന്തെങ്കിലും അവൻ മറച്ചുവെക്കുന്നതിനാൽ സംഭാഷണത്തിൽ അതിശയോക്തി കലർന്നതാകാനും വഴിയുണ്ട്. ഇസ്മയിലും ആകിഫ് സോയ്കനും തമ്മിലുള്ള ബന്ധം പരിശോധിക്കണം എന്നു നമുക്ക് സെയ്നെപ്പിനോട് പറയണം. അവർ ജയിലിൽ എത്തുന്നതിന് മുമ്പാണ് കണ്ടുമുട്ടിയത് എന്നാണ് എനിക്ക് തോന്നുന്നത്. ഹികാബിയോട് അയാൾക്കുള്ള വിരോധം കാണുമ്പോൾ കഞ്ചാവും ഇതേ അനാഥാലയത്തിൽതന്നെയാണ് താമസിച്ചത് എന്നു അനുമാനിക്കാം.''

അലി ആശയക്കുഴപ്പത്തിലായി.

''ബോയ്സ് ഹോമിൽ? കഞ്ചാവും അനാഥനായിരുന്നുവെന്നാണോ നിങ്ങൾ പറയുന്നത്?''

''സാധ്യതയുണ്ട്. അത് ശരിയാണെന്ന് തെളിയുകയാണെങ്കിൽ, അവർ ബാല്യകാല സുഹൃത്തുക്കളായിരുന്നെങ്കിൽ, ഇസ്മായിൽ ആകിഫിനെ സഹായിച്ചതിന്റെ കാരണവും നമ്മൾ കണ്ടെത്തും.''

എന്തുകൊണ്ടോ അലി ശാന്തനായി കാണപ്പെട്ടു.

''നിങ്ങൾ പറഞ്ഞത് ശരിയാണ്. വേണമെങ്കിൽ, സെയ്നെപ്പിന് പകരം ഞാൻതന്നെ ഇതിനെപ്പറ്റിയുള്ള വിവരങ്ങൾ കണ്ടെത്താൻ ശ്രമിക്കാം. ഞങ്ങളുടെ അനാഥാലയത്തിലുണ്ടായിരുന്ന നദീമിന് മന്ത്രിസഭയിൽ വളരെയധികം സ്വാധീനമുള്ള ഒരു ജോലിയാണ്. റെക്കോർഡിലുള്ളതെന്തും ഏത് ബോയ്സ് ഹോം, ഏത് വർഷം, എന്തൊക്കെ സംഭവങ്ങൾ നടന്നു, നമുക്ക് ആവശ്യമുള്ള ഇത്തരം വിവരങ്ങളെല്ലാം യാതൊരു പ്രയാസവുമില്ലാതെ ലഭിക്കും.''

''ശരി. അവനെ ഉടൻതന്നെ വിളിക്കണം. ആകിഫ് സോയ്കനെയും ഹികാബിയെയും കുറിച്ച് കിട്ടാവുന്ന വിവരങ്ങൾ എല്ലാം ശേഖരിക്ക്.''

എന്റെ നോട്ടം ശവസംസ്കാര പ്രാർത്ഥനയിൽ മുഴുകി നിൽക്കുന്ന മാഫിയാത്തലവനിലേക്ക് വഴുതി.

''കഞ്ചാവിനെയും ഒഴിവാക്കരുത്.''

പെട്ടെന്ന് എന്റെ ഫോൺ റിംഗ് ചെയ്യാൻ തുടങ്ങി. സെക്കായിയുടെ പേര് സ്ക്രീനിൽ കണ്ടപ്പോൾ എനിക്ക് ആവേശം തോന്നിയില്ലെന്ന് പറഞ്ഞാൽ അത് കള്ളമായിരിക്കും. ഞങ്ങളുടെ റിട്ടയേർഡ് വേട്ടനായ പ്രതീക്ഷിച്ചതിലും നേരത്തെ പ്രതികരിച്ചിരിക്കുന്നു. ഞാൻ വേഗം ആൾക്കൂട്ടത്തിനടുത്ത് നിന്ന് മാറിപ്പോന്നു.

''ഹലോ, സെക്കായ്.''

''അവൻ വീണ്ടും കൊന്നു, അല്ലേ?''

അയാൾ കാടും പടപ്പും തല്ലാതെ നേരെ വിഷയത്തിലേക്ക് കടന്നു.

''സെക്കായ്, നിങ്ങൾക്കും ഇതൊരു ശുഭദിനമായിരിക്കട്ടെ.'' ഞാൻ അയാളെ കളിയാക്കി. ''മനുഷ്യാ, ദൈവത്തെയോർത്ത്! സാധാരണ ഗതിയിൽ ആളുകൾ ആദ്യം ഹലോ പറയാറുണ്ട്.''

''സോറി, നെവ്സാറ്റ്. ടിവിയിൽ വാർത്ത കണ്ടപ്പോൾ എന്റെ നിയന്ത്രണം നഷ്ടപ്പെട്ടുപോയി.''

തന്റെ മര്യാദയില്ലാത്ത പെരുമാറ്റമോർത്ത് അയാൾക്ക് അല്പം ലജ്ജ തോന്നിയെങ്കിലും അത് അധികനേരം നീണ്ടുനിന്നില്ല. ''സത്യമാണോ? ഇതും ബ്ലൈൻഡ്മാൻസ് ബഫ് ആണോ?''

വകതിരിവോടെ മറുപടി പറയേണ്ട ചോദ്യമാണത്.

''അത് വ്യക്തമല്ല.''

വിട്ടുകൊടുക്കാൻ ഭാവമില്ലാത്തതുപോലെ സെക്കായ് വീണ്ടും കുത്തിക്കിഴിച്ചു.

''ഇത്തവണ അവൻ ശരീരം ഡേകെയറിലാണോ ഉപേക്ഷിച്ചത്?''

''അല്ല, കുട്ടികളുടെ മ്യൂസിയം.'' ഞാൻ ശാന്തമായി മറുപടി പറഞ്ഞു.

''കുട്ടികളുടെ മ്യൂസിയം?'' കുറച്ചു നേരത്തേക്ക് അവൻ നിശ്ശബ്ദനായി. ''രണ്ടായിരത്തി പന്ത്രണ്ട് ഫെബ്രുവരി മൂന്നാം തീയതി സംഭവിച്ചതുപോലെ! അഞ്ച് വർഷം മുമ്പ് ഫെബ്രുവരി മൂന്നിന് ബോസ്റ്റാൻസിയിലെ ചിൽഡ്രൻസ് മ്യൂസിയത്തിൽനിന്ന് മെർട്ട്കാൻ തുർക്കലിന്റെ ശരീരം കണ്ടെടുത്തു. തീയതികൾ വീണ്ടും പൊരുത്തപ്പെടുന്നില്ലെങ്കിലും ഈ രണ്ടു കൊലപാതകങ്ങളും ബ്ലൈൻഡ്മാൻസ് ബഫിന്റെ പണിയാവാൻ തന്നെയാണ് സാധ്യത.''

''കഴിഞ്ഞ തവണ സംസാരിച്ചപ്പോൾ നിങ്ങൾ പറഞ്ഞത് ഇങ്ങനെയല്ലല്ലോ!''

''ശരിയാണ്. പക്ഷേ അതിനെപ്പറ്റി ഞാൻ വീണ്ടും ആലോചിച്ചു. ബ്ലൈൻഡ്മാൻസ് ബഫ്ബുദ്ധിമാനാണ്. തന്റെ ശീലങ്ങൾ പിന്തുടർന്നാൽ പിടിക്കപ്പെടുമെന്ന് അവനറിയാം. അതുകൊണ്ടായിരിക്കാം തീയതികളും സ്ഥലങ്ങളും മാറ്റിയത്. അതിൽ കുഴപ്പങ്ങളൊന്നുമില്ല. കാരണം അവൻ ബാക്കിവച്ച അടയാളങ്ങൾ വളരെ വ്യക്തമാണ്. കുറച്ച് ബോധമുള്ള ആർക്കും ഇത് അവൻതന്നെയാണ് ചെയ്തതെന്ന് മനസ്സിലാകും.''

സെക്കായ് എന്തെങ്കിലും സൂചന തരുമെന്ന പ്രതീക്ഷയിൽ ഞാൻ വീണ്ടും ചോദിച്ചു.

''ഈ അവസാന കൊലപാതകത്തിൽ ബ്ലൈൻഡ്മാൻസ് ബഫിന്റെ അടയാളങ്ങൾ ഉണ്ടായിരുന്നുവെന്ന് നിങ്ങൾക്ക് എങ്ങനെ അറിയാം?''

''കൊള്ളാം നെവ്സാറ്റ്, നിങ്ങൾ എന്നെ കളിയാക്കുകയാണോ? ആ മനുഷ്യന്റെ കഴുത്തിലാണ് വെടിവച്ചിരിക്കുന്നത്. കണ്ണുകൾ ചുവന്ന വെൽവെറ്റ്കൊണ്ട് ബന്ധിച്ചിട്ടുണ്ട്.അവന്റെ വലതു ചെവി പകുതി മുറിച്ചെടുത്തിരിക്കുന്നു. സ്വർണ്ണനിറമുള്ള ഒരു ഫോക്സ്വാഗൺ കളിപ്പാട്ടം ശരീരത്തിനടുത്ത് ഉപേക്ഷിച്ചിരിക്കുന്നു.''

''ആരാണ് ഇതൊക്കെ പറഞ്ഞത്? ഈ വിശദാംശങ്ങളെല്ലാം എവിടെ നിന്ന് കിട്ടി?'' ഞാൻ ദേഷ്യത്തോടെ ചോദിച്ചു. ''പൊലീസുകാരിൽനിന്ന് നിങ്ങൾക്ക് വിവരങ്ങൾ ലഭിക്കുന്നുണ്ടോ?''

''എന്റെ പൊന്നു തമ്പുരാനേ, എന്ത് ഓഫീസർ? ഏത് ഓഫീസർ? ടിവിയിലെ ആ പെൺകുട്ടി ഈ വിവരങ്ങളെല്ലാം വാർത്തയിൽ വിശദമായി പറഞ്ഞിട്ടുണ്ട്. കൂർമ്മബുദ്ധിയുള്ള ആ ചെറിയ ക്രൈം റിപ്പോർട്ടർ. ബുക്കറ്റ്... അതുതന്നെ... ബുക്കറ്റ് എന്നാണ് അവളുടെ പേര്. വാർത്തയ്ക്കിടയിൽ അവർ അവളെ ഇന്റർവ്യൂ ചെയ്യുന്നുണ്ടായിരുന്നു.''

എനിക്ക് ബുക്കറ്റിനെ അറിയാമായിരുന്നു. അവൾ അസാമാന്യമായ സൗന്ദര്യവും അതുപോലെതന്നെ കഴിവുമുള്ള ഒരു റിപ്പോർട്ടറായിരുന്നു. അതേസമയംതന്നെ കാര്യങ്ങൾ വഷളാക്കുന്ന തരത്തിൽ ഒരേ വിഷയത്തിൽതന്നെ പിടിച്ചു തൂങ്ങിക്കിടക്കുന്ന സ്വഭാവക്കാരിയുമായിരുന്നു. ഒരു കേസിൽ താല്പര്യം തോന്നിയാൽപ്പിന്നെ അതിന്റെ അടിവേര് മാന്തിയെടുക്കാതെ ബുക്കറ്റ് പിന്മാറില്ല.

''അവളെന്താണ് പറഞ്ഞത്?''

''സത്യം പറഞ്ഞാൽ, ഇന്നലെ നമ്മൾ സംസാരിച്ചതെല്ലാം അവൾ ആവർത്തിച്ചു. അതിൽ കൂടുതലും. അതിനപ്പുറം ഒരു വിവരങ്ങളും നമ്മുടെ കയ്യിലില്ല. അവൾ ബ്ലൈൻഡ്മാൻസ് ബഫിന്റെ കേസുകളിൽ വിദഗ്ധയാണ്. ഈ സീരിയൽ കില്ലറെക്കുറിച്ച് ബുക്കറ്റിന് എല്ലാം അറിയാം. അഞ്ച് വർഷം മുമ്പ് ഇരകളായ പന്ത്രണ്ട് പേരുടെ പേരുകൾ, അവരെ കൊലപാതകി ഉപേക്ഷിച്ച ഇടങ്ങൾ, ശരീരങ്ങളുടെ സമീപത്തുണ്ടായിരുന്ന ഓരോ കളിപ്പാട്ടങ്ങളുടെയും വിവരങ്ങൾ.., ഇന്നലെ അവൾ എന്നെ വിളിച്ചു, ഇക്കാര്യത്തിൽ എന്റെ അഭിപ്രായം ചോദിച്ചു. ഞാൻ നിങ്ങളോട് സംസാരിക്കാൻ പറഞ്ഞിട്ടുണ്ട്. ആ പെൺകുട്ടിയോട് സംസാരിക്കുന്നത് പ്രയോജനം ചെയ്യും. നമ്മൾ കാണാത്ത ചില സൂചനകൾ അവൾ നൽകിയേക്കാം.''

ഇതൊരു നല്ല നിർദ്ദേശമായിരുന്നു, പക്ഷേ അത് അംഗീകരിക്കുന്നതിന് പകരം, ഞാൻ അവനെ കൂടുതൽ കുഴപ്പിക്കാൻ തീരുമാനിച്ചു.

''വർഷങ്ങളോളം ഞങ്ങൾക്കൊപ്പം ഈ കേസിൽ പ്രവർത്തിച്ച സ്വന്തം സുഹൃത്തുക്കൾ സഹായിക്കാത്ത സാഹചര്യമാണ് ഇപ്പോഴുള്ളത്. ഒരു പത്രപ്രവർത്തക സഹായിക്കുമെന്നോ?''

അവൻ പതറി. ''നീ എന്നെക്കുറിച്ചാണോ ഈ പറയുന്നത്?''

''ഞാൻ വേറെ ആരെക്കുറിച്ചാണ് സംസാരിക്കുക?''

സ്വാഭാവികമായും അയാൾ അത് നിഷേധിച്ചു.

''എനിക്കറിയാവുന്നത് ഞാൻ നിങ്ങളോട് പറഞ്ഞു. ഓർക്കുന്നുണ്ടോ?''

''കൊള്ളാം സെക്കായ്. നമ്മൾ രണ്ടുപേരും ഇത്രയും കാലം ഈ ജോലിയിലായിരുന്നു. നിങ്ങൾ പുറത്ത് വിട്ടതിനേക്കാൾ കൂടുതൽ കാര്യങ്ങൾ ഇതിൽ ഉണ്ടെന്ന് നിങ്ങൾക്ക് നന്നായി അറിയാം.''

മറുവശത്ത് നിശ്ശബ്ദത തങ്ങി നിന്നു.

''ഞാൻ എന്താണ് ഒളിച്ചുവച്ചതെന്ന് നിങ്ങളോട് പറഞ്ഞാൽ എന്നെ ടീമിൽ ഉൾപ്പെടുത്തുമോ?''

എന്റെ ഉത്തരത്തിനായി കാത്തുനിൽക്കാതെ അയാൾ ആവേശത്തോടെ തുടർന്നു.

''നോക്കൂ, നെവ്സാറ്റ്. എനിക്ക് കൂടുതൽ ആഗ്രഹങ്ങളൊന്നുമില്ല. ഇവനെയുണ്ടല്ലോ, ഈ ബ്ലൈൻഡ്മാൻസ് ബഫിനെ, എത്രയും പെട്ടെന്ന് പിടികൂടണം. ഈ കേസ് പണ്ടേയ്ക്ക് പണ്ടുതന്നെ അവസാനിപ്പിക്കേണ്ടതായിരുന്നു.''

ഞാൻ ഊഹിച്ചതുപോലെ തന്നെയായിരുന്നു അത്. തനിക്ക് ഒറ്റയ്ക്ക് ഈ കൊലപാതകിയെ പിടിക്കാൻ കഴിയില്ലെന്ന് അയാൾ മനസ്സിലാക്കി. അതുകൊണ്ട് ഞങ്ങളോട് സഹകരിക്കാൻ തീരുമാനിച്ചു. കാര്യങ്ങൾ അങ്ങനെയാണെങ്കിൽ ഒരു പരസ്പര ധാരണയുണ്ടാക്കുന്നത് നല്ല കാര്യമായിരിക്കും.

''അറിയാവുന്ന കാര്യങ്ങൾ എന്നോട് പറയൂ, നിങ്ങളെ കേസിൽ ഉൾപ്പെടുത്താൻ വേണ്ടി എന്നെക്കൊണ്ട് കഴിയുന്നത് ഞാൻ ചെയ്യും.''

എന്റെ വാക്കുകൾ സെക്കായിക്ക് തൃപ്തികരമായിരുന്നില്ല. കുറച്ചു നേരം അയാൾ മിണ്ടാതിരുന്നു. എന്റെ വാഗ്ദാനം അയാൾ നിരസിക്കുമെന്ന് തന്നെ ഞാൻ കരുതി. പക്ഷേ എന്റെ ഊഹം തെറ്റായിരുന്നു.

''ശരി, നെവ്സാറ്റ്.'' സെക്കായി ഒടുവിൽ പറഞ്ഞു. ''ശരി, എനിക്കറിയാവുന്ന കാര്യങ്ങൾ ഞാൻ പറയാം. ഈ കേസിൽനിന്ന് നിങ്ങളെന്നെ ഒഴിവാക്കില്ലെന്ന് ഞാൻ വിശ്വസിക്കുന്നു.''

അതെനിക്ക് അസ്വസ്ഥത ഉണ്ടാക്കി. എനിക്ക് എന്നെപ്പറ്റിപ്പോലും അത്ര ഉറപ്പില്ലാത്തപ്പോൾ അയാൾക്ക് ഇത്രയധികം വിശ്വാസമുണ്ട് എന്നത് ഒട്ടും സന്തോഷകരമായിരുന്നില്ല. പക്ഷേ ഞാൻ അത് അവഗണിച്ചു. അയാൾക്ക് പറയാനുള്ളത് അറിയാനുള്ള ആഗ്രഹത്തിനാണ് ഞാൻ മുൻതൂക്കം നല്കിയത്.

''എങ്കിൽ നമുക്ക് കാണാം. ഒരു നിമിഷംപോലും കളയാനില്ല.''

''കൊള്ളാം, നമുക്ക് ഇപ്പോൾതന്നെ കാണാം!'' അയാൾ ആവേശത്തോടെ വിളിച്ചു പറഞ്ഞു. ''തക്സിമിന് അടുത്ത് എവിടെയെങ്കിലും വച്ച് കാണാം. വേണമെങ്കിൽ ഞാൻ സെൻട്രൽ സ്റ്റേഷനിലേക്ക് വരാം.''

സംഭാഷണം ഞാൻ ആഗ്രഹിച്ച വഴിയിൽ എത്തിയിരുന്നു.

''ഡീൽ.'' ഞാൻ സന്തോഷം പുറത്ത് കാണിക്കാതെ പറഞ്ഞു. ''ഒരു മണിക്കൂർ കഴിഞ്ഞ് ഞാൻ ഗെയ്റെറ്റെപ്പെയിൽ നിങ്ങളെ കാത്തിരിക്കും.''

ഇരുണ്ട നിറമുള്ള ഒരു മിനിവാൻ

നരഹത്യകൾ അന്വേഷിക്കുന്ന ഡിപ്പാർട്ട്മെന്റ് കെട്ടിടത്തിന് എതിർവശത്തുള്ള തെളിച്ചമുള്ള തെരുവിന്റെ മൂലയിൽ, ഗെയ്‌റെറ്റെപ്പെയിലെ ആ വയസ്സൻ തണൽമരങ്ങളുടെ നിരയിലെ അവസാനത്തേതിന്റെ ചുവട്ടിൽ മരമേശകളിലൊന്നിനടുത്ത് സെക്കായ് ഇരിപ്പുണ്ടായിരുന്നു. അയാൾ നേരത്തെ വന്നിരുന്നു. സെൻട്രൽ സ്റ്റേഷനിൽ ആരെയും കാണാത്തതുകൊണ്ട് ഞങ്ങൾ എപ്പോഴും ഇരിക്കുന്ന സൈനക് എന്ന കഫേയിൽ താൻ കാത്തിരിക്കുമെന്ന് സെയ്‌നെപ്പിനോട് പറഞ്ഞതിനുശേഷം സെക്കായ് ഇങ്ങോട്ട് പോന്നു. ഞങ്ങൾ കഫേയുടെ കൽപ്പടവുകൾ കയറി വരുന്നത് കണ്ടപ്പോൾ അയാൾ മെല്ലെ എഴുന്നേറ്റു. ആ ഭീമാകാരമായ രൂപത്തിന് ഒട്ടും ചേരാത്തവിധം അയാളുടെ കണ്ണുകളിൽ കുട്ടിത്തം നിറഞ്ഞ ഒരുതരം ആവേശം കാണാമായിരുന്നു. തന്റെ വീടിന്റെ പൂന്തോട്ടത്തിലെ റോസാപ്പൂക്കളെ പരിപാലിക്കുന്ന മടിയനായ മനുഷ്യന്റെ സ്ഥാനത്ത് ഒരു കൊലപാതകത്തിന്റെ ചുമതലയുള്ള ഉത്സാഹിയായ പൊലീസ് സൂപ്രണ്ട് പ്രത്യക്ഷനായി.

''ഹലോ, നെവ്സാറ്റ്.'' അയാൾ പുതിയതായി ജോലിക്ക് കയറിയ ഒരു ഉദ്യോഗസ്ഥനെപ്പോലെ തീക്ഷ്ണമായ ആവേശത്തോടെ എന്റെ കൈ പിടിച്ചു കുലുക്കി. ''ഞാൻ നേരത്തെ എത്തിയെന്ന് തോന്നുന്നു.''

''ഇല്ല, ഞങ്ങൾ കുറച്ച് വൈകി. അതാണ്. ഇസ്താംബൂളിലെ ഈ നശിച്ച ട്രാഫിക്.'' താൽപ്പര്യത്തോടെ സെക്കായിയെ നോക്കി പഠിച്ചുകൊണ്ടിരുന്ന എന്റെ സഹായിയെ ഞാൻ പരിചയപ്പെടുത്തി. ''ഇത് ഇൻസ്പെക്ടർ അലി.''

അയാൾ സൗഹൃദം പുരണ്ട പുഞ്ചിരിയോടെ കൈ നീട്ടി.

''നിങ്ങളെ കണ്ടതിൽ സന്തോഷമുണ്ട് അലീ.''

അലിക്കും സന്തോഷമായെന്ന് തോന്നുന്നു. തന്റെ വയസ്സനായ സഹപ്രവർത്തകന്റെ കൈകൾ അവൻ ആവേശത്തോടെ പിടിച്ചു കുലുക്കി.

''നിങ്ങളെയും കണ്ടതിൽ ഒരുപാട് സന്തോഷം.''

സെക്കായ് മേശയ്ക്കടുത്തുള്ള ഒഴിഞ്ഞ കസേരകൾ ചൂണ്ടിക്കാട്ടി.

''വരൂ, ഇരിക്കൂ.''

ഞാൻ സെക്കായിയുടെ എതിർവശത്തുള്ള കസേര വലിച്ചിട്ട് ഇരുന്നു. അലി എന്റെ വലതുവശത്തുള്ള കസേരയിൽ ഇരിപ്പുറപ്പിച്ചു.

''കഴിക്കാനെന്താ വേണ്ടത്?''

ഞങ്ങളുടെ പ്രതികരണത്തിനായി കാത്തിരിക്കാതെ അയാൾ ചുറ്റും നോക്കി, പക്ഷേ വെയിറ്ററെ അവിടെയെങ്ങും കാണാൻ കഴിഞ്ഞില്ല.

''ആ മനുഷ്യൻ എവിടെപ്പോയി?''

''ഇവിടെങ്ങാനും ഉണ്ടാകും.'' ഞാൻ അവന്റെ കൈയിൽ സൗഹൃദത്തോടെ തൊട്ടു. ''സാബ്രിക്ക് സ്വന്തം കാര്യം കഴിഞ്ഞേയുള്ളൂ ബാക്കിയെന്തും. അവൻ അവിടെയെങ്ങാനും ഇരുന്നു ഉറക്കം തൂങ്ങുകയാവും. എപ്പോഴെങ്കിലും വരും. എന്തായാലും നിങ്ങൾ ഇന്ന് ഒരു അതിഥിയാണ്. ഇതിൽ ഇടപെടേണ്ട. നമുക്ക് വേണ്ടത് അധികം വൈകാതെ അവർ തരും.''

''ശരി. എന്നാൽപ്പിന്നെ നിങ്ങൾ തന്നെ കൈകാര്യം ചെയ്യ്.'' അയാൾ ഒരു നിമിഷം നിശ്ശബ്ദനായിരുന്നു. എന്നിട്ട് എന്നെ തന്റെ വിടർന്ന ചെമ്പ് നിറമുള്ള കണ്ണുകൾകൊണ്ട് സൂക്ഷിച്ചു നോക്കി.

''ശരി, നെവ്സാറ്റ്, ആരാണ് ഈ രണ്ടാമത്തെ ഇര?'' സെക്കായ് ആവേശം കലർന്ന ശബ്ദത്തിൽ ചോദിച്ചു.

''ഫെറിറ്റ് സെസിം എന്ന ഒരാൾ.'' ഞാൻ നിസ്സംഗതയോടെ പറഞ്ഞു. ''സുന്ദരി ഫെറിറ്റ് എന്നാണ് അവൻ അറിയപ്പെട്ടിരുന്നത്. ആ പേര് നിങ്ങൾ എപ്പോഴെങ്കിലും കേട്ടിട്ടുണ്ടോ?''

''ഇല്ല.'' അവൻ പറഞ്ഞു. ''കേട്ടിട്ടില്ല.''

വിശദാംശങ്ങളിലേക്ക് പോകാതിരിക്കാൻ കഴിയില്ലായിരുന്നു.

''ആൾ ഒരു തയ്യൽക്കാരനായിരുന്നു. ഓരോ ക്ലയന്റിനു വേണ്ടിയും അവൻ പുതിയ ഡിസൈനുകൾ നിർമ്മിക്കാറുണ്ടായിരുന്നു. വളരെ കഴിവുള്ളവനായിരുന്നു. പക്ഷേ കുട്ടികളെ ഉപദ്രവിച്ച കുറ്റത്തിന് പല തവണ ശിക്ഷിക്കപ്പെട്ട ഒരു വൃത്തികെട്ടവനായിരുന്നു.''

സെക്കായ് മുഖം ചുളിച്ചിട്ട് തന്റെ കസേരയിൽ പിന്നാക്കം മലർന്നു കിടന്ന് ആലോചിച്ചു.

''അതാണ് എനിക്ക് അതിശയം തോന്നിയത്. കാരണം വാർത്തയിൽ ഇവൻ കുട്ടികളെ പീഡിപ്പിച്ചിരുന്ന ഒരുത്തനാണ് എന്നു പറഞ്ഞതേയില്ല.'' തന്റെ വാക്കുകൾക്ക് കൂടുതൽ ഗൗരവം കിട്ടാൻ എന്നവണ്ണം അല്പനേരം നിശ്ശബ്ദനായിരുന്നിട്ട് അയാൾ വീണ്ടും പറഞ്ഞുതുടങ്ങി.

''സുന്ദരി ഫെറിറ്റിന്റേതുകൂടി കൂട്ടിയാൽ പതിന്നാലു കൊലപാതകങ്ങൾ. ബ്ലൈൻഡ്മാൻസ് ബഫിന്റെ ഇരകളുടെ എണ്ണം പതിന്നാലായി ഉയർന്നു.''

ഞങ്ങളോട് സംസാരിക്കുന്നതിനേക്കാൾ ഉപരി ഉറക്കെ ചിന്തിക്കുന്നതുപോലെ സെക്കായ് തുടർന്നു.

‘‘ഇവൻ തന്റെ ഇരകളുടെ എണ്ണം ഇരുപത്തിനാലിൽ എത്തിക്കുമോ അതോ പതിനെട്ടിൽ നിറുത്തുമോ?’’

എനിക്ക് മനസ്സിലായില്ലെന്ന് കണ്ട് അയാൾ വിശദീകരിക്കാൻ തുടങ്ങി.

‘‘2012ൽ അവൻ പന്ത്രണ്ടുപേരെ കൊന്നു. ഈ വർഷം വീണ്ടും പന്ത്രണ്ടുപേരെ കൊന്നാൽ അത് ഇരുപത്തിനാല് ആകും. പക്ഷേ ഒരു പ്രശ്നമുണ്ട് നെവ്സാറ്റ്. നമ്മൾ കഴിഞ്ഞ ദിവസം അതിനെപ്പറ്റി സംസാരിച്ചതാണ്. അഞ്ച് വർഷം മുമ്പ് ജനുവരിയിൽ ബ്ലൈൻഡ്മാൻസ് ബഫ് തന്റെ ആദ്യകൊലപാതകം നടത്തി. ജൂണിൽ ആയിരുന്നില്ല അത്. 2012 ജനുവരിയിൽ അവൻ മൂന്ന് ബാലപീഡകരെയാണ് കൊലപ്പെടുത്തിയത്. ഈ വർഷം തുടങ്ങിയിട്ട് ആറ് മാസത്തിന് ശേഷമാണ് കൊല്ലാൻ തുടങ്ങിയത്. ഈ വർഷം പന്ത്രണ്ട് പൂർത്തിയാക്കുക എന്നത് അവന് ഒരു വെല്ലുവിളിയാണ്.

അലിക്ക് സെക്കായ് നിർത്താതെ സംസാരിക്കണം എന്നായിരുന്നു ആഗ്രഹം. അവൻ ചോദിച്ചു, ‘‘പന്ത്രണ്ടു പേരെ കൊല്ലുന്നത് കൊലപാതകിക്ക് നിർബന്ധമാണോ?’’

ആ ചോദ്യം വിരമിച്ച വേട്ടനായയെ അലോസരപ്പെടുത്തി.

‘‘അതെ, അത് പ്രധാനം തന്നെയാണ്. ബ്ലൈൻഡ്മാൻസ് ബഫിനെ സംബന്ധിച്ചിടത്തോളം പന്ത്രണ്ട് എന്ന സംഖ്യയ്ക്ക് വലിയ പ്രാധാന്യമുണ്ട്.’’

‘‘അതിന് എന്ത് പ്രസക്തിയാണുള്ളത്?’’ ഞാൻ ചോദിച്ചു. ‘‘സെക്കായ്, നിങ്ങൾ എന്താ ആലോചിക്കുന്നത് എന്നു വ്യക്തമായി പറയ്.’’

അയാളുടെ മുഖത്ത് നിരാശ പടർന്നു.

‘‘എനിക്കറിയില്ല നെവ്സാറ്റ്. ഈ വിഷയത്തെക്കുറിച്ച് കുറെ ആലോചിച്ചുവെങ്കിലും എനിക്ക് മനസിലാക്കാൻ കഴിഞ്ഞില്ല. പക്ഷേ നിങ്ങൾ പറഞ്ഞത് ശരിയാണ്. പന്ത്രണ്ട് എന്ന സംഖ്യയ്ക്ക് തീർച്ചയായും എന്തോ അർത്ഥമുണ്ട്. രണ്ടായിരത്തിപ്പന്ത്രണ്ടിൽ അവൻ കൊലപ്പെടുത്തിയതുകൊണ്ടല്ല, പന്ത്രണ്ട് പേരെ കൊന്നുവെന്നതുമല്ല കാര്യം. അവൻ കൊലപ്പെടുത്തിയ ഓരോ മാസത്തിലെയും തീയതികൾ കൂട്ടിയാൽ പന്ത്രണ്ട് എന്ന അക്കം ഉത്തരമായി ലഭിക്കും.’’

എന്റെ മുഖത്തെ ആശയക്കുഴപ്പം സെക്കായ് കണ്ടു.

‘‘ഇതു നോക്ക്.’’ മേശപ്പുറത്തിരുന്ന തവിട്ടുനിറത്തിലുള്ള ഹാൻഡ് ബാഗിൽനിന്ന് അയാൾ ഒരു നോട്ട്ബുക്ക് എടുത്തു. അത് തുറന്നപ്പോൾ, 2012ലെ ദിവസങ്ങളും മാസങ്ങളും പട്ടിക രൂപത്തിൽ ഞങ്ങളുടെ മുന്നിൽ പ്രത്യക്ഷപ്പെട്ടു. ‘‘നോക്കൂ, ബ്ലൈൻഡ്മാൻസ് ബഫ് കൊലപാതകങ്ങൾ നടത്തിയ ദിവസങ്ങളാണിത്. നിങ്ങൾതന്നെ നോക്ക്.’’

ജനുവരി, ഫെബ്രുവരി, മാർച്ച്, ഏപ്രിൽ മാസങ്ങളിലെ ആദ്യ ആഴ്ചകളിലെ ചില ദിവസങ്ങൾ ചുവന്ന മഷിയിൽ അടയാളപ്പെടുത്തിയിരിക്കുന്നു.

''ആദ്യത്തേത് ജനുവരി ഒന്നിന്, മൂന്ന് ദിവസം കഴിഞ്ഞു നാലാം തീയതി വീണ്ടും കൊല്ലുന്നു. മൂന്ന് ദിവസം കൂടി കാത്തിരിക്കുന്നു. എന്നിട്ട് ഏഴാം തീയതി വീണ്ടും അടുത്ത കൊലപാതകം. മൂന്ന് ഇരകളെ തീർത്തിട്ട് ജനുവരിയിലെ കൊയ്ത്ത് അവസാനിപ്പിക്കുന്നു. ഇനി നമുക്ക് കണക്ക് കൂട്ടാം. കൊലപാതകങ്ങളുടെ ദിവസങ്ങൾ, ഒന്നാം തീയതി, നാലാം തീയതി, ഏഴാം തീയതി, കൂട്ടി നോക്ക്. നമുക്ക് എന്ത് ലഭിക്കും?'' ഉത്തരം കണ്ടെത്തുന്ന ജോലി ഞങ്ങൾക്ക് വിട്ടിട്ട് അയാൾ നിശ്ശബ്ദനായി.

''പന്ത്രണ്ട്.'' അലി മുറുമുറുത്തു. അവന്റെ മിനുസമാർന്ന നെറ്റിയിൽ വലിയ പ്രശ്നങ്ങൾ നേരിടുമ്പോൾ ഉണ്ടാകുന്നതുപോലെ ചുളിവുകൾ വീണു. ''ജൂണിൽ അവൻ കൊലപ്പെടുത്തിയ ദിവസങ്ങളുടെ ആകെത്തുകയും പന്ത്രണ്ടാണോ?''

വിഷയത്തിൽ നല്ല പ്രാവീണ്യമുള്ള ഒരു അധ്യാപകനെപ്പോലെ സെക്കായ് ഉത്തരം പറഞ്ഞു. ''ജൂൺ മാത്രമല്ല, ഇൻസ്പെക്ടർ അലി.'' തടിച്ച ചൂണ്ടുവിരൽകൊണ്ട് അയാൾ സന്തോഷത്തോടെ മേശയിൽ തട്ടി. ''ഫെബ്രുവരിയിലും മാർച്ചിലും ഒക്കെ അതുതന്നെയാണ് നടന്നത്. കൊലപാതകങ്ങൾ നടത്തിയ ദിവസങ്ങൾ കൂട്ടിനോക്കുമ്പോൾ ഉത്തരം പന്ത്രണ്ടാണ് എന്നു കാണാൻ കഴിയും.''

അയാൾ എന്റെ നേരെ തിരിഞ്ഞു. ''പന്ത്രണ്ടിന് തീർച്ചയായും ഒരു അർത്ഥമുണ്ട്. ആഴത്തിലുള്ള ഒന്ന്. അത് മനസ്സിലാക്കാൻ കഴിഞ്ഞാൽ അന്വേഷണത്തിൽ നമ്മൾ മികച്ച മുന്നേറ്റം നടത്തും.''

അവൻ അപ്പോഴും പൂർണമായി മനസ്സ് തുറന്നില്ല എന്നെനിക്ക് തോന്നി.

''എന്തുകൊണ്ടാണ് നിങ്ങൾ ഈ ചിന്തകൾ ഞങ്ങളോട് പറയാതിരുന്നത്? വർഷങ്ങളായി എല്ലാവരും ഇതിനെച്ചൊല്ലി ആശയക്കുഴപ്പത്തിലാണ്. നിങ്ങൾ ഇതിനകം എന്തെങ്കിലും നിഗമനത്തിലെത്തിച്ചേർന്നിരിക്കണം.''

വലതുകൈകൊണ്ട് തന്റെ വിശാലമായ താടിയെ സെക്കായി ഓമനിച്ചു.

''യഥാർത്ഥത്തിൽ, എനിക്കൊരു ഊഹമുണ്ട്. പക്ഷേ അതങ്ങ് ഉറപ്പിക്കാൻ പ്രയാസമാണ്. പന്ത്രണ്ട് എന്ന സംഖ്യ ബ്ലൈൻഡ്മാൻസ് ബഫ് ആക്രമിക്കപ്പെട്ട മണിക്കൂറുകളുടെയോ ദിവസങ്ങളുടെയോ മാസങ്ങളുടെയോ എണ്ണത്തെ സൂചിപ്പിക്കുന്നു. ഒരുപക്ഷേ അത് പന്ത്രണ്ട് മണിക്ക് ആയിരിക്കാം, ഒരുപക്ഷേ അത് പന്ത്രണ്ടാം ദിവസമോ മാസമോ ആയിരുന്നിരിക്കാം അല്ലെങ്കിൽ പന്ത്രണ്ടാം മാസം പന്ത്രണ്ടാം തീയതി പന്ത്രണ്ട് മണിക്ക് അയാൾ ആക്രമിക്കപ്പെട്ടിരിക്കാം.''

ഇത് കുറച്ച് കൂടുതലായിരുന്നു. കൊലപാതകങ്ങൾ നടപ്പിലാക്കിയ തീയതികൾ ഒരു സീരിയൽ കില്ലറിന് പ്രധാനപ്പെട്ടതായിരിക്കാം. പക്ഷേ ഒരു ലൈംഗികക്കുറ്റവാളി ഇത്തരം വിശദാംശങ്ങളിൽ അത്രയധികം

ശ്രദ്ധ ചെലുത്തുമോ എന്ന് ഞാൻ സംശയിച്ചു. ബ്ലൈൻഡ്മാൻസ് ബഫു മായുള്ള കെട്ടിമറിച്ചിൽ സെക്കായിയെ തെറ്റായ ഊഹങ്ങളിലേക്ക് നയി ച്ചിരിക്കണം. അയാൾ തെറ്റിദ്ധരിച്ചുവെന്ന് ഞാൻ പറയാൻ ഒരുങ്ങി. പക്ഷേ അലി എന്നെ അതിന് അനുവദിച്ചില്ല.

''ബ്ലൈൻഡ്മാൻസ് ബഫ് ലൈംഗികമായി ആക്രമിക്കപ്പെട്ടുവെന്ന് നിങ്ങൾക്ക് ഉറപ്പാണോ?''

ആ വയസ്സൻ വേട്ടനായയെ അയാൾ സൂക്ഷിച്ചു നോക്കി.

''എനിക്ക് ഉറപ്പുണ്ട്. എനിക്ക് ഉറപ്പുണ്ട്, അലി. തെളിവ് എന്താ ണുള്ളത് എന്ന് ചോദിച്ചാൽ, എനിക്ക് ഒന്നുമില്ല എന്നു ഉത്തരം തരേണ്ടി വരും. വസ്തുതകളോ തെളിവുകളോ ഇല്ല, പക്ഷേ എനിക്ക് ഉറപ്പുണ്ട്, ബ്ലൈൻഡ്മാൻസ് ബഫ് പീഡിപ്പിക്കപ്പെട്ടു. മിക്കവാറും അവൻ ചെറു തായിരിക്കുമ്പോൾ.''

ശക്തമാണെങ്കിലും ഇത് ഒരു സാധ്യതയാണ്. സെക്കായിക്ക് ഇത് അത്ര ഉറപ്പാണെങ്കിൽ അയാളുടെ കൈയിൽ കൂടുതൽ വിവരങ്ങൾ ഉണ്ടായിരിക്കണം.

''നമുക്ക്അത്രയേറെ മുന്നോട്ട് ചിന്തിക്കണോ?'' ഞാൻ സംശയം പ്രകടിപ്പിച്ചു. ''ബ്ലൈൻഡ്മാൻസ് ബഫ് പീഡനം നേരിട്ടുവെന്നത് ഒരു അനുമാനം മാത്രമാണ്. ഒരുപക്ഷേ അയാളുടെ പ്രിയപ്പെട്ടവരിൽ ആർ ക്കെങ്കിലും ദുരനുഭവം നേരിട്ടിരിക്കാം. അല്ലെങ്കിൽ അയാൾ സമൂഹ ത്തിലെ പുഴുക്കുത്തുകളെ നീക്കം ചെയ്യാൻ ഇറങ്ങിപ്പുറപ്പെട്ട ഒരു വേട്ട ക്കാരൻ മാത്രമായിരിക്കാം.''

സെക്കായ് ആത്മവിശ്വാസത്തോടെ തലകുലുക്കി.

''ഇല്ല, ബ്ലൈൻഡ്മാൻസ് ബഫ് തന്നെയാണ് പീഡനത്തിന് ഇര യായതെന്ന് ഞാൻ വാതുവയ്ക്കുന്നു. ഉറപ്പാണത്. ചുവന്ന വെൽവെറ്റ് തുണി, കളിപ്പാട്ടം, മുറിഞ്ഞ ചെവികൾ എല്ലാം പ്രതീകങ്ങളാണ്. അവ യെല്ലാം ലജ്ജാകരമായ, ഭീകരമായ ഒരനുഭവത്തെ പ്രതിനിധീകരിക്കുന്നു.''

''അത് എന്ത് അനുഭവമാണ്?''

പിന്നിൽനിന്ന് ചോദ്യം കേട്ട് ഞാൻ തിരിഞ്ഞു നോക്കി. പ്രോസി ക്യൂട്ടർ നാദിർ അവിടെ നിൽക്കുന്നുണ്ടായിരുന്നു. സെയ്നെപ് അദ്ദേഹ ത്തിന്റെ പുറകിലുണ്ടായിരുന്നു. അവളുടെ സൺഗ്ലാസിലൂടെ ആത്മാർ ത്ഥത നിറഞ്ഞ ആ കണ്ണുകളുടെ നിഴൽ ഞാൻ കണ്ടു.

''ഹലോ, ബഹുമാനപ്പെട്ട പ്രോസിക്യൂട്ടർ!'' ഞാൻ എഴുന്നേറ്റുകൊണ്ട് പറഞ്ഞു. ''എന്തൊരു സർപ്രൈസ്!''

ഞാൻ നീട്ടിയ കൈ അദ്ദേഹം പിടിച്ചു കുലുക്കി.

''ഞാൻ ഡയറക്ടർ ഇസ്മെറ്റിനെ കണ്ടിട്ട് മടങ്ങുകയായിരുന്നു. തിരിച്ചു വരുന്ന വഴി സെയ്നെപ് മാഡത്തെ കണ്ടു. നിങ്ങളെക്കുറിച്ച് ചോദിച്ചപാടേ അവൾ എന്നെ ഇവിടെ കൊണ്ടുവന്നു.'' അദ്ദേഹം സെക്കായിയുടെ നേരെ തിരിഞ്ഞ് അയാൾക്ക് നേരെയും ഊഷ്മളമായി കൈ നീട്ടി. ''ചീഫ് ഇൻസ്പെക്ടർ, എന്നോട് ക്ഷമിക്കൂ, ഞാൻ നിങ്ങളെ

ശല്യപ്പെടുത്തി. പക്ഷേ എനിക്ക് ആകാംക്ഷയുണ്ട്. ശരിക്കും. എന്ത് അനുഭവത്തെക്കുറിച്ചാണ് നിങ്ങൾ പറഞ്ഞുകൊണ്ടിരുന്നത്?''

സെക്കായ് പരിഭ്രാന്തനായി. പ്രോസിക്യൂട്ടറുടെ കൈ പിടിച്ചു കുലുക്കിയെങ്കിലും പിടിക്കപ്പെട്ടതിന്റെ വിഡ്ഢിത്തം നിറഞ്ഞ ഭാവം അവന്റെ മുഖത്ത് നിന്ന് വായിച്ചെടുക്കാമായിരുന്നു. എന്നിരുന്നാലും കാണേണ്ടിയിരുന്നത് അലിയുടെ മുഖമായിരുന്നു. അയാൾ പ്രോസി ക്യൂട്ടറെ ദേഷ്യത്തോടെ തുറിച്ചുനോക്കുകയിരുന്നു. താൻ സ്നേഹി ക്കുന്ന പെൺകുട്ടിയോട് നാദിർ ഇടപഴകുന്നതിൽ അയാൾ അസ്വസ്ഥ നായിരുന്നുവെന്ന് വ്യക്തമായിരുന്നു. അവന്റെ അസൂയയെ നേരിടാ നുള്ള മാനസികാവസ്ഥയായിരുന്നില്ല എനിക്കപ്പോൾ. ഞാൻ അതിഥിയെ ഞങ്ങളുടെ മേശയിലേക്ക് ക്ഷണിച്ചു.

''ഇരിക്കൂ, പ്രോസിക്യൂട്ടർ.''

നാദിർ പുറകോട്ടു മാറിയിട്ട് സെയ്നപ്പിന്റെ തോളിൽ മെല്ലെ കൈ വച്ചു.

''സ്ത്രീകൾ ആദ്യം, ദയവായി ഇരിക്കൂ.''

സെയ്നെപ് അതിസുന്ദരിയായി കാണപ്പെട്ടു, അവളുടെ കവിളുകൾ ചൂട് കൊണ്ട് ഇളംചുവപ്പ് നിറമായി മാറിയിരുന്നു. പക്ഷേ അത് കാര്യ മാക്കേണ്ടതില്ല. അലിയുടെ അസൂയ നിറഞ്ഞ നോട്ടം കാണാത്തതു പോലെ നാദിറിന്റെ നിർദ്ദേശപ്രകാരം അവൾ ഒരു കൂസലുമില്ലാതെ മുന്നോട്ട് കയറി കസേരയിൽ ഇരുന്നു. ബഹുമാനത്തോടെ നന്ദി പറ യാൻ അവൾ മറന്നില്ല.

''നന്ദി, നാദിർ സാർ.''

മറ്റൊരു ടേബിളിൽനിന്ന് ചടുലമായ ചലനങ്ങളോടെ ഒരു കസേര വലിച്ചിട്ട്, അലിക്കും എനിക്കും ഇടയിൽ നാദിർ ഇരിപ്പുറപ്പിച്ചു. അദ്ദേഹം എന്റെ സഹായിയെ നോക്കി കുസൃതിയോടെ കണ്ണിറുക്കി.

''എങ്ങനെയുണ്ട് ഇൻസ്പെക്ടർ?''

''സുഖമാണ്.'' അലി പറഞ്ഞു, അവന്റെ ശബ്ദം പതറി. സെയ്നെ പ്പിന്റെ നേരെ തീക്ഷ്ണമായ ഒരു നോട്ടം അയച്ചിട്ട് അവൻ ആവർ ത്തിച്ചു. ''പിന്നല്ലാതെ? എനിക്ക് സുഖം തന്നെയാണ്.''

ഞങ്ങളുടെ പ്രോസിക്യൂട്ടർ ഒന്നുകിൽ അലിയുടെ ശത്രുതാ മനോ ഭാവം മനസ്സിലാക്കിയില്ല അല്ലെങ്കിൽ അത് കണ്ടില്ലെന്ന് നടിച്ചു. അദ്ദേഹം ചുറ്റുപാടും കണ്ണോടിച്ചു.

''ഈ സ്ഥലം എത്ര മനോഹരമാണ്. കോൺക്രീറ്റ് കാടിനുള്ളിലെ മരുപ്പച്ച.'' അദ്ദേഹത്തിന്റെ നോട്ടം ഞങ്ങൾക്ക് തണൽ നല്കിയിരുന്ന മരത്തെ ഉഴിഞ്ഞു. ''എത്ര മഹത്തായ തണൽമരം! നമ്മളെയെല്ലാം തന്റെ സംരക്ഷണത്തിലാക്കുന്നതുപോലെ അത് തന്റെ ശാഖകൾ വിരിച്ചു നിൽക്കുന്നു. പത്തിരുപത് വർഷങ്ങൾക്കുമുമ്പ് ഇവിടെ ഇത്തരം മര ങ്ങൾ കൂടുതൽ ഉണ്ടായിരുന്നു.''

''അപ്പോൾ ഉണ്ടായിരുന്നെങ്കിൽ ഇപ്പോഴെന്ത് കാര്യം?'' അലി മുറുമുറുത്തു. ''നമ്മൾ തണലിലാണ് ഇരിക്കുന്നത്. പക്ഷേ ഈ ചൂട് നോക്കൂ.''

നാദിർ അവനെ നോക്കി. അലിയുടെ അസ്വസ്ഥതയുളവാക്കുന്ന സംഭാഷണം ശ്രദ്ധിച്ചുവെങ്കിലും അയാൾ അവനെ വിലക്കിയില്ല. സെക്കായിയുടെ നേരെ തിരിഞ്ഞ് നാദിർ ചോദിച്ചു,

''ചീഫ് ഇൻസ്പെക്ടർ, നിങ്ങൾ പറഞ്ഞുകൊണ്ടിരുന്ന അനുഭവം എന്താണ്?''

സെക്കായ് അത്ഭുതത്തോടെ കണ്ണ് മിഴിച്ചു.

''നിങ്ങൾക്കെന്നെ അറിയാമോ?''

പ്രോസിക്യൂട്ടർ അവനെ ആത്മാർത്ഥമായ ആദരവോടെയാണ് നോക്കുന്നത് എന്ന് ഞാൻ കണ്ടു.

''കൊള്ളാം. ആർക്കാണ് നിങ്ങളെ അറിയാത്തത്? നിങ്ങൾ നമ്മുടെ പൊലീസ് സേനയിലെ ഒരു ഇതിഹാസമാണ്.''

സെക്കായിയുടെ മുഖം ഒരു ശിശുവിന്റേതുപോലെ ചുവന്നു.

''ഓ... അല്ലല്ല, തീർച്ചയായും അല്ല.'' രക്ഷപ്പെടാനായി അവൻ പന്ത് എന്റെ നേരെ അടിച്ചു. ''ഇതിഹാസം നെവ്സാറ്റാണ്. ഞാൻ ജോലിയിൽ യാദൃച്ഛികമായി ചില കാര്യങ്ങൾ ചെയ്തു വിജയിപ്പിച്ചു എന്നേയുള്ളൂ. ഇപ്പോൾ ഞാൻ വിശ്രമജീവിതം ആസ്വദിക്കുകയാണ്. അനുഭവത്തെക്കുറിച്ച്... ഞങ്ങൾ വെറുതെ സംസാരിക്കുകയായിരുന്നു.''

നാദിറിന്റെ നോട്ടം സെക്കായിയുടെ മുഖത്തുതന്നെ തങ്ങിനിന്നു.

''ഈ കേസിൽ ഞങ്ങൾക്ക് നിങ്ങളുടെ സഹായം ഉപയോഗിക്കാമല്ലോ എന്നു ഞാൻ ചിന്തിക്കുകയായിരുന്നു.'' ഈ അന്വേഷണം നടത്തുന്നത് ആരാണെന്ന് പെട്ടെന്ന് ഓർത്തത് കൊണ്ടാവണം അദ്ദേഹം എന്റെ നേരെ തിരിഞ്ഞു.

''നിങ്ങൾ എന്ത് പറയുന്നു, നെവ്സാറ്റ്? റിട്ടയർ ചെയ്യുന്നതിനുമുമ്പ് ബ്ലൈൻഡ്മാൻസ് ബഫ് കേസ് കൈകാര്യം ചെയ്തത് ചീഫ് ഇൻസ്പെക്ടർ സെക്കായ് ആയിരുന്നല്ലോ.''

സത്യം മറച്ചുവെക്കുന്നതിൽ അർത്ഥമില്ലായിരുന്നു.

''എനിക്കറിയാം. ഇക്കാര്യം സംസാരിക്കാനാണ് ഞങ്ങൾ കണ്ടുമുട്ടിയത്.''

നാദിർ അത്ഭുതപ്പെട്ടതാണോ അതോ അങ്ങനെ അഭിനയിച്ചതാണോ എന്ന് പറയാൻ പ്രയാസമായിരുന്നു. അദ്ദേഹം ഞങ്ങളുടെ ക്രിമിനോളജിസ്റ്റിന്റെ നേരെ തിരിഞ്ഞു.

''നമ്മൾ ഇങ്ങോട്ട് വന്നത് നല്ല കാര്യമായി സെയ്നെപ്, ഇങ്ങനെയല്ലെങ്കിൽ കാര്യങ്ങൾ വേഗത്തിൽ നടക്കില്ല.''

ഇല്ല, അദ്ദേഹത്തിന്റെ സ്വരത്തിൽ ശാസനയില്ലായിരുന്നുവെങ്കിലും നേരിയ വിമർശനത്തിന്റെ ചുവയുണ്ടോ എന്നു എനിക്ക് സംശയം

തോന്നി. എന്നാൽ അലിയുടെ മുഖം സിന്ദൂരനിറമായി മാറിയിരുന്നു. അവൻ അസ്വസ്ഥത മൂലം നന്നായി വിയർത്തു. അവൻ വിഡ്ഢിത്തമെന്തെങ്കിലും പറയുമോ എന്നായിരുന്നു എന്റെ ഭയം. നാദിറിന്റെ വാക്കുകൾ കേട്ടപാടേ സെക്കായ് ആർത്തിയോടെ മറുപടി പറഞ്ഞു.

''പ്രോസിക്യൂട്ടർ, ഞാൻ നിങ്ങളെ സഹായിക്കാം! എനിക്ക് അതിന് കഴിയും. ബ്ലൈൻഡ്മാൻസ് ബഫിനെ പിടിക്കുന്നത് എത്രത്തോളം സാധ്യമാകും എന്ന് എനിക്കറിയില്ല. പക്ഷേ ഞാൻ എന്റെ പരമാവധി ശ്രമിക്കും.''

അവസാനത്തെ വാചകം മേശയ്ക്ക് ചുറ്റും നിരാശ പടർത്തി.

''അത്ര ബുദ്ധിമുട്ടാണോ?'' നാദിർ ചോദിച്ചു. ''ഈ ബ്ലൈൻഡ്മാൻസ് ബഫ് അത്രയേറെ...'' അയാൾക്ക് ശരിയായ വാക്ക് കണ്ടെത്താൻ കഴിഞ്ഞില്ല.

''ഒരു മീനിന്റെ സാമർത്ഥ്യത്തോടെ തെന്നിക്കളയുന്നവനാണ്.'' അദ്ദേഹത്തെ തുടരാൻ സഹായിച്ചുകൊണ്ട് സെക്കായ് പറഞ്ഞു. ''അവൻ സമർത്ഥനാണ്. ശക്തനും വേഗതയുള്ളവനും ക്രൂരനുമാണ്. അങ്ങേയറ്റം മോശക്കാരനാണ്. നമ്മുടെ പ്രവർത്തനരീതി അവന് നന്നായറിയാം. അതുകൊണ്ടാണ് നമുക്കവനെ പിടിക്കാൻ പറ്റാത്തത്.''

ചെറുപ്പക്കാരനായ പ്രോസിക്യൂട്ടർ വിയർത്തു.

''അയാൾ പൊലീസ് സേനയിൽപ്പെട്ട ഒരാളായിരിക്കുമെന്നാണോ നിങ്ങൾ അർത്ഥമാക്കുന്നത്?''

''എന്തുകൊണ്ടില്ല?'' അലി പറഞ്ഞു. ''പീഡകരെ നമ്മൾ പിടിക്കുന്നു, കോടതി അവരെ മോചിപ്പിക്കുന്നു. ഇത് കണ്ടു മടുത്ത ഏതെങ്കിലും ഉദ്യോഗസ്ഥനായിരിക്കാം ഈ കൊലകൾക്ക് പിന്നിൽ.''

ഈ സംഭാഷണത്തിൽ ഇടപെടണം എന്നില്ലായിരുന്നുവെങ്കിലും അവൻ തനിച്ചായിരിപ്പോകുമല്ലോ എന്നോർത്ത് ഞാൻ എന്റെ സഹായിയെ പിന്തുണച്ചു.

''അലി പറഞ്ഞത് ശരിയാണ്. ബ്ലൈൻഡ്മാൻസ് ബഫ് നമുക്കിടയിൽ ഉള്ള ഒരാളാകാം. പക്ഷേ അത് ഉറപ്പിക്കാൻ പ്രയാസമാണ്. ചിലപ്പോൾ നമ്മളുമായി ഒരു ബന്ധവുമില്ലാത്ത ഏതെങ്കിലും മനുഷ്യനായിരിക്കാം. ഈ പണിയിൽ വിദഗ്ധനായ ഒരുവൻ.''

''അയാൾ ശരിക്കും ഒരു പ്രൊഫഷണലാണ്.'' സംഭാഷണത്തിൽ ചേർന്നുകൊണ്ട് സെയ്നെപ് പറഞ്ഞു. ''മഞ്ഞുപോലെ തണുത്ത രക്തമുള്ള ഒരുത്തൻ. സൂചനകളോ തെളിവുകളോ അയാൾ ബാക്കിവയ്ക്കാറില്ല. ഈ ദിവസം വരെ നമുക്ക് പ്രയോജനമുള്ള ഒരു വിവരവും അയാൾ ബാക്കിവച്ചിട്ടില്ല.''

''ശരിക്കു പറഞ്ഞാൽ ചില കാര്യങ്ങൾ നിങ്ങളറിയാനുണ്ട്.'' സെക്കായ് അല്പം ലജ്ജ കലർന്ന ഭാവത്തിൽ പറഞ്ഞു. ''നിങ്ങളോട് രണ്ടു കാര്യങ്ങൾ പറയാതെ ഞാൻ ഒളിച്ചുവച്ചിരുന്നു.''

താനൊരു സ്റ്റേറ്റിന്റെ പ്രോസികൃൂട്ടറാണെന്ന് ഓർത്തിട്ടാവണം നാദിർ അധികാര സ്വരത്തിൽ ചോദിച്ചു, ''നിങ്ങൾ എന്തിനാണ് അവരിൽനിന്ന് കാര്യങ്ങൾ മറച്ചുവച്ചത്?''

''അന്വേഷണത്തിന്റെ നന്മയ്ക്ക് വേണ്ടി. നിങ്ങളൊന്നു ആലോചിക്ക്. ബ്ലൈൻഡ്മാൻസ് ബഫ് നമ്മുടെ ഒരാളാണ് എന്നു നിങ്ങൾക്കുതന്നെ തോന്നുന്നുണ്ട്. എനിക്കറിയാവുന്ന കാര്യങ്ങൾ ഫയലിൽ ചേർത്തിരുന്നെങ്കിൽ ഈ കൊലപാതകിക്ക് പണ്ടേയ്ക്ക് പണ്ടേ തന്നെ അതിന്റെ മണമടിക്കുമായിരുന്നു.''

നാദിറിന്റെ സ്വരം മൃദുവായി.

''എനിക്ക് മനസ്സിലായി. എന്തൊക്കെയാണ് നിങ്ങൾ മറച്ചുവച്ചത്? അവ ഞങ്ങളുമായി ഇപ്പോൾ പങ്കിടുമല്ലോ, അല്ലേ?''

താൻ പറയുന്നത് ആരെങ്കിലും കേൾക്കുമോ എന്ന പേടിയോടെ ചുറ്റും നോക്കിയിട്ട് സെക്കായ് മേശയിലേക്ക് ചാഞ്ഞു.

''ഒരു മിനിവാൻ. ബ്ലൈൻഡ്മാൻസ് ബഫ് ഒരു മിനിവാൻ ഓടിക്കുന്നുണ്ട്. ഈ വാഹനം ഉപയോഗിച്ചാണ് അയാൾ മൃതദേഹങ്ങൾ കുറ്റകൃത്യങ്ങൾ നടക്കുന്ന സ്ഥലങ്ങളിലേക്ക് കൊണ്ടുപോകുന്നത്. പക്ഷേ വാഹനത്തിന്റെ നിറമോ രൂപമോ അറിയില്ല.''

''ഈ വിവരങ്ങൾ ലഭ്യമല്ല.'' എന്റെ അസിസ്റ്റന്റ് ഇടയ്ക്ക് കയറി വിശദീകരിച്ചു. ''ഇന്ന് രാവിലെ സംഭവസ്ഥലത്തുണ്ടായിരുന്ന ഒരു ദൃക്സാക്ഷി ഞങ്ങളോട് ഇതിനെപ്പറ്റി പറഞ്ഞു. കുറ്റവാളി ഒരു കടുംനിറമുള്ള മിനിവാനിലാണ് വന്നത്. കറുപ്പ് അല്ലെങ്കിൽ നേവി ബ്ലൂ. പക്ഷേ അയാൾക്ക് വാഹനത്തിന്റെ മേക്ക് മനസ്സിലായില്ല. ഡ്രൈവറേയും കാണാൻ കഴിഞ്ഞില്ല.''

'''ഒളിച്ചുവച്ച കാര്യങ്ങൾ എന്നതുകൊണ്ട് നിങ്ങൾ ഉദ്ദേശിച്ചത് ഇത് മാത്രമാണോ?'' പ്രോസികൃൂട്ടർ നിരാശനായി.

സെക്കായ് വീണ്ടും മേശയിലേക്ക് ചാഞ്ഞു.

''ബാർകോഡുകൾ.'' ഒരു മഹാരഹസ്യം വെളിപ്പെടുത്തുന്ന ഭാവത്തിൽ അയാൾ പിറുപിറുത്തു. ''കളിപ്പാട്ടങ്ങളുടെ ബാർകോഡുകൾ.''

ഇത്തവണ അക്ഷമയായത് സെയ്നെപ്പാണ്.

''കാസിംപാസയിലെ ബാർബി ഡോളിന്റെ ബാർകോഡ് നമുക്ക് കിട്ടിയിട്ടുണ്ട്. ഇതിനകംതന്നെ അത് അന്വേഷിക്കാൻ തുടങ്ങിയിട്ടുണ്ട്. അത് വിറ്റ കട ഉടൻ കണ്ടെത്തും. കൂടാതെ മ്യൂസിയം പൂന്തോട്ടത്തിൽ നിന്നു ലഭിച്ച മഞ്ഞ ഫോക്സ്വാഗന്റെ ബാർകോഡ് ഞങ്ങൾ പരിശോധിച്ചുകൊണ്ടിരിക്കുന്നു.''

സെക്കായിക്ക് അവളുടെ അവകാശവാദം അങ്ങനെയങ്ങ് സമ്മതിച്ചു കൊടുക്കാൻ കഴിഞ്ഞില്ല.

''ബാർക്കോഡുകളിൽ അക്കങ്ങൾ ഉണ്ടായിരുന്നോ?''

സെയ്നെപ്പിന് അവന്റെ കടുംപിടിത്തം അർത്ഥശൂന്യമായി തോന്നി.

''തീർച്ചയായും അക്കങ്ങൾ ഉണ്ടായിരുന്നു.''

''അതല്ല എന്റെ പെൺകുട്ടീ...'' അയാൾ പറഞ്ഞു. ''ഞാൻ മറ്റ് നമ്പറുകളെക്കുറിച്ചാണ് സംസാരിക്കുന്നത്.''

ഇത്തവണ ക്രിമിനോളജിസ്റ്റിന് പകരം പ്രോസിക്യൂട്ടറാണ് മറുപടി നൽകിയത്.

''ഇല്ല, ആ നമ്പറുകൾ കാസിംപാസയിൽ കണ്ടെത്തിയ ബാർബിയിൽ ഇല്ല.''

''ഉണ്ടുണ്ട്.'' സെയ്നെപ് വാശിയോടെ പറഞ്ഞു. ''ഞാൻ എന്റെ സ്വന്തം കണ്ണുകൊണ്ട് കണ്ടതാണ്. അക്കങ്ങൾ ഇപ്പോഴും അവിടെയുണ്ട്. വിറ്റ സ്ഥലം ഞങ്ങൾ ഉടനെ കണ്ടെത്തും.''

നാദിർ അസ്വസ്ഥതയോടെ തന്റെ ഇരിപ്പിടത്തിലിരുന്നു ഞെളിപിരി കൊണ്ടു.

''കണ്ടെത്തിയിട്ട്? ആ മനുഷ്യൻ പ്രൊഫഷണലാണെങ്കിൽ ക്രെഡിറ്റ് കാർഡ് ഉപയോഗിക്കില്ല.''

പ്രോസിക്യൂട്ടറുടെ വാക്കുകൾ അലിയെ കുപിതനാക്കി. അവൻ പിടിവാശിയോടെ പറഞ്ഞു. ''കടയിൽ ക്യാമറ ഉണ്ടാവാൻ സാധ്യതയുണ്ട്. കൊലപാതകിയെ അങ്ങനെ തിരിച്ചറിയാം.''

പ്രോസിക്യൂട്ടർ പറയുന്നത് ശ്രദ്ധയോടെ ശ്രവിച്ച സെക്കായിയുടെ മുഖത്ത് തണുത്തതും എന്നാൽ അർത്ഥവത്തായതുമായ ഒരു ഭാവം ഉദിച്ചു.

''ഉണ്ടാവില്ല അലി. നീയത് ഉറപ്പിച്ചോ. ബ്ലൈൻഡ്മാൻസ് ബഫ് അത്രയെളുപ്പം പിടികൊടുക്കുന്നവനല്ല.''

തന്റെ പതിവുകളാണ് ഒരു സീരിയൽ കില്ലറിന്റെ ആരാധനാരീതി

ചുമരിലെ കോർക്ക്ബോർഡിൽ ഒട്ടും ഇടം ബാക്കിയുണ്ടായിരുന്നില്ല. മുറിയിലേക്ക് കയറിവരുന്നവരുടെ ശ്രദ്ധ ആദ്യം പതിയുക അതിൽ പ്രദർശിപ്പിച്ചിരുന്ന ഇരകളുടെ പന്ത്രണ്ട് ഫോട്ടോകളുടെ നിരയിലാണ്. അഞ്ച് വർഷം മുമ്പ് ബ്ലൈൻഡ്മാൻസ് ബഫ് കൊലപ്പെടുത്തിയ ലൈംഗിക കുറ്റവാളികളായിരുന്നു ഈ പന്ത്രണ്ട് പേർ. ശരീരം ഇതിനകം മണ്ണിന്റെ ഭാഗമായ ഈ മനുഷ്യരുടെ മങ്ങിയ ചിത്രങ്ങളിലേക്ക് നോക്കുമ്പോഴൊക്കെ വെറുപ്പും സഹതാപവും കലർന്ന ഒരു വിചിത്ര വികാരം എന്റെ മനസ്സിലൂടെ കടന്നുപോകാറുണ്ടായിരുന്നു. അവർ ചെയ്ത ക്രൂരകൃത്യങ്ങൾ ക്ഷമിക്കാൻ എനിക്ക് കഴിഞ്ഞില്ല, പക്ഷേ അതിനർത്ഥം എനിക്ക് അവരെ മനസ്സിലാക്കാൻ കഴിഞ്ഞില്ല എന്നല്ല. ഈ വികലമായ പെരുമാറ്റത്തിന്റെ കാരണം കണ്ടെത്തിയിരുന്നെങ്കിൽ തുടർന്നുണ്ടായ ദൗർഭാഗ്യകരമായ സംഭവങ്ങൾ തടയാമായിരുന്നു എന്നെനിക്ക് തോന്നി. ഒരു കുട്ടി ദുരുപയോഗം ചെയ്യപ്പെടുന്നതിന് യുക്തിസഹവും വ്യക്തവുമായ ഒരു കാരണം ഉണ്ടെന്നുതന്നെ കരുതിയാൽപ്പോലും ഈ ഫോട്ടോകളിൽ നിരന്നിരിക്കുന്ന ഇരകളുടെ മങ്ങിയ കണ്ണുകളിൽനിന്ന് അത് മനസ്സിലാക്കുന്നത് അസാധ്യമായ ഒരു ജോലിയാണ്. അവരുടെ ചിത്രങ്ങളിൽനിന്ന് അല്പം ദൂരെയായി അടുത്തിടെ ഇരകളായ രണ്ട് പേരുടെ ഫോട്ടോകൾ സെയ്നെപ് പിൻ ചെയ്തു വച്ചു. കഴിഞ്ഞ രാത്രി കൊല്ലപ്പെട്ട സുന്ദരി ഫെറിറ്റ്, രണ്ട് ദിവസം മുമ്പ് കൊല്ലപ്പെട്ട ആകിഫ് സോയ്കൻ എന്നിവരുടേതായിരുന്നു അവ.

കുറ്റകൃത്യം നടന്ന സ്ഥലങ്ങളിൽനിന്ന് ലഭിച്ച പതിന്നാല് കളിപ്പാട്ടങ്ങളുടെ ചിത്രങ്ങളാണ് അവയ്ക്ക് താഴെയുണ്ടായിരുന്നത്. പർപ്പിൾ നിറമുള്ള ഒരു ട്രക്ക്, ഒരു പച്ച ആമ, ശരീരം നിറയെ രോമമുള്ള ബ്രൗൺ നിറത്തിലെ ടെഡിബെയർ, മഞ്ഞ ട്രെയിൻ, വെള്ളച്ചായം പൂശിയ കപ്പൽ, ഒരു നീല വിമാനം, കടൽ നീലപ്പച്ച നിറത്തിലെ ലോറി, വെള്ളിനിറത്തിൽ തിളങ്ങുന്ന കൗബോയ് പിസ്റ്റൾ, കറുപ്പും വെള്ളയും നിറങ്ങളുള്ള തിമിംഗലം, പിങ്ക് മൂക്ക് ഉള്ള ഒരു പിനോച്ചിയോ, ചുവപ്പ് കഴുകൻ, സ്വർണ്ണ നിറത്തിൽ മുക്കിയ തടികൊണ്ടുള്ള വാൾ, ഒരു ബാർബിപ്പാവ,

അവസാനമായി ലഭിച്ച സ്വർണ്ണ ഫോക്സ്‌വാഗൺ ബസ്. സാമ്പിളുകളായി പാനലിലേക്ക് ചേർത്തു, കണ്ണ് മൂടിക്കെട്ടാൻ ഉപയോഗിച്ച ചുവന്ന വെൽവെറ്റിന്റെയും വലത് ചെവി മുറിച്ച ഒരു തലയുടെയും ചിത്രങ്ങളും ബോർഡിൽ ഉണ്ടായിരുന്നു. ഒരു വലിയ ചോദ്യചിഹ്നവുമായി പന്ത്രണ്ട് എന്ന സംഖ്യ ഇവയ്ക്കെല്ലാം മധ്യത്തിൽ തെളിഞ്ഞു നിന്നു.

''അത് മതപരമായ എന്തെങ്കിലും പരാമർശമാണോ?'' ഞങ്ങളുടെ ക്രിമിനോളജിസ്റ്റ് അവൾ കൈവശം വച്ചിരുന്ന റൂളർ കൊണ്ട് പന്ത്രണ്ട് എന്ന അക്കം നമ്പർ ചൂണ്ടിക്കാണിച്ചു. ''നിങ്ങൾക്കറിയാമോ, പന്ത്രണ്ട് എന്ന സംഖ്യ പല മതങ്ങൾക്കും പവിത്രമാണ്. മിക്ക പുരാതന സംസ്കാരങ്ങളിലും ചന്ദ്രനും സൂര്യനും പന്ത്രണ്ട് ബിന്ദുക്കൾ കടന്നുപോകുമെന്ന് കരുതപ്പെട്ടിരുന്നു. കൂടാതെ, വടക്കുള്ള പന്ത്രണ്ട് നക്ഷത്രങ്ങളെക്കുറിച്ചും പന്ത്രണ്ട് തെക്കൻ നക്ഷത്രങ്ങളെപ്പറ്റിയും പരാമർശങ്ങളുണ്ട്.''

പുറത്തെ ചൂടിൽനിന്നു കയറി വന്നിട്ട് കുറച്ചു നേരമേ കഴിഞ്ഞിരുന്നുള്ളൂ. ഇടയ്ക്കിടെ മുരളുന്ന എസിയുടെ തണുപ്പ് എന്റെ തലച്ചോറിനെ കുഴപ്പത്തിലാക്കി. എന്നിരുന്നാലും രസകരമായ ഈ ചർച്ചയിൽ പങ്കെടുക്കുന്നതിൽനിന്ന് മാറിനില്ക്കാൻ എനിക്ക് കഴിഞ്ഞില്ല.

''നമുക്ക് അതിലേക്ക് പന്ത്രണ്ട് യഹൂദ ഗോത്രങ്ങളെ ചേർക്കണം സെയ്നെപ്. വിവാദവിഷയമാണെങ്കിലും ഈ പന്ത്രണ്ട് ഗോത്രങ്ങളും പ്രധാനമാണ്. അവർ എപ്പോഴും തോറയിലെ പന്ത്രണ്ട് സംഖ്യകളെ പരാമർശിക്കാറുണ്ട്.''

സെയ്നെപ്പിന്റെ ഇരുണ്ട കണ്ണുകളിൽ വിചിത്രമായ ഒരു തിളക്കം കാണാമായിരുന്നു.

''നിങ്ങൾ പറഞ്ഞത് ശരിയാണ് ചീഫ്. പിന്നെ യേശുക്രിസ്തുവിനെയും അദ്ദേഹത്തിന്റെ പന്ത്രണ്ട് അപ്പോസ്തലന്മാരെയും മറക്കരുത്. പിന്നെ പന്ത്രണ്ട് ഇമാമുകൾ. മുഹമ്മദ് നബി മുതൽ പന്ത്രണ്ട് ഇമാമുമാർ വരെ നീളുന്ന അഹ്ൽ അൽ ബൈത്ത്...'' അവൾ ശബ്ദം താഴ്ത്തി ആവർത്തിച്ചു. ''കൊലയാളി യഥാർത്ഥത്തിൽ മതപരമായ എന്തെങ്കിലും പറയാൻ ശ്രമിക്കുകയാണോ എന്ന് എനിക്ക് സംശയമുണ്ട്.''

ഈ സമയമത്രയും തന്റെ കസേരയിൽ ഇരിക്കുകയായിരുന്ന അലിയുടെ മുഖഭാവം മാറി. ''ഹേയ്,അതിന് ഇതുമായി ഒരു ബന്ധവുമില്ല. നിങ്ങൾ ഈ മതത്തിന്റെ കാര്യം ഇപ്പോൾ പെട്ടെന്ന് എങ്ങനെ കണ്ടുപിടിച്ചു? ബ്ലൈൻഡ്മാൻസ് ബഫ് കുട്ടികളെ പീഡിപ്പിക്കുന്നവന്മാരെ ഓരോരുത്തരായി തീർക്കുന്നു. അത്രയേ ഉള്ളൂ. എന്തിനാണ് അതിൽ മതവും ദൈവശാസ്ത്രവും കലർത്തുന്നത്?''

അലിയുടെ ശബ്ദം ആവശ്യത്തിലധികം ഉച്ചത്തിലായിരുന്നു. അവൻ ആകെ അസ്വസ്ഥനായിരുന്നു. വഴക്കിടാൻ ഒരു ഒഴികഴിവ് തേടുകയാണ് എന്നു വ്യക്തമായിരുന്നു. സെയ്നെപ്പിന്റെ പുരികങ്ങൾ വിറച്ചു, അവൾ മറുപടി പറയാൻ പോവുകയായിരുന്നു.

''നീ എന്താ അങ്ങിനെ ചിന്തിക്കുന്നത്?'' ഞാൻ പ്രതികരിച്ചു.

''ചിലരുടെ ചെയ്തികൾക്ക് മതപരമായ വിശദീകരണം ഉണ്ടാകാം. ഒരു മതഗ്രന്ഥത്തിൽ വായിച്ച എന്തെങ്കിലും അടിസ്ഥാനമാക്കിയാകാം ബ്ലൈൻഡ്മാൻസ് ബഫ് ഈ കൊലകൾ ചെയ്യുന്നത്. ഒരുപക്ഷേ അവൻ സ്വയം ദൈവത്തിന്റെ പടയാളിയായി കാണുന്നുണ്ടാവാം. അസ്രായേലിന്റെ സേവകൻ, ഒരു പ്രത്യേക തരം ദൈവിക നീതിയുടെ നടത്തിപ്പുകാരൻ.''

''ചീഫ് പറഞ്ഞത് ശരിയാണ്.'' സെയ്നെപ് പറഞ്ഞു. അവൾ വിവേകപൂർവ്വം സംസാരിക്കാൻ ശ്രമിച്ചുവെങ്കിലും ശബ്ദത്തിൽ പിരിമുറുക്കം പ്രകടമായിരുന്നു. തന്റെ കാമുകൻ എന്തിനാണ് കുപിതനാകുന്നതെന്ന് മനസ്സിലായില്ലെങ്കിലും അവന്റെ പരുഷമായ പെരുമാറ്റം അവളെയും ദേഷ്യം പിടിപ്പിച്ചു. ''സീരിയൽ കില്ലർമാർക്ക് ദൈവികത ഒരു പ്രധാന പ്രശ്നമാണ്. അവർ സ്വയം ദൈവത്തിന്റെ സ്ഥാനത്ത് സങ്കൽപ്പിക്കുന്നത് സാധാരണമാണ്. അങ്ങനെയാണ് അവർക്ക് മറ്റൊരു ജീവൻ എടുക്കാൻ കഴിയുന്നത്. ഇത് ദൈവിക അധികാരമാണ്. ജീവനോടൊപ്പം ഇരകളുടെ ആത്മാവ് കൂടി നശിപ്പിക്കും എന്നു അവകാശപ്പെടുന്ന സീരിയൽ കില്ലർമാർ വരെയുണ്ട്. ഇരകളുടെ ആത്മാവും ജീവിതവും! ഇങ്ങനെയുള്ളവർ ആരുടെ ആത്മാവിനെ എടുക്കുന്നുവോ അവർ അധഃപതിച്ചവരാണ്. കൊലപാതകി പാപികളായ ആത്മാക്കളെ ശേഖരിക്കുന്നു. അതിലൂടെ അവർക്ക് സ്വർഗത്തിലേക്കുള്ള കവാടം തുറക്കുന്നു. നമ്മുടെ ബ്ലൈൻഡ്മാൻസ് ബഫ് തന്റെ ഇരകളുടെ ആത്മാവിനെ രക്ഷിക്കാൻ ശ്രമിക്കുന്നുണ്ടെങ്കിൽ, മതത്തിലൂടെയുള്ളതിനേക്കാൾ മികച്ച മാർഗം അയാൾക്ക് കിട്ടില്ല.''

അലി അത് അംഗീകരിച്ചില്ല. അവന് മുറിവേറ്റിരുന്നു. മറ്റൊരാളെ വേദനിപ്പിക്കാതെ അവൻ ഇനി വിശ്രമിക്കില്ല. ഞാൻ അവിടെ ഉണ്ടായിരുന്നിട്ടും അവൻ തന്റെ വികാരങ്ങൾ നിയന്ത്രണമില്ലാതെ പ്രകടിപ്പിച്ചു.

''ഈ വാദം പരിഹാസ്യമാണ്. അങ്ങനെയാണെങ്കിൽ ബ്ലൈൻഡ്മാൻസ് ബഫ് കുറ്റകൃത്യങ്ങൾ നടക്കുന്ന സ്ഥലത്ത് മതചിഹ്നങ്ങൾ അവശേഷിപ്പിക്കുമായിരുന്നു. അഞ്ച് വർഷം മുമ്പ് അങ്ങനെയുള്ള ചിഹ്നങ്ങളൊന്നും ഉണ്ടായിരുന്നില്ല, അവസാന രണ്ടിലും ഉണ്ടായിരുന്നില്ല. ക്രിസ്തുമതം, ഇസ്ലാം മതം, മറ്റേതെങ്കിലും മതങ്ങൾ... എന്തെങ്കിലും സൂചന നൽകുമായിരുന്നു. ഈ മനുഷ്യന് പീഡകരിൽ മാത്രമേയുള്ളൂ താല്പര്യം.''

അവന്റെ വാദങ്ങൾ ന്യായമായിരുന്നു. പക്ഷേ അവന്റെ എതിർപ്പിന്റെ യഥാർത്ഥകാരണം പ്രോസിക്യൂട്ടർ നാദിർ ആയിരുന്നു. ശരിയായ അളവിലാണെങ്കിൽ അസൂയയ്ക്ക് ഒരു ബന്ധം പുനരുജ്ജീവിപ്പിക്കാനുള്ള കഴിവുണ്ട്. എന്നാൽ അത് അളവിൽ കൂടുതൽ ആണെങ്കിൽ പരസ്പരബഹുമാനത്തെ ഇല്ലാതാക്കും. നിർഭാഗ്യവശാൽ, അലി സഞ്ചരിച്ച വഴി അതായിരുന്നു. ഇത് അവരുടെ ബന്ധത്തിനെ ഉലയ്ക്കും എന്നു എനിക്ക് തോന്നി.

‘‘സത്യത്തിൽ, എന്നെ അലട്ടുന്ന മറ്റൊരു ചോദ്യമുണ്ട്.’’ ഞാൻ വിഷയം മാറ്റാൻ ശ്രമിച്ചു. ‘‘ഞാൻ മറ്റൊരു സാധ്യതയെക്കുറിച്ചാണ് സംസാരിക്കുന്നത്.’’

ഇരുവരുടെയും മുഖത്തെ പിരിമുറുക്കം കൗതുകത്തിന് വഴിമാറിയത് ശ്രദ്ധിച്ച ഞാൻ നിർത്താതെ തുടർന്നു.

‘‘കൊലയാളിയുടെ ശീലങ്ങളെക്കുറിച്ച് ചീഫ് ഇൻസ്പെക്ടർ സെക്കായ് പറഞ്ഞത് ഓർമ്മയുണ്ടോ? കഴിഞ്ഞ രണ്ട് കൊലപാതകങ്ങളും അഞ്ച് വർഷം മുൻപ് അവൻ പിന്തുടർന്നിരുന്ന ക്രമവുമായി പൊരുത്തപ്പെടുന്നില്ല. സീരിയൽ കില്ലറിന് തന്റെ പതിവ് ഒരുതരം ആചാരമാണ്, അല്ലെങ്കിൽ ഒരുതരം ആരാധനയാണ് എന്നു പറയാം. പ്രാർത്ഥിക്കുന്നത് പോലെ. ദിവസത്തിൽ അഞ്ച് പ്രാവശ്യം നിസ്കരിക്കുന്നതുപോലെ അല്ലെങ്കിൽ ക്രിസ്ത്യാനികൾ ഞായറാഴ്ച പള്ളിയിൽ പോകുന്നതുപോലെ. എന്നാൽ ഈ അവസാന കൊലപാതകങ്ങൾ അവന്റെ പതിവിന് യോജിച്ചതല്ല.’’

അലി തന്റെ തോളുകൾ വെട്ടിച്ചു.

‘‘പിടിക്കപ്പെടാതിരിക്കാനാണ് അവൻ ഇത് ചെയ്യുന്നതെന്ന് സൂപ്രണ്ട് സെക്കായ് പറഞ്ഞു. ഓർക്കുന്നുണ്ടോ?’’

അവസാനം അവന്റെ ചിന്തകൾ ചിതറിക്കാൻ എനിക്ക് കഴിഞ്ഞു.

‘‘സെക്കായിക്ക് തെറ്റ് പറ്റിയത് ആണെങ്കിലോ?’’

ഞാൻ നിശ്ശബ്ദനായി. രണ്ടുപേരും എന്റെ മുഖത്ത് നിന്ന് ഞാൻ എന്താണ് ഉദ്ദേശിക്കുന്നത് എന്നു മനസ്സിലാക്കാൻ ശ്രമിച്ചു.

‘‘ഇത് ശരിക്കും ബ്ലൈൻഡ്മാൻസ് ബഫ് അല്ലെങ്കിലോ? ആരെങ്കിലും അവനെ അനുകരിക്കുകയാണെങ്കിൽ?’’

അലി അസ്വസ്ഥതയോടെ തല ചൊറിഞ്ഞു.

‘‘ശരി തന്നെ. പക്ഷേ ചീഫ്, ആ മനുഷ്യൻ ഓടിക്കുന്ന മിനിവാൻ പോലും അങ്ങനെ തന്നെയുണ്ട്.’’

വേഗത്തിലായിരുന്നു സെയ്നെപ്പിന്റെ മറുപടി.

‘‘അലീ, അതേ മിനിവാൻ ആണെന്ന് എങ്ങനെ അറിയാം? അതിന്റെ രൂപമോ നിറമോ ഒന്നും ഇപ്പോഴും നമുക്ക് അറിയില്ല.’’

‘‘പക്ഷേ ഒരു മിനിവാനിന്റെ സാന്നിധ്യം ഉണ്ട്, അല്ലേ?’’ അലിയുടെ ശബ്ദം അപ്പോഴും ഇടറിയിരുന്നു. ‘‘ഇത് യാദൃശ്ചികമാകാൻ വഴിയില്ല.’’ അവൻ എന്റെ നേരെ തിരിഞ്ഞു. ‘‘ഇല്ല ചീഫ്, ഈ കൊലപാതകങ്ങളെല്ലാം ചെയ്തത് അതേ മനുഷ്യൻ തന്നെ. ബ്ലൈൻഡ്മാൻസ് ബഫ് നമ്മളെ വഴിതെറ്റിക്കാനും തന്റെ മേൽ നിന്ന് സംശയം വഴി മാറ്റിവിടാനുമായി പതിവ് തെറ്റിച്ചു. അത് സാധ്യമല്ലേ? അവൻ ചെയ്തത് ദൈവത്തിന്റെ കൽപ്പനയല്ല എന്നു കരുതുക. എന്തിന് അവൻ ഇത് ചെയ്യണം? ചെയ്തുകൊണ്ടിരുന്ന കാര്യംതന്നെ തുടരണം?’’

സെയ്നെപ്പിൽനിന്ന് വീണ്ടും എതിർപ്പിന്റെ ശബ്ദം ഉയർന്നു.

''ബ്ലൈൻഡ്മാൻസ് ബഫ് ഒരു സീരിയൽ കില്ലർ ആയിരുന്നില്ലെങ്കിൽ, നിങ്ങൾ പറയുന്നതിന് സാധ്യതയുണ്ട്. എന്നാൽ ഈ ആളുകൾക്ക് മറ്റൊരു യുക്തിയുണ്ട്. അവർ ഒരിക്കലും പെട്ടെന്നുണ്ടായ കോപം മൂലം കൊല ചെയ്യില്ല. കൊല്ലാനുള്ള ഇരയെ മാസങ്ങൾക്ക് മുമ്പുതന്നെ അവർ തിരഞ്ഞെടുക്കുന്നു. എങ്ങനെ, എവിടെ തുടങ്ങിയ കാര്യങ്ങൾ വളരെ മുമ്പുതന്നെ തീരുമാനിക്കും. അവരെ സംബന്ധിച്ചിടത്തോളം, കൊല സ്വന്തം അസ്തിത്വമാണ്. അതുകൊണ്ടുതന്നെ അവർ ഒരു ജീവനെടുക്കുന്നതിൽനിന്നു തൃപ്തരാകുന്നില്ല. ഒരു കലാകാരൻ മാസ്റ്റർപീസ് തയ്യാറാക്കുന്നതുപോലെയാണ് അവർക്ക് ഓരോ കൊലയും. അവസാനം ചെയ്യാനുള്ളത് ചെയ്തിട്ട് അവർ തങ്ങളുടെ ഒപ്പ്, തങ്ങളാണ് ഇത് ചെയ്തത് എന്നു മനസ്സിലാക്കിക്കാനുള്ള അടയാളം ഇരയോടൊപ്പം ഉപേക്ഷിച്ചു പോകുന്നു. പറയുന്നത് മനസ്സിലാക്കൂ അലി... ഇത് അവർ സംതൃപ്തിക്ക് വേണ്ടിയാണ് ചെയ്യുന്നത്. അതിനല്ലെങ്കിൽ ഇവർ പിന്നെ എന്തിനാണ് മറ്റ് മനുഷ്യരെ കൊല്ലുന്നത്?''

''എനിക്കറിയാം ചീഫ്, ഈ നിസ്സാരകാര്യങ്ങളിൽ കാര്യമുണ്ടെന്ന് നിങ്ങൾ പറയും, പക്ഷേ അവന്റെ പ്രധാന ലക്ഷ്യം പീഡകനെ കൊല്ലുക എന്നതാണ്. അല്ലേ?'' അലി എന്നെ നോക്കി. ''ബ്ലൈൻഡ്മാൻസ് ബഫ് അത് ചെയ്യുന്നത് തുടരുകയാണ്. പക്ഷേ അവൻ പിടിക്കപ്പെടാതിരിക്കാനായി തന്റെ ശീലങ്ങൾ മാറ്റുകയാണ്.''

നന്നായി വിശദീകരിക്കാൻ കഴിയാതെ പോയതിന്റെ നിസ്സഹായതയിൽ സെയ്നെപ് നെടുവീർപ്പിട്ടു.

''ഇത് ഈ പറയുന്നയത്ര ലളിതമായിരുന്നെങ്കിൽ! പറഞ്ഞത് ഞാൻ ആവർത്തിക്കുകയാണ്. ഈ ബ്ലൈൻഡ് മാൻസ് ബഫ് കുട്ടിക്കാലത്ത് ദുരുപയോഗം ചെയ്യപ്പെട്ടിരിക്കാൻ സാധ്യതയുണ്ട്. കാലക്രമേണ അവൻ തന്റെ ആഘാതത്തിൽനിന്നു പുറത്ത് വന്നിരിക്കാം. പക്ഷേ വർഷങ്ങൾക്കുശേഷം സമാനമായ ഒരു സംഭവം കണ്ടപ്പോൾ അവന്റെ മനസ്സാക്ഷി വീണ്ടും ഉണരുകയും ഒരു ശുദ്ധീകരണത്തിന്റെ ആവശ്യകത അനുഭവപ്പെടുകയും ചെയ്തു. ഒരു സീരിയൽ കില്ലറുടെ ഭാഷയിൽ ശുദ്ധീകരിക്കാൻ ഒരേയൊരു വഴിയേയുള്ളൂ. കൊല്ലുക.''

അലി അത് അംഗീകരിക്കാൻ തയ്യാറായില്ല. വെള്ളത്തിൽ വീണ എണ്ണപോലെ അവൻ മറ്റുള്ളവരുടെ വാദങ്ങളുടെ മുകളിൽ വരാൻ ശ്രമിച്ചു.

''അതാണ് ഞാൻ പറഞ്ഞു വന്നത്...''

''ഞാൻ പൂർത്തിയാക്കട്ടെ,'' സെയ്നെപ് പറഞ്ഞു. ''ചീഫ് പറഞ്ഞതുപോലെ, ഒരു സീരിയൽ കില്ലറുടെ കൊലപാതകങ്ങൾ ഒരുതരം ദൈവാരാധന പോലെയാണ്. ഒരു വിശ്വാസിക്ക് തന്റെ മതത്തിന്റെ ആചാരങ്ങൾ താൻ ആഗ്രഹിക്കുന്ന രീതിയിൽ നടത്താൻ കഴിയാത്തതുപോലെതന്നെ ഒരു സീരിയൽ കില്ലറിന് താൻ തുടർന്നുവന്ന ആചാരനിയമങ്ങൾ ലംഘിക്കാൻ കഴിയില്ല. അവരുടെ കൊലപാതക രീതി, സമയം, ബാക്കിവയ്ക്കുന്ന അടയാളങ്ങൾ എന്നിവ വെറും ഒപ്പുകളേക്കാൾ

പ്രധാനമാണ്. അവ ഒരു പ്രഖ്യാപനം പോലെയാണ്. ബോധ്യപ്പെടാത്തതു പോലെ എന്നെ നോക്കരുത് അലീ. സീരിയൽ കില്ലർമാർതന്നെ അത് ഇങ്ങനെയാണ് വിശദീകരിക്കുന്നത്. നമുക്ക് അതിനെ ഒരു വ്യക്തി പരമായ പ്രഖ്യാപനം എന്നു വിളിക്കാം. അല്ലെങ്കിൽ അതിനെ ഏതെങ്കിലും തരത്തിലുള്ള കലാപമായി നിങ്ങള് കണക്കാക്കിക്കോളൂ. 'ഞാൻ ഇവിടെയുണ്ട്! എന്നെ ശ്രദ്ധിക്കുക!' എന്ന് കഠിനമായ മനസ്സാക്ഷിയും കാരുണ്യമില്ലായ്മയുമുള്ള നിസ്സംഗരായ ആളുകളോട് പറയാനുള്ള അവരുടെ ഏറ്റവും ഫലപ്രദമായ മാർഗമാണിത്. അവരെ മനസ്സിലാക്കാൻ കഴിയാത്തവരോട് അവർക്ക് എങ്ങനെയാണ് സ്വയം വിശദീകരിക്കാൻ കഴിയുന്നത്? തീർച്ചയായും ഇത് ക്രൂരവും പൈശാചികവുമായ രീതിയാണ്. പക്ഷേ ഈ മനുഷ്യർ അങ്ങനെയാണ്. ഇതുകൊണ്ടാണ് അവരെ 'സീരിയൽ കില്ലർ' എന്ന് പറയുന്നത്, നിങ്ങൾ ചിന്തിച്ചുനോക്ക്. കൊലയിലൂടെയാണ് ഈ മനുഷ്യർ നിലനിൽക്കുന്നത്.''

ഒരു അക്കാദമിക് വിദഗ്ധന്റെ പ്രാഗത്ഭ്യത്തോടെ സെയ്നെപ് നടത്തിയ ഈ ഹ്രസ്വപ്രഭാഷണം അലിയുടെ വാദമുഖങ്ങളെ തകർക്കാൻ പോന്നതായിരുന്നു. തർക്കം രൂക്ഷമാകുമെന്ന് ഞാൻ ഭയന്നു. പക്ഷേ അത് സംഭവിച്ചില്ല. അതിന് പകരം അലി ഉപേക്ഷാഭാവത്തിൽ ചോദിച്ചു, ''അപ്പോൾ ഈ രണ്ട് കൊലപാതകങ്ങളും ബ്ലൈൻഡ്മാൻസ് ബഫിന്റെ സൃഷ്ടിയല്ലെന്ന് നിങ്ങൾ തറപ്പിച്ചു പറയുകയാണോ? നിങ്ങൾക്ക് അത് അത്രയ്ക്ക് ഉറപ്പാണോ?''

അലിയുടെ സ്വരം മയപ്പെട്ടിരുന്നു. അവനെ പിടികൂടിയിരുന്ന പിരിമുറുക്കം ഒരു നിമിഷത്തേക്ക് അപ്രത്യക്ഷമായതുപോലെ തോന്നി. എനിക്ക് ആശയക്കുഴപ്പമുണ്ട്. പക്ഷേ നിങ്ങൾ അങ്ങനെ പറഞ്ഞാൽ ഞാനത് അംഗീകരിക്കും എന്ന് അവൻ പറയുന്നതുപോലെ തോന്നി. ഞങ്ങളുടെ മർക്കടമുഷ്ടിക്കാരനായ ഗുണ്ടയുടെ അവസ്ഥ സെയ്നെപ്പിനെയും ബാധിച്ചു.

''ഉറപ്പിച്ചു പറയാൻ പ്രയാസമാണ് അലി. പക്ഷേ ഇതുവരെയുള്ള അനുഭവത്തെ അടിസ്ഥാനമാക്കിയാണ് ഞാൻ പറയുന്നത്. എനിക്ക് തെറ്റ് പറ്റിയേക്കാം.''

''ഈ വിഷയത്തിൽ നിനക്ക് തെറ്റ് പറ്റി എന്നു തോന്നുന്നില്ല.'' ഞാൻ അവൾക്ക് തുറന്ന പിന്തുണ നൽകി. ''ഇപ്പോൾ പറഞ്ഞതുപോലെ, ഈ അവസാനത്തെ രണ്ട് കൊലപാതകങ്ങളിലെ കുറ്റവാളിയുടെ രീതികൾ ബ്ലൈൻഡ്മാൻസ് ബഫിന്റെ ആചാരങ്ങളുമായി പൊരുത്തപ്പെടുന്നില്ല.''

എന്റെ അസിസ്റ്റന്റിന്റെ കണ്ണുകൾ അജ്ഞാതമായ ഏതോ ബിന്ദുവിൽ തറഞ്ഞുനിന്നു.

''അപ്പോൾ ആരാണ് ഈ മനുഷ്യരെ കൊന്നത്? ബ്ലൈൻഡ്മാൻസ് ബഫിനെ ആരാധിക്കുന്ന ആരെങ്കിലുമാണോ?''

''ഒരുപക്ഷേ ആയിരിക്കും അലീ, ചിലപ്പോൾ മറ്റെന്തെങ്കിലും

കാരണമുണ്ടാകാം. നമ്മൾ ഇപ്പോൾ നിഗമനങ്ങളിൽ എത്തിച്ചേരാതിരിക്കുന്നതാണ് നല്ലത്.''

''നിങ്ങൾ പറഞ്ഞത് ശരിയാണ്, പക്ഷേ ആ മനുഷ്യൻ വീണ്ടും കൊല്ലാൻ പോവുകയാണ്.'' അവൻ ഉറപ്പിച്ചു പറഞ്ഞു.

ഞാൻ ശാന്തമായി അവന്റെ മുഖത്തേക്ക് നോക്കി.

''നമ്മൾ തെളിവുകൾ ശേഖരിക്കുകയും സൂചനകൾ കണ്ടെത്തുകയും ഒരു ലീഡിനായി കാത്തിരിക്കുകയും ചെയ്യും. നമുക്ക് മറ്റെന്തെങ്കിലും മാർഗമുണ്ടോ?''

''ഇല്ല ചീഫ്, വേറെ വഴിയില്ല.'' അവൻ താടിയിൽ തലോടി. ''എങ്കിൽ, അവന്റെ ഏറ്റവും പുതിയ ഇരകളെപ്പറ്റി നമുക്ക് കൂടുതൽ പഠിക്കണം. അവർ ദുരുപയോഗം ചെയ്ത കുട്ടികളെ കണ്ടെത്തണം. ചിലപ്പോൾ ഈ കൊലകൾക്ക് പിന്നിൽ ആ കുട്ടികളുടെ മാതാപിതാക്കളിൽ ഒരാളായിരിക്കാം.''

അതിന് സാധ്യത ഉണ്ടെങ്കിലും എന്തുകൊണ്ടാണ് അവർ രണ്ട് പീഡകരെ കൊന്നത്?

''കൊല്ലപ്പെട്ട രണ്ടുപേരും ഒരേ കുട്ടിയെ പീഡിപ്പിച്ചിരുന്നുവെന്നാണോ നിങ്ങൾ പറയുന്നത്?''

സെയ്നെപ്പായിരുന്നു അത് ചോദിച്ചത്. അവളും അതേ പോയിന്റിൽ അലിയെ കുടുക്കി.

''ഇത് ഒരു വിദൂര സാധ്യതയാണ് എന്ന് എനിക്കറിയാം,'' അലി പറഞ്ഞു. ''എന്നാൽ അത് നടക്കാൻ ഒട്ടും സാധ്യതയില്ലാത്ത കാര്യമല്ല. ഉദാഹരണത്തിന്, ഇരകൾ രണ്ടുപേരും പീഡനത്തിനിരയായ കുട്ടിയുടെ അതേ സ്ഥലത്തായിരിക്കാം താമസം. എനിക്കറിയില്ല, പൊതുവായ എന്തെങ്കിലും.., സ്കൂൾ, ഡേകെയർ, ജിം.., എന്തുമാകാം. ഊഹിക്കാൻ പ്രയാസമാണ്. നമുക്ക് അതിനെപ്പറ്റി അന്വേഷിക്കേണ്ടി വരും.''

അവൻ പറഞ്ഞത് ശരിയാണ്. അത് അന്വേഷിക്കേണ്ടതാണ്.

''അപ്പോൾ നിനക്ക് പണിയായല്ലോ അലീ. ഇരകളുടെ ഫയലുകൾ നോക്കൂ. എന്താണുണ്ടാവുക എന്നു നമുക്ക് നോക്കാം.''

''തീർച്ചയായും ചീഫ്, ഞാൻ ഇപ്പോൾത്തന്നെ അത് ചെയ്യുന്നുണ്ട്.''

''നമ്മൾ പരിശോധിക്കേണ്ട മറ്റൊരു കാര്യം,'' സെയ്നെപ് എന്റെ നേരെ തിരിഞ്ഞു പറഞ്ഞു. ''ഞാൻ ബ്ലൈൻഡ്മാൻസ് ബഫ് നമ്മളിൽ ഒരാളാകാനുള്ള സാധ്യതയെക്കുറിച്ചാണ് പറയുന്നത്. നമ്മൾ എങ്ങനെ പ്രവർത്തിക്കുന്നുവെന്ന് ആ മനുഷ്യന് അറിയാമെന്നത് മാത്രമല്ല, താൻ കൊലപ്പെടുത്തിയ ലൈംഗികാതിക്രമികളുടെ ഫയലുകളിലേക്ക് അയാൾക്ക് കടന്നു കയറാൻ എളുപ്പമായിരുന്നു. അങ്ങനെയല്ലെങ്കിൽ ഇരകളെ ശരിയായി തിരഞ്ഞെടുക്കാൻ അവന് എങ്ങനെയാണ് കഴിഞ്ഞത്? അവന് അവരെക്കുറിച്ച് എല്ലാമറിയാം. വളരെ ശ്രദ്ധയോടെയാണ് കൊന്നുകളയേണ്ട പീഡകരെ അവൻ തിരഞ്ഞെടുത്തത്.''

തല്ക്കാലം ഒന്നും പറഞ്ഞില്ലെങ്കിലും ഇത് ഞാൻ തുടക്കം മുതൽ പരിഗണിക്കുന്ന ഒരു സാധ്യതയായിരുന്നു. അത് എന്റെ സഹപ്രവർത്ത കരെ സംരക്ഷിക്കാനുള്ള താല്പര്യം കൊണ്ടല്ല. സംശയം തോന്നുന്ന ഒരു ഉദ്യോഗസ്ഥനും ഞങ്ങളുടെ ലിസ്റ്റിൽ ഉണ്ടായിരുന്നില്ല. ഈ കേസിൽ അല്പമെങ്കിലും സംശയാസ്പദമായി പെരുമാറിയ ഒരേയൊരു ഉദ്യോഗസ്ഥൻ നമ്മുടെ വേട്ടനായ സെക്കായ് ആയിരുന്നു. എന്നാൽ അദ്ദേഹത്തെ ബ്ലൈൻഡ്മാൻസ് ബഫ് ആണെന്ന് ആരോപിക്കുന്നത് അന്വേഷണത്തെ മുഴുവൻ വഴിതെറ്റിക്കും.

''ഇത് ഒരു പൊലീസ് ഓഫീസർതന്നെ ആയിരിക്കണമെന്നില്ല, സെയ്നെപ്,'' ഞാൻ എന്റെ ചിന്തകൾ പറഞ്ഞു. ''ഒരു പ്രോസിക്യൂട്ടറോ ജഡ്ജിയോ അല്ലെങ്കിൽ വക്കീലോ ആകാം. ഒരു ക്രൈം റിപ്പോർട്ടറിനുപോലും സാധ്യതയുണ്ട്. പക്ഷേ നിങ്ങൾ പറഞ്ഞത് ശരിയാണ്. നമ്മൾ അതും അന്വേഷിക്കണം.''

തിരിഞ്ഞു നോക്കിയപ്പോൾ അലിയുടെ കുസൃതി നിറഞ്ഞ മുഖഭാവം ഞാൻ കണ്ടു.

''അപ്പോൾ നമുക്ക് ഈ പ്രോസിക്യൂട്ടറെയും പരിശോധിക്കണം. ആ നാദിർ! അയാളും ഈ കേസിൽ ഇടപെട്ടിട്ടില്ലേ?''

ക്രിമിനോളജിസ്റ്റ് ഇതിന് ഉത്തരം നൽകുമെന്നും അടുത്ത വാക്‌യുദ്ധം ആരംഭിക്കുമെന്നും ഭയന്ന് ഞാൻ പ്രോസിക്യൂട്ടർക്കുവേണ്ടി വാദിച്ചു.

''നാദിറിനെ ഈ കേസിൽ ഇപ്പോൾ നിയമിച്ചതേയുള്ളൂ. അതായത്, അദ്ദേഹത്തിന് ഈ വിവരങ്ങൾ കിട്ടിയിട്ട് ഏറെ നാളുകളായിട്ടില്ല.''

ആ തെമ്മാടി അലി പരിഹസിച്ചു.

''നമ്മൾ സുരക്ഷിതരാകാൻ വേണ്ടിയാണ് ചീഫ് ഞാൻ ഈ പറയുന്നത്. ആരെയും ഒഴിവാക്കരുത്.''

ഈ വിഷയത്തിൽ എന്തെങ്കിലും പറയുന്നതിൽ അർത്ഥമില്ലെന്നു തോന്നിയ സെയ്നെപ് വരുത്തിക്കൂട്ടിയ ഒരു പുഞ്ചിരി സമ്മാനിച്ചതിന് ശേഷം കയ്യിലിരുന്ന റൂളർ കോർക്ക്ബോർഡിന്റെ സമീപത്ത് വച്ചു. അപ്പോഴാണ് എന്റെ ഫോൺ റിങ് ചെയ്യാൻ തുടങ്ങിയത്. മറുവശത്ത് മുനീറായിരുന്നു. കാണാതായ സിറിയൻകുട്ടിയെക്കുറിച്ച് എന്തെങ്കിലും വാർത്ത കിട്ടിക്കാണണം. ഞാൻ വേഗം ഫോൺ എടുത്തു.

''ഹായ് മുനീർ, എന്ത് പറ്റി?''

''ഒരു ചീത്ത വാർത്തയുണ്ട് ചീഫ്. ഞങ്ങൾ ഫഹറിന്റെ മൃതദേഹം കണ്ടെത്തി. ശരീരം അഹിർകാപ്പിയുടെ തീരത്ത് അടിഞ്ഞിട്ടുണ്ട്. കുടുംബത്തിന് തിരിച്ചറിയാൻ കഴിയുമോ എന്നു നോക്കണം.''

അവർ ആ കുട്ടിയുടെ വൃക്ക മോഷ്ടിച്ചു

മേദേനിയുടെ താടി വിറയ്ക്കുന്നത് കണ്ടപ്പോൾ എനിക്ക് ഉറപ്പായി. മെറ്റൽ ടേബിളിൽ കിടക്കുന്ന ഇരുണ്ട മുഖവും ചുരുണ്ട മുടിയുമുള്ള ആൺകുട്ടി ഫഹർ തന്നെയായിരുന്നു. ഫോർമാൽ ഡിഹൈഡിന്റെ കനത്ത ഗന്ധമുള്ള, എല്ലാ വശങ്ങളിലും ടൈൽ പാകിയ ആ വലിയ ഹാളിലേക്ക് വന്നതിനുശേഷം എപ്പോഴും ഉത്കണ്ഠാകുലനായി കാണപ്പെടുന്ന ആ വൃദ്ധന്റെ പുറം പതിവിൽ കൂടുതൽ കൂനിയിരുന്നു.

''അതെ.'' അയാൾ പറഞ്ഞു. ആ ദയനീയമായ ശബ്ദം വിറച്ചു. ''അതെ, ഇത് ഫഹർ തന്നെയാണ്. എന്റെ ഭാഗ്യം കെട്ട മരുമകൻ.''

എന്റെ അരികിൽ നിന്നിരുന്ന മുനീർ തന്റെ സംശയം തുളുമ്പുന്ന കണ്ണുകൾകൊണ്ട് അയാളെ ഉഴിഞ്ഞു.

''മേദേനിച്ചേട്ടാ, നിങ്ങൾക്ക് ഉറപ്പാണോ? അത് അവനാണോ?''

തീയിൽ മുകളിൽ പിടിച്ച് ഉണക്കിയെടുത്ത മരക്കൊമ്പിനോട് സാമ്യമുള്ള അയാളുടെ വലതുകൈ ചോക്ക് പോലെ വെളുത്ത നിറമായ കുട്ടിയുടെ നേർക്ക് നീണ്ടു.

''എനിക്ക് ഉറപ്പുണ്ട്.'' വൃദ്ധൻ മന്ത്രിച്ചു. ''ഇതാണ് ഫഹർ.''

അയാളുടെ നിയന്ത്രണം നഷ്ടപ്പെടുമെന്നും കരയാൻ തുടങ്ങുമെന്നും ഞാൻ കരുതി. പക്ഷേ അയാൾ അതൊന്നും ചെയ്തില്ല. കുട്ടിയുടെ ദേഹത്ത് തൊട്ടതിനുശേഷം മേദേനി കൈ പിന്നിലേക്ക് വലിച്ചു.

''ഇത് എങ്ങനെ സംഭവിച്ചു?''

ആ ശബ്ദം സങ്കടത്തിൽ കുതിർന്നിരുന്നു. പക്ഷേ അയാൾ വേദനാജനകമായ ആ യാഥാർത്ഥ്യം വളരെ വേഗത്തിൽ അംഗീകരിച്ചു എന്നത് എന്നെ അത്ഭുതപ്പെടുത്തി. ഞങ്ങൾ ആദ്യം ടാറ്റവ്ലയിൽ വച്ചു സംസാരിച്ചപ്പോൾ, ഫഹറിന്റെ വിധി വ്യക്തമായിരുന്നില്ല. ആ സമയത്ത് അയാൾ കൂടുതൽ സങ്കടപ്പെട്ടിരുന്നതായി എനിക്ക് തോന്നി.

''അവൻ മുങ്ങിമരിച്ചതാണ്.'' മുനീർ ശാന്തമായി പറഞ്ഞു. ''കടലിൽ വീണതാണ്. രക്ഷപ്പെടാൻ കഴിഞ്ഞില്ല.''

മേദേനിക്ക് സമനില നഷ്ടപ്പെട്ടു.

“ഇല്ല. ഇല്ല, ഫഹർ നല്ല നീന്തൽക്കാരനായിരുന്നു. അവർ അവനെ കൊന്നു. അവർ ഫഹറിനെ കൊന്നു.” അയാൾ അലറി. പെട്ടെന്ന് തന്നെ അയാൾ മൃതദേഹത്തെ പുതച്ചിരുന്ന വെള്ള ഷീറ്റ് വലിച്ചെ റിഞ്ഞു. പതിമൂന്നു വയസ്സുള്ള ആ ആൺകുട്ടിയുടെ നഗ്നശരീരം ഞങ്ങളുടെ കൺമുന്നിൽ മറകളില്ലാതെ കിടന്നു.

“അവർ എന്റെ മരുമകനെ കൊന്നു.”

മേദേനി തിടുക്കത്തിൽ ശരീരം പരിശോധിക്കാൻ തുടങ്ങി. പുതിയ മുറിവുകളോ ലോഹമഞ്ചലിൽ രക്തമോ ഉണ്ടായിരുന്നില്ല. പക്ഷേ എന്തോ കുഴപ്പമുണ്ടായിരുന്നു. അവന്റെ പുറം കാണാനായി മേദേനി ശരീരം വശത്തേക്ക് തിരിക്കാൻ ശ്രമിച്ചു. ശരീരത്തിന്റെ രണ്ടിരട്ടി വലുപ്പമുള്ള തലയുള്ള മെലിഞ്ഞുണങ്ങിയ മോർച്ചറി അറ്റൻഡന്റ് ഞങ്ങൾ വന്നതിനുശേഷം ബഹുമാനത്തോടെ ഒരു പടി പിന്നിലായി നിൽക്കുക യായിരുന്നു. കണ്ടു നിൽക്കാനാവാതെ അയാൾ ഇടപെട്ടു.

“നിങ്ങൾ എന്താണ് ചെയ്യുന്നത് സർ? നിർത്തൂ! അത് ചെയ്യാൻ പാടില്ല!”

പക്ഷേ മേദേനി നിർത്തിയില്ല. ആ നൂൽക്കൈകളിൽ നിന്ന് പ്രതീ ക്ഷിക്കാനാവാത്ത ശക്തിയോടെ അയാൾ കുട്ടിയെ ഒരു വശത്തേക്ക് മറിച്ചിട്ടു. അവന്റെ മുതുകിലും മുറിവുകളൊന്നും കണ്ടില്ല. തന്റെ തെറ്റ് മനസ്സിലാക്കിയതുപോലെ അയാൾ നിശ്ചലനായി. അയാൾ നാണക്കേ ടോടെ പറഞ്ഞു, “ക്ഷമിക്കണം. ഞാൻ വിചാരിച്ചു...“

കൂടുതൽ പറയാൻ മോർച്ചറി അറ്റൻഡർ അനുവദിച്ചില്ല.

“മരിച്ചവനെ വെറുതെ വിട്.” മേദേനിയെ തള്ളിമാറ്റിക്കൊണ്ട് അയാൾ പറഞ്ഞു. അയാൾ വീണ്ടും ശരീരം മറച്ചു. പക്ഷേ മുനീർ ഇടയ്ക്ക് കയറി.

“ഒരു മിനിറ്റ്.”

“പക്ഷേ സർ...” വയസ്സൻ എന്തോ പറഞ്ഞുതുടങ്ങി.

“നിൽക്കൂ.” മുനീർ കർശനമായി മറുപടി പറഞ്ഞു. “ഞാൻ നിങ്ങ ളോട് നിറുത്താനല്ലേ പറഞ്ഞത്?”

അറ്റൻഡന്റ് അവന്റെ വലിയ തല വശത്തേക്ക് ചരിച്ച് വച്ചുകൊണ്ട് മരവിച്ചു നിന്നു. മുനീർ മൃതദേഹം മെല്ലെ ഉയർത്തി അതിന്റെ അര ക്കെട്ട് പരിശോധിക്കാൻ തുടങ്ങി. കൗതുകത്തോടെ ഞാനും എന്റെ സഹപ്രവർത്തകൻ പരിശോധിക്കുന്ന സ്ഥലത്തേക്ക് ശ്രദ്ധ കേന്ദ്രീക രിച്ചു. മാസങ്ങൾക്കു മുമ്പ് ഉണങ്ങിയ ഒരു മുറിവിന്റെ വടു അവിടെയുണ്ടാ യിരുന്നു. അത് ചെയ്ത ശസ്ത്രക്രിയാ വിദഗ്ധൻ നല്ല കഴിവുള്ളവ നായിരുന്നിരിക്കണം. ഒറ്റനോട്ടത്തിൽ അത് ശ്രദ്ധയിൽപ്പെടാൻ ബുദ്ധി മുട്ടായിരുന്നു. പക്ഷേ സൂക്ഷ്മപരിശോധനയിൽ മുറിവിന്റെ പാട് വ്യക്ത മായി കാണാമായിരുന്നു. മുനീർ ശരീരം പൂർവ്വസ്ഥിതിയിൽ കിടത്തി യിട്ട് അറ്റൻഡന്റിന്റെ നേർക്ക് തിരിഞ്ഞു. അയാൾ പരിഭ്രാന്തനായി ഞങ്ങളെയെല്ലാം മാറി മാറി നോക്കി.

“ശരി. നിങ്ങൾക്ക് ഇനി ശരീരം മൂടാം.”

പരിചാരകൻ വെള്ള ഷീറ്റ് ഉപയോഗിച്ച് കുട്ടിയുടെ ശവശരീരം മറച്ചു.

“എന്തായിരുന്നു ആ വടു?” എന്റെ സഹപ്രവർത്തകൻ മേദേനിയോട് ചോദിച്ചു. “ഫഹറിന് ഓപ്പറേഷൻ എന്തെങ്കിലും ഉണ്ടായിരുന്നോ? അതോ മറ്റെന്തെങ്കിലും ആണോ?”

വൃദ്ധൻ ആശയക്കുഴപ്പത്തിലായി.

“ഒരു ഓപ്പറേഷൻ. ശരിയാണ്. അവന് ഒരു ഓപ്പറേഷൻ ഉണ്ടായിരുന്നു.”

അയാളുടെ മരവിച്ച മുഖഭാവം കണ്ട മുനീർ വീണ്ടും ചോദിച്ചു.

“എന്ത് ഓപ്പറേഷൻ?”

“കിഡ്നി. കിഡ്നി ഓപ്പറേഷൻ ആയിരുന്നു.” ആ മനുഷ്യന്റെ വാക്കുകൾ ചിതറി. “അവന്റെ കിഡ്നി പ്രവർത്തിക്കുന്നുണ്ടായിരുന്നില്ല.”

എന്റെ സഹപ്രവർത്തകൻ കൂടുതൽ അറിയാനായി കുത്തിക്കിഴിഞ്ഞു ചോദിച്ചു തുടങ്ങി.

“അവന് പകരം കിഡ്നി കിട്ടിയോ?”

മേദേനി അല്പനേരം നിശ്ശബ്ദനായി നിന്നു. നനഞ്ഞ കണ്ണുകൾ ദൂരേക്ക് തിരിച്ചിട്ട് അയാൾ തിടുക്കത്തിൽ മറുപടി പറഞ്ഞു.

“കിട്ടി. കിഡ്നി മാറ്റിവയ്ക്കലാണ് നടന്നത്.”

മുനീർ വിട്ടില്ല.

“അത് എവിടെയാണ് നടന്നത്?”

ആ മനുഷ്യൻ പരിഭ്രാന്തനായെങ്കിലും പെട്ടെന്ന് തന്നെ സമനില വീണ്ടെടുത്തു.

“ഒരു വർഷം മുമ്പ് ഗാസിയാൻടെപ്പിൽ വച്ചാണത് നടന്നത്. പക്ഷേ ഏത് ആശുപത്രിയാണെന്ന് എനിക്കറിയില്ല. ഒരു ഘട്ടത്തിൽ ഫഹറിന്റെ യാതൊരു വിവരവും ഉണ്ടായിരുന്നില്ല. ഞങ്ങൾ കിലിസിൽ താമസിച്ചിരുന്ന കാലത്ത് അവൻ ഗാസിയാൻടെപ്പിലേക്ക് പോയിരുന്നു. അപ്പോഴാണ് ഓപ്പറേഷൻ നടത്തിയത്. അവന് ചെറുപ്പം മുതൽ വൃക്കരോഗം ഉണ്ടായിരുന്നു. അവന്റെ മൂത്രത്തിൽ രക്തമുണ്ടായിരുന്നു. എന്റെ ഭാഷാരീതി ഇഷ്ടമായില്ലെങ്കിൽ ക്ഷമിക്കണം.”

അയാൾ നിശ്ശബ്ദനായി കുറച്ചു നേരം നിന്നിട്ട് ഒരു ദീർഘനിശ്വാസം എടുത്തു. എന്നിട്ട് തുടർന്നു. “അതും ഇതും തമ്മിൽ എന്താണ് ബന്ധം? അതോ.., എല്ലാറ്റിനും ശേഷം അവർ ഫഹറിനെ കൊന്നതാണോ?”

“അതിന് സാധ്യതയുണ്ട്.” എന്നെ അത്ഭുതപ്പെടുത്തിക്കൊണ്ട് മുനീർ പറഞ്ഞു. “അവർ അവനെ കൊന്ന് കടലിൽ തള്ളിയതാവാം.”

ഞങ്ങൾ ഫോണിൽ സംസാരിച്ചപ്പോൾ, അത് ഒരു അപകടമരണമാണെന്നാണ് അയാൾ പറഞ്ഞത്. ഞാൻ മോർച്ചറിയിൽ എത്തിയപ്പോൾ സംശയത്തിന്റെ ഒരു നിഴൽപോലുമില്ലാതെ മുനീർ സംഭവം

വിശദീകരിച്ചു തന്നിരുന്നു. മറ്റൊരു സിറിയൻ കുട്ടി, ലാസ്കിയിൽ നിന്നുള്ള ഫഹറിന്റെ സുഹൃത്ത് മുഹ്താർ സംഭവിക്കുന്നത് എല്ലാം കണ്ടതിനാൽ ഇതൊരു അപകടമാണെന്ന് അദ്ദേഹത്തിന് ഉറപ്പായിരുന്നു. അന്ന് രണ്ടുപേരും ജോലികഴിഞ്ഞു നീന്താൻ പോയിരുന്നു. ഫഹറിന്റെ അസുഖം അന്നത്തെ ദിവസം അവധി ലഭിക്കാനായി പറഞ്ഞ ഒരു നിരുപദ്രവകരമായ നുണയായിരുന്നു. രണ്ട് സുഹൃത്തുക്കളും ആശുപത്രിയിലേക്ക് പോകാതെ കടൽത്തീരത്തെത്തി. ഉച്ചയോടെ മുഹ്താർ ജോലിയിൽ കയറാനായി തിരിച്ചെത്തിയെങ്കിലും ഫഹർ അവിടെത്തന്നെ നിന്നു. അന്ന് രാവിലെ മുഹ്താർ ഫഹർ ജോലി ചെയ്തിരുന്ന ബേക്കറിയിൽ എത്തിയിരുന്നു. സുഹൃത്തിനെ കാണാതായി എന്നറിഞ്ഞപ്പോൾ അവൻ ഭയന്നുപോയി. തന്റെ അച്ഛനോട് കാര്യങ്ങൾ വിശദീകരിച്ചതിനുശേഷം അവർ ഒരുമിച്ച് സ്റ്റേഷനിലേക്ക് പോയി. സംഭവിച്ചതെല്ലാം മുനീറിനോട് അവർ വിശദീകരിച്ചു. പരിചയസമ്പന്നനായ ആ ഇൻസ്പെക്ടർ വിവരങ്ങൾ കേട്ടപാടെ അവർ നീന്താൻ പോയി എന്നു മുഹ്താർ പറഞ്ഞ സ്ഥലത്തേക്ക് രണ്ട് ഉദ്യോഗസ്ഥരെ അയച്ചു. പാറകളിൽ ഫഹറിന്റെ വസ്ത്രങ്ങൾ കണ്ടെത്തിയ ഉദ്യോഗസ്ഥർ കുട്ടി മുങ്ങിമരിച്ചതാണെന്ന് അനുമാനിച്ചു. മുനീർ ഇതെല്ലാം ഞങ്ങളോട് പറഞ്ഞിരുന്നു. എന്നാൽ ഇപ്പോൾ പെട്ടെന്ന് ഫഹർ കൊല്ലപ്പെട്ടിരിക്കാമെന്ന് പറഞ്ഞത് എന്നെ അത്ഭുതപ്പെടുത്തി. വിചിത്രമെന്നു പറയട്ടെ, ഈ വെളിപ്പെടുത്തൽ എന്നെപ്പോലെ അസാധാരണമായി മേദേനിക്ക് തോന്നിയില്ല.

''ആരാ? ആരായിരിക്കും ഫഹറിനെ കൊന്നത്?''

''എനിക്കറിയില്ല.'' മുനീർ പറഞ്ഞു, മേദേനിയിൽ തന്റെ നോട്ടം ഉറപ്പിച്ചു. ''നിങ്ങൾതന്നെ പറയൂ. നിങ്ങൾക്ക് ശത്രുക്കൾ ഉണ്ടായിരുന്നോ? ആരെങ്കിലും ഫഹറിനെ ഉപയോഗിച്ച് കണക്ക് തീർക്കാൻ ആഗ്രഹിക്കുന്നുണ്ടായിരുന്നോ?''

ഇൻസ്പെക്ടറുടെ മനസ്സിൽ എന്താണ് സംഭവിക്കുന്നതെന്ന് പറയാൻ പ്രയാസമായിരുന്നു, പക്ഷേ അദ്ദേഹത്തിന് മേദേനിയെക്കുറിച്ച് സംശയമുണ്ടെന്ന് വ്യക്തമായിരുന്നു. ഈ കടുത്ത ചോദ്യങ്ങൾ കേട്ട് ആ വയോധികൻ ഞെട്ടിപ്പോയി.

''ഇല്ല സാർ. ഞങ്ങൾക്ക് ശത്രുക്കളില്ല. ആർക്കാണ് ഫഹറിനോട് വൈരാഗ്യമുണ്ടാവുക? അവൻ സ്വന്തം കാര്യം നോക്കി നടന്നിരുന്ന ഒരു പാവം കുട്ടിയായിരുന്നു. ഞങ്ങളുടെ ആളുകൾ വളരെ സൂക്ഷിച്ചാണ് ജീവിക്കുന്നത്.''

അയാളുടെ ഈറനണിഞ്ഞ കണ്ണുകൾ വീണ്ടും മൂടിക്കെട്ടിയ മൃതശരീരത്തിലേക്ക് തിരിഞ്ഞു. ''എന്തൊരു നിർഭാഗ്യവാനായ കുഞ്ഞാണവൻ. ആദ്യം മാതാപിതാക്കളെ നഷ്ടപ്പെട്ടു, ഇപ്പോൾ ഇങ്ങനെയും...''

മേദേനി കൈകൾ കൊണ്ട് മുഖം പൊത്തി കരയാൻ തുടങ്ങി. അയാളുടെ വേദന അവഗണിച്ച് മുനീർ നിസ്സംഗതയോടെ എന്നോട് പറഞ്ഞു,

“നമുക്ക് ഈ ശരീരം പോസ്റ്റ്മോർട്ടം ചെയ്യണം. കാര്യങ്ങൾക്ക് രേഖകൾ ഉണ്ടാക്കണം. കൂടാതെ...” അയാൾ മേദേനിയെ നോക്കി. “എനിക്കു ചില സംശയങ്ങൾ ഉണ്ട്. നമുക്ക് അതിന്റെ ഉത്തരം കണ്ടെത്തണം.”

“എന്ത് സംശയം?”

ഞാനല്ല, മേദേനിയാണ് ആ ചോദ്യം ചോദിച്ചത്. അയാൾ പെട്ടെന്ന് മുഖത്തുനിന്ന് കൈകൾ താഴ്ത്തി മുനീറിനെ ആകാംക്ഷയോടെ നോക്കി. “എനിക്ക് നിങ്ങളോട് അത് പറയാൻ കഴിയില്ല.” ഇൻസ്പെക്ടർ പതറാതെ മറുപടി പറഞ്ഞു. “പോസ്റ്റ്മോർട്ടത്തിന്റെ റിസൾട്ട് കിട്ടട്ടെ, എന്നിട്ട് നോക്കാം.”

വൃദ്ധൻ അപേക്ഷാസ്വരത്തിൽ എന്നോടു ചോദിച്ചു. “നിങ്ങൾ അർത്ഥമാക്കുന്നത് ഫഹറിന്റെ ശരീരം കീറി മുറിക്കുമെന്നാണോ?”

മുനീറിൽ എനിക്ക് നല്ല വിശ്വാസമുണ്ടായിരുന്നുവെങ്കിലും എന്താണ് സംഭവിക്കുന്നതെന്ന് അപ്പോഴും ഉറപ്പില്ലായിരുന്നു.

“സാരമില്ല. അതൊക്കെ ആലോചിച്ച് ഇപ്പോഴേ വിഷമിക്കുന്നതെന്തിനാണ്?” ഞാൻ സഹതാപത്തോടെ പറഞ്ഞു. “നിങ്ങൾ പുറത്ത് വെയിറ്റ് ചെയ്യൂ. ഞാൻ ഇൻസ്പെക്ടർ മുനീറുമായി സംസാരിക്കട്ടെ. സാഹചര്യം എന്താണ് എന്ന് നിങ്ങളെ അറിയിക്കാം.”

സന്ദേഹത്തോടെ എന്നെ അല്പനേരം നോക്കി നിന്നതിനുശേഷം വൃദ്ധൻ മറ്റു വഴികളൊന്നുമില്ലാതെ വാതിലിലേക്ക് നീങ്ങി. മേദേനി പോയിക്കഴിഞ്ഞപ്പോൾ മുനീർ പതിയെ ചോദിച്ചു, “ഇയാളെ നിങ്ങൾ എത്രത്തോളം വിശ്വസിക്കുന്നു?”

“സത്യം പറഞ്ഞാൽ, എനിക്ക് അയാളെ അത്ര നന്നായി അറിയില്ല. നിങ്ങൾ എന്തിനാണത് ചോദിച്ചത്?”

അയാൾ ദീർഘമായി ശ്വസിച്ചു.

“ചീഫ്, ഇതാണ് സ്ഥിതി. സിറിയൻ കുടിയേറ്റക്കാരെ ഉപയോഗിച്ച് അവയവക്കടത്ത് നടക്കുന്നുണ്ട്. ഒരു അന്താരാഷ്ട്രശൃംഖല ഈ ആളുകളെ പറ്റിച്ചു കാശുണ്ടാക്കുന്നു. എല്ലാത്തരം അവയവങ്ങൾക്കും പ്രത്യേകം പ്രത്യേകം വിപണിയുണ്ട്. ഈ ബിസിനസ്സിന്റെ ലോകം വളരെ വിശാലമാണ്. പത്രങ്ങളിൽ കാര്യമായ വാർത്തകൾ ഒന്നും വന്നിട്ടില്ലെങ്കിലും ഇതൊക്കെ ഇവിടെ സാധാരണ സംഭവമാണ്.” വെളുത്ത പുതപ്പുകൊണ്ട് മൂടിയ ആ കൊച്ചുശരീരത്തിന് നേരെ അയാൾ തലയാട്ടി. “കുട്ടിക്ക് ശസ്ത്രക്രിയ നടത്തിയ കഥ നിങ്ങളും കേട്ടല്ലോ.”

“അത് ശരിയാണ്. വൃക്ക മാറ്റിവെക്കൽ...”

മുനീറിന്റെ ചുണ്ടിൽ ഒരു പുഞ്ചിരി വിടർന്നു.

“നിങ്ങൾ അത് വിശ്വസിക്കുന്നുണ്ടോ?”

അവൻ കാര്യത്തിലേക്ക് നേരെ കടന്നിരുന്നെങ്കിൽ എന്നെനിക്ക് തോന്നി.

“എന്തുകൊണ്ട് വിശ്വസിക്കാൻ പാടില്ല? അയാൾ എന്തിനാണ് കള്ളം പറയുന്നത്?”

മുനീർ ശാന്തമായി വിശദീകരിക്കാൻ തുടങ്ങി.

“മേദേനി കള്ളം പറയുകയാണെന്ന് ഞാൻ പറഞ്ഞില്ല. പക്ഷേ ഇത് വിചിത്രമാണെന്ന് നിങ്ങൾക്ക് തോന്നിയില്ലേ? ചിന്തിക്കൂ. ഒരു സിറിയൻ കുടിയേറ്റക്കാരൻ കുട്ടിക്ക് വൃക്ക മാറ്റിവയ്ക്കൽ നടത്തുന്നു. ആരോഗ്യമുള്ളവർക്ക് ഇവിടെ സഹായം ലഭിക്കുന്നില്ല. എന്നിട്ടും അവർ രോഗിയായ ഒരു കുട്ടിക്ക് പ്രത്യേക പരിചരണം നൽകുന്നു. ഇല്ല ചീഫ്, അത് വിശ്വസനീയമല്ല. എന്റെ സംശയം എന്തെന്നു നിങ്ങൾ ചോദിച്ചാൽ അവർ കുട്ടിയുടെ വൃക്ക മോഷ്ടിച്ചു എന്നു ഞാൻ പറയും.”

അവന്റെ വാക്കുകളിൽ നാശം പിടിച്ച ഒരു പിശാച് കുടിയിരിക്കുന്നു എന്നെനിക്ക് തോന്നി. എന്റെ ശബ്ദം സ്വാഭാവികമായി അല്പം ഉയർന്നു.

“മറ്റുള്ളവർ ചെയ്താലും മേദേനിക്ക് അതുമായി എന്ത് ബന്ധമാണുള്ളത്? അവർ രണ്ടു സ്ഥലങ്ങളിൽ ആയിരുന്ന കാലത്താണ് ഓപ്പറേഷൻ നടന്നതെന്ന് പറഞ്ഞതാണല്ലോ.”

“നോക്കൂ ചീഫ്, ഈ കേസ് ഞാൻ അന്വേഷിക്കണമെന്ന് നിങ്ങളാണ് ആവശ്യപ്പെട്ടത്.” മുനീർ പ്രതിരോധസ്വരത്തിൽ പറഞ്ഞു.

“എനിക്ക് ഉണ്ടായിരുന്ന മറ്റ് കേസുകൾ മാറ്റിവെച്ച് ഞാൻ ഈ പ്രശ്നം പരിഹരിക്കാൻ ഇറങ്ങിയതാണ്. നിങ്ങൾക്ക് എന്റെ അഭിപ്രായം ആവശ്യമില്ലെങ്കിൽ വിട്ടു കളയൂ. ഞാൻ എന്റെ സ്വന്തം ജോലിയിലേക്ക് മടങ്ങിക്കൊള്ളാം.”

അയാൾ പറഞ്ഞത് പൂർണ്ണമായും ശരിയായിരുന്നു.

“എന്നോട് ക്ഷമിക്കണം മുനീർ. ഈ കുട്ടി വളരെ ചെറുപ്പമാണ്. എനിക്ക് ഈ മോർച്ചറികളിൽ കയറിയിറങ്ങി വലിയ ശീലമില്ല. ഞാൻ ക്ഷമ ചോദിക്കുന്നു. ഈ കേസന്വേഷിച്ചതിന് നന്ദി. ഞാൻ ശ്രദ്ധിക്കുകയാണ്. പറഞ്ഞോളൂ.”

അവന്റെ ക്ഷീണിച്ച മുഖത്ത് ഒരു ദാർശനികഭാവം പ്രത്യക്ഷപ്പെട്ടു.

“മാപ്പ് പറയേണ്ട കാര്യമില്ല. പക്ഷേ ആ മനുഷ്യൻ ശരീരം മുഴുവൻ പരിശോധിച്ച രീതി നിങ്ങൾ സ്വയം കണ്ടതാണ്. അയാൾ പരിഭ്രാന്തനായിരുന്നു. കുട്ടിയുടെ അവയവം മോഷ്ടിച്ചതായി അയാൾക്ക് സംശയമുണ്ടായിരുന്നിരിക്കാം. ഫഹറിനെ കൊലപ്പെടുത്താനുള്ള കാരണം അതാവാം. ഇത് എന്നെ അൽപ്പം ആശയക്കുഴപ്പത്തിലാക്കിയിട്ടുണ്ട് എന്നു സമ്മതിക്കുന്നു. അവൻ മുങ്ങിമരിച്ചതാകാമെന്നാണ് ഇപ്പോഴും എന്റെ വിശ്വാസം. പക്ഷേ എനിക്ക് തെറ്റ് പറ്റാം. അതുകൊണ്ടാണ് നമുക്ക് ഒരു പോസ്റ്റുമോർട്ടം വേണ്ടത്.”

ഇപ്പോൾ എനിക്കയാളെ മനസ്സിലായിത്തുടങ്ങി. പക്ഷേ മേദേനിയുടെ നിരാശയും അഭ്യർത്ഥനയും നിറഞ്ഞ മുഖം പൊടുന്നനെ എന്റെ മനസ്സിലേക്ക് കടന്നു വന്നു. “ഈ മനുഷ്യൻ തന്റെ രക്തത്തിൽപ്പിറന്ന

അനന്തരവന്റെ വൃക്ക വിറ്റുവെന്നാണോ നിങ്ങൾ പറയുന്നത്?'' എനിക്ക് ചോദിക്കാതിരിക്കാൻ കഴിഞ്ഞില്ല.

അയാൾ നിഷേധാർത്ഥത്തിൽ ഒരു ആംഗ്യം കാട്ടി.

''എനിക്ക് അതൊന്നും അറിയില്ല. പക്ഷേ, സിറിയൻ കുട്ടികൾക്ക് സംഭവിക്കുന്ന കാര്യങ്ങളെപ്പറ്റി കേട്ടാൽ നിങ്ങളും ആശയക്കുഴപ്പത്തിലാകുമെന്ന് എനിക്ക് ഉറപ്പുണ്ട്. ദാരിദ്ര്യം മനുഷ്യരെക്കൊണ്ട് എല്ലാത്തരം ക്രൂരതകളും ചെയ്യിക്കും. അനന്തരവന്മാരെ വിടൂ, സ്വന്തം മക്കളുടെ അവയവങ്ങൾ വിൽക്കുന്ന കുടുംബങ്ങളെ ഞാൻ കണ്ടിട്ടുണ്ട്. ഇതൊക്കെ കേട്ടിട്ട് എന്ത് പ്രയോജനം എന്നു നിങ്ങൾ ചിന്തിക്കുന്നുവെങ്കിൽ അത് വേറെ കാര്യം. പക്ഷേ മരണകാരണം അറിയണമെങ്കിൽ ഫഹറിനെ പോസ്റ്റുമോർട്ടം ചെയ്യണം. എന്തായാലും പ്രോസിക്യൂട്ടർ അത് ആവശ്യപ്പെടും.''

ദൈവം നിഗൂഢമായ രീതികളിലാണ് പ്രവർത്തിക്കുന്നത്

ആ സായാഹ്നത്തിൽ എവ്ജീനിയയുടെ അടുത്ത് ഒരു അത്ഭുതം എന്നെ കാത്തിരിക്കുന്നുണ്ടായിരുന്നു. ഞാൻ വേദനയും ആശയക്കുഴപ്പവും കലർന്ന മാനസികാവസ്ഥയിലായിരുന്നു ടാറ്റവ്‌ലയിൽ പ്രവേശിച്ചത്. കുട്ടി മരിച്ചുവെന്ന് എവ്ജീനിയയോട് എങ്ങനെ പറയും എന്ന ഭയമായിരുന്നില്ല അതിന് കാരണം. അവൾക്കത് നേരത്തെ അറിയാമായിരുന്നു. ഞാൻ അവളോട് വിവരം ഫോണിൽ പറഞ്ഞിരുന്നു. അത് കേട്ട നിമിഷം അവൾ മൂക്ക് വലിച്ച് കരയാൻ തുടങ്ങി, ''അയ്യോ.. ആ പാവം കുട്ടി...''

ഞാൻ അവൾ സമനില കൈവരിക്കാനായി കാത്തിരുന്നു. കുറച്ച് സമയത്തിനുശേഷം അവൾ ഇടറിയ തൊണ്ടയോടെ പറഞ്ഞു, ''പാവം പയ്യൻ... ഇങ്ങനെയുള്ള എന്തോ അസുഖങ്ങൾ ഉണ്ടായിരുന്നുവെന്ന് തോന്നുന്നു. ചില ആളുകൾ ഭാഗ്യമില്ലാത്തവരായാണ് ജനിക്കുന്നത്.''

ഇത്ര മാത്രമേ അവൾ പറഞ്ഞുള്ളൂ. അല്ലെങ്കിലും എന്താണ് അതിൽ കൂടുതൽ പറയാനുള്ളത്? സത്യത്തിൽ ഇന്ന് വൈകുന്നേരം ടാറ്റവ്‌ലയിലേക്ക് പോകാൻ എനിക്ക് പദ്ധതിയുണ്ടായിരുന്നില്ല. എന്നാൽ എവ്ജീനിയയുടെ സങ്കടം നിറഞ്ഞ ശബ്ദം കേട്ടപ്പോൾ എന്റ മനസ്സ് മാറി. അവളെ ആ അവസ്ഥയിൽ തനിയെ ഉപേക്ഷിക്കാൻ എനിക്ക് തോന്നിയില്ല. കുർതുലൂസിലേക്ക് പോകാൻ തീരുമാനിച്ച ഞാൻ മേദേനിഗ്ഗും ലിഫ്റ്റ് കൊടുത്തു. ഞാൻ അയാളെ കൂടെ വരാൻ ക്ഷണിക്കുകയും ചെയ്തു. പക്ഷേ അയാൾക്ക് വരാൻ താൽപ്പര്യമുണ്ടായിരുന്നില്ല.

''എന്റെ ഭാര്യയോട് ഈ മോശം വാർത്ത എനിക്ക് നേരിട്ട് പറയണം.'' അയാൾ ശാന്തനായി പറഞ്ഞു. ''പറയാതെയിരിക്കുന്നത് അവളെ കൊല്ലുന്നതിന് തുല്യമാണ്. മറച്ചുവയ്ക്കുന്നത് ശരിയല്ല. എപ്പോഴെങ്കിലും അറിയാതിരിക്കില്ല. അവൾ കരയും, നെഞ്ചത്ത് ഇടിക്കും, പക്ഷേ അവസാനം അവൾ അത് അംഗീകരിക്കും.''

ഞാൻ ആ വൃദ്ധനെ സംശയത്തോടെ നോക്കി. മേദേനി തീരെ അസ്വസ്ഥനായിരുന്നില്ല. നേരെ മറിച്ച് അയാൾക്ക് ആശ്വാസമുണ്ട് എന്നു തോന്നി. ആളുകളെ വിധിക്കാൻ എനിക്ക് താല്പര്യമില്ല. പക്ഷേ ഇന്നലെ

എന്നോട് സഹായത്തിനായി അഭ്യർത്ഥിച്ച തകർന്ന മനുഷ്യനു പകരം സാഹചര്യങ്ങളെ ധൈര്യത്തോടെ നേരിടുന്ന ഒരാൾ പ്രത്യക്ഷപ്പെട്ടിരിക്കുന്നു. വലിയ വിപത്തുകൾ അനുഭവിക്കുന്നവർ വേദനകളുമായി ഇണങ്ങിച്ചേരുമെന്ന് ഒരിക്കൽ ഞാൻ വായിച്ചിട്ടുണ്ട്. ഒരുപക്ഷേ മേദേനി ആ മാനസികാവസ്ഥയിലായിരിക്കണം. ആഭ്യന്തരയുദ്ധത്തിൽ അദ്ദേഹത്തിന് നിരവധി പ്രിയപ്പെട്ടവരെ നഷ്ടപ്പെട്ടു, പെട്ടെന്നുള്ള ഈ മരണങ്ങൾ അയാളെ സാരമായി ബാധിച്ചുവെന്ന് എനിക്ക് തോന്നി. ഞാൻ നിശ്ശബ്ദമായി കുറ്റപ്പെടുത്തുന്നുവെന്ന് അയാൾക്ക് തോന്നിയിരിക്കണം. അയാൾ വിശദീകരിച്ചു, ''ദൈവം നിഗൂഢമായ രീതിയിലാണ് പ്രവർത്തിക്കുന്നത് നെവ്സാറ്റ് സാറേ. നല്ലതും ചീത്തയും അവനിൽ നിന്നു തന്നെയാണ് വരുന്നത്. എല്ലാത്തിനും ഒരു കാരണമുണ്ട്.''

അഭയം തേടാൻ എപ്പോഴും ദൈവമുണ്ടായിരിക്കുന്നത് നല്ല കാര്യമാണ്. അല്ലാത്തപക്ഷം ഈ ജീവിതത്തെ നമ്മൾ എങ്ങനെ നേരിടും? ഒന്നും പറയാതെ ഞാൻ വണ്ടിയുടെ വേഗം കൂട്ടി. വൈകുന്നേരത്തെ സ്ഥിരം ഗതാഗതക്കുരുക്ക് ഇന്ന് സാധാരണയിലും കൂടുതലായിരുന്നു. ഒരു ദീർഘദൂര യാത്രയായിരുന്നിട്ട് പോലും എനിക്ക് സംസാരിക്കാൻ തോന്നിയില്ല. മേദേനിയും വ്യത്യസ്തനായിരുന്നില്ല. ഫെറിക്കോയിയിലെ ഇമിഗ്രന്റ് ഹൗസിംഗ് സെന്റർ വരെ ആ മനുഷ്യൻ തന്റെ സീറ്റിൽ ചുരുങ്ങിക്കൂടി ഒറ്റയിരുപ്പ് ഇരുന്നു. കാറിൽ നിന്നിറങ്ങുമ്പോൾ അയാൾ ചോദിച്ചു, ''അവർ എപ്പോഴാണ് ശവസംസ്കാരം നടത്തുക?''

അതിനുത്തരം എനിക്കറിയില്ലായിരുന്നു. പക്ഷേ ആശ്വസിപ്പിക്കുന്ന എന്തെങ്കിലും പറയേണ്ടിയിരുന്നു. ''വിഷമിക്കേണ്ട, അത്തരം കാര്യങ്ങൾക്ക് അധികസമയം എടുക്കില്ല.'' ഭാരമേറിയ ഒരു പുഞ്ചിരിയോടെ അയാൾ തലയാട്ടി.

''നന്ദി സാറേ.'' അയാൾ വീണ്ടും എന്റെ നേർക്ക് കൈ നീട്ടി. അധികപ്പറ്റ് എന്നു തോന്നിച്ച ഈ ആദരവിനോട്ട് അനിഷ്ടം കാട്ടുന്നതിൽ നിന്ന് ഞാൻ കഷ്ടിച്ച് രക്ഷപ്പെട്ടു. മെല്ലെ കാറിന്റെ ഡോർ അടച്ചതിന് ശേഷം ഷെൽട്ടറിലേക്ക് മേദേനി പോകുന്നത് ഞാൻ നോക്കിനിന്നു. അയാളുടെ ഭാര്യ ആ കുടിയേറ്റ ക്യാമ്പിലെ ആത്മാവില്ലാത്ത മുറികളിലൊന്നിൽ കാത്തിരിക്കുന്നുണ്ട്. അയാളുടെ നേർത്ത രൂപം ദൂരെ മറയുന്നതുവരെ നോക്കി നിന്നിട്ട് ഞാൻ എന്റെ പ്രിയതമയെ ലക്ഷ്യമാക്കി വണ്ടി കുർതുലുസിനു നേരെ തിരിച്ചു.

കഴിക്കാൻ ആരും ഇതുവരെ എത്തിയില്ലെങ്കിലും ഞാൻ എത്തിയപ്പോൾ ടാറ്റവ്ലയുടെ ഇടനാഴിയിൽ സന്തോഷകരമായ ചിരി മുഴങ്ങിക്കേൾക്കാമായിരുന്നു. അടുക്കളയിൽ നിന്ന് പാത്രങ്ങളുടെ കിലുക്കം കേൾക്കാം. വെള്ളം ഒഴുകി വീഴുന്നതുപോലെ ആ ചിരി മുഴങ്ങിക്കൊണ്ടേയിരുന്നു. ആരായിരിക്കും ഇത്? പുറത്തെ ചൂടിന്റെ ഭാരവുമായി പൂന്തോട്ടത്തിനകത്തേക്ക് വന്നയുടനെ എന്റെ ജിജ്ഞാസ ശമിച്ചു. അവർ രണ്ടുപേരും മരങ്ങൾക്കുചുറ്റും മിന്നുന്ന മഞ്ഞ വിളക്കുകളുടെ ചുവട്ടിൽ ചുറ്റി നടക്കുന്നത് കാണാമായിരുന്നു. ഞാൻ എവ്ജീനിയയെ തിരിച്ചറിഞ്ഞു. അവളോടൊപ്പം ആ ചെറിയ സിറിയൻ പെൺകുട്ടി,

മേദേനിയുടെ മരുമകൾ അസീസ് ഉണ്ടായിരുന്നു. അവൾ സന്തോഷത്തോടെ ഓടിനടക്കുകയായിരുന്നു. പെൺകുട്ടി മാത്രമല്ല, എവ്ജീനിയയും കളിയിൽ പൂർണമായി മുഴുകിയിരുന്നു. പൂന്തോട്ടത്തിലെ ഒരേയൊരു അത്തിമരത്തിന്റെ പിന്നിൽ എവ്ജീനിയ ഒളിച്ചിരിക്കുകയാണ്. ഞാൻ അടുത്തെത്തിയതുപോലും അവൾ ശ്രദ്ധിച്ചില്ല. ശബ്ദമുണ്ടാക്കാതെ അടുത്തെത്തിയിട്ട് തോളിൽ തൊട്ടപ്പോൾ അവൾ ചാടിയെഴുന്നേറ്റു.

‘‘അയ്യോ എന്നെ പിടിച്ചല്ലോ.’’ അവൾ ആഹ്ലാദത്തോടെ പറഞ്ഞു, തിരിഞ്ഞുനോക്കിയപ്പോൾ അവൾ ഞെട്ടിപ്പോയി. ‘‘നെവ്സാറ്റ്! നിങ്ങളോ? എപ്പോഴെത്തി?’’ അവൾ ഒന്നു നിർത്തി. മേദേനിയെപോലെ അവൾ തെറ്റിദ്ധരിച്ചു. അവളുടെ ഈ കളിചിരികൾ എനിക്ക് വിചിത്രമായി തോന്നുന്നുവെന്ന് അവൾ കരുതി എന്ന് എനിക്ക് മനസ്സിലായി.

‘‘ഞാൻ അസീസിനെ കൂട്ടിക്കൊണ്ടുവന്നു. ഫഹർ മരിച്ചുവെന്ന് അവൾ അറിയരുത് എന്നു തോന്നി. മേദേനിയുടെ ഭാര്യയോടും വാർത്ത ഞാൻ പറഞ്ഞില്ല. ഒഴികഴിവ് പറഞ്ഞ് കുട്ടിയെ കൂട്ടിക്കൊണ്ടു വന്നു.’’

‘‘അത് കൊള്ളാം.’’ അവളുടെ കവിളിൽ ഒരു മുത്തം നൽകുന്നതിന് മുമ്പ് ഞാൻ പറഞ്ഞു. ‘‘നീ ചെയ്തത് നന്നായി എവ്ജീനിയ.’’

പിടിച്ചുനിൽക്കാനാവാതെ അവൾ എന്റെ കൈകളിലേക്ക് വീണു. കരച്ചിലിന്റെ വക്കിലായിരുന്ന അവൾ എന്റെ നെഞ്ചിലേക്ക് മുഖം പൂഴ്ത്തി.

‘‘ഹേയ്... കരയല്ലേ എന്റെ പെണ്ണേ. ആ കുട്ടി ഇത് കാണില്ലേ? നീ അവളെ കൊണ്ടുവന്നതിന് ഒരു പ്രയോജനവും ഇല്ലാതായിപ്പോകും.’’

നനഞ്ഞ കണ്ണുകൾ നിഷ്കളങ്കമായി ചിമ്മിക്കൊണ്ട് അവൾ അകന്നുമാറി. ചുവന്ന വസ്ത്രത്തിൽ ഒരു സന്ധ്യാപുഷ്പംപോലെ മനോഹരിയായ അസീസ് ഞങ്ങളുടെ അടുത്തേക്ക് വന്നു. എവ്ജീനിയയെ തൊട്ടുകൊണ്ട് അവൾ പറഞ്ഞു. ‘‘കിട്ടിപ്പോയി!’’

എവ്ജീനിയ അസീസിനെ ഒന്നു നോക്കിയിട്ട് അവളെ ഇരുകൈകളുംകൊണ്ട് കോരിയെടുത്ത് കവിളുകളിൽ ഭ്രാന്തമായി ഉമ്മ വച്ചുതുടങ്ങി.

‘‘അയ്യോ, എനിക്ക് നിന്നെ തിന്നണമെന്ന് തോന്നുന്നു.’’

ഒരു നിമിഷത്തേക്ക് അവൾ തന്റെ സങ്കടം മറന്നു. അത് കണ്ടു സന്തോഷിക്കുന്നതിന് പകരം എന്റെ ഉള്ളം ഇളകി മറിഞ്ഞു. എന്താണ് തോന്നിയത് എന്ന് കൃത്യമായി വിശദീകരിക്കാൻ കഴിയില്ലെങ്കിലും, അത് സന്തോഷമായിരുന്നില്ല എന്നുറപ്പായിരുന്നു. അത് അസൂയയായിരുന്നോ അതോ ഞാൻ സ്നേഹിക്കുന്ന സ്ത്രീയെ ഒരു ചെറിയ പെൺകുട്ടിയാണെങ്കിൽക്കൂടി മറ്റൊരാളുമായി പങ്കിടാനുള്ള മനസ്സില്ലായ്മയാണോ? മഹാ മോശം! ഞാൻ സമ്മതിക്കുന്നു. അസുഖകരമായ, വൃത്തികെട്ട വികാരം. എവ്ജീനിയയുടെ ചുംബനങ്ങളിൽനിന്ന് മോചിതയായ ആ കൊച്ചു പെൺകുട്ടി എന്റെ നേരെ തിരിഞ്ഞു.

''ഞാൻ ജയിച്ചു. ഞാൻ ജയിച്ചു...'' അവൾ തന്റെ ചെറിയ വിരലുകൾകൊണ്ട് മൂന്നിന്റെ അടയാളം കാട്ടി. ''പലതവണ.''

''മിടുക്കി! നന്നായി.'' വികാരങ്ങൾ നിയന്ത്രിച്ചുകൊണ്ട് ഞാൻ പറഞ്ഞു. എന്റെ കമന്റ് നന്നായിരുന്നെങ്കിലും വികാരങ്ങളില്ലാത്ത യാന്ത്രികമായ ഒന്നായിരുന്നു അത്. അതുകൊണ്ടുതന്നെ അത് ആവർത്തിക്കണമെന്ന് എനിക്ക് തോന്നി. ''വളരെ നല്ലത് അസീസ്. ബ്രാവോ!''

എവ്ജീനിയ എന്റെ അവസ്ഥ കണ്ടതേയില്ല. അവളുടെ മനസ്സ് മുഴുവൻ ആ കൊച്ചുപെൺകുട്ടിയിലായിരുന്നു. അവൾ സങ്കടമഭിനയിച്ചുകൊണ്ട് പറഞ്ഞു. ''അസീസ് എപ്പോഴും വിജയിക്കും. ഇനി എന്ത് ചെയ്യണമെന്ന് എനിക്കറിയില്ല, ഞാൻ സത്യമാണ് പറയുന്നത്. ഞാൻ എവിടെ ഒളിച്ചാലും അവൾ എന്നെ കണ്ടെത്തും.''

''ഞാൻ കണ്ടുപിടിക്കും.'' അസീസ് അവൾ പറഞ്ഞത് സന്തോഷത്തോടെ സ്ഥിരീകരിച്ചു. ''എപ്പോഴും ഞാൻ കണ്ടുപിടിക്കും. വാ, നമുക്ക് ഇനിയും കളിക്കാം.''

എവ്ജീനിയ തളർന്നിരുന്നു.

''നമുക്ക് കുറച്ചു കഴിഞ്ഞു കളിക്കാം അസീസ്. നീ നല്ല കുട്ടിയല്ലേ? എനിക്ക് നെവ്സാറ്റ് അമ്മാവനുമായി കുറച്ച് കാര്യങ്ങൾ സംസാരിക്കാനുണ്ട്.'' അവൾ കുട്ടിയെ ഒക്കത്തുനിന്ന് താഴെ ഇറക്കി. ''പൊയ്ക്കൊ. അകത്തേക്ക് ഓടിക്കോ. ഇഹ്സാൻ അമ്മാവനോട് മേശ ഒരുക്കാൻ പറയൂ. അയാൾക്ക് നിന്റെ സഹായം വേണമെന്നാണ് തോന്നുന്നത്.''

പെൺകുട്ടിക്ക് ഒട്ടും സന്തോഷം തോന്നിയില്ലെങ്കിലും അവൾ എതിർത്തില്ല.

''ശരി.'' അവൾ പറഞ്ഞു. ആ നേർത്ത ചുണ്ടിൽ ഒരു പുഞ്ചിരി വിരിഞ്ഞു. ''ഞാൻ ഇഹ്സാൻ അമ്മാവന്റെ അടുത്തേക്ക് പോകാം.'' തന്റെ ചുള്ളിക്കമ്പ് പോലെയുള്ള കാലുകൾ വലിച്ചുകൊണ്ട് അവൾ നടന്നുപോകുന്നത് ഞങ്ങൾ നോക്കി നിന്നു.

''ഞാൻ അസീസിനെ വളർത്താൻ പോകുന്നു.''

അവൾ പറഞ്ഞത് എനിക്ക് ആദ്യം ഉൾക്കൊള്ളാൻ കഴിഞ്ഞില്ല.

''എന്ത്?''

''ഞാൻ അസീസിനെ എന്റേതാക്കാൻ പോകുന്നു നെവ്സാറ്റ്.''

അല്ല, അവൾ ചോദിക്കുകയല്ല. തന്റെ ദൃഢനിശ്ചയം കലർന്ന ശബ്ദത്തിൽ അവൾ ഉറപ്പിച്ചു പറയുകയായിരുന്നു.

''നീ എന്ത് ചെയ്യാൻ പോവുകയാണ്?''

അത് പറയാൻ അവൾക്ക് അല്പംപോലും മടി ഉണ്ടായിരുന്നില്ല.

''ഞാൻ അവളെ ദത്തെടുക്കും. അസീസ് എന്റെ മകളായി ജീവിക്കും.''

എന്റെ മനസ്സിൽ എന്താണ് നടക്കുന്നതെന്ന് എന്തെങ്കിലും ധാരണയുണ്ടെങ്കിൽ അവൾ എന്നെ ഒരു ചൂടുള്ള ഉരുളക്കിഴങ്ങുപോലെ വലിച്ചെറിയുമായിരുന്നു. ഇനി എന്ത് പറയാൻ? എന്തായാലും അവൾ എന്നെ

സംസാരിക്കാൻ അനുവദിച്ചില്ല. എന്റെ അഭിപ്രായം ചോദിച്ചില്ല. അവൾ അത് എന്നോട് പറയാൻ വെമ്പുകയായിരുന്നു.

''ഞാൻ തിരക്കുപിടിച്ചു തീരുമാനങ്ങൾ എടുക്കുകയാണ് എന്നു നിങ്ങൾ കരുതിയേക്കും. പക്ഷേ അങ്ങനെയല്ല. ഫഹറിന്റെ മരണത്തെക്കുറിച്ച് കേട്ടപ്പോൾ മുതൽ ഞാൻ ചിന്തിച്ചത് ഇത് മാത്രമാണ്.'' അവളുടെ പച്ചക്കണ്ണുകൾ എന്റെ മേൽ തറഞ്ഞുനിന്നു.

''ഒരുപക്ഷേ ഞാൻ അതിന് മുമ്പുതന്നെ അബോധപൂർവ്വം ചിന്തിച്ചിരിക്കാം. കണ്ട നിമിഷം മുതൽ ഞാൻ അസീസിനെ സ്നേഹിച്ചു. ഞങ്ങൾക്കിടയിൽ ഒരു ആത്മബന്ധം ഉണ്ടായിരുന്നു.''

എന്റെ നിശ്ശബ്ദത അവളുടെ ശ്രദ്ധയിൽപെട്ടുവെന്ന് തോന്നുന്നു.

''ദയവുചെയ്ത് എന്നെ എതിർക്കരുത് നെവ്സാറ്റ്. ഈ തീരുമാനത്തിൽനിന്ന് ഞാൻ പിന്നോട്ട് പോകില്ല. ഒരു തരത്തിൽ അല്ലെങ്കിൽ മറ്റൊരു വിധത്തിൽ ഞാൻ ഈ കുട്ടിയെ ദത്തെടുക്കും.''

അവൾ കാണാനായി ഞാൻ പണിപ്പെട്ട് പുഞ്ചിരിച്ചു. ചിന്തകൾ വേറെ ആയിരുന്നുവെങ്കിലും മാന്യമായ രീതിയിൽ പ്രതികരിക്കേണ്ടിയിരുന്നു.

''ഞാൻ എന്തിനാണ് നിന്നെ എതിർക്കുന്നത്? എനിക്ക് അഭിനന്ദിക്കാൻ മാത്രമേ കഴിയൂ. ശരിയായ തീരുമാനമാണ് നീ എടുത്തത്. അസീസിനെ നീ ദത്തെടുക്കണം. ഏറ്റവും ചുരുങ്ങിയത് ഒരു കുട്ടിയെ എങ്കിലും രക്ഷിച്ചു എന്നു നിനക്ക് ആശ്വസിക്കാം.''

എവ്ജീനിയയ്ക്ക് ആശ്വാസമായി. അവളുടെ മുഖത്ത് നിന്ന് ആശങ്കയുടെ കാർമേഘങ്ങൾ മാഞ്ഞുപോയി. അവൾ വീണ്ടും എന്റെ കൈകളിലേക്ക് ആഹ്ലാദത്തോടെ ചാഞ്ഞു.

''ഓ, നെവ്സാറ്റ്. ഇതുകൊണ്ടാണ് ഞാൻ നിങ്ങളെ ഇങ്ങനെ സ്നേഹിക്കുന്നത്. ലോകത്തിലെ ഏറ്റവും മനോഹരമായ ഹൃദയമുള്ള മനുഷ്യനാണ് നിങ്ങൾ.''

എനിക്ക് മനോഹരമായ ഒരു ഹൃദയം ഇല്ലായിരുന്നു. ഞാൻ ഒരു നുണയനായിരുന്നു. തനിക്ക് തോന്നിയത് പറയാൻ ഭയപ്പെടുന്ന ഒരു ഭീരുവാണ് ഞാൻ. പക്ഷേ ഞാൻ എവ്ജീനിയയെ ശക്തമായി പിന്തുണച്ചു. അത് അവൾക്ക് വേണ്ടിയായിരുന്നില്ല, മറിച്ച് എനിക്ക് വേണ്ടി തന്നെയായിരുന്നു. ഉള്ളിലെ ഈ ഭയാനകമായ വികാരത്തിൽനിന്ന് എന്നെ രക്ഷിക്കാൻ വേണ്ടി. ന്യായബോധമുള്ള ഒരു വ്യക്തിയാകാൻ വേണ്ടി.

''നീ അടിമുടി ഒരു സുന്ദരിയാണ്.'' ഞാൻ പറഞ്ഞു, എന്റെ ശബ്ദം ശാന്തമായി. ''സുന്ദരമായ ഹൃദയവും മനോഹരമായ മുഖവുമുള്ള ഒരാളാണ് നീ.''

അവൾ വികാരാധീനയായി. ആ കണ്ണുകൾ വീണ്ടും നനഞ്ഞു.

''നമ്മൾ അവരിൽ ഒരാളെ മാത്രമേ രക്ഷിക്കുന്നുള്ളൂ. മറ്റുള്ളവരുടെ അവസ്ഥ എന്താകും? ഈ സിറിയൻ കുട്ടികൾ മരിക്കുന്ന വാർത്ത

എല്ലാ ദിവസവും കാണാം. മരണത്തേക്കാൾ മോശമായ കാര്യങ്ങളും അവർക്ക് സംഭവിക്കുന്നുണ്ട്. ഇത് എങ്ങനെ അവസാനിക്കും?''

ഇത് ശരിയാകും, ഈ സമയവും കടന്നുപോകും, ലോകം സാഹോദര്യത്തിന്റെ പൂന്തോട്ടമായി മാറും, നാമെല്ലാവരും ആനന്ദത്തിൽ ജീവിക്കും എന്നൊക്കെ പറയാൻ ഞാൻ ആഗ്രഹിച്ചു. പക്ഷേ സ്വയം വിശ്വസിപ്പിക്കാൻ കഴിയാത്ത ആ നുണ ഇനിയും ആവർത്തിക്കാൻ എനിക്ക് കഴിഞ്ഞില്ല.

''ഈ ലോകം എപ്പോഴുമുള്ളതുപോലെതന്നെ ആയിരിക്കും.'' ഞാൻ പറഞ്ഞു. ''ഞാൻ ഭയക്കുന്നു എന്നതിന് കാര്യങ്ങൾ നല്ലതല്ല എന്നും അർത്ഥമുണ്ട്. ലോകം പണ്ട് മുതൽക്ക് തന്നെ ഭയാനകമായ ഒരു സ്ഥലമായിരുന്നു. ആളുകൾ നിന്ദ്യരായിരുന്നു. ഇപ്പോഴും കാര്യങ്ങൾ അങ്ങനെയൊക്കെ തന്നെയാണ്. ഒരുപക്ഷേ അതിലും മോശമാണ്. ഞാൻ ഒരു ദോഷൈകദൃക്കാണ്. ഭാവിയിൽ എനിക്ക് പ്രതീക്ഷ നഷ്ടപ്പെട്ടു എവ്ജീനിയ. എനിക്ക് ഒരുപാട് തവണ നിരാശപ്പെടേണ്ടി വന്നിട്ടുണ്ട്. ഇനി പ്രതീക്ഷിക്കാൻ ഞാൻ ആഗ്രഹിക്കുന്നില്ല.''

അവളുടെ തിളങ്ങുന്ന മുഖത്ത് ആശങ്കയുടെ നിഴൽ പടർന്നു.

''എന്തിനാ അങ്ങനെ പറയുന്നത്? നിനക്ക് എന്തെങ്കിലും അറിയാമോ? അവർ എനിക്ക് അസീസിയെ തരില്ലേ? മേദേനി പ്രശ്നം ഉണ്ടാക്കുമോ?''

അവളുടെ ശ്രദ്ധ മുഴുവൻ ആ പെൺകുട്ടിയിൽ കേന്ദ്രീകരിച്ചിരുന്നു, ഞാൻ എന്ത് പറഞ്ഞാലും അവൾ അസീസുമായി ബന്ധിപ്പിക്കും. ഞാൻ അവളുടെ തോളിൽ കൈ വച്ചു.

''അല്ല, അതല്ല ഞാൻ പറഞ്ഞത്.'' പക്ഷേ ആ വാക്കുകൾ ഉച്ചരിക്കുമ്പോഴും മോർച്ചറിയിൽ വെച്ച് മുനീർ പറഞ്ഞത് ഞാൻ ഓർക്കുകയായിരുന്നു. ''ദാരിദ്ര്യം ഒരു വ്യക്തിയെക്കൊണ്ട് എല്ലാത്തരം ക്രൂരതകളും ചെയ്യിക്കും. കുടുംബങ്ങൾ അനന്തരവന്മാരുടേത് അല്ല സ്വന്തം കുട്ടികളുടെ അവയവങ്ങൾ വിൽക്കുന്നത് ഞാൻ കണ്ടിട്ടുണ്ട്.'' എന്തിനധികം പറയുന്നു, അയാൾ മെദേനിയെക്കുറിച്ചാണ് സംസാരിച്ചത് എന്നതിൽ സംശയമില്ല. പക്ഷേ ഇതെല്ലാം എവ്ജീനിയയുമായി പങ്കിടുന്നതിൽ ഒരു അർത്ഥവുമില്ല.

''മേദേനി പ്രശ്നമുണ്ടാക്കുമെന്ന് ഞാൻ കരുതുന്നില്ല. അയാളുടെയും ഭാര്യയുടെയും കൈയിൽ പിടിച്ചു നില്ക്കാൻ ഇനി അധികമൊന്നും ഇല്ല. അസീസിയെ നീ ദത്തെടുക്കുന്നതിൽ അവർ സന്തോഷിക്കുമെന്നാണ് എന്റെ തോന്നൽ. എന്തായാലും നമുക്ക് നിയമപ്രശ്നങ്ങൾ എല്ലാം പരിശോധിക്കണം.''

അവളുടെ പച്ചക്കണ്ണുകളിലെ അസ്വസ്ഥത വിട്ടുമാറിയില്ല.

''നിയമങ്ങളല്ല പ്രധാനം. മേദേനി സമ്മതം നൽകണം. അവർക്ക് ഫഹറിനെ നഷ്ടപ്പെട്ടു, അസീസിനെ വളർത്തണമെന്ന് അയാൾ പറഞ്ഞാലോ?''

ഞാൻ തോൾ കുലുക്കി.

''അയാൾ അങ്ങനെ ചെയ്യുമോ എന്നെനിക്ക് സംശയമുണ്ട്. സ്വന്തം വയറു നിറയ്ക്കാനുള്ള ഭക്ഷണം കണ്ടെത്താൻ അയാൾക്ക് ബുദ്ധിമുട്ടാണ്. അയാൾ അസീസിയെ എങ്ങനെ പരിപാലിക്കും?''

എന്റെ വാക്കുകൾ അവളെ ആശ്വസിപ്പിച്ചില്ല.

''എനിക്കറിയില്ല. അവർ അസീസിനെ ശരിക്കും സ്നേഹിക്കുന്നുണ്ട്. അവളെ ഉപേക്ഷിക്കാൻ അവർ ആഗ്രഹിക്കില്ല എന്നാണ് തോന്നുന്നത്.''

അവൾ വീണ്ടും സങ്കടപ്പെടാൻ ഞാൻ ആഗ്രഹിച്ചില്ല.

''ഞാൻ മേദേനിയോട് സംസാരിക്കാം. അയാൾ ന്യായബോധമുള്ള ഒരുവനാണെന്ന് തോന്നുന്നു. നമുക്ക് അയാൾക്ക് ഒരു ഗ്യാരണ്ടി കൊടുക്കാം.''

ഇതൊന്നും അവളെ ആശ്വസിപ്പിച്ചില്ല.

''ഇല്ല, നെവ്സാറ്റ്.'' അവൾ തല കുലുക്കിക്കൊണ്ട് പറഞ്ഞു. ''അവരോട് ഞാൻ സംസാരിക്കുന്നതാണ് നല്ലത്. എന്തായാലും അവളെ ദത്തെടുക്കുന്നത് ഞാനായിരിക്കുമല്ലോ.''

അവൾ എന്റെ ചിന്തകൾ വായിച്ചതുപോലെ തോന്നി. എന്റെയുള്ളിൽ ഉണ്ടായിരുന്ന ചിന്തകൾ അവൾ മനസ്സിലാക്കിയിട്ടുണ്ടോ? എന്റെ മുഖം മ്ലാനമാകുന്നത് കണ്ടപ്പോൾ അവൾ ദയനീയഭാവത്തിൽ എന്റെ കവിളിൽ തൊട്ടു.

''എന്നെ തെറ്റിദ്ധരിക്കരുത്. എനിക്ക് നിങ്ങളുടെ പിന്തുണ എപ്പോഴും ആവശ്യമാണ്. അതില്ലാതെ അസീസിനെ വളർത്തുന്നത് ബുദ്ധിമുട്ടായിരിക്കും. എന്നാലും മേദേനിയോട് സംസാരിക്കുന്നത് ഞാൻ തന്നെയായിരിക്കും.''

മാനസികാവസ്ഥ മുഖത്ത് പ്രതിഫലിക്കാതിരിക്കാൻ ഞാൻ എന്റെ ചുണ്ടുകളിൽ ഒരു വലിയ പുഞ്ചിരി സ്ഥാപിച്ചു, മികച്ചതും കൃത്രിമവുമായ പുഞ്ചിരി.

''അപ്പോൾ ശരി. നീ മേദേനിയോട് സംസാരിക്കൂ. പക്ഷേ നമുക്ക് ഒരുമിച്ച് അസീസിനെ വളർത്താം.''

എവ്ജീനിയയ്ക്ക് ആശ്വാസമായി. അവൾ സന്തോഷത്തോടെ എന്റെ കൈയിൽ തൂങ്ങി.

''തീർച്ചയായും നമ്മൾ അവളെ ഒരുമിച്ച് വളർത്തും.'' കുറച്ച് ചുവടുകൾ മുന്നോട്ട് നടന്നിട്ട് അവൾ പെട്ടെന്ന് എന്തോ ഓർത്തതുപോലെ നിന്നു. ''നിങ്ങൾക്ക് ബുദ്ധിമുട്ടാകുമോ?'' അവൾ എന്റെ മുഖത്തേക്ക് സൂക്ഷിച്ചു നോക്കി. ''അസീസ് നിങ്ങളുടെ മകളെ ഓർമ്മിപ്പിച്ച് നിങ്ങളെ സങ്കടപ്പെടുത്തുമോ?''

ഈ സ്ത്രീ തീർച്ചയായും എന്റെ മനസ്സ് വായിക്കുകയായിരുന്നു. പക്ഷേ ഞാൻ ഉടൻതന്നെ അത് നിഷേധിച്ചു.

''ഉറപ്പായും ഇല്ല. എന്നെ ഓർമ്മിപ്പിക്കാൻ ഞാൻ അയ്സുനെ മറ ന്നെങ്കിലല്ലേ? ഞാൻ എപ്പോഴും അവളോടൊപ്പമാണ്. അസീസ് നമ്മുടെ ജീവിതത്തിൽ ഉണ്ടായിരിക്കുന്നത് എന്നെ കൂടുതൽ സന്തോഷിപ്പിക്കു കയേ ഉള്ളൂ.'' ഞാൻ അവളുടെ കൈയിൽ പിടിച്ചുകൊണ്ട് കള്ളം പറയുന്നത് തുടർന്നു. ''ഒരു മകളെ വളർത്തുന്നത് അത്ഭുതകരമായ ഒരു അനുഭവമാണ്. നീയത് ആസ്വദിക്കാൻ പോവുകയാണ്.''

അസീസിന്റെ കിലുങ്ങുന്ന ശബ്ദം എന്റെ വാക്കുകൾക്ക് തടസ്സ മായി.

''എല്ലാം റെഡി. മേശ എവിടെ സജ്ജീകരിക്കണമെന്ന് ഇഹ്സാൻ അമ്മാവൻ ചോദിക്കുന്നു.''

ആ നിമിഷം എന്റെ മനസ്സിൽ വേദനാജനകമായ ഒരു ഓർമ്മ മുള പൊട്ടി. ഇതുപോലൊരു വേനൽക്കാല സായാഹ്നമായിരുന്നു അതും. ഇതുപോലെ ചൂടില്ലെങ്കിലും ജൂൺ മാസത്തിലെ ഒരു ചൂടുള്ള രാത്രി. സൂര്യൻ അസ്തമിച്ചിട്ടില്ല, റേഡിയോയിൽനിന്ന് മധുരമായ ഒരു രാഗം ഒഴുകി വന്നു. അടുക്കളയിൽനിന്ന് സ്വാദുള്ള ഗന്ധം ഉയർന്നു. ബലാ ത്തിലെ ഞങ്ങളുട വീട്ടിൽ ഗുസൈഡ് അത്താഴം തയ്യാറാക്കിയിരുന്നു. അയ്സുൻ സന്തോഷത്തോടെ വാതിൽക്കൽ വന്നുനിന്ന് വിളിച്ചു.

''അച്ഛാ! വരൂ. ഫുഡ് റെഡി.''

ശരീരത്തിന്റെ മുഴുവൻ നിയന്ത്രണം നഷ്ടപ്പെട്ടതുപോലെ ഞാൻ തറഞ്ഞു നിന്നു. വാസ്തവത്തിൽ, എവ്ജീനിയയ്ക്കൊപ്പം അസീസി യുടെ തലമുടിയിൽ തലോടി ഓമനിച്ചുകൊണ്ട് അസന്തുഷ്ടനാണെങ്കിലും അലങ്കരിച്ച ആ മേശയുടെ അറ്റത്ത് സമാധാനമായി ഇരിക്കാൻ ഞാൻ ആഗ്രഹിച്ചു, പക്ഷേ എനിക്കത് കഴിയുമെന്ന് തോന്നിയില്ല. എന്റെ മന സ്സിനെയും ശരീരത്തെയും എന്തോ ഒരു വിചിത്ര വികാരം കീഴടക്കി യിരുന്നു. എനിക്ക് എന്താണ് തോന്നുന്നത് എന്ന് എവ്ജീനിയയ്ക്ക് അറിയാത്തതാണ് ഏറ്റവും ഭയാനകമായ കാര്യം. എനിക്ക് അവളോട് അത് വിശദീകരിക്കാൻ കഴിഞ്ഞില്ല. വികാരങ്ങൾ കഠിനമായി നിയന്ത്രി ക്കുകയും സാധാരണപോലെ പ്രവർത്തിക്കുകയും ചെയ്യേണ്ടിവന്നു. പക്ഷേ എത്ര ശ്രമിച്ചിട്ടും ഫലമുണ്ടായില്ല. എന്റെ ശരീരം ഞാൻ പറ യുന്നത് കേൾക്കുന്നുണ്ടായിരുന്നില്ല. ഭാഗ്യവശാൽ, എവ്ജീനിയ എന്നെ വിട്ടിട്ട് അസീസിന്റെ അടുത്തേക്ക് പോയിരുന്നു. പക്ഷേ അത് അധിക നേരം നീണ്ടുനിൽക്കില്ല. കുറച്ച് സമയത്തിനുള്ളിൽ അവൾ എന്റെ വിചിത്രമായ പെരുമാറ്റം ശ്രദ്ധിക്കും. അപ്പോഴാണ് എന്നെ രക്ഷിച്ചു കൊണ്ട് സെയ്നെപ്പിന്റെ ഫോൺ കോൾ വന്നത്.

''ഹായ്, സെയ്നെപ്! പറയൂ. ഞാൻ കേൾക്കുന്നുണ്ട്.''

''ചീഫ്, ചില മോശം കാര്യങ്ങൾ സംഭവിച്ചു.'' അവൾ വിഷമത്തോടെ പറഞ്ഞു. ''അലി കുഴപ്പത്തിലാണ്.''

എനിക്ക് വേറെ ഒന്നും ചെയ്യാനില്ല എന്നാണ് ഈ തെമ്മാടിയുടെ വിചാരം. ഇപ്പോൾ ഞാൻ അവനുണ്ടാക്കിയ കുഴപ്പം പരിഹരിക്കണം.

“ഇത്തവണ അവൻ എന്താണ് ചെയ്തത്?” ഞാൻ അതൃപ്തി കലർന്ന ശബ്ദത്തിൽ മുറുമുറുത്തു.

സെയ്നെപ് ഒന്നുരണ്ടു തവണ ഉമിനീർ വിഴുങ്ങിയിട്ടാണ് ഉത്തരം പറഞ്ഞത്.

“കൈയിൽ ഒരു ആയുധവുമായി ഹികാബി ഇൻസെയുടെ മൃത ദേഹത്തിന്റെ സമീപത്തുവച്ച് അവർ അവനെ പിടികൂടി.”

അവളുടെ ശബ്ദം വിറയ്ക്കുന്നുണ്ടായിരുന്നു.

“എന്റെ കുട്ടീ, നീ എന്താണ് ഈ സംസാരിക്കുന്നത്? ഹികാബി മരിച്ചോ?” ഞാൻ അമ്പരന്നു.

ഫോണിന്റെ മറ്റേ അറ്റത്ത് നിന്ന് ഒരു ദീർഘനിശ്വാസം ഉയർന്നു.

“അയാൾ മരിച്ചുപോയല്ലോ. ഇന്ന് വൈകുന്നേരം സ്വന്തം വീട്ടിൽ വെച്ച് കുത്തേറ്റ് മരിച്ചു. സംഭവസ്ഥലത്തേക്ക് പോയ സ്ക്വാഡ് അലിയെ അവിടെ നിന്ന് പിടികൂടി. നിങ്ങൾ ഒന്നു പെട്ടെന്ന് വന്നാൽ നന്നായിരിക്കും ചീഫ്.”

നിങ്ങൾ ഒരിക്കലും എന്നെ തടയാൻ പാടില്ലായിരുന്നു

വാതിലിലൂടെ അകത്തേക്ക് കടക്കുമ്പോൾ ഒരു രൂക്ഷഗന്ധം എന്നെ പിടികൂടി. ആ ചെറിയ സ്വീകരണമുറിയിൽ എല്ലായിടത്തും പരന്നു കിടന്ന ചോരയുടെ ഗന്ധം ശ്വാസം മുട്ടിക്കുന്ന ഒരു അന്തരീക്ഷം സൃഷ്ടിച്ചു. അതിന്റെ കൂടെ ചൂട് കൂടിയായപ്പോൾ അവസ്ഥ അസഹനീയമായി മാറി. അഴുകിയ പൂക്കളുടെയും ഉണങ്ങിത്തുടങ്ങിയ രക്തത്തിന്റെയും ഗന്ധം ഒരുമിച്ചായിരുന്നു ഞങ്ങളുടെ മൂക്കുകളെ ആക്രമിച്ചത്. എന്റെ കണ്ണുകൾ വിളക്കുകൾ പ്രകാശിച്ചു നിന്ന ആ മുറി അരിച്ച് പെറുക്കി. പേപ്പർ ബാഗിന്റെ നിറമുള്ള ഭിത്തിക്ക് മുന്നിൽ ഇരയുടെ ശരീരം കിടന്നിരുന്നു. ഭയത്താൽ മരവിച്ച ഹികാബിയുടെ കണ്ണുകൾ ഞങ്ങൾ ആദ്യമായി ഈ വീട്ടിൽ വരുമ്പോൾ 'എന്റെ കുട്ടികൾ' എന്ന് അയാൾ വിളിച്ച അനാഥാലയത്തിലെ കുട്ടികളുടെ ആഘോഷങ്ങളുടെ ഫോട്ടോകളിൽ തറഞ്ഞു നിന്നിരുന്നു. ആ ശരീരത്തിന്റെ മുകൾഭാഗം അക്ഷരാർത്ഥത്തിൽ ചുവന്ന നിറത്തിൽ പൊതിഞ്ഞിരുന്നു. കത്തി നിരവധി തവണ കുത്തിയിറക്കിയതിനാൽ അയാളുടെ മുറിക്കയ്യൻ കുപ്പായത്തിന്റെ നിറം തിരിച്ചറിയാൻ കഴിഞ്ഞില്ല. ഇത് നിസ്സംശയമായും വികാരഭരിതമായ ഒരു കുറ്റകൃത്യമാണ്. കൊലയാളിയോ കൊലയാളികളോ ഹികാബിയുടെ ജീവൻ അപഹരിച്ചതിൽ തൃപ്തരാകാതെ അയാളുടെ ശരീരം മുഴുവൻ കീറിമുറിക്കുകയാണ് ചെയ്തത്.

''ഗുഡ് ഈവനിംഗ് ചീഫ്.''

ഞാൻ തല തിരിച്ചു. പുകയിലയുടെ നേർത്ത ഗന്ധം എനിക്ക് അനുഭവപ്പെട്ടു. പബ്ലിക് ഓർഡർ വിഭാഗത്തിലെ ഇൻസ്പെക്ടർ എർക്യു എന്റെ മുന്നിൽ നിന്നു. തന്തയില്ലാത്ത എർക്യു എന്നാണ് അവൻ അറിയപ്പെട്ടിരുന്നത്. മുകളിലേക്കുള്ള പടവുകൾ കയറാൻ അവൻ ചെയ്യാത്തതായി ഒന്നുമില്ല. വാസ്തവത്തിൽ, അയാൾ ഒരു വിജയിച്ച ഉദ്യോഗസ്ഥനായിരുന്നുവെന്നത് ശരിയാണ്. പക്ഷേ അയാൾക്ക് മനസ്സാക്ഷി ഉണ്ടായിരുന്നില്ല. മുകളിലെത്താൻ അവൻ ആരുടെ കാലും നക്കാൻ തയ്യാറായിരുന്നു. തന്റെ കീഴിലുള്ളവരെ എർക്യു നിഷ്കരുണം തകർത്തുകളയാറുണ്ട്. അയാൾക്ക് തന്റെ കീഴിൽ ജോലി ചെയ്തിരുന്ന രണ്ട് ഇൻസ്പെക്ടർമാരെ ഈയിടെ നഷ്ടമായിരുന്നു. എനിക്കവനെ

തീരെ ഇഷ്ടമായിരുന്നില്ല. അവന് എന്നെയും ഇഷ്ടമായിരുന്നില്ല. എന്നെ മാത്രമല്ല, എന്റെ ടീമിനെയും അവൻ വെറുത്തു. പ്രത്യേകിച്ച് അലിയെ.

ആറ് മാസം മുമ്പ് സുഅദിയെയിൽ രണ്ട് മൃതദേഹങ്ങൾ കണ്ടെത്തി യിരുന്നു. ഒരു പ്രമുഖ വ്യവസായിയുടെ മകന്റെയും കാമുകിയുടെയും ശരീരങ്ങൾ ചെന്നിയിൽ ഓരോ ബുള്ളറ്റ് കയറിയ വിധത്തിൽ ഫെരാരി കാറിൽ ഉപേക്ഷിച്ച നിലയിൽ കണ്ടെത്തി. ഞങ്ങളുടെ ടീം സംഭവം കൈകാര്യം ചെയ്തു. പക്ഷേ കൊലയാളിയെ പിടികൂടുന്നത് തന്റെ പ്രശസ്തി വർദ്ധിപ്പിക്കുമെന്ന് പ്രതീക്ഷിച്ച് എർക്യു അന്വേഷണത്തിൽ നുഴഞ്ഞു കയറാൻ ശ്രമിച്ചു. അലി ഈ ശ്രമം കണ്ടുപിടിച്ചു. തീർച്ച യായും അത് അനുവദിക്കാവുന്ന പ്രവണത ആയിരുന്നില്ല. അലിയും ഈ വൃത്തികെട്ട ഉദ്യോഗസ്ഥനും തമ്മിൽ തർക്കമായി. തന്റെ മേലു ദ്യോഗസ്ഥരുമായുള്ള ഉറച്ച ബന്ധത്തിന്റെ ബലത്തിൽ എന്റെ സഹായി യുടെ നേരെ തോക്ക് ചൂണ്ടുന്നത് വരെ എത്തി കാര്യങ്ങൾ. അലി അത് അവിടെ അവസാനിപ്പിച്ചില്ല. അവൻ എതിരാളിയുടെ തോക്ക് തട്ടിയെടു ക്കുക മാത്രമല്ല, അവന്റെ ആളുകളുടെ മുന്നിൽ വെച്ച് അവനെ മർദ്ദി ക്കുകയും ചെയ്തു. ആ തോക്ക് തിരികെ നൽകുന്നതിന് പകരം അലി അത് എന്റെ അടുക്കൽ കൊണ്ടുവന്നു. ആ ദിവസം ഞാൻ ഒരിക്കലും മറക്കില്ല.

''ഞാൻ ആ തന്തയില്ലാത്തവന് കണക്കിന് കൊടുത്തു.'' അലി പറഞ്ഞു. അലിയുടെ വർത്തമാനം കേട്ടപ്പോൾ എനിക്ക് ദേഷ്യം വന്നു. ''ഞാൻ ചീത്ത പറയുകയല്ല, നടന്ന കാര്യം അതുപോലെ പറഞ്ഞ താണ് ചീഫ്.'' അവൻ എന്നെ മയപ്പെടുത്താനായി മധുരമായി പുഞ്ചി രിച്ചു.

ആ ദുർവൃത്തനായ പൊലീസുകാരന് ഇന്ന് രാത്രി അവന്റെ ജീവിത ത്തിലെ ഏറ്റവും വലിയ തുറുപ്പ്ശീട്ട് ലഭിച്ചു, ഒരു വൃത്തികെട്ട ചിരി യുമായി അയാൾ മാന്യതയുടെ മൂടുപടമണിഞ്ഞുകൊണ്ട് എന്റെ മുമ്പിൽ നിന്നു. ചെറിയ, മൂർച്ചയുള്ള, നിക്കോട്ടിൻ കറ പുരണ്ട പല്ലുകൾ കാട്ടി യുള്ള ആ ചിരിയിൽ പരിഹാസം മുഴച്ചു നിന്നു.

''നിങ്ങൾ കൃത്യസമയത്ത് എത്തിയല്ലോ.'' സ്വീകരണമുറിയുടെ വലതുഭാഗത്തേക്ക് അവൻ തന്റെ വലിയ തല ആട്ടിക്കാണിച്ചു. ''നിങ്ങ ളുടെ ആളുകൾ കാത്തിരുന്ന് മടുത്തു.''

ആ ദിശയിലേക്ക് നോക്കിയപ്പോൾ, അലി പച്ചനിറത്തിലുള്ള ചാരു കസേരയിലേക്ക് ചാഞ്ഞിരിക്കുന്നതും സെയ്നെപ് തനിക്ക് യാതൊരു വിഷമവുമില്ല എന്നു നടിച്ചുകൊണ്ട് അവന്റെ അരികിൽ നിസ്സഹായ യായി ഇരിക്കുന്നതും ഞാൻ കണ്ടു.

''ഗുഡ് ഈവനിംഗ്, ഇൻസ്പെക്ടർ എർക്യു.'' ഞാൻ അധികാര ശബ്ദത്തിൽ ചോദിച്ചു. ''എന്തു പറ്റി? നീയെന്താ ഇവിടെ വന്നത്?''

അവൻ ഒരു നിമിഷനേരത്തേക്ക് അസ്വസ്ഥനായി. പക്ഷേ അവൻ പെട്ടെന്നുതന്നെ തന്റെ പഴയ പരിഹാസഭാവം എടുത്തണിഞ്ഞു.

''ചീഫ് ഇൻസ്പെക്ടർ, ഞങ്ങൾ ഇവിടെ എന്താണ് ചെയ്യുന്നത് എന്നാണോ നിങ്ങൾ ചോദിക്കുന്നത്? അവർ ആ മനുഷ്യനെ നരകത്തിലേക്കയച്ചത് നിങ്ങൾക്ക് കാണാൻ കഴിയുന്നില്ലേ? അയൽക്കാർ ഈ വീട്ടിൽ കള്ളൻ കയറി എന്നു പൊലീസിനെ അറിയിച്ചു. ഡ്യൂട്ടിയിലായിരുന്ന ഞങ്ങൾക്ക് കോൾ ലഭിച്ചു.'' അവന്റെ ചുണ്ടിൽ ഒരു സംതൃപ്ത ഭാവം തെളിഞ്ഞു. ''എന്നിട്ട് ഞങ്ങൾ എന്താ ഇവിടെ കണ്ടത് എന്നു നിങ്ങൾ തന്നെ നോക്ക്. നിങ്ങളുടെ സഹായിയെ ഞങ്ങൾ മൃതദേഹത്തിന്റെ സമീപത്ത് കൊലക്കത്തിയുമായി കണ്ടെത്തി.''

ഒരു ചെറിയ വികാരംപോലും ഞാൻ പുറത്തു കാട്ടിയില്ല.

''പിന്നെ ആരെ കാണുമെന്നാണ് നിങ്ങൾ കരുതിയത്? ഞങ്ങളാണ് ഈ കേസ് അന്വേഷിക്കുന്നത്.''

അവന്റെ ആകൃതിയില്ലാത്ത പുരികങ്ങളിലെ നേർത്ത രോമങ്ങൾ വരെ നെറ്റിയിലേക്ക് ഉയർന്നു വന്നു.

''ഏത് കേസ്?''

അവന്റെ ശബ്ദം അൽപ്പം ഉയർന്നു, അവന്റെ നിശ്വാസം എന്റെ മുഖത്ത് തട്ടുന്നുണ്ടെന്ന് തോന്നി.

''അൽപ്പം പിന്നോട്ട് മാറി നിൽക്ക് എർക്യു.'' ഞാൻ അവന്റെ നെഞ്ചിൽ വിരൽ കുത്തിക്കൊണ്ട് പറഞ്ഞു. ''നിങ്ങൾ എന്റെ വായിലേക്ക് കയറുകയാണല്ലോ.''

അവന്റെ വിദ്വേഷം നിറഞ്ഞ മുഖം ചുവന്നു തുടുത്തു. ഞാൻ അവനെ വാക്കുകൾകൊണ്ട് നിർദ്ദയം അടിച്ചുതാഴ്ത്തി.

''ദൈവത്തെയോർത്ത്..! നീ ഇപ്പോഴും മൂക്കിനു മുന്നിൽതന്നെയാണ് നിൽക്കുന്നത്. ഏറ്റവും കുറഞ്ഞത് എന്റെ മുഖത്തേക്ക് ശ്വസിക്കുന്നത് എങ്കിലും ഒന്ന് നിർത്തൂ.''

അവൻ തിരിച്ചടിക്കാൻ കാത്തു നിൽക്കാതെ ഞാൻ എന്റെ സഹായിയുടെ നേർക്ക് തിരിഞ്ഞു. ഞാൻ ചെയ്യുന്നത് എന്താണ് എന്ന് കണ്ട് അലി എഴുന്നേറ്റു. കുറ്റവാളിയായ ഒരു കുട്ടിയെപ്പോലെ അവന്റെ കണ്ണുകൾ തറയിൽ തറഞ്ഞുനിന്നു. കൈകൾ മുന്നിൽ കൊരുത്ത് പിടിച്ചിരുന്നു. ഞാൻ ഒരിക്കലും അവനെ ഇങ്ങനെ കണ്ടിട്ടില്ല. ഇത്തവണ അവൻ തുഴയില്ലാതെയാണ് കൊടുങ്കാറ്റടിക്കുന്ന ഉൾക്കടലിലേക്ക് ചാടിയത് എന്നു വ്യക്തമാണ്. എങ്ങനെ ഈ കുഴപ്പത്തിൽ അകപ്പെട്ടുവെന്ന് എനിക്ക് ചോദിക്കാൻ കഴിഞ്ഞില്ല. ആദ്യം എനിക്ക് അവനെ ഈ ദുർമുഖമുള്ള ഇൻസ്പെക്ടറിൽനിന്ന് മോചിപ്പിക്കണം. പക്ഷേ ആ നിഷ്ഠൂരനായ ഇൻസ്പെക്ടർ എന്നെ രക്ഷപ്പെടാൻ അനുവദിച്ചില്ല.

''ഒരു മിനിറ്റ്. ഒരു മിനിറ്റ്...''

ഞാൻ തിരിഞ്ഞുനിന്ന് മുറുമുറുത്തു, ''ഇത്തവണ എന്താണ്?''

ഞങ്ങൾ തമ്മിലുള്ള പിരിമുറുക്കം നിറഞ്ഞ വർത്തമാനം അടുത്തുണ്ടായിരുന്ന യൂണിഫോമിട്ട മൂന്ന് ഉദ്യോഗസ്ഥർ ആകാംക്ഷയോടെ നോക്കിനിന്നു.

“ചീഫ്, നിങ്ങൾക്ക് കാര്യം മനസ്സിലായില്ല എന്നാണ് തോന്നുന്നത്.” അവന്റെ ശബ്ദം കൂടുതൽ ധീരവും വെല്ലുവിളി നിറഞ്ഞതുമായിരുന്നു. “ഞങ്ങൾ നിങ്ങളുടെ അലിയെ കൈയിൽ രക്തം പുരണ്ട കത്തിയുമായി ഈ മൃതദേഹത്തിനരികിൽ കണ്ടെത്തി.”

“യഥാർത്ഥത്തിൽ, നിങ്ങൾക്കാണ് കാര്യം മനസ്സിലാകാത്തത്.” ഞാൻ തിരിച്ചടിച്ചു. “ഈ മരിച്ച മനുഷ്യൻ ഞങ്ങൾ അന്വേഷിക്കുന്ന ഒരു കേസിലെ സാക്ഷിയാണ്. അവനെ ചോദ്യം ചെയ്യാനാണ് അലി ഇവിടെ വന്നത്.”

അവൻ എന്റെ സഹായിയെ നോക്കി.

“അതൊന്നുമല്ലല്ലോ ഇവൻ പറഞ്ഞത്. നാക്ക് പൂച്ച കടിച്ചു കൊണ്ട് പോയതുപോലെ അവൻ വൈകുന്നേരം മുഴുവൻ ഇവിടെ മിണ്ടാതെ ഇരിക്കുകയായിരുന്നു.”

അത് സത്യമായിരുന്നു. ഇല്ലായിരുന്നെങ്കിൽ അലി ഈ ശവംതീനിയുടെ മുന്നിൽ ഇതിനകം കലാപനിയമം മുഴുവൻ വായിക്കേണ്ട സമയം കഴിഞ്ഞിരിക്കുന്നു. ഇപ്പോൾ ഞാൻ അവനുവേണ്ടി അത് ചെയ്യേണ്ടിയിരിക്കുന്നു.

“ദൈവത്തെയോർത്ത്! എർക്യു, നിങ്ങൾ ഒരു കുട്ടിയാണോ? ഞങ്ങൾ എന്തിനാണ് നിങ്ങളോട് ഞങ്ങളുടെ കേസ് ചർച്ച ചെയ്യുന്നത്?”

എന്റെ അചഞ്ചലമായ പെരുമാറ്റം അവനെ ആശയക്കുഴപ്പത്തിലാക്കി, പക്ഷേ അവൻ പെട്ടെന്ന് കീഴടങ്ങാൻ തയ്യാറായിരുന്നില്ല.

“അതൊക്കെ ശരിയാണ്. പക്ഷേ ഞങ്ങൾ ഇൻസ്പെക്ടർ അലിയെ കസ്റ്റഡിയിലെടുക്കാൻ പോവുകയായിരുന്നു.”

ഞാൻ കുപിതനായതുപോലെ നടിച്ചു.

“നിങ്ങൾക്ക് അതിനുള്ള അധികാരമില്ല.”

ശീലിച്ചുവന്ന രീതികൾ മൂലം അത് കേട്ടതോടെ അവൻ പിന്മാറി.

“പക്ഷേ ചീഫ്...”

“എന്ത് പക്ഷേ? നിങ്ങൾക്ക് കാര്യം മനസ്സിലായില്ലേ സുഹൃത്തേ? അലിയും നിന്നെപ്പോലെ തന്നെ ഡ്യൂട്ടിയിലാണ്. സ്വന്തം ജോലി ചെയ്യുന്ന ഒരു ഓഫീസറെ എങ്ങനെ കസ്റ്റഡിയിലെടുക്കും?”

എന്റെ ശക്തമായ വാക്കുകൾക്ക് ഫലമുണ്ടായി. അവന്റെ അമിത ആത്മവിശ്വാസം അതോടെ തകർന്നു. പക്ഷേ പരാജയം സമ്മതിക്കാതെ എർക്യു അപ്പോഴും തന്റെ വാൽ ഉയർത്തിപ്പിടിക്കാൻ ശ്രമിച്ചു.

“എന്റെ സ്ഥാനത്ത് നിങ്ങളായിരുന്നു ഇവിടെ വന്നതെങ്കിൽ ഇത് തന്നെ ചെയ്യുമായിരുന്നു. ഇൻസ്പെക്ടർ അലി ഹികാബി ഉൾപ്പെട്ട കേസ് കൈകാര്യം ചെയ്യുന്നുണ്ടെന്ന് ഞാൻ എങ്ങനെ അറിയും? ഒരു റിപ്പോർട്ട് ലഭിച്ചു, ഞങ്ങൾ ഇവിടെ എത്തി. മൃതദേഹത്തിന്റെ അടുത്ത് അലിയെ കണ്ടെത്തി. ഞങ്ങൾ അവനോട് കുറച്ച് മര്യാദ കാണിച്ചു. മനുഷ്യത്വംകൊണ്ട്, സഹപ്രവർത്തകൻ എന്ന ബഹുമാനം കൊണ്ട്...

പക്ഷേ അവൻ ഞങ്ങളുടെ ചോദ്യങ്ങൾക്ക് ഉത്തരം നൽകാൻ തയ്യാറായില്ല.

എർക്യു പറഞ്ഞത് ശരിയായിരുന്നു. മറ്റേത് സമയത്താണെങ്കിലും ഇത്തരം ഒരു അവസരത്തിൽ അവനെ പിന്തുണയ്ക്കാൻ ഞാൻ മടിക്കില്ല. എന്നാൽ ഇപ്പോൾ, അലിയിൽനിന്ന് കാര്യത്തിന്റെ സത്യാവസ്ഥ മനസ്സിലാക്കാതെ എനിക്ക് അവനെ അവർക്ക് കൈമാറാൻ കഴിയില്ല.

''അയാൾ അത് ചെയ്യാതിരുന്നത് നന്നായി.'' ശബ്ദത്തിലെ രോഷത്തിന്റെ അളവ് അൽപ്പം വർദ്ധിപ്പിച്ചുകൊണ്ട് ഞാൻ പറഞ്ഞു. ''നിങ്ങൾ അലിയുടെ ഉത്തരവാദിത്തത്തിന്റെ കീഴിലുള്ള ഒരു പ്രദേശത്താണ് ഇപ്പോൾ നില്ക്കുന്നത്. അവൻ നിങ്ങളോട് ഉത്തരം പറയുമോ?'' ഞാൻ അവന്റെ വായടപ്പിച്ചു എങ്കിലും എർക്യു വീണ്ടും എന്തോ പറയാൻ തയ്യാറെടുത്തു. ''നമുക്ക് അത് വിടാം എർക്യു. വരൂ, നിങ്ങൾ പാക്ക് അപ്പ് ചെയ്യൂ. ഇതിന്റെ ഉത്തരവാദിത്തം ഞാൻ ഏറ്റെടുക്കുകയാണ്.'' ഞാൻ മറ്റ് ഉദ്യോഗസ്ഥരുടെ നേരെ വിരൽ ചൂണ്ടി. ''ഇത്രയും ആളുകൾ ഇവിടെ എന്തിനാണ്? കുറ്റകൃത്യം നടന്ന സ്ഥലം ഇവരെല്ലാം ചേർന്ന് അലങ്കോലമാക്കും.'' ഞാൻ സെയ്നെപ്പിലേക്ക് തിരിഞ്ഞു. ''സിഎസ്ഐ എവിടെ?''

''അവർ വന്നുകൊണ്ടിരിക്കുകയാണ് ചീഫ്.'' അവൾക്ക് ആശ്വാസമായെന്ന് തോന്നി. ''ഞാൻ സെഫിക്കിനോട് സംസാരിച്ചു. അവർ വരുന്നുണ്ട്.''

''നീ ഇരയെ പരിശോധിച്ചോ? എന്തെങ്കിലും കിട്ടിയോ?''

അവൾ നെടുവീർപ്പിട്ടു.

''ഇരയുടെ വലതു കൈയുടെ നഖങ്ങൾക്കടിയിൽ കുറച്ച് ചർമ്മം ഉണ്ടെന്ന് തോന്നുന്നു. എന്റെ തോന്നലാണത്. ഇരയുടെ കൈകൾ സ്വന്തം രക്തത്തിൽ പൊതിഞ്ഞിരിക്കുന്നതിനാൽ എനിക്കത് ഉറപ്പിച്ചു പറയാൻ കഴിയുന്നില്ല. ഇക്കാര്യം ലാബിൽ പരിശോധിക്കേണ്ടതുണ്ട്. മറ്റ് വ്യക്തികളുടെ ചർമ്മ സാമ്പിളുകൾ കിട്ടിയാൽ ഇര ആരോടൊ ഗുസ്തി പിടിച്ചു എന്നാണ് അർത്ഥമാക്കേണ്ടത്. ഇൻസ്പെക്ടർ എർക്യു അനുവദിക്കാത്തതിനാൽ എനിക്കത് ശരിയായി പരിശോധിക്കാൻ കഴിഞ്ഞില്ല.''

''എന്ത്?'' ഞാൻ വെറുപ്പോടെ എർക്യുവിന്റെ നേർക്ക് തിരിഞ്ഞു. ''എന്റെ ഇൻസ്പെക്ടറെ തടസ്സപ്പെടുത്താൻ തനിക്കെന്താ അധികാരം?''

ആ പൊങ്ങച്ചക്കാരൻ ഉമിനീർ വിഴുങ്ങി.

''ക്ഷമിക്കണം, ചീഫ്, ഇൻസ്പെക്ടർ അലിയെ സംശയാസ്പദമായ സാഹചര്യത്തിൽ...''

''നോക്ക്! ഇയാൾ ഇപ്പോഴും അലിയെ സംശയാസ്പദമായി കണ്ട കാര്യമാണ് പറയുന്നത്! എന്റെ ദൈവമേ..! സഹോദരാ. കുറ്റകൃത്യം നടന്ന സ്ഥലമാണിത്. ഞങ്ങൾക്കിത് പരിശോധിക്കണം. ഒന്ന് ഇറങ്ങിപ്പോകാമോ? അന്വേഷണത്തിൽ നിങ്ങൾക്ക് യാതൊരു റോളുമില്ലാത്ത

ഒരു കേസിൽ ഇങ്ങനെ ഇടപെടാൻ ശ്രമിക്കുന്നതെന്തിനാണ്? ഒന്നു പോകാമോ എർക്യു? നിങ്ങൾക്ക് സ്വന്തം ജോലികൾ ധാരാളം തീർക്കാനുണ്ടാവുമല്ലോ.''

എന്തോ കുഴപ്പമുണ്ടെന്ന് എർക്യുവിന് മനസ്സിലായി. അതുകൊണ്ട് തന്നെ കുറ്റകൃത്യം നടന്ന സ്ഥലം വിട്ട് പുറത്തുപോകാൻ അയാൾക്ക് മനസ്സ് വന്നില്ല.

''എന്ത് വന്നാലും ഈ സംഭവത്തെപ്പറ്റി ഞാൻ എന്റെ മേലുദ്യോഗസ്ഥരോട് പറയും.''

''പുറത്തേക്കുള്ള വഴിയിൽ വാതിലിൽ തട്ടാതെ നോക്കണം.'' ഞാൻ മുഖത്തടിച്ചതുപോലെ പറഞ്ഞു. ''നടന്ന കാര്യങ്ങളെപ്പറ്റി നിങ്ങൾ ഒരു റിപ്പോർട്ട് തയ്യാറാക്കിക്കോ. ഞാൻ ഒപ്പിട്ട് തന്നേക്കാം.''

എന്റെ ഉണ്ടയില്ലാ വെടി പ്രവർത്തിച്ചു.

''അതൊന്നും വേണ്ടിവരില്ല ചീഫ്.'' അവൻ സ്വരം മാറ്റി. ''ജോലി ശരിയായി ചെയ്യാൻ ശ്രമിക്കുക മാത്രമേ ചെയ്തുള്ളൂ.''

ഞാൻ അവനെ പൂർത്തിയാക്കാൻ അനുവദിച്ചില്ല.

''എർക്യു, ഇതിനെക്കുറിച്ച് സംസാരിക്കുന്നത് ദയവായി നിറുത്ത്. നിങ്ങൾ ശരിയല്ലാത്ത എന്തെങ്കിലും ഇവിടെ കണ്ടെങ്കിൽ പോയി ഒരു റിപ്പോർട്ട് എഴുത്. അതിന് കഴിവില്ലെങ്കിൽ വാക്കാലെങ്കിലും റിപ്പോർട്ട് ചെയ്യ്. അതിൽ പ്രശ്നം കണ്ടെത്തുന്ന ആരെങ്കിലും ഉണ്ടെങ്കിൽ അയാളുമായി എന്നെ വന്നു കണ്ടു സംസാരിക്ക്. ഇപ്പോള് നിങ്ങളുടെ പയ്യന്മാരെയും വിളിച്ചു സ്ഥലം വിട്. ഞങ്ങൾക്ക് ഇവിടെ ജോലിയുണ്ട്.''

''ശരി, ചീഫ്.'' അവൻ പറഞ്ഞു, പരാജയം സമ്മതിച്ചു പിന്മാറേണ്ടി വന്നിട്ടും അയാൾക്ക് കുത്തുവാക്ക് പറയാതിരിക്കാൻ കഴിഞ്ഞില്ല. ''ചീഫ്, നിങ്ങൾ ഇപ്പോൾത്തന്നെ ഹികാബിയുടെ കൊലയാളിയെ കണ്ടെത്തുമെന്നാണ് എന്റെ വിശ്വാസം. എന്തായാലും ഈ കേസ് നോക്കുന്നത് നിങ്ങളാണല്ലോ.''

''വിഷമിക്കേണ്ട, എർക്യു. ഞങ്ങൾ അത് നോക്കിക്കൊള്ളാം. ഇപ്പോൾ സ്ഥലം വിട്. നിങ്ങൾക്ക് ചെയ്യാനുള്ള ജോലിക്ക് എല്ലാ ആശംസകളും നേരുന്നു.''

ഇൻസ്പെക്ടർ തന്റെ ആളുകളെയും വിളിച്ച് സ്ഥലം വിട്ടു കഴിഞ്ഞപ്പോൾ ഞാൻ അലിയുടെ കണ്ണുകളിലേക്ക് നോക്കി ചോദിച്ചു, ''ശരി മകനേ, നീ തന്നെ വിശദീകരിക്ക്. ഇവിടെ എന്താണ് സംഭവിച്ചത്?''

അവൻ നിർഭയമായ കണ്ണുകൾ എന്റെ നേർക്ക് തിരിച്ചു.

''ഞാൻ എത്തുമ്പോൾ ഹികാബി മരിച്ചിരുന്നു.'' അവൻ യാന്ത്രികമായ ശബ്ദത്തിൽ പറഞ്ഞു. ''അകത്ത് ആരും ഉണ്ടായിരുന്നില്ല.''

വീണ്ടും അവൻ തന്റെ പഴയ നിർവ്വികാരവും നിശ്ശബ്ദവുമായ അവസ്ഥയിലേക്ക് വീണു.

''ങാ? എന്താ, ഇത്രയേ പറയാനുള്ളൂ നിനക്ക്?''

അവന്റെ മുഖത്ത് ഒരു ജാള്യഭാവം വന്നു.

''ചീഫ്, നിങ്ങളെ ഈ വൃത്തികെട്ട അവസ്ഥയിൽ എത്തിച്ചതിൽ എന്നോട് ക്ഷമിക്കണം.'' അവന്റെ ശബ്ദം എന്റെ ആത്മവിശ്വാസത്തെ തകർത്ത് കളയുന്ന തരത്തിലുള്ളതായിരുന്നു. ''നിങ്ങൾ ഒരിക്കലും എന്നെ രക്ഷിക്കാൻ ശ്രമിക്കരുതായിരുന്നു.''

ഈ കുട്ടി എന്താ ഈ പറയുന്നത്?

''ഞാനെന്തിന് നിന്നെ രക്ഷിക്കാൻ ശ്രമിക്കണം? നീ ഇവിടെ വന്നത് ഹികാബിയോട് സംസാരിക്കാനല്ലേ?''

അവൻ വീണ്ടും എന്നെ ഗാഢമായി നോക്കി. എന്റെ മനസ്സിൽ നിറഞ്ഞ ഭയാനകമായ എല്ലാ സാധ്യതകളെയും ഭയങ്ങളെയും തുരത്തിയോടിക്കാൻ ഞാൻ ആഗ്രഹിച്ചു. ഞാൻ സഹായത്തിനായി സെയ്നെപ്പിന്റെ നേർക്ക്തിരിഞ്ഞു. പക്ഷേ അവളുടെ അവസ്ഥ എന്റേതിൽനിന്ന് വ്യത്യസ്തമായിരുന്നില്ല. വല്ലാത്തൊരു സംശയത്തോടെ അവൾ ഞങ്ങളെ തുറിച്ചു നോക്കുകയായിരുന്നു.

''ഞാൻ നിന്നോടാണ് സംസാരിക്കുന്നത് അലി. നീ എന്തിനാ ഇങ്ങോട്ട് വന്നത്?''

നുണ പറഞ്ഞെങ്കിലും അവൻ എന്നെ കാര്യങ്ങൾ ബോധ്യപ്പെടുത്തുമെന്ന് ഞാൻ പ്രതീക്ഷിച്ചു. കൂടുതൽ ശക്തമാകുന്ന ഭയത്തിൽനിന്ന് എങ്ങനെയെങ്കിലും ഒന്നു രക്ഷപ്പെടാൻ ഞാൻ കൊതിച്ചു.

''എന്നെ ഡ്യൂട്ടിയിൽ നിന്ന് ഒഴിവാക്കിയേക്കൂ.'' എന്റെ ആശങ്കകൾ വർദ്ധിപ്പിച്ചുകൊണ്ട് അവൻ പറഞ്ഞു. ''അല്ലെങ്കിൽ ഞാൻ നിങ്ങളെ രണ്ടുപേരെയും കുഴപ്പത്തിലാക്കും.''

സെയ്നെപ്പിന് ക്ഷമ നഷ്ടപ്പെട്ടു.

''എന്താ അലീ നീ ഈ പറയുന്നത്? മതി! കടംകഥ പറയുന്നത് പോലെയുണ്ട് നിന്റെ സംസാരം. വീട്ടിലേക്ക് പോവുകയാണെന്ന് പറഞ്ഞല്ലേ പോയത്? എന്താ സംഭവിച്ചത്? എന്തിനാ ഇങ്ങോട്ട് വന്നത്?''

അലിയുടെ ശരീരം ദയനീയമായി വിറച്ചു.

''എന്നെ വെറുതെ വിട് സെയ്നെപ്പ്. പറഞ്ഞത് തന്നെയേ എനിക്ക് പറയാനുള്ളൂ.'' അവൻ അവളെ ശകാരിച്ചു.

''നീ എന്താണ് ഉദ്ദേശിക്കുന്നത്? വെറുതെ വിടാനെന്നോ?'' സംഭാഷണത്തിൽ ഞാൻ ഇടിച്ചു കയറി. ''നീ എന്താണ് ചെയ്തത് എന്ന് ഞങ്ങൾക്കറിയണം. ആ ആവശ്യം സ്വാഭാവികമല്ലേ? ഞങ്ങൾക്ക് നീ ഒരു വിശദീകരണം തരേണ്ടതുണ്ട്. നീ ഹികാബിയുടെ വീട്ടിൽ എന്താണ് ചെയ്യുന്നത്? നിനക്ക് ഇവിടെ വരേണ്ട ഒരു ആവശ്യവുമില്ല. ഞാൻ നിന്നോട് ഇരകളുടെ ഫയലുകൾ നോക്കാനാണ് ആവശ്യപ്പെട്ടത്.'' അപ്പോഴാണ് ഞാൻ ഓർത്തത്. ''ഓ! ശരിയാണല്ലോ!അനാഥാലയത്തിൽ ഉണ്ടായിരുന്ന സുഹൃത്തിനോട് സംസാരിക്കാൻ പോവുകയായിരുന്നല്ലോ നീ.''

ഞാൻ അവനെ സംശയത്തോടെ നോക്കി. ''നിന്റെ ആ സുഹൃത്ത് ഹികാബിയെപ്പറ്റി എന്തെങ്കിലും പ്രസക്തമായ വിവരങ്ങൾ തന്നോ?''

എന്റെ ചോദ്യങ്ങൾ കേട്ടപ്പോൾ അവൻ ഒന്ന് കുലുങ്ങിയതുപോലെ തോന്നി. പക്ഷേ ഒരു വാക്ക് പോലും അലിയുടെ വായിൽനിന്ന് വീണില്ല. പക്ഷേ ഞാൻ വിട്ടുകൊടുത്തില്ല.

''നിനക്ക് എന്തെങ്കിലും വിവരം അറിയാമായിരുന്നോ?''

അവൻ ശാഠ്യത്തോടെ നിശ്ശബ്ദനായിരിക്കുന്നത് തുടർന്നു. സെയ്നെപ്പിന് സഹിക്കാൻ കഴിഞ്ഞില്ല.

''നീയെന്താ അലി ഒന്നും മിണ്ടാത്തത്? എന്താ ഞങ്ങളോട് ഒന്നും പറയാത്തത്?''

''മതി.'' അവൻ അലറി. ''എനിക്ക് ഒറ്റയ്ക്കിരിക്കണം.''

അവൻ തന്റെ മുഷ്ടി ചുരുട്ടി വായുവിൽ ഇടിച്ചു.

''എന്താ അലി ഇത്?'' ഞാൻ മുന്നോട്ട് ചാടിക്കയറി. ഞങ്ങൾ നേർക്ക് നേരെ വന്നു. അവന്റെ മുഖത്തെ നോട്ടം ഭ്രാന്തമായിരുന്നു. ആ മുഷ്ടി അപ്പോഴും ഉയർന്നിരുന്നു. അവൻ അത് വീശി എന്റെ മുഖത്തിടിക്കുമെന്ന് ഒരു നിമിഷനേരത്തേക്ക് എനിക്ക് തോന്നി. പക്ഷേ അവൻ അതിന് പകരം ഒരു ദീർഘനിശ്വാസമെടുത്തിട്ട് വാതിലിനു നേരെ നടന്നു.

''അലീ... അലീ... നിൽക്ക്.'' സെയ്നെപ് വിളിച്ചു.

അവൻ കേട്ടില്ല. ഞങ്ങളെ രണ്ടുപേരെയും അവഗണിച്ച് അവൻ മുറിയിൽനിന്നു കുതിച്ചു ചാടി ഇറങ്ങിപ്പോയി. ഞങ്ങൾ രണ്ടുപേരും വായും പിളർന്ന് അവൻ പോയ വഴിയേ നോക്കി നിന്നു.

''അലിക്ക് ഇങ്ങനെ ഒന്ന് ചെയ്യാൻ കഴിയുമോ ചീഫ്?'' അവൾ കുറച്ചു കഴിഞ്ഞ് ചോദിച്ചു.

''അവൻ എന്തു ചെയ്തുവെന്നാണ് നീ പറയുന്നത്?''

അഗാധമായ ഭയം അവളുടെ മുഖത്തെ പൊതിഞ്ഞിരുന്നു. ആ നനഞ്ഞ കണ്ണുകൾ ഭിത്തിയുടെ ചുവട്ടിലെ ശരീരത്തിലേക്ക് വഴുതി.

''നിങ്ങൾക്കറിയാമല്ലോ ഞാൻ എന്താ ഉദ്ദേശിക്കുന്നതെന്ന്.''

അലിയുടെ ദേഷ്യം നിറഞ്ഞ മുഖവും അവന്റെ ഭ്രാന്തൻ കണ്ണുകളും എന്റെ മനസ്സിൽ മിന്നിമറഞ്ഞു. ഞാൻ ഉടനെ ആ ചിത്രത്തെ തുരത്തിയോടിച്ചു. ഞാൻ പഴയതിലും ശക്തമായി എന്റെ സഹായിയെ പിന്തുണച്ചു.

''ഇല്ല. അലിക്ക് ഇത് ചെയ്യാൻ കഴിയില്ല.''

ഞാൻ എല്ലാവരേക്കാളും ദുർബലനായിരുന്നു, കാരണം എനിക്ക് കൂടുതൽ മുറിവേറ്റിരുന്നു

വീട്ടിലെത്തിയപ്പോൾ എനിക്ക് കുളിക്കാനുള്ള ഊർജം പോലുമുണ്ടായിരുന്നില്ല. ഒരു കൊലപാതകത്തിൽ തുടങ്ങി മറ്റൊരു കൊലപാതകത്തിൽ അവസാനിച്ച ഭയാനകമായ ദിവസമായിരുന്നു അത്. എന്റെ ശരീരവും ആത്മാവും തളർന്നുപോയിരുന്നു. മുറിയിൽ കയറിയ ഉടനെ ഞാൻ കട്ടിലിലേക്ക് ചാഞ്ഞു. ബോധരഹിതനായതുപോലെ എത്ര നേരം ഉറങ്ങിയെന്നറിയില്ല. ഒരുപക്ഷേ അത് രണ്ട് മണിക്കൂറുകളോ ഒരു നിമിഷമോ ആകാം. സെയ്നെപ്പിന്റെ വാക്കുകൾ കേട്ടാണ് ഞാൻ കണ്ണുതുറന്നത്.

''അലിക്ക് ഇത് ചെയ്യാൻ കഴിയുമോ ചീഫ്?''

അവളുടെ ശബ്ദം വളരെ അടുത്ത് നിന്നാണ് വന്നത്. അവൾ എന്റെ മുകളിൽ നിൽക്കുകയാണെന്ന് എനിക്ക് തോന്നി. ഞാൻ പരിഭ്രാന്തരായി ചുറ്റും നോക്കി, പക്ഷേ സെയ്നെപ്പോ അവളുടെ ശബ്ദമോ മുറിയിൽ ഉണ്ടായിരുന്നില്ല.

ഞാൻ വിഷമത്തോടെ എഴുന്നേറ്റിരുന്നു. എന്റെ കണ്ണുകൾ ചുറ്റുമുള്ള മങ്ങിയ കാഴ്ചകളോട് സാവധാനം പൊരുത്തപ്പെട്ടു. ആ ചോദ്യം ഒരു മാരകമായ ട്യൂമർപോലെ എന്റെ തലച്ചോറിൽ കത്തിക്കൊണ്ടിരുന്നു.

ഹികാബി അമീർ ഇൻസെയെ എണ്ണിയാലൊടുങ്ങാത്ത തവണ കുത്തിക്കൊന്ന കൊലയാളി ശരിക്കും എന്റെ സഹായിയാണോ? ഞാൻ അലിയെ വീണ്ടും ആ തകർന്ന അവസ്ഥയിൽ സങ്കൽപ്പിച്ചു. കാര്യങ്ങൾ ചോദിച്ചപ്പോൾ അവൻ ആദ്യം ലജ്ജകൊണ്ട് തല കുനിച്ചുവെങ്കിലും തുടർന്ന് ഒരു ഭ്രാന്തനെപ്പോലെ പുറത്തേക്ക് തുള്ളിച്ചാടി ഇറങ്ങിപ്പോയി. എന്താണ് സംഭവിച്ചതെന്ന് അവൻ ഞങ്ങളോട് പറയാത്തത് എന്തുകൊണ്ടാണ്? ''ഞാൻ എത്തുമ്പോൾ ഹികാബി മരിച്ചിരുന്നു'' എന്ന് മാത്രം. കൂടാതെ, ''നിങ്ങൾ എന്നെ ഡ്യൂട്ടിയിൽനിന്ന് ഒഴിവാക്കിയേക്കണം.'' എന്നും അവൻ പറഞ്ഞു. സ്വയം പ്രതിരോധിക്കുക പോലും ചെയ്തില്ല.

അലി ഇങ്ങനെ പെരുമാറില്ല. എന്തോ കുഴപ്പമുണ്ട്. അവസാനം, ഞാൻ ആ ഭയാനകമായ സാധ്യതയെപ്പറ്റി ചിന്തിച്ചു. പക്ഷേ എന്തിന് അലി അത് ചെയ്യണം? എന്നോടുതന്നെ ആ ചോദ്യം ചോദിച്ച് തീരുന്നതിനുമുമ്പ് മനസ്സ് ഉത്തരങ്ങൾ രൂപപ്പെടുത്തുകയായിരുന്നു. ആൺകുട്ടികളുടെ അനാഥാലയം ഡയറക്ടറെ അവന് അറിയാമായിരുന്നു. അല്ലെങ്കിൽ ആകിഫ് സോയ്കനെക്കുറിച്ച് അറിയാനായി കാണാൻ പോയതിന് ശേഷം ഹികാബി അവനോട് കൊമ്പു കോർക്കാൻ തുടങ്ങി. ഇല്ല. അലി ഒരു കിറുക്കൻ ആയിരുന്നെങ്കിലും അവൻ ഒരിക്കലും അത്രയൊന്നും ചെയ്യില്ല. അതിനുള്ള ധൈര്യം അവനില്ല. ഒരുപക്ഷേ എതിരാളിയുടെ മൂക്കോ വായയോ ഇടിച്ചു പൊട്ടിച്ചേക്കും. പക്ഷേ കൊല്ലില്ല. എന്തായാലും അലിയെ സമീപിക്കുന്ന തരത്തിലുള്ള ആളായിരുന്നില്ല ഹികാബി.

ഇന്ന് ഉച്ചയ്ക്ക് കഞ്ചാവിന്റെ ആളുകളിൽനിന്ന് അവൻ ഓടിപ്പോയ രീതി എനിക്കോർമ വന്നു. പക്ഷേ അലി ഹികാബിയെ പള്ളിക്ക് മുന്നിൽ തിരിച്ചറിഞ്ഞിരുന്നില്ല. അയാളുടെ പിന്നാലെ വന്ന തെമ്മാടികളുമായി അവൻ തിരക്കിലായിരുന്നല്ലോ. ഹിക്കാബിയെ അവൻ വ്യക്തമായി കണ്ടിരുന്നില്ല എന്നുറപ്പാണ്. വഴക്ക് അവസാനിച്ചപ്പോഴേക്കും അയാൾ ഓടിപ്പോവുകയും ചെയ്തിരുന്നു. അലിയെ തിരിച്ചറിഞ്ഞതുകൊണ്ടാകാം അവൻ ഓടിപ്പോയത്. പരസ്പരം അറിയുക എന്നതിലുപരി അതിലുമേറെ കാര്യങ്ങൾ അവർക്കിടയിൽ ഉണ്ടായിരിക്കണം. അലി വളർന്നു വന്ന അനാഥാലയങ്ങളിലൊന്നിൽ ഹികാബി ഡയറക്ടറായിരുന്നുവോ? മുഖത്തെ പാടിനെപ്പറ്റി ചോദിച്ചല്ലോ! അത്രയേറെ അഴുക്ക് ഹികാബിയുടെ ഉള്ളിലുണ്ടോ? ആ ചിന്തതന്നെ അസുഖകരമായിരുന്നു. എന്നാൽ എല്ലാ സാധ്യതകളും അവലോകനം ചെയ്യാതെ, സത്യത്തിലേക്ക് എങ്ങനെ എത്തിച്ചേരും? അലിക്ക് അത് ചെയ്യാൻ കഴിയുമോ എന്ന് സെയ്നെപ് പോലും നേരിട്ട് ചോദിച്ചു.

എനിക്ക് ഇതൊക്കെ എങ്ങനെയാണ് അറിയാൻ കഴിയുക? ലോകം വളരെ ഭയാനകമായ ഒരു സ്ഥലമായി മാറിയിരിക്കുന്നു. ആളുകൾ ഒട്ടും ദയയില്ലാത്തവരായി മാറിയിരിക്കുന്നു. അലി പോലും സംശയാതീതനല്ല എന്നതാണ് അവസ്ഥ. ഒരുപക്ഷേ ഞാൻ അവന്റെ സ്ഥാനത്തായിരുന്നെങ്കിൽ... ഇല്ല, എനിക്ക് ഹികാബിയെ കൊല്ലാൻ കഴിയില്ല. അലി അവനെ കൊന്നിട്ടില്ല. അവന്റെ വിചിത്രമായ പെരുമാറ്റത്തിന് ഒരു വിശദീകരണം ഉണ്ടായിരിക്കണം. എന്നിട്ടും എന്തുകൊണ്ടാണ് അവനത് പറയാത്തത്? അവൻ അവസാനം ഞങ്ങളോട് പറയും എന്നുറപ്പാണ്. ഇന്നല്ലെങ്കിൽ നാളെ. എനിക്കറിയാവുന്ന അലിക്ക് ഒരിക്കലും ഒരു രഹസ്യം എന്നിൽനിന്ന് മറയ്ക്കാൻ കഴിയില്ല. എന്നോടല്ലെങ്കിൽ അവൻ സെയ്നെപ്പിനോട് എങ്കിലും പറയും. അവസാനം ഞങ്ങൾ ഇതിന്റെ അടിത്തട്ടിൽ എത്തുകതന്നെ ചെയ്യും. പക്ഷേ അന്തരീക്ഷത്തിന് ഇത്രയും ചൂട് ഇല്ലായിരുന്നെങ്കിൽ നന്നായിരുന്നു.

ഞാൻ കട്ടിലിൽ നിന്ന് ദേഷ്യത്തോടെ എഴുന്നേറ്റു. കൈ സ്വിച്ചിലേക്ക് നീണ്ടുവെങ്കിലും അവസാന നിമിഷം എന്റെ മനസ്സ് മാറി.

പ്രകാശമില്ലാത്ത ലോകംതന്നെ വികൃതമാണ്. അത് വർദ്ധിപ്പിക്കണ്ട. ഈ ലജ്ജാകരമായ അവസ്ഥയെ അകറ്റാൻ ഒരു ഇളംതെന്നലോ ശക്തമായ കാറ്റോ പ്രതീക്ഷിച്ച് ഞാൻ ജനൽപ്പടിയിൽ ചാരിയിരുന്ന് തല പുറത്തേക്ക് നീട്ടി. തെരുവ് വിളക്കിന്റെ വിരസമായ വെളിച്ചത്തിൽ ചുറ്റുമുള്ളതെല്ലാം തികച്ചും ശാന്തമായി കാണപ്പെട്ടു. പക്ഷേ ഒരു ഇളം കാറ്റിന്റെ സാന്നിധ്യം പോലും എനിക്കനുഭവപ്പെട്ടില്ല. നക്ഷത്രങ്ങളില്ലാത്ത ഈർപ്പമുള്ള ഒരു രാത്രിയായിരുന്നു അത്. ഈ പഴയ തെരുവ്, അതിന്റെ വശങ്ങളിലായി അടുക്കും ചിട്ടയുമില്ലാതെ നിർമ്മിച്ച വീടുകൾ, ആയിരക്കണക്കിന് വർഷങ്ങളായി നിലനിൽക്കുന്ന ഈ പൗരാണികമായ ജില്ല, ആത്മാവിന്റെ ആഴങ്ങളിൽ സ്ഥാനം പിടിച്ചിരിക്കുന്ന ഈ പുരാതന നഗരം, എല്ലാം ഭയാനകമായ നിശ്ശബ്ദതയിലായിരുന്നു. ഗോൾഡൻ ഹോൺ മുറിച്ചു കടക്കുന്ന ബോട്ടുകളിൽനിന്ന് പോലും ഒരു തരി വെളിച്ചം എത്തിനോക്കുന്നില്ല. വീടുകളിലെ ലൈറ്റുകളെല്ലാം അണഞ്ഞുകഴിഞ്ഞു. ഈ ആളുകൾ ശരിക്കും ഉറങ്ങുകയായിരുന്നോ? ഒരുപക്ഷേ അവർ വിയർപ്പ് നനഞ്ഞ ഷീറ്റുകളിൽ തിരിഞ്ഞും മറിഞ്ഞും കിടക്കുകയാവാം. ഒരു കുട്ടിയുടെ കരച്ചിൽ, ഒരു ചെറിയ പെൺകുട്ടിയുടെ ഇടയ്ക്കിടെയുള്ള കരച്ചിൽ കേട്ടതായി എനിക്ക് തോന്നി. ഞാൻ ശ്രദ്ധയോടെ ചെവീ വട്ടംപിടിച്ചു. തോന്നിയതാവണം. വിസ്തൃതമായ പരിസരത്തെമ്പാടും നിശ്ശബ്ദത തങ്ങിനിന്നു. ഞാൻ ഒന്നും മിണ്ടാതെ ജനലിന് എതിർവശത്തുള്ള കസേരയിൽ പോയി ഇരുന്നു.

എന്റെ ഉള്ളിൽ ഒരു അശുഭാപ്തിവിശ്വാസം അനുനിമിഷം വളർന്നുവന്നു. അതോടുകൂടി ഹൃദയത്തിൽ ഒരു ഭാരം അനുഭവപ്പെട്ടു. ഹൃദയാഘാതമുണ്ടാവുകയാണോ എന്ന് എനിക്ക് ഭയം തോന്നി. ഇല്ല, അതല്ല കാര്യം. ഞാൻ ഒരിക്കൽകൂടി എന്റെ ജീവിതത്തിന്റെ കണക്കെടുക്കുകയായിരുന്നു. മുൻകാലങ്ങളിലും ഞാനൊരിക്കലും ശുഭാപ്തി വിശ്വാസമുള്ള ആളായിരുന്നില്ല. പക്ഷേ പോരാടാനുള്ള ദൃഢനിശ്ചയമെങ്കിലുമുണ്ടായിരുന്നു. എനിക്ക് വിശ്വാസം ഇല്ലായിരിക്കാം, പക്ഷേ സ്ഥിരതയുണ്ടായിരുന്നു. മരിക്കാൻ എന്നെക്കൊണ്ട് കഴിയില്ല പക്ഷേ ചെറുതാണെങ്കിലും അർത്ഥവത്തായ പ്രവൃത്തികൾ ചെയ്യാൻ സാധിക്കുമെന്ന് ഞാൻ എന്നോടുതന്നെ പറയുമായിരുന്നു. പക്ഷേ ആ വികാരം എനിക്കിപ്പോൾ നഷ്ടപ്പെടാൻ തുടങ്ങിയെന്ന് തോന്നി. ഉള്ളിലെ പ്രതീക്ഷ സാവധാനം മരിക്കുകയായിരുന്നു. ഞാൻ പതുക്കെ മരിക്കുകയായിരുന്നു. ഏറ്റവും മോശമായ കാര്യം, എന്നെ പിടിച്ചു നിറുത്തുകയും ചെറുത്തുനിൽക്കാനുള്ള ശക്തി നൽകുകയും ചെയ്ത ആളുകളെയും ഞാൻ താഴേക്ക് വലിച്ചിടുകയായിരുന്നു. ആദ്യം എവ്ജീനിയ, ഇപ്പോൾ അലി.

നേരത്തെ കേട്ട പെൺകുട്ടിയുടെ കരച്ചിൽ വീണ്ടും കേട്ടതായിത്തോന്നി. ഞാൻ വീണ്ടും ചെവികൾ കൂർപ്പിച്ചു. പക്ഷേ അത് തെരുവിൽ നിന്നായിരുന്നില്ല.

എവ്ജീനിയയുടെ ഹൃദയത്തിലാണ് ആ കുട്ടി താമസിക്കുന്നത്. സിറിയയിൽ നിന്നു വന്ന, കാറ്റുപിടിച്ച മുടിയുള്ള അസീസ്. എന്റെ

പ്രണയിനിയിൽനിന്നുള്ള വേർപിരിയലിന് ആ പെൺകുട്ടി കാരണമായേക്കാം. എന്തിനാണ് എവ്ജീനിയ എന്നോട് ബന്ധം വേർപെടുത്തുന്നത്? കാരണം, ഞാൻ എത്രമാത്രം സ്വാർത്ഥനാണെന്ന് അവൾക്ക് പെട്ടെന്ന് മനസ്സിലാകും. ഒരു ചെറിയ കുട്ടിയുടെ ജീവൻ രക്ഷിക്കുന്നതിൽനിന്ന് അവളെ തടയാൻ സ്വന്തം വേദന ഒഴികഴിവായി ഉപയോഗിക്കുന്ന എന്നെ അവൾ ഒരു നീചനായി കാണും. ഇല്ല, അത് അത്ര ചീത്തയല്ല. ഞാൻ എന്നോട് ഒരിക്കലും നീതി പുലർത്തിയിരുന്നില്ല. അലിയോട് ചെയ്തതുപോലെ നിഷ്കരുണം എന്നെത്തന്നെ വിലയിരുത്തുകയാണ് ഞാനിപ്പോൾ.

എവ്ജീനിയ പെൺകുട്ടിയെ ദത്തെടുക്കാൻ ആഗ്രഹിക്കുന്നുവെന്ന് പറഞ്ഞപ്പോൾ ഞാൻ എന്തിനാണ് അസ്വസ്ഥനായത്? എന്തുകൊണ്ടാണ് ഞാൻ മരവിച്ച് പോയത്? എന്തുകൊണ്ടാണ് ഞാൻ ആ സുന്ദരിയായ പെൺകുട്ടിയെ വെറുപ്പോടെ നോക്കിയത്? എനിക്ക് ദുരുദ്ദേശ്യമില്ലായിരുന്നു എന്ന് ഉറപ്പാണ്. ഞാൻ ആകെ ആശയക്കുഴപ്പത്തിലായി. അത് ഒരു പുതിയ കാര്യമല്ല. ഞാൻ എപ്പോഴും ആശയക്കുഴപ്പത്തിലായിരുന്നു, എന്തായാലും ഗുസൈഡിനുശേഷം എവ്ജീനിയയെ സ്വീകരിക്കാൻ ശ്രമിക്കുമ്പോഴും ഞാൻ അങ്ങനെ തന്നെയായിരുന്നു. എന്റെ വിഡ്ഢിത്തം നിറഞ്ഞതും പെട്ടെന്ന് മുറിവേൽക്കുന്നതുമായ സ്വഭാവം എന്തൊക്കെ തീവ്രാനുഭവങ്ങളിലൂടെയാണ് ആ പാവം സ്ത്രീ കടന്നുപോയത്. പക്ഷേ അതൊന്നും മണ്ടത്തരമായിരുന്നില്ല.

ഞാൻ പറഞ്ഞത് ശരിയാണ്. ഒരാൾക്ക് പകരം മറ്റൊരാളെ മാറ്റി സ്ഥാപിക്കാൻ അത്രയെളുപ്പം കഴിയില്ല. നിങ്ങൾക്ക് വിലപ്പെട്ട ആരെങ്കിലും നഷ്ടമാകുമ്പോൾ വേദനയും കഷ്ടപ്പാടുകളും നിയന്ത്രണത്തിലാവും മുമ്പ് മറ്റൊരാളെ ആലിംഗനം ചെയ്യാൻ കഴിയില്ല. അവർക്കായി നിങ്ങൾക്കാവശ്യമുള്ളത്രയും കരഞ്ഞു തീർക്കാതെ.., നിശ്ചയമായും കഴിയില്ല. അത് നിങ്ങളോടും നിങ്ങൾക്ക് നഷ്ടപ്പെട്ടവരോടുമുള്ള ഏറ്റവും വലിയ അനാദരവായിരിക്കും. എനിക്ക് അത് ചെയ്യാൻ കഴിഞ്ഞില്ല. എന്റെ മനസ്സ് അംഗീകരിച്ചാലും എന്റെ ഹൃദയം സമ്മതിക്കില്ല. അതാണ് ഇന്ന് ടാറ്റവ്ലയിൽ സംഭവിച്ചത്.

എനിക്കൊരിക്കലും ആ പെൺകുട്ടിയോട് വെറുപ്പോ ദേഷ്യമോ തോന്നിയിട്ടില്ല. അവളെ ഐസുന്റെ സ്ഥാനത്ത് നിർത്താൻ ഞാൻ പ്രാപ്തനാണെന്ന ആശയം എനിക്ക് വിചിത്രമായി തോന്നി. അത് പാടില്ലായിരുന്നു, പക്ഷേ എനിക്ക് ഒന്നും ചെയ്യാൻ കഴിഞ്ഞില്ല. ഞാൻ എന്റെ മകളെ കൊല്ലുന്നതുപോലെ അനുഭവപ്പെട്ടു. അത് പരിഹാസ്യമായിരിക്കാം, പക്ഷേ എനിക്ക് അങ്ങനെയാണ് തോന്നിയത്. എന്തായാലും ഞാൻ കരുതലോടെയാണ് പെരുമാറിയത്. എവ്ജീനിയ ചെയ്യുന്നത് ശരിയായ കാര്യമാണ്, പക്ഷേ അവൾ എന്നോട് തീരുമാനമെടുക്കും മുമ്പ് സംസാരിച്ചിരുന്നെങ്കിൽ എന്ന് എനിക്ക് ആഗ്രഹം തോന്നി. അവൾ എന്നോട് തുറന്ന് പറഞ്ഞിരുന്നെങ്കിൽ! എന്നെ അതിനായി ഒരുക്കിയിരുന്നെങ്കിൽ! ഞാൻ എന്നേക്കാൾ മികച്ച, കൂടുതൽ പക്വതയുള്ള, ശക്തനായ ഒരു വ്യക്തിയാണെന്ന് അവൾ കരുതുന്നുവെന്നാണ്

തോന്നുന്നത്. പക്ഷേ ഞാൻ എല്ലാവരെയും പോലെയായിരുന്നു. അല്ല, ഞാൻ എല്ലാവരേക്കാളും ദുർബലനായിരുന്നു, കാരണം എനിക്ക് കൂടുതൽ മുറിവേറ്റിരുന്നു. എന്തുതന്നെയായാലും, എനിക്ക് ഈ വികാരങ്ങളെ മറികടക്കേണ്ടി വരും. എവ്ജീനിയയെ ഉപേക്ഷിക്കാൻ എനിക്ക് കഴിയില്ല. എവ്ജീനിയയെ മാത്രമല്ല, അസീസിയെയും.

കരയുന്ന പെൺകുട്ടിയുടെ ശബ്ദം വീണ്ടും ഉയർന്നു. എന്റെ മനസ്സ് എന്നെ പരിഹസിക്കുകയാണ് എന്നു തോന്നിയെങ്കിലും അത് സത്യമായിരുന്നില്ല. അയൽപക്കത്തുനിന്ന് അത് കൂടുതൽ ഉച്ചത്തിൽ മുഴങ്ങി.

''അമ്മേ... അമ്മേ എനിക്ക് പേടിയാണ്.'' ഡ്രൈവർ തഹ്സിന്റെ മകളായിരിക്കണം. നെർഗിസ്. നീല നിറത്തിൽ തിളങ്ങുന്ന അലങ്കാരവിളക്കുകൾപോലെയുള്ള കണ്ണുകളും സ്വർണ്ണനിറത്തിലെ സുന്ദരമായ മുടിച്ചുരുളുകളുമുള്ള അതിസുന്ദരിയായ ഒരു പെൺകുട്ടിയായിരുന്നു അവൾ. മൂന്നുമാസം മുമ്പേ അവൾ സംസാരിച്ചുതുടങ്ങിയിരുന്നു. അവൾക്ക് ഇപ്പോഴും ചില വാക്കുകൾ ശരിയായി ഉച്ചരിക്കാൻ കഴിയില്ല എന്നത് ശരിയാണ് പക്ഷേ സ്വന്തം കാര്യം പറഞ്ഞു നേടിയെടുക്കാൻ കഴിയും. എന്തോ കാരണംകൊണ്ട് പാതിരാത്രിയിൽ അവൾ പേടിച്ചുവെന്ന് തോന്നുന്നു.

''മോളേ... പേടിക്കാനൊന്നുമില്ല. ഞാൻ കൂടെയുണ്ട്.'' അവളുടെ അമ്മയുടെ ശബ്ദം ഞാൻ കേട്ടു.

വാസ്തവത്തിൽ ഈ ലോകത്ത് ഭയപ്പെടാൻ ധാരാളമുണ്ട്. പക്ഷേ അവളുടെ അമ്മ കൂടെയുണ്ടായിരുന്നെങ്കിൽ ഒന്നും പേടിക്കേണ്ടതില്ല. അസീസിയോട് അന്യായം പ്രവർത്തിക്കുന്നതിന് തൊട്ടടുത്ത് വരെ ഞാൻ എത്തിയിരുന്നു. ഇല്ല, ഞങ്ങൾ ആ പെൺകുട്ടിയെ ദത്തെടുക്കും, അവളെ ഇരുകൈകളും നീട്ടി സ്വീകരിക്കും, എന്റെ ഉള്ളിൽ വളരുന്ന നിന്ദ്യമായ വികാരങ്ങൾ വകവയ്ക്കാതെ സ്നേഹത്തോടെ വളർത്തും. വേറെ വഴിയില്ല. കുറഞ്ഞത് ഒരാളെയെങ്കിലും ഞങ്ങൾ രക്ഷിക്കും. അങ്ങനെ ആലോചിച്ചപ്പോൾ ആ തീരുമാനം എന്നെ ആശ്വസിപ്പിച്ചു.

അതിനിടയിൽ എന്റെ ഫോൺ റിംഗ് ചെയ്യാൻ തുടങ്ങിയിരുന്നു. സെയ്നെപ്പിന്റെ പേര് സ്ക്രീനിൽ തെളിഞ്ഞു. ''ഹലോ...'' ഞാൻ തിടുക്കത്തിൽ മറുപടി പറഞ്ഞു.

''ചീഫ്, നിങ്ങളെ ഈ സമയത്ത് ബുദ്ധിമുട്ടിച്ചതിൽ ഖേദിക്കുന്നു, പക്ഷേ ഞങ്ങൾ കുറ്റവാളികളെ കണ്ടെത്തിയെന്ന് തോന്നുന്നു.''

സെയ്നെപ് തിടുക്കത്തിലാണ് സംസാരിച്ചത്. അവൾ ബ്ലൈൻഡ് മാൻസ് ബഫിനെക്കുറിച്ചാണോ അതോ മറ്റാരെങ്കിലും കുറിച്ചാണോ ഈ പറയുന്നത്?

''ഏത് കുറ്റവാളികൾ, സെയ്നെപ്പ്? നിങ്ങൾ ആരെയാണ് കണ്ടെത്തിയത്?''

''ഹികാബി ഇൻസെയെ കൊന്നവർ.''

ഈ പെൺകുട്ടി ഉറക്കത്തിൽ സംസാരിക്കുകയാണോ?

''സെയ്നെപ്, നീ എവിടെയാണ്?''

''സെൻട്രൽ സ്റ്റേഷനിൽ.'' അവൾ മറുപടി പറഞ്ഞു. ''നിരീക്ഷണ ക്യാമറകളിൽനിന്ന് എനിക്ക് ടേപ്പുകൾ കിട്ടി. രണ്ട് പ്രതികളുണ്ട്.''

എനിക്ക് ലജ്ജ തോന്നി. ഞാൻ എന്റെ വീടിന്റെ ചുമരുകൾക്കുള്ളിൽ കിടന്നുറങ്ങുമ്പോൾ രാത്രി മുഴുവൻ തെരുവ് ക്യാമറകളിൽ നിന്നുള്ള ടേപ്പുകൾ പരിശോധിക്കുകയായിരുന്നു അവൾ. അവൾക്ക് ഉപയോഗ പ്രദമായ ചിത്രങ്ങൾ ലഭിച്ചുവെന്നാണ് തോന്നുന്നത്. അവളുടെ ശബ്ദം ഉന്മേഷത്തോടെയാണ് മുഴങ്ങുന്നത്. സമയം രാവിലെ എത്രയായിട്ടുണ്ടെന്ന് ദൈവത്തിനറിയാം.

''നല്ല വാർത്ത, സെയ്നെപ്.'' മയക്കം കുടഞ്ഞുകളഞ്ഞുകൊണ്ട് ഞാൻ പറഞ്ഞു. ''ഞാൻ ഇതാ ഇറങ്ങി.''

നിങ്ങൾ ഒരു കാര്യവുമില്ലാതെ കരയുകയാണ്; അവൻ ഇതുപോലൊന്ന് ചെയ്യില്ല

കണ്ടയുടനെ ഞാൻ അവന്മാരെ തിരിച്ചറിഞ്ഞു. ഹികാബി ഇൻസെയുടെ അപ്പാർട്ട്മെന്റിന്റെ പൂന്തോട്ടത്തിലേക്ക് പ്രവേശിക്കുന്ന നേരത്ത് തെരുവിൽ സ്ഥാപിച്ചിരുന്ന ക്യാമറ അവരെ പിടികൂടിയിരുന്നു. വാസ്തവത്തിൽ, ആ ചിത്രം അത്ര നല്ലതൊന്നുമല്ല, പക്ഷേ കറുത്ത സ്യൂട്ട് ധരിച്ച സെർകാന്റെ ബാൻഡേജ് ഇട്ട മൂക്കും അവന്റെ കുറുക്കൻ കൂട്ടുകാരനെയും എവിടെയും ഞാൻ തിരിച്ചറിയുമായിരുന്നു. ഗാർഡൻ ഗേറ്റിലൂടെ അകത്ത് കടന്ന രണ്ട് അക്രമികളും ഇന്നലെ ഉച്ചയ്ക്ക് അലിയുടെ മർദ്ദനമേറ്റവരല്ലാതെ മറ്റാരുമായിരുന്നില്ല.

''കഞ്ചാവിന്റെ ആളുകൾ!'' സ്ക്രീനിലെ ഗുണ്ടകളെ ചൂണ്ടി ഞാൻ മന്ത്രിച്ചു. ''മുന്നിലുള്ളത് അർദയാണ്, അടിയേറ്റ മുഖമുള്ളവൻ സെർകാനും.''

സെയ്നെപ്പിന്റെ മുഖത്ത് ബാക്കിയുണ്ടായിരുന്ന ആശങ്കയുടെ അവസാനമേഘങ്ങളും ഒഴിഞ്ഞുപോയി.

''നിങ്ങൾ പറഞ്ഞത് ശരിയാണ്. അർദ കർകന്റിയും സെർകാൻ അസ്മസും. രണ്ട് പേരുടെയും ഫയലുകൾ വളരെ ഭാരമുള്ളതാണ്. കൊലപാതകം മുതൽ കവർച്ച വരെ, വെടിവയ്പ് മുതൽ തട്ടിക്കൊണ്ടുപോകൽ വരെ, നിങ്ങൾക്ക് വേണ്ടതെന്തും അവർ ചെയ്യും. അവർ കഞ്ചാവ് ഇസ്മായിലിന്റെ വലംകൈകളാണ്. കൊടും കുറ്റവാളികൾ. കൊലപാതകികൾ.''

ഞാനും അവളെപ്പോലെ തന്നെയാണ് ചിന്തിച്ചത്. പക്ഷേ ഒരു തീരുമാനത്തിൽ എത്തും മുമ്പ്. 'ഒരുപക്ഷേ' ഇവന്മാരായിരിക്കും കൊലയാളികൾ എന്ന് പ്രഖ്യാപിക്കുന്നത് കുഴപ്പങ്ങൾ ഉണ്ടാക്കും. ഉറപ്പുണ്ടായിരിക്കണം. സാധാരണഗതിയിൽ സെയ്നെപ് കാര്യങ്ങൾ വേണ്ടത് പോലെ ചെയ്യുന്നയാളാണ്. പക്ഷേ അലിയുടെ കാര്യം വന്നപ്പോൾ അവളുടെ വികാരങ്ങൾ യുക്തിയെ ഭരിക്കുന്നു. എന്തായാലും അവളെ വിഷമിപ്പിക്കാതിരിക്കാൻ ഞാൻ ശ്രദ്ധിച്ചു.

''അതിനാണ് സാധ്യത.'' ഞാൻ സമ്മതിച്ചു. ''ഇന്നലെ ഞങ്ങൾ തടഞ്ഞില്ലായിരുന്നുവെങ്കിൽ ഹികാബിയെ ഇവന്മാർ മസ്ജിദിന് മുന്നിൽ വച്ചുതന്നെ തീർക്കുമായിരുന്നു. എന്നാലും...''

പൊള്ളിയതുപോലെ സെയ്നെപ് പിടഞ്ഞുപോയി. എന്തു നാശത്തിനാണ് ഞാൻ 'എന്നാലും' എന്ന് പറഞ്ഞത്? ഓരോ വാക്കിനും പലതരം അർത്ഥങ്ങൾ ഉണ്ടാവാറുണ്ട്. ശ്രദ്ധിക്കാതെ ഓരോന്ന് ഞാൻ വിളിച്ചു പറയുകയാണ്.

''ഇവർ എപ്പോഴാണ് തിരിച്ചുപോയത്?''

അവളുടെ മനസ്സ് കലങ്ങിയിരുന്നു. അവൾക്ക് പെട്ടെന്ന് ആ ചോദ്യം മനസ്സിലായില്ല.

''ക്ഷമിക്കണം ചീഫ്. ഒന്നു കൂടി പറയാമോ?''

ഞാൻ വീണ്ടും സ്ക്രീനിലേക്ക് ചൂണ്ടി.

''അവർ അകത്തേക്ക് പോകുന്നത് നമ്മൾ കണ്ടു, പക്ഷേ അവർ എപ്പോഴാണ് പുറത്തുവന്നത്?''

അവൾ നിശ്ശബ്ദയായി കമ്പ്യൂട്ടറിന് നേരെ തിരിഞ്ഞു.

''ഓ, എനിക്ക് മനസ്സിലായി.''

അവൾ മൗസ് കയ്യിലെടുത്തു. ചിത്രം മുന്നോട്ട് നീങ്ങാൻ തുടങ്ങി. സ്ക്രീനിൽ മങ്ങിയ ചിത്രങ്ങൾ പറന്നു.

''ഇതാ അവർ. മുപ്പത്തിയേഴു മിനിറ്റ് കഴിഞ്ഞ് ക്യാമറ അവരെ പിടി കൂടി.''

സ്ക്രീനിലെ ചിത്രങ്ങൾ വ്യക്തമായി. അർദയും സെർകാനും ഒരിക്കൽകൂടി സ്ക്രീനിൽ പ്രത്യക്ഷപ്പെട്ടു. ഇത്തവണ സെർകാൻ മുന്നിലായിരുന്നുവെങ്കിലും ഇരുവരും തിടുക്കത്തിലായിരുന്നില്ല. അവർ പരിഭ്രാന്തരാകുകയോ കുതിച്ചോടുകയോ ചെയ്തില്ല. ആരെയോ കശാപ്പ് ചെയ്ത കൊലയാളികളെപ്പോലെയായിരുന്നില്ല അവർ പ്രത്യക്ഷപ്പെട്ടത്.

''അവർ വളരെ ശാന്തരാണ്.'' എനിക്ക് പറയാതിരിക്കാൻ കഴിഞ്ഞില്ല. ''രണ്ട് സുഹൃത്തുക്കൾ അവർക്കറിയാവുന്ന ആരെയോ സന്ദർശിച്ച് മടങ്ങുന്നതുപോലെ.''

സെയ്നെപ്പിന്റെ തളർന്ന മുഖം പൂർണ്ണമായും മേഘാവൃതമായി. അവൾ എന്നെ വീണ്ടും തെറ്റിദ്ധരിച്ചു. അവൾ തനിക്ക് കഴിയുന്നതുപോലെ എന്റെ മനസ്സ് മാറ്റാൻ ശ്രമിച്ചു.

''ഇവന്മാർ മനോരോഗികളാണ് ചീഫ്. ഇത് അവരുടെ എത്രാമത്തെ കൊലപാതകമാണെന്ന് ആർക്കറിയാം? അവരുടെ ഫയലുകൾ കണ്ടാൽ മനസ്സിലാകും. രണ്ടുപേരും ക്രൈം മെഷീനുകളാണ്. അവർക്ക് ഈ പണി ശീലമാണ്. ഒരു മനുഷ്യനെ കുത്തിക്കൊല്ലാൻ മുപ്പത്തിയേഴ് മിനിറ്റ് മതി. അല്ലേ? ശരീരത്തിന്റെ മുന്നിൽ ഇരുന്നു വേണമെങ്കിൽ സിഗരറ്റ് വലിച്ചാസ്വദിക്കാനും ഇത്തരക്കാർ മടിക്കില്ല.''

സെയ്നെപ് സംസാരിച്ചുകൊണ്ടിരുന്നപ്പോൾ അലി എത്ര ഭാഗ്യവാനാണെന്നാണ് ഞാൻ ചിന്തിച്ചത്. അവൾ ഞങ്ങളുടെ ഭ്രാന്തൻ ചെക്കനെ ശരിക്കും സ്നേഹിച്ചിരുന്നു. ഒരു പുരുഷനെ സംബന്ധിച്ചിടത്തോളം ഇത്തരം ഒരു സ്ത്രീ യഥാർത്ഥ നിധിയാണ്. ഒരു സ്ത്രീയാൽ ഈ രീതിയിൽ സ്നേഹിക്കപ്പെടുന്ന അനുഭവം എനിക്കും അറിയാമായിരുന്നു. ഗുസൈഡും എവ്ജീനിയയും എനിക്ക് സ്നേഹത്തിന്റെ രുചി അനുഭവിക്കാൻ അവസരം തന്നു.

''അത് ശരിയല്ലേ?'' സെയ്നെപ്പിന്റെ ശബ്ദം എന്നെ ആഹ്ലാദം നിറഞ്ഞ ആ ചിന്തയിൽനിന്നു തള്ളി താഴെയിട്ടു. ''ആരെയെങ്കിലും കൊന്നതിനുശേഷം ഓടിപ്പാഞ്ഞു രക്ഷപ്പെടാൻ ശ്രമിക്കുന്ന തരത്തിലുള്ളവരാണോ ഈ അധമജീവികൾ?''

''അല്ല.'' അവളെ ശുണ്ഠി പിടിപ്പിക്കാതിരിക്കാനായി ഞാൻ പറഞ്ഞു. ''നീ പറഞ്ഞത് ശരിയാണ്. ഒരു മനുഷ്യനെ കൊല്ലുന്നത് അവർക്ക് കുട്ടിക്കളിയായിരിക്കും. പ്രത്യേകിച്ച് ഹികാബിയെപ്പോലെ പ്രതിരോധിക്കാൻ കഴിവില്ലാത്ത ഒരാൾ. എന്നാൽ എനിക്ക് മറ്റൊരു കാര്യമറിയണം. എപ്പോഴാണ് അലി ക്യാമറയിൽ പ്രത്യക്ഷപ്പെടുന്നത്?''

ഇങ്ങനെയൊരു ചോദ്യം അവൾ പ്രതീക്ഷിച്ചില്ല.

''ചീഫ് നിങ്ങൾ എന്താണ് ഉദ്ദേശിക്കുന്നത്?''

ഞാൻ ആശ്വസിപ്പിക്കുന്ന ഭാവത്തിൽ അവളുടെ തോളിൽ കൈ വച്ചു.

''അലി. അവനും അവിടെ വന്നിട്ടുണ്ട്. അല്ലേ?''

അവളുടെ മുഖത്ത് വീണ്ടും സംശയത്തിന്റെ നിഴൽ വ്യാപിച്ചു. ഞാൻ എന്താണ് ചെയ്യാൻ ശ്രമിക്കുന്നത്? എന്തുകൊണ്ടാണ് ഞാൻ വിശ്വാസിക്കാത്തത്? പക്ഷേ അവൾ ആ രംഗം വലിച്ചു നീട്ടിയില്ല. സെയ്നെപ് വീണ്ടും സ്ക്രീനിലേക്ക് തിരിഞ്ഞ് അവളുടെ മൗസിൽ പിടിച്ചു.

''ഇതാ, ഇത് അവൻ തന്നെ.''

എന്റെ മുന്നിൽ വീണ്ടും ദൃശ്യങ്ങൾ തെളിഞ്ഞു.

''അക്രമികൾ പോയിട്ട് പത്ത് മിനിറ്റിനുശേഷം അലി അപ്പാർട്ട്മെന്റിൽ പ്രവേശിച്ചു.''

''പത്തു മിനിറ്റ്?''

''അതെ, ആ വരവ് പെട്ടെന്നായിരുന്നു. അവൻ നേരത്തെ വന്നിരുന്നെങ്കിൽ അവർ തമ്മിൽ കണ്ടുമുട്ടുമായിരുന്നു. ഇത് നോക്കൂ.''

സ്ക്രീനിൽ പ്രത്യക്ഷപ്പെട്ട അലിയെ ഞാൻ സൂക്ഷ്മമായി പരിശോധിച്ചു. അവൻ തോട്ടത്തിലേക്ക് പാഞ്ഞുകയറി. അവന്റെ കണ്ണുകൾ കാണാൻ കഴിഞ്ഞില്ല, പക്ഷേ അവന് മുറിവേറ്റ ഭാവമുണ്ടായിരുന്നു. അലിയുടെ ഈ സ്വഭാവം എനിക്കറിയാമായിരുന്നു. ഒരു വഴക്കിന് മുമ്പ് അയാൾ എപ്പോഴും ഇങ്ങനെയാണ് പെരുമാറിയിരുന്നത്. കഴുത്ത്

ചെറുതായി അകത്തേക്ക് വലിച്ചു, കണ്ണുകൾ മുന്നിൽ തറപ്പിച്ച്, മുഷ്ടി ചുരുട്ടി.., അവൻ പെട്ടെന്ന് തന്നെ സ്ക്രീനിൽനിന്നു മറഞ്ഞു.

''പിന്നീട്?'' ഞാൻ പതുക്കെ ചോദിച്ചു. ''അവൻ തിരിച്ചുപോയോ?''

ചോദ്യം വിചിത്രമായ ഒന്നാണെന്ന മട്ടിൽ സെയ്നെപ് എന്നെ നോക്കി.

''ഇല്ല. അവൻ എന്തിനാണ്...?''

ഞാൻ പുഞ്ചിരിച്ചു.

''എനിക്കറിയില്ല, ഞാൻ കാര്യങ്ങൾ മനസ്സിലാക്കാൻ ശ്രമിക്കുകയാണ്. സംശയമുള്ള മറ്റേതെങ്കിലും ആളാണെങ്കിൽ നമ്മൾ ആ ചോദ്യം ചോദിക്കില്ലേ? ഒരുപക്ഷേ അവൻ പോയിട്ട് വീണ്ടും തിരിച്ചു വന്നേക്കാം. അലി നിരപരാധിയാണെന്ന് തെളിയിക്കാൻ നമുക്ക് ഇതറിയണം. വേണ്ടേ?''

സെയ്നെപ്പിന്റെ മുഖം ചുവന്നു തുടുത്തു. അവൾ കമ്പ്യൂട്ടറിലേക്ക് വീണ്ടും തിരിഞ്ഞു.

''എനിക്ക് മനസ്സിലായി ചീഫ്. പക്ഷേ അലി തിരിച്ചുപോയില്ല. ഇരുപത്തിയൊമ്പത് മിനിറ്റിനുശേഷം ഇൻസ്പെക്ടർ എർക്യൂവും സംഘവും വന്നു. നോക്കൂ, ആ ദൃശ്യങ്ങളും ഇവിടെയുണ്ട്.''

എനിക്കത് കാണിച്ചുതരാനായി അവൾ മൗസ് എത്തിയെടുക്കുന്നത് കണ്ടപ്പോൾ ഞാൻ അവളുടെ തോളിൽ ഒന്നുകൂടി തൊട്ടു.

''സാരമില്ല. ആ ഭാഗത്ത് ഒരു സംശയവുമില്ല.''

ഇത്തവണ തല തിരിക്കുന്നതിന് പകരം അവൾ തന്റെ കറങ്ങുന്ന കസേര എനിക്ക് നേരെ തിരിച്ചു.

''പിന്നെ എവിടെയാണ് സംശയം?''

അവളുടെ ചുവന്ന കണ്ണുകളിൽ മിന്നൽപോലെ ഒരു ഭാവം പ്രത്യക്ഷപ്പെട്ടു. എന്തുകൊണ്ടാണ് നിങ്ങൾ ഇപ്പോഴും അലിയെ കുറ്റപ്പെടുത്തുന്നത്, അതാണ് ആ കണ്ണുകൾ പരിഭവത്തോടെ ചോദിച്ചത്. ഞാൻ മേശയുടെ മറ്റേ അറ്റത്തുനിന്ന് ഒരു കസേര വലിച്ചിട്ട് ഇരുന്നു.

''അലിയെ ബലി നൽകാൻ ഞാൻ തയ്യാറാണെന്ന് നീ കരുതുന്നുണ്ടോ, സെയ്നെപ്?''

ദയയുള്ള ഒരു പിതാവിനെപ്പോലെ ഞാൻ മൃദുവായി സംസാരിച്ചു.

''ഇല്ല.'' അവൾ പറഞ്ഞു, അവളുടെ കണ്ണുകൾ ഈറനണിഞ്ഞു. ''ഇല്ല, നിങ്ങൾ ഒരിക്കലും ഞങ്ങളെ കൈവിടില്ല.''

അവൾ അലിയെ വളരെയധികം സ്നേഹിച്ചിരുന്നു. തന്റെ വിധി അവന്റേതുമായി ബന്ധിപ്പിച്ചല്ലാതെ ചിന്തിക്കാൻ അവൾക്ക് കഴിഞ്ഞിരുന്നില്ല.

ഞാൻ കൈ നീട്ടി അവളുടെ കൈകളിൽ മുറുകെ പിടിച്ചു. അവ മഞ്ഞുപോലെ തണുത്തിരുന്നു.

''നിങ്ങളെ രണ്ടുപേരെയും ഞാൻ ഒരിക്കലും കൈവിടില്ല. പക്ഷേ നമ്മൾ അലിയെ രക്ഷിക്കാൻ ഇറങ്ങുമ്പോൾ തർക്കത്തിന് അവസരങ്ങൾ അവശേഷിക്കരുത്. എർക്യൂ ഇതങ്ങനെ പോകാൻ അനുവദിക്കില്ല. അയാൾക്ക് ഞങ്ങളെ ഇഷ്ടമല്ല, അലിയുടെ ശത്രുവാണ് അയാൾ എന്നത് ഒരു രഹസ്യമല്ല. ഇന്നലെ രാത്രി അവൻ നമ്മളുടെ അടുത്ത് നിന്നു പോയ ഉടനെ ഒരു കുപ്പി റാക്കിയുമായി മേലുദ്യോഗസ്ഥരെ കണ്ടിട്ട് അവർക്ക് ഒരു വാക്കാലുള്ള റിപ്പോർട്ട് നൽകി. നമ്മൾ അവന് ഒരു അവസരവും നൽകരുത്. കൂടാതെ നമ്മൾ സത്യം എന്താണ് എന്നു മനസ്സിലാക്കേണ്ടതുണ്ട്. ഈ സംഭവത്തിൽ നമുക്ക് അറിഞ്ഞുകൂടാത്ത, കാണാൻ കഴിയാതിരുന്ന ചില കാര്യങ്ങൾ ഉണ്ട്. ഞാൻ എന്താ ഉദ്ദേശിക്കുന്നത് എന്നു നിനക്ക് നന്നായി അറിയാം.''

അവൾ വീണ്ടും പ്രതിരോധത്തിലായി.

''അലി എന്തിനാണ് ഹിക്കാബിയെ കാണാൻ പോയതെന്നല്ലേ നിങ്ങൾ ചോദിക്കുന്നത്? നമ്മളില്ലാതെ? ഒറ്റയ്ക്ക്? അത് തന്നെയായിരുന്നു എന്റെയും ചോദ്യം. അവസാന നിമിഷം എന്തെങ്കിലും സംഭവിച്ചിരിക്കാം. നമ്മളോട് സംസാരിക്കാൻ നിന്നാൽ സമയം നഷ്ടപ്പെടുമെന്ന് അവൻ കരുതിയിരിക്കാം. നിങ്ങൾക്കറിയാമല്ലോ അലിയെ. അവൻ എടുത്തുചാട്ടക്കാരനാണ്. അവൻ എപ്പോൾ എന്ത് ചെയ്യുമെന്ന് ആർക്കുമറിയില്ല.

ഞാൻ ശാന്തമായി തലയാട്ടി.

''അതാകാം. സത്യത്തിൽ ഹികാബിയെ അയാൾക്ക് നേരത്തെ അറിയാമായിരുന്നിരിക്കാം. കാര്യങ്ങൾ മനസ്സിലാക്കിയപ്പോൾ അവനോട് സംസാരിക്കണമെന്ന് അലിക്ക് തോന്നിയിട്ടുണ്ടാവാം. നമ്മളെ അറിയിക്കാൻ അവന് സമയം കിട്ടിയിട്ടുണ്ടാവില്ല. ഈ വാദം ഞാനും അംഗീകരിക്കുന്നു. പക്ഷേ എന്തുകൊണ്ടാണ് അവൻ ശവശരീരം കണ്ടെത്തിയ വിവരം നമ്മളെ അറിയിക്കാതിരുന്നത്? ഇന്നുവരെ, അവൻ ഒരിക്കലും ഈ രീതിയിൽ പെരുമാറിയിട്ടില്ല. കുറ്റകൃത്യം നടന്ന സ്ഥലത്ത് എത്തുമ്പോൾ അവൻ എപ്പോഴും എന്നെ വിളിക്കും. അവൻ ഇത്തവണ അത് ചെയ്തില്ല. നേരെമറിച്ച്, അവൻ അരമണിക്കൂറോളം ശരീരവുമായി ആ മുറിയിൽ ചിലവഴിച്ചു. എന്തുകൊണ്ട്?''

സെയ്നെപ്പിന് ഉത്തരം നൽകാൻ കഴിഞ്ഞില്ല. ഒരുപാട് സാധ്യതകൾ അവളുടെ മനസ്സിലൂടെ കടന്നുപോകുന്നുണ്ടായിരുന്നു, പക്ഷേ അവയൊന്നും താൻ സ്നേഹിച്ച പുരുഷനോട് ചേർത്ത് വയ്ക്കാൻ അവൾക്ക് കഴിഞ്ഞില്ല. സത്യം പറഞ്ഞാൽ, എന്താണ് പറയേണ്ടതെന്ന് എനിക്കും അറിയില്ലായിരുന്നു. മുറിയിൽ കഠിനമായ ചൂടിനെ മറികടക്കാൻ ശ്രമിച്ചുകൊണ്ടിരുന്ന എയർ കണ്ടീഷണറിന്റെ ചിലയ്ക്കൽ അല്ലാതെ മറ്റൊരു ശബ്ദവും ഉണ്ടായിരുന്നില്ല.

''അവൻ എന്തുകൊണ്ട് നമ്മളോട് ഒന്നും വിശദീകരിക്കുന്നില്ല?'' അവൾ തന്നോട് തന്നെ ചോദിക്കുന്നതുപോലെയാണ് സംസാരിച്ചത്. താൻ സ്നേഹിക്കുന്ന പുരുഷനെ വിട്ടുകൊടുക്കുകയായിരുന്നില്ല,

മറിച്ച് അവളുടെ ചിന്തകൾ പറക്കുകയായിരുന്നു. ‘‘എനിക്ക് ഇതെല്ലാം മനസ്സിലാകും. പക്ഷേ അലി ആരെയെങ്കിലും കൊല്ലുമെന്ന ചിന്ത പോലും എന്നെ ഭയപ്പെടുത്തുന്നു. അവൻ ഒരിക്കലും അങ്ങനെ ചെയ്യി ല്ലെന്ന് എനിക്കറിയാം, പക്ഷേ, അവൻ... ആ അനാഥാലയത്തിൽ എന്താണ് അനുഭവിച്ചതെന്ന് നമുക്ക് അറിയില്ല. ഞാൻ പലതവണ ചോദിച്ചിട്ടുണ്ട്. പക്ഷേ അപ്പോഴെല്ലാം അവൻ വിഷയം മാറ്റി. ചോദ്യങ്ങൾ ഒഴിവാക്കി.’’

സഹിക്കാൻ വയ്യാതെ സെയ്നെപ് കരയാൻ തുടങ്ങി. അവളുടെ നിയന്ത്രണം നഷ്ടപ്പെടുത്തിയതിൽ എനിക്ക് എന്നോട് തന്നെ ദേഷ്യം തോന്നി, പക്ഷേ സത്യം ഞങ്ങൾക്ക് മറയ്ക്കാൻ കഴിയില്ല.

‘‘അലി അത് ചെയ്തില്ല.’’ ഞാൻ നിർണ്ണായകമായി പറഞ്ഞു. ‘‘നീ വെറുതെ കരയുകയാണ്. അവൻ ഇങ്ങനെയൊന്നും ചെയ്യില്ല.’’

അവൾ മൂക്ക് ചീറ്റി. പാവം എന്നെ വിശ്വസിക്കാൻ വല്ലാതെ പാടു പെട്ടു.

‘‘അതെ, നമുക്ക് കാണാൻ കഴിയാത്ത കാര്യങ്ങൾ ഇതിലുണ്ട്. കൂടാതെ അലി വിചിത്രമായി പെരുമാറുകയും ചെയ്യുന്നു. പക്ഷേ ഇതി നൊക്കെ എന്തെങ്കിലും വിശദീകരണം ഉണ്ടായിരിക്കും. എനിക്ക് അത് ഉറപ്പാണ്.’’

അവൾ നനഞ്ഞ കണ്ണുകൾകൊണ്ട് എന്നെ നോക്കി.

‘‘ഉണ്ടെങ്കിൽ, ഹികാബിയെ താൻ കൊന്നിട്ടില്ലെന്ന് അവൻ പറയാ ത്തതെന്താണ്?’’

കണ്ണുനീർ നിശ്ശബ്ദമായി അവളുടെ ചുവന്ന കവിളുകളിലൂടെ ഒഴുകി. ഞാൻ കൈ നീട്ടി ആ നനവ് തുടച്ചുമാറ്റി.

‘‘കരയരുത്. അതുകൊണ്ട് ഒരു പ്രയോജനവുമില്ല. ഈ കുരുക്ക് അഴിക്കുമെന്ന് ഞാൻ നിനക്ക് വാക്ക് തരുന്നു.’’ പറയുന്നത് എന്താണ് എന്ന ബോധ്യത്തോടെ ഞാൻ ആവർത്തിച്ചു. ‘‘എനിക്ക് കഴിയുന്നത്ര വേഗം ഞാൻ ഇത് പരിഹരിക്കും. പക്ഷേ നീ എന്നെ സഹായിക്കണം. നിനക്ക് ഇക്കാര്യത്തിൽ ഒറ്റയ്ക്ക് യുദ്ധം ചെയ്യാൻ കഴിയില്ല.’’

അവൾ ലജ്ജയോടെ തലയുയർത്തി നോക്കിയിട്ട് താടി പൊക്കി പ്പിടിച്ച് കണ്ണുനീർ പുറംകൈകൊണ്ട് തുടച്ചു മാറ്റി.

‘‘എന്നോട് ക്ഷമിക്കണം, എനിക്ക് കൂടുതൽ നേരം പിടിച്ച് നിൽ ക്കാൻ കഴിഞ്ഞില്ല.’’ അവൾ സ്വയം നിയന്ത്രിക്കാൻ ശ്രമിച്ചുവെങ്കിലും അതിന് കഴിയുന്നുണ്ടായിരുന്നില്ല. ‘‘ഒരു നിമിഷം എനിക്ക് വിശ്രമി ക്കണം. അലി ഒരിക്കലും ഒരു കൊലപാതകം ചെയ്യില്ല എന്നുതന്നെ ഞാൻ വിശ്വസിക്കുന്നു. മറ്റൊരു കാരണം ഉണ്ടായിരിക്കണം എന്നു ഞാൻ എന്നോടുതന്നെ പറയുന്നു. അവൻ എന്തിനാണ് ഹികാബിയെ കൊല്ലുന്നത്? പക്ഷേ ആ അവസ്ഥ നീണ്ടുനിൽക്കുന്നില്ല. നിങ്ങൾ ഈ പറയുന്ന വൈരുദ്ധ്യങ്ങൾ മനസ്സിലേക്ക് തള്ളിക്കയറി വരുന്നു. എന്തു കൊണ്ട് അവിടെ എത്തിയപ്പോൾ ഹികാബി മരിച്ചെന്ന് അലി നമ്മളെ അറിയിക്കാതിരുന്നത് എന്തുകൊണ്ടാണ്?’’

ഒടുവിൽ അവളെ ആശ്വസിപ്പിക്കാൻ എനിക്ക് അവസരം ലഭിച്ചു.

''അവൻ അത് പറഞ്ഞു.'' ഞാൻ പറഞ്ഞു. ''താൻ എത്തിയപ്പോൾ ഹികാബി മരിച്ചിരുന്നു എന്നവൻ കൃത്യമായി പറഞ്ഞു. എന്നിട്ട് അകത്ത് മറ്റാരുമില്ല എന്ന് കൂട്ടിച്ചേർത്തു. നിനക്ക് ഓർമ്മയില്ലേ? ഈ വാക്കുകളാണ് അവൻ കൃത്യമായി ഉച്ചരിച്ചത്.''

സെയ്നെപ്പിന് ഉറപ്പുണ്ടായിരുന്നില്ല.

''ഞാൻ അകലെയായിരുന്നു. എനിക്ക് കേൾക്കാൻ കഴിഞ്ഞില്ല. ഈ വാക്കുകൾ അവൻ ശരിക്കും പറഞ്ഞതാണോ?''

ഞാൻ ഉറപ്പുനൽകുന്ന രീതിയിൽ മധുരമായി പുഞ്ചിരിച്ചു.

''അതെ, അവൻ അതുപോലെതന്നെയാണ് പറഞ്ഞത്. ഞാൻ നിന്നോട് വീണ്ടും പറയുന്നു. അലി അത് ചെയ്തില്ല.'' ഞാൻ വീണ്ടും സ്ക്രീനിലേക്ക് ചൂണ്ടി. ''കഞ്ചാവിന്റെ കുറുക്കന്മാരാണ് ഹികാബിയെ കൊന്നത്.''

''അലിയുമായി സംസാരിക്കാൻ കഴിഞ്ഞാൽ അർദയുടെയും സെർകാന്റെയും ഇടപെടലിനെപ്പറ്റി അവനോട് പറയുക. ഒരുപക്ഷേ കുറ്റകൃത്യം നടന്ന സ്ഥലത്ത് താൻ എന്താണ് ചെയ്തിരുന്നത് എന്ന് അവൻ തുറന്നു പറഞ്ഞേക്കാം.''

അതേ പ്രതീക്ഷ നല്കുന്ന സ്വരത്തിൽ ഞാൻ അവൾക്ക് പ്രോത്സാഹനം നൽകി.

''എന്റെ മനസ്സിൽ ഒരു നല്ല ആശയമുണ്ട്.'' ഞാൻ അവളുടെ വലതുകൈ എന്റെ ഉള്ളംകൈയിൽ എടുത്ത് മെല്ലെ തലോടി. ''വിഷമിക്കേണ്ട. നാളത്തെ ദിവസം കഴിയുന്നതിനുമുമ്പ് നമ്മൾ ഈ കാര്യം പരിഹരിക്കും.''

നിരീക്ഷണ ക്യാമറകളിൽ ഞാൻ ഒരു കൊലയാളിയെ തിരയുകയായിരുന്നു

ആ മുറിക്ക് ലില്ലിപ്പൂക്കളുടെ മണമായിരുന്നു. സ്റ്റേഷനിലെ ഇരട്ട ചോദ്യം ചെയ്യൽ മുറികളുടെ എതിർവശത്തുള്ള സ്ഥലമായിരുന്നു അത്. ഒരു മുറിയുടെ നീളമുള്ള, ഇടുങ്ങിയ, ജനാലകളില്ലാത്തയിടം. രണ്ട് ചോദ്യം ചെയ്യൽ മുറികളിലും നടക്കുന്ന കാര്യങ്ങൾ കാണാനുള്ള സംവിധാനം അവിടെയുണ്ടായിരുന്നു. ഉള്ളിൽ ചോദ്യം ചെയ്യപ്പെടുന്നവർ നമ്മൾ അവരെ നിരീക്ഷിക്കുന്നു എന്നു മനസ്സിലാക്കാൻ മാത്രം ബുദ്ധിയുള്ളവ രായിരിക്കില്ല. പക്ഷേ ഇവിടുത്തെ പതിവുകാർക്ക് ഈ കണ്ണാടികൾക്ക് പിന്നിൽ അവരുടെ ഓരോ ചലനങ്ങളും ഓരോ ആംഗ്യവും പിന്തുട രുന്ന പൊലീസുകാരുണ്ടെന്ന് അറിയാമായിരുന്നു. ഈ രണ്ട് കണ്ണാടി കൾക്കിടയിലെ സ്ഥലം സ്റ്റേഷനിലെ ഒരു പഴയ സ്റ്റാഫായ യെറ്റർ ചേച്ചി ലില്ലിപ്പൂവിന്റെ സുഗന്ധമുള്ള ക്ലെൻസർ ഉപയോഗിച്ച് തുടച്ചിരി ക്കണം. യെറ്ററിന് ലില്ലിപ്പൂക്കളോട് ഒരു പ്രത്യേക ഇഷ്ടംതന്നെയുണ്ടാ യിരുന്നു. ഞങ്ങളുടെ മുറികൾ, മേശകൾ, ജനലുകൾ എന്തിന് പറയുന്നു, ടോയ്‌ലറ്റുകൾപോലും ലില്ലിപ്പൂവിന്റെ സുഗന്ധം പരത്തിയിരുന്നു. അത് ഒരു നല്ല അനുഭവമായിരുന്നു. പക്ഷേ ചോദ്യം ചെയ്യലിന്റെ ഭാഗമായി ഞങ്ങൾ അലറുകയും ആക്രോശിക്കുകയും ചെയ്യുമ്പോഴോ നിയന്ത്രണം നഷ്ടപ്പെട്ട് സംശയിക്കുന്ന ഒരാളെ രണ്ടടി വച്ചു കൊടുക്കുമ്പോഴോ ഈ മനോഹരമായ സുഗന്ധം ആ അന്തരീക്ഷത്തിനോട് പൊരുത്തമി ല്ലാത്തതായി തോന്നി. യെറ്ററിന് പലപ്പോഴും സൂചനകൾ നൽകിയിരു ന്നെങ്കിലും അവർക്ക് ഈ ദൗർബല്യം ഒഴിവാക്കാൻ കഴിഞ്ഞില്ല. അവൾ സ്വന്തം ജോലിയിൽ വളരെ മിടുക്കിയായിരുന്നു. അവർക്ക് ഞങ്ങളേ ക്കാൾ സീനിയോറിറ്റി ഉണ്ടായിരുന്നു എന്നതായിരുന്നു അതിലും പ്രാധാന്യം. ലില്ലിപ്പൂക്കളുടെ സുഗന്ധം ഒഴിവാക്കാനായുള്ള കർശന നിർദ്ദേശം അവർക്ക് നല്കാൻ ആരും ധൈര്യപ്പെട്ടില്ല.

ഈ പരിമളത്തിന്റെ പശ്ചാത്തലത്തിലാണ് സംശയിക്കുന്നവരെ ചോദ്യം ചെയ്യേണ്ടത്. ഞങ്ങൾ കഞ്ചാവ് ഇസ്മയിലിനെ ഇടതുവശ ത്തുള്ള മുറിയിലേക്കും സെർക്കനെ വലതുവശത്തുള്ള മുറിയിലേക്കും കൊണ്ടുപോയി. മറ്റൊരു പ്രതിയായ അർദയെ തിരഞ്ഞു ടോഫാനിലെ

അവന്റെ വീട്ടിൽ പോയെങ്കിലും അവിടെ ആരുമുണ്ടായിരുന്നില്ല. ജാഗരൂകരായ എന്റെ ടീമുകൾ അവനെ കണ്ടെത്താനും കൊണ്ടുവരാനും അധികം സമയമെടുക്കില്ല. കഞ്ചാവിനോ അവന്റെ ആളുകൾക്കോ അപ്രത്യക്ഷമാകാൻ ഉദ്ദേശമുണ്ടായിരുന്നില്ല. അവർ തങ്ങളെക്കുറിച്ച് വളരെയേറെ ആത്മവിശ്വാസമുള്ളവരായിരുന്നു. അയാൾ ഓഫീസായി ഉപയോഗിച്ചിരുന്ന സിറിനെവ്ലറിലേക്കുള്ള പ്രവേശന കവാടത്തിലെ ഓട്ടോ ഷോറൂമിൽ കഞ്ചാവ് വിഭവസമൃദ്ധമായ പ്രഭാതഭക്ഷണം കഴിക്കുന്ന നേരത്താണ് ഞങ്ങൾ അവനെ തേടിയെത്തിയത്. ഞങ്ങളുടെ വരവിൽ അതിശയിക്കാനൊന്നുമില്ല എങ്കിലും ഹെസെഹിറിലെ തന്റെ വാടകവീട്ടിൽ കൂർക്കം വലിച്ചുറങ്ങുകയായിരുന്ന സെർകാൻ ഞങ്ങൾ റെയ്ഡ് നടത്തിയപ്പോൾ ഞെട്ടൽ അഭിനയിച്ചു.

“എന്താ ചീഫ്? ആകിഫിന്റെ കൊലപാതകം ഞങ്ങളുടെ മേൽ ചുമത്താൻ നിങ്ങൾ തീരുമാനിച്ചോ?” കഞ്ചാവ് ചോദിച്ചു.

ഞാൻ ഒന്ന് കണ്ണ് ചിമ്മുകപോലും ചെയ്തില്ല. “അത് പറയാനുണ്ടോ ഇസ്മായിൽ? ഇത്രയും രക്തരൂക്ഷിതമായ ഒരു കൊലപാതകം നിങ്ങളുടെ പ്രേരണമൂലം നടക്കുമ്പോൾ ഞങ്ങൾ ആ കുറ്റം മറ്റാരുടെയെങ്കിലും മേൽ ചുമത്തണോ?”

അവന്റെ ചുണ്ടിൽ ഒരു കൃത്രിമപ്പുഞ്ചിരി വിരിഞ്ഞു.

“ശരി, ഇത് ഏത് കൊലപാതകമാണ്?”

എനിക്ക് ഉത്തരം പറയാതിരിക്കാമായിരുന്നു, പക്ഷേ അവന്റെ പ്രതികരണം കാണണമെന്ന് എനിക്ക് അതിയായ ആഗ്രഹം തോന്നി.

“എന്റെയടുത്ത് പൊട്ടനെപ്പോലെ അഭിനയിക്കരുത്. അവസാനം നീയെല്ലാംകൂടി ഹികാബിയെ കൊന്നു. എന്തൊരു കൊലപാതകമായിരുന്നു അത്! ആ വീട് ഒരു അറവുശാല പോലെയുണ്ട്.”

“ഓ... അവൻ മരിച്ചോ?” കഞ്ചാവ് ചോദിച്ചു. “ശരി, ഞാൻ കള്ളമൊന്നും പറയുന്നില്ല. അത് സംഭവിച്ചതിൽ എനിക്ക് തരിമ്പും സങ്കടമില്ല. ലോകത്തിലെ കുപ്പത്തൊട്ടികളിൽ ഒന്ന് കുറഞ്ഞു എന്നു കരുതിയാൽ മതി. പക്ഷേ എനിക്ക് അതുമായി ബന്ധമൊന്നുമില്ല.”

സ്റ്റേഷനിൽ ചെന്നിട്ട് അവനോട് എത്ര വേണമെങ്കിലും സംസാരിക്കാമെന്ന് അറിയാവുന്നതുകൊണ്ട് ഞാൻ സംഭാഷണം ചുരുക്കി.

“കൊള്ളാം. എങ്കിൽ നമുക്ക് പോകാം. അവനെ എങ്ങനെ കൊന്നില്ല എന്നതിനെപ്പറ്റി നിനക്ക് എല്ലാം പറയാം.”

അവൻ എതിർത്തില്ല, ഈ കൊലപാതകവുമായുള്ള ഇടപാട് നിങ്ങളെ എവിടേയും എത്തിക്കില്ല എന്ന മട്ടിൽ കുസൃതിയോടെ ചിരിച്ചു. “പോകും മുൻപ് ഈ ചായയെങ്കിലും തീർക്കാമായിരുന്നു. നിങ്ങൾക്ക് വേണമെങ്കിൽ എന്റെ കയ്പ്പുള്ള കാപ്പി ഒന്ന് പരീക്ഷിച്ചു നോക്കാം.” അവൻ തമാശയായി പറഞ്ഞു.

കഞ്ചാവിനെയും സെർകാനെയും കസ്റ്റഡിയിലെടുക്കുന്നതുകൊണ്ട് ഞാൻ മനപ്പൂർവം അലിയെ വിളിപ്പിച്ചിരുന്നില്ല. എന്നാൽ ഇവന്മാരെ

രണ്ടിനേയും കസ്റ്റഡിയിൽ എടുത്തത്തിനുശേഷം ഞാൻ എന്റെ അസി സ്റ്റന്റിനെ വിളിച്ച് സെൻട്രൽ സ്റ്റേഷനിലേക്ക് വേഗം ഇറങ്ങാൻ പറഞ്ഞു. പക്ഷേ എന്താണ് സംഭവിച്ചതെന്ന് അറിയാൻ അയാൾക്ക് യാതൊരു ജിജ്ഞാസയും ഉണ്ടായിരുന്നില്ല.

''നിങ്ങൾ പറയുന്നതുപോലെ ചെയ്യാം ചീഫ്.'' അവൻ ഔപചാരി കമായി പറഞ്ഞു. ''ഞാൻ അരമണിക്കൂറിനുള്ളിൽ അവിടെയെത്തും.''

താൻ ഡ്യൂട്ടിയിൽനിന്ന് ഒഴിവാക്കപ്പെടുമെന്നും തന്റെ മേൽ അന്വേ ഷണമുണ്ടാകും എന്നും അവൻ കരുതിയെന്ന് തോന്നുന്നു. അതു കൊണ്ടായിരിക്കണം അവൻ കൃത്യസമയത്തുതന്നെ വന്നത്. കാമുകിയെ ഈ അവസ്ഥയിൽ കാണാൻ അവന് താല്പര്യമുണ്ടായിരുന്നില്ല. അലി വായു വേഗത്തിൽ നിരീക്ഷണമുറിയിൽ ഇരിക്കുകയായിരുന്ന സെയ് നെപ്പിനെ മറികടന്ന് പോകുന്നത് കണ്ടപ്പോഴാണ് എനിക്കത് മനസ്സി ലായത്. അവന്റെ തോളുകൾ തളർന്നുതൂങ്ങിയിരുന്നു. കണ്ണുകൾക്ക് താഴെ വയലറ്റ് നിറത്തിലെ വളയങ്ങളുണ്ടായിരുന്നു. ഞങ്ങളെപ്പോലെ അവനും രാത്രി മുഴുവൻ ഉറങ്ങിയിട്ടുണ്ടാവില്ല.

ഞാൻ അകത്തേക്ക് വിളിച്ചത് ഒരുപക്ഷേ അവനെ അസ്വസ്ഥനാക്കി യിരിക്കാം, പക്ഷേ അതിൽനിന്ന് രക്ഷപ്പെടാൻ തനിക്ക് കഴിയില്ലെന്ന് അവനറിയാമായിരുന്നു. സത്യത്തെ നേരിടാൻ അവന് ഭയമില്ലായിരുന്നു. പക്ഷേ സെയ്നെപ്പിനെ നേരിടാൻ അവൻ തയ്യാറായിരുന്നില്ല. അക്കാര്യ മെത്തിയപ്പോൾ അവന്റെ ധൈര്യം മുഴുവൻ ചോർന്നുപോയി. പക്ഷേ അവൻ അവളെ അഭിമുഖീകരിക്കും. വിശ്വസ്തയായ ആ പെൺകുട്ടിയെ ഈ അസാധാരണ സാഹചര്യത്തിൽനിന്ന് ഒഴിവാക്കാൻ എനിക്ക് താല്പര്യമുണ്ടായിരുന്നില്ല. അതിനാൽ ഈ മീറ്റിങ്ങിനായി ഞാൻ അവ ളെയും വിളിച്ചു. ഞങ്ങളുടെ ക്രിമിനോളജിസ്റ്റ് നിരീക്ഷണമുറിയിൽ വരുന്നതിനുമുമ്പ് ഇരട്ട ചോദ്യം ചെയ്യൽ മുറികളിൽ ചോദ്യം ചെയ്യ പ്പെടാൻ നീണ്ടു വീതി കുറഞ്ഞ മേശകൾക്കടുത്ത് ശാന്തമായി കാത്തിരി ക്കുന്ന രണ്ടുപേരെയും ഞാൻ ചൂണ്ടിക്കാണിച്ചു.

''ഹികാബി ഇൻസെയുടെ കൊലപാതകത്തിൽ ഞങ്ങൾ കഞ്ചാ വിനെയും സെർകാനെയും ചോദ്യം ചെയ്യുകയായിരുന്നു.''

അലിയുടെ മരവിച്ച മുഖത്ത് സന്തോഷമോ ആശ്വാസമോ തെളി ഞ്ഞില്ല.

അവൻ താല്പര്യമില്ലാത്ത ശബ്ദത്തിൽ ചോദിച്ചു, ''സാക്ഷി ഉണ്ടോ? അവരെ സംശയിക്കാൻ എന്താ കാര്യം?''

''രണ്ടും ക്യാമറയിൽ പെട്ടു. കഞ്ചാവല്ല, നീ ഇന്നലെ ഇടി കൂടിയ ആ രണ്ട് കോമാളികളില്ലേ? അവന്മാരാണ്.''

അവന്റെ മിനുസമാർന്ന നെറ്റിയിൽ ചുളിവുകൾ വീണു.

''ഞാനും ആ ക്യാമറയിലുണ്ട്.'' നിസ്സംഗമായിരുന്നു ആ വാക്കുകൾ. അവൻ അൽപ്പംപോലും ആശങ്കാകുലനായിരുന്നില്ല എന്ന കാര്യം ഞാൻ പ്രത്യേകം ശ്രദ്ധിച്ചു. അതേ നിസ്സംഗതയോടെ ഞാൻ തലയാട്ടി.

''നീയും അതിലുണ്ട്.''

അവൻ എന്തിനാണ് കുറ്റകൃത്യം നടന്ന സ്ഥലത്തേക്ക് പോയതെന്ന് ഞാൻ ചോദിച്ചില്ല. ഇരുപത്തിയൊമ്പത് മിനിറ്റോളം അവൻ അവിടെ എന്താണ് ചെയ്യുന്നതെന്ന് പറയാൻ ഞാൻ അവനെ നിർബന്ധിച്ചില്ല. അലിക്ക് എന്റെ സമീപനം വിചിത്രമായി തോന്നിയെന്ന് എനിക്കറിയാം. സെയ്നെപ്പ് മുറിയിൽ വന്ന് അഴിച്ചുവിടുന്നതുവരെ അവൻ നാക്ക് കെട്ടി വച്ചതുപോലെ ഒറ്റയിരിപ്പിരുന്നു.

''രാത്രി മുഴുവൻ ഞാൻ നിങ്ങളെ വിളിച്ചിരുന്നു. എന്താ ഫോൺ എടുക്കാതിരുന്നത്?'' കഴിയുമായിരുന്നെങ്കിൽ ഞാൻ രണ്ട് പ്രണയി കളെയും വിട്ടിട്ട് മുറിയിൽനിന്ന് തെന്നിക്കളയുമായിരുന്നു. പക്ഷേ അത് അനുചിതമായിരുന്നു. എല്ലാത്തിനുമുപരി, ഞാൻ അവരുടെ മേലുദ്യോ ഗസ്ഥനായിരുന്നു.

''എന്റെ ബാറ്ററി ശൂന്യമായിപ്പോയി.'' അലി വിശദീകരിച്ചു. ആ ദുർബല ശബ്ദം കേട്ടപ്പോൾ അവൻ പോലും ആ കള്ളം വിശ്വസിക്കില്ല എന്നെനിക്ക് തോന്നി.

അവനെ രക്ഷിക്കാൻ രാത്രി മുഴുവൻ ഉറങ്ങാതെ പണിയെടുത്ത സെയ്നെപ് ഈ വാക്കുകൾ കേട്ടപ്പോൾ കുപിതയായി.

''നിങ്ങൾക്കത് ചാർജ് ചെയ്യാമായിരുന്നു. ഞാൻ വിഷമിക്കുമെന്ന് ഒരിക്കലെങ്കിലും ചിന്തിച്ചോ?''

മുടി മുഴുവൻ അലങ്കോലമാകുന്നതുവരെ അവൻ രണ്ടു കൈ കൊണ്ടും തല ചൊറിഞ്ഞു.

''എനിക്കറിയില്ല. ഞാൻ മറന്നു. നീ വന്നിരുന്നെങ്കിൽ നന്നായിരുന്നു. ഞാൻ രാത്രി മുഴുവൻ വീട്ടിലിരിക്കുകയായിരുന്നു.''

സെയ്നപ്പിന്റെ ചുണ്ടുകൾ വിറയ്ക്കുന്നത് ഞാൻ കണ്ടു. ആ പാവം പെൺകുട്ടി നിയന്ത്രണം നഷ്ടപ്പെട്ട കരയാൻ തുടങ്ങി. എന്നാൽ പെട്ടെന്നുതന്നെ അവൾ തന്റെ വികാരങ്ങൾ ഒതുക്കി. അവളുടെ കണ്ണു കളിൽ കണ്ണുനീർതുള്ളികൾ തിളങ്ങിയെങ്കിലും അത് ഒഴുകിയിറങ്ങി യില്ല.

''എനിക്ക് കൂടുതൽ രസകരമായ ചില കാര്യങ്ങൾ ചെയ്യാനുണ്ടായി രുന്നു.'' അവൾ ദേഷ്യത്തോടെ പറഞ്ഞു. '' എന്റെ ഒരു സുഹൃത്തിനെ രക്ഷിക്കാനായി നിരീക്ഷണക്യാമറകളിലെ ദൃശ്യങ്ങളിൽ ഞാൻ ഒരു കൊലയാളിയെ തിരയുകയായിരുന്നു. ഞാൻ ഇത് നിനക്കും ശുപാർശ ചെയ്യുന്നു. വളരെ രസമുള്ള പരിപാടിയാണ്.''

ഓർക്കാപ്പുറത്ത് ഒരടി കിട്ടിയതുപോലെ അലി പുളഞ്ഞു. എന്ത് പറയണമെന്ന് അറിയാത്തതിനാൽ അവൻ നിശ്ശബ്ദത പാലിച്ചു. പക്ഷേ സെയ്നെപ് ശാന്തയായില്ല.

''ശരി, എന്റെ കാര്യം വിട്ടു കളഞ്ഞേക്ക്. ചീഫിന് നിങ്ങളെ ആവശ്യ മുണ്ടായിരുന്നെങ്കിലോ? ഞങ്ങൾ സംശയിക്കുന്നവരെ തിരിച്ചറിഞ്ഞതിനു ശേഷം നിങ്ങളെ ഇവിടെ വേണമായിരുന്നു.''

അലിയുടെ മുഖത്തു ചുവപ്പും മഞ്ഞയും നിറങ്ങൾ മാറി മാറി വന്നു.

"ക്ഷമിക്കണം, ചീഫ്, എനിക്കറിയാമായിരുന്നെങ്കിൽ കാര്യങ്ങൾ ഇങ്ങനെയാവുമായിരുന്നില്ല."

ഈ വിഷയം ഇപ്പോൾ ചർച്ച ചെയ്യാൻ ഞാൻ ആഗ്രഹിച്ചില്ല.

"ഇതിനെക്കുറിച്ച് നമുക്ക് പിന്നീട് സംസാരിക്കാം." ഞാൻ ഞങ്ങളുടെ ക്രിമിനോളജിസ്റ്റിന്റെ നേർക്ക് തിരിഞ്ഞു. "സെയ്നെപ്, നീ ഹികാബിയുടെ നഖങ്ങൾക്ക് താഴെ നിന്നു ലഭിച്ച തൊലിയുടെ സാമ്പിളുകളെക്കുറിച്ചും രക്തത്തെക്കുറിച്ചും സംസാരിക്കുകയായയിരുന്നു. നമുക്ക് അതിന്റെ ഡിഎൻഎ പരിശോധിച്ച് സംശയമുള്ളവരുടേതുമായി താരതമ്യം ചെയ്യണം."

സെയ്നെപ്പിന്റെ രോഷത്തിന്റെ പങ്ക് എനിക്കും കിട്ടി.

"ചീഫ്, ഞങ്ങൾ അത് ചെയ്തുകഴിഞ്ഞു, നിങ്ങൾ സംശയിക്കുന്നവരെ പിടിക്കാൻ പോയപ്പോൾ ഞാൻ അതിനായി പണിയെടുക്കുകയായിരുന്നു. ഉടൻതന്നെ ടെസ്റ്റുകളുടെ ഫലങ്ങൾ ലഭിക്കും."

ഒരു വല്യമ്മാവന്റെ മുഖഭാവത്തോടെ എന്റെ ഏറ്റവും നല്ല പുഞ്ചിരി ഞാനവൾക്ക് നല്കി.

"കൊള്ളാം. അപ്പോൾ നീ ഇത്തരം കാര്യങ്ങൾ കൈകാര്യം ചെയ്യൂ. അതിനുശേഷം നമുക്ക് ഒരുമിച്ച് ഫലങ്ങൾ വിലയിരുത്താം."

ഞാൻ എന്റെ വാചകം പൂർത്തിയാക്കിയപ്പോൾ ഫോൺ റിംഗ് ചെയ്തു. മറുവശത്ത് ബുക്കറ്റ് എന്ന ഉത്സാഹിയായ റിപ്പോർട്ടറായിരുന്നു. കേസിനെക്കുറിച്ച് അവൾക്ക് എത്രമാത്രം അറിയാമെന്ന് സെക്കായ് എന്നോട് പറഞ്ഞില്ലായിരുന്നുവെങ്കിൽ ഞാൻ ആ കാൾ എടുക്കില്ലായിരുന്നു. ഒരുപക്ഷേ ഞങ്ങൾക്ക് അറിയാത്ത ചില സൂചനകൾ അവൾ കണ്ടുപിടിച്ചിട്ടുണ്ടാവും.

"ഹലോ..." ആ കൊച്ചു പത്രപ്രവർത്തകയുടെ മുഖം ഓർത്തെടുക്കാൻ ശ്രമിച്ചുകൊണ്ട് ഞാൻ ചോദിച്ചു. "നിനക്ക് എന്താണ് ബുക്കറ്റ് വേണ്ടത്?"

അവൾ അത്ഭുതപ്പെട്ടു. "എന്റെ നമ്പർ കയ്യിലുണ്ടോ?"

രണ്ട് വർഷം മുമ്പ് ബഹ്രി എന്ന സ്വവർഗ്ഗാനുരാഗിയായ മാധ്യമപ്രവർത്തകൻ അക്കരെറ്റ്ലറിൽ കൊല്ലപ്പെട്ടിരുന്നു. അവൻ ബുക്കറ്റിന്റെ അടുത്ത സുഹൃത്തായിരുന്നു, ഞങ്ങൾ അവളെ സ്റ്റേഷനിലേക്ക് വിളിപ്പിച്ചിരുന്നു. ആ ദിവസം മുതൽ അവളുടെ നമ്പർ എന്റെ കൈയിൽ ഉണ്ടായിരുന്നു. ഞാൻ അത് പറഞ്ഞില്ല എന്നുമാത്രം.

"എന്തുകൊണ്ട് താങ്കളെപ്പോലെ ഇത്രയും പ്രധാനപ്പെട്ട ഒരു പത്രപ്രവർത്തക സുഹൃത്തിന്റെ നമ്പർ എന്റെ കൈയിൽ ഉണ്ടായിക്കൂടാ?"

അവൾ ചിരിച്ചു.

"സൂപ്രണ്ട് സെക്കായ് തന്നതാവും. ഞങ്ങൾ ഇന്നലെ രാത്രി ഫോണിൽ നിങ്ങളെക്കുറിച്ച് സംസാരിച്ചിരുന്നു."

സംഭാഷണം വലിച്ചുനീട്ടുന്നതിൽ അർത്ഥമില്ല എന്നെനിക്ക് തോന്നി.

''ബ്ലൈൻഡ്മാൻസ് ബഫ് കേസ്, അല്ലേ?'' കാര്യത്തിലേക്ക് കടന്നു കൊണ്ട് ഞാൻ പറഞ്ഞു. ''അതിനെപ്പറ്റി നിനക്കെന്തറിയാം?''

ഒരു ചെറിയ നിശ്ശബ്ദതയ്ക്ക് ശേഷമാണ് അവൾ സംസാരിച്ചത്.

''എനിക്ക് അതേക്കുറിച്ച് സംസാരിക്കാൻ ആഗ്രഹമുണ്ട്, പക്ഷേ ഞാൻ നിങ്ങളെ മറ്റൊരു കാര്യത്തിനാണ് വിളിച്ചത്. സത്യം പറഞ്ഞാൽ വളരെ അരോചകമായ ഒരു കാര്യമാണത്. എനിക്ക് പറയാനുള്ളത് നിങ്ങളുടെ സഹായിയായ ഇൻസ്പെക്ടർ അലി ഗുർമെനെക്കുറിച്ചാണ്. അയാൾ നിങ്ങളോടൊപ്പമല്ലേ ജോലി ചെയ്യുന്നത്?''

എന്റെ നോട്ടം അവിടെ എന്റെ മുന്നിൽ നിൽക്കുന്ന ഞങ്ങളുടെ കിറുക്കൻ പയ്യന്റെ നേർക്കായി. സെർകാനെ ചോദ്യം ചെയ്യാനായി ഞാൻ സംസാരിച്ചു തീരുന്നത് കാത്തിരിക്കുകയായിരുന്നു അവൻ.

''അവനെന്തു പറ്റി?'' പേര് ഉപയോഗിക്കുന്നത് ഒഴിവാക്കിക്കൊണ്ട് ഞാൻ ചോദിച്ചു.

''അയാൾ ഒരു കൊലപാതകത്തിൽ ഉൾപ്പെട്ടിട്ടുണ്ടെന്ന് അവർ പറയുന്നു. ഇന്നലെ രാത്രി സെയ്റ്റിൻബർണുവിൽ... സംശയാസ്പദമായ സാഹചര്യത്തിൽ കുറ്റകൃത്യം നടന്ന സ്ഥലത്ത് അവനെ കണ്ടെത്തിയെന്ന്... മണിക്കൂറുകളോളം അയാൾ മൃതദേഹത്തിനൊപ്പം ഉണ്ടായിരുന്നുവെന്ന് അവർ പറയുന്നു. അവൻ തെളിവ് നശിപ്പിച്ചിരിക്കാം എന്നൊക്കെ...''

''ആരാണ് ഈ തോന്ന്യാസം പറഞ്ഞു നടക്കുന്നത്?'' ഞാൻ ദേഷ്യത്തോടെ ചോദിച്ചു.

എന്റെ ശബ്ദം ഉച്ചത്തിൽ ഉയർന്നു. സെയ്നെപ്പും അലിയും എന്നെ ആകാംക്ഷയോടെ ശ്രദ്ധിക്കാൻ തുടങ്ങി.

''ക്ഷമിക്കണം, എനിക്കത് പറയാൻ കഴിയില്ല.'' ബുക്കറ്റ് പറഞ്ഞു. അവൾ ക്ഷമാപണസ്വരത്തിലാണ് തുടർന്നത്. ''ഇത് എഴുതുന്നതിന് മുമ്പ് നിങ്ങളോട് ചോദിക്കണമെന്ന് എനിക്ക് തോന്നി. നിങ്ങൾ സത്യസന്ധനായ വ്യക്തിയാണ്. കള്ളം പറയില്ല. തെറ്റായ വാർത്തകൾ റിപ്പോർട്ട് ചെയ്യാൻ ഞാൻ ആഗ്രഹിക്കുന്നില്ല.''

തീർച്ചയായും ആ തന്തയില്ലാത്ത എർക്യു ആണ് ഈ കഥ പ്രചരിപ്പിച്ചത്. അവൻ സമയം പാഴാക്കിയില്ല എന്നാണ് ഇതിനർത്ഥം. അലിയോട് അവന് തീർത്താൽ തീരാത്ത പകയുണ്ടായിരുന്നു, അവനെ ദ്രോഹിക്കാൻ വേണ്ടി മാധ്യമപ്രവർത്തകരെ വിളിക്കാനും എർക്യു മടിച്ചില്ല. ചില ഉന്നതരുടെ പിന്തുണയും അവന് ലഭിക്കുന്നുണ്ടാവണം. അതിനർത്ഥം അവർ ഒരു ആഭ്യന്തര അന്വേഷണം നടത്തുമെന്നാണ്. അത് വെറുമൊരു അന്വേഷണം മാത്രമായിരിക്കില്ല. ബെൽറ്റിന് താഴെക്കിട്ടുന്ന ഒരു ചവിട്ട് പോലെയുണ്ടാവും അത്. എന്റെ തലയിലേക്ക് രക്തം ഇരച്ചു കയറി. പക്ഷേ ഞാൻ ശാന്തനായിത്തന്നെ തുടർന്നു.

ബുക്കറ്റിനോട് ദേഷ്യപ്പെട്ടാലോ പൊട്ടിത്തെറിച്ചാലോ എർക്യുവിനല്ലാതെ മറ്റാർക്കും പ്രയോജനമുണ്ടാവില്ല. ഞാൻ ഒരു ദീർഘനിശ്വാസമെടുത്തു.

"അത് ശരിയല്ല, ബുക്കറ്റ് മാഡം. അവർ നിങ്ങളോട് കള്ളമാണ് പറഞ്ഞത്. നിങ്ങൾക്ക് താൽപ്പര്യമുണ്ടെങ്കിൽ ഈ വിഷയം നമുക്ക് ചർച്ച ചെയ്യാം. ഇന്ന് ഉച്ചകഴിഞ്ഞ് നാല് മണിക്ക് നമുക്ക് തക്സിം ഗെസി പാറ്റിസെരിയിൽ വച്ചു കണ്ടാലോ?"

"എനിക്ക് താല്പര്യമുണ്ട്. ഈ ബ്ലൈൻഡ്മാൻസ് ബഫ് കേസ്സിനെക്കുറിച്ചും നമുക്കു സംസാരിക്കാം. എനിക്കു നിങ്ങളോട് ചില കാര്യങ്ങൾ പറയാനുണ്ട്."

അവൾ ഇപ്പറഞ്ഞത് കേട്ടപ്പോൾ എനിക്ക് സന്തോഷമായി. ഞങ്ങൾ ഒരു ധാരണയിലെത്തുമെന്നാണ് അതിനർത്ഥം.

"അത് കൊള്ളാം. നമുക്ക് കാണാം."

ഞാൻ ഫോൺ കട്ട് ചെയ്തിട്ട് വിശദീകരണത്തിനായി കാത്തിരിക്കുന്ന എന്റെ സഹായികളുടെ നേരെ തിരിഞ്ഞു.

"വരൂ പിള്ളേരെ." ഞാൻ അവരുടെ മുഖത്തെ ചോദ്യഭാവം ശ്രദ്ധിക്കാതെ പറഞ്ഞു. "നമുക്ക് ഇവരിൽനിന്ന് കുറ്റസമ്മതം വാങ്ങാം."

രണ്ടുപേരും ബഹുമാനത്തോടെ മാറി നിന്നു. അവരുടെ ഇടയിലൂടെ കടന്നുപോകുന്നതിനിടയിൽ അലിയെ കഠാരകൊണ്ട് കുത്തുന്നതുപോലെ തുറിച്ചുനോക്കി നില്ക്കുന്ന സെയ്നെപ്പിന് ഞാൻ വീണ്ടും മുന്നറിയിപ്പ് നൽകി.

"ഇവരിൽനിന്ന് നിങ്ങളുടെ കണ്ണുകൾ മാറ്റരുത്. നിങ്ങളുടെ നിരീക്ഷണങ്ങൾ ഈ കേസിൽ അത്യാവശ്യമാണ്."

എടാ കുറുക്കാ, നീ ഇന്നലെ ഉച്ചയ്ക്ക് ദൈവത്തിന്റെ ഭവനത്തിൽവെച്ച് ദൈവത്തിന്റെ സൃഷ്ടിയെ കൊല്ലാൻ പോകുന്നത് ഞങ്ങൾ കണ്ടതാണ്

ചോദ്യംചെയ്യൽ മുറിയിൽ അപ്പോഴും ലില്ലിപ്പൂവിന്റെ മണം തങ്ങി നിന്നിരുന്നുവെങ്കിലും മെലിഞ്ഞു നീണ്ട മേശയ്ക്കരികിലിരുന്ന സെർകാൻ അതിനെക്കുറിച്ച് എത്രമാത്രം ബോധവാനായിരുന്നുവെന്ന് പറയാൻ പ്രയാസമാണ്. പക്ഷേ ഞാൻ അകത്തേക്ക് വരുന്നത് കണ്ടപ്പോൾ അവന്റെ ചുവപ്പ് നിറം വ്യാപിച്ച പച്ചക്കണ്ണുകൾ ബാൻഡേജ് ചെയ്ത മൂക്കിന് പിന്നിൽ നിന്ന് എന്നെ ജാഗ്രതയോടെ നിരീക്ഷിക്കാൻ തുടങ്ങി. ആ മുഖത്ത് ഭയമില്ലായിരുന്നു. ഒറ്റനോട്ടത്തിൽ പിരിമുറുക്കമോ വെപ്രാളമോ ഇല്ലാതെ അവൻ വെറുതെ നോക്കിക്കൊണ്ടിരിക്കുകയാണ് എന്നേ തോന്നിയുള്ളൂ. വീർത്ത ചുണ്ടുകളിൽ അനായാസമായ ഒരു പുഞ്ചിരിപോലും വിരിഞ്ഞു. പക്ഷേ, എന്റെ പിന്നിലായി ഞങ്ങളുടെ കിറുക്കൻ പയ്യനെ കണ്ടപ്പോൾ, അവന്റെ മുഖത്തെ ചിരി മരവിക്കുകയും കണ്ണുകളിൽ പരിഭ്രാന്തി പരക്കുകയും ചെയ്തു. അലിയുടെ ഇടിയുടെ ചൂട് അവൻ മറന്നിരുന്നില്ല.

"എങ്ങനെയുണ്ട് സുഹൃത്തേ?" അലി സൗമ്യമായി സെർകാനെ അഭിവാദ്യം ചെയ്തു. "ബാൻഡേജ് നിനക്ക് ശരിക്കും ചേരുന്നുണ്ട്. സൗകര്യമുള്ളപ്പോൾ എപ്പോഴെങ്കിലും വരൂ, ഞാൻ നിന്റെ മുഖം ഇനിയും സൗജന്യമായി അലങ്കരിച്ചു തരാം. നിന്റെ മുഖത്ത് ഒരു തിളക്കമൊക്കെ വേണ്ടേ?"

അലി തന്റെ പഴയ ചട്ടമ്പിരൂപത്തിലേക്ക് മടങ്ങിപ്പോകാൻ അധിക നേരം എടുത്തില്ല എന്നു കണ്ട എനിക്ക് ആശ്വാസം തോന്നി. സെർകാനോടുള്ള പെരുമാറ്റം കണ്ടപ്പോൾ ഇത്തവണ എനിക്ക് ദേഷ്യം തോന്നിയില്ല. നേരെമറിച്ച്, അവൻ തന്റെ കുറ്റബോധത്തെ മറികടന്നതിൽ ഞാൻ സന്തോഷിച്ചു. സെർകാനാകട്ടെ, പരിഭ്രാന്തിയിൽനിന്ന് രക്ഷപ്പെടാനായി സോപ്പിടുന്ന രീതിയിൽ സംസാരിക്കാൻ ആരംഭിച്ചു.

"നല്ല തമാശമൂഡിലാണല്ലോ ഇൻസ്പെക്ടറേ നിങ്ങൾ."

അലിയുടെ നെറ്റി ചുളിഞ്ഞു. സെർകാന്റെ മുഖത്തിട്ട് ഒന്നു കൊടുക്കാൻ എന്ന മട്ടിൽ അവൻ വലതുകൈ ഉയർത്തി.

''എന്ത് തമാശ? ഒരു പൊലീസ് ഇൻസ്പെക്ടറോടാണ് നീ സംസാരിക്കുന്നത്. മര്യാദയ്ക്കിരുന്നോ.''

സെർകാൻ ഞെട്ടി തല പിന്നിലേക്ക് വലിച്ചു.

''പേടിക്കണ്ട.'' അലി മെല്ലെ കൈ താഴ്ത്തി. ''നമ്മൾ ഇതുവരെ ആ അവസ്ഥയിൽ എത്തിയിട്ടില്ല. ചോദ്യങ്ങൾക്ക് ശരിയായ ഉത്തരം നൽകിയില്ലെങ്കിൽ ഉടനെ അവിടെയെത്തുമെന്ന് മറക്കണ്ട.''

ഞാൻ ഒരു കസേര വലിച്ചിട്ട് സെർകാന്റെ എതിർവശത്ത് ഇരുന്നു. അലി അവന്റെ കസേരയുടെ പുറകിലൂടെ പതിയെ നടന്നു. സെർകാനെ തളർത്താൻ ഇത് മതിയായിരുന്നു. അവൻ എന്നെ സൂക്ഷിച്ചു നോക്കുന്നതായി തോന്നിയെങ്കിലും എന്റെ സഹായി ഏത് നിമിഷവും അവനെ പ്രഹരിച്ചേക്കാം എന്ന ഭയത്താൽ സൂചിപ്പുറത്ത് എന്ന മട്ടിൽ ഇരിക്കുകയായിരുന്നു. ഞാൻ കൈവശം വച്ചിരുന്ന ഫയൽ മേശപ്പുറത്ത് വെച്ചിട്ട് കുറച്ച് പേജുകളിലൂടെ സ്കാൻ ചെയ്യുന്നതുപോലെ നോക്കിയിട്ട് അവനോട് ചോദിച്ചു,

''ഇതാണോ നിന്റെ ആദ്യത്തെ കൊലപാതകം?''

മുഖത്തെ ഭയാനകമായ പിരിമുറുക്കം അവന്റെ ശരീരമാകെ പടർന്നു.

''എന്ത്? എന്ത് കൊലപാതകം? ഞാൻ ആരെയും കൊന്നിട്ടില്ല. നിങ്ങൾക്ക് തെറ്റ് പറ്റി.''

അവനെ കൂടുതൽ സമ്മർദ്ദത്തിൽ ആഴ്ത്തുന്നതിന് പകരം ഞാൻ ഫയലിൽ നിന്നു ഹികാബിയുടെ ഐഡി കാർഡിലെ ഫോട്ടോ എടുത്ത് അവന്റെ മൂക്കിന് താഴെ പിടിച്ചു.

''നീ ഈ മനുഷ്യനെ കൊന്നില്ലേ?''

രക്തംപോലെ ചുവന്ന കണ്ണുകൾ അയാൾ ഒന്നുരണ്ടു തവണ ചിമ്മി.

''ഇല്ല. ഇല്ല, ഞാൻ കൊന്നിട്ടില്ല. അവനെ എന്നല്ല, ആരെയും കൊന്നിട്ടില്ല.''

ഞാൻ വീണ്ടും ഫയലെടുത്തു. രക്തത്തിൽ കുളിച്ച ശരീരത്തിന്റെ ഫോട്ടോയാണ് ഇത്തവണ ഞാൻ കയ്യിലെടുത്തത്.

''ഈ പാവത്തിനെ ഈ അവസ്ഥയിലാക്കിയത് നീയല്ലെന്നാണോ പറയുന്നത്?''

അവൻ ഫോട്ടോയിലേക്ക് നോക്കി.

''ഇല്ല, ഞാനല്ല. ഞാൻ എന്തിനാണ് ദൈവത്തിന്റെ സൃഷ്ടികളിൽ ഒന്നിനെ കൊല്ലുന്നത്?''

അലിയുടെ അടി അയാളുടെ കഴുത്തിന് പുറകിൽ വീണു.

''ഇപ്പോൾ ഹികാബി ദൈവത്തിന്റെ സൃഷ്ടിയാണ്. അല്ലേ?'' എന്റെ സഹായി അലറി. ''എടാ കുറുക്കാ, നീ ഇന്നലെ ഉച്ചയ്ക്ക് ദൈവത്തിന്റെ ഭവനത്തിൽ വെച്ച് ദൈവത്തിന്റെ സൃഷ്ടിയെ കൊല്ലാൻ പോകുന്നത് ഞങ്ങൾ കണ്ടതാണ്. ഇനി നീ അതും നിഷേധിക്കുമോ?''

അടുത്ത അടിയിൽനിന്ന് രക്ഷപ്പെടാനായി സെർകാൻ മുന്നോട്ടാഞ്ഞു.

"എന്നെ അടിക്കുന്നത് നിർത്തൂ! എനിക്ക് എന്റെ വക്കീലിനെ കാണണം."

യാതൊരുവിധമായ അസ്വസ്ഥതയും പ്രകടിപ്പിക്കാതെ ഞാൻ മൂന്നാമത്തെ ഫോട്ടോ എടുത്തു.

"ഇന്നലെ വൈകുന്നേരം ക്യാമറയിൽ പതിഞ്ഞതാണ് ഈ ഫോട്ടോ. നിരീക്ഷണക്യാമറകളെക്കുറിച്ച് നിനക്ക് അറിയാമല്ലോ, കൊള്ളാം, അതിലൊന്ന് നിന്നെ കയ്യോടെ പിടികൂടി."

ഇത് അവൻ പ്രതീക്ഷിച്ചിരുന്നില്ല. സെർകാൻ പരിഭ്രമത്തോടെ ചിത്രം പരിശോധിച്ചു. "നോക്ക്. ഇതിൽ നീ അർദയുമായി ഇരയുടെ പൂന്തോട്ടത്തിലേക്ക് പോകുന്നു. സൂര്യൻ അസ്തമിച്ചിട്ടില്ല. ഫോട്ടോയുടെ താഴെ, മൂലയിൽ നീ പോയ സമയം കാണിക്കുന്നുണ്ട്. കണ്ടോ?"

ഉത്തരത്തിന് കാത്തുനിൽക്കാതെ ഞാൻ നാലാമത്തെ ഫോട്ടോ എടുത്തു. "നോക്കൂ. കൃത്യം മുപ്പത്തിയേഴു മിനിറ്റിന് ശേഷം നീ വീട്ടിൽ നിന്ന് ഇറങ്ങിയ നിമിഷം ഇതാ ഈ ചിത്രത്തിലുണ്ട്. മുപ്പത്തിയേഴു മിനിറ്റ് നീ അകത്തുണ്ടായിരുന്നു. മുപ്പത്തിയേഴു മിനിറ്റ് അവിടെ എന്തു ചെയ്യുകയായിരുന്നു?"

അലി അദ്ദേഹത്തിന് മറുപടി നൽകി.

"ഹികാബിയുടെ ശരീരത്ത് ദ്വാരങ്ങളുണ്ടാക്കുന്നു. അല്ലാതെ എന്ത് ചെയ്യാനാണ്?"

സെർകാന്റെ മുഖത്തെ പരിഭ്രമം കാണേണ്ട കാഴ്ചയായിരുന്നു. അവർ ഇങ്ങനെ ഒരു സാധ്യതയെക്കുറിച്ച് ചിന്തിച്ചില്ല എന്നത് വ്യക്തമാണ്.

ഞങ്ങൾ കൈകാര്യം ചെയ്യേണ്ടി വരുന്ന കുറ്റവാളികൾ മിക്കവാറും എല്ലാവരും ഇങ്ങനെ തന്നെയായിരുന്നു. പൊള്ളയായ ധൈര്യംകൊണ്ട് എല്ലാം കൈകാര്യം ചെയ്യാമെന്ന് അവർ കരുതി. എതിരാളികളെ കത്തികൊണ്ട് കുത്തുകയോ അരയിൽ തോക്ക് കൊണ്ടുനടക്കുകയോ ചെയ്താൽ കാര്യങ്ങൾ ശരിയാകുമെന്ന് കരുതുന്ന ഇവർ സ്ഥിരമായി കുഴപ്പങ്ങളിൽ ചെന്നു ചാടാറുണ്ട്. ഇത്തവണയും അത് തന്നെ സംഭവിച്ചു. തങ്ങൾ കൊലപാതകം നടത്തുന്നത് ആരും കണ്ടിട്ടില്ലെന്ന് വിശ്വസിച്ചിരുന്ന സെർകാൻ ഈ അനിഷേധ്യമായ തെളിവ് കണ്ടപ്പോൾ ആകെ ആശയക്കുഴപ്പത്തിലായി.

"ഉത്തരം പറയെടാ." അലി ഒരെണ്ണം കൂടി കൊടുത്തു. "ഇതിപ്പോൾ എത്രാമത്തെ കൊലപാതകമാണ് നീ നടത്തിയത്?"

"ഹേയ്..." സെർകാൻ അടി കൊണ്ട് വീണ്ടും മുന്നോട്ടാഞ്ഞു. പൂർവ്വസ്ഥിതിയിൽ വീണ്ടും ഇരിക്കുന്ന നേരത്ത് വേഗത്തിൽ അവൻ ഉത്തരം നൽകി. "ഞാൻ ആരെയും കൊന്നിട്ടില്ല."

“അർദ അങ്ങനെയല്ലല്ലോ പറയുന്നത്.” ഞാൻ പറഞ്ഞു. “അനാഥാലയം ഡയറക്ടറെ നിങ്ങൾ രണ്ടുപേരും ചേർന്ന് തീർത്തുവെന്ന് ഞങ്ങൾ വിശ്വസിക്കുന്നു.”

അവന്റെ മുഖത്ത് കുസൃതി കലർന്ന ഒരു ഭാവം പരന്നു.

“താങ്കൾ ഭാഗ്യം പരീക്ഷിക്കുകയാണല്ലോ ചീഫ്. ഞാനോ അർദയോ ആരെയും കുത്തിയിട്ടില്ല.”

മേശപ്പുറത്ത് കൈകൾവെച്ച് മുന്നോട്ടാഞ്ഞ് ഞാൻ അവന്റെ ചുവന്ന കണ്ണുകളിലേക്ക് സൂക്ഷിച്ചു നോക്കി.

“ആരാണ് ഭാഗ്യം പരീക്ഷിക്കാനായി ശ്രമിക്കുന്നതെന്ന് നമുക്ക് കാണാം. നിങ്ങൾ രണ്ടുപേരും ചേർന്ന് ഹികാബിയെ കുത്തി, നിരവധി തവണ. ആ മനുഷ്യൻ മരിച്ചിട്ടും നിങ്ങൾ നിർത്തിയില്ല. പക്ഷേ ഞങ്ങൾക്ക് ഇക്കാര്യം തീർച്ചയില്ല കേട്ടോ, ഇതാണ് നിന്റെ സുഹൃത്ത് പറഞ്ഞത്.”

ആ താന്തോന്നി ഇത് കേട്ട് ലവലേശം കുലുങ്ങിയില്ല.

“അർദ തമാശ പറയുകയായിരുന്നു.” അവൻ ചിരിച്ചുകൊണ്ട് പറഞ്ഞു. “ക്ഷമിക്കണം, പക്ഷേ അവൻ നിങ്ങളെ കളിപ്പിക്കുകയായിരുന്നു.”

അലി അവന്റെ കഴുത്തിൽ വീണ്ടും അടിക്കാനായി കയ്യോങ്ങി.

“തമാശ വേണ്ടെന്ന് ഞാൻ നിന്നോട് പറഞ്ഞതല്ലേ?”

എന്നാൽ ഇത്തവണ എന്റെ അസിസ്റ്റന്റ് അടിച്ചില്ല. അത് മാത്രമല്ല, നേരത്തെ ചെയ്തതുപോലെ അടി വീഴുമെന്ന് ഭയന്ന് സെർകാൻ മുന്നോട്ട് നീങ്ങിയില്ല. “ഹേയ്...” എന്നൊരു ശബ്ദം മാത്രം ഉച്ചരിച്ചു, അത്രമാത്രം. അവന്റെ അവജ്ഞയ്ക്ക് പോലും അലിയുടെ അടി അർഹമല്ല എന്ന രീതിയിലായിരുന്നു സെർകാന്റെ പെരുമാറ്റം.

“എന്തിനാണ് എന്നെ തല്ലുന്നത്? ഞാനല്ല, അർദയാണ് നിങ്ങളോട് തമാശ പറയുന്നത്.”

ഒരു ചടുലമായ ചലനത്തോടെ അലി അവന്റെ മുന്നിലെത്തി. അയാൾ തന്റെ ഉരുക്ക് പോലെയുള്ള കൈകളുപയോഗിച്ച് സെർകാനെ കോളറിൽ പിടിച്ച് വായുവിലേക്ക് ഉയർത്തി.

“ഞാൻ നിനക്ക് തമാശ കാണിച്ച് തരാം.”

സെർകാന്റെ മുഖം ചോക്ക് പോലെ വിളർത്തു.

“നിങ്ങൾ എന്താണീ ചെയ്യുന്നത്, ഇൻസ്പെക്ടർ?” അവൻ കരഞ്ഞു.

അലി അത് അവഗണിച്ചു.

“മര്യാദയ്ക്ക് പറഞ്ഞോ. ഒരാളുടെ കണ്ണുകളിൽ നോക്കി അയാളെ കത്തികൊണ്ട് കുത്തുന്നത് എങ്ങനെയാണ്? പറയൂ. കത്തി മനുഷ്യന്റെ വയറു പിളർത്തുമ്പോൾ രക്തം ചീറ്റുന്ന നേരത്ത് എന്താണ് നിനക്ക് തോന്നുന്നത്? ആ ചൂടനുഭവിക്കാനാണോ നിനക്കിഷ്ടം?”

ബാൻഡേജിട്ട വലിയ മൂക്കിന് പിന്നിലെ കണ്ണുകളിൽ ഭയം വളർന്നിട്ടും സെർകാൻ തന്റെ നിഷേധഭാവം തുടർന്നു.

''എനിക്കറിയില്ല ഇൻസ്പെക്ടർ. ഞാൻ ആരെയും കുത്തിയിട്ടില്ല. വേണമെങ്കിൽ എന്റെ ക്രിമിനൽ റെക്കോർഡ് പരിശോധിച്ചു നോക്ക്. ഞാൻ രണ്ടുപേരെ വെടിവച്ചിട്ടുണ്ട്, പക്ഷേ ഞാൻ കത്തി ഉപയോഗിക്കാറില്ല. എനിക്കത് ഇഷ്ടമല്ല.''

''അയാളെ വിടൂ അലി.'' ഞാൻ മുന്നറിയിപ്പ് നൽകി. ''അവനെ കസേരയിൽ ഇരുത്തൂ, നമുക്ക് തുടരാം.''

എന്റെ അസിസ്റ്റന്റ് ഞാൻ പറഞ്ഞതുപോലെ ചെയ്തു. അവൻ കയ്യെടുത്തതോടെ സെർകാൻ ഒരു ഒഴിഞ്ഞ ചാക്ക് സഞ്ചിപോലെ കസേരയിലേക്ക് വീണു. അലി തന്റെ പഴയ സ്ഥലത്ത് വീണ്ടും പോയി നിന്നു.

''അർദയാണോ അവനെ കൊന്നത്?'' ആകെ ഉലഞ്ഞുപോയ സെർകാൻ നേരേയിരിക്കുന്ന നേരത്ത് ഞാൻ തണുത്ത ശബ്ദത്തിൽ ചോദിച്ചു.

വേണ്ടത് കിട്ടുമെന്ന് എനിക്ക് തോന്നി. അവന്റെ മുഖത്തെ പരിഹാസഭാവം മാഞ്ഞുപോയിരുന്നു. പക്ഷേ ഉത്തരം പറയാൻ കൂടുതൽ സമയം ലഭിക്കാനായി അവൻ അജ്ഞത നടിച്ചു.

''അർദ ആരെ കൊന്നു?''

ഞാൻ അവനെ രൂക്ഷമായി നോക്കി. പക്ഷേ അത് ഫലിച്ചില്ല.

''അയ്യോ, ഹികാബിയെയാണോ ഉദ്ദേശിക്കുന്നത്? അല്ല ചീഫ്, അവനെ അർദയല്ല കൊന്നത്. ഞങ്ങൾ രണ്ടുപേരുമല്ല.''

മൂന്നാമത്തെ അടി സെർകാന്റെ കഴുത്തിൽ വന്നു. അവന്റെ തല തൂങ്ങിപ്പോയി. മുഖം വശത്തേക്ക് ചായ്ച്ച് അവൻ അലിയെ നോക്കാൻ ശ്രമിച്ചു.

''നിർത്തൂ ഇൻസ്പെക്ടർ, ഞങ്ങൾ ഹികാബിയുടെ വീട്ടിൽ പോയെന്ന് ഞാൻ സമ്മതിക്കുന്നു, പക്ഷേ ഞങ്ങൾ അവിടെ നിന്നിറങ്ങുമ്പോൾ ഹികാബിക്ക് ഒരു കുഴപ്പവും ഉണ്ടായിരുന്നില്ല.''

''അവൻ കാര്യങ്ങൾ തുറന്നു സംസാരിച്ചോ?'' സെർകാൻ തുടരുന്നത് നന്നായിരിക്കും എന്നെനിക്ക് തോന്നി.

''നീ എന്തിനാ അവന്റെ വീട്ടിൽ പോയത്?'' ഞാൻ നേരം പാഴാക്കാതെ ഇടിച്ചു കയറി. ''ചായ കുടിക്കാൻ വേണ്ടിയായിരുന്നില്ലല്ലോ.''

''ഞങ്ങൾ അവനെ ഭയപ്പെടുത്താനും ഭീഷണിപ്പെടുത്താനുമാണ് പോയത്. ഇനിയെങ്കിലും അവൻ കൊച്ചുകുട്ടികളെ തപ്പിയിറങ്ങരുതല്ലോ. കൂടാതെ ആകിഫ് സോയ്കാനെ ആരാണ് കൊന്നതെന്ന് അവനോട് ചോദിക്കണമായിരുന്നു.''

''നിനക്കെന്താ കാര്യം?'' അലി മുരണ്ടു. ''നീ പൊലീസുകാരനാണോ? ആകിഫിന്റെ കൊലപാതകത്തിൽ നിങ്ങൾക്ക് ഇത്ര ബുദ്ധിമുട്ട് തോന്നാൻ കാര്യമെന്താ?''

''ആകിഫ് ഞങ്ങളുടെ സുഹൃത്തായിരുന്നു.'' അവൻ ആ വാചകം

കാണാതെ പറയുന്നതുപോലെ യാന്ത്രികമായ ശബ്ദത്തിൽ ഉരുവിട്ടു. ''ഞങ്ങൾക്ക് പ്രതികാരം ചെയ്യാണമായിരുന്നു.''

''പക്ഷേ ഹികാബി കൊലയാളിയുടെ പേര് പറയാതെയായപ്പോൾ...'' ഞാൻ പറഞ്ഞു, ''നിങ്ങൾ കത്തി പുറത്തെടുത്തു...''

ഉടനെ അവനത് നിഷേധിച്ചു.

''ഇല്ല, ഞങ്ങൾ അവന്റെ മേൽ കൈ വച്ചില്ല, ഞങ്ങൾ സംസാരിച്ചു എന്നത് ശരിയാണ്. ഞങ്ങൾ അവനെ ഭീഷണിപ്പെടുത്തി, ഭയപ്പെടുത്തി. പക്ഷേ ഞങ്ങൾ അവനെ കുത്തിയില്ല. പിന്നാലെ വന്ന ആരെങ്കിലുമായിരിക്കും അവനെ കൊന്നത്.''

ഞാൻ തലയുയർത്തി നോക്കി. എന്റെയും അലിയുടെയും കണ്ണുകൾ ഇടഞ്ഞു. സെർകാൻ പറഞ്ഞത് അവനെ തളർത്തിക്കളഞ്ഞിരിക്കണം. അത് അസാധ്യമായ ഒരു കാര്യമായിരുന്നില്ല. തങ്ങൾക്ക് പിന്നാലെ വീട്ടിലേക്ക് വന്നത് അലിയാണെന്ന് മനസ്സിലാക്കാതെ ഇയാൾ പരസ്യമായി അവനെ കുറ്റപ്പെടുത്തുകയായിരുന്നു.

''നുണ പറയരുത്.'' അലി അലറി. മുമ്പത്തേക്കാൾ കനത്ത അടി സെർകാന്റെ മേൽ വീണു. ഇക്കുറി അത് പണി പറ്റിച്ചു. അടിയുടെ ശക്തി മൂലം സെർകാന്റെ തല മേശയിൽ തട്ടി. അവൻ തല ഉയർത്തിയപ്പോൾ മൂക്കിൽനിന്ന് രക്തം ഒഴുകുന്നത് ഞങ്ങൾ കണ്ടു.

''മതി അലി.'' ഞാൻ പൊട്ടിത്തെറിച്ചു. ''ഈ പരിപാടി നിറുത്തിക്കോ.'' അലി ഞെട്ടി. ചോദ്യം ചെയ്യലിനിടയിൽ, സംശയിക്കുന്ന ഒരാളുടെ സാന്നിധ്യത്തിൽ, ഞാൻ അവനെ ആദ്യമായി ശകാരിക്കുകയായിരുന്നു.

''അവൻ എത്ര നിസ്സാരമായാണ് കള്ളം പറയുന്നത് ചീഫ്, അവർ ഹികാബിയെ എത്ര എളുപ്പത്തിൽ നരകത്തിലേക്ക് പറഞ്ഞയച്ചു. ഇപ്പോൾ അവൻ നിരപരാധി കളിക്കുന്നു.''

അലിയുടെ കോപം എന്നെ അലട്ടിക്കൊണ്ടിരുന്നു. ചുവപ്പ് നിറം മൂക്കിലെ കെട്ടിൽ പടർന്നിട്ടും മയക്കത്തിലെന്നപോലെ സെർകാൻ വെറുതെ ഇരുന്നതേയുള്ളൂ.

''നിങ്ങളുടെ ഉടുപ്പിന്റെ കൈകൾ ചുരുട്ടൂ.'' ഞാൻ പറഞ്ഞു. ''എനിക്ക് ആ കൈകൾ കാണണം.''

അവൻ ബട്ടണുകൾ അഴിച്ചിട്ട് കറുത്ത സിൽക്ക് ഷർട്ടിന്റെ കൈമുകളിലേക്ക് വലിച്ചു. സൂര്യനെ കാണാതെ വിളറിയ അവന്റെ രോമങ്ങൾ നിറഞ്ഞ കൈകൾ എനിക്കു മുന്നിൽ അനാവൃതമായി.

''ഇനി അവ മേശപ്പുറത്തേക്ക് നീട്ടിപ്പിടിക്കുക.''

അവൻ കൈപ്പത്തികൾ മുന്നോട്ട് നീട്ടി. സെയ്നെപ് പറഞ്ഞതുപോലുള്ള നഖത്തിന്റെ പാടുകൾ അവയിൽ ഇല്ലായിരുന്നു.

''കൈകൾ തിരിക്കൂ.''

കൈത്തണ്ട മുകളിലേക്ക് നീളുന്ന തരത്തിൽ അവൻ അവയെ തിരിച്ചു. ഇല്ല, ആ ഭാഗത്തും പാടുകളില്ല. ഹികാബി ഏറ്റുമുട്ടിയത്

സെർകാനോടല്ല, ഇതെനിക്കുറപ്പിക്കാം. ഞാൻ വീണ്ടും എന്റെ സഹായിയെ തിരിഞ്ഞുനോക്കി. അയാൾക്ക് ഉത്സാഹം നഷ്ടപ്പെട്ടതായി തോന്നി. സെർകാന്റെ പുറകിൽ അലി വെറുതെ നിൽക്കുകയായിരുന്നു.

''ആരാ നിന്നെ ഹികാബിയുടെ വീട്ടിലേക്ക് അയച്ചത്?'' ചോദ്യം ചെയ്യൽ പുനരാരംഭിച്ചുകൊണ്ട് ഞാൻ പറഞ്ഞു. ''ഇസ്മായിൽ ആണോ?''

തന്റെ ഉടുപ്പിന്റെ കൈകൾ നേരെ ഇട്ടുകൊണ്ടിരുന്ന അവൻ ആ ജോലി നിറുത്തിയിട്ട് എന്നെ നോക്കി.

''അല്ല, ഇസ്മായിൽചേട്ടനല്ല എന്നെ അയച്ചത്. അങ്ങനെയല്ല കാര്യങ്ങൾ. ആകിഫ് ഞങ്ങളുടെയും സുഹൃത്തായിരുന്നു. ഞങ്ങൾ സ്വന്തം ഇഷ്ടപ്രകാരമാണ് ആ വഴിപിഴച്ചവന്റെ വീട്ടിൽ പോയത്. ഇസ്മായിൽ ചേട്ടൻ അത് അറിഞ്ഞതുപോലുമില്ല.''

അലിക്ക് അത് സഹിക്കാൻ കഴിഞ്ഞില്ല.

''വായ തുറന്നാൽ നുണയേ ഇവൻ പറയൂ. ചീഫ്! നിങ്ങൾക്ക് ഇത് കാണാൻ വയ്യേ?''

മറ്റൊരു അടി പ്രതീക്ഷിച്ച് സെർകാൻ നിസ്സഹായനായി കഴുത്ത് വലിച്ചു.

''ശരി, അലി.'' ഞാൻ എന്റെ വലതു കൈ വായുവിലേക്ക് ഉയർത്തി പറഞ്ഞു. ''ശരി, നമ്മൾ സത്യം ഉടൻ കണ്ടെത്തും, പക്ഷേ നീ ശാന്തത പാലിക്കണം.''

നിങ്ങളും ഒരിക്കൽ ഒരു കുട്ടിയായിരുന്നു

കഞ്ചാവ് ഇസ്മായിലിനെ ചോദ്യം ചെയ്യാനായി സൂക്ഷിച്ചിരുന്ന മുറിയിലേക്ക് പോയപ്പോൾ ഞാൻ വളരെ ഭയപ്പെട്ടിരുന്നുവെന്ന് സമ്മതിക്കാതെ തരമില്ല. സെർകാൻ പറഞ്ഞത് സത്യമായാലോ? അവർ ശരിക്കും നിരപരാധികളാണെങ്കിലോ? അവർ ഹികാബിയെ ഭീഷണിപ്പെടുത്തുക മാത്രമേ ചെയ്തിട്ടുള്ളൂവെങ്കിൽ? അങ്ങനെയാണ് സംഗതികളുടെ കിടപ്പെങ്കിൽ, അലിയെ സംശയമുള്ളവരുടെ പട്ടികയിൽ ഒന്നാമനാക്കേണ്ടിവരും. ഗ്ലാസിന്റെ മറുവശത്ത് നിന്നു ചോദ്യംചെയ്യൽ നിരീക്ഷിച്ചുകൊണ്ടിരിക്കുന്ന സെയ്നെപ്പിനും അതേ ആശങ്ക തോന്നിയിരിക്കണം. അവൾ അലിയെ അമ്പരന്ന മുഖത്തോടെയും ചോദ്യംചെയ്യുന്ന കണ്ണുകളോടെയും നോക്കി. ഇന്നലെ മുതൽ അലി എല്ലാത്തിനും എന്റെ നിർദ്ദേശങ്ങൾക്കായി കാത്തിരിക്കുകയും ഒന്നിനും വിശദീകരണം നൽകാതിരിക്കുകയും ചെയ്യുന്ന സമീപനമാണ് കൈക്കൊള്ളുന്നത്. ഞാൻ അഭിപ്രായങ്ങൾ പറയുന്നത് നിറുത്തിയിരുന്നു. വാക്കുകളിലോ പെരുമാറ്റത്തിലോ യാതൊരു തരത്തിലുമുള്ള സൂചനകൾ ഉണ്ടാവാതെയിരിക്കാൻ ഞാൻ പ്രത്യേകം ശ്രദ്ധിച്ചു. എന്നിട്ടും മനസ്സിനുള്ളിൽ ക്രമേണ വളരുന്ന ആഴത്തിലുള്ള ആശങ്ക തടുത്തു നിറുത്താൻ എനിക്ക് കഴിഞ്ഞില്ല. ഹികാബിയുടെ കൊലപാതകി അലി ആയിരിക്കുമോ? എനിക്കത് വിശ്വസിക്കാൻ തോന്നിയില്ലെങ്കിലും അത് ചിലപ്പോൾ സത്യമായിരിക്കുമെന്ന വസ്തുത നിലനിന്നിരുന്നു. ചിലപ്പോൾ അത് മറ്റെന്തെങ്കിലും ആയിരിക്കാൻ സാധ്യതയുണ്ട്. ഒടുവിൽ മറ്റ് ചില മോശമായ കാര്യങ്ങളിൽ ഞങ്ങൾ ചിലപ്പോൾ എത്തിച്ചേരാം. കഞ്ചാവിന്റെ ചോദ്യംചെയ്യൽ മുറിയിലേക്ക് പോയപ്പോൾ എന്റെ വികാരങ്ങൾ ഇതായിരുന്നു. അവൻ ഉപയോഗിച്ച സുഗന്ധദ്രവ്യത്തിന്റെ കടുത്ത ഗന്ധം ആ ഇടുങ്ങിയ മുറിയിൽ ശ്വാസം മുട്ടിക്കുന്ന തരത്തിൽ തങ്ങി നിന്നു. യെറ്ററിന്റെ ലില്ലിപ്പൂവിന്റെ മണമുള്ള സുഗന്ധത്തെപ്പോലും അത് കീഴടക്കിക്കളഞ്ഞു.

‘‘എന്താണ് ഈ മണം?’’ അകത്തു കടന്നയുടൻ അലി പിറുപിറുത്തു. ‘‘ഒരു സ്ത്രീയുടേതുപോലെയുള്ള ഗന്ധം.’’

അലി ഒരു മുൻകോപിയായിരുന്നെങ്കിലും അവന്റെ നർമ്മബോധം അതിനേക്കാൾ പലപ്പോഴും മുഴച്ചുനിന്നിരുന്നു. പക്ഷേ ഇപ്പോൾ അവൻ ആകെ ദേഷ്യത്തിലായിരുന്നു. അലിയെ ഇങ്ങോട്ട് വിളിച്ചത് തെറ്റായിപ്പോയി എന്നെനിക്ക് തോന്നി. എന്റെ അസിസ്റ്റന്റിൽ നിന്ന് വ്യത്യസ്തനായി കഞ്ചാവ് വളരെ ശാന്തനായി കാണപ്പെട്ടു. പക്ഷേ തനിക്ക് ഒരു സ്ത്രീയുടെ മണമാണെന്ന് അലി പറഞ്ഞപ്പോൾ മുഖം ഒരു നിമിഷത്തേക്ക് മ്ലാനമായെങ്കിലും പെട്ടെന്നുതന്നെ അവൻ സാധാരണ അവസ്ഥയിലേക്ക് മടങ്ങിപ്പോയി..

‘‘ഈ ചൂടിൽ നാറുന്നതാണോ നല്ലത് ഇൻസ്പെക്ടർ അലി?’’ അയാൾ പുഞ്ചിരിച്ചുകൊണ്ട് ചോദിച്ചു.

ഞങ്ങളുടെ പോര്കോഴി ഉടൻ തന്നെ തിരിച്ചടിച്ചു. ‘‘നല്ല മണമൊക്കെയാകാം. കുഴപ്പമില്ല. പക്ഷേ ഒരു തെരുവുവേശ്യയെപ്പോലെ പെർഫ്യൂമിൽ കുളിക്കുന്നത് ഒരു പുരുഷന് ചേർന്നതാണ് എന്നു നിങ്ങൾ കരുതുന്നുണ്ടോ?’’

അയാൾ ഇസ്മായിലിനെ പ്രകോപിപ്പിക്കുകയായിരുന്നു. പക്ഷേ സ്ഥിതിഗതികൾ അറിയാവുന്നതുകൊണ്ട് കഞ്ചാവ് ആ ചൂണ്ടയിൽ കൊത്തിയില്ല.

‘‘ഇൻസ്പെക്ടർ അലി, വാസനകളെക്കുറിച്ച് നിങ്ങൾക്ക് ഒന്നുമറിയില്ലെന്ന് തോന്നുന്നു. ഞാനുപയോഗിച്ചിരിക്കുന്നതിന് സ്ത്രീകളുമായി ഒരു ബന്ധവുമില്ല. ഇത് യഥാർത്ഥ പുരുഷസുഗന്ധമാണ്. നിങ്ങൾക്ക് ഇഷ്ടമായെങ്കിൽ ഞാൻ കുറച്ച് അയച്ചുതരാം. ഈ ദിവസങ്ങളിൽ വളരെയധികം ഓവർടൈം ചെയ്യുന്നുണ്ടല്ലോ. വിയർക്കുമ്പോഴുണ്ടാകുന്ന ദുർഗന്ധം അകറ്റാൻ കഴിയും.’’

ഈ സംഭാഷണം കുഴപ്പത്തിൽ ചെന്നവസാനിക്കുമെന്ന് അലിയുടെ മുഖത്തെ സമ്മർദ്ദം കണ്ടപ്പോൾ എനിക്ക് മനസ്സിലായി.

‘‘മതി ഇസ്മായിൽ.’’ ഞാൻ ഇടപെട്ടു.

നനഞ്ഞതുപോലെയുള്ള കണ്ണുകൾ കൊണ്ട് അയാൾ അലിയുടെ നേർക്ക് നോക്കി.

‘‘ചീഫ്, നിങ്ങളുടെ ആളാണ് ഇത് ആരംഭിച്ചത്.’’

‘‘ആരാണ് ആരംഭിച്ചതെന്നൊന്നും എനിക്ക് കേൾക്കണ്ട. മതിയാക്കിക്കൊ ഈ വിഡ്ഢിത്തം.’’

അവിടെ നടന്ന വാക്പോര് ഇഷ്ടമായില്ലെന്ന് എന്റെ ശബ്ദത്തിൽ നിന്ന് അലിക്കും മനസ്സിലായി. അവൻ ഒന്നും മിണ്ടാതെ കഞ്ചാവിന്റെ പിന്നിൽ പോയി നിന്നു. എതിർവശത്തുള്ള ഒരു കസേരയിൽ ഇരുന്ന ശേഷം, ഞാൻ സാവധാനം ഫയൽ തുറന്നു. ചില പ്രധാന കുറിപ്പുകൾ നിശ്ശബ്ദമായി വായിക്കുന്നതുപോലെ എന്റെ ചുണ്ടുകൾ ചലിച്ചു. പിന്നെ ഞാൻ പതിയെ കഞ്ചാവിന്റെ മുഖത്ത് കണ്ണുകൾ നട്ടു.

‘‘ഇസ്മായിൽ, എന്തിനാണ് ഹികാബിയെ കൊല്ലിച്ചത്?’’

സെർകാനെപ്പോലെതന്നെ അവനും കണ്ണ് ചിമ്മിയില്ല.

“ഞാൻ ആരെയും കൊല്ലിച്ചിട്ടില്ല. എന്തിനാണ് ഞാൻ അങ്ങനെ ചെയ്യുന്നത്?”

മനസ്സിലാക്കാൻ ശ്രമിക്കുന്നതുപോലെ ഒരു നിമിഷം അവനെ നോക്കിയിരുന്നിട്ട് ഞാൻ സ്വന്തം അഭിപ്രായം പറഞ്ഞു.

“ആകിഫിനുവേണ്ടി പ്രതികാരം ചെയ്തതാവാം. ഇന്നലെ നീ ഹികാബിയെ കുറ്റപ്പെടുത്തുന്നുണ്ടായിരുന്നല്ലോ. ആരോപണങ്ങളിൽ കാര്യം ഒതുക്കുന്നതിന് പകരം നിങ്ങൾ അയാളെ കൊല്ലാൻ സെർകാനെയും അർദയെയും അഴിച്ചുവിട്ടു.”

“ഞാൻ ആരെയും അഴിച്ചുവിട്ടില്ല. അവൻ ആകിഫിന്റെ ശവപ്പെട്ടിക്കടുത്ത് നിൽക്കുന്നത് കണ്ടപ്പോൾ എന്റെ രക്തം തിളച്ചു. ഞാൻ നിയന്ത്രണം വിട്ട് അവന്റെ നേർക്ക് പാഞ്ഞു ചെന്നു. അത് കണ്ടപ്പോൾ എന്റെ കുട്ടികൾ അവനെ കൈകാര്യം ചെയ്തു.”

“ഹികാബിയിൽനിന്ന് നിങ്ങൾക്ക് എന്താണ് വേണ്ടിയിരുന്നത്?”

അലിയുടെ ചോദ്യം കഞ്ചാവിനെ ഞെട്ടിച്ചു, പക്ഷേ ആ നടുക്കം അധികനേരം നീണ്ടുനിന്നില്ല.

“ഇന്നലെ രാത്രി ഞാൻ നിങ്ങളോട് പറഞ്ഞിരുന്നു. അവനാണ് ആകിഫിനെ ആ അവസ്ഥയിൽ എത്തിച്ചത്. ഒരു തരത്തിൽ പറഞ്ഞാൽ, ഹികാബിയുടെ മരണത്തിന് ഉത്തരവാദി അവൻ തന്നെയാണ്.”

ഞാൻ വീണ്ടും ഇടയ്ക്ക് കയറി.

“അതുകൊണ്ടാണോ നിങ്ങളുടെ സുഹൃത്തിനുവേണ്ടി പ്രതികാരം ചെയ്യാൻ ആ മനുഷ്യനെ കുത്തിക്കീറിക്കൊല്ലിച്ചത്?”

കഞ്ചാവ് എന്റെ നേരെ തിരിഞ്ഞു.

“ഇല്ല. ഞാൻ ആരെയും കൊല്ലിച്ചിട്ടില്ല. ഹികാബി കൊല്ലപ്പെട്ടതിൽ ഞാൻ സന്തോഷിക്കുന്നു. സത്യം പറഞ്ഞാൽ നിങ്ങൾ വിശദീകരിച്ചതുപോലെ അവനെ ആരോ തുണ്ടംതുണ്ടമായി വെട്ടിമുറിച്ചതിൽ ഞാൻ അതിയായി സന്തോഷിക്കുന്നു. ആ മരണത്തിൽ ആരും ദുഃഖിക്കില്ല എന്ന് മാത്രമല്ല, അവനെപ്പോലുള്ള നായിന്റെ മക്കളില്ലാത്ത ഈ ലോകം കുറച്ചുകൂടി നല്ലതായിരിക്കും.”

അലിക്ക് അവന്റെ വികാരങ്ങളോട് പൂർണ്ണമായും യോജിപ്പായിരുന്നു. പക്ഷേ അവന് കഞ്ചാവിനെ ഞെക്കിപ്പിഴിയേണ്ടതുണ്ട്. അതിനാൽ തന്റെ വികാരങ്ങൾ മറച്ചുവച്ചുകൊണ്ട് അലി ആക്രോശിച്ചു.

“തെറി പറയുന്നോ? മര്യാദയ്ക്ക് ചോദ്യങ്ങൾക്ക് ഉത്തരം പറയ്.”

കഞ്ചാവ് അവന്റെ വിശാലമായ തോളുകൾ കുലുക്കി.

“ഞാൻ ഉത്തരം നൽകുകയാണല്ലോ.”

“ഇല്ല, നിങ്ങൾ ഉത്തരം പറയുകയല്ല.” അലി മുറുമുറുത്തു. “നീ ആദ്യം മുതലേ അസംബന്ധമാണ് പറയുന്നത്. ഇന്നലെ നീ കള്ളം പറഞ്ഞു, ഇപ്പോഴും കള്ളം പറയുന്നു.”

കഞ്ചാവിന്റെ മുഖം ഒരു മഞ്ഞുമലപോലെ തണുത്തുറഞ്ഞു.

''ഞാൻ കള്ളം പറയുകയാണെങ്കിൽ അത് തെളിയിക്കൂ. തെറ്റുകാരനാണെങ്കിൽ എന്നെ ജയിലിൽ പിടിച്ച് ഇട്ടോളൂ. പക്ഷേ നിങ്ങൾക്ക് അത് കഴിയില്ല, കാരണം എനിക്ക് ഈ കൊലയുമായി ഒരു ബന്ധവുമില്ല.''

നിരീക്ഷണ ക്യാമറകളിൽനിന്ന് കിട്ടിയ ഫോട്ടോ ഞാൻ അവന്റെ കണ്ണുകൾക്ക് മുന്നിലേക്ക് നീട്ടിപ്പിടിച്ചു.

''നിങ്ങളുടെ ആളുകൾ ഹികാബിയുടെ വീട്ടിൽ എന്തു ചെയ്യുകയായിരുന്നു?''

അവന്റെ ചാരനിറത്തിലുള്ള കണ്ണുകൾ സെർകാന്റേതുപോലെ ആശ്ചര്യത്തോടെ വിടർന്നു.

''ഇതാ കണ്ടോളൂ. നിങ്ങളയച്ച രണ്ട് ബുദ്ധിമാന്മാരും ക്യാമറയിൽ പതിഞ്ഞിട്ടുണ്ട്. കൊലപാതകം നടത്തുന്നതിന് മുമ്പ് മാത്രമല്ല, അത് പൂർത്തിയാക്കിയതിനു ശേഷവുമുള്ള ചിത്രങ്ങളുണ്ട്. അവന്മാർ അവിടെ വിഹരിക്കുന്നത് എങ്ങനെയാണെന്ന് നോക്ക്.''

അൽപ്പനേരത്തേക്ക് കഞ്ചാവിന്റെ വായടഞ്ഞുപോയി. പക്ഷേ അനേകം ചോദ്യം ചെയ്യലുകളിലൂടെ കടന്നുപോയിട്ടുള്ള അയാൾ പെട്ടെന്ന് തന്നെ പൂർവ്വസ്ഥിതി വീണ്ടെടുത്തു.

''അവർ എന്തിനാണ് അവിടെ പോയതെന്ന് എനിക്കറിയില്ല, പക്ഷേ നിങ്ങൾക്ക് അറിയണമെന്ന് അത്ര നിർബന്ധമാണെങ്കിൽ ഞാൻ ചോദിച്ച് പറയാം.'' ആ മുഖത്ത് വീണ്ടും പരിഹാസഭാവം തെളിഞ്ഞു. ''അവർ നിങ്ങളോട് ഇതുവരെ പറഞ്ഞിട്ടില്ലെന്ന് തോന്നുന്നു.''

കോപം നിയന്ത്രിക്കാനാവാതെ അലി മുഷ്ടി ചുരുട്ടിക്കൊണ്ട് മുന്നോട്ട് രണ്ട് ചുവടുവെച്ചു. അവന്റെ കണ്ണുകൾ ജ്വലിച്ചു.

''നിനക്ക് തെറ്റി.'' അവൻ ആക്രോശിച്ചു. ''അവർ ഞങ്ങളോട് എല്ലാം പറഞ്ഞു. വിശദമായിത്തന്നെ പറഞ്ഞു. എന്തിനാണ് അവർ അവിടെ പോയത്, ഹികാബിയെ സംസാരിക്കാനവസരം നൽകാതെ കൊന്നത്, അതുകൊണ്ട് ആ മണ്ടന്മാർക്ക് അന്വേഷിച്ചു പോയ വസ്തു കണ്ടെത്താൻ കഴിയാതിരുന്നത്. ഇക്കാര്യങ്ങളൊക്കെ അവന്മാർ പറഞ്ഞു.''

അവൻ എന്തിനെപ്പറ്റിയാണ് സംസാരിക്കുന്നതെന്ന് എനിക്ക് അറിയില്ലായിരുന്നു, പക്ഷേ കഞ്ചാവിന്റെ മുഖത്ത് നിന്ന് അവന്റെ വൃത്തികെട്ട പുഞ്ചിരി അപ്രത്യക്ഷമായത് കണ്ടപ്പോൾ അലി ശരിയായ പാതയിലായിരിക്കണം സഞ്ചരിക്കുന്നത് എന്നു തോന്നി. ഇസ്മായിൽ ആകാംക്ഷയോടെ ചോദിച്ചു, ''അവർ എന്താണ് അന്വേഷിച്ചത്?''

അലി ആ മനുഷ്യന്റെ മുഖത്ത് നിന്ന് കണ്ണെടുത്തില്ല.

''നീ തന്നെ പറയൂ. നിങ്ങളെല്ലാവരുംകൂടി ഹികാബിയുടെ വീട്ടിൽ എന്താണ് അന്വേഷിച്ചത്?''

കഞ്ചാവിന് അവന്റെ കണ്ണുകളെ നേരിടാൻ കഴിഞ്ഞില്ല.

''ഒന്നും തിരഞ്ഞില്ല. ഒരുപക്ഷേ അർദയും സെർകാനും മസ്ജിദിൽ വച്ചു ചെയ്തതുപോലെ സ്ഥിതിഗതികൾ നിയന്ത്രിക്കാൻ ശ്രമിച്ചതാകാം.

അവർ ആ മനുഷ്യനെ ഭീഷണിപ്പെടുത്താൻ പോയതാണെന്നാണ് എന്റെ അനുമാനം. അവർ അവനെ കൊന്നു എന്ന നിങ്ങളുടെ നിഗമനത്തെപ്പറ്റി എനിക്ക് സംശയമുണ്ട്. അങ്ങേയറ്റം പോയാൽ ആകിഫിന് വേണ്ടി അവർ അവനെ വാക്കുകൾകൊണ്ട് ഭീഷണിപ്പെടുത്തിയിട്ടുണ്ടാവും.''

അവൻ എന്നെ നോക്കി. എന്റെ പ്രതികരണം എന്തായിരിക്കുമെന്ന് അറിയാൻ ഇസ്മായിലിന് ആകാംക്ഷയുണ്ടായിരുന്നു. പക്ഷേ അലിയുടെ ചോദ്യങ്ങളുടെ ഒഴുക്ക് തടസ്സപ്പെടുത്താൻ എനിക്ക് ഉദ്ദേശമില്ലായിരുന്നു. അതുകൊണ്ടുതന്നെ ഞാൻ ഒന്നും മിണ്ടിയില്ല. കഞ്ചാവ് വീണ്ടും എന്റെ അസിസ്റ്റന്റിന്റെ നേർക്ക് തിരിഞ്ഞു. തനിക്കെല്ലാം അറിയാമെന്ന് വിളിച്ചു പറയുന്ന ആ പുഞ്ചിരി അവൻ വീണ്ടും മുഖത്ത് ഉറപ്പിച്ചു വച്ചു.

''അത്രയേ ഉള്ളൂ കാര്യം.''

വിചിത്രമെന്നു പറയട്ടെ, നമ്മുടെ ചൂടൻ അലി ശാന്തനായിത്തന്നെ തുടർന്നു. ആ വർത്തമാനം കേട്ടപ്പോൾ അവൻ കഞ്ചാവിന്റെ മൂക്ക് അടിച്ചു ചതച്ചില്ല എന്നതിൽ എനിക്ക് അത്ഭുതം തോന്നി.

''അത്രമാത്രമല്ലല്ലോ കാര്യം, ഫാൻസി ഇസ്മായിൽ.'' അയാൾ കഞ്ചാവിന്റെ അടുത്തേക്ക് നീങ്ങി. ഫാൻസി ഇസ്മായിൽ എന്ന പേര് അയാൾ ഉറപ്പോടെയാണ് പറഞ്ഞത്. ''അത് മാത്രമല്ല എന്നു എനിക്കും നിങ്ങൾക്കും അറിയാം.'' അവൻ ഒരു നിമിഷം നിർത്തി. ''ഫാൻസി ഇസ്മായിൽ! കഞ്ചാവ് ഇസ്മായിലിനേക്കാൾ എടുപ്പ് ആ പേരിനുണ്ട്, അല്ലേ ചീഫ്?''

എന്റെ തെമ്മാടി വീണ്ടും അവന്റെ യഥാർത്ഥരൂപത്തിൽ തിരിച്ചെത്തിയെന്ന് ഞാൻ കണ്ടു. എന്നാൽ അതിലും പ്രധാനമായി ഈ വൃത്തികെട്ട സംഘത്തലവനെ കുടുക്കാൻ പോന്ന എന്തോ അവന്റെ കൈയിൽ ഉണ്ടായിരുന്നു.

''എനിക്ക് ആ പേര് ഇഷ്ടമായി, പ്രത്യേകിച്ച് അതിന്റെ ഉച്ചാരണം, മുഴക്കം.'' ഞാനും അലിയുടെ കളിയിൽ പങ്ക് ചേർന്നു. ''ഇവൻ ഉറങ്ങാൻ പോകുന്ന ജയിൽ ബ്ലോക്കിനുള്ളിൽ അതെങ്ങനെ മുഴങ്ങും എന്നെനിക്ക് അറിയില്ല. പക്ഷേ ഈ പേരിന് കൂടുതൽ സ്വരമാധുര്യമുണ്ട്.''

ഇസ്മായിലിന്റെ മുഖം ചുവപ്പിൽനിന്നും കറുപ്പിലേക്ക് മാറി.

''അതൊന്നും ഓർത്ത് വിഷമിക്കണ്ട ചീഫ്.'' അലി കളി തുടർന്നു. ഇസ്മായിലിനെ ജയിലിൽ അങ്ങനെ അഭിസംബോധന ചെയ്യുന്നത് പതിവാണ്. അവന്റെ മുഖത്ത് അല്പം ദയവ് പ്രത്യക്ഷമായി. ''അത് ശരിയല്ലേ ഫാൻസി? ഹികാബി നിന്നെ അങ്ങനെയല്ലേ വിളിച്ചിരുന്നത്?''

ഇസ്മായിലിന്റെ വലിയ മുഖം വലിഞ്ഞു മുറുകി, ചാരനിറമുള്ള കണ്ണുകൾ മൂർച്ചയുള്ളതും ഉരുക്കുപോലെ നീലനിറമുള്ളതായും മാറി.

''എന്ത് നാശം പിടിച്ച വർത്തമാനമാണ് ഈ പറയുന്നത്?''

അലി ഒരു പടി പിന്നോട്ട് പോയി. ''ഫാൻസീ, നീ എന്തിനാ ഇങ്ങനെ പരിഭ്രാന്തനാകുന്നത്? നോക്കൂ, നീ എത്ര ശാന്തമായി ഇരിക്കുകയായിരുന്നു. ആ മനോഹരമായ പുഞ്ചിരിക്ക് എന്ത് സംഭവിച്ചു? അതിശയം തന്നെ. നിങ്ങൾ ഹികാബിയെ നോക്കി ഇത്ര മധുരമായി പുഞ്ചിരിച്ചിട്ടുണ്ടോ?''

ഈ വാക്കുകൾ ഇസ്മയിലിനെ നന്നായി മുറിവേൽപ്പിക്കുന്നു എന്നെനിക്ക് കാണാമായിരുന്നു. അവൻ ചാടിയെഴുന്നേറ്റ് എന്റെ സഹായിയെ ആക്രമിക്കുമോ എന്ന് ഞാൻ ഭയന്നു. പക്ഷേ അവൻ ഒന്നും ചെയ്യാതെ ചലനമറ്റ് ഇരുന്നതേയുള്ളൂ.

''നിങ്ങൾ എന്താണ് പറയുന്നതെന്ന് എനിക്കറിയില്ല.'' ഒരു ദീർഘനിശ്വാസം എടുത്തുകൊണ്ട് കഞ്ചാവ് അവസാനം പറഞ്ഞു.

''സമ്മതിച്ചോളൂ. ഹികാബിയോടുള്ള നിങ്ങളുടെ വെറുപ്പിന് കാരണം അവൻ ആകിഫിനോട് ചെയ്തതല്ല. മറിച്ച് അവൻ നിന്നോട് ചെയ്ത കാര്യങ്ങളാണ്.'' അലി അലിവ് നിറഞ്ഞ ഭാഷയിൽ പറഞ്ഞു.

അലി തീർച്ചയായും ചില നിർണായകവസ്തുതകളെപ്പറ്റിയാണ് സൂചിപ്പിക്കുന്നത് എന്നു തോന്നുന്നു. ഇത് വിവരങ്ങൾ ചൂഴ്ന്നെടുക്കാനുള്ള ഒരു തന്ത്രമല്ല.

''ഹികാബിയെപ്പോലുള്ള ഒരു വൃത്തികെട്ടവന് എന്നെ എന്തു ചെയ്യാൻ കഴിയും? അയാൾക്ക് ഒരു കുട്ടിയുടെ ശക്തി മാത്രമേയുള്ളൂ.''

അലിയുടെ കണ്ണുകളിൽ ദയയുടെ തിളക്കം ഞാൻ കണ്ടു.

''നീയും ഒരിക്കൽ ഒരു കുട്ടിയായിരുന്നു.'' അവൻ ഓർമ്മിപ്പിച്ചു. ''നീയും ഹികാബിയുടെ മേൽനോട്ടത്തിന് കീഴിലുള്ള ഒരു അനാഥാലയത്തിൽ താമസിച്ചിട്ടുണ്ട്.''

കഞ്ചാവിന്റെ മുഖം ആളിക്കത്തി.

''ഞാൻ ഒരിക്കലും ഒരു അനാഥാലയത്തിലും താമസിച്ചിട്ടില്ല.'' അവൻ നിസ്സംഗനായി അഭിനയിച്ചു. ''ഞാൻ യോസ്ഗട്ടിൽ മുത്തച്ഛനോടൊപ്പമാണ് വളർന്നത്.''

അലിയുടെ മുഖത്ത് വീണ്ടും പരിഹാസം ചേക്കേറി.

''ഞാൻ പറയുന്നത് പത്തിരുപത് വർഷങ്ങൾക്ക് മുമ്പുള്ള കാര്യമാണ് ഇസ്മായിൽ. അത് നിഷേധിക്കരുത്. ഒരു കാര്യവുമില്ല.''

കഞ്ചാവ് കുഴങ്ങി. തന്റെ മുഖംമൂടി വലിച്ചു കീറപ്പെടാൻ പോകുകയാണെന്ന് അവന് മനസ്സിലായി എന്ന് ഞാൻ ഊഹിച്ചു.

''ഞാൻ ഒന്നും നിഷേധിക്കുന്നില്ല. ആരോടു വേണമെങ്കിലും ചോദിച്ചോളൂ. എന്റെ മരുമക്കളൊക്കെ ഈ പരിസരത്ത് തന്നെയാണ് ഇപ്പോഴും താമസം.''

''അതിന്റെ ആവശ്യമില്ല. ഹികാബി അന്നത്തെ കാര്യങ്ങളെല്ലാം അവന്റെ ഡയറിയിൽ എഴുതിയിട്ടുണ്ട്.''

ഈ വാക്കുകളായിരുന്നു അവസാനത്തെ ആണി. ഇസ്മായിൽ ചാടിയെഴുന്നേൽക്കാൻ ശ്രമിച്ചു. അലിയുടെ ഉരുക്കുപോലുള്ള കൈകൾ അവനെ തോളിൽ പിടിച്ച് വീണ്ടും സീറ്റിലേക്ക് തള്ളിയിട്ടു.

''വേണ്ടാത്തത് ഒന്നും ചെയ്യരുത് സഹോദരാ. എനിക്ക് നിന്നെ അടിക്കേണ്ടി വരും. നിനക്ക് ഒരു ഗുണവുമില്ലാത്ത ഒരു കാര്യമല്ലേ അത്?''

ഭീമാകാരമായ ശരീരമുണ്ടായിട്ടും ആ മുരടൻ എതിർത്തില്ല. അയാൾ വീണ്ടും കസേരയിലേക്ക് ചാഞ്ഞു.

''എന്റെ പേര് ചീത്തയാക്കരുത്.'' അവൻ മുരണ്ടു. ''ഈ പറയുന്ന ഡയറിയെക്കുറിച്ചോ ഹികാബി അതിൽ എഴുതിയതിനെക്കുറിച്ചോ എനിക്ക് ഒരു അറിവുമില്ല.''

''ഞാൻ നിന്റെ പേര് ചീത്തയാക്കുന്നില്ല.'' അലി പറഞ്ഞു. കൊടും വേദനകൊണ്ട് പുളയുന്ന ഒരാളുടേതുപോലെ അവന്റെ ശബ്ദം പരുഷ മായിത്തീർന്നു. ''നിനക്ക് എല്ലാം അറിയാം ഇസ്മായിൽ. ആ വൃത്തി കെട്ടവൻ മറ്റ് കുട്ടികളോടൊപ്പം നിന്നെയും പീഡിപ്പിച്ചു. അവൻ അതിനെ ക്കുറിച്ച് ഡയറിയിൽ എഴുതിയിട്ടുണ്ടെന്ന് നിങ്ങൾ കണ്ടെത്തി. അത് നിങ്ങളോട് പറഞ്ഞത് ആകിഫ് സോയ്കനാകാനാണ് സാധ്യത. പ്രതി കാരത്തിനായല്ല നീ നിന്റെ ആളുകളെ ഹികാബിയുടെ അടുത്തേക്ക യച്ചത് എന്ന് ഞങ്ങൾക്കറിയാം. ആ ഡയറി കൈക്കലാക്കാൻ വേണ്ടി മാത്രമായിരുന്നു അത്.''

''ആ കറുത്ത പുസ്തകമാണോ?'' ഞാൻ ചോദിച്ചു.

''അതെ ചീഫ്. ആകിഫിന് എഴുതാൻ കഴിയാതിരുന്നത് ഈ ദുഷിച്ച ഹികാബി എഴുതിവച്ചു. കുട്ടികളോട് ചെയ്യുന്ന ഓരോ വെറുപ്പുളവാ ക്കുന്ന പ്രവൃത്തിയുടെയും എല്ലാ വിശദാംശങ്ങളും അവൻ രേഖപ്പെടുത്തി വച്ചിരുന്നു. കറുത്ത തുകൽ ഉപയോഗിച്ച് കൈകൊണ്ട് പ്രത്യേകമായി നിർമ്മിച്ച പുറംചട്ടയുള്ള കട്ടിയുള്ള ഒരു നോട്ട്ബുക്ക് ആയിരുന്നു അത്. അവന്റെ എല്ലാ പ്രവർത്തികളും അതിൽ എഴുതിവച്ചിരുന്നു. താൻ കുട്ടി കളോട് എന്ത് ചെയ്തു, അവർ തിരിച്ച് എന്ത് ചെയ്തു, ഇത്തരം കാര്യ ങ്ങൾ എല്ലാം വിശദീകരിച്ച് എഴുതാനുള്ള ധൈര്യം അവനുണ്ടായിരുന്നു.

ഇതെല്ലാം അലി എങ്ങനെ അറിഞ്ഞു? ഇസ്മായിലിന്റെ മുന്നിൽ വെച്ച് എനിക്ക് അവനോട് ചോദിക്കാൻ സാധിക്കില്ലല്ലോ. ഞാനാകെ കുഴങ്ങി.

''നിർഭാഗ്യവശാൽ അവൻ നിന്നെക്കുറിച്ചും എഴുതിയിരുന്നു ഇസ് മായിൽ.'' അലി തുടർന്നു. ''അവൻ നിങ്ങളെ ഫാൻസി ഇസ്മായിൽ എന്ന് വിളിച്ചിരുന്നുവെന്ന് ഞാൻ മനസ്സിലാക്കിയത് അങ്ങനെയാണ്. നിങ്ങളെ കളിയാക്കിയത് ക്ഷമിക്കണം. പക്ഷേ ഞങ്ങൾ ഗൗരവമുള്ള ഒരു അന്വേഷണത്തിന്റെ നടുവിലാണ്. ഞങ്ങളോട് കള്ളം പറയാൻ നിങ്ങൾക്ക് യാതൊരു അവകാശവുമില്ല.''

അലിയുടെ കൈകളിൽനിന്ന് തന്റെ തോളുകൾ മോചിപ്പിച്ചുകൊണ്ട് കാരുണ്യത്തിനായി ഇസ്മായിൽ എന്റെ നേർക്ക് തിരിഞ്ഞു.

''ചീഫ്, താങ്കളുടെ അസിസ്റ്റന്റ് എന്താണ് പറയുന്നതെന്ന് എനിക്കറിയില്ല. ഒരു കറുത്ത പുസ്തകത്തെപ്പറ്റിയാണ് അയാൾ നിറുത്താതെ ചിലയ്ക്കുന്നത്. അതിനെപ്പറ്റി ഒന്നും എനിക്കറിയില്ല. ആ വഷളൻ ഹികാബി അങ്ങനെ എന്തെങ്കിലും ഉണ്ടാക്കിയിരിക്കണം.''

അലിക്ക് ദേഷ്യം വന്നില്ല. അവൻ ദയയോടെ ഇസ്മായിലിനെ നോക്കി നിന്നു.

''സുഹൃത്തേ, നിങ്ങൾ ഇതിനോട് പൊരുത്തപ്പെടണം. നിങ്ങളെപ്പോലെ ഒരു കടുപ്പക്കാരനായ മനുഷ്യൻ ചെയ്യേണ്ടത് അതാണ്. ആ അനാഥാലയത്തിൽ സംഭവിച്ചതിനൊന്നിനും നിങ്ങൾ ഉത്തരവാദിയല്ല. ആകിഫും മറ്റ് കുട്ടികളും അല്ലാത്തതുപോലെ.''

പക്ഷേ, ആ ദൗർഭാഗ്യകരമായ സത്യത്തെ നേരിടാൻ ഇസ്മായിലിന് ധൈര്യമുണ്ടായിരുന്നില്ല. അവൻ കണ്ണുകളടച്ച് ഉറപ്പിച്ചു പറഞ്ഞു, ''ആ അനാഥാലയത്തിൽവച്ച് എനിക്കൊന്നും പറ്റിയില്ല. എന്റെ മാനം കെടുത്താൻ നോക്കുന്ന ആ തെണ്ടി ചത്തുപോവുകയും ചെയ്തു. നിങ്ങളെന്തിനാ ഇതൊക്കെ ഇപ്പോൾ വലിച്ചു പുറത്തിടുന്നത്? എന്റെ പിള്ളേർക്കോ എനിക്കോ ഇതുമായി യാതൊരു ബന്ധവുമില്ല. എനിക്ക് ഇപ്പോൾത്തന്നെ എന്റെ വക്കീലിനെ കാണണം. അയാൾ ഇവിടെ എത്തുന്നതുവരെ എനിക്ക് മറ്റൊന്നും പറയാനില്ല.''

അച്ഛനമ്മമാരില്ലാത്ത കുട്ടിക്കാലം ഭയങ്കരമാണ്

"ഞങ്ങളെല്ലാവരും അവിടെ പോയത് ഇതിന് വേണ്ടിയായിരുന്നു."

അലി മേശപ്പുറത്ത് വച്ചിരുന്ന, കറുത്ത ചട്ടയിട്ട നോട്ട്ബുക്ക് ഞങ്ങളെ കാണിക്കുകയായിരുന്നു. അവൻ ശാന്തനായി കാണപ്പെട്ടുവെങ്കിലും ഉള്ളിൽ അല്പം കയ്പ് ബാക്കിയുള്ളതുപോലെ തോന്നിച്ചു. ആ തവിട്ടു നിറമുള്ള കണ്ണുകളിൽ നിശ്ചയദാർഢ്യം തെളിഞ്ഞു നിന്നു. അലി എന്റെ മേശയുടെ വലതുവശത്തു കിടന്നിരുന്ന ചാരുകസേരയിൽ വന്ന് ഇരുന്നു. സെയ്നെപ് അവന്റെ എതിർവശത്ത് ഇരിക്കുന്നുണ്ടായിരുന്നെങ്കിലും അവൻ എന്നെ നോക്കിയാണ് സംസാരിച്ചത്.

"സെർകാനും അർദയും ഇതിനുവേണ്ടിയാണ് ഹികാബിയുടെ വീട്ടിൽ വന്നതെന്നതിൽ സംശയമില്ല. പക്ഷേ ആ മണ്ടന്മാർക്ക് അത് കണ്ടെത്താനായില്ല. യഥാർത്ഥത്തിൽ ഇത് അവരുടെ കൺമുന്നിൽ തന്നെയുണ്ടായിരുന്നു. ഹികാബി അത് ഇരുമ്പ് അടുപ്പിലാണ് ഒളിപ്പിച്ചു വച്ചിരുന്നത്. പക്ഷേ അത് കണ്ടെത്തിയിരുന്നെങ്കിലും അവന്മാർ അത് തന്നെ ചെയ്യുമായിരുന്നു. അവനെ ജീവനോടെ ബാക്കിവെക്കാൻ അവർക്ക് ഉദ്ദേശ്യമുണ്ടായിരുന്നില്ല. ചോദ്യംചെയ്യലിൽ പറഞ്ഞതുപോലെ, ബോയ്സ് ഹോമിൽ വെച്ച് ഹികാബി പീഡിപ്പിച്ച കുട്ടികളിൽ ഒരാളാണ് ഇസ്മായിൽ. ആ വഷളൻ ഡയറിയിൽ എഴുതിവച്ചതനുസരിച്ച് പതിനൊന്ന് വയസ്സുവരെ അവൻ ആ കുട്ടിയെ ഉപയോഗിച്ചു. ഇസ്മായിലിനെ മാത്രമല്ല ആകിഫിനെ, മറ്റു പല കുട്ടികളെയും." അലി ഒന്നു നിർത്തിയിട്ട് ഒരു ദീർഘനിശ്വാസമെടുത്തു. "അവൻ എന്നെയും പീഡിപ്പിച്ചു."

ഒരു നിമിഷം അവൻ നിശ്ശബ്ദനായി. ആ കണ്ണുകൾ ആകാശത്തിൽ തറഞ്ഞു നിന്നു. എനിക്ക് വല്ലാത്ത സങ്കടം തോന്നി. അവന് കുറച്ചു കൂടി സന്തോഷകരമായ ഒരു കുട്ടിക്കാലം ഉണ്ടായിരുന്നുവെങ്കിൽ എന്നു ഞാൻ ആഗ്രഹിച്ചു. തുടർന്ന് ചില ഭയാനകമായ സാധ്യതകൾ എന്റെ മനസ്സിലേക്ക് കയറി വന്നു. ഇത് ഒരു കുറ്റസമ്മതമായിരുന്നോ? എന്റെ സഹായി എന്താണ് പറയാൻ പോകുന്നത് എന്നറിയാൻ ആകാംക്ഷയോടെയും ആശങ്കയോടെയും ഞാൻ കാത്തിരുന്നു. സെയ്നപ്പിന്റെ

അവസ്ഥയും വ്യത്യസ്തമായിരുന്നില്ല. അവൾ അഗാധമായ ആശങ്കയോടെ തന്റെ കാമുകന്റെ ചുണ്ടുകൾ അനങ്ങുന്നത് കാത്തിരിക്കുകയായിരുന്നു. മുറിയിൽ നിശ്ശബ്ദത തങ്ങിനിന്നു. പക്ഷേ അലി കുറച്ചു നേരത്തേക്ക് ഒന്നും മിണ്ടിയില്ല, ഞാനും സെയ്നെപ്പും എന്തെങ്കിലും ചോദിക്കാൻ ധൈര്യം കിട്ടാതെ വലഞ്ഞു. എന്തായാലും അലി ഒടുവിൽ സംസാരിക്കാൻ തുടങ്ങി.

''അനാഥനാകുക എന്നത് ഭയങ്കരമായ അവസ്ഥയാണ് ചീഫ്. നിങ്ങൾക്ക് അമ്മയോ അച്ഛനോ ഇല്ലെങ്കിൽ കുട്ടിക്കാലം ഭയാനകമാണ്. ആരെങ്കിലും നിങ്ങളോട് താൽപ്പര്യം കാണിക്കാനുണ്ടാവണം, നിങ്ങളെ അഭിനന്ദിക്കണം. പക്ഷേ ഒരു വ്യക്തി നിങ്ങളോട് സ്നേഹം കാണിക്കുന്നത് എന്തുകൊണ്ടാണെന്ന് മനസ്സിലാക്കാൻ മാത്രം മതിയായ അനുഭവം കുട്ടികൾക്കില്ല. പുഞ്ചിരിക്കുന്ന കണ്ണുകൾക്ക് പിന്നിൽ എന്തെല്ലാം വൃത്തികെട്ട ആഗ്രഹങ്ങൾ ഉണ്ടാവാം. മധുരമുള്ള വാക്കുകൾ, അനുകമ്പയുള്ള സ്പർശനം എന്നിവയ്ക്ക് പിന്നിലുണ്ടാകാവുന്ന ഗൂഢലക്ഷ്യങ്ങൾ മനസ്സിലാക്കാൻ കുഞ്ഞുങ്ങൾക്ക് കഴിവില്ല. കുട്ടികളോട് നന്നായി പെരുമാറുന്ന ഏതൊരു മുതിർന്നയാളും ഉടൻതന്നെ അവരുടെ ഹൃദയം കീഴടക്കും. അത് നിങ്ങൾ താമസിക്കുന്ന അനാഥാലയത്തിന്റെ ഡയറക്ടർ ആണെങ്കിൽ..?''

അലിയുടെ സ്വരത്തിൽ പരിഹാസമുണ്ടായിരുന്നു.

''ഇത് നിങ്ങൾക്ക് മനസ്സിലാക്കാൻ പ്രയാസമാണ്. സെയ്നെപ്, നിനക്കോ ചീഫിനോ ഈ വികാരം മനസ്സിലാക്കാൻ കഴിയില്ല. പക്ഷേ ആ തെമ്മാടി ഹികാബിക്ക് അത് മനസ്സിലായിരുന്നു. അനാഥരായ കുട്ടികൾക്ക് എന്താണ് വേണ്ടതെന്ന് അവനറിയാം. ഞങ്ങളുടെ ആ ദൗർബല്യം ഉപയോഗിച്ചാണ് അവൻ കുട്ടികളോട് അടുത്തത്. പരിധിയില്ലാത്ത അനുകമ്പയോടെയും ദയയോടെയുമുള്ള പെരുമാറ്റം കണ്ട് ആകർഷിക്കപ്പെടുന്ന കുട്ടികൾ അവനെ പിതൃതുല്യനായി കരുതി. ഞങ്ങൾക്ക് അച്ഛനും അമ്മയും, എല്ലാം അവനായിരുന്നു. ഒരു അമ്മയോ അച്ഛനോ ഉള്ള അവസ്ഥ എന്താണെന്ന് ഞങ്ങളിൽ പലർക്കും അറിയില്ലെങ്കിലും ഞങ്ങൾക്ക് ഹികാബിയെപ്പറ്റി അങ്ങനെ തോന്നി. ആ തോന്നൽ നിങ്ങളിൽ ആവേശം നിറയ്ക്കും. അറിയാവുന്നതിൽ ഏറ്റവും അധികാരമുള്ള മനുഷ്യൻ നല്ല രീതിയിൽ പെരുമാറുന്നു. എല്ലാ കുട്ടികളിലുംവെച്ച് അയാൾ തന്നെയാണ് ഏറ്റവും സ്നേഹിക്കുന്നതെന്ന് കുട്ടി വിചാരിക്കും. കാരണം ഞാൻ മിടുക്കനും കഴിവുള്ളവനും നല്ല പെരുമാറ്റമുള്ളവനുമാണ്. അതാണ് ഓരോ കുട്ടിയും വിചാരിക്കുന്നത്. അതാണ് നിങ്ങളുടെ മുറിവേറ്റ, തകർന്ന ഹൃദയത്തിന് വേണ്ടത്. നല്ല വ്യക്തിയാണെങ്കിൽ എല്ലാവരും നിങ്ങളെ സ്നേഹിക്കുമെന്നും എല്ലാവരും നിങ്ങളെ സ്വീകരിക്കുമെന്നും കുട്ടികൾ വിശ്വസിക്കുന്നു.

അവൻ വീണ്ടും നിശ്ശബ്ദനായി. ആ കൺപീലികളിൽ രണ്ട് കണ്ണുനീർ തുള്ളികൾ താഴെ വീഴാൻ വെമ്പുന്നതുപോലെ നിന്നു വിറച്ചു.

''ഈ കഥ ഇനി തുടരണ്ട അലി.'' ഞാൻ സഹതാപത്തോടെ പറഞ്ഞു. ''നമുക്കെല്ലാവർക്കും രഹസ്യങ്ങളുണ്ട്.''

അവന്റെ മുഖത്ത് ആഴത്തിലുള്ള വേദന പ്രത്യക്ഷപ്പെട്ടു.

''എനിക്ക് അത് പറയണം ചീഫ്. എന്നിൽനിന്ന് ഒളിച്ചോടാനല്ല മറിച്ച് നേരിടാനാണ്. നിങ്ങൾ രണ്ടുപേർക്കും ഇത് മനസ്സിലാകും.''

സെയ്നെപ് അലിയെ മറച്ചുവെക്കാൻ കഴിയാത്ത ഭയത്തോടെ നോക്കുന്നത് ഞാൻ ശ്രദ്ധിച്ചു. എന്നെപ്പോലെ, അലി ഒരു കൊലയാളി യായിരിക്കുമോ എന്ന് അവൾക്കും ഭയം തോന്നുന്നുവെന്നത് സ്പഷ്ട മായിരുന്നു.

''ബോയ്സ് ഹോമിലെ മറ്റെല്ലാ കുട്ടികളെയുംപോലെ എനിക്കും അമീറിനെ ശരിക്കും ഇഷ്ടമായിരുന്നു. അവൻ അന്ന് ഹികാബി എന്ന പേരിലല്ല അറിയപ്പെട്ടിരുന്നത്. ഞങ്ങൾ അവനെ അമീർ ബാബ എന്നാണ് വിളിച്ചിരുന്നത്. അവൻ എല്ലാവരോടും അവന്റെ പേര് അമീർ എന്നാണ് പറഞ്ഞത്. നിങ്ങൾ ഹികാബി എന്ന ബോയ്സ് ഹോം ഡയറക്ടറെപ്പറ്റി സംസാരിച്ചപ്പോൾ അത് അവനാണെന്ന് എനിക്കറിയില്ലായിരുന്നു.''

കുറ്റസമ്മതത്തിന്റെ സമ്മർദ്ദം നിറഞ്ഞ മാനസികാവസ്ഥയിൽനിന്ന് സംഭാഷണം തിരിച്ചുവിടാൻ ഞാൻ ആഗ്രഹിച്ചു.

''കഞ്ചാവിന്റെ ആളുകൾ പള്ളിക്ക് മുന്നിൽ അവനെ ഓടിച്ച നേരത്ത് നീ ഹികാബിയെ തിരിച്ചറിഞ്ഞില്ലേ?''

അവൻ നിഷ്കളങ്കമായി കണ്ണ് ചിമ്മി.

''എനിക്ക് അവനെ നന്നായി കാണാൻ നേരം കിട്ടിയില്ല. പിന്നാലെ വന്ന ആ രണ്ട് കുറുക്കന്മാരിലായിരുന്നു എന്റെ ശ്രദ്ധ മുഴുവൻ. അവ ന്മാർ തല്ലിക്കൊല്ലാൻ ശ്രമിച്ചത് അമീറിനെയാണെന്ന് കണ്ടിരുന്നെങ്കിൽ എന്ത് ചെയ്യുമായിരുന്നുവെന്ന് എനിക്കറിയില്ല.''

''എപ്പോഴാണ് ഹികാബി പഴയ അനാഥാലയത്തിന്റെ ഡയറക്ടറാ യിരുന്നുവെന്ന് നീ കണ്ടെത്തിയത്?''

അവസാനം സംഭാഷണത്തിൽ പങ്കുചേരാൻ സെയ്നെപ്പിന് കഴിഞ്ഞു. പക്ഷേ നാവ് ചലിക്കാൻ പാടുപെടുന്നതുപോലെയാണ് വാക്കുകൾ അവളുടെ ചുണ്ടുകളിൽനിന്ന് പുറത്ത് വന്നത്.

''പള്ളിയിൽ വെച്ച്. കഞ്ചാവ് ഇസ്മായിൽ ഹികാബിയുടെ വൈകൃത്യ ങ്ങളെപ്പറ്റി പറഞ്ഞുകൊണ്ടിരുന്നപ്പോൾ പേര് വ്യത്യസ്തമായിരുന്നു വെങ്കിലും ഞങ്ങളുടെ അനാഥാലയത്തിന്റെ ഡയറക്ടറെക്കുറിച്ച് പറ യുന്നതുപോലെയായിരുന്നു അത്. പക്ഷേ എനിക്ക് അപ്പോഴും ഉറപ്പി ക്കാൻ കഴിഞ്ഞില്ല. ഈ ഹികാബിക്ക് മറ്റെന്തെങ്കിലും പേരുണ്ടോ എന്ന് ഞാൻ ഇസ്മായിലിനോട് ചോദിച്ചു. അവൻ തന്നെത്തന്നെ അമീർ എന്നും വിളിക്കുമെന്ന് കഞ്ചാവ് പറഞ്ഞപ്പോൾ ആളാരാണ് എന്ന് എനിക്ക് മനസ്സിലായി.''

ഞാൻ ഓർമ്മിപ്പിച്ചു, ''അവന്റെ മുഖത്ത് ഒരു പാടുണ്ടോ എന്ന് നീ അപ്പോൾ ചോദിച്ചു.''

അലി അന്ന് ആദ്യമായി പുഞ്ചിരിച്ചു.

''ശരിയാണ്. ഞാൻ പാടിനെപ്പറ്റി ചോദിച്ചു. അയാളുടെ മുഖത്ത് അങ്ങനെ ഒരെണ്ണം ഉണ്ടെന്ന് കേട്ടപ്പോൾ ഹികാബി മറ്റാരുമല്ല അമീറാണെന്ന് എനിക്ക് ഉറപ്പായി.'' അവന്റെ മുഖത്ത് വിജയഭാവം പരന്നു. ''അയാളുടെ മുഖത്തെ ആ മുറിവ് എന്റെ സമ്മാനമാണ്. എനിക്കതിൽ അഭിമാനമൊന്നുമില്ല. പക്ഷേ ആ പീഡകന്റെ മുഖത്ത് സ്ഥിരമായ ഒരു മുദ്ര പതിപ്പിക്കാൻ കഴിഞ്ഞതിൽ എനിക്ക് സന്തോഷമുണ്ട്. പക്ഷേ അവനതിന് പ്രതികാരം ചെയ്തു.''

ഹികാബി എങ്ങനെ പ്രതികാരം ചെയ്തുകാണുമെന്ന് ഞാനും സെയ്നെപ്പും അമ്പരപ്പോടെ ചിന്തിച്ചു. പക്ഷേ അലി ശാന്തമായി പുഞ്ചിരിച്ചു.

''ഞാൻ ഇങ്ങനെ പരസ്പരബന്ധമില്ലാതെ സംസാരിക്കുന്നത് നിർത്താം. അന്ന് എനിക്ക് പത്ത് വയസ്സായിരുന്നു. ഈ ബലാത്സംഗിയെ ഞാൻ എന്റെ യഥാർത്ഥ പിതാവായാണ് കണ്ടിരുന്നത്. ഒരു ദിവസം രാത്രി അവൻ എന്നെ മുറിയിലേക്ക് വിളിച്ചു. എന്റെ ടർക്കിഷ് ഭാഷ വളരെ മോശമായിരുന്നു. എന്റെ കൈയക്ഷരം അക്കാലത്ത് കോഴി മാന്തുന്നതുപോലെയായിരുന്നു. പഠിപ്പിക്കാൻ എന്ന വ്യാജേനയാണ് ഹികാബി വിളിച്ചത്. അത് നുണയായിരുന്നു എന്ന് എനിക്ക് മനസ്സിലായില്ല. ആ രാത്രി ഞാൻ ഒരിക്കലും മറക്കില്ല, ജനുവരിയുടെ അവസാന ദിവസങ്ങളിൽ സാധാരണയായ ഇരുണ്ട മഞ്ഞുവീഴ്ചയുള്ള ഒരു രാത്രിയായിരുന്നു അത്. കൽക്കരികൊണ്ട് പ്രവർത്തിക്കുന്ന ഒരു അടുപ്പ് മുറിക്കുള്ളിൽ കത്തുന്നുണ്ടായിരുന്നു. നോട്ട്ബുക്ക് ഒളിപ്പിച്ചുവച്ചിരുന്ന ആ സ്റ്റൗ അവന് അന്നേ ഉണ്ടായിരുന്നു. അവന്റെ കൈയിൽ ഒരു നോട്ടുപുസ്തകം ഞാൻ കണ്ടു. 'നോക്കൂ അലി' അവൻ പറഞ്ഞു. 'ഇതിൽ ഒന്ന് നിനക്കും തരാം, പക്ഷേ വെള്ളനിറമുള്ളത്.' അയാൾ ഒരു ഡയറിഎഴുതിയിരുന്നു. ഓരോ ദിവസവും പകൽ നടന്നതെല്ലാം എനിക്കും എഴുതാം, അങ്ങനെ എഴുത്ത് മെച്ചപ്പെടും എന്നയാൾ ഉപദേശിച്ചു. പഠിപ്പിക്കുന്ന കാര്യമെല്ലാം അവൻ മറന്നിരുന്നു. 'നമുക്ക് മേശയുടെ അടുത്തേക്ക് പോകാം,' അവൻ പറഞ്ഞു. മേശപ്പുറത്ത് ആപ്പിളും ഓറഞ്ചും അണ്ടിപ്പരിപ്പും പിസ്തയും മറ്റും അടങ്ങിയ വിഭവങ്ങളുണ്ടായിരുന്നു. പക്ഷേ മദ്യം ഉണ്ടായിരുന്നില്ല. അവൻ ആ സാധനം തൊടില്ല. മദ്യം ആയിരുന്നു അവനെ സംബന്ധിച്ചിടത്തോളം ആത്യന്തികമായ തിന്മ. അകത്തേക്ക് അവന്റെ കൂടെ പോയപ്പോൾ എനിക്ക് ഹികാബിയുടെ ഉദ്ദേശ്യം മനസ്സിലായിരുന്നില്ല. പക്ഷേ അവന്റെ മുഖത്ത് തെളിഞ്ഞിരുന്ന വൃത്തികെട്ട ഭാവം എനിക്ക് ഇപ്പോഴും ഓർമ്മയുണ്ട്. ഞാൻ അതുവരെ കണ്ടിട്ടില്ലാത്ത ഒരു തിളക്കം അവിടെയുണ്ടായിരുന്നു. അവൻ എന്നെ മേശയുടെ ഒരറ്റത്ത് ഇരുത്തിയിട്ട് താൻ സ്വയം തൊലികളഞ്ഞ ഓറഞ്ചും പരിപ്പുകളും എനിക്ക് വാഗ്ദാനം ചെയ്തു. ഹികാബി അന്ന് എങ്ങനെയായിരുന്നുവെന്ന് ഞാൻ ഒരിക്കലും മറക്കില്ല. കത്തി ഉപയോഗിക്കുന്നതിൽ അവന് നല്ല മിടുക്കുണ്ടായിരുന്നു. കത്തി കൊണ്ടുള്ള ഒരൊറ്റ ചീകലിന് ഒരു ഓറഞ്ചിന്റെ തൊലി മുഴുവൻ അയാൾ ഉരിഞ്ഞു

മാറ്റി. ഹിപ്നോട്ടിസത്തിന് വിധേയനായതുപോലെ ഈ ഷോ കണ്ടിരുന്നു. ആ മനുഷ്യൻ എന്റെ അച്ഛനായിരുന്നെങ്കിൽ എന്ന് എനിക്ക് കൊതി തോന്നി. അത് എന്റെ വീടായിരുന്നെങ്കിൽ എന്ന് ഞാൻ ആശിച്ചു. പക്ഷേ ആ സ്വപ്നം അധികനേരം നീണ്ടുനിന്നില്ല. അമീർ തന്റെ കസേര എന്റെ അരികിലേക്ക് വലിച്ചിട്ടു. അവൻ ആദ്യം എന്റെ മുടിയിൽ തലോടി. എനിക്ക് അത് വളരെ ഇഷ്ടപ്പെട്ടു. അച്ഛൻ അങ്ങനെ തഴുകിയാൽ ഏത് കുട്ടിക്കും അത് ഇഷ്ടമാകും. അവൻ എപ്പോഴും അങ്ങനെ ചെയ്യുമായിരുന്നു. എല്ലാ കുട്ടികളുടെയും തലയിൽ തലോടി ലാളിക്കുകയും സ്നേഹപൂർവ്വം അവരുടെ കവിളിൽ നുള്ളി ഓമനിക്കുകയും ചെയ്യുക ഹികാബിയുടെ പതിവായിരുന്നു. ചിലപ്പോൾ അയാൾ ഞങ്ങളെ കുനിഞ്ഞ് ഉമ്മവയ്ക്കുകപോലും ചെയ്യാറുണ്ടായിരുന്നു. തന്റെ കസേര എന്റെ നേരെ തള്ളിനീക്കിയിട്ടതിനുശേഷം അവൻ എന്റെ കവിളിൽ നുള്ളി. പൊടുന്നനെ ചുംബിക്കാൻ തുടങ്ങിയ അവന്റെ ചുണ്ടുകൾ എന്റെ മുഖത്ത് പറ്റിപ്പിടിച്ചു. ആ കനത്ത കൈകൾ എന്റെ തുടകളിൽ പരതി നടന്നു.

സെയ്നപ്പിന്റെയും എന്റെയും മുഖത്തെ പരിഭ്രമം കണ്ടിട്ടാകണം അലി പെട്ടെന്ന് വീണ്ടും അല്പനേരത്തേക്ക് നിശ്ശബ്ദനായി. വീണ്ടും തുടർന്നപ്പോൾ ആ ശബ്ദത്തിൽ ക്ഷമാപണം കലർന്നിരുന്നു.

''തീർച്ചയായും അത് ലജ്ജാകരമായിരുന്നു. അല്ല, ലജ്ജാകരമാണ്. നിങ്ങൾക്ക് കേൾക്കണ്ടെങ്കിൽ വിശദാംശങ്ങൾ ഒഴിവാക്കാം. പക്ഷേ ഈ ഭയാനകമായ ഓർമ്മ, ഈ പേടിസ്വപ്നം എനിക്കെന്റെ നെഞ്ചിൽ നിന്ന് ഒഴിവാക്കണം. നിങ്ങളോട് മാത്രമേ എനിക്കിത് പറയാൻ കഴിയൂ. ഇത്തരമൊരു ത്യാഗം എനിക്ക് വേണ്ടി ചെയ്യണം എന്നാവശ്യപ്പെടാൻ എനിക്ക് മറ്റാരുമില്ല.''

സെയ്നെപ്പിന്റെ കവിളുകളിലൂടെ നിശ്ശബ്ദമായി കണ്ണുനീർ ഒഴുകിക്കൊണ്ടിരുന്നു. അവൾ കൈ നീട്ടി അലിയുടെ കൈ പിടിച്ചു.

''തീർച്ചയായും നിനക്കത് ഞങ്ങളോട് പറയാം.'' അവൾ അടഞ്ഞ മൂക്കുകൊണ്ട് പറഞ്ഞു. മറ്റൊരു വാചകം രൂപപ്പെടുത്താൻ അവൾക്ക് കഴിഞ്ഞില്ല, അതിനാൽ അവൾ പറഞ്ഞതുതന്നെ ആവർത്തിച്ചു, ''തീർച്ചയായും നിനക്കത് ഞങ്ങളോട് പറയാം. തീർച്ചയായും നിനക്ക് പറയാം.''

അവൻ അവളുടെ കൈയിൽ വാത്സല്യത്തോടെ അമർത്തി. പക്ഷേ അവനും സംസാരിക്കാൻ കഴിയുന്നുണ്ടായിരുന്നില്ല. ആരെങ്കിലും സംസാരിക്കേണ്ടതുണ്ടായിരുന്നു. എന്റെ ഉള്ളിലെ കണ്ണുനീർ അടക്കിപ്പിടിച്ചുകൊണ്ട് ഞാൻ കുറച്ച് ആധികാരികമായിത്തന്നെ പറഞ്ഞു, ''നമ്മൾ ഒരു കുടുംബമാണ് അലീ. ഇത്തരം കാര്യങ്ങൾ പറയാൻ നിനക്ക് വേറെ ആരാണുള്ളത്?''

അലി സെയ്നെപ്പിന്റെ കൈയിലെ പിടി വിട്ടു.

''അതൊരു ഭീകരമായ രാത്രിയായിരുന്നു.'' അവൻ വീണ്ടും പറഞ്ഞുതുടങ്ങി. ''മുറിയിൽ ഭയങ്കരമായ ചൂടായിരുന്നു. അടുപ്പിലെ കൽക്കരി മാത്രമല്ല മുറിയിലെ എല്ലാം കത്തുന്നതുപോലെ എനിക്കനുഭവപ്പെട്ടു.

അവൻ വിയർത്തൊലിക്കുകയായിരുന്നു. അവന്റെ നെറ്റിയിൽനിന്ന് ഒഴുകുന്ന വിയർപ്പും വായിൽനിന്ന് ഒഴുകുന്ന ഉമിനീരും കലർന്നൊഴുകി. എനിക്കറിയില്ല, ഒരുപക്ഷെ അത് അങ്ങനെയായിരുന്നിരിക്കില്ല സംഭ വിച്ചത്. പക്ഷേ അങ്ങനെയാണ് ഞാൻ അത് ഓർക്കുന്നത്. ആ വൃത്തി കെട്ടവന്റെ ധൈര്യം അനുനിമിഷം വർദ്ധിച്ചു വന്നു. എനിക്ക് വല്ലാത്ത ലജ്ജ തോന്നി. മയക്കം ബാധിച്ചതുപോലെ ശരീരം തളർന്നു. എങ്ങനെ സ്വയം സംരക്ഷിക്കണമെന്ന് എനിക്കറിയുമായിരുന്നില്ല. എങ്ങനെയാണ് ഒരു കൊച്ചുകുട്ടിക്ക് ഒരു മുതിർന്ന മനുഷ്യനെ കീഴടക്കാൻ കഴിയുക? ഞാൻ അപേക്ഷിച്ചു, ''നിർത്തൂ. അമീർ ബാബാ, അങ്ങനെ ചെയ്യരുത്.'' പക്ഷേ എന്റെ ശബ്ദം വളരെ ദുർബലമായിരുന്നു. ഞാൻ പറയുന്നത് അവൻ കേട്ടോ എന്ന് എനിക്ക് ഉറപ്പില്ലായിരുന്നു. അവന്റെ കൈ വീണ്ടും താഴേക്ക് ചലിച്ചപ്പോൾ കനലിൽനിന്ന് ചെസ്റ്റ്നട്ട് പുറത്തെടുക്കാൻ അല്പം മുമ്പ് ഉപയോഗിച്ച ചുട്ടുപഴുത്ത് ചുവന്ന കൊടിലിലേക്ക് എന്റെ വലതു കൈ സ്വയമേവ നീണ്ടു. ഞാൻ എന്താണ് ചെയ്യുന്നതെന്ന് ശ്രദ്ധിക്കാൻ കഴിയാത്ത തരത്തിൽ ഞങ്ങളുടെ ഡയറക്ടർ ഉലഞ്ഞി രുന്നു. ഞാനവന്റെ മുഖത്ത് കൊടിലുകൊണ്ട് ഒരൊറ്റ അടി വച്ചു കൊടുത്തു. അവൻ ഉറക്കെ നിലവിളിച്ചു. ആ മുഖത്തിന്റെ ഇടതുഭാഗം മുഴുവൻ ചോരയിൽ മുങ്ങി. ഞാൻ പരിഭ്രമത്തോടെ അവനെ നോക്കി. വിറയ്ക്കുന്ന കൈകൊണ്ട് ഹികാബി മുഖം തുടച്ചു. രക്തം കണ്ടപ്പോൾ അവൻ വീണ്ടും നിലവിളിച്ചു. ''എടാ തന്തയില്ലാത്ത തെണ്ടിച്ചെറുക്കാ! നായിന്റെ മോനേ! നീ എന്നെ എന്താടാ ചെയ്തത്?'' അവൻ എന്റെ മേൽ ചാടിവീണു. എന്റെ കൈയിൽനിന്ന് കൊടിൽ താഴെ വീണു. എനിക്ക് ഒളിക്കാൻ കഴിഞ്ഞില്ല. ഹികാബി എന്നെ തല്ലാൻ തുടങ്ങി. ഞാൻ മേശയ്ക്കടിയിലേക്ക് രക്ഷപ്പെട്ടു. പക്ഷേ ദേഷ്യം വന്ന അയാൾ മേശ രാക്ഷസീയമായ ബലത്തോടെ വലിച്ചെറിഞ്ഞിട്ട് എന്നെ ചവിട്ടി ക്കൂട്ടി. ഞാൻ തറയിൽ കിടന്നു കറങ്ങിയെങ്കിലും അത് സഹായിച്ചില്ല. മൂക്കിൽ ഒരു ചവിട്ട് കിട്ടിയതോടെ ചുറ്റും ഇരുട്ടു പരന്നു.''

അലി വീണ്ടും നിർത്തി, അവൻ സെയ്നെപ്പിനെ നോക്കി. ആ പെൺകുട്ടിയുടെ മുഖം മഞ്ഞനിറമായിരുന്നു. ഈ അസുഖകരമായ സംഭവം കാണേണ്ടി വന്നതുപോലെ ഞെട്ടിത്തുറിച്ച കണ്ണുകൾ, അല്പം വിടർന്ന ചുണ്ടുകൾ. വർഷങ്ങൾക്ക് മുമ്പല്ല, നിർഭാഗ്യകരമായ രാത്രി ഈ നിമിഷം സംഭവിക്കുന്നതുപോലെ, ആ ശ്വാസംമുട്ടുന്ന ചൂടുള്ള മുറിയിൽ പെട്ടുപോയതുപോലെ ഞങ്ങളും പിടഞ്ഞു. അലി കൺമുന്നിൽ ആക്രമിക്കപ്പെട്ടപ്പോൾ, മരണത്തിന്റെ വക്കിൽ അവൻ നിന്നപ്പോൾ, ഒന്നും ചെയ്യാൻ കഴിയാതെ നോക്കി നിലക്കേണ്ടി വന്ന രണ്ടു പേരെ പ്പോലെ നിസ്സഹായത ഞങ്ങളെ കീഴടക്കി.

''അവനെന്റെ മൂക്കിൽ ചവിട്ടിയത് നന്നായി.'' അവൻ സ്വയം ആശ്വ സിക്കാൻ ശ്രമിച്ചു. ''ആ നിമിഷം അത്രയും നേരം ഞാൻ കണ്ടുകൊണ്ടി രുന്ന പേടിസ്വപ്നം അവസാനിച്ചു. കണ്ണുതുറക്കുമ്പോൾ, ഞാൻ ഒരു റിക്കവറി റൂമിലായിരുന്നു. എനിക്ക് ആകെ വേദനിച്ചു. പക്ഷേ ഞാനത് കാര്യമാക്കിയില്ല. മാനം രക്ഷിക്കാൻ കഴിഞ്ഞു എന്നു ഞാൻ കരുതി.

രക്തം പുരണ്ട ട്രൗസർ ഒരു മൂലയിൽ കിടക്കുന്നത് കണ്ടപ്പോൾ എനിക്ക് വീണ്ടും ആശങ്കയായി. ഈ വഷളൻ എന്നെ ബലാത്സംഗം ചെയ്തോ? അപമാനത്തിന്റെ ഒരു തിരമാല എന്റെ മേൽ ആഞ്ഞടിച്ചു. നഴ്സ് ശ്രദ്ധയോടെ എന്റെ മുഖം നനഞ്ഞ പഞ്ഞികൊണ്ട് ഒപ്പിയെടുത്തു. അതു കഴിഞ്ഞ് അവർ എന്റെ വസ്ത്രങ്ങൾ അഴിച്ചുമാറ്റിയിട്ട് കുളിപ്പിച്ചു. എന്താണ് സംഭവിച്ചതെന്ന് ആ സ്ത്രീയോട് ചോദിക്കാൻ നാണം തോന്നി. അവർ പറഞ്ഞു, ''അയ്യോ, പാവം, ആ ദുഷ്ടന്മാർക്ക് അവർ ഈ ചെയ്തതിന് ഫലം കിട്ടാതിരിക്കില്ല. അവർ ഈ കുഞ്ഞിനെ എത്ര ക്രൂരമായിട്ടാണ് അടിച്ചത്! ഹോ! ഡയറക്ടർ കൃത്യസമയത്ത് അവിടെയെത്തിയതുകൊണ്ട് രക്ഷപ്പെട്ടു. അയാളുടെ മുഖവും വല്ലാതെ മുറിഞ്ഞിരിക്കുന്നു.'' അത് കേട്ടപ്പോൾ ഹികാബി അവരോടൊക്കെ കള്ളം പറഞ്ഞു ഫലിപ്പിച്ചുവെന്ന് എനിക്ക് മനസ്സിലായി, എന്താണ് സംഭവിച്ചതെന്ന് വിളിച്ചുകൂവണമെന്ന് എനിക്ക് തോന്നി. പക്ഷേ ഒരു കൊച്ചു കുട്ടിയെ ആരാണ് വിശ്വസിക്കുക? ഞാൻ അത് ആലോചിച്ച് ആശങ്കാകുലനായി കിടക്കവേ വാതിൽ തുറന്നു. കെട്ടിവച്ച മുഖവുമായി നമ്മുടെ വഷളൻ ഡയറക്ടർ അകത്തേക്ക് വന്നു. സംഭവിച്ചതൊന്നും താൻ കാരണമായിരുന്നില്ല എന്ന മട്ടിൽ എന്നെ നോക്കി പുഞ്ചിരിച്ചിട്ട് അടുത്തുവന്നു അവൻ ഇങ്ങനെ പറഞ്ഞു ''ഭയപ്പെടേണ്ട, കള്ളന്മാർ ഓടിപ്പോയി. നീ ഇപ്പോൾ സുരക്ഷിതനാണ്.'' അത് കേട്ടപ്പോൾ ഞാൻ കരയാൻ തുടങ്ങി. ഞാൻ വിതുമ്പുന്നത് കണ്ടപ്പോൾ നഴ്സിനെ അവിടെ നിന്നും പുറത്താക്കാൻവേണ്ടി ഹികാബി അവരോട് അടുക്കളയിൽ പോയി ചെറുചൂടുള്ള പാൽ കൊണ്ടുവരാൻ പറഞ്ഞു. ''നടന്നതൊക്കെ ആരോടെങ്കിലും പറഞ്ഞാൽ നിന്നെ ഞാൻ കൊല്ലും.'' എന്റെ തോളുകളിൽ പിടിച്ചു കുലുക്കിയിട്ട് അവൻ പറഞ്ഞു, ''ഞാൻ ഇപ്പോൾ പോവുകയാണ്. പക്ഷേ സംഭവിച്ചത് മൂന്നാമതൊരാൾ അറിയാൻ പാടില്ല, മനസ്സിലായോ?'' മറുപടി ലഭിക്കാതെ വന്നപ്പോൾ അവൻ എന്നെ വീണ്ടും കുലുക്കി. ''ഞാൻ നിന്നോടാണ് പറയുന്നത്. മനസ്സിലായോ?'' ഞാൻ തലയാട്ടി, ''മറക്കരുത്.'' അവൻ പറഞ്ഞു, ''ഇത് ആരെങ്കിലും അറിഞ്ഞാൽ നീ മരിച്ചു. ഞാൻ നിന്നെ അവിടെ, ആ നദിയുടെ തീരത്ത് കുഴിച്ചിടും. ആരുമറിയില്ല.'' ഞാൻ ഭയന്നുപോയി. നടന്നതൊന്നും ഞാൻ ആരോടും പറഞ്ഞില്ല. എന്തായാലും മൂന്നുമാസത്തിനുശേഷം ആ വൃത്തികെട്ടവന് ട്രാൻസ്ഫറായി. അവൻ തന്റെ സാധനങ്ങളും പാക്ക് ചെയ്തു സ്ഥലം വിട്ടു.''

അലി ഒരു ദീർഘനിശ്വാസമെടുത്തു.

''പക്ഷേ, എന്റെ കുഞ്ഞുമനസ്സിൽ സംശയം ബാക്കിയായി. ബോധരഹിതനായശേഷം അമീർ എന്നെ മുതലെടുത്തോ? എനിക്ക് ഒരിക്കലും ആ സംശയത്തിൽ നിന്ന് മോചനം നേടാനായില്ല. ഞാൻ എനിക്ക് തന്നെ ഒരു വാക്ക് കൊടുത്തു. ഒരു ദിവസം ഞാൻ അമീറിനെ കണ്ടെത്തി ഈ ചെയ്തതിനൊക്കെ പകരം ചോദിക്കും. ഇന്നലെ പള്ളിയിൽ വെച്ച് ഹികാബിയാണ് ഡയറക്ടർ അമീറെന്ന് അറിഞ്ഞപ്പോൾ ഞാൻ വല്ലാത്ത സംഘർഷത്തിലായി. ഇത്രയും വർഷമായി ഞാൻ കാത്തിരുന്ന

അവസരം ഇതാ മടിയിൽ വന്നു വീണിരിക്കുന്നു. എനിക്കിപ്പോൾ അമീറിനെ എളുപ്പത്തിൽ കൊല്ലാം, പക്ഷേ അതൊരു തെറ്റാണ് എന്ന് എനിക്ക് പെട്ടെന്നുതന്നെ മനസ്സിലായി. ഞാൻ ഇപ്പോൾ ഒരു കുട്ടിയല്ല, മറിച്ച് ഉത്തരവാദിത്തമുള്ള ഒരു നിയമപാലകനാണ്. എനിക്ക് കൊലപാതകം ചെയ്യാൻ കഴിയില്ല. ഞാനത് ചെയ്യാൻ പാടില്ല. എന്നിട്ടും ഈ ബലാത്സംഗിയോട് ക്ഷമിക്കാൻ എനിക്ക് കഴിഞ്ഞില്ല. ഇക്കണ്ടതെല്ലാം ചെയ്തുകൂട്ടിയിട്ട് അവൻ ശിക്ഷകളില്ലാതെ സ്വതന്ത്രനായി ചുറ്റിനടന്നു. അതുകൊണ്ടാണ് എനിക്ക് അവനോട് സംസാരിക്കണമെന്ന് തോന്നിയത്. അവൻ ചെയ്ത വെറുപ്പുളവാക്കുന്ന കാര്യങ്ങളെപ്പറ്റി അവന്റെ മുഖത്തു നോക്കി അടിക്കുന്നതുപോലെ സംസാരിക്കണം. അന്ന് രാത്രി എന്താണ് സംഭവിച്ചതെന്ന് എനിക്ക് അറിയണം. ഈ സംശയങ്ങളിൽ നിന്ന് മോചനം നേടണം. വർഷങ്ങളായി ഈ വിഷയം എന്നെ അലട്ടുന്നു. അതുകൊണ്ടാണ് ഞാൻ സംസാരിക്കാനായി ഹികാബിയുടെ വീട്ടിൽ പോയത്. പക്ഷേ അകത്ത് ചെന്നപ്പോൾ അവന്റെ ശവശരീരമാണ് ഞാൻ കണ്ടത്. ആരോ അവനെ വെട്ടി നുറുക്കി കഷണങ്ങളാക്കിക്കളഞ്ഞു. ആശ്ചര്യത്തേക്കാൾ നിരാശയാണ് എനിക്ക് തോന്നിയത്. ഞാൻ ചെയ്യേണ്ടിയിരുന്ന പ്രതികാരം ആരോ എന്നിൽനിന്ന് മോഷ്ടിച്ചു. അതിലും മോശമായ കാര്യം, അവൻ എന്നോട് ആ ദിവസം എന്താണ് ചെയ്തതെന്ന് ഞാൻ ഒരിക്കലും കണ്ടെത്തുകയില്ല എന്നതാണ്. ചിതറിക്കിടക്കുന്ന വസ്തുക്കളും തുറന്നുകിടന്ന മേശവലിപ്പുകളും കണ്ടപ്പോൾ ഞാൻ ആ വീട്ടിൽനിന്ന് ഇറങ്ങാൻ തുടങ്ങിയതാണ്. കൊലയാളികൾ വീട്ടിൽ പരിശോധന നടത്തിയിരുന്നു എന്ന ചിന്ത എന്നെ വിട്ടുപോയില്ല. ഞാൻ ചിന്നിച്ചിതറിക്കിടന്ന കഷണങ്ങൾ ഒരുമിച്ച് ചേർക്കാൻ തുടങ്ങി. കഞ്ചാവിന്റെ ആളുകളാണ് അവനെ കൊന്നതെന്ന് എനിക്ക് മനസ്സിലായി. പക്ഷേ അവർ എന്താണ് അന്വേഷിച്ചത്? പെട്ടെന്ന് ആ ഓർമ്മ പൊങ്ങിവന്നു. അവർ ആ കറുത്ത പുസ്തകം തിരയുകയായിരുന്നോ? അമീർ ഒരു ഡയറി സൂക്ഷിക്കുന്നുണ്ടെന്ന് എനിക്കറിയാമായിരുന്നു. ഞാൻ മനസ്സിലാക്കാൻ ആഗ്രഹിച്ച സത്യം അവിടെ എവിടെയോ മറഞ്ഞിരിക്കുന്നുണ്ടാവാം. അങ്ങനെ ഞാൻ വീടിനുള്ളിൽ തിരഞ്ഞുതുടങ്ങി. അത് കണ്ടെത്താൻ അധികസമയം വേണ്ടിവന്നില്ല. കാസ്റ്റ് അയേൺ സ്റ്റൗവിൽ, പ്ലാസ്റ്റിക് കവറുകൾകൊണ്ട് പൊതിഞ്ഞ പെട്ടിയിലായിരുന്നു അത്. ഞാൻ അത് തുറന്ന് അവിടെത്തന്നെ വായിക്കാൻ തുടങ്ങി. ആ വൃത്തികെട്ടവൻ മിക്കവാറും എല്ലാം എഴുതിവച്ചിരുന്നു. എന്നെക്കുറിച്ച് എഴുതിയിരിക്കുന്ന ഭാഗത്ത് എത്തിയ നേരത്ത് സൈറണുകൾ കേട്ടുതുടങ്ങി. ജനയിലൂടെ നോക്കിയപ്പോൾ ആ തന്തയില്ലാത്ത എർക്യ്യു വരുന്നത് കണ്ടു. ഞാൻ ആ ഫ്ളാറ്റിൽനിന്ന് ഇറങ്ങി താഴത്തെ നിലയിലേക്ക് പോയിട്ട് നോട്ട്ബുക്ക് വാട്ടർ മീറ്റർ ഉറപ്പിച്ചിട്ടുള്ള അലമാരയിൽ ഒളിപ്പിച്ചതിനുശേഷം തിരികെ കയറി. ഞാൻ കെട്ടിടത്തിലേക്ക് വരുന്നത് നിരീക്ഷണക്യാമറകൾ പകർത്തിയത് ഞാൻ കണ്ടിരുന്നു. അതിനുശേഷം എർക്യ്യു വന്നു. പക്ഷേ ഞാൻ അവരോട് സത്യം പറഞ്ഞില്ല. പിന്നീട് നിങ്ങൾ രണ്ടുപേരും വന്നു. ഞാൻ ആകെ സമ്മർദ്ദത്തിലായി. എന്താണ് സംഭവിച്ചതെന്ന് നിങ്ങളോട് വിശദീകരിക്കാനുള്ള

ധൈര്യം എനിക്കുണ്ടായില്ല. ബാക്കി നിങ്ങൾക്കറിയാം. നിങ്ങളിൽനിന്ന് രക്ഷപ്പെടാൻ ശ്രമിക്കുന്നതുപോലെ ഞാൻ പുറത്തേക്ക് ചാടിയിറങ്ങിപ്പോയി. പക്ഷേ കെട്ടിടത്തിന്റെ പുറത്തേക്ക് ഇറങ്ങുന്നതിന് മുമ്പ് ഞാൻ താഴേക്ക് പോയി നോട്ട്ബുക്ക് എടുത്ത് ഷർട്ടിനടിയിൽ ഒളിപ്പിച്ചു. വീട്ടിലെത്തി അത് മുഴുവൻ വായിച്ചപ്പോഴാണ് എനിക്ക് ആശ്വാസമായത്. സംവിധായകൻ അമീർ എന്നെ പീഡിപ്പിച്ചിട്ടില്ല. അവന്റെ ആക്രമണം നിമിത്തം ഞാൻ ബോധരഹിതനാവുകയും എന്റെ മുഖമാകെ രക്തത്തിൽ മുങ്ങുകയും ചെയ്തിരുന്നു. ഞാൻ മരിച്ചുപോകുമോ എന്നു പേടിച്ച് അവൻ ഒരു ഡോക്ടറെ വിളിച്ചു. ബലാത്സംഗം ചെയ്തില്ലെങ്കിലും ആ തെണ്ടി എന്നെ സ്പർശിച്ചിരുന്നു. അത്ര സുഖകരമായ കാര്യമായിരുന്നില്ല. കൊല്ലപ്പെട്ട ആരെയും നമ്മൾ വെറുക്കരുത്, പക്ഷേ ആ വരികൾ വായിക്കുകയും അവൻ മറ്റ് കുട്ടികളോട് ചെയ്ത കാര്യങ്ങൾ മനസ്സിലാക്കുകയും ചെയ്തപ്പോൾ അവൻ മരിച്ചത് നല്ല കാര്യമാണെന്ന് എനിക്ക് തോന്നി. വായനയ്ക്കിടയിൽ പരിചിതമായ ആ പേര് ഞാൻ ശ്രദ്ധിച്ചിരുന്നു. നമ്മുടെ കഞ്ചാവ് ഇസ്മായിൽ. ഫാൻസി ഇസ്മായിൽ എന്നാണ് ആ കുട്ടിയെ അവൻ വിളിച്ചിരുന്നത്. ആകിഫ് സോയ്കാനെപ്പോലെ നമ്മുടെ മാഫിയ തലവൻ ഇസ്മായിലിനെയും അവൻ ബലാത്സംഗം ചെയ്തിരുന്നു. പലതവണ...''

തന്റെ ഹൃദയം തുറന്നതിനാലാണോ അതോ തന്റെ ഭൂതകാലത്തെ നേരിട്ടതുകൊണ്ടാണോ അലി ഇപ്പോൾ കൂടുതൽ ശാന്തമായിട്ടാണ് സംസാരിച്ചത്. സെയ്നെപ് ഇടയ്ക്ക് കയറി ചോദിച്ചു.

'' എന്തിനാ അവൻ ചെയ്തതൊക്കെ എഴുതിവച്ചത്? ആരെങ്കിലും വായിച്ചാൽ വലിയ അപകടമാണ് എന്നു അറിയാമായിരുന്നില്ലേ?''

അലി തന്റെ ചപ്രത്തല മാന്തി.

''എനിക്കും അത് മനസ്സിലായില്ല. ഈ പുസ്തകം അവന് ശരിക്കും അപകടമായിരുന്നു. ചെയ്ത കുറ്റങ്ങൾക്കുള്ള ഏറ്റവും വലിയ തെളിവാണത്.''

ഞാൻ ഇടപെട്ടു. ''കുട്ടികളെ പീഡിപ്പിക്കാൻ പറ്റാത്ത അവസ്ഥയിൽ എത്തിക്കഴിഞ്ഞാൽ വീണ്ടും വായിച്ച് അതേ വികാരം അനുഭവിക്കാൻ വേണ്ടിയാകാം. അത്തരത്തിൽ സംതൃപ്തി നേടാമെന്ന് ഒരിക്കൽ ഒരു മനശ്ശാസ്ത്രജ്ഞൻ എന്നോട് പറഞ്ഞിട്ടുണ്ട്. ഈ മനുഷ്യൻ ജന്മനാ തന്നെ ലൈംഗിക വൈകൃതമുള്ളവനാണ്. എന്തായാലും അലീ, ഇതൊക്കെ കഴിഞ്ഞകാര്യമാണ്. നീ അത് കളയ്.'' ഞാൻ പുഞ്ചിരിച്ചു. ''നിനക്കറിയാമോ, നീയാണ് കൊലയാളിയെന്ന് ഒരു നിമിഷം ഞാൻ കരുതി.''

ആ തുളച്ചുകയറുന്ന തിളക്കം അവന്റെ കണ്ണുകളിൽ വീണ്ടും പുളഞ്ഞു.

''ആകുമായിരുന്നു ചീഫ്. ഞാൻ അത്തരമൊരു ഭ്രാന്തമായ അവസ്ഥയുടെ വളരെ അടുത്ത് എത്തിയിരുന്നു. ഹികാബിയാണ് ആ പീഡകനെന്ന് മനസ്സിലാക്കിയതിന് ശേഷം എന്നിൽ പഴയ പക ഉണർന്നു.

അത് നീറിപ്പിടിക്കുന്ന തരം ഒരു വികാരമാണ്. കഞ്ചാവിന്റെ ആളുകൾക്ക് മുമ്പായി ഞാൻ അവിടെ എത്തിയിരുന്നെങ്കിൽ ചിലപ്പോൾ ഞാൻ അവനെ കൊന്നേനെ. ദൈവത്തിന് നന്ദി. ഞാൻ അവിടെ എത്തിയപ്പോഴേക്കും അമീർ മരിച്ചിരുന്നു.''

''എന്നാൽ നമുക്കത് തെളിയിക്കണം.'' സെയ്നെപ്പായിരുന്നു സംസാരിച്ചത്. ''അർദയും സെർകാനും കൊലയാളികളാണെന്ന് നമുക്ക് ഉറപ്പുണ്ടോ? സെർകാൻ നമ്മുടെ ആരോപണം ശക്തമായി നിഷേധിക്കുന്നു. ഇസ്മായിൽ പറഞ്ഞത് നിങ്ങൾ കേട്ടല്ലോ. അതിലും പ്രധാനപ്പെട്ട മറ്റൊരു കാര്യമുണ്ട്. സെർകാന്റെ കൈത്തണ്ടയിൽ മാന്തിപ്പറിച്ച പാടുകളില്ല.''

അവൾ പറഞ്ഞത് ശരിയായിരുന്നു. എല്ലാ സൂചനകളും കഞ്ചാവിന്റെ കുറുക്കന്മാരുടെ നേരെ വിരൽ ചൂണ്ടിയെങ്കിലും ക്യാമറയിൽ നിന്നുള്ള ദൃശ്യങ്ങളല്ലാതെ മറ്റൊന്നും ഞങ്ങളുടെ പക്കലുണ്ടായിരുന്നില്ല. കുറച്ച് മുമ്പ്, സെർകാന്റെയും കഞ്ചാവിന്റെയും ചോദ്യംചെയ്യൽ നടക്കുന്ന നേരത്ത് ഇരുവരും കള്ളം പറയുകയാണ് എന്നെനിക്ക് തോന്നിയിരുന്നു. അതെ, ആ ദുഷിച്ച ഹികാബിയെ കൊലപ്പെടുത്തിയത് കഞ്ചാവിന്റെ ആളുകൾ തന്നെയായിരിക്കണം.

''അത്ര വേഗത്തിൽ തീരുമാനങ്ങളിൽ എത്തണ്ട സെയ്നെപ്.'' പ്രതീക്ഷ നിറഞ്ഞ ശബ്ദത്തിൽ ഞാൻ പറഞ്ഞു. ''അർദയെ നമ്മൾ ഇതുവരെ പിടിച്ചിട്ടില്ല.''

ഞാൻ വാർത്തകൾ മാത്രം ചെയ്യുന്നു

ഗെസി ബേക്കറിയുടെ പൂന്തോട്ടത്തിൽ ബുക്കറ്റ് കാത്തിരിക്കുന്നുണ്ടായിരുന്നു. അവൾ ആധുനിക രീതിയിലുള്ള ഒരു പായൽപ്പച്ച നിറത്തിലെ ഷർട്ട് ധരിച്ച്, ചൂടിൽനിന്ന് രക്ഷപ്പെടാനായി മുടി പോണിടെയിൽ രൂപത്തിൽ വാരിക്കെട്ടി വച്ചിട്ട് നടപ്പാതയ്ക്കടുത്തുള്ള ഒരു മേശയ്ക്കടുത്തിരുന്നു സോഡാ കുടിക്കുകയായിരുന്നു. ഞാൻ വരുന്നത് കണ്ടപ്പോൾ വേഗം വായിലുണ്ടായിരുന്ന ഭക്ഷണം വിഴുങ്ങിയത് മൂലമുണ്ടായ ചുമ അടക്കാൻ ശ്രമിച്ചുകൊണ്ട് ബുക്കറ്റ് പുഞ്ചിരിയോടെ എഴുന്നേറ്റ് ബഹുമാനപുരസ്സരം കൈ നീട്ടി.

''ഹലോ, ചീഫ് ഇൻസ്പെക്ടർ നെവ്സാറ്റ്.''

സോഡാ ഗ്ലാസ്സിന്റെ തണുപ്പ് പടർന്ന അവളുടെ കൈ ഞാൻ പിടിച്ചു കുലുക്കി.

''ഹായ് മിസ് ബുക്കറ്റ്, ക്ഷമിക്കണം ഞാൻ വൈകിപ്പോയി.''

''പത്തു മിനിറ്റ് വൈകുന്നത് സ്വാഭാവികമാണ്. ഇസ്താംബൂളിലെ ട്രാഫിക്കിന്റെ തിരക്കിൽ അത് സാധാരണമല്ലേ? എന്തായാലും ഈ ചൂടിൽ ആളുകൾ ഭ്രാന്തന്മാരെപ്പോലെയാണ് പെരുമാറുന്നത്. ഓരോ ചുവന്ന ലൈറ്റിലും ഓരോ ലഹള വീതം നടക്കുന്നുണ്ട്.''

ഞാൻ എതിർവശത്ത് കിടന്ന കസേരയിൽ ഇരുന്നു. ''ഈ ചൂട് ഭയാനകമാണ്. നിങ്ങൾ ഒരു പത്രപ്രവർത്തകയാണ്. കാലാവസ്ഥ എപ്പോൾ നന്നാവുമെന്ന് നിങ്ങൾക്കറിയാം.''

അവൾ അസ്വസ്ഥതയോടെ കുനിഞ്ഞിരുന്നു.

''ഈ ആഴ്ച മുഴുവൻ ഇങ്ങനെ തന്നെയായിരിക്കുമെന്ന് അവർ പറയുന്നു. ഈ അവസ്ഥ കുറച്ച് നാളുകൾ നീണ്ടുനിൽക്കും.'' അവളുടെ നോട്ടം വെയിറ്ററിലേക്ക് നീണ്ടു. ''നിങ്ങൾക്ക് എന്താണ് കഴിക്കാൻ വേണ്ടത്?''

''സോഡ നല്ലതാണ് എന്നു കണ്ടിട്ട് തോന്നുന്നു. ഞാനും ഒരെണ്ണം കഴിക്കാം.'' വാചകം പൂർത്തിയാക്കുന്നതിനു മുമ്പ് എന്റെ ഫോൺ റിംഗ് ചെയ്തു. സെക്കായിയുടെ പേര് സ്ക്രീനിൽ തെളിഞ്ഞു. ''ക്ഷമിക്കണം

മിസ്സ് ബുക്കറ്റ്. എനിക്ക് ഇത് എടുക്കണം.'' ഞാൻ എഴുന്നേറ്റുനിന്ന് പറഞ്ഞു.

''തീർച്ചയായും. അതിനിടയിൽ ഞാൻ നിങ്ങളുടെ സോഡ കൊണ്ടു വരാൻ പറയാം.''

പൂന്തോട്ടത്തിന്റെ പ്രവേശന കവാടത്തിൽ എത്തിയപ്പോഴാണ് ഞാൻ മറുപടി പറഞ്ഞത്.

''ഹലോ, സെക്കായ്. ഞാൻ കേൾക്കുന്നുണ്ട്.''

''നമുക്ക് ഒന്ന് കാണണം നെവ്സാറ്റ്.''

''ഗുരുതരമായി ഒന്നുമില്ലല്ലോ? എന്താണ് വിശേഷം?''

''ഗുരുതരമാണോ അല്ലയോ എന്നെനിക്ക് ഉറപ്പില്ല പക്ഷേ ബ്ലൈൻഡ് മാൻസ് ബഫിന്റെ ഐഡന്റിറ്റി ഞാൻ കണ്ടെത്തിയെന്ന് തോന്നുന്നു.''

അവന്റെ ശബ്ദത്തിൽ ആവേശം മുഴങ്ങി.

''ആരാണ്?''

അവൻ ഉത്തരം പറഞ്ഞില്ല. ''ഇല്ല, ഇത് എനിക്ക് ഫോണിലൂടെ പറയാൻ കഴിയുന്ന കാര്യമല്ല. ഇക്കാര്യത്തിൽ എനിക്ക് നിങ്ങളുടെ അഭിപ്രായം കൂടി അറിയേണ്ടതുണ്ട്.''

അവൻ ഉറപ്പായും എന്തോ കണ്ടെത്തിയിട്ടുണ്ട്. പക്ഷേ ഇങ്ങനെ മടിച്ചുനിൽക്കുന്നതിന്റെ അർത്ഥം അയാൾക്ക് ഉറപ്പില്ല എന്നാണ്.

''എങ്കിൽ ശരി. നിങ്ങൾ വരൂ. നമുക്ക് സ്റ്റേഷനിൽ വച്ചു കാണാം.''

''ശരി. സെലീൽ കൃഷിക്കാരുടെ ചന്തയിൽ പോയിട്ടുണ്ട്. അവൾ തിരിച്ചെത്തിയാലുടൻ ഞാൻ വരാം.'' അവൻ പറഞ്ഞു. ''ഞാൻ സംശയിക്കുന്നതുപോലെ ആണെങ്കിൽ, ഈ പ്രശ്നം നമ്മൾ പരിഹരിച്ചു, നെവ്സാറ്റ്.''

ബ്ലൈൻഡ്മാൻസ് ബഫിനെ പിടികൂടുന്നത് അവന് വളരെ പ്രധാനമാണെന്ന് എനിക്ക് അറിയാമായിരുന്നു. അതിനെക്കുറിച്ചുള്ള ചിന്തകൾ അവനെ കീഴടക്കിയ മട്ടുണ്ട്.

''താൽപ്പര്യമുണ്ടെങ്കിൽ നമുക്കിത് ഫോണിൽ ചർച്ച ചെയ്യാം.''

''ഇല്ല, നമുക്ക് നേരിട്ട് കാണണം. ഒരു മണിക്കൂറിനുള്ളിൽ ഞാൻ അവിടെയെത്തും.''

സീറ്റിലേക്ക് മടങ്ങുമ്പോൾ ബുക്കറ്റിന്റെ ചുഴിഞ്ഞിറങ്ങുന്ന കണ്ണുകൾ എന്നെ നിരീക്ഷിക്കുന്നത് ഞാൻ ശ്രദ്ധിച്ചു.

''ഇന്നലെ രാത്രിയിലെ കൊലപാതകത്തെക്കുറിച്ചാണോ?''

ഞാൻ ഫോൺ പോക്കറ്റിൽ ഇട്ടിട്ട് വീണ്ടും ഇരുന്നു.

''അല്ല, ഇത് മറ്റൊരു കാര്യമാണ്. ഞങ്ങളുടെ ജോലി ഒരിക്കലും അവസാനിക്കില്ല. എന്തായാലും ഇന്നലെ രാത്രിയിലെ കൊലപാതകം അത്ര കുഴപ്പം പിടിച്ചതല്ല. നമുക്ക് കൊലയാളിയെ ഉടൻ കണ്ടെത്താം.''

അവളത് വിശ്വസിച്ചതായി തോന്നിയില്ല.

''ഈ കൊലയ്ക്ക് ഇൻസ്പെക്ടർ അലിയുമായി ഒരു ബന്ധവുമില്ല, അല്ലേ?''

ഞാൻ പുഞ്ചിരിച്ചുകൊണ്ട് ശാന്തമായി പുറകിലേക്ക് ചാഞ്ഞു.

''എന്റെ അസിസ്റ്റന്റ് ഒരിക്കലും ഒരു കൊലപാതകം ചെയ്യില്ല, അത് പറഞ്ഞുണ്ടാക്കിയത് ആരായാലും നിങ്ങളെ അവർ വിഡ്ഢിയാക്കിയതാണ്.''

അതേ ലാഘവത്തോടെതന്നെ ബുക്കറ്റ് മറുപടി പറഞ്ഞു, ''നിങ്ങളെപ്പോലുള്ള ഒരു ഉദ്യോഗസ്ഥനാണ് ഞങ്ങൾക്ക് ആ വിവരം തന്നതെന്ന് ഞാൻ പറഞ്ഞാലോ? ഒരു സൂപ്രണ്ട്.''

''അതിൽ അതിശയമില്ല. അത് ആരാണെന്ന് എനിക്ക് നന്നായി അറിയാം. എന്തായാലും അതാണ് നിങ്ങൾക്ക് കിട്ടിയ സ്കൂപ്പ്. പൊലീസുകാർ തമ്മിലുള്ള മത്സരം. അധികാരത്തർക്കം.''

അവൾ ഒരു ചെറുചിരിയോടെ എതിർത്തു.

''അങ്ങനെ പറയരുത്. ലോക്കൽ പൊലീസ് ഫെഡറൽ ഏജന്റുകളുമായി ഏറ്റുമുട്ടാൻ ഇതെന്താ അമേരിക്കയാണോ?''

ഞാൻ മുഖത്ത് വികാരങ്ങൾ ഒന്നും വരാതെ വളരെ സൂക്ഷിച്ചാണ് സംസാരിച്ചത്.

''നിങ്ങൾക്ക് വേണമെങ്കിൽ അങ്ങനെ ചിന്തിക്കാം. പക്ഷേ ഞങ്ങൾക്കിടയിലും അങ്ങനെയുള്ള വഴക്കുകളുണ്ട്. അതിനെ വകുപ്പുകൾ തമ്മിലുള്ള തെറ്റിദ്ധാരണ എന്ന് വേണമെങ്കിൽ വിളിക്കാം. ഒരു കൊലപാതകം നടന്നാൽ അത് കൈകാര്യം ചെയ്യുന്നത് ഞങ്ങൾതന്നെയാണ്. ഇന്നലെ രാത്രി, പബ്ലിക് ഓർഡർ നോക്കുന്ന പയ്യന്മാർ ഈ വിഷയത്തിൽ മൂക്ക് കടത്തി. വളരെ വേഗത്തിൽ അവർ സംഭവസ്ഥലത്തെത്തി. ഇൻസ്പെക്ടർ അലിയെ അവിചാരിതമായി അവിടെ കണ്ടുമുട്ടിയപ്പോൾ അവർക്ക് തെറ്റിദ്ധാരണയുണ്ടായി. സാധാരണഗതിയിൽ ഇത് ഒരു പ്രശ്നമാകുമായിരുന്നില്ല. പക്ഷേ അലിയും പബ്ലിക് ഓർഡർ ടീമിന്റെ തലവനും തമ്മിൽ നല്ല ബന്ധമായിരുന്നില്ല. അങ്ങനെയാവാൻ പാടില്ലാത്തതാണ്, പക്ഷേ അങ്ങനെയാണ് കാര്യങ്ങളുടെ കിടപ്പ്. കുറ്റകൃത്യം നടന്ന സ്ഥലത്ത് വച്ച് അവർ തമ്മിൽ വഴക്കായി. ഞാൻ ഇടപെട്ടപ്പോൾ പ്രശ്നം അവസാനിക്കുകയും ചെയ്തു. നിങ്ങളെ വിളിച്ചത് ആരായാലും അവർ കുഴപ്പമുണ്ടാക്കാൻ ശ്രമിക്കുകയാണെന്ന് തോന്നുന്നു. അതിനാലാണ് അവർ അലിയെ കുറ്റക്കാരനാക്കാൻ ശ്രമിക്കുന്നത്.''

ഞാൻ സത്യം പറയുകയാണോ അതോ അവളെ ഒഴിവാക്കാൻ ശ്രമിക്കുകയാണോ എന്നറിയാനായി അവൾ എന്റെ മുഖത്തേക്ക് സൂക്ഷിച്ചു നോക്കി. ''അപ്പോൾ ഇൻസ്പെക്ടർ അലി നിരപരാധിയാണെന്നാണോ നിങ്ങൾ പറയുന്നത്?''

''എല്ലാ വിധത്തിലും ഞാൻ ഉറപ്പ് നൽകുന്നു.''

അവൾ തന്റെ ഗ്ലാസിനു നേരെ കൈ നീട്ടി. ''എനിക്ക് മനസ്സിലായി.''

അവൾ പറഞ്ഞു. ആ ശബ്ദത്തിൽ ബോധ്യപ്പെട്ട മട്ടുണ്ടായിരുന്നു. ''നിങ്ങൾ അങ്ങനെ പറഞ്ഞാൽപ്പിന്നെ അങ്ങനെ തന്നെ.''

''ഞാൻ അങ്ങനെ പറയുന്നു.'' ഞാൻ ഉറപ്പിച്ചു പറഞ്ഞു.

ബുക്കറ്റ് സോഡ ഒന്നു മൊത്തി. ഞാൻ പതിയെ വിഷയം മാറ്റാൻ ശ്രമിച്ചു.

''ഇത്തരം നിസ്സാരകാര്യങ്ങൾ മറന്ന് ബ്ലൈൻഡ്മാൻസ് ബഫിന്റെ പുറകെ പോവുകയാണ് ഇപ്പോൾ വേണ്ടത്. കാര്യമായിട്ട് ചോദിക്കുകയാണ്, അവനെക്കുറിച്ച് നിങ്ങൾക്കെന്തറിയാം?''

അവൾ സോഡാഗ്ലാസ് മേശപ്പുറത്ത് വച്ചു.

'' നിങ്ങൾക്ക് അറിയാവുന്നതിൽ കൂടുതൽ ഒന്നുമില്ല.''

ഞാൻ പരാജയം സമ്മതിച്ചതുപോലെ തല കുനിച്ചു.

''ഞങ്ങളുടെ പക്കൽ അവനെപ്പറ്റി അധികം വിവരങ്ങൾ ഇല്ലെന്ന് ഞാൻ സമ്മതിക്കുന്നു. അഞ്ച് വർഷമായി ഇത് തുടങ്ങിയിട്ട്. ഞങ്ങൾക്ക് അവനെ ഇതുവരെ തിരിച്ചറിയാൻ കഴിഞ്ഞില്ല. ഞങ്ങളുടെ പക്കലുള്ളത് അവൻ ചെയ്ത കൊലപാതകങ്ങളുടെ വസ്തുതകൾ മാത്രമാണ്. നിങ്ങൾക്ക് ആ മനുഷ്യന്റെ രീതികൾ അറിയാമല്ലോ. കഴുത്തിലെ ഒറ്റ വെടിയുണ്ട, കുട്ടികൾ പെരുമാറുന്ന ഇടങ്ങളിൽ ഉപേക്ഷിക്കപ്പെട്ട മൃതദേഹങ്ങൾ, കണ്ണുകൾ കെട്ടിവയ്ക്കാനുപയോഗിക്കുന്ന ചുവന്ന വെൽവെറ്റ് തുണി, മുറിഞ്ഞ ചെവികളും കളിപ്പാട്ടങ്ങളും...''

അവളുടെ കണ്ണുകൾ എന്നെ അളക്കുകയായിരുന്നു.

''അതേയുള്ളോ? പ്രയോജനമുള്ള മറ്റൊന്നുമില്ലേ?''

ഇരുണ്ട നിറമുള്ള മിനിവാനിനെക്കുറിച്ച് എനിക്ക് അവളോട് പറയാൻ കഴിയില്ലായിരുന്നു.

''ഇല്ല. അത്രേയുള്ളൂ. ഈ വിഷയത്തിൽ നിങ്ങൾക്ക് എങ്ങനെ ഇത്ര താൽപ്പര്യമുണ്ടായി?''

''ഇത് എന്റെ ആദ്യത്തെ അസൈൻമെന്റായിരുന്നു.'' സുഖകരമായ ഓർമ്മകളിലേക്ക് വീണതുപോലെ അവൾ വിശദീകരിക്കാൻ തുടങ്ങി. ''ഞാൻ ബ്ലൈൻഡ്മാൻസ് ബഫിന്റെ ആദ്യ കൊലപാതകത്തെക്കുറിച്ചാണ് സംസാരിക്കുന്നത്. അത് ജനുവരി മാസമായിരുന്നുവെങ്കിലും ഒരു വസന്തകാല ദിനംപോലെ സൂര്യൻ പ്രകാശിച്ചു. ബെസിക്താസിലെ ഒരു പ്രൈമറി സ്കൂൾ പൂന്തോട്ടത്തിൽനിന്നാണ് മൃതദേഹം കണ്ടെത്തിയത്. ഞാൻ എപ്പോഴും അവിടെയൊക്കെ ചുറ്റിത്തിരിയുന്ന പത്രത്തിന്റെ ഫോട്ടോഗ്രാഫറായ മെതിനോടൊപ്പം സംഭവസ്ഥലത്തേക്ക് പോയി. ശവം കണ്ടപ്പോൾ എനിക്ക് തല കറങ്ങി. അതിലേക്ക് നോക്കാൻ കഴിയുന്നുണ്ടായിരുന്നില്ല. എനിക്ക് ഓടിപ്പോകാൻ തോന്നി. അയാൾ പറഞ്ഞു,

''ഇത് നിന്റെ പണിയാണ് എന്റെ പ്രിയപ്പെട്ടവളേ. നീ ധൈര്യമായിരിക്ക്. അല്ലെങ്കിൽ നിനക്ക് തിന്നാനുള്ള അപ്പവും വെണ്ണയും ക്രൈം റിപ്പോർട്ടർ ജോലി ചെയ്തുണ്ടാക്കാൻ പറ്റില്ല.''

അങ്ങനെ ഞാൻ മനസ്സില്ലാമനസ്സോടെ ബോഡിയുടെ അടുത്തേക്ക് ചെന്നു. അന്ന് ഇൻസ്പെക്ടർ സെക്കായ് ആയിരുന്നു കേസ് കൈകാര്യം ചെയ്തിരുന്നത്. മെതിൻചേട്ടന് അദ്ദേഹത്തെ അറിയാമായിരുന്നു. അദ്ദേഹം സംഭവസ്ഥലത്തേക്ക് പോകാൻ ഞങ്ങളെ അനുവദിച്ചു. ചുവപ്പ് നിറമുള്ള വെൽവെറ്റ് തുണിയാണ് ഞാൻ ശരിക്കും ആദ്യം കണ്ടത്. അത് രക്തമാണെന്ന് ആദ്യം തോന്നിയെങ്കിലും കണ്ണ് കെട്ടി വച്ചിരിക്കുകയാണെന്ന് പിന്നീട് എനിക്ക് മനസ്സിലായി. ഇരയുടെ കാലുകൾക്കിടയിൽ വെച്ചിരിക്കുന്ന പച്ച ആമയ്ക്ക് ജീവനുണ്ടെന്നാണ് ഞാൻ കരുതിയത്. പക്ഷേ അത് ഒരു കളിപ്പാട്ടമാണെന്ന് മെതിൻചേട്ടൻ പറഞ്ഞു. വലത് ചെവി മുറിഞ്ഞത് ഞാൻ ശ്രദ്ധിച്ചിരുന്നില്ല. മൂന്നാമത്തെ കൊലപാതകത്തിനുശേഷമാണ് കൊലയാളി തന്റെ ഇരകളിൽനിന്ന് ഓർമ്മയ്ക്കായി അത്തരമൊരു ട്രോഫി എടുക്കുന്നുണ്ടെന്ന് ഞാൻ മനസ്സിലാക്കിയത്.

വെയിറ്റർ എന്റെ സോഡ കൊണ്ടുവന്നപ്പോൾ അവൾ സംസാരം നിർത്തി. തണുത്തുറഞ്ഞ കുപ്പിയിലേക്ക് കൈ നീട്ടിക്കൊണ്ട് ഞാൻ ചോദിച്ചു, ''നീ രണ്ടാമത്തെ കൊലപാതകം നടന്നപ്പോഴും പോയോ?''

''പോയി, പക്ഷേ യാദൃച്ഛികമായിട്ടായിരുന്നു അത്. ആദ്യത്തേത് കഴിഞ്ഞിട്ട് മൂന്ന് ദിവസം കഴിഞ്ഞിരുന്നു. വാസ്തവത്തിൽ, കാവിറ്റ് ചേട്ടനായിരുന്നു പോകേണ്ടിയിരുന്നത്. നിങ്ങൾക്ക് അയാളെ അറിയാമായിരിക്കും. വർഷങ്ങളോളം ക്രൈം റിപ്പോർട്ടറായിരുന്നു, ശവം കാവിറ്റ്.''

എനിക്ക് അവനെ നന്നായറിയാമായിരുന്നു. ഞാൻ എന്റെ കരിയർ ആരംഭിച്ച അതേ വർഷം തന്നെയാണ് അയാളും ഒരു ക്രൈം റിപ്പോർട്ടറായി തുടക്കം കുറിച്ചത്. വിവേകശാലികളായ റിപ്പോർട്ടർമാരിൽ ഒരാൾ. ഒരിക്കലും തെറ്റായ ഒരു നീക്കവും കാവിറ്റ് നടത്തിയിട്ടില്ല. എനിക്ക് കഴിയുമ്പോഴെല്ലാം ഞാൻ അവന് വിവരങ്ങൾ നൽകുകയും കാവിറ്റ് ഞങ്ങളെക്കുറിച്ച് നല്ല കാര്യങ്ങൾ എഴുതുകയും ചെയ്യുമായിരുന്നു. അവൻ ഒരു രസികനായിരുന്നു. പാവം സമാധാനമായി വിശ്രമിക്കട്ടെ. യുവറിപ്പോർട്ടറായിരുന്ന കാലത്ത് മോർച്ചറിയിൽ മൃതദേഹങ്ങൾക്കൊപ്പം ഒരു രാത്രി മുഴുവൻ താമസിക്കാൻ അവൻ ധൈര്യം കാട്ടി. അങ്ങനെയാണ് അവനാ വിളിപ്പേര് ലഭിച്ചത്.

''അയാൾ ആറുമാസം മുമ്പ് മരിച്ചു, അല്ലേ?'' ഞാൻ സങ്കടത്തോടെ ചോദിച്ചു. ''ഹൃദയാഘാതമായിരുന്നോ?''

''തലച്ചോറിൽ രക്തം കട്ട പിടിച്ചതാണ്.'' ബുക്കറ്റ് എന്നെ തിരുത്തി. ''അദ്ദേഹത്തിന് അമിതഭാരമുണ്ടായിരുന്നു. നിങ്ങൾക്കറിയാമായിരിക്കും, ഉയർന്ന രക്തസമ്മർദ്ദം, പ്രമേഹം, എല്ലാമുണ്ടായിരുന്നു. നന്നായി മദ്യപിക്കുമായിരുന്നു. എന്നാൽ അദ്ദേഹം ഒരു നല്ല മനുഷ്യനായിരുന്നു. എന്റെ ഗുരുതുല്യനായിരുന്നു. ഞാൻ അദ്ദേഹത്തിൽനിന്ന് വളരെയധികം പഠിച്ചു. എന്തായാലും, അന്ന് കാവിറ്റ് ചേട്ടന് ജലദോഷം പിടിപെട്ട് കിടപ്പിലായിരുന്നു. അതുകൊണ്ട് ആ ജോലി എന്റെ ചുമലിൽ വന്നു വീണു. എന്നാൽ രണ്ട് കൊലപാതകങ്ങളും തമ്മിൽ ബന്ധിപ്പിക്കാനുള്ള

അറിവ് അന്നെനിക്ക് ഇല്ലായിരുന്നു. മെതിൻചേട്ടൻ എനിക്ക് കാര്യങ്ങൾ പറഞ്ഞുതന്നു.

''ഇത് മിക്കവാറും അതേ കൊലപാതകി തന്നെയായിരിക്കും ബുക്കറ്റ്. ഇവന്റെ കണ്ണുകളും ചുവന്ന തുണികൊണ്ട് കെട്ടിയിരിക്കുന്നു. ഒരു കളിപ്പാട്ട ട്രെയിൻ മൃതദേഹത്തിനരികിൽ ഉപേക്ഷിച്ചിരിക്കുന്നത് എങ്ങനെയെന്ന് നോക്കൂ.''

''ഇത് സാധാരണ സംഭവമല്ലെന്ന് എനിക്ക് മനസ്സിലായി. ഞാൻ നേരെ സൂപ്രണ്ട് സെക്കായിയുടെ അടുത്തേക്ക് പോയി. കൊലപാതകങ്ങൾ ഒരു സീരിയൽ കില്ലറുടെ സൃഷ്ടിയാണോ എന്ന് അദ്ദേഹത്തോട് ഞാൻ ചോദിച്ചു, സീരിയൽ കില്ലർ എന്ന പദം ഉപയോഗിച്ച് ആളുകളെ ഭയപ്പെടുത്തരുത് എന്ന് അദ്ദേഹം എനിക്ക് മുന്നറിയിപ്പ് നൽകി. ആളുകളെ ഇങ്ങനെ കൊല്ലുന്നത് ചില ഭ്രാന്തന്മാരാണെന്ന് അദ്ദേഹം പറഞ്ഞു. അങ്ങനെ പറഞ്ഞെങ്കിലും അയാൾക്ക് തന്നെ അത്ര ഉറപ്പില്ലായിരുന്നു. ജനുവരി 7ന് കൊലയാളി വീണ്ടും ആക്രമണം നടത്തി. മൂന്ന് കൊലപാതകങ്ങൾക്കും ഒരു പൊതുരൂപം ഉണ്ടായിരുന്നു. ഇസ്താംബൂളിലെ മുഴുവൻ പൊലീസ് ഫോഴ്സും ആ ദിവസങ്ങളിൽ ജാഗരൂകരായി പ്രവർത്തിച്ചു. രണ്ട് ദിവസത്തിനുശേഷം നാലാമത്തെ കൊലപാതകം അവർ പ്രതീക്ഷിച്ചിരുന്നുവെങ്കിലും അത് സംഭവിച്ചില്ല. കൊലപാതകങ്ങൾ അവസാനിച്ചു. എട്ടാം തീയതിയോ പത്തോ പന്ത്രണ്ടാം തീയതിയോ കൊലയാളി കൊന്നില്ല. അത് അവസാനിച്ചുവെന്ന് ഞങ്ങൾ കരുതി. സൂപ്രണ്ട് സെക്കായിക്കും അതേ അഭിപ്രായമായിരുന്നു. ജനുവരി ഇരുപതാം തീയതി ഞാൻ അദ്ദേഹവുമായി സംസാരിച്ചു. കൊലപാതകങ്ങൾ അവസാനിച്ചതിൽ അയാൾക്ക് ആശ്വാസമുണ്ടായിരുന്നു. കൊലപാതകിയെ താൻ കണ്ടെത്തുമെന്ന് സെക്കായിക്ക് ഉറപ്പായിരുന്നു. 'അവസാനം നമ്മൾ ആ ഭ്രാന്തനെ പിടിക്കും,' അദ്ദേഹം പറഞ്ഞു. എന്നാൽ പൊലീസിന് തെറ്റി. അവർക്ക് അവനെ പിടിക്കാൻ കഴിഞ്ഞില്ല. ഒരു മാസം അങ്ങനെ കടന്നുപോയി. ഫെബ്രുവരി രണ്ടാം തീയതി കൊലപാതകി വീണ്ടും രംഗത്തെത്തി. ഞങ്ങൾ അവന് ഒരു പേരിട്ടു. ബ്ലൈൻഡ്മാൻസ് ബഫ്. കുംകാപ്പിയിലെ അമ്യൂസ്മെന്റ് പാർക്കിലാണ് അത്തവണ മൃതദേഹം ഉപേക്ഷിച്ചിരുന്നത്. ഒരു സംശയത്തിനും ഇട നൽകാതെ അവൻ തന്റെ എല്ലാ ആചാരങ്ങളും പിൻതുടർന്നിരുന്നു. സൂപ്രണ്ട് സെക്കായിയുടെ മുഖത്തെ വിചിത്രമായ ഭാവം ഞാൻ ഒരിക്കലും മറക്കില്ല. തന്റെ ഇരയെ പിന്തുടരുന്ന ഒരു വേട്ടക്കാരന്റെ ആർത്തിയായിരുന്നില്ല, മറിച്ച് ഒരു മിടുക്കനായ എതിരാളിയെ നേരിടുന്ന ഒരു ചെസ്സ് കളിക്കാരന്റെ കൗതുകമായിരുന്നു അത്. ജിജ്ഞാസയും ദേഷ്യവും ആശ്ചര്യവും ഒരുമിച്ച് സെക്കായിയെ പൊറുതി മുട്ടിച്ചു. പക്ഷേ അയാൾ നിർഭയനായിരുന്നു. സത്യം പറഞ്ഞാൽ ആ തടിച്ച മുഖം ഒരു പുതിയ ആവേശത്തോടെ ജ്വലിച്ചു. എന്നാൽ ജനുവരിയിലെ മൂന്ന് കൊലപാതകങ്ങൾപോലെ, ഈ പുതിയതിനും സൂചനകളോ തെളിവുകളോ സാക്ഷികളോ ഉണ്ടായിരുന്നില്ല. അന്ന് ഉച്ചകഴിഞ്ഞ് ഞാൻ വാർത്ത എഴുതുമ്പോൾ, 'കൊലപാതകങ്ങൾ

തുടരുമെന്ന് ഭയപ്പെടുന്നു' എന്ന് ഞാൻ കുറിച്ചു. പക്ഷേ അത്ര പെട്ടെന്ന് അത് വീണ്ടും സംഭവിക്കുമെന്ന് ഞാൻ ഒരിക്കലും കരുതിയിരുന്നില്ല. അടുത്ത ദിവസം, ബോസ്റ്റാൻസിയിലെ കുട്ടികളുടെ മ്യൂസിയത്തിലെ പൂന്തോട്ടത്തിൽ മറ്റൊരു മൃതദേഹം കണ്ടെത്തി. ബ്ലൈൻഡ്മാൻസ് ബഫിന് തൃപ്തിയായില്ലെന്ന് തോന്നുന്നു. ഇൻസ്പെക്ടർ സെക്കായ് മൃതശരീരത്തിനടുത്ത് നിന്ന് മൃദുവായി സംസാരിക്കുന്നത് ഞാൻ കേട്ടു.

''കൊള്ളാം. നീയിതു തുടർന്നോളൂ. എത്രത്തോളം കൊല്ലുന്നുവോ അത്രത്തോളം തെറ്റുകൾ നീ വരുത്തിക്കൂട്ടും.''

സ്വയം പിറുപിറുക്കുകയായിരുന്നുവെങ്കിലും യഥാർത്ഥത്തിൽ അദ്ദേഹം തന്നെ കടത്തിവെട്ടിയ സീരിയൽ കില്ലറുമായി സംസാരിക്കുകയായിരുന്നു. അത് വെറുമൊരു സംസാരമായിരുന്നില്ല. വർഷങ്ങളുടെ അനുഭവത്തിന്റെ അടിസ്ഥാനത്തിൽ, കൊലയാളി ഉടൻ എന്തെങ്കിലും സൂചന നൽകുമെന്ന് അദ്ദേഹം പ്രതീക്ഷിച്ചു. പക്ഷേ, അദ്ദേഹം പ്രതീക്ഷിച്ചതുപോലെ സംഭവിച്ചില്ല. ബ്ലൈൻഡ്മാൻസ് ബഫ് കൊല്ലുന്നത് തുടർന്നു. മറ്റൊരു മൃതദേഹം താമസിയാതെ കണ്ടെത്തി. ഇത്തവണ ഇരയെ ശിശുസംരക്ഷണ സമിതിയുടെ ഷെൽട്ടറിന് മുന്നിലാണ് ഉപേക്ഷിച്ചത്. ചെറിയൊരു തെറ്റ് പോലും കൂടാതെയാണ് വീണ്ടുമവനത് ചെയ്തത്.''

പ്രഗത്ഭയായ ഈ പത്രപ്രവർത്തകയ്ക്ക് ശരിക്കും ഞങ്ങളെ സഹായിക്കാൻ കഴിയും. ''എപ്പോഴും നിങ്ങളാണോ ബ്ലൈൻഡ്മാൻസ് ബഫ് കൊലപാതകങ്ങൾ റിപ്പോർട്ട് ചെയ്യാൻ പോകുന്നത്?'' ഞാൻ അവളോട് ചോദിച്ചു.

അവൾ സോഡ ഒന്നു മൊത്തിയിട്ട് മനോഹരമായ ഒരു പുഞ്ചിരിയോടെ ഉത്തരം നൽകി.

''ഞാൻ എല്ലാ കൊലപാതകങ്ങളും റിപ്പോർട്ട് ചെയ്തു. കാവിറ്റ് ചേട്ടൻ ഒരു ത്യാഗം ചെയ്തു. ഈ കേസ് എനിക്ക് വിട്ടുതന്നു.''

''ഇതൊരു വലിയ കാര്യമാണ്.'' അയാൾ പറഞ്ഞു. ''ഇതിൽ നിന്ന് ധാരാളം വാർത്തകൾ എഴുതാം. ഞാൻ ഈ കേസ് നിനക്കു തരാം, പക്ഷേ നീ അത് കുളമാക്കരുത്.''

''നിങ്ങൾക്കറിയാമോ? അയാൾക്ക് ചില നേരത്ത് എന്ത് പറയണം എന്നറിയില്ല.''

ഞാൻ ചിരിച്ചു.

''ചില നേരത്തോ? ശാപവാക്കുകൾ കൂടാതെ ആ മനുഷ്യന് വാ തുറക്കാൻ കഴിയുമായിരുന്നില്ല. പക്ഷേ സത്യം പറഞ്ഞാൽ അവനു യോജിച്ച രീതിയാണത്. നീ എപ്പോഴെങ്കിലും ഈ കൊലപാതകിയെ പറ്റി കാവിറ്റിനോട് സംസാരിച്ചിട്ടുണ്ടോ? അവൻ അതിനെപ്പറ്റി എന്താണ് പറഞ്ഞത്?''

ബുക്കറ്റിന് അധികം ആലോചിക്കേണ്ടി വന്നില്ല.

''ഉവ്വ്, ഞങ്ങൾ ഇതിനെപ്പറ്റി പല തവണ സംസാരിച്ചു. കൊലയാളി ആരാണെന്ന് അദ്ദേഹം എന്നോട് പറഞ്ഞില്ല, മറിച്ച് വാർത്തയെ എങ്ങനെ സമീപിക്കണമെന്ന് പറഞ്ഞു തന്നു. ഒപ്പം ഈ വിഷയത്തിൽ പെട്ടു പോകരുതെന്ന് അദ്ദേഹം എനിക്ക് മുന്നറിയിപ്പ് നൽകി. ''അയാൾ ഒരു പഠിച്ച കള്ളനാണ്. സീരിയൽ കില്ലറായി കളിച്ചുരസിക്കുകയാണ് അവൻ. അധികം ശ്രദ്ധ ആകർഷിക്കരുത്, അവൻ നിങ്ങളെയും ഇതിലേക്ക് വലിച്ചിഴച്ചേക്കാം.'' ആ മുന്നറിയിപ്പ് ഞാൻ കാര്യമായി എടുത്തില്ല, സത്യത്തിൽ, ബ്ലൈൻഡ്മാൻസ് ബഫ് എന്നിലേക്ക് എത്തണമെന്ന് ഞാൻ ആഗ്രഹിച്ചു. പക്ഷേ അതുണ്ടായില്ല.''

ബ്ലൈൻഡ്മാൻസ് ബഫിനെക്കുറിച്ചുള്ള ബുക്കറ്റിന്റെ അഭിപ്രായങ്ങളിൽ എനിക്ക് താൽപ്പര്യമുണ്ടായിരുന്നു. വർഷങ്ങളോളം ഈ കഥ കൈകാര്യം ചെയ്ത ഒരു പത്രപ്രവർത്തകയുടെ വീക്ഷണം പ്രധാനമാണ്.

''നിങ്ങളുടെ അഭിപ്രായവും അങ്ങനെയാണോ? സീരിയൽ കില്ലർ ആകാൻ കൊതിച്ച വിദ്യാസമ്പന്നനായ ഒരു ഭ്രാന്തനാണോ അവൻ?''

ഒറ്റ ശ്വാസത്തിന് അവൾ വിശദീകരിച്ചു, ''അല്ല. എന്റെ അഭിപ്രായത്തിൽ അവൻ ശരിക്കും കഷ്ടപ്പെടുകയായിരുന്നു. പല തവണ പീഡിപ്പിക്കപ്പെടുകയോ ബലാത്സംഗം ചെയ്യപ്പെടുകയോ ചെയ്ത ഒരാൾ. അവൻ വളരെ ചിട്ടയോടെ അത് ചെയ്യുന്നതിന് കാരണം മറ്റെന്തെങ്കിലുമായിരിക്കും. എനിക്ക് കൂടുതൽ അറിയില്ല. പക്ഷേ, ഒന്നു കണ്ണ് ചിമ്മുകപോലും ചെയ്യാതെ, പശ്ചാത്താപത്തിന്റെ ഒരു കണികപോലുമില്ലാതെ പന്ത്രണ്ട് പേരെ കൊന്നുതള്ളിയതിന് പിന്നിൽ കടുത്ത വെറുപ്പ് ഉണ്ടായിരിക്കണം. ആഘാതത്തിന്റെ ശക്തി കുറഞ്ഞിട്ടും വിട്ടുപോകാത്ത ഒരുതരം വിദ്വേഷം അവന്റെയുള്ളിൽ നിലനിൽക്കുന്നു. ബ്ലൈൻഡ്മാൻസ് ബഫ് അവനെ നശിപ്പിച്ചു കളഞ്ഞ എന്തോ തീവ്രമായ അനുഭവത്തിലൂടെ കടന്നുപോയിരിക്കണം. ഇത് അവൻ ആഗ്രഹം കൊണ്ട് ചെയ്യുന്ന കൊലപാതകങ്ങളല്ല. ജനുവരിയിൽ ആ മൂന്നു പേരെയും കൊലപ്പെടുത്തിയതുമൂലം അവന്റെ ഉള്ളിലെ തീ അണഞ്ഞില്ല. ഫെബ്രുവരിയിലും തണുത്ത നിർവികാരതയോടെയും സൂക്ഷ്മതയോടും നൈപുണ്യത്തോടുംകൂടി അവൻ വീണ്ടും രക്തം ചൊരിഞ്ഞു. ഒരു സൂചനപോലും അവശേഷിപ്പിക്കാതെ.''

''അവൻ ഇപ്പോഴും ഒരു സൂചനയും നൽകുന്നില്ല,'' ഞാൻ പരാതിപ്പെട്ടു. ''എന്നാൽ, കൊലയാളിയുടെ ആചാരങ്ങളെക്കുറിച്ചുള്ള കുറെ സിദ്ധാന്തങ്ങൾ നിങ്ങൾ രൂപപ്പെടുത്തിയിരുന്നില്ലേ? അവൻ എന്തിനാണ് മൃതദേഹങ്ങൾ വ്യക്തമായ സ്ഥലങ്ങളിൽ ഉപേക്ഷിച്ചത്, കണ്ണ് കെട്ടാൻ ഉപയോഗിക്കുന്ന ചുവന്ന തുണി, കളിപ്പാട്ടങ്ങൾ, ചെവികൾ, എന്നീ കാര്യങ്ങളെക്കുറിച്ച്...''

''തീർച്ചയായും ഞങ്ങൾ അത് ചെയ്യാറുണ്ട്. പക്ഷേ അതിലും പ്രധാനമായി, ഞങ്ങൾ ഒരു നിഗമനത്തിലെത്തി. കൃത്യമായി പറഞ്ഞാൽ, ബ്ലൈൻഡ്മാൻസ് ബഫുമായി ബന്ധപ്പെട്ട ഒരു സംഖ്യ ഞങ്ങള് കണ്ടു

പിടിച്ചു. ജനുവരിയിലും ഫെബ്രുവരിയിലും അവൻ കൊന്ന തീയതികൾ കൂട്ടിയാൽ പന്ത്രണ്ടാകുമെന്ന് ഞങ്ങൾ കണ്ടെത്തി. ഒന്നാമത്തേയും നാലാമത്തേയും ഏഴാമത്തേയും തീയതികളിൽ അവൻ ജനുവരി മാസത്തിൽ കൊന്നു. ഫെബ്രുവരിയിൽ രണ്ടാമത്തേതും മൂന്നാമത്തേതും ഏഴാമത്തേതും ദിവസങ്ങളിലും. ഞാൻ സൂപ്രണ്ട് സെക്കായിയോട് ഈ പന്ത്രണ്ട് എന്ന നമ്പറിനെക്കുറിച്ച് പറഞ്ഞു, അദ്ദേഹം പൊട്ടിത്തെറിച്ചു. അങ്ങനെയൊന്നുമില്ലെന്ന് വാദിച്ചു.

''ഇങ്ങനെ നിഗൂഢമായ സംഖ്യകളെക്കുറിച്ച് എഴുതി ജനങ്ങളുടെ മനസ്സിൽ അവനെക്കുറിച്ച് കൗതുകം ഉണ്ടാക്കരുത്. അവൻ ഒരു നീചനായ കൊലയാളി മാത്രമാണ്.''

പക്ഷേ, അത് അങ്ങനെയായിരുന്നില്ല. ഇക്കാര്യം മറ്റാരേക്കാളും നന്നായി അറിയാവുന്നത് സെക്കായിക്ക് ആയിരുന്നു. എന്തായാലും, ഞാൻ ആ സാധ്യത തള്ളിക്കളഞ്ഞില്ല. ഞാൻ നമ്പറുകളുടെ കഥ ആരോടും പറയാതെ ഉള്ളിൽ സൂക്ഷിച്ചു.''

താൽപ്പര്യം നഷ്ടപ്പെട്ടതുപോലെയാണ് അവൾ സംസാരിച്ചത്. പക്ഷേ എനിക്ക് സത്യം മനസ്സിലാക്കാൻ ആഗ്രഹമുണ്ടായിരുന്നു.

''എന്തൊക്കെയായാലും നിങ്ങൾ ഒരു പത്രപ്രവർത്തയാണ് മിസ് ബുക്കറ്റ്. നിങ്ങൾ ഈ കഥയുടെ പിന്നാലെ വിടാതെ ഓടിക്കൊണ്ടിരിക്കുകയാണെന്ന് എനിക്കറിയാം.''

അവളുടെ കണ്ണുകൾ നിഷ്കളങ്കമായി തിളങ്ങി.

''തീർച്ചയായും ഞാൻ ഈ കേസ് വിട്ടില്ല. സീരിയൽ കില്ലർമാരെക്കുറിച്ച് ഞാൻ വായിക്കാൻ തുടങ്ങി. എഫ്ബിഐ റിപ്പോർട്ടുകൾ, സീരിയൽ കില്ലർമാരുടെ ജീവിതകഥകൾ, നോവലുകൾ തുടങ്ങി ഒരുപാട് കാര്യങ്ങൾ ഞാൻ ഗ്രഹിച്ചു. കൊലപാതകങ്ങളെയും ബ്ലൈൻഡ്മാൻസ് ബഫിനെയും ഞാൻ മറ്റ് സംഭവങ്ങളുമായും കൊലയാളികളുമായും താരതമ്യം ചെയ്തു. വായിച്ച പുസ്തകങ്ങളിലൂടെ ഞാൻ ചില നിഗമനങ്ങളിൽ എത്തിച്ചേർന്നു, അവൻ പീഡിപ്പിക്കപ്പെട്ടിരിക്കാം. അതുകൊണ്ടാണ് അവൻ ലൈംഗിക പീഡകരെ ഇരകളായി തിരഞ്ഞെടുത്തത്. കുറ്റകൃത്യം നടന്ന സ്ഥലത്ത് കളിപ്പാട്ടങ്ങൾ ഉപേക്ഷിക്കുന്നത് അവൻ കുട്ടിക്കാലത്ത് ആക്രമണങ്ങൾ അനുഭവിച്ചിട്ടുണ്ടെന്നാണ് സൂചിപ്പിക്കുന്നത്. ഇരകളുടെ കണ്ണുകൾ മറയ്ക്കാൻ അത് ഒരു കാരണമായിരിക്കാം. ഒരുപക്ഷേ, ബ്ലൈൻഡ്മാൻസ് ബഫ് കളിക്കുന്നതിനിടയിൽ അവൻ പീഡിപ്പിക്കപ്പെട്ടതാകാം. പക്ഷേ അവൻ കൊന്ന ആളുകളുടെ പകുതി ചെവി മുറിച്ചത് എന്തിനാണെന്ന് എനിക്ക് മനസ്സിലാക്കാൻ കഴിഞ്ഞില്ല. ഈ പന്ത്രണ്ട് സംഖ്യയുടെ പ്രാധാന്യവും എനിക്ക് പിടികിട്ടിയില്ല. അതിനിടെ, ബ്ലൈൻഡ്മാൻസ് ബഫ് തന്റെ പ്രകടനം തുടർന്നു. മാർച്ചിൽ അവൻ വീണ്ടും രംഗത്തെത്തി. പന്ത്രണ്ട് എന്ന നമ്പർ ഒന്നുകൂടി ഉറപ്പിച്ചുകൊണ്ട് മൂന്നു പേര് കൂടി കൊല്ലപ്പെട്ടു. വസന്തത്തിന്റെ ആദ്യമാസത്തിലെ ആദ്യത്തേതും മൂന്നാമത്തേതും എട്ടാമത്തേതും തീയതികളിലായിരുന്നു ആ കൊലപാതകങ്ങൾ. മാധ്യമങ്ങൾ എന്ന

നിലയിൽ ഞങ്ങൾ മറ്റൊന്നും കണ്ടെത്തിയില്ല. ഇൻസ്പെക്ടർ സെക്കായ് ഞങ്ങളിൽനിന്ന് അറിയാവുന്ന കാര്യങ്ങൾ മറച്ചുവെക്കുകയാണെന്ന് ഞാൻ ആദ്യം കരുതി, പക്ഷേ അദ്ദേഹത്തിനും യാതൊരു സൂചനയും ഇല്ലെന്ന് എനിക്ക് മനസ്സിലായി. ബ്ലൈൻഡ്മാൻസ് ബഫ് വീണ്ടും വരുമെന്ന് കരുതി ഏപ്രിൽ മാസത്തിനായി ഞങ്ങൾ ശ്വാസമടക്കി കാത്തിരുന്നു, പക്ഷേ അവൻ ഒന്നും ചെയ്തില്ല. ഏപ്രിലിലും മെയ് മാസത്തിലും അവൻ അനങ്ങിയില്ല. സൂപ്രണ്ട് സെക്കായിയെപ്പോലെ ഞാനും ആശയക്കുഴപ്പത്തിലായി. എന്തുകൊണ്ടാണ് ബ്ലൈൻഡ്മാൻസ് ബഫ് തന്റെ തോക്ക് അതിന്റെ ഉറയിൽ തിരികെ വെച്ചത്? എന്നാൽ അധികം താമസിയാതെ, രണ്ടായിരത്തി പന്ത്രണ്ട് ജൂണിൽ, നമ്മുടെ കൊലപാതകി വീണ്ടും രംഗത്തെത്തി. ജൂൺ രണ്ട്, നാല്, ആറ് തീയതികളിൽ നൈപുണ്യത്തോടെ, ചെറിയ അടയാളം പോലും അവശേഷിപ്പിക്കാതെ അവൻ കൊലകൾ നടത്തി. അങ്ങനെ നാലു മാസത്തിനിടെ ആകെയുള്ള കൊലപാതകങ്ങളുടെ എണ്ണം വീണ്ടും പന്ത്രണ്ടായി. ആ കണക്ക് ശരിയാണ്. ഒന്നാം മാസത്തിലും രണ്ടാം മാസത്തിലും മൂന്നാം മാസത്തിലും പിന്നെ ആറാം മാസത്തിലും അവൻ കൊന്നു. ആകെ പന്ത്രണ്ട്. അവൻ ഇനി കൊല്ലാൻ പോകുന്നില്ലെന്ന് എനിക്കു മനസ്സിലായി. കാരണം അവൻ പന്ത്രണ്ട് എന്ന സംഖ്യ പൂർത്തിയാക്കി. ഞാൻ എന്റെ പ്രവചനം സെക്കായിയോട് പറഞ്ഞു. അദ്ദേഹം പറഞ്ഞു, ''എനിക്കറിയില്ല, ബുക്കറ്റ്. നിങ്ങൾ പറഞ്ഞത് ശരിയായിരിക്കാം പക്ഷേ എനിക്കറിയില്ല.'' ഞാൻ പറഞ്ഞത് ശരിയാണെന്ന് തെളിഞ്ഞു. ജൂൺ ആറിന് ശേഷം, പന്ത്രണ്ട് ബാലപീഡകരെ കൊന്നതിനുശേഷം, ബ്ലൈൻഡ്മാൻസ് ബഫ് പിന്നീടൊരിക്കലും കൊന്നിട്ടില്ല.''

പുറത്തേക്ക് നോക്കി അവൾ നിശ്ശബ്ദയായിരുന്നു. അവളുടെയുള്ളിലെ ചോദ്യം ഞാൻ വാക്കുകളിലേക്ക് പകർത്തി.

''ഈ വർഷം ജൂൺ വരെ.''

ഒരു രഹസ്യം വെളിപ്പെടുത്താൻ പോകുന്നതുപോലെ ബുക്കറ്റ് മേശയ്ക്ക് മുകളിലൂടെ എന്റെ നേരെ ചാഞ്ഞു, അവൾ ഞാൻ പറഞ്ഞത് ആവർത്തിച്ചു. ''ഈ വർഷം ജൂൺ വരെ.'' ഞങ്ങൾ രണ്ടുപേരും കുറച്ചു നേരം ഒന്നും മിണ്ടാതെയിരുന്നു.

''പക്ഷേ, ഇത് പരിഹാസ്യമാണ് ചീഫ്. ശരിക്കും പരിഹാസ്യമാണ്. ഈ അവസാനത്തെ രണ്ട് കൊലപാതകങ്ങളും അവന്റെ കണക്കിന് ഒട്ടും ചേരുന്നതല്ല. നിങ്ങൾ എന്നോട് ചോദിച്ചാൽ, ബ്ലൈൻഡ്മാൻസ് ബഫ് തന്റെ ജോലി രണ്ടായിരത്തി പന്ത്രണ്ടിൽ പൂർത്തിയാക്കി. എഫ്ബിഐ ഭാഷ ഉപയോഗിച്ചാൽ അവൻ തന്റെ മാസ്റ്റർപീസ് പൂർത്തിയാക്കി. ഇത് മനസിലാക്കാൻ, നിങ്ങൾ പന്ത്രണ്ട് എന്ന സംഖ്യയുടെ പ്രാധാന്യം മനസ്സിലാക്കണം, കാരണം ഞങ്ങൾക്ക് അറിയില്ലെങ്കിലും, രണ്ടായിരത്തി പന്ത്രണ്ടിൽ നടന്ന കൊലപാതകങ്ങളിൽ അവൻ എല്ലായ്പ്പോഴും പന്ത്രണ്ട് എന്ന നമ്പറിന് ഊന്നൽ നൽകി. അത് അവന്റെ ആചാരമാണ്.''

ഞങ്ങൾ നേരത്തെ ചർച്ച ചെയ്ത ഒരു വിഷയത്തിൽ അവൾ സ്പർശിച്ചു.

''നിങ്ങൾ തിടുക്കത്തിൽ നിഗമനങ്ങളിൽ എത്തിച്ചേരുകയല്ലേ? അവൻ ഇതുവരെ രണ്ടുപേരെ മാത്രമേ കൊന്നിട്ടുള്ളൂ. ഒരുപക്ഷേ ഈ വർഷം പതിനേഴുപേരെ അവൻ കൊന്നേക്കാം.''

അവൾ അവ്യക്തമായി ആശ്ചര്യപ്പെട്ടു, പക്ഷേ അത് നീണ്ടുനിന്നില്ല.

''എനിക്കൊരു സംശയം ചീഫ്. ബ്ലൈൻഡ്മാൻസ് ബഫിന്റെ പ്രസക്തമായ സംഖ്യ പന്ത്രണ്ടാണെന്ന് ഞാൻ കരുതുന്നു. പതിനേഴ് എന്ന കണക്ക് അർത്ഥശൂന്യമാണ്. അവൻ കൊല്ലാൻ പോകുകയാണെങ്കിൽ, അഞ്ച് വർഷം മുമ്പത്തെപ്പോലെ, അവൻ ഈ മാസം ആറാം തീയതി കൊല്ലും.'' സ്വയം സംസാരിക്കുന്നതുപോലെ, അവൾ ബോധ്യത്തോടെ വിശദീകരിച്ചു, ''ഇല്ല, ബ്ലൈൻഡ്മാന്റെ ബഫ് ഒരിക്കലും തന്റെ ആചാരത്തെ ഒറ്റിക്കൊടുക്കില്ല. ഒരു സീരിയൽ കില്ലർ കുറ്റകൃത്യത്തിലെ തന്റെ ഒപ്പ് ഉപേക്ഷിക്കുകയില്ല. അങ്ങനെ ചിന്തിക്കുന്നതിൽ അർത്ഥമില്ല.''

ഞാൻ അതിൽ തൂങ്ങിക്കിടക്കാതെ മറ്റൊരു സാധ്യതയിലേക്ക് പോയി.

''നിങ്ങൾ പറഞ്ഞത് ശരിയാണെന്ന് വേണമെങ്കിൽ പറയാം. അവൻ കൊലയാളിയല്ലെന്ന് പറയാം. അപ്പോൾ ആരാണ് ഇതൊക്കെ ചെയ്യുന്നത്?''

അവൾ ഉറക്കെ ചിരിച്ചു, തോട്ടത്തിൽ ഇരിക്കുന്ന ചിലർ തിരിഞ്ഞു നോക്കി. പത്രപ്രവർത്തക അവരെ ശ്രദ്ധിച്ചില്ല.

''എനിക്ക് എങ്ങനെ അറിയാം ചീഫ്? ഞാൻ പിന്തുടരുന്ന കേസ്സിനെപ്പറ്റിയുള്ള എന്റെ നിഗമനങ്ങൾ ഞാൻ നിങ്ങളെ അറിയിക്കുകയാണ്.'' കൈകൊണ്ട് അവൾ വലത് ചെവിത്തടം കാണിച്ചു. അന്തരിച്ച കാവിത് അബി എന്നെ ഒരു പാഠം പഠിപ്പിച്ചു. ഞാൻ ഒരു പത്രപ്രവർത്തക മാത്രമാണ്. കൊലയാളിയെ കണ്ടെത്തലല്ല എന്റെ ജോലി; ഇത് നിങ്ങളുടേതാണ്. ഞാൻ വാർത്തകൾ മാത്രം ചെയ്യുന്നു. പ്രധാനപ്പെട്ട വസ്തുതകൾ നിങ്ങളുടെ കൈവശമുണ്ടെന്ന് എനിക്ക് ഉറപ്പുണ്ട്. ഇല്ല, എനിക്ക് ഇപ്പോൾ അവ ആവശ്യമില്ല, പക്ഷേ സമയമാകുമ്പോൾ, നിങ്ങൾ ആദ്യം എനിക്ക് അവ തന്നാൽ നന്നായിരിക്കും.''

സ്നേഹമാണ് ജീവിതത്തിലെ ഏറ്റവും വലിയ സമ്പത്ത്

"ഇസ്താംബൂൾ ഒരു കൊലപാതക നഗരമാണ്."

ഈ അഭിപ്രായം എന്റെ വിരമിച്ച സഹപ്രവർത്തകൻ സെക്കായിയുടേതാണ്. ഈ മഹാനഗരത്തിൽ എല്ലാ ദിവസവും ഒരാളെങ്കിലും കൊല്ലപ്പെടാറുണ്ട്. ഇതുപോലുള്ള വിചിത്രമായ കേസുകൾ സാധാരണ സംഭവമല്ലെങ്കിലും ഈ കഴിഞ്ഞ നാല് ദിവസങ്ങളിൽ അസാധാരണമായ സംഭവങ്ങൾ അന്തരീക്ഷത്തിൽ തങ്ങിനിൽക്കുന്ന ഈർപ്പവും തീവ്രപ്രകാശവുമുള്ള ചൂടുപോലെ ഇടവേളയില്ലാതെ ഇരച്ചുകയറാൻ തുടങ്ങി. ഇത്തരം ചിന്തകളുമായി ഞാൻ പൊലീസ് സ്റ്റേഷന്റെ വളപ്പിലുള്ള പൂന്തോട്ടത്തിലേക്ക് പ്രവേശിച്ചു. അവിടെയുള്ള വയസ്സൻ പ്ലം മരത്തിന്റെ ചുവട്ടിൽ എന്റെ വിശ്വസ്തനായ കാർ പാർക്ക് ചെയ്യുമ്പോൾത്തന്നെ ഞാൻ അർദയെ കണ്ടു. ഇത്തവണ അവൻ സ്യൂട്ട് ധരിച്ചിരുന്നില്ല. പിൻഭാഗം വിയർത്തു നനഞ്ഞിരുന്ന ചാരനിറത്തിലുള്ള ഒരു ഷർട്ടും നീല ട്രൗസറും വെള്ള ഷൂസും ധരിച്ച് യൂണിഫോം ധരിച്ച രണ്ട് ഉദ്യോഗസ്ഥർക്ക് നടുവിലായി ആത്മവിശ്വാസത്തോടെ, ഏതാണ്ട് അഹങ്കാരത്തോടെയാണ് അവൻ നടന്നത്. എനിക്ക് മനസ്സുകൊണ്ട് കഞ്ചാവ് ഇസ്മായിലിനെ അഭിനന്ദിക്കാതെ തരമില്ലായിടുന്നു. അവൻ തീർച്ചയായും തന്റെ ആളുകളെ നന്നായി പരിശീലിപ്പിച്ചിരുന്നു. ഞാൻ വേഗം കാറിൽ നിന്നിറങ്ങി അവരുടെ പിന്നാലെ പാഞ്ഞു. ഒപ്പമെത്താനുള്ള ആ ഓട്ടത്തിനിടയിൽ ഏതോ വീടിന്റെ ബാൽക്കണിയിൽനിന്ന് എനിക്ക് മുല്ലപ്പൂവിന്റെ മങ്ങിയ സുഗന്ധം അനുഭവപ്പെട്ടു. ഞാൻ അത് പാടേ അവഗണിച്ചു. അതിമനോഹരമായ ആ ഗന്ധം അനുഭവിക്കാൻ അപ്പോൾ എനിക്ക് കഴിയുമായിരുന്നില്ല. എന്റെ മനസ്സ് ഹികാബിയുടെ കൊലക്കേസ് പ്രതിയിൽ കുരുങ്ങിക്കിടക്കുകയായിരുന്നു. ഞാൻ അർദയെയും ഉദ്യോഗസ്ഥരെയും സ്റ്റേഷന്റെ പടികളിൽ വച്ചു പിടികൂടി.

"ഒരു മിനിറ്റ്." ഞാൻ അവരുടെ പുറകിൽനിന്ന് വിളിച്ചു. "ഒരു നിമിഷം നിൽക്കൂ."

അവർ നിന്നു. തിരിഞ്ഞുനോക്കിയപ്പോൾ മൂന്നുപേരും എന്നെ തിരിച്ചറിഞ്ഞു.

“ചീഫ്.” അർദയുടെ വലതുവശത്ത് നിന്നിരുന്ന മുഖക്കുരുവുള്ള ഉദ്യോഗസ്ഥൻ ചോദിച്ചു. “എന്തെങ്കിലും ഞങ്ങളെക്കൊണ്ട് ആവശ്യമുണ്ടോ?”

ഉത്തരത്തിനു പകരം ഞാൻ വേഗം കഞ്ചാവിന്റെ വളർത്തു കുറുക്കന്റെ അടുത്തേക്ക് ചെന്നു.

“അവസാനം നിന്നെ ഞങ്ങളുടെ കൈയിൽ കിട്ടി അർദ സാറേ.” ഞാൻ അവന്റെ ചൂടേറ്റു മയങ്ങിയ കണ്ണുകളിലേക്ക് നോക്കി. “നീ എവിടെയാണ് ഒളിച്ചിരുന്നത്?”

അയാൾ ധാർഷ്ട്യത്തോടെ ചിരിച്ചു.

“ഞാൻ എന്റെ കാമുകിയുടെ വീട്ടിലായിരുന്നു, ചീഫ് ഇൻസ്പെക്ടർ.”

അയാൾ ഉദ്യോഗസ്ഥർക്ക് നേരെ തലയാട്ടി. “നിങ്ങൾക്ക് ഉറപ്പ് വരുത്തണമെങ്കിൽ അവരോട് ചോദിക്കൂ. അവർ എന്നെ അത്സെഹിറിൽ നിന്നാണ് പിടിച്ചത്.”

മുഖക്കുരുവുള്ള ഉദ്യോഗസ്ഥൻ തലയാട്ടി സ്ഥിരീകരിച്ചു.

“ഞങ്ങൾ അവനെ നെസ്ലിഹാൻ എന്ന സ്ത്രീയുടെ വീട്ടിൽനിന്നാണ് പിടികൂടിയത്. അർദ തന്റെ പ്രതിശ്രുതവരനാണെന്ന് അവൾ പറയുന്നു.”

“എനിക്ക് മനസ്സിലായി.” ഞാൻ അവന്റെ നേരെ തിരിഞ്ഞു. “നിന്റെ കൈകൾ ഒന്നു നീട്ടിക്കേ.” അയാൾക്ക് കാര്യം മനസ്സിലായില്ലേ അതോ ഇല്ലെന്ന് നടിക്കുകയായിരുന്നോ എന്ന് എനിക്ക് ഉറപ്പിക്കാൻ കഴിഞ്ഞില്ല. ഞാൻ അവന്റെ ഷർട്ടിന്റെ സ്ലീവ് ചൂണ്ടിക്കാണിച്ചു കൊണ്ട് ആവർത്തിച്ചു. “അവ ചുരുട്ടിപ്പിടിക്ക്.”

“നിങ്ങൾ എന്താണ് ഈ പറയുന്നത്?”

അവൻ മുരണ്ടു.

ഇത്തവണ ഞാൻ കൂടുതൽ കർശനമായി ആവർത്തിച്ചു, “നിന്റെ കൈത്തണ്ട പുറത്തു കാണിക്ക്. ആ ഷർട്ടിന്റെ കൈകൾ ചുരുട്ടൂ.”

അർദ ആശ്ചര്യത്തോടെ എന്നെ നോക്കിനിൽക്കവേ, രണ്ട് ഓഫീസർമാരും ചേർന്ന് അവന്റെ നരച്ച ഷർട്ടിന്റെ കൈകൾ ചുരുട്ടാൻ തുടങ്ങി. ഞാൻ സംശയിച്ചത് അവിടെ ഉണ്ടായിരുന്നു. ഒരു പുല്ലുകോരി കൊണ്ട് വരച്ചതുപോലെ അവന്റെ കൈകളുടെ ഉള്ളിലെ മുറിവുകൾ പുറത്തു വന്നു. അലിയുടെ തലയിൽനിന്ന് എല്ലാ സംശയങ്ങളും നീക്കുന്ന തെളിവുകൾ ഇതാ. ഞാൻ ഒരു ദീർഘനിശ്വാസമെടുത്തു. എന്റെ അസിസ്റ്റന്റിനെ ഞാൻ വിശ്വസിച്ചിരുന്നു. എന്നിട്ടും ചില സംശയങ്ങൾ ബാക്കി നിന്നിരുന്നു. ഈ പാടുകൾ എന്നെ ഭയാനകമായ ആ അനിശ്ചിതത്വത്തിൽനിന്ന് മോചിപ്പിച്ചു. നിന്നെ കുടുക്കി എന്ന മട്ടിൽ ഞാൻ അർദയെ നോക്കി.

“എന്ത്?”

അവൻ പ്രതിരോധിക്കാൻ ശ്രമിച്ചു.

''എന്താ പ്രശ്നം? ഇന്ന് രാവിലെ പാർക്കിംഗിൽ വച്ചു ഞാൻ വഴക്കുണ്ടാക്കി. നിങ്ങൾ എന്നെ വിശ്വസിക്കുന്നില്ലെങ്കിൽ ആരോടെങ്കിലും ചോദിക്കൂ. അറ്റാസെഹിറിലെ മർമാര കഫേയുടെ അടുത്തു വച്ച് മൂന്ന് പേർ എന്നെ ആക്രമിച്ചു.''

''നിങ്ങൾ പറയുന്നത് കഞ്ചാവ് ഇസ്മായിലിന്റെ മേൽനോട്ടത്തിലുള്ള പാർക്കിംഗ് സ്ഥലത്തെക്കുറിച്ചാണോ?''

എതിർക്കാൻ അവസരം നൽകാതെ ഞാൻ തുടർന്നു.

''വെറുതെ സമയം മെനക്കെടുത്തണ്ട അർദാ. നിന്റെ കള്ളത്തരം നാളെ പുറത്തുവരും. ഇപ്പോൾ ഡിഎൻഎ ടെസ്റ്റ് എന്നൊരു സംഗതിയുണ്ട്. നിന്റെ തൊലിയുടെ സാമ്പിളുകൾ ഹികാബിയുടെ നഖത്തിനടിയിലുണ്ട്.''

ഞാൻ പുഞ്ചിരിച്ചു.

''ചോദ്യം ചെയ്യപ്പെടുമ്പോൾ നീ എല്ലാം നിഷേധിക്കണം കേട്ടോ. തീർച്ചയായും അങ്ങനെത്തന്നെ ചെയ്യണം. അല്ലെങ്കിൽ നല്ല പെരുമാറ്റത്തിന് കോടതി നിനക്ക് ശിക്ഷ ഇളവ് ചെയ്തു തന്നേക്കും.''

അവന്റെ വലിയ കറുത്ത കണ്ണുകളിൽ ഞാൻ ആദ്യമായി പരാജയത്തിന്റെ നിഴൽ കണ്ടു. എന്നിട്ടും അവൻ വഴങ്ങിയില്ല.

''താങ്കൾക്ക് തെറ്റുപറ്റി ചീഫ്.''

അവൻ വാശിയോടെ പറഞ്ഞു.

''ഞാൻ ആരെയും കൊന്നിട്ടില്ല.''

ഞാൻ അവനോടുള്ള വാഗ്വാദം നിറുത്തി മുഖക്കുരുക്കാരൻ ഓഫീസറുടെ നേരെ തിരിഞ്ഞു.

''ശരി, സുഹൃത്തുക്കളേ, അവനെ സെല്ലിലേക്ക് കൊണ്ടുപോകൂ.''

എന്റെ ആത്മവിശ്വാസം അവനെ അസ്വസ്ഥനാക്കി.

'' കൊന്നിട്ടില്ലെന്ന് ഞാൻ സത്യം ചെയ്യുന്നു, ചീഫ്.''

അവൻ യാചിക്കാൻ തുടങ്ങി.

''എന്തിന്റെ പേരിൽ വേണമെങ്കിലും ഞാൻ സത്യം ചെയ്യാം.''

ഞാൻ അവനെ ശ്രദ്ധിക്കാതെ പടികൾ കയറാൻ തുടങ്ങി. ഞാൻ അകത്തേക്ക് പോകുമ്പോഴും അർദ പുറകിൽനിന്ന് വിളിച്ചുപറഞ്ഞുകൊണ്ടിരുന്നു.

''നിങ്ങൾ ചെയ്യുന്നത് വലിയ തെറ്റാണ്. എന്റെ അമ്മയുടെ പേരിൽ ഞാൻ സത്യം ചെയ്യുന്നു, ഞാൻ അവനെ കൊന്നിട്ടില്ല.''

കെട്ടിടത്തിനുള്ളിൽ പുറത്തുള്ളതിനേക്കാൾ തണുപ്പുണ്ടായിരുന്നു. ഞാൻ അൽപ്പം വിശ്രമിച്ചിട്ട് ആദ്യം സെയ്നെപ്പിന്റെ മുറിയിലേക്ക് പോയി. പക്ഷേ അവൾ തന്റെ മേശയ്ക്കടുത്ത് ഉണ്ടായിരുന്നില്ല. തിരികെ ഇടനാഴിയിലേക്ക് പോയ നേരത്ത് ഞാൻ എന്റെ അസിസ്റ്റന്റിനെ കണ്ടുമുട്ടി.

“അവൾ കുറ്റകൃത്യം നടന്ന സ്ഥലത്തേക്ക് പോയി ചീഫ്. സെയ്റ്റിൻ ബർണിൽ. ഹികാബിയുടെ കുളിമുറിയിൽ ഒരു ലുമിനൽ ടെസ്റ്റ് നടത്താൻ പോവുകയാണ് എന്നാണ് അവൾ പറഞ്ഞത്. കൊലയാളികൾ കൈയും മുഖവും കഴുകിയിരിക്കണം. അങ്ങനെയല്ലെങ്കിൽ അവർ എങ്ങനെയാണ് രക്തം മുഴുവൻ വൃത്തിയാക്കിയത്? റെക്കോർഡിംഗുകളിൽ അവന്മാരുടെ തുണികളിൽ ഞങ്ങൾ പാടുകൾ കണ്ടെത്തി. അത് പരിശോധിക്കണം. സെർകാൻ ധരിച്ചിരുന്ന സ്യൂട്ട് അവന്റെ വീട്ടിൽ നിന്ന് കണ്ടെത്താനായില്ല. മിക്കവാറും അവർ അത് നശിപ്പിച്ചിരിക്കണം.”

വിശദാംശങ്ങളെല്ലാം പറയുന്നുണ്ടായിരുന്നുവെങ്കിലും ആ മുഖത്ത് ഒരു മങ്ങലുണ്ടായിരുന്നു.

“ഇനിയിപ്പോൾ എല്ലാം ഉടൻ വെളിപ്പെടും അലി. മറ്റേ ആളും പിടിയിലായി.”

അവന്റെ കണ്ണുകൾ തിളങ്ങി.

“അർദ?”

“അതെ. അവർ അവനെ കൊണ്ടുവന്നിട്ടുണ്ട്. രണ്ട് കൈകളിലും മാന്തിപ്പൊളിച്ച പാടുകളുണ്ട്. ഹികാബിയുടെ പണിയായിരിക്കണം. സെയ്നെപ് നാളെ വിശദവിവരം പറയും.”

അവന്റെ മുഖത്ത് ആശ്വാസം പടർന്നു.

“ഹികാബിയുടെ കൊലപാതകത്തിന്റെ അന്വേഷണം ഏതാണ്ട് അവസാനിച്ചതായി തോന്നുന്നു.”

“ശരിയാണ്.” ഞാൻ അവന്റെ തോളിൽ തട്ടി പറഞ്ഞു.

“ഇത് ഏതാണ്ട് അവസാനിച്ചു. നമ്മൾ ഇനി ബ്ലൈൻഡ്മാൻസ് ബഫിൽ ശ്രദ്ധ കേന്ദ്രീകരിക്കണം.”

അലിക്ക് സന്തോഷമായി. പക്ഷേ അവന്റെയുള്ളിൽ അപ്പോഴും കുറച്ചു സംഭ്രമം ബാക്കിയുണ്ടെന്ന് എനിക്ക് തോന്നി.

“എന്തുപറ്റി അലി?” ഞാൻ ചോദിച്ചു. “എന്തെങ്കിലും കുഴപ്പം ഉണ്ടോ?”

അവൻ നിഷേധിക്കാൻ ശ്രമിച്ചു.

“ഇല്ല, സാരമില്ല ചീഫ്. എനിക്ക് കുഴപ്പമൊന്നുമില്ല.”

എന്റെ ക്ഷമ നശിച്ചു.

“അലി, നീ എന്താണ് ഈ ചെയ്യുന്നത്?”

എന്റെ ശബ്ദം അൽപ്പം ഉച്ചത്തിലായി.

“നിന്റെ കുറെ രഹസ്യങ്ങൾ! ഇതോടെ നിർത്തിക്കോളണം ഈ ഒളിച്ചുകളി. നീ വല്ലാതെ അസ്വസ്ഥനാണ്. എന്താണ് നിനക്ക് സംഭവിച്ചതെന്ന് എന്നോട് പറയൂ.”

“രണ്ട് പത്രങ്ങളിൽനിന്ന് ഇന്ന് എന്നെ വിളിച്ചു. ഹികാബിയുടെ കൊലപാതകവുമായി എനിക്ക് എന്തെങ്കിലും ബന്ധമുണ്ടോ ഇല്ലയോ എന്ന് ചോദിച്ചു.”

ബുക്കറ്റ് ഞാനറിയാതെ എന്തെങ്കിലും ചെയ്തോ?

''ആരാ വിളിച്ചത്? അവരുടെ പേര് അറിയാമോ?''

''ഹൂറിയറ്റിൽനിന്ന് വിളിച്ച ആളുടെ പേര് റാഫെറ്റ്. മില്ലിയറ്റിൽ നിന്നുള്ളയാൾ എറോൾ ആയിരുന്നു. ഞാനാണ് ഹികാബിയെ കൊന്നതെന്ന് ആരോ അവരോട് പറഞ്ഞിരിക്കുന്നു. അത് ആരാണെന്ന് നിങ്ങൾക്കറിയാമല്ലോ.''

ഞാൻ വെറുതെ ബുക്കറ്റിനെ തെറ്റിദ്ധരിച്ചു.

''അത് ആരായിരുന്നാലും നമുക്ക് നമ്മളെപ്പറ്റി നല്ല ഉറപ്പുണ്ട്. അതിനാൽ പറയുന്നതോർത്ത് വിഷമിക്കുന്നത് നിർത്തൂ. നാളെ കാര്യങ്ങൾ എല്ലാവർക്കും വ്യക്തമാകും.''

അവൻ കോപം സഹിക്കാനാവാതെ ചീറി.

''നാളെയാകുമ്പോഴേക്കും എന്റെ മേലുള്ള ആരോപണങ്ങൾ തെറ്റാണെന്ന് തെളിയും. പക്ഷേ ആ എർകുവിനെ കയ്യിൽക്കിട്ടിയാൽ...''

''ഒരു ചെറുവിരൽ പോലുമനക്കരുത്! നീ എല്ലാം കുഴപ്പത്തിലാക്കും. ഈ പ്രശ്നം അവസാനിച്ചു അലീ. നീ സ്വയം നിയന്ത്രിക്കണം. എർക്യുവിൽനിന്ന് അകലം പാലിക്കണം. ഞാൻ അവനെ കൈകാര്യം ചെയ്തേക്കാം. നീ ഇത് ഇപ്പോൾത്തന്നെ മറക്കണം.''

അവൻ വീണ്ടും മുരണ്ടു.

''വേറൊരു കാര്യമുണ്ട് ചീഫ്.''

ഇനി എന്താണാവോ, ഞാൻ വിചാരിച്ചു. ഇന്ന് അലി കുറെ പുതിയ വാർത്തകളുമായാണ് വന്നിരിക്കുന്നത്.

''എന്താണ്?''

അവൻ ഇടനാഴിയിലൂടെ ഞങ്ങളുടെ നേരെ വരുന്ന രണ്ട് ഉദ്യോഗസ്ഥരെ നോക്കി.

''നിങ്ങളുടെ ഓഫീസിൽ വച്ചു സംസാരിക്കാമോ?''

എന്റെ ജിജ്ഞാസ വർദ്ധിച്ചു.

''തീർച്ചയായും.'' ഞാൻ എന്റെ മുറിയിലേക്ക് തിരിഞ്ഞു.

''എങ്കിൽ വാ. നമുക്ക് അങ്ങോട്ട് പോകാം.''

എന്റെ ഓഫീസ് ഒരു അടുപ്പ് പോലെയായിരുന്നു. എപ്പോഴും ശബ്ദമുണ്ടാക്കുന്ന എയർകണ്ടീഷണറിനോട് എനിക്ക് വെറുപ്പായിരുന്നെങ്കിലും വീണ്ടും അത് ഉപയോഗിക്കേണ്ടിയിരിക്കുന്നു. അദ്ഭുതകരമായ കാര്യമെന്താണെന്നു വച്ചാൽ, കഴിഞ്ഞ ദിവസം ചൂട് മൂലം തളർന്നുപോയ അലിയെ ഇപ്പോൾ അത് ബാധിക്കുന്നതായി തോന്നിയതേയില്ല. അവനെ അലട്ടുന്ന കാര്യമെന്തായാലും, അത് സാധാരണ ഗതിയിൽ അവനെ തളർത്തുന്ന കാലാവസ്ഥയെക്കുറിച്ച് മറക്കാൻ സഹായിച്ചിട്ടുണ്ട്. എന്റെ മേശയുടെ ഇടതുവശത്ത് കിടന്ന ചാരുകസേരയിലേക്ക് വീണതിനുശേഷം അലി തന്റെ കീഴ്ച്ചുണ്ട് കടിച്ചുകൊണ്ട്

ഞാൻ ഇരിക്കാൻ കാത്തിരുന്നു. ജാക്കറ്റ് അതിന്റെ കൊളുത്തിൽ തൂക്കിയിട്ടതിനുശേഷം ഞാൻ അവന്റെ എതിർവശത്ത് ഇരുന്നു.

‘‘ശരി, പറയ്. എന്താ പ്രശ്നം?’’

അവൻ അറിയാതെ കൈകൊണ്ട് വായ പൊത്തി. എങ്ങനെ തുടങ്ങണം എന്ന് ആലോചിക്കുകയാണെന്ന് എനിക്ക് തോന്നി.

‘‘സെയ്നെപ്...’’ ഒടുവിൽ അയാളുടെ വായിൽനിന്ന് വാക്കുകൾ പുറത്തു ചാടി.

‘‘നിങ്ങളുടെ അഭിപ്രായത്തിൽ ഞാൻ ഇന്ന് പറഞ്ഞത് സെയ്നെപ എങ്ങനെയെടുത്തിട്ടുണ്ടാവും?’’

എനിക്ക് ആശ്വാസമായി. സത്യം പറഞ്ഞാൽ, എന്റെ സഹായി ഹികാബിയെ കൊലപ്പെടുത്താനുള്ള സാധ്യത എന്റെ മനസ്സിന്റെ കോണിൽ എവിടെയോ അപ്പോഴുമുണ്ടായിരുന്നു എന്നു തോന്നുന്നു.

‘‘എന്റെ ദൈവമേ..! അലീ...’’ ഞാൻ പൊട്ടിച്ചിരിച്ചു.

‘‘ഇതാണോ നിന്റെ പ്രശ്നം?’’

വല്ലാത്തൊരു പിരിമുറുക്കം അവന്റെ സുന്ദരമായ മുഖത്തെ വലിച്ചു മുറുക്കിയിരുന്നു.

‘‘അവൾ എന്നെ തെറ്റിദ്ധരിച്ചോ എന്ന് എനിക്ക് സംശയമുണ്ട്.’’

എന്റെ കടുപ്പക്കാരൻ സുഹൃത്ത് ചെറിയ ഒരു പ്രശ്നത്തിലാണ് ഇത്തവണ കുടുങ്ങിയിരിക്കുന്നത്.

‘‘എന്തിനാണ് അവൾ തെറ്റിദ്ധരിക്കുന്നത്? നീ എല്ലാം വളരെ വ്യക്തമായി വിശദീകരിച്ചു. എന്റെ മനസ്സിൽ ചോദ്യചിഹ്നങ്ങളൊന്നും അവശേഷിക്കുന്നില്ലെങ്കിൽ, അവളിലും ഒന്നുമില്ല.’’

എന്റെ വാക്കുകൾ അവൻ കാര്യമായി എടുത്തില്ല.

‘‘എനിക്കറിയില്ല ചീഫ്, സ്ത്രീകൾ സാധാരണയായി ഇത്തരം കാര്യങ്ങളോട് എങ്ങനെ പ്രതികരിക്കുമെന്ന് എനിക്കറിയില്ല.’’

‘‘അലീ, അവൾ എങ്ങനെ പ്രതികരിക്കാനാണ്? ആ പെൺകുട്ടി നിന്നോട് പ്രണയത്തിലാണ്. നിനക്ക് എന്ത് സംഭവിച്ചാലും അവൾ അത് സഹിക്കും. അവൾ നിന്നോട് മുമ്പത്തേക്കാൾ കൂടുതൽ സ്നേഹം കാണിച്ചേക്കാനാണ് സാധ്യത.’’

അവൻ പുഞ്ചിരിച്ചു.

‘‘അവൾ ഇതിനകംതന്നെ അങ്ങനെ ചെയ്തുതുടങ്ങി. ഞാൻ അവളുടെ മുറിയിലേക്ക് പോയപ്പോൾ, അവൾ മുമ്പെങ്ങുമില്ലാത്തവിധം എന്നെ കെട്ടിപ്പിടിച്ചു. അതായത്, ഒരുപാട്...’’

അയാൾക്ക് വാക്കുകൾ കണ്ടെത്താൻ കഴിയുന്നുണ്ടായിരുന്നില്ല. ഞാൻ അവനെ സഹായിച്ചു.

‘‘ആർദ്രതയോടെ?’’

‘‘അതെ.’’ അവൻ സംതൃപ്തിയോടെ പറഞ്ഞു.

''ഞാൻ ഉദ്ദേശിക്കുന്നത്, ഒരു കാമുകിയെ പോലെയായിരുന്നില്ല അത്. കൂടുതൽ ഇഷ്ടത്തോടെ...''

അയാൾക്ക് തുടരാൻ കഴിയുന്നുണ്ടായിരുന്നില്ല. ഞാൻ വീണ്ടും സഹായിച്ചു.

''അമ്മയെപ്പോലെ..?''

''അമ്മയെപ്പോലെ ആയിരുന്നിരിക്കണം.'' അയാൾ പിറുപിറുത്തു.

''എനിക്ക് ഒരിക്കലും അമ്മ ഉണ്ടായിരുന്നില്ല, അതിനാൽ എനിക്ക് ആ വികാരം അറിയില്ല ചീഫ്.''

എന്റെ കണ്ണുകൾ ഈറനണിഞ്ഞു. ഞങ്ങൾക്കിടയിൽ ഒരു മേശ ഇല്ലായിരുന്നുവെങ്കിൽ, ഞാൻ എഴുന്നേറ്റുനിന്ന് ആ തെമ്മാടിയെ കെട്ടിപ്പിടിക്കുമായിരുന്നു. പകരം ഞാൻ പറഞ്ഞു,

''പറയുന്നത് കേൾക്കൂ അലീ. ഈ പെൺകുട്ടി നിന്നെ ശരിക്കും സ്നേഹിക്കുന്നു. സ്ത്രീകൾ, ഞാൻ അർത്ഥമാക്കുന്നത് ആത്മാർത്ഥമായി സ്നേഹിക്കുന്ന സ്ത്രീകളെയാണ്. അവർ ഒരു പുരുഷൻ ശക്തനാണോ അല്ലയോ എന്നത് കാര്യമാക്കാറില്ല. അവർ നിങ്ങളെ സ്നേഹിക്കുന്നത് നിങ്ങൾ അവരുടെ ഹൃദയത്തിലെ പ്രധാനപ്പെട്ട എവിടെയോ സ്പർശിച്ചതുകൊണ്ടാണ്. നിങ്ങൾ സ്വയമറിയാതെയാണത് ചെയ്തതെങ്കിൽ അവർ നിങ്ങളെ കൂടുതൽ സ്നേഹിക്കും. കാരണം നിങ്ങൾ ആത്മാർത്ഥതയുള്ളവനാണെന്ന് അവർ മനസ്സിലാക്കും. അങ്ങനെയാണ് സെയ്നെപ് നിങ്ങളെ സ്നേഹിക്കുന്നത്. കാരണം നിങ്ങൾ സ്വയമറിയാതെതന്നെ അവളുടെ ഭാഗമായിത്തീർന്നു.''

അവന്റെ മുഖം ചുവന്നു.

''അവൾ എന്റെയും ഭാഗമാണ് ചീഫ്.'' അവൻ നാണത്തോടെ പറഞ്ഞു.

''രണ്ട് വശത്തും ഒരേപോലെയുള്ള അനുഭവമാണ്.''

''നിങ്ങൾ പരസ്പരം കണ്ടെത്തിയെന്നതാണ് ഏറ്റവും വലിയ കാര്യം. അതിനാൽ നിങ്ങൾ അതിനെ വിലമതിക്കേണ്ടതുണ്ട്. സ്നേഹമാണ് ജീവിതത്തിലെ ഏറ്റവും വലിയ നിധി അലീ. പക്ഷേ നിങ്ങൾ അതിന് ശരിയായ പരിചരണം നൽകിയില്ലെങ്കിൽ, അത് ഒരു മരീചികപോലെ നഷ്ടമാകും. അതുകൊണ്ട് നീ ചുമ്മാ ഓരോ വിഡ്ഢിത്തങ്ങൾ ആലോചിച്ചു കൂട്ടരുത്.''

എന്റെ ഫോൺ വീണ്ടും റിംഗ് ചെയ്യാൻ തുടങ്ങി. സെക്കായിയാണ് വിളിക്കുന്നത്.

''സോറി അലി. ഞാൻ ഇത് എടുക്കട്ടെ.'' ഞാൻ ബട്ടൺ അമർത്തി.

''ഹലോ, സെഫായ്. നിങ്ങൾ ഇവിടെയെത്തിയോ?''

പക്ഷേ ഫോണിൽ എന്റെ സഹപ്രവർത്തകന്റെ പതിഞ്ഞ ശബ്ദം ആയിരുന്നില്ല. ഒരു സ്ത്രീയാണ് കരഞ്ഞുകൊണ്ട് മറുപടി പറഞ്ഞത്.

''ഹലോ, നെവ്സാറ്റ്, നെവ്സാറ്റ് ചേട്ടാ.., അവർ അവനെ വെടി വച്ചു. അവർ അവനെ വെടിവച്ചു.''

ശബ്ദം പരിചിതമാണെങ്കിലും എനിക്ക് പെട്ടെന്ന് അത് ആരുടേതാണ് എന്നു ഓർത്തെടുക്കാൻ കഴിഞ്ഞില്ല.

''എനിക്ക് മനസ്സിലാകുന്നില്ല മാഡം, ആരാണ് വെടിവെച്ചത്?''

''അവൻ മരിച്ചു, നെവ്സാറ്റ് ചേട്ടാ. അവർ അവനെ കൊന്നു.''

ഞാൻ പറഞ്ഞത് കേൾക്കാത്തതുപോലെ ആ സ്ത്രീ അലറി.

ഞാൻ അവരെ ആശ്വസിപ്പിക്കാൻ ശ്രമിച്ചു.

''മാഡം, ശാന്തയായിരിക്കൂ. ആരാണ് സംസാരിക്കുന്നത്?''

ആ സ്ത്രീക്ക് സ്വയം നിയന്ത്രിക്കാൻ കഴിയുന്നുണ്ടായിരുന്നില്ല.

''ഇത് ഞാനാണ് നെവ്സാറ്റ് ചേട്ടാ. ഇത് സെലീലാണ്. അവർ സെക്കായിയെ വെടിവച്ചു.''

കേട്ടത് വിശ്വസിക്കാനാവാതെ ഞാൻ വട്ടം തിരിഞ്ഞു.

''എന്ത്? നീയെന്താ ഈ പറയുന്നത്?''

ഞാൻ ചോദിച്ചു. ആ വേദനാജനകമായ സത്യം പതിയെ എന്റെ തലയിലേക്ക് കടന്നുവന്നു. ''സെക്കായി..! അവർ സെക്കായിയെ വെടി വച്ചു?'' ഉത്തരം അറിയാമായിരുന്നിട്ടും ഞാൻ തുടർന്നു.

''അതെങ്ങനെയാ? ഒരു മണിക്കൂർ മുൻപേ ഞാൻ അയാളോട് സംസാരിച്ചിരുന്നു. അവൻ ഇവിടെ വരേണ്ടതായിരുന്നു.''

''എനിക്കറിയില്ല, എനിക്കറിയില്ല.'' സെലീൽ പറഞ്ഞു. ''ഞാൻ വീട്ടിലെത്തിയപ്പോൾ, അവൻ രക്തത്തിൽ കുളിച്ചുകിടക്കുന്നതാണ് ഞാൻ കണ്ടത്. എന്റെ ദൈവമേ, ഞങ്ങൾക്ക് ഇതെന്താണ് സംഭവിച്ചത്?''

ആ പാവം സ്ത്രീക്ക് കൂടുതലൊന്നും പറയാൻ കഴിഞ്ഞില്ല.

''ശരി. ശരി, സെലീൽ, ഞാൻ ഉടനെ വരാം.'' ഞാൻ ഫോൺ വെച്ചിട്ട് പരിഭ്രമത്തോടെ നോക്കിയിരിക്കുന്ന അലിയുടെ നേരെ തിരിഞ്ഞു.

''സെക്കായ്. അവർ സെക്കായിയെ കൊന്നു.''

എന്ത് സന്ദേശം ചീഫ്?

സെക്കായിയുടെ ചേതനയറ്റ ശരീരം അയാളുടെ ലളിതമായ വീടിന്റെ പൂന്തോട്ടത്തിലാണ് കിടന്നിരുന്നത്. ബൾബുകളുടെ വെളിച്ചത്തിൽ ചുവപ്പായി കാണപ്പെട്ട പിങ്ക് വേനൽക്കാല റോസാപ്പൂക്കൾ ആ ശരീരത്തിന് കുട പിടിച്ചു. താടിയെല്ലിലൂടെ കയറിയ വെടിയുണ്ട മുഖത്തിന്റെ അടിഭാഗം വികൃതമാക്കിയിരുന്നു. ഇടത് കണ്ണ് കറുത്തിരുന്നു. പൊട്ടിയ പുരികത്തിൽനിന്ന് ഒഴുകിയ രക്തം ചുണ്ടിന്റെ അരികിലെത്തി ഉണങ്ങിപ്പിടിച്ചിരുന്നു. ചുറ്റും തളംകെട്ടി നിന്ന രക്തം അവന്റെ തലയുടെ പുറകിൽ നിന്നാണ് ഒഴുകി വന്നത്. വെടിയുണ്ട തലയോട്ടി തകർത്തിരുന്നു. മരിച്ചവരെ കാണുന്നത് സങ്കടമുള്ള കാര്യമാണ്. പക്ഷേ സെക്കായിയുടെ മരണം ഒരു വലിയ ദുരന്തമായി അനുഭവപ്പെട്ടു. അവൻ പരാജയപ്പെട്ടു. സ്വന്തം കരിയറിൽ പരിഹരിക്കാൻ കഴിയാതിരുന്ന ഒരേയൊരു കേസ് അവസാനം അവന്റെ ജീവൻ നഷ്ടപ്പെടുത്തി. ആ മരണത്തിന് അർത്ഥമുണ്ടായിരുന്നു എന്നതിൽ എനിക്ക് ആശ്വാസം തോന്നി. സ്വന്തം ജീവിതം സമർപ്പിച്ച ഒരു കേസിനിടയിലാണ് അത് സംഭവിച്ചത്. ഒരിക്കലും അവസാനിക്കാത്ത പോരാട്ടം. പക്ഷേ അത് സ്വന്തം ജീവനോളം വിലപ്പെട്ടതാണോ? അക്കാര്യമെനിക്ക് അത്ര ഉറപ്പില്ലായിരുന്നുവെങ്കിലും മറ്റൊന്ന് എനിക്കറിയാമായിരുന്നു. അവന്റെ സ്ഥാനത്ത് ഞാനായിരുന്നെങ്കിലും ഇതുതന്നെ ചെയ്യുമായിരുന്നു. എല്ലാ നല്ല പൊലീസുകാരും ഇതേ പാത പിന്തുടരും. എന്റെ നോട്ടം സെക്കായിയുടെ ചലനമറ്റ ശരീരത്തിലായിരുന്നു. അവൻ ജീവിച്ചിരിപ്പുണ്ടെങ്കിൽ ഇങ്ങനെ പറയുമായിരുന്നു.

''നീ എന്താണ് ചെയ്യുന്നത് നെവ്സാറ്റ്? ഇപ്പോൾ വികാരങ്ങൾക്ക് കീഴടങ്ങാനുള്ള സമയമാണോ? മരിച്ചത് നമ്മുടെ സുഹൃത്തായിരിക്കാം, പക്ഷേ കടമ നിറവേറ്റിയേ പറ്റൂ.''

മുന്നോട്ട് നീങ്ങാത്ത സ്വന്തം ശരീരം വലിച്ചിഴച്ചുകൊണ്ട് ഞാൻ എന്റെ സഹപ്രവർത്തകന്റെ മൃതദേഹം പരിശോധിക്കാൻ തുടങ്ങി.

ബ്ലൈൻഡ്മാൻസ് ബഫിന്റെ മറ്റ് ഇരകളിൽനിന്ന് വ്യത്യസ്തമായി, നിർഭാഗ്യവശാൽ വിജയിച്ചില്ലെങ്കിലും സെക്കായ് അവനുമായി ഏറ്റുമുട്ടിയെന്നതിന് മുഖത്തെ മുറിവുകൾ, പൊട്ടിയ പുരികം എന്നിവ തെളിവായിരുന്നു. ഇതിൽനിന്ന് ഊഹിക്കാൻ കഴിയുന്നത് ബ്ലൈൻഡ്

മാൻസ് ബഫ് ആരോഗ്യമുള്ള ഒരാളാണ് എന്നതാണ്. സെക്കായ് നല്ല ആരോഗ്യമുള്ളവനായിരുന്നു. ചെറുപ്പമായിരുന്നില്ലെങ്കിലും അയാളെ തടയുക അത്രയെളുപ്പമായിരുന്നില്ല. കൊലയാളിക്ക് അനായാസം ഏറ്റുമുട്ടലിൽ മേൽക്കൈ ലഭിച്ചെങ്കിൽ, അതിനർത്ഥം അയാൾക്ക് അടി തടകൾ അറിയാമെന്നാണ്. പക്ഷേ മുഖത്തേറ്റ അടികളല്ല സെക്കായിയെ കൊന്നത്.

അലി ആകെ പകച്ച മട്ടിൽ സെക്കായിയെ വലംവെക്കുകയായിരുന്നു. ഞാൻ അവനെ നോക്കി നിലത്തേക്ക് ആംഗ്യം കാണിച്ചു.

''നമുക്ക് ചുറ്റും നോക്കാം, ബുള്ളറ്റ് കണ്ടെത്താൻ കഴിയുന്നില്ലെങ്കിൽ...''

''തീർച്ചയായും.'' എന്റെ അസിസ്റ്റന്റ് മുട്ടുകുത്തി നിന്നു തിരച്ചിൽ തുടങ്ങി. ഞാൻ കുനിഞ്ഞ് നിലം അരിച്ചുപെറുക്കാൻ തുടങ്ങി. ഞങ്ങളുടെ തിരച്ചിൽ മിനിറ്റുകൾ നീണ്ടുനിന്നെങ്കിലും ഒന്നും കണ്ടെത്താനായില്ല.

''ബ്ലൈൻഡ് മാൻസ് ബഫ് ഉപയോഗിച്ച ആയുധം നമ്മുടെ പക്കൽ രജിസ്റ്റർ ചെയ്തിരിക്കണം.'' തിരച്ചിൽ പൂർത്തിയാക്കി ഞാൻ പറഞ്ഞു. ''അല്ലെങ്കിൽ അവൻ ബുള്ളറ്റും കേസിംഗും കൂടെ കൊണ്ടുപോകില്ലായിരുന്നു.''

''ബ്ലൈൻഡ്മാൻസ് ബഫ്? അവനാണോ സൂപ്രണ്ട് സെക്കായിയെ കൊന്നത്?''

''തീർച്ചയായും അവൻ തന്നെ.'' ഞാൻ നിവർന്നുകൊണ്ട് പറഞ്ഞു.

ഞാൻ ഉറപ്പിച്ചു പറഞ്ഞെങ്കിലും അയാൾക്ക് അത് വിശ്വസിക്കാൻ കഴിഞ്ഞില്ല.

''ശരി, പക്ഷേ സൂപ്രണ്ട് സെക്കായിയുടെ കണ്ണുകൾക്ക് മുകളിൽ വെൽവെറ്റ് തുണി വച്ചു കെട്ടിയിട്ടില്ല. സമീപത്തു കളിപ്പാട്ടവുമില്ല. വലത് ചെവി മുറിച്ചിട്ടില്ല.''

''കാരണം സെക്കായ് ഒരു ബാലപീഡകനല്ലായിരുന്നു.'' ഞാൻ പറഞ്ഞു. ''അതുകൊണ്ടല്ല അയാളെ കൊന്നത്. അവൻ ആരാണെന്ന് സെക്കായ് കണ്ടുപിടിച്ചു. ഇത്തവണ അവൻ തന്റെ സംതൃപ്തിക്കു വേണ്ടിയല്ല, മറിച്ച് പിടിക്കപ്പെടാതിരിക്കാനാണ് കൊന്നത്.''

അലിയുടെ ജിജ്ഞാസയുടെ ആഴം കൂടി.

''സൂപ്രണ്ട് സെക്കായ്?'' വാക്കുകൾ പുറത്തു വരാതെ കിറുകിറാ ശബ്ദത്തിൽ അലി ചോദിച്ചു. ''ബ്ലൈൻഡ്മാൻസ് ബഫ് ആരാണെന്ന് അങ്ങേർക്ക് മനസ്സിലായോ?''

സത്യം മറച്ചുവെക്കുന്നതിൽ അർത്ഥമില്ലായിരുന്നു.

''അതെ. അയാൾക്ക് അത്ര ഉറപ്പില്ലായിരുന്നു. പക്ഷേ അവനത് തന്റെ മരണത്തിലൂടെ തെളിയിച്ചു. സെക്കായിക്ക് തീർച്ചയായും അറിയാമായിരുന്നു. അതിനാലാണ് അവനെ കൊന്നത്.''

അലിയുടെ ആശ്ചര്യം അതിര് കവിഞ്ഞു. അവൻ എന്റെ നേരെ തിരിഞ്ഞു.

''സെലീൽ മാഡവുമായി ഫോണിൽ സംസാരിച്ചുകൊണ്ടിരിക്കുമ്പോൾ സെക്കായ് നിങ്ങളുടെ അടുത്തേക്ക് വരുമെന്ന് പറയുന്നത് കേട്ടു. അയാൾ ബ്ലൈൻഡ്മാൻസ് ബഫിന്റെ ഐഡന്റിറ്റി വെളിപ്പെടുത്താൻ പോവുകയായിരുന്നോ?'' ഞാൻ മിണ്ടാതെ നിന്നു, അവൻ തുടർന്നു. ''ആഹാ. അപ്പോൾ കൊലപാതകി ആരാണെന്ന് സെക്കായിക്കു മനസ്സിലായിരുന്നു.'' അവൻ അസൂയയോടെ ആ ശരീരം നോക്കി നിന്നു. ''ചീഫ്, അദ്ദേഹം സന്തോഷത്തോടെയാണ് മരിച്ചത്. കാരണം സൂപ്രണ്ട് സെക്കായ് തന്റെ വിജയിക്കാത്ത ഒരേയൊരു കേസ് പരിഹരിച്ചു.'' അവന്റെ കണ്ണുകൾ നനഞ്ഞു. ''അതെ, കൊലപാതകിയെ തിരിച്ചറിഞ്ഞതിൽ അദ്ദേഹം സന്തോഷിച്ചിട്ടുണ്ടാകണം.'' അവൻ പെട്ടെന്നു തന്നെ തന്റെ വികാരങ്ങൾ പണിപ്പെട്ട് അടക്കി. ''അപ്പോൾ ബ്ലൈൻഡ്മാൻസ് ബഫ് ആരാണെന്ന് നമ്മൾ എങ്ങനെ മനസ്സിലാക്കും?''

ഞാൻ നിസ്സഹായനായി കൈകൾ വീശി.

''അതാണ് ഞാൻ ഇത്രയും നേരം ആലോചിച്ചത്. നമ്മളത് കണ്ടുപിടിക്കാൻ പോകുന്നില്ലെന്ന് തോന്നുന്നു.''

അവൻ നിരാശയോടെ തന്റെ ചപ്രത്തലമുടിയിൽ തലോടി. ലക്ഷ്യത്തിന് ഇത്രയടുത്ത് എത്തിയതിനു ശേഷമുണ്ടായ ആ ഭീകരമായ നഷ്ടം അവന് അംഗീകരിക്കാൻ കഴിഞ്ഞില്ല.

''അദ്ദേഹം അത് എവിടെയെങ്കിലും എഴുതിവച്ചിട്ടുണ്ടാകുമോ? എനിക്കറിയില്ല, കമ്പ്യൂട്ടറിലോ മറ്റെവിടെയെങ്കിലുമോ? ആരോടെങ്കിലും പറഞ്ഞിരിക്കാൻ സാധ്യതയുണ്ടോ?''

''നിർഭാഗ്യവശാൽ അയാൾ ആരോടുമത് പറഞ്ഞില്ല അലീ.'' അവസരം നഷ്ടപ്പെട്ട ഖേദത്തോടെ ഞാൻ മറുപടി പറഞ്ഞു. ''അവൻ ആദ്യം എന്നോട് പറയാനാണ് പദ്ധതിയിട്ടത്. ഫോണിലൂടെ പറയാനായി ഞാൻ നിർബന്ധിച്ചു. പക്ഷേ അയാൾക്ക് താൽപ്പര്യമില്ലായിരുന്നു. അത് അവന്റെ കമ്പ്യൂട്ടറിൽ ഉണ്ടാകാൻ സാധ്യത കുറവാണ്. സെക്കായി ഒരു പഴയ മട്ടുകാരനാണ്. പക്ഷേ നമുക്ക് സെലീൽ മാഡത്തിനോട് ചോദിക്കാം. വീട് മുഴുവൻ തിരയാം. ചിലപ്പോൾ നമുക്ക് നോട്ട്ബുക്കോ മറ്റോ കിട്ടിയേക്കാം. പക്ഷേ എനിക്ക് സംശയമാണ്. അവൻ ഇന്നലെ മുതൽ ആരോടൊക്കെ സംസാരിച്ചുവെന്ന് കണ്ടുപിടിക്കുകയാണ് പ്രധാന കാര്യം. അവൻ ആരെയാണ് വിളിച്ചത്, ആരെയൊക്കെ കണ്ടു...''

ആ ചെറിയ പൂന്തോട്ടത്തിനപ്പുറത്ത് നിന്ന് കേട്ട ഒരു പരിചിതമായ ആ ശബ്ദം എന്റെ വാക്കുകളെ തടസ്സപ്പെടുത്തി.

''എന്റെ ദൈവമേ! സൂപ്രണ്ട് സെക്കായിയുടെ ശരീരവും നമ്മൾ പരിശോധിക്കണമല്ലോ.''

തിരിഞ്ഞു നോക്കിയപ്പോൾ സെഫിക് തന്റെ ഔദ്യോഗികവേഷത്തിൽ കൈയിൽ ബാഗുമായി നിൽക്കുന്നത് കണ്ടു. പൂന്തോട്ടത്തിന്റെ

പ്രവേശന കവാടത്തിൽ നിന്നിരുന്ന ഞങ്ങളുടെ സൂക്ഷ്മദൃക്കും അതിബുദ്ധിമാനുമായ ഇൻസ്പെക്ടർ അടിമുടി കുലുങ്ങിയ ലക്ഷണമുണ്ടായിരുന്നു. ഞങ്ങളെ കണ്ടതോടെ അവന്റെ അവസ്ഥ കൂടുതൽ വഷളായി. താൻ എന്തിനാണ് ഇവിടെയെത്തിയതെന്നും തന്റെ ജോലി എന്താണെന്നും മറന്നു ബാഗ് തറയിൽ ഉപേക്ഷിച്ചിട്ട് ഞങ്ങളുടെ അടുത്തേക്ക് കാലുകൾ വലിച്ചിഴച്ചുകൊണ്ട് അവൻ നടന്നു വന്നു.

''അപ്പോൾ കേട്ടത് ശരിയാണ്, അവർ സൂപ്രണ്ട് സെക്കായിയെ ശരിക്കും കൊന്നു.''

തോളിൽ കൈ ചുറ്റി ഞാൻ ആശ്വസിപ്പിക്കാനായി അവൻ കാത്തിരിക്കുകയായിരുന്നു. എനിക്ക് അത് ചെയ്യാമായിരുന്നു. പക്ഷേ അത് അവന്റെ അവസ്ഥ മെച്ചപ്പെടുത്താൻ വഴിയില്ല. നേരെമറിച്ച്, രംഗം പരിശോധിക്കാനോ ആവശ്യമായ കുറിപ്പുകൾ എടുക്കാനോ കഴിയാതെ അവൻ വീണുപോകുമെന്ന് എനിക്ക് ഉറപ്പായിരുന്നു.

''സെഫിക്...'' ഞാൻ ആധികാരികമായി പറഞ്ഞു. ''ശാന്തനായിരിക്കൂ. നമ്മൾ ഡ്യൂട്ടിയിലാണ്. എനിക്കും വല്ലാത്ത വിഷമമുണ്ട്. പക്ഷേ ആദ്യം നമുക്ക് ജോലിതീർക്കണം. കരയാൻ ധാരാളം സമയമുണ്ട്.''

മുഖത്ത് ആഞ്ഞൊരടി കിട്ടിയതുപോലെ സെഫിക് വേച്ചു പോയി. അവൻ ആക്ഷേപവും വെറുപ്പും കലർന്ന കണ്ണുകളോടെ തീക്ഷ്ണമായി എന്നെ നോക്കി. ചീഫിന് എങ്ങനെ ഇത്ര ഹൃദയശൂന്യനാകാൻ കഴിയുന്നു? അത് എന്നെ ബാധിക്കാൻ ഞാൻ അനുവദിച്ചില്ല.

''സെഫിക്, നോക്ക്, ആളുകൾ കാത്തിരിക്കുന്നു. പോയി അവർക്ക് വേണ്ട നിർദ്ദേശങ്ങൾ നൽകൂ. ജോലി തുടങ്ങട്ടെ.''

അവൻ അസ്വസ്ഥനായിരുന്നു എന്നു പറഞ്ഞാൽപ്പോരാ ശരിക്കും അസ്വസ്ഥനായിരുന്നു. പക്ഷേ ഞാൻ പറഞ്ഞത് കേട്ടപ്പോൾ അവൻ അനുസരണയോടെ പിന്മാറി.

''നിങ്ങളുടെ ഇഷ്ടംപോലെ.'' അവൻ നീരസത്തോടെ പറഞ്ഞു. ''നമുക്ക് ജോലി തുടങ്ങാം.''

തരിച്ചു നിന്ന അലിയുടെ നേരെ ഞാൻ തിരിഞ്ഞു. എങ്ങനെ ഇത്ര പരുഷമായി പെരുമാറാൻ കഴിഞ്ഞു? ആ മുഖത്തെ ചോദ്യഭാവത്തിന്റെ അർത്ഥം അതായിരുന്നു. പക്ഷേ അവന് വിശദീകരണം നൽകാനുള്ള മാനസികാവസ്ഥയിലായിരുന്നില്ല ഞാൻ.

''വരൂ. നമുക്ക് അകത്ത് പോയി പരിശോധിക്കാം.''

എതിർപ്പില്ലാതെ അവൻ എന്നെ അനുഗമിച്ചു. ഒരു കിടപ്പുമുറിയും വലുതും ചെറുതുമായ രണ്ടു ഇരുപ്പ് മുറികളും ഒരു സ്വീകരണമുറിയും അടങ്ങുന്നതാണ് ആ വീട്. ഞാൻ രണ്ട് മുറികളിൽ തിരച്ചിൽ നടത്തി. അലി മറ്റു മുറികളിലേക്ക് തിരിഞ്ഞു. ഊഹിച്ചതുപോലെ ആ വീട്ടിൽ കമ്പ്യൂട്ടർ ഇല്ലായിരുന്നു. പക്ഷേ സെക്കായിയുടെ വക നോട്ട് ബുക്കുകളൊന്നും അവിടെയുണ്ടായിരുന്നില്ല എന്നത് എന്നെ അത്ഭുതപ്പെടുത്തി.

ബ്ലൈൻഡ്മാൻസ് ബഫിനെ പിന്തുടർന്ന കഴിഞ്ഞ അഞ്ച് വർഷത്തിനിടയിൽ സെകായി ഒരു കുറിപ്പ് പോലും എടുത്തിട്ടില്ല എന്നത് വിശ്വസനീയമായിരുന്നില്ല. സ്റ്റേഷനിലെ ഫയലിന് സമാനമായ ഒരു ഫയൽ സെക്കായിയുടെ കൈവശമുണ്ടായിരുന്നു എന്നു എനിക്ക് ഉറപ്പായിരുന്നു. ഞങ്ങളുടേതിനേക്കാൾ കൂടുതൽ വിവരങ്ങളും ഡോക്യുമെന്റുകളും അതിലുണ്ടായിരുന്നിരിക്കണം. ആ ഫയൽ എവിടെയാണ്? കൊലയാളി അത് എടുത്തിട്ടുണ്ടാവുമോ? സെകായിയെ കൊലപ്പെടുത്തിയ ശേഷം, ഒരുപക്ഷേ, വീട്ടിൽ ഈ കേസുമായി ബന്ധപ്പെട്ടുണ്ടായിരുന്നതെല്ലാം അവൻ എടുത്തിട്ടുണ്ടാകും. അത് കണ്ടെത്താൻ എളുപ്പമായിരിക്കും. സെലീൽ മാഡത്തോട് ചോദിച്ചാൽ, അവൾക്ക് ഞങ്ങളെ സഹായിക്കാൻ കഴിയും. എന്തായാലും എനിക്ക് അവളോട് ഉടൻ സംസാരിക്കണം. സെലീലിന് അപസ്മാരബാധ ഉണ്ടായതിനാൽ ബന്ധുക്കൾ അവളെ അയലത്തെ വീട്ടിലേക്കു കൊണ്ടുപോയിരുന്നു. ഞാൻ മുറിയിലുണ്ടായിരുന്ന ചെറിയ ബുക്ക് ഷെൽഫിലെ തിരച്ചിൽ പൂർത്തിയാക്കിപ്പോഴേക്കും അലി വാതിൽക്കൽ പ്രത്യക്ഷപ്പെട്ടു.

‘‘ചീഫ്, ഞാൻ തിരഞ്ഞ സ്ഥലങ്ങളിൽ ബ്ലൈൻഡ്മാൻസ് ബഫുമായി ബന്ധപ്പെട്ട പേപ്പറുകളോ കേസിന്റെ വിവരങ്ങളോ ഇല്ല.’’

ഞാൻ അവന്റെ അടുത്തേക്ക് ചെന്നു.

‘‘ഇവിടെ ഒന്നുമില്ല. നമുക്ക് പുറത്തെ വാതിൽ ഒന്ന് നോക്കാം. അവൻ അത് വഴി ഇടിച്ചു കയറിയതാണോ എന്ന് എനിക്ക് സംശയമുണ്ട്.’’

വാതിലും പൂട്ടും തകർത്തിട്ടില്ല. കൊലയാളി പ്രധാന വാതിൽ വഴി തന്നെയാവണം അകത്തേക്ക് വന്നത്. സെക്കായ് അവനെ വീട്ടിനകത്ത് കയറാൻ അനുവദിച്ചു എന്നർത്ഥം.

‘‘വിചിത്രം തന്നെ, അല്ലേ?’’ അലി പറഞ്ഞു. സൂപ്രണ്ട് സെക്കായ് അവനെ അകത്ത് കയറാൻ അനുവദിച്ചു എന്നതിന് അർത്ഥം കൊലപാതകിയെ അയാൾക്ക് അറിയാമായിരുന്നു എന്നാണ്. അങ്ങനെയാണെങ്കിൽ അവനെ എന്തിനാണ് അകത്തേക്ക് ക്ഷണിച്ചത്?’’

അവൻ പറഞ്ഞത് ശരിയായിരുന്നു.

‘‘ബ്ലൈൻഡ്മാൻസ് ബഫിനെ സെക്കായ് തെറ്റിദ്ധരിച്ചിരിക്കാം,‘‘ ഞാൻ ന്യായം കണ്ടെത്താൻ ശ്രമിച്ചു, പക്ഷേ അത് അസംബന്ധമായിരുന്നുവെന്ന് എനിക്കറിയാമായിരുന്നു. ‘‘പക്ഷേ അങ്ങനെയാണെങ്കിൽ, സെകായിയെ കൊല്ലാൻ അവന് കാരണവുമില്ലല്ലോ.‘‘

അലി മറ്റൊരു സാധ്യത ചൂണ്ടിക്കാട്ടി.

‘‘അദ്ദേഹത്തിന് അമിത ആത്മവിശ്വാസം തോന്നിയിരിക്കുമോ? ബ്ലൈൻഡ്മാൻസ് ബഫ് തന്നെ ഒന്നും ചെയ്യില്ലെന്ന് ചിലപ്പോൾ കരുതിയിരിക്കാം.’’

ഞാൻ നിഷേധാർത്ഥത്തിൽ തലയാട്ടി.

''എനിക്ക് അങ്ങനെ തോന്നുന്നില്ല. സെക്കായ് അത്ര നിഷ്കളങ്ക നല്ല.''

എന്റെ സഹായി അവന്റെ അഭിപ്രായത്തിൽ ഉറച്ചു നിന്നു.

''ഇതിന് നിഷ്കളങ്കതയുമായി യാതൊരു ബന്ധവുമില്ല. സെക്കായ് ഇത് ഒരു ഗെയിമായി കണ്ടിരിക്കണം. നിയമങ്ങളുള്ള ഒരു ഗെയിം. ബ്ലൈൻഡ്മാൻസ് ബഫ് തന്നെയാണ് ആ നിയമങ്ങൾ എഴുതിയത്. ഒരു സീരിയൽ കില്ലർ താൻ നിശ്ചയിച്ച നിയമങ്ങൾ ലംഘിക്കില്ലെന്ന് സെക്കായ് കരുതി. എന്നെക്കാൾ നന്നായി നിങ്ങൾക്ക് അയാളെ അറിയാമല്ലോ.

സത്യം പറഞ്ഞാൽ ഞങ്ങൾ തമ്മിൽ അത്ര അടുപ്പമുണ്ടായിരുന്നില്ല.

''അതൊന്നും എനിക്കറിയില്ല അലി.'' ഞാൻ ചുരുക്കിപ്പറഞ്ഞു. ''പക്ഷേ, സെക്കായ് ഒരിക്കലും ഒരു സീരിയൽ കില്ലറെ വിശ്വസിക്കില്ലെന്ന് എനിക്ക് ഉറപ്പുണ്ട്. അവൻ ഗെയിമിൽ എത്രമാത്രം ഉൾപ്പെട്ടിരുന്നാലും, ഒരിക്കലും ഒരു സീരിയൽ കില്ലറിന് വഴങ്ങില്ലായിരുന്നു.'' ഞാൻ ഒന്ന് നിറുത്തിയിട്ട് തുടർന്നു. ''എനിക്ക് മറ്റൊന്നാണ് തോന്നുന്നത്. താൻ തിരിച്ചറിയപ്പെട്ടുവെന്ന് ആ മനുഷ്യൻ മനസ്സിലാക്കിയിരിക്കില്ല. ഞാൻ ഉദ്ദേശിച്ചത് ഇതാണ്. ബ്ലൈൻഡ്മാൻസ് ബഫിന്റെ യഥാർത്ഥ ഐഡന്റിറ്റി സെക്കായ് മനസ്സിലാക്കി, പക്ഷേ ആ കൊലപാതകി അത് അറിഞ്ഞിരുന്നില്ല. മറ്റെന്തെങ്കിലും കാര്യങ്ങൾക്കായി അവൻ സെക്കായിയെ കാണാനെത്തി. അവർ സംസാരിക്കാൻ തുടങ്ങിയപ്പോൾ സെക്കായിയുടെ ഉള്ളിൽനിന്ന് അത് പുറത്ത് ചാടിയിരിക്കണം. നിയന്ത്രണം വിട്ട് മുഖത്ത് നോക്കി കാര്യം പറഞ്ഞപ്പോൾ ബ്ലൈൻഡ്മാൻസ് ബഫ് അയാളെ കൊന്നു.''

അലിയുടെ മുഖം ആവേശംകൊണ്ട് ചുരുങ്ങി.

''അങ്ങനെയെങ്കിൽ, ബ്ലൈൻഡ്മാൻസ് ബഫ് സെക്കായിക്ക് അറിയാവുന്ന ഒരാളായിരുന്നു. വീട്ടിലേക്ക് വരാൻ മാത്രം അടുപ്പമുള്ള ഒരുവൻ. ഒരുപക്ഷേ നമുക്ക് അറിയാവുന്ന ആരെങ്കിലുമാവാം അത്.''

അതിൽ അത്ഭുതപ്പെടാനില്ലായിരുന്നു.

''സെക്കായ് ഇന്നലെ മുതൽ ആരെയാണ് കണ്ടുമുട്ടിയതെന്നും സംസാരിച്ചതെന്നും നമുക്ക് കണ്ടെത്തേണ്ടതുണ്ട്, അത് കണ്ടുപിടിക്കാൻ കഴിഞ്ഞാൽ നമുക്ക് അവന്റെ കൊലയാളിയെ കണ്ടെത്താം.''

താൻ വളരെയധികം സ്നേഹിച്ച റോസാപ്പൂക്കളുടെ അടുത്തായിരുന്നു അയാൾ കിടന്നിരുന്നത്

പൂന്തോട്ടത്തോട് സാമ്യമുള്ള ഒരു സ്വീകരണമുറിയിൽ ഷാംപെയ്ൻ നിറമുള്ള സോഫയിൽ രണ്ട് പ്രായമായ സ്ത്രീകൾക്കിടയിലായിരുന്നു സെലീൽ ഇരുന്നിരുന്നത്. അവരുടെ പുറകിലെ മേശയിൽ, മൂന്ന് പെൺകുട്ടികൾ കൊലപാതകത്തെക്കുറിച്ചുള്ള അവരുടെ ഊഹങ്ങൾ അടക്കിപ്പിടിച്ച ശബ്ദത്തിൽ ചർച്ച ചെയ്തുകൊണ്ടിരുന്നിരുന്നു. സെലീൽ ഒരു കറുത്ത സ്കാർഫ് ചുറ്റിയിരുന്നു. അവളുടെ പുക പിടിച്ചതുപോലെയുള്ള നീലക്കണ്ണുകൾ നിർത്താതെ കരഞ്ഞതുമൂലം ചുവന്നു ജ്വലിച്ചു. ആ തോളുകൾ താണിരുന്നു. ക്ഷീണം കാരണം അവൾ ഏത് നിമിഷവും വീണുപോയേക്കും എന്നു തോന്നി. ശാന്തയാവാനായി ഡോക്ടർ മരുന്ന് എന്തെങ്കിലും കഴിപ്പിച്ചിരിക്കണം. കരയുന്നുണ്ടായിരുന്നില്ലെങ്കിലും അവൾ ഇടയ്ക്കിടെ മൂക്ക് ചീറ്റിക്കൊണ്ടിരുന്നു. ഉണർവുണ്ടാകാനായി ചുറ്റുമുള്ള സ്ത്രീകൾ നിരന്തരം പഞ്ഞി കൊളോണിൽ മുക്കിയിട്ട് അവളുടെ മുഖത്ത് പുരട്ടിക്കൊണ്ടിരുന്നു. എന്നെ കണ്ട നിമിഷം ആ പാവത്തിന്റെ കണ്ണുകൾ വീണ്ടും ഈറനണിഞ്ഞു.

“ഓ, നെവ്സാറ്റ് ചേട്ടാ!” അവൾ ഇടർച്ചയോടെ പറഞ്ഞു. “ഇതെങ്ങനെ സംഭവിച്ചു? അദ്ദേഹം വിരമിക്കുന്നതുവരെ എന്റെ ഹൃദയം ഏത് നിമിഷവും കുതിച്ചു ചാടി പുറത്തു പോകുമെന്നത് പോലെയാണ് ഞാൻ ജീവിച്ചത്. സെക്കായിക്ക് വെടിയേറ്റുവെന്ന് അവർ ഏത് നിമിഷവും പറയുമെന്ന ആശങ്കയിലായിരുന്നു ഞാൻ. വിരമിച്ചപ്പോഴാണ് സമാധാനമായത്. അത് കഴിഞ്ഞു, ഞാൻ സ്വയം ആശ്വസിപ്പിക്കുമായിരുന്നു. ഞങ്ങൾ ഇപ്പോൾ ഒരു സാധാരണ കുടുംബം പോലെയായി മാറിയിരുന്നു. എന്റെ ഭർത്താവ് എന്റെ അരികിലുണ്ടാകും, ഞങ്ങൾ സമാധാനത്തോടെ മുന്നോട്ട് പോകും. നോക്കൂ ഞങ്ങൾക്ക് എന്താണ് സംഭവിച്ചതെന്ന്. വിരമിച്ചിട്ടുപോലും ഞങ്ങൾക്ക് രക്ഷപ്പെടാൻ കഴിഞ്ഞില്ല.”

വർഷങ്ങൾക്ക് മുമ്പ് ഗുസൈഡ് പറഞ്ഞ ആശങ്കകൾ അവൾ ആവർത്തിക്കുകയായിരുന്നു. “എനിക്ക് പേടിയാണ് നെവ്സാറ്റ്.” മരിച്ചുപോയ എന്റെ ഭാര്യ പറഞ്ഞു. “ഒരു ദിവസം ഡോർബെൽ അടിക്കുമെന്നും

അവർ നിങ്ങളുടെ മരണവാർത്ത അറിയിക്കുമെന്നും എനിക്ക് ഭയമുണ്ട്.'' പക്ഷേ അതങ്ങനെയല്ല സംഭവിച്ചത്. നേരെമറിച്ച്, എന്റെ ഭാര്യയുടെയും മകളുടെയും മരണവാർത്ത അറിഞ്ഞത് ഞാനായിരുന്നു. പെട്ടെന്ന് എനിക്ക് തല കറങ്ങി. ഭാഗ്യവശാൽ, പെൺകുട്ടികളിൽ ഒരാൾ കൃത്യ സമയത്ത് ഒരു കസേര നൽകി. ഞാൻ രക്ഷപ്പെട്ടു. കസേര വലിച്ചിട്ട് ഞാൻ അവളുടെ എതിർവശത്ത് ഇരുന്നു.

''എന്നോട് ക്ഷമിക്കണം സെലീൽ. എനിക്ക് സെക്കായിയെ ശരിക്കും ഇഷ്ടമായിരുന്നുവെന്ന് നിങ്ങൾക്കറിയാം. നമുക്ക് ഇതിൽ എന്ത് ചെയ്യാൻ കഴിയുമായിരുന്നു? ഇതിനെ വിധിയെന്നോ നിർഭാഗ്യമെന്നോ വിളിക്കേണ്ടത്? മരണത്തിന്റെ കാര്യത്തിൽ മനുഷ്യർ നിസ്സഹായരാണ്.''

അവൾ എന്നെ തെറ്റിദ്ധരിച്ചുവെന്ന് തോന്നുന്നു. ആ തവിട്ടുനിറത്തിലുള്ള പുരികങ്ങൾ ഉയർന്നു.

''ഇത് വിധിയോ നിർഭാഗ്യമോ അല്ല.'' അവൾ അലറി. ''അവർ അവനെ കൊലപ്പെടുത്തി, നെവ്സാറ്റ്ചേട്ടാ. അവർ എന്റെ ഭർത്താവിന്റെ ജീവൻ അപഹരിച്ചു.'' അവൾ എന്നെ ആക്ഷേപിക്കുന്ന തരത്തിൽ നോക്കി. ''കൊലയാളിയെ നിങ്ങൾ കണ്ടെത്തുമല്ലോ? ശിക്ഷിക്കപ്പെടാതെ പോകില്ലല്ലോ?''

അവൾ ദേഷ്യപ്പെട്ടതിൽ ഞാൻ ശരിക്കും സന്തോഷിച്ചു. ആ മുഖത്തുണ്ടായിരുന്ന മയക്കം കുറച്ച് ഒഴിഞ്ഞുപോയ ലക്ഷണമുണ്ടായിരുന്നു.

''തീർച്ചയായും.'' ഞാൻ ഉറച്ച ബോധ്യത്തോടെ പറഞ്ഞു. ''തീർച്ചയായും ഞങ്ങൾ അവനെ പിടിക്കും. ഞാൻ നിങ്ങൾക്ക് വാക്ക് തരികയാണ്. ഈ കേസ് ഞാൻതന്നെ കൈകാര്യം ചെയ്യും. ഇത് ചെയ്തവന് പരമാവധി ശിക്ഷ ലഭിക്കുമെന്ന് ഞാൻ ഉറപ്പാക്കും. മനസ്സിലാക്കാൻ ബുദ്ധിമുട്ടുള്ള ഒരു ഭാവത്തിൽ ഞാൻ തുടർന്നു. ''സത്യത്തിൽ, ഞാൻ നിങ്ങളോട് അതിനെപ്പറ്റി സംസാരിക്കാനാണ് വന്നത്. എനിക്ക് കുറച്ച് ചോദ്യങ്ങൾ ചോദിക്കണമെന്നുണ്ട്. പക്ഷേ നിങ്ങൾക്കതിന് ഇപ്പോൾ താല്പര്യമില്ലെങ്കിൽ ഞങ്ങൾ പിന്നീട് വരാം.''

''ഇല്ല. നമുക്ക് ഇപ്പോൾ സംസാരിക്കാം.'' അവൾ ഗൗരവത്തോടെ പറഞ്ഞു. ''ഞാനൊരു പൊലീസ് ഓഫീസറുടെ ഭാര്യയാണ്. എന്റെ ഭർത്താവ് ഒരു രക്തസാക്ഷിയാണ്. എനിക്ക് ദുർബലയാകാൻ സാധിക്കില്ല. സെക്കായിക്കത് ഇഷ്ടമാവില്ല.''

അവളുടെ ധീരമായ വാക്കുകൾ കണക്കിലെടുക്കാതെ ഞാൻ ജാഗ്രതയോടെവീണ്ടും ചോദിച്ചു.

''നമുക്ക് വിശദമായി സംസാരിക്കണം, പക്ഷേ നിങ്ങൾ ഇപ്പോൾ തയ്യാറല്ലെങ്കിൽ നാളെ...''

സ്വന്തം ദൗർഭാഗ്യം അംഗീകരിച്ച ഒരാളുടെ നിസ്സഹായമായ രൂപമായിരുന്നു അവൾക്ക്.

''നാളെ എനിക്ക് കഴിയുമെന്ന് തോന്നുന്നില്ല നെവ്സാറ്റ്ചേട്ടാ. ദയവായി നിങ്ങൾക്ക് എന്താണ് അറിയേണ്ടതെന്ന് എന്നോട് ചോദിക്കൂ. നമുക്ക് ഇപ്പോൾ സംസാരിക്കാം.''

ഞാൻ അവളുടെ അരികിൽ ഇരിക്കുന്ന സ്ത്രീകളെ നോക്കി. അവർ എന്നെ താൽപ്പര്യത്തോടെ നോക്കിയിരിക്കുകയായിരുന്നു. സെലിലിന് പെട്ടെന്ന് കാര്യം മനസ്സിലായി.

''ഒരു മിനിറ്റ്. നൂറിയേ...'' അവൾ വലതുവശത്തിരുന്ന പർപ്പിൾ സ്കാർഫ് ധരിച്ച സ്ത്രീയോട് പറഞ്ഞു. ''ഇൻസ്പെക്ടറിന് എന്നോട് ഒറ്റയ്ക്ക് സംസാരിക്കണം.''

''അതെ, നിങ്ങൾക്ക് വിരോധമില്ലെങ്കിൽ...'' ഞാൻ സൗമ്യമായി ആവർത്തിച്ചു, ''ഞങ്ങൾക്ക് സെലീലുമായി സ്വകാര്യമായി സംസാരിക്കണം.''

സ്ത്രീകൾ ഇരുന്നയിടത്ത് നിന്ന് ചാടിയെഴുന്നേറ്റു. മേശയിലിരുന്ന പെൺകുട്ടികൾക്ക് എഴുന്നേറ്റു പോകാൻ സൂചന നൽകിയിട്ട് അവർ മുറിയിൽ നിന്ന് പുറത്തേക്കിറങ്ങി.

''വെള്ളം വേണോ?'' ഞാൻ ചോദിച്ചു. ''അതോ മറ്റെന്തെങ്കിലും?''

അവളുടെ പരിഭ്രാന്തി വർദ്ധിച്ചു തുടങ്ങിയിരുന്നു. ''ഇല്ല, ഒന്നുമില്ല, നെവ്സാറ്റ്ചേട്ടാ. നിങ്ങൾക്ക് അറിയേണ്ടതൊക്കെ ചോദിക്കൂ.''

ഞാൻ അവളെ ഒന്നുകൂടി നോക്കി. വിചിത്രമെന്നു പറയട്ടെ, സെലീലിന്റെ അവസ്ഥ അല്പം മെച്ചപ്പെട്ടിരുന്നു. ഭർത്താവിന്റെ കൊലയാളിയെ കണ്ടെത്താനുള്ള ശ്രമം അവൾക്ക് അൽപ്പം ആശ്വാസം നൽകി.

''നീയാണോ അവനെ കണ്ടത്? ഞാൻ അർത്ഥമാക്കുന്നത്, സെക്കായ്...'' 'ശരീരം' എന്ന് പറയാൻ എനിക്ക് ധൈര്യമില്ലായിരുന്നു. ''പൂന്തോട്ടത്തിൽ...''

ഉദ്ദേശിക്കുന്നത് എന്താണെന്നു മനസ്സിലായപ്പോൾ എന്റെ ദുരിതത്തിൽനിന്ന് രക്ഷപ്പെടാൻ അവൾ എന്നെ സഹായിച്ചു.

''ഞാനാണ് ആദ്യം കണ്ടത്. ഞാൻ ഉസ്കൂദാറിലെ കൃഷിക്കാരുടെ ചന്തയിൽ പോയിരുന്നു. വീട്ടിലെത്തിയിട്ട് വാതിലിൽ മുട്ടിയെങ്കിലും അനക്കമൊന്നുമുണ്ടായിരുന്നില്ല. ഞാൻ താക്കോൽ ഉപയോഗിച്ചു വാതിൽ തുറന്നു. വിളിച്ചെങ്കിലും മറുപടിയുണ്ടായില്ല. അദ്ദേഹം പുറത്തു പോയിട്ടുണ്ടാവും എന്നു ഞാൻ കരുതി. പലചരക്ക് സാധനങ്ങൾ വെച്ചിട്ട് ഞാൻ പൂന്തോട്ടത്തിലേക്ക് പോയി. അപ്പോഴാണ് ഞാൻ കണ്ടത്.'' അവളുടെ ശബ്ദം വിറയ്ക്കാൻ തുടങ്ങിയിരുന്നു. ''താൻ ഒരുപാട് സ്നേഹിച്ച ആ റോസാപ്പൂക്കൾക്ക് താഴെയാണ് സെക്കായി കിടന്നിരുന്നത്.''

സെലീൽ നിയന്ത്രണംവിട്ട് വീണ്ടും കരയാൻ തുടങ്ങി. അവളങ്ങനെ ചെയ്യാതിരിക്കാനായി ഞാൻ അടുത്ത ചോദ്യത്തിലേക്ക് പോയി.

''അയാൾക്ക് ശത്രുക്കൾ ഉണ്ടായിരുന്നോ? ആരെങ്കിലും ഭീഷണിപ്പെടുത്തിയോ?''

വികാരവിക്ഷോഭം അടക്കിയിട്ട് അവൾ കഠിനമായി ചിന്തിച്ചു.

''എനിക്കറിയാവുന്നിടത്തോളം അങ്ങനെയൊരു കാര്യമില്ലായിരുന്നു. പക്ഷേ, അങ്ങനെയെന്തെങ്കിലും ഉണ്ടായിരുന്നെങ്കിൽ അദ്ദേഹം എന്നോട്

പറയുമായിരുന്നുവെന്ന് എനിക്ക് ഉറപ്പില്ല. ജോലിയുടെ കാര്യത്തിൽ എല്ലാം രഹസ്യമായിരുന്നു. എന്നോട് ഒന്നും പറഞ്ഞിട്ടില്ല. ഒരിക്കലും. ചില നേരത്ത് എന്തെങ്കിലും കാര്യങ്ങളിൽ ശ്രദ്ധിച്ചിരിക്കുകയാണെ ങ്കിൽ ഭക്ഷണം കഴിക്കാൻ മറക്കുകയും ചെയ്യും. ഞാൻ ചോദിച്ചാൽ പറയും, 'സാരമില്ല. ഞാൻ അത് ഉടൻ പരിഹരിക്കും.' എന്നാൽ പൊലീസുകാർക്ക് പ്രശ്നങ്ങളിൽനിന്ന് മാറിനിൽക്കാൻ കഴിയില്ലെന്ന് നിങ്ങൾക്കറിയാം. സെക്കായി അങ്ങനെയായിരുന്നു. എത്ര കൊലയാളി കളെ, എത്ര കശാപ്പുകാരെ അദ്ദേഹം ജയിലിൽ അടച്ചിട്ടുണ്ടെന്ന് ആർ ക്കറിയാം. അവരിൽ ആരെങ്കിലും ഇത് ചെയ്തതാണെങ്കിൽ...''

സെക്കായിക്ക് അഴികൾക്ക് പിന്നിലാക്കാൻ കഴിയാത്ത ഒരാളാണെന്ന് ഇതിന് പിന്നിൽ എന്നു പറയാൻ ഞാൻ ഓങ്ങിയതാണ്, പക്ഷേ ഞാൻ സ്വയം നിയന്ത്രിച്ചു.

''അദ്ദേഹം അടുത്തിടെ ആരോടെങ്കിലും പിണങ്ങിയിരുന്നോ? എന്തെങ്കിലും അഭിപ്രായവ്യത്യാസമുണ്ടായിട്ടുണ്ടോ?''

അവളുടെ നീലക്കണ്ണുകൾ കലങ്ങി.

''ഇല്ല. സെക്കായി ഒരു മാലാഖയായിരുന്നു. എല്ലാവരും അദ്ദേഹത്തെ സ്നേഹിച്ചു. ഈ ചുറ്റുവട്ടത്തുള്ള ഒരു വ്യക്തിയെപ്പോലും അദ്ദേഹം വിഷമിപ്പിച്ചിട്ടില്ല.'' സഹിക്കാൻ വയ്യാതെ അവൾ വീണ്ടും കരയാൻ തുടങ്ങി. ''പ്രത്യേകിച്ച് കുട്ടികൾ. അദ്ദേഹം കുട്ടികളെ ഒരുപാട് സ്നേഹിച്ചു...'' അവൾക്ക് അത് മുഴുമിപ്പിക്കാൻ കഴിഞ്ഞില്ല. നിശ്ശബ്ദയായി ശിരോ വസ്ത്രത്തിന്റെ മൂലകൊണ്ട് വായ പൊത്തി സെലീൽ കരഞ്ഞു. പെട്ടെന്നുതന്നെ സ്വയം നിയന്ത്രിച്ചു. അവൾ സ്കാർഫിന്റെ മൂലകൊണ്ട് കണ്ണുകൾ തുടച്ചു. ''ഇല്ല, ഞങ്ങൾക്ക് ആരുമായും പ്രശ്നങ്ങളൊന്നും ഉണ്ടായിരുന്നില്ല. അയൽപക്കത്തുള്ളവരോട് ഞങ്ങൾക്ക് ചെറിയ അഭി പ്രായവ്യത്യാസങ്ങൾപോലും ഉണ്ടായിട്ടില്ല. ഞങ്ങൾക്ക് ശത്രുക്കളില്ല, ഞങ്ങളോട് ആർക്കും പകയുമില്ല.''

കണ്ണുനീർ ഒഴുകാൻ തുടങ്ങി. അവൾ കരഞ്ഞു.

''വേണമെങ്കിൽ നമുക്ക് പിന്നെ സംസാരിക്കാം.'' ഞാൻ ആവർ ത്തിച്ചു.

''ഇല്ല.'' സെലീൽ ദേഷ്യത്തോടെ പറഞ്ഞു. ''ഇല്ല.'' അവൾ കര ച്ചിൽ നിർത്തി. ''നമുക്ക് ഇപ്പോൾ സംസാരിക്കണം. ആ കൊലപാത കിയെ എത്രയും വേഗം പിടികൂടണം.''

അവളുടെ നേരെ ഞാൻ കുനിഞ്ഞു.

''അങ്ങനെയെങ്കിൽ, സെലീൽ, ശ്രദ്ധയോടെ കേൾക്കണം. സൂപ്രണ്ട് സെക്കായ് ഏതെങ്കിലും കേസന്വേഷിക്കുകയായിരുന്നോ? ഞാൻ ഉദ്ദേശിച്ചത്, അവൻ നിങ്ങളോട് ഇനിയും പരിഹരിക്കപ്പെടാത്ത ഒരു കൊലപാതകക്കേസ്സിനെപ്പറ്റി പറഞ്ഞിരുന്നോ?''

അവൾ ആശയക്കുഴപ്പത്തിലായി.

''അദ്ദേഹത്തിന് അതെങ്ങനെ സാധിക്കും? റിട്ടയേർഡ് ആയിരുന്നുവല്ലോ. എന്താ? അദ്ദേഹം ഇപ്പോഴും പൊലീസ് ജോലി ചെയ്യുന്നുണ്ടെന്നാണോ നിങ്ങൾ അർത്ഥമാക്കുന്നത്?''

ആ പാവം സ്ത്രീ ഇതൊന്നും അറിഞ്ഞിരുന്നില്ല. ജോലി ചെയ്തിരുന്നപ്പോൾ ഉണ്ടായിരുന്ന അതേ ശീലങ്ങൾ വിരമിച്ചപ്പോഴും സെക്കായ് തുടർന്നിരുന്നു.

തന്റെ ചോദ്യത്തിന് ഉത്തരം കിട്ടിയില്ല എന്നത് ശ്രദ്ധിക്കാതെ സെലീൽ സമ്മതിച്ചു, ''സത്യത്തിൽ, എനിക്ക് സംശയമുണ്ടായിരുന്നു. എനിക്ക് അദ്ദേഹത്തെ സംശയിക്കാൻ താല്പര്യമില്ല. പക്ഷേ എന്നിൽ നിന്ന് എന്തോ മറയ്ക്കുന്നതുപോലെ തോന്നി. പ്രത്യേകിച്ചും ഈയിടെയായി അദ്ദേഹം പലപ്പോഴും ബോട്ട് ഹൗസിൽ പോകുന്നുണ്ടായിരുന്നു.''

''ഏത് ബോട്ട് ഹൗസ്?''

''നിങ്ങളെ അങ്ങോട്ട് കൊണ്ടുപോയിട്ടില്ലേ?''

''എന്നെ എവിടേക്ക് കൊണ്ടുപോയില്ലേ എന്നാണ് നിങ്ങൾ ചോദിക്കുന്നത്?''

''മീൻ പിടിക്കാൻ കൊണ്ടുപോയില്ലേ എന്നാണ് ഞാൻ ചോദിച്ചത്.'' അവൾ ഒരു പുഞ്ചിരിയോടെ വിശദീകരിച്ചു. ''സെക്കായിക്ക് മീൻ പിടിക്കാനുള്ള ഒരു ചെറിയ ബോട്ട് ഉണ്ട്. അത് സലാക്കാക്കിലെ തുറമുഖത്താണ് കെട്ടിയിരിക്കുന്നത്. ഒഴിവുസമയങ്ങളിൽ അദ്ദേഹം അവിടെ പോകും. ആഴ്ചയിൽ ഒന്നോ രണ്ടോ തവണ. കുറച്ച് മത്സ്യം കിട്ടാറുണ്ട്. മറ്റൊന്നും ചെയ്യാനില്ലെങ്കിൽ കെനാലി ദ്വീപിലേക്ക് തുഴഞ്ഞ് പോകും. ഈ ആഴ്ച അദ്ദേഹം മിക്കവാറും എല്ലാ ദിവസവും ബോട്ടിനടുത്തേക്ക് പോയിരുന്നു. നിങ്ങൾ വന്ന ദിവസവും പോയി. അതെ, നിങ്ങൾ പോയതിന് തൊട്ടുപിന്നാലെ. വെറുതെ വീട്ടിലിരിക്കുകയാണെന്ന് പറഞ്ഞിട്ടും രഹസ്യമായി എന്തെങ്കിലും ചെയ്യുന്നുണ്ടായിരുന്നുവെന്ന് ഞാൻ കരുതുന്നു. അദ്ദേഹം എന്തെങ്കിലും അന്വേഷിക്കുകയായിരുന്നോ? പഴയ കേസ് എന്തെങ്കിലും? അതിനാണോ അവർ സെക്കായിയെ കൊന്നത്?''

സത്യം അറിഞ്ഞാൽ ഒരു നേട്ടവും അവൾക്കുണ്ടാവില്ല. അത് അവളെ ആശയക്കുഴപ്പത്തിലാക്കിയേക്കാം, കൂടുതൽസങ്കടപ്പെടുത്തിയേക്കാം.

''ഞങ്ങൾക്കറിയില്ല.'' ഞാൻ പറഞ്ഞു ബോധ്യപ്പെടുത്താൻ ശ്രമിച്ചു. ''നമ്മൾ കൊലപാതകത്തിന്റെ കാരണം കണ്ടുപിടിക്കാൻ ശ്രമിക്കുകയാണ്. മനസ്സിലാക്കിയിടത്തോളം കളവ് നടന്നിട്ടില്ല. അത് ശരിയല്ലേ? വിലപിടിപ്പുള്ള എന്തെങ്കിലും നഷ്ടപ്പെട്ടിട്ടുണ്ടോ?''

''ഇല്ല, കവർച്ച നടന്നിട്ടില്ല. വീട്ടിൽനിന്ന് ഒന്നും നഷ്ടപ്പെട്ടിട്ടില്ല. സെക്കായിയുടെ പെൻഷൻ ബെഡ്സൈഡ് ടേബിളിന്റെ ഡ്രോയറിൽ ഉണ്ടായിരുന്നു. അത് തൊട്ടുപോലും നോക്കിയിട്ടില്ല.''

എന്റെ മനസ്സിനെ പൊള്ളിച്ചുകൊണ്ടിരുന്ന ചോദ്യം ചോദിക്കാൻ സമയമായി.

"വീട്ടിൽ ഇടയ്ക്കിടെ വരാറുള്ള സുഹൃത്തുക്കൾ ആരെങ്കിലുമുണ്ടോ?" അവളുടെ കണ്ണുകൾ വീണ്ടും നനഞ്ഞു, താടി വിറച്ചു. "സെക്കായ് തന്റെ ജോലിയോട് പ്രണയത്തിലായിരുന്നു, പൊലീസ് ജോലിയും സ്വന്തം കൈകൊണ്ട് വളർത്തിയ റോസാപ്പൂക്കളും. നിങ്ങൾക്കറിയാമല്ലോ, ഞങ്ങൾക്ക് കുട്ടികളുണ്ടായില്ല. അദ്ദേഹം ജോലിക്ക് വേണ്ടി സ്വയം സമർപ്പിച്ചു. വിരമിച്ചതിനുശേഷം ആൽപ്പർ മാത്രം എപ്പോഴെങ്കിലും വരും. അവൻ ഞങ്ങൾക്ക് ഒരു മകനെപ്പോലെയാണ്."

ഈ വിവരം പ്രധാനമാണ്.

"ആരാണ് ആൽപ്പർ?"

അവൾ ആശ്ചര്യപ്പെട്ടതായി തോന്നി.

"നിങ്ങൾക്ക് അവനെ അറിയില്ലേ? അവൻ സെക്കായിയുടെ പഴയ അസിസ്റ്റന്റാണ്. ഇൻസ്പെക്ടർ ആൽപ്പർ സൈപ്പർ."

അവൾ ആരെക്കുറിച്ചാണ് സംസാരിക്കുന്നത്?

"കൊലപാതക വിഭാഗത്തിലെ?"

"ഇപ്പോഴല്ല." അവൾ സങ്കടത്തോടെ തലയാട്ടിക്കൊണ്ട് പറഞ്ഞു. "നാലു വർഷം മുമ്പ് അവൻ ജോലി രാജിവച്ചു. ഇപ്പോൾ അൽപ്പറിന് ഒരു സെക്യൂരിറ്റി സ്ഥാപനമുണ്ട്. അവനൊരു നല്ല കുട്ടിയാണ്. ആഴ്ചയിൽ ഒരിക്കൽ വരും. എന്തെങ്കിലും ആവശ്യമുണ്ടോ എന്ന് ഞങ്ങളോട് ചോദിക്കും. ഞങ്ങളെ സ്വന്തം കുടുംബമായിട്ടാണ് കണക്കാക്കുന്നത്. അവൻ എന്നെ അമ്മയെന്നും സെക്കായിയെ അച്ഛനെന്നും വിളിക്കുന്നു. ഞങ്ങൾ പതിനഞ്ച് ദിവസം കഴിഞ്ഞ് അവന്റെ പ്രതിശ്രുതവധുവിന്റെ മാതാപിതാക്കളെ കാണാൻ ഇസ്മിറിൽ പോകേണ്ടതായിരുന്നു. ഇനി എന്ത് സംഭവിക്കുമെന്ന് എനിക്കറിയില്ല."

സെലീൽ വീണ്ടും കരയാൻ തുടങ്ങി. സങ്കടപ്പെടരുത്, ഇതെല്ലാം കടന്നുപോകുമെന്നും വേദന അവസാനിക്കുമെന്നും എനിക്ക് പറയാൻ കഴിഞ്ഞില്ല. ഞാൻ അവളെ ആശ്വസിപ്പിക്കാൻ ശ്രമിച്ചില്ല. എനിക്ക് കഴിഞ്ഞില്ല എന്നു പറയുന്നതാവും ശരി. തന്റെ ജീവിതാവസാനംവരെ ഉണങ്ങാത്ത മുറിവുപോലെ ഈ സങ്കടം ഹൃദയത്തിൽ പേറാൻ വിധിക്കപ്പെട്ട ആ ധീരവനിതയോട് എനിക്ക് കള്ളം പറയാൻ കഴിഞ്ഞില്ല. കള്ളം പറയാൻ കഴിഞ്ഞില്ല.

ചീഫ്, ബ്ലൈൻഡ്മാൻസ് ബഫ് അയാളുടെ പുറകെ ഉണ്ടായിരുന്നു

ഇസ്താംബൂളിൽ കാണാൻ ഞാൻ ഏറ്റവും ഇഷ്ടപ്പെടുന്നത് ഏത് ഭാഗമാണ് എന്ന് ആരെങ്കിലും ചോദിച്ചാൽ, സലാക്കക്ക് എന്ന് ഉത്തരം നൽകാൻ ഞാൻ മടിക്കില്ല. നഗരത്തിന്റെ അതിമനോഹരമായ രൂപ രേഖ ഇവിടെ നിന്ന് നന്നായി കാണാം. രാത്രികാലത്ത് ഇരുട്ട് ഈ പുരാതന നഗരത്തിന്റെ ഹൃദയത്തിൽ ഉയർന്നു നില്ക്കുന്ന അറപ്പുള വാക്കുന്ന കൂറ്റൻ കെട്ടിടങ്ങളുടെ പരുഷമായ രൂപങ്ങളെ മയപ്പെടുത്താൻ തുടങ്ങുമ്പോൾ പ്രത്യേകിച്ചും. സെക്കായിയുടെ മത്സ്യബന്ധനബോട്ട് തിരയാൻ സലാക്കാക്കിലെത്തിയപ്പോൾ ഞാൻ ചിന്തിച്ചത് ഇതാണ്. 'എന്റെ നിയമം' എന്ന് പേരിട്ടിരിക്കുന്ന ആ ബോട്ട് ഹരേം പിയറിൽ നിന്ന് കുറച്ചു ദൂരം മാത്രം അകലെയുള്ള മീൻ പിടുത്തക്കാർക്കായുള്ള കൊട്ടിലിനടുത്ത് നങ്കൂരമിട്ടിരിക്കേണ്ടതായിരുന്നു. പാവം സെലീൽ ബോട്ടിന്റെ പേര് എന്നോട് പറഞ്ഞപ്പോൾ, ഞാൻ തലയാട്ടിക്കൊണ്ട് ചിന്തിച്ചു. എടോ മനുഷ്യാ സെക്കായീ, 'നിയമം എന്റേതാണ്' എന്ന് പറയുന്നതിന് പകരം നിങ്ങളുടെ കൈവശമുള്ള വസ്തുതകൾ ഞങ്ങ ളോട് പങ്കുവെച്ചിരുന്നെങ്കിൽ നന്നായിരുന്നു. അത് ചെയ്തിരുന്നെങ്കിൽ, മിക്കവാറും അയാൾ ഇപ്പോഴും ജീവിച്ചിരിക്കുകയും ബ്ലൈൻഡ്മാൻസ് ബഫ് ജയിലിൽ കിടക്കുകയും ചെയ്യുമായിരുന്നു.

കൊട്ടിലിനടുത്തുള്ള സബാൻ റെയ്സിന്റെ ചെറിയ കുടിലിനടു ത്തേക്ക് ഞാൻ എത്തിയപ്പോൾ, പെരുംജീരകത്തിന്റെ മൂർച്ചയുള്ള ഗന്ധം എന്റെ മൂക്കിലേക്ക് തുളച്ച് കയറി. തലകീഴായി വച്ചിരുന്ന കൊട്ടയുടെ മേൽ ഒരു ചെറിയ ട്രേയിൽ ഉള്ളിയും തക്കാളിയും ചേർത്ത സാലഡ്, ഒരു വലിയ റൊട്ടി, രണ്ട് ചായ ഗ്ലാസുകൾ നിറയെ റാക്കി എന്നിവ നിരത്തിയിരുന്നു. അടുത്തുണ്ടായിരുന്ന ഒരു കരിയടുപ്പിൽ അയല മൊരിഞ്ഞുകൊണ്ടിരുന്നു.

ചുറ്റും പരതിനോക്കിയിട്ടും ആരെയും കണ്ടില്ല. അവിടെയെങ്ങും ഒരു ആത്മാവ് പോലുമില്ല എന്ന് എനിക്ക് തോന്നിയ നിമിഷം ഉള്ളിൽനിന്ന് ആരോ വിളിച്ചു പറഞ്ഞു, "എടോ മനുഷ്യാ, നീ ആ കുപ്പി കുടിച്ചു വറ്റിച്ചു. എന്നിട്ട് ലജ്ജയില്ലാതെ എന്റെ മുഖത്ത് നോക്കി കള്ളം പറ യുകയാണ്."

"ഞാൻ അത് കുടിച്ചിട്ടില്ല. ഇതാ സത്യം ചെയ്യുന്നു സബാൻചേട്ടാ." തിരിച്ചു മറുപടി നൽകിയ ശബ്ദം ദുർബലമായിരുന്നുവെങ്കിലും പ്രതിഷേധം നിറഞ്ഞതായിരുന്നു. "ഇന്നലെ രാത്രി നിങ്ങൾതന്നെ ഈ കുപ്പി മുഴുവൻ കുടിച്ചു. തനിയെ എല്ലാം കുടിച്ചു തീർത്തു. നിങ്ങൾക്ക് നടന്നതൊന്നും ഓർമ്മയില്ല. ഇത് എപ്പോഴും ചെയ്യാറുള്ള കാര്യമാണ്. കുടിച്ചിട്ട് എന്നോട് ദേഷ്യപ്പെടുക."

"കള്ളം പറയുന്നത് നിർത്തൂ."

"ഞാൻ സത്യം ചെയ്യുന്നു. നിങ്ങൾ എന്താ എന്നെ വിശ്വസിക്കാത്തത്?"

"എടാ പോഴാ. തലച്ചോർ ഉപയോഗിക്ക്. ഞാൻ ഒരു ലിറ്റർ റാക്കി തനിയെ കുടിച്ചു, അല്ലേ?"

ഞാൻ കുടിലിലേക്ക് കയറി. സംഭാഷണം നീണ്ടുപോകുമെന്ന ഭയമായിരുന്നില്ല കാരണം. മറിച്ച് വഴക്ക് കയ്യേറ്റമായി മാറുമെന്ന് ഞാൻ ഭയപ്പെട്ടു. രണ്ടുപേർ അവിടെ നിന്നിരുന്നു. ഒരാൾ ചെറിയ ശരീരപ്രകൃതിയുള്ളവനും മറ്റെയാൾ ഒരു ഭീമാകാരനുമായിരുന്നു. എന്റെ സാന്നിധ്യം മനസ്സിലായപ്പോൾ അവർ വാതിലിനുനേരെ തിരിഞ്ഞു.

"നീയേത് നാശം പിടിച്ചവനാ?" ചെറിയവൻ ചോദിച്ചു. "സാധാരണഗതിയിൽ ആളുകൾ കതകിൽ മുട്ടാറുണ്ട്."

അവന്റെ ശബ്ദത്തിൽനിന്ന് ഈ എലുമ്പൻ സബാൻ റെയ്സ് ആണെന്നും വഴക്ക് കേട്ടുകൊണ്ടിരുന്നയാൾ ഹൾക്കാണെന്നും എനിക്ക് മനസ്സിലായി. വിശദീകരണമൊന്നും കിട്ടാതിരുന്നപ്പോൾ അവൻ എന്റെ അടുത്തേക്ക് നടന്നു വന്നു.

"ഞാൻ നിങ്ങളോടാണ് സംസാരിക്കുന്നത് സുഹൃത്തേ. നിങ്ങൾ എവിടെയാണെന്നാണ് വിചാരിക്കുന്നത്? നിങ്ങൾ എങ്ങോട്ടാണ് ഇങ്ങനെ കുതിച്ചുകയറുന്നത്?"

എനിക്ക് എന്തെങ്കിലും പറയുന്നതിന് മുമ്പ് അലി അയാളെ നിലയ്ക്ക് നിറുത്തി.

"സൂക്ഷിച്ചു വർത്തമാനം പറയണം, ഞങ്ങൾ പൊലീസുകാരാണ്, നിങ്ങൾ കേൾക്കുന്നുണ്ടോ? പൊലീസ്..." അവൻ സബാനെ അടിമുടി നോക്കി. "നീ എന്താ ഇവിടെ?"

പൊലീസ് എന്ന വാക്ക് കേട്ടപ്പോൾ കൊച്ചുമനുഷ്യൻ റെയ്സ് ഉമിനീർ വിഴുങ്ങി.

"എന്താ സാർ നേരത്തെ പറയാത്തത്? നിങ്ങൾ പൊലീസുകാരാണ് എന്നു ഞങ്ങൾ എങ്ങനെ അറിയും? ഞാൻ ഇവിടെ പിയാദെയ്ക്കൊപ്പം കാറ്റ് കൊള്ളുകയായിരുന്നു."

പിയാദെ എന്നെ നോക്കി ലജ്ജയോടെ ചിരിച്ചു.

"സത്യമാണ് സാർ. ഞങ്ങൾ വെറുതെ സംസാരിക്കുകയായിരുന്നു."

"നിനക്കാണോ ഈ സ്ഥലത്തിന്റെ മേൽനോട്ടം?" ഞാൻ സ്വരം

കനപ്പിച്ചു. ‘‘ഈ മത്സ്യത്തൊഴിലാളികളുടെ മുഴുവൻ കൊട്ടിലുകളുടെയും?’’

എനിക്ക് അലിയേക്കാൾ ഉയർന്ന റാങ്കാണെന്ന് സബാൻ റെയ്സിന് മനസ്സിലായി, അതിനാൽ അവൻ ഉടൻതന്നെ വിശദീകരിച്ചു.

‘‘അതെ സർ. ഞങ്ങളുടെ മത്സ്യത്തൊഴിലാളി സുഹൃത്തുക്കൾക്ക് ഇവിടെ ബോട്ടുകളുണ്ട്. പകൽസമയത്ത് യാത്രക്കാരും ഇവിടെയും ബോട്ടുകൾ കെട്ടാറുണ്ട്. ഞങ്ങൾ കഴിയുന്നത്ര അവയെ പരിപാലിക്കുന്നു.’’

‘‘വല്ലപ്പോഴും മാത്രമേ നീയൊക്കെ റാക്കിയുടെ കുപ്പിയിൽനിന്ന് പിടിവിടാറുള്ളല്ലോ.’’ അലി പറഞ്ഞു. ‘‘ഇത്രയും കുടിക്കുന്നവർക്ക് സ്വന്തം കാര്യം നോക്കാൻപോലും പറ്റില്ല.’’

റെയ്സ് പുഞ്ചിരിച്ചു.

‘‘ഞങ്ങൾ എന്താണ് നിങ്ങൾക്കുവേണ്ടി ചെയ്യേണ്ടത്, സഹോദരാ?’’ അവൻ ചോദിച്ചു.

‘‘ഇത് ‘സഹോദരൻ’ അല്ല, ഇത് ഇൻസ്പെക്ടറാണ്,‘‘ അലി അവനെ താക്കീത് ചെയ്തു. ‘‘ഇൻസ്പെക്ടർ അലി.’’

സെബാന് തന്റെ അഭിനയം ഫലപ്രദമാക്കാൻ കഴിഞ്ഞില്ല.

‘‘അലിച്ചേട്ടൻ എന്നോട് ക്ഷമിക്കൂ. അയ്യോ, അല്ല, ഇൻസ്പെക്ടർ അലി... ഞങ്ങൾ ഇരുപത്തിനാല് മണിക്കൂറും ഇവിടെയുണ്ട്. സ്ഥിരബുദ്ധിയോട് കൂടിത്തന്നെ. സമയം കടന്നുപോകുന്നില്ല. കടൽ ഞങ്ങളെ തുറിച്ചുനോക്കുന്നു, ഞങ്ങൾ കടലിലേക്ക് തുറിച്ചുനോക്കുന്നു. ചിലപ്പോൾ ഒരു മാറ്റത്തിനായി മെയ്ഡൻസ് ടവറിലേക്കും നോക്കാറുണ്ട്. അത്രമാത്രം. ഇതൊക്കെ വളരെ മനോഹരം തന്നെയാണ്. പക്ഷേ ഒരു മനുഷ്യന് സഹിക്കാൻ കഴിയുന്ന വിരസതയ്ക്ക് ഒരു പരിധിയില്ലേ സഹോദരാ? ഇൻസ്പെക്ടറേ? മനുഷ്യരുടെ ഭാവനയ്ക്ക് ഇന്ധനം ആവശ്യമാണ്. നമുക്ക് എന്ത് ചെയ്യാൻ കഴിയും? അതുകൊണ്ട് ഞങ്ങൾ ഇടയ്ക്ക് രണ്ടു കവിളോ മറ്റോ...’’

അവൻ ആത്മാർത്ഥമായാണ് സംസാരിച്ചത്. ഞാൻ ചിരിച്ചു. ‘‘സബാൻ റെയ്സ്, നിങ്ങൾ ധാരാളം കവിളുകൾ അകത്താക്കിയിട്ടുണ്ട് എന്നു തോന്നുന്നു. കുപ്പി തീർത്തതുപോലും ഓർമ്മയില്ല.’’

അവൻ തൂങ്ങിക്കിടക്കുന്ന കൺപോളകൾ തുറക്കുകയും അടയ്ക്കുകയും ചെയ്തു. മയക്കം സഹിക്കാനാവാതെ തല തൂങ്ങിയാടി.

‘‘ഇത് ചിലപ്പോൾ സംഭവിക്കും ഇൻസ്പെക്ടർ.’’

‘‘ഇൻസ്പെക്ടർ അല്ല.’’ അലി ഇടപെട്ടു. ‘‘നിങ്ങൾ അദ്ദേഹത്തെ ചീഫ് എന്ന് വിളിക്കണം. ചീഫ് ഇൻസ്പെക്ടർ നെവ്സാറ്റ്.’’

റെയ്സ് ആദരവോടെ നമസ്കരിച്ചു.

‘‘ക്ഷമിക്കണം ചീഫ്. ഞങ്ങൾ വിവരമില്ലാത്തവരാണ്. പദവിയെക്കുറിച്ചോ സ്ഥാനത്തെക്കുറിച്ചോ ഞങ്ങൾക്ക് എന്തറിയാം? എന്തായാലും

ഇന്നലെ രാത്രി ഞങ്ങളുടെ ഉള്ളിൽ കുറച്ച് ഇന്ധനം ഉണ്ടായിരുന്നു.'' അവൻ തന്റെ വലിപ്പമുള്ള കൂട്ടാളിയെ സംശയത്തോടെ നോക്കി. ''എനിക്ക് ഇപ്പോഴും അത്ര ഉറപ്പില്ലെങ്കിലും ആ കുപ്പി ഞാൻ ഒറ്റയ്ക്ക് തീർത്തു.'' അവൻ പിയാദെയെ കൈമുട്ട് വച്ചു കുത്തി. ''കാര്യമായിട്ട് ചോദിക്കുകയാണ് മനുഷ്യാ, ഞാൻ അത് മുഴുവൻ കുടിച്ചോ?''

പിയാദെ മറ്റെന്തോ ശ്രദ്ധിച്ചു നിൽക്കുകയായിരുന്നു. ഓർക്കാപ്പുറത്ത് കൈമുട്ട് അവന്റെ വാരിക്ക് കൊണ്ടു.

''അയ്യോ!'' അവൻ നിലവിളിക്കുന്നതുപോലെ ഉറക്കെ പറഞ്ഞു. ''ഞാൻ സത്യം ചെയ്യുന്നു, നിങ്ങൾ ഇത് മുഴുവൻ കുടിച്ചു, സബാൻ ചേട്ടാ..''

''മതി! നിറുത്ത്!'' അലി പറഞ്ഞു, ''ഞങ്ങൾ 'നിയമം എന്റെതാണ്' എന്ന ബോട്ടിനായി തിരയുകയാണ്.''

ആദ്യം അവന് മനസ്സിലായില്ല.

''എന്താ സാർ പറഞ്ഞത്?''

''ശാന്തരാവൂ പിള്ളേരെ.'' എന്റെ അസിസ്റ്റന്റ് പുറത്തേക്ക് തുപ്പി. ''ഞാൻ പറഞ്ഞത്, 'നിയമം എന്റേത്' എന്നാണ്. കേട്ടില്ലേ?''

അലിയുടെ ശബ്ദം ഉയർന്നതോടെ സബാൻ റെയ്സിന്റെ വായിൽ നിന്ന് അസംബന്ധം പുറത്തു ചാടാൻ തുടങ്ങി.

''ഇവിടെ അങ്ങനെയൊരു ബോട്ടില്ല ഇൻസ്പെക്ടർ.'' അവൻ ദേഷ്യത്തോടെ വീണ്ടും സുഹൃത്തിന്റെ നേരെ തിരിഞ്ഞു. ''നമുക്ക് ഇവിടെ അങ്ങനെ ഒരു ബോട്ടുണ്ടോ പിയാദെ?''

ആ ചോദ്യവുമായി സമയം കളയാൻ ഞാൻ പിയാദെയ്ക്ക് അവസരം നൽകിയില്ല.

''സെക്കായിയുടെ ബോട്ട്, മകനേ.'' ഞാൻ ശബ്ദം കടുപ്പിച്ചു. ''ചീഫ് ഇൻസ്പെക്ടർ സെക്കായ്. അത് ഇവിടെ ഇല്ലേ?''

അവന്റെ ആശയക്കുഴപ്പം നിറഞ്ഞ കണ്ണുകൾ ആശ്വാസത്താൽ തിളങ്ങി.

''എന്താ ചീഫ് സൂപ്രണ്ട് സെക്കായിയുടെ ബോട്ടിനെക്കുറിച്ചാണ് നിങ്ങൾ അന്വേഷിക്കുന്നത് എന്ന് ആദ്യംതന്നെ പറയാതിരുന്നത്.'' അവൻ ഒന്നു നിർത്തി. ''അതിന്റെ പേര് 'നിയമം എന്റെതാണ്' എന്ന് ഞാൻ ഊഹിക്കുന്നു. നീയെന്താ ഈ പേരുകൾ മനപ്പാഠമാക്കാത്തത്?'' പിയാദെയെ വീണ്ടും കൈമുട്ടുകൊണ്ട് അവൻ കുത്തി. പക്ഷേ ആ യുവാവ് മാറിക്കളഞ്ഞതിനാൽ അതിനാൽ ഇത്തവണ അത് ശരിക്കും ഫലിച്ചില്ല.

''സബാൻ റെയ്സ്, ഞാനെങ്ങനെ അവ മനപ്പാഠമാക്കും? എനിക്ക് അക്ഷരമാലയിലെ അക്ഷരങ്ങൾ പോലും നേരെ ചൊവ്വെ പഠിക്കാൻ കഴിഞ്ഞില്ല.''

അവൻ പിയാദെയെ ശല്യപ്പെടുത്തുന്നത് നിർത്തി എന്റെ നേരെ

തിരിഞ്ഞിട്ട് നേർത്ത മുടിയുള്ള തന്റെ ചെറിയ തല കുലുക്കി പുഞ്ചിരിച്ചു.

"അതെ, ചീഫ്, ബോട്ട് ഇവിടെയുണ്ട്, നേരെ മുന്നോട്ട് നടന്നാൽ മതി. മുനമ്പിന്റെ വലതുവശത്ത് നങ്കൂരമിട്ടിരിക്കുന്നുണ്ട്."

പുറത്തേക്ക് പോകാമെന്നു സൂചിപ്പിക്കാൻ ഞാൻ തലയാട്ടി.

"കൊള്ളാം. എങ്കിൽ നമുക്ക് പോയി നോക്കാം."

"സൂപ്രണ്ട് സെക്കായ് എവിടെ?" അപ്പോൾ ഓർത്തതുപോലെ അയാൾ ആശങ്കയോടെ ചോദിച്ചു.

ഞാൻ ആയിരുന്നെങ്കിൽ ഉത്തരം പറയില്ലായിരുന്നു. പക്ഷേ നമ്മുടെ എടുത്തുചാട്ടക്കാരൻ അലി പൊട്ടിത്തെറിച്ചു.

"മരിച്ചു. ഇന്ന് വൈകുന്നേരം അവന്റെ വീട്ടിൽ വെച്ച് ആരോ കൊന്നു."

അത്തരം സാഹചര്യങ്ങൾ പതിവായ ഒരു മനുഷ്യനെപ്പോലെയാണ് സബാൻ റെയ്സ് അതുവരെ അവിടെ നിന്നിരുന്നത്. പക്ഷേ ആ വാർത്ത കേട്ടതോടെ അവൻ പൊട്ടിക്കരഞ്ഞു.

"അതെങ്ങനെയാ? ആർക്കോ എന്തോ അബദ്ധം പറ്റിയിട്ടുണ്ടാകും. ഇന്നലെ ഇവിടെ വന്നതാ. വേറെ ആരെങ്കിലുമാകണം." ഞാൻ മിണ്ടാതെ നിൽക്കുന്നത് കണ്ടപ്പോൾ അവൻ തലയാട്ടി. "ശരിക്കും? ശരിക്കും സൂപ്രണ്ട് സെക്കായ് തന്നെയാണോ? പാവം മരിച്ചോ?"

ആ പ്രതികരണത്തേക്കാൾ അവൻ വെളിപ്പെടുത്തിയ വസ്തുതകൾ പ്രധാനമായിരുന്നു.

"സെക്കായ് ഇന്നലെ ഇവിടെ എന്തുചെയ്യുകയായിരുന്നു?" ഞാൻ കുത്തിക്കുത്തിച്ചോദിച്ചു. "മീൻ പിടിക്കാൻ പോകുകയായിരുന്നോ?"

അവൻ സംസാരിക്കുന്നതിനുമുമ്പ് തുടർച്ചയായി രണ്ട് തവണ ഉമിനീർ വിഴുങ്ങി.

"ഉം, എന്നത്തേയുംപോലെ. സ്വന്തം ബോട്ടിൽ വന്നു. എന്റെ ചൂണ്ടയിൽ കുറച്ചു കണമ്പ് കിട്ടിയിരുന്നു. ഞാൻ ഒരു കഷണം റൊട്ടിയുമായി മീൻ വിളമ്പി. കുറച്ച് റാക്കി കൊടുത്തു, പക്ഷേ അദ്ദേഹമത് കുടിച്ചില്ല." അവൻ മൂക്കുപൊത്തി. "കൊള്ളാം, അപ്പോൾ സൂപ്രണ്ട് സെക്കായ് മരിച്ചു." അവൻ വീണ്ടും തന്റെ വലിയ സുഹൃത്തിന്റെ വാരിക്കിട്ട് കൈമുട്ട് വച്ച് കുത്തി. "നീ കേട്ടോ പിയാദെ, ആ മനുഷ്യൻ ഒരു പർവ്വതം പോലെ ഉറപ്പുള്ളവനായിരുന്നു. പോയി." അവൻ എന്നെ നോക്കി. "ആരാ... ഏത് നശിച്ചവനാണ് ഇത് ചെയ്തത്? ഒന്നിലധികം ആളുകളായിരിക്കണം. ഒരാളോ രണ്ടാളോ ആണെങ്കിൽ സെക്കായ് അവരെ രണ്ടിനേയും താഴെയിടുമായിരുന്നു. അല്ലെങ്കിൽ അവർ അവനെ പിന്നിൽനിന്ന് വെടിവച്ചു കാണും. ശരിയല്ലേ ചീഫ്? അവർ വൃത്തികെട്ട കളി കളിച്ചു, അല്ലേ?"

"അവൻ ഇവിടെ ഒരുപാട് തവണ വരുമായിരുന്നോ?" അവന്റെ ചോദ്യത്തിന് മറുപടിയായി ഞാൻ മറുചോദ്യമെറിഞ്ഞു.

റെയ്സ് ചിന്തിക്കാൻ ശ്രമിച്ചു. ''ഉവ്വ്. എനിക്കറിയില്ല, ആഴ്ചയിൽ മൂന്ന് തവണയെങ്കിലും വരുമായിരുന്നു.''

''അവൻ തന്റെ ബോട്ട് ഓരോ തവണയും പുറത്തെടുക്കുമായിരുന്നോ?''

അവൻ വലതുകൈ വായുവിൽ വീശി. ''ഒരുപാട് ഇല്ല. ഞാൻ അർത്ഥമാക്കുന്നത്, അദ്ദേഹം പലപ്പോഴും കടലിലേക്ക് പോകാറില്ല. ഇവിടെ വന്ന് ബോട്ടിനുള്ളിൽ കയറിയിരിക്കും. അതിനുള്ളിൽ ഒരു മുറിയുണ്ട്. അകത്ത് പോയാൽ പിന്നെ ഉടനെയൊന്നും പുറത്തേക്ക് വരില്ല.''

''എന്ത് മുറി? നിങ്ങൾ എപ്പോഴെങ്കിലും അതിൽ പോയിട്ടുണ്ടോ?''

''അത് അദ്ദേഹത്തിന് കഅബ പോലെ പവിത്രമായിരുന്നു ചീഫ്. ആരെയും അതിന് അകത്തേക്ക് കയറ്റിയിട്ടില്ല. ഒരിക്കൽ ഒരു കൂട്ടം ബാഗുകളുമായി ഇവിടെ വന്നു. ഞാൻ അവ ബോട്ടിലേക്ക് കൊണ്ടുപോകാൻ സഹായിച്ചു. എന്നെ അവിടെ പുറത്ത് നിർത്തി. 'നന്ദി, റെയ്സ്,' അന്ന് അദ്ദേഹം പറഞ്ഞു, 'ഞാൻ അത് ഇവിടെ നിന്ന് ബോട്ടിനകത്തേക്ക് കൊണ്ടുപോയ്ക്കോളാം.''

''അവന് കൂട്ടുകാർ ആരുമില്ലേ? ആരെയും ഒരിക്കലും കൂടെ കൂട്ടിയില്ലേ?''

''എപ്പോഴും ഒറ്റയ്ക്കാണ് വരുന്നത്. കൂട്ടുകാരെയൊന്നും ഒരിക്കലും കൊണ്ടുവന്നിട്ടില്ല. ഒരിക്കൽ ഭാര്യയുമായി വന്നു. അത് തന്നെ.''

''ആ പൊക്കമുള്ള ആള്.'' പിയാദെ തടസ്സപ്പെടുത്തി. ''ഓർമ്മയുണ്ടോ? നിങ്ങൾ കണ്ടില്ലേ? അവൻ കഴിഞ്ഞ ആഴ്ച വന്നിരുന്നു.''

റെയ്സ് അവന്റെ തലയുടെ പുറകിൽ ഒരു അടി കൊടുത്തു.

''ബ്രാവോ, മനുഷ്യാ.'' അവൻ സന്തോഷത്തോടെ പറഞ്ഞു. ''നല്ല ഓർമ്മശക്തി. അത് ശരിയാണ്; കഴിഞ്ഞ ആഴ്ച അവൻ തുടർച്ചയായി രണ്ട് ദിവസം വന്നു. അതിലൊരു ദിവസം അവർ മീൻ പിടിക്കാൻ പോയി. അയാളുടെ പേര് ആർപാർസ്ലണെന്നാണോ? അതോ ഏറൻ?''

സംഭാഷണം നല്ല രീതിയിൽ പുരോഗമിക്കുകയായിരുന്നു.

''ആൽപ്പർ?'' ഞാൻ ചാടിക്കയറിച്ചോദിച്ചു. ''ഒരു പഴയ പൊലീസുകാരനാണോ?''

അവൻ വെപ്രാളത്തോടെ വലത് ചൂണ്ടുവിരൽ ഉയർത്തി.

''അതെ, അതെ, ചീഫ്. ആൽപ്പർ. അവൻ സൂപ്രണ്ട് സെക്കായിയുടെ സഹായിയായിരുന്നു. എന്നാൽ അതൊഴിച്ചാൽ സെക്കായ് എപ്പോഴും തനിച്ചായിരുന്നു. ദൈവം ആ ആത്മാവിന് വിശ്രമം നൽകട്ടെ. അദ്ദേഹം വലിയ ഉദാരമനസ്കനായിരുന്നു. ശരിയല്ലേ പിയാദെ?''

വലിപ്പമുള്ള ചെറുപ്പക്കാരൻ അപ്പോൾ ഉണർന്നതുപോലെ ഞെട്ടിയിട്ട് പറഞ്ഞു.

''ശരിയാണ്. അദ്ദേഹം സമാധാനത്തോടെ വിശ്രമിക്കട്ടെ. അദ്ദേഹത്തിന് എന്ത് കിട്ടിയാലും ഞങ്ങൾക്കും കുറച്ച് തരുമായിരുന്നു. ഭക്ഷണ സാധനങ്ങൾ, റാകി, ചായ, ചിന്തിക്കാൻ കഴിയുന്നതെന്തും...'' അവന്റെ കണ്ണുകൾ ഈറനണിഞ്ഞു. ''ഓർമ്മയുണ്ടോ സബാൻ റെയ്സ്? കുറച്ച് നാൾമുമ്പ് ഹൽവ കൊണ്ടുവന്നു തന്ന കാര്യം. റാക്കിക്ക് ശേഷം ഞങ്ങൾ അത് കഴിച്ചു.''

സുഹൃത്തുക്കൾ പഴയ കാര്യങ്ങൾ ഓർമ്മിക്കുന്നത് കേൾക്കാനുള്ള സമയമായിരുന്നില്ല അത്.

''വരൂ. പോകാം.'' ഞാൻ പറഞ്ഞു. ''ആ വിശുദ്ധ മുറിയിൽ എന്തായിരുന്നുവെന്ന് നോക്കാം.''

മത്തിപോലെ ഞങ്ങൾ ചൂട് മൂലം മൊരിഞ്ഞുകൊണ്ടിരുന്ന ആ കൊട്ടിലിൽനിന്ന് പുറത്തേക്ക് ഇറങ്ങി. രൂക്ഷമായ പുക പ്രദേശമാകെ പൊതിഞ്ഞിരുന്നു.

''ഇത് കത്തുന്നു.'' റെയ്സ് വീണ്ടും സുഹൃത്തിനെ ചീത്ത പറഞ്ഞു തുടങ്ങി. ''മീൻ താഴെ ഇറക്കൂ, വേഗം.''

പാവം പിയാദെ ഗ്രില്ലിൽനിന്ന് വിരലുകൾ പൊള്ളുന്നത് കൂട്ടാക്കാതെ അയല പെറുക്കുന്ന നേരത്ത് ഞങ്ങൾ മുന്നിൽ കണ്ട ചെറിയ കടലിടുക്കിന്റെ അറ്റത്തേക്ക് നടന്നു. അപ്പോഴും പുറത്ത് നല്ല ചൂടായിരുന്നു, കടൽത്തീരത്തുപോലും ചെറിയ കാറ്റുണ്ടായില്ല. ഞങ്ങൾ പൊള്ളുന്ന കോൺക്രീറ്റിലൂടെ തിടുക്കത്തിൽ നടക്കുന്ന നേരത്ത് സബാൻ റെയ്സ് വിശദീകരിക്കുന്നത് തുടർന്നു.

''യഥാർത്ഥത്തിൽ, ഈ ആഴ്ച സെക്കായ് കൂടുതൽ തവണ വന്നിരുന്നു.'' അവൻ ഓർക്കാൻ ശ്രമിച്ചു. ''അദ്ദേഹം മിക്കവാറും എല്ലാ ദിവസവും ഇവിടെയുണ്ടായിരുന്നു. തന്റെ കറുത്ത ബാഗുമായി ഉച്ചയോടെ വന്ന് വൈകുന്നേരം വരെ തങ്ങിയിട്ടാണ് പോയിരുന്നത്.''

അലി എന്നെ കടത്തിവെട്ടിയിട്ട് അടുത്ത ചോദ്യം ചോദിച്ചു.

''ബാഗിൽ എന്താണെന്ന് അറിയാമോ? ഉള്ളടക്കം കാണാൻ കഴിഞ്ഞോ?''

തന്റെ ചെറിയ, വൃത്തികെട്ട രൂപവുമായി താരതമ്യം ചെയ്യാൻ കഴിയാത്തത്ര വലിയ കൈകൾ അയാൾ വിരിച്ചു പിടിച്ചു.

''ഇല്ല, ഇൻസ്പെക്ടർ അലി. ഞാൻ എങ്ങനെ കാണും? സെക്കായ് രഹസ്യസ്വഭാവമുള്ള ആളായിരുന്നു. അദ്ദേഹം തന്റെ രഹസ്യങ്ങൾ വളരെ സൂക്ഷിച്ചു. ഞങ്ങൾക്കിടയിൽ എപ്പോഴും അന്തസ്സുറ്റ ഒരു വ്യത്യാസമുണ്ടായിരുന്നു. അകലം ഉണ്ടായിരുന്നു. അത് അങ്ങനെത്തന്നെയായിരിക്കണം. അദ്ദേഹം ഒരു നല്ല മനുഷ്യനായിരുന്നു. എന്ത് ചെയ്യണമെന്നും എന്ത് പറയണമെന്നും അദ്ദേഹത്തിന് അറിയാം.'' അവൻ കണ്ണ് ചിമ്മിയിട്ട് ഇരുട്ടിൽ ചുറ്റും നോക്കി, എന്നിട്ട് മുന്നിൽ കണ്ട വെളുത്ത ചായം പൂശിയ ബോട്ടിലേക്ക് തലയാട്ടി. ''ഹാ.., അത് അവിടെയുണ്ട്.'' അടുത്തെത്തിയപ്പോൾ വെളുത്ത പശ്ചാത്തലത്തിൽ 'നിയമം എന്റേതാണ്' എന്ന വാക്കുകൾ പ്രത്യക്ഷപ്പെട്ടു. സബാൻ ആദ്യം കയറി. ഞങ്ങൾ

പിന്തുടർന്നു. ''അയ്യോ.. നാശം!?? ഇവിടെ കള്ളൻ കയറി. ഞാൻ സത്യ മാണ് പറയുന്നത് ചീഫ്. നിങ്ങൾ ഇത് കണ്ടോ? തെണ്ടികൾ ഈ സ്ഥലം ചവറ്റുകുട്ട പോലെയാക്കി.''

അലി എലുമ്പൻ റെയ്സിനെ മുന്നിൽനിന്ന് വലിച്ചു മാറ്റിയിട്ടു വേഗം പടികൾ താഴേക്ക് ഇറങ്ങി. ഞാൻ ആദ്യം ശ്രദ്ധിച്ചത് തുറന്ന വാതി ലിന്റെ പൊട്ടിയ പൂട്ടായിരുന്നു. അകത്തു കടന്നപ്പോൾ അതിലും വലി യൊരു അത്ഭുതം ഞങ്ങളെ കാത്തിരുന്നു. ആ ചെറിയ മുറിയുടെ ചുമരുകൾ ഫോട്ടോകളും പത്രക്കട്ടിങ്ങുകളുംകൊണ്ട് മൂടിയിരുന്നു. നിങ്ങൾ ഊഹിച്ചതുപോലെതന്നെ ബ്ലൈൻഡ്മാൻസ് ബഫ് നടത്തിയ കൊലപാതകങ്ങളുമായി ബന്ധപ്പെട്ട വാർത്തകളായിരുന്നു അത് മുഴുവൻ. ഒരു കറുത്ത ബാഗ് തറയിൽ ഇരുന്നു. പക്ഷേ അത് ശൂന്യ മാക്കിയ അവസ്ഥയിലായിരുന്നു. ഞാനും അലിയും പരസ്പരം നോക്കി.

''ചീഫ്, ബ്ലൈൻഡ്മാൻസ് ബഫ് ഇവിടെ ഉണ്ടായിരുന്നു.'' അലി പറഞ്ഞു. ''അവൻ ഉപയോഗപ്രദമായ എല്ലാം എടുത്തു മാറ്റി.''

രാത്രിയിൽ ഈ സമയത്ത്
റിംഗ് ചെയ്യുന്ന ഫോൺ
ഒരിക്കലും നല്ല വാർത്ത നല്കിയിട്ടില്ല

''നമ്മൾ എത്തി ചീഫ്!''

അലിയുടെ വാക്കുകൾ കേട്ട് ഞാൻ കണ്ണ് തുറന്നു. സലാക്കാക്കിലെ മത്സ്യത്തൊഴിലാളികളുടെ കൊട്ടിലുകളുടെ സമീപത്തുനിന്ന് നടന്ന് കാറിനടുത്ത് എത്തിയപ്പോൾ തല കറങ്ങുന്നതായി എനിക്ക് തോന്നിയിരുന്നു. ഞാൻ താക്കോൽ എന്റെ അസിസ്റ്റന്റിനോട് നീട്ടിയിട്ട് പറഞ്ഞു, ''നീ ഓടിക്ക്. അൽപ്പം വിശ്രമിക്കട്ടെ.'' ഇന്നലെ രാത്രി മുഴുവൻ ഉറങ്ങിയിട്ടില്ല. ഒരിക്കൽ കണ്ണിമ ചിമ്മാതെ ജോലി ചെയ്തിരുന്ന എനിക്ക് ഇപ്പോൾ വയസ്സായി. വീട്ടിൽ പോയി ഉറങ്ങുകയാണ് ഇപ്പോൾ ചെയ്യേണ്ടത്. പക്ഷെ ഞാൻ അതിന് ശ്രമിച്ചില്ല. 'നിയമം എന്റേതാണ്' എന്ന ബോട്ടിൽ പരിശോധന നടത്തുന്ന അതേ സമയത്തുതന്നെ സെക്കായിയുടെ വീട്ടിൽ തിരഞ്ഞുകൊണ്ടിരുന്ന സെയ്നെപ്പിനോട് ഈ വിവരങ്ങൾ സംസാരിക്കണമായിരുന്നു. അത് ചെയ്യും മുൻപ് തലയിണയിൽ തല പൂഴ്ത്താൻ ഞാൻ ആഗ്രഹിച്ചില്ല. അരമണിക്കൂറാണ് കഷ്ടിച്ച് ഉറങ്ങിയതെങ്കിലും കാറിൽ നിന്ന് ഇറങ്ങിയപ്പോൾ എനിക്ക് സുഖം തോന്നി. സെൻട്രൽ സ്റ്റേഷന്റെ പൂന്തോട്ടത്തിൽനിന്നുകൊണ്ട് ഞാൻ എന്റെ കൈകൾ വലിച്ചു നീട്ടി ഒരു കുട്ടിയെപ്പോലെ മൂരി നിവർന്നു. കൈകൾ താഴ്ത്തിയപ്പോൾ അലി എന്നെ ഒരു വിചിത്രമായ ഭാവത്തോടെ നോക്കുന്നത് ഞാൻ ശ്രദ്ധിച്ചു.

''നീ എന്താ ഇങ്ങനെ ചിരിക്കുന്നത്? ഞാൻ കൂർക്കം വലിച്ചോ?''

ആ തെമ്മാടി നിശ്ശബ്ദമായി ചിരിച്ചു.

''പറയ്, ഞാൻ അത്രയ്ക്ക് കൂർക്കം വലിച്ചോ?''

''ഇല്ല, ചീഫ്. അങ്ങനെ ചെയ്താലെന്താ? ഞാൻ കാരണം ഇന്നലെ രാത്രി നിങ്ങൾ ഉറങ്ങിയില്ല.''

എനിക്ക് നാണം തോന്നി.

''എന്നെ ഉണർത്തിയിരുന്നെങ്കിൽ മതിയായിരുന്നു.''

''എനിക്ക് ഒട്ടും ബുദ്ധിമുട്ട് തോന്നിയില്ല.'' അവൻ ആത്മാർത്ഥമായി പറഞ്ഞു. ''ഞാൻ സത്യം ചെയ്യുന്നു ചീഫ്.''

ചെയ്തത് ചെയ്തു. ഞാൻ പടികളുടെ അടുത്തേക്ക് നടന്നു. എന്റെ സഹായി എന്നെ അനുഗമിച്ചു. മുല്ലപ്പൂവിന്റെ മണം ആ കൊടുംചൂടി നിടയിലും ഞാൻ ശ്രദ്ധിച്ചു. ഇപ്രാവശ്യം അത് കൂടുതൽ തീവ്രവും മൂർച്ചയുള്ളതും മനോഹരവുമായിരുന്നു. പൂക്കൾ കാണാനായി ഞാൻ ചുറ്റുമുള്ള കെട്ടിടങ്ങളിലേക്ക് നോക്കി. തീർച്ചയായും ഞാൻ കണ്ടത് ലൈറ്റുകളില്ലാത്ത വൃത്തികെട്ട ബാൽക്കണികളുടെ രൂപങ്ങളാണ്. അതി നിടയിൽ ആകാശത്ത് മങ്ങി മിന്നുന്ന ചന്ദ്രന്റെ ലജ്ജാകരമായവിധം മെലിഞ്ഞ കഷണത്തിൽ എന്റെ കണ്ണുകൾ പതിഞ്ഞു. ചുറ്റുമുള്ള നക്ഷത്ര ങ്ങൾ വളരെ തിളക്കമുള്ളതായിരുന്നു, പാവം ചന്ദ്രന് അതിന്റെ എല്ലാ ആകർഷണവും നഷ്ടപ്പെട്ടതായി തോന്നി. ഈർപ്പമുള്ള അന്തരീക്ഷ ത്തിൽ അത് വിളറിയതായി കാണപ്പെട്ടു.

''നിങ്ങൾ നക്ഷത്രങ്ങളെ നോക്കുന്നോ ചീഫ്?'' എന്റെ ചിന്തകളെ മുറിച്ചുകൊണ്ട് അലി ചോദിച്ചു. എന്നെപ്പോലെ അവനും ആകാശ ത്തേക്ക് നോട്ടം തിരിച്ചു. ''ധാരാളമുണ്ട്, അല്ലേ?''

ഈ വർത്തമാനം എന്നെ രസിപ്പിച്ചുവെന്ന് സമ്മതിക്കാതെ തരമില്ല.

''അതെ, നല്ല ഭംഗിയുണ്ട്. നല്ല തിളക്കം. നിനക്ക് നക്ഷത്രങ്ങളെ തിരിച്ചറിയാമോ അലി? അവ ഏതാണ് എന്ന്പറയാമോ?''

അവൻ തോൾ കുലുക്കി.

''യഥാർത്ഥത്തിൽ എനിക്ക് വലിയ അറിവൊന്നുമില്ല.'' അലി പറഞ്ഞു, പക്ഷേ അവൻ ഒന്നു നിർത്തിയിട്ട് ചൂണ്ടുവിരലുകൊണ്ട് ആകാശത്തിലെ ഒരു സ്ഥലത്തേക്ക് ചൂണ്ടി. ''എനിക്കറിയാം ആ ഏറ്റവും തിളക്കമുള്ളത് ഏതാണ് എന്ന്. അത് കണ്ടോ?''

അവൻ ചൂണ്ടിക്കാണിച്ചിടത്ത് ചെറിയൊരു ഉരുളൻ കല്ലിന്റെ വലിപ്പ മുള്ള ഒരു നക്ഷത്രം മിന്നി.

''അതെന്താ നോർത്ത് സ്റ്റാർ?''

''അല്ല. വീനസ്.''

ഞാൻ എന്റെ സഹായിയെ ആദരവോടെ നോക്കി.

''കൊള്ളാം, അലി. നിനക്ക് അക്കൂട്ടത്തിൽ ഏറ്റവും നല്ലതിനെ തിരി ച്ചറിയാം. വീനസ് സ്നേഹത്തിന്റെയും സൗന്ദര്യത്തിന്റെയും ദേവത യാണ്.''

''അത് സെയ്നെപ്പിന്റെ ഗ്രഹമാണ്.'' അവൻ നാണത്തോടെ മന്ത്രിച്ചു.

''സെയ്നെപ്പിന്റെ ഗ്രഹം?''

അതെങ്ങനെ താൻ അറിയാതിരിക്കും എന്ന ചോദ്യം അവന്റെ നോട്ടത്തിൽ പ്രകടമായിരുന്നു.

''സെയ്നെപ് തുലാം രാശിയിലാണ് ജനിച്ചത് ചീഫ്. തുലാം രാശി ക്കാരുടെ ഗ്രഹം വീനസാണ്.''

''അലി, നീ ഒരു മിടുക്കനാണല്ലോ.'' ഞാൻ അവനെ അഭിനന്ദിച്ചു. ''നീ ഒരുപാട് ദൂരം മുന്നോട്ട് പോയിരിക്കുന്നു.''

ആരെങ്കിലും കേൾക്കുമോ എന്ന് ഭയന്ന പോലെ അവൻ ചുറ്റും നോക്കി. എന്നിട്ട് മന്ത്രിച്ചു, ''എനിക്ക് ഈ ജാതകമൊന്നും അത്ര ഇഷ്ട മല്ല. ഞാൻ സെയ്നെപ്പിന് വേണ്ടിയാണ് ഇത് പഠിക്കുന്നത്.''

ഞാൻ അവന്റെ തോളിൽ സൗഹൃദത്തോടെ തട്ടി.

''നന്നായി അലി. ആ പെൺകുട്ടി ഇത് അർഹിക്കുന്നു. സെയ്നെപ് ഒരു യഥാർത്ഥ നിധിയാണ്. അമൂല്യമായ ഒന്ന്.'' അവന്റെ വിലയേറിയ നിധി അവളുടെ മുറിയിൽ വിശ്രമമില്ലാതെ പ്രവർത്തിക്കുന്നുണ്ടെന്ന് ഞങ്ങൾ കണ്ടെത്തി. ഇന്നലെ രാത്രി തളർന്നുപോയത് താനല്ലെന്ന മട്ടിൽ ആവേശത്തോടെ ടൈപ്പ് ചെയ്തുകൊണ്ട് അവൾ കമ്പ്യൂട്ടറിന്റെ മുന്നിൽ ഇരിക്കുന്നുണ്ടായിരുന്നു. ജോലിയിൽ മുഴുകിയതുകൊണ്ട് ഞങ്ങൾ വരുന്നത് അവൾ ശ്രദ്ധിച്ചില്ല.

''ഗുഡ് ഈവനിംഗ്. സെയ്നെപ്, എന്റെ പ്രിയപ്പെട്ടവളേ.''

അവൾ ഞെട്ടി, പിന്നെ തിരിഞ്ഞുനോക്കി. അവളുടെ ചുണ്ടിൽ പെട്ടെന്ന് ഒരു പുഞ്ചിരി വിടർന്നു. അത് തീർച്ചയായും എനിക്കായിരുന്നില്ല, മറിച്ച് എന്റെ അരികിലുള്ള സുന്ദരനായ തെമ്മാടിക്ക് വേണ്ടിയായി രുന്നു.

''ഗുഡ് ഈവനിംഗ് ചീഫ്.'' കണ്ണുകൾ അലിയിൽ ആയിരുന്നെ ങ്കിലും അവൾ പറഞ്ഞു. ''ഞാൻ നിങ്ങൾ രണ്ടുപേർക്കും വേണ്ടി കാത്തിരിക്കുകയായിരുന്നു.''

അവളുടെ ശബ്ദം ആകാംക്ഷ നിറഞ്ഞതായിരുന്നു. മുഖത്ത് പ്രകാശം നിറഞ്ഞിരുന്നു.

''ഒരു കുഴപ്പവുമില്ലെന്ന് ഞാൻ പ്രതീക്ഷിക്കുന്നു.'' ഞാൻ അവളുടെ കമ്പ്യൂട്ടറിലേക്ക് നോക്കിക്കൊണ്ട് പറഞ്ഞു. ''സെക്കായിയുടെ വീട്ടിൽ എന്തെങ്കിലും കണ്ടെത്തിയോ?''

അവളുടെ മുഖത്ത് ഒരു നിമിഷത്തേക്ക് നിഴൽ വ്യാപിച്ചു.

''ഇല്ല. അദ്ദേഹത്തിന്റെ വീട്ടിൽനിന്ന് ഒന്നും കിട്ടിയില്ല. പക്ഷേ ഈ ആൽപ്പർ.., സൂപ്രണ്ട് സെക്കായിയെ സന്ദർശിച്ച വ്യക്തി...''

ഞാൻ ഇത് പ്രതീക്ഷിച്ചിരുന്നു, പക്ഷേ എന്റെ ആവേശം ഞാൻ പുറത്ത് കാട്ടിയില്ല.

''രാജി വച്ച ഇൻസ്പെക്ടർ ആൽപ്പർ സൈപ്പർ...'' ഞാൻ ആവർ ത്തിച്ചു. ''അവനെന്തു പറ്റി?''

''അദ്ദേഹം സൂപ്രണ്ട് സെക്കായിയുടെ സഹായിയായിരുന്നു. അഞ്ച് വർഷം മുമ്പ്, മറ്റൊരു തരത്തിൽ പറഞ്ഞാൽ, 2012ൽ ബ്ലൈൻഡ്മാൻസ് ബഫ് ആദ്യം കൊലപാതകങ്ങൾ നടത്തിയ വർഷം അവർ ഒരുമിച്ചാണ് അന്വേഷിച്ചത്.''

തന്റെ വാക്കുകൾ എന്നിൽ എന്ത് സ്വാധീനമാണ് ചെലുത്തിയത് എന്ന ആകാംക്ഷയോടെ അവൾ നിശ്ശബ്ദയായി എന്നെ നോക്കി. എനിക്ക് പകരം അലി പ്രതികരിച്ചു.

“നീയെന്താ അർഥമാക്കുന്നത്?”

സെയ്നെപ് അവളുടെ സീറ്റിൽ ഇരുന്നു.

“അതിനർത്ഥം, ഈ ആൽപ്പറിന് സീരിയൽ കില്ലറുടെ എല്ലാ വിശദാംശങ്ങളും അറിയാം എന്നാണ്. ബ്ലൈൻഡ്മാൻസ് ബഫിന്റെ കാര്യത്തിൽ സെക്കായിയെപ്പോലെ അദ്ദേഹത്തിന് വിവരങ്ങളും അനുഭവവും ഉണ്ടായിരുന്നു. കൂടാതെ, ഒരു വർഷത്തിന് ശേഷം, 2013ൽ, അദ്ദേഹം ജോലി രാജിവച്ചു. പക്ഷേ സൂപ്രണ്ട് സെക്കായിയുമായുള്ള ബന്ധം വിച്ഛേദിച്ചില്ല. മറിച്ച്, അവർ കൂടുതൽ അടുത്തു. എല്ലാ ആഴ്ചയും ആൽപ്പർ അദ്ദേഹത്തെ സന്ദർശിച്ചിരുന്നു.

ഞങ്ങൾ നിർജ്ജീവമായി തന്നെ നോക്കുന്നതു കണ്ടപ്പോൾ അവൾ അൽപ്പം പരിഭ്രമിച്ചു.

“ബന്ധം വ്യക്തമല്ലേ? ആൽപ്പർ ബ്ലൈൻഡ്മാൻസ് ബഫ് ആയിരിക്കാൻ സാധ്യതയുണ്ട്.”

സാധ്യതയുണ്ടായിരുന്നു എന്നത് സത്യമാണ്. എന്നാൽ ഉത്തരം ലഭിക്കാൻ ഇനിയും ധാരാളം ചോദ്യങ്ങൾ ഉണ്ടായിരുന്നു.

“നമുക്കുള്ളത് ഊഹങ്ങൾ മാത്രമാണ്.” ഞാൻ ശാന്തനായി പറഞ്ഞു. “നിങ്ങൾ ഇപ്പോൾ പറഞ്ഞതനുസരിച്ച് ഞങ്ങൾക്ക് ആ മനുഷ്യനെ സംശയിക്കാൻ പോലും കഴിയില്ല.”

അവൾക്ക് മനസ്സിലായി, എന്നിട്ടും അവൾ തന്റെ അഭിപ്രായത്തെ തടഞ്ഞില്ല.

“പക്ഷേ, ബ്ലൈൻഡ്മാൻസ് ബഫ് നമ്മളിൽ ഒരാളായിരിക്കുമെന്ന് തോന്നിയിട്ടില്ലേ? അയാൾക്ക് പൊലീസ് നടപടിക്രമങ്ങൾ നന്നായി അറിയാമായിരുന്നു, അതുകൊണ്ടാണ് തെളിവുകൾ ഒന്നും ബാക്കി വയ്ക്കാത്തത്. ഈ കേസിനെപ്പറ്റി ഏറ്റവും കൂടുതൽ വിവരമുള്ള രണ്ടാമത്തെ വ്യക്തിയെക്കുറിച്ചാണ് നമ്മൾ സംസാരിക്കുന്നത്. കൊലപാതകങ്ങൾ അവസാനിച്ചപ്പോൾ പൊലീസ് സേനയിൽനിന്ന് രാജി വച്ച ഒരാൾ.”

ഞങ്ങൾക്ക് ഇപ്പോഴും ബോധ്യമായിട്ടില്ലെന്ന് കണ്ടപ്പോൾ അവൾ കമ്പ്യൂട്ടറിലേക്ക് തിരിഞ്ഞു. അവളുടെ വിരൽ ചലിച്ചപ്പോൾ മണൽ പോലെ തവിട്ട് നിറമുള്ള മുടിയും കട്ടിയുള്ള പുരികങ്ങളും ഇരുണ്ട കണ്ണുകളുമുള്ള ഒരാൾ സ്ക്രീനിൽ പ്രത്യക്ഷപ്പെട്ടു. അവന്റെ കണ്ണുകളിലുണ്ടായിരുന്നത് സൗഹാർദ്ദപരമായ ഒരു ഭാവമായിരുന്നു.

“ഇതാണ് ആൽപ്പർ സൈപ്പർ.” അവൾ സ്ക്രീനിൽ നിന്ന് കണ്ണെടുത്തില്ല. “അദ്ദേഹം ആയോധനകലയിൽ അഗ്രഗണ്യനാണ്. വെറുതെ പറയുകയല്ല, ശരിക്കും ഒരു മാസ്റ്ററാണ്. തായ്ക്വോണ്ടോയിൽ ബ്ലാക്ക് ബെൽറ്റ്. എയിറ്റ്ത് ഡിഗ്രി കഴിഞ്ഞു ഒമ്പതിനുവേണ്ടി തയ്യാറെടുക്കുന്നു. ആരിലും സ്വാധീനം ചെലുത്താൻ കഴിയുന്ന ആശ്രയയോഗ്യനായ മനുഷ്യനാണ്. രാജിവെച്ച ഉടൻ സൈപ്പർ സെക്യൂരിറ്റി എന്ന കമ്പനി തുറന്നു.

ചില ഹോട്ടലുകൾക്കും ആശുപത്രികൾക്കും സുരക്ഷ നല്കുകയായിരുന്നു ഉന്നം. അതിൽ അദ്ദേഹം വിജയിച്ചു. സൂപ്രണ്ട് സെക്കായിയുടെ വീട്ടിലേക്ക് കടന്നു കയറാൻ അദ്ദേഹത്തിന് മാത്രമേ കഴിയൂ. എനിക്ക് നിങ്ങളെന്ത് വിചാരിക്കുന്നു എന്നറിയില്ല, പക്ഷേ ആ മനുഷ്യൻ ബ്ലൈൻഡ്മാൻസ് ബഫിന്റെ പ്രൊഫൈലുമായി യോജിക്കുന്നു.''

അവളുടെ ന്യായവാദം തെറ്റായിരുന്നില്ല പക്ഷേ അവൾ അതിലേക്ക് വളരെ വേഗമാണ് എത്തിച്ചേർന്നത്. സെയ്നെപ് സാധാരണ ഗതിയിൽ ഇങ്ങനെ ചെയ്യാറില്ല. പക്ഷേ അവൾ ക്ഷീണിതയായതിനാലും കൊലപാതകങ്ങളെല്ലാം ചേർന്നു വല്ലാതെ അസ്വസ്ഥയാക്കിയതിനാലും സാഹചര്യം ശരിയായി വിലയിരുത്താൻ കഴിഞ്ഞില്ല എന്നു ഞാൻ ഊഹിച്ചു. പൊങ്ങിവന്ന ആദ്യത്തെ സൂചന അവൾ സ്വീകരിക്കുകയും അത് വഴി കൊലയാളിയിലേക്ക് എത്തി ഈ സങ്കീർണ്ണമായ കടങ്കഥ ഉടനടി പരിഹരിക്കാമെന്ന് പ്രതീക്ഷിക്കുകയും ചെയ്തിരിക്കണം.

''ആ മനുഷ്യന്റെ സ്വകാര്യ ജീവിതത്തെപ്പറ്റി എന്തെങ്കിലും നമുക്ക് അറിയാമോ?'' അലി വളരെ ന്യായമായ ഒരു ചോദ്യം ചോദിച്ചു. ''അവന്റെ കുട്ടിക്കാലത്തെക്കുറിച്ച് എന്തെങ്കിലും?''

എന്റെ അസിസ്റ്റന്റിന് എന്താണ് വേണ്ടതെന്ന് സെയ്നെപ്പിന് അറിയാമായിരുന്നു.

''നിങ്ങൾക്ക് ആശ്ചര്യം തോന്നാം. അവൻ വളർന്നത് അനാഥാലയത്തിലല്ല. അയാൾക്ക് യലോവയിൽ ഒരു കുടുംബമുണ്ടായിരുന്നു. അയാളുടെ പിതാവ് റസിത് യലോവ സ്റ്റേറ്റ് ഹോസ്പിറ്റലിലെ സർജനായിരുന്നു.''

ഞാൻ ഒരു കസേര വലിച്ചിട്ട് അവളുടെ എതിർവശത്ത് ഇരുന്നു. അലി അവിടെത്തന്നെ നിന്നു.

''ശരി സുഹൃത്തുക്കളേ, നാളെ ഞങ്ങളുടെ ആദ്യത്തെ ജോലി ഈ ആൽപ്പറിനോട് സംസാരിക്കുക എന്നതാണ്. എന്താണുണ്ടാവുക എന്നു നോക്കാം. സെയ്നെപ്, അർദയുടെ ഡിഎൻഎ സാമ്പിളുകൾ ലഭിച്ചോ?''

ഞങ്ങളുടെ ക്രിമിനോളജിസ്റ്റിന്റെ ആവേശം കുറഞ്ഞതായി തോന്നി.

''നാളെ ഫലം വരും ചീഫ്. ഹികാബിയെ കൊന്നത് ആ രണ്ടു പേരും ചേർന്നാണെന്ന് ഞാൻ കരുതുന്നു. കുത്തിയത് അർദ ആയിരിക്കും. ഞാൻ സെയ്റ്റിൻബർണുവിലെ ഫ്ളാറ്റിലും ബാത്ത്റൂമിലെ സിങ്കിലും ലുമിനോൾ ടെസ്റ്റ് നടത്തിയപ്പോൾ നിറം പച്ചയായി. തറയിൽ ചോരപ്പാടുകൾ ഞാനും കണ്ടതാണ്. അവർ അവിടെ കൈയും വസ്ത്രങ്ങളും കഴുകിയെന്നത് വ്യക്തമാണ്. അതുകൊണ്ടാണ് കഞ്ചാവിനെയും അവന്റെ രണ്ടുപേരെയും ഇപ്പോഴും കസ്റ്റഡിയിൽവച്ചിരിക്കുന്നത്. നിങ്ങൾക്ക് വേണമെങ്കിൽ പ്രോസിക്യൂട്ടറെ വിവരമറിയിക്കാം.''

ഞാൻ സന്തോഷത്തോടെ കൈകൾ തിരുമ്മി.

''മറ്റൊന്നുമില്ലെങ്കിൽ നമ്മൾ ഈ സംഭവം പരിഹരിക്കും. അതുവഴി നമുക്ക് ബ്ലൈൻഡ്മാൻസ് ബഫിലേക്ക് എത്തിച്ചേരാം.''

അക്ഷമയായ ഒരു കുട്ടിയെപ്പോലെ സെയ്നെപ് അവളുടെ കസേരയിൽ ഇരുന്നു.

''ഞാനും ഇതേ കാര്യം പറയാൻ പോവുകയായിരുന്നു. ആകിഫ് സോയ്കന്റെയും ഫെറിറ്റ് സെൽസിമിന്റെയും പോസ്റ്റ്മോർട്ടം റിപ്പോർട്ടുകൾ വീണ്ടും വന്നു. ബ്ലൈൻഡ്മാൻസ് ബഫിന്റെ രണ്ട് ഇരകൾ.'' അവൾ കമ്പ്യൂട്ടറിലേക്ക് തിരിഞ്ഞു കീബോർഡിൽ വിരൽ അമർത്തി. സ്ക്രീനിൽ ഒരു റിപ്പോർട്ട് പ്രത്യക്ഷപ്പെട്ടു. ''ഇതാ, കൊല്ലപ്പെടുന്നതിന് മുമ്പ് രണ്ടുപേർക്കും മയക്കുമരുന്ന് നൽകിയിരുന്നു. മിവക്യൂറിയം എന്ന പദാർത്ഥം. ഇത് ഒരു ന്യൂറോ മസ്കുലർ ബ്ലോക്കറാണ്. അതായത് പെരിഫറൽ മസിൽ റിലാക്സന്റ്. ഇത് സാധാരണയായി അനസ്തേഷ്യ സമയത്താണ് ഉപയോഗിക്കുന്നത്.''

''സെയ്നെപ്...'' എനിക്ക് ഇടപെടേണ്ടി വന്നു. ''സംഗതി കൊള്ളാം, പക്ഷേ അത് സാധാരണക്കാർക്ക് മനസ്സിലാകുന്ന ഭാഷയിൽ വിശദീകരിക്കാമോ?''

അവളുടെ മുഖം ചുവന്നു തുടുത്തു.

''ക്ഷമിക്കണം ചീഫ്, ഞാൻ അർത്ഥമാക്കിയത് അമിതമായ അളവിൽ നൽകിയാൽ ഈ മിവക്യൂറിയം സ്ട്രോക്കിന് കാരണമാകാം. ഡോസ് കുറച്ചുകൂടി കൂട്ടിയാൽ അത് മനുഷ്യരെ കൊല്ലും. ബ്ലൈൻഡ്മാൻസ് ബഫ് ആദ്യം അവന്റെ ഇരകളെ തട്ടിക്കൊണ്ടുപോകുന്നു, തുടർന്ന് ഈ മരുന്ന് ഉപയോഗിച്ച് അവരെ മയക്കുന്നു. എന്നിട്ട് അവരെ കൊല്ലുന്നു. അതൊരു ഭയാനകമായ സാഹചര്യമാണ്. എന്താണ് സംഭവിക്കുന്നതെന്ന് ഇരയ്ക്ക് അറിയാം, പക്ഷേ അവർക്ക് അനങ്ങാൻ കഴിയില്ല. ഇരകൾക്ക് എല്ലാം അനുഭവപ്പെടുന്നു, അവർക്ക് എന്താണ് സംഭവിക്കാൻ പോകുന്നതെന്ന് ഊഹിക്കാൻ കഴിയും.''

വേദന അനുഭവപ്പെട്ടതുപോലെ അലി മുഖം ചുളിച്ചു.

''ചെവി മുറിക്കുന്നതിന്റെ വേദന അവർക്ക് അനുഭവിക്കാൻ കഴിയുമെന്നാണോ നിങ്ങൾ അർത്ഥമാക്കുന്നത്?''

''കൃത്യമായിട്ട്. പക്ഷേ അവർക്ക് പ്രതിരോധിക്കാൻ കഴിയില്ല. ബ്ലൈൻഡ്മാൻസ് ബഫ് തന്റെ പ്രതിരോധിക്കാനാവാത്ത ഇരയെ കൊലപാതക സ്ഥലത്തേക്ക് കൊണ്ടുപോയിട്ട് ചുവന്ന വെൽവെറ്റ് കൊണ്ട് കണ്ണ് കെട്ടി സമീപത്ത് ഒരു കളിപ്പാട്ടവും വച്ചതിനുശേഷം കഴുത്തിന്റെ പിന്നിലേക്ക് തോക്ക് ഉന്നം വയ്ക്കുന്നു.''

ഞാൻ മറ്റ് ചില വിശദാംശങ്ങളെക്കുറിച്ച് ആലോചിക്കുകയായിരുന്നു.

''മിവാക്യൂറിയംപോലുള്ള മരുന്നുകൾക്കുള്ള ഡോസേജുകൾ എങ്ങനെ ക്രമീകരിക്കാമെന്ന് അറിയാമെന്നത് ബ്ലൈൻഡ്മാൻസ് ബഫിന് വൈദ്യശാസ്ത്രപരമായ അറിവും ഉണ്ടെന്ന സൂചനയാണ് നല്കുന്നത്.''

സെയ്നെപ്പിന്റെ ചെസ്റ്റ്നട്ട് കണ്ണുകളിൽ ഒരു തിളക്കം ഞാൻ കണ്ടു.

''അതാണ് ഞാൻ പറയുന്നത് ചീഫ്. അവന്റെ പിതാവ്, യലോവ സ്റ്റേറ്റ് ഹോസ്പിറ്റലിലെ സർജനായ റസിത് ആണ്. അയാൾക്ക് മെഡിസിനോ അനസ്തേഷ്യയോ അപരിചിതമല്ല. അതുകൊണ്ടുതന്നെ നമ്മൾ ആൽപ്പറിൽ ശ്രദ്ധ കേന്ദ്രീകരിക്കേണ്ടതുണ്ട്. നിങ്ങൾ നോക്കിക്കോ. ഈ മനുഷ്യന് കൊലപാതകങ്ങളുമായി എന്തോ ബന്ധമുണ്ട്.

വൈകിയ നേരത്ത് ലക്ഷ്യമില്ലാത്ത ഈ ചർച്ച തുടരുന്നതിൽ അർത്ഥമില്ല.

''നമുക്ക് നോക്കാം സെയ്നെപ്.'' ഞാൻ പറഞ്ഞു, എന്റെ ശബ്ദം വീണ്ടും ശാന്തമായി. ''ഞാൻ പറഞ്ഞതുപോലെ നാളെ ആൽപ്പറിനെ പോയി കാണാം. അവന് എന്താണ് പറയുന്നതെന്ന് നോക്കാം. വേണമെങ്കിൽ നീയും വരൂ. നിന്റെ ചിന്തകൾക്കു കൂടുതൽ വ്യക്തത കിട്ടും.''

ഒടുവിൽ ഞങ്ങൾ ഒരു സമവായത്തിലെത്തി.

''എനിക്ക് താല്പര്യമുണ്ട്. എന്നാൽ നിങ്ങൾ ചോദ്യങ്ങൾ ചോദിക്കൂ. എനിക്ക് നിരീക്ഷിക്കണം. ആ മനുഷ്യൻ എങ്ങനെ പ്രതികരിക്കുമെന്നറിയാൻ എനിക്ക് ആകാംക്ഷയുണ്ട്.''

വീട്ടിൽ പോയി വിശ്രമിക്കാനുള്ള സമയമായി. ഞാൻ എഴുന്നേറ്റപ്പോൾ അത് വരെ അനങ്ങാതെ നിന്ന അലി പറഞ്ഞു, ''നിനക്ക് ഓർമ്മയുണ്ടോ, മണി ഒന്നരയായി.'' അയാൾ ചുമരിലെ ക്ലോക്കിലേക്ക് വിരൽ ചൂണ്ടി. ''ഇന്ന് ജൂൺ 6 ആണ്.''

സെയ്നെപ് അവനെ അമ്പരപ്പോടെ നോക്കി.

''നിങ്ങൾ മറന്നുവെന്ന് തോന്നുന്നു. ബ്ലൈൻഡ്മാൻസ് ബഫ് തന്റെ ശീലങ്ങളിൽ ഉറച്ചുനിൽക്കുകയാണെങ്കിൽ, അവൻ ഇന്ന് മൂന്നാമത്തെ കൊലപാതകം നടത്തും.''

അവൻ വളരെ പ്രധാനമായ ഒരു കാര്യം പറയുകയായിരുന്നു. പാവം സെക്കായിയുടെ വാക്കുകൾ വീണ്ടും എന്റെ കാതുകളിൽ മുഴങ്ങി: ''അവൻ മറ്റൊരു ജീവൻ എടുക്കുന്നതിനായി നമ്മൾ കാത്തിരിക്കണം, ഇരയെ എവിടെയെങ്കിലും കൊന്ന് ഉപേക്ഷിക്കാൻ, അതായത്, അവന്റെ ശീലം തുടരാൻ നമ്മൾ കാത്തിരുന്നേ മതിയാകൂ. ഒരുപക്ഷേ അവൻ എന്തെങ്കിലും സൂചന നൽകിയേക്കാം.''

നിർഭാഗ്യവശാൽ അതായിരുന്നു യാഥാർത്ഥ്യം. അവൻ എന്തെങ്കിലും മണ്ടത്തരം ചെയ്യാനും കുറ്റകൃത്യത്തെക്കുറിച്ച് ഒരു സൂചന നൽകാനും തെളിവുകൾ എന്തെങ്കിലും ബാക്കിവയ്ക്കാനും കാത്തിരിക്കുകയല്ലാതെ ഞങ്ങൾക്ക് മറ്റ് മാർഗ്ഗമില്ലായിരുന്നു. ചിലപ്പോൾ ഞങ്ങൾ ഇങ്ങനെ സംസാരിച്ചിരിക്കുന്ന നേരത്തുപോലും കുട്ടികൾക്കായുള്ള ഏതെങ്കിലും സ്ഥലത്ത് വച്ച് അയാൾ ഒരു ഇരയെ കൊല്ലുകയാവും.

''നിങ്ങൾക്ക് തെറ്റിപ്പോയെന്ന് എനിക്ക് തോന്നുന്നു അലി, ബ്ലൈൻഡ്മാൻസ് ബഫ് ഇതിനകം മറ്റൊരു കൊലപാതകം നടത്തിയിട്ടുണ്ട്.'' സെയ്നെപ് പറഞ്ഞു. ''നിങ്ങൾക്കോർമ്മയില്ലേ? അവൻ സൂപ്രണ്ട് സെക്കായിയെ കൊന്നു.''

ഈ വൈരുദ്ധ്യമാണ് കൊലപാതകശൃംഖലയുടെ സങ്കീർണ്ണത വെളിപ്പെടുത്തിയത്. ബ്ലൈൻഡ്മാൻസ് ബഫ് ആണ് ആകിഫിനെയും ഫെറിറ്റിനെയും കൊന്നതെങ്കിൽ, സെക്കായിയെ കൊന്നതോടെ മൂന്നാമത്തെ കൊലപാതകം പൂർത്തിയായി. എന്നാൽ അലി എതിർത്തു.

''ശരി, പക്ഷേ തീയതികൾ പൊരുത്തപ്പെടുന്നില്ല, ശീലമനുസരിച്ച് നമ്മുടെ സീരിയൽ കില്ലർ ഈ മാസം ആറാം തീയതി കൊലപാതകം നടത്തണം. ശരിയല്ലേ? അവൻ രണ്ടാം തീയതി ആകിഫിനെയും നാലാം തീയതി ഫെറിറ്റിനെയും കൊന്നു. ആ അക്കങ്ങൾ കൂട്ടിയാൽ ആറ് ആകും. എണ്ണം പന്ത്രണ്ടിൽ എത്തണമെങ്കിൽ മൂന്നാമത്തെ ഇര ആറാം തീയതി കൊല്ലപ്പെടണം. എന്നാൽ സൂപ്രണ്ട് സെക്കായ് അഞ്ചാം തീയതി കൊല്ലപ്പെട്ടു. അതോടെ സംഖ്യ പതിനൊന്നിൽ എത്തി.''

സെയ്നെപ് വിശദീകരിക്കാൻ തയ്യാറായിരുന്നു.

''പക്ഷേ അലി, 2012ലെ ആദ്യ കൊലപാതകം ജനുവരി ആദ്യമായിരുന്നു, എന്നാൽ ഇപ്പോൾ, അഞ്ച് വർഷത്തിനുശേഷം, അവന്റെ ആദ്യ കൊലപാതകം ജൂൺ രണ്ടാം തീയതി ആയിരുന്നു. ബ്ലൈൻഡ്മാൻസ് ബഫ് ഇതിനകംതന്നെ തന്റെ ശീലം ലംഘിച്ചു. ഒരുപക്ഷേ അവൻ ഒരു പുതിയ ആചാരം തുടങ്ങിയേക്കും. നമുക്ക് കാത്തിരിക്കാം. എന്ത് സംഭവിക്കുമെന്ന് നമുക്ക് നോക്കാം.''

ഈ ചർച്ച രാത്രി മുഴുവൻ നീണ്ടു പോകുമായായിരുന്നു, പക്ഷേ ഞങ്ങൾക്ക് പരിഹരിക്കാൻ ബുദ്ധിമുട്ടുള്ള ഒരു കേസ് തീർക്കേണ്ടതുണ്ട്. ഞാൻ വീണ്ടും സീറ്റിൽനിന്ന് എഴുന്നേൽക്കാൻ ശ്രമിച്ചു.

''വരൂ കുട്ടികളേ, നമുക്ക് പോയി ഉറങ്ങാം.'' ഞാൻ പറഞ്ഞു തീരും മുമ്പേ ഫോൺ റിംഗ് ചെയ്യാൻ തുടങ്ങി. രണ്ടുപേരും പരിഭ്രമത്തോടെ എന്നെ നോക്കി. രാത്രിയിൽ ഈ സമയത്ത് റിംഗ് ചെയ്യുന്ന ഫോൺ ഒരിക്കലും നല്ല വാർത്തയാവില്ല നല്കുന്നത്. സ്ക്രീനിൽ ഞങ്ങളുടെ പ്രഗത്ഭനായ ടീം അംഗം എക്രെമിന്റെ പേര് തെളിഞ്ഞു.

''ഹായ് എക്രെം. എന്ത് പറ്റി?''

''നല്ല വാർത്തയല്ല ചീഫ്. മറ്റൊരു മൃതദേഹം കണ്ടെത്തി.''

''എവിടെ?''

''ഫെറിക്കോയിൽ. മൃതദേഹം ഒരു ചെറിയ അമ്യൂസ്മെന്റ് പാർക്കിൽ ഉപേക്ഷിച്ചിട്ടുണ്ട്.''

ഒരു സീരിയൽ കില്ലർ വിവരങ്ങൾ ശേഖരിക്കുന്നതിൽ നമ്മളേക്കാൾ മിടുക്കനാണെന്ന് നിങ്ങൾ കരുതുന്നുണ്ടോ?

എക്രെം പറഞ്ഞ അമ്യൂസ്മെന്റ് പാർക്ക് സാധാരണ ആളുകൾ താമസിക്കുന്ന സ്ഥലത്ത് സ്ഥിതി ചെയ്തിരുന്ന ലളിതമായ ഒന്നായിരുന്നു. കുടുംബങ്ങൾക്ക് നേരമ്പോക്ക് ആസ്വദിക്കാനായുള്ള കറങ്ങുന്ന കസേരകളും യന്ത്ര ഊഞ്ഞാലും ഷൂട്ടിംഗ് ഗെയിമുമായി നീണ്ട വേനൽക്കാല രാത്രികളിൽ അവിടെ സമയം വേഗത്തിൽ കടന്നുപോയിരുന്നു. ഈ സമയത്ത് നഗരത്തിലെ ഒട്ടുമിക്ക സ്ഥലങ്ങളിലുമെന്നപോലെ ഇവിടെയും ലൈറ്റുകൾ അണഞ്ഞിരുന്നു. വൈകുന്നേരത്തെ തിക്കും തിരക്കും അവസാനിച്ചു. രാത്രിയുടെ ഇരുട്ടിൽ യന്ത്ര ഊഞ്ഞാലിന് കൂറ്റൻ ഫാനിന്റെ ഛായയുണ്ടായിരുന്നു. അവയിലെ കസേരകളിൽ ഒന്നൊഴികെ എല്ലാം ശൂന്യമായിരുന്നു. അതിലിരുന്ന് ഒരാൾ വട്ടം കറങ്ങിക്കൊണ്ടേയിരുന്നു. അവന്റെ നീണ്ട മുടി കാറ്റിൽ പാറിക്കളിച്ചു. അത് അസ്വസ്ഥമാക്കുന്ന കാഴ്ചയായിരുന്നു. എനിക്ക് പെട്ടെന്ന് തണുപ്പ് അനുഭവപ്പെട്ടു. ശീതളമായ കാറ്റ് എവിടെനിന്നോ എന്റെ മുഖത്ത് തലോടി. പക്ഷേ ആ കാറ്റിൽ എന്തോ ദുർഗന്ധം കലർന്നിരുന്നു.

‘‘ഗുഡ് ഈവനിംഗ് ചീഫ്.’’

തിരിഞ്ഞു നോക്കിയപ്പോൾ എക്രെമിന്റെ അമ്പരന്ന മുഖം ഞാൻ കണ്ടു. കൈയിൽ ഒരു ഇരമ്പുന്ന റേഡിയോയുമായി അവൻ എന്റെ മുന്നിൽ നിൽക്കുന്നുണ്ടായിരുന്നു.

‘‘ഹായ് എക്രെം. ഇതെന്താ ഇവിടെ?’’

അയാൾ പറക്കുന്ന കസേരകളിലേക്ക് വിരൽ ചൂണ്ടി.

‘‘അവൻ ഇരയെ അതിലൊന്നിലാണ് ഇത്തവണ ബന്ധിച്ചിരിക്കുന്നത്.’’

‘‘ഞങ്ങൾ കണ്ടു.’’ സെയ്നെപ് പറഞ്ഞു. ‘‘നീയെന്താ ആ കസേരയുടെ കറക്കം നിർത്താത്തത്?’’

ശവം അവിടെ വന്നതിന് താൻതന്നെയാണ് ഉത്തരവാദി എന്ന മട്ടിൽ എക്രെം കുറ്റബോധത്തോടെ പുഞ്ചിരിച്ചു.

''ഇൻസ്പെക്ടർ സെയ്നെപ്, ഞങ്ങൾ അത് നിർത്താൻ ശ്രമിക്കുകയായിരുന്നു, പക്ഷേ അത് ചെയ്യേണ്ട ആളെ കണ്ടെത്താൻ കഴിഞ്ഞില്ല. ചുമതലയുള്ളവൻ അടച്ചിട്ട് പോയി. ഞാൻ സിഹാത്തിനെ അയച്ചു. അയാൾ അവനെ കണ്ടെത്തി തിരികെ കൊണ്ടുവരും.''

അലിക്ക് മൃതദേഹത്തിൽനിന്ന് കണ്ണെടുക്കാൻ കഴിഞ്ഞില്ല.

''ഈ ബ്ലൈൻഡ്മാൻസ് ബഫ് തീർച്ചയായും ഒരു രസികനാണ്.'' അലി മന്ത്രിച്ചു. ''അവൻ വളരെ കൃത്യതയുള്ളവനാണ്. ഒരു സിനിമാ സെറ്റ് പോലെ രൂപപ്പെടുത്തിയിരിക്കുന്ന ഈ സീൻ നോക്കൂ. ആ സംഗീതം മാത്രമേ ഇല്ലാതെയുള്ളൂ.''

സെയ്നെപ്പിനും അത് ശ്രദ്ധിക്കാതെയിരിക്കാൻ കഴിഞ്ഞില്ല.

''ഇത് ബ്ലൈൻഡ്മാൻസ് ബഫ് ആണെന്ന് എനിക്ക് ഉറപ്പില്ല.'' അവൾ പറഞ്ഞു. ''പത്തു മണിക്കൂറിനുള്ളിൽ ആർക്കും രണ്ടു കൊലപാതകം നടത്താനാവില്ല ചീഫ്. അത് ആരെക്കാളും നന്നായി നിങ്ങൾക്കറിയാം. പ്രത്യേകിച്ച് ഈ സമയമെടുത്ത് ഒരുക്കിയതുപോലെയുള്ള രംഗങ്ങൾ. ഇല്ല, ഇത്രയും ചുരുങ്ങിയ സമയത്തിനുള്ളിൽ ആർക്കും രണ്ട് കൊലപാതകം നടത്തി അപ്രത്യക്ഷമാകാൻ കഴിയില്ല. സൂപ്രണ്ട് സെക്കായിയെ കൊലപ്പെടുത്തിയത് ബ്ലൈൻഡ്മാൻസ് ബഫ് ആണെങ്കിൽ, തീർച്ചയായും ഇത് മറ്റാരെങ്കിലുമാണ് ചെയ്തത്. വേറെ വഴിയില്ല.''

ലളിതവും എന്നാൽ വളരെ യാഥാർത്ഥ്യബോധമുള്ളതുമായ ഒരു വിലയിരുത്തലായിരുന്നു അത്. പക്ഷേ അലി അതിനോട് യോജിച്ചില്ല.

''ബ്ലൈൻഡ്മാൻസ് ബഫിന് അനുയായികളുണ്ടെങ്കിൽ എന്തു ചെയ്യും? നമ്മൾ അന്ന് പറഞ്ഞില്ലേ, അയാൾക്ക് ചില ആരാധകർ ഉണ്ടായിട്ടുണ്ടാവാം. അവനെ അനുകരിക്കാൻ ശ്രമിക്കുന്നവരെകൂടി നമ്മൾ കണക്കിലെടുക്കണം. അവൻ സൂപ്രണ്ട് സെക്കായിയെ കൊല്ലുമ്പോൾ, ശിഷ്യന്മാർക്ക് വേണമെങ്കിൽ ഈ ആളെ ഇവിടെ കൈകാര്യം ചെയ്യാം.''

''അലീ, ബ്ലൈൻഡ്മാൻസ് ബഫ് ഒറ്റയ്ക്കാണ് പ്രവർത്തിക്കുന്നത്.''

''പ്രവർത്തിച്ചിരുന്നത്.'' ഞങ്ങളുടെ ശാഠ്യക്കാരനായ മുട്ടനാട് അവളെ തിരുത്തി. ''അത് അഞ്ച് വർഷം മുമ്പാണ്. അവന്റെ മനസ്സ് മാറിയെങ്കിലോ?''

അത് സാധ്യമായിരുന്നു. അല്ലെങ്കിൽ പറക്കും കസേരയിലിരിക്കുന്ന ഈ മനുഷ്യനെ മാത്രം കൊല്ലുക എന്നതായിരുന്നിരിക്കാം ഉദ്ദേശം. ഇതോടെ അവൻ ജൂണിലെ കൊലപാതക പരമ്പര അവസാനിപ്പിക്കേണ്ടതാണ്. ഒരുപക്ഷേ അയാൾ ഈ മനുഷ്യനെ കുറച്ചു ദിവസം മുമ്പ് കൊന്നിട്ടുണ്ടാകും. ശരീരം ക്രൈം സീനിൽ പ്രതിഷ്ഠിക്കുന്നതിന് മുൻപ് താൻ സെക്കായിയുടെ പിടിയിലാണെന്ന് അറിഞ്ഞപ്പോൾ ഞങ്ങളുടെ റിട്ടയേർഡ് സൂപ്രണ്ടിനെയും കൊല്ലാൻ നിർബന്ധിതനായി മാറിയതാവാം. എന്നാൽ പിന്നെ, എന്തുകൊണ്ട് ഇന്ന്? അവൻ ഞങ്ങളുടെ ഫോൺ സംഭാഷണങ്ങൾ ശ്രദ്ധിക്കുന്നില്ലെങ്കിൽ, സെക്കായി എന്നോട് സംസാരിക്കാൻ പോകുകയാണെന്ന് അറിയാൻ കഴിയില്ല. കൊലയാളിയുടെ മുഖത്ത് നോക്കി ''നിങ്ങൾ ബ്ലൈൻഡ്മാൻസ് ബഫ് ആണ്''

എന്ന് സെക്കായ് പറയാതിരുന്നിടത്തോളം കാലം. ഇല്ല, സെക്കായ് അത്രത്തോളം പോകില്ല. എത്ര ദേഷ്യം വന്നാലും അയാൾ സ്വയം നിയന്ത്രിക്കും. അതുകൊണ്ടുതന്നെ അലിയുടെ നിർദ്ദേശം വിശ്വസ നീയമായിരുന്നില്ല. പക്ഷേ നടന്നതെന്താണ് തീരുമാനിക്കാൻ ആവശ്യ മായ വിവരങ്ങൾ ഞങ്ങൾക്ക് ഇപ്പോഴും ലഭിച്ചിരുന്നില്ല.

അതുകൊണ്ട് എന്റെ രണ്ട് അസിസ്റ്റന്റുമാരെയും പ്രത്യേകിച്ച് അർത്ഥ മൊന്നുമില്ലാത്ത അനുമാനങ്ങളിൽനിന്ന് മാറ്റി നിറുത്താൻ ഞാൻ ആഗ്ര ഹിച്ചു. ഇര ഞങ്ങളുടെ തലയ്ക്ക് മുകളിലൂടെ കറങ്ങുന്നത് കാണാൻ വേണ്ടി ഞാൻ കുറച്ച് ചുവടുകൾ പിന്നോട്ട് വച്ചു. എന്നാൽ മങ്ങിയ വെളിച്ചം അത് അനുവദിച്ചില്ല. ഞാൻ എക്രെമിന്റെ നേർക്ക് തിരിഞ്ഞു.

''സാക്ഷികളുണ്ടോ? മറ്റ് സൂചനകളെന്തെങ്കിലും?''

''ഇല്ല ചീഫ്.'' അവൻ പരാതിയുടെ സ്വരത്തിൽ പറഞ്ഞു. ''എപ്പോ ഴത്തേയുംപോലെ, സാക്ഷികൾ ഇല്ലായിരുന്നു. ഡ്യൂട്ടിയിൽ ഒരു ഗാർഡ് ഉണ്ടായിരുന്നിരിക്കണം. പക്ഷേ ഞങ്ങൾക്കും ഈ ഗാർഡിനെ കാണാൻ കഴിഞ്ഞില്ല.'' ഒരു ശബ്ദം കേട്ട് അമ്യൂസ്മെന്റ് പാർക്കിന്റെ ഇരുമ്പ് ഗേറ്റിന് നേരെ അയാൾ തിരിഞ്ഞു. ''സിഹാത് വരുന്നു. അവൻ ഈ കസേരകളുടെ ചുമതലക്കാരനെ കണ്ടെത്തിയെന്ന് തോന്നുന്നു.''

ഞാൻ സിഹാത്തിനെ കണ്ടു, അവന്റെ കൂടെ ഇടത്തരം വലിപ്പ മുള്ള, ചെറുതായി മുടന്തുന്ന കഷണ്ടിക്കാരനായ ഒരാളുണ്ടായിരുന്നു. കണ്ടത് മുതൽ സിഹാത് അവനെ ശകാരിക്കുകയായിരുന്നു എന്നു തോന്നുന്നു. പക്ഷേ ഈ അവസാന വാക്കുകൾ മാത്രമാണ് ഞാൻ കേട്ടത്.

''സഹോദരാ, എങ്ങനെയാണ് ഇത്ര നിരുത്തരവാദപരമായി നിങ്ങൾക്ക് പോകാൻ കഴിഞ്ഞത്? അവർ നിങ്ങളുടെ വളപ്പിലിട്ട് ഒരാളെ കൊന്നു. ആ ശരീരം നിങ്ങളുടെ ഊഞ്ഞാലാട്ടക്കസേരയിൽ ഇരുത്തി കറക്കിക്കളിക്കാൻ വേണ്ടി തയ്യാറാക്കി. നിങ്ങൾക്ക് അതിനെക്കുറിച്ച് ഒന്നും അറിയില്ല. കിടക്കയിൽ സുഖമായി കിടന്നു കൂർക്കംവലി...''

ആ മനുഷ്യൻ കയ്യോടെ പിടിക്കപ്പെട്ട നാണക്കേടോടെ വിശദീകരി ക്കാൻ ശ്രമിച്ചു, ''നിങ്ങൾ പറഞ്ഞത് ശരിയാണ്, സർ, പക്ഷേ എനിക്ക് ഇതുമായി ഒരു ബന്ധവുമില്ല. പിന്നെ ഞാൻ അമ്യൂസ്മെന്റ് പാർക്ക് വെറുതെ ഇട്ടിട്ട് പോയതല്ല. ഇന്ന് രാത്രി ഞാൻ ആ ഒന്നിനും കൊള്ളാത്ത മൂസയെ സെക്യൂരിറ്റി ചുമതല എൽപ്പിച്ചിരുന്നു. അവൻ സ്ഥലം വിട്ടു കളഞ്ഞു, തെണ്ടി, തന്തയില്ലാത്തവൻ. അവൻ എന്നോട് കള്ളം പറഞ്ഞു, അവൻ രാവിലെ വരെ ഇവിടെയുണ്ടായിരുന്നു എന്നാണ് പറഞ്ഞത്. ഇതെല്ലാം ആ തെണ്ടി മൂസയുടെ തെറ്റാണ്.''

എന്നെ കണ്ടതും സിഹാത് അയാളുടെ സംസാരത്തിൽ ഇടപെട്ടു.

''സൂക്ഷിച്ചു സംസാരിക്ക്! നീയെന്തിനാ ഈ ശാപവാക്കുകൾ ഉപ യോഗിക്കുന്നത്? ഔപചാരികമായ അന്വേഷണമാണ് നടക്കുന്നത്.''

ആ മനുഷ്യന്റെ നഗ്നമായ തല വരെ അത് കേട്ടപ്പോൾ ചുവന്നു പോയി. അയാൾ രണ്ടുതവണ തുപ്പൽ വിഴുങ്ങി.

''ക്ഷമിക്കണം, സർ.'' സിഹാത് തന്റെ ചൂണ്ടുവിരൽ ചുണ്ടിലമർത്തിയിട്ട് പറഞ്ഞു. ''ശ്ശോ, ഒന്നു മിണ്ടാതിരിക്കൂ. ആവശ്യപ്പെടാതെ സംസാരിക്കരുത്.'' എന്നിട്ട് എന്റെ നേരെ തിരിഞ്ഞു. ''ഞാൻ ഹുസാമിനെ കണ്ടുപിടിച്ചു കൊണ്ടുവന്നിട്ടുണ്ട് ചീഫ്. ഇവനാണ് ഈ സ്ഥലത്തിന്റെ ഉടമ.''

എന്നെക്കണ്ടതോടെ ഹുസാം വീണ്ടും വായിട്ടടിക്കാൻ തുടങ്ങി.

''ദൈവം സാക്ഷിയായി എനിക്ക് ഇതുമായി ഒരു ബന്ധവുമില്ല.''

''ശരി ഹുസാം, നമുക്ക് സംസാരിക്കാം.'' ഞാൻ പറക്കുന്ന കസേരകളിലേക്ക് ചൂണ്ടി പറഞ്ഞു. ''ആദ്യം ഇത് നിർത്ത്. ഉടനെ വേണം.''

അയാൾ ആകാശത്തേക്ക് കണ്ണുകൾ തിരിച്ചു. ''അതാണോ ശരീരം?'' ഹുസാം പരിഭ്രാന്തിയോടെ ചോദിച്ചു. ''എനിക്ക് ഇത് കാണാൻ പറ്റുന്നില്ല.'' അയാൾ കണ്ണു പൊത്തി.

''എന്നാൽപ്പിന്നെ നോക്കാതിരുന്നു കൂടെ?'' സിഹാത് പൊട്ടിച്ചിരിച്ചു. ''ഇങ്ങോട്ട് വാ, നമുക്ക് ഈ നാശം പിടിച്ച സാധനം നിർത്താം.''

''ശരി സാർ! ഞാൻ ദാ വരുന്നു.'' വലതുകാലിലെ തളർച്ച അവഗണിച്ച്, അവൻ എങ്ങോട്ടോ പോയി. ഏതാനും മിനിറ്റുകൾക്കുശേഷം ആ വൃത്തികെട്ട ശബ്ദം ശരിക്കും നിന്നു. കസേരകളുടെ വേഗം സാവധാനം കുറഞ്ഞു വന്നിട്ട് ചലനം നിലച്ചു.

ഇരയുടെ അടുത്തെത്തിയപ്പോൾ ശവത്തിന്റെ ഓക്കാനിപ്പിക്കുന്ന ഗന്ധം എന്റെ മൂക്കിൽ അടിച്ചു കയറി. കുറച്ച് ദിവസങ്ങൾക്ക് മുമ്പ് കൊല്ലപ്പെടുകയും പിന്നീട് അത്ര തണുപ്പില്ലാത്ത സ്ഥലത്ത് സൂക്ഷിച്ചിരിക്കുകയും ചെയ്തു എന്നതിൽ സംശയമില്ല. ഞാൻ മൂക്ക് പൊത്തിക്കൊണ്ട് ശരീരത്തിന്റെ അടുത്തേക്ക് ചെന്നു. അവന്റെ കണ്ണുകൾ ചുവന്ന വെൽവെറ്റുകൊണ്ട് കെട്ടിയിരുന്നു. ചെവിയുടെ പകുതി കാണാനുണ്ടായിരുന്നില്ല. നീണ്ട മുടി ആകെ കുഴഞ്ഞുമറിഞ്ഞ് കാണപ്പെട്ടു. ആ മുഖത്തെ ഭാവം പ്രവചിക്കാൻ പ്രയാസമായിരുന്നു, കഴുത്തിൽ കയറിയ വെടിയുണ്ട താടിയെല്ല് തകർത്തു കളഞ്ഞിരുന്നു. അതെ, മറ്റ് മൂന്ന് ഇരകളെപ്പോലെതന്നെ. കൊല്ലാനായി ഒരു വെടിയുണ്ട മാത്രമേ ഉപയോഗിച്ചിട്ടുള്ളൂ. അവന്റെ ഐസ്ബ്ലൂ നിറത്തിലെ ലിനൻ ഷർട്ടിന്റെ മുൻവശം രക്തത്തിൽ കുളിച്ചിരുന്നു. വലതുകൈയിൽ ഒരു കറുത്ത തോക്ക് പിടിച്ചിരുന്നു. മങ്ങിയ വെളിച്ചത്തിൽ യഥാർത്ഥമായി കാണപ്പെട്ടുവെങ്കിലും സൂക്ഷ്മപരിശോധനയിൽ അത് ഒരു കളിപ്പാട്ടമാണെന്ന് എനിക്ക് മനസ്സിലായി. കറുത്ത ചരടുകൊണ്ട് അവന്റെ കൈയിൽ കെട്ടിവച്ചിരിക്കുന്ന കറുത്ത പിസ്റ്റൾ. ഒരു പ്ലാസ്റ്റിക് പിസ്റ്റൾ! കൊലപാതകി തന്റെ ശീലം തുടർന്നിരിക്കുന്നു. ചുവന്ന വെൽവെറ്റുകൊണ്ട് കണ്ണു മൂടിക്കെട്ടി കുട്ടികളുടെ കളിസ്ഥലത്ത് ഉപേക്ഷിച്ച മൃതദേഹം, അറ്റുപോയ ചെവി, കളിത്തോക്ക്, തലയുടെ പിന്നിലൂടെ പായിച്ച ഒറ്റ ബുള്ളറ്റ്. സെക്കായിയുടെ അഭിപ്രായം മാനിച്ചാൽ ഇത് ബ്ലൈൻഡ്മാൻസ് ബഫിന്റെ പതിനാറാം കൊലപാതകമാണെന്ന് പറയാം. ഇതുവരെ

കണ്ട എല്ലാ വിശദാംശങ്ങളും ആ സ്ഥിരം കൊലപാതകിയിലേക്ക് തന്നെ വിരൽ ചൂണ്ടുന്നു.

ശരീരം സൂക്ഷ്മമായി പരിശോധിക്കാൻ തുടങ്ങിയ സെയ്നെപ്, ജീൻസിന്റെ പിൻപോക്കറ്റിൽനിന്ന് ഒരു തുകൽ പഴ്സ് എടുത്തു. പ്ലാസ്റ്റിക് കയ്യുറകളിൽ പൊതിഞ്ഞ നീണ്ട മെലിഞ്ഞ വിരലുകൾ വാലറ്റിൽനിന്ന് ഒരു ഐഡി പുറത്തെടുത്ത് കണ്ണുകളുടെ നേരെ ഉയർത്തി അവൾ ഉറക്കെ വായിക്കാൻ തുടങ്ങി, ‘‘കാൻസു സർമാഷിക്.., ഇസ്താംബൂൾ, ചെക്മക്കോയ്.’’

എക്രെം തന്റെ ഫോണെടുത്തു.

‘‘ക്രിമിനൽ ഡാറ്റാ ബേസ് പരിശോധിക്കാം, കാൻസു സർമാഷിക് അല്ലേ?’’

‘‘അതെ. ജനനം 29 നവംബർ, 1970. അവിവാഹിതൻ.’’ സെയ്നെപ് പഴ്സ് തിരയുന്നത് പെട്ടെന്ന് നിർത്തിയിട്ട് മുഖമുയർത്തി.

‘‘ആ മനുഷ്യൻ ഒരു ഡോക്ടറായിരുന്നു ചീഫ്. ഒരു സർജൻ!’’ അത് അവളെ വല്ലാതെ ബാധിച്ചുവെന്ന് തോന്നി. ‘‘ഒരു സർജൻ...’’ അവൾ ആവർത്തിച്ചു. ‘‘അവർ ഒരു ഡോക്ടറെ കൊന്നു.’’

അവൾ ഇങ്ങനെ പരിഭ്രാന്തയായത് എന്തുകൊണ്ടാണെന്ന് എനിക്ക് മനസ്സിലായില്ല.

‘‘കുട്ടികളെ പീഡിപ്പിക്കുന്നവർ എല്ലാവരും പ്രത്യേക തൊഴിൽ ചെയ്യുന്നവരാണെന്ന് ഞാൻ കരുതുന്നില്ല സെയ്നെപ്. ഈ അസുഖം ജീവിതത്തിന്റെ ഏത് തുറയിൽ നിന്നുമുള്ള ആളുകളെ ബാധിക്കും. അവരുടെ സാമ്പത്തിക സാഹചര്യമോ വിദ്യാഭ്യാസ പശ്ചാത്തലമോ എന്തുമാകട്ടെ.’’

ക്രിമിനോളജിസ്റ്റ് വീണ്ടും ജോലി തുടർന്നു. ഇത്തവണ അവളൊരു ബിസിനസ് കാർഡ് ആണ് പുറത്തെടുത്തത്.

‘‘അയാൾ ലെവന്തിലെ സെറാപ്പ് ഹോസ്പിറ്റലിൽ ജോലി ചെയ്യുകയായിരുന്നു. കഴിഞ്ഞ മാസം ഞാൻ അച്ഛനെ അവിടെ കൊണ്ടുപോയിരുന്നു. എനിക്കറിയാവുന്നിടത്തോളം അതൊരു നല്ല ആശുപത്രിയാണ്.’’

ഇത്തവണ അലി എതിർത്തു.

‘‘നല്ല ഹോസ്പിറ്റലായിട്ട് എന്താ കാര്യം? ആ മനുഷ്യൻ ബാലപീഡകനാണെന്ന് അവർ എങ്ങനെ അറിയും? അവന്റെ നെറ്റിയിൽ എഴുതിവച്ചിട്ടുണ്ടോ?’’

‘‘നിങ്ങൾ പറഞ്ഞത് ശരിയാണ്, തീർച്ചയായും, പക്ഷേ...’’ ഉത്തരം അവിടെ എഴുതിവച്ചിരിക്കുന്നതുപോലെ അവൾ ശവത്തിന്റെ അടുത്തേക്ക് തിരിഞ്ഞു. ‘‘എനിക്കറിയില്ല, ഇത് വിചിത്രമായി തോന്നുന്നു.’’

‘‘അയാൾ പീഡകനാണ് എന്നതിന് ഒരു രേഖയും ഇല്ല.’’ എക്രെം പിന്തുണച്ചെന്നപോലെ പറഞ്ഞു. ‘‘രണ്ടു തവണ പണമടയ്ക്കാത്തതിനാൽ വില്പനക്കാർ അയാളുടെ കൈയിൽനിന്നു സാധനങ്ങൾ

തിരിച്ചെടുത്തിട്ടുണ്ട്. രണ്ട് ചെറിയ നിയമലംഘനങ്ങൾ ഉണ്ടായിട്ടുണ്ട്. പക്ഷേ ഒരിക്കലും കുട്ടികളെ ലൈംഗികമായി ആക്രമിച്ചതായി ആരോപിക്കപ്പെട്ടിട്ടില്ല.''

എനിക്ക് ഉറപ്പ് വേണമായിരുന്നു.

''നിങ്ങൾ 1970ൽ ജനിച്ച ഇസ്താംബുൾ, ചെക്മക്കോയ്, കൻസു സർമാഷിക്ക് എന്നീ കീ വേഡുകൾ ഉപയോഗിച്ച് പരിശോധിക്കണം.''

''അതാണ് ഞാൻ ചെയ്തത് ചീഫ്. ഒന്നുകൂടി പരിശോധിക്കട്ടെ.'' എക്രെം തന്റെ ഫോണിലേക്ക് മടങ്ങി. ''കാൻസു സർമാഷിക്ക്, അച്ഛന്റെ പേര് മുഹ്താർ, അമ്മയുടെ പേര് കാനൻ, അത് ശരിയല്ലേ ഇൻസ്പെക്ടർ സെയ്നെപ്?''

സെയ്നെപ് വീണ്ടും ഐഡന്റിറ്റി കാർഡിലേക്ക് നോക്കി.

''ശരിയാണ്.'' അവൾ ഉറപ്പിച്ചു. ''അത് തന്നെ.''

എക്രെം തന്റെ കണ്ടെത്തലുകൾ ആവർത്തിച്ചു.

''ഇല്ല, ലൈംഗികപീഡനത്തിന്റെ രേഖയില്ല.''

അലി അവന്റെ വാക്കുകൾ അവഗണിച്ചു.

''ഒരുപക്ഷേ ആ വ്യക്തി ഒരിക്കലും പിടിക്കപ്പെട്ടിട്ടില്ലായിരിക്കാം. എന്തുകൊണ്ടില്ല? എല്ലാ കുറ്റവാളികളെയും കണ്ടെത്തുന്നതുപോലെയല്ല ഇത്. ഒരുപക്ഷേ ബ്ലൈൻഡ്മാൻസ് ബഫ് നമ്മള് പൊലീസുകാരേക്കാൾ വേഗത്തിൽ പ്രവർത്തിച്ചു.''

സെയ്നെപ് അനുകൂലിച്ചില്ല.

''നീ എന്താണ് ഉദ്ദേശിക്കുന്നത്, അലി? ഒരു സീരിയൽ കില്ലർ നമ്മളേക്കാൾ വിവരങ്ങൾ ശേഖരിക്കുന്നതിൽ മികച്ചവരാണെന്ന് നിങ്ങൾ കരുതുന്നുണ്ടോ?''

എനിക്ക് നന്നായി പരിചയമുള്ള മുരടത്തരംകൊണ്ട് എന്റെ സഹായി അവളെ തുരത്തി.

''അഞ്ച് വർഷമായി അവനെ പിടിക്കാൻ നമുക്ക് കഴിഞ്ഞില്ല എന്ന് കാണുമ്പോൾ, അവൻ തീർച്ചയായും ചില വിഷയങ്ങളിൽ നമ്മളേക്കാൾ മികച്ചവനാണ് എന്ന് സമ്മതിക്കേണ്ടി വരും. വിവര ശേഖരണത്തിന്റെ വിഷയത്തിൽ പ്രത്യേകിച്ചും.''

എല്ലാ കൊലപാതകങ്ങളെക്കുറിച്ചും എല്ലാ സംഭവങ്ങളെക്കുറിച്ചും എന്റെ കൈയിൽ വിശദമായ വിവരങ്ങൾ ഉണ്ട്

എവിടെ നിന്നോ ഒരു മണിയടി കേട്ടു. ഉറക്കപ്പിച്ചിൽ ഞാൻ ആദ്യം കരുതിയത് ഡോർബെൽ ആണെന്നാണ്. കട്ടിലിൽനിന്നും എഴുന്നേറ്റു മുറിയിൽനിന്നും പുറത്തേക്കിറങ്ങിയപ്പോൾ ശബ്ദം കുറഞ്ഞു, അപ്പോഴാണ് നൈറ്റ്സ്റ്റാൻഡിൽ വച്ചിരുന്ന സെൽ ഫോണിൽനിന്ന് മണിയടി വരുന്നതെന്ന് എനിക്ക് മനസ്സിലായത്. ഇടനാഴിയിലെ ഭിത്തിയിലുണ്ടായിരുന്ന ഭാര്യയുടെയും മകളുടെയും ഫോട്ടോ നോക്കി പുഞ്ചിരിച്ചുകൊണ്ട് ഞാൻ ഫോണെടുക്കാൻ പോയി. സ്ക്രീനിൽ എനിക്ക് പരിചിതമല്ലാത്ത ഒരു നമ്പറായിരുന്നു.

''ഹലോ?''

നേർത്ത ഒരു പുരുഷ ശബ്ദം പ്രതികരിച്ചു.

''ഞാൻ പൊലീസ് ചീഫ് നെവ്സാറ്റുമായാണോ സംസാരിക്കുന്നത്?''

''അതെ. ഇതാരാ?''

''ഹലോ ചീഫ്.'' അയാൾ പറഞ്ഞു, ഇത്തവണ ആ ശബ്ദം സൗഹാർദ്ദപരമായിരുന്നു. ''ഞാൻ ആൽപ്പർ. ആൽപ്പർ സൈപ്പർ. സെലീൽ നിങ്ങളെക്കുറിച്ച് എന്നോട് പറഞ്ഞു. ഞാൻ സൂപ്രണ്ട് സെക്കായിയുടെ സഹായിയായിരുന്നു.''

ബ്ലൈൻഡ്മാൻസ് ബഫ് ആണ് എന്ന് സെയ്നെപ് ഉറപ്പിച്ചു പറഞ്ഞയാളാണ് ഫോണിന്റെ മറുതലയ്ക്കൽ. അമിത ആത്മവിശ്വാസമുള്ള ഒരു കുറ്റവാളിയുടെ രീതിയാണത്.

''മിസ്റ്റർ ആൽപ്പർ, എനിക്ക് നിങ്ങളെ എങ്ങനെ സഹായിക്കാനാകും?''

''എനിക്ക് വല്ലാത്ത വിഷമമുണ്ട്. സൂപ്രണ്ട് സെക്കായിയുടെ കാര്യമോർത്ത്. അദ്ദേഹം എനിക്ക് വെറും ഒരു ബോസ് മാത്രമായിരുന്നില്ല. എന്റെ അച്ഛനെപ്പോലെയായിരുന്നു. ഞാനത് വെറുതെ പറയുകയല്ല. ഞങ്ങൾക്ക് നല്ല അടുപ്പമുണ്ടായിരുന്നു. ഞങ്ങൾ ഒരുമിച്ച് ജോലി ചെയ്തിരുന്നു.''

''നിങ്ങൾ ഒരുമിച്ച് ജോലി ചെയ്യുമായിരുന്നു.'' ഞാൻ അവനെ തിരുത്തി. ''നിങ്ങൾ രാജിവച്ചുവെന്നാണ് ഞാനറിഞ്ഞത്. എന്തായാലും സെക്കായ് വിരമിച്ചിരുന്നു.''

എന്റെ മറുപടി കേട്ട അവൻ നിശ്ശബ്ദനായിത്തീർന്നു. എന്റെ തണുത്ത ശബ്ദം അവനെ ആശയക്കുഴപ്പത്തിലാക്കിയിരിക്കണം. പക്ഷേ ആ നിശ്ശബ്ദത അധികനേരം നീണ്ടുനിന്നില്ല.

''നിങ്ങൾ അറിയേണ്ട കാര്യങ്ങളുണ്ട്. നമ്മൾ ശരിക്കും സംസാരിക്കേണ്ടതുണ്ട്. ദയവായി എന്നെ സംശയിക്കരുത്. എന്റെ അമ്മയെപ്പോലെയുള്ള സെലീലിൽ നിന്നാണ് നിങ്ങളുടെ നമ്പർ ലഭിച്ചത്. സൂപ്രണ്ട് സെക്കായിയെ കൊന്നത് ആരായാലും ശിക്ഷിക്കപ്പെടാതെ പോകരുത്. എനിക്ക് അദ്ദേഹത്തിന്റെ കൊലയാളിയെ കണ്ടെത്താൻ നിങ്ങളെ സഹായിക്കാനാകും. സെക്കായിക്ക് കഴിയാത്ത ജോലി നിങ്ങൾ പൂർത്തിയാക്കിയേക്കാം.'' അവൻ സംസാരം നിർത്തി. അവൻ വികാരാധീനനായി, ഒരുപക്ഷേ കരയുകയായിരുന്നിരിക്കണം. ഞാൻ അവന് അതിനായി സമയം നല്കി.

''അതെന്ത് ജോലിയാണ്?''

''ബ്ലൈൻഡ്മാൻസ് ബഫിനെ പിടികൂടാനും ആ കൊലപാതകങ്ങളെല്ലാം തുറന്ന് കാണിക്കാനും.'' ബ്ലൈൻഡ്മാൻസ് ബഫിനോടുള്ള തന്റെ വെറുപ്പ് പ്രകടിപ്പിക്കാനാവണം അവൻ കോപത്തോടെ കുരച്ചത്.

''നിങ്ങൾക്ക് എന്തെങ്കിലും അറിയാമോ?''

''ഒരുപാട് കാര്യങ്ങൾ, പക്ഷേ എനിക്ക് ഇത് സ്വന്തമായി പരിഹരിക്കാൻ കഴിയില്ല. അഞ്ച് വർഷം മുമ്പ്, ബ്ലൈൻഡ്മാൻസ് ബഫ് പന്ത്രണ്ട് പേരെ കൊന്ന വർഷം, ഞാൻ സൂപ്രണ്ട് സെക്കായ്ക്കൊപ്പം ജോലി ചെയ്യുകയായിരുന്നു. എല്ലാ കൊലപാതകങ്ങളെയും എല്ലാ സംഭവങ്ങളെയുംകുറിച്ച് എന്റെ കൈയിൽ വിശദമായ വിവരങ്ങൾ ഉണ്ട്.''

''എന്നാൽ ആ വർഷം, ഞാൻ ഉദ്ദേശിച്ചത് 2013ൽ, നിങ്ങൾ വിരമിച്ചല്ലോ.''

ഇത്തവണ അവൻ മടിച്ചില്ല.

''അതും ഞാൻ വിശദീകരിക്കാം. സമയം കളയണ്ട. നിങ്ങൾക്ക് വരാമോ? ഞങ്ങൾ അവന്യൂവിലാണ്, പൊലീസ് സ്റ്റേഷന്റെ തൊട്ടുപിന്നിൽ. സൈപ്പർ സെക്യൂരിറ്റി. അവിടെ എത്തിയാൽ കാണാൻ കഴിയും. വന്നു ഒരു കാപ്പി കുടിക്കൂ, നമുക്ക് സംസാരിക്കാം. മുഖാമുഖം.''

ആൽപ്പറിനെ അവന്റെ സ്വന്തം തട്ടകത്തിൽ പോയി കാണുക എന്ന ആശയം എനിക്ക് ഇഷ്ടപ്പെട്ടു. ആത്മവിശ്വാസം തോന്നുന്ന കുറ്റവാളികളിൽനിന്നു വിവരങ്ങൾ ലഭിക്കാൻ കൂടുതൽ എളുപ്പമാണ്.

''മിസ്റ്റർ ആൽപ്പർ, ഞാൻ ഒരു മണിക്കൂറിനുള്ളിൽ അവിടെയെത്തും.''

ഫോൺ കട്ട് ചെയ്തപ്പോൾ എന്റെ കണ്ണുകൾ ക്ലോക്കിലേക്ക് നീണ്ടു. സമയം പതിനൊന്നിനോട് അടുത്തിരുന്നു. ഞാൻ ബോധം കെട്ടതു

പോലെ ഉറങ്ങുകയിരുന്നു. കുട്ടികളിൽനിന്ന് ഒരു വാക്കുപോലും ഇതു വരെ കേട്ടില്ല. അതിനർത്ഥം അവരും അതുതന്നെ ചെയ്യുകയാണ് എന്നാണ്. കുളിമുറിയിൽ കയറും മുൻപ് ഞാൻ അലിയെ വിളിച്ചു. അവൻ രണ്ടാമത്തെ റിംഗിൽതന്നെ ഫോൺ എടുത്തു.

''ഗുഡ് മോണിംഗ്, ചീഫ്.'' അവൻ തന്റെ ഊർജ്ജസ്വലമായ ശബ്ദ ത്തിൽ പറഞ്ഞു. ''എന്താണിന്ന് ചെയ്യേണ്ടത്?''

ബ്രാവോ, അലി, ഞാൻ മനസ്സിൽ ചിന്തിച്ചു. അവൻ നേരത്തെ എഴുന്നേറ്റു എന്നർത്ഥം. ശരി, എല്ലാവരും എന്നെപ്പോലെ വൃദ്ധരല്ല. ഞാൻ സ്വയം തോന്നിയ സഹതാപം ഒരു വശത്ത് ഉപേക്ഷിച്ചിട്ട് എന്റെ സഹായിയുടെ നേർക്ക് ശ്രദ്ധ തിരിച്ചു.

''ഗുഡ് മോർണിംഗ്, അലി. നീ എന്താണ് ചെയ്യുന്നത്?''

''ഞാൻ സലാക്കക്കിലാണ്. സൂപ്രണ്ട് സെക്കായിയുടെ ബോട്ടിൽ. ഇൻസ്പെക്ടർ സെഫിക്കിന്റെ ആളുകൾക്കായി കാത്തിരിക്കുകയാണ്.''

ഇതൊക്കെ എപ്പോൾ സംഭവിച്ചു?

''എന്താ കാര്യം?''

''ഇന്നലെ രാത്രി അവർക്ക് ലൈറ്റുകൾ സ്ഥാപിക്കാൻ കഴിഞ്ഞില്ല, അതിനാൽ ബോട്ടിൽ തിരച്ചിൽ നടത്താൻ കഴിഞ്ഞില്ല. അവർ ഉടൻ ഇവിടെയെത്തും. ഞാൻ അവരുടെ കൂടെ നിൽക്കാമെന്നാണ് വിചാരി ക്കുന്നത്. പക്ഷേ മറ്റ് എന്തെങ്കിലും ജോലി ഞാൻ ചെയ്യണമെങ്കിൽ...''

''ഇല്ല അലി. നീ അവിടെ നിൽക്ക്. സെയ്നെപ് എവിടെ?''

''ഇന്ന് അതിരാവിലെ അവൾ മെഡിക്കൽ എക്സാമിനർമാരുടെ അടുത്തേക്ക് പോയി. സെകാബിയുടെ നഖങ്ങൾക്ക് താഴെയുള്ള ടിഷ്യു സാമ്പിളുകളുമായി അർദയുടെ ഡിഎൻഎ താരതമ്യപ്പെടുത്തിയതിന്റെ റിസൽറ്റ് എടുക്കാനാണ് പോയത്. വേണമെങ്കിൽ ഞാൻ അവളെ വിളിക്കാം.''

''നന്ദി, ഞാൻ തന്നെ അവളെ വിളിക്കാം. നീ സലാക്കക്കിൽ തന്നെ നിൽക്ക്. രണ്ടു മൂന്നു ഓഫീസർമാരെ ആ ബോട്ടിന്റെ ചുമതല ഏൽ പ്പിക്ക്. പകൽവെളിച്ചത്തിൽ നമുക്ക് അ ബോട്ട് വീണ്ടും തിരയേണ്ട തുണ്ട്.''

''അങ്ങനെ ചെയ്യാം ചീഫ്.''

അവൻ അൽപ്പം അസ്വസ്ഥനാണ് എന്നെനിക്ക് തോന്നി. തന്റെ സഹജാവബോധംകൊണ്ട് ഞാൻ കൂടുതൽ പ്രധാനപ്പെട്ട എന്തോ പ്രശ്നം കൈകാര്യം ചെയ്യാൻ പോകുന്നുവെന്ന് അവൻ മനസ്സിലാക്കി. എന്നാൽ ഞങ്ങൾക്കെല്ലാവർക്കും ഒരേസമയം എല്ലായിടത്തും എത്താൻ കഴി യില്ല. ഞാൻ വീണ്ടും ഫോണെടുത്തു. ഞങ്ങളുടെ ക്രിമിനോളജിസ്റ്റിന്റെ സെൽഫോൺ റിംഗ് ചെയ്യുന്നുണ്ടായിരുന്നു. പക്ഷേ അവൾ എടുത്തില്ല. ഞാൻ കുളിമുറിയിൽ കയറി. ശരീരത്തെ രണ്ടാമത്തെ ചർമ്മംപോലെ പൊതിഞ്ഞ ഈർപ്പം എനിക്ക് ഒഴിവാക്കേണ്ടതുണ്ടായിരുന്നു. ഒരു

വിറയലും കൂടാതെ ഞാൻ നേരെ വെള്ളം തുറന്നു വിട്ടു. ടാപ്പ് വെള്ളത്തിനുപോലും നല്ല ചൂടായിരുന്നു. ചുട്ടു പൊള്ളുന്ന ഈ കാലാവസ്ഥയിൽ എന്നെ വിഴുങ്ങുന്ന വിയർപ്പിൽനിന്ന് മോചനം ലഭിച്ചതിൽ സന്തോഷം തോന്നി. ഷേവ് ചെയ്യൽ കഴിഞ്ഞു വസ്ത്രം ധരിച്ചിട്ട് ഞാൻ സാൻഡ്‌വിച്ചും ചായയും ഉണ്ടാക്കി. നിന്ന് കൊണ്ടുതന്നെ ഭക്ഷണം വിഴുങ്ങിയിട്ട് വീട്ടിൽനിന്ന് ഇറങ്ങുമ്പോൾ ഫോൺ റിംഗ് ചെയ്തു. സെയ്നെപ് തിരികെ വിളിച്ചതാണ്.

''ഹായ് സെയ്നെപ്. സുഖമാണോ?''

''ഗുഡ് ന്യൂസ്, ചീഫ്.'' അവൾ പറഞ്ഞു. ''ഹികാബിയുടെ നഖത്തിന് താഴെ അർദയുടെ തൊലിയുടെ അംശങ്ങൾ ഉണ്ടെന്ന് ഞാൻ സംശയിച്ചുവെന്ന് നിങ്ങൾക്കറിയാമല്ലോ? അത് ശരിയായിരുന്നു. സെർകാൻ ഇക്കാര്യത്തിൽ അർദയുടെ സഹായി ആയിരുന്നിരിക്കണം. കഞ്ചാവ് ഇസ്മായിൽ തന്നെയാണ് പ്രേരണ നല്കിയത്. എന്തിന് കൊന്നു എന്നതും വ്യക്തമാണ്. സത്യം പറഞ്ഞാൽ അവനെ തെറ്റ് പറയാൻ പറ്റില്ല. പക്ഷേ എല്ലാവരും അവരവരുടെ പ്രതികാരം ചെയ്യാൻ ശ്രമിച്ചാൽ.., അവസാനം നീതി വിജയിക്കും എന്നുതന്നെയാണ് ഞാൻ വിശ്വസിക്കുന്നത്. ഇസ്മായിലിന് അവനർഹിക്കുന്നത് ലഭിക്കുകയും ചെയ്യും.''

അവളെ വിഷമിപ്പിക്കാൻ ഞാൻ ആഗ്രഹിച്ചില്ല, പക്ഷേ എന്താണ് സംഭവിക്കുന്നതെന്ന് അവളോട് പറയാതിരിക്കാൻ എനിക്ക് കഴിഞ്ഞില്ല.

''അർദയും സെർകാനും ശിക്ഷിക്കപ്പെടും, പക്ഷേ കഞ്ചാവ് വീണ്ടും സ്വതന്ത്രനാവും. അവന്റെ മുതലാളിമാർ കഞ്ചാവിനെ ഒരിക്കലും നമുക്ക് കൈമാറില്ല. അതൊരു പ്രശ്നമല്ല. നമുക്ക് ലഭിച്ച ഈ റിസൽറ്റ് നല്ലതാണ്.''

ഇസ്മായിൽ സ്വതന്ത്രനാകുമെന്ന അറിവ് അവളെ ഒട്ടും അലോസരപ്പെടുത്തിയില്ല.

''അലിയുടെ നിരപരാധിത്വമാണ് കൂടുതൽ പ്രധാനം. നിങ്ങളോട് പറഞ്ഞില്ലെങ്കിലും ഒരു ഘട്ടത്തിൽ അലിയായിരിക്കും ഹികാബിയെ കൊന്നതെന്ന് ഞാൻ വിശ്വസിച്ചു. നിങ്ങൾക്കറിയാമോ? അയാൾ അത് ചെയ്തേക്കുമായിരുന്നു. ഭാഗ്യവശാൽ അത് സംഭവിച്ചില്ല. പരിശോധനയുടെ ഫലങ്ങൾ ലഭിച്ചപ്പോൾ എനിക്ക് വളരെ സന്തോഷമായി.''

''എങ്കിൽ നിനക്ക് എന്റെ വക ഒരു സമ്മാനം. അരമണിക്കൂറിനുള്ളിൽ അക്സരായിലെത്തൂ. നമ്മൾ ആൽപ്പറുമായി സംസാരിക്കാൻ പോകുന്നു. സൈപ്പർ സെക്യൂരിറ്റിയിൽ. സ്ഥലം പൊലീസ് സ്റ്റേഷന്റെ പുറകിലാണ്. അയാൾ നമ്മളെ കാത്തിരിക്കുന്നുണ്ട്.''

''വിഷമിക്കേണ്ട, ഞാൻ വിലാസം ഇന്റർനെറ്റിൽ നിന്നെടുത്തോളാം.'' അവൾ ആവേശത്തോടെ പറഞ്ഞു. ''ഞാൻ ഇതാ നേരെ അങ്ങോട്ട് വരികയാണ്.''

ഫോൺ കട്ട് ചെയ്ത് ഞാൻ വീട്ടിൽനിന്ന് ഇറങ്ങി. കഠിനമായ സൂര്യപ്രകാശം മുഖത്ത് ശക്തിയോടെ പതിച്ചു. ഞാൻ കണ്ണു ചിമ്മിക്കൊണ്ട് കാറിനടുത്തേക്ക് നടന്നു. ഡോർ തുറന്നപ്പോൾ പഴയ അക്കേഷ്യ മരത്തിന്റെ തണലിൽ അഭയം തേടിയ ബഹ്തിയാറിനെ ഞാൻ കണ്ടു. പാവം. അവൻ തന്റെ രോമങ്ങൾ നിറഞ്ഞ ശരീരം കോൺക്രീറ്റിൽ പതിച്ചുവച്ച് കണ്ണുകൾ അടച്ച് നാവ് പുറത്തേക്ക് നീട്ടി ഉറങ്ങാൻ ശ്രമിക്കുകയായിരുന്നു.

''എന്തുപറ്റി, ബഹ്തിയാർ?'' ഞാൻ ഉറക്കെ വിളിച്ചു. ''സുഖമാണോ കുട്ടീ?''

അവൻ കണ്ണ് തുറന്ന് ഒരു നിമിഷത്തേക്ക് തലയുയർത്തി. എന്നോട് ഹലോ പറയാനായി കുരയ്ക്കും മുരളലിനും ഇടയിൽ എവിടെയോ ഉള്ള ഒരു ശബ്ദം പുറപ്പെടുവിച്ചു, എന്നിട്ട് നടപ്പാതയിൽ താടി ചേർത്ത് വീണ്ടും ഉറങ്ങാൻ പോയി. അതിനകം വിയർത്തു തുടങ്ങിയിരുന്ന ഞാൻ കാറിൽ കയറി എഞ്ചിൻ സ്റ്റാർട്ട് ചെയ്തു.

അവന്യൂവിലേക്കുള്ള പ്രവേശന കവാടത്തിൽത്തന്നെ 'സൈപ്പർ സെക്യൂരിറ്റി' എന്ന ബോർഡ് കാണപ്പെട്ടു. ഇസ്താംബൂളിലെ തെരുവുകളെ മലിനമാക്കുന്ന ഭീമാകാരമായ, ഭയാനകമായ അടയാളങ്ങളിൽ ഒന്നായിരുന്നു അത്. ഞങ്ങളുടെ പൊലീസ് സ്റ്റേഷന്റെ ലോഗോപോലെയാണ് അവർ ലോഗോ ഉണ്ടാക്കിയത്. നീല പശ്ചാത്തലത്തിൽ ചുവപ്പും മഞ്ഞയും നിറത്തിലുള്ള ഒന്ന്. ആ കൂറ്റൻ ബോർഡിന് മുന്നിൽ പാർക്ക് ചെയ്തപ്പോൾത്തന്നെ ഞാൻ സെയ്നെപ്പിനെ കണ്ടു. അവൾ പ്രവേശന കവാടത്തിൽനിന്ന് ആ കെട്ടിടത്തെ തന്നെ സംശയിക്കുന്നതുപോലെ പരിസരം പഠിക്കുകയായിരുന്നു.

''ഹായ് സെയ്നെപ്.'' ഞാൻ അത് പറഞ്ഞപ്പോൾ അവളുടെ ക്ഷീണിച്ച മുഖം ഒരു പുഞ്ചിരിയോടെ എന്റെ നേർക്ക് തിരിഞ്ഞു. ''നീ എന്താണ് നോക്കുന്നത്?''

പ്രവേശന കവാടത്തിൽ ഫ്രെയിം ചെയ്തുവച്ചിരുന്ന പോസ്റ്ററിലേക്ക് അവൾ വിരൽ ചൂണ്ടി.

''ഇവർക്ക് ഇത് ചെയ്യാൻ അവകാശമുണ്ടോ?'' സൈപ്പർ സെക്യൂരിറ്റി ജീവനക്കാരൻ ഒരു ചെറിയ പെൺകുട്ടിയെ രക്ഷിക്കുന്ന ചിത്രമായിരുന്നു പോസ്റ്ററിൽ. പൊലീസ് സേനയുടെ വാർഷികത്തോടനുബന്ധിച്ചുള്ള പബ്ലിസിറ്റി പോസ്റ്ററിൽനിന്ന് കോപ്പിയടിച്ച ഒരു ചിത്രമായിരുന്നു അത്.

''അവർക്ക് അത് ചെയ്യാൻഅവകാശമില്ല.'' ഞാൻ സമ്മതിച്ചു. ''പക്ഷേ ആരും അവർക്ക് മുന്നറിയിപ്പ് നൽകിയിട്ടില്ല എന്നാണ് തോന്നുന്നത്.''

അവളുടെ സുന്ദരമായ മുഖം ചുളിഞ്ഞു.

''പൊലീസ് സേനയുടെ കെട്ടിടത്തിന്റെ മൂക്കിന് താഴെ... നമ്മുടെ തലയ്ക്ക് മുകളിലുള്ള ആരെയെങ്കിലും അവർക്ക് അറിയാമായിരിക്കണം.''

സെയ്നെപ് ആ വാചകം പൂർത്തിയാക്കുന്നതിന് മുമ്പ് ഇന്നലെ രാത്രി ഞങ്ങൾ കമ്പ്യൂട്ടറിൽ കണ്ട ആൽപ്പറിന്റെ മുഖം വാതിൽക്കൽ പ്രത്യക്ഷപ്പെട്ടു. അവൻ ആ ഫോട്ടോയേക്കാൾ ചെറുപ്പമായി കാണപ്പെട്ടു. നേരിട്ട് കാണുമ്പോൾ കൂടുതൽ സൗഹൃദഭാവമുള്ള ഊർജ്ജസ്വലനാണ് അയാൾ. തൊട്ടുപിന്നിൽ രണ്ട് തലപ്പൊക്കമെങ്കിലും കൂടുതലുള്ള ഒരു ഭീമൻ ഉണ്ടായിരുന്നു. ശക്തമായ ചുവടുകൾ വച്ച് വന്ന ആൽപ്പർ പുഞ്ചിരിച്ചു.

''സ്വാഗതം, ചീഫ്.''

അവൻ കൈ നീട്ടി. ഞാൻ അത് പിടിച്ചു കുലുക്കി.

''നന്ദി, മിസ്റ്റർ ആൽപ്പർ.'' ഞാൻ പോസ്റ്ററിന് നേരെ തലയാട്ടി. ''നന്ദി, പക്ഷേ നിങ്ങൾ പൊലീസ് സേനയുടെ പോസ്റ്റർ അതുപോലെ പകർത്തിക്കളഞ്ഞല്ലോ.''

പോസ്റ്റർ ആദ്യമായി കാണുന്നതുപോലെ അയാൾ പരിശോധിക്കാൻ തുടങ്ങി.

''ശരിക്കും? ഞാൻ ശ്രദ്ധിച്ചിട്ടില്ലെന്ന് ഇതാ സത്യം ചെയ്യുന്നു.'' അയാൾ മുഖം ചുളിച്ചു. ''എന്തായാലും ഈ പരസ്യ ഏജൻസിയിൽ ഞാൻ തൃപ്തനല്ല. അവർ അവകാശപ്പെടുന്ന പ്രൊഫഷണലിസം ഒരു നുണയാണ്. എല്ലായിടത്തും നിന്ന് മോഷ്ടിക്കും. എന്നിട്ട് അത് തങ്ങളുടെ സർഗ്ഗാത്മകതയായി മറ്റുള്ളവരെ ധരിപ്പിക്കും. വിഷമിക്കേണ്ട. ഞാൻ ഇന്നുതന്നെ അവർക്ക് മുന്നറിയിപ്പ് നൽകും. അവയെല്ലാം മാറ്റാൻ കർശനമായ നിർദ്ദേശം നല്കുന്നുണ്ട്.'' വിഷയം അവസാനിപ്പിച്ചതിലെ ആശ്വാസത്തോടെ അയാൾ എന്റെ സഹായിയുടെ നേരെ തിരിഞ്ഞു. ''നിങ്ങൾ ഇൻസ്പെക്ടർ സെയ്നെപ് ആയിരിക്കണം?''

എന്റെ അസിസ്റ്റന്റ് ആൽപ്പറിന്റെ നീട്ടിയ കൈ നോക്കി. എന്നിട്ട് പരുഷമായി പെരുമാറാതിരിക്കാൻ കഠിനമായി ശ്രമിച്ചുകൊണ്ട് അത് മെല്ലെ ഒന്നു പിടിച്ചു കുലുക്കി . അവൾ തണുത്ത ശബ്ദത്തിൽ പറഞ്ഞു, ''അതെ, അത് ശരിയാണ്. ഞാനാണ് സെയ്നെപ്. പക്ഷേ നിങ്ങൾ പൊലീസ് സേനയുടെ ലോഗോയും മോഷ്ടിച്ചു.''

അയാൾ ആ പോസ്റ്ററിലേക്ക് ഒന്നുകൂടി ഞെട്ടലോടെ നോക്കി. ഇത്തവണ അത് മതിയാകുമായിരുന്നില്ല എന്ന് തോന്നിയതിനാലാവണം അടുത്തേക്ക് ചെന്ന് സൂക്ഷ്മമായി പരിശോധിച്ചു.

''കൊള്ളാം. അത് സത്യമാണ്. ദൈവമേ, ഇവർ എന്താണ് ചെയ്യുന്നത്? ഇല്ല, ഇത്ര അശ്രദ്ധ കാട്ടുന്ന ഇവരെ ഞാൻ തീർച്ചയായും പുറത്താക്കും.''

''ഇതാണ് ഞങ്ങളുടെ ഇടം.'' അകത്തേക്ക് വരൂ, പുറത്ത് നിൽക്കേണ്ടതില്ല എന്ന ധ്വനിയോടെ അയാൾ മാന്യമായി കെട്ടിടത്തിലേക്ക് കൈകൾ നീട്ടി.

സ്ഥാപനത്തിന്റെ അവകാശങ്ങൾ സംരക്ഷിക്കുന്നതിനേക്കാളും ബ്ലൈൻഡ്മാൻസ് ബഫിനെ പിടിക്കുന്നതിന് ഇപ്പോൾ മുൻഗണന

നല്കേണ്ടതിനാൽ ഞങ്ങൾ ആൽപ്പർ നയിച്ച വാതിലിനടുത്തേക്ക് പോയി. ഭീമൻ ഞങ്ങളെ അനുഗമിച്ചു.

''നിങ്ങൾ എന്ത് തരം സേവനങ്ങളാണ് നൽകുന്നത്?'' നടക്കുന്ന തിനിടയിൽ ഞാൻ ചോദിച്ചു. ''ഫാക്ടറികൾ, ബിസിനസ്സുകൾ, വിനോദകേന്ദ്രങ്ങൾ എന്നിവിടങ്ങളിൽ നിങ്ങൾ ജോലി ചെയ്യുന്നുണ്ടോ?''

അവൻ നടപ്പ് സാവധാനമാക്കി.

''ഞങ്ങൾ നേരത്തെ വിനോദമേഖലയുമായി സഹകരിച്ച് പ്രവർത്തി ക്കുകയായിരുന്നു. പക്ഷേ ഇപ്പോൾ കൂടുതൽ ആശുപത്രികളാണ് സേവനത്തിന്റെ ആവശ്യക്കാർ. ഞങ്ങൾ പ്രധാനമായും സ്വകാര്യ ആശു പത്രികൾക്ക് സുരക്ഷ നൽകുന്നു. ഫാഷൻ, വിനോദമേഖലകൾ, ഫാഷൻ ഷോകൾ, കച്ചേരികൾ എന്നിവയ്ക്കായി സംരക്ഷണം നല്കുന്നു. പക്ഷേ ഇത് എല്ലായ്പ്പോഴും ഇല്ല.''

ഞങ്ങൾ ഒരു വളവ് തിരിഞ്ഞ് വിശാലമായ ഹാളിലേക്ക് പ്രവേശിച്ചു. കടും തവിട്ട് നിറത്തിലുള്ള അക്ഷരങ്ങൾ ഇളം നിറത്തിലുള്ള ഭിത്തിയെ അലങ്കരിക്കുന്നു, ''ഓരോ ഇടപെടലും ഒരു അടയാളം ബാക്കി വയ്ക്കുന്നു.'' സെയ്നെപ് അത് ഉറക്കെ വായിച്ചു. എന്നിട്ട് ഉറക്കെ പറഞ്ഞു, ''ഓ, ഇത് നോക്ക്.'' അവൾക്ക് തെറ്റിയിരുന്നില്ല. അതേ വാചകം ഞങ്ങളുടെ ക്രൈം ലാബിന്റെ ചുവരിൽ എഴുതിയിരുന്നു. താൻ വിശദീകരണം നല്കേണ്ടതുണ്ട് എന്നു ആൽപ്പറിന് മനസ്സിലായി.

''എനിക്ക് സ്വന്തം വീട്ടിലാണെന്ന പോലെയുള്ള തോന്നലുണ്ടാക്കാൻ...''

അയാൾക്ക് അങ്ങനെ തോന്നാനായിരിക്കുമോ ഇങ്ങനെ ചെയ്തതെന്ന് ഞാൻ ഗൗരവമായി ചിന്തിച്ചു. പൊലീസിനോട് ബന്ധമുണ്ടെന്ന് കാണിക്കാൻ അയാൾ ആഗ്രഹിച്ചു എന്നത് സ്പഷ്ടമായിരുന്നു. തനിക്ക് വേണ്ടി പ്രവർത്തിക്കുന്നവർക്കും ഇടപാടുകാർക്കും അങ്ങനെ ഒരു തോന്നൽ ഉണ്ടാവണം എന്ന ചിന്തയോടെ ചെയ്തതാണ് ഇതെല്ലാം എന്ന് ഉറപ്പായിരുന്നു. ഇതെല്ലാം കണ്ടിട്ടും ഞങ്ങൾ നല്ല ക്ഷമയോടെ മുന്നോട്ട് പോയി. ഞാൻ ഞങ്ങളുടെ ക്രിമിനോളജിസ്റ്റിനെ നോക്കി ഇതെല്ലാം അവഗണിക്കാൻ കണ്ണും പുരികവുംകൊണ്ട് ആംഗ്യം കാണിച്ചു. കാര്യം മനസ്സിലായപ്പോൾ അനുസരിക്കുന്നുവെന്ന മട്ടിൽ അവൾ കണ്ണുകൾ ദൂരേക്ക് തിരിച്ചു. കടും മഞ്ഞ നിറത്തിലുള്ള വാൾപേപ്പറുകളുള്ള നീണ്ട ഇടനാഴിയിലൂടെ അപ്പുറത്തെ വാതിലിലേക്ക് ഞങ്ങൾ നടന്നു.

ഒറ്റപ്പെട്ട ക്രൂരൻ ചെന്നായ

മുൻ ഇൻസ്പെക്ടറുടെ ഇപ്പോഴത്തെ ഓഫീസിൽ പ്രവേശിച്ചപ്പോൾ ഞാനും സെയ്നെപ്പും വാതിൽക്കൽത്തന്നെ ഒരു നിമിഷം നിന്നു പോയി. ഓഫീസ് എന്നതിലുപരി പഞ്ചനക്ഷത്രഹോട്ടലിലെ രാജാവിന്റെ സ്യൂട്ട് പോലെയായിരുന്നു അത്. താപനില കൃത്യമായിരുന്നു, ചൂടും ഇല്ല തണുപ്പുമില്ല. ഞാൻ എയർകണ്ടീഷണറിനായി ചുറ്റും പരതി. പക്ഷേ അത് സമർത്ഥമായി എവിടെയോ മറച്ചിരുന്നു. പ്രത്യേക തരത്തിലുള്ള ഇഷ്ടിക, ചുവപ്പ് നിറമുള്ള ഫർണിച്ചറുകൾ, ചുവന്ന ഇറാനിയൻ പട്ട് പരവതാനി, ചുവരുകളിലെ വലിയ ഫ്രെയിമുകളിൽ പ്രദർശിപ്പിച്ചിരിക്കുന്ന പഴയ തോക്കുകളുടെ ശേഖരം. സെൻട്രൽ പൊലീസ് സ്റ്റേഷന്റെ പിൻവശത്തെ ഭിത്തിയെ അഭിമുഖീകരിക്കുന്ന നീളമുള്ള മെലിഞ്ഞ ജനാലയ്ക്കരികിൽ ഒരു വലിയ മഹാഗണി മേശ. അതിൽ ഒരു വലിയ കമ്പ്യൂട്ടർ സ്ക്രീൻ, പിന്നിൽ ഒരു തവിട്ട് നിറത്തിലുള്ള ലെതർ ചാരുകസേര. പിൻവശത്തെ ഭിത്തിയിൽ ഒരു കൂറ്റൻ ഓട്ടോമൻ യുദ്ധവസ്ത്രം തൂക്കിയിട്ടിരുന്നു. അതിനടുത്തായി അത്താതുർക്കിന്റെ ആൾ വലിപ്പത്തിലുള്ള ഒരു ചിത്രം സ്വർണനിറമുള്ള ഫ്രെയിമിനുള്ളിൽ കാണപ്പെട്ടു. എല്ലാ തരത്തിലുമുള്ള ഉപഭോക്താക്കളെ തൃപ്തിപ്പെടുത്താൻ ഉദ്ദേശിച്ചുള്ളതായിരുന്നു ആ അലങ്കാരങ്ങൾ. മേശയുടെ മുന്നിലുള്ള തവിട്ട് നിറത്തിലുള്ള രണ്ട് കസേരകളിലേക്ക് ആൽപ്പർ വിനയത്തോടെ ആംഗ്യം കാണിച്ചു.

''ചീഫ് ഇൻസ്പെക്ടർ, ദയവായി ഇരിക്കൂ. ഇൻസ്പെക്ടർ സെയ്നെപ്, നിങ്ങളും. സ്വയം വീട്ടിലേതുപോലെ ഇരിക്കൂ. നിങ്ങൾക്ക് എന്താണ് കുടിക്കാൻ വേണ്ടത്? നിങ്ങൾക്ക് എന്താണിപ്പോൾ ഞാൻ തരിക?''

ഞാൻ ഇരുന്നതിനുശേഷം പറഞ്ഞു,

''നന്ദി, പക്ഷേ എനിക്ക് ഒന്നും വേണമെന്ന് തോന്നുന്നില്ല.''

മുറിയിലെ വിശദാംശങ്ങളിൽനിന്ന് എനിക്ക് കണ്ണെടുക്കാൻ കഴിഞ്ഞില്ല. ഓട്ടോമൻ കാലഘട്ടത്തിലെ മൗസർ റിവോൾവറിലേക്ക് ഞാൻ വിരൽ ചൂണ്ടി.

''നിങ്ങൾക്ക് തോക്കുകളിൽ താൽപ്പര്യമുണ്ടെന്ന് തോന്നുന്നു?''

ഞങ്ങളുടെതിനേക്കാൾ വലുതും സൗകര്യപ്രദവുമായ കസേരയിൽ ഇരുന്നിട്ട് അയാൾ തോക്കിലേക്ക് നോക്കി.

''നമുക്ക് തമ്മിൽ പറയാല്ലോ ചീഫ്, യഥാർത്ഥത്തിൽ എനിക്കിതിൽ വലിയ താല്പര്യമൊന്നുമില്ല. ഇന്റീരിയർ ഡിസൈനർ പറഞ്ഞു, ഇത് മികച്ച അലങ്കാരമായിരിക്കും എന്ന്. ഈ ശേഖരത്തിന് ചെറിയ തുക ചിലവായി പക്ഷേ ഉപഭോക്താക്കളെ ശരിക്കും ആകർഷിക്കുന്നു.''

അവനെയും ആ മുറിയേയും ഇഷ്ടമായില്ലെന്ന് പറയുന്ന കണ്ണുകൾ കൊണ്ട് മുറി മുഴുവൻ അരിച്ച് പെറുക്കുന്ന എന്റെ സഹായിയുടെ നേരെ അവൻ തിരിഞ്ഞു.

''എന്തു കഴിക്കും ഇൻസ്പെക്ടർ സെയ്നെപ്?''

''ഇല്ല, ഒന്നും വേണ്ട. നന്ദി.''

ആൽപ്പർ നിരാശനായി.

''ഓ, നിങ്ങൾ ദയവായി എന്റെ കൈയിലുള്ള കയ്പുള്ള കാപ്പിയെങ്കിലും ഒന്ന് പരീക്ഷിക്കണം. ഒരേ ജോലി ചെയ്യുന്ന ആളുകളെ ഇവിടെ വച്ചു സൽക്കരിക്കുന്നത് ഞാൻ ശരിക്കും ആസ്വദിക്കുന്നു. പഴയ കാലമോർക്കുമ്പോൾ വല്ലാത്ത ഗൃഹാതുരത്വം തോന്നാറുണ്ട്. ദയവായി എന്തെങ്കിലും കഴിക്കൂ. ഞാൻ നിങ്ങൾക്ക് ചൂടുള്ളതോ തണുപ്പുള്ളതോ ആയ എന്തെങ്കിലും തരട്ടെ?''

സെയ്നെപ്പിനെ അയാളുടെ രീതികൾ ദേഷ്യം പിടിപ്പിച്ച മട്ടുണ്ടായിരുന്നു.

''നന്ദി, മിസ്റ്റർ ആൽപ്പർ. പക്ഷേ പഴയ സഹപ്രവർത്തകരെ കാപ്പി കുടിപ്പിച്ചാൽ നിങ്ങൾക്ക് വീണ്ടും ഒരു പൊലീസ് ഓഫീസറായി മാറാൻ കഴിയില്ല.''

ആൽപ്പറിന്റെ മുഖത്ത് ദാർശനികവും ലൗകികവുമായ ഒരു ഭാവം പ്രത്യക്ഷപ്പെട്ടു.

''ഇൻസ്പെക്ടർ സെയ്നെപ്, നിങ്ങൾ എന്നെ കുത്തി പറഞ്ഞത് ശരിയാണ്.'' കള്ളത്തരം അവന്റെ ശബ്ദത്തിൽനിന്ന് അപ്രത്യക്ഷമായി. ''എന്നാൽ ബ്ലൈൻഡ്മാൻസ് ബഫ് കേസ് ശരിക്കും എന്നെ വളരെയധികം ബാധിച്ചു. ഞങ്ങൾക്ക് അയാളെ പിടിക്കാൻ കഴിഞ്ഞില്ല. അവൻ അടിക്കടി ഞങ്ങളെ അടിച്ചുകൊണ്ടേയിരുന്നു. അത് പ്രൊഫഷനിലുള്ള എന്റെ വിശ്വാസം നശിപ്പിച്ചു എന്നതാണ് സത്യം. അതുകൊണ്ടാണ് സൂപ്രണ്ട് സെക്കായ്...''

അവന്റെ കണ്ണുകളിൽ ഈർപ്പം പൊടിഞ്ഞു.

''ക്ഷമിക്കണം, ആ മരണവുമായി ഇതുവരെ പൊരുത്തപ്പെടാത്തതിനാൽ എനിക്ക് ഇതുവരെ അദ്ദേഹത്തെപ്പറ്റി ഭൂതകാലത്തിൽ സംസാരിക്കാൻ കഴിഞ്ഞിട്ടില്ല. അതെ, ഞാൻ എപ്പോഴും സെക്കായിയെ അനുകരിക്കാൻ ശ്രമിച്ചു. അദ്ദേഹം ഒരിക്കലും വിട്ടു കൊടുത്തില്ല. ഒരിക്കലും

അവസാനിപ്പിച്ചുമില്ല. വിരമിച്ചു എന്നത് സത്യമാണ്, പക്ഷേ ആ കശാപ്പുകാരനെ പിന്തുടരുന്നത് നിർത്തിയില്ല. സ്വന്തം ജീവൻ നഷ്ടപ്പെടുത്തിയിട്ടും അവസാനംവരെ ആ വാശിക്കാരൻ ഈ കേസിന്റെ പുറകെയായിരുന്നു.''

''ബ്ലൈൻഡ്മാൻസ് ബഫ് സെക്കായിയെ കൊന്നതായി നിങ്ങൾ കരുതുന്നുണ്ടോ?''

അവൻ എന്നെ വിദ്വേഷം കലർന്ന ചിരിയോടെ നോക്കി.

''കൊള്ളാം ചീഫ്, നിങ്ങൾക്കും എനിക്കും അറിയാം അവനാണ് കൊന്നതെന്ന്.''

നിരീക്ഷിക്കാൻ മാത്രം വന്ന സെയ്നപ്പിന് കൂടുതൽ സഹിക്കാനായില്ല. ആദ്യചോദ്യത്തോടെതന്നെ അവൾ സംഭാഷണത്തിൽ ഇടപെട്ടു.

''അത് നിങ്ങൾക്കെങ്ങനെ അറിയാം? നിങ്ങളുടെ പക്കൽ എന്തെങ്കിലും തെളിവുകളുണ്ടോ?''

അവൻ ആത്മവിശ്വാസത്തോടെ തന്റെ വലിപ്പമുള്ള കസേരയിലേക്ക് ചാരിയിരുന്നു.

''എനിക്ക് ഇതിന് രേഖകളോ തെളിവുകളോ ഒന്നും ആവശ്യമില്ല. സെക്കായിക്ക് മറ്റ് ശത്രുക്കൾ ഇല്ലായിരുന്നു. ആ സീരിയൽ കില്ലറിന്റെ കാലിൽ മാത്രമാണ് അദ്ദേഹം ചവിട്ടിയത്. തന്നെ കുഴിച്ചുമൂടാൻ പറ്റിയ തെളിവുകൾ സെക്കായി ശേഖരിച്ചുവെന്ന് ആ വ്യക്തിക്ക് സൂചന ലഭിച്ചിരിക്കാം.''

അവൻ തന്റെ കാർഡുകൾ ഓരോന്നായി പുറത്തെടുക്കാൻ തുടങ്ങി, അതിനാൽ ഞങ്ങൾക്കും ഇപ്പോൾ മടിച്ച് നിൽക്കാതെ കളിക്കേണ്ടിവരും.

''എന്തായിരുന്നു ആ തെളിവുകൾ?'' ഞാൻ തടസ്സപ്പെടുത്തി. ''ദയവായി ഞങ്ങളോട് അതിനെപ്പറ്റി പറയാമോ, മിസ്റ്റർ സൈപ്പർ?''

അയാൾ അസ്വസ്ഥനായതായി തോന്നി.

''മിസ്റ്റർ സൈപ്പറെന്ന്' വിളിക്കുന്നത് നിറുത്താം ചീഫ്, ഞാൻ ഒരു 'മുൻ' പൊലീസുകാരനായിരിക്കാം, പക്ഷേ ഞാൻ ഇപ്പോഴും നിങ്ങളിൽ ഒരാളാണ്. ആ വൃത്തികെട്ട ബ്ലൈൻഡ് മാൻസ് ബഫിനെ പിടിക്കാൻ എന്ത് വേണമെങ്കിലും ചെയ്യാൻ ഞാൻ തയ്യാറാണ്. അതിനാൽ ഔപചാരികതയുടെ ആവശ്യമില്ല. സെക്കായി ഒരു ഫയൽ സൂക്ഷിച്ചു എന്നതാണ് ഇവിടുത്തെ പ്രശ്നം, അത് നിയമത്തിന് എതിരാണെന്ന് എനിക്കറിയാം, പക്ഷേ അദ്ദേഹത്തിന് അത് നിറുത്താൻ കഴിഞ്ഞില്ല. വിരമിച്ചെങ്കിലും കേസ് അവസാനിപ്പിക്കാൻ, കൂടുതൽ കൃത്യമായി നമ്മുടെ ഭാഷയിൽ പറഞ്ഞാൽ, അയാൾക്ക് ആ ഫയൽ അടയ്ക്കാൻ കഴിഞ്ഞില്ല. ഈ സീരിയൽ കില്ലറായിരുന്നു അദ്ദേഹത്തിന്റെ ഏറ്റവും വലിയ അഭിനിവേശം.''

അവൻ വിഷയത്തെ ചുറ്റിപ്പറ്റി ഓരോന്ന് പറഞ്ഞുതുടങ്ങി.

''അത് ഞങ്ങൾക്കറിയാം, ആൽപ്പർ, അവൻതന്നെ കാര്യങ്ങൾ എന്നോട് പറഞ്ഞു. പക്ഷേ ആ ഫയൽ എവിടെയാണെന്ന് ഞങ്ങൾക്ക് അറിയില്ല.''

അയാൾക്ക് അത്ഭുതം തോന്നി.

''അത് ബോട്ടിലെ അലമാരയിലായിരുന്നു. സലാക്കക്കിലുള്ള അദ്ദേഹത്തിന്റെ ബോട്ട്. നിങ്ങൾ ഇന്നലെ രാത്രി അവിടെ പോയിരുന്നല്ലോ. അത് കണ്ടെത്തിയില്ലേ?''

തെന്നിമാറാൻ അവനെ ഞാൻ അനുവദിച്ചില്ല.

''ഞങ്ങൾ ബോട്ടിലായിരുന്നുവെന്ന് നിങ്ങൾക്കെങ്ങനെ അറിയാം?''

''സെലീൽ എന്നോട് പറഞ്ഞു.'' അവൻ ഒരു മടിയും കൂടാതെ പറഞ്ഞു. ''ഇന്നലെ രാത്രി ഏറെ വൈകി അവർ എന്നെ വിളിച്ചു. ഞാൻ ഒരു വിമാനത്തിലായിരുന്നു. പുറത്തിറങ്ങിയതിന് ശേഷമാണ് ഞാൻ ഫോൺ കണ്ടത്. തിരികെ വിളിച്ചപ്പോൾ എനിക്ക് മോശം വാർത്തയാണ് കിട്ടിയത്.''

''വിമാനത്തിൽ നിങ്ങൾ എവിടെ നിന്നാണ് വന്നത്?''

ഞങ്ങൾ അവനെ വിശ്വസിച്ചിട്ടില്ലെന്ന് വ്യക്തമാക്കാനായി സെയ്നെപ് ചോദിച്ചു.

ആൽപ്പറിന്റെ മുഖത്തും പെരുമാറ്റത്തിലും സംശയാസ്പദമായ മാറ്റങ്ങളൊന്നും ഉണ്ടായില്ല.

''അതൊരു ഇസ്താംബൂൾ വിമാനമായിരുന്നു. ഇസ്മിറിൽനിന്നും 20:20നുള്ള ഒന്ന്. ഞാൻ എന്റെ പ്രതിശ്രുതവധുവിന്റെ അടുത്ത് പോയി, ഒരു രാത്രി അവിടെ താമസിച്ച് ഇന്നലെ ആ വിമാനത്തിൽ തിരിച്ചെത്തി.''

അയാൾ വശ്യമായി പുഞ്ചിരിച്ചു.

''നിങ്ങൾക്ക് കൂടുതൽ അറിയണമെങ്കിൽ കൊലപാതകം നടക്കുമ്പോൾ ഞാൻ എന്റെ പ്രതിശ്രുതവധു സെനിസിന്റെ കാറിലായിരുന്നുവെന്ന് എനിക്ക് തെളിയിക്കാൻ കഴിയും. അവൾ എന്നെ അദ്നാൻ മെൻഡറസ് എയർപോർട്ടിൽ ഡ്രോപ്പ് ചെയ്യുകയായിരുന്നു. നിങ്ങൾക്ക് വേണമെങ്കിൽ ഞാൻ അവളുടെ നമ്പർ തരാം. അവളോട് സംസാരിക്കൂ. അതിന് കുറച്ച് മണിക്കൂറുകൾക്ക് മുമ്പ് ഞങ്ങൾ അവളുടെ അമ്മയ്ക്കും അച്ഛനും രണ്ട് സഹോദരിമാർക്കുമൊപ്പം കോർഡനിലെ ഡെനിസ് റെസ്റ്റോറന്റിൽ ഭക്ഷണം കഴിക്കുകയും ചെയ്തു. നിങ്ങൾക്ക് അവരോടും സംസാരിക്കാം.'' അയാൾ ആത്മാർത്ഥമായാണ് സംസാരിച്ചത്.

''ഞാൻ പറയുന്നത് തെറ്റായി എടുക്കരുത്. പക്ഷേ നിങ്ങൾ സമയം പാഴാക്കുകയാണ്. ഈ കൊലയാളി വളരെ അപകടകാരിയാണ്. എല്ലാ കാര്യത്തിലും മിടുക്കനും വിവരങ്ങൾ ചോർത്താൻ കഴിവുള്ളവനുമാണ്.''

''അപ്പോൾ ഞങ്ങൾ എന്താണ് ചെയ്യേണ്ടതെന്നാണ് നിങ്ങൾ പറയുന്നത്?''

ഞാൻ അവന്റെ അഭിപ്രായം ചോദിച്ചപ്പോൾ സൈപ്പറിന് ആശ്വാസമായി.

''നിങ്ങൾ ഫയൽ കണ്ടെങ്കിൽ...'' ഇല്ല എന്ന മറുപടി എന്റെ മുഖത്ത് കണ്ടപ്പോൾ അവന്റെ ശബ്ദം ഉയർന്നു.

''നിങ്ങൾ എന്താണ് ഉദ്ദേശിക്കുന്നത്? ബ്ലൈൻഡ്മാൻസ് ബഫ് ബോട്ടിൽ കയറിയോ?''

അവൻ പരിഭ്രാന്തനായപോലെ തോന്നി.

''അത് ബ്ലൈൻഡ്മാൻസ് ബഫ് ആണോ എന്ന് ഞങ്ങൾക്കറിയില്ല.'' ഞാൻ ശാന്തമായി പറഞ്ഞു.

''ആരോ ബോട്ടിൽ തിരച്ചിൽ നടത്തി. ഞങ്ങൾക്ക് ഫയലോ മറ്റെന്തെങ്കിലുമോ കണ്ടെത്താനായില്ല.''

''എപ്പോഴും അങ്ങനെയാണ്.'' അവൻ തോറ്റ മട്ടിൽ പിറുപിറുത്തു.

''അവൻ എപ്പോഴും നമ്മേക്കാൾ ഒരു പടി മുന്നിലായിരുന്നു. തെണ്ടി! അതിനർത്ഥം അവൻ സെക്കായിയെക്കുറിച്ചുള്ള സ്വന്തം ഫയൽ തയ്യാറാക്കിയിരുന്നു എന്നതാണ്. ആ മത്സ്യബന്ധനബോട്ട് മുതൽ അദ്ദേഹത്തിന്റെ ജീവിതത്തിന്റെ എല്ലാ വിശദാംശങ്ങളും ഉൾക്കൊള്ളുന്ന ഒരു ഫയൽ. നമ്മൾ അതിനെക്കുറിച്ച് എന്തുകൊണ്ട് ചിന്തിച്ചില്ല?''

അവന്റെ ശബ്ദം ഇടറിയിരുന്നു.

ഒന്നുകിൽ അയാൾ ഹൃദയത്തിൽനിന്ന് സംസാരിക്കുകയായിരുന്നു അല്ലെങ്കിൽ മികച്ച രീതിയിൽ അഭിനയിക്കുകയായിരുന്നു.

''ഒരുപക്ഷേ അവൻ നിങ്ങൾക്കു വേണ്ടിയും ഒരെണ്ണം തയ്യാറാക്കിയിരിക്കാം.'' സെയ്നെപ് പറഞ്ഞു.

''നിങ്ങൾ ഇൻസ്പെക്ടർ സെക്കായിയുടെ സഹായിയാണെന്ന് അയാൾക്ക് തീർച്ചയായും അറിയാമായിരിക്കും.''

അവന്റെ മുഖത്തുകൂടി ആശങ്കയുടെ നിഴൽ കടന്നുപോയി.

അത് ശരിയാണ്. പക്ഷേ അവൻ എന്നെ ഒരു ഭീഷണിയായി കാണുന്നുണ്ടോ എന്ന് എനിക്ക് സംശയമുണ്ട്. ഞാൻ ഈ തൊഴിൽ ഉപേക്ഷിച്ചുവെന്ന് അവനറിയാം. അവൻ സെക്കായിയെ ആക്രമിക്കുമെന്ന് ഞാൻ പ്രതീക്ഷിച്ചിരുന്നില്ല. സെക്കായിയുടെ ഏതെങ്കിലും പ്രധാന കണ്ടെത്തൽ മൂലം അവനു ആക്രമിക്കേണ്ടി വന്നതാവാം. യഥാർത്ഥ പ്രശ്നം, ബ്ലൈൻഡ്മാൻസ് ബഫ് ഇത് എങ്ങനെ മനസ്സിലാക്കി എന്നതാണ്?''

സെയ്നെപ് തന്റെ പ്രകോപിപ്പിക്കുന്ന സംസാരരീതി തുടർന്നു.

''ഇൻസ്പെക്ടർ സെക്കായ് കണ്ടെത്തിയ വിവരങ്ങൾ നിങ്ങൾക്ക് അറിയാമായിരുന്നില്ലേ? വർഷങ്ങളോളം നിങ്ങൾ സെക്കായിയുമായി ജോലി ചെയ്തു. നിങ്ങൾ ഇപ്പോഴും വളരെ അടുപ്പത്തിലായിരുന്നു.''

''എനിക്കറിയാമായിരുന്നില്ല സെയ്നെപ് മാഡം. സെക്കായ് രഹസ്യ സ്വഭാവമുള്ള ഒരാളായിരുന്നു. അദ്ദേഹം ആരെയും തന്റെ രഹസ്യങ്ങളി ലേക്ക് കടക്കാൻ അനുവദിക്കില്ല.''

''നിങ്ങൾക്ക് അത് അറിയാനുള്ള കൗതുകം ഉണ്ടായില്ലേ?'' ആ പെൺകുട്ടി അവനിൽ സമ്മർദ്ദം ചുമത്തുന്നത് തുടർന്നു.

''അദ്ദേഹം ഇപ്പോഴും ബ്ലൈൻഡ്മാൻസ് ബഫിന്റെ പിന്നാലെയാ ണെന്ന് നിങ്ങൾക്കറിയാമായിരുന്നു.''

ഏതോ മധുര സ്മരണകൾ ഓർത്തെടുക്കുന്നപോലെ അയാൾ സങ്കടപ്പെട്ടു.

''തീർച്ചയായും എനിക്കറിയാമായിരുന്നു, പക്ഷേ ചോദിക്കുന്നതിനു ധൈര്യം വേണ്ടേ? തന്റെ കാര്യങ്ങളിൽ ആളുകൾ ഇടപെടുന്നത് അദ്ദേഹം വെറുത്തിരുന്നു. എന്തായാലും, ഞാൻ രാജിവെച്ചപ്പോൾ അദ്ദേഹത്തിന് ശരിക്കും ദേഷ്യം വന്നു. കുറച്ചു നാളത്തേക്ക് എന്നോട് സംസാരിച്ചില്ല. സെലീൽ ഇടപെട്ടില്ലായിരുന്നുവെങ്കിൽ ഒരിക്കലും സംസാരിക്കുമായി രുന്നില്ല. അവസാനം എന്നോട് വീണ്ടും സംസാരിച്ചു, സത്യം പറ ഞ്ഞാൽ, എനിക്ക് മൊത്തത്തിൽ ഈ ബ്ലൈൻഡ്മാൻസ് ബഫിന്റെ കാര്യങ്ങളിൽ താല്പര്യമുണ്ടായിരുന്നില്ല. എന്തായാലും അവൻ പിന്നീട് ആരെയും കൊന്നതുമില്ല. ആ കേസ് അവസാനിച്ചെന്ന് ഞാൻ കരുതി. പക്ഷെ ഇപ്പോൾ അവൻ വീണ്ടും തുടങ്ങിയിരിക്കുന്നു...''

ഞാൻ അറിവില്ലായ്മ നടിച്ചു.

''നീ പറയുന്നത് സെക്കായിയുടെ കൊലപാതകത്തെക്കുറിച്ചാണോ?''

വലതുകൈകൊണ്ട് സൈപ്പർ തന്റെ വളഞ്ഞ മൂക്കിന്റെ വശം ചൊറിഞ്ഞു.

''അല്ല, ചീഫ്. അവൻ രണ്ടുപേരെ ഈയിടെ കൊന്നു. ചുവന്ന കണ്ണടകൾ, കളിപ്പാട്ടങ്ങൾ, ചെവികൾ അറുത്തു. ടെലിവിഷനുകൾ അത് പൊട്ടിത്തെറിച്ചു പോകും എന്നതുപോലെയാണ് ഈ വാർത്തകൾ സംപ്രേഷണം ചെയ്യുന്നത്. വതൻ പത്രത്തിൽ ബുക്കറ്റ് എന്ന ഒരു റിപ്പോർട്ടർ ഉണ്ട്. അവൾ ആ കാലത്തും ഈ കേസ് അന്വേഷിച്ചിരുന്നു.. അവൾ അതിനെക്കുറിച്ച് ഒരു ലേഖന പരമ്പര തുടങ്ങാൻ പോകുന്നു. പത്രം ഇന്ന് ആ വാർത്ത പ്രഖ്യാപിച്ചു.''

അവൻ വായടച്ചിട്ട് എന്റെ മുഖത്ത് നോക്കി കാര്യങ്ങൾ മനസ്സിലാ ക്കാൻ ശ്രമിച്ചു. ''എന്റെ അനുമാനം തെറ്റാണോ? കൊലപാതകങ്ങൾ നടത്തിയത് ബ്ലൈൻഡ്മാൻസ് ബഫ് അല്ലേ?''

എനിക്കറിയാവുന്ന കാര്യങ്ങൾ അവനുമായി പങ്കിടേണ്ട കാര്യമില്ല.

''അന്വേഷണം നടന്നുകൊണ്ടിരിക്കുകയാണ്. കൃത്യമായ നിഗമന ത്തിലെത്തിയിട്ടില്ല.''

അയാൾ അസ്വസ്ഥനായി. ആ കട്ടിയുള്ള നെറ്റി ചുളിഞ്ഞു.

''എന്നെ വിശ്വാസമില്ല, അല്ലേ?'' സങ്കടം വന്ന പോലെ അവൻ മുഖം കുനിച്ചു.

"എനിക്ക് നിങ്ങളെ കുറ്റപ്പെടുത്താൻ കഴിയില്ല. ബ്ലൈൻഡ്മാൻസ് ബഫ് കാരണം ഞാൻ പൊലീസ് ജോലി ഉപേക്ഷിച്ചു. ഈ വിഷയത്തിൽ ഞാൻ വിശ്വസിക്കാൻ പര്യാപ്തമായ ആളല്ല. എന്നാൽ ഞാൻ പറയട്ടെ. ബ്ലൈൻഡ്മാൻ ബഫ് ഇനിയും ഒരാളെ കൊല്ലും. മൂന്നാമത്തേത്. അതെ, 2012 ജൂണിൽ അവൻ മൂന്ന് പേരെ കൊന്നു. ഇതിനകം അവൻ രണ്ട് ബാലപീഡകരെ കൊന്നുകഴിഞ്ഞു. ഇനിയും അയാൾ മറ്റൊരാളെ കൂടി കൊല്ലും.

ഞങ്ങളുടെ ക്രിമിനോളജിസ്റ്റ് ഈ വിഷയത്തെക്കുറിച്ചുള്ള അവളുടെ സിദ്ധാന്തം ഒരിക്കൽകൂടി ആവർത്തിച്ചു.

"മൂന്നാമത്തെ ഇര ഞങ്ങളുടെ സൂപ്രണ്ട് സെക്കായിയാണ്."

അവന്റെ മുഖം മേഘാവൃതമായി.

"ഇല്ല, ഇൻസ്പെക്ടർ സെയ്നെപ്, ഞാൻ അപ്പറഞ്ഞതിനെ ഗൗരവമായി സംശയിക്കുന്നു."

"അതെന്താ? നീ തന്നെ പറഞ്ഞതാ, ആ സീരിയൽ കില്ലർ സെക്കായിയെ കൊലപ്പെടുത്തിയെന്ന്..."

തെറ്റിദ്ധരിക്കപ്പെട്ടതിൽ അസ്വസ്ഥനായി അയാൾ കസേരയിൽ ഇരുന്ന് ആടി.

"അതല്ല ഞാൻ പറയാൻ ശ്രമിക്കുന്നത്, സത്യത്തിൽ, അവൻ സെക്കായിയെ കൊല്ലുന്നതിനെക്കുറിച്ച് ചിന്തിച്ചിരുന്നില്ല. ഈ മാസം മൂന്ന് പേരെ കൊല്ലാൻ അവൻ പദ്ധതിയിട്ടിരുന്നു. ഇൻസ്പെക്ടർ സെക്കായ് തനിക്ക് ഭീഷണിയാണെന്ന് അയാൾ മനസ്സിലാക്കി. അവൻ അദ്ദേഹത്തെ തന്റെ സമവാക്യത്തിൽ നിന്ന് പുറത്താക്കി."

ഞാൻ സംഭാഷണത്തിൽ ചേരാൻ സമയമായി.

"ഇന്നലെ രാത്രി അയാൾ മറ്റൊരാളെ കൊന്നു. ബ്ലൈൻഡ്മാൻസ് ബഫ് ഈ മാസത്തെ തന്റെ ചോര പുരണ്ട കൊയ്ത്ത് അവസാനിപ്പിച്ചു. അതായത്, സെക്കായിയെ കൂടെ കൂട്ടി അവൻ നാല് പേരെ കൊന്നു. രസകരമായ കാര്യം, സെക്കായിയുടെയും അടുത്തയാളുടെയും മരണത്തിനിടയിൽ പത്ത് മണിക്കൂർ പോലുമുണ്ടായിരുന്നില്ല. ഇത് എങ്ങനെ സംഭവിക്കും? ഒരാൾക്ക് ഇത് ഒറ്റയ്ക്ക് ചെയ്യാൻ കഴിയുമോ?"

ആൽപ്പർ ഞെട്ടിപ്പോയി.

"അപ്പോൾ അവൻ മറ്റൊരാളെ കൊന്നു! ഞാൻ സംശയിച്ചതുപോലെ."

"എന്റെ ചോദ്യത്തിന് നിങ്ങൾ ഉത്തരം നൽകിയില്ല. ഒരാൾക്ക് എങ്ങനെ പത്ത് മണിക്കൂറിനുള്ളിൽ രണ്ട് കൊലപാതകങ്ങൾ നടത്താനും ഒരു സൂചനയും അവശേഷിപ്പിക്കാതിരിക്കാനും കഴിയും?"

ഞാൻ കുറ്റപ്പെടുത്തുകയാണെന്ന് അയാൾ കരുതിയിരിക്കണം. ആൽപ്പർ പറഞ്ഞു,

“എനിക്കറിയില്ല ചീഫ്, ബ്ലൈൻഡ്മാൻസ് ബഫിന് സഹായികൾ ഉണ്ടെന്നാണ് നിങ്ങൾ പറയുന്നുണ്ടെങ്കിൽ, എനിക്ക് ആ ആശയവുമായി പൊരുത്തപ്പെടാൻ കഴിയില്ല. 2012ലെ പന്ത്രണ്ട് കൊലപാതകങ്ങളിൽ രണ്ടാമതൊരാൾ കൂടി ഉൾപ്പെട്ടിരുന്നുവെന്ന് ഞങ്ങൾക്ക് ഒരിക്കലും തോന്നിയിട്ടില്ല. അന്ന് ഞങ്ങൾ ഇക്കാര്യം ഒരുപാട് ചർച്ച ചെയ്തിരുന്നു. ബ്ലൈൻഡ്മാൻസ് ബഫ് ഒരു ഒറ്റപ്പെട്ട ചെന്നായയാണെന്ന് സെക്കായ് വിശ്വസിച്ചിരുന്നു. തന്ത്രശാലിയും ശാന്തനും നിർദ്ദയനുമായ ഒറ്റപ്പെട്ട ചെന്നായ. നന്നായി സൂക്ഷിച്ചോ. അല്ലെങ്കിൽ ഈ വൃത്തികെട്ടവൻ നിന്നെയും ഒഴിവാക്കും. സെക്കായി പറഞ്ഞിരുന്നു.” അയാൾ മുന്നോട്ട് കുനിഞ്ഞ് മേശയുടെ മേൽ കൈകൾ ചുരുട്ടി വച്ചു.

“പൊലീസ് സേനയിൽനിന്ന് പുറത്തായത് എന്നെ സംബന്ധിച്ചിടത്തോളം വേദനാജനകമാണ്. ഒരുപക്ഷേ ഞാൻ സെക്കായിയെ സഹായിച്ചിരുന്നെങ്കിൽ, ഈ സീരിയൽ കില്ലറെ നമ്മൾ വളരെക്കാലം മുമ്പ് പിടിക്കുമായിരുന്നു. അദ്ദേഹത്തിന്റെ മരണത്തിന് ഞാൻ ഉത്തരവാദിയാണ്. ഞാൻ നിങ്ങളെ സഹായിക്കാൻ ആഗ്രഹിക്കുന്നു. ഈ വിഴുപ്പിനെ പിടിക്കാൻ നിങ്ങൾ ആവശ്യപ്പെടുന്നതെന്തും ഞാൻ ചെയ്യും. എന്ത് റിസ്ക് എടുക്കാനും ഞാൻ തയ്യാറാണ്.”

ഞാൻ നിസ്സംഗനായിരിക്കാൻ ശ്രമിച്ചു.

“നിങ്ങൾക്ക് എങ്ങനെ ഞങ്ങളെ സഹായിക്കാനാകും?”

അവന്റെ മുഖത്ത് പ്രതീക്ഷയുടെ തിളക്കം തെളിഞ്ഞു.

“ബ്ലൈൻഡ്മാൻസ് ബഫ് ഫയലിന്റെ ഒരു പകർപ്പ് നിങ്ങൾക്ക് നൽകിക്കൊണ്ട് ഞാൻ ആരംഭിക്കാം.”

അത് ഞങ്ങളെ യഥാർത്ഥത്തിൽ അത്ഭുതപ്പെടുത്തി.

“അങ്ങനെയൊരു കോപ്പി ഉണ്ടോ?”

അവന്റെ ഇരുണ്ട കണ്ണുകൾ വിജയഭാവത്തിൽ പ്രകാശിച്ചു.

“തീർച്ചയായും ഉണ്ട്. സെക്കായ് ഒരിക്കലും സാധ്യതകൾക്ക് അവസരം നൽകാറില്ല. ബ്ലൈൻഡ്മാൻസ് ബഫിനെ അയാൾക്ക് നന്നായി അറിയാമായിരുന്നു. അവനെ ഒരു മൂലയിലേക്ക് ഒതുക്കിയാൽ അവൻ തന്നെ ഉപദ്രവിക്കുമെന്ന് അദ്ദേഹത്തിന് ഉറപ്പായിരുന്നു. ‘എനിക്ക് എന്തെങ്കിലും സംഭവിച്ചാൽ നീ ഈ ബാക്കപ്പ് പൊലീസിൽ ഫയൽ ചെയ്യുക. അദ്ദേഹം എന്നോട് പറഞ്ഞു.”

അയാൾ എഴുന്നേറ്റിട്ട് ഫ്രെയിം ചെയ്ത ഓട്ടോമൻ കോട്ട് ഉയർത്തി. ഭിത്തിയിൽ ഒരു ചെറിയ അലമാരപോലെയൊന്ന് പ്രത്യക്ഷമായി. അവൻ തിരിഞ്ഞ് വിചിത്രമായി ഒന്നു കണ്ണിറുക്കി.

“ബാക്കപ്പ് ഫയൽ ഇവിടെയാണ് ഞാൻ സൂക്ഷിച്ചത്.”

ആൽപ്പർ സേഫ് തുറന്ന് കുത്തി നിറച്ച ഒരു ഫോൾഡർ എടുത്ത് മേശപ്പുറത്ത് വെച്ചു.

“കേസിന്റെ എല്ലാ വിശദാംശങ്ങളും ഇതിലുണ്ട്.”

സമ്പന്നരുടെ ചില പരിഹാസ്യമായ വിനോദങ്ങൾ...

ജൂൺ ആറാം തീയതി ബ്ലൈൻഡ്മാൻസ് ബഫിനെക്കുറിച്ചുള്ള അന്വേഷണത്തിൽ ഒരു പ്രധാന ദിവസമായിരുന്നു.

അയാൾക്ക് ആവശ്യമുള്ളത് കൊണ്ടാണോ അതോ ഇതുവരെ അറിയാത്ത ചില കാരണങ്ങളാൽ ചില അടയാളങ്ങൾ ശേഷിപ്പിച്ചതാണോ എന്നറിയില്ല, ബ്ലൈൻഡ്മാൻസ് ബഫിന്റെ രീതികൾക്ക് ഒരു മാറ്റമുണ്ടായി. കഴിഞ്ഞ അഞ്ച് വർഷമായി ഇഴഞ്ഞു കൊണ്ട് മുന്നോട്ട് പോകുന്ന ഒരു അന്വേഷണത്തിൽ ഈ വിശദാംശങ്ങൾ വളരെ പ്രധാനമാണ്. എന്താണ് സംഭവിച്ചതെന്ന് എനിക്ക് കൃത്യമായി മനസ്സിലാക്കാൻ കഴിഞ്ഞില്ലെങ്കിലും, ഇത്തവണ കൊലയാളിയോ കൊലയാളികളോ തെളിവുകൾ ബാക്കിവച്ചു എന്ന് പ്രൊഫഷണൽ അവബോധം എന്നോട് പറഞ്ഞു. മണ്ടത്തരത്തിൽ നിന്ന് കണ്ടു പിടിക്കാവുന്ന യാഥാർത്ഥ്യത്തിലേക്ക് ശ്രദ്ധിക്കുക എന്നതായിരുന്നു പ്രധാന കാര്യം. ആൽപ്പർ തന്ന ഫയൽ കാറിന്റെ ഡിക്കിയിൽ ഒതുക്കിയിട്ട് ഞാൻ സെയ്നെപ്പിനെ സലാക്കാക്കിലേക്ക് അയച്ചു. ഞാൻ CSIയെ വിശ്വസിച്ചിരുന്നുവെങ്കിലും, അവൾ അവരെക്കാൾ വളരെ സൂക്ഷ്മമായി പ്രവർത്തിക്കുമെന്ന് എനിക്കറിയാമായിരുന്നു. ക്രിമിനോളജിസ്റ്റിനെ പറഞ്ഞു വിട്ടതിന് ശേഷം ഞാൻ അലിയെ വിളിച്ച് ഇന്നലെ രാത്രി കൊല്ലപ്പെട്ട സർജൻ കൻസു സർമാഷിക്കിന്റെ ജോലിസ്ഥലമായ ലെവന്തിലെ സെറാപ്പ് ഹോസ്പിറ്റലിലേക്ക് വരാൻ ആവശ്യപ്പെട്ടു. ആ തെമ്മാടി അത്യധികം ഉത്സാഹത്തിലായിരുന്നു.

"ഞാൻ ഉടനെ വരാം ചീഫ്."

അവന് അത്ര പെട്ടെന്ന് വരാൻ കഴിയില്ല എന്നറിയാവുന്നതു കൊണ്ട് ആശുപത്രിയുടെ കഫറ്റീരിയയിൽ ഇരുന്നു ടർക്കിഷ് കാപ്പി കുടിക്കാനുള്ള അവസരം ഞാൻ മുതലെടുത്തു. കഫറ്റീരിയയിലെ മണൽനിറമുള്ള മുടിയുള്ള വെയിറ്റർ തന്റെ ട്രേയിൽ നന്നായി നുരയുന്ന കപ്പുമായി വന്നു. അത് കണ്ടു ഞാൻ ആശ്ചര്യപ്പെട്ടുവെന്ന് സമ്മതിക്കാതെ തരമില്ല. നുരയൊക്കെ കൃത്യമാണെന്ന് തോന്നിയെങ്കിലും എന്തെങ്കിലും കുഴപ്പം കാപ്പിക്ക് ഉണ്ടാകും എന്ന സംശയത്തോടെ ഞാൻ ആദ്യ സിപ്പ് എടുത്തു. അതിശയകരമെന്നു പറയട്ടെ, സ്വാദുള്ള,

കൃത്യമായി കൂട്ടിയ, എല്ലാം തികഞ്ഞതായിരുന്നു ആ കാപ്പി. ഞാൻ അത് മെല്ലെ ആസ്വദിച്ചു തുടങ്ങി. ഫോൺ റിംഗ് ചെയ്തപ്പോൾ അവസാന തുള്ളികൾ വായിലേക്ക് ഞാൻ തിടുക്കത്തിൽ ഒഴിച്ചു. അത് റിപ്പോർട്ടർ ബുക്കറ്റ് ആയിരുന്നു.

''നിങ്ങളുടെ നഷ്ടത്തിൽ വിഷമമുണ്ട് നെവ്സാറ്റ് സാർ.'' അവൾ സങ്കടത്തോടെ പറഞ്ഞു.

''നമുക്ക് സൂപ്രണ്ട് സെക്കായിയെ നഷ്ടപ്പെട്ടുവെന്ന് കേട്ടു.''

''നന്ദി, ബുക്കറ്റ് ഹാനിം. കേട്ടത് സത്യമാണ്.''

''ഞങ്ങൾ എന്റെ കസിന്റെ കല്യാണത്തിന് സീലയിലേക്ക് പോയിരുന്നു. ആകെ ബഹളമായിരുന്നു. ഞാൻ വിവരമൊന്നും അറിഞ്ഞില്ല. ഇപ്പോഴാണ് കാര്യം അറിഞ്ഞത്. എന്നോട് ക്ഷമിക്കൂ. അദ്ദേഹം ഒരു വലിയ മനുഷ്യനായിരുന്നു.'' അവൾ ഒന്ന് നിർത്തി. ''ഒരു മഹാനായ പൊലീസ് ഓഫീസറും. ഇത്തരം ആളുകളെ കാണാൻ പ്രയാസമാണ്. ആരാണ് ഇത് ചെയ്തിരിക്കുക, ചീഫ്? ആരെയെങ്കില് സംശയമുണ്ടോ?''

''നിർഭാഗ്യവശാൽ ഇല്ല. ബ്ലൈൻഡ്മാൻസ് ബഫിനെ സംശയിക്കുന്നു. നിങ്ങൾക്ക് എന്താണ്തോന്നുന്നത്? അത് അവനായിരിക്കുമോ?''

''അത് എങ്ങനെ സംഭവിക്കും? ഇത് അവന്റെ ശൈലിയല്ല എന്നത് ഉറപ്പാണ്. അദ്ദേഹത്തിന് നേരെ എന്തെങ്കിലും ഭീഷണി ഉണ്ടായിരുന്നെങ്കിൽ... എനിക്കറിയില്ല.'' അവളുടെ ശബ്ദം കടുത്തിരുന്നു.

''ഇൻസ്പെക്ടർ സെക്കായിക്ക് ബ്ലൈൻഡ്മാൻസ് ബഫിനെക്കുറിച്ച് എന്തെങ്കിലും പ്രധാനപ്പെട്ട തെളിവ് കിട്ടിയിരുന്നോ? ബ്ലൈൻഡ്മാൻസ് ബഫ് ആണെന്ന് ആരെയെങ്കിലും അദ്ദേഹം സംശയിച്ചിരുന്നോ?''

അവൾ കണ്ണുമടച്ച് വെടി വെക്കുകയായിരുന്നു.

ഞാൻ വിഷയം മാറ്റി.

''ഞങ്ങൾക്കറിയില്ല. എന്നാൽ ഇന്നലെ രാത്രി ബ്ലൈൻഡ്മാൻസ് ബഫ് മറ്റൊരു കൊലപാതകം കൂടി നടത്തി.''

''എന്താ? കാര്യമായിട്ടാണോ നിങ്ങൾ ഈ പറയുന്നത്? ഒരു കല്യാണത്തിന് പോയി തിരിച്ചു വന്നപ്പോഴേക്കും എല്ലാം തലകീഴായി മറിഞ്ഞു. ഈ കൊലപാതകം എവിടെയാണ് നടന്നത്? നിങ്ങൾ നോക്കിക്കോ, ഇത് ഞാൻ കണ്ടെത്തും. എന്തെങ്കിലും സൂചനകൾ ഉണ്ടോ?''

''ഇല്ല. എല്ലായ്പ്പോഴും പോലെ, ഒരു ചെറിയ തെളിവ് പോലും ഇല്ല.''

പിന്നെയും നിശ്ശബ്ദത. ഇത്തവണ അത് കുറച്ചുകൂടി നീണ്ടു.

''ഇതിൽ എന്തോ കുഴപ്പമുണ്ട്. തുടർച്ചയായി രണ്ട് കൊലപാതകങ്ങൾ. ഇരുപത്തിനാല് മണിക്കൂറിനുള്ളിൽ...''

''അത്ര നേരം പോലുമില്ല. പത്തു മണിക്കൂർ.''

''പത്തു മണിക്കൂർ?'' അവൾ അത്ഭുതത്തോടെ പറഞ്ഞു.

''ഞാൻ സത്യം ചെയ്യുന്നു, ചീഫ്, ഇത് ബ്ലൈൻഡ്മാൻസ് ബഫിന്റെ രീതിയല്ല. പക്ഷേ ഞാൻ പറഞ്ഞതുപോലെ, അവനെ കുടുക്കാൻ ശ്രമിച്ചാൽ... ഇല്ല, അപ്പോഴും അയാൾക്ക് രണ്ടാമത്തെ കൊലപാതകം അത്ര പെട്ടെന്ന് നടത്താൻ കഴിയില്ല. ഒരാളെ കൊല്ലുക അത്ര എളുപ്പമാണോ? ഒരു സൂചനയും അവശേഷിപ്പിക്കാതെ? ഇല്ല, ഈ കൊലപാതകങ്ങളിൽ മറ്റാരെങ്കിലും ഉൾപ്പെട്ടിട്ടുണ്ടാകണം. ആ സാധ്യത തള്ളിക്കളയരുത്.''

അവളുടെ ന്യായവാദം ശരിയായിരുന്നു. ആ നിമിഷം, ബുക്കറ്റ് അവൾക്കറിയാവുന്നതെല്ലാം ഞങ്ങളോട് പറഞ്ഞിട്ടില്ലെന്ന് എനിക്ക് മനസ്സിലായി.

''ഞങ്ങൾ ആ സാധ്യത ഒഴിവാക്കുന്നില്ല ബുക്കറ്റ് മാഡം. കേസിലെ എന്തെങ്കിലും വിശദാംശങ്ങൾ നിങ്ങൾക്ക് അറിയാമെങ്കിൽ ദയവായി അത് എന്നോട് പങ്കിടണം. സെക്കായി നമ്മുടെ എല്ലാവരുടെയും സുഹൃത്തായിരുന്നു. ആ കൊലയാളിയെ നമുക്ക് കണ്ടെത്തണം.''

അവൾ മറച്ചുവെച്ച കാര്യം വെളിപ്പെടുത്താൻ അവളെ പ്രേരിപ്പിക്കുകയായിരുന്നു എന്റെ ഉദ്ദേശ്യം.

''തീർച്ചയായും, ചീഫ് നെവ്സാറ്റ്,'' അവൾ പറഞ്ഞു. ''തീർച്ചയായും. തീരെ ചെറിയ വിവരമാണെങ്കിലും ശ്രദ്ധയിൽ പെട്ടാൽ ഞാൻ അത് ആദ്യം നിങ്ങളുമായി പങ്കിടുമെന്ന് ഉറപ്പ് തരുന്നു.''

അപ്പോഴേക്കും ഞങ്ങളുടെ ബോഡി ഗാർഡ് പ്രത്യക്ഷപ്പെട്ടു. അവന് ഒരു പൊലീസ് ഓഫീസറേക്കാൾ ഒരു ഗുസ്തിക്കാരന്റെ ഛായ ഉള്ളതുകൊണ്ടാണ് ഞാൻ 'ബോഡിഗാർഡ്' എന്ന് പറയുന്നത്. ''ഹായ് അലീ,'' കാപ്പി കുടിച്ച് എഴുന്നേൽക്കുന്നതിന് മുമ്പ് ഞാൻ പറഞ്ഞു. എന്നെ കണ്ടയുടനെ ആ തെമ്മാടിയുടെ മുഖം തെളിഞ്ഞു.

''ഹായ്, ചീഫ്!''

എനിക്ക് തിരിച്ചു ചിരിക്കാതിരിക്കാൻ കഴിഞ്ഞില്ല.

''എന്തുപറ്റി അലി? CSI എന്തെങ്കിലും കണ്ടെത്തിയോ?''

ഉടൻ തന്നെ മുഖത്ത് നിന്ന് ആ പുഞ്ചിരി തുടച്ച്മാറ്റിയിട്ട് അവൻ വീണ്ടും ഡ്യൂട്ടിയിലുള്ള ഓഫീസറായി.

''സെഫിക്ക് ചില ചുവന്ന പാടുകളുടെ കാര്യം പറഞ്ഞു. അവർ അത് ബോട്ടിന്റെ തറയിലാണ് കണ്ടെത്തിയത്. സെക്കായിയുടെ ശരീരത്തിന് സമീപം അതേ പാടുകൾ ഉണ്ടായിരുന്നു. കൊലയാളിയുടെ ചെരുപ്പിൽ നിന്നാകാമെന്നാണ് സെഫിക് പറഞ്ഞത്.''

ഞാൻ അതിന് അത്ര വില കൊടുത്തില്ല. ചുവന്ന പാടുകൾ തറയിൽ വരാൻ പ്രയാസമില്ല.

''മറ്റെന്തെങ്കിലും?''

അവൻ തല കുനിച്ചു.

''അവർക്ക് ചില വിരലടയാളങ്ങളും ലഭിച്ചു, പക്ഷേ അത് എവിടെ വരെയെത്തും എന്ന് അറിയില്ല.''

ശ്രദ്ധേയമായ കണ്ടെത്തലുകളൊന്നുമില്ല എന്നർത്ഥം. ഞാൻ എന്റെ സഹായിയുടെ തോളിൽ കൈ വച്ചു.

''വരൂ. നമുക്ക് ആ ചീഫ് ഫിസിഷ്യനുമായി സംസാരിക്കാം.''

സാലിഹിനോട് സംസാരിക്കുന്നത് അത്ര എളുപ്പമായിരുന്നില്ല. ഞങ്ങൾ അയാളുടെ മുറിയിൽ അരമണിക്കൂറോളം കാത്തിരുന്നു. ഒടുവിൽ അയാൾ അലോസരത്തോടെ എന്തോ പിറുപിറുത്തു. ആ മനുഷ്യന്റെ മുടിയെല്ലാം കൊഴിഞ്ഞുപോയിയിരുന്നു. മെലിഞ്ഞ മൂക്കിൽ തങ്ങിയിരുന്ന കറുത്ത ഫ്രെയിമുള്ള കണ്ണട ഇളം തവിട്ട് കണ്ണുകളെ വലുതാക്കിക്കാണിച്ചു. ഞങ്ങൾ സ്വയം പരിചയപ്പെടുത്തി. സാലിഹ് തിടുക്കത്തിൽ ഞങ്ങളുടെ കൈകൾ പിടിച്ചു കുലുക്കി.

''ദയവായി എന്നോട് ക്ഷമിക്കൂ,'' അയാൾ തന്റെ കസേരയിലേക്ക് ചാഞ്ഞു. ''സ്വകാര്യ ആശുപത്രികളിലെ ജോലി ഒരിക്കലും അവസാനിക്കുന്നില്ല, ഞാൻ സത്യമാണ് പറയുന്നത്. ഒരു പഞ്ചനക്ഷത്ര ഹോട്ടലിൽ പണിക്ക് നിൽക്കുന്നതാണ് ഇതിലും നല്ലത്.''

ഇരുന്ന ഉടൻ അയാൾ മേശപ്പുറത്തുള്ള അപ്പോയിന്റ്മെന്റ് ബുക്കിൽ നിന്ന് ഫൗണ്ടൻ പേന എടുത്ത് ഒരു പെൻഹോൾഡറിൽ വെച്ചു, എന്നിട്ട് തന്റെ കമ്പ്യൂട്ടറിന്റെ മൗസ് മുന്നോട്ട് തള്ളി. അതിനു ശേഷം അയാൾ കൈവിരലുകൾ കൊരുത്തു കൊണ്ട് പറഞ്ഞു,

''അപ്പോൾ കൻസു മരിച്ചു...''

ഞങ്ങൾ എന്താണ് പറയാൻ പോകുന്നതെന്നറിയാൻ അയാൾക്ക് ജിജ്ഞാസ പോലുമുണ്ടായില്ല.

''ദൈവം അവന്റെ ആത്മാവിന് ശാന്തി നൽകട്ടെ. അയാൾ വളരെ ചെറുപ്പമായിരുന്നു.'' സാലിഹ് നെടുവീർപ്പിട്ടു.

''ഞാൻ അവനെ പലതവണ താക്കീത് ചെയ്തിരുന്നു. ഈ തമാശ ഉപേക്ഷിക്കാൻ അവനോട് പല തവണ പറഞ്ഞു, കേട്ടില്ല.''

''എന്ത് തമാശ ഉപേക്ഷിക്കാനാണ് നിങ്ങൾ അവനോട് പറഞ്ഞത്?''

ഞാൻ ചോദിച്ചു.

''കൻസു നിയമവിരുദ്ധമായ എന്തെങ്കിലും കാര്യങ്ങളിൽ ഇടപെട്ടിരുന്നോ?''

അയാൾ തന്റെ സീറ്റിൽ നിവർന്നിരുന്നു.

''ഇത് നിയമവിരുദ്ധമാണോ എന്ന് എനിക്കറിയില്ല. അവന് ചൂതാട്ടത്തിൽ താല്പര്യമില്ല, അവൻ വാതുവെപ്പ് നടത്തുന്നവരിൽ ഒരാളല്ല. ഈ സമ്പന്നരായ ഒരു കൂട്ടംആളുകളുണ്ടല്ലോ, പ്രധാനപ്പെട്ട ലോക സംഭവങ്ങളിൽ അവർ പന്തയം വെക്കുന്നു. പണം വച്ചിട്ട്. ഒരുപാട് പണം വച്ചിട്ട്.''

''ഫുട്ബോൾ മത്സരങ്ങൾ?'' അലി ചോദിച്ചു. ''ലോകകപ്പും മറ്റും പോലെ?''

ചീഫ് ഫിസിഷ്യന്റെ നരച്ച പുരികങ്ങൾ ഉയർന്നു.

''അതും ഉണ്ട്, എന്നാൽ ഇത് സ്പോർട്സ് മാത്രമല്ല. സമ്പദ് വ്യവസ്ഥ മുതൽ രാഷ്ട്രീയം, കല, ആരോഗ്യം തുടങ്ങി എല്ലാ കാര്യങ്ങളിലും അവർ പന്തയം വെക്കുന്നു. ഉദാഹരണത്തിന്, അസദിന് എത്രനാൾ പിടിച്ചു നിൽക്കാൻ കഴിയും. അല്ലെങ്കിൽ ജർമ്മൻ തിരഞ്ഞെടുപ്പിൽ ആരാണ് വിജയിക്കുക, അല്ലെങ്കിൽ വിലക്കയറ്റം തുടങ്ങുമ്പോൾ തുർക്കിയിലെ നിരക്കുകൾ ഇതായിരിക്കും. ചൊവ്വയിലേക്ക് അയച്ച സാറ്റലൈറ്റ് അതിന്റെ ദൗത്യം വിജയകരമായി പൂർത്തീകരിക്കുമോ, തീർച്ചയായും ഈ വർഷത്തെ ചാമ്പ്യൻ ആരായിരിക്കുമെന്നും അവർ വാതുവെക്കും. അതായത്, നിങ്ങൾക്ക് സങ്കൽപ്പിക്കാൻ കഴിയുന്ന എന്തും. അവർ വളരെ ഭാരിച്ച തുകകൾ പണയം വെക്കുന്നു. കുറഞ്ഞ തുക പതിനായിരം ഡോളറാണ്.''

ഈ സംഭവങ്ങൾക്കെല്ലാം അദ്ദേഹം സാക്ഷിയായതുപോലെ തോന്നി,

''നിങ്ങൾക്കെങ്ങനെ ഇത് അറിയാം?''

അയാളുടെ ചുണ്ടിൽ ഒരു പുഞ്ചിരി വിടർന്നു.

''അക്കാര്യം ചോദിക്കാതിരിക്കുന്നതാണ് നല്ലത് നെവ്സാറ്റ് സാറേ. ഒരിക്കൽ കൻസ എന്നെ കൂട്ടിക്കൊണ്ടുപോയി. ഞാൻ യുഎസ് തിരഞ്ഞെടുപ്പിൽ വാതുവെച്ചു. ഹിലരി ക്ലിന്റൺ വിജയിക്കുമെന്ന് ഞാൻ പറഞ്ഞു, പക്ഷേ ട്രംപ് വിജയിച്ചു, എനിക്ക് പതിനായിരം ഡോളർ നഷ്ടമായി. ദിവസങ്ങളോളം, ഇനി ഒരിക്കലും ചെയ്യില്ലെന്ന് ഞാൻ പ്രതിജ്ഞയെടുക്കുന്നതുവരെ എന്റെ ഭാര്യ സ്വൈര്യം തന്നില്ല. അതിന്റെ അവസാനം കൂടി നിങ്ങൾ കേൾക്കണം.''

ഞങ്ങൾ രണ്ടുപേരും പുഞ്ചിരിക്കുന്നത് ശ്രദ്ധിച്ചപ്പോൾ, അയാൾ കുറച്ചുകൂടി സംയമനം പാലിച്ച് തുടങ്ങി.

''ഞാനെന്തു ചെയ്യാനാ. അവരെപ്പോലെ ഞാൻ പണക്കാരനല്ല. കൻസുവും അല്ല. അതുകൊണ്ടാണ് ഞാൻ അവനോട് നിറുത്താൻ പറഞ്ഞത്. അവൻ അതെല്ലാം അവഗണിച്ചു.''

അലിയുടെ ജിജ്ഞാസ വർദ്ധിച്ചു,

''ആരാണ് ഇത് സംഘടിപ്പിക്കുന്നത്?''

''ഓർഗനൈസർ ഇല്ല. അവർ ഓൺലൈനിൽ കണ്ടുമുട്ടുന്നു. പിന്നീട് വീടുകളിലോ ഓഫീസുകളിലോ ഒത്തുകൂടുന്നു. ഈ സ്ഥലങ്ങൾ കൊട്ടാരങ്ങൾ പോലെയാണ്. അവർ തിന്നുകയും കുടിക്കുകയും എല്ലാത്തരം വിഷയങ്ങളും ചർച്ച ചെയ്യുകയും ചെയ്യുന്നു. എല്ലാം പുരുഷന്മാരാണ്. നിയമങ്ങളിൽ ഒന്ന് അതാണ്. സ്ത്രീകളെ കളികളിൽ പ്രവേശിപ്പിക്കരുത്. ഇംഗ്ലീഷ് മാന്യന്മാരുടെ ക്ലബ്ബുകളെയാണ് മാതൃകയാക്കുന്നത്.''

''ആരൊക്കെയുണ്ടായിരുന്നു അവിടെ?''

ഫിസിഷ്യൻ നിശ്ചയദാർഢ്യത്തോടെ തലയാട്ടി.

''എനിക്ക് അവരെയൊന്നും അറിയില്ല, അലിസാറേ. ഞാൻ പറഞ്ഞതുപോലെ, ഒരിക്കൽ ഞാൻ അവിടെപ്പോയി. കിട്ടാനുള്ളത് കിട്ടി. ഒരിക്കലും തിരിച്ചു പോയിട്ടില്ല.''

സാലിഹ് നുണ പറയുകയായിരുന്നു. പക്ഷേ കൂടുതൽ ശക്തമായി ചോദ്യം ചെയ്താൽ അയാൾ ഒന്നും സംസാരിക്കില്ല എന്ന് തോന്നി.

''ആർക്കും ഇതിൽ ചേരാമോ?'' പൊതുവായ ഒരു ചോദ്യം ചോദിച്ചു കൊണ്ട് ഞാൻ സംഭാഷണം തുടർന്നു.

''ഞാൻ ഉദ്ദേശിക്കുന്നത്, എനിക്ക് വേണമെങ്കിൽ അവരോടൊപ്പം ചേരാമോ?''

''ഇല്ല, നെവ്സാറ്റ് സാറേ. പലതവണ വാതുവെച്ച ഒരാൾക്ക് മാത്രമേ മറ്റൊരാളെ ശുപാർശ ചെയ്യാൻ കഴിയൂ. പണം സമ്പാദിക്കുക മാത്രമല്ല ലക്ഷ്യം. വിനോദമാണ്. പിന്നീട് അവർ നടന്ന കാര്യങ്ങളെ വിശകലനം ചെയ്യുന്നു. വിജയി താൻ കാര്യങ്ങൾ പ്രവചിച്ചതെങ്ങനെയെന്ന് വിശദീകരിക്കുന്നു. ഇവരെല്ലാം അറിവുള്ളവരാണ്. പക്ഷേ യഥാർത്ഥ ഉദ്ദേശ്യം ദൈനംദിന സംഘർഷങ്ങളിൽ നിന്ന് മുക്തി നേടുക എന്നതാണ്, ഒത്തുചേരുക, എന്നാൽ അതേ സമയം ഒത്തുചേരലിൽ കുറച്ച് ആവേശം കലർത്തുക. പക്ഷേ മാസ ശമ്പളം വാങ്ങുന്ന ഞങ്ങളെപ്പോലുള്ളവർ ഇത്തരം കാര്യങ്ങൾ ചെയ്താൽ ദുരന്തമായിരിക്കും. ഞാൻ കൻസുവിനെക്കുറിച്ചാണ് സംസാരിക്കുന്നത്. നോക്കൂ , അവൻ ആത്മഹത്യ ചെയ്തു.''

ആശ്ചര്യത്തോടെ ഞാൻ ചോദിച്ചു. ''ആരാണ് ആത്മഹത്യ ചെയ്തത്?''

സംശയത്തോടെ സാലിഹ് ഞങ്ങളുടെ മുഖത്തേക്ക് നോക്കി.

''അവൻ സ്വയം കൊന്നതല്ലേ? അതോ കൊലപ്പെടുത്തിയതാണോ?''

ഞങ്ങളുടെ ഭാവങ്ങളിൽ നിന്ന് അയാൾക്ക് പെട്ടെന്ന് കാര്യം മനസ്സിലായി.

''എന്തിന്? ആർക്കാണ് കൻസുവിനെ കൊല്ലാൻ ആഗ്രഹം?''

അയാൾ ഒരു നിമിഷം ആലോചിച്ചു.

''അവൻ കടക്കെണിയിലായി. ഉറപ്പാണ്. അയാൾ കുറച്ച് വമ്പൻ സ്രാവുകൾക്ക് കടപ്പെട്ടിരുന്നു. അത് അടയ്ക്കാൻ കഴിയാതെ വന്നപ്പോൾ... കൈയിൽ പണമൊന്നും ഉണ്ടായിരുന്നില്ല. കൂടാതെ പിതാവിൽ നിന്ന് പാരമ്പര്യമായി ലഭിച്ച വലിയ ഫ്ളാറ്റ് പണയം വെക്കുകയും ചെയ്തു. അവൻ എപ്പോഴും കടക്കാരനായിരുന്നു. അതുകൊണ്ടാണ് ഞങ്ങൾ അവനോട് പോകാൻ ആവശ്യപ്പെട്ടത്.''

കുറ്റബോധം തോന്നിയ പോലെ ആ മുഖം ചുളിഞ്ഞു.

''ഒരു വർഷം മുമ്പ് ഞങ്ങൾക്ക് അവനെ പറഞ്ഞു വിടേണ്ടി വന്നു. യഥാർത്ഥത്തിൽ ഞാൻ എല്ലായ്പ്പോഴും അവനുവേണ്ടി വാദിച്ചിരുന്നു. പക്ഷേ അവൻ എന്നെയും മുതലെടുത്തു. അവൻ എനിക്ക് പണം തരാനുണ്ടായിരുന്നു. എന്നിരുന്നാലും ഞാൻ കൻസുവിനു വേണ്ടി ഒരു റഫറൻസ് കത്ത് എഴുതി. പക്ഷേ അത് സഹായിച്ചില്ല. അതിനകം ദുഷ്പേര് എല്ലായിടത്തും വ്യാപിച്ചിരുന്നു. ആശുപത്രികൾ അവനെ വിശ്വസിച്ചില്ല. അത് വളരെ ദയനീയമായ അവസ്ഥയാണ്. അവൻ ഒരു നല്ല സർജനായിരുന്നു.''

ഹെഡ് ഫിസിഷ്യൻ പറഞ്ഞ കഥ തികച്ചും വിചിത്രമായാണ് എനിക്ക് അനുഭവപ്പെട്ടത്. സമ്പന്നരുടെ പരിഹാസ്യമായ വിനോദങ്ങൾക്ക് കുട്ടികളെ ദുരുപയോഗം ചെയ്യുന്നതുമായി എന്ത് ബന്ധമാണുള്ളത്?

‘‘വളരെ പ്രധാനപ്പെട്ട ഒരു പ്രശ്നമുണ്ട്, സാലിഹ്.’’

ഞാൻ ഗൗരവത്തോടെ പറഞ്ഞു.

‘‘ദയവായി നിങ്ങൾക്കറിയാവുന്ന കാര്യങ്ങൾ ഞങ്ങളിൽ നിന്ന് മറച്ചു വെക്കരുത്.’’

ഡോക്ടറുടെ ചുളിവുകൾ നിറഞ്ഞ മുഖത്ത് ആശങ്ക പടർന്നു.

‘‘നിങ്ങൾ പറയുന്നത് കാറിനെക്കുറിച്ചാണോ? അത് ചെയ്യാൻ ആഗ്രഹമുണ്ടായിട്ടല്ല, പക്ഷേ ഞങ്ങൾക്ക് അത് തിരിച്ചെടുക്കേണ്ടി വന്നു.’’

‘‘അല്ല, അല്ല. കൂടുതൽ സ്വകാര്യമായ കാര്യമാണ്. കൻസുവിന് എന്തെങ്കിലും വഴിവിട്ട സ്വഭാവം ഉണ്ടായിരുന്നോ?’’

അയാൾ ഞെട്ടലോടെ ഞങ്ങളെ നോക്കി.

‘‘എന്താണുദ്ദേശിക്കുന്നത്?’’

‘‘കുട്ടികളുടെ പീഡനം,’’ അലി അലക്ഷ്യമായി പറഞ്ഞു.

‘‘അയ്യോ. ഇല്ല, ഒരിക്കലുമില്ല. തീർത്തും ഇല്ല. കൻസുവിന് നന്മ കുറവായിരിക്കാം, പക്ഷേ അവൻ ഒരിക്കലും ഒരു കുട്ടിയെ തൊടില്ല. അവൻ ഒരു മാന്യനായ മനുഷ്യനായിരുന്നു. പ്രത്യേകിച്ചും അത്തരം കാര്യങ്ങളിൽ.’’

‘‘നിങ്ങൾക്കെങ്ങനെ ഇത്ര ഉറപ്പിച്ചു പറയാൻ കഴിയുന്നു?’’ അലി കടുപ്പിച്ച് ചോദിച്ചു. ‘‘അവൻ തന്റെ വൃത്തികെട്ട ശീലം മറച്ചുവെച്ചതാണെങ്കിലോ?’’

ഹെഡ് ഫിസിഷ്യൻ ശാന്തനായി, ക്ഷമയോടെ വിശദീകരിക്കാൻ തുടങ്ങി.

‘‘അയാൾക്ക് അത് മറച്ചുവെക്കാൻ കഴിയില്ല അലി സാറേ. അവൻ അങ്ങനെയുള്ള ആളല്ല. അവൻ വികൃത സ്വഭാവമുള്ളവൻ അല്ലെന്ന് ഞാൻ വാതുവെക്കും.’’

സ്വന്തം വാക്കുകൾ തിരിഞ്ഞു കൊത്തുന്നത് അയാൾക്ക് മനസ്സിലായി.

‘‘ഞാൻ അവനുവേണ്ടി ഉറപ്പ് നൽകുമെന്നാണ് അർത്ഥമാക്കിയത്.’’

തുടരും മുൻപ് ആരോ വാതിൽ തുറന്നു. അയാൾ സംസാരം നിർത്തി ചാടിയെഴുന്നേറ്റു.

‘‘ഓ! ഹയാതി! അകത്തേക്ക് വരൂ.’’

വെളുത്ത ഷർട്ടിന് മുകളിൽ ഇളം പച്ച ലിനൻ കോട്ടാണ് ഹയാതി ധരിച്ചിരുന്നത്. അയാൾക്ക് ശരാശരി ഉയരമേ ഉണ്ടായിരുന്നുള്ളൂവെങ്കിലും ശക്തമായ ശരീരഘടനയായിരുന്നു. അമ്പതുകളിൽ ആയിരിക്കണം

പ്രായം. സിംഹവാല് പോലെയുള്ള വെള്ളിമുടിയും ഇരുണ്ട ചർമ്മവും കടും നീലക്കണ്ണുകളും ഉള്ളതിനാൽ അയാളെ വളരെ സുന്ദരനായി കണക്കാക്കാം. സാലിഹ് വേഗത്തിലുള്ള ചുവടുകളോടെ അയാളെ സമീപിച്ചു. തന്നെക്കാളും പത്തു വയസ് എങ്കിലും താഴെയുള്ള ആ മനുഷ്യനെ വണങ്ങി അയാൾ കൈകൊടുത്തു. ഹയാതി അതിന് വലിയ പ്രാധാന്യം കൊടുത്തില്ല. ചോദ്യഭാവം നിറഞ്ഞ കണ്ണുകളോടെ അയാൾ ഞങ്ങളെ നോക്കുന്നുണ്ടായിരുന്നു.

''ചീഫ് ഇൻസ്പെക്ടർ നെവ്സാറ്റ്, കൊലപാതകങ്ങളുടെ അന്വേഷണ ചുമതല അദ്ദേഹത്തിനാണ്.'' അദ്ദേഹം വ്യക്തമാക്കി.

''ഈ യുവസുഹൃത്ത് ഇൻസ്പെക്ടർ അലിയാണ്.''

അയാൾ സങ്കടത്തോടെ ആ മനുഷ്യനെ നോക്കി.

''കൻസു മരിച്ചു എന്ന വാർത്ത നിങ്ങൾ കേട്ടിരിക്കാം. കൊലപാതകമാണ്. ആരാണ് കൻസുവിനെ കൊല്ലാൻ ആഗ്രഹിക്കുന്നത്?''

''ഒരുപാട് ആളുകൾ...'' ആ മനുഷ്യൻ മറുപടി പറഞ്ഞു.

അവന്റെ ശബ്ദം ലോഹക്കിലുക്കം പോലെയിരുന്നു.

''അവന് വളരെ വിചിത്രമായ ബന്ധങ്ങൾ ഉണ്ടായിരുന്നു.''

സംസാരിക്കുന്നതിനിടയിൽ അയാൾ ഞങ്ങളുടെ അടുത്തേക്ക് വന്നിട്ട് അഭിവാദ്യം ചെയ്യാനായി ചെറുതായി കുനിഞ്ഞു.

''സ്വാഗതം. ഞാനാണ് സെറാപ്പ് ഹോസ്പിറ്റലിന്റെ സ്ഥാപകൻ, ഹയാതി ഡാർക്കൻ.''

അലിയോ ഞാനോ എഴുന്നേറ്റില്ല. അയാൾക്ക് അതിൽ പരാതിയുള്ളതായി തോന്നിയില്ല. ഹയാതി ഒരു ബിസിനസ് കാർഡ് എടുത്ത് നീട്ടി. അലി ഒരു കാർഡ് എടുത്തു അലക്ഷ്യമായി അത് പോക്കറ്റിൽ തിരുകി. ഹയാതി വിനയപൂർവ്വം തുടർന്നു.

''കൻസുവിനെ എനിക്ക് നന്നായി അറിയാമായിരുന്നു. ഞാൻ നിങ്ങളെ സഹായിക്കാം.''

ഞങ്ങളുടെ പ്രതികരണത്തിനായി കാത്തിരിക്കുന്നതിന് മുമ്പ്, അയാൾ വാതിലിന് നേരെ ആംഗ്യം കാണിച്ചു.

''നമുക്ക് എന്റെ ഓഫീസിലേക്ക് പോകാം. അവിടെ ഇരുന്ന് കൂടുതൽ സുഖമായി സംസാരിക്കാം.''

നമുക്ക് സെറാപ്പിന്റെ പേര് സജീവമായി നിലനിർത്തണം

''**ക**ൻസുവിന്റേത് ഒരു ദുഃഖകഥയാണ്. ഒരു വലിയ വീഴ്ചയുടെ കഥ.''

അത് പറഞ്ഞു കൊണ്ട് ഹയാതി റോസ്‌വുഡ് മേശയ്ക്കടുത്തുള്ള ഒരു ചാരുകസേരയിലേക്ക് ചാഞ്ഞു. അയാളുടെ പിന്നിൽ സെറാപ്പ് ഹോസ്പിറ്റലിന്റെ ഒരു വലിയ ഫോട്ടോ പ്രദർശിപ്പിച്ചിരുന്നു. എന്റെ നോട്ടം അയാളുടെ ഇടതുവശത്തെ മൂലയിലേക്ക് തെന്നി. എട്ടോ ഒമ്പതോ വയസ്സുള്ള ഒരു പെൺകുട്ടിയുടെ ഫോട്ടോകൾ വൃത്തിയായി ക്രമീകരിച്ച ബുള്ളറ്റിൻ ബോർഡിൽ കാണാമായിരുന്നു. ഒരു ഡസനിലധികം ഫോട്ടോകൾ അവിടെ ഉണ്ടായിരുന്നു. ജനനം മുതൽ ഇഴയുന്നതുവരെ, അവളുടെ ആദ്യ ചുവടുകൾ, ഊഞ്ഞാലിൽ ഇരിക്കുന്നു, കിന്റർഗാർട്ടനിലേക്ക് സ്കൂൾ ബാഗുമായി പോകുന്നു, പെൻസിലുമായി ഒരു നോട്ട്ബുക്കിന് മുകളിൽ ഇരിക്കുന്നു. ആ കൊച്ചു പെൺകുട്ടിയുടെ ഫോട്ടോകൾ നോക്കുമ്പോൾ എന്റെ മകൾ അയ്സുവിനെയല്ല മറിച്ച് സിറിയൻ പെൺകുട്ടി അസീസിനെയാണ് ഓർമ്മ വന്നത്. എനിക്ക് ഒരു നടുക്കം അനുഭവപ്പെട്ടു. ഹൃദയത്തിലെ ഇരുണ്ട ചിന്തകളും വേദനയും കുടഞ്ഞു കളയാൻ ശ്രമിച്ചുകൊണ്ട് ഹയാതി പറയുന്ന കാര്യങ്ങളിൽ ശ്രദ്ധ കേന്ദ്രീകരിക്കാൻ ഞാൻ ശ്രമിച്ചു.

''കൻസു ഒരു നല്ല ശസ്ത്രക്രിയാ വിദഗ്ധനായിരുന്നു. ഞാനും അതെ. പക്ഷേ എനിക്ക് അവന്റേതുപോലെ കഴിവുണ്ടായിരുന്നില്ല. കഴുകൻ കണ്ണുള്ള, ഉരുക്ക് പോലെയുള്ള ഞരമ്പുകളുള്ള ഒരാൾ ആയിരുന്നു അവൻ. ഏറ്റവും നിർണായക ഘട്ടത്തിൽ പോലും ആ കൈകൾ വിറക്കുന്നത് ഞാൻ കണ്ടിട്ടില്ല. അയാൾ തന്റെ വിരലുകൾ വളരെ നന്നായി ഉപയോഗിച്ചു, തലയോട്ടിയോ കത്രികയോ ക്ലാമ്പോ ആ നിമിഷം പിടിച്ചിരുന്നതെല്ലാം അവന്റെ ശരീരത്തിന്റെ ഭാഗമായി മാറി. ചീഫ് ഇൻസ്പെക്ടർ, ഞാൻ അതിശയോക്തി പറയുന്നുവെന്ന് കരുതരുത്, അവൻ കൂടുതൽ അറിവുള്ളവനായിരുന്നു. ഞങ്ങളെല്ലാവരേക്കാളും കൂടുതൽ വായിക്കുകയും ലോകത്തിലെ എല്ലാ മെഡിക്കൽ ജേണലുകളും പരതുകയും ചെയ്യുമായിരുന്നു. പക്ഷേ എന്താണു സംഭവിച്ചത് എന്ന് നോക്കൂ. ഭയാനകമായ മരണം ഈ അത്ഭുതപ്രതിഭയെ നമ്മളിൽ നിന്ന് പറിച്ചെടുത്തു.''

അയാൾ ആ മനുഷ്യനെ ജോലിയിൽ നിന്ന് പുറത്താക്കുകയാണ് ചെയ്തത്. ഇപ്പോൾ എത്ര സ്തുതി പാടിയിട്ടും മതിയാവുന്നില്ല. നേരിട്ട് ചോദിക്കുന്നതിനുപകരം അയാൾ പറയുന്ന കാര്യങ്ങളിൽ നിന്ന് സത്യം മനസ്സിലാക്കാൻ ഞാൻ തീരുമാനിച്ചു.

''നിങ്ങൾ ഒരേ സ്കൂളിൽ നിന്നാണോ ബിരുദം നേടിയത്?''

''അല്ല. ഞാൻ ചാപ്പയിലാണ് പഠനം പൂർത്തിയാക്കിയത്. അവൻ സെറാപാസയിൽ നിന്ന് ബിരുദം നേടി. ഞങ്ങൾ ഒരുമിച്ച് സെറാപ്പ് ഹോസ്പിറ്റലുകൾ സ്ഥാപിച്ചു. അതിനുവേണ്ടി ഞങ്ങൾ ഞങ്ങളുടെ അപ്പാർട്ടുമെന്റുകൾ പോലും പണയപ്പെടുത്തി. നാല് പങ്കാളികളിൽ ഒരാളായിരുന്നു അവൻ. പിന്നീട് രണ്ട് പങ്കാളികൾ വേർപിരിഞ്ഞു. കൻസുവും ഞാനും അവശേഷിച്ചു.''

അക്കാര്യങ്ങൾ ഓർത്തപ്പോൾ അയാളുടെ മുഖത്ത് ചിരി തെളിഞ്ഞു.

''അന്ന് അവന്റെ തല നേരെയായിരുന്നു. ആ ദിവസങ്ങളിൽ ഞങ്ങൾ പരസ്പരം താങ്ങായി നിന്നു. അവൻ വളരെ ശുദ്ധഹൃദയനായിരുന്നു.''

അയാളുടെ കണ്ണുകൾ മേശയുടെ ഇടതുവശത്തുള്ള ഒരു വെള്ളി ഫ്രെയിമിലേക്ക് ഒരു നിമിഷത്തേക്ക് നീണ്ടു ചെന്നു. അതേ പെൺകുട്ടി ഞങ്ങളെ നോക്കി പുഞ്ചിരിച്ചു.

''സെറാപ്പ്. എന്റെ മകൾ. പതിനഞ്ച് വർഷം മുമ്പ് ഞങ്ങൾക്ക് അവളെ നഷ്ടപ്പെട്ടു. അന്ന് അവൾക്ക് പത്ത് വയസ്സായിരുന്നു. എന്റെ മകളുടെ മരണത്തിന് അഞ്ച് വർഷത്തിനു ശേഷമാണ് ഞങ്ങൾ ആദ്യത്തെ ആശുപത്രി തുറന്നത്. ആശുപത്രിക്ക് അവളുടെ പേരിടാൻ കൻസുവിന് യാതൊരു സംശയവുമുണ്ടായിരുന്നില്ല. അത് ഒരിക്കലും എന്റെ ആശയമായിരുന്നില്ല. 'ഹയാതി, സെറാപ്പിന്റെ പേര് നമുക്ക് ജീവസ്സുറ്റതാക്കണം, അവളെ രക്ഷിക്കാനായില്ല. അവൾക്കുവേണ്ടി നമുക്ക് ചെയ്യാൻ കഴിയുന്ന ഏറ്റവും ചെറിയ കാര്യം ആ പേര് അനശ്വരമാക്കുക എന്നതാണ്.' അവൻ നിസ്വാർത്ഥനായിരുന്നു, എന്ത് പറയണമെന്ന് എനിക്കറിയില്ല.''

ഹയാതിയുടെ കണ്ണുകൾ ഈറനണിഞ്ഞു. അന്വേഷണത്തിൽ അയാളെക്കൊണ്ട് കാര്യമായ പ്രയോജനമുണ്ടാകുമെന്ന് എനിക്ക് തോന്നിയില്ല. പക്ഷേ ഒരാൾ തന്റെ കുട്ടി മരിച്ചുവെന്ന് പറഞ്ഞാൽ അക്കാര്യം അവഗണിക്കരുത്.

''ക്ഷമിക്കണം, നിങ്ങളുടെ മകളെ എങ്ങനെയാണ് നഷ്ടപ്പെട്ടത്?''

ആ കണ്ണുകളിലെ നൊമ്പരത്തിന്റെ ആഴം കൂടി.

''ഹൃദയസ്തംഭനമെന്നു പറയാം നെവ്സാറ്റ് സാറേ. അതൊരു നീണ്ട കഥയാണ്. കൻസു എങ്ങനെയുള്ള ആളാണെന്ന് തെളിയിക്കാൻ വേണ്ടി മാത്രമാണ് ഞാൻ ഇക്കാര്യം പറഞ്ഞത്. അതായത്, അവൻ ചൂതാട്ട ആസക്തിയിൽ അകപ്പെടുന്നതിന് മുമ്പ് എങ്ങനെ ആയിരുന്നു എന്ന്.''

കാര്യങ്ങൾ നേരെയാക്കാൻ അലി ഇടപെട്ടു.

“ചൂതാട്ടമല്ല. നിങ്ങളുടെ ചീഫ് ഫിസിഷ്യൻ ഞങ്ങളോട് പറഞ്ഞതനുസരിച്ച് അത് വാതുവെപ്പായിരുന്നു. അത് കേവലം വിനോദത്തിന് വേണ്ടിയായിരുന്നു.”

ഹയാതി ദേഷ്യത്തോടെ ചിരിച്ചു.

“സാലിഹ് അങ്ങനെയെ പറയൂ. 'വാതുവെപ്പ്' എന്ന് അദ്ദേഹം വിളിക്കുന്നത് ചൂതാട്ടത്തെയാണ്. അവരിൽ ഭൂരിഭാഗവും വിനോദത്തിനായാണ് കളിക്കുന്നത്. എന്നാൽ ചൂതാട്ടം നിയമവിരുദ്ധമാണ് എന്നതാണ്. മിക്കവാറും എല്ലാ കളിക്കാരും സമൂഹത്തിൽ ബഹുമാനിക്കപ്പെടുന്ന വ്യവസായികളാണ്. ഇത് പത്രങ്ങളിൽ വന്നാൽ, അവരുടെ പ്രശസ്തിക്ക് കളങ്കം സംഭവിക്കും. അതിനാൽ അവർ 'വാതുവെപ്പ്' എന്ന പേര് ഉപയോഗിച്ച് തുടങ്ങി. മേശപ്പുറത്തുള്ള തുകകൾ മിക്കവർക്കും നിസ്സാരമാണ്, എന്നാൽ കൻസുവിനെപ്പോലുള്ളവർക്ക് അത് വലുതാണ്.”

തെളിഞ്ഞ കണ്ണുകളും അകാലത്തിൽ ചുളിഞ്ഞ നെറ്റിയും വലിയ താടിയെല്ലുകളുമുള്ള ഹയാതിയെ കാണാൻ പരസ്യത്തിലെ നായകനെപോലെയുണ്ടായിരുന്നു. എനിക്ക് ചോദിക്കാതെയിരിക്കാൻ കഴിഞ്ഞില്ല.

“നിങ്ങൾ ഈ വാതുവെപ്പ് ഗെയിമുകളിൽ പങ്കെടുത്തിട്ടുണ്ടോ?”

അവന്റെ നെറ്റി ചുളിഞ്ഞു. വലിയ മൂക്കിന്റെ ദ്വാരങ്ങൾ വിടർന്നു.

“നെവ്സാറ്റ് സാറേ, എനിക്ക് എന്റെ പത്തുവയസ്സുള്ള മകളെ നഷ്ടപ്പെട്ടു, ഇപ്പോൾ എനിക്ക് ആറ് വയസ്സുള്ള ഇരട്ടകളുണ്ട്. ഒരു വ്യക്തിയ്ക്ക് ഉത്തരവാദിത്തം വേണം. ഇത്തരം അസംബന്ധങ്ങളിൽ ചെലവഴിക്കാൻ എനിക്ക് സമയമില്ല. കൻസു എന്നെ പല തവണ ക്ഷണിച്ചു. പക്ഷേ ഒരിക്കൽ പോലും ഞാൻ പോയിട്ടില്ല, ഞാൻ പോകാതിരുന്നത് എത്ര നന്നായി എന്നു ഇപ്പോൾ എനിക്കറിയാം.”

ആ മനുഷ്യനോട് അലിക്ക് എന്തോ ഒരു ഇഷ്ടക്കേട് തോന്നിയിട്ടുണ്ട് എന്ന് എനിക്ക് മനസ്സിലായി.

“ഇങ്ങനെ നിങ്ങൾ പറയുന്നു, പക്ഷേ ഈ സംഭവങ്ങളിലുള്ള കൻസുവിന്റെ താത്പര്യം മൂലം നിങ്ങൾക്കാണ് നേട്ടമുണ്ടായത്. നിങ്ങൾ ഇപ്പോൾ വലിയ ആശുപത്രികളുടെ ഒരു ചെയിനിന്റെ ഏക ഉടമയാണ്. ശരിയല്ലേ? കുറെ സെറാപ്പ് ആശുപത്രികൾ ഉണ്ടല്ലോ!”

ഹയാതി സംയമനം പാലിച്ചു. ആ കണ്ണുകൾ അഭിമാനത്താൽ തിളങ്ങുക പോലും ചെയ്തു.

“ഞങ്ങൾക്ക് ഒമ്പത് ആശുപത്രികളുണ്ട്. പ്രധാന നഗരങ്ങളിൽ മാത്രമല്ല, ഹത്തായ്, സാൻലി ഉർഫ, കിലിസ് എന്നിവിടങ്ങളിലും തുറന്നിട്ടുണ്ട്. ഇനി കൻസുവിന്റെ കാര്യം, അവനെയും മറ്റു ചിലരെയും രക്ഷിക്കാൻ ഞാൻ എന്റെ കഴിവിന്റെ പരമാവധി ചെയ്തിട്ടുണ്ട്. ഞാൻ അവനു കൂടുതൽ പണം നൽകി. അവന് അതിന് അർഹതയുണ്ട് എന്നത് മറ്റൊരു കാര്യം.”

''അവനെ പുറത്താക്കിക്കൊണ്ട്?'' അയാളെ പ്രകോപിപ്പിച്ചുകൊണ്ട് അലി ചോദിച്ചു. ''നിങ്ങൾ അവനെ ചെവിയിൽ തൂക്കി എറിഞ്ഞു കളയുകയാണ് ചെയ്തത്.''

ആ സുന്ദരമായ മുഖത്തെ നെറ്റി ആദ്യമായി ചുളിഞ്ഞു. എന്റെ അസിസ്റ്റന്റിന് ഒടുവിൽ അവനെ കുരുക്കാൻ കഴിഞ്ഞു.

''എനിക്കത് ചെയ്യേണ്ടി വന്നു. അല്ലെങ്കിൽ കൊള്ളപ്പലിശക്കാരന്റെ വക്കീൽ ആശുപത്രിയിൽ വന്നു കിട്ടാനുള്ളത് പിരിക്കുമായിരുന്നു. കൻസുവിനെ പിരിച്ചയച്ചു എന്ന് എനിക്ക് അയാളെ എത്ര ശ്രമിച്ചിട്ടും ബോധ്യപ്പെടുത്താൻ കഴിഞ്ഞില്ല. 'നിങ്ങള് കള്ളം പറയുന്നു. കൻസു ഉണ്ടാക്കി വച്ച കടബാധ്യതകളിൽ നിന്ന് രക്ഷപ്പെടാൻ ശ്രമിക്കുകയാണ്' എന്നാണ് അയാൾ പറഞ്ഞത്. ഏതായാലും കോടതിയിൽ വച്ച് പ്രശ്നം പരിഹരിച്ചു.''

അവസാനം ഉപകരിച്ചേക്കാവുന്ന ഒരാളെപ്പറ്റിയുള്ള സൂചന ലഭിച്ചു.

''ആരായിരുന്നു ആ പലിശക്കാരൻ? നിങ്ങൾക്ക് ആളെ അറിയാമോ?''

അയാൾ ശിരസ്സിന്റെ ഒരു ചലനത്തിലൂടെ തന്റെ സിംഹത്തിന്റേത് പോലെ തിളങ്ങുന്ന മുടി പിന്നിലേക്ക് എറിഞ്ഞു.

''തീർച്ചയായും എനിക്ക് അയാളെ അറിയാം. ഞങ്ങൾ മൂന്ന് തവണ കണ്ടുമുട്ടിയിട്ടുണ്ട്. അവന്റെ പേര് സതൽമിസ് ഗുണ്ടോഗ്ഡു എന്നാണ്. ചുവന്ന മുഖം എന്ന് അറിയപ്പെടുന്നു. ഉയർന്ന രക്തസമ്മർദ്ദം മൂലം മുഖം എപ്പോഴും ശരിക്കും ചുവന്നു തുടുത്തിരിക്കും. ആ മനുഷ്യന്റെ രൂപം ഒരു മല പോലെയാണ്. ഒസ്മാൻബെയിൽ മസാജ് പാർലർ നടത്തിപ്പാണ് ജോലി.'' അയാൾ നിർദ്ദയം കണ്ണിറുക്കി. ''ആരെയും പറ്റി തെറ്റായി കുറ്റം പറയാൻ എനിക്ക് ആഗ്രഹമില്ല. പക്ഷേ അവിടെ മറ്റ് പരിപാടികൾ നടക്കുന്നു എന്ന് ചില സംസാരമുണ്ട്. അതൊരു വേശ്യാലയം ആണെന്നാണ് കേൾക്കുന്നത്.''

അലി പണമിടപാടുകാരന്റെ പേര് കുറിച്ചെടുക്കുന്ന നേരത്ത് ഞാൻ ചോദിച്ചു,

''കൻസു ഈ ചുവന്ന മുഖത്തിന് ഒരുപാട് പണം കൊടുക്കാനുണ്ടോ? ചുവന്ന മുഖമായിരിക്കുമോ അവനെ കൊന്നത്?''

മറുപടി പറയുന്നതിന് മുമ്പ് അയാൾ താടിയിൽ കുറച്ചു നേരം മുറുകെ പിടിച്ചുകൊണ്ടിരുന്നു.

''തീർച്ചയായും കൻസുവിന് കടങ്ങൾ ഉണ്ടായിരുന്നു. പക്ഷേ എത്രത്തോളം എന്ന് എനിക്കറിയില്ല. ചുവന്ന മുഖം അയാളെ പല തവണ ഭീഷണിപ്പെടുത്തിയിരുന്നു. ഒരിക്കൽ ഞാൻ അവനോടൊപ്പമുണ്ടായിരുന്നു. അയാൾക്ക് അവൻ രണ്ട് ദശലക്ഷം ലിറ കൊടുക്കാനുണ്ടായിരുന്നു എന്നാണ് പറഞ്ഞത്. അവൻ യഥാർത്ഥത്തിൽ അഞ്ഞൂറായിരം മാത്രമാണ് കടം വാങ്ങിയത്. എന്നാൽ അവൻ കൃത്യസമയത്ത് തിരിച്ചു കൊടുത്തില്ല. തുക ഉയർന്നു. 'നാളെ പണം തിരിച്ചു തരണം. അല്ലെങ്കിൽ നിന്റെ കാര്യം കഴിഞ്ഞു,' അന്ന് അയാൾ പറഞ്ഞു. കൻസുവിന്റെ കണ്ണുകളിലേക്ക് നേരെ നോക്കി വളരെ ശാന്തമായാണ് അത്

പറഞ്ഞത്. വിചിത്രമെന്നു പറയട്ടെ, ഈ പ്രശ്നം കൻസുവിനെ അല്പം പോലും അലട്ടിയില്ല. അവസാനം ആ പണം എന്റെ പോക്കറ്റിൽ നിന്നാണ് എടുത്തത്.''

എന്റെ സഹായി എതിർത്തു.

''അതെങ്ങനെ നിങ്ങളുടെ പോക്കറ്റിൽ നിന്നാവും? ഈ ഹോസ്പിറ്റലിൽ കൻസു ഒരു പാർട്ണർ ആയിരുന്നില്ലേ?''

അയാൾ അലിയുടെ നേരെ ഒരു പുളിച്ച നോട്ടം എറിഞ്ഞു.

''അതിന് വളരെക്കാലം മുമ്പ് ഹോസ്പിറ്റലിൽ കൻസുവിന് ഉണ്ടായിരുന്ന അവകാശം നഷ്ടപ്പെട്ടിരുന്നു. അവൻ തന്റെ ഓഹരികൾ എനിക്ക് മറിച്ചു വിറ്റു. ഞാൻ പകരമായി ഒരു ഭീമമായ തുക നൽകി. ഞാൻ നൽകിയതിനും എനിക്ക് കിട്ടിയതിനും എല്ലാം രേഖകളുണ്ട് അലി സാറേ. കൻസുവിന് ഞാൻ ഒരു പൈസ പോലും നൽകാനില്ല. മറിച്ച്, അവൻ ഇപ്പോഴും എന്നോട് കടപ്പെട്ടിരിക്കുന്നു.''

അലി അവനെ സൂക്ഷിച്ചു നോക്കി.

''അതിനാണോ നിങ്ങൾ അവനെ പുറത്താക്കിയത്? കടം വീട്ടാത്തതുകൊണ്ടാണോ?''

അയാൾ വീണ്ടും ശാന്തനായി മറുപടി പറഞ്ഞു.

''ഇല്ല, അതല്ല. അവൻ ആശുപത്രിക്ക് ദുഷ്പേർ വരുത്തുകയായിരുന്നു. ഹയാതിയുടെ കടങ്ങളെപ്പറ്റി പത്രങ്ങൾ നീട്ടിപ്പിടിച്ചെഴുതി. സെറാപ്പ് ഹോസ്പിറ്റലിന്റെ മുൻ പങ്കാളിക്കും ഹെഡ് സർജനും കുടിശ്ശിക പിരിവുകാരുമായുള്ള ഇടപാടുകൾ. എന്തൊരു നാണക്കേട്.''

''അവൻ നിങ്ങൾക്ക് ഒരുപാട് പണം തരാനുണ്ടോ?''

എന്റെ സഹായി അപ്പറഞ്ഞത് കേട്ടില്ലെന്ന മട്ടിൽ ആവർത്തിച്ചു.

ഹയാതിയുടെ വിളറിയ കണ്ണുകൾ തിളങ്ങി. വലത് കൈമുട്ട് മേശപ്പുറത്ത് ഊന്നിക്കൊണ്ട് അവൻ തല മെല്ലെ പിന്നിലേക്ക് വെട്ടിച്ചു.

''ഉണ്ട്. പക്ഷേ ഞാൻ അത് വേണ്ടെന്ന് വച്ചു. പണ്ടത്തെ ബന്ധത്തിന്റെ പേരിലല്ല, മറിച്ച് പണം തിരിച്ചു തരാൻ പറ്റാത്ത അവസ്ഥയിലായതുകൊണ്ടാണ്. ഞാനെന്തു ചെയ്യും? നമുക്ക് അതിനെ ചാരിറ്റി എന്ന് വിളിക്കാം എന്ന് പറഞ്ഞു ആശ്വസിക്കുകയല്ലാതെ.''

നിങ്ങൾക്ക് ആരെയെങ്കിലും അറിയണമെങ്കിൽ, അവരെ പ്രകോപിപ്പിക്കുക. അവർ ധരിച്ചിരിക്കുന്ന മാന്യതയുടെ മുഖംമൂടികൾ തൽക്ഷണം ഉപേക്ഷിക്കപ്പെടും. അതാണ് ഹയാതിക്ക് സംഭവിച്ചത്. അലിയുടെ ഒരു ഔൺസ് പ്രകോപനത്തോടെ അയാളിലെ പുതുപ്പണക്കാരൻ പുറത്തുവന്നു. താൻ ശരിയായ പാതയിലാണെന്ന് മനസ്സിലാക്കിയ എന്റെ അസിസ്റ്റന്റ് അവിടം കൊണ്ട് നിറുത്താതെ അടുത്ത ചോദ്യത്തിലേക്ക് പോയി.

''എത്രമാത്രം ഈ ചാരിറ്റിക്കായി ചിലവാക്കി എന്നാണ് നിങ്ങൾ പറയുന്നത്?''

ഹയാതിയുടെ ചുണ്ടിൽ ഒരു അഹങ്കാരം നിറഞ്ഞ പുഞ്ചിരി വിടർന്നു.

''ഇത്രയും ഉയർന്ന തുക നിങ്ങളുടെ ജീവിതകാലത്ത് ഒരിക്കലും കണ്ടു കാണില്ല. ഇനി കാണുകയുമില്ല.''

എന്നാൽ അലിയെ ആ മര്യാദയില്ലാത്ത വർത്തമാനം സ്പർശിച്ച തേയില്ല.

''അപ്പോൾ, ആരെയെങ്കിലും തട്ടിക്കളയാൻ മാത്രം വലിയ തുക. അല്ലേ? കൻസു പണം കൊടുക്കാനുള്ളതിനാൽ ഈ ചുവന്ന മുഖ മുള്ള പണമിടപാടുകാരനെ സംശയമുള്ളവരുടെ പട്ടികയിൽ ഉൾപ്പെ ടുത്തുകയാണെങ്കിൽ അടുത്ത പേര് നിങ്ങളുടേതായിരിക്കും.''

ഹയാതി ഒന്നും മിണ്ടിയില്ല. എന്റെ അസിസ്റ്റന്റ് അവന്റെ വലതു കൈമുട്ട് അയാൾ വച്ചിരുന്നതുപോലെ മേശപ്പുറത്ത് വെച്ചിട്ട് മുഖമടച്ച് ആരോപണം ഉന്നയിച്ചു.

''കാര്യമായിട്ട് ചോദിക്കുകയാണ്. നിങ്ങളാണോ അവനെ കൊന്നത്, അല്ലെങ്കിൽ കൊല്ലിച്ചത്?''

ഹയാതി ദേഷ്യപ്പെടുമെന്ന്, അയാളുടെ പിടി വിട്ടു പോകുമെന്ന് ഞാൻ കരുതി. പക്ഷേ അയാൾ അനങ്ങിയില്ല. എന്റെ അസിസ്റ്റന്റിന്റെ കളി അയാൾക്ക് പിടികിട്ടിയെന്നും തൊണ്ട വരെ ഉയർന്നുവന്ന ദേഷ്യം വിഴുങ്ങിക്കളഞ്ഞെന്നും ഞാൻ ഉറപ്പിച്ചു.

''അത് കൊള്ളാം അലി സാറേ,'' അയാൾ ആത്മാർത്ഥമായാണ് സംസാരിച്ചത്. ''പണം നഷ്ടപ്പെടുമ്പോഴെല്ലാം കൊല്ലാനിറങ്ങിയാൽ ഒരു സെമിത്തേരി നിറയ്ക്കേണ്ടി വരും.'' അയാൾ ഒരു കൃത്രിമച്ചിരി ചിരിച്ചു. ''ഒരു തമാശ പറയട്ടെ? ഞാനൊരു ആരോഗ്യ പ്രവർത്തക നാണ്. നഷ്ടപ്പെട്ടത് എത്ര വലിയ തുകയായാലും അത് ഒരു വ്യക്തി യുടെ ജീവനേക്കാൾ വിലപ്പെട്ടതല്ല. പ്രത്യേകിച്ചും ആ വ്യക്തി നിങ്ങൾ കടപ്പെട്ടിരിക്കുന്ന ഒരാളാണെങ്കിൽ.'' അയാൾ ശാന്തമായ ഭാവത്തിൽ തുടർന്നു. ''വേണമെങ്കിൽ, ഇന്നലെ മുഴുവൻ ഞാൻ എവിടെയായിരു ന്നുവെന്ന് തെളിയിക്കാം.''

''ഇന്നലെയാണ് കൊലപാതകം നടന്നതെന്ന് ഞങ്ങൾക്ക് ഉറപ്പില്ല,'' ഞാൻ കൂടെയുണ്ട് എന്ന് അലിയ്ക്ക് മനസ്സിലാവാനായി പറഞ്ഞു.

''ഞങ്ങൾക്ക് നിങ്ങളെക്കുറിച്ചും അന്വേഷിക്കേണ്ടതുണ്ടെന്ന് നിങ്ങൾ മനസ്സിലാക്കണം. നിങ്ങൾ നിരപരാധിയാണെന്ന് എനിക്ക് ഉറ പ്പുണ്ട്, പക്ഷേ നിങ്ങൾക്ക് ഇതിന്റെ രീതികൾ അറിയാമല്ലോ. അതേ സമയത്തുതന്നെ ഞങ്ങൾക്ക് നിങ്ങളുടെ സഹായവും ആവശ്യമാണ്. സംശയിക്കുന്ന ആരെങ്കിലും ഉണ്ടെങ്കിൽ ദയവായി ഞങ്ങളോട് പറ യണം. ഈ ചുവന്ന മുഖം കൂടാതെ ആരെങ്കിലുമുണ്ടോ?''

ഞാൻ ബുദ്ധിമുട്ടുള്ള ഒരു ചോദ്യം ചോദിച്ചത് പോലെ അവൻ നെറ്റി ചുളിച്ചു.

''മരിച്ച ഒരാളുടെ കുറ്റങ്ങൾ സംസാരിക്കാൻ ഞാൻ ആഗ്രഹിക്കു ന്നില്ല.'' അയാൾ പിന്നോട്ട് ചാഞ്ഞിരുന്നിട്ട് ഞങ്ങളിൽ നിന്ന് കണ്ണുകൾ

പിൻവലിച്ചു. ''ഇല്ല. ഇല്ല, ഉറപ്പില്ലാത്ത കാര്യങ്ങളെക്കുറിച്ച് സംസാരിക്കാൻ ഞാൻ ആഗ്രഹിക്കുന്നില്ല.''

''നിങ്ങൾ അത് ചെയ്യണം.'' ഞാൻ തണുത്ത ശബ്ദത്തിൽ പറഞ്ഞു. ''അല്ലെങ്കിൽ സ്വന്തം മനസ്സാക്ഷിയോട് ഉത്തരം പറയേണ്ടി വരും.''

അയാൾ സമ്മർദ്ദത്തിലായി.

''എനിക്ക് ഉറപ്പില്ല, സ്വയം പ്രതിരോധിക്കാൻ കഴിയാത്ത ഒരാളെക്കുറിച്ച് സംസാരിക്കുന്നത് ശരിയല്ല.''

''വിചിത്രമായ എന്തെങ്കിലും സ്വഭാവം കൻസുവിന് ഉണ്ടായിരുന്നോ?'' ഞാൻ ഹയാതിയെ പ്രോത്സാഹിപ്പിക്കാൻ ശ്രമിച്ചു. ''നമ്മൾ ഒരിക്കലും ക്ഷമിക്കാത്ത തരം എന്തെങ്കിലും പെരുമാറ്റം?''

അയാൾ കണ്ണുകളടച്ചു.

''ഏത് തരത്തിലുള്ള പെരുമാറ്റമാണ് ഉദ്ദേശിക്കുന്നത്?''

കാര്യങ്ങൾ ഒറ്റയടിയ്ക്ക് പറയാൻ ഞാൻ ആഗ്രഹിച്ചില്ല.

''ഉദാഹരണത്തിന്, അവൻ കുട്ടികളെ ഇഷ്ടപ്പെട്ടിരുന്നോ? അവരോടൊപ്പം ധാരാളം സമയം ചെലവഴിച്ചിരുന്നോ?''

ഹയാതിയുടെ കണ്ണുകൾ ചിന്താകുലമായിരുന്നു.

''അവൻ അവരെ ഇഷ്ടപ്പെട്ടിരുന്നു. എല്ലാവരും കുട്ടികളെ സ്നേഹിക്കുന്നു, പക്ഷേ കൻസു അവരുടെ ജീവൻ രക്ഷിക്കുന്നവനായിരുന്നു. ഞാൻ ആലങ്കാരികമായി സംസാരിക്കുകയല്ല. അക്ഷരാർത്ഥത്തിൽ അവൻ അവരുടെ ജീവൻ രക്ഷിക്കുകയായിരുന്നു. ഞാൻ അവയവമാറ്റത്തെക്കുറിച്ചാണ് സംസാരിക്കുന്നത്. ആളുകൾക്ക് രണ്ടാമതൊരു ചാൻസ്. നമ്മൾ എല്ലാവരും കുട്ടികളെ സ്നേഹിക്കുന്നു, പക്ഷേ കൻസു അവരെ ജീവിതത്തിലേക്ക് തിരികെ കൊണ്ടുവന്നു.''

ഹയാതി തന്റെ മേശപ്പുറത്തെ വെള്ളി ഫ്രെയിമിലെ പെൺകുട്ടിയെ ഒന്നുകൂടി നോക്കി.

''ഞാൻ ഒരു മടിയും കൂടാതെ സെറാപ്പിനെ അവന്റെ കഴിവുള്ള കൈകളിൽ ഏൽപ്പിക്കുമായിരുന്നു. ഇല്ല കൻസു ഒരു മോശം മനുഷ്യനായിരുന്നില്ല.''

ഞങ്ങളുടെ ചോദ്യം ഓർത്ത് അയാൾ നിറുത്തി.

''കൻസുവിന്റെ കുട്ടികളുമായുള്ള ബന്ധത്തെക്കുറിച്ച് നിങ്ങൾക്ക് സംശയമുണ്ടോ?''

''കൻസുവിനെ ഒരു ബാലപീഢകനാണെന്ന് ഞങ്ങൾ സംശയിക്കുന്നു.'' എന്റെ സഹായി വെട്ടിത്തുറന്നു പറഞ്ഞു.

ഹയാതി ഞെട്ടി തന്റെ തല പിന്നിലേക്ക് വെട്ടിച്ചു.

''ബാലപീഢകൻ?''

കാര്യങ്ങൾ ഒതുക്കിപ്പറയാനാണ് എനിക്ക് തോന്നിയത്.

''അതുകൊണ്ടാണ് കൻസുവിനെ കൊലപ്പെടുത്തിയതെന്ന് ഞങ്ങൾ കരുതുന്നത്.''

“ഒരു ബാലപീഡകൻ...” ഹയാതി ആവർത്തിച്ചു. “അത് കുറച്ച് അധികമായിപ്പോയി എന്ന് തോന്നുന്നു, ഞാൻ അങ്ങനെ പറയില്ല നെവ്സാറ്റ് സാറേ.”

“നിങ്ങൾ അത് എങ്ങനെ പറയും?”

“കൻസുവിന് യുവതികളെ ഇഷ്ടമായിരുന്നു. പക്ഷേ അവൻ ഒരു കുട്ടിയെ പീഡിപ്പിക്കാൻ ശ്രമിക്കുമോ? എനിക്ക് അങ്ങനെ തോന്നുന്നില്ല. അവന് ഇരുപത് വയസ്സുള്ള സ്ത്രീകളുമായി സൗഹൃദത്തിന് താല്പര്യമുണ്ടായിരുന്നില്ല. അവൻ അതിനെ പറ്റി പലതവണ വീമ്പിളക്കുന്നത് ഞാൻ കേട്ടിട്ടുണ്ട്. പതിനെട്ട് വയസ്സുള്ള പെൺകുട്ടികളുമായി ഇടപഴകുന്നത് കണ്ടിട്ടുണ്ട്. പക്ഷേ അവൻ കുട്ടികളെ ആക്രമിക്കുമോ എന്നെനിക്ക് സംശയമുണ്ട്.” അയാൾ ഒന്നു നിർത്തി. “പക്ഷേ എന്നിൽ നിന്ന് തന്റെ സ്വഭാവത്തിലെ മോശമായ കാര്യങ്ങൾ മറച്ചു വച്ചിരുന്നെങ്കിൽ അത് വേറെ കാര്യം.”

നിങ്ങൾക്ക് ധാരാളം പണമുണ്ടെങ്കിൽ അതിനൊപ്പം ധാരാളം ഭയവുമുണ്ടാവും

സെറാപ്പ് ഹോസ്പിറ്റലിൽ നിന്ന് ഇറങ്ങുമ്പോഴേക്കും ഞങ്ങൾ വൻ ആശയക്കുഴപ്പത്തിലായിക്കഴിഞ്ഞിരുന്നു. ഇൻസ്പെക്ടർ സെക്കായിയുടെ കൊലപാതകം മാറ്റി നിറുത്തിയാൽ ബ്ലൈൻഡ്മാൻസ് ബഫ് കൊന്നൊടുക്കിയവരുടെ പ്രൊഫൈലിനോട് യോജിക്കാത്ത ഒരേയൊരു ഇര കാൻസു സർമാഷിക്ക് മാത്രമായിരുന്നു. ഈ വർഷം നടന്ന മൂന്ന് കൊലപാതകങ്ങളുടെയും തീയതികൾ പൊരുത്തമില്ലാത്തത് കൂടി കണക്കിലെടുത്താൽ, നമ്മുടെ സീരിയൽ കില്ലർ തന്റെ രീതികൾ ലംഘിക്കാൻ തുടങ്ങിയിരിക്കുന്നു എന്ന് ചിന്തിക്കേണ്ടി വരും. എന്നാൽ അലി ഇതിനെ കണ്ടത് മറ്റൊരു തരത്തിലാണ്.

‘‘എന്റെ അഭിപ്രായത്തിൽ, കൻസു സർമാഷിക്ക് സ്വന്തം സ്വഭാവം നന്നായി മറച്ചു വച്ചു.’’

ഞാൻ കാറിന്റെ കീ തിരിച്ചിരുന്നില്ല. വണ്ടിയുടെ രണ്ട് വാതിലുകളും തുറന്നിരുന്നു. കാറിൽ അല്പം വായുസഞ്ചാരമുണ്ടാകട്ടെ എന്ന് ഞങ്ങൾ കരുതി. പക്ഷേ പുറത്തെ താപനില അകത്തേക്കാൾ വ്യത്യസ്തമായിരുന്നില്ല.

‘‘ശരിയല്ലേ ചീഫ്?’’ അവൻ തുടർന്നു. ‘‘ഞാൻ ഉദ്ദേശിച്ചത്, ഏത് ബാലപീഡകനാണ് അവരുടെ വൈകൃതത്തെക്കുറിച്ച് പരസ്യമായി പറയാൻ കഴിയുക? ആ മനുഷ്യൻ ഒരു ഡോക്ടറായിരുന്നു. മാന്യമായ തൊഴിൽ ചെയ്തു ജീവിക്കുന്ന ഒരാൾ. അവൻ എല്ലാവരെയും കബളിപ്പിച്ചു. നമുക്ക് ഹയാതിയുടെ വാക്കുകൾ കാര്യമായി എടുക്കേണ്ടതുണ്ട്. അയാൾ പറഞ്ഞത് ഓർമ്മയുണ്ടോ? അവന് യുവതികളെയല്ല പെൺകുട്ടികളെയാണ് ഇഷ്ടമെന്ന്.’’ അയാൾ പറഞ്ഞു. ‘‘കൻസുവിന് പതിനെട്ട് വയസ്സുള്ള കുട്ടികളുമായി ബന്ധമുണ്ടായിരുന്നു. പ്രായം മൂന്നോ അഞ്ചോ വർഷം കുറച്ചാൽ...’’

ഞാൻ താക്കോൽ തിരിച്ചു. കാർ മുന്നോട്ട് കുതിച്ചുതുടങ്ങിയപ്പോൾ ഞാൻ മറുപടി പറഞ്ഞു.

‘‘ഒരുപക്ഷേ, അലീ... ഒരു പക്ഷേ. അങ്ങനെയാണെങ്കിൽത്തന്നെ, കൻസു സ്വയം അത്രമാത്രം മറച്ചുവച്ചിരുന്നുവെങ്കിൽ, അവൻ ഒരു

പീഡകനാണെന്ന് ബ്ലൈൻഡ്മാൻസ് ബഫ് എങ്ങനെ മനസ്സിലാക്കി? അവർ ഒരേ ഹോസ്പിറ്റലിൽ ജോലി ചെയ്യുന്നവരാണോ അതോ മറ്റെന്തെങ്കിലും പരിചയമുണ്ടാകുമോ?''

അതിനെക്കുറിച്ച് കൂടുതൽ ചിന്തിക്കണമെന്ന് പോലും അയാൾക്ക് തോന്നിയില്ല.

''എന്തുകൊണ്ടില്ല? അവസാനം ഇരകളായ രണ്ടു പേരുടെയും രക്തത്തിൽ അവർ അനസ്തെറ്റിക് മരുന്നുകൾ കണ്ടെത്തിയിരുന്നു. മിവാക്യൂറിയമോ മറ്റോ. നിങ്ങൾക്കറിയാമോ, സെയ്നെപ് പറയുകയായിരുന്നു...''

അവന്റെ ഫോൺ റിംഗ് ചെയ്യാൻ തുടങ്ങി.

''ക്ഷമിക്കണം, ചീഫ്.'' അവൻ ഫോണിലേക്ക് നോക്കി പുഞ്ചിരിച്ചു. ''പിശാചിനെക്കുറിച്ച് പറഞ്ഞാലുടനെ... സെയ്നെപ് ആണ്.''

അവൻ ഫോണെടുത്തു.

''ഹായ്, സെയ്നെപ്! എന്താ? ശരിക്കും? നിങ്ങൾ ബൊമോണ്ടിയിലാണോ? അവിടെ എന്താണ് നടക്കുന്നത്? ഒരു നിമിഷം, ഒരു നിമിഷം...'' അവൻ എന്റെ നേരെ തിരിഞ്ഞു. ''അവൾ ഇരയുടെ വീട്ടിലേക്ക് പോവുകയാണ്. അതായത് കൻസുവിന്റെ വീട്ടിലേക്ക്.''

അത് പറ്റിയ സമയമായിരുന്നു.

''കൊള്ളാം! ഞങ്ങളും വരുന്നു. അവളോട് ലൊക്കേഷൻ അയയ്ക്കാൻ പറയൂ. നമുക്ക് അവളെ അവിടെവച്ച് കാണാം.''

ഞങ്ങൾ ബൊമോണ്ടിയിലേക്ക് പോകുന്ന വഴി ബ്ലൈൻഡ്മാൻസ് ബഫ് എവിടെ വച്ച് ഇരയെ കണ്ടുമുട്ടിയിരിക്കാനാണ് സാധ്യത എന്ന് അലി ഒരു പട്ടികയുണ്ടാക്കി. ഞാൻ എതിർത്തില്ല, കാരണം അവയെല്ലാം യഥാർത്ഥ സാധ്യതകളായിരുന്നു. പക്ഷേ, ഞാൻ അവയൊന്നും സ്വീകരിക്കുകയും ചെയ്തില്ല. കാരണം അവയെല്ലാം തെളിയിക്കേണ്ടതുണ്ട്.

ബൊമോണ്ടിയിലായിരുന്നു കൻസു സർമാഷിക്കിന്റെ ഫ്ളാറ്റ്. വൃത്തികെട്ട, സഹതാപം ജനിപ്പിക്കുന്ന, ഒന്നിന്റെ മുകളിൽ മറ്റൊന്നിന് മുകളിൽ ഒട്ടിച്ചുവച്ചിരിക്കുന്ന തരത്തിലുള്ള ഒന്ന്. ഒരിക്കൽ വളർച്ചയെത്തിയ വാൽനട്ട് മരങ്ങൾ നിരന്നുനിന്ന പൂന്തോട്ടങ്ങളുള്ള തടി വീടുകൾ ഉണ്ടായിരുന്ന ഈ പ്രിയപ്പെട്ട അയൽപക്കം ഇപ്പോൾ അംബരചുംബികളുടെ വയലായി മാറിയിരിക്കുന്നു. രസകരമെന്നു പറയട്ടെ, കോൺക്രീറ്റും സ്റ്റീലും പ്ലാസ്റ്റിക്കും കൊണ്ട് നിർമ്മിച്ച ഈ വിചിത്രമായ കെട്ടിടങ്ങൾക്കായി ഒരു ടൺ പണം വീതമെങ്കിലും ഉടമകൾ നൽകിയിട്ടുണ്ട്. മനുഷ്യർ അത്ര ബുദ്ധിയുള്ളവരല്ലെന്ന്. അതാലോചിക്കുമ്പോൾ തോന്നും. കാറിൽ നിന്നിറങ്ങിയപ്പോൾ ഒരു കാറ്റ് വീശി. അപ്പോഴും ചൂടുണ്ടായിരുന്നു. പക്ഷേ ലക്ഷണം കണ്ടിട്ട് മഴ പെയ്തേക്കാം എന്നും അവസാനം ഈ നഗരത്തിന് അല്പം തണുപ്പ് ലഭിച്ചേക്കാം എന്നും തോന്നി.

''മഴ വരുന്നതുപോലെ തോന്നുന്നു,'' അലി പ്രതീക്ഷയോടെ പറഞ്ഞു. ''നമ്മൾ ഒടുവിൽ ഈ ചൂടിൽ നിന്ന് രക്ഷിക്കപ്പെടാൻ പോകുന്നു.''

മഴ പെയ്താൽ നന്നായിരിക്കും എന്ന് ഞാൻ പറയാൻ പോകുക യായിരുന്നു. ഒരു ഫോർഡ് മിനിബസ് എന്റെ കണ്ണിൽ പെട്ടു. അശ്ലീല മെന്ന് തോന്നിക്കുന്ന ഈ കെട്ടിടങ്ങൾക്കിടയിൽ, രണ്ട് ഉയരമുള്ള മഗ്നോളിയകൾക്കിടയിലായിരുന്നു അത്. കാഴ്ചയിൽനിന്ന് മറയ്ക്കാ നെന്നപോലെ മറ്റ് കാറുകളിൽനിന്ന് വളരെ അകലെയായി മരങ്ങൾ ക്കിടയിലാണ് പാർക്ക് ചെയ്തിരുന്നത്. കാലുകൾ യാന്ത്രികമായി എന്നെ ആ ദിശയിലേക്ക് കൊണ്ടുപോയി. അടുത്തെത്തിയപ്പോൾ വണ്ടിയുടെ സൈഡിലെ എഴുത്ത് വ്യക്തമായി കാണാൻ കഴിഞ്ഞു. മിനിബസിന്റെ ഇരുണ്ട ബോഡിയിൽ വിളറിയ അക്ഷരങ്ങളിൽ ''സൈപ്പർ സെക്യൂ രിറ്റി'' എന്ന് എഴുതിയിരുന്നു. പൊലീസ് സേനയുടെ ബാഡ്ജിൽ നിന്നും ചോർത്തിയെടുത്ത ലോഗോ അതിനൊപ്പം ഉണ്ടായിരുന്നു.

''എന്താ ചീഫ്?''

അലിയുടെ വാക്കുകൾ കേട്ട് ഞാൻ ഒന്ന് നിന്നു.

''എന്താണത്?''

''നമുക്ക് ഈ മിനിബസിനെ ഒന്നു പരിശോധിക്കണം.''

എന്റെ അസിസ്റ്റന്റും വേഗം അങ്ങോട്ടേക്ക് വന്നു.

''അത് കൊലയാളിയുടെ മിനിബസ് ആണെന്നാണോ നിങ്ങൾ പറയുന്നത്?''

അവന്റെ കൈ ഇടുപ്പിലെ ആയുധത്തിന് നേരെ പോകുന്നത് ഞാൻ ശ്രദ്ധിച്ചു.

''എനിക്ക് അങ്ങനെ തോന്നുന്നില്ല. അതിൽ സെക്കായിയുടെ പഴയ അസിസ്റ്റന്റ് ആൽപ്പറിന്റെ കമ്പനിയുടെ പേരുണ്ട്. കെട്ടിടത്തിന്റെ സുരക്ഷ നൽകുന്നത് അവരായിരിക്കാം.''

''അവർ ഉപയോഗിക്കുന്ന വാഹനം ആണെങ്കിലോ?'' അവൻ സംശയ ത്തോടെ പറഞ്ഞു.

''എന്റെ അലീ... ഏത് കൊലപാതകിയാണ് ഒരു കമ്പനിയുടെ പേര് എഴുതി വച്ചിരിക്കുന്ന മിനിബസ് ഓടിക്കുന്നത്?''

ഇത്രയും പറഞ്ഞിട്ടും എനിക്ക് ആ വാഹനത്തിന് നേരെ നീങ്ങാ തിരിക്കാൻ കഴിഞ്ഞില്ല. അതിന് ഇരുണ്ട ചാരനിറമായിരുന്നു, കറുപ്പല്ല. അലി ഡ്രൈവറുടെ ഡോർ തുറക്കാൻ ശ്രമിച്ചെങ്കിലും അത് പൂട്ടിയി രുന്നു. മറ്റ് വാതിലുകളും പരിശോധിച്ചെങ്കിലും ഫലമുണ്ടായില്ല. ഞങ്ങൾ മിനിബസിന് ചുറ്റും കുറച്ച് തവണ നടന്നു, ലൈസൻസ് പ്ലേറ്റ് നമ്പർ ലഭിച്ചുവെങ്കിലും നിഗൂഢമായ ഒരു പേടകം പോലെ തോന്നിച്ച ഈ ചാരനിറത്തിലുള്ള വാഹനത്തിന്റെ രഹസ്യം മനസ്സിലാക്കാൻ കഴി ഞ്ഞില്ല. ഒന്നും ചെയ്യാനാവാതെ നിസ്സഹായരായി ഞങ്ങൾ കെട്ടിട ത്തിന്റെ പ്രവേശന കവാടത്തിലേക്ക് നീങ്ങി. വിചിത്രമായ രീതിയിൽ മുറിച്ച് ജെൽ പുരട്ടി മിനുക്കിയ തലമുടിയുള്ള രണ്ടു സെക്യൂരിറ്റി ഗാർഡുകൾ അവിടെയുണ്ടായിരുന്നു. അലി തന്റെ പൊലീസ് ഐഡി അവരിൽ ഒരാളുടെ നേരെ നീട്ടി.

''അത് നിങ്ങളുടെ മിനിബസ് ആണോ?'' അവൻ ചോദിച്ചു. ''അവിടെ മരങ്ങൾക്കു താഴെ കിടക്കുന്ന ആ ഫോർഡ്?''

അലി ചൂണ്ടിക്കാണിച്ച ദിശയിലേക്ക് നോക്കാൻ അയാൾ കൂട്ടാക്കിയില്ല.

''അത് നമ്മുടേതാണ് ഇൻസ്പെക്ടർ. എന്തെങ്കിലും പ്രശ്നമുണ്ടോ?''

സെക്യൂരിറ്റി ഗാർഡുകളുടെ ജിജ്ഞാസ ഇല്ലാതാക്കുന്നതിനുപകരം അലി മറ്റൊരു ചോദ്യം ഉന്നയിച്ചു.

''അത് എപ്പോഴും ഇവിടെയാണോ സൂക്ഷിക്കുന്നത്?''

''ചിലപ്പോൾ ഇവിടെ തന്നെ നിറുത്തിയിടും. ചിലപ്പോൾ മറ്റെവിടെയെങ്കിലും കൊണ്ട് പോകും. ചില ഹോസ്പിറ്റലുകളുടെ സെക്യൂരിറ്റിയും ഞങ്ങൾ കൈകാര്യം ചെയ്യുന്നുണ്ട്. ഞങ്ങൾക്ക് അതുപോലെ വേറെയും വാനുകൾ ഉണ്ട്. എന്തെങ്കിലും അപകടമോ മറ്റോ ഉണ്ടായോ?''

തുടരുന്നതിൽ അർത്ഥമില്ലായിരുന്നു.

''ഇല്ല, ഇല്ല,'' ഞാൻ സംഭാഷണം അവസാനിപ്പിച്ചു. ''വരൂ അലി. നമുക്ക് ഈ ലിഫ്റ്റിൽ പോകാം.''

ലിഫ്റ്റ് വന്നിരുന്നു. വാതിലുകൾ അടയുന്നതിനു മുന്പ് തന്നെ ഞങ്ങൾ ഓടിക്കയറി. അതിൽ മറ്റാരുമുണ്ടായിരുന്നില്ല. ലിഫ്റ്റ് ഒറ്റയടിക്ക് മുകളിലേക്ക് പറന്നുവെങ്കിലും പതിനെട്ടാം നിലയിലെത്തിയപ്പോൾ അത് നിന്നു. നല്ല ഉയരമുള്ള ഇരുണ്ട തൊലിയും ആകർഷകമായ രൂപഭാവങ്ങളുമുള്ള രണ്ട് സ്ത്രീകളുടെ മുന്നിൽ വാതിലുകൾ തുറന്നു. കുറിയ മുടിക്കാരി സംസാരിച്ചിരുന്നില്ലെങ്കിൽ അവൾ ട്രാൻസ് ആണെന്ന് ഞങ്ങൾക്ക് മനസ്സിലാകുമായിരുന്നില്ല. അവൾ അലിയെ അടിമുടി നോക്കിയിട്ട് പറഞ്ഞു,

''അയ്യോ, നിങ്ങൾ മുകളിലേക്ക് പോവുകയാണോ? ഞങ്ങൾ ഈ ലിഫ്റ്റിനായി എത്ര നേരമായി കാത്തിരിക്കുകയാണെന്നോ.''

''ശരി, ഈ ലിഫ്റ്റ് ഇപ്പോൾ ഞങ്ങളുടെ നിയന്ത്രണത്തിലാണ്'' അലി മുഖത്തടിച്ചത് പോലെ പറഞ്ഞു. ''ഞങ്ങൾക്ക് വേഗം മുകളിലെത്തണം. പൊലീസിന്റെ കാര്യമാണ്.''

''അതെന്താ ഓമനേ? അതുകൊണ്ട് ഞങ്ങൾ ഇവിടെ നിൽക്കണോ?''

ചെറുമുടിക്കാരി പരാതിപ്പെട്ടു. എന്നാൽ മറ്റേയാൾ, നീല ലെൻസുകളുള്ള, പുരികത്തിൽ തട്ടുമാറു വലിപ്പമുള്ള കൃത്രിമ കൺപീലികൾ വച്ചിരിക്കുന്നവൾ, സുഹൃത്തിന്റെ വായടപ്പിക്കാൻ കൈ പിടിച്ചു ഞെക്കി.

''തീർച്ചയായും, ഓഫീസർ,'' അവൾ മാന്യതയോടെ പറഞ്ഞു. ''ഔദ്യോഗിക കാര്യമാണ്. നിങ്ങൾ പൊയ്ക്കൊളൂ.''

ഞങ്ങൾ വീണ്ടും മുകളിലേക്ക് പോയി. കൻസുവിന്റെ ഫ്ളാറ്റ് മുപ്പത്തിരണ്ടാം നിലയിലായിരുന്നു. ചാരനിറമുള്ള മാർബിൾ ഭിത്തിയുള്ള ഇടനാഴിയുടെ അറ്റത്ത് യാതൊരു ഭംഗിയുമില്ലാത്ത രേഖാചിത്രങ്ങൾ തൂങ്ങിക്കിടന്നു. ഞങ്ങൾ എട്ട് വാതിലുകൾ കടന്ന് ഒമ്പതാമത്തേതിന് മുന്നിലെത്തി.

''ചീഫ്,'' അലി മന്ത്രിച്ചു. ''വാതിൽ തുറന്നിരിക്കുന്നു.''

ആപ്രിക്കോട്ട് നിറത്തിൽ ചായം പൂശിയ തടി വാതിൽ തുറന്ന് കിടക്കുകയാണ്.

''സെയ്നെപ്,'' എന്റെ സഹായി ആശങ്കയോടെ പറഞ്ഞു. ''അവൾ അവിടെ ഉണ്ടെന്ന് തോന്നുന്നു.''

ഞങ്ങളുടെ കൈകൾ ആയുധങ്ങളുടെ നേരെ നീണ്ടു. ഞാൻ വാതിലിന്റെ വലതുവശത്തേക്കും അലി ഇടതുവശത്തേക്കും പോയി. ഞങ്ങൾ ഒരു നിമിഷം ശ്രദ്ധിച്ചു നിന്നു. പക്ഷേ ഫ്ളാറ്റിൽ നിന്ന് ശബ്ദമൊന്നും കേട്ടില്ല. ജീവന്റെ യാതൊരു അടയാളങ്ങളും അവിടെ ഉണ്ടായിരുന്നില്ല. എന്നിട്ടും ഞങ്ങൾ അനങ്ങാതെ അല്പം കൂടി നിന്നു. വർഷങ്ങളുടെ അനുഭവപരിചയം ഉണ്ടായിട്ടും എനിക്ക് ആവേശം അടക്കാനായില്ല. എന്റെ നോട്ടം അലിയിലേക്ക് പാഞ്ഞു. അവൻ സാധാരണ കാണുന്നതിനേക്കാൾ പിരിമുറുക്കമുള്ള അവസ്ഥയിലായിരുന്നു. ചാടി വീഴാൻ തയ്യാറായി നിൽക്കുന്നത് പോലെ എനിക്കു തോന്നി. ഞാൻ അവന്റെ കൈയിൽ തട്ടി ശാന്തമായിരിക്കാൻ ആംഗ്യം കാണിച്ചു. നിശ്ശബ്ദമായി അകത്തേക്ക് നീങ്ങിയിട്ട് അലിയോട് പിന്തുടരാൻ ആവശ്യപ്പെട്ടു. അവൻ പ്രതിഷേധിക്കാൻ തുടങ്ങി, പക്ഷേ ഞാൻ ദൃഢനിശ്ചയത്തോടെ വേണ്ടെന്ന് തലയാട്ടി. അവൻ അവസാനം സമ്മതിച്ചു. വാതിൽ തള്ളിയപ്പോൾ അത് പതുക്കെ തുറന്നു. ഞാൻ അകത്തേക്ക് നോക്കാൻ ശ്രമിച്ചെങ്കിലും സാധിച്ചില്ല. ഞങ്ങൾക്ക് കാണാവുന്ന സ്ഥലം വളരെ ചെറുതായിരുന്നു എന്ന് മാത്രമല്ല, മുറിയും ഇരുട്ടിൽ ആയിരുന്നു.

തോക്ക് ഇരുകൈകളിലും മുറുകെ പിടിച്ച് ഞാൻ നിശ്ശബ്ദമായി അകത്തേക്ക് നീങ്ങി. കണ്ണുകൾ ഇരുട്ടിനോട് പൊരുത്തപ്പെട്ടപ്പോൾ ഞാൻ ചെവികൾ കൂർപ്പിച്ചു. ഒരു അനക്കവുമില്ല. ഫ്ളാറ്റ് ഒരു ശ്മശാനം പോലെ നിശ്ശബ്ദമായിരുന്നു. എന്നെ പിന്തുടരുന്ന അലിയുടെ ശ്വാസോച്ഛ്വാസം എനിക്ക് കേൾക്കാമായിരുന്നു. പ്രവേശനമുറിയിലേക്കുള്ള ചെറിയ ഇടനാഴിയിലൂടെ കടന്നുപോകുമ്പോൾ ഞാൻ ശബ്ദമൊന്നും കേട്ടില്ല. ഞാൻ അവിടെ എത്തിയപ്പോഴേക്കും അലി എന്റെ അടുത്ത് തൊട്ടടുത്ത് എത്തിയിരുന്നു. ഞങ്ങൾ രണ്ടുപേരും ഒരേ നിമിഷത്തിൽ തന്നെ അകത്ത് പ്രവേശിച്ചു. അപ്പോഴാണ് ഒരു കമ്പ്യൂട്ടർ ടേബിളിന്റെ ചുവട്ടിൽ കിടക്കുന്ന സെയ്നെപ്പിനെ ഞാൻ കണ്ടത്. അലിയും അവളെ കണ്ടു. ഒരു നിമിഷം പരിഭ്രാന്തനായെങ്കിലും അവൻ പെട്ടെന്ന് തന്നെ ശബ്ദമൊന്നും ഉണ്ടാക്കാതെ സ്വയം നിയന്ത്രിച്ചു. അക്രമി അകത്തെ മുറികളിലൊന്നിലായിരിക്കാം. ഞാൻ വേഗം നിശ്ശബ്ദമായി സെയ്നെപ്പിന്റെ അടുത്തേക്ക് പോയി. എന്റെ അസിസ്റ്റന്റ് എന്നെ സംരക്ഷിക്കുന്ന രീതിയിൽ പുറകിൽ നിന്നു. ഞാൻ അവളുടെ കഴുത്തിൽ തൊട്ടുനോക്കി. അവൾ ബോധരഹിതയായിയിരുന്നെങ്കിലും കുഴപ്പമില്ലെന്ന് തോന്നി. ഞാൻ എഴുന്നേറ്റു നിന്ന് അലിയോട് അകത്തെ മുറികൾ പരിശോധിക്കാൻ ആംഗ്യം കാണിച്ചു. അവൻ അനുസരിച്ചു. ഞങ്ങൾ കിടപ്പുമുറിയിലേക്ക് കയറി. അവിടെ ആരും ഉണ്ടായിരുന്നില്ല. അടുക്കളയും കുളിമുറിയും ശൂന്യമായിരുന്നു. സാധനങ്ങൾ വലിച്ചു വാരി ഇട്ടിരുന്ന ഒരു

ചെറിയ മുറി അവിടെ ഉണ്ടായിരുന്നു. പക്ഷേ ആ സ്ഥലത്തും ആരും ഉണ്ടായിരുന്നില്ല. ഞങ്ങൾ വേഗം സെയ്നെപ്പിന്റെ അടുത്തേക്ക് മടങ്ങി. അലി അവളുടെ തല മടിയിലേക്ക് എടുത്തു വച്ചു.

‘‘സെയ്നെപ്... സെയ്നെപ്,’’ അവൻ അവളുടെ മുഖത്ത് തലോടിക്കൊണ്ട് വിളിച്ചു.

അവളുടെ നീണ്ട കറുത്ത കൺപീലികൾ പിടഞ്ഞു. സാവധാനം ആ കണ്ണുകൾ തുറന്നു. അലിയെ കണ്ടപ്പോൾ അവൾ പുഞ്ചിരിക്കാൻ ശ്രമിച്ചു. അപ്പോഴാണ് അവൾ എന്നെ കണ്ടത്. ആ മുഖം കലങ്ങി.

‘‘എന്താണ് സംഭവിച്ചത്?’’ അവൾ ചോദിച്ചു. അതിനിടയിൽ അവൾ വേഗം എഴുന്നേറ്റ് ഇരിക്കാൻ ശ്രമിച്ചു.

‘‘മെല്ലെ മെല്ലെ... ഞങ്ങൾ ഇവിടെ എത്തിയപ്പോൾ നിന്നെ ഈ അവസ്ഥയിലാണ് കണ്ടത്. ആരെങ്കിലും ആക്രമിച്ചോ?’’

ഓർത്തെടുക്കാൻ ശ്രമിച്ചുകൊണ്ട് അവൾ പതുക്കെ എഴുന്നേറ്റു ഇരുന്നു. അവളുടെ വലതു കൈ അലിയുടെ കൈക്കുള്ളിൽ ഒതുങ്ങിയിരുന്നു.

‘‘അതെ ചീഫ്... ഞാൻ അകത്തേക്ക് വന്നു.’’

സെയ്നെപ്പിന്റെ കണ്ണുകൾ കമ്പ്യൂട്ടർ ടേബിളിലേക്ക് പോയി.

‘‘പരിശോധിച്ചപ്പോൾ ഡ്രോയറിൽ കുറെ ഫോട്ടോഗ്രാഫുകൾ കണ്ടെത്തി.’’ അവൾ മുഖം ചുളിച്ചു.

‘‘ഭയങ്കരം, അത് നിറയെ കുട്ടികളുടെ അശ്ലീല ചിത്രങ്ങളായിരുന്നു. അത് നോക്കിക്കൊണ്ടിരുന്നപ്പോൾ പിന്നിൽ എന്തോ ശബ്ദം കേട്ടു. തിരിഞ്ഞു നോക്കിയപ്പോഴേക്കും ആരോ എന്റെ വായ പൊത്തി ശ്വാസം മുട്ടിച്ചു. അയാൾ പ്ലാസ്റ്റിക് ഗ്ലൗസുകൾ ധരിച്ചിരുന്നു. ശക്തമായ വലിയ കൈകൾ. എനിക്ക് വല്ലാതെ ശ്വാസം മുട്ടി. ഞാൻ തിരിച്ചടിക്കാൻ ശ്രമിച്ചു. പക്ഷേ അവൻ ശക്തനായിരുന്നു. ഞാൻ ബോധംകെട്ടു പോയിരിക്കണം...’’

‘‘അവന്റെ മുഖം കാണാൻ കഴിഞ്ഞോ?’’ അലി തിളച്ചു മറിയുകയായിരുന്നു. ‘‘അത് ആരാണെന്ന് നിനക്ക് കാണാൻ കഴിഞ്ഞില്ലേ?’’

‘‘ഇല്ല, ഞാൻ ഒന്നും കണ്ടില്ല. ഞാൻ പറഞ്ഞതുപോലെ, അവൻ വളരെ ശക്തനായിരുന്നു. കൈകളിൽ കനം കുറഞ്ഞ പ്ലാസ്റ്റിക് ഗ്ലൗസുകൾ, നമ്മൾ ഉപയോഗിക്കുന്ന തരം ധരിച്ചിരുന്നു.’’

അവൾ സ്വീകരണമുറിയുടെ പ്രവേശന കവാടത്തിലേക്ക് നോക്കി.

‘‘അവൻ നിശ്ശബ്ദനായിരുന്നു. എങ്ങനെ അകത്ത് വന്നുവെന്ന് എനിക്കറിയില്ല. ഒരുപക്ഷേ അയാളുടെ പക്കൽ താക്കോലുണ്ടായിരിക്കാം. അല്ലെങ്കിൽ പൂട്ട് പൊളിച്ചിരിക്കാം.’’

അവൾ ഒരു ദീർഘനിശ്വാസം എടുത്തു, എന്നിട്ട് ഞങ്ങളെ നോക്കി പുഞ്ചിരിച്ചു.

‘‘വിഷമിക്കേണ്ട. എനിക്ക് കുഴപ്പമൊന്നുമില്ല.’’ അവൾ നിലത്ത് കൈകൾ ഊന്നി എഴുന്നേൽക്കാൻ ശ്രമിച്ചു.

''നിനക്ക് വേണമെങ്കിൽ കുറച്ച് കൂടി കിടക്കൂ സെയ്നെപ്.'' ഞാൻ അവളെ തടയാൻ ശ്രമിച്ചു. ''ഈ സോഫയിൽ കിടന്നോളൂ. നമുക്ക് ആംബുലൻസ് വിളിച്ച് ഹോസ്പിറ്റലിൽ പോകാം. നിനക്കെന്തെങ്കിലും തലകറക്കമോ മറ്റോ ഉണ്ടായേക്കാം.''

അവൾ തന്റെ അലങ്കോലമായ മുടി കെട്ടി വയ്ക്കാൻ ശ്രമിച്ചു.

''നന്ദി, ചീഫ്, പക്ഷേ എനിക്ക് കുഴപ്പമില്ല. ശരിക്കും കുഴപ്പമില്ല. എന്നെ ആക്രമിച്ചത് ആരായാലും അവർ എന്നെ ഉപദ്രവിക്കാൻ ശ്രമിച്ചില്ല. അവർക്ക് വേണമെങ്കിൽ എന്നെ കൊല്ലാമായിരുന്നു. ഞാൻ വേണ്ടത്ര സൂക്ഷിച്ചില്ല.''

മുഖത്ത് ശാന്തമായ ഒരു പുഞ്ചിരിയോടെ അവൾ അലിയുടെ അടുത്തേക്ക് കൈ നീട്ടി. ഞങ്ങളുടെ റോമിയോ ഉടൻ തന്നെ അവളുടെ കൈ പിടിച്ചു. സെയ്നെപ് അവന്റെ കൈയിൽ തൂങ്ങി നിവർന്നു, ആക്രമണത്തിന് ഇരയായത് താനല്ലെന്ന മട്ടിൽ, മേശയ്ക്കടുത്ത് പോയി ഇരുന്നു.

''ഇതാ ആ അശ്ലീല ഫോട്ടോകൾ.''

തെമ്മാടി അലി സമയം കളയാതെ പറഞ്ഞു.

''ഞാൻ നിങ്ങളോട് പറഞ്ഞില്ലേ ചീഫ്? നോക്കൂ, ഇയാളും ഒരു ബാലപീഡകനാണ്.''

അവനോട് തർക്കിക്കാൻ ഞാൻ ആഗ്രഹിച്ചില്ല. ഞാൻ സ്വീകരണ മുറിക്ക് ചുറ്റും നോക്കി. അത് വൃത്തിയും വെടിപ്പുമുള്ളതായിരുന്നു. മിതമായ, ഇളംമഞ്ഞ സോഫയും കസേരകളും കമ്പ്യൂട്ടർ വച്ചിരിക്കുന്ന മേശ, തവിട്ട് നിറത്തിലുള്ള പെയിന്റിംഗുകളുള്ള തേൻ നിറമുള്ള ചുവരുകൾ... സെയ്നെപ് പെയിന്റിംഗുകൾ നോക്കി അഭിപ്രായപ്പെട്ടു,

''ആ മനുഷ്യന് യാത്ര ചെയ്യാൻ താത്പര്യമുണ്ട്. അവന്റെ വീട് മുഴുവൻ യാത്രകളുടെ ചിത്രങ്ങളാണ്.''

അപ്പോഴാണ് ഞാൻ അത് ശ്രദ്ധിച്ചത്. ചിത്രങ്ങളിൽ വരച്ച പല വഴികളും. പർവതങ്ങളിലൂടെയുള്ള ഒരു നടപ്പാത, വിശാലമായ നദിക്ക് കുറുകെയുള്ള ഒരു തൂക്കുപാലം, ഒരു വലിയ ചത്വരത്തിലേക്ക് നയിക്കുന്ന ഇടവഴി, വീടുകൾക്കിടയിൽ ഉരുളൻ കല്ലുകൾ, വനത്തിലൂടെ കടന്നുപോകുന്ന കറുത്ത പടവുകൾ, അവസാനമായി, വിശാലമായ മരുഭൂമിയിലൂടെ സൂര്യനിലേക്ക് നീളുന്ന തിളങ്ങുന്ന റോഡ്.

''ഒരുപക്ഷേ അവൻ രക്ഷപ്പെടാൻ ആഗ്രഹിച്ചിരിക്കാം.'' അലി എന്നെ യാഥാർത്ഥ്യത്തിലേക്ക് തിരിച്ചുകൊണ്ടുവന്നു. ''അവയിലെല്ലാം എത്ര വേദനയാണെന്ന് നോക്കൂ, എന്നാൽ അതേ സമയം മറഞ്ഞിരിക്കുന്ന പ്രത്യാശയും അവയിലുണ്ട്. ഇതിന്റെയൊക്കെ ഉടമ താൻ ജീവിക്കുന്ന ജീവിതത്തിൽ തൃപ്തനല്ലെന്ന് വ്യക്തമാണ്. അയാൾക്ക് രക്ഷപ്പെടാനും ഓടിപ്പോകാനും ആഗ്രഹമുണ്ടായിരുന്നു, അതുകൊണ്ടാണ് അവൻ ഈ ചിത്രങ്ങൾ തിരഞ്ഞെടുത്തത്.''

''കൻസുവാണോ അവ വരച്ചത്?'' ഞാൻ ചോദിച്ചു.

“ഞാൻ അങ്ങനെ കരുതുന്നു.” ഞങ്ങളുടെ ക്രിമിനോളജിസ്റ്റ് പറഞ്ഞു.

അവൾ ഇടതുവശത്തെ വാതിൽ കാണിച്ചു.

“അവൻ ആ ചെറിയ മുറി ഒരു ആർട്ട് സ്റ്റുഡിയോ ആക്കി മാറ്റിയിരുന്നു. ഈസലും പേപ്പറും പെയിന്റുകളും എല്ലാം അവിടെയുണ്ട്. പൂർത്തിയാകാത്ത ഒന്നുണ്ട്. ഒരു വിമാനത്തിൽ നിന്ന് ആകാശത്തിലൂടെ ഘനീഭവിക്കുന്ന ഒരു അവ്യക്തമായ പാത.”

അലി പറഞ്ഞത് ശരിയായിരിക്കാം, പക്ഷേ അയാൾക്ക് ഇഷ്ടമായതിനാൽ റോഡുകൾ വരച്ചിട്ടുണ്ടാകാം. അവനെക്കുറിച്ച് പിന്നീട് ചർച്ച ചെയ്യാം. ശക്തമായ തെളിവുകൾ എന്തെങ്കിലും ഉണ്ടോ എന്ന് നോക്കാനായിരുന്നു എനിക്ക് തിടുക്കം. മേശപ്പുറത്തുള്ള ഫോട്ടോഗ്രാഫുകളിലേക്ക് കൈ നീട്ടിയപ്പോൾ സെയ്നെപ് എനിക്ക് മുന്നറിയിപ്പ് നൽകി.

“അവ വൃത്തികെട്ട ചിത്രങ്ങളാണ് ചീഫ്. കുട്ടികളെ, കൊച്ചുകുട്ടികളെ.., മനുഷ്യനായിരിക്കുന്നതിൽ ഞാൻ ലജ്ജിക്കുന്നു.”

ഞാൻ കയ്പോടെ പുഞ്ചിരിച്ചു.

“വെറുപ്പുളവാക്കുന്ന ഫോട്ടോകൾ ഇല്ലെങ്കിൽ പോലും മനുഷ്യരായതിൽ ലജ്ജിക്കാൻ ധാരാളം കാരണങ്ങളുണ്ട്...”

അവളുടെ മുഖത്ത് ഞാൻ ഇതുവരെ കണ്ടിട്ടില്ലാത്ത ഒരു ഭാവം ഉണ്ടായിരുന്നു.

“ഇവ അസഹനീയമാണ്.”

ചില കഠിനമായ ചിത്രങ്ങൾ നേരിടേണ്ടിവരുമെന്ന് ഞാൻ പ്രതീക്ഷിച്ചിരുന്നു. പക്ഷേ ഞാൻ ഇത്ര മാത്രം നേരിടാൻ തയ്യാറായിരുന്നില്ല. ആദ്യ ഫോട്ടോ തന്നെ മതിയായിരുന്നു എന്നെ ഞെട്ടിക്കാൻ. ആളുകൾ ശരിക്കും വെറുപ്പുളവാക്കുന്ന ജീവികളാണ്. കൊച്ചുകുട്ടികളോട് ഇത് ചെയ്യുന്നവരുടെ അതേ വർഗ്ഗമാണ് ഞാനും എന്നത് ശരിക്കും ലജ്ജാകരമാണ്. മൂന്നാമത്തെ ഫോട്ടോ കണ്ടപ്പോഴേക്കും എനിക്ക് മതിയായി.

“സിഎസ്ഐ ഇവ പരിശോധിച്ച് റിപ്പോർട്ട് നൽകണം. ഏതെങ്കിലും ഫോട്ടോകളിൽ കൻസു ഉണ്ടോ എന്ന് എനിക്ക് അറിയണം.”

“ഇല്ല ചീഫ്,” അവൾ സന്തോഷമില്ലാതെ പറഞ്ഞു. “ഞാൻ അവയെല്ലാം കണ്ടു.”

അവൾ ഉമിനീർ വിഴുങ്ങി. ആ കണ്ണുകൾ ഈറനണിഞ്ഞു.

“ആരെങ്കിലും നോക്കണ്ടേ? അതുകൊണ്ട് ഞാൻ തന്നെ നോക്കാമെന്ന് കരുതി.”

അവൾ ഒരു ദീർഘനിശ്വാസമെടുത്തു, പിന്നെ ആ പേടിസ്വപ്നത്തിൽ നിന്ന് മുക്തമാകണമെന്ന മട്ടിൽ അവൾ കണ്ണിറുക്കി.

“ഫോട്ടോകളിൽ സംശയിക്കുന്നവരൊന്നുമില്ല.” അവളുടെ നോട്ടം കമ്പ്യൂട്ടറിലേക്ക് പോയി. “വീഡിയോകളും ഉണ്ടാകാം.”

“ഞാൻ പറഞ്ഞല്ലോ ചീഫ്,” അലി ആവർത്തിച്ചു. “ഇയാൾ സ്വയം നന്നായി ഒളിച്ചു വച്ചു. ആകിഫ് സോയ്ക്കന്റെ കാലിയായ നോട്ടു

ബുക്കുകൾ പോലെ തന്നെ, ഇയാളും ചിത്രങ്ങൾ വരച്ചു. തന്നിൽ നിന്ന് രക്ഷപ്പെടാൻ വേണ്ടിയുള്ള ചില കാര്യങ്ങൾ ഇവർ ചെയ്തിരുന്നു.''

സെയ്നെപ്പിന്റെ പ്രതികരണം അപ്രതീക്ഷിതമായിരുന്നു.

''അങ്ങനെ ഉറപ്പിക്കരുത് അലി. ആരാണ് ഈ ഫോട്ടോകൾ ഇവിടെ വെച്ചതെന്ന് നമുക്ക് അറിയില്ല. ഒരുപക്ഷേ എന്നെ ആക്രമിച്ച ആൾ ഉപേക്ഷിച്ചു പോയതാവാം. അത് സാധ്യമല്ലേ? കമ്പ്യൂട്ടറിൽ നോക്കിയാൽ നമുക്ക് കൂടുതൽ കൃത്യമായ വിവരങ്ങൾ ലഭിച്ചേക്കാം. ഹാർഡ് ഡ്രൈവിന്റെ ഒരു പകർപ്പ് ഫോറൻസിക് ഡിപ്പാർട്ട്മെന്റിന് അയച്ച് അത് പരിശോധിക്കേണ്ടതുണ്ട്.''

അവൾ എന്താണ് സംസാരിക്കുന്നതെന്ന് എനിക്ക് കൃത്യമായി അറിയില്ലായിരുന്നു, പക്ഷേ അത് ഞങ്ങളെ സഹായിക്കുമെന്ന് ഉറപ്പായിരുന്നു.

''കൊള്ളാം. എങ്കിൽ നമുക്ക് ഉടനെ തന്നെ അയക്കാം.''

കീബോർഡിന് അടുത്തുള്ള ചെറിയ പച്ച ബോക്സ് ശ്രദ്ധയിൽപ്പെട്ടു. ബിസിനസ് കാർഡുകൾ സൂക്ഷിയ്ക്കുന്ന ഒരു പെട്ടിയായിരുന്നു അത്. ഞാൻ അത് എടുത്ത് ഉള്ളടക്കം മേശപ്പുറത്തേക്ക് തട്ടിയിട്ടു. മുകളിലെ കാർഡ് തെന്നിമാറിക്കഴിഞ്ഞാൽ, ആ മനുഷ്യന്റെ ടെലിഫോണും അഡ്രസ്സും എഴുതിയിരുന്ന വെള്ള കാർഡിൽ സ്വർണ അക്ഷരങ്ങളിൽ അച്ചടിച്ച സതിൽമിസ് ഗുണ്ടോഗ്ദു എന്ന പേര് എന്റെ ശ്രദ്ധയിൽ പെട്ടു. ഞാൻ അതിന്റെ മറുവശം പരിശോധിച്ചു. അവിടെ മോശം കയ്യക്ഷരത്തിൽ ഇങ്ങനെ എഴുതി വച്ചിരിക്കുന്നു.

''ഞാൻ വീട്ടിൽ വന്നിരുന്നു. പക്ഷേ നിങ്ങളെ കണ്ടില്ല. നിങ്ങളുടെ ഈ ശസ്ത്രക്രിയ ബിസിനസ്സിൽ എന്ത് സംഭവിക്കും?''

''അത് ആ പലിശക്കാരൻ അല്ലേ ചീഫ്?'' അലി ചോദിച്ചു. ''നമ്മൾ എന്തിനാണ് കാത്തിരിക്കുന്നത്? നമുക്ക് അവനെ പിടിച്ചു കൊണ്ടു വരാം.''

എന്റെ മനസ്സിൽ കുറച്ചു കൂടി നല്ല ഒരു ആശയം ഉണ്ടായിരുന്നു. ഞാൻ പതുക്കെ അത് അവതരിപ്പിച്ചു.

''അത് എളുപ്പമല്ലേ അലീ? ആദ്യം നിങ്ങൾ താഴേക്ക് പോയി സെക്യൂരിറ്റി ഗാർഡുകളിൽ നിന്ന് ക്യാമറ റെക്കോർഡിംഗുകൾ എടുക്കണം. ആരാണ് സെയ്നെപ്പിനെ ആക്രമിച്ചതെന്ന് നമുക്ക് കണ്ടെത്താം.''

പതിവുപോലെ അവൻ അതിന്റെ മേലേക്ക് ചാടിവീണു.

''ശരി, സാർ.''

അലി വാതിലിലേക്ക് നീങ്ങിയപ്പോൾ ഞാൻ മറ്റേ മുറിയിൽ കയറി മൊബൈൽ എടുത്ത് സെമലിനെ വിളിച്ചു.

ചിലർക്കൊക്കെ അറിയാം. സെമൽ ഒരു പഴയപുള്ളിയാണ്. അവൻ അധോലോകവുമായുള്ള ബന്ധം വിച്ഛേദിച്ചുവെന്ന് അവകാശപ്പെടാറുണ്ട്. എന്നാൽ നിങ്ങൾ എന്നോട് ചോദിച്ചാൽ, അയാൾ ഇപ്പോഴും വിരമിച്ചിട്ടില്ല എന്ന് ഞാൻ പറയും. ഇത്തരം ആളുകളിൽ ഭൂരിഭാഗവും

പഴയ രീതിയിലുള്ള കടുംപിടുത്തക്കാരായിരിക്കും. അവൻ ഇപ്പോഴും കാര്യങ്ങൾ നിയന്ത്രിക്കുന്നുണ്ടെന്ന് എന്നിക്കറിയാമായിരുന്നു. എന്നാൽ പുതിയ തലമുറയിലുള്ള മാഫിയ മുതലാളിമാർ സെമലിനെ അത്ര കാര്യമാക്കിയില്ല. അയാളുടെ കാലം അവസാനിച്ചുവെന്ന് അവർ കരുതി. എന്നാൽ അവർ തെറ്റിദ്ധരിച്ചിരിക്കുകയാണ് എന്നാണ് എന്റെ വിശ്വാസം. വാസ്തവത്തിൽ, ഈ ചെറുപ്പക്കാരിൽ ചിലർ അയാളുമായി കൊമ്പു കോർക്കാൻ പോലും ശ്രമിച്ചു. പക്ഷേ അവൻ മൂക്കില് ഓരോ തട്ടും കൊടുത്തു അവന്മാരെയെല്ലാം പറഞ്ഞയച്ചു. കുറ്റകൃത്യങ്ങളുടെ ലോകത്ത് സെമൽ ഇപ്പോഴും അധികാരത്തോടെ വിലസുകയാണ്. ഇത് എനിക്ക് ഉപയോഗപ്രദമാകും. പൊലീസ് ഫയലുകളിൽ നിന്നോ വിവരങ്ങൾ നൽകുന്നവരിൽ നിന്നോ എനിക്ക് ലഭിക്കാത്ത വിവരങ്ങൾ അവനിൽ നിന്ന് എനിക്ക് ലഭിക്കാറുണ്ട്. ഇപ്പോൾ എനിക്ക് അവനെ വീണ്ടും ആവശ്യമായിരിക്കുന്നു. ഫോൺ രണ്ടാമത് റിംഗ് ചെയ്യും മുൻപ് അവന്റെ ക്ഷീണിച്ചതും എന്നാൽ സൗഹൃദപരവുമായ ശബ്ദം മറു പുറത്ത് കേട്ടു.

‘‘ഹലോ, നെവ്സാറ്റ്... സുഖമാണോ?’’

‘‘ഹായ്, സെമൽ! എനിക്ക് സുഖമാണ്, നന്ദി. നിങ്ങളുടെ അവസ്ഥ എന്താ?’’

‘‘ഞങ്ങൾ എല്ലാവരും സുഖമായിരിക്കുന്നു. ഈ കാലാവസ്ഥ മൂലം എന്റെ ആരോഗ്യം കുറച്ചു മോശമാണ്.’’

‘‘ഇത് കേട്ടതിൽ വിഷമമുണ്ട് മനുഷ്യാ. ഗൗരവമായി ഒന്നുമി ല്ലല്ലോ?’’

അയാൾ ചിരിച്ചു.

‘‘പ്രോസ്റ്റേറ്റ് ആണ് പ്രശ്നം. ഇങ്ങനെ തുറന്നു പറയുന്നതിൽ ഒന്നും തോന്നരുത്. മൂത്രമൊഴിക്കുന്നത് പ്രശ്നമാണ്. പ്രായത്തിന് ഇതിൽ വലിയൊരു പങ്കുണ്ട്.’’

‘‘ഹേയ് സെമൽ നിങ്ങൾക്ക് പ്രായമൊന്നുമായിട്ടില്ല. നിങ്ങൾക്ക് ഇപ്പോഴും ഈ ചെറുപ്പക്കാരെ കടത്തി വെട്ടാൻ കഴിയും.’’

‘‘നന്ദി, പക്ഷേ അതെല്ലാം ഊതിപ്പെരുപ്പിച്ച കഥകൾ മാത്രമാണ് മനുഷ്യാ.’’

അയാൾ ഒരു ദീർഘനിശ്വാസമെടുത്തു.

‘‘ജീവിതത്തിലെ ഏറ്റവും മോശമായ വഞ്ചന നമ്മുടെ ശരീരം നമ്മോട് ചെയ്യുന്നതാണ്. നിങ്ങൾ എന്ത് ചെയ്താലും അവസാനം ശരീരം നിങ്ങളെ ഇങ്ങനെ അപമാനിക്കും. ഇത് ദൈവഹിതമാണ്. ഈ വഞ്ചനയിൽ നിന്ന് രക്ഷയില്ല. ഏറ്റവും നല്ല കാര്യം സമയോചിതമായ മരണമാണ്. ലോകത്ത് നിങ്ങളുടെ സ്ഥാനം കെട്ടിപ്പിടിച്ചുകൊണ്ട് പിടിച്ചു തൂങ്ങിക്കിടക്കാൻ ശ്രമിക്കുന്നതിൽ അർത്ഥമില്ല.’’

അയാൾ അല്പനേരത്തേക്ക് നിശ്ശബ്ദനായി.

“നിങ്ങൾ ജീവിച്ചിരിക്കുന്നുണ്ടല്ലോ എന്റെ മനുഷ്യാ, സ്വന്തം പ്രശ്ന ങ്ങൾ പറഞ്ഞു ഞാൻ നിങ്ങളെ ബോറടിപ്പിക്കുന്നു. പറയൂ നെവ്സാറ്റ്. നിങ്ങൾക്ക് വേണ്ടി എനിക്ക് എന്തുചെയ്യാൻ കഴിയുമെന്ന് പറയൂ.”

“അയ്യോ, അതോർത്ത് വിഷമിക്കേണ്ട. എനിക്കൊരു അഭ്യർത്ഥന മാത്രമേയുള്ളൂ. ഞാൻ സതിൽമിസ് ഗുണ്ടോഗ്ദു എന്ന് വിളിക്കപ്പെടുന്ന ഒരാളെക്കുറിച്ച് ചോദിക്കാൻ പോവുകയായിരുന്നു. ഒരു പണമിടപാടു കാരൻ...”

“ചുവന്ന മുഖം,” അയാൾ പിറുപിറുത്തു. “എന്തു പറ്റി? സതിൽ മിസ് എന്ത് ചെയ്തു?”

“ഞാൻ ഒരു കൊലക്കേസ് അന്വേഷിക്കുകയാണ്. അവന്റെ പേര് പൊങ്ങി വന്നു. എനിക്ക് അവനോട് സംസാരിക്കണം. പക്ഷേ അവൻ ചോദ്യം ചെയ്യലുമായി സഹകരിക്കുമോ എന്ന് എനിക്ക് ഉറപ്പില്ല. നിങ്ങൾ അവനെ വിളിച്ചു ഒന്നു പറഞ്ഞിരുന്നെങ്കിൽ നന്നായിരുന്നു.”

അയാൾ ഉറപ്പോടെ മറുപടി പറഞ്ഞു.

“നമുക്ക് കാണാം. ഇന്ന് വൈകുന്നേരം നമ്മുടെ കോഫിഹൗസിൽ വരാമോ? സതിൽമിസും അവിടെ ഉണ്ടാകും.”

അയാൾക്ക് അത്ര ഉറപ്പുണ്ട് എന്നത് എന്നെ അത്ഭുതപ്പെടുത്തി.

“നിങ്ങൾക്ക് ഉറപ്പുണ്ടോ? ചിലപ്പോൾ അയാളെ കണ്ടുപിടിക്കാൻ കഴിഞ്ഞേക്കില്ല.”

അയാൾ പൊട്ടിച്ചിരിച്ചു.

“ഞാൻ അവനെ കണ്ടെത്തും. അതോർത്ത് വിഷമിക്കേണ്ട. ഹസോ പുലോയിലേക്ക് വരൂ. നമുക്ക് അവിടെ വച്ച് കാണാം.”

ഒരുപക്ഷേ അവൻ പരിഭ്രമിച്ചിരിക്കാം

"**ചീ**ഫ്, നിങ്ങൾ ഇങ്ങോട്ട് വരണം," സെയ്നെപ് സ്വീകരണമുറിയിൽ നിന്ന് വിളിച്ചു. "ആ ചുവന്ന മണ്ണിന്റെ അംശം ഇവിടെയും ഉണ്ട്."

അവളുടെ ശബ്ദം ആവേശഭരിതമായിരുന്നു. ഞാൻ കിടപ്പുമുറിയിൽ നിന്ന് വേഗം പുറത്ത് വന്നിട്ട് പരിശോധിച്ചു. അവൾ സ്വീകരണമുറിയിൽ മുട്ടുകുത്തി തറയിലേക്ക് നോക്കിയിരിക്കുകയായിരുന്നു. എന്നെ കണ്ടപ്പോൾ, അവൾ തന്റെ നീളമുള്ള, മെലിഞ്ഞ വിരലുകൾ കൊണ്ട് നിലത്തേക്ക് ചൂണ്ടി,

"ആ മണ്ണിൽ കുറച്ച് ഇവിടെയുണ്ട്. ഇന്ന് സൂപ്രണ്ട് സെക്കായിയുടെ ബോട്ടിൽ ഞങ്ങൾ കണ്ടെത്തിയ അതേ ചുവന്ന അഴുക്ക്."

എനിക്ക് അതിനെക്കുറിച്ച് ഒന്നും അറിയില്ലായിരുന്നു.

"എന്ത് അഴുക്ക്, സെയ്നെപ്?"

അവൾ മെല്ലെ എഴുന്നേറ്റു.

"ഓ, ഞങ്ങൾ അതിനെക്കുറിച്ച് നിങ്ങളോട് പറഞ്ഞില്ല. സൂപ്രണ്ട് സെക്കായിയുടെ പൂന്തോട്ടത്തിൽ നിന്ന് സിഎസ്ഐ ചുവന്ന മണ്ണിന്റെ അംശങ്ങൾ കണ്ടെത്തി. മൃതദേഹത്തിന് തൊട്ടടുത്ത് നിന്ന്. ഇന്ന് രാവിലെ ബോട്ടിൽ നിന്ന് ഞങ്ങൾ അതേ മണ്ണ് കണ്ടെത്തി."

എനിക്ക് ഓർമ്മ വന്നു. അലി അത് സൂചിപ്പിച്ചിരുന്നുവെങ്കിലും ഞാൻ കാര്യമാക്കിയിരുന്നില്ല.

"മൂന്ന് ക്രൈം ലൊക്കേഷനുകളിൽ ഒരേ മണ്ണ്..." അവൾ തുടർന്നു. "എന്നെ ആക്രമിച്ചത് മിക്കവാറും സെക്കായിയുടെ കൊലപാതകി ആയിരിക്കും."

എന്റെ നട്ടെല്ലിലൂടെ ഒരു വിറ കടന്നു പോയി.

"ബ്ലൈൻഡ്മാൻസ് ബഫ് ആണോ? നമ്മുടെ സീരിയൽ കില്ലർ ഇവിടെ ഉണ്ടായിരുന്നു എന്നാണോ നീ ഉദ്ദേശിക്കുന്നത്?"

അവൻ അവിടെവിടെയോ ഉണ്ടെന്ന മട്ടിൽ അവൾ ചുറ്റും നോക്കി.

"അങ്ങനെയാണ് ഞാൻ കരുതുന്നത്. സൂപ്രണ്ട് സെക്കായിയെ കൊലപ്പെടുത്തിയത് ബ്ലൈൻഡ്മാൻസ് ബഫ് ആണെങ്കിൽ, അവൻ തന്നെയാണ് എന്നെ ആക്രമിച്ചത്."

''അവൻ ഇത്ര അശ്രദ്ധനായിരിക്കുമോ? ബ്ലൈൻഡ്മാൻസ് ബഫ് ഓരോ ചുവടും ആസൂത്രണം ചെയ്യുന്ന ഒരാളാണ്. തലേദിവസം രാത്രി താൻ കൊന്ന ഒരു ഇരയുടെ വീട്ടിൽ വരുമോ?''

അവളുടെ പുരികങ്ങൾ വില്ലുപോലെ വളഞ്ഞു.

''ഒരുപക്ഷേ അവൻ പരിഭ്രാന്തനായി മാറിയിരിക്കാം. കുറ്റകൃത്യം നടന്ന സ്ഥലം വൃത്തിയാക്കുന്നതിന് മുമ്പ് കാണാൻ ആഗ്രഹിച്ചിരിക്കാം. എല്ലാത്തിനുമുപരി, അവൻ മനുഷ്യനാണ്. ഒരു നിമിഷനേരത്തേക്ക് ബലഹീനതയുണ്ടാകാം.''

അതിന് സാധ്യതയുണ്ടായിരുന്നു. പക്ഷേ സെയ്നെപ്പിന്റെ വാക്കുകൾ എന്നെ തൃപ്തിപ്പെടുത്തിയില്ല. ഞാൻ ചുവന്ന മണ്ണു പരിശോധിക്കാനായി മുട്ടുകുത്തി. അത് അവിടെ ഉണ്ടായിരുന്നു. തിളങ്ങുന്ന ചുവന്ന മൺതരികൾ തവിട്ട് തറയിൽ പൊടി പടലം പോലെ പരന്നു കിടക്കുന്നു.

''കൃത്രിമ നിറം ചേർത്തിട്ടുണ്ട്. അല്ലേ? നല്ല തെളിച്ചമുള്ള ചുവപ്പ് നിറം.''

''അങ്ങനെ തോന്നുന്നു ചീഫ്. അത് പരിശോധിക്കേണ്ടതുണ്ട്. അത് അവന്റെ വീടിന്റേയോ ജോലിസ്ഥലത്തിന്റേയോ ചുറ്റുപാടിൽ നിന്നായിരിക്കണം. ചിലപ്പോൾ നടക്കാൻ പോകുന്ന പാർക്കിൽ നിന്നാവാം.''

''തീർച്ചയായും.'' ഞാൻ സമ്മതിച്ചു. ''നമുക്ക് ഒരു സാമ്പിൾ എടുത്ത് നോക്കാം. ഇത് എന്ത് തരം മണ്ണാണ്? എങ്ങനെ ഉണ്ടാക്കി, അല്ലെങ്കിൽ എവിടെയാണ് വിറ്റത്. ഇത്തരം കാര്യങ്ങൾ. നമുക്ക് ഭാഗ്യമുണ്ടെങ്കിൽ അത് ഒരു വഴി തുറന്നേക്കും. കണ്ടിട്ട് നല്ല വിലയുള്ള തരമാണ് എന്ന് തോന്നുന്നു. കുറച്ച് ഉപഭോക്താക്കളേ ഇത്തരം സാധനങ്ങൾക്ക് ഉണ്ടാകാറുള്ളൂ. നമുക്ക് അത്തരം വിവരങ്ങൾ എളുപ്പം ലഭിക്കും.''

''ഈ പത്രമൊന്നു നോക്കൂ.''

ഞാൻ സ്വീകരണമുറിയുടെ വാതിലിലേക്ക് നീങ്ങിയപ്പോൾ അവൾ വലതുവശത്തു കിടന്ന ഹൂറിയറ്റിനെ ചൂണ്ടിക്കാണിച്ചു കൊണ്ട് പറഞ്ഞു.

''മൂന്ന് ദിവസം മുൻപുള്ളതാണ്. അതിനുശേഷമുള്ള പത്രങ്ങളൊന്നും വീട്ടിലില്ല. അതിന് മുൻപുള്ള അഞ്ച് ദിവസങ്ങളിലെ പത്രങ്ങൾ അവിടെ പുസ്തക അലമാരയിലുണ്ട്. ഇര അവസാനമായി വീട്ടിൽ വന്നത് മൂന്ന് ദിവസം മുമ്പാണ്.''

''നമ്മുടെ സർജനെ തട്ടിക്കൊണ്ടുപോയി എന്നാണോ നീ അർത്ഥമാക്കുന്നത്?''

''അങ്ങനെയാണ് തോന്നുന്നത്. അടുക്കളയിൽ പുതുതായി പാകം ചെയ്ത ഭക്ഷണമൊന്നും ഇല്ല.''

''അത് ശരിയാണ്.'' ഞാൻ സമ്മതിച്ചു. ''കാരണം മൃതദേഹം ദുർഗന്ധം വമിക്കാൻ തുടങ്ങിയിരുന്നു. നമുക്ക് പോസ്റ്റ്മോർട്ടത്തിലൂടെ അത് കണ്ടെത്താം. മൃതദേഹം കണ്ടെത്തിയ സ്ഥലത്ത് വച്ചാണ് കൻസു സർമാഷിനെ കൊന്നതെന്ന് ഞാൻ കരുതുന്നില്ല.''

ഈ വിശദാംശങ്ങളിൽ നിന്ന് ഞങ്ങൾക്ക് ധാരാളം നിഗമനങ്ങളിൽ എത്തിച്ചേരാമായിരുന്നു, എന്നാൽ അതുകൊണ്ട് തൽക്കാലം ഒരു പ്രയോജനവുമില്ല.

''നീ കണ്ണുകൾ നന്നായി തുറന്നു വയ്ക്ക് സെയ്നെപ്.'' ഞാൻ സ്വീകരണമുറിയുടെ വാതിലിനു നേരെ തല കുലുക്കി. ''ഞാൻ അപ്പാർട്ട്മെന്റിന്റെ വാതിൽ പരിശോധിക്കട്ടെ. ഈ മനുഷ്യൻ എങ്ങനെ അകത്തു കയറിയെന്ന് നോക്കാം.''

ആ സ്റ്റീൽ വാതിൽ അതിന്റെ എല്ലാ പ്രതാപത്തോടെയും എന്റെ മുന്നിൽ ഉറച്ചു നിന്നു. ഇത്രയും ഉറപ്പുള്ള ഒരു വാതിലിലൂടെ ആർക്കും കടന്നുകയറാൻ കഴിയില്ല. പക്ഷേ അടുത്തെത്തിയപ്പോൾ പൂട്ട് തകർത്തതായി കാണാൻ കഴിഞ്ഞു.

''അതെ, അവൻ പൂട്ട് തകർത്താണ് അകത്തു കയറിയത് ചീഫ്.''

ഞാൻ തിരിഞ്ഞ് നോക്കിയപ്പോൾ അലി അവിടെ നിൽക്കുന്നത് കണ്ടു. അവന്റെ കൈയിൽ ഒരു മഞ്ഞ ഡിവിഡി ഉണ്ടായിരുന്നു.

''പുറത്ത് പോയപ്പോൾ ഞാൻ പരിശോധിച്ചു. ആ മനുഷ്യൻ വാതിലുകൾ തുറക്കുന്നതിൽ വൈദഗ്ദ്ധ്യം ഉള്ളവനായിരുന്നു.''

എന്റെ നോട്ടം ഡിവിഡിയിലേക്ക് പോകുന്നത് അവൻ കണ്ടു, അവന്റെ മുഖത്ത് ഒരു പുഞ്ചിരി വിടർന്നു. വിജയസൂചകമായി അവൻ ഡിവിഡി വായുവിൽ വീശി.

''അവന്റെ ഇമേജുകൾ ഇതിലുണ്ട്. നമ്മൾ അവനെ പിടിക്കും.''

ഇതൊരു വലിയ വാർത്തയായിരുന്നു, പക്ഷേ എനിക്ക് ചോദിക്കാതിരിക്കാൻ കഴിഞ്ഞില്ല.

''പക്ഷേ കൻസു? അവനെ തട്ടിക്കൊണ്ടുപോയതായി കാണിക്കുന്ന റെക്കോർഡിംഗ് ഒന്നും ഇല്ലേ?''

അലിയുടെ മുഖം വാടി.

''ഇല്ല, അവൻ അവസാനമായി മൂന്ന് ദിവസം മുമ്പാണ് വീട് വിട്ടിറങ്ങിയതായി ഇതിൽ കണ്ടത്. പിന്നീട് ഇങ്ങോട്ട് വന്നിട്ടില്ല.''

അങ്ങനെയെങ്കിൽ നമുക്കു കിട്ടിയ വിവരങ്ങൾ കൊണ്ട് തൃപ്തിപ്പെടേണ്ടി വരും.

''വാ.. നമുക്ക് അകത്തേക്ക് പോകാം.'' ഞാൻ പറഞ്ഞു. ''ഈ അക്രമി ആരാണെന്ന് നോക്കാം.''

ഞങ്ങൾ സ്വീകരണമുറിയിലേക്ക് മടങ്ങിയെത്തിയപ്പോൾ സെയ്നെപ് ഞങ്ങളെ അത്ഭുതത്തോടെ നോക്കി. എന്റെ അസിസ്റ്റന്റ് ഡിവിഡി വീശിക്കാണിച്ചു.

''നിന്നെ ആക്രമിച്ചയാൾ ഇതിലുണ്ട്.''

ഞങ്ങളുടെ ആവേശം സെയ്നെപ്പിലും പ്രതിഫലിച്ചു. അവൾ കമ്പ്യൂട്ടറിലെ പവർ ബട്ടൺ അമർത്തിയിട്ട് മേശപ്പുറത്തെ കസേരയിൽ ഇരുന്നു. അവൾ ഡിവിഡി എടുത്ത് ഡ്രൈവിൽ ഇട്ട് കീകൾ അമർത്തി.

സ്ക്രീനിൽ പ്രത്യക്ഷപ്പെട്ട അവ്യക്തമായ ചിത്രങ്ങൾ പതിയെ തെളിഞ്ഞു വന്നു.

''ഇത് പൂന്തോട്ടത്തിലെ ക്യാമറയിൽ നിന്നുള്ളതാണ്.''

എന്റെ അസിസ്റ്റന്റ് വ്യക്തമാക്കി.

''നോക്കൂ, ആ മനുഷ്യൻ വരുന്നു.''

ക്യാമറയുടെ കണ്ണിന് മുന്നിൽ ഒരു ടാക്സി വന്നു നിന്നു. അതിൽ നിന്ന് ക്ലീനിംഗ് ക്രൂവിന്റെ യൂണിഫോമിൽ ഒരാൾ പുറത്തുവന്നു. അവൻ നല്ല പൊക്കവും തടിയും ഉള്ളവനായിരുന്നു. പക്ഷേ തൊപ്പി കാരണം ഞങ്ങൾക്ക് മുഖം കാണാൻ കഴിഞ്ഞില്ല.

''അവൻ ഇതാ അടുത്ത് വരുന്നു. ചീഫ്, നമുക്ക് അവനെ ഇപ്പോൾ വ്യക്തമായി കാണാം.''

സംശയം തോന്നിയ ആൾ കെട്ടിടത്തിലേക്ക് നടന്നടുക്കുന്നത് നോക്കിയിരിക്കുന്ന നേരത്ത് അയാൾ കൈയിൽ കരുതിയിരുന്ന ചെറിയ ബാഗ് ഞാൻ ശ്രദ്ധിച്ചു. ഒരു മേൽനോട്ടക്കാരനെപ്പോലെ പരിചയക്കുറവില്ലാതെ സർവീസ് എൻട്രൻസ് ലക്ഷ്യമാക്കി ആത്മവിശ്വാസത്തോടെ അയാൾ നടന്നു വന്നു.

''ആൾ ഒരു ക്ലീനിംഗ് കമ്പനിയിൽ നിന്നാണെന്ന് പറഞ്ഞു.'' അലി വിശദീകരിച്ചു. ''ക്വാളിറ്റി കൺട്രോൾ ആണെന്ന് പറഞ്ഞാണ് അയാൾ അകത്ത് കയറിയത്. സെക്യൂരിറ്റി അവനെ സംശയിച്ചതേയില്ല. കാരണം ഇങ്ങനെ ഒരാൾ മാസം തോറും പരിശോധിക്കാൻ വരാറുണ്ട്.''

ഞാൻ ചിന്തിച്ചത് സെയ്നെപ് ചോദിച്ചു.

''ഈ വ്യക്തി മുമ്പ് എപ്പോഴെങ്കിലും വന്നിട്ടുണ്ടോ?''

അലി തോളുകൾ ഉയർത്തി.

''അവർക്കറിയില്ല. വാതിൽക്കൽ നിൽക്കുന്നവന്മാർ സെക്യൂരിറ്റി ഗാർഡുകൾ ആണെന്നൊക്കെയാണ് പറയുന്നത്. പക്ഷേ എല്ലാത്തിന്റെയും തലയിൽ കളിമണ്ണാണ്.''

''അവരുടെ ശ്രദ്ധയിൽ എന്തെങ്കിലും പെട്ടിരുന്നോ?'' ഞാൻ പ്രതീക്ഷയോടെ ചോദിച്ചു.

''ഇല്ല, ഒന്നുമില്ല. ഇവന്മാർ വിഡ്ഢികളാണെന്ന് ഞാൻ പറഞ്ഞില്ലേ? എന്നോട് ക്ഷമിക്കൂ, പക്ഷേ നിങ്ങൾ അവരുടെ ചന്തിയിൽ നിന്ന് അടിവസ്ത്രം മോഷ്ടിച്ചാൽ പോലും അവർ ശ്രദ്ധിക്കില്ല. സംശയിക്കേണ്ട വ്യക്തിയെ ഉള്ളിലേക്ക് തനിച്ചയച്ചു എന്നതാണ് ഏറ്റവും മോശം. അങ്ങനെയാണ് അവൻ അകത്ത് വന്നത്.''

അലി പെട്ടെന്ന് കുനിഞ്ഞ് സ്ക്രീനിലെ ഒരു സ്ഥലത്തേക്ക് ചൂണ്ടി.

''നോക്കൂ, ചീഫ്, അയാളുടെ മുഖം ഇവിടെ വ്യക്തമാണ്.''

സർവീസ് ഡോറിന്റെ പടികളിലേക്ക് നീങ്ങുന്നതിനിടയിൽ സംശയിക്കപ്പെടുന്നയാൾ ക്യാമറയ്ക്ക് അടുത്തെത്തി.

''ഒന്ന് നിർത്തൂ,'' ഞാൻ ആജ്ഞാപിച്ചു.

സെയ്നെപ് കീയിൽ വിരലമർത്തി. ഒടുവിൽ ആ മനുഷ്യൻ ഞങ്ങളെ അഭിമുഖീകരിച്ചു.

'ടർക്കോയ്സ് ക്ലീനിംഗ്' എന്ന് നെറ്റിയിലേക്ക് താണിരിക്കുന്ന തൊപ്പിയിൽ എഴുതിയിരിക്കുന്നു. കണ്ണടയുടെ കട്ടിയുള്ള ഫ്രെയിമിലൂടെ അവന്റെ വിശാലമായ നീല കണ്ണുകൾ ചുറ്റുപാടുകളെ സമർത്ഥമായി നിരീക്ഷിച്ചു, തലയിലെ തൊപ്പി പോലെ അവന്റെ മുഖത്തെ ഇടതൂർന്ന ചുവന്ന താടിരോമങ്ങൾ മുഖത്തിന്റെ വിശദാംശങ്ങൾ മറച്ചു. ഞാൻ സ്ക്രീനിലേക്ക് കുനിഞ്ഞു നോക്കി. ചിത്രത്തിന്റെ ഗുണനിലവാരം മോശമായിരുന്നു. തീർച്ചയായും ഞങ്ങളുടെ സ്കെച്ച് ആർട്ടിസ്റ്റുകൾക്ക് ഈ ചിത്രത്തിൽ പണിയെടുക്കാൻ കഴിയും. എന്നാൽ എന്റെ ഇതുവരെയുള്ള എല്ലാ അനുഭവത്തിലും ഒരു ചിത്രത്തിൽ നിന്ന് മനുഷ്യന്റെ മുഖം വരയ്ക്കാൻ ശ്രമിക്കുന്നത് ഒരു ഭിത്തിയിൽ ജെല്ലി കൊണ്ട് ആണിയിടുന്നതുപോലെയാണെന്ന് തോന്നിയിട്ടുണ്ട്. ഈ വ്യക്തിക്ക് നമ്മുടെ ജോലിയുടെ രീതികൾ നന്നായി അറിയാമെന്ന് ആ നിമിഷം എനിക്ക് ഒരിക്കൽ കൂടി ഉറപ്പായി. ഞങ്ങൾക്ക് കൂടുതൽ വിവരങ്ങൾ ആവശ്യമായിരുന്നു.

''ശരി, അലി. ബിൽഡിംഗ് സെക്യൂരിറ്റി അവന്റെ ഉയരവും ഭാവവും വിവരിച്ചിട്ടുണ്ടോ?''

''ഉണ്ട് ചീഫ്. ചിത്രങ്ങളിൽ നിങ്ങൾക്ക് കാണാൻ കഴിയും, അയാൾക്ക് ഏകദേശം ഒരു മീറ്റർ എൺപത് സെന്റീമീറ്റർ ഉയരമുണ്ട്, നല്ല അത്ലറ്റിക് ശരീരം. കൂടാതെ അവൻ വളരെ രസികനുമാണ്. അവൻ അവരോട് തമാശ പറഞ്ഞുകൊണ്ടിരുന്നു. അവന്റെ ശബ്ദം വിചിത്രമാണെന്ന് അവർ പറഞ്ഞു. വായിൽ ഭക്ഷണം ഉള്ളതുപോലെ അവൻ സംസാരിക്കാൻ പാടുപെടുകയായിരുന്നു. എന്നാൽ അയാൾക്ക് ശരിക്കും ആത്മവിശ്വാസമുണ്ടായിരുന്നു.ഒരു കുറ്റവാളിയെ പോലെ അവർക്ക് തോന്നിയില്ല.''

''അവർ ഉപയോഗപ്രദമായ വിവരം ഒന്നും തന്നില്ല എന്നർത്ഥം.''

എന്റെ മുഖം മങ്ങിയിരിക്കുന്നത് ശ്രദ്ധയിൽപ്പെട്ട അലി ചോദിച്ചു,

''ചിത്രങ്ങൾ കൊണ്ട് പ്രയോജനമില്ലേ? അവയിൽ നിന്ന് നമുക്ക് ഒന്നും നേടാനാകില്ലേ?''

സെയ്നെപ്പിന് എന്നേക്കാൾ പ്രതീക്ഷയുണ്ടായിരുന്നു.

''നമ്മൾ അവയെ മറ്റ് കണ്ടെത്തലുകളുമായി സംയോജിപ്പിച്ച് ചില നിഗമനങ്ങളിൽ എത്തിച്ചേരും. കൂടുതൽ തെളിവുകളും കൂടുതൽ വസ്തുതകളും ശേഖരിക്കുക എന്നതാണ് പ്രധാന കാര്യം.''

അവളുടെ ചെസ്റ്റ്നട്ട് നിറമുള്ള കണ്ണുകൾ ഞങ്ങൾ എന്തിനാണ് ഇത്രയധികം നിരാശരായതെന്ന് സ്നേഹപൂർവം ചോദിച്ചു.

''ബ്ലൈൻഡ്മാൻസ് ബഫ് റിസ്കെടുത്ത് ഇങ്ങോട്ട് വന്നു എന്നതിനർത്ഥം അവൻ ഒരു മൂലയിലേക്ക് കൂടുതൽ ഒതുങ്ങുകയാണ് എന്നതാണ്. നമ്മുടെ കൈയിൽ ഇമേജുകളുണ്ട്. അവ മങ്ങിയതാണ് എങ്കിൽ

പ്പോലും നമുക്കതുണ്ട്. പിന്നെ ഈ ചുവന്ന അഴുക്കും...''

അവൾ പറഞ്ഞത് തികച്ചും ശരിയായിരുന്നു. പക്ഷേ എന്തിനാണ് ഞാൻ ഇത്ര അശുഭാപ്തിവിശ്വാസിയാകുന്നത്? സെക്കായിയുടെ മരണം ഞാൻ വിചാരിച്ചതിലും കൂടുതൽ എന്നെ ബാധിച്ചിരിക്കണം. പക്ഷേ എന്റെ പെരുമാറ്റം എനിക്ക് ചുറ്റുമുള്ള ഈ ആളുകളെ പ്രതികൂലമായി ബാധിക്കാൻ സാധ്യതയുണ്ട്. അത് പാടില്ല. എനിക്ക് എന്നെത്തന്നെ നിയന്ത്രിക്കേണ്ടി വന്നു.

''എന്തുകൊണ്ടാണ് അവൻ പരിഭ്രാന്തനായതെന്നാണ് നിങ്ങൾ കരുതുന്നത്?'' ഞാൻ ചോദിച്ചു.

''എന്തുകൊണ്ടാണ് ബ്ലൈൻഡ്മാൻസ് ബഫ് മുമ്പൊരിക്കലും ഇല്ലാത്ത തരത്തിൽ പെരുമാറുന്നത്?''

ഉത്തരം പറയാൻ കഴിയാതെ നിസ്സഹായയായപ്പോൾ പതിവുപോലെ അവളുടെ മുഖത്ത് വിയർപ്പ് പൊടിഞ്ഞു.

''പറയാൻ പ്രയാസമാണ് ചീഫ്. നമ്മുടെ പക്കലുള്ള തെളിവുകളിൽ നിന്ന് എനിക്ക് വ്യക്തമായ ഒരു വിശദീകരണം നൽകാൻ കഴിയില്ല. പക്ഷേ ആ മനുഷ്യൻ ഇത്രയും ദൂരം മുന്നോട്ട് വന്നുവെങ്കിൽ...''

''വെറുതെ ഇവിടെ വരുക മാത്രമല്ല അവൻ ചെയ്തത്.''

അലി സംവാദത്തിൽ ചേർന്നു.

''സൂപ്രണ്ട് സെക്കായിയെ കൊല്ലുന്നതിലൂടെ അവൻ അതിലും വലിയ റിസ്ക് എടുത്തു. എന്തുകൊണ്ടാണ് ബ്ലൈൻഡ്മാൻസ് ബഫ് തന്റെ ശീലം തെറ്റിച്ച് ഒരു പൊലീസുകാരനെ കൊന്നത്? അതിനുള്ള ഉത്തരം നമ്മൾ ആദ്യം കണ്ടെത്തണം.''

കുട്ടികളേ, നിങ്ങൾ നന്നായി പണിയെടുക്കുന്നു. ഞാൻ ചിന്തിച്ചു. ഇരുവരും നന്നായി വാദിച്ചു. അവർ ഒന്നാന്തരമായി തങ്ങളുടെ ജോലി ചെയ്യുമെന്ന ആശ്വാസത്തോടെ എനിക്ക് വിരമിക്കാം.

''ഉത്തരം ലളിതമാണ്.'' സെയ്നെപ് തുടർന്നു. ''സെക്കായിക്ക് ബ്ലൈൻഡ്മാൻസ് ബഫിനെപ്പറ്റി എന്തോ അറിയാമായിരുന്നു. അദ്ദേഹം ചിലപ്പോൾ അവൻ ആരാണെന്ന് മനസ്സിലാക്കിയിരിക്കണം.''

സൈപ്പർ സെക്യൂരിറ്റി ഉടമ ആൽപ്പർ തന്ന ഫയലിനെക്കുറിച്ച് ഞാൻ ചിന്തിച്ചു.

''അതായിരിക്കാം സംഭവിച്ചത്. ശരിയാണ്. ആൽപ്പറിൽ നിന്ന് ലഭിച്ച ഈ ഫയൽ നമുക്ക് നോക്കേണ്ടതുണ്ട്. ബ്ലൈൻഡ്മാൻസ് ബഫിന്റെ വിവരങ്ങളുമായി സെക്കായി സൂക്ഷിച്ചുവച്ചിരുന്നതാണത്. പക്ഷേ, വെറുതെ നോക്കരുത്, നിങ്ങൾ അതിനെ കീറി മുറിച്ചു പഠിക്കേണ്ടി വരും. സെക്കായി കാര്യങ്ങൾ വ്യക്തമായി പറയാൻ സാധ്യതയില്ല. കാരണം അയാൾക്ക് തന്നെ അത്ര ഉറപ്പില്ലാത്ത വിവരങ്ങളാണവ. എന്നാൽ അയാളുടെ സംശയങ്ങൾ, ബ്ലൈൻഡ്മാൻസ് ബഫിലേക്ക് നയിച്ച വിവരങ്ങൾ മുതലായവ ആ ഫയലിൽ ഉണ്ടായിരിക്കണം. ചുവന്ന മണ്ണിന്റെ വിവരങ്ങൾ ശേഖരിക്കുകയും നിന്നെ ആക്രമിച്ച മനുഷ്യന്റെ

ഒരു രേഖാചിത്രം തയ്യാറാക്കുകയും ചെയ്തു കഴിഞ്ഞാൽ നിങ്ങളുടെ മുഴുവൻ സമയവും അതിനായി ചെലവഴിക്കേണ്ടതുണ്ട്. സെയ്നെപ്, ഈ ജോലികൾക്ക് അധിക സമയം എടുക്കില്ലല്ലോ, അല്ലേ?''

ഞങ്ങളുടെ ക്രിമിനോളജിസ്റ്റ് അവളുടെ മനോഹരമായ പുഞ്ചിരികളിൽ ഒന്ന് പുറത്തെടുത്തു.

''ഇല്ല, അധികം സമയം വേണ്ട. നാളെ വൈകുന്നേരത്തോടെ നമുക്ക് വിവരങ്ങൾ അറിയാം.''

''കൊള്ളാം.'' ഞാൻ എന്റെ കൈകൾ തിരുമ്മിക്കൊണ്ട് പറഞ്ഞു. ''എങ്കിൽ നമുക്ക് ഈ ഫയലിൽ ശ്രദ്ധ കേന്ദ്രീകരിക്കാം. ആവശ്യമെങ്കിൽ ഞാൻ നിങ്ങളുടെ കൂടെ കൂടും.''

''ഞങ്ങൾ കൈകാര്യം ചെയ്യാം ചീഫ്.'' അലി സ്ഥിതിഗതികളുടെ നിയന്ത്രണം കയ്യിലെടുത്തു. ''വിഷമിക്കേണ്ട. ഒരു കാര്യവും വിട്ടുകളയില്ല.''

എനിക്ക് അവരെ അറിയില്ലായിരുന്നെങ്കിൽ ഈ രണ്ട് പ്രണയിതാക്കൾക്കും പരസ്പരം തൊടാതെ രക്തരൂക്ഷിതമായ കൊലപാതകങ്ങൾ നിറഞ്ഞ ഈ ഫോൾഡറുമായി രാത്രി മുഴുവൻ ചെലവഴിക്കാൻ കഴിയുമെന്ന് ഞാൻ വിശ്വസിക്കില്ല. പക്ഷേ ഇത് അലിയും സെയ്നെപ്പുമാണ്. എവിടെയാണ് തങ്ങളുടെ അതിർത്തികൾ എന്നും സ്വയം എങ്ങനെ നിയന്ത്രിക്കണമെന്നും അവർക്ക് അറിയാമായിരുന്നു. കൂടാതെ, കാര്യങ്ങൾ പഠിക്കുന്നതിനിടയിൽ ഇടയ്ക്കിടെ ചുംബിക്കുന്നതിലോ ഒന്നു കെട്ടിപ്പിടിക്കുന്നതിലോ എന്താണ് ദോഷം?

''ശരി, അലി. നിങ്ങൾ രണ്ടുപേരും ഇന്ന് രാത്രി ഒരുമിച്ച് ജോലി ചെയ്യുന്നു. നല്ലത്. പക്ഷേ അതിനിടയിൽ, ആ മനുഷ്യൻ വന്ന ടാക്സി കണ്ടുപിടിക്കാൻ മറക്കരുത്. അയാൾ അവനെ എവിടെനിന്നാണ് കൊണ്ടുവന്നത്, അവർ വഴിയിൽ എന്താണ് സംസാരിച്ചത്, എല്ലാം കണ്ടെത്തുക. ടാക്സി ഡ്രൈവർ നമുക്ക് എന്തെങ്കിലും വിവരങ്ങൾ നൽകിയേക്കാം. നിർണായകമായ വിശദാംശങ്ങൾ. എനിക്ക് നിങ്ങൾ എന്തെങ്കിലും സന്തോഷവാർത്ത കൊണ്ടുവരണം. ആ സമയം കൊണ്ട് ഞാൻ ഈ ചുവന്ന മുഖത്തോട് സംസാരിക്കും. ഇരയെക്കുറിച്ച് അയാൾക്ക് എന്താണ് പറയാനുള്ളതെന്ന് നമുക്ക് നോക്കാം.''

എന്തുകൊണ്ട് തുർക്കിക്ക് പകരം കൊസോവോ?

ഇസ്തിക്ലാൽ അവന്യൂവിൽ എത്തിയപ്പോഴേക്കും അന്തരീക്ഷം ഇരുണ്ടു തുടങ്ങിയിരുന്നു. പഴയതെങ്കിലും വിശ്വസ്തനായ കാർ ടെപ്ബാസി യിലെ പാർക്കിംഗിൽ ഇട്ടിട്ട് ഞാൻ ബ്രിട്ടീഷ് കോൺസുലേറ്റിന്റെ ഭാഗത്ത് കൂടി ഹസ്സോപുലോ നടപ്പാതയിലേക്ക് പ്രവേശിച്ചു. ഓപ്പൺ എയർ കോഫിഹൗസായി മാറിയ ഇടവഴിയിലെ മേശകളിൽ ചൂടേറ്റ് മടുത്ത ആളുകൾ ശീതളപാനീയങ്ങൾ ഉപയോഗിച്ച് ഉള്ള് തണുപ്പിക്കാൻ ശ്രമിച്ചു കൊണ്ടിരുന്നു. ചെറിയ കാറ്റെങ്കിലും ഉണ്ടായിരുന്നെങ്കിൽ അത് നട ന്നേനെ. രണ്ട് പ്രവേശന കവാടങ്ങളുള്ള ഈ പാതയിലൂടെ എല്ലായ് പ്പോഴും ശക്തമായ ഒരു വായുപ്രവാഹം ഉണ്ടാകാറുണ്ട്. എന്നാൽ ഒരു ഇല പോലും ചലിക്കാത്തതിനാൽ കടയുടമകൾക്ക് അവരുടെ സ്ഥാപ നങ്ങളുടെ മുന്നിൽ സ്ഥാപിച്ചിരിക്കുന്ന വലിയ പങ്കകൾ ഉപയോഗിച്ച് ചൂടുള്ള കൃത്രിമക്കാറ്റ് ഉപഭോക്താക്കൾക്ക് നൽകേണ്ടി വന്നു.

നനവുള്ള ചൂടിനെ അവഗണിച്ചു സെമൽ രാത്രിയുടെ നീലനിറമുള്ള ഒരു സ്യൂട്ട് ധരിച്ചുകൊണ്ട് തന്റെ പതിവ് സ്ഥലത്ത് ഹുക്കയുമായി ഇരുന്നിരുന്നു. ഒരു വലിയ മനുഷ്യൻ അയാളുടെ എതിർവശത്ത് ഉണ്ടാ യിരുന്നു. അവന്റെ ചുവന്ന മുഖം കണ്ടപ്പോൾ തന്നെ എനിക്ക് കാര്യം മനസ്സിലായി. അത് സതിൽമിസ് ഗുണ്ടോഗ്ദു ആയിരുന്നു. എന്നത്തേയും പോലെ, സെമൽ തന്റെ വാക്ക് പാലിച്ചു. അവർ ഇതുവരെ എന്നെ കണ്ടിട്ടില്ല. ചുവന്ന മുഖമുള്ള പലിശക്കാരൻ നിറുത്താതെ കൈകൾ ഇളക്കിക്കൊണ്ട് സംസാരിച്ചു. സെമൽ തന്റെ പതിവ് രീതിയിൽ നിശ്ശബ്ദ മായി ശ്രദ്ധിച്ചു, പുറന്തള്ളുന്ന പുകയ്ക്കിടയിലൂടെ ഇടയ്ക്കിടെ അയാൾ ചുവന്ന മുഖത്തെ നോക്കുന്നുണ്ടായിരുന്നു. ഇടയ്ക്ക് സംസാരിക്കാൻ വേണ്ടി മാത്രം അയാൾ വായിൽ നിന്ന് കുഴൽ വലിച്ചെടുത്തു. അവർ പറയുന്നത് എന്താണെന്ന് എനിക്ക് കേൾക്കാൻ കഴിഞ്ഞില്ല, പക്ഷേ അവൻ ശാന്തമായും പതുക്കെയുമാണ് സംസാരിക്കുന്നത് എന്ന് ഞാൻ കണ്ടു. അപ്പോഴാണ് ഞങ്ങളുടെ കണ്ണുകൾ കൂട്ടിമുട്ടിയത്. ആ ചുണ്ടിൽ വിരളമായി മാത്രം പ്രത്യക്ഷമാകുന്ന ഒരു പുഞ്ചിരി വിടർന്നു. അയാൾ ഹുക്ക മാറ്റി വച്ചിട്ട് എഴുന്നേറ്റു. സതിൽമിസ് എന്നെ കണ്ടപ്പോൾ അയാ ളോടൊപ്പം എഴുന്നേറ്റു.

''സ്വാഗതം, നെവ്സാറ്റ്.'' സെമൽ കൈ നീട്ടി പറഞ്ഞു. ''കുറച്ചു നാളായി കണ്ടിട്ട്.''

ഞാൻ അയാളുടെ കൈ പിടിച്ച് ശക്തിയായി കുലുക്കി.

''അത് ശരിയാണ്, പക്ഷേ ഞാൻ നിങ്ങളെ വിളിക്കുന്നില്ലെങ്കിൽ അതിനർത്ഥം ഓർക്കുന്നില്ല എന്നല്ല.''

ചുളിവുകൾ വീണ മുഖത്ത് രക്തച്ഛവി പടർന്നു.

''കൊള്ളാം നെവ്സാറ്റ്. നിങ്ങൾ തിരക്കുള്ള ആളാണ്. നിങ്ങളെ ശല്യപ്പെടുത്തരുതെന്ന് എനിക്ക് നിർബന്ധമുണ്ട്. പക്ഷേ നിങ്ങളും എപ്പോഴും എന്റെ മനസ്സിലുണ്ട്.''

അവന്റെ നോട്ടം ചുവന്ന മുഖത്തിന് നേരെ നീണ്ടു.

''ഇത്...''

''സതിൽമിസ് ഗുണ്ടോഗ്ദു.'' അയാളുടെ വാചകം പൂർത്തിയാക്കി ക്കൊണ്ട് ഞാൻ പറഞ്ഞു.

''ഹലോ, സതിൽമിസ്. സുഖമാണോ?''

അയാൾ ആദരവോടെ വലതുകൈ നെഞ്ചിൽ വച്ചു ചെറുതായി കുമ്പിട്ടു.

''സുഖമായിരിക്കുന്നു, നന്ദി സർ. സെമൽ ചേട്ടൻ വിളിച്ചു. ഞാൻ വന്നു. നിങ്ങൾക്കുവേണ്ടി ഞാൻ എന്താണ് ചെയ്യേണ്ടത് എന്ന് പറയൂ.''

മര്യാദയോടെ പെരുമാറൂ എന്ന് പറയുന്നതുപോലെ സെമൽ അവനെ നോക്കി.

''നിൽക്കൂ, സതിൽമിസ്. നമ്മുടെ അതിഥി ശ്വാസം വിടട്ടെ. അദ്ദേഹം ഒന്ന് സുഖമായി ഇരിക്കട്ടെ.''

പലിശക്കാരന്റെ മുഖം ചുവന്നു തുടുത്തു.

''സോറി, സെമൽ ചേട്ടാ. ഞാൻ നന്നായി പെരുമാറാൻ ശ്രമിക്കുക യായിരുന്നു, ഉം...''

''ശരി, ശരി. നിന്റെ ശ്രമമൊക്കെ പിന്നീട്.''

സെമൽ പ്രകോപിതനായി പറഞ്ഞു. ഉടനെ തന്നെ അയാൾ സൗഹൃദ ഭാവത്തിൽ എന്റെ നേരെ തിരിഞ്ഞു.

''നിങ്ങൾക്ക് വേണമെങ്കിൽ ഇവിടെ ഇരിക്കാം നെവ്സാറ്റ്. തണുപ്പ് കിട്ടുന്ന ഒരു സ്ഥലവുമില്ല ഇവിടെ. വേണമെങ്കിൽ ഞാൻ അവിടെ ഇരിക്കാം. പക്ഷേ ഇവിടെ അത്ര കുഴപ്പമില്ല എന്ന് തോന്നുന്നു. ചൂട് അത്ര ശക്തമായി നിങ്ങളുടെ നേരെ വരില്ല.'' അയാൾ ചിരിച്ചു. ''ഈ കാലാവസ്ഥ നമ്മുടെ എല്ലാവരുടെയും തലയിലെ ആണികൾ ഇളക്കി എന്നാണ് എനിക്ക് തോന്നുന്നത്.''

കൂടുതൽ സംസാരിക്കാതെ ഞാൻ എന്റെ കസേരയിൽ ഇരുന്നു.

''ഇവിടം കൊള്ളാമെന്ന് തോന്നുന്നു.''

അയാൾ ഞാൻ സ്വസ്ഥമായി ഇരിക്കാനായി കാത്തിരിക്കുകയായി രുന്നു.

''നിങ്ങളുടെ കാപ്പി ഓർഡർ ചെയ്യാം. കുറച്ച് തൊംബെക്കും തയ്യാറാക്കിയിട്ടുണ്ട്. പക്ഷേ കുട്ടികൾ വലിക്കുന്ന ആപ്പിൾ രുചിയുള്ളതല്ല. ഇതിൽ ഹസങ്കീഫിൽ നിന്നുള്ള യഥാർത്ഥ പുകയിലയുണ്ട്.'' അയാൾ സന്തോഷത്തോടെ പറഞ്ഞു.

ഇയാൾ ഇപ്പോഴും ഹുക്കയെ തൊംബെക്ക് എന്നാണ് വിളിക്കുന്നതെന്ന് ഞാൻ ശ്രദ്ധിച്ചു. ആ പഴയ കാലത്തിൽ നിന്ന് ബാക്കിയുള്ള അപൂർവം ചിലരിൽ ഒരാളായിരുന്നു സെമൽ.

''സംഗതി സത്യമാണ്. ആ രുചിയും മണവുമുള്ള ഹുക്കകളുമായി എനിക്ക് ഒരിക്കലും പരിചയപ്പെടാൻ കഴിഞ്ഞിട്ടില്ല. എന്നാൽ ഇന്ന് എന്നോട് ക്ഷമിക്കൂ. നല്ല ചൂടാണ്.''

സെമൽ ആതിഥ്യമര്യാദ കാണിക്കാൻ ഒരു മാർഗ്ഗം കിട്ടാതെ വിഷമിച്ചു.

''എങ്കിൽ നിങ്ങൾ ഞങ്ങളുടെ കാപ്പി പരീക്ഷിച്ചു നോക്കൂ...''

ആത്മാർത്ഥമായ ഒരു പുഞ്ചിരികൊണ്ട് ഞാൻ നന്ദി പ്രകടിപ്പിച്ചു.

''തീർച്ചയായും. ഇത്രയും കടുപ്പമുള്ള ഒരു കപ്പ് കാപ്പി വേറെ എവിടെ കിട്ടും? ദയവായി ആദ്യം ഒരു ഗ്ലാസ് തണുത്ത വെള്ളം തരൂ.''

അകത്തു നിന്ന വെയിറ്ററോട് അയാൾ ആംഗ്യം കാണിച്ചു. അതെങ്ങനെ സംഭവിച്ചുവെന്ന് എനിക്കറിയില്ല, പക്ഷേ തണുത്ത വെള്ളവും സാധാരണ ടർക്കിഷ് കോഫിയുമാണ് എനിക്കാവശ്യമെന്ന് വെയിറ്റർക്ക് പെട്ടെന്ന് മനസ്സിലായി. ചുവന്ന മുഖമുള്ള പലിശക്കാരൻ കാൽമുട്ടിൽ കൈകൾ വച്ചുകൊണ്ട് ലോകത്തിലെ ഏറ്റവും നിഷ്കളങ്കനായ മനുഷ്യനെപ്പോലെ ഇരിക്കുകയായിരുന്നു.

''നിങ്ങൾ വിവരം കേട്ടിരിക്കും സതിൽമിസ്.'' ഞാൻ നേരെ വിഷയത്തിലേക്ക് പോയി. ''കൻസു സർമാഷിക്ക് മരിച്ചു.''

അവന്റെ ചേർത്തുപിടിച്ച പുരികങ്ങൾ നെറ്റിയിലേക്ക് ഉയരുകയും. അമ്പരപ്പുകൊണ്ട് പൊളിഞ്ഞ വായ് അയാൾക്ക് അടയ്ക്കാൻ കഴിഞ്ഞില്ല.

''എന്താ? നമ്മുടെ കൻസുവോ? നമ്മുടെ സർജൻ മരിച്ചോ?''

''കൊല ചെയ്യപ്പെട്ടു.''

എണ്ണിപ്പെറുക്കാവുന്ന കൺപീലികൾക്ക് പിന്നിലെ അവന്റെ ഇരുണ്ട കണ്ണുകളിലേക്ക് നോക്കി ഞാൻ പറഞ്ഞു. ''മൃതദേഹം ഒരു അമ്യൂസ്മെന്റ് പാർക്കിൽ നിന്ന് ഇന്നലെ കണ്ടെത്തി.''

അവന്റെ ചുവന്ന മുഖം ചുളിഞ്ഞു.

''ആരാ? ആരാണ് അവനെ കൊന്നത്?''

''അതാണ് ഞങ്ങൾ കണ്ടെത്താൻ ശ്രമിക്കുന്നത്. ഈയിടെ നിങ്ങൾ തമ്മിലുള്ള കാര്യങ്ങളുടെ കിടപ്പ് എങ്ങനെയായിരുന്നു?''

ഉടൻ തന്നെ അവൻ പ്രതിരോധത്തിലായി.

''നല്ലതായിരുന്നു. വളരെ നല്ലത് എന്നു തന്നെ പറയണം. ഞാൻ കൻസു സാറിനെ വളരെയേറെ സ്നേഹിച്ചിരുന്നു. അയാൾ എന്നെയും

സ്നേഹിച്ചു. വാസ്തവത്തിൽ അദ്ദേഹം എന്റെ ഇളയ മരുമകൻ ഒസുസ്കന്റെ വൃക്ക മാറ്റിവയ്ക്കാൻ പോകുകയായിരുന്നു. വൃക്ക ദാനം ചെയ്യാൻ ഞങ്ങൾക്ക് ആരെയും കണ്ടെത്താനായില്ല. അദ്ദേഹം ഞങ്ങൾക്ക് ഒരാളെ ഏർപ്പാടാക്കിത്തന്നു. മൂന്ന് ദിവസത്തിനുള്ളിൽ ട്രാൻസ്പ്ലാന്റ് ചെയ്യണ്ടതായിരുന്നു.''

സാഹചര്യം മനസ്സിലാക്കിയതോടെ അയാൾ നിശ്ശബ്ദനായിപ്പോയി. വായ് പൊത്തിക്കൊണ്ട് അയാൾ പിച്ചും പേയും പറയുന്നത് പോലെയാണ് തുടർന്നത്.

''അയ്യോ, ഇല്ല. അപ്പോൾ കൻസു മരിച്ചു...'' അവന്റെ കറുത്ത കണ്ണടകൾ പരിഭ്രാന്തിയോടെ വിറച്ചു. ''ഇനി ആരാണ് എന്റെ ഒസുസ്കന്റെ വൃക്ക മാറ്റിവയ്ക്കാൻ പോകുന്നത്?''

ഇത് ബിസിനസ്സ് കാർഡിൽ എഴുതിയിരുന്ന ശസ്ത്രക്രിയാ ബിസിനസ്സ് ആണെന്ന് എനിക്ക് തോന്നി. ഇത് കാര്യങ്ങൾ ആഴത്തിൽ പരിശോധിക്കാൻ സഹായിക്കും. പക്ഷേ അതിനുള്ള സമയം ഇതല്ല.

''നിങ്ങൾ അവന് പണം പലിശയ്ക്ക് കടം കൊടുത്തിട്ടുണ്ടായിരുന്നു. അവൻ നിങ്ങൾക്ക് ഒരുപാട് പണം തരാനുണ്ടെന്ന് എനിക്കറിയാം.''

ആ ഭാഗ്യം കെട്ടവന്റെ മുഖം വിറച്ചു.

''എന്ത് പൈസ? ഏത് പലിശ? ചീഫ്, ഞാൻ ആ പണി ഉപേക്ഷിച്ചിട്ട് വളരെക്കാലമായി.''

സെമൽ നിശ്ശബ്ദമായി ചിരിച്ചു.

''സതിൽമിസ്, പേടിക്കണ്ട. നിങ്ങൾ ചെയ്യുന്ന കാര്യങ്ങളിൽ നെവ്സാറ്റിന് താൽപ്പര്യമില്ല. അദ്ദേഹം ഒരു കൊലപാതകം പരിഹരിക്കാൻ ശ്രമിക്കുകയാണ്. ഭയക്കാതെ സത്യം പറയൂ.''

അവൻ ക്ഷമാപണം നടത്തുന്നതായി തോന്നി.

''ജീവിതം കഠിനമാണ് ചീഫ്. എങ്ങനെയൊക്കെയോ ഞാനങ്ങ് കഴിഞ്ഞു പോവുകയാണ്.''

''നിങ്ങൾ എങ്ങനെ കഴിഞ്ഞു പോകുന്നു എന്നതിൽ എനിക്ക് ആശങ്കയില്ല.'' ഞാൻ അവനെ പ്രോത്സാഹിപ്പിച്ചു. ''നിന്റെ സാമ്പത്തിക ഇടപാടുകളിലോ പെൺവാണിഭത്തിലോ എനിക്ക് താത്പര്യമില്ല. സെമൽ പറഞ്ഞതുപോലെ സത്യം പറഞ്ഞാൽ മതി. കൻസുവിന്റെ കൊലപാതകത്തിൽ പങ്കില്ലെങ്കിൽ ഞാൻ നിന്നെ തൊടില്ല. പക്ഷേ നിനക്ക് അതിൽ കയ്യുണ്ടെങ്കിൽ..''

അവൻ അറിയാതെ തന്റെ സീറ്റിൽ നിന്ന് ചാടി എണീറ്റു.

''എന്റെ ദൈവമേ... ഇല്ല. ഖുർആനിൽ തൊട്ട് ആണ ഇടാം. ഞാൻ എന്തിന് അയാളെ ഉപദ്രവിക്കണം? അയാൾ എന്റെ ചേട്ടന്റെ ഏക മകനെ ഓപ്പറേഷൻ ചെയ്യാൻ പോകുകയായിരുന്നു. ഞാൻ അങ്ങനെ ഒരാളെ കൊല്ലുമോ?

സെമൽ ദേഷ്യം സഹിക്കാനാവാതെ ആക്രോശിച്ചു.

''ചുമ്മാ വലിച്ചിഴക്കരുത് സതിൽമിസ്. കാര്യത്തിലേക്ക് വരൂ. ആ മനുഷ്യൻ നിങ്ങൾക്ക് പണം തരാനുണ്ടോ?''

പലിശക്കാരൻ അസ്വസ്ഥനായിരുന്നുവെങ്കിലും ചോദ്യത്തിന് ഉത്തരം നൽകാൻ മടിച്ചില്ല.

''ഉണ്ടായിരുന്നു. പക്ഷേ അയാൾ തിരിച്ചു തരാറുണ്ടായിരുന്നു. കഴിഞ്ഞ മൂന്ന് വർഷമായി ഇത് ഇങ്ങനെയാണ്. അയാൾ എന്നിൽ നിന്ന് പണം വാങ്ങുന്നു, പിന്നീട് അവസാന പൈസ വരെ തിരിച്ചു തരുന്നു.''

''അവസാനത്തെ ഓരോ പൈസയും?'' ഞാൻ അവനെ സമ്മർദ്ദത്തിലാക്കാൻ ശ്രമിച്ചു. ''അയാൾ നിങ്ങൾക്ക് ഒന്നും തരാൻ ഇല്ലെന്ന് ഉറപ്പാണോ?''

അവൻ അസ്വസ്ഥതയോടെ തോളുകൾ കുലുക്കി.

''ഇപ്രാവശ്യം എനിക്ക് അയാൾ വളരെ കുറച്ച് പണം മാത്രമേ തരാനുള്ളൂ. വെറും അമ്പതിനായിരം ലിറ മാത്രം. ഈ സർജറി ചെയ്യുന്നതിലൂടെ അയാൾ അത് എനിക്ക് തിരികെ തരാൻ പോകുകയായിരുന്നു. ഞാൻ നിങ്ങളോട് പറഞ്ഞല്ലോ, ഒരു കിഡ്നി ഒസുസ്കന് വച്ച് കൊടുക്കാൻ പോവുകയായിരുന്നു.''

കിഡ്നിയെക്കുറിച്ച് പറഞ്ഞപ്പോൾ എനിക്ക് ഫഹറിനെ ഓർമ്മ വന്നു. മുങ്ങിമരിച്ച സിറിയൻ കുട്ടി. അവന്റെ വൃക്കയും നീക്കം ചെയ്തിരുന്നു. ആശയക്കുഴപ്പത്തിലാകാൻ തുടങ്ങിയെന്ന് തോന്നിയപ്പോൾ കൊലപാതകമുണ്ടാകാനുള്ള കാരണം കണ്ടെത്തുന്നതിൽ ഞാൻ വീണ്ടും ശ്രദ്ധ കേന്ദ്രീകരിച്ചു.

''ഞാൻ മനസ്സിലാക്കിയിടത്തോളം കൻസുവിന് നിങ്ങൾ ധാരാളം പണം നൽകിയിരുന്നു.''

''അത് ശരിയാണ്. പക്ഷേ ഞാൻ പറഞ്ഞതുപോലെ അയാൾ അതെല്ലാം തിരിച്ചു നൽകുകയും ചെയ്തു. ആ അവസാനത്തെ അമ്പത് മാത്രം...''

ഒരു തത്തയെ പോലെ ആവർത്തിച്ചു ഞാൻ മടുത്തു.

''അത് എനിക്ക് മനസ്സിലായി. അവൻ കഴിഞ്ഞ മൂന്ന് വർഷത്തിനുള്ളിൽ നിങ്ങളുടെ കൈയിൽ നിന്ന് ആകെ എത്ര കടം വാങ്ങി?''

അവന്റെ കണ്ണുകൾ ഇടുങ്ങുകയും നെറ്റിയിൽ ചുളിവുകളുണ്ടാവുകയും ചെയ്തു.

''ഏകദേശം നാലോ അഞ്ചോ ദശലക്ഷം വാങ്ങിയിരുന്നു എന്ന് തോന്നുന്നു.''

ഉറപ്പില്ലാത്തതിനാൽ സതിൽമിസ് മനക്കണക്ക് ചെയ്തു. ''അല്ല, ആറോ ഏഴോ ആയിരിക്കും.''

''അത് ഒരുപാട് പണമാണല്ലോ! ഇത്രയും പണംകൊണ്ട് അവൻ എന്ത് ചെയ്യുകയായിരുന്നു?''

അവന്റെ നോട്ടം വീണ്ടും സെമലിലേക്ക് പോയി, പക്ഷേ ആ പഴയ കടുപ്പക്കാരനിൽ നിന്ന് തനിക്ക് ഒരു സഹായവും ലഭിക്കില്ലെന്ന് മന സ്സിലായപ്പോൾ, അവൻ പറഞ്ഞു, ''ചൂതാട്ടം. അല്ലാതെന്താ.'' ഒട്ടും ഇഷ്ടമില്ലാത്ത ഒന്നിനെപ്പറ്റി സംസാരിക്കുന്നതുപോലെ അവന്റെ ശബ്ദത്തിന് കയ്പുണ്ടായിരുന്നു ''ഒരുതരം വാതുവെപ്പ്. ഇത് ചില പണക്കാരുടെ വിനോദമാണ്. ധാരാളം പണം ഇറങ്ങുന്നുണ്ട്. പക്ഷേ, അത് ചൂതാട്ടമല്ലെന്നാണ് അവർ പറയുന്നത്. അവർ നടക്കാൻ പോകുന്ന ചില സംഭവങ്ങളെപ്പറ്റി പന്തയം വെക്കുകയാണ്. തിരഞ്ഞെടുപ്പിൽ ആരാണ് വിജയിക്കുക, ബഹിരാകാശ യാത്രികർ സുരക്ഷിതമായി മടങ്ങിവരുമോ? ദേശീയ ടീമിന്റെ ടെക്നിക്കൽ ഡയറക്ടർ ആരായി രിക്കും. മുതലായ കാര്യങ്ങൾ.''

''ഇവർ ഭ്രാന്തന്മാരാണോ?'' സെമൽ ദേഷ്യത്തോടെ ചോദിച്ചു.

''ഭ്രാന്തുണ്ടെന്ന് തോന്നുന്നില്ല. ചൂതാട്ടക്കാർ,'' സതിൽമിസ് വ്യക്ത മാക്കി. ''ചൂതാട്ടം നിയമവിരുദ്ധമാണ്, അതിനാൽ അവർ പുതിയ ഒരു കളി ഉണ്ടാക്കി. യഥാർത്ഥത്തിൽ, അവരെല്ലാം അതിന്റെ അടിമകളാണ്. എന്തായാലും വിദേശത്ത് പോകുമ്പോൾ അവർ ചൂതു കളിക്കാൻ പോയി സമയം കളയുന്നില്ല. ഞങ്ങളുടെ സർജനും അധികം പണ മില്ല. നിങ്ങൾക്ക് പരസ്യങ്ങളിൽ ഒക്കെയുള്ള ആ ബിസിനസുകാരനെ അറിയാമോ? കൻസു ഈ സംഘത്തിൽ ചേർന്നത് അവനിലൂടെയാണ്. അവർ ആരെയും അങ്ങനെ വെറുതെ എടുക്കുകയില്ല. നിങ്ങൾ വിശ്വ സ്തനായിരിക്കണം, ധാരാളം പണമുണ്ടായിരിക്കണം, അവരുടെ സർക്കി ളിൽ നിന്നുള്ള ആളായിരിക്കണം. ആ മനുഷ്യന്റെ മകളുടെ കിഡ്നി മാറ്റിവെക്കൽ നമ്മുടെ സർജനാണ് ചെയ്തത്. അതോടെ അയാൾ കൻസുവിനെ ക്ലബ്ബിൽ കയറ്റി. അയാൾ അവനോട് ഒരു ഉപകാരമാണോ ചെയ്തത് എന്ന് എന്നോട് ചോദിച്ചാൽ അല്ലെന്ന് മാത്രമേ ഞാൻ പറയൂ. പക്ഷേ കൻസുവിന് പരാതിയില്ലായിരുന്നു.''

അത് പറഞ്ഞപ്പോൾ സതിൽമിസിന്റെ കണ്ണുകളിലൂടെ കുസൃതി യുടെ വെളിച്ചം മിന്നിമാഞ്ഞു.

''പിന്നെ, എനിക്കും പരാതികളൊന്നും ഉണ്ടായിരുന്നില്ല. അവർ കാരണം ഞാൻ കുറെ പണം സമ്പാദിച്ചു.'' താൻ ആവശ്യത്തിൽ കൂടു തൽ സംസാരിച്ചോ എന്ന ഭയം മൂലം അയാൾ അല്പനേരത്തേക്ക് നിശ്ശബ്ദനായിരുന്നു.

''ഈ വാതുവെപ്പ് കാരണമല്ല അയാൾ കൊല്ലപ്പെട്ടതെന്ന് ഞാൻ പ്രതീക്ഷിക്കുന്നു.'' അയാൾ നിർത്തി. ''ഇല്ല, ആ സംഘത്തിലെ പണ ക്കാരാരും ഒരു മനുഷ്യനെ കൊല്ലില്ല. എന്തിനാണ് അവർ സ്വയം അപ കടത്തിൽ പെടുന്നത്? എന്തായാലും കൻസു ഒരു സമ്മതനായ വ്യക്തി യായിരുന്നു. എനിക്ക് അയാളെ വർഷങ്ങളായി അറിയാം. ആ മനുഷ്യൻ ആരോടും വഴക്കിടുന്നത് ഞാൻ കണ്ടിട്ടില്ല.''

''ആരോടും?'' ഞാൻ ചോദിച്ചു. ''അയാൾ ആരോടും മോശമായി സംസാരിച്ചിട്ടില്ലേ? അല്ലെങ്കിൽ ഒരിക്കലും പരാതി പറഞ്ഞിട്ടില്ലേ?''

അവൻ കൂടുതൽ ചുവന്നു.

''ആരെക്കുറിച്ചും ആ രീതിയിൽ സംസാരിച്ചിട്ടില്ല. അയാൾക്കറിയാവുന്ന ആളുകളെയൊന്നും എനിക്കറിയില്ല. കൻസു ജോലി ചെയ്തിരുന്ന ഹോസ്പിറ്റലിൽ ഒരിക്കൽ പോലും ഞാൻ പോയിട്ടില്ല. ഒസുസ്കന്റെ ശസ്ത്രക്രിയയെക്കുറിച്ച് ഞങ്ങൾ പുറത്തുവെച്ചാണ് ചർച്ച ചെയ്തത്. അയാൾ മറ്റൊരു സ്ഥലത്തു വച്ചാണ് പരിശോധന നടത്തിയത്. അയാൾ ജോലി ചെയ്ത ആശുപത്രിയിലല്ല.''

ഇത് രസകരമായിരുന്നു.

''അത് എന്തിനാ? അയാൾ സ്വന്തം ഹോസ്പിറ്റലിൽ വച്ചല്ലേ സർജറി ചെയ്യാൻ തീരുമാനിച്ചത്?''

''ഇല്ല. കൊസോവോയിൽ ചെയ്യാം എന്ന് പറഞ്ഞു. അവിടെയുള്ള ഹോസ്പിറ്റൽ കുറേക്കൂടി മെച്ചമായിരുന്നു. പക്ഷേ പിന്നീട് അത് നടന്നില്ല.''

കൊസോവോയിൽ ടർക്കിയിലുള്ളതിനേക്കാൾ മെച്ചപ്പെട്ട ഒരു ആശുപത്രി ഉണ്ടെന്ന വാർത്ത വിചിത്രമായിരുന്നു. പക്ഷേ അത് സാധ്യമായിരുന്നു. അവയവം മാറ്റിവെയ്ക്കുന്നതിനെക്കുറിച്ച് എനിക്ക് യാതൊരു ധാരണയുമില്ലായിരുന്നു. എനിക്ക് അറിയാത്ത വിഷയങ്ങളെക്കുറിച്ച് സംസാരിക്കുന്നതിനേക്കാൾ സർജന്റെ ബന്ധങ്ങളിൽ ശ്രദ്ധ കേന്ദ്രീകരിക്കുന്നത് കൂടുതൽ പ്രയോജനകരമായിരിക്കും എന്ന് തോന്നി.

''കൻസുവിനു കാമുകിമാർ ഒന്നും ഉണ്ടായിരുന്നില്ലേ?''

സതിൽമിസിന്റെ വിശാലമായ മുഖത്ത് ബഹുമാനം പ്രത്യക്ഷപ്പെട്ടു.

''സുഹൃത്തുക്കൾ? വേണമെങ്കിൽ അവരെ സുഹൃത്തുക്കളെന്നു വിളിക്കാം. പക്ഷേ അയാളുടെ ചുറ്റും എപ്പോഴും ധാരാളം പെൺകുട്ടികൾ ഉണ്ടായിരുന്നു. കൻസു തികച്ചും സ്ത്രീകൾക്കിഷ്ടപ്പെടുന്ന തരത്തിലുള്ള ഒരു പുരുഷനായിരുന്നു. വിവാഹിതരായ സ്ത്രീകളും ചെറുപ്പക്കാരായ പെൺകുട്ടികളും അവന്റെ ചുറ്റും എപ്പോഴും അലയുന്നുണ്ടായിരുന്നു.''

ആദ്യം മനസ്സിൽ തോന്നിയ കാര്യം ഞാൻ ചോദിച്ചു.

''വിവാഹിതരായ സ്ത്രീകളെന്ന് നിങ്ങൾ പറഞ്ഞല്ലോ. കൊലയാളി അവരുടെ ഭർത്താക്കന്മാരിൽ ഒരാളായിരിക്കുമോ? അവൻ അങ്ങനെ എന്തെങ്കിലും സംസാരിച്ചിട്ടുണ്ടോ?''

അവന്റെ കറുത്ത കണ്ണുകൾ ഒരു നിമിഷം എന്റെ മുഖത്ത് തങ്ങിനിന്നു.

''ഇല്ല, അയാൾ അങ്ങനെ ഒന്നും പറഞ്ഞിട്ടില്ല. എന്തായാലും അവരെല്ലാം സമൂഹത്തിന്റെ ഏറ്റവും മുകൾത്തട്ടിൽ ഉള്ളവരായിരുന്നു. ഭർത്താക്കന്മാർക്കും അവരുടെ ഭാര്യമാർ എന്തു ചെയ്യുകയായിരുന്നു എന്ന് അറിയാമായിരുന്നുവെന്ന് ഞാൻ കരുതുന്നു. ഇല്ല ചീഫ്. സ്വന്തം ഭാര്യയെ പിമ്പ് ചെയ്യുന്ന പുരുഷന്മാർക്ക് കൊലപാതകം ചെയ്യാൻ ധൈര്യമില്ല.''

''ഈ കൊലപാതകത്തിന് പിന്നിൽ പണമുണ്ടെന്ന് ഞാൻ കരുതുന്നു.'' സെമൽ വീണ്ടും സംഭാഷണത്തിൽ ചേർന്നു. ''നിങ്ങൾ മരിച്ചയാളുടെ കടങ്ങളെപ്പറ്റി പറഞ്ഞുകൊണ്ടേയിരിക്കുന്നു. നേരെ മറിച്ചായാലോ?''

ഞങ്ങൾ രണ്ടുപേരും ശ്രദ്ധയോടെ കേൾക്കുന്നത് കണ്ടപ്പോൾ അയാൾ വലതുകൈയിലെ ഹുക്ക ട്യൂബ് പതുക്കെ വീശി.

''ഒരു വൈകുന്നേരം അവൻ വലിയ തുക സമ്പാദിച്ചെന്നു കരുതുക. ഭാഗ്യം എപ്പോഴാ വന്നു കയറുക എന്നറിയില്ലല്ലോ.'' അയാൾ കണ്ണിറുക്കി. ''നേടിയ ഭാഗ്യം നൽകാതിരിക്കാൻ നിങ്ങളുടെ സർജനെ കൊലപ്പെടുത്തിയാലോ?''

ചുവന്ന മുഖം അതിലെ യുക്തി ഒരു നിമിഷം തിരിച്ചറിഞ്ഞതുപോലെ തോന്നി. പക്ഷേ അവൻ അത് അപ്പോൾത്തന്നെ തിരുത്തി.

''അതൊന്നും സാധ്യമല്ല സെമൽ ചേട്ടാ. അവനോട് വാതുവെപ്പ് നടത്തുന്നവർ പണത്തിനു വേണ്ടി കൊലപാതകം നടത്തില്ല. അവർക്ക് നഷ്ടപ്പെട്ട പണം നമുക്ക് ഭാഗ്യമാണെങ്കിലും അവർക്ക് അതിന് ഒരു പിടി കടലയുടെ വിലയേ ഉള്ളൂ.''

''അവർ എന്തെങ്കിലും പ്രശ്നത്തിൽ അകപ്പെടുകയോ പാപ്പരത്തത്തിന്റെ വക്കിൽ ആവുകയോ ചെയ്തെങ്കിലോ?'' സെമൽ തന്റെ വാദത്തിൽ ഉറച്ചുനിന്നു. ''രക്ഷപ്പെടാൻ വഴിയില്ലാതെ ഒതുക്കപ്പെട്ട ഒരു മനുഷ്യന് എന്തൊക്കെ ചെയ്യാൻ കഴിയുമെന്ന് നിങ്ങൾക്കറിയില്ല.''

അവൻ തല പിന്നിലേക്ക് വെട്ടിച്ചു.

''ഇല്ല. അത് നടക്കില്ല ഈ മനുഷ്യർ ശരിക്കും സമ്പന്നരാണ്. നിങ്ങൾക്ക് ഊഹിക്കാവുന്നതിലും കൂടുതൽ. കുറച്ചു പണത്തിന്റെ പേരിൽ അവർ സ്വയം കുഴപ്പത്തിലാകില്ല.''

എന്നെ അലട്ടുന്ന മറ്റൊരു കാര്യമുണ്ടായിരുന്നു.

''കൻസുവിന്റെ എല്ലാ കടങ്ങളും അടച്ചു തീർത്തു എന്ന് നിങ്ങൾ പറയുന്നു. ദശലക്ഷക്കണക്കിന് ലീറ അയാൾ എവിടെ നിന്ന് കണ്ടെത്തി?''

അയാൾ കൈകാലുകൾ വലിച്ചു നീട്ടി.

''എനിക്ക് ഇതൊക്കെ എങ്ങനെ അറിയാം ചീഫ്? ഒരുപക്ഷേ ചൂതാട്ടത്തിൽ വിജയിച്ചിരിക്കാം. പ്രധാന കാര്യം പണം തിരിച്ചു നൽകി എന്നതാണ്. ചോദ്യം ചോദിക്കാതെയിരുന്നാൽ കള്ളം കേൾക്കേണ്ടിവരില്ല എന്ന് കേട്ടിട്ടില്ലേ?''

''നിനക്ക് ഒരിക്കലെങ്കിലും ഈ രഹസ്യം അറിയണമെന്ന് തോന്നിയില്ലേ? അവൻ അത് അനധികൃതമായി സമ്പാദിക്കുകയാണോ എന്ന സംശയം ഉണ്ടായില്ലേ?''

അവൻ എനിക്ക് വല്ലാത്തൊരു പുഞ്ചിരി സമ്മാനിച്ചു.

''ചീഫ്, ഒരു കഥയുണ്ട്. ഒരാൾ തന്റെ സുഹൃത്തിനോട് ചോദിച്ചു, 'ഹെയ് മനുഷ്യാ, റിഫ്കീ, നിങ്ങളുടെ അമ്മ ഒരു വേശ്യയാണോ?'

റിഫ്കി അതുകേട്ട് അസ്വസ്ഥനായില്ല, അവൻ ചോദിച്ചു, 'ഇപ്പോൾ ഇത് ചോദിക്കാൻ എന്താ കാര്യം സെലാമി?' സെലാമി ചിരിച്ചുകൊണ്ട് പറഞ്ഞു, 'എന്റെ അമ്മ ഇന്നലെ വേശ്യാലയത്തിൽ വെച്ച് നിന്റെ അമ്മയെ കണ്ടു.' റിഫ്കി ശാന്തനായിത്തന്നെ ചോദിച്ചു, 'ശരി, എന്റെ അമ്മ ഒരു വേശ്യയാണെന്ന് തന്നെ പറഞ്ഞോളൂ. പക്ഷേ നിങ്ങളുടെ അമ്മയോ? മാന്യയായ ഒരു സ്ത്രീക്ക് വേശ്യാലയത്തിൽ എന്താണു ജോലി?' ഞങ്ങൾ അങ്ങനെയാണ് ചീഫ്. ഞങ്ങൾ മാന്യമായ രീതിയിൽ പണം സമ്പാദിക്കുന്നില്ല, അതിനാൽ സർജനോട് അദ്ദേഹത്തിന് പണം എങ്ങനെ ലഭിച്ചുവെന്ന് ഞങ്ങൾ ഒരിക്കലും ചോദിക്കില്ല.'' അവൻ തോളുകൾ കുലുക്കി. ''ഞാൻ സത്യം ചെയ്യുന്നു, കൻസുവിന് പണം എവിടെ നിന്ന് ലഭിച്ചുവെന്ന് എനിക്കറിയില്ല. ഒരുപക്ഷേ പന്തയത്തിൽ നേടിയതാകാം.''

അവന്റെ വാക്കുകളുടെ ശക്തി കുറഞ്ഞു തുടങ്ങിയിരുന്നു. ഞാൻ അവനോട് നേരിട്ട് ചോദിച്ചു,

''കൻസുവിനെ കൊന്നത് ആരാണെന്ന് നിങ്ങൾ കരുതുന്നു? അവൻ വഴക്കിട്ടിട്ടുള്ളവരോ അല്ലെങ്കിൽ വൈരാഗ്യമുള്ളവരോ ആയിരിക്കണം. ആ മനുഷ്യൻ ഒരു വിശുദ്ധനല്ല എന്ന കാര്യത്തിൽ സംശയമില്ല.''

''അല്ല, ഒരു തരത്തിലും അല്ല.'' അവന്റെ വികൃതമായ മുഖം പ്രകാശിക്കുന്നതുപോലെ തോന്നി. ''നിൽക്കൂ. ഞാൻ ഇപ്പോൾ ഒരു കാര്യം ഓർക്കുന്നു. ഒരു സംഭവം നടന്നിരുന്നു. ഏതാനും ആഴ്ചകൾക്ക് മുമ്പ്. കൻസു ഞങ്ങളുടെ മസാജ് പാർലറിൽ വന്നു. ഇടയ്ക്കിടെ വരാറുണ്ട്. സാധാരണ പോലെ അവൻ അകത്തു വന്നതിനു ശേഷം ഡോർബെൽ മുഴങ്ങി. ഞങ്ങൾ തുറന്നപ്പോൾ കറുത്ത വസ്ത്രം ധരിച്ച ഒരു സ്ത്രീയെ ആണ് കണ്ടത്. ഞങ്ങൾ അവളെ തടയും മുമ്പ് ആ സ്ത്രീ ബഹളം വെച്ചുകൊണ്ട് സർജന്റെ നേരെ പാഞ്ഞു പോയി. അവൾ നിലവിളിച്ചു, 'എന്റെ മകൻ എവിടെ, നീ അവനെ എന്തു ചെയ്തു? നീ അവന്റെ വൃക്ക എടുത്തു, കൊലപാതകി! അത്യാഗ്രഹിയായ കൊലപാതകി!' ഞങ്ങൾ അവളെ പുറത്താക്കും വരെ ആ സ്ത്രീ ഒരു കൊടുങ്കാറ്റിനെ വെല്ലുന്ന വിധത്തിൽ ബഹളം വച്ചു. ഡോക്ടറുടെ മുഖം പ്രേതത്തെപ്പോലെ വിളറി വെളുത്തിരുന്നു. തീർച്ചയായും എന്താണ് സംഭവിച്ചതെന്നും ആ സ്ത്രീ ആരാണെന്നും ഞാൻ അയാളോട് ചോദിച്ചു. അവൾ ഒരു ഭിക്ഷക്കാരിയാണെന്ന് അയാൾ എന്നോട് പറഞ്ഞു. ഒരു ഭ്രാന്തിയായ ഭിക്ഷക്കാരി. അവൾ തെരുവിൽ വച്ച് പണം ചോദിച്ചെങ്കിലും കൻസു നൽകിയില്ല. അത് അവളെ വിഷമിപ്പിച്ചു, അവൾ അയാളെ പിന്തുടർന്നു. ഞാൻ കൻസു പറഞ്ഞതെല്ലാം വിശ്വസിച്ചു. ഒരു നല്ല ഡോക്ടർ എന്നോട് കള്ളം പറയുന്നതെന്തിന്? ഇപ്പോൾ നിങ്ങൾ ചോദിച്ചപ്പോൾ ഞാൻ അത് ഓർത്തുവെന്നേ ഉള്ളൂ.''

ഒടുവിൽ ഒരു ലീഡിന് അടുത്തെത്തി എന്നു തോന്നി.

''ആ സ്ത്രീപീഡനത്തെക്കുറിച്ച് പറഞ്ഞോ? അതോ അവളുടെ കുട്ടി ബലാത്സംഗം ചെയ്യപ്പെട്ടോ?''

പലിശക്കാരന്റെ കണ്ണുകൾ ആശ്ചര്യത്തോടെ തുറന്നു.

''എന്താ ചീഫ്? ഇല്ല, അവൾ അങ്ങനെയൊന്നും പറഞ്ഞില്ല.'' അവന്റെ നോട്ടം കനത്തു. ''ഇല്ല, കൻസു ഒരിക്കലും അത്തരത്തിലുള്ള ആളായിരുന്നില്ല, അവൻ ഒരുപാട് കുട്ടികളുടെ ജീവൻ രക്ഷിച്ചു, ഇല്ല, അങ്ങനെയൊന്നുമില്ല, ആരാണ് അങ്ങനെ പറയുന്നത്? അവർ യോഗ്യനായ ഒരാളെ ആക്ഷേപിക്കുകയാണ്. എപ്പോഴും സ്ത്രീകൾ ചുറ്റും വട്ടം കറങ്ങുന്ന ഒരു പുരുഷൻ എന്തിനാണ് ഒരു പീഡകനാകുന്നത്?''

സതിൽമിസിന്റെ എതിർപ്പ് വകവയ്ക്കാതെ ഞാൻ തുടർന്നു.

''അവനത് നിന്നിൽ നിന്ന് മറച്ചുവച്ചതാണെങ്കിലോ? ദിവസത്തിലെ ഓരോ മിനിറ്റിലും നിങ്ങൾ കൻസുവിന്റെ കൂടെ ഉണ്ടായിരുന്നോ?''

''തീർച്ചയായും ഇല്ല. പക്ഷേ ഞാൻ മനുഷ്യരുടെ സ്വഭാവം പെട്ടെന്ന് മനസ്സിലാവും. എന്നെ തെറ്റിദ്ധരിക്കരുത്. സെമൽ ചേട്ടൻ പറയുന്നത് പോലെ, ഞാൻ ജീവിതത്തിന്റെ സ്കൂളിൽ നിന്നാണ് ബിരുദം നേടിയത്. ജീവിതത്തിന്റെ ജയിലുകളും ആശുപത്രികളും ഞാൻ കണ്ടു. എന്നോട് ക്ഷമിക്കണം, പക്ഷേ എനിക്ക് ഒരു പിമ്പിനെയും ഒരു തെണ്ടിയെയും വികൃതനെയും മനോരോഗിയെയും കണ്ടാൽ തിരിച്ചറിയാം. ഇല്ല, ചീഫ്, ഡോക്ടർ സ്വഭാവവൈകൃതമുള്ള ഒരാളല്ല. നിങ്ങൾ വേണമെങ്കിൽ കൻസുവിനെ ചൂതാട്ട ഭ്രാന്തൻ എന്ന് വിളിച്ചോളൂ. അയാൾക്ക് ഇച്ഛാശക്തി ഇല്ലെന്ന് പറഞ്ഞോളൂ. പക്ഷേ കൻസു ഒരു പീഡകനാണെന്ന് എന്നെ വിശ്വസിപ്പിക്കാൻ ആർക്കും കഴിയില്ല. ഞാൻ അയാളുടെ കൂടെ എന്റെ അനന്തരവനെ നാട്ടിൽ നിന്ന് കൊസോവോയിലേക്ക് അയച്ചു. ഒസുസ്കാനെ സ്വന്തം മകനെപ്പോലെയാണ് കൻസു നോക്കിയത്.''

''കിഡ്നി സർജറിക്ക് വേണ്ടിയോ? അതാണോ നിങ്ങൾ പറയുന്നത്?''

നിഷ്കളങ്കമായ ഒരു നോട്ടം കൊണ്ട് അയാൾ അത് സമ്മതിച്ചു.

''അതെ ചീഫ്. സർജറിക്ക് വേണ്ടി. പക്ഷേ അത് നടന്നില്ല. അവസാന നിമിഷം എന്തോ കുഴപ്പം സംഭവിച്ചു, അവർ ഒരാഴ്ച കഴിഞ്ഞ് തിരിച്ചെത്തി.''

''എന്തുകൊണ്ട് തുർക്കിക്ക് പകരം കൊസോവോ?''

അയാൾ മുഖം ചുളിച്ചു.

''തുർക്കിയിലെ നിയമങ്ങൾ ഇത്തരം കാര്യങ്ങൾ പ്രയാസമുള്ളതാക്കുന്നു. വൃക്കയ്ക്കായി മാസങ്ങളോളം കാത്തിരിക്കണം. അതിന് പുറമെ ആരോഗ്യമന്ത്രാലയത്തിന്റെ ഇടപെടലുകൾ. ഈ കാര്യങ്ങളൊക്കെ കൻസുവിന് നന്നായി അറിയാമായിരുന്നു. 'വിഷമിക്കേണ്ട, ഞാൻ അത് നോക്കിക്കോളാം.' അദ്ദേഹം പറഞ്ഞു.''

അവൻ ഒരു ദീർഘനിശ്വാസമെടുത്തു.

''കൻസു മരിച്ചുപോയല്ലോ. ഇനി എന്റെ അനന്തരവന്റെ കാര്യം എന്താകും?''

ആരാണ് അത് ചെയ്തതെന്ന് ഞങ്ങൾ കണ്ടെത്തി

ഞാൻ എക്രമിനെ വാതിൽക്കൽ വെച്ച് തന്നെ കണ്ടു. എന്നത്തേയും പോലെ തിരക്ക് തന്നെ അവന്. പറക്കാൻ പഠിക്കുന്ന കടൽക്കാക്ക ക്കുഞ്ഞിനെപ്പോലെ കൈകൾ ഇളക്കി വർത്തമാനം പറയുന്നു. ഉത്സാ ഹിയും സത്യസന്ധനും നിർഭയനുമാണവൻ. അലിക്ക് ശേഷം ഞാൻ ഏറ്റവും വിശ്വസിക്കുന്ന ഉദ്യോഗസ്ഥൻ. അവൻ ഇത്ര ഉന്മാദിയായിരു ന്നില്ലെങ്കിൽ എന്നെനിക്ക് പലപ്പോഴും തോന്നാറുണ്ട്.

''എന്തുപറ്റി, എക്രം?''

''ഞാൻ നിങ്ങളെ കാത്തുനിൽക്കുകയായിരുന്നു ചീഫ്.''

അവൻ ശ്വാസം വിടാതെ പറഞ്ഞു. കെട്ടിടത്തിന്റെ താഴത്തെ നില യിൽ എവിടേക്കോ അവൻ ആംഗ്യം കാണിച്ചു.

''സംശയിക്കപ്പെടുന്നയാൾക്ക് നിങ്ങളോട് സംസാരിക്കണമെന്ന് പറയുന്നു.''

അവൻ എന്താണ് ഉദ്ദേശിച്ചതെന്ന് എനിക്ക് മനസ്സിലായില്ല.

''കഞ്ചാവ് ഇസ്മായിൽ. നമ്മുടെ മാഫിയ മുതലാളി.''

അവൻ എന്താണ് സംസാരിക്കാൻ പോകുന്നതെന്ന് ഞാൻ ചിന്തിച്ചു. ഹികാബിയുടെ നഖത്തിന് താഴെനിന്നെടുത്ത സാമ്പിളുകളുമായി അർദയുടെ ഡിഎൻഎ പൊരുത്തപ്പെടുന്നതായി സെയ്നെപ് പറഞ്ഞി രുന്നു. എന്റെ കണ്ണുകളിലെ ചോദ്യഭാവം കണ്ട എക്രം വീണ്ടും വിശദീ കരിക്കാൻ ശ്രമിച്ചു.

''അവൻ കുറ്റം ഏറ്റുപറയുമെന്നാണ് ചീഫ് തോന്നുന്നത്.''

എനിക്ക് അത്ര വിശ്വാസം തോന്നിയില്ല. അത് എളുപ്പമല്ല എന്നെ നിക്ക് അറിയാമായിരുന്നു. എന്തായാലും ഇയാൾക്ക് എതിരെയുള്ള തെളിവുകൾ ഞങ്ങളുടെ പക്കലില്ലായിരുന്നു. കഞ്ചാവിന് അത് നന്നായി അറിയാമായിരുന്നു. അതുകൊണ്ടാണ് അവൻ എന്നോട് എന്താണു പറയാൻ ആഗ്രഹിച്ചത് എന്നറിയാൻ എനിക്ക് കൗതുകം തോന്നിയത്.

''ശരി. അവനെ അകത്തേക്ക് കൊണ്ടുവരൂ, എന്താണ് പറയുന്ന തെന്ന് നമുക്ക് നോക്കാം.''

ഈ അക്രമി അധോലോകത്തിനെപ്പറ്റിയുള്ള ഏറ്റവും വലിയ രഹസ്യം വെളിപ്പെടുത്താൻ പോകുന്നു എന്ന മട്ടിൽ ആവേശഭരിതനായി എക്രം പോയി. ഞാൻ എന്റെ മേശയുടെ അടുത്തേക്ക് നടന്നു. തല കറങ്ങുന്നതുപോലെ തോന്നിയപ്പോൾ ഞാൻ കീറിയ തുകൽക്കസേരയിൽ ഇരുന്നു കൈമുട്ടുകൾ മേശപ്പുറത്ത് അമർത്തി. വേദനയുടെ ഒരു കുത്തൊഴുക്ക് എന്റെ ശരീരത്തിലൂടെ കടന്നുപോയി. ഞാൻ ക്ഷീണിതനായിരുന്നു. കണ്ണടച്ച് അങ്ങനെ ഇരുന്നപ്പോൾ ദേഹം മുഴുവൻ ഒട്ടുന്ന ചൂട് അനുഭവപ്പെടുന്നുണ്ടായിരുന്നു. വിയർപ്പ് എന്റെ മുതുകിലൂടെ ഒഴുകി. അപ്പോഴാണ് ഇരുട്ടിൽ ഒരു കുട്ടിയുടെ മുഖം തെളിഞ്ഞത്. ഇല്ല, അത് അയ്സുൻ ആയിരുന്നില്ല. അത് അസീസുമല്ല. എനിക്ക് അറിയാത്ത ഒരു പെൺകുട്ടിയായിരുന്നു അത്. അല്ലല്ല, അത് പെൺകുട്ടിയല്ല, ആൺകുട്ടി. അവന്റെ കണ്ണുകൾ ചുവന്ന വെൽവെറ്റ് കൊണ്ട് കെട്ടിവച്ചിരിക്കുന്നു. അവൻ കൈ നീട്ടിക്കൊണ്ട് മുറിയിലൂടെ തപ്പി നടക്കുന്നു. പക്ഷേ, അവന് ജീവനുണ്ടായിരുന്നു. എന്റെ തൊട്ടടുത്ത് എന്നതുപോലെ ആ സാമീപ്യം ഞാൻ അനുഭവിച്ചു. അവന്റെ ശ്വാസം എന്റെ മുഖത്ത് തട്ടിയപ്പോൾ എന്റെ ചുണ്ടുകൾ അറിയാതെ ചലിച്ചു. ''ബ്ലൈൻഡ്മാൻസ് ബഫ്!'' പരിഭ്രമത്തോടെ ഞാൻ കണ്ണുകൾ തുറന്നു. പക്ഷേ മുറിയിൽ മറ്റാരും ഉണ്ടായിരുന്നില്ല. അവസാനം ഞാൻ ഞെട്ടിപ്പിക്കുന്ന പേടിസ്വപ്നങ്ങളും കാണാൻ തുടങ്ങി. അപ്പോഴാണ് ഫോൺ റിങ് ചെയ്യാൻ തുടങ്ങിയത്. അത് എവ്ജീനിയ ആയിരുന്നു.

''ഗുഡ് ഈവനിംഗ് എന്റെ പ്രിയപ്പെട്ടവളേ.''

''ഗുഡ് ഈവനിംഗ് നെവ്സാറ്റ്. നിങ്ങൾ എന്ത് ചെയ്യുകയാ?''

അവളുടെ ശബ്ദം എന്റെ ക്ഷീണമെല്ലാം പറത്തിക്കളഞ്ഞു.

''എനിക്ക് സുഖമാണ് എവ്ജീനിയ. നീ എന്തെടുക്കുകയാണ്?''

''എനിക്കും സുഖമാണ്.''

അവൾ സന്തോഷത്തോടെ സംസാരിക്കാൻ ശ്രമിക്കുകയായിരുന്നു. അവൾ അസ്വസ്ഥയാണെന്ന് ഉടൻ തന്നെ എനിക്ക് മനസ്സിലായി. പക്ഷേ ഞാൻ അത് മനസ്സിലായതായി ഭാവിച്ചില്ല.

''ഞാൻ മേദേനിയെ ഇങ്ങോട്ട് ക്ഷണിച്ചിട്ടുണ്ട്.'' അവൾ തുടർന്നു. ''ഞാൻ ഇന്ന് രാത്രി അസീസിന്റെ വിഷയം ഉന്നയിക്കാൻ പോകുന്നു.''

അവൾ ഒന്നു നിർത്തി.

''നിങ്ങളെന്താ പറയുന്നത്? ഞാൻ വല്ലാതെ തിരക്ക് പിടിക്കുകയാണോ? ഫഹറിന്റെ മരണശേഷം കാര്യങ്ങൾ ശരിയാകുമെന്ന് ഞാൻ കരുതി. ഒന്നുമില്ലെങ്കിലും നമ്മൾ ഒരു കുട്ടിയെ എങ്കിലും രക്ഷിച്ചേക്കും. അത് മേദേനിയോട് പറയണം എന്ന് എനിക്കുണ്ട്. ശരിയല്ലേ? നമുക്ക് അസീസിന്റെ ജീവനെങ്കിലും രക്ഷിക്കാമല്ലോ. വേണമെങ്കിൽ ഞാൻ മേദേനിയെയും ഭാര്യയെയും സാമ്പത്തികമായും സഹായിക്കാം, പക്ഷേ നിങ്ങളും എന്റെ അരികിൽ വേണം. ഈ രാത്രി നിങ്ങൾക്ക് വേറെ

പദ്ധതിയൊന്നും ഇല്ലല്ലോ അല്ലേ? നിങ്ങൾ മേശയ്ക്കരികിൽ ഉണ്ടെങ്കിൽ എനിക്ക് ഇതിനുള്ള ശക്തി കിട്ടും.''

ഞാൻ ക്ഷീണിതനായിരുന്നു. ബ്ലൈൻഡ്മാൻസ് ബഫിന്റെ കേസിൽ മുഴുകി ഭ്രാന്ത് പിടിച്ച അവസ്ഥയിലായിരുന്നു. സ്വയം ഒരു ഡോൺ ആയി കരുതുന്ന ഒരു ഭ്രാന്തനുമായി സംസാരിക്കാൻ പോകുകയായിരുന്നു. എന്നാൽ ഇത്തരമൊരു നിമിഷത്തിൽ എനിക്ക് എവ്ജീനിയയെ ഒറ്റയ്ക്ക് വിടാൻ കഴിഞ്ഞില്ല.

''ശരി, ഞാൻ വരുന്നു, എനിക്ക് ഒരു ചെറിയ ജോലി ചെയ്യാനുണ്ട്. പക്ഷേ അത് പൂർത്തിയായ ഉടൻ ഞാൻ വരാം.''

''വൈകരുത്,'' അവൾ മധുരമായി പറഞ്ഞു. ''ഞാൻ സഗാനാക്കി ഉണ്ടാക്കാൻ പോകുന്നു. നിങ്ങൾക്ക് ഇഷ്ടമാകും. ഇന്ന് കുറച്ച് ചിപ്പികൾ കിട്ടി.''

അവളുടെ ആകുലതകൾക്ക് അല്പം ശമനമുണ്ടായി എന്ന് തോന്നി. ഞാൻ സന്തോഷിച്ചു. ഈ ഭയാനകമായ മാനസികാവസ്ഥയിൽ നിന്ന് സ്വയം രക്ഷപ്പെടാനും ഞാൻ ആഗ്രഹിച്ചു.

''വിഷമിക്കേണ്ട. നീ സഗാനാക്കി ഉണ്ടാക്കുമ്പോൾ എനിക്ക് എങ്ങനെ വൈകി വരാൻ കഴിയും?''

ഫോൺ കട്ട് ചെയ്തപ്പോഴേക്കും വാതിൽ തുറന്നു. ആവേശം കൊണ്ട് കുതിച്ചു ചാടി നടക്കുന്ന എക്രെമിനോടൊപ്പം കഞ്ചാവ് ഇസ്മായിൽ വന്നു. അവൻ പല്ലുകൾ കാട്ടി ചിരിക്കുന്നുണ്ടായിരുന്നു. പക്ഷേ നാണക്കേട് ആ മുഖത്ത് നിഴലിച്ചു. ഞാൻ അത് കണ്ടില്ലെന്ന് നടിച്ച് അവനെ എന്റെ എതിർവശത്തെ കസേരയിലേക്ക് ആനയിച്ചു.

''അകത്തേക്ക് വരൂ ഇസ്മായിൽ. വാ ഇവിടെ ഇരിക്കൂ.''

ഇരിക്കുന്നതിനു മുമ്പ് കഞ്ചാവ് വലതുകൈ നെഞ്ചോട് ചേർത്തു.

''നന്ദി, ചീഫ് ഇൻസ്പെക്ടർ.''

വൃത്താകൃതിയിലുള്ള മുഖത്ത് വിനയത്തോടെയും ആദരവോടെയും അയാൾ പതുക്കെ ഇരുന്നു. ആ കലങ്ങിയ കണ്ണുകൾ ഒളിക്കാൻ ഒരിടം തേടുന്നതായി തോന്നി.

''പറയ് ഇസ്മായിൽ. എന്താണ് പ്രശ്നം?''

അവന്റെ വിശ്വാസമില്ലാത്ത നോട്ടം എക്രെമിലേക്ക് നീങ്ങി. മറ്റൊരാളുടെ മുന്നിൽ വച്ചു സംസാരിക്കാൻ അയാൾക്ക് ഇഷ്ടമില്ല എന്ന് വ്യക്തമായിരുന്നു. ഞാൻ അവനെ പ്രോത്സാഹിപ്പിക്കാൻ പാടില്ലാത്തതാണ്. പക്ഷേ എന്റെ ഉള്ളിലെ ഒരു ശബ്ദം എന്നോട് എക്രെമിനെ പറഞ്ഞു വിടാൻ ആവശ്യപ്പെട്ടു.

''നന്ദി, മകനേ,'' കഞ്ചാവ് എന്ത് പറയും എന്ന് കേൾക്കാൻ ആകാംക്ഷയോടെ കാത്തു നിന്ന എക്രെമിനോട് ഞാൻ പറഞ്ഞു. ''കഴിയുമ്പോൾ ഞാൻ വിളിക്കാം.''

എക്രമിന്റെ നിരാശ പ്രകടമായിരുന്നു, പക്ഷേ അവൻ ഉടനെ അനുസരിച്ചു.

''താങ്കളുടെ ഇഷ്ടം പോലെ ചീഫ്.''

എക്രെം പോയിക്കഴിഞ്ഞപ്പോൾ ഞാൻ കഞ്ചാവിന്റെ വിയർപ്പ് നിറഞ്ഞ മുഖത്തേക്ക് നോക്കി. അവന് തുടക്കം കിട്ടുന്നുണ്ടായിരുന്നില്ല.

''ശരി ഇസ്മായിൽ. മനസ്സിലുള്ളത് പറയൂ.''

എന്നിലേക്ക് അടുക്കാൻ ശ്രമിക്കുന്നതുപോലെ അയാൾ വലതു കൈമുട്ട് മേശപ്പുറത്ത് വച്ചു.

''ചീഫ് ഇത് തെറ്റായ രീതിയിൽ എടുക്കരുത്. പക്ഷേ ഞാൻ നിങ്ങളോട് ഒരു കാര്യം ചോദിക്കാൻ വന്നതാണ്...''

അവൻ അസ്വസ്ഥതയോടെ തന്റെ വിയർക്കുന്ന കഴുത്തിൽ മാന്തി.

''ഞാൻ പറയാൻ പോകുന്നത് യഥാർത്ഥത്തിൽ നിങ്ങളുടെ നേട്ടത്തിനായുള്ള ഒരു കാര്യമാണ്.''

ഒന്നും മിണ്ടാതെ ഞാൻ എതിർവശത്തിരിക്കുന്ന മനുഷ്യനെ തുറിച്ചു നോക്കുന്നത് തുടർന്നു.

''ഞാൻ ഉദ്ദേശിക്കുന്നത്, എന്റെ പിള്ളേര്, അർദയും സെർകാനും നിങ്ങളെ ബുദ്ധിമുട്ടിക്കാതെ കുറ്റസമ്മതം നടത്തിയാൽ ആ വൃത്തികെട്ടവനുമായുള്ള എന്റെ ബന്ധം തുറന്നുകാട്ടാതിരിക്കാമോ? ഞാൻ ഉദ്ദേശിച്ചത്, പേപ്പറുകളിലും മറ്റും രേഖപ്പെടുത്താതെ...''

സാഹചര്യം വ്യക്തമായിരുന്നു. ചെറുപ്പത്തിൽ താൻ പീഡിപ്പിക്കപ്പെട്ട കാര്യം പുറത്ത് അറിയരുത് എന്ന് അവനുണ്ട്. അത് പുറത്തു വന്നാൽ അതോടെ അധോലോകത്തിൽ അവന്റെ കാലം അവസാനിക്കും. എല്ലാവരും കഞ്ചാവ് എന്നതിന് പകരം അവനെ പ്രെറ്റി ഇസ്മയിൽ എന്ന് വിളിക്കും. അലി അവനെ കളിയാക്കിയതുപോലെ അത് അവനെ നശിപ്പിക്കും. ഞാൻ പുറകിലേക്ക് ചാഞ്ഞുകൊണ്ട് ചോദിച്ചു,

''അവരെ ഈ പണി ഏൽപ്പിച്ചത് ആരാണെന്ന് അവർ പറയുമോ? ഹികാബിയെ കഷണങ്ങളായി കീറിമുറിക്കാൻ കാരണമായവന്റെ പേര് അവർ വെളിപ്പെടുത്തുമോ?''

നരകതുല്യമായ ചൂട് നിറഞ്ഞു നിൽക്കുന്ന എന്റെ മുറിയിലൂടെ ഒരു മഞ്ഞു കാറ്റ് വീശിയതുപോലെ അനുഭവപ്പെട്ടു. അവന്റെ കലങ്ങിയ കണ്ണുകൾ മൂർച്ചയുള്ള കത്തികൾ പോലെ എന്നിൽ തറഞ്ഞു നിന്നു. പക്ഷേ അധികം വൈകാതെ അവ വീണ്ടും മയപ്പെട്ടു.

''അങ്ങനെ ചെയ്യരുത് ചീഫ്. അവർ രണ്ടുപേരും കൊലപാതകം ഏറ്റുപറയും, അവർ ചെയ്തതെല്ലാം വിശദാംശങ്ങൾ സഹിതം വിശദീകരിക്കും. അത് പോരേ?''

അവന്റെ ശബ്ദം അല്പം പതിഞ്ഞിരുന്നു.

''അത് പോരാ.'' ഞാൻ പറഞ്ഞു. ''നിങ്ങൾ തന്നെയാണ് യഥാർത്ഥ കുറ്റവാളി. ആ രണ്ട് താന്തോന്നികളും ഇരകളാണ്. കൊലപ്പെടുത്തിയ ഹികാബിയിൽ നിന്ന് അവർ വ്യത്യസ്തരല്ല.''

തന്റെ വലിയ തല പിന്നിലേക്ക് വെട്ടിച്ചു കൊണ്ട് അയാൾ ആക്രോശിച്ചു,

''ഹികാബി ഇരയാണോ? ആ മനുഷ്യൻ ഒരു ബലാത്സംഗവീരനായിരുന്നു. ശരിക്കും വിഴുപ്പ് എന്ന് വിളിക്കാവുന്ന ഒരാൾ. അവൻ എത്ര കുട്ടികളുടെ ജീവിതം നശിപ്പിച്ചുവെന്ന് നിങ്ങൾക്കറിയാമോ? നിന്ദ്യം! നിങ്ങൾക്ക് എന്താണ് വേണ്ടത്? പറയൂ..! പക്ഷേ ഞങ്ങൾ ആ മനുഷ്യനെ കൊന്ന് മനുഷ്യരാശിക്ക് ഒരു ഉപകാരം ചെയ്യുകയാണ് ചെയ്തത്. എത്ര കുട്ടികളുടെ പരിശുദ്ധിയും അഭിമാനവും ഞങ്ങൾ രക്ഷിച്ചുവെന്ന് നിങ്ങൾക്കറിയാമോ? ആകിഫിനെ നോക്ക്. ഭൂമിയിലെ ഏറ്റവും മാന്യനായ ആളുകളിൽ ഒരാളായിരുന്നു അവൻ. ഈ പരിഷ കാരണം അവൻ ഒരു പീഡകനായി. തുടർന്ന് അവൻ കൊല്ലപ്പെട്ടു. ഇതുപോലെ സമൂഹത്തിനെ ദ്രോഹിക്കുന്ന ഒരുത്തനെ കൊന്നതിന് നിങ്ങൾ എനിക്ക് ഒരു മെഡൽ തരികയാണ് വേണ്ടത്. പക്ഷേ നിങ്ങൾ എന്നെ ലോക്കപ്പിൽ അടയ്ക്കാൻ ശ്രമിക്കുകയാണ്.''

അധോലോകത്തലവൻ എന്ന് വിളിക്കപ്പെടുന്ന ഈ മര്യാദകെട്ടവനേക്കാൾ വളരെ സമർത്ഥമായി കാര്യങ്ങൾ ചെയ്യുന്ന ബ്ലൈൻഡ് മാൻസ് ബഫിനെക്കുറിച്ച് ഞാൻ ചിന്തിച്ചു. കൂടുതൽ സങ്കീർണ്ണമായ മാർഗ്ഗങ്ങളിലൂടെ അവൻ കുട്ടികളെ പീഡിപ്പിക്കുന്നവരെ പ്രശംസനീയമായ വൈദഗ്ധ്യത്തോടെ വേട്ടയാടുന്നു. ഈ രീതിയിൽ ചിന്തിക്കുമ്പോൾ ഈ അക്രമപ്രവർത്തനങ്ങൾ മനുഷ്യരാശിക്കുള്ള സേവനമായി കണക്കാക്കാമെങ്കിലും അവ പ്രശ്നം പരിഹരിക്കുന്നില്ല. കഞ്ചാവ് എന്റെ നിശ്ശബ്ദത ശ്രദ്ധിച്ചു. യാതൊരു പ്രോത്സാഹനമായി കണക്കാക്കി അവൻ തുടർന്നു.

''അത് ശരിയല്ലേ ചീഫ്? ഞങ്ങളുടേത് ജനങ്ങൾക്കുവേണ്ടിയുള്ള ഒരുതരം സേവനമാണ്. നിങ്ങൾക്ക് ചെയ്യാൻ കഴിയാത്തത് ഞങ്ങൾ ചെയ്തു, ഈ ഭൂമിയിലെ ഏറ്റവും വൃത്തികെട്ട മനുഷ്യരിൽ ഒരാളെ ശിക്ഷിച്ചു.''

അവൻ പറഞ്ഞത് ശരിയായിരിക്കാം. പക്ഷേ അയാൾ യഥാർത്ഥ പ്രശ്നം മനസ്സിലാക്കുന്നില്ല.

''ഒരു കൊലപാതകം നടന്നിരിക്കുന്നു ഇസ്മയിൽ.'' ഞാൻ വെട്ടിച്ചുരുക്കി. ''ആരാണ് അത് നടത്തിയത്, ആരാണ് പ്രേരിപ്പിച്ചതെന്ന് കണ്ടെത്തുകയാണ് എന്റെ ജോലി. അത് മാത്രമാണ് പ്രധാനം.''

അവന്റെ മുഖത്ത് നിന്ന് കണ്ണെടുക്കാതെ ഞാൻ തലയാട്ടി.

''ആരാണ് അത് നടത്താൻ ആജ്ഞാപിച്ചത് എന്നു ഞങ്ങൾക്കും അറിയാം. പക്ഷേ ആജ്ഞ നടപ്പിലാക്കിയവർ അത് സമ്മതിച്ചിട്ടില്ലാത്തതിനാൽ ഞങ്ങൾക്ക് അത് തെളിയിക്കാൻ കഴിയില്ല. ശക്തമായ

സംശയത്തിന്റെ പേരിൽ എനിക്ക് നിങ്ങളെ പ്രോസിക്യൂട്ടർക്ക് കൈമാറാം. പക്ഷേ മിക്കവാറും നിങ്ങൾ സ്വതന്ത്രനാകാൻ സാധ്യതയുണ്ട്. എപ്പോഴും ചെയ്യുന്നതുപോലെ നിങ്ങൾ കുറ്റം മറ്റാരുടെയെങ്കിലും മേൽ കെട്ടി വെക്കുകയും അതിൽ നിന്ന് രക്ഷപ്പെടുകയും ചെയ്യും. എന്നാൽ അലി കണ്ടുപിടിച്ച നോട്ട്ബുക്ക് കോടതിയിൽ ഞാൻ തെളിവായി ഉപയോഗിക്കും. ഹികാബിയുടെ ഓർമ്മക്കുറിപ്പുകൾ അതിലുണ്ട്. അലി പറഞ്ഞതനുസരിച്ച് ആ അധഃപതിച്ചവൻ എല്ലാം അതിൽ വിശദീകരിച്ചിട്ടുണ്ട്. ഓരോ കുട്ടിയോടും അവൻ ചെയ്ത കാര്യങ്ങൾ.''

ഞാൻ ഒരു ദീർഘനിശ്വാസം എടുത്തു.

''അതെ, ഇസ്മയിൽ, നിർഭാഗ്യവശാൽ അവൻ നിങ്ങളോട് ചെയ്തതെന്താണെന്നും അതിൽ എഴുതിവച്ചിട്ടുണ്ട്.''

അവന്റെ വിയർപ്പ് നിറഞ്ഞ മുഖം ചുവന്നു തുടുത്തു.

''എല്ലാം അതിൽ ഉണ്ട്.'' ഞാൻ തുടർന്നു. ''നോട്ട്ബുക്ക് ഈ കേസിലെ തെളിവുകളുടെ ഭാഗമാണ്. ആഗ്രഹിച്ചാൽ പോലും ഈ യാഥാർത്ഥ്യം മറയ്ക്കാൻ എനിക്ക് കഴിയില്ല. തെളിവുകൾ നശിപ്പിക്കുന്നത് നിയമവിരുദ്ധമാണ്. ഇല്ല, എനിക്ക് അത് ചെയ്യാൻ കഴിയില്ല.''

അവൻ തലയുയർത്തി. ആ കണ്ണുകളിൽ ഒരു തകർന്ന നോട്ടം ഉണ്ടായിരുന്നു. ഒരുപാട് ജീവൻ അപഹരിച്ച കൊലപാതകി ആയിട്ട് പോലും എനിക്ക് അവനോട് സഹതാപം തോന്നി. എന്റെ ഉള്ളിൽ ഉദിച്ച കാരുണ്യം അടക്കി ഞാൻ ആവർത്തിച്ചു.

''ഇതിൽ നിന്ന് മോചനമില്ല ഇസ്മായിൽ. നിങ്ങളുടെ ഭൂതകാലത്തെ അഭിമുഖീകരിക്കാൻ തയ്യാറാവുക.''

അവൻ ഒന്നുരണ്ടു തവണ ഉമിനീർ വിഴുങ്ങി.

''എനിക്കൊന്നിനെയും പേടിയില്ല ചീഫ്.''

അയാൾക്ക് എന്റെ കണ്ണുകളിലേക്ക് നോക്കാൻ കഴിഞ്ഞില്ല. അവന്റെ തല തൂങ്ങിക്കിടന്നു.

''മരണത്തെ, അംഗഭംഗങ്ങളുണ്ടാകുന്നതിനെ, ജയിലിനെ... ഒന്നിനെയുമില്ല. എന്നാൽ ഈ നാറുന്ന വിഷയം. ഇത് എന്റെ ജീവിതത്തിലെ വഴുവഴുപ്പുള്ള, കറപിടിച്ച ഒരു കറുത്ത പാടാണ്. എനിക്ക് ഇതിനെ മറികടക്കാൻ കഴിയില്ല.''

എണ്ണിയെടുക്കാവുന്ന കൺപീലികൾക്കിടയിൽ നിന്ന് കണ്ണുനീർ അവന്റെ മുഖത്തേക്ക് ഒഴുകിയിറങ്ങി.

''ഈ നടന്നതിനൊന്നും ഞാൻ ഉത്തരവാദിയല്ല. ഞാൻ ലൈംഗിക വൈകൃതങ്ങൾ ആസ്വദിക്കുന്ന ഒരുത്തനല്ല. ഞാൻ ഒരു ചെറിയ കുട്ടിയായിരുന്നു. അമ്മയോ അച്ഛനോ ഇല്ല, സർക്കാർ ഞങ്ങളെ ഈ വിചിത്ര മനുഷ്യന്റെ കൈയിൽ ഏൽപ്പിച്ചു. ഞാൻ അവനെ വിശ്വസിക്കാൻ പാടില്ലായിരുന്നു? എന്നിട്ട് എന്ത് ചെയ്യണമായിരുന്നു? എനിക്കൊന്നും

ആദ്യം അറിയില്ലായിരുന്നു. ആ വൃത്തികെട്ടവൻ ഞങ്ങളെ എല്ലാവരെയും ഉപയോഗിച്ചു.''

കരടിയുടെ നഖത്തോട് സാമ്യമുള്ള വിരൽകൊണ്ട് അയാൾ കവിളിലെ കണ്ണുനീർ തുടച്ചു.

''അവൻ ചെയ്തത് വളരെ നീചമായ പ്രവൃത്തിയാണ്. എത്ര വർഷങ്ങൾ കടന്നുപോയാലും എനിക്ക് ഈ മാലിന്യത്തിൽ നിന്ന് മുക്തനാകാൻ കഴിയില്ല.''

കഞ്ചാവ് ഇസ്മയിലിനെ എനിക്കൊരിക്കലും ഇഷ്ടമായിരുന്നില്ല, ഇത്തരമൊരു മനുഷ്യനോട് എനിക്കൊരിക്കലും അടുപ്പം തോന്നില്ല, പക്ഷേ ഒരിക്കൽക്കൂടി കാരുണ്യത്തിന് സമാനമായ ഒരു വികാരം എന്റെ ഉള്ളിൽ ഉണർന്നു. പക്ഷേ ഞാൻ അത് അടിച്ചമർത്തുകയും ഒരു പൊലീസ് ഉദ്യോഗസ്ഥൻ ചെയ്യേണ്ടത് ചെയ്യുകയും ചെയ്തു.

''എനിക്ക് നിനക്ക് തരാൻ ഒരു ഓഫർ ഉണ്ട് ഇസ്മായിൽ.''

വികാരമില്ലാത്ത സ്വരത്തിൽ ഞാൻ പറഞ്ഞു.

''വേണമെങ്കിൽ ഞാൻ നിങ്ങൾക്കായി ഒരു കരാർ ഉണ്ടാക്കാം.''

അവന്റെ നനഞ്ഞ കണ്ണുകൾ പ്രതീക്ഷയാൽ തിളങ്ങി.

''എന്താണീ ഇടപാട്?''

''കൊലപാതകത്തിന് പ്രേരിപ്പിച്ചതായി നിങ്ങൾ സമ്മതിച്ചാൽ,'' ഞാൻ ശാന്തനായി പറഞ്ഞു, ''ഞാൻ പ്രോസിക്യൂട്ടറുമായി സംസാരിക്കും. നിങ്ങൾക്ക് ജയിലിൽ കിടക്കേണ്ടി വരും. പക്ഷേ നിങ്ങളുടെ സൽപ്പേര് സംരക്ഷിക്കാൻ കഴിയും.''

അയാൾക്ക് ആശ്വാസം തോന്നിയെങ്കിലും ഉറപ്പു വരുത്താനായി വീണ്ടും ചോദിച്ചു.

''ജയിലിൽ കിടക്കുന്നത് ഒരു പ്രശ്നമല്ല, പക്ഷേ എനിക്ക് എന്താണ് സംഭവിച്ചതെന്ന് ആരും കണ്ടെത്തില്ലല്ലോ?''

''പ്രോസിക്യൂട്ടർ അംഗീകരിക്കുകയാണെങ്കിൽ, നിങ്ങളെപ്പറ്റിയുള്ള നോട്ട്ബുക്കിന്റെ ഭാഗങ്ങൾ ഞങ്ങൾ ഒളിപ്പിക്കും. അത് ഒരിക്കലും പത്രമാധ്യമങ്ങളിൽ പ്രത്യക്ഷപ്പെടില്ല.''

അവൻ ആകാംക്ഷയോടെ കണ്ണുകൾ അടച്ചു തുറന്നു.

''പ്രോസിക്യൂട്ടർ ഇത് അംഗീകരിക്കുമോ?''

ഞാൻ കൈകൾ ഉയർത്തി.

''എനിക്കറിയില്ല, പക്ഷേ എനിക്ക് പ്രോസിക്യൂട്ടറെ അറിയാം. ന്യായബോധമുള്ള ആളാണ്. അദ്ദേഹം ഞാൻ പറയുന്നത് കേൾക്കുമെന്ന് പ്രതീക്ഷയുണ്ട്. പക്ഷേ എനിക്ക് വാഗ്ദാനങ്ങളൊന്നും നൽകാൻ കഴിയില്ല. നിയമവിധേയമായേ ഇത് ചെയ്യാൻ കഴിയൂ. പക്ഷേ ഒരു കാര്യം മനസ്സിലാക്കണം. അദ്ദേഹത്തെ ബോധ്യപ്പെടുത്താൻ ഞാൻ കഴിയുന്നത് ചെയ്യും.''

''അപ്പോൾ ഇതൊരു കരാറാണ്.'' അവൻ മൂക്ക് കൊണ്ട് പറഞ്ഞു. ''എനിക്ക് നിങ്ങളെ വിശ്വാസമാണ് ചീഫ്.''

ഞാൻ മേശപ്പുറത്ത് കൈകൾ പൂട്ടി വച്ചു.

''ആദ്യം നിങ്ങൾ അർദയെയും സെർക്കനെയും ഹികാബിയെ കൊലപ്പെടുത്താൻ പ്രേരിപ്പിച്ചതായി സമ്മതിക്കണം.''

''ഞാൻ ചെയ്യും,'' അവൻ ആത്മവിശ്വാസത്തോടെ പറഞ്ഞു. ''നിങ്ങൾക്ക് വേണമെങ്കിൽ ഞാൻ ഉടനെ ചെയ്യാം.''

''ഇവിടെയും പ്രോസിക്യൂട്ടറുടെ സാന്നിധ്യത്തിലും...''

അയാൾ മടിച്ചില്ല.

''ശരി, ഞാൻ ചെയ്യാം. എല്ലാവരുടെയും മുന്നിൽ വെച്ച് എന്നെ അപമാനിക്കാത്തിടത്തോളം കാലം നിങ്ങൾ എന്ത് ചോദിച്ചാലും ഞാൻ ചെയ്യും.''

അത് ആനന്ദത്തിന്റേതല്ല, വേദനയുടെ നിലവിളികളാണ്

"ദിവസത്തിന്റെ അവസാനം രക്തം പോലെ തോന്നുന്നു
മുറിവേറ്റ ജീവിതം പോലെ തോന്നുന്നു
ഓ, എന്റെ ഇരുണ്ട സുന്ദരീ
റോസാപ്പൂവിനായി എന്റെ നെടുവീർപ്പ് നല്കാം
ഈ വാനമ്പാടി എന്നെപ്പോലെയാണ്
ഓ, എന്റെ വിചിത്രമായ ഹൃദയമേ..."

സഫിയെ അയ്‌ലയുടെ വരികൾ ടാറ്റവ്‌ലയുടെ മരവാതിലിൽ കൊത്തിവച്ചിരുന്നു. ഞാൻ വൈകിപ്പോയി. കഞ്ചാവ് ഇസ്മയിലിന്റെ പ്രസ്താവന ലഭിക്കാൻ സമയമെടുത്തിരുന്നു. ഈ ജോലി എക്രമിനെ ഏൽപ്പിക്കാൻ എനിക്ക് താല്പര്യമുണ്ടായിരുന്നില്ല. ഇസ്മയിലിന്റെ ജീവിതത്തിൽ ആദ്യമായിട്ടായിരിക്കാം ഒരു പൊലീസ് ഉദ്യോഗസ്ഥൻ ഇത്രയും സത്യസന്ധമായ ഒരു ഇടപാട് വാഗ്ദാനം ചെയ്യുന്നത്. ഹികാബിയെ കൊല്ലാനുള്ള കാരണം മാത്രമാണ് രേഖകളിൽ നിന്ന് ഒഴിവാക്കുന്നത്. പീഡനത്തെക്കുറിച്ച് അയാൾ കുറ്റസമ്മതത്തിൽ വെളിപ്പെടുത്തലുകൾ നടത്തിയില്ല. സുഹൃത്ത് ആകിഫിനെയും അനാഥരായ മറ്റ് കുട്ടികളെയും ആക്രമിച്ചതിനുള്ള പ്രതികാരമായാണ് താൻ ഹിക്കാബിയെ കൊലപ്പെടുത്തിയതെന്ന് ഇസ്മയിൽ പറഞ്ഞു. ഞാൻ കൂടുതൽ ഒന്നിനും അവനെ നിർബന്ധിച്ചില്ല. പ്രോസിക്യൂട്ടർ നാദിർ ഈ വിഷയത്തെക്കുറിച്ച് സംസാരിക്കാനായി വിളിക്കും. മെയ്ഹാനെയുടെ ഇടുങ്ങിയ ഇടനാഴിയിലൂടെ കടന്നുപോകുമ്പോൾ, സഫിയെ അയ്‌ലയുടെ ശബ്ദം കൂടുതൽ കേൾക്കാം.

"എല്ലാം മറയ്ക്കുന്ന രാത്രി
ദുഃഖം അരുവികളെപ്പോലും പൊതിഞ്ഞു കഴിഞ്ഞു
ഓ, എന്റെ ഇരുണ്ട സൗന്ദര്യമേ
സ്നേഹം എന്റെ ഹൃദയത്തിൽ ഒരു വാതിൽ തുറന്നു
ഓ, എന്റെ വിചിത്രമായ ഹൃദയമേ."

ഫ്ളൂറസെന്റ് വിളക്കുകൾ ജ്വലിച്ചു നിൽക്കുന്ന പൂന്തോട്ടത്തിലേക്ക് പോയപ്പോൾ മേശകളെല്ലാം നിറഞ്ഞിരിക്കുന്നതായി ഞാൻ കണ്ടു.

ആദ്യത്തെ ഗ്ലാസുകൾ ഇതിനകം തന്നെ ഒഴിഞ്ഞിരുന്നു. ആളുകൾ ഉന്മത്തരായിരുന്നു. ആവേശം നിറഞ്ഞ സംഭാഷണം എല്ലായിടത്തും ഉയർന്നു കേട്ടു. ആഹ്ലാദഭരിതരായ ആളുകൾക്കിടയിൽ ഞാൻ എവ്ജീനിയയെ തിരഞ്ഞു. ഓരോ കസേരയും പരതിയെങ്കിലും ഫലമുണ്ടായില്ല. എന്റെ പ്രിയതമ അവിടെയെങ്ങും ഉണ്ടായിരുന്നില്ല. അവൾ അടുക്കളയിലായിരിക്കുമെന്ന് കരുതി ഞാൻ അങ്ങോട്ടേക്ക് നടക്കാനൊരുങ്ങുമ്പോൾ പ്രധാന വെയ്റ്ററുടെ പുഞ്ചിരിക്കുന്ന കണ്ണുകൾ എന്റെ മുന്നിൽ പ്രത്യക്ഷപ്പെട്ടു.

''ഹലോ ചീഫ്. സ്വാഗതം...''

''നന്ദി, ഇഹ്സാൻ.''

ഞാൻ വായ തുറക്കുന്നതിന് മുമ്പ് ആരെയാണ് അന്വേഷിക്കുന്നതെന്ന് അയാൾക്ക് മനസ്സിലായി.

''എവ്ജീനിയ മാഡം ഫെറിക്കോയിലേക്ക് പോയിരിക്കുന്നു. ആ സിറിയക്കാരുടെ കൂട്ടത്തിലുള്ള അസീസിനെ കാണാൻ. ആ പെൺകുട്ടി ഏതോ കോണിപ്പടിയിൽ നിന്ന് താഴേക്ക് വീണുവെന്നാണ് തോന്നുന്നത്.''

ഞാൻ നടുങ്ങി.

''ഇതെങ്ങനെ സംഭവിച്ചു? സീരിയസ് അല്ലല്ലോ അല്ലേ?''

ഇഹ്സാന് എന്റെ പ്രതികരണം അമിതമായെന്ന് തോന്നിയിട്ടുണ്ടാവണം.

''ഇല്ല, ഇല്ല ചീഫ്, പെൺകുട്ടി വഴുതി വീണതാണ്. കോണിപ്പടികൾ അത്ര ഉയരമുള്ളവയിരുന്നില്ല. പക്ഷേ, എവ്ജീനിയയെ നിങ്ങൾക്കറിയാമല്ലോ. ആരോഗ്യത്തിന്റെ കാര്യമെടുക്കുമ്പോൾ അവർ കർശന സ്വഭാവിയായി മാറും. അവർക്ക് ആ പെൺകുട്ടിയെ ഒരുപാട് ഇഷ്ടമാണ്. കേട്ടയുടനെ ഡോക്ടർ സോട്ടിരിയെയും പിടിച്ച് ഫെറിക്കോയിയിലേക്ക് ഓടി.''

ഇഹ്സാന്റെ വാക്കുകൾ കേട്ടപ്പോൾ എനിക്ക് ആശ്വാസമായി.

''അവൾ സുഖമായിരിക്കുന്നുവെന്ന് നിങ്ങൾക്ക് ഉറപ്പാണോ? എവ്ജീനിയ അത്ര എളുപ്പത്തിൽ പരിഭ്രാന്തയാകുന്ന ഒരാളല്ല.''

ഇഹ്സാൻ വളരെ ശാന്തനായ ഒരു മനുഷ്യനായിരുന്നു.

''ചീഫ്, ഞാൻ കേട്ടതാണ് നിങ്ങളോട് പറഞ്ഞത്. എനിക്കറിയാവുന്നിടത്തോളം ഇത് ഗൗരവമുള്ള കാര്യമല്ല.''

''ഞാനും പോകണോ എന്നാണ് ആലോചിക്കുന്നത്.''

എന്തിനാ ഇങ്ങനെ വേവലാതിപ്പെടുന്നത് എന്ന മട്ടിൽ അവൻ എന്നെ നോക്കി.

''എവ്ജീനിയ കാത്തിരിക്കാൻ പറഞ്ഞു. ഒരുപക്ഷേ നിങ്ങൾ അങ്ങോട്ട് പോകുമ്പോൾ അവൾ മടങ്ങിവന്നാലോ? നിങ്ങൾ വെറുതെ അവിടെ വരെ പോകും. ഇവിടെ നിങ്ങളുടെ മേശ തയ്യാറാണ്. നിങ്ങൾക്ക് വേണമെങ്കിൽ എവ്ജീനിയ വരും വരെ അവിടെ കാത്തിരിക്കുക.''

അവൻ ജലധാരയുടെ മുകളിലുള്ള ഞങ്ങളുടെ സാധാരണ മേശയിലേക്ക് വിരൽ ചൂണ്ടി. ഒരു വെയ്റ്റർ ഇങ്ങനെ ഉപദേശം നൽകുന്നത് എന്നെ വിഷമിപ്പിച്ചു, ഞാൻ ആ മനുഷ്യന് താക്കീത് കൊടുക്കാൻ ഒരുങ്ങുകയായിരുന്നു. പക്ഷേ രണ്ട് ദിവസം മുമ്പ് ഈ സ്ഥാപനത്തിൽ, വാസ്തവത്തിൽ ഞങ്ങൾ ഇപ്പോൾ നിൽക്കുന്ന സ്ഥലത്ത് തന്നെ മറ്റൊരു മാനസികാവസ്ഥയുമായി നിന്നിരുന്നത് ഞാൻ ഓർത്തു. എവ്ജീനിയ ആ സിറിയൻ പെൺകുട്ടിയെ ദത്തെടുക്കാൻ ആഗ്രഹിക്കുന്നു എന്നത് എനിക്ക് വിചിത്രമായി തോന്നി. വാക്കുകളിൽ പറഞ്ഞറിയിക്കാൻ കഴിഞ്ഞില്ലെങ്കിലും അന്ന് ഒരു പ്രത്യേക വികാരം എന്നിലൂടെ കടന്നുപോയിരുന്നു. എന്നിട്ടും അസീസിനെ കുറിച്ച് ഞാൻ ആശങ്കാകുലനായിരുന്നു. ഇത് വിചിത്രമായി തോന്നിയേക്കാം, പക്ഷേ ഈ ആശങ്ക നല്ലതായിരുന്നു. എവ്ജീനിയയെപ്പോലെ ഞാനും അസീസിനെ സ്നേഹിക്കാൻ തുടങ്ങി. അവളെ അയ്സുന്റെ സ്ഥാനത്ത് കണ്ടു എന്നതിനേക്കാൾ പ്രധാനമായി തോന്നിയത് എനിക്ക് അതിൽ അസ്വസ്ഥത തോന്നിയില്ല എന്നതാണ്. ഒന്നും ചെയ്യാനാവാതെ കൈകൾ കെട്ടി വച്ചിരിക്കുന്നതുപോലെ എനിക്ക് നിൽക്കാൻ കഴിഞ്ഞില്ല. എനിക്ക് അസീസിനെ സഹായിക്കണം.

''എവ്ജീനിയ എപ്പോഴാണ് പോയത്?'' ഞാൻ ചോദിച്ചു.

''രണ്ടു മണിക്കൂർ കഴിഞ്ഞുവെന്ന് തോന്നുന്നു. അവർ വേഗം തിരിച്ചെത്തും.''

ഒരു നിമിഷം ഞാൻ എന്ത് ചെയ്യണമെന്നറിയാതെ നിന്നു. ഇഹ്സാൻ എന്റെ അസ്വസ്ഥത ശ്രദ്ധിക്കുകയും മാന്യമായി ഇങ്ങനെ പറയുകയും ചെയ്തു.

''നിങ്ങൾ വന്ന കാലിൽ നിലക്കുകയാണല്ലോ. ഈ വഴി വരൂ. നിങ്ങളുടെ മേശ ഒഴിഞ്ഞു കിടക്കുന്നു. ഞാൻ പറഞ്ഞല്ലോ, ആ പെൺകുട്ടിക്ക് കാര്യമായി ഒന്നുമില്ല.''

എന്റെ നോട്ടം ഇഹ്സാൻ സൂചിപ്പിച്ച ദിശയിലേക്ക് വഴുതി. ഞങ്ങൾ എപ്പോഴും ഇരിക്കുന്ന മരത്തിന്റെ ചുവട്ടിലെ രണ്ടു പേർക്കായുള്ള മേശയും കസേരകളും വെള്ള നാപ്കിനുകളും ഒഴിഞ്ഞ പ്ലേറ്റുകളും എല്ലാം ചേർന്ന് ''നെവ്സാറ്റ്, ശങ്കിച്ചു നിൽക്കാതെ ഇങ്ങ് വാ'' എന്ന മട്ടിൽ എന്നെ നോക്കി. പക്ഷേ ഞാൻ അവരുടെ വിളി ശ്രദ്ധിച്ചില്ല.

''ശരിയായിരിക്കും ഇഹ്സാൻ,'' ഞാൻ വെയിറ്ററുടെ നേരെ തിരിഞ്ഞു. ''പക്ഷേ ഞാൻ അസീസിനെ കാണാൻ പോകുന്നതാവും നല്ലത്. ചിലപ്പോൾ എനിക്ക് സഹായിക്കാൻ കഴിഞ്ഞേക്കും.''

ആ മനുഷ്യന് എതിർക്കാൻ അവസരം നൽകാതെ ഞാൻ വന്ന വാതിലിലൂടെ പുറത്തേക്ക് നടന്നു. എവ്ജീനിയയുടെ വേദന നിറഞ്ഞ മുഖം കണ്ടപ്പോൾ ഞാൻ നിന്നു. മുറിവേറ്റ ശബ്ദത്തിൽ അവൾ എന്നെ അഭിവാദ്യം ചെയ്തു.

''ഓ, നെവ്സാറ്റ്. നിങ്ങൾ അവസാനം വന്നല്ലോ.''

എന്റെ പ്രണയിനിയുടെ വാടിയ നോട്ടം എന്നെ പരിഭ്രാന്തനാക്കി.

''അസീസിന് സുഖമാണോ?''

അവളുടെ മുഖത്ത് ഒരു വിചിത്ര ഭാവം പടർന്നു.

''നിങ്ങൾക്കും അവളെയോർത്ത് ആശങ്കയുണ്ടോ?''

കുറ്റപ്പെടുത്തലോടെയല്ല അവളത് പറഞ്ഞതെങ്കിലും അത് എന്റെ മനസ്സിൽ തട്ടി.

''തീർച്ചയായും. ഞാനും അവളെ സ്നേഹിക്കുന്നു.''

അവളുടെ കണ്ണുകളിലെ സങ്കടം മാഞ്ഞില്ലെങ്കിലും മുഖമാകെ പുഞ്ചിരി വിടർന്നു.

''എനിക്ക് സന്തോഷമായി. നിങ്ങൾ മനസ്സ് മാറ്റിയത് നന്നായി.''

ഞാൻ എതിർക്കാൻ ശ്രമിച്ചു.

''ഞാൻ മനസ്സ് മാറ്റിയതല്ല, ആദ്യം മുതൽക്കുതന്നെ എനിക്ക് അങ്ങനെ തോന്നിയിട്ടുണ്ട്.''

അവൾ സ്നേഹത്തോടെ എന്റെ കവിളിൽ തൊട്ടു.

''നിങ്ങൾക്ക് അവസാനം ഇങ്ങനെ തോന്നുമെന്ന് എനിക്കറിയാമായിരുന്നു നെവ്സാറ്റ്. തുടക്കത്തിൽ ഉണ്ടാകുന്ന മടി സ്വാഭാവികമാണ്. പക്ഷേ നിങ്ങളും അവളെ സ്നേഹിക്കുന്നുവെന്ന് ഇപ്പോൾ മനസ്സിലായി. അതാണ് നല്ലത്. വിഷമിക്കേണ്ട, അസീസ് നന്നായിരിക്കുന്നു.''

അവൾ തന്റെ നേർത്ത് നീണ്ട വിരലുകൾ കൊണ്ട് കുരിശ് വരയ്ക്കുന്നതു പോലെ ഒരാംഗ്യം കാട്ടി.

''ദൈവത്തിന് നന്ദി. ഒന്നും ഉണ്ടായില്ല. നിങ്ങൾക്ക് ഇത് കേൾക്കുമ്പോൾ കുട്ടിക്കളി എന്ന് തോന്നും. കുട്ടികൾ കോണിപ്പടിയിൽ വച്ചു പരസ്പരം തള്ളിയിടാൻ നോക്കിയതാണ്. അസീസ് പടികളിലൂടെ ഉരുണ്ടു താഴേയ്ക്ക് വീണു. സോട്ടിരി അവളെ പ്രത്യേകം ശ്രദ്ധിക്കുന്നുണ്ട്. കുറച്ച് പോറലുകൾ, ചെറിയ മുറിവുകൾ, അത്രമാത്രമേയുള്ളൂ.''

അപ്പോൾ പിന്നെ എന്തായിരുന്നു പ്രശ്നം? എന്റെ മുഖഭാവത്തിൽ നിന്ന് മനസ്സിൽ എന്താണ് നടക്കുന്നതെന്ന് അവൾ കണ്ടു, പക്ഷേ വിശദീകരിക്കുന്നതിനുപകരം അവൾ എന്റെ കൈ പിടിച്ച് മേശയിലേക്ക് വലിച്ചു.

''വരൂ, നെവ്സാറ്റ്. നമുക്ക് ഇരിക്കാം.''

പക്ഷേ അവൾക്ക് അധിക നേരം പിടിച്ചു നിൽക്കാൻ കഴിഞ്ഞില്ല, രണ്ട് ചുവടുകൾക്കുശേഷം അവൾ എന്നോട് കാര്യം പറഞ്ഞു.

''മേദേനി അതിന് സമ്മതിച്ചില്ല, എനിക്ക് അസീസിനെ തരാൻ അവർക്ക് താല്പര്യമില്ല.''

ഞാൻ കൈ വിടാതെ അവളുടെ നേരെ തിരിഞ്ഞു.

''അവളെ നിനക്ക് തരാൻ താത്പര്യമില്ലേ? അയാൾ അവളെ എങ്ങനെ നോക്കും?''

''എനിക്കറിയില്ല,'' അവൾ തോറ്റതുപോലെ നെടുവീർപ്പിട്ടു. ''എന്നാൽ അയാൾ അവളെ വളർത്തുമെന്ന് ശക്തമായി പറയുന്നു. ജീവിക്കാനുള്ള

ആഗ്രഹം ഉണ്ടാക്കുന്ന ഒരേയൊരു കാര്യം അവൾ മാത്രമാണെന്നാണ് അയാൾ പറഞ്ഞത്. അവർക്ക് ഫഹറിനെ നഷ്ടപ്പെട്ടു, അസീസും പോയാൽ അത് അയാളുടെ ഭാര്യയെ കൊല്ലും.''

അവൾ നിസ്സഹായയായി കൈകൾ മുകളിലേക്ക് നീട്ടി.

''അയാൾ പറഞ്ഞത് ശരിയാണ്. നമ്മളെപ്പോലെ തന്നെ അവർക്കും അവളോട് സ്നേഹമുണ്ട്. ഇങ്ങനെ ഒരു സന്ദർഭത്തിൽ എന്ത് പറയാനാണ്?''

മോർച്ചറിക്കു മുന്നിലെ മേദേനിയുടെ മുഖം എന്റെ കൺമുന്നിൽ തെളിഞ്ഞു. അയാളുടെ നിരാശ, അടിച്ചമർത്തപ്പെട്ട, തളർന്ന മുഖം...

''നിനക്ക് വേണമെങ്കിൽ ഞാൻ മേദേനിയോടു സംസാരിക്കാം. അയാളെ ബോധ്യപ്പെടുത്താൻ ശ്രമിക്കാം.''

അവളുടെയുള്ളിൽ പ്രതീക്ഷയുടെ ഒരു തീപ്പൊരി തെളിഞ്ഞതായി തോന്നി. പക്ഷേ അത് നീണ്ടുനിന്നില്ല. പെട്ടെന്ന് തന്നെ ആ കണ്ണുകളിലെ പ്രകാശം മങ്ങി.

''എനിക്ക് അങ്ങനെ തോന്നുന്നില്ല. അയാൾ നല്ല നിശ്ചയദാർഢ്യത്തോടെയാണ് സംസാരിച്ചത്. ആദ്യമായിട്ടാണ് ഞാൻ മേദേനിയെ ഇത്ര അചഞ്ചലനായി കാണുന്നത്.''

ഇത്തവണ ഞാൻ അവളുടെ കൈയിൽ പിടിച്ചു മെല്ലെ മേശയുടെ അടുത്തേക്ക് വലിച്ചു.

''നമുക്ക് ഇരിക്കാം. നീ അനുവദിച്ചാൽ ഞാൻ അയാളോട് സംസാരിക്കാം.''

ഞങ്ങൾ ടേബിളിൽ എത്തും വരെ അവൾ ഒന്നും പറഞ്ഞില്ല. ഞങ്ങൾക്കിടയിൽ അഗാധമായ നിശ്ശബ്ദത തളംകെട്ടി നിന്നു. അപ്പോഴാണ് ഒരു ഇരമ്പൽ കേട്ടത്. ഞങ്ങളുടെ തലയ്ക്കു മീതെ, ചുറ്റും കലപിലാ ചിലച്ചു കൊണ്ട് പറക്കുന്ന മീവൽപ്പക്ഷികൾ ചാരനിറത്തിലുള്ള ആകാശത്തെ കീറി മുറിച്ചു കൊണ്ട് തലങ്ങും വിലങ്ങും പറന്നു.

''അവർ വളരെ സന്തോഷത്തിലാണ്.'' ഈ രാത്രിയുടെ മ്ലാനതയെ മറികടക്കാനായി ഞാൻ പിറുപിറുത്തു. ''എത്ര മനോഹരമായ പാട്ടുകളാണ് അവർ പാടുന്നത്!''

എവ്ജീനിയ അവളുടെ മുഖം ആകാശത്തേക്ക് ഉയർത്തി.

''അവർ പാടുകയല്ല, നെവ്സാറ്റ്.'' അവളുടെ കണ്ണുകൾ ആ പക്ഷികളിൽ തറഞ്ഞു നിന്നു. ''അവരുടെ സുഹൃത്തുക്കളുടെ മരണത്തിൽ അവർ വിലപിക്കുകയാണ്.''

അവൾ തല താഴ്ത്തി, ആ സങ്കടം നിറഞ്ഞ കണ്ണുകൾ എന്നിൽ തറഞ്ഞു നിന്നു.

''അത് ആനന്ദത്തിന്റേതല്ല, വേദനയുടെ നിലവിളികളാണ്. നിങ്ങൾക്കറിയാമോ, മീവലുകൾ ദേശാടനപ്പക്ഷികളാണ്. വളരെ വേഗത്തിൽ പറക്കാൻ അവയ്ക്ക് കഴിവുണ്ട്. പക്ഷേ ഈ ദേശാടനത്തിനിടയിൽ

നൂറുകണക്കിന് മീവലുകൾ കൊടുങ്കാറ്റിൽ പെട്ടു കൊല്ലപ്പെടുന്നു. വഴിയിൽ നഷ്ടപ്പെട്ട സുഹൃത്തുക്കളുടെ ഓർമ്മയ്ക്കായി തങ്ങൾ എത്തുന്ന രാജ്യങ്ങളിലെ ചൂടുള്ള ആകാശത്ത് പറക്കുമ്പോൾ വേദനയും ദേഷ്യവും കൊണ്ട് അവർ വിലപിക്കാറുണ്ട്. ആ ശബ്ദമാണ് ഈ കേൾക്കുന്നത്.''

''അതൊരു സുന്ദരമായ കഥയാണ്. എവിടെ നിന്നാണത് നിനക്ക് കിട്ടിയത്?'' ഞാൻ ചിരിച്ചു കൊണ്ട് ചോദിച്ചു.

അവളുടെ മുഖത്തെ സങ്കടം വിട്ടുമാറിയില്ല.

''ഞാനത് വായിച്ചതല്ല. മേദേനി പറഞ്ഞു തന്നതാണ്. അവർ സ്വയം മീവലുകളോട് ഉപമിക്കുന്നു. ദേശാടനം നടത്തുമ്പോൾ ഞങ്ങൾക്കും പ്രിയപ്പെട്ടവരെ നഷ്ടപ്പെടുന്നു. പക്ഷേ ഈ പക്ഷികളെപ്പോലെ ഞങ്ങൾക്ക് അത് കൈകാര്യം ചെയ്യാൻ കഴിയാറില്ല.'' അദ്ദേഹം പറഞ്ഞു. ''ആളുകൾക്ക് അസ്വസ്ഥത ഉണ്ടാക്കാതിരിക്കാൻ ഞങ്ങൾ വിലപിക്കുക പോലുമില്ല.''

എന്റെ മുഖത്തെ ശുഭാപ്തിവിശ്വാസം അലിഞ്ഞുപോയി, ഞങ്ങൾ ഇരിക്കുന്നത് വരെ ഞാൻ വാ തുറന്നില്ല. എവ്ജീനിയയുടെ ശബ്ദം നിശ്ശബ്ദത തകർത്തു.

''അയാളെ സമ്മതിപ്പിക്കാൻ കഴിയുമെന്ന് നിങ്ങൾ കരുതുന്നുണ്ടോ?''

ചിന്തയിൽ മുഴുകിയിരുന്നതിനാൽ അവൾ എന്തിനെക്കുറിച്ചാണ് സംസാരിക്കുന്നത് എന്ന് എനിക്ക് പെട്ടെന്ന് മനസ്സിലായില്ല.

''ആര്?''

''മേദേനി. അയാൾ നമുക്ക് അസീസിനെ തരുമോ?''

എനിക്കുറപ്പില്ലായിരുന്നു. ഒട്ടുമില്ലായിരുന്നു. പക്ഷേ ഞാൻ സ്നേഹിക്കുന്ന സ്ത്രീയുടെ മനോവീര്യം തകർക്കാൻ ഞാൻ ആഗ്രഹിച്ചില്ല.

''എനിക്കറിയില്ല, പക്ഷേ ശ്രമിക്കുന്നതിൽ കുഴപ്പമില്ല. മേദേനിക്ക് എന്നെ വിശ്വസമാണ്. ഒരുപക്ഷേ അയാൾ സമ്മതിച്ചേക്കാം.''

ആ പ്രതീക്ഷ അവളുടെ പച്ചക്കണ്ണുകളിൽ വീണ്ടും പ്രകാശം പരത്തി. അത് സന്തോഷമുള്ള ഒരു കാര്യമായിരുന്നു. ഞാൻ വീണ്ടും വിഷയം മാറ്റി.

''എന്തായാലും നമ്മൾ ഇത് പരിഹരിക്കും. അസീസിനെക്കുറിച്ച് എന്നോട് കൂടുതൽ പറയൂ.''

''അസീസ് സുഖമായിരിക്കുന്നു, പക്ഷേ മറ്റൊരു കുട്ടി മരിച്ചു.''

അവൾ നെടുവീർപ്പിട്ടു.

''ഫെറിക്കോയിയിലെ അഭയകേന്ദ്രത്തിൽ നിന്നുള്ള അഭയാർത്ഥികളുടെ കുട്ടി. ഒരു മാസമായി അവനെ കാണാതായിരുന്നു. ഇപ്പോൾ സാരിയറിൽ മൃതദേഹം കണ്ടെത്തി.''

''ഫഹറിനെ പോലെ...''

''ഈ കുട്ടി മുങ്ങിമരിച്ചതല്ല. നായ്ക്കൾ അവനെ ഒരു വനപ്രദേശത്തു നിന്ന് കുഴിച്ചെടുത്തു. അവർ കുട്ടിയെ കൊന്നതിനുശേഷം രഹസ്യമായി കുഴിച്ചിട്ടു.''

ഞാൻ ശ്രദ്ധയോടെ കേൾക്കുന്നത് കണ്ടിട്ട് അവൾ കൂടുതൽ വിശദീകരിച്ചു.

''അവന്റെ അവയവങ്ങൾ എടുത്തതായി തോന്നുന്നു.''

എവ്ജീനിയ പറഞ്ഞത് കേട്ടപ്പോൾ മോർച്ചറിയിലെ മുനീറിന്റെ വാക്കുകൾ എന്റെ ചെവിയിൽ മുഴങ്ങി.

''ചീഫ്, ഇപ്പോൾ ഒരു പ്രത്യേക സാഹചര്യമുണ്ട്. സിറിയൻ കുടിയേറ്റക്കാരെ ഉപയോഗിച്ച് അവയവക്കച്ചവടം തകൃതിയായി നടക്കുന്നു. ഒരു അന്താരാഷ്ട്ര ശൃംഖല തന്നെ ഈ ആളുകളെ കബളിപ്പിക്കാൻ ഇറങ്ങിയിട്ടുണ്ട്. ഓരോ തരം അവയവങ്ങൾക്കും പ്രത്യേക മാർക്കറ്റ് ഉണ്ട്. ഈ ബിസിനസ് നമുക്ക് സങ്കൽപ്പിക്കാൻ കഴിയുന്നതിലും വലുതാണ്.''

ഞാൻ ആശയക്കുഴപ്പത്തിലായി. മുനീർ മേദേനിയെ സംശയിക്കുന്നത് ശരിയാണെങ്കിൽ? ശരിക്കും ആ വൃദ്ധൻ തന്നെ ആണോ ഫഹറിന്റെ കിഡ്നി മാർക്കറ്റിൽ എത്തിച്ചത്? അതിനർത്ഥം അസീസിന്റെ ജീവൻ അപകടത്തിലാണെന്നാണ്.

''എന്താണ് സംഭവിച്ചത് നെവ്സാറ്റ്? നിങ്ങൾ എന്താണ് ചിന്തിക്കുന്നത്?''

എന്റെ ചിന്തകൾ ചിതറിപ്പോയത് അവൾ ശ്രദ്ധിച്ചു.

''ഇല്ല, ഒന്നുമില്ല, ഈ ആളുകളുടെ അവസ്ഥയിൽ എനിക്ക് വിഷമം തോന്നുന്നു.''

അവൾ എന്റെ വാക്കുകൾ മുഖവിലയ്ക്കെടുത്തു.

''ഇത് ശരിക്കും ഒരു വലിയ ദുരന്തമാണ്. അവർക്ക് പ്രതിരോധിക്കാൻ മാർഗ്ഗമില്ല. വിശന്ന ചെന്നായ്ക്കൾക്കിടയിൽ കുടുങ്ങിയ കലമാൻ കൂട്ടം പോലെയാണവർ.''

ഞാൻ നിസ്സഹായനായി തലയാട്ടി.

''അവർ ചെന്നായ്ക്കൾക്കിടയിൽ താമസിച്ചിരുന്നെങ്കിൽ മതിയായിരുന്നു. ഇപ്പോഴത്തെ അവസ്ഥ അതിലും മോശമാണ്. അവർ മനുഷ്യരാണെന്ന് അവകാശപ്പെടുന്ന രാക്ഷസന്മാരുടെ കൂട്ടത്തിൽ കുടുങ്ങിപ്പോയിരിക്കുന്നു.''

എന്റെ ചിന്ത മുഴുവൻ മരിച്ച കുഞ്ഞിനെക്കുറിച്ചായിരുന്നു.

''അവന്റെ അവയവങ്ങൾ എടുത്തു എന്ന് അവർക്ക് ഉറപ്പാണോ? ഒരു കുട്ടിയുടെ മൃതദേഹം കണ്ടെത്തിയല്ലോ. ആ കേസാണ് ഞാൻ ഉദ്ദേശിച്ചത്.''

എന്റെ താത്പര്യം മനസ്സിലാക്കാൻ കഴിയാതെ എവ്ജീനിയ വിശദീകരിച്ചു.

''അതെ, കുട്ടിയുടെ അച്ഛൻ മേദേനിയോട് അങ്ങനെ പറഞ്ഞു. ശരീരത്തിൽ ആന്തരിക അവയവങ്ങൾ ഇല്ലായിരുന്നു. എന്താ? നിങ്ങൾക്ക് എന്തിനാണ് ഈ വിവരങ്ങൾ?''

''അതൊന്നും സാരമില്ല. ആകെ സങ്കടം തോന്നുന്നു.''

ഞാൻ വിഷയം മാറ്റാൻ ശ്രമിച്ചു കൊണ്ട് പറഞ്ഞു.

''രാത്രി മുഴുവൻ എന്നെ ഈ ടേബിളിന്റെ മുന്നിൽ ഇരുത്താനാണോ നിന്റെ പദ്ധതി?''

അവൾ ചുവന്നു തുടുത്തു.

''അല്ലല്ല. നിങ്ങൾ ഇരിക്കൂ. ഞാൻ അടുക്കളയിലേക്ക് ഒന്ന് ഓടിപ്പോയിട്ട് വരാം. നിങ്ങൾക്ക് കഴിക്കാൻ എന്തെങ്കിലും തരാം.''

എവ്ജീനിയ പോയ ഉടനെ ഞാൻ മൊബൈൽ എടുത്ത് മുനീറിനെ വിളിച്ചു.

''ഗുഡ് ഈവനിംഗ് ചീഫ്.'' അവൻ പറഞ്ഞു. ''എന്ത് സഹായമാണ് വേണ്ടത്?''

''ഹായ് മുനീർ. ഞാനൊരു വാർത്ത കേട്ടു. ഇത് സത്യമാണോ? ഫെറിക്കോയിൽ സിറിയൻ അഭയാർത്ഥികളിൽ ഒരാളുടെ മകൻ മരിച്ചതായി കണ്ടെത്തിയോ?''

''അത് സത്യമാണ് ചീഫ്.''

''എന്ത് തോന്നുന്നു? കൊലപാതകമാണോ?''

''അങ്ങനെ പറയാം. മരിക്കുന്നതിന് മുമ്പ് ഓപ്പറേഷൻ നടത്തിയിരുന്നു. മിക്കവാറും ഓപ്പറേഷനിൽ ജീവൻ നഷ്ടപ്പെട്ടിരിക്കാം. എല്ലാ വിശദാംശങ്ങളും പോസ്റ്റ്മോർട്ടം റിപ്പോർട്ടിലുണ്ട്. ആൺകുട്ടിയുടെ ആന്തരിക അവയവങ്ങൾ കാണാനില്ല.''

എനിക്ക് പിടിച്ചു നിൽക്കാനായില്ല.

''തന്തയില്ലാത്തവന്മാർ. കുഞ്ഞുങ്ങളെ കൊല്ലുന്ന വൃത്തികെട്ട ദ്രോഹികൾ.''

''അതെ. ഈ ആളുകൾ ക്രൂരന്മാരാണ്, പക്ഷേ വിചിത്രമായ ഒരു കാര്യമുണ്ട്. ഒരു മാസം മുമ്പാണ് ശസ്ത്രക്രിയ നടന്നത്. അതിനാൽ കുറഞ്ഞത് മുപ്പത് ദിവസമെങ്കിലും മുൻപ് കുട്ടിയെ കാണാതായിരുന്നു. അത് അപ്പോൾ തന്നെ വീട്ടുകാർ പൊലീസിൽ അറിയിച്ചില്ല. അതിലും രസകരമാണ് ഇപ്പോഴത്തെ അവസ്ഥ. അവർക്ക് നിയമ നടപടികൾക്ക് താത്പര്യമില്ല.''

''എന്താണ് ഈ പറയുന്നത്? നിങ്ങൾ വീട്ടുകാരോട് സംസാരിച്ചോ?''

''ഞാൻ കുറച്ച് കഴിഞ്ഞ് അങ്ങോട്ട് പോകും.''

അവന്റെ ശബ്ദത്തിൽ സംശയങ്ങൾ നിറഞ്ഞു നിന്നിരുന്നു.

''മറ്റൊരു പ്രധാന കാര്യം. അന്ന് മോർച്ചറിയിൽ വന്ന ആ മനുഷ്യനും ഫെറിക്കോയിലെ അഭയാർത്ഥികളിൽ ഒരാളായിരുന്നില്ലേ?''

ഒടുവിൽ, സംഭവത്തിൽ എനിക്കിത്ര താത്പര്യം എന്തുകൊണ്ടാണെന്ന് അയാൾക്ക് മനസ്സിലായി.

''അത് ശരിയാണ്. മേദേനി അതേ സ്ഥലത്താണ് താമസിക്കുന്നത്. അയാൾക്ക് ഇതുമായി എന്തെങ്കിലും ബന്ധം ഉണ്ടാകുമോ?''

ഫോൺ ലൈനിന്റെ ഇപ്പുറത്ത് നിന്ന് അവൻ കോപത്തോടെ നെടു വീർപ്പിടുന്നത് ഞാൻ കേട്ടു.

''ഉണ്ടെങ്കിൽത്തന്നെ അവർ അത് അംഗീകരിക്കില്ല ചീഫ്. ജീവിക്കാൻ വേണ്ടി ആളുകൾ അവരുടെ കുട്ടികളെ കഷണങ്ങളായി വിൽക്കുന്നു. ലോകം ലജ്ജിക്കണം.''

അയാൾക്ക് ഉറപ്പായിരുന്നു. എനിക്ക് അസ്വസ്ഥത തോന്നി.

''അങ്ങനെ പറയരുത് മുനീർ. ആർക്കും ഇത്രയും ക്രൂരനാകാൻ കഴിയില്ല.''

അവൻ കയ്പ്പോടെ ചിരിച്ചു.

''ഫെറിക്കോയിയിലേക്ക് വരൂ. എന്താണ് സംഭവിക്കുന്നതെന്ന് സ്വന്തം കണ്ണുകൊണ്ട് കാണൂ.''

എന്റെ വാച്ചിൽ സമയം 9:47 p.m എന്ന് തെളിഞ്ഞു നിന്നു.

''ശരി. നമുക്ക് അവിടെ വച്ചു കാണാം.''

ഞാൻ ഫോൺ വച്ചു. എന്റെ നോട്ടം വീണ്ടും ഈയ നിറത്തിലുള്ള ആകാശത്ത് തങ്ങളുടെ മരിച്ചുപോയ സുഹൃത്തുക്കളുടെ പേരുകൾ വിളിച്ച് കരയുന്ന മീവലുകളിൽ പറ്റിനിന്നു.

ഞങ്ങൾ വളരെക്കാലം മുമ്പ് മരണത്തെ അഭിമുഖീകരിച്ചു

ഫെറിക്കോയിലെ അഭയാർത്ഥി സങ്കേതത്തിനു മുന്നിലെ ആളൊഴിഞ്ഞ സ്ഥലത്ത് ഞാൻ കാർ പാർക്ക് ചെയ്തപ്പോഴേക്കും സമയം രാത്രി 11:42 ആയിരുന്നു. എത്ര നിർബന്ധിച്ചിട്ടും എവ്ജീനിയ എന്നെ നേരത്തെ പോകാൻ അനുവദിച്ചില്ല.

''നിങ്ങൾ എങ്ങോട്ടാ പോകുന്നത്? ഇപ്പൊ വന്നതല്ലേയുള്ളൂ നെവ്സാറ്റ്.''

എനിക്ക് പോകണമെന്ന് ഞാൻ അവളോട് പറഞ്ഞു. അവൾ എതിർത്തു. അതിനാൽ വിശദമായി പറയാതെ ഞാൻ എന്റെ സാഹചര്യം വിശദീകരിച്ചു. ആ പച്ചക്കണ്ണുകൾ വിടർന്നു. അവൾ ചോദിച്ചു,

''അവർ സ്വന്തം കുട്ടികളുടെ അവയവങ്ങൾ വിൽക്കുന്നുവെന്നോ?''

''ഇതുവരെ ഉറപ്പായിട്ടില്ല, ഒരു ഊഹം മാത്രം.'' ഞാൻ പറഞ്ഞു.

എന്റെ മിടുക്കിപ്പെണ്ണ് അങ്ങനെ വിട്ടു കൊടുക്കില്ല.

''അത് ശരിയാണെങ്കിൽ അവിടെ പോകാനായി നിങ്ങൾ എന്നെ വിട്ടു പോവില്ല.''

എന്ത് പറയണം എന്നറിയാതെ ഞാൻ ഇരുന്നപ്പോൾ അവൾ സാഹചര്യങ്ങൾ ഊഹിച്ചുവെന്ന് തോന്നുന്നു. ആ സുന്ദരമായ മുഖം ഭയത്താൽ വികൃതമായി.

''അസീസ്..! അവർ അസീസിനോടും അങ്ങനെ ചെയ്യുമോ?''

ഞാൻ പേടിച്ചത് ഇതായിരുന്നു.

''നിൽക്കൂ, കുറച്ചൊന്നു കാത്തിരിക്കൂ. ഇത്ര പെട്ടെന്ന് കാര്യങ്ങൾ ഊഹിക്കരുത്. എന്താണ് സംഭവിക്കുന്നതെന്ന് ഞങ്ങൾക്കറിയില്ല. അതിനാലാണ് ഞാൻ ഫെറിക്കോയിയിലേക്ക് പോകുന്നത്. എന്തെങ്കിലും അറിഞ്ഞാൽ ഉടൻ തന്നെ ഞാൻ നിന്നോട് പറയും.''

അവളുടെ മുഖത്തെ ആശങ്ക അല്പംപോലും മാറിയില്ല.

''നിങ്ങൾ അവളെ സംരക്ഷിക്കണം,'' അവൾ അപേക്ഷിച്ചു. ''നമുക്ക് അവളെ രക്ഷിക്കണം.''

ഞാൻ കൈ നീട്ടി അവളുടെ കൈയിൽ പിടിച്ചു. അസഹ്യമായ ചൂടിലും അതിന് മഞ്ഞുപോലെ തണുപ്പായിരുന്നു.

''വിഷമിക്കേണ്ട, ആരും അസീസിനെ ഉപദ്രവിക്കില്ല. അവളെ സംരക്ഷിക്കുമെന്ന് ഞാൻ നിന്നോട് വാഗ്ദാനം ചെയ്യുന്നു.''

ഈ വാചകം ഉളവാക്കിയ ശുഭാപ്തിവിശ്വാസത്തോടെ, അവൾ നേരത്തെ പോകാൻ അനുവദിച്ചു. ലാവെൻഡർ മണമുള്ള ആ ശരീരം ഞാൻ ആശ്ലേഷിച്ചപ്പോൾ എന്ത് വിവരം ലഭിച്ചാലും അവളെ അറിയിക്കണമെന്ന് അവൾ വീണ്ടും ആവശ്യപ്പെട്ടു.

''ദയവായി, നെവ്സാറ്റ്, നിങ്ങൾ കേൾക്കുന്നതെല്ലാം എന്നോട് പറയണെ. അല്ലെങ്കിൽ ഞാൻ ആകാംക്ഷ കൊണ്ട് മരിക്കും.''

കേൾക്കുന്നതെന്തും അവളുമായി പങ്കിടാൻ കഴിയുമോ എന്ന് ഞാൻ സംശയിച്ചു, കാരണം ഞാൻ കേൾക്കുന്നത് അവളെ കൂടുതൽ സങ്കടപ്പെടുത്തും എന്ന് എനിക്ക് ഉറപ്പുണ്ടായിരുന്നു. പക്ഷേ അങ്ങനെ ചെയ്യാമെന്ന് ഞാൻ വാഗ്ദാനം ചെയ്തു. എനിക്ക് എത്രയും പെട്ടെന്ന് ഫെറിക്കോയിയിലെത്തുകയും എന്താണ് സംഭവിക്കുന്നതെന്ന് എത്രയും വേഗം കണ്ടെത്തുകയും വേണമായിരുന്നു.

ഞാൻ അഭയാർത്ഥികളുടെ ഷെൽട്ടറിൽ എത്തിയപ്പോൾ വളരെ വൈകി. മുൻവശത്തെ ആളൊഴിഞ്ഞ മൈതാനത്ത് പാർക്ക് ചെയ്തിട്ട് മൂത്രത്തിന്റെ അമിതമായ ദുർഗന്ധത്തിൽ നിന്ന് രക്ഷപ്പെടാൻ ഞാൻ അതിന് കുറുകെ പാഞ്ഞു. ഷെൽട്ടറിലേക്കുള്ള പ്രവേശന കവാടത്തിലെ ബൂത്തിന് പുറത്ത് ഒരു കസേരയിൽ ഇരുന്നുറങ്ങുന്ന ഗാർഡിന് മുന്നിൽ ഞാൻ എന്റെ ഐഡി പ്രദർശിപ്പിച്ചു. തടിയൻ കാവൽക്കാരന്റെ ഉറക്കമെല്ലാം അത് കണ്ടതോടെ പറപറന്നു.

''ഈ വഴി വരൂ സർ. ഇൻസ്പെക്ടർ മുനീർ അകത്ത് നിങ്ങളെ കാത്തിരിക്കുന്നു.''

അയാൾ ചൂണ്ടിക്കാണിച്ച ഇരുണ്ട ഇടനാഴിയിലൂടെ ഞാൻ ഒരു ചെറിയ പൂന്തോട്ടത്തിലേക്ക് കടന്നു. രണ്ട് യൂണിഫോം ധരിച്ച ഓഫീസർമാരും ഷെൽറ്ററിൽ നിന്നുള്ള മറ്റൊരു കാവൽക്കാരൻ ആണെന്ന് തോന്നിച്ച പൂർണ്ണമായും കഷണ്ടിക്കാരനായ ഒരാളും മുനീറിനൊപ്പം ഉണ്ടായിരുന്നു, ചുവന്ന ലൈറ്റുകൾ കത്തി നിന്ന ടെന്റിലെ സോഫയിൽ എല്ലാവരും കൂടിയിരുന്നു ചായ കുടിക്കുകയായിരുന്നു. എന്നെ കണ്ടയുടനെ മുനീർ തന്റെ ചായ ഗ്ലാസ് മരം കൊണ്ടുണ്ടാക്കിയ മേശയിൽ വെച്ച് എഴുന്നേറ്റു. മറ്റുള്ളവരും അവനെ അനുകരിച്ചു.

''ഹലോ, ചീഫ്.''

ഞാൻ അവന്റെ കൈ പിടിച്ചു കുലുക്കി.

''ക്ഷമിക്കണം മുനീർ. ഞാൻ വൈകിപ്പോയി.''

അവന്റെ നിഴൽ വീണ കണ്ണുകളിൽ നാണക്കേട് തെളിഞ്ഞു.

''ഇല്ല ചീഫ്, ഞങ്ങളും ഇവിടെ എത്തിയതേയുള്ളൂ. കൃത്യസമയത്ത് ഇറങ്ങാൻ കഴിഞ്ഞില്ല. ഈ ബ്യൂറോക്രസിയുടെ നൂലാമാലകൾ എങ്ങനെയാണെന്ന് നിങ്ങൾക്കറിയാമല്ലോ.''

അവന്റെ നോട്ടം ലൈറ്റിട്ട കെട്ടിടത്തിലേക്ക് പോയി.

"കബീറും ഭാര്യയും ഇതുവരെ വന്നില്ല. കുട്ടിയുടെ അമ്മയും അച്ഛനും. ഒരു പക്ഷേ അവർ വരുന്നുണ്ടാവും. വരൂ ഇരിക്കൂ."

ഞാൻ ഇരുന്നപ്പോൾ അവൻ മൊട്ടത്തലയനെ ചൂണ്ടിക്കാണിച്ചു.

"ഇതാണ് ഈ സ്ഥലത്തിന്റെ മാനേജർ മക്സുത് ചേട്ടൻ."

ഞാൻ മക്സുതിനോട് കണ്ണുകൊണ്ട് ഹലോ പറഞ്ഞു. അവൻ മാന്യമായ പുഞ്ചിരി എനിക്ക് സമ്മാനിച്ചു.

"സ്വാഗതം ചീഫ്..."

കൂടുതൽ പറയാൻ മുനീർ അനുവദിച്ചില്ല.

"നല്ല ഒന്നാന്തരം ചായയുണ്ട് ചീഫ്. കഴിഞ്ഞ തവണ ഞാൻ ഇത് ഇതുപോലെയാണ് ഉണ്ടാക്കി കഴിച്ചത്, ഞാൻ സിനാക്കിൽ ഡ്യൂട്ടിയിലായിരുന്നപ്പോൾ മരിച്ചുപോയ നമ്മുടെ റൂഹി അത് ഇങ്ങനെയായിരുന്നു ഉണ്ടാക്കിയിരുന്നത്."

സത്യത്തിൽ ഇത്രയും കടുപ്പമുള്ള ചായ കുടിച്ചിട്ട് കാലമേറെയായി. മൂന്ന് ഗ്ലാസ്സൊക്കെ അടുപ്പിച്ച് കുടിച്ചാൽ എനിക്ക് ഹൃദയമിടിപ്പ് വർദ്ധിക്കുന്നത് പോലെ അനുഭവപ്പെടും. പിന്നീട് ഉറങ്ങാൻ കഴിയില്ല. എന്നിട്ടും ഞാൻ സന്തോഷത്തോടെ പറഞ്ഞു.

"തീർച്ചയായും ഞാൻ ഒരു ഗ്ലാസ്സ് കുടിക്കാം."

തൊട്ടടുത്തുള്ള മരമേശയിലെ ചെറിയ ഗ്യാസ് അടുപ്പിൽ ചായ തിളച്ചുമറിയുന്ന നേരത്ത് എന്റെ നോട്ടം കുടിയേറ്റക്കാർ താമസിക്കുന്ന കെട്ടിടത്തിലായിരുന്നു. മിക്ക ലൈറ്റുകളും അണഞ്ഞ ആ വൃത്തികെട്ട കെട്ടിടം ദൗർഭാഗ്യകരമായ അവസ്ഥയിലായിരുന്നു.

"ഇരയുടെ കുടുംബവുമായി നമ്മൾ എങ്ങനെ ആശയവിനിമയം നടത്തും?"

മുനീറിന്റെ നേരെ തിരിഞ്ഞു ഞാൻ ചോദിച്ചു.

"വിവർത്തകനുണ്ടോ?"

മക്സുത് കെറ്റിൽ കൈയിൽ പിടിച്ച് എഴുന്നേറ്റു നിന്ന് വിശദീകരിച്ചു,

"കബീറിന്റെ ഭാര്യ അയ്ബർ തുർക്ക്മെൻ വിഭാഗത്തിൽപ്പെട്ടതാണ്. അവർ സിറിയയിൽ അധ്യാപികയായിരുന്നു. നമ്മുടെ ഭാഷ നന്നായി സംസാരിക്കും."

"അത് കൊള്ളാം," മുനീർ ആശ്വാസത്തോടെ പറഞ്ഞു. "അല്ലാത്ത പക്ഷം നമ്മൾ കുഴപ്പത്തിലാവും. സ്റ്റേഷനിൽ ഞങ്ങൾ കൈകാര്യം ചെയ്യുന്ന പ്രശ്നങ്ങൾ നിങ്ങൾക്ക് ചിന്തിക്കാൻ കൂടി കഴിയില്ല. മിക്ക സിറിയക്കാർക്കും ടർക്കിഷ് അറിയില്ല. അറബി സംസാരിക്കുന്ന ഒരാളെ ഞങ്ങൾ കണ്ടെത്തണം. നിങ്ങൾക്കറിയാമോ ചീഫ്? സംസ്ഥാനത്തിന് അതിനായി ബജറ്റ് ഇല്ല. ഒരു വിവർത്തകനെ കണ്ടെത്താൻ യാചിക്കുകയും അപേക്ഷിക്കുകയും വേണം. പ്രത്യേകിച്ച് കൊലപാതകം

പോലെയുള്ള കുറ്റകൃത്യങ്ങൾ ആണെങ്കിൽ അത് ഒഴിച്ചു കൂടാൻ കഴിയില്ല. ചില മനുഷ്യർ തന്റെ കുറ്റം മറയ്ക്കാൻ വേണ്ടി ടർക്കിഷ് സംസാരിക്കാനറിയില്ല എന്ന് നടിക്കാൻ വരെ പ്രാപ്തിയുള്ളവരാണ്.''

മക്സുത് ട്രേയിലെ ഗ്ലാസിന്റെ മൂന്നിലൊന്ന് കടും ചുവപ്പ് ദ്രാവകം കൊണ്ട് നിറച്ചതിന് ശേഷം തന്റെ സ്വതന്ത്രമായ കൈ തിളയ്ക്കുന്ന കെറ്റിലിലേക്ക് നീട്ടിക്കൊണ്ട്

''ബെർസിസും കൊല്ലപ്പെട്ടോ?'' എന്ന് ചോദിച്ചു. ഒരു വിഡ്ഢിത്തം നിറഞ്ഞ ചിരിയോടെ അവൻ വ്യക്തമാക്കാൻ ശ്രമിച്ചു.

''കുട്ടിയെ കാണാതായെന്ന് ഞങ്ങൾക്കെല്ലാം അറിയാം. ദിവസങ്ങളായി അവന്റെ ഒരു വിവരവുമില്ല...''

''ബെർസിസ് എങ്ങനെയുള്ളവനായിരുന്നു?''

മുനീർ ഇടയ്ക്ക് കയറി.

''നിങ്ങൾക്ക് ആ കുട്ടിയെ അറിയാമോ?''

അവന്റെ വിഡ്ഢിത്തം നിറഞ്ഞ പുഞ്ചിരി ദയനീയമായി മാറി.

''എനിക്ക് അവനെ നന്നായി അറിയില്ലായിരുന്നു, പക്ഷേ എനിക്ക് അവനെപ്പറ്റി അറിയാമായിരുന്നു. എല്ലാവർക്കും അവനെക്കുറിച്ച് അറിയാമായിരുന്നു. അവൻ ഒരു മാലാഖയായിരുന്നു. അവനു ഡൗൺ സിൻഡ്രോം ഉണ്ടായിരുന്നു. എപ്പോഴും പുഞ്ചിരിക്കുന്ന, എപ്പോഴും ശാന്തനായ ഒരു കൊച്ചു മാലാഖ.''

ഒരു നിമിഷത്തേക്ക് അയാളുടെ കണ്ണുകൾ കുടിയേറ്റക്കാരുടെ കെട്ടിടത്തിൽ തറഞ്ഞു നിന്നു.

''എനിക്ക് വെറുതെ കുറ്റം ആരോപിക്കാൻ താത്പര്യമില്ല. പക്ഷേ അവർക്ക് ഇതിൽ പങ്കുണ്ടെന്ന് ഞാൻ കരുതുന്നു.''

അങ്ങനെയൊരു സാധ്യതയെക്കുറിച്ച് അറിയാമായിരുന്നിട്ടും മുനീർ ആശ്ചര്യപ്പെട്ടു.

''എന്ത്? കാര്യങ്ങൾ നടന്നതു പോലെ പറയൂ...''

ഉദ്ദേശിച്ചാലും ഇല്ലെങ്കിലും ആ ശബ്ദം പരുഷമായിരുന്നു. പക്ഷേ അത് മക്സുതിനെ ഒട്ടും അലോസരപ്പെടുത്തിയില്ല. അയാൾ ശാന്തമായിത്തന്നെ കെറ്റിലിൽ നിന്ന് തിളച്ച വെള്ളം സമയമെടുത്ത് എന്റെ ഗ്ലാസിലേക്ക് ഒഴിച്ചു. കെറ്റിൽ വീണ്ടും അടുപ്പിൽ വെച്ചിട്ട് അതിൽ ചായ കൂട്ടുന്ന പാത്രം വച്ചിട്ട് അയാൾ പറഞ്ഞു.

''ഞാൻ സത്യം ചെയ്യുന്നു, ഇവിടെ എന്തോ വിചിത്രമായ ബിസിനസ്സ് നടക്കുന്നുണ്ട് സർ. ഞങ്ങൾ അതിൽ ഇടപെടാറില്ല കാരണം അത് ഞങ്ങളുടെ ജോലിയല്ല. ഈ ആളുകൾ ശരിക്കും കഷ്ടപ്പെടുകയാണ്. സംഭവിക്കുന്നതെല്ലാം നിങ്ങൾ കേട്ടാൽ... ആളുകൾ എങ്ങനെയെങ്കിലും അതിജീവിക്കാൻ ശ്രമിക്കുന്നു. അവരിൽ ചിലർ യാചിക്കുന്നു, ചിലർ അവരുടെ മാനം വിൽക്കുന്നു, മറ്റുള്ളവർ അവരുടെ കുട്ടികളുടെ വൃക്കകൾ വിൽക്കുന്നു...''

അവൻ എന്തോ സൂചന നൽകുകയിരുന്നു.

''നിങ്ങൾ എന്താണ് ഉദ്ദേശിക്കുന്നത്? ബെർസിസിന്റെ കുടുംബം അവന്റെ വൃക്കകൾ വിറ്റോ? അത് നിങ്ങൾക്ക് എങ്ങനെ അറിയാം?''

മക്സുത് സംസാരിക്കാൻ ഒന്നു മടിച്ചു.

''ഞാൻ കണ്ടില്ല, അല്ലെങ്കിൽ ചർച്ചകൾ നേരിട്ട് കണ്ടില്ല. പക്ഷേ ഒരു കറുത്ത ബിഎംഡബ്ല്യു ഇവിടെ കുറച്ച് തവണ വന്നു. അവർ ബെർസിസിനെയും അവന്റെ പിതാവ് കബീറിനെയും കൂട്ടിപ്പോവുകയും അവരെ പിന്നീട് തിരികെ കൊണ്ടുവരികയും ചെയ്തു. അതിനു ശേഷം ആ കുടുംബത്തിന്റെ കയ്യിൽ കുറച്ചു പൈസ ഉള്ളതുപോലെ തോന്നി. 'ബാക്കിയുള്ളത് വരണം,' അവർ മറ്റ് സിറിയക്കാരോട് പറയുന്നത് ഞാൻ കേട്ടു. 'ഞങ്ങൾ ഒരു വീട് വാങ്ങിയിട്ട് ഈ സ്ഥലത്തുനിന്ന് ഉടൻ തന്നെ പോകും. ഞാൻ കേട്ടത് നിങ്ങളോട് പറയുക മാത്രമാണ്...''

അപ്പോഴാണ് ഇരുട്ടിൽനിന്ന് ആരോ വരുന്ന കാലൊച്ച കേട്ടത്. തിരിഞ്ഞു നോക്കിയപ്പോൾ രണ്ടു പേർ വരുന്നത് കണ്ടു. രൂപങ്ങൾ കൂടുതൽ വ്യക്തമാവുകയും മുഖങ്ങൾ വെളിച്ചത്തിന് കീഴിൽ തെളിയുകയും ചെയ്തു. അത് ഒരു പുരുഷനും സ്ത്രീയും ആയിരുന്നു. വിളറിയ നിറവും ഇരുണ്ട കണ്ണുകളുമുള്ള ആ മനുഷ്യൻ ഉയരമുള്ളവനായിരുന്നു. നാൽപ്പതിനടുത്ത് പ്രായം വരും. ആ സ്ത്രീ ഒരു ഇരുണ്ട സുന്ദരിയായിരുന്നു. ശരിക്കും സുന്ദരി. അവളിലുണ്ടായിരുന്ന കനത്ത ദുഃഖത്തിന് പോലും ആ ശരീരത്തിന്റെ സൗന്ദര്യം നശിപ്പിക്കാൻ കഴിഞ്ഞില്ല. ഇരുവരുടെയും മുഖങ്ങളിൽ അഗാധമായ ഉത്കണ്ഠ ഉണ്ടായിരുന്നു. ഈ രാത്രിയിൽ തങ്ങളെ കിടക്കയിൽ നിന്ന് എഴുന്നേൽപ്പിച്ചത് എന്തായിരിക്കുമെന്ന് അവർ ചിന്തിച്ചിരിക്കണം. ആ മനുഷ്യന്റെ വലിയ ഇരുണ്ട കണ്ണുകൾ ആദ്യം മുനീറിലേക്കും പിന്നീട് എന്നിലേക്കും നീണ്ടു. അയാൾ വലതു കൈ നെഞ്ചിൽചേർത്ത് അഭിവാദ്യം ചെയ്തു.

മുനീർ പ്ലാസ്റ്റിക് കസേരകൾ കാണിച്ചുകൊണ്ട് പറഞ്ഞു.

''വരൂ, ഇരിക്കൂ.''

അയാൾക്ക് ഒരു സങ്കോച ഭാവമായിരുന്നു. ആ സ്ത്രീ ഇരുന്നപ്പോൾ അയാൾ അവളുടെ അരികിൽ ഇരുന്നു. മുനീർ ആ മനുഷ്യനെ തുറിച്ചുനോക്കിയിട്ട് നേരെ ചാടിക്കയറിച്ചോദിച്ചു.

''കബീർ... നിങ്ങളാണോ കബീർ?''

''അതെ...''

ആ മനുഷ്യൻ ചെറുതായി ഒന്നു പുഞ്ചിരിച്ചു.

''ഞാൻ കബീറാണ്.''

''ഞാൻ അയ്ബറാണ്, കബീറിന്റെ ഭാര്യ'' എന്ന് ചോദിച്ചില്ലെങ്കിലും സ്ത്രീ പറഞ്ഞു. ഉച്ചാരണം ഒരു പ്രത്യേക തരത്തിലായിരുന്നുവെങ്കിലും ശരിയായ ടർക്കിഷ് ഭാഷയിൽ തന്നെയാണ് അവർ സംസാരിച്ചത്. അപ്പോഴാണ് ആ സ്ത്രീയുടെ ശബ്ദത്തിലെ ധൈര്യം ഞാൻ ശ്രദ്ധിച്ചത്. അത് ധൈര്യമായിരുന്നില്ല, ദേഷ്യമായിരുന്നു.

"കൊള്ളാം." മുനീർ അത് ശ്രദ്ധിക്കാതെ പറഞ്ഞു.

അവൻ കബീറിന് നേരെ തിരിഞ്ഞു.

"നിങ്ങൾക്ക് ടർക്കിഷ് മനസ്സിലാകുമോ?"

ആ മനുഷ്യൻ പരിഭ്രമത്തോടെ ചിരിച്ചു.

"ഇല്ല, വളരെ കുറച്ച്."

"എനിക്ക് മനസ്സിലാകും."

അയ്ബർ പറഞ്ഞു.

"നിങ്ങൾ ചോദിക്കൂ, ഞാൻ പരിഭാഷപ്പെടുത്താം."

അവളുടെ സ്വരം ഒട്ടും സൗമ്യമായിരുന്നില്ല. അതിൽ ഒരു വെല്ലുവിളി മുഴങ്ങി. മുനീറിന് ദേഷ്യം വരുമെന്നും ചർച്ചയുടെ ഗതി മാറുമെന്നും ഞാൻ ഭയന്നു.

"ഞാൻ കൊലപാതകങ്ങൾ അന്വേഷിക്കുന്ന വകുപ്പിലാണ് ജോലി ചെയ്യുന്നത്."

ഞാൻ പറഞ്ഞു. അങ്ങനെ കാര്യങ്ങൾ ആരംഭിച്ചു.

"ഞങ്ങൾ നിങ്ങളുടെ മകനെക്കുറിച്ച് അന്വേഷിക്കാനാണ് വന്നത്. ബെർസിസ്. നിങ്ങളുടെ നഷ്ടത്തിൽ എനിക്ക് വിഷമമുണ്ട്."

ആ സ്ത്രീയുടെ വിശാലമായ കറുത്ത കണ്ണുകളിൽ മഞ്ഞ് മൂടിയതുപോലെ തോന്നി. പക്ഷേ അവൾ പിടിച്ചു നിന്നു. ഉത്തരം പറയുന്നതിനുപകരം അവൾ എന്റെ വാക്കുകൾ അവളുടെ ഭർത്താവിന് പരിഭാഷപ്പെടുത്തി. കബീർ അത് ശ്രദ്ധയോടെ കേട്ട് അറബിയിൽ എന്തോ പറഞ്ഞുകൊണ്ട് തല കുനിച്ചു.

"എന്റെ ഭർത്താവ് നിങ്ങൾക്ക് നന്ദി പറയുന്നു."

അയ്ബർ ഞങ്ങളുടെ നേരെ തിരിഞ്ഞു പറഞ്ഞു.

"നമുക്ക് എന്ത് ചെയ്യാൻ കഴിയും, ഇത് വിധിയാണ്."

"ഇത് വിധി ആണെന്ന് തോന്നുന്നില്ല.' മുനീറിന്റെ സ്വരം കുറ്റപ്പെടുത്തുന്നതായിരുന്നു.

"നിങ്ങളുടെ മകന്റെ ആന്തരികാവയവങ്ങൾ ആരോ മോഷ്ടിച്ചു. അത് ഒരു കൊലപാതകമാണെന്ന് ഞങ്ങൾ സംശയിക്കുന്നു."

ആ സ്ത്രീ ഒട്ടും ആശ്ചര്യപ്പെട്ടില്ല, പക്ഷേ അവളുടെ കണ്ണുകളിൽ നിന്ന് കണ്ണുനീർ ഒഴുകി, അവൾ പരിഭാഷപ്പെടുത്താൻ ഭർത്താവിലേക്ക് തിരിഞ്ഞു. കബീറും ആശ്ചര്യപ്പെട്ടില്ല. തന്റെ മുഖത്ത് അപമാനം നിഴലിച്ചതിനാൽ അവൻ കണ്ണു മാറ്റി. എന്റെ സഹപ്രവർത്തകൻ തുടർന്നു.

"ഒരു മാസമായി ബെർസിസിനെ കാണാനില്ല. എന്തുകൊണ്ടാണ് നിങ്ങൾ പൊലീസിൽ വിവരമറിയിക്കാതിരുന്നത്?"

ആ സ്ത്രീ നീണ്ട കൺപീലികൾ ആകാംക്ഷയാൽ പിടഞ്ഞു.

''ഞങ്ങൾ അത് ചെയ്തിരുന്നുവെങ്കിലോ? ആരെങ്കിലും ഞങ്ങളോട് മനുഷ്യരെപ്പോലെ പെരുമാറുന്നുണ്ടോ? ഞങ്ങളുടെ കാണാതായ കുട്ടിയുടെ കാര്യത്തിൽ ആരാണ് താൽപ്പര്യം കാണിക്കാൻ പോകുന്നത്?''

മുനീറിന്റെ ശാന്തത നഷ്ടപ്പെടാൻ പോവുകയാണെന്ന് എനിക്ക് മനസ്സിലായി.

''ആരാണ് താൽപ്പര്യം എടുക്കുക എന്നോ? ഞങ്ങൾ താൽപ്പര്യമെടുക്കും. സിറിയയെക്കുറിച്ച് എനിക്കറിയില്ല, പക്ഷേ ഇവിടെ ഞങ്ങൾക്ക് ഒരു സർക്കാരുണ്ട്, ഞങ്ങൾക്ക് നിയമങ്ങളുണ്ട്, ഞങ്ങൾക്ക് പൊലീസുണ്ട്.''

''അത് പറയാൻ എളുപ്പമാണ്.''

അയ്ബർ തന്റെ ശബ്ദത്തിലെ പ്രതിഷേധം മറയ്ക്കാതെ പറഞ്ഞു.

''ഞങ്ങൾ എന്താണ് അനുഭവിക്കുന്നതെന്ന് നിങ്ങൾക്കറിയാമോ? അതിജീവനത്തിനായി ഞങ്ങൾ ചെയ്ത ത്യാഗങ്ങൾ നിങ്ങൾക്കറിയാമോ?''

''നന്ദികെട്ടവരാകരുത്.'' മക്സുത് പറഞ്ഞു,

''നോക്കൂ, ഈ രാജ്യം നിങ്ങൾക്കുവേണ്ടി കൈകൾ തുറന്നു പിടിച്ചു. നിങ്ങൾ ഇവിടെ താമസിക്കുന്നു, നിങ്ങൾക്ക് കിടക്കാൻ സ്ഥലമുണ്ട്, ഭക്ഷണമുണ്ട്...''

ആ സ്ത്രീയുടെ കണ്ണുകൾ ജ്വലിക്കുന്നുണ്ടായിരുന്നു. അവൾ മക്സുതിലേക്ക് തിരിഞ്ഞു. വാക്കുകൾ അവളുടെ തൊണ്ടയിലുണ്ടായിരുന്നു. പക്ഷേ പറയാൻ ആഗ്രഹിച്ചത് ആഴത്തിൽ കുഴിച്ചിടുന്നതുപോലെ വിഴുങ്ങിയിട്ട് അവൾ ഒരു ദീർഘനിശ്വാസമെടുത്തു.

''നിങ്ങൾ പറഞ്ഞത് ശരിയാണ്,'' അവൾ കീഴടങ്ങിയ ശബ്ദത്തിൽ പറഞ്ഞു. ''നന്ദി. ഈ രാജ്യം ഞങ്ങളെ സ്വീകരിച്ചു. ശരിയാണ്, ഞങ്ങൾക്ക് താമസിക്കാൻ സ്ഥലമുണ്ട്. ഞങ്ങൾക്ക് ഭക്ഷണമുണ്ട്. ദൈവം നിങ്ങളെ അനുഗ്രഹിക്കട്ടെ. ഞങ്ങൾ നന്ദിയുള്ളവരാണ്.''

താൻ ചെയ്യുന്നതിനോ പറയുന്നതിനോ ഒരു ഫലവും ഉണ്ടാകില്ലെന്ന് അറിയാവുന്ന ഒരാളുടെ നിസ്സഹായതയോടെ അവൾ പിന്മാറി.

''നിങ്ങൾക്ക് എത്ര കുട്ടികളുണ്ട്?'' ഞാൻ വിനയത്തോടെ ചോദിച്ചു. ''ബെർസിസിന് സഹോദരങ്ങൾ ഉണ്ടല്ലോ അല്ലേ?''

മറുപടി പറയണോ വേണ്ടയോ എന്ന് അവൾ ആലോചിക്കുകയാണ് എന്ന് തോന്നി.

''മൂന്ന്...''

ഒടുവിൽ മറുപടി പറഞ്ഞിട്ട് അവൾ പെട്ടെന്ന് കരയാൻ തുടങ്ങി. കുറച്ച് നേരം നിശ്ശബ്ദമായി കണ്ണുനീർ ഒഴുക്കിയിട്ട് അവൾ തന്റെ കറുത്ത ശിരോവസ്ത്രത്തിൽ കണ്ണുകൾ തുടച്ചു.

''ക്ഷമിക്കണം.''

മൂക്കുപിടിച്ചുകൊണ്ട് അവർ പറഞ്ഞു.

''അതായത്, ഞങ്ങൾക്ക് മൂന്ന് കുട്ടികളുണ്ടായിരുന്നു. രണ്ടു പേര് അവശേഷിക്കുന്നു. ഒരു മകൻ, ഒരു മകൾ. ഇപ്പോൾ രണ്ട്.''

മേശയ്ക്കു ചുറ്റും നിശ്ശബ്ദത പടർന്നു.

''ഞാൻ വിഷമിപ്പിക്കാൻ ആഗ്രഹിക്കുന്നില്ല, ക്ഷമിക്കണം. നിർഭാഗ്യവശാൽ ഞങ്ങൾക്ക് ഇതിനെപ്പറ്റി നിങ്ങളോട് ചർച്ചചെയ്യണം. ബെർസിസ് ആയിരുന്നുവോ ഏറ്റവും പ്രായം കൂടിയ കുട്ടി?''

''അതെ'' അവൾ പറഞ്ഞു. ''അവൻ ഏറ്റവും മൂത്തതും ശാന്തനും നിഷ്കളങ്കനുമായിരുന്നു. ബെർസിസ് രോഗിയായിരുന്നു. അവൻ അധികനാൾ ജീവിക്കില്ലെന്ന് ഡോക്ടർമാർ പറഞ്ഞു.''

''അതുകൊണ്ടാണോ നിങ്ങളുടെ മകനെ അവയവ മാഫിയയ്ക്ക് വിറ്റത്?''

മുനീറിന്റെ വാക്കുകൾ മിന്നൽപ്പിണർ പോലെ നിശ്ശബ്ദതയുടെ നടുവിൽ തറച്ചു. ആ സ്ത്രീക്ക് സഹിക്കാനായില്ല.

''സർ, സർ..!'' അവൾ അലറി. ''ഞങ്ങളെക്കുറിച്ച് നിങ്ങൾക്ക് എന്തറിയാം? മൂന്ന് കുട്ടികളുമായി ഒരു വിദേശ രാജ്യത്ത് താമസിക്കുന്നതിനെക്കുറിച്ച് നിങ്ങൾക്ക് എന്തറിയാം? കൈകളിൽ തോക്കും നീയമവുമായി നിങ്ങൾ ഇപ്പോൾ എന്റെ മുന്നിൽ നിൽക്കുന്നു. ശരി നടക്കട്ടെ, ഞങ്ങളെ അറസ്റ്റ് ചെയ്യ്. ഞങ്ങളെ ജയിലിൽ അടയ്ക്ക്. ഇപ്പോൾ താമസിക്കുന്ന ജയിലിൽ നിന്ന് അതിന് എന്താണ് വ്യത്യാസം?''

അവൾ ദേഷ്യത്തോടെ മക്സുതിലേക്ക് കണ്ണുകൾ തിരിച്ചു.

''ഞങ്ങൾക്ക് ഈ രാജ്യം ആതിഥ്യമരുളിയതിന് നന്ദി. എന്നാൽ എല്ലാ രാത്രിയും പെൺകുട്ടികൾ വേശ്യാവൃത്തിക്ക് പോകുന്നത് നിങ്ങൾ കാണുന്നില്ലേ? എല്ലാ ദിവസവും രാവിലെ കുട്ടികൾ ഭിക്ഷാടനത്തിന് പോകുന്നത് നിങ്ങൾ കാണുന്നില്ലേ?''

''ദയവായി...'' മക്സുത് പറയാൻ തുടങ്ങി.

''ദയവായി ഇടപെടാതിരിക്കൂ.'' ഞാൻ ആ മനുഷ്യനെ നിശ്ശബ്ദനാക്കി.

''പക്ഷേ ചീഫ്...'' അവൻ പറഞ്ഞു തുടങ്ങി. ഞാൻ അവന്റെ നേർക്ക് മഞ്ഞു പോലെ തണുത്ത ഒരു നോട്ടംഅയച്ചു. മക്സുത് പിന്മാറി. ഞാൻ ദേഷ്യപ്പെടുന്നത് കണ്ടപ്പോൾ മുനീറും സ്വയം നിയന്ത്രിച്ചു.

''നിങ്ങളുടെ സാഹചര്യങ്ങൾ വളരെ ബുദ്ധിമുട്ടാണ് എന്ന് ഞാൻ മനസ്സിലാക്കുന്നു, അയ്ബർ മാഡം.''

''ബുദ്ധിമുട്ടോ? ഈ സ്ഥലം നരകമാണ് സർ. ഞങ്ങൾ നരകത്തിലാണ് ജീവിക്കുന്നത്.''

''ഇത് കുറച്ചു കൂടുതലാണ്,'' മക്സുത് വീണ്ടും പറയാൻ തുടങ്ങി.

''ഒട്ടും കൂടുതലല്ല. ദ്വാരങ്ങൾ നിറഞ്ഞ ബോട്ടുകളിൽ ആളുകൾ കടലിൽ പോകുന്നത് എന്തിനാണെന്ന് നിങ്ങൾ കരുതുന്നു? കുടുംബങ്ങൾ എന്തിനാണ് മരണത്തെപ്പോലും വെല്ലുവിളിക്കുന്നത് എന്നാണ്

നിങ്ങൾ കരുതുന്നത്? സന്തോഷമാണെങ്കിൽ അവർ ആ മരണയാത്ര നടത്തുമോ? ഞാൻ നിങ്ങളെ കുറ്റപ്പെടുത്തുന്നില്ല. ദൈവം ഒരിക്കലും ആരെയും വീടില്ലാത്തവരും രാജ്യമില്ലാത്തവരും ആക്കാതിരിക്കട്ടെ. അതിനെക്കുറിച്ചാണ് ഞാൻ സംസാരിക്കുന്നത്.''

അവൾ കുറ്റപ്പെടുത്തുന്ന ഒരു നോട്ടം നോക്കി.

''ഞങ്ങൾ ബെർസിസിനെ വിറ്റു. അതെ, ഞങ്ങളുടെ സ്വന്തം കൈ കൊണ്ട്. അവർ അവന്റെ ഒരു വൃക്ക എടുത്തിട്ട് ഞങ്ങൾക്ക് ധാരാളം പണം നൽകും, ആ പണം കൊണ്ട് ഞങ്ങൾ ഞങ്ങൾക്കായി ഒരു പുതിയ ജീവിതം കെട്ടിപ്പടുക്കുമെന്നായിരുന്നു പ്രതീക്ഷ. പക്ഷേ അത് നടന്നില്ല. എന്റെ കുഞ്ഞ് ആട്ടിൻകുട്ടിക്ക് പിടിച്ചുനിൽക്കാൻ കഴിഞ്ഞില്ല, അവൻ അവിടെ ആ ഓപ്പറേഷൻ ടേബിളിൽ തന്നെ കിടന്നു. അതെ, ഞങ്ങൾ അവനെ കൊന്നു. പക്ഷേ പൊലീസിനോട് ഇത് പറയാൻ ഞങ്ങൾ ഭയപ്പെട്ടു, കാരണം ഞങ്ങൾക്ക് രണ്ട് കുട്ടികൾ കൂടിയുണ്ട്. ഇത് കള്ള മല്ല. വളരെക്കാലം മുമ്പ് മരണത്തെ അഭിമുഖീകരിച്ചവരാണ് ഞങ്ങൾ. പക്ഷേ മറ്റ് രണ്ട് ചെറിയ കുട്ടികൾക്ക് എന്ത് സംഭവിക്കും?''

അവൾ പൊട്ടിക്കരഞ്ഞു, പക്ഷേ ശാഠ്യത്തോടെ തുടരുകയും ചെയ്തു.

''ഞങ്ങൾ ബെർസിസിനെ മരണത്തിലേക്ക് തള്ളി വിട്ടു. ആരെ ങ്കിലും സ്വന്തം കുഞ്ഞ് മരിക്കണമെന്ന് ആഗ്രഹിക്കുമോ? പക്ഷേ ഞങ്ങൾക്ക് എന്ത് ചെയ്യാൻ കഴിയുമായിരുന്നു? വേറെ വഴിയില്ലായി രുന്നു. ദൈവത്തെ ഓർത്ത് ഒന്നു മനസ്സിലാക്കൂ.''

അയ്ബർ എങ്ങനെയാണ് തങ്ങളുടെ മകനെ കൊലക്കത്തിക്ക് കീഴി ലേക്ക് അയച്ചതെന്ന് വിശദീകരിച്ചപ്പോൾ ഞാൻ മുനീറിനെ നോക്കി. അവന്റെ മുഖത്ത് കടുത്ത വെറുപ്പുണ്ടായിരുന്നു. ആ സ്ത്രീയുടെ നിസ്സ ഹായത, കബീറിന്റെ മാരകമായ നിശ്ശബ്ദത, ഇതൊന്നും അവനെ ഒരു തരി പോലും ബാധിച്ചില്ല. നിങ്ങളുടെ കുട്ടിയെ അവരുടെ മരണത്തി ലേക്ക് അയയ്ക്കാനോ അല്ലെങ്കിൽ അവരെ അംഗഭംഗം വരുത്താനോ ഇതൊന്നും മതിയായ കാരണമല്ല. ഒരു നിമിഷം ഞാൻ അവന്റെ രീതിയിൽ ചിന്തിക്കാൻ ആഗ്രഹിച്ചു. ജീവിതത്തെ കറുപ്പിലും വെളു പ്പിലും നോക്കിക്കാണാൻ. കുറ്റവാളികളെ വെറും കുറ്റവാളികളായും മോശം ആളുകളെ മോശക്കാരായും കാണാൻ. ആളുകളെ എന്തിനാണ് മോശമായി പ്രവർത്തിക്കാൻ പ്രേരിപ്പിച്ചതെന്ന് ചിന്തിക്കാതെ വിധി ക്കുക, ക്രൂരമായി വിധിക്കുക. ഇങ്ങനെ ചെയ്താൽ ജീവിതത്തിൽ പ്രശ്നങ്ങൾ കുറവായിരിക്കുമെന്ന് എനിക്ക് ഉറപ്പായിരുന്നു. പക്ഷേ എനിക്ക് അതിന് ഒരിക്കലും കഴിഞ്ഞില്ല. എന്റെ ജീവിതവും അനുഭവ ങ്ങളും അറിവും മനസ്സാക്ഷിയും വ്യത്യസ്തമായി ചിന്തിക്കാൻ എന്നെ ശീലിപ്പിച്ചു. ഈ ദുരന്തത്തിൽ, ബെർസിസിന് മാത്രമല്ല, മുഴുവൻ കുടും ബത്തിനും വേണ്ടി ഞാൻ സങ്കടപ്പെട്ടു. മറുവശത്ത്, ഞങ്ങൾക്ക് ഒരു ജോലി ചെയ്യാനുണ്ടായിരുന്നു. ഈ കുട്ടിയുടെ മരണത്തിന് ഞങ്ങളുടെ കേസുമായി എന്തെങ്കിലും ബന്ധമുണ്ടാകാം. എനിക്ക് തോന്നുന്ന സാധ്യത ശരിയാണെങ്കിൽ, അത് ഈ അന്വേഷണത്തിന്റെ അവസാനത്തി ലേക്കുള്ള വാതിൽ തുറക്കും. കൊല്ലപ്പെട്ട ശസ്ത്രക്രിയാ വിദഗ്ധൻ

കൻസു സർമാഷിക്കും ഓപ്പറേഷൻ ടേബിളിൽ നിന്ന് എഴുന്നേൽക്കാത്ത സിറിയൻ കുട്ടി ബെർസിസും തമ്മിൽ ബന്ധമുണ്ടാവാം എന്നതായിരുന്നു ആ സാധ്യത. അയ്ബറിനോട് സംസാരിച്ചുകൊണ്ടിരുന്നപ്പോൾ അത് കൂടുതൽ കൂടുതൽ തെളിഞ്ഞു വന്നു. എന്നാൽ ആദ്യം എനിക്ക് ഒരു ചോദ്യത്തിനുള്ള ഉത്തരം ലഭിക്കേണ്ടതായിരുന്നു.

"എനിക്ക് എല്ലാം മനസ്സിലായി." ഞാൻ അനുകമ്പയോടെ പറഞ്ഞു.

"നിങ്ങളുടെ നിരാശയെക്കുറിച്ച് എനിക്ക് ബോധ്യമുണ്ട്. എന്നെ വിശ്വസിക്കൂ, നിങ്ങളുടെ മകനോട് ഈ ക്രൂരകൃത്യം ചെയ്തവരെ ഞങ്ങൾ കണ്ടെത്തും. ഞങ്ങളാൽ കഴിയുന്ന വിധത്തിൽ ഞങ്ങൾ നിങ്ങളെ സഹായിക്കും. കുട്ടികളുടെ അവയവങ്ങൾ വിറ്റ വേറെ ആരെങ്കിലും ഇവിടെ ഉണ്ടോ?"

അവളുടെ മുഖം തീരാത്ത വേദന കൊണ്ട് കനത്തു. പക്ഷേ അവൾ സ്വയം നിയന്ത്രിച്ചു. ഒറ്റിക്കൊടുക്കാൻ അവൾ ആഗ്രഹിച്ചില്ല എന്നത് വ്യക്തമായിരുന്നു.

"കഴിഞ്ഞ ദിവസം മറ്റൊരു കുട്ടിയെ മരിച്ച നിലയിൽ കണ്ടെത്തിയതായി നിങ്ങൾ കേട്ടിരിക്കണം. മേദേനിയുടെ അനന്തരവൻ, ഫഹർ. വേറെ രണ്ട് കുട്ടികളുടെ മരണവും ഞങ്ങളെ ആശയക്കുഴപ്പത്തിലാക്കി. തന്റെ അനന്തരവൻ കൊല്ലപ്പെട്ടിരിക്കാമെന്നാണ് മേദനി പറയുന്നത്. ഒരു അവയവ മാഫിയയാണ് ഈ കൊലപാതകം നടത്തിയത്."

അകാലത്തിൽ വാർദ്ധക്യം പ്രാപിച്ചു തുടങ്ങിയ ആ സ്ത്രീയുടെ മുഖത്ത് ഭയപ്പാട് പ്രത്യക്ഷപ്പെട്ടു.

"അയ്ബർ, നിങ്ങൾക്ക് ഇതിനെക്കുറിച്ച് എന്തെങ്കിലും വിവരമുണ്ടോ?"

അവർ പരിഭ്രാന്തയായി.

"എന്ത് തരത്തിലുള്ള വിവരങ്ങൾ?"

"നിങ്ങൾ ചെയ്തതുപോലെ മേദേനിയും ചെയ്തോ? നിരാശ സഹിക്കാനാവാതെ ഫഹറിന്റെ അവയവങ്ങൾ വിൽക്കാൻ അയാൾ ശ്രമിച്ചുവോ? അയാളുടെ ഭാര്യ നിങ്ങളോട് എന്തെങ്കിലും പറഞ്ഞിരുന്നോ?"

ആ മുഖഭാവം കണ്ടപ്പോൾ അവൾ സംസാരിക്കുമെന്ന് ഞാൻ ഒരു നിമിഷത്തേക്ക് കരുതി, പക്ഷേ അപ്പോഴേക്കും കബീർ ചുമ തുടങ്ങി. അയാൾ ഭാര്യയോട് ഇടപെടരുതെന്ന് സൂചന നൽകുകയായിരുന്നു. അയ്ബർ ഉടനെ തിരിഞ്ഞു നോക്കി.

"എനിക്കറിയില്ല. മേദേനിയേയോ ഭാര്യയേയോ എനിക്ക് അത്ര നന്നായി അറിയില്ല."

അവൾ നുണ പറയുകയായിരുന്നു. മുനീറിന് ദേഷ്യം വന്നു.

"തീർച്ചയായും നിങ്ങൾക്ക് അറിയില്ല. പക്ഷേ നിങ്ങൾ പ്രശ്നത്തിൽ ആവുമ്പോൾ പൊലീസിനെ കുറ്റപ്പെടുത്തിക്കൊള്ളണം."

അവൻ അവളെയും കബീറിനെയും ചൂണ്ടി.

"എങ്കിൽ വരൂ, നമുക്ക് സ്റ്റേഷനിലേക്ക് പോകാം. ഞങ്ങൾക്ക് ഒരു ഔപചാരികമായ അന്വേഷണം നടത്തേണ്ടതുണ്ട്."

ഒന്ന്, രണ്ട്, മൂന്ന്,
ഇരുട്ട് തിരഞ്ഞെടുക്കുക!

"ഒന്ന്, രണ്ട്, മൂന്ന്, 'അത്' ആകാൻ പ്രയാസമാണ്,

ഒന്ന്, രണ്ട് മൂന്ന്, ഇരുട്ട് തിരഞ്ഞെടുക്കൂ,

ഒന്ന്, രണ്ട്, മൂന്ന്, വെളിച്ചത്തിൽ നിന്നകന്നു നിൽക്കൂ..."

മുറിയുടെ നടുവിൽ കുട്ടി തനിച്ചായിരുന്നു. എതിർവശത്തെ ജനലിലൂടെ പ്രവഹിച്ച പ്രകാശരശ്മികൾ തട്ടി അവന്റെ കണ്ണുകളെ പൊതിഞ്ഞിരുന്ന ചുവന്ന വെൽവെറ്റ് ബാൻഡ് പ്രകാശിച്ചു. ഏതോ മായാജാലത്താൽ ആകർഷിക്കപ്പെട്ടത് പോലെ അവൻ സാവധാനം കൈകൾ നീട്ടിക്കൊണ്ട് പതുക്കെ തിരിഞ്ഞു. അവന്റെ ചുണ്ടിൽ നിന്ന് ഒഴുകിയ വാക്കുകൾക്കൊപ്പം ചെറിയ പാദചലനങ്ങൾക്കനുസരിച്ച് മരം പാകിയ നിലം ഞരങ്ങി.

"ഒന്ന്, രണ്ട്, മൂന്ന്, 'അത്' ആകാൻ പ്രയാസമാണ്

ഒന്ന്, രണ്ട്, മൂന്ന്, ഇരുട്ട് തിരഞ്ഞെടുക്കൂ,

ഒന്ന്, രണ്ട്, മൂന്ന്, വെളിച്ചത്തിന് പുറത്ത് നിൽക്കൂ

ഒന്ന്, രണ്ട്, മൂന്ന്, മറഞ്ഞിരുന്നില്ലെങ്കിൽ

നീ അന്ധന്റെ കണ്ണിലെ കെട്ടാണ്,

ഒന്ന്, രണ്ട്, മൂന്ന്, ഇടത്തും വലത്തും, കിട്ടിപ്പോയി, നിങ്ങളാണത്!"

നഴ്സറി റൈം പോലെയുള്ള ആ ഗാനം പൂർത്തിയാക്കിയ ശേഷം അവൻ മുറിയിലെ ശബ്ദങ്ങൾ ശ്രദ്ധിക്കാൻ തുടങ്ങി. ഒരു ഹൃദയമിടിപ്പ് കേട്ടതായി എനിക്ക് തോന്നി. ആരോ ശ്വാസമെടുക്കാൻ ബുദ്ധിമുട്ടുന്നുണ്ടായിരുന്നു. ഞാൻ വിറച്ചുകൊണ്ട് കണ്ണുകൾ കൊണ്ട് മുറി സ്കാൻ ചെയ്തു. അവിടെ ഞാനും കുട്ടിയും അല്ലാതെ മറ്റാരുമുണ്ടായിരുന്നില്ല. പക്ഷേ ഹൃദയമിടിപ്പ് കൂടിക്കൊണ്ടിരുന്നു. ഞാൻ പരിഭ്രാന്തിയോടെ ചുറ്റും നോക്കിക്കൊണ്ടിരുന്ന നേരത്ത് ആ കുട്ടി അവൻ ഉണ്ടായിരുന്നിടത്ത് നട്ടുപിടിപ്പിച്ചതു പോലെ അവന്റെ ചുറ്റുപാടുകൾ ശാന്തമായി ശ്രദ്ധിച്ചു. ശരിക്ക് പറഞ്ഞാൽ ചുറ്റുപാടും ശ്രദ്ധിക്കുകയല്ല, മറിച്ച് ഒരു വന്യമൃഗത്തെപ്പോലെ ചുറ്റും മണം പിടിക്കുകയായിരുന്നു അവൻ. പെട്ടെന്ന് തല തിരിച്ചു ചുവന്ന വെൽവെറ്റ് ബാൻഡിന് താഴെയുള്ള

കണ്ണുകൾ കൊണ്ട് ആ കുട്ടി എന്റെ മുഖത്തേക്ക് ഉറ്റുനോക്കി. എനിക്ക് ആരെയും കാണാൻ കഴിഞ്ഞില്ല, പക്ഷേ ആരോ എന്നെ നോക്കുന്ന തായി എനിക്ക് തോന്നി. വിചിത്രമായ ഒരു ആവേശം എന്നെ കീഴടക്കി. വർഷങ്ങൾക്ക് മുൻപ് അനുഭവപ്പെട്ടിരുന്ന തരം ഒരു ആവേശം. അപ്പോ ഴാണ് ആ കുട്ടി 'അത്' ആക്കാൻ ശ്രമിക്കുന്ന ആൾ ഞാനാണെന്ന് മനസ്സിലായത്. എന്റെ ആവേശം ഭയമായി മാറി. എനിക്ക് ഉടനെ ഇവിടെ നിന്ന് പോകണം. ഈ മുറി വിട്ടേ പറ്റൂ. പക്ഷേ എനിക്ക് അനങ്ങാൻ കഴിഞ്ഞില്ല, കാലിൽ പശ പുരണ്ട പോലെ. ഞാൻ അവന്റെ തൊട്ടു മുന്നിൽ നിൽക്കുകയായിരുന്നു, എവിടെയെങ്കിലും ഒളിച്ചില്ലെങ്കിൽ കുട്ടിക്ക് എന്നെ പിടിക്കാൻ എളുപ്പമായിരിക്കും. ഒടുവിൽ എന്റെ വലതു കാൽ ചലിപ്പിക്കാൻ കഴിഞ്ഞു. ബുദ്ധിമുട്ടിയാണെങ്കിലും ഞാൻ ഒരടി പിന്നോട്ട് പോയി. എന്റെ ഓരോ അടിയിലും തറ ശബ്ദമുണ്ടാക്കി. കുട്ടിയുടെ ചുണ്ടുകൾ പിളർന്നു, അവന്റെ കണ്ണുകൾ കത്തികൾ പോലെ മൂർച്ചയുള്ളതായി വളർന്നു. പെട്ടെന്ന് ഒരു ചലനം കൊണ്ട് അവൻ കണ്ണിലെ കെട്ടഴിച്ചിട്ട് എന്റെ നേർക്ക് ചാടി.

''കിട്ടിപ്പോയി! ഒളിച്ചില്ലെങ്കിൽ നിങ്ങൾ ബ്ലൈൻഡ്മാൻസ് ബഫാണ്.''

അത് ഒരു കൊച്ചുകുട്ടിയല്ല, മറിച്ച് ഒരു ക്രൂരമൃഗമാണെന്നത് പോലെ ഞാൻ അലറി വിളിച്ചു. ഭയത്തേക്കാൾ പരിചിതമായ ആവേശം എന്നെ ഉലച്ചിരുന്നു. അത് വർഷങ്ങൾ പിന്നിലേക്ക് എന്നെ കൊണ്ട് പോയി. ബ്ലൈൻഡ്മാൻസ് ബഫിന്റെ കളികളിൽ കുടുങ്ങിയ ആ നിമിഷം ഞാൻ ഓർത്തു. അത്തരമൊരു നിമിഷം ഉണ്ടായിരുന്നോ? ഞാൻ അത്ഭുത പ്പെട്ടു. ബ്ലൈൻഡ്മാൻസ് ബഫിന്റെ കളിയിൽ ഞാൻ ശരിക്കും വിജ യിച്ചോ അതോ അത് സ്വപ്നം മാത്രമായിരുന്നോ? എനിക്ക് ഉറപ്പിക്കാൻ കഴിഞ്ഞില്ല. എല്ലാ കുട്ടികളെയും പോലെ ഞാനും പിടിക്കപ്പെട്ടുവെന്ന തോന്നൽ അനുഭവിച്ചുവെന്നു തോന്നുന്നു. ഈ സ്വപ്നം ആ ഭയങ്കര മായ മാനസികാവസ്ഥയെ ഓർമ്മിപ്പിച്ചു. എനിക്ക് ദാഹം തോന്നി. വായ വരണ്ടുണങ്ങിയിരുന്നു. ബെഡ്സൈഡ് ടേബിളിലെ കുടത്തിലേക്ക് കൈനീട്ടുണ നേരത്ത് എന്റെ കണ്ണുകൾ വീണ്ടും എന്റെ മകളുടെ നോട്ടത്തിൽ കുരുങ്ങി. ഇത്തവണ അയ്സുൻ കുറ്റപ്പെടുത്തിയില്ല. അവൾ എന്നെ സത്യത്തിൽ സ്നേഹനിർഭരമായ ഭാവത്തോടെ നോക്കുക യായിരുന്നു.

''അപ്പോൾ നിങ്ങളും ഒരിക്കൽ കുട്ടിയായിരുന്നു!''

വേദന കലർന്ന ഒരു പുഞ്ചിരിയോടെ ഞാൻ കുടത്തിലെ ഇളം ചൂടുവെള്ളം ഗ്ലാസിൽ നിറച്ചു. ഉറപ്പായിട്ടും അതിന് എന്റെ ദാഹം ശമി പ്പിക്കാൻ കഴിയുമായിരുന്നില്ല. കയ്യിൽ ഒഴിഞ്ഞ ഗ്ലാസ്സുമായി ഞാൻ അങ്ങനെ കട്ടിലിൽ ഇരുന്നു. തോളിൽ ഭാരവും കൈകളിൽ വിലങ്ങു കളും കാലിൽ ഇരുമ്പു ചങ്ങലകളും ഉള്ളതുപോലെ തോന്നുന്നുണ്ടാ യിരുന്നു. എഴുന്നേൽക്കുന്നത് പോയിട്ട് എനിക്ക് അനങ്ങാൻ പോലും തോന്നിയില്ല. നരകതുല്യമായ ചൂടായിരുന്നിട്ടും കിടന്ന നിമിഷം തന്നെ എന്റെ കണ്ണുകൾ അടഞ്ഞിരുന്നു. അതിനെ സ്വപ്നമെന്നോ പേടിസ്വപ്ന മെന്നോ വിളിക്കാം പക്ഷേ ഞാൻ തടസ്സമില്ലാതെ ഉറങ്ങി.

ജനാലയിലൂടെ മുറിയിലേക്ക് കടന്നു വന്ന പ്രകാശം ശക്തമായി ത്തുടങ്ങി. സൂര്യൻ ഉദിച്ചിട്ട് നേരമേറെയായിരിക്കണം. ഞാൻ കുടത്തി നരികിൽ വയ്ക്കാറുള്ള സെൽഫോണിനായി പരതി. സമയം ഏകദേശം പത്തുമണിയോടടുത്തിരുന്നു. ഞാൻ പരിഭ്രാന്തനായി. എവിടെയോ വച്ച് ആരെയോ ഈ സമയത്ത് കാണേണ്ടതായിരുന്നു. ഞാൻ എന്നെ ത്തന്നെ കുലുക്കി വലിച്ചു കട്ടിലിൽ നിന്ന് പുറത്തു ചാടിച്ചു. പക്ഷേ എവിടെയാണ് പോകേണ്ടിയിരുന്നത് എന്ന് ഓർക്കാൻ കഴിഞ്ഞില്ല. ഞാൻ അലിയെ കാണാൻ പോകണമായിരുന്നോ? അതോ സെയ്നെ പ്പിനെയോ? ഇല്ല, ഞങ്ങൾ അങ്ങനെ ഒരു കൂടിക്കാഴ്ചയെക്കുറിച്ച് സംസാരിച്ചിട്ടില്ല. പെട്ടെന്ന് ഞാൻ ഓർത്തു. ഇന്ന് സെക്കായിയുടെ വീട്ടിൽ പോകാൻ പദ്ധതി ഇട്ടിരുന്നു. കസ്തമോനുവിലെ ഗ്രാമശ്മശാ നത്തിൽ തന്റെ അമ്മയുടെയും അച്ഛന്റെയും അടുത്ത് തന്റെ ശരീരം അടക്കം ചെയ്യണമെന്ന് അയാൾ ആഗ്രഹിച്ചിരുന്നു. ഇന്ന് ഉച്ചയ്ക്കാണ് അവനെ അവന്റെ വീട്ടിൽ നിന്ന് ഗ്രാമത്തിലേക്ക് കൊണ്ടുപോകാൻ ഉദ്ദേശിച്ചിരുന്നത്. മറ്റൊരു കാര്യമുണ്ടായിരുന്നു; ഞാൻ ആരെയോ വിളിക്കേണ്ടതായിരുന്നു. ആരെ? ഹാ! എനിക്ക് ഓർമ്മ വന്നു. അത് സെമൽ ആയിരുന്നു. ഇന്നലെ രാത്രി ഫെറിക്കോയിലെ കുടിയേറ്റക്കാ രുടെ ഷെൽറ്ററിൽ നിന്ന് മടങ്ങുമ്പോൾ ഞാൻ അതിനെക്കുറിച്ച് ചിന്തി ക്കുകയായയിരുന്നു. ചുവന്ന മുഖമുള്ള പലിശക്കാരനുമായി ഞാൻ അയ്ബറിനെ നേരിടാൻ പോവുകയാണ്. ഞാൻ എന്റെ ഫോണിൽ നിന്ന് സെമലിന്റെ നമ്പർ കണ്ടെത്തി. പഴയ ആ കടുംപിടുത്തക്കാരൻ ഉണർന്നിട്ട് നേരമേറെയായിരുന്നു.

''എന്തുപറ്റി, നെവ്സാറ്റ്?''

അയാൾ ആശങ്കയോടെ ചോദിച്ചു. ''ഇന്ന് വളരെ നേരത്തെയാ ണല്ലോ! കുഴപ്പമൊന്നുമില്ലല്ലോ, അല്ലേ?''

''ഇല്ല, ഇല്ല. സതിൽമിസിനെ സ്റ്റേഷനിലേക്ക് കൊണ്ടുവരാൻ നിങ്ങ ളോട് ആവശ്യപ്പെടാൻ വിളിച്ചതാണ്. പക്ഷേ എനിക്ക് അവനെ ഉടനെ ആവശ്യമുണ്ട്.''

''ഇത് സർജന്റെ കൊലപാതകവുമായി ബന്ധപ്പെട്ടതാണോ?''

അവൻ തന്റെ സുഹൃത്തിനെ ഓർത്ത് ആശങ്കപ്പെട്ടു.

''അതെ, പക്ഷേ നിങ്ങളുടെ ചുവന്ന മുഖത്തിന് ഒരു അപകടവു മില്ല. അവൻ ഒരാളെ തിരിച്ചറിയേണ്ടതുണ്ട്.''

''മനസ്സിലായി. അവനെ ഉടൻ കണ്ടുപിടിക്കാം.''

അയാൾക്ക് ആശ്വാസമായി. ശരിയാണ്, എന്നെ തൃപ്തിപ്പെടുത്താൻ ശ്രമിക്കുന്നതിലൂടെ സുഹൃത്തിന് പ്രശ്നമുണ്ടാക്കുന്നത് അവരുടെ രീതികൾക്ക് എതിരായിരിക്കും. ഞാൻ ഫോൺ കട്ട് ചെയ്തിട്ട് കുളി മുറിയിൽ കയറി. കണ്ണാടിയിൽ കണ്ട മുഖം എന്നെ ഒട്ടും രസിപ്പിച്ചില്ല. എന്റെ കണ്ണുകൾക്ക് താഴെ ഇരുണ്ട വൃത്തങ്ങളുണ്ടായിരുന്നു. കവിൾ പൊള്ളയായിരുന്നു. കീഴ്ചുണ്ട് നിരാശയോടെ തൂങ്ങിക്കിടന്നു. ഭാവം മാറ്റാം എന്ന മട്ടിൽ ഞാൻ ടാപ്പ് തുറന്ന് ചെറുചൂടുവെള്ളം മുഖത്തേക്ക്

തെറിപ്പിച്ചു. അത് ഒരു ഗുണവും ചെയ്തില്ല. ഒരിക്കൽ കൂടി കണ്ണാടിയിൽ നോക്കിയിട്ട് തൂവാല കൊണ്ട് മുഖം തുടച്ചപ്പോൾ എനിക്ക് ഇത് മനസ്സിലായി. അങ്ങനെ വിട്ടുകൊടുക്കാൻ ഞാൻ തയ്യാറായിരുന്നില്ല. മുഖത്ത് നിഴൽ വീഴ്ത്തുന്ന മീശകളിൽ നിന്ന് കവിളുകളെ മോചിപ്പിക്കാനായി ഞാൻ അവയിൽ സോപ്പ് പുരട്ടി പതപ്പിച്ചു. ഷേവ് ചെയ്തതിന് ശേഷവും സ്ഥിതിക്ക് വലിയ മാറ്റമുണ്ടായില്ല എന്ന് എനിക്ക് സ്വയം സമ്മതിക്കേണ്ടി വന്നു. എന്നാൽ എവ്ജീനിയ സമ്മാനമായി തന്ന ലോഷൻ മുഖത്ത് തടവിയപ്പോൾ ഒരു സുഖം തോന്നി. ഞാൻ വേഗം വസ്ത്രം ധരിച്ച് പുറത്തിറങ്ങി. ട്രാബ്സൺ സെയിമിന്റെ പൈഡ് റെസ്റ്റോറന്റിൽ പോകാം. ആദ്യ കടിയോടൊപ്പം കരിങ്കടൽത്തീരത്തുള്ളവരുടെ ആ മനോഹരമായ ഭാഷയിൽ സയിം തന്റെ മകളുടെ ഭർത്താവിനെക്കുറിച്ച് പരാതി പറഞ്ഞു തുടങ്ങി.

''ആ മനുഷ്യൻ മഹാമോശമാണ് ചീഫ്. അയാൾക്ക് ജോലിയൊന്നും ഇല്ല. എല്ലാ മാസവും വന്ന് അലവൻസ് വാങ്ങിയിട്ട് പോകും. ഞാൻ അവനോട് ഇവിടെ ജോലിക്ക് വരാൻ പറയാറുണ്ട്. ''എനിക്ക് യൂണിവേഴ്സിറ്റി ഡിപ്ലോമയുണ്ട്. എനിക്ക് ഭക്ഷണം ഉണ്ടാക്കാൻ പറ്റില്ല. അവൻ ഒരു മൂട്ടയാണ്. അവൻ എന്റെ കഴുത്തിൽ പല്ല് കയറ്റി എന്റെ രക്തം വലിച്ചു കുടിക്കുന്നു. എന്ത് ചെയ്യണമെന്ന് എനിക്കറിയില്ല ചീഫ്. രക്തം കാണേണ്ടി വരുമെന്നാണ് തോന്നുന്നത്.''

''ഇതിനെക്കുറിച്ച് നിങ്ങളുടെ മകൾ എന്താണ് പറയുന്നത്?''

''അവൾക്ക് എന്ത് പറയാൻ കഴിയും? അവൻ ഒരു സ്ത്രീയെപ്പോലെ സുന്ദരനാണ്. ഞാൻ സത്യമാണ് പറയുന്നത്. അവൻ എന്റെ പെൺകുട്ടിയെക്കാൾ കൂടുതൽ സമയം കണ്ണാടിയുടെ മുന്നിൽ ചെലവഴിക്കുന്നു. ''ഞാൻ അവനെ സ്നേഹിക്കുന്നു, ഡാഡി,'' അവൾ പറയാറുണ്ട്. ''എനിക്ക് സന്തോഷമുണ്ട്, ഡാഡി,'' അവൾ ഇടയ്ക്ക് അങ്ങനെയും പറയാറുണ്ട്. പക്ഷേ അവൻ ഒരു തരത്തിലും ഒരു ഭർത്താവല്ല. ഒരു മടിയന്റെ ജീവിതം എളുപ്പമല്ല ചീഫ്. അവർ ആഗ്രഹിച്ചാലും ഒരു കാര്യത്തിലും സത്യസന്ധത പാലിക്കാൻ കഴിയില്ല. ജീവിതം മുഴുവൻ അവൻ ഒരു നീതി കെട്ടവനായി തുടരും.''

എന്റെ രണ്ടാമത്തെ ചായയും കഴിച്ച്, പാവം സയിമിന്റെ പരിഹരിക്കാനാവാത്ത പ്രശ്നവുമായി ഞാൻ എന്റെ കാറിലേക്ക് പോയി. സെമൽ ചിലപ്പോൾ എനിക്ക് മുമ്പ് തന്നെ സ്റ്റേഷനിൽ എത്തിയേക്കും. പക്ഷേ ഞാൻ ഓഫീസിൽ കയറിയപ്പോൾ കാത്ത് നിന്നത് സെയ്നെപ് ആയിരുന്നു. അവളുടെ മുഖം അല്പം വിളറിയിരുന്നു, ഇന്നലത്തെ ആക്രമണം കാരണമാണോ അതെന്ന് എനിക്ക് ഭയം തോന്നി.

''എങ്ങനെയുണ്ട് സെയ്നെപ്, എന്റെ പ്രിയപ്പെട്ടവളേ, സുഖമാണോ?''

അവളുടെ മുഖത്ത് റോസാപ്പൂക്കൾ വിരിഞ്ഞു.

''കൊള്ളാം ചീഫ്. നന്നായിരിക്കുന്നു. ഞാൻ വൈകിയാണ് ഉറങ്ങിയത്.''

അവൾ ആവേശത്തോടെയാണ് സംസാരിച്ചത്. ഞാൻ പോയതിന് ശേഷം അവൾക്ക് ഇന്നലെ പുതിയ വിവരങ്ങളെന്തെങ്കിലും കിട്ടിക്കാണണം. കാപ്പി കുടിക്കുന്ന നേരത്ത് അവൾ വിശദീകരിച്ചു.

''മൂന്ന് പ്രശ്നങ്ങൾ നമുക്ക് പരിഹരിക്കാനുണ്ടായിരുന്നു. ആദ്യത്തേത് ചുവന്ന മണ്ണാണ്...''

''സെക്കായിയുടെ വീട്ടിലും ബോട്ടിലും ഇന്നലെ സർജന്റെ വീട്ടിലും കണ്ട മണ്ണ്...''

അവൾ പുഞ്ചിരിച്ചു.

''ശരിയാണ്. ചുവന്ന മണ്ണ് എന്ന് ഞാൻ നേരത്തെ പറഞ്ഞത് അലങ്കാരത്തിന് പണ്ട് കാലങ്ങളിൽ ഉപയോഗിച്ചിരുന്ന, കല്ലിൽ നിന്ന് എടുത്ത ഒരു വസ്തുവാകാൻ സാധ്യതയുണ്ട്. ഇതിന് സാമാന്യം വിപുലമായ ഉപയോഗ ശൃംഖലയുണ്ട്. അതിരുകൾ വരയ്ക്കുന്നതിനും പൂന്തോട്ടങ്ങളിലെയും പാർപ്പിട വികസനങ്ങളിലെയും പാതകളുടെ അതിർത്തികൾക്കായും...''

''അപ്പോൾ അതിന് ഇവിടെ പ്രാധാന്യമില്ല എന്നർത്ഥം.''

ഞാൻ എന്റെ കാപ്പിയിലേക്ക് കൈ നീട്ടി പറഞ്ഞു. ''ഈ തെളിവുകൾ എങ്ങോട്ടെങ്കിലും നയിക്കുമെന്ന് എനിക്ക് തോന്നുന്നില്ല.''

ഞങ്ങൾക്ക് രണ്ടുപേർക്കും ഒരേ അഭിപ്രായം അല്ലാത്തതിന്റെ ആശങ്കയോടെ അവൾ എന്നെ നോക്കി.

''യഥാർത്ഥത്തിൽ, ഇത് എന്തെങ്കിലും വ്യക്തമാക്കാൻ സഹായിക്കുമെന്നാണ് എനിക്ക് തോന്നുന്നത്.''

അവൾ നിഷ്കളങ്കമായി പുഞ്ചിരിച്ചു.

''മറ്റ് കുറ്റകൃത്യങ്ങൾ നടക്കുന്ന സ്ഥലങ്ങളിൽ ഈ ചുവന്ന മണ്ണിന്റെ കണികകളൊന്നും കണ്ടെത്തിയില്ലെങ്കിൽ, സൂപ്രണ്ട് സെക്കായിയെ കൊന്നത് വേറെ ആളുകളാണെന്ന് വ്യക്തമാകും.''

അവൾ എന്തോ കാര്യമായി പറയാനുള്ള തയ്യാറെടുപ്പിലായിരുന്നു.

''നിങ്ങളെ ആക്രമിച്ച ആൾ സെക്കായിയുടെ കൊലയാളിയാണെന്ന്..?'' ഞാൻ കൂട്ടിച്ചേർത്തു. ''അപ്പോൾ നമ്മൾ രണ്ട് വ്യത്യസ്ത ലക്ഷ്യങ്ങളുള്ള രണ്ട് വ്യത്യസ്ത കൊലയാളികളെക്കുറിച്ചാണോ സംസാരിക്കുന്നത്? ബ്ലൈൻഡ്മാൻസ് ബഫും മറ്റുള്ളവരും...''

എങ്ങനെ ഉത്തരം പറയണമെന്ന് അറിയാതെ സെയ്നെപ് നിന്നു. എനിക്കും എന്ത് പറയണമെന്ന് അറിയില്ലായിരുന്നു. ഞാൻ വീണ്ടും കാപ്പി കുടിച്ചു. കപ്പ് കൈവശം വച്ചിരിക്കുമ്പോൾ എനിക്ക് സംഭവിച്ചതിനെക്കുറിച്ച് ഞാൻ ചിന്തിച്ചു.

''മറ്റ് കുറ്റകൃത്യങ്ങൾ നടന്ന സ്ഥലങ്ങൾ പരിശോധിക്കേണ്ടതുണ്ട്.''

സെയ്നെപ് ആത്മവിശ്വാസത്തോടെ പിന്നിലേക്ക് ചാഞ്ഞു.

''ഇന്ന് രാവിലെ മുതൽ സെഫിക്കും സംഘവും അത് ചെയ്യുന്നുണ്ട്. ഇന്ന് രാത്രിയോടെ റിപ്പോർട്ടുകൾ ലഭിക്കും.''

“അലി അവരുടെ കൂടെയുണ്ടോ?” കപ്പ് സോസറിൽ വെച്ചുകൊണ്ട് ഞാൻ ചോദിച്ചു.

“ഇല്ല, അലി ആ ടാക്സിയുടെ പിന്നാലെ പോയിരിക്കുന്നു. ഇന്നലെ എന്നെ ആക്രമിച്ചവനെ കെട്ടിടത്തിലേക്ക് കൊണ്ടുവന്ന ടാക്സി.”

സ്വന്തം ജോലി എങ്ങനെ ചെയ്യണം എന്നറിയാവുന്ന ആളുകളുമായി പണിയെടുക്കുന്ന സംതൃപ്തിയോടെ ഞാൻ മേശപ്പുറത്ത് കൈവിരലുകൾ കൊണ്ട് താളം കൊട്ടി.

“നമുക്ക് ആളുടെ വിവരണം കിട്ടിയോ?”

അവളുടെ മുഖം മേഘാവൃതമായി.

“അയാൾ ഒരു തൊപ്പിയും ലെൻസും ധരിച്ചിരുന്നുവെന്ന് നിങ്ങൾക്കറിയാം. ഒരു ചുവന്ന താടി അവന്റെ മുഖത്ത് ഒട്ടിച്ചിരുന്നു. എന്നിട്ടും, അവർ ഒരു സ്കെച്ചിന്റെ പണിയിലാണ്. ഒരു തരത്തിൽ അല്ലെങ്കിൽ മറ്റൊരു വിധത്തിൽ അവർ ഒരു ചിത്രവുമായി വരും.”

അവൾ കാപ്പി കുടിച്ചു.

“ഏറ്റവും വിചിത്രമായത് ഈ ഏറ്റവും പുതിയ ഇരയാണ്. അതിൽ വിചിത്രമായ ഒരു കാര്യമുണ്ട് ചീഫ്. നമ്മൾ കൻസു സർമാഷിക്കിന്റെ കമ്പ്യൂട്ടറിൽ കണ്ടെത്തിയ കുട്ടികളുടെ വീഡിയോ വൈറസായി ആരോ അയച്ചതാണ്.”

“എന്താ? ആ മനുഷ്യൻ ആ വീഡിയോകൾ കണ്ടില്ലേ?”

“ഇല്ലെന്ന് തോന്നുന്നു. ഫോറൻസിക് റിപ്പോർട്ട് അനുസരിച്ച് വീഡിയോകൾ രണ്ട് ദിവസം മുമ്പ് അയച്ചതാണ്. പക്ഷേ ഇര മൂന്ന് ദിവസമായി വീട്ടിൽ ഉണ്ടായിരുന്നില്ല.”

“ഫോട്ടോകളുടെ കാര്യമോ?”

“അവയും പിന്നീട് അവിടെ ആരോ വച്ചതായിരിക്കും ചീഫ്.”

എന്തോ കുഴപ്പമുണ്ടായിരുന്നു.

“അത് ശരിയാണെങ്കിൽ ക്യാമറകളിൽ അതുണ്ടാവേണ്ടതല്ലേ? നിങ്ങളെ ആക്രമിച്ച ആളെ റെക്കോഡ് ചെയ്തത് പോലെ തന്നെ കൻസുവിന്റെ വീട്ടിൽ പ്രവേശിക്കുന്ന ആളെയും അവ പിടികൂടുമായിരുന്നു.”

സെയ്നെപ്പിനും അത് മനസ്സിലാക്കാൻ കഴിഞ്ഞില്ല.

“നിങ്ങൾ പറഞ്ഞത് ശരിയാണ്. അവിടെ എന്തോ ഒളിച്ചുകളിയുണ്ട്. അല്ലെങ്കിൽ ആരോ റെക്കോർഡിംഗുകൾ മായ്ച്ചു കളഞ്ഞു.”

“സെക്യൂരിറ്റിക്ക് മാത്രമേ അത് ചെയ്യാൻ കഴിയൂ.”

ഞാൻ പറഞ്ഞു. “ആൽപേഴ്സ് കമ്പനിയാണല്ലോ കെട്ടിടത്തിന്റെ സുരക്ഷ നോക്കുന്നത്. അയാളെ സംസാരിക്കാനായി വിളിക്കാം. അയാൾ സഹായിക്കാൻ തയ്യാറാണെന്ന് തോന്നുന്നു.”

സെയ്നപ്പിന്റെ മനസ്സ് മറ്റെവിടെയോ ആയിരുന്നു.

‘‘അവർ എന്തിനാണ് ഇത് ചെയ്യുന്നതെന്നാണ് എനിക്ക് മനസ്സിലാകാത്തത് ചീഫ്. ഈ വെറുപ്പുണ്ടാക്കുന്ന ഫോട്ടോകൾ ഇരയുടേതാണ് എന്ന് കാണിക്കാൻ അവർ എന്തുകൊണ്ടാണ് ആഗ്രഹിക്കുന്നത്?’’

ആദ്യം മനസ്സിൽ തോന്നിയ കാര്യം ഞാൻ പറഞ്ഞു.

‘‘തീർച്ചയായും ഇരയെ ബാലപീഡകനായി അവതരിപ്പിക്കാൻ വേണ്ടി തന്നെയാണത്. കൻസു സർമാഷിക്കിന്റെ കേസ് വിചിത്രമായ ഒന്നാണ്. ആദ്യത്തെ രണ്ട് ഇരകളായ ആകിഫ്, ഫെറിറ്റ് എന്നിവരുടെ ഫയലുകളിൽ ഇത്തരം കാര്യങ്ങളെപ്പറ്റി എണ്ണമറ്റ പേജുകൾ ഉണ്ടെങ്കിലും ഇവന്റേതിൽ ഒരു പ്രസ്താവന പോലുമില്ല. കൻസുവിനു യുവതികളോടും പെൺകുട്ടികളോടും പോലും ആകർഷണമുണ്ടായിരുന്നു, എന്നാൽ അവൻ ഒരിക്കലും കുട്ടികളോട് വികൃതമായി പെരുമാറിയിരുന്നില്ല എന്നാണ് കൻസുവിന്റെ പഴയ പങ്കാളിയായ ഹയാതി പറഞ്ഞത്.’’

അവളുടെ തലയിൽ ആദ്യം വന്ന കാര്യം സെയ്നെപ്പും പറഞ്ഞു.

‘‘അയാൾക്ക് അത് മറച്ചുവെക്കാമല്ലോ?’’

‘‘അത് തന്നെയാണ് ഹയാതി പറഞ്ഞത്. അത് സാധ്യമാണ്, പക്ഷേ നമ്മുടെ പക്കലുള്ള തെളിവുകൾ പറയുന്നത് കൻസുവിനെ മറ്റ് ഇരകളിൽ നിന്ന്മാറ്റി നിറുത്തണമെന്നാണ്.’’

വീണ്ടും കപ്പെടുക്കാൻ കൈ നീട്ടിക്കൊണ്ട് ഞാൻ ചോദിച്ചു,

‘‘വൈറസുകൾ ഉപയോഗിച്ച് അശ്ലീലം അയച്ചത് ആരാണെന്ന് നമുക്ക് തിരിച്ചറിയാൻ കഴിഞ്ഞോ?’’

‘‘ഇല്ല ചീഫ്, ഒരു ഇന്റർനെറ്റ് കഫേയിൽ നിന്ന് വ്യാജ വിലാസങ്ങൾ നൽകിയാണ് അവ അയച്ചത്. അവർ ഇപ്പോഴും അന്വേഷിക്കുന്നുണ്ട്. ഞാൻ ഇന്നലെ തിടുക്കത്തിൽ ഫോറൻസിക്കിലേക്ക് ഓടിപ്പോയി എന്ന് നിങ്ങൾക്കറിയാമല്ലോ. ഭാഗ്യവശാൽ പുരുഷന്മാർ സ്ഥലം വിട്ടില്ല. അവർ ജോലി തുടർന്നു. നൈറ്റ് ഷിഫ്റ്റ്.’’

കാപ്പി കുടിക്കുമ്പോൾ ഞങ്ങൾ ശരിയായ പാതയിലാണെന്ന് ഞാൻ ചിന്തിക്കുകയായിരുന്നു. ഏറ്റവും പുതിയ ഇരയ്ക്ക് ബാലപീഡനവുമായി ഒരു ബന്ധവുമില്ലെന്ന് എന്റെ ഉള്ളിൽ നിന്ന് ഒരു ശബ്ദം പറഞ്ഞുകൊണ്ടിരുന്നു. എന്നാൽ അവൻ തീർച്ചയായും എന്തൊക്കെയോ ദുരൂഹമായ കൃത്യങ്ങളിൽ ഏർപ്പെട്ടിരുന്നു. ഒരുപക്ഷേ ആ വാതുവെപ്പ് പാർട്ടികളുമായി ബന്ധപ്പെട്ടതായിരിക്കാം, അല്ലെങ്കിൽ അവയവം മാറ്റിവയ്ക്കൽ... സെയ്നെപ് എന്റെ നിശ്ശബ്ദതയെ തെറ്റായി വ്യാഖ്യാനിച്ചു.

‘‘കാര്യങ്ങൾ വളരെ സാവധാനത്തിൽ പുരോഗമിക്കുന്നതിൽ ദേഷ്യം തോന്നരുത്.’’

ഞാൻ ഹൃദ്യമായി പുഞ്ചിരിച്ചു.

‘‘എനിക്കറിയാം, സെയ്നെപ്. അങ്ങനെയാണ് സാധാരണ ഗതിയിൽ കാര്യങ്ങൾ പോകുന്നത്.’’

ഞാൻ വീണ്ടും എന്റെ കപ്പ് സോസറിൽ വെച്ചു.

''അതിൽ ഖേദിക്കേണ്ട കാര്യമില്ല. നമുക്ക് ചില സൂചനകൾ ഉടൻ ലഭിക്കുമെന്ന് എനിക്ക് ബോധ്യമുണ്ട്. ഒടുവിൽ ഒരു ഇടനാഴി നമുക്കായി തുറക്കുകയാണ്.''

മനസ്സിലാവാത്തതുപോലെ അവൾ എന്നെ നോക്കി.

''ഇത് വെറും ഊഹമാണ്. പക്ഷേ, എനിക്ക് തെറ്റിയില്ലെങ്കിൽ, നമുക്ക് മുഴുവൻ ചിത്രവും ഉടൻ തന്നെ കാണാൻ സാധിക്കും.''

അവളുടെ ചെസ്റ്റ്നട്ട്നിറമുള്ള കണ്ണുകൾ സന്തോഷത്തോടെ തിളങ്ങി. പെട്ടെന്ന് അവൾക്ക് മുന്നറിയിപ്പ് നൽകണമെന്ന് എനിക്ക് തോന്നി.

''ധൃതി പിടിക്കരുത്. എന്താണ് സംഭവിച്ചതെന്ന് ഏകദേശം മനസ്സിലാകുന്നുവെങ്കിലും കൊലയാളി ആരാണെന്ന് എനിക്ക് ഇപ്പോഴും ഒരു പിടിയുമില്ല. നമുക്ക് അവരുടെ ഉദ്ദേശം മനസിലാക്കാൻ കഴിഞ്ഞാൽ അവർ ആരാണെന്ന് കണ്ടെത്താൻ എളുപ്പമാണ്. കൻസു സർമാഷിക്കിന്റെ കൊലപാതകമാകാം കൊലയാളിയിലേക്ക് നമ്മളെ നയിക്കുന്നത്. അത് ഇങ്ങനെ പറയാം...''

മേശപ്പുറത്തിരുന്നു റിംഗ് ചെയ്യുന്ന ഫോൺ എന്നെ തടസ്സപ്പെടുത്തി. ഞാൻ കൈ നീട്ടി റിസീവർ എടുത്തു. പ്രവേശന കവാടത്തിൽ ഡ്യൂട്ടിയിലുണ്ടായിരുന്ന ഉദ്യോഗസ്ഥൻ സെമലിനോടൊപ്പം സതിൽമിഷ് എത്തിയതായി ഞങ്ങളെ അറിയിക്കുകയായിരുന്നു.

''അവരെ അകത്തേക്ക് അയയ്ക്കൂ.'' ഞാൻ പറഞ്ഞു,

''ഇന്നലെ രാത്രി രസകരമായ സംഭവവികാസങ്ങൾ ഉണ്ടായി. അലി കൂടി ഇവിടെ വന്നാൽ നമുക്ക് ഇരുന്ന് സംസാരിക്കാം. ഇന്നലെ രാത്രി ഞാൻ പറഞ്ഞതുപോലെ നമുക്ക് ആൽപ്പറിൽ നിന്ന് കിട്ടിയ ബ്ലൈൻഡ് മാൻസ് ബഫിന്റെ ഫയൽ നോക്കൂ. ചെയ്തു കൊണ്ടിരിക്കുന്ന മറ്റെല്ലാം നിറുത്തി വച്ചിട്ട് അത് വായിക്കാൻ നിങ്ങളുടെ മുറിയിൽ കയറണം. ഒരു വരി പോലും ഒഴിവാക്കരുത്. സെക്കായി നിർണ്ണായകമായ എന്തെങ്കിലും കണ്ടെത്തിയിട്ടുണ്ടാകണം അല്ലെങ്കിൽ അവർ അവനെ കൊല്ലുമായിരുന്നില്ല. അത് എന്തുതന്നെയായാലും ആ ഫയലിൽ ഉണ്ടായിരിക്കണം.''

''ശരി സാർ.''

അവൾ കപ്പിൽ നിന്ന് അവസാന സിപ്പ് എടുത്തുകൊണ്ട് പറഞ്ഞു. എഴുന്നേറ്റു ഒരു പുഞ്ചിരിയോടെ വാതിലിലേക്ക് പോകുന്ന നേരത്ത് സെയ്നെപ് വീണ്ടും പറഞ്ഞു.

''ഞാൻ ഉടനെ തുടങ്ങാം.''

''കൊള്ളാം. നടക്കട്ടെ.''

ഞങ്ങളുടെ ക്രിമിനോളജിസ്റ്റ് പോയി കുറച്ച് മിനിറ്റുകൾക്ക് ശേഷം, ചുവന്ന മുഖവും പിന്നാലെ സെമലും വാതിലിലൂടെ വന്നു. സെമൽ സ്വന്തം വീട്ടിലെന്നപോലെ ശാന്തനായിരുന്നു, എന്നാൽ സതിൽമിസ് താൻ അവിടെ എന്താണ് ചെയ്യുന്നതെന്ന് ചോദിക്കുന്നതുപോലെ ആകാംക്ഷയോടെ ചുറ്റും നോക്കി. കഴിയുന്നത്ര സൗഹാർദ്ദപരമായി ഞാൻ അവരെ അഭിവാദ്യം ചെയ്തു, അവനെ ആശ്വസിപ്പിക്കാൻ പറഞ്ഞു,

''വീട്ടിൽ ഇരിക്കുന്നതുപോലെ ഇവിടെ ഇരിക്കാം.''

സതിൽമിസിന്റെ ചുവന്ന മുഖത്തെ പരിഭ്രമം പ്രകടമായിരുന്നു. എന്നിട്ടും എന്റെ വാക്കുകൾ കേട്ടപ്പോൾ അവന് അല്പം ആശ്വാസ മായത് പോലെ കാണപ്പെട്ടു.

''ചീഫ്, നിങ്ങൾ ഞങ്ങളുടെ അടുത്തേക്ക് വന്നിരുന്നുവെങ്കിൽ...''

എന്തെങ്കിലും സംസാരിക്കാനായി അയാൾ പറഞ്ഞു.

''ഞാൻ നിങ്ങൾക്കായി നല്ല പ്രഭാതഭക്ഷണം തയ്യാറാക്കാമായിരുന്നു.''

ഞാൻ അവനെ തുടരാൻ അനുവദിച്ചാൽ താൻ വിളമ്പുന്ന ഭക്ഷണ ങ്ങളെ കുറിച്ച് പറയാൻ തുടങ്ങും.

''പക്ഷേ നിങ്ങൾ തിരിച്ചറിയേണ്ട വ്യക്തിയെ എനിക്ക് കൊണ്ടു വരാൻ കഴിയുമായിരുന്നില്ല.''

അവൻ നിർത്തി. ആ മുഖം മഞ്ഞളിച്ചു. അവൻ തെറ്റിദ്ധരിച്ചുവെന്ന് എനിക്ക് മനസ്സിലായി.

''നിങ്ങൾ എന്നെ കൻസുവിന്റെ ശരീരം കാണിക്കാൻ പോവുകയ ല്ലല്ലോ? മനുഷ്യാ, എനിക്ക് ഭയമാണ്. എനിക്ക് മോർച്ചറിയിൽ പോകാൻ കഴിയില്ല. എനിക്ക് മൃതദേഹങ്ങൾ കാണാൻ കഴിയില്ല.''

ഞാൻ ചിരിക്കാതിരിക്കാൻ ശ്രമിച്ചു, പക്ഷേ എനിക്ക് സ്വയം നിയ ന്ത്രിക്കാൻ കഴിഞ്ഞില്ല.

''ഇല്ല, സതിൽമിസ്, ഒരു ശവശരീരമല്ല. ഞാൻ നിങ്ങളെ ഒരു സ്ത്രീയെ കാണിക്കാൻ പോകുന്നു. ഒരു സുന്ദരിയെ...''

അവൻ അമ്പരന്നു.

''നിങ്ങൾ ഒരു സ്ത്രീയെക്കുറിച്ചു സംസാരിച്ചത് ഓർമ്മയുണ്ടോ?''

അവൻ ഓർക്കാൻ ശ്രമിച്ചു.

''ഒരു കൊടുങ്കാറ്റിനെപ്പോലെ ശപിച്ചുകൊണ്ട് കൻസുവിന്റെ പിന്നാലെ വന്നവൾ?''

''ഞങ്ങൾക്ക് ഉറപ്പില്ല. പക്ഷേ ആ വിവരണത്തിന് അനുയോജ്യമായ ഒരാൾ ഇവിടെയുണ്ട്. അവരെയാണ് ഞാൻ നിങ്ങളെ കാണിക്കാൻ പോകുന്നത്. കൻസുവിനെ പിന്തുടർന്നത് അതേ സ്ത്രീയാണോ എന്ന് നോക്കാൻ.''

അവൻ ഒരു ദീർഘനിശ്വാസമെടുത്തു.

''അയ്യോ ചീഫ്. എന്തേ ആദ്യം തന്നെ പറയാതിരുന്നത്?''

സെമൽ തന്റെ മീശയുടെ ചുവട്ടിൽ ഒളിപ്പിച്ചു വച്ചിരുന്ന ചിരി നിർത്തി യിട്ട് കളിയായി ചോദിച്ചു,

''നിനക്ക് പെണ്ണിനെ തിരിച്ചറിയാൻ കഴിയുമോ?''

അവൻ തന്റെ കസേരയിൽ ഇരുന്നു.

''ഒന്നു പോ സെമൽ ചേട്ടാ. അവളാണെങ്കിൽ ഞാൻ ആ നിമിഷം തന്നെ അറിയും. എനിക്കിതുവരെ വയസ്സായിട്ടില്ല.''

അവർ ഫഹറിന്റെ വൃക്ക വിറ്റു, അല്ലേ?

സ്കാർഫുകളുൾപ്പെടെ കറുത്ത വസ്ത്രം ധരിച്ച നാല് വനിതാ ഉദ്യോഗസ്ഥർക്ക് നടുവിൽ അതേ തരം വേഷം ധരിച്ച അയ്ബർ നിന്നിരുന്നു. അവരുടെ വസ്ത്രങ്ങൾക്ക് ഒരു ആകർഷകത്വവും ഉണ്ടായിരുന്നില്ല. അവൾ ജയിലിലായിരുന്നു രാത്രി ചെലവഴിച്ചത്. മുഖത്ത് അഗാധമായ ആശങ്ക ഉണ്ടായിരുന്നുവെങ്കിലും അവളുടെ സൗന്ദര്യം എത്ര സ്ത്രീകൾക്കിടയിൽ നിന്നാലും തിരിച്ചറിയാൻ സാധിക്കുമായിരുന്നു. ആ സിറിയക്കാരിയെ മാത്രം ചുവന്ന മുഖത്തെ കാണിക്കാൻ ഞാൻ ആഗ്രഹിച്ചില്ല. ഒരു വശത്തേക്ക് മാത്രം കാണാവുന്ന ഗ്ലാസ് പിടിപ്പിച്ച മുറിയിൽ മുനീറിനും എനിക്കും ഇടയിൽ നിന്ന് ആ സ്ത്രീകളെ നോക്കുന്ന സതിൽമിസിന് ആദ്യം അവളെ കാണാൻ കഴിയുമായിരുന്നില്ല.

''അവളാണ് അതെന്ന് തോന്നുന്നു.''

ആദ്യത്തെ സ്ത്രീയെ കണ്ടപ്പോൾ അയാൾ ചാടിക്കയറിപ്പറഞ്ഞു.

''അല്ല, അല്ല. ഇവരൊന്നുമല്ല. അല്ല, ഇവരാരുമല്ല.''

മൂന്നാമത്തെ സ്ത്രീ അയ്ബർ ആയിരുന്നു. അവൻ അവളെ ഒന്ന് നോക്കിയെങ്കിലും ഒന്ന് വ്യക്തത വരുത്തണം എന്ന് പോലും ഭാവിക്കാതെ ചുണ്ടുകൾ വളച്ചിട്ട് നാലാമത്തെ സ്ത്രീയിലേക്ക് കണ്ണുകൾ തിരിച്ചു.

''ആ സ്ത്രീക്ക് നല്ല ഉയരമുണ്ട്. ഞങ്ങളുടെ സ്ഥലത്ത് വന്നത് സാധാരണ ഉയരമുള്ള ആളാണ്.''

വരിയിലെ അഞ്ചാമത്തെ സ്ത്രീയെ നിരീക്ഷിക്കുന്നതിനിടയിൽ അത് പെട്ടെന്ന് നിർത്തി അവൻ വീണ്ടും അയ്ബറിലേക്ക് തിരിഞ്ഞു.

''അതോ അതായിരുന്നോ?''

അവൻ ആലോചനാപൂർവ്വം പറഞ്ഞു.

''ഞാൻ അവളെ കുറച്ചുകൂടി അടുത്തേക്ക് വിളിക്കട്ടെ?'' ഞാൻ ചോദിച്ചു.

അവൻ ചിന്തയിൽ മുഴുകി പുഞ്ചിരിച്ചു.

''അത് നന്നായിരിക്കും ചീഫ്.''

ഞാൻ മൈക്രോഫോണിലൂടെ അകത്തേക്ക് വിളിച്ചു,

''അയ്ബർ മാഡം, രണ്ട് ചുവട് മുന്നോട്ട് നീങ്ങാമോ?''

മുഖത്ത് ആശങ്ക വർദ്ധിച്ചുവെങ്കിലും ഞാൻ ആവശ്യപ്പെട്ടത് ചെയ്യാൻ അവൾ മടിച്ചില്ല. രണ്ടടി മുന്നോട്ട് വന്നപ്പോൾ കൂടുതൽ വെളിച്ചം അവളുടെ മുഖത്ത് പതിച്ചു. വജ്രം പരിശോധിക്കുന്ന ഒരു ആഭരണ വ്യാപാരിയുടെ സൂക്ഷ്മതയോടെ സതിൽമിസ് ആ സ്ത്രീയെ പരിശോധിക്കുകയായിരുന്നു. ഉറപ്പിക്കാൻ കഴിയാത്തതിനാൽ അവൻ തന്റെ മൂക്ക് ഗ്ലാസിൽ അമർത്തിപ്പിടിച്ചു കൊണ്ട് അവരെത്തന്നെ നോക്കി നിന്നു. എന്നിട്ടും അയാൾക്ക് അതവൾ തന്നെയാണോ എന്ന് തീരുമാനിക്കാൻ കഴിഞ്ഞില്ല. സതിൽമിസ് അല്പം പിന്നിലേക്ക് നീങ്ങി.

''ഒരുപക്ഷേ ഈ സ്ത്രീ... എനിക്ക് അവളെ അധികം കാണാൻ കഴിഞ്ഞില്ല, കാരണം കൻസുവിന്റെ പിന്നാലെ വന്ന് ശപിക്കുകയും അലറിവിളിക്കുകയും ചെയ്തതിനാൽ ഞങ്ങൾ അവളെ പെട്ടെന്ന് തന്നെ അവിടെ നിന്ന് മാറ്റാനാണ് ശ്രമിച്ചത്.''

അയാൾ വീണ്ടും ആ സ്ത്രീയെ നോക്കി.

''എന്റെ സ്ഥലത്ത് വന്ന അജ്ഞാത സ്ത്രീയോട് സാമ്യമുള്ളത് ഇവരിൽ ഇവൾക്ക് മാത്രമാണ്. പക്ഷേ, എനിക്ക് ഉറപ്പുണ്ടോ എന്ന് നിങ്ങൾ ചോദിച്ചാൽ, ഇല്ല. അതായത്, എനിക്ക് ആരുടെയും മേൽ തെറ്റായ ആരോപണങ്ങൾ ഉന്നയിക്കാൻ താൽപ്പര്യമില്ല.''

ഞാൻ കുറച്ചു കൂടി നിർബന്ധിച്ചു.

''അവളെ വേണ്ടത്ര കാണാൻ കഴിയുന്നില്ലെങ്കിൽ കുറച്ചു കൂടി അടുത്തേക്ക് വരാൻ പറയാം.''

അവന്റെ ഭാവം മനസ്സിലാക്കാൻ പറ്റാത്തതായിരുന്നു.

''ഞാൻ വ്യക്തമായി കണ്ടു ചീഫ്. വേണ്ടതെല്ലാം ഞാൻ കണ്ടു. അത് ആ സ്ത്രീയായിരിക്കാം അല്ലെങ്കിൽ അല്ലായിരിക്കാം, ഞാൻ നിങ്ങളോട് എന്ത് പറയാനാണ്?''

അത് മതിയായിരുന്നു. അയ്ബറിന്റെ മകൻ ബെർസിസിനെ ഓപ്പറേഷൻ ചെയ്ത ഡോക്ടർ കൻസുവല്ല എന്നർത്ഥം.

ഞാൻ അസ്വസ്ഥനായിരുന്നുവെന്ന് സമ്മതിക്കാതെ തരമില്ല. കാരണം, അവർ ബെർസിസിന്റെ മരണത്തിന് കാരണമായിരുന്നില്ല എന്ന് മാത്രമല്ല, അത് ശരിയാണെന്ന് തെളിഞ്ഞിരുന്നെങ്കിൽ ഈ സങ്കീർണ്ണമായ കേസ് പരിഹരിക്കാൻ സഹായിക്കുകയും ചെയ്യുമായിരുന്നു. എന്റെ മുഖം മ്ലാനമായിരിക്കുന്നത് കണ്ട് മുനീർ അകത്തേക്ക് കയറി.

''നമുക്ക് അയ്ബറിനെ ഇങ്ങോട്ട് കൊണ്ടുവരാം. സതിൽമിസ് അവളെ തിരിച്ചറിഞ്ഞിട്ടുണ്ടാകില്ല, പക്ഷേ അവൾ അവനെ തിരിച്ചറിഞ്ഞേക്കാം.''

അവന്റെ ശബ്ദം യഥാർത്ഥത്തിൽ പ്രതീക്ഷയില്ലാത്തതായിരുന്നു. ഈ കണ്ടുമുട്ടലിൽ നിന്നു പ്രയോജനമുള്ള എന്തെങ്കിലും ഉരുത്തിരിയുമെന്ന് അയാൾ കരുതിയിരുന്നില്ല. എന്നാൽ എന്താണ് നഷ്ടപ്പെടാൻ ഉണ്ടായിരുന്നത്? ഞാൻ വീണ്ടും മൈക്രോഫോണിലേക്ക് ചാഞ്ഞു.

''ദയവായി അയ്ബർ മാഡത്തെ ഇങ്ങോട്ട് കൊണ്ടുവരിക.''

കുറച്ച് മിനിറ്റുകൾക്ക് ശേഷം ആ സിറിയൻ സ്ത്രീയും സാധാരണ വസ്ത്രം ധരിച്ച രണ്ട് ഉദ്യോഗസ്ഥരും ഒരുമിച്ച് മുറിയിലേക്ക് പ്രവേശിച്ചു. അവൾ പരിഭ്രമിച്ചതുപോലെ തോന്നി. മുറിയിലാകമാനം നോക്കിയപ്പോൾ വലിയ ജനാലയുടെ പുറകിൽ നിന്ന് ഞങ്ങൾ അവളെ നിരീക്ഷിക്കുകയായിരുന്നു എന്ന് അവൾ കണ്ടെത്തി. അവളുടെ ഉള്ളിലുണ്ടായിരുന്ന ഭയം വ്യക്തമായ പരിഭ്രാന്തിയായി മുഖത്ത് പ്രതിഫലിച്ചു. ഞാൻ സമയം നഷ്ടപ്പെടുത്തിയില്ല.

''സതിൽമിസ് നിങ്ങളെതിരിച്ചറിഞ്ഞു.''

ഞാൻ കള്ളം പറഞ്ഞു.

''കുറച്ച് ആഴ്ചകൾക്ക് മുൻപ് നിങ്ങൾ അയാളുടെ മസാജ് പാർലറിൽ ചെന്നു കൻസു സർമാഷിക്ക് എന്ന സർജനെ ഭീഷണിപ്പെടുത്തിയിരുന്നല്ലോ.''

ആ സ്ത്രീയുടെ ഭയം നിറഞ്ഞ കണ്ണുകൾ സതിൽമിസിലേക്ക് തിരിഞ്ഞു. ഞാൻ മനസ്സിൽ വിചാരിച്ചു, അയ്യോ ഈ പലിശക്കാരൻ എല്ലാം കുഴപ്പത്തിലാക്കും. പക്ഷേ ഞാൻ പ്രതീക്ഷിച്ചത് പോലെ സംഭവിച്ചില്ല.

''അതെ, അന്ന് നിങ്ങൾ എന്റെ സ്ഥലത്തേക്ക് ഇടിച്ചു കയറി വന്നു.''

അവളെ തുറന്ന് കുറ്റപ്പെടുത്തിക്കൊണ്ട് സതിൽമിസ് പറഞ്ഞു.

''നിങ്ങൾ ഞങ്ങളുടെ ഡോക്ടറെ ഭീഷണിപ്പെടുത്തി.''

എന്ത് ചെയ്യണമെന്നറിയാതെ ആ സ്ത്രീ നിശ്ചലയായി.

''നോക്കൂ, അയ്ബർ മാഡം. നിങ്ങൾ ഭീഷണിപ്പെടുത്തിയ ആൾ കുറച്ച് ദിവസങ്ങൾക്ക് മുമ്പ് കൊല്ലപ്പെട്ടു. കൊലപാതകി ആരാണെന്ന് ഞങ്ങൾക്ക് അറിയില്ല. ഞങ്ങളോട് സത്യം പറഞ്ഞില്ലെങ്കിൽ നിങ്ങൾ വലിയ കുഴപ്പത്തിലാകും.''

അവളുടെ തോളുകൾ തളർന്നു, അവളുടെ സുന്ദരമായ മുഖം ഒരു നിമിഷം കൊണ്ട് വയസ്സായതുപോലെ ചുളിഞ്ഞു. മുനീർ അവസാന പ്രഹരം നടത്തി.

''നിങ്ങൾ ഇതിനകം നിങ്ങളുടെ മകന്റെ കൊലപാതകത്തെ സംബന്ധിച്ച് സംശയത്തിന്റെ നിഴലിലാണ്. നിങ്ങൾ ഞങ്ങളോട് സഹകരിച്ചില്ലെങ്കിൽ...''

ആ പാവം സ്ത്രീക്ക് കൂടുതൽ സഹിക്കാൻ കഴിഞ്ഞില്ല. അവൾ തറയിലേക്ക് വീണു. അവളെ എഴുന്നേൽപ്പിക്കാൻ വേണ്ടി കുനിയുന്ന നേരത്ത് ഒടുവിൽ ഞങ്ങൾ എവിടെയോ എത്തുന്നു എന്ന സന്തോഷം എനിക്കുണ്ടായിരുന്നു. എന്നാൽ മറുവശത്ത്, ശാരീരികമായും മാനസികമായും വളരെ ക്ഷീണിതയായ ഒരു സ്ത്രീയെ ഈ അവസ്ഥയിലേക്ക് വീഴ്ത്തിയതിന് ഞാൻ എന്നെത്തന്നെ കുറ്റപ്പെടുത്തുകയായിരുന്നു. ഒരു പൊലീസ് ഉദ്യോഗസ്ഥനെ സംബന്ധിച്ചിടത്തോളം ഇത്രയും സഹാനുഭൂതി അപകടമാണ്.

''നീ നിന്റെ ജോലി ചെയ്യൂ, നെവ്സാറ്റ്.''

ഞാൻ ആ സ്ത്രീയെ തോളിൽ പിടിച്ച് എഴുന്നേൽക്കാൻ സഹായിക്കുന്ന നേരത്ത് സ്വയം പറഞ്ഞു.

''വെള്ളം. ഒരു ഗ്ലാസ് വെള്ളം.''

ഞാൻ മുനീറിന്റെ നേരെ തിരിഞ്ഞുകൊണ്ട് പറഞ്ഞു.

''നമുക്ക് ഇവിടെ വെള്ളം കിട്ടില്ലേ?''

മുനീർ പുറകിലെ മേശപ്പുറത്തിരുന്ന പ്ലാസ്റ്റിക് വാട്ടർ ബോട്ടിലെടുക്കാൻ പോയപ്പോൾ ഞാൻ ആ സ്ത്രീയെ മെല്ലെ കുലുക്കി.

''അയ്ബർ, എന്തെങ്കിലും കുഴപ്പമുണ്ടോ?''

അവൾക്ക് വലിയ പ്രശ്നമില്ലായിരുന്നു. മുനീർ കൊണ്ടുവന്ന ഗ്ലാസിൽ നിന്ന് ഞാൻ കുറച്ചു വെള്ളം അവരുടെ മുഖത്തേക്ക് തെറിപ്പിച്ചു, അവളുടെ കവിളിലൂടെയും കഴുത്തിലൂടെയും വെള്ളം ഒഴുകി. അവൾ കണ്ണു തുറന്നു നോക്കിയിട്ട് ഉറക്കെ മോങ്ങി.

''ഇവിടെ തറയിൽ കിടക്ക്...''

ഞാൻ പറഞ്ഞത് പോലെ അവൾ കിടന്നില്ല, മറിച്ച് പെട്ടെന്നു ശക്തി ലഭിച്ചത് പോലെ എഴുന്നേറ്റിരുന്നു. അടുത്ത് നിന്ന എന്നെ തള്ളിമാറ്റി ചാടി എഴുന്നേറ്റിട്ട് ഞങ്ങൾ അവളെ നിരീക്ഷിച്ചു കൊണ്ടിരുന്ന ഗ്ലാസിന് മുന്നിൽ അവൾ വെല്ലുവിളിയോടെ നിന്നു.

''അതെയതെ,'' അവൾ കണ്ണു മിഴിച്ചു പിടിച്ചു കൊണ്ട് പറഞ്ഞു. ''എനിക്ക് ആ തന്തയില്ലാത്തവനെ അറിയാമായിരുന്നു. പക്ഷേ എനിക്ക് അവന്റെ പേര് അറിയില്ലായിരുന്നു. അവനാണ് എന്റെ ബെർസിസിനെ ഓപ്പറേഷൻ ചെയ്ത തെണ്ടി.''

എഴുന്നേറ്റു നില്ക്കുന്നുണ്ടായിരുന്നുവെങ്കിലും അവളുടെ അവസ്ഥ അത്ര നല്ലതായി തോന്നിയില്ല.

''ശരി, അയ്ബർ മാഡം,'' ഞാൻ അവളെ സമാധാനിപ്പിക്കാൻ ശ്രമിച്ചു. ''നമുക്ക് എല്ലാം ചർച്ച ചെയ്യാം. വാ ഇരിക്ക്.''

''ഇല്ല, ഞാൻ ഇരിക്കില്ല. ഞാൻ ആ തെണ്ടിയെ കൊന്നിട്ടില്ല. ഞാനല്ല, എന്റെ ഭർത്താവുമല്ല. ഞങ്ങൾ ജീവിതം തന്നെ വെറുത്തു പോയ മനുഷ്യരാണ്.''

''കൻസുവിനെ കൊന്നത് നിങ്ങൾ അല്ലെന്ന് എനിക്കറിയാം. പക്ഷേ നീ ഞങ്ങളെ സഹായിച്ചാൽ അവനെ കൊന്നത് ആരാണെന്ന് നമുക്ക് കണ്ടെത്താം. അങ്ങനെ നിങ്ങളുടെ മകന്റെ മരണത്തിന് ഉത്തരവാദികളായ സംഘത്തെ ഞങ്ങൾക്ക് പിടിക്കാം. സത്യം പറയൂ, ഞങ്ങൾ നിങ്ങളെ സഹായിക്കാം.''

ആ സ്ത്രീയുടെ മുഖം ഞാനെന്തോ ഭയാനകമായ ഒരു നിർദ്ദേശം മുന്നോട്ടു വച്ചതുപോലെ ഇരുണ്ടു.

''ആരും എന്നെ സഹായിക്കില്ല. സ്വന്തം കുഞ്ഞിനെ മരണത്തിലേക്ക് പറഞ്ഞയക്കുന്ന അമ്മയുടെ നേരെ സഹായം നൽകാനായി പിശാച് മാത്രമേ കൈ നീട്ടുകയുള്ളൂ.''

അവൾ വീണ്ടും കരയാൻ തുടങ്ങി. കാൽമുട്ടുകളുടെ ബലം ക്ഷയിച്ച് ഒരു ഉരുളക്കിഴങ്ങിന്റെ ചാക്ക് പോലെ അവൾ നിലത്തേക്ക് വീണു. ഇത്തവണ അവളെ ഉണർത്തുക അത്ര എളുപ്പമായിരുന്നില്ല. ഞങ്ങൾ ചാരുകസേരകൾ ചേർത്ത് വലിച്ചിട്ട് കുഴഞ്ഞ് പോയ ആ ശരീരം അവയിൽ കിടത്തി. ഏതാനും മിനിറ്റുകൾ അങ്ങനെ തന്നെ കിടന്നതിന് ശേഷം ആ കണ്ണുകൾ തുറന്നു, ഒരു നിമിഷനേരത്തേക്ക് താൻ എവിടെയാണെന്ന് അവൾക്ക് മനസ്സിലാക്കാൻ കഴിഞ്ഞില്ല. ചീറിക്കരഞ്ഞുകൊണ്ട് വേദന കൊണ്ട് പിടയുന്നതു പോലെ അവൾ വശത്തേക്ക് തിരിഞ്ഞ് മുട്ടുകൾ വയറിലേക്ക് വലിച്ചു ചേർത്തുകൊണ്ട് അയ്ബർ കരഞ്ഞു. ഞാൻ ഇടപെട്ടില്ല. ഉള്ളിലെ വേദനയും ദേഷ്യവും നിരാശയും എല്ലാം ശൂന്യമാക്കാൻ അവളെ അനുവദിക്കുകയായിരുന്നു അപ്പോൾ വേണ്ടത്. കുറച്ചു നേരം കഴിഞ്ഞപ്പോൾ അവളുടെ കണ്ണുനീർ നിലച്ചു. വലിഞ്ഞു മുറുകി നിന്ന പേശികൾ അയഞ്ഞു, താഴേക്ക് വഴുതിവീണ കറുത്ത ശിരോവസ്ത്രത്തിന്റെ അരികിൽ കവിളുകൾ തുടച്ച് അയ്ബർ എഴുന്നേറ്റു.

''ഞാൻ പറയാം. എല്ലാം പറയാം.''

''ആദ്യം കുറച്ച് വെള്ളം കുടിക്ക്...''

അവൾ കൈകൊണ്ട് ഗ്ലാസ് തള്ളി മാറ്റി.

''ഇല്ല, എനിക്കൊന്നും വേണ്ട. കുഴപ്പമൊന്നുമില്ല.''

അവളുടെ കറുത്ത കണ്ണുകൾ മുറിയിൽ അലഞ്ഞു നടന്നു.

''ഞാൻ എപ്പോഴാണ് സംസാരിക്കേണ്ടത്? നിങ്ങൾ അത് റെക്കോർഡുചെയ്യാൻ പോകുകയാണോ? അല്ലെങ്കിൽ എഴുതിയെടുക്കുമോ?''

അവളുടെ മുഖത്ത് കടുത്ത നിസ്സംഗത കട്ടി പിടിച്ചിരുന്നു.

''ഇവിടെയിരിക്ക്,'' മേശയുടെ പിന്നിലെ കസേര ചൂണ്ടിക്കാണിച്ചു കൊണ്ട് ഞാൻ പറഞ്ഞു, ''നീ സംസാരിച്ചാൽ മതി. മുകളിൽ കാണുന്ന രണ്ട് ക്യാമറകൾ നിന്നെ റെക്കോർഡ് ചെയ്തു കൊള്ളും.''

ഇടിഞ്ഞ തോളുകളോടെ അയ്ബർ കസേരയിലേക്ക് ചാഞ്ഞു. ഞാൻ അവളുടെ എതിർവശത്ത് ഇരുന്നു. മുനീർ തിരികെ വരുന്നതിനായി ഞാൻ കാത്തിരുന്നു. രണ്ടാം തവണ അയ്ബർ ബോധംകെട്ടു വീണപ്പോൾ സതിൽമിസിനെ മുറിയിൽ നിന്ന് പുറത്താക്കാനായി പോയതായിരുന്നു അയാൾ.

''ഞാൻ എവിടെ തുടങ്ങണം?''

''നിങ്ങൾക്ക് കുടിക്കാൻ ഒന്നും വേണ്ടെന്ന് ഉറപ്പാണോ? ചായയോ, അതോ പഴച്ചാറോ മറ്റോ..?''

നീയെന്താ ചെയ്യാൻ ശ്രമിക്കുന്നത് എന്ന മട്ടിൽ അവൾ മുഖം ചുളിച്ചു.

''ഇല്ല. എനിക്കൊന്നും വേണ്ട.''

ഭാഗ്യവശാൽ, മുനീർ വാതിൽ തുറന്ന് അകത്തേക്ക് വന്നതിനാൽ എനിക്ക് കൂടുതൽ നേരം പിടിച്ചു നിൽക്കേണ്ടി വന്നില്ല.

''സംസാരിച്ചു തുടങ്ങൂ അയ്ബർ മാഡം. ഞങ്ങൾ കേൾക്കുന്നുണ്ട്.''

നനഞ്ഞ കണ്ണുകൾ മേശപ്പുറത്ത് തറപ്പിച്ചു കൊണ്ട് അവൾ ആത്മാവില്ലാത്ത, ഏകാഗ്രമായ ശബ്ദത്തിൽ വിശദീകരിക്കാൻ തുടങ്ങി.

''ആ വൃത്തികെട്ടവനെ ഞാൻ ആദ്യമായി കാണുന്നത് ഹോസ്പിറ്റലിൽ വെച്ചാണ്.'' പെട്ടെന്ന് അവൾക്ക് സംശയമായി. ''ആശുപത്രി എന്ന് പറയുമ്പോൾ അതൊരു കെട്ടിടമായിരുന്നു...''

''അത് ഏത് സ്ഥലത്താണെന്ന് അറിയാമോ?''

അവളുടെ കസേരയുടെ പിന്നിൽ നിന്നിരുന്ന മുനീറിൽ നിന്നാണ് ചോദ്യം വന്നത്.

''എനിക്കറിയില്ല, കാറിൽ അവിടെയെത്താൻ അര മണിക്കൂർ എടുത്തു. ചുവരുകൾ നീല ടൈലുകൾ കൊണ്ട് പൊതിഞ്ഞ ഒരു കെട്ടിടം. ഈ കെട്ടിടം മുഴുവൻ ഈ ബിസിനസ്സിനായി ഉപയോഗിച്ചതാണെന്ന് എനിക്ക് തോന്നുന്നു. ഞങ്ങൾ പോയ ഫ്ളാറ്റ് ശരിക്കും വലുതായിരുന്നു. അവിടെ എല്ലാം സർജറിക്കായി ക്രമീകരിച്ചിരുന്നു. പക്ഷേ അത് ഒരു ആശുപത്രിയാണെന്ന് പുറത്തു നിന്ന് നോക്കിയാൽ മനസ്സിലാക്കാൻ കഴിയില്ല.''

''ആരാ നിന്നെ അവിടെ കൊണ്ടുപോയത്?''

അവൾ മേശപ്പുറത്ത് നിന്ന് കണ്ണുകൾ മാറ്റി മച്ചിലേക്ക് നോക്കിക്കൊണ്ട് വിശദീകരിച്ചു,

''മനോഹരമായ കണ്ണുകളുള്ള ഒരാൾ... പച്ചനിറമുള്ള ഏഷ്യൻ കണ്ണുകളാണ് അയാൾക്ക്. ആവേശം കൊള്ളിക്കുന്ന ശബ്ദമായിരുന്നു ആ മനുഷ്യന്. അവൻ തന്റെ ശബ്ദം നന്നായി ഉപയോഗിച്ചു. ഒരു നടനെപ്പോലെ. അവൻ നോക്കുമ്പോൾ, നിങ്ങളോട് സംസാരിക്കുമ്പോൾ മോശമായ കാര്യങ്ങൾ സംഭവിക്കുമെന്ന് നിങ്ങൾക്ക് പ്രതീക്ഷിക്കാൻ പോലും കഴിയില്ല. 'നിങ്ങൾ പണമുണ്ടാക്കും,' അയാൾ പറഞ്ഞു, 'ഒരുപാട് പണം, നിങ്ങളുടെ മറ്റ് രണ്ട് കുട്ടികളുടെ ജീവിതം രക്ഷപ്പെടും,' അയാൾ പറഞ്ഞു.''

കണ്ണുകൾ വീണ്ടും നിറഞ്ഞു എങ്കിലും അവൾ സ്വയം നിയന്ത്രിച്ചു.

''കബീറും ഞാനും അലെപ്പോയിൽ അധ്യാപകരായിരുന്നു. അതേ തൊഴിൽ ഇവിടെയും ചെയ്യാം എന്ന് സ്വപ്നം കണ്ടാണ് ഞങ്ങൾ തുർക്കിയിൽ വന്നത്. പക്ഷേ അത് നടന്നില്ല. വന്നവരിൽ ധാരാളം അധ്യാപകരുണ്ടായിരുന്നു.''

അവൾ മുനീറിന്റെ നേർക്ക് ഒരു തളർന്ന നോട്ടം അയച്ചു.

''നിങ്ങൾക്കറിയാമല്ലോ കഥ. നിങ്ങൾ കേട്ടുകേട്ട് മടുത്ത അതേ കഥ. പക്ഷേ ഞങ്ങളുടെ വിധിയാണത്.''

''ഈ മനുഷ്യൻ...'' ഞാൻ തടസ്സപ്പെടുത്തി. ''സുന്ദരമായ കണ്ണുകളുള്ള വ്യക്തി, അവൻ നിങ്ങളോട് പേര് പറഞ്ഞോ?''

''മിർസ. അതായിരുന്നു അവന്റെ പേര്. അല്ലെങ്കിൽ കൂടുതൽ കൃത്യമായി പറഞ്ഞാൽ, അതാണ് അവൻ ഞങ്ങളോട് പറഞ്ഞ പേര്. അത്

ഒരു പക്ഷേ ഞങ്ങളുടെ വിശ്വാസം നേടാനായി ഉണ്ടാക്കിയ നുണയായിരിക്കാം. എന്തായാലും ആ സംഭവത്തിനുശേഷം അവൻ അപ്രത്യക്ഷനായി.''

മകന്റെ മരണത്തിനിടയാക്കിയ ശസ്ത്രക്രിയ എന്ന വാക്ക് വീണ്ടും ഉച്ചരിക്കാൻ അവൾക്ക് കഴിഞ്ഞില്ല. എന്നാൽ ഞങ്ങളുടെ സുഹൃത്ത് മുനീർ അവൾക്കായി യാതൊരു മയവുമില്ലാതെ അത് ചെയ്തു.

''സർജറി സമയത്താണോ ആ ഫ്ളാറ്റിൽ പോയത്?''

കരഞ്ഞില്ലെങ്കിലും അയ്ബർ മൂക്ക് ചീറ്റി.

''ഇല്ല, ഞങ്ങൾ അവിടെ പരിശോധനകൾക്കായാണ് പോയത്. വിഷമിക്കേണ്ട.'' മിർസ പറഞ്ഞു. ''ഞങ്ങൾ അത്യാധുനിക സാങ്കേതിക വിദ്യയാണ് ഉപയോഗിക്കുന്നത്. തുർക്കിയിലെയും മിഡിൽ ഈസ്റ്റിലെയും മികച്ച സർജനാണ് ഡോക്ടർ.''

''കൻസുവിനെക്കുറിച്ചാണോ നിങ്ങൾ പറയുന്നത്?''

''അതെ,'' അവൾ ഉറപ്പിച്ചു. ''ഞാൻ അവനെ ആദ്യമായി അവിടെ വച്ചാണ് കണ്ടത്.''

അവൾ ഒരു ദീർഘനിശ്വാസമെടുത്തു.

''എനിക്ക് വളരെ പ്രതീക്ഷയുണ്ടായിരുന്നു. അവൻ മാന്യനായ ഒരു വ്യക്തിയെപ്പോലെ കാണപ്പെട്ടു. ഞാൻ ആ കൈകളിലേക്ക് നോക്കി. അയാൾക്ക് നീളമുള്ള, മെലിഞ്ഞ വിരലുകളുണ്ടായിരുന്നു. അവൻ വളരെ വൈദഗ്ധ്യമുള്ളവനായിരിക്കുമെന്ന് ഞാൻ കരുതി. അത് എന്നെത്തന്നെ ബോധ്യപ്പെടുത്താനായാവണം ഞാൻ അതിനെപ്പറ്റി ചിന്തിക്കാതെയിരിക്കാൻ ശ്രമിച്ചു. അവൻ ഞങ്ങളോട് വളരെ നന്നായി പെരുമാറി. എന്നെയും കബീറിനെയും തന്റെ എതിർവശത്ത് ഇരുത്തിയിട്ട് 'ഞാൻ ബെർസിസിനെ പരിശോധിച്ചു' എന്ന് പറഞ്ഞു. എന്റെ മകന്റെ പേര് ഉപയോഗിച്ച് അങ്ങനെ സംസാരിച്ചപ്പോൾ അവനെ വിശ്വസിക്കാനാണ് തോന്നിയത്. ഞാൻ അവനെ വിശ്വസിച്ചു, അവൻ ഒരിക്കലും ബെർസിസിന് എന്തെങ്കിലും സംഭവിക്കാൻ അനുവദിക്കില്ലെന്ന് ഞാൻ കരുതി. പക്ഷേ പിന്നീട് അവനെ കാണാതായി. അവനും ആ കള്ളനായ മിർസയും അപ്രത്യക്ഷരായി.''

മുനീർ കൃത്യസ്ഥലത്ത് വച്ചു ഇടയ്ക്ക് കയറി.

''നീ എങ്ങനെ മിർസയെ കണ്ടുമുട്ടി?''

എന്റെ സഹപ്രവർത്തകനോട് ഉത്തരം പറയുന്നതിന് പകരം അയ്ബർ എന്റെ നേരെ തിരിഞ്ഞു.

''ഇന്നലെ രാത്രി നിങ്ങൾ എന്നോട് മേദേനിയെക്കുറിച്ച് ചോദിച്ചില്ലേ? അയാളാണ് ഞങ്ങളെ മിർസയെ പരിചയപ്പെടുത്തിയത്. ഞാൻ നിങ്ങളോട് കള്ളമാണ് പറഞ്ഞത്. ഞങ്ങൾക്കു മേദേനിയുമായി വളരെ അടുപ്പമുണ്ട്. ഞങ്ങൾ ഒരുമിച്ചാണ് കിലിസിൽ നിന്ന് ഇസ്താംബൂളിലേക്ക് വന്നത്.''

ഉള്ളിൽ വളർന്നുകൊണ്ടിരുന്ന ആവേശം അടക്കി ഞാൻ വീണ്ടും മൂളി.

''അവർ അനന്തരവൻ ഫഹറിന്റെ വൃക്കയും വിറ്റു, അല്ലേ?''

അവളുടെ മുഖത്ത് ഒരു വിചിത്ര ഭാവം വന്നു.

''അനന്തരവൻ? ഫഹറിന് അവരുമായി ബന്ധമില്ല. അവർ ഗാസിയാൻടെപ്പിലെ കുടിയേറ്റ ക്യാമ്പിൽ വച്ചാണ് കണ്ടുമുട്ടിയത്. അസീസിനെപ്പോലെ.''

ഞാൻ ആശ്ചര്യത്തോടെ പിറുപിറുത്തു.

''അപ്പോൾ അസീസ് അവരുടെ മരുമകൾ അല്ല!''

''അല്ല, അവർ ക്യാമ്പിൽ വച്ച് കണ്ടുമുട്ടി. ആ രണ്ട് കുട്ടികളുടെയും കുടുംബങ്ങൾ സിറിയയിൽ വച്ചു മരിച്ചു പോയിരുന്നു. മേദേനിയും ഭാര്യ സെന്നുപ്പും ആ കുട്ടികളെ കൊണ്ടുപോയി.''

എന്റെ ഉള്ളിൽ ആഹ്ലാദത്തിന്റെ ഒരു തിരമാല പടർന്നു. മേദേനിയിൽ നിന്ന് അസീസിനെ കിട്ടുന്നത് ഇനി എളുപ്പമായിരിക്കും. പക്ഷേ, ഈ രീതിയിൽ ചിന്തിക്കുന്നത് എത്ര വൃത്തികെട്ട കാര്യമാണെന്ന് എനിക്ക് പെട്ടെന്ന് മനസ്സിലായി. ആളുകളുടെ ദുരിതം മുതലെടുക്കുന്ന ഒരു അവസരവാദിയാണ് ഞാനെന്നു തോന്നി. ലജ്ജ മൂലം ഞാൻ തല കുടഞ്ഞു.

''ഞങ്ങൾക്ക് അത് മനസ്സിലായി,'' മുനീർ ചോദ്യത്തിലേക്ക് മടങ്ങി. ''അവർ ഫഹറിന്റെ കിഡ്നിയും വിറ്റുവെന്നത് ശരിയാണോ?''

''ശരിയാണ്. ആറ് മാസം മുമ്പ് അവർ ഫഹറിനെ ഓപ്പറേഷൻ ചെയ്തു. അതേ സർജൻ തന്നെയാണ് അവന്റെയും വൃക്ക എടുത്തത്. അവർക്ക് സങ്കീർണ്ണതകളൊന്നും ഉണ്ടായില്ല.''

''അവർ ശസ്ത്രക്രിയ നടത്തിയ കെട്ടിടം നിങ്ങൾക്ക് തിരിച്ചറിയാൻ കഴിയുമോ?''

''ഇല്ല'' അവൾ നിസ്സഹായതയോടെ പറഞ്ഞു. ''എനിക്കത് കണ്ടെത്താനായില്ല. ഞാൻ ഒരിക്കൽ മാത്രമേ അവിടെ പോയിട്ടുള്ളൂ. ഞാൻ നിർബന്ധിച്ചിട്ടും അവർ എന്നെ സർജറിക്ക് കൊണ്ടുപോയില്ല. എന്റെ കുഞ്ഞ് ഒരിക്കലും ആ മേശയിൽ നിന്ന് എഴുന്നേൽക്കില്ലെന്ന് അവർ ആദ്യം മുതൽ അറിഞ്ഞിരിക്കാം.''

അയ്ബറിന്റെ പിടച്ചിലായിരുന്നില്ല മനസ്സാക്ഷിയുടെ കുത്തൊഴുക്കിൽ നിന്ന് മുക്തനാവാൻ ശ്രമിച്ചുകൊണ്ടേയിരിക്കാൻ എന്നെ പ്രേരിപ്പിച്ചത്.

''നിന്റെ ഭർത്താവ്, കബീർ? അവനും കെട്ടിടം കണ്ടെത്താൻ കഴിയില്ലേ?''

''ഇല്ല,'' അവൾ സ്വയം നിയന്ത്രിച്ചുകൊണ്ട് പറഞ്ഞു. ''അത് നടക്കുമെന്ന് തോന്നുന്നില്ല. മേദേനിയോട് ചോദിക്ക്. ഒരുപക്ഷേ അയാൾക്ക് അറിയാമായിരിക്കും. കാരണം ഫഹറിന്റെ സർജറി കഴിഞ്ഞപ്പോഴും അയാൾ അവിടെ പോയിരുന്നു. ഭാര്യ സെയ്നെപ് പറഞ്ഞത് എനിക്ക് ഓർമ്മയുണ്ട്.''

അയ്ബർ ഞങ്ങൾക്ക് വളരെ വിലപ്പെട്ട വിവരങ്ങൾ നൽകിയിരുന്നു. എന്നാൽ മുനീറിന് കൂടുതൽ ആവശ്യമായിരുന്നു.

''നിങ്ങളുടെ പക്കൽ മിർസയുടെ നമ്പർ ഇല്ലേ? അവൻ നിങ്ങളുമായി എങ്ങനെയാണ് ബന്ധപ്പെട്ടുകൊണ്ടിരുന്നത്?''

''ഞങ്ങളുടെ കൈയിലില്ല.'' അവൾ മന്ത്രിച്ചു. ''ഞങ്ങളെ ഫെറിക്കോയിലെ കുടിയേറ്റക്കാരുടെ താമസസ്ഥലത്ത് വന്നു കാണുകയാണ് ചെയ്തു കൊണ്ടിരുന്നത്.''

''സെക്യൂരിറ്റിക്കാരോ? അവർക്ക് ഈ ബിസിനസ്സിനെക്കുറിച്ച് അറിയില്ലേ?'' അയ്ബർ തോളുകൾ കുലുക്കി.

''എനിക്കറിയില്ല. ഞങ്ങൾ അവരോട് പറഞ്ഞില്ല. ഒരുപക്ഷേ അവർ ഒരിക്കലും മിർസയെ കണ്ടിട്ടില്ല എന്ന് പറഞ്ഞാൽ അത് വിശ്വസിക്കാനാവില്ല. ആ മനുഷ്യൻ ഞങ്ങളെ മാത്രമല്ല, മറ്റ് കുറച്ച് കുടുംബങ്ങളെയും കാണുന്നുണ്ടായിരുന്നു.''

മുനീറിന്റെ നെറ്റി ചുളിഞ്ഞു.

''നിങ്ങൾ എന്താണ് ഉദ്ദേശിക്കുന്നത്? എന്താണ് സംഭവിക്കുന്നതെന്ന് സെക്യൂരിറ്റിക്കാർക്കും അറിയാമായിരുന്നോ?''

അയ്ബറിന്റെ രക്തം വറ്റിയ ചുണ്ടുകളിൽ വേദന നിറഞ്ഞ ഒരു ഭാവം പ്രത്യക്ഷപ്പെട്ടു.

''നിങ്ങൾ പൊലീസുകാരാണ് സർ.'' അവൾ പറഞ്ഞു. ''അത് കണ്ടെത്തേണ്ടത് നിങ്ങളാണ്.''

വിശ്വാസം മനുഷ്യനെ ദുർബലനാക്കുന്നു

ഉസ്കൂദറിലെ സെകായിയുടെ തെരുവിലേക്ക് പ്രവേശിക്കുമ്പോൾ എന്റെ കാറിന് കുറുകെ ശവവാഹിനി കടന്നു പോയി. ഞാൻ വൈകി പ്പോയി. എന്നോട് യാത്ര പറയാതെ എന്റെ സുഹൃത്ത് അവന്റെ വീട്ടിൽ നിന്ന് പോയി. അയ്ബറിന്റെ ചോദ്യം ചെയ്യലിന് ഞാൻ പ്രതീക്ഷിച്ച തിലും കൂടുതൽ സമയമെടുത്തു. മുനീറിനെ ഫെറിക്കോയിലെ അഭ യാർത്ഥികളുടെ ഷെൽട്ടറിലേക്ക് അയച്ച ശേഷം ഞാൻ ഉടനെ തന്നെ യാത്ര തിരിച്ചിരുന്നു. സത്യത്തിൽ ഞാൻ മുനീറിന്റെ കൂടെ പോകേണ്ട തായിരുന്നു. മേദേനിയെ അവന്റെ സ്വന്തം സ്ഥലത്ത് വച്ചു ചോദ്യം ചെയ്യുന്ന നേരത്ത് അത് കൂടുതൽ സമ്മർദ്ദം ചെലുത്തുമായിരുന്നു. പക്ഷേ എനിക്ക് സെക്കായിക്ക് വേണ്ടി എന്റെ അവസാന കർത്തവ്യം ചെയ്യേണ്ടതുണ്ടായിരുന്നു. വിരോധാഭാസമെന്നു പറയട്ടെ, എന്റെ സുഹൃ ത്തിനോട് വിട പറയാൻ ഇസ്താംബൂളിലെ ട്രാഫിക് എന്നെ അനുവ ദിച്ചില്ല. ശരീരവും വഹിച്ചു കൊണ്ട് വാഹനം മുന്നിലൂടെ കടന്നു പോകുമ്പോൾ അതിന് പിന്നിലെ ശവപ്പെട്ടിയെ ആദരപൂർവം വന്ദി ച്ചാൽ മതിയായിരുന്നു. തെരുവ് വളരെ ഇടുങ്ങിയതിനാൽ വണ്ടി തിരി ച്ചെടുക്കാനായി എനിക്ക് മരിച്ചുപോയ എന്റെ സുഹൃത്തിന്റെ വീട്ടിലേക്ക് പോകേണ്ടിവന്നു. അപ്പോഴാണ് പ്രോസിക്യൂട്ടർ നാദിറിനെ അവിടെ കണ്ടത്. അയാൾ വാതിൽക്കൽ നിൽക്കുകയായിരുന്നു. അയാൾ ബെൽ അടിക്കുന്നത് ഞാൻ കണ്ടു. എന്നെപ്പോലെ അയാളും വൈകിപ്പോയി രുന്നു. വാതിൽ തുറന്ന് ഞങ്ങളുടെ സുന്ദരനായ പ്രോസിക്യൂട്ടർ അക ത്തേക്ക് പോകുന്നത് നോക്കിയിരുന്നിട്ട് വീടിനടുത്തുള്ള ചെറിയ സ് ക്വയറിലെ ഒറ്റയ്ക്ക് നിൽക്കുന്ന വയസ്സായ വാൽനട്ട് മരത്തിന്റെ ചുവട്ടിൽ കാർ പാർക്ക് ചെയ്ത് ഞാൻ സെകായിയുടെ വീട്ടിലേക്ക് പോയി.

ഞാൻ കഴിഞ്ഞ തവണ വന്നപ്പോൾ വാതിൽ തുറന്ന അതേ അയൽ വാസിയുടെ മകൾ കതക് തുറന്നു.

“സ്വാഗതം നെവ്സാറ്റ്. സെലീൽ ഒരു ട്രാൻക്വിലൈസർ കഴിച്ചി ട്ടുണ്ട്. അവർ അകത്ത് വിശ്രമിക്കുകയാണ്.”

ഒരു നിമിഷം ഞാൻ വാതിലിനു മുന്നിൽ നിന്നു.

“കുടുംബത്തിൽപ്പെട്ട വേറെ ആരും ഇല്ലേ?”

അവൾ തലകൊണ്ട് അകത്തേക്ക് സൂചിപ്പിച്ചു.

''സെക്കായിയുടെ ഇളയ സഹോദരൻ ഷിനാസി കുട്ടികളെ ശവ സംസ്കാരചടങ്ങിലേക്ക് കൊണ്ടുപോയി. ഹുലൂസി അകത്തുണ്ട്. അയാൾ അനുശോചിക്കാനെത്തുന്നവരെ സ്വീകരിക്കുന്നു.''

ഞാൻ ഹുലുസിയെപ്പറ്റി ഓർത്തില്ല. പക്ഷേ അത് എന്ത് വ്യത്യാസമുണ്ടാക്കാനാണ്? വാതിൽ തുറന്ന് ഞാൻ അകത്തേക്ക് കയറി. സ്വീകരണമുറിയിൽ പുരുഷന്മാർ ഒത്തുകൂടിയിരുന്നു. സ്ത്രീകൾ അടുത്ത മുറിയിൽ ഞെരുങ്ങിക്കൂടിയിരുന്നു. സ്വീകരണമുറിയിൽ പ്രവേശിച്ചപ്പോൾ നാരങ്ങമണമുള്ള കൊളോണിന്റെ മൂർച്ചയുള്ള ഗന്ധം എന്നെ ആക്രമിച്ചു. ജനാലകൾ പൂർണ്ണമായും തുറന്നിരുന്നു, പക്ഷേ അത് നിർദയമായ ചൂടിനെ ഒരു തരത്തിലും കുറച്ചില്ല. അതിഥികൾക്ക് ഉന്മേഷം പകരാൻ അവർ ഉപയോഗിച്ച സുഗന്ധദ്രവ്യം വിയർപ്പിൽ കലർന്ന് അസഹനീയമായ സമ്മർദ്ദം സൃഷ്ടിച്ചു. ഞാൻ ആദ്യം കണ്ടത് നാദിറിനെയാണ്. സൈപ്പർ സെക്യൂരിറ്റിയുടെ ഉടമ അൽപ്പർ മുടിയും താടിയും നരച്ച ഒരാളുടെ അടുത്ത് ഇരുന്നിരുന്നു. എന്നെ കണ്ട വൃദ്ധൻ ഉടനെ എഴുന്നേറ്റു. അപ്പോഴാണ് ഞാൻ അയാളെ തിരിച്ചറിഞ്ഞത്; അത് സെക്കായിയുടെ ജ്യേഷ്ഠനായിരുന്നു. അയാൾ പല തവണ സ്റ്റേഷനിൽ സെക്കായിയെ കാണാൻ വന്നിട്ടുണ്ട്. ഞാൻ ആദരവോടെ അദ്ദേഹത്തെ സമീപിച്ചു.

''ഹുലുസി ചേട്ടാ, നിങ്ങളുടെ നഷ്ടത്തിൽ ഞാൻ ഖേദിക്കുന്നു.'' ഞാൻ കൈ നീട്ടിക്കൊണ്ട് പറഞ്ഞു. ''ദൈവം നിങ്ങൾക്ക് കരുത്ത് നൽകട്ടെ. ഞങ്ങൾക്കെല്ലാം വലിയ നഷ്ടമാണ് സംഭവിച്ചത്.''

ആ മനുഷ്യൻ കരുത്തനായിത്തന്നെ കാണപ്പെട്ടു.

''നന്ദി, നെവ്സാറ്റ്.''

സെക്കായിയുടെ കണ്ണുകളോട് സാമ്യമുള്ള ആ തവിട്ടുനിറമുള്ള കണ്ണുകൾ മങ്ങിയിരുന്നു.

''നിനക്കറിയാമോ, അവൻ നിന്നെ ശരിക്കും സ്നേഹിച്ചിരുന്നു.''

''എനിക്കും അയാളെ വളരെ ഇഷ്ടമായിരുന്നു. ഒരു നല്ല സുഹൃത്തു മാത്രമല്ല, വളരെ നല്ല പൊലീസ് ഓഫീസറുമായിരുന്നു.''

അവന്റെ ചോദ്യഭാവം കലർന്ന നോട്ടം എന്റെ മുഖത്ത് തങ്ങി നിന്നു.

''ഇതെങ്ങനെ സംഭവിച്ചു നെവ്സാറ്റ്? കൊലയാളികളോടും കശാപ്പുകാരോടും ഇടപഴകിയ സമയങ്ങളിൽ പോലും ശരീരത്തിൽ രക്തം പുരണ്ടിട്ടില്ലാത്ത ഒരു മനുഷ്യൻ. ഈ റിട്ടയർമെന്റ് കാലത്ത് ഇതെന്തു സംഭവിച്ചു?''

'കൊല' എന്ന് പറയാൻ ഹുലൂസിക്കു കഴിഞ്ഞില്ല. കൈകൊണ്ട് വായ പൊത്തി അദ്ദേഹം കരയാൻ തുടങ്ങി.

''ദയവായി, ഇരിക്കൂ, ഹുലുസി ചേട്ടാ,'' ഞാൻ പറഞ്ഞു. എന്നേക്കാൾ ഏകദേശം പത്ത് വയസ്സെങ്കിലും അദ്ദേഹത്തിന് കൂടുതൽ കാണും.

ഒരു കസേരയിൽ ആ മനുഷ്യനെ ഇരുത്തിയിട്ട് തിരിഞ്ഞപ്പോൾ ആരോ ഒരു തൂവാലനീട്ടി.

''ഇതാ.''

പച്ച നിറത്തിലുള്ള സമ്മർ ജാക്കറ്റിന്റെ പോക്കറ്റിൽ നിന്ന് ഇരുണ്ട നീല നിറമുള്ള തൂവാല എടുത്തു നീട്ടി നിന്ന നാദിർ ആയിരുന്നു അത്. വൃദ്ധൻ അത് എടുത്തില്ല. അയാൾ വെറുതെ മൂക്ക് ചീറ്റി.

''നന്ദി, പ്രോസിക്യൂട്ടർ, ആവശ്യമില്ല, നന്ദി.'' ഹുലൂസി ഒന്നു നിർത്തിയിട്ട് ആദ്യം നാദിറിനെയും പിന്നെ എന്നെയും നോക്കി. ''അവന്റെ കൊലയാളിയെ കണ്ടെത്തുക മാത്രമാണ് ഞാൻ ആവശ്യപ്പെടുന്നത്. ആ നിന്ദ്യനായ മനുഷ്യനെ സ്വതന്ത്രനായി നടക്കാൻ അനുവദിക്കരുത്. നിങ്ങളുടെ കടമ നിർവഹിക്കുക.''

അദ്ദേഹത്തിന്റെ ശബ്ദം ഉയരുന്നുണ്ടായിരുന്നു.

''ശാന്തമായിരിക്ക് ഹുലുസി ചേട്ടാ'' ആൽപ്പർ പറഞ്ഞു. ''നമ്മുടെ പൊലീസ് സുഹൃത്തുക്കൾ തങ്ങളാൽ കഴിയുന്നതെല്ലാം ചെയ്യുന്നുണ്ടെന്ന് എനിക്ക് ഉറപ്പുണ്ട്. ഇതിന് കുറച്ച് സമയമെടുക്കും.''

ഹുലുസി അത് ശ്രദ്ധിച്ചില്ല.

''ഇതെങ്ങനെ സംഭവിക്കും? എനിക്ക് മനസ്സിലാകുന്നില്ല. ഉസ്കുദറിന്റെ ഹൃദയഭാഗത്താണ് ഈ വീട്. സ്വന്തം വീട്ടിൽ വച്ചു ഒരു ഉദ്യോഗസ്ഥൻ കൊല്ലപ്പെട്ടു. ആരും ഒന്നും കാണുന്നില്ല, ഒന്നും കേൾക്കുന്നില്ല, ഒന്നും ചെയ്യുന്നില്ല!''

അദ്ദേഹം ഞങ്ങളെ കുറ്റപ്പെടുത്തുകയായിരുന്നില്ല. പക്ഷേ ഞങ്ങൾ സർക്കാരിനെ പ്രതിനിധീകരിക്കുന്നതിനാൽ പരാമർശങ്ങൾ സഹിക്കേണ്ടി വന്നത് ഞങ്ങൾക്കായിരുന്നു. നാദിർ അതിന്റെ ഭാരം ഏറ്റെടുത്തു.

''ഞാൻ ഈ പറയുന്നത് എത്രമാത്രം ആശ്വാസകരമാകുമെന്ന് എനിക്കറിയില്ല, പക്ഷേ സെക്കായിയുടെ കൊലയാളിയെ അല്ലെങ്കിൽ കൊലയാളികളെ ഞങ്ങൾ കണ്ടെത്തുമെന്ന് നിങ്ങൾക്ക് ഉറപ്പിക്കാം.''

അവൻ ആത്മവിശ്വാസം പ്രകടിപ്പിച്ചു. പക്ഷേ അത് ഗുണം ചെയ്തില്ല.

''എന്നിട്ടും നിങ്ങൾ ഇതുവരെ ആരെയും കണ്ടെത്തിയില്ല.''

ഒരു യുവാവാണ് പ്രതിഷേധിച്ചത്. അവന് ഹുലുസിയോട് നല്ല സാമ്യമുണ്ടായിരുന്നു. അദ്ദേഹത്തിന്റെ മകനായിരിക്കണം.

''എന്റെ അമ്മാവനെ കൊന്നയാൾ അദ്ദേഹം സർവീസിൽ ഇരുന്ന കാലത്ത് പിടികൂടിയ കൊലയാളികളിൽ ഒരാളാണ്. അവരെപ്പറ്റി അന്വേഷിക്കുന്നത് ഇത്ര ബുദ്ധിമുട്ടാണോ?''

ആൾക്കൂട്ടത്തിലുണ്ടായിരുന്ന കുറച്ചുപേർ ആ യുവാവിന് പിന്തുണയുമായി പിറുപിറുത്തു.

''എനിക്ക് നിങ്ങൾ പറയുന്നത് മനസ്സിലായി. നരഹത്യാ വിഭാഗം ധാരാളം തെളിവുകൾ ശേഖരിച്ചിട്ടുണ്ട്. വിഷമിക്കേണ്ട. ആ തന്തയില്ലാത്തവനെ കിട്ടാൻ അധികം താമസിക്കില്ല.''

എന്റെ വാക്കുകൾ ദേഷ്യപ്പെട്ട ബന്ധുവിനെ ആശ്വസിപ്പിച്ചില്ല.

''ഇല്ല,'' യുവാവ് പറഞ്ഞു. ''അവനെ നീതിന്യായവ്യവസ്ഥയ്ക്ക് ദയവ് ചെയ്ത കൈമാറരുത്. ജയിലുകളിലെ സർക്കാരിന്റെ അപ്പം അവനു വേണ്ടി പാഴാക്കരുത്. കഴിയുമെങ്കിൽ ആ തലയിൽ ഒരു ബുള്ളറ്റ് ചിലവാക്കുക. അവൻ മരിച്ചു വീഴണം.''

ഈയിടെയായി രാജ്യത്തെ പൊതിഞ്ഞ ഈ ലിഞ്ചിംഗ് ഹിസ്റ്റീരിയ അമ്മാവനെ നഷ്ടപ്പെട്ട യുവാവിനെയും ബാധിച്ചതിൽ അതിശയിക്കാനില്ല. പക്ഷേ നാദിർ അത് കേട്ടു മിണ്ടാതിരുന്നില്ല.

''ഇങ്ങനെ ചെയ്യരുത് സുഹൃത്തുക്കളേ. കാര്യങ്ങൾ ഈ രീതിയിലല്ല നടക്കേണ്ടത്. ആ കൊലയാളിയെ നമുക്ക് കോടതിയിൽ കൊണ്ടുവരണം. ഇൻസ്പെക്ടർ സെക്കായി അവനെ കൊല്ലാനല്ല വിചാരണ ചെയ്യാനാണ് ആഗ്രഹിച്ചിരുന്നത്. ഏറ്റവും നല്ല നീതിയാണ് നമ്മുടെ നിയമം നൽകുന്നത്.''

''അങ്ങനെ ഒരു നിയമം ഉണ്ടോ?'' യുവാവ് പിറുപിറുത്തു. ''കൈയിൽ ചോര പുരണ്ട ഒരു കൊലയാളി എന്റെ അമ്മാവനെ സ്വന്തം വീട്ടിൽ വെച്ച് കശാപ്പ് ചെയ്തപ്പോൾ ഞാൻ നിയമത്തെക്കുറിച്ച് പ്രസംഗിക്കണമത്രേ. അത് ശരിയാണോ?''

''പറയുന്നത് എന്താണു എന്ന് ശ്രദ്ധിക്കണം സെൻക്,'' ആൽപ്പർ വീണ്ടും പറഞ്ഞു. ''നാദിർ ചേട്ടനും ചീഫ് നെവ്സാറ്റും ആ മനുഷ്യനെ പിടിക്കാൻ നായ്ക്കളെപ്പോലെ പ്രവർത്തിക്കുന്നു. നിങ്ങൾ ഈ രീതിയിൽ സംസാരിക്കുന്നത് ശരിയല്ല.''

നാദിർ ചേട്ടനിലോ ചീഫ് നെവ്സാറ്റിലോ സെൻക്കിന് താൽപ്പര്യമില്ലായിരുന്നു.

''അതൊന്നും എനിക്കറിയില്ല ആൽപ്പർ ചേട്ടാ. നോക്ക്, ഞാൻ നിങ്ങളോടു പറയുന്നു, പൊലീസ് ഒന്നും ചെയ്തില്ലെങ്കിൽ ഞാൻ തന്നെ അവനെ കണ്ടെത്തി തലയിലൂടെ ഒരു ബുള്ളറ്റ് കയറ്റും.''

അവൻ ഞങ്ങളെ ഭീഷണിപ്പെടുത്തുന്നതുപോലെയാണ് അനുഭവപ്പെട്ടത്. നാദിറിന്റെ മുഖം ചുവക്കുന്നതും നെറ്റിയിൽ ഒരു ഞരമ്പ് തുടിക്കുന്നതും ഞാൻ കണ്ടു.

''നിങ്ങൾ പരിധി കടക്കുകയാണ് സുഹൃത്തേ,'' അയാൾ ബലം പ്രയോഗിച്ചു നിയന്ത്രിച്ച ശബ്ദത്തിൽ മുന്നറിയിപ്പ് നൽകി. ''ആളുകളെ കൊല്ലുന്നതിലൂടെ നീതി കൈവരിക്കാനാവില്ല.''

''പക്ഷേ അവർ ആളുകളെ കൊല്ലുന്നു. നിങ്ങൾ നോക്കി ഇരിക്കുന്നു. എന്നിട്ട് ഇവിടെ നിന്നു എനിക്ക് നിയമത്തിന്റെ പാഠമെടുക്കുന്നു.''

പ്രോസിക്യൂട്ടർ തന്റെ തനി സ്വരൂപം പുറത്തെടുക്കാൻ പോകുകയായിരുന്നു. ഞാൻ അവന്റെ തോളിൽ ഒരു കൈ വെച്ചു.

''വരൂ നാദിർ'' ഞാൻ ശാന്തനായി പറഞ്ഞു. നമുക്ക് സെക്കായിയുടെ ഓഫീസിലേക്ക് പോകാം. അവിടെ ചില പേപ്പറുകൾ ഉണ്ട്. നിങ്ങളത് കാണേണ്ടതാണ്.''

അവന്റെ മുഖം ഒരു നിമിഷം ആശയക്കുഴപ്പത്തിലായി, ഞാൻ എന്താണ് ഉദ്ദേശിച്ചതെന്ന് അയാൾക്ക് മനസ്സിലായി.

''ശരി ചീഫ്. ശരി. നമുക്ക് പോകാം.''

''ഞാനും വരട്ടെ?'' ആൽപ്പർ എഴുന്നേൽക്കാൻ ശ്രമിച്ചുകൊണ്ട് ചോദിച്ചു. ''നിങ്ങൾക്ക് എന്നെ ആവശ്യമായി വന്നേക്കാം.''

''ഇല്ല, ആൽപ്പർ. നന്ദി. ഞങ്ങൾ കേസ് ചർച്ച ചെയ്യാൻ പോവുകയാണ്.''

ഞങ്ങൾ സ്വീകരണമുറിയിൽ നിന്നു പുറത്തിറങ്ങി. പ്രോസിക്യൂട്ടർ എന്റെ പുറകെ ഒഴിഞ്ഞ മുറിയിലേക്ക് വന്നു. ഭിത്തിയിൽ സെക്കായിയുടെയും സെലീലിന്റെയും വിവാഹ ഫോട്ടോ ഉണ്ടായിരുന്നു. മരിച്ചുപോയ എന്റെ സഹപ്രവർത്തകൻ ആ ബ്ലാക്ക് ആൻഡ് വൈറ്റ് ഫോട്ടോയ്ക്കുള്ളിൽ നിന്ന് ഞങ്ങളെ ഗൗരവത്തോടെ വീക്ഷിച്ചു. എനിക്ക് പിന്നെ അങ്ങോട്ട് നോക്കാൻ കഴിഞ്ഞില്ല.

''ഞാൻ നിങ്ങളെ കാണാൻ വരാൻ പോവുകയായിരുന്നു, നാദിർ. ഞങ്ങൾക്ക് ചില പുതിയ വിവരങ്ങൾ ലഭിച്ചിട്ടുണ്ട്.''

അവന്റെ പുരികങ്ങൾ ഉയർന്നു.

''ബ്ലൈൻഡ്മാൻസ് ബഫിനെക്കുറിച്ച്?''

അയാളും അക്ഷമനായിരുന്നു. കൊലപാതകങ്ങളുടെ ഈ ശൃംഖലയിൽ വെളിച്ചം വീശണമെന്ന് അയാൾ ആഗ്രഹിച്ചു. ഒരു പരസ്യ പ്രസ്താവന നടത്തിയാൽ ജനങ്ങളുടെ ചോദ്യങ്ങൾക്ക് കുറച്ചു അടക്കം വരും. പക്ഷേ എനിക്ക് തിരക്കുകൂട്ടാൻ കഴിയുമായിരുന്നില്ല. അതുകൊണ്ടാണ് സ്ഥിരീകരിക്കാത്ത വസ്തുതകൾ പങ്കുവെക്കാതിരിക്കാൻ ഞാൻ ശ്രമിച്ചത്.

''ശരി, ഇത് കുറച്ച് സങ്കീർണ്ണമാണ്.''

അവന്റെ ഇളം തവിട്ടുനിറത്തിലുള്ള കണ്ണുകൾ മനസ്സിലാവാതെ എന്റെ മുഖത്ത് തങ്ങിനിന്നു.

''ഇതാണ് കാര്യം,'' ഞാൻ തുടർന്നു. ''ഏറ്റവും പുതിയ ഇരയുടെ പ്രൊഫൈൽ മുമ്പ് കൊല്ലപ്പെട്ട ബ്ലൈൻഡ്മാൻസ് ബഫിന്റെ ഇരകളുമായി പൊരുത്തപ്പെടുന്നില്ല. ഞാൻ ആ ശസ്ത്രക്രിയാവിദഗ്ധന്റെ കാര്യമാണ് പറയുന്നത്. കാൻസു സർമാഷിക്ക്. ആ മനുഷ്യൻ ഒരു പീഡകനായിരുന്നു എന്നതിന് ഒരു ചെറിയ തെളിവുമില്ല. ഒരിക്കലും കുറ്റം ചുമത്തപ്പെട്ടിട്ടില്ല. അതായത്, അത് പോലെയുള്ള കുറ്റം. അല്ലെങ്കിൽ മറ്റെന്തെങ്കിലും കുറ്റം. ഒന്നുമില്ല. അവൻ അങ്ങനെ ആരെയും ദുരുപയോഗം ചെയ്യില്ലയെന്ന് അവനെ അറിയാവുന്നവരും പറയുന്നു. പക്ഷേ അവൻ മറ്റ് തരത്തിലുള്ള ഒരു വൃത്തികെട്ട ബിസിനസ്സിൽ ഇടപെട്ടുവെന്ന് ഞങ്ങൾ കരുതുന്നു.''

നാദിറിന് താൽപ്പര്യം എന്റെ അവസാനത്തെ വാചകത്തിലായിരുന്നു.

''എന്ത് വൃത്തികെട്ട ബിസിനസ്സ്?''

''അവയവക്കടത്ത്. സിറിയൻ കുടിയേറ്റക്കാരിൽ നിന്ന് എടുത്ത് മറ്റ് രോഗികളിലേക്ക് അവയവങ്ങൾ മാറ്റിവയ്ക്കൽ. സ്ഥിതി ഇതുവരെ പൂർണ്ണമായും വ്യക്തമല്ല, പക്ഷേ ഇന്നത്തെ അന്വേഷണത്തിന്റെ ഫലമാണിത്. കൂടുതൽ വിശദാംശങ്ങൾ ഞാൻ ഉടൻ നൽകും.''

നാദിർ വലതു കൈകൊണ്ട് തന്റെ കോലൻ മുടി പിന്നിലേക്ക് ചീകി.

''ഈ കേസിന്റെ പ്രത്യേകതയെക്കുറിച്ച് നിങ്ങൾ എന്താണ് പറയുന്നത്? ഞാൻ ഉദ്ദേശിച്ചത്, ഈ അവസാനത്തെ ഇര ഒരു പീഡകനല്ലെന്ന് നിങ്ങൾ എന്താണ് പറയുന്നത്?''

ജനലിനു മുന്നിൽ സ്ട്രോബെറി പാറ്റേണിലുള്ള തുണി കൊണ്ട് പൊതിഞ്ഞ രണ്ട് ചാരുകസേരകൾ ഞാൻ ചൂണ്ടിക്കാണിച്ചു.

''നമുക്ക് വേണമെങ്കിൽ ഇവിടെ ഇരിക്കാം.''

നാദിർ ഞാൻ പറഞ്ഞതുപോലെ ചെയ്തു, ഞാൻ അവന്റെ എതിർവശത്തുള്ള കസേരയിൽ ഇരുന്നു.

''ഒരുപക്ഷേ കൻസു തന്റെ വഴികൾ നന്നായി മറച്ചിട്ടുണ്ടാകാം. നിരപരാധികളായ ധാരാളം കുട്ടികളെ ഉപദ്രവിച്ചിട്ടുണ്ടാകാം. പക്ഷേ ഒരിക്കലും പിടിക്കപ്പെട്ടില്ല.''

അയാൾ കസേരയുടെ കൈകളിൽ തന്റെ രൂപമൊത്ത കൈകൾ വച്ചു.

''അപ്പോൾ ബ്ലൈൻഡ്മാൻസ് ബഫ് അവൻ ഒരു പീഡകനാണെന്ന് എങ്ങനെ അറിഞ്ഞു?''

അത് ന്യായമായ ചോദ്യമായിരുന്നു.

''നിങ്ങൾ പറഞ്ഞത് ശരിയാണ്. എന്തായാലും കൻസു ഒരു ബാല പീഡകനായിരിക്കാനുള്ള സാധ്യത വളരെ ദുർബലമാണ്.''

ഒരു നിമിഷം പോലും അവൻ എന്നിൽ നിന്നും കണ്ണ് മാറ്റിയില്ല.

''സെക്കായിയുടെ മരണത്തെക്കുറിച്ച് എന്താണ് അഭിപ്രായം? നിങ്ങളുടെ അന്തരിച്ച സഹപ്രവർത്തകന്റെതും സീരിയൽ കില്ലറുടെ ഇരകളുടെ പ്രൊഫൈലുമായി പൊരുത്തപ്പെടുന്നില്ലല്ലോ. എന്തുകൊണ്ടാണ് ബ്ലൈൻഡ്മാൻസ് ബഫ് അവനെ കൊന്നത്?'' ഒരു ഇടവേളയ്ക്ക് ശേഷം അദ്ദേഹം തുടർന്നു, ''അതായത്, ബ്ലൈൻഡ്മാൻസ് ബഫ് ശരിക്കും അവന്റെ കൊലപാതകി ആണെങ്കിൽ.''

''അത് തീർച്ചയായും ബ്ലൈൻഡ്മാൻസ് ബഫ് ആണ്.''

അയാൾക്ക് അത്ഭുതം തോന്നിയെന്നത് സ്പഷ്ടമായിരുന്നു.

''അതെങ്ങനെ ഇത്ര ഉറപ്പിക്കാം?''

''സെക്കായ് നിർണ്ണായകമായ എന്തോ ഒരു കാര്യം കണ്ടു പിടിച്ചിട്ടുണ്ടായിരുന്നു. അയാൾ തന്നെ എന്നോട് അത് പറഞ്ഞു. ഞങ്ങൾ ഫോണിൽ സംസാരിക്കുകയായിരുന്നു, അയാൾക്ക് എന്നെ കാണണമെന്ന് പറഞ്ഞു. താൻ കണ്ടെത്തിയ കാര്യങ്ങൾ എന്നോട് പറയാൻ

വേണ്ടിയായിരുന്നു ആ കൂടിക്കാഴ്ച. എന്നാൽ അതിന് മുൻപ് അവനെ കൊന്നു കളഞ്ഞു. അത് സത്യമാണ്. സെക്കായിയുടെ പ്രൊഫൈൽ സീരിയൽ കില്ലറുടെ ഇരകളുമായി പൊരുത്തപ്പെടുന്നില്ല. എന്തായാലും ബ്ലൈൻഡ്മാൻസ് ബഫ് അയാളെ കശാപ്പ് ചെയ്തത് സെക്കായി ഒരു ലൈംഗിക കുറ്റവാളി ആയിരുന്നത് കൊണ്ടല്ല, മറിച്ച് സ്വയം അതി ജീവിക്കാൻ വേണ്ടിയാണ്.''

''ശരി, പക്ഷേ,'' അമ്പരപ്പോടെ നാദിർ ചോദിച്ചു, ''സെക്കായ് തന്നെ തിരിച്ചറിഞ്ഞതായി കൊലയാളി എങ്ങനെ അറിഞ്ഞു?''

ഞാൻ കൈകൾ വീശി.

''ആ ഭാഗം വ്യക്തമല്ല. സെക്കായി അവനെ വിളിച്ചിരിക്കാം. ബ്ലൈൻ ഡ്മാൻസ് ബഫിന് എങ്ങനെയോ വിവരം മനസ്സിലായതാകാം. അല്ലെ ങ്കിൽ കൊലയാളി പ്രതികരിച്ച് സ്വയം വെളിപ്പെടുത്താൻ വേണ്ടി അയാൾ അവനോട് മനപ്പൂർവം പറഞ്ഞിരിക്കാം. അവൻ അവനെ വീട്ടിൽ കയറ്റി യതിന്റെ കാരണവും അതാകാം.''

''കൊലയാളി അയാൾക്ക് അറിയാവുന്ന ഒരാളാണെന്ന് നിങ്ങൾ കരുതുന്നു.''

''അതെ. എന്നോട് പറയാൻ തീരുമാനിച്ചിരുന്ന വസ്തുതകൾ കൊലയാളിയോട് നേരിട്ട് ചോദിച്ചിരിക്കണം. ബ്ലൈൻഡ്മാൻസ് ബഫ് സ്വയം രക്ഷിക്കാൻ വേണ്ടി സെകായിയെ കൊന്നു.''

നാദിറിന് സംശയം തോന്നി.

''സെക്കായിക്ക് പക്വതയില്ലേ? സ്വയം കൊല്ലപ്പെടുമെന്ന് ഊഹിച്ചു കൂടെ? മുൻകരുതലുകൾ എടുക്കാമായിരുന്നില്ലേ?''

ഞാൻ ചിന്താപൂർവ്വം തലയാട്ടി.

''സാധാരണ ഗതിയിൽ അയാൾ അത് ചെയ്യേണ്ടതാണ്. സ്വയം എങ്ങനെ സംരക്ഷിക്കണമെന്ന് അവനറിയാം. എന്തുകൊണ്ടാണ് ഇത്ത വണ അത് ചെയ്യാതിരുന്നത് എന്ന് എനിക്കറിയില്ല. ആ മനുഷ്യൻ ബ്ലൈൻഡ്മാൻസ് ബഫ് ആണെന്ന് അദ്ദേഹത്തിന് അപ്പോഴും ഉറപ്പി ല്ലായിരുന്നിരിക്കാം. അവൻ നിരപരാധിയാണെന്ന് സെക്കായി ഒരു നിമിഷം വിശ്വസിച്ചു. ബ്ലൈൻഡ്മാൻസ് ബഫിന് നല്ല വേഗമുണ്ടായി രുന്നു എന്ന് വേണം ഊഹിക്കാൻ. സെക്കായിയെ ഓർക്കാപ്പുറത്ത് വീഴ്ത്തിയിരിക്കണം.''

കൊലയാളി അവിടെ എവിടെയോ ഉണ്ടെന്ന മട്ടിൽ അയാൾ മുറി യിൽ ചുറ്റും നോക്കി. കാണാതെ വന്നപ്പോൾ വീടിന്റെ അകത്തെ വാതി ലിലേക്ക് നോക്കി. തീർച്ചയായും കാണാൻ അവിടെ ആരുമുണ്ടായിരു ന്നില്ല.

''അത് ആരായിരിക്കുമെന്നു മനസ്സിലാകുന്നില്ല. ഈ കുടുംബത്തിൽ നിന്നുള്ള ആരെങ്കിലുമാവുമോ?''

എന്റെ തലയിലെ പേരുകൾ പങ്കിടാൻ ഞാൻ മടിച്ചു, പക്ഷേ കടമ കാരണം പറയാമെന്ന് അവസാനം തീരുമാനിച്ചു.

“എനിക്ക് ചിലരെ സംശയമുണ്ട്. നിങ്ങൾ ഇപ്പോൾ ക്ഷുഭിതനായ ആ ചെറുപ്പക്കാരനെ ശാന്തനാക്കാൻ ശ്രമിച്ച ആൽപ്പറിനെ കണ്ടില്ലേ? ആൽപ്പർ സൈപ്പർ. മുൻ ഇൻസ്പെക്ടർ. അതിലുപരിയായി, 2012ൽ അദ്ദേഹം സെക്കായിയുമായി ഇതേ കേസിൽ പ്രവർത്തിച്ചിട്ടുണ്ട്. ഈ സീരിയൽ കൊലയാളിയെക്കുറിച്ചുള്ള എല്ലാ വിവരങ്ങളും അയാൾക്ക് ലഭ്യമായിരുന്നു. സെക്കായിയെ പോലെ തന്നെ ബ്ലൈൻഡ്മാൻസ് ബഫിനെപ്പറ്റി എല്ലാം അയാൾക്കും അറിയാമായിരുന്നു. ആൽപ്പർ പൊലീസ് സേനയിൽ നിന്ന് മാറി സൈപ്പർ സെക്യൂരിറ്റി എന്ന കമ്പനി തുടങ്ങി. എന്നാൽ അവൻ ഒരിക്കലും സെക്കായിയുമായുള്ള ബന്ധം വിച്ഛേദിച്ചില്ല. അവർ പലപ്പോഴും പരസ്പരം കാണാറുണ്ടായിരുന്നു. ‘‘അവൻ ഞങ്ങൾക്ക് ഒരു മകനെപ്പോലെയാണ്,’ സെക്കായിയുടെ ഭാര്യ സെലീൽ ഇങ്ങനെയാണ് പറയുന്നത്. അവൻ ഈ വീട്ടിൽ ഇഷ്ടം പോലെ വന്നു പോകാറുണ്ടായിരുന്നു.”

അവന്റെ നോട്ടം വീണ്ടും വാതിലിലേക്ക് തെന്നി.

“അവിടെയിരിക്കുന്ന ആൾ ബ്ലൈൻഡ്മാൻസ് ബഫ് ആണോ?”

നാദിർ ആവേശത്തോടെ ചോദിച്ചു.

ഞാൻ ശാന്തമായി പുറകിലേക്ക് ചാഞ്ഞു.

“ഇത് പറയുന്നത് എളുപ്പമല്ല. പക്ഷേ സെക്കായി ആ മനുഷ്യനെ വിശ്വസിച്ചു എന്നതിൽ സംശയമില്ല. നിങ്ങൾക്കറിയാമോ, വിശ്വാസം ഒരു മനുഷ്യനെ ദുർബലനാക്കുന്നു. ഈ വിശ്വാസമാകാം സെക്കായിയെ വീഴ്ത്തിയത്.”

“അത് സത്യമാണ്,” അവൻ മൃദുവായി പറഞ്ഞു. “ആൽപ്പറിന്റെ വിഷയത്തിൽ എങ്ങനെ മുന്നോട്ട് പോകണമെന്നാണ് പ്ലാൻ ചെയ്യുന്നത്? നിങ്ങൾ അവനെ ചോദ്യം ചെയ്യുന്നില്ലേ?”

“അതിന്റെ ആവശ്യമില്ല നാദിർ. നമ്മൾ സംശയിക്കുന്നുണ്ടെന്ന് അവൻ മനസ്സിലാക്കരുത്. എന്തായാലും ഞാൻ അവനോട് മുഖാമുഖം സംസാരിച്ചു. സംഭാഷണത്തിൽ ഉടനീളം അവൻ അങ്ങേയറ്റം സ്ഥിരതയുള്ളവനായിരുന്നു. അവൻ ശരിക്കും നിരപരാധിയാകാൻ സാധ്യതയുണ്ട്. വിഷമിക്കേണ്ട. അന്വേഷണം നന്നായി പുരോഗമിക്കുന്നു. എന്തായാലും ഈ കേസിൽ ബ്ലൈൻഡ്മാൻസ് ബഫിന്റെ ഐഡന്റിറ്റി മാത്രമല്ല പ്രശ്നം. കാൻസു സർമാഷിനെ പോലെ ഒരാളെ കൊലപ്പെടുത്തിയത് എന്തിനാണ്? ബ്ലൈൻഡ്മാൻസ് ബഫിനെപ്പോലെ ആചാരങ്ങളെ പിന്തുടരുന്ന ഒരു സീരിയൽ കില്ലർ ഇത്തരമൊരു കൊലപാതകം നടത്തുന്നത് അർത്ഥശൂന്യമാണ്.”

നാദിർ ഒരു ദീർഘനിശ്വാസം എടുത്ത് കൊണ്ട് പുറകിലേക്ക് ചാഞ്ഞു.

“അതിനാൽ ബ്ലൈൻഡ്മാൻസ് ബഫിന്റെ പ്രൊഫൈലുമായി പൊരുത്തപ്പെടാത്ത രണ്ട് കൊലപാതകങ്ങൾ നമ്മുടെ മുന്നിലുണ്ട് എന്ന് പറയാം.”

ഒരു തലയാട്ടലിലൂടെ ഞാൻ അത് സ്ഥിരീകരിച്ചു. അയാൾ തന്റെ വാദം തുടർന്നു,

"പക്ഷേ രണ്ട് കൊലപാതകങ്ങളുടെയും ഉദ്ദേശ്യം വ്യത്യസ്തമാകാമെന്നാണ് നിങ്ങൾ പറയുന്നത്."

ഞാൻ നെഞ്ചിൽ കൈകൾ കൂട്ടിപ്പിടിച്ചു.

"അത് ഒരു സാധ്യതയല്ല, മറിച്ച് അവ തികച്ചും വ്യത്യസ്തമാണ്."

അവൻ അതിന്റെ കുരുക്കഴിക്കാൻ ശ്രമിച്ചു.

"ബ്ലൈൻഡ്മാൻസ് ബഫിനെ കൂടാതെ വേറെയും കൊലപാതകികൾ ഉണ്ടെന്നാണ് നിങ്ങൾ അർത്ഥമാക്കുന്നത്. അല്ലേ?"

ഞാൻ അവന്റെ അടുത്തേക്ക് നീങ്ങിയിരുന്നു.

"അതെ. കൻസു ബാലപീഡകനല്ലെങ്കിൽ, അതിനർത്ഥം തീർച്ചയായും കൊല ചെയ്യുന്നവർ വേറെയുമുണ്ട് എന്നാണ്."

അയാളുടെ മനസ്സ് ചോദ്യങ്ങളാൽ ഞെരുങ്ങി.

"ആരോ ബ്ലൈൻഡ്മാന്റെ ബഫിനെ അനുകരിക്കുന്നു!"

മറ്റൊരു സാധ്യതയെക്കുറിച്ച് ഞാൻ നാദിറിനെ ഓർമ്മിപ്പിച്ചു.

"അല്ലെങ്കിൽ ആരെങ്കിലും അവനെ ഉപയോഗിക്കുന്നു. സ്വന്തം കൊലപാതകങ്ങളുടെ ഉത്തരവാദിത്തം സീരിയൽ കില്ലറുടെ മേൽ ചുമത്താൻ ശ്രമിക്കുന്ന ഒരാളായിരിക്കാം ഇതിന്റെയൊക്കെ പിന്നിൽ. മൂക്ക് വരെ കുറ്റകൃത്യങ്ങളിൽ മുങ്ങിയ ആരോ ഒരാൾ അതിനടിയിൽ നിന്ന് പുറത്തുകടക്കാൻ വേണ്ടി അഞ്ച് വർഷം മുമ്പ് നടന്ന കൊലപാതകങ്ങളിലേക്ക് തിരിയുന്നു."

അല്പനേരം ഞങ്ങൾ രണ്ടുപേരും ഒന്നും സംസാരിച്ചില്ല.

"തീർച്ചയായും ഇതെല്ലാം സാധ്യതകൾ മാത്രമാണ്. ഞങ്ങളുടെ പക്കലുള്ള അപര്യാപ്തമായ വിവരങ്ങളിൽ നിന്ന് പാതിവെന്ത തെളിവുകൾ ഉപയോഗിച്ച് സാധ്യതകൾ പഠിക്കുകയാണ്. അത് കൊണ്ട് തന്നെ നിങ്ങളെ അധികം ബുദ്ധിമുട്ടിക്കാൻ ഞാൻ ആഗ്രഹിക്കുന്നില്ല. കൂടുതൽ ദൃഢമായ വസ്തുതകളും കണ്ടെത്തലുകളും ലഭിച്ചാലുടൻ ഞങ്ങൾ അവ നിങ്ങളുമായി പങ്കിടും. എന്നാൽ നമ്മൾ ഈ കേസിന്റെ ഒരു പ്രധാന ഞരമ്പ് കണ്ടെത്തി എന്ന് ഞാൻ പറയും. കുറച്ചു കൂടി അന്വേഷിച്ചുകഴിഞ്ഞാൽ എനിക്ക് കൂടുതൽ ഉറപ്പോടെ പറയാൻ കഴിയും."

എന്റെ വാക്കുകൾ നാദിറിനെ തളർത്തി. അവൻ തന്റെ പോക്കറ്റിൽ നിന്ന് ഹുലുസിക്ക് നേരെ നീട്ടിയ തൂവാല പുറത്തെടുത്ത് നെറ്റിയിലെ വിയർപ്പ് തുള്ളികൾ തുടച്ചു.

"നിങ്ങൾക്കു കിട്ടുന്ന എല്ലാ വിവരവും കാലതാമസമില്ലാതെ പങ്കിടുന്നത് നല്ലതാണ്. നിങ്ങളുടെ തലയിലെ സാഹചര്യങ്ങളും സാധ്യതകളും എല്ലാം കൂടി പറിച്ചു നമ്മൾ ഒരുമിച്ച് പരിഹാരം കണ്ടെത്തും."

അവന്റെ സ്വരത്തിൽ ശാസന ഉണ്ടായിരുന്നു. തന്റെ ജോലിയിൽ അതീവ തത്പരനായ ഈ മനുഷ്യനെ വിഷമിപ്പിക്കാൻ ഞാൻ ഉദ്ദേശിച്ചിരുന്നില്ല.

“ഇത് തെറ്റായ രീതിയിൽ എടുക്കരുത് നാദിർ. എനിക്ക് നിങ്ങളോട് ഒന്നും മറച്ചുവയ്ക്കാനില്ല. അപ്രസക്തമായ വിശദാംശങ്ങൾ കൊണ്ട് നിങ്ങളെ വെറുതെ കുഴപ്പിക്കാൻ ഞാൻ ആഗ്രഹിക്കുന്നില്ല.”

അവന്റെ തടിച്ച ചുണ്ടുകളിൽ ഒരു ഹൃദ്യമായ പുഞ്ചിരി പ്രത്യക്ഷപ്പെട്ടു.

“എനിക്ക് മനസ്സിലായി. എന്നിട്ടും നിങ്ങളുടെ മനസ്സിലുള്ളത് കേൾക്കാൻ എനിക്ക് ആഗ്രഹമുണ്ട്. ചീഫ് ഇൻസ്പെക്ടർ നെവ്സാറ്റിനൊപ്പം പ്രവർത്തിക്കാനുള്ള ഭാഗ്യം എനിക്ക് എപ്പോഴും ലഭിക്കുന്നില്ല.”

ഈ തുറന്ന പ്രശംസയിൽ എനിക്ക് ലജ്ജ തോന്നി. പക്ഷേ ഞാൻ എന്റെ തീരുമാനത്തിൽ നിന്നു മാറില്ല എന്ന് ഉറപ്പിച്ചു. ചോദിച്ചാൽ പോലും എനിക്ക് ഉറപ്പില്ലാത്ത കാര്യങ്ങളെക്കുറിച്ച് ഞാൻ അവനോട് റിപ്പോർട്ട് ചെയ്യില്ല.

ഞാനും പുഞ്ചിരിച്ചു.

“ഇതൊരു കരാറാണ്. ഞാൻ എന്റെ കണ്ടെത്തലുകൾ നിങ്ങളുമായി പങ്കിടും. ഈ വിഷയത്തിൽ നിങ്ങളുടെ ചിന്തകൾ പങ്കുവെക്കുന്നതിൽ എനിക്ക് സന്തോഷമുണ്ട്, എന്നിരുന്നാലും ഞാൻ അത് നിങ്ങളുടെ തീരുമാനത്തിന് വിടും.”

മാനസികാവസ്ഥ നന്നായപ്പോൾ അവന്റെ കണ്ണുകൾ നന്ദിയോടെ തിളങ്ങി.

“നമ്മൾ വിഡ്ഢികളാകരുത്. നാം ഒരു ടീമാണ്. എല്ലാത്തിനുമുപരി, എല്ലാ അഭിപ്രായങ്ങളും വിലപ്പെട്ടതാണ്.” അവൻ ഒന്നു നിർത്തി. “സെക്കായിയുടെ വീട്ടിൽ നിന്നു ബ്ലൈൻഡ്മാൻസ് ബഫിനെക്കുറിച്ച് തെളിവ് ഒന്നും ലഭിച്ചില്ലേ? ഈ കൊലയാളിയെ പിടിക്കാൻ ആ മനുഷ്യൻ തന്റെ ജീവിതം ഉഴിഞ്ഞുവെച്ചു. ഒരുപക്ഷേ അയാൾ ഒരു സ്വകാര്യ ഫയൽ സൂക്ഷിച്ചിരിക്കാം.”

നേരിട്ട് ചോദിച്ചപ്പോൾ എനിക്കത് അവനിൽ നിന്ന് മറച്ചു വെക്കാനായില്ല.

“വാസ്തവത്തിൽ അങ്ങനെ ഒന്നുണ്ട്. നിയമവിധേയമല്ലെങ്കിലും സ്റ്റേഷൻ ആർക്കൈവിൽ നിന്ന് അദ്ദേഹം ചില രേഖകൾ പകർത്തിയിരുന്നു. ഒരുപക്ഷേ കൊലയാളി ആ ഫയൽ എടുത്തിരിക്കണം. ഞങ്ങൾക്ക് അത് അവന്റെ വീട്ടിലോ ബോട്ടിലോ കണ്ടെത്താനായില്ല.”

“തീർച്ചയായും,” അയാൾ വലതു കൈകൊണ്ട് കസേരയുടെ കൈയിൽ തട്ടിക്കൊണ്ട് പറഞ്ഞു. “സെക്കായിയെ കൊല്ലാനുള്ള കാരണം തന്നെ അവനാണ്. അപ്പോൾ ആ ഫയൽ എടുക്കാതെ പോകാൻ ഒരു വഴിയുമില്ല.”

“പക്ഷേ ഫയലിന്റെ ഒരു കോപ്പി ഞങ്ങളുടെ പക്കലുണ്ട്,” ഞാൻ പറഞ്ഞു.

നാദിറിനെ ഒന്നു സന്തോഷിപ്പിക്കാൻ എന്തെങ്കിലും നൽകേണ്ടതുണ്ടായിരുന്നു.

അവൻ ഒരു നിമിഷത്തേക്ക് ആശയക്കുഴപ്പത്തിലായി. പക്ഷേ ഉടനെ തന്നെ സന്തോഷത്തോടെ ചോദിച്ചു,

''എങ്ങനെ? കൊലയാളി അത് എവിടെയെങ്കിലും ഉപേക്ഷിച്ചോ? അവൻ രക്ഷപ്പെടുന്നതിനിടയിൽ? അല്ലെങ്കിൽ മറ്റെന്തെങ്കിലും രീതിയിൽ?''

''ബ്ലൈൻഡ്മാൻസ് ബഫ് ഒരിക്കലും അങ്ങനെ ഒരു തെറ്റ് ചെയ്യില്ല. ആൽപ്പറിന്റെ കൈയിൽ അതിന്റെ ഒരു കോപ്പി ഉണ്ടായിരുന്നു. അവൻ അത് ഞങ്ങൾക്ക് തന്നു.''

അവൻ കണ്ണുകൾ അടച്ചു, പിന്നെ തുറന്നു.

''ഒരു നിമിഷം... ആൽപ്പർ എന്തിനാണ് അങ്ങനെ ചെയ്യുന്നത്? അതായത്, അവൻ ബ്ലൈൻഡ്മാൻസ് ബഫ് ആണെങ്കിൽ... അത് അസംബന്ധമാകില്ലേ? അവൻ എന്തിനാണ് ഫയൽ നിങ്ങൾക്കു തരുന്നത്?''

ഞങ്ങളുടെ പ്രോസിക്യൂട്ടറിന്റെ ബുദ്ധിക്കു ഞാൻ വിചാരിച്ചതിലും മൂർച്ചയുണ്ട്.

''ഒരുപക്ഷേ, അവൻ ഫയലിലെ ഏറ്റവും പ്രസക്തമായ വിവരങ്ങൾ എടുത്തു മാറ്റിയിരിക്കാം. ഞാൻ അർത്ഥമാക്കുന്നത്, അവൻ ബ്ലൈൻഡ്മാൻസ് ബഫ് ആണെന്ന് തെളിയിക്കുന്ന രേഖകൾ... മറ്റ് വിവരങ്ങൾ അവനെ അപകടത്തിലാക്കുന്നില്ലെങ്കിൽ, അത് ഞങ്ങളുമായി പങ്കിടുന്നതിൽ എന്ത് ദോഷം ആണുള്ളത്?''

അയാൾ തലയാട്ടി.

''തീർച്ചയായും ഒരു ദോഷവും ഇല്ല. നിങ്ങൾ രേഖകൾ പരിശോധിച്ചോ? ആൽപ്പറിനെ കുറ്റപ്പെടുത്തുന്ന എന്തെങ്കിലും തെളിവോ എന്തെങ്കിലും വിവരമോ അതിലുണ്ടോ?''

''സെയ്നെപ് ഇപ്പോൾ അത് പഠിക്കുകയാണ്. ഇന്ന് വൈകുന്നേരത്തോടെ അല്ലെങ്കിൽ നാളെ രാവിലെ നമുക്ക് വിവരം അറിയാം...''

ശുഭാപ്തി വിശ്വാസത്തോടെ അവൻ എഴുന്നേറ്റു.

''കൊള്ളാം ചീഫ്, നമുക്ക് ഈ പ്രശ്നം എത്രയും പെട്ടെന്ന് പരിഹരിക്കാം.''

സ്വന്തം തൊഴിലിനെ ഒറ്റിക്കൊടുക്കാൻ ഞാൻ മടിക്കില്ല

സെക്കായിയുടെ വീട്ടിൽ നിന്ന് ഇറങ്ങുമ്പോൾ ഞാൻ ഒരു ശബ്ദം കേട്ടു.

''ചീഫ് നെവ്സാറ്റ്...''

ഞാൻ തിരിഞ്ഞു നോക്കി. അത് ആൽപ്പർ ആയിരുന്നു. അയാൾ എന്നോട് കാത്തുനിൽക്കാൻ സൂചന നൽകി. കഴിഞ്ഞ ദിവസം ഞങ്ങൾ സൈപ്പർ സെക്യൂരിറ്റിയിൽ കണ്ട ആ വലിയ മനുഷ്യൻ അദ്ദേഹത്തോടൊപ്പം ഉണ്ടായിരുന്നു. എനിക്ക് സന്തോഷമായി. സംശയിക്കുന്നവരുടെ ലിസ്റ്റിലെ ഏറ്റവും പ്രധാനപ്പെട്ട ആളായ നമ്മുടെ മുൻ പൊലീസുകാരനുമായി സംസാരിക്കുന്നത് രസകരമായിരിക്കും.

''നിങ്ങൾ ഭക്ഷണം കഴിക്കാൻ നിൽക്കുന്നില്ലേ?''

അവൻ വന്നു പറഞ്ഞു.

''പ്രോസിക്യൂട്ടർ പോയോ?''

''നിർഭാഗ്യവശാൽ കഴിക്കാൻ എനിക്ക് സമയമില്ല. ഒരുപാട് ജോലിയുണ്ട്. നാദിർ കുറച്ച് മുമ്പ് പോയി.''

കഠിനമായ സൂര്യപ്രകാശം കണ്ണുകളിൽ പതിക്കുന്നുണ്ടായിരുന്നതിനാൽ ആൽപ്പർ കൈകൊണ്ട് നെറ്റി മറച്ചു പിടിച്ചു.

''എന്തൊരു നാണക്കേടാണ്. എനിക്ക് അദ്ദേഹത്തെ യാത്രയയയ്ക്കാൻ കഴിഞ്ഞില്ല. ഞാൻ ഭക്ഷണത്തിന്റെ കാര്യങ്ങളും ശവസംസ്കാരത്തിന്റെ ഏർപ്പാടുകളും പരിശോധിക്കുകയായിരുന്നു. വളരെയധികം കാര്യങ്ങൾ ചെയ്യാനുണ്ട്. സെക്കായിയുടെ ശവസംസ്കാരത്തിനായി സെലീലും മറ്റ് ബന്ധുക്കളും ഇന്ന് രാത്രിയിൽ പറക്കും. എനിക്ക് പോകാൻ കഴിയില്ല. ഒരു പ്രധാനപ്പെട്ട മീറ്റിംഗ് ഉള്ളതുകൊണ്ട് എനിക്ക് ഇസ്താംബൂളിൽ തങ്ങിയേ പറ്റൂ. ഭാഗ്യവശാൽ സെക്കായിക്ക് സഹോദരന്മാരും മരുമക്കളും ഉണ്ട്.''

അയാളുടെ ഭാവം മാറി.

''അപ്പോൾ ചീഫ്, നിങ്ങൾ എന്തെങ്കിലും നിഗമനങ്ങളിൽ എത്തിയോ?''

''ഇതുവരെ ഇല്ല,'' ഞാൻ പറഞ്ഞു, അവന്റെ അരികിൽ നിന്ന് വിയർക്കുന്ന വലിയ മനുഷ്യനിലേക്ക് ഞാൻ കണ്ണുകൾ തിരിച്ചു. ആ മനുഷ്യൻ അസ്വസ്ഥനായില്ല എങ്കിൽപ്പോലും ആൽപ്പർ ഉടനെ വിശദീകരിക്കാൻ തുടങ്ങി.

''നിങ്ങൾ മെർദാനെ മുമ്പ് കണ്ടിട്ടുണ്ട്. അവൻ എന്റെ കൂടെയാണ് ജോലി ചെയ്യുന്നത്. സെക്കായിക്ക് ഈ ദുരന്തം സംഭവിച്ചതിന് ശേഷം ഞാൻ തനിയെ കറങ്ങി നടക്കാതിരിക്കാൻ ശ്രമിക്കുകയാണ്.''

അയാളുടെ ആശങ്കയിൽ കഴമ്പുണ്ടായിരുന്നു.

''അത് ശരിയാണ്. ബ്ലൈൻഡ്മാൻസ് ബഫ് സെക്കായിയെ കൊന്നെങ്കിൽ നിങ്ങളും അപകടത്തിലാണ്.''

അവൻ ഒരു തത്ത്വജ്ഞാനിയെപ്പോലെയാണ് മറുപടി പറഞ്ഞത്.

''മരിക്കാനാണ് വിധിയെങ്കിൽ നമുക്ക് എന്ത് ചെയ്യാൻ കഴിയും? പക്ഷേ...''

അവന്റെ ഭാവം വീണ്ടും മാറി.

''സെക്കായിയുടെ കൊലപാതകി ശിക്ഷിക്കപ്പെടുന്നതിന് മുമ്പ് ഞാൻ മരിക്കുകയാണെങ്കിൽ, അത് എന്നെ വളരെയധികം വിഷമിപ്പിക്കും.'' അവൻ സ്വയം നിയന്ത്രിച്ചു. ''പ്രധാനപ്പെട്ട മറ്റൊരു കാര്യം, ഞാൻ നിങ്ങൾക്ക് നൽകിയ ഫയലിൽ എന്തെങ്കിലുമുണ്ടോ? അതിൽ നിന്നു ബ്ലൈൻഡ്മാൻസ് ബഫിനെക്കുറിച്ച് എന്തെങ്കിലും സൂചനകൾ ലഭിക്കുമോ?''

അവന്റെ ഭയം എനിക്ക് മനസ്സിലായി, പക്ഷേ എന്തുകൊണ്ടാണ് അവൻ ഇത്രയധികം തളർന്നതെന്ന് അറിയാൻ എനിക്ക് ആഗ്രഹമുണ്ടായിരുന്നു. സീരിയൽ കില്ലറുടെ ഇരയാകുമോ എന്ന ഭയം കൊണ്ടാണോ, അതോ അവൻ തന്നെ ബ്ലൈൻഡ്മാൻസ് ബഫ് ആയതുകൊണ്ട് ഞങ്ങൾ എത്രത്തോളം അടുത്ത് എത്തിയെന്ന് അറിയാൻ ആഗ്രഹിക്കുന്നത് കൊണ്ടാണോ എന്നു എനിക്ക് സംശയം തോന്നി.

''ഞങ്ങൾ അത് പഠിക്കുകയാണ്. സെക്കായി എഴുതി വച്ചിരിക്കുന്നത് അൽപ്പം അവ്യക്തമാണ്. അർത്ഥം വ്യാഖ്യാനിക്കാൻ സമയമെടുക്കും.''

താൽപ്പര്യത്തേക്കാൾ കൂടുതൽ സംശയത്തോടെയാണ് ആൽപ്പർ എന്നെ ശ്രദ്ധിച്ചത്.

''അയാൾ ചില കാര്യങ്ങൾ മറച്ചു വച്ചിട്ടുണ്ട് എന്നാണോ നിങ്ങൾ പറയുന്നത്?''

''അങ്ങനെ വേണമെങ്കിൽ പറയാം.'' ചോദ്യത്തിൽ നിന്ന് ഒഴിഞ്ഞു മാറിക്കൊണ്ട് ഞാൻ മറുപടി പറഞ്ഞു. ''സെക്കായി നമ്മളോട് പറയാൻ ശ്രമിക്കുന്നത് മനസ്സിലാക്കാൻ അധികം സമയമെടുക്കില്ല.''

ഞാൻ വീണ്ടും അയാളുടെ അടുത്തിരിക്കുന്ന വലിയ മനുഷ്യനെ നോക്കി. പുറത്തേക്ക് തള്ളിനിൽക്കുന്ന നെറ്റി, അവന്റെ ആഴങ്ങളിൽ ഒളിഞ്ഞിരിക്കുന്ന ഇരുണ്ട കണ്ണുകൾ, വഴുതനങ്ങ ചതച്ചതുപോലെയുള്ള

മൂക്ക്, കത്തിയുടെ വെട്ടൽ പോലെ തോന്നിക്കുന്ന വായ... എല്ലാം ചേർന്ന് ഒരു അസംബന്ധ മുഖം. ആൽപ്പർ ശരിക്കും ബ്ലൈൻഡ്മാൻസ് ബഫ് ആണെങ്കിൽ, ഇരകളെ ഒരു സ്ഥലത്തുനിന്നും മറ്റൊരിടത്തേക്ക് മാറ്റാൻ ഈ ഹൾക്ക് മെർദാനേക്കാൾ അനുയോജ്യമായ ഒരു സഹായിയെ കണ്ടെത്താൻ കഴിയില്ല.

''നിങ്ങളും ഞങ്ങളുടെ ബിസിനസ്സിൽ ഏർപ്പെട്ടിരുന്നോ?''

''എക്സ്ക്യൂസ് മീ?''

എന്നേക്കാൾ രണ്ടു തലപ്പൊക്കം ഉയരത്തിൽ നിന്ന ആ മനുഷ്യൻ അത്ഭുതത്തോടെ പറഞ്ഞു.

''നിങ്ങൾ എന്താണു ചോദിച്ചത്?''

''നിങ്ങൾ എപ്പോഴെങ്കിലും ഒരു പൊലീസ് ആയിരുന്നോ?''

അവൻ ഒരു കുട്ടിയെപ്പോലെ ചുവന്നു.

''ഇല്ല, ഞാനൊരു കായികതാരമായിരുന്നു. പഴയ ഒരു ബോക്സർ. ആൽപ്പർ സാറിന് നന്ദി, അദ്ദേഹം എന്നെ കമ്പനിയിൽ ചേർത്തു. ഞാൻ ഇപ്പോൾ അദ്ദേഹത്തിന് വേണ്ടി ജോലി ചെയ്യുന്നു.''

എന്തോ അജ്ഞാതമായ കാരണത്താൽ വിശദീകരിക്കണമെന്ന് ആൽപ്പറിന് തോന്നി.

''മെർദാൻ എന്റെ സ്വന്തം പട്ടണത്തിൽ നിന്നാണ് വരുന്നത്. ഞങ്ങളുടെ പിതാക്കന്മാർ സുഹൃത്തുക്കളായിരുന്നു. ഞാൻ കമ്പനി തുറന്നപ്പോൾ അവനെ ജോലിക്കെടുത്തു.''

ഞാൻ മനസ്സിലായി എന്ന് അഭിനയിക്കാൻ ശ്രമിച്ചു.

''വിശ്വസിക്കാൻ കൊള്ളാവുന്ന ആളുകൾക്ക് എല്ലായിടത്തും വിലയുണ്ട്. പ്രത്യേകിച്ച് നിങ്ങളുടേതുപോലുള്ള ജോലികളിൽ.''

ഒന്നും മിണ്ടാതെ കുറച്ചു നേരം നിന്നിട്ട് അപ്രധാനമായ കാര്യമെന്നതുപോലെ ഞാൻ ചോദിച്ചു,

''നിങ്ങൾ ബൊമോണ്ടിയിലെ ആ വലിയ കെട്ടിടങ്ങൾക്കും സുരക്ഷാ നൽകുന്നുണ്ട്. അല്ലേ?''

''അതെ,'' അഹങ്കാരം കലർന്ന പുഞ്ചിരിയോടെ ആൽപ്പർ മറുപടി പറഞ്ഞു. ''ഏറ്റവും ഉയരമുള്ള രണ്ട് കെട്ടിടങ്ങളുടെ സുരക്ഷ. നിങ്ങൾ എന്താണ് ചോദിച്ചത്?''

''ബ്ലൈൻഡ്മാൻസ് ബഫിന്റെ അവസാന ഇര കൻസു സർമാഷിക് എന്ന സർജനായിരുന്നു... അവൻ താമസിച്ചിരുന്നത് നിങ്ങൾ സെക്യൂരിറ്റി ചെയ്യുന്ന ആ കെട്ടിടങ്ങളിലെ ഫ്ളാറ്റുകളിൽ ഒന്നിലായിരുന്നു.''

''എന്താ ചീഫ് നിങ്ങളീ പറയുന്നത്? ആ മനുഷ്യനെ അവന്റെ അപ്പാർട്ട്മെന്റിൽ വെച്ച് കൊലപ്പെടുത്തിയോ?''

അവൻ തിരിഞ്ഞു ക്രൂരഭാവത്തിൽ മെർദാനോട് ചോദിച്ചു.

''എന്തുകൊണ്ടാണ് നിങ്ങൾ ഇതിനെ കുറിച്ച് എന്നെ അറിയിക്കാതിരുന്നത്?''

അയാൾ ദേഷ്യത്തോടെ തീ പിടിച്ച വാചകങ്ങൾ തുപ്പി. ആ തടിയനുവേണ്ടി ഞാൻ മറുപടി പറഞ്ഞു.

''അവനെ ഫ്ളാറ്റിൽ വച്ച് കൊന്നതാണെന്ന് ഞാൻ കരുതുന്നില്ല. തെരുവിൽ നിന്ന് തട്ടിക്കൊണ്ടുപോയതായിരിക്കണം. ഞാൻ അതിനെപ്പറ്റി നിങ്ങളോട് ചോദിക്കാൻ പോകുകയായിരുന്നു. ആ കെട്ടിടത്തിന്റെ ക്യാമറകൾ ഇരുപത്തിനാല് മണിക്കൂറും റെക്കോർഡുചെയ്യുന്നുണ്ടല്ലോ, അല്ലേ?''

അവൻ ശാന്തനായതുപോലെ തോന്നി.

''തീർച്ചയായും ചീഫ്. നിങ്ങൾക്ക് ആവശ്യമുള്ളപ്പോഴെല്ലാം അവ പരിശോധിക്കാം, അല്ലെങ്കിൽ ഞാൻ അവ നിങ്ങളുടെ പക്കൽ എത്തിക്കാം.''

അവൻ ഒന്ന് നിർത്തി, അവന്റെ മുഖം വീണ്ടും ആശങ്കയാൽ ഇരുണ്ടു.

''അതോ ഇതൊരു സന്ദേശമാണോ? അടുത്തത് എന്റെ ഊഴമാണെന്ന് ബ്ലൈൻഡ്മാൻസ് ബഫ് സൂചിപ്പിച്ചോ?''

അയാൾ പ്രശ്നങ്ങൾ ഊതി വീർപ്പിക്കുകയായിരുന്നു. ആൽപ്പർ ഞാൻ വിചാരിച്ചതിലും കൂടുതൽ ഭയപ്പെട്ടിരുന്നുവെന്ന് ഞാൻ ഊഹിച്ചു. ശരി, അവൻ അങ്ങനെ ഭയന്നുതന്നെ ഇരിക്കുന്നതാണ് നല്ലത്.

''അതിനെക്കുറിച്ച് എനിക്കറിയില്ല, പക്ഷേ നിങ്ങൾ അല്പം സൂക്ഷിച്ചു നടക്കുന്നത് നല്ലതാണ്.''

ഞാൻ തെരുവിലേക്ക് നോക്കി. പോകാനുള്ള സമയമായി എന്ന മട്ടിൽ എന്റെ കാർ ഞാൻ പാർക്ക് ചെയ്തിടത്ത് നിന്ന് ഒളിഞ്ഞു നോക്കി.

''എന്തായാലും ആൽപ്പർ, ഞാൻ പോവുകയാണ്. നീ ഇസ്താംബൂളിൽ തന്നെ ഉണ്ടാവുമല്ലോ, അല്ലേ?''

അവന്റെ മുഖം വിറച്ചു.

''അതെ, ഞാനിവിടെയുണ്ട്. എന്തിനാ?''

ഞാനവനെ നിഷ്കളങ്കമായി നോക്കി.

''ഞങ്ങൾ ഒരു കൊലപാതകത്തിനെപ്പറ്റിയുള്ള അന്വേഷണത്തിലാണ്. ആരെ, എപ്പോൾ വേണമെന്ന് അറിയില്ലല്ലോ. നിങ്ങളുടെ നഷ്ടത്തിൽ എനിക്ക് വ്യസനമുണ്ട്. പിന്നെ കാണാം...''

''പിന്നെ കാണാം.'' ശബ്ദം നിരാശയിൽ മുങ്ങിയിരുന്നുവെങ്കിലും അയാളും പറഞ്ഞു.

എന്തുകൊണ്ട് ഞാൻ അവനെ വിശ്വസിച്ചില്ല? എന്തുകൊണ്ടാണ് ഞാൻ അല്പം പോലും സൗഹൃദം പ്രകടിപ്പിക്കാത്തത്? അതിനെക്കുറിച്ച് കൂടുതൽ ചിന്തിക്കാതെ ഞാൻ മുന്നോട്ട് നടന്നു. പെട്ടെന്ന് ആരോ വിളിക്കുന്നത് കേട്ടു.

''ചീഫ്... ചീഫ് നെവ്സാറ്റ്.''

അത് ആൽപ്പർ ആയിരുന്നില്ല. അതൊരു സ്ത്രീ ശബ്ദമായിരുന്നു. ഞാൻ തിരിഞ്ഞു നോക്കി.

ആൽപ്പർ ചെയ്തതുപോലെ ബുക്കറ്റ് കാത്തിരിക്കാൻ ആംഗ്യം കാണിച്ചു. തന്റെ കൂറ്റൻ പച്ച നിറത്തിലുള്ള ബാഗും തോളിൽ തൂക്കി അവൾ അങ്ങോട്ടേക്ക് തന്റെ മടമ്പുയർന്ന ചെരുപ്പുകളിൽ കുതിച്ചു വന്നു. ചങ്കുറപ്പുള്ള ആ പത്രപ്രവർത്തകയെ കണ്ടപ്പോൾ എനിക്ക് സന്തോഷം തോന്നി.

''ഹായ്, ബുക്കറ്റ് മാഡം. ഞാൻ നിങ്ങളെ അവിടെ കണ്ടില്ല.''

''ഞാനും കണ്ടില്ല. ആ അയൽവാസിയുടെ മകൾ നിങ്ങൾ വരുമെന്ന് പറഞ്ഞിരുന്നു. ഞാൻ നിങ്ങൾ പുറത്തേക്ക് വരുന്നത് നോക്കി നിൽക്കുകയായിരുന്നു.

ഇപ്പോൾ വാതിൽക്കൽ നിന്നുകൊണ്ട് നിങ്ങൾ ആൽപ്പർ സൈപ്പറുമായി സംസാരിക്കുന്നത് കണ്ടു. അയാൾ ഉണ്ടായിരുന്നതുകൊണ്ട് ഞാൻ പതിയെ വന്നതാണ്.''

അവൾ കൈ നീട്ടിക്കൊണ്ട് അടുത്തേക്ക് വന്നു.

''എന്നെ സിൻചിർലികുയുവിൽ ഇറക്കിയാൽ, സംഭവിച്ച ഒരു കാര്യത്തെക്കുറിച്ച് ഞാൻ നിങ്ങളോട് പറയാം.''

ഞാൻ അവളുടെ കൈ പിടിച്ചു കുലുക്കി. ആ കൈപ്പത്തി വിയർത്തിരുന്നു.

''തീർച്ചയായും ഞാൻ നിന്നെ ഡ്രോപ്പ് ചെയ്യും,'' ഞാൻ സൗഹൃദത്തോടെ പറഞ്ഞു. ''എന്നോട് പറഞ്ഞില്ലെങ്കിലും ഞാൻ നിങ്ങൾക്ക് ഒരു ലിഫ്റ്റ് തരും, പക്ഷേ എനിക്ക് ആ കാര്യത്തെ കുറിച്ച് അറിയാൻ ഇതിനകം തന്നെ ആകാംക്ഷ പെരുകിയിരിക്കുന്നു.''

ഞാൻ കാറിന്റെ ഡോർ തുറന്നു.

''ഞാൻ മുന്നറിയിപ്പ് തരികയാണ്. കാറിലെ എസി പ്രവർത്തിക്കുന്നില്ല.''

''അതൊന്നും സാരമില്ല. നടക്കുന്നതിനേക്കാൾ നല്ലതല്ലേ? ഓരോ ചുവട് വെയ്ക്കുമ്പോഴും വിയർത്ത് ഒഴുകുകയാണ്.''

അവൾ സ്വസ്ഥമായി ഇരുന്നു. കഴിഞ്ഞു ഞാൻ കീ തിരിച്ചു. ഒരു ഞരക്കമല്ലാതെ ഒന്നുമുണ്ടായില്ല.

കൊള്ളാം, ഇത് ചെയ്യരുത് മകനേ, ഞാൻ സ്വയം പറഞ്ഞുകൊണ്ട് വീണ്ടും ശ്രമിച്ചു. ഇത്തവണ അത് ഉച്ചത്തിൽ ഞരങ്ങിയെങ്കിലും ചുമയ്ക്കുന്നത് പോലെയുള്ള ചില ശബ്ദങ്ങൾക്കു ശേഷം വീണ്ടും ശാന്തമായി. കാറിന്റെ ആയുസ്സ് കഴിഞ്ഞു എന്ന് എനിക്ക് തോന്നി. ആഴത്തിൽ ശ്വാസം എടുത്തു കൊണ്ട് ഞാൻ പിന്നെയും ശ്രമിച്ചു. എഞ്ചിനിൽ നിന്ന് ഒരു ശബ്ദം ഉയർന്നു. ഒടുവിൽ കാർ സ്റ്റാർട്ട് ചെയ്തു. ആശ്വാസത്തോടെ ഞാൻ തലയുയർത്തി നോക്കി. വീടിന്റെ വാതിലിനു മുന്നിൽ ആൽപ്പർ ഞങ്ങളെ നോക്കി നിൽക്കുന്നുണ്ടായിരുന്നു. ഞാൻ തിരിഞ്ഞു നോക്കിയിട്ട് അവനെ നോക്കി തലയാട്ടി. ബുക്കറ്റ് അയാളെ ചൂണ്ടിക്കാണിച്ചുകൊണ്ട് ചോദിച്ചു.

''നിങ്ങൾക്കെങ്ങനെ അവനെ അറിയാം?''

‘‘ഇൻസ്പെക്ടർ സെക്കായിയുടെ സഹായി എന്ന നിലയിൽ എനിക്ക് അവനെ മുമ്പ് അറിയാമായിരുന്നു. ആദ്യത്തെ കൊലപാതകം നടന്ന വർഷമാണ് ഞങ്ങൾ ആദ്യമായി കണ്ടത്.’’

ഞാൻ കാറിന്റെ വേഗം കൂട്ടി.

‘‘2012,’’

അവൾ ഗ്ലാസ്സ് മുഴുവനായി താഴ്ത്തി വച്ചു.

‘‘അതെ, ബ്ലൈൻഡ്മാൻസ് ബഫ് പന്ത്രണ്ട് കൊലപാതകങ്ങൾ നടത്തിയ വർഷം. അവൻ ഒരു നല്ല പൊലീസുകാരൻ ആയിരുന്നു. എന്തുകൊണ്ടാണ് ഈ തൊഴിൽ ഉപേക്ഷിച്ചതെന്ന് അറിയില്ല എന്നാലും അയാളുടെ കാഴ്ചപ്പാടിൽ താൻ ചെയ്തത് നല്ല കാര്യമാണ്. അതിനു ശേഷം അയാൾ ഒരു സുരക്ഷാസ്ഥാപനം സ്ഥാപിച്ചു. ചില പ്രധാന കമ്പനികൾ അവരുടെ സേവനം ഉപയോഗിക്കുന്നുണ്ട്.’’

വീടിനു മുന്നിലൂടെ കടന്നുപോകുമ്പോൾ ആൽപ്പർ ഞങ്ങളുടെ നേർക്ക് തലയാട്ടി.

‘‘അവർ കമ്പനികൾക്ക് മാത്രമല്ല, വലിയ കെട്ടിടങ്ങൾക്കും സുരക്ഷ നൽകുന്നു.’’

വലിയ കെട്ടിടങ്ങളുടെ പരാമർശം കൻസുവിനെ ഓർമ്മിപ്പിച്ചു. ബുക്കറ്റിനോട് ചോദിക്കാൻ ഇത് സഹായിക്കും.

‘‘ഏറ്റവും പുതിയ ഇരയും ആൽപ്പർ സെക്യൂരിറ്റി ചെയ്ത ഒരു കെട്ടിടത്തിലാണ് താമസിച്ചിരുന്നതെന്ന് നിങ്ങൾക്കറിയാമോ? കൻസു സർമാഷിക്. ആ പേര് എവിടെയെങ്കിലും കേട്ടിട്ടുണ്ടോ?’’

‘‘കൻസു...’’ അവൾ സാവധാനം അത് ആവർത്തിച്ചു. ‘‘കാൻസു സർമാഷിക്ക്... ഞാൻ ഇത് മുമ്പ് എവിടെയാണ് കേട്ടത്? ഓ, ഞാൻ ഓർക്കുന്നു. ഹയാതി സാറിന്റെ പങ്കാളികളിൽ ഒരാളായിരുന്നു അവൻ.’’

അവൾക്ക് അവനെ അറിയാം. ഞാൻ വീണ്ടും ചോദിച്ചു.

‘‘നിങ്ങൾ പറയുന്നത് സെറാപ്പ് ഹോസ്പിറ്റൽസിന്റെ ഉടമയെക്കുറിച്ചാണ്, അല്ലേ?’’

ബുക്കറ്റിന്റെ നോട്ടം അപ്പോഴും ആൽപ്പറിൽ ആയിരുന്നു, പക്ഷേ അവൾ സ്ഥിരീകരിക്കാൻ മടിച്ചില്ല.

‘‘അതെ, ഹയാതി ഡാർക്കൻ. അയാളുടെ കഥ നിങ്ങൾക്കറിയാമല്ലോ, അയാൾക്ക് മകളെ നഷ്ടപ്പെട്ടു, അവൾക്കുവേണ്ടി ഒരു അവയവം കണ്ടെത്താൻ കഴിയാതിരുന്നത് കൊണ്ട് ആ കൊച്ചുപെൺകുട്ടി മരിച്ചു പോയി.’’

‘‘നിനക്ക് എങ്ങന അതറിയാം?’’

കാറ്റിൽ അവളുടെ തലമുടി പാറിപ്പറന്നു അവൾ അത് ഒതുക്കി വയ്ക്കാൻ ശ്രമിച്ചു.

‘‘ഞാൻ അദ്ദേഹത്തെ അഭിമുഖം നടത്തിയിട്ടുണ്ട്. മകൾക്കു വേണ്ടി അവയവം കണ്ടെത്താനാകാതെ അവളെ നഷ്ടപ്പെട്ട സർജൻ കുട്ടികളുടെ ജീവൻ രക്ഷിക്കാൻ അവയവങ്ങൾ ട്രാൻസ്പ്ലാന്റ് ചെയ്യുന്ന

ആശുപത്രി തുടങ്ങുന്നു. ആ ആശുപത്രിക്ക് അയാൾ തന്റെ മകളുടെ പേരിടുകയും ചെയ്തു. ഇതിലും നല്ല കഥ വേറെയുണ്ടോ?''

അവൾ നിശ്ശബ്ദയായി ഇടുങ്ങിയ തെരുവിലേക്ക് ചിന്താകുലമായ കണ്ണുകൾ തിരിച്ചു. പെട്ടെന്ന് അവൾ വീണ്ടും തിരിഞ്ഞു.

''ഇല്ല, നെവ്സാറ്റ് സാറേ. ഹയാതിക്കു ഈ കൊലപാതകങ്ങളുമായി ബന്ധം ഉണ്ടാകില്ല. ആ മനുഷ്യന് തിന്മ ചെയ്യാൻ കഴിയുമെന്ന് ഞാൻ വിശ്വസിക്കില്ല. ഞാൻ അയാളോടും ഭാര്യയോടും സെറാപ്പിന്റെ മരണ ശേഷം ജനിച്ച അവരുടെ രണ്ട് പെൺമക്കളോടും സംസാരിച്ചിട്ടുണ്ട്. അദ്ദേഹം നല്ലൊരു കുടുംബസ്ഥനാണ്, മാതൃകാപുരുഷനാണ് അയാൾ...''

എന്തോ ഓർമ്മ വന്നതിനാൽ അവൾ നിശ്ശബ്ദയായി.

''എങ്കിലും, ഒരിക്കൽ അവയവ കള്ളക്കടത്തുമായി ബന്ധപ്പെട്ട് അയാളുടെ പേര് ഉയർന്നു വന്നിരുന്നു. പക്ഷേ പിന്നീട് അത് ഒരു തെറ്റിദ്ധാരണയാണ് എന്ന് തെളിഞ്ഞു.

''എന്ത് അവയവ കള്ളക്കടത്ത്?'' ഞാൻ ചെവി കൂർപ്പിച്ചു കൊണ്ട് ചോദിച്ചു.

അവൾ വിശദീകരിക്കാൻ ശ്രമിച്ചു.

''എനിക്ക് കൃത്യമായി ഓർമ്മയില്ല. ഞാൻ നേരത്തെ അയാളെ കുറിച്ച് അന്വേഷണം നടത്തിയിരുന്നു, അപ്പോഴാണ് അതിനെപ്പറ്റിയുള്ള വിവരം എനിക്ക് ലഭിച്ചത്. ഞങ്ങൾ സംസാരിച്ചപ്പോൾ ഞാൻ അയാ ളോട് അതിനെപ്പറ്റി ചോദിച്ചു. നിയമവിരുദ്ധമായി ഒന്നും ചെയ്തിട്ടില്ല എന്ന് അയാൾ പറഞ്ഞു. തെറ്റിദ്ധാരണ കാരണം, അദ്ദേഹം മൂന്ന് രാത്രി കൾ കസ്റ്റഡിയിൽ ചെലവഴിച്ചു. അത്രയേ സംഭവിച്ചിട്ടുള്ളൂ. സംശയാ സ്പദമായ മറ്റൊന്നിലും അദ്ദേഹം ഉൾപ്പെട്ടിരുന്നില്ല. സത്യസന്ധനായ ഒരു മനുഷ്യൻ. നിങ്ങൾ തന്നെ രേഖകൾ ഒന്നു നോക്കിക്കോളൂ. അപ്പോൾ മനസ്സിലാകും. കൻസു സർമാഷിക്കിന്റെ സാഹചര്യങ്ങളെ ക്കുറിച്ച് എനിക്കറിയില്ല, പക്ഷേ ഞാൻ അത് പത്രമോഫീസിൽ തിരി ച്ചെത്തിക്കഴിഞ്ഞു അന്വേഷിക്കും.''

ഞാൻ തിരിഞ്ഞ് ബുക്കറ്റിനുനേരെ നന്ദിയുള്ള ഒരു നോട്ടം നോക്കി.

''നിങ്ങളുടെ കണ്ടെത്തലുകൾ ഞങ്ങളുമായി പങ്കിടാൻ കഴിയു മെങ്കിൽ നന്നായിരുന്നു. ഇപ്പോൾ പറയാമെന്ന് പറഞ്ഞത് എന്താണ്?''

അവളുടെ തിളങ്ങുന്ന കണ്ണുകൾ സങ്കടത്താൽ മങ്ങി.

''യഥാർത്ഥത്തിൽ, ഈ വിവരങ്ങൾ ആരോടും പങ്കിടില്ലെന്ന് ഞാൻ വാക്ക് കൊടുത്തിരുന്നു.'' അവളുടെ ശബ്ദം ഇടറി.

എനിക്ക് കാണാൻ കഴിഞ്ഞില്ലെങ്കിലും ആ കണ്ണുകൾ നിറഞ്ഞു എന്ന് എനിക്ക് തോന്നി.

''സൂപ്രണ്ട് സെക്കായ്... അഞ്ച് വർഷം മുമ്പ്... അത് ബ്ലൈൻഡ് മാൻസ് ബഫിന്റെ പന്ത്രണ്ടാമത്തെ കൊലപാതകമായിരുന്നു. കുറ്റകൃത്യം നടന്ന സ്ഥലത്ത് ഉപേക്ഷിച്ച കളിപ്പാട്ടത്തിന്റെ ബാർകോഡ് പരിശോ ധിക്കുമ്പോഴാണ് ഞാൻ അദ്ദേഹത്തെ ആദ്യമായി കണ്ടുമുട്ടിയത്.

എന്നെ ശ്രദ്ധിച്ചപ്പോൾ അദ്ദേഹം പരിശോധിക്കുന്നത് നിർത്തി. പക്ഷേ ഞാൻ അത് അങ്ങനെ വിട്ടുകളയാൻ തയ്യാറായിരുന്നില്ല. കുറ്റകൃത്യം നടന്ന സ്ഥലങ്ങളിൽ നിന്ന് കണ്ടെത്തിയ കളിപ്പാട്ടങ്ങളുടെ എല്ലാ ബാർകോഡുകളും ഞാൻ പരിശോധിച്ചു. പക്ഷേ കൊലയാളി യഥാർത്ഥ നമ്പറുകൾ മാറ്റി പകരം സ്വന്തം നമ്പറുകൾ വെയ്ക്കുകയായിരുന്നു. ആ അക്കങ്ങൾ കൂട്ടിച്ചേർത്താൽ കിട്ടുന്ന ഉത്തരം പന്ത്രണ്ടായിരുന്നു. ഞാൻ ഇത് കണ്ടെത്തിയെന്ന് മനസ്സിലായപ്പോൾ സെക്കായ് എന്നെ വിളിച്ചു.

''ആ വിവരം പ്രസിദ്ധീകരിച്ചാൽ നിങ്ങൾ സീരിയൽ കില്ലറെ സഹായിക്കുകയാവും, അതിനാൽ ഇത് നമുക്കിടയിൽ തന്നെ സൂക്ഷിക്കുക.''

അദ്ദേഹം പറഞ്ഞു. എന്തുകൊണ്ടാണ് അങ്ങനെ പറഞ്ഞത് എന്ന് എനിക്ക് മനസ്സിലായില്ല. എന്തുകൊണ്ടാണ് ബാർകോഡുകൾ ഇത്ര പ്രധാനമെന്ന് ഞാൻ അദ്ദേഹത്തോട് ചോദിച്ചു. അദ്ദേഹം പറഞ്ഞു,

''ഈ ബാർകോഡുകൾ അത്ര പ്രധാനമായിരിക്കില്ല, പക്ഷേ ഞങ്ങൾ പുറത്തുവിടാത്തതാണ് അന്വേഷണത്തെ സംബന്ധിച്ചിടത്തോളം നല്ലത്. ഈ ചെറിയ വിവരം പോലും ആവശ്യം വരുന്ന ഒരു ദിവസം വരും. അത് അന്വേഷണത്തിൽ നിർണായകമാകും.''

സത്യം പറഞ്ഞാൽ, അദ്ദേഹം പറഞ്ഞത് എന്താണെന്ന് ഇപ്പോൾ പോലും എനിക്ക് പൂർണ്ണമായും മനസ്സിലാകുന്നില്ല. എന്നാൽ സെക്കായ് എങ്ങനെ മരിച്ചുവെന്ന് കാണുമ്പോൾ, ഈ നിസ്സാരമായ വിശദാംശത്തെക്കുറിച്ച് നിങ്ങൾ അറിയണമെന്ന് ഞാൻ കരുതി.''

അവളുടെ നനഞ്ഞ കണ്ണുകൾ വീണ്ടും എന്റെ മുഖത്ത് തറച്ചു നിന്നു.

''അതോ അദ്ദേഹം ഇതിനകം നിങ്ങളോട് അത് സൂചിപ്പിച്ചോ?''

സെക്കായ് അതിനെക്കുറിച്ച് പറഞ്ഞിരുന്നു. പക്ഷേ വിശദാംശങ്ങളിലേക്ക് പോയില്ല. മിക്കവാറും, അയാൾ ഞങ്ങളിൽ നിന്നു മറച്ചു വച്ച മറ്റ് വിവരങ്ങൾ ഉണ്ടായിരിക്കാം ബ്ലൈൻഡ്മാൻസ് ബഫിനെ പിടിക്കുന്നത് സെക്കായ് ഒരു വ്യക്തിപരമായ പ്രശ്നമാക്കി മാറ്റി. ആ ബുദ്ധിമുട്ടുള്ള ജോലി മറ്റാർക്കും വിട്ടു കൊടുക്കാൻ അവൻ ആഗ്രഹിച്ചില്ല. പക്ഷേ, ഞാൻ അത് പറഞ്ഞാൽ എന്റെ സുഹൃത്തിനെ കളങ്കപ്പെടുത്തുകയായിരിക്കും.

''തീർച്ചയായും അവൻ പറഞ്ഞു,'' ഞാൻ കള്ളം പറഞ്ഞു. ''സെക്കായ് ഒരു നല്ല പൊലീസുകാരനായിരുന്നു.''

എന്റെ വാക്കുകൾ ബുക്കെറ്റിന് ബോധ്യമായില്ല.

''അദ്ദേഹം ഒരു നല്ല പൊലീസുകാരനായിരുന്നുവെന്ന് എനിക്ക് സംശയമില്ല. മൂർച്ചയേറിയ ബുദ്ധിയുള്ള, കഠിനാധ്വാനിയും വിവേകിയുമായ ഒരുവൻ. നിങ്ങൾക്കറിയാമോ, ഞാൻ ആ എളിയ മനുഷ്യനെ ശരിക്കും ആരാധിച്ചിരുന്നു. ആ മനസ്സ് എങ്ങനെ പ്രവർത്തിക്കുന്നുവെന്ന് ഞാൻ ചിലപ്പോൾ ചിന്തിച്ചിട്ടുണ്ട്. ഞങ്ങൾ സംസാരിക്കുമ്പോൾ ചുറ്റും നടക്കുന്ന ഏറ്റവും മോശമായ കാര്യങ്ങളെപ്പറ്റി അദ്ദേഹം പറയുമായിരുന്നു. അവയെക്കുറിച്ച് എഴുതാത്തതിന് ഞാൻ എന്നെത്തന്നെ

കുറ്റപ്പെടുത്തുന്നു. എനിക്ക് ഇനി അദ്ദേഹത്തോട് ഒന്നും ചോദിക്കാൻ കഴിയില്ല. ഉദാഹരണത്തിന്, എന്തുകൊണ്ട് സെക്കായ് എന്നോട് ബാർ കോഡ് നമ്പറുകളുടെ കാര്യം റിപ്പോർട്ട് ചെയ്യരുത് എന്നാവശ്യപ്പെട്ടു? അദ്ദേഹത്തിന് അതിന് ഒരു കാരണമുണ്ടായിരിക്കണം. അത് യാദൃച്ഛിക മായി ചോദിച്ചതാവാൻ വഴിയില്ല. കാരണം ബ്ലൈൻഡ്മാൻസ് ബഫി നെക്കുറിച്ച് ഞങ്ങൾ അതിനകം നിരവധി വിശദാംശങ്ങൾ പേപ്പറുകളിൽ എഴുതിയിരുന്നു.''

ഞാൻ ചിരിച്ചുകൊണ്ട് അവളെ നോക്കി.

''ഇത് അത്ര പ്രധാനമായിരുന്നു എങ്കിൽ ഞങ്ങൾ നിങ്ങളുമായി ആ വിവരം പങ്കിടില്ലായിരുന്നു ബുക്കറ്റ് മാഡം. ക്രൂരമായ ഒരു കൊല പാതക പരമ്പരയെയാണ് നമ്മൾ നേരിടുന്നത്. ആ മനുഷ്യനെക്കുറിച്ച് എത്ര കൂടുതൽ വിവരങ്ങൾ ലഭിക്കുന്നുവോ അത്രയും നല്ലത്. അതേ സമയം, നമുക്ക് അവനെക്കുറിച്ച് എന്ത് വിവരമുണ്ടെന്ന് അയാൾക്ക് അറിയില്ല എന്നതും പ്രധാനമാണ്. എന്നെ തെറ്റിദ്ധരിക്കരുത്. നിങ്ങ ളുടെ ജോലി ചെയ്യരുതെന്ന് ഞാൻ നിങ്ങളോട് പറയുന്നില്ല. നിങ്ങൾ പൊതുജനങ്ങളെ പ്രബുദ്ധരാക്കാൻ ശ്രമിക്കുകയാണ്, പക്ഷേ ചില പ്പോൾ നിങ്ങൾ എഴുതുന്നത് ഞങ്ങളുടെ കൈകളെ ബന്ധിക്കും.''

''എനിക്ക് മനസ്സിലായി.''

അവൾ പരിഭ്രമത്തോടെ പറഞ്ഞു.

''നമ്മുടെ താൽപ്പര്യങ്ങൾ പലപ്പോഴും വ്യത്യസ്തമാണ്.''

''നിർഭാഗ്യവശാൽ അതെ.''

അവൾ കുമ്പസാര സ്വരത്തിൽ തുറന്നു പറയാൻ തുടങ്ങി.

''കൊലയാളി പിടിക്കപ്പെടുമെങ്കിൽ എന്റെ സ്വന്തം തൊഴിലിനെ ഒറ്റിക്കൊടുക്കാൻ ഞാൻ മടിക്കില്ല. എന്നെ വിശ്വസിക്കൂ, ചീഫ്, നിങ്ങൾ എന്നോടു അവനെക്കുറിച്ച് ഒരക്ഷരം എഴുതരുത് എന്ന് പറഞ്ഞാൽ ഞാൻ അത് നിരുപാധികം അനുസരിക്കും.''

''എന്നിട്ടും ചില ആളുകൾ ബ്ലൈൻഡ്മാന്റെ ബഫിനെ ഭയപ്പെടുന്നു. ഞാൻ സിവിലിയന്മാരെക്കുറിച്ച് മാത്രമല്ല സംസാരിക്കുന്നത്. ആ മനു ഷ്യൻ ചെയ്തത് വലിയ കാര്യമല്ല എന്ന് കരുതുന്ന ഞങ്ങളുടെ തൊഴി ലിലുള്ളവർ പോലുമുണ്ട്.''

''ഞാൻ അവനെ ഭയപ്പെട്ടിരുന്നു.'' അവൾ ഖേദത്തോടെ പറഞ്ഞു. ''ഞാൻ ചെയ്യുന്നത് തെറ്റായിരിക്കാം, പക്ഷേ അവൻ കുട്ടികളെ പീഡി പ്പിക്കുന്നവരെ കൊല്ലുന്നത് ഞാൻ രഹസ്യമായി ഇഷ്ടപ്പെട്ടു. പക്ഷേ സൂപ്രണ്ട് സെക്കായ്...'' അവൾ പറഞ്ഞു പൂർത്തിയാക്കാൻ പാടുപെട്ടു. ''അദ്ദേഹം ഇത്ര പെട്ടെന്ന് മരിക്കാൻ യോഗ്യനല്ല. അദ്ദേഹം ഒരു നല്ല വ്യക്തിയായിരുന്നു. വളരെ പെട്ടെന്നായിപ്പോയി.''

അവളുടെ കവിളിലൂടെ കണ്ണുനീർ ഒലിച്ചിറങ്ങുന്നത് കണ്ടെങ്കിലും ഞാൻ ഒന്നും പറഞ്ഞില്ല. എന്റെ മനസ്സ് അവൾ പറഞ്ഞതിലായിരുന്നു.

''ബാർകോഡിന്റെ നമ്പറുകൾ പ്രസിദ്ധീകരിക്കരുത് എന്ന് എന്തു കൊണ്ടാണ് സെക്കായ് എന്നോട് ആവശ്യപ്പെട്ടത്?''

നരകം ശൂന്യമാണ്, എല്ലാ പിശാചുക്കളും ഇവിടെയുണ്ട്

സ്റ്റേഷന്റെ നീണ്ട, ഫ്ളൂറസെന്റ് വെളിച്ചം നിറഞ്ഞ ഇടനാഴിയിലെ താമരപ്പൂവിന്റെ പരിചിതമായ ഗന്ധം എന്നെ തഴുകി കടന്നു പോയി. അതിനു പിന്നാലെ യേറ്റർ ചേച്ചി എന്റെ മുന്നിൽ വന്നു. അവരുടെ വലതു കൈയിൽ പകുതി വെള്ളം നിറച്ച ചുവന്ന ബക്കറ്റും ഇടതു കൈയിൽ വടിയുടെ അഗ്രത്തിൽ പിടിപ്പിച്ച കട്ടിയുള്ള ക്ലീനിംഗ് ബ്രഷും ഉണ്ടായിരുന്നു. എന്നെ കണ്ടതും അവൾ ബക്കറ്റ് താഴെ വച്ചിട്ട് നെറ്റിയിലെ വിയർപ്പ് പിൻകൈ കൊണ്ട് തുടച്ചു.

‘‘ഈ ചൂട്, ചീഫ്, ഞാൻ ഇത് വരെ ഇത്തരമൊന്നു കണ്ടിട്ടില്ല, അനുഭവിച്ചിട്ടില്ല. ഭൂകമ്പമോ മറ്റോ ഉണ്ടാകാൻ പോവുകയാണോ?’’

ഭൂകമ്പമല്ല, ഈ കാലാവസ്ഥ കൂടുതൽ തുടർന്നാൽ ആളുകൾക്ക് അവരുടെ മനസ്സ് കൈമോശം വരും.

‘‘ഇല്ല, ഇല്ല, യെറ്റർ ചേച്ചീ. വിഷമിക്കേണ്ട. ഒന്നും സംഭവിക്കാൻ പോകുന്നില്ല. കുറച്ച് ദിവസം കഴിയട്ടെ. അത് സാധരണ രീതിയിലേക്ക് തിരിച്ചു വരും.’’

അവർക്ക് ശ്വാസം മുട്ടുന്നുണ്ടായിരുന്നു.

‘‘എത്ര ദിവസമായി. പണ്ടൊക്കെ ഇങ്ങനെയുള്ള ചൂട് വല്ലപ്പോഴും ഉണ്ടാകും. പക്ഷേ ഒന്നോ രണ്ടോ ദിവസങ്ങൾക്കുശേഷം അത് കടന്നു പോകും. ഇത് പോകുന്നില്ല. നമ്മുടെ താഴെ ഒരു അടുപ്പ് കത്തിച്ചതു പോലെയാണ്. അത് കുറയുന്നില്ല. രാത്രിയാകട്ടെ പകലാകട്ടെ... ഒരു ഔൺസ് എങ്കിലും കുറയണമല്ലോ. പിന്നെ ഈ ഈർപ്പം...’’

അവർ തിരിച്ചറിഞ്ഞില്ല എന്ന് തോന്നുന്നു. യേറ്റർ ചേച്ചി ഇപ്പോൾ അത്ര ചെറുപ്പമല്ല.

‘‘കുറച്ചു വിശ്രമിക്കൂ. ഈ ചൂടിൽ അധികം പണിയെടുക്കുന്നത് നല്ലതല്ല.’’

തന്റെ ഇരുണ്ട കണ്ണുകൾ ഉരുട്ടി അവൾ മുകളിലത്തെ നിലയിലേക്ക് ചൂണ്ടി.

‘‘എല്ലാവർക്കും നിങ്ങളെപ്പോലെ മനസ്സിലാക്കാൻ കഴിയില്ല ചീഫ്. അവിടെ ഒരു പൊടി കണ്ടാൽ നരകം ഭൂമിയിലേക്ക് പൊട്ടിവീഴും.’’

സ്റ്റേഷൻ ഡയറക്ടറെക്കുറിച്ചാണ് അവർ പറഞ്ഞത്. ഇസ്മത്ത് ശരിക്കും ഒരു വൃത്തികെട്ട മനുഷ്യനായിരുന്നു.

“എന്നാലും സ്വയം ഇത്രയേറെ ക്ഷീണിക്കാൻ അനുവദിക്കരുത്. നിങ്ങൾ ഈ കാലാവസ്ഥയിൽ കഠിനാധ്വാനം ചെയ്യണമെന്ന് ഇസ്മത്ത് സാറ് പോലും ആഗ്രഹിക്കുന്നില്ല.”

“ഓ, അങ്ങനെയായിരുന്നെങ്കിൽ നന്നായിരുന്നു.” അവൾ പറഞ്ഞു. “അവർ നിങ്ങളെ ഇവിടത്തെ ഡയറക്ടർ ആക്കാൻ പോവുകയായിരുന്നു. ഈ പാവം യേറ്റർ ആ ദിവസം കാണാൻ ഇനിയും ജീവിക്കും.”

ഞാൻ ചിരിച്ചു.

“അത് നടക്കുമെന്ന് തോന്നുന്നില്ല.”

“എന്തുകൊണ്ട് അത് സാധ്യമല്ല?” അവൾ എന്റെ പിന്നാലെ വിളിച്ചു. “അത് വളരെ നന്നായിരിക്കും...”

ഞാൻ തോളുകൾ കുലുക്കിയിട്ട് സെയ്നെപ്പിന്റെ മുറിയിലേക്ക് പോയി. അലിയുടെ ശബ്ദം ഹാളിൽ നിന്നു തന്നെ കേൾക്കാമായിരുന്നു. ആരോടാണോ ദേഷ്യപ്പെടുന്നത് എന്നറിയില്ല, പക്ഷേ അടങ്ങാത്ത തീക്ഷ്ണതയോടെയാണ് അവൻ സംസാരിച്ചിരുന്നത്.

“സെയ്നെപ്, നിങ്ങൾ ചാരിറ്റി ചെയ്യേണ്ടതില്ല. ഇത്തരം മോശം മനുഷ്യർക്കുവേണ്ടി നിങ്ങളുടെ സമയം പാഴാക്കരുത്.

ഒരു കാര്യവുമില്ല. നിങ്ങൾ അവരെ പൊതുസ്ഥലത്ത് അനുവദിക്കരുത്. ഇത്തരം മോശം ആളുകളെ വധിക്കണമെന്ന് ഞാൻ പറയുന്നില്ല. പക്ഷേ ബ്ലൈൻഡ്മാൻസ് ബഫിനെ പോയുള്ളവർ.. ആശുപത്രിയായാലും ജയിലായാലും ഈ ആളുകളെ പൂട്ടിയിടണം.”

അവൾ ശാസനാസ്വരത്തിലാണ് സംസാരിച്ചത്.

“നമ്മൾ അത് ഏതുവിധേനയും ചെയ്യുമല്ലോ. പ്രധാന കാര്യം രോഗനിർണ്ണയം ചെയ്യുക എന്നതാണ്,” സെയ്നെപ് ഉറപ്പോടെ പറഞ്ഞു.

“ഒരു വ്യക്തിക്ക് എങ്ങനെയാണ് ഒരു ചെറിയ കുട്ടിയെ പീഡിപ്പിക്കാൻ തോന്നുന്നത്? എന്തിനാണ് അവർ ഇത്ര മ്ലേച്ഛമായ കാര്യം ചെയ്യുന്നത്? ഈ ചോദ്യത്തിന് ഉത്തരം കണ്ടെത്തുക എന്നതാണ് പ്രധാനം. അപ്പോൾ നമുക്ക് കൂടുതൽ എളുപ്പത്തിൽ ഈ അസുഖം കൈകാര്യം ചെയ്യാൻ കഴിഞ്ഞേക്കും.”

“അസുഖത്തെക്കുറിച്ച് ഞാൻ എന്തിനു ശ്രദ്ധിക്കണം?” ഞങ്ങളുടെ ചൂടൻ ഇൻസ്പെക്ടർ എതിർത്തു. “സാമൂഹ്യശാസ്ത്രജ്ഞരുടെയും മനശാസ്ത്രജ്ഞരുടെയും ജോലിയാണ് അത്. കുട്ടികളെ ഉപദ്രവിക്കുന്ന ഈ ചീഞ്ഞവരെ കണ്ടെത്തി അവരെ പൂട്ടുക എന്നതാണ് എന്റെ ജോലി.”

“അങ്ങനെയല്ല.” സെയ്നെപ്പിന്റെ ശബ്ദം ഉയർന്നു. “അവരെ കുട്ടികളെ പീഡിപ്പിക്കുന്നവർ എന്ന് വിളിക്കുക, അല്ലെങ്കിൽ പീഡോഫൈലുകൾ. പക്ഷേ നമ്മൾ സംസാരിക്കുന്നത് മുഴുവൻ സമൂഹത്തെയും ബാധിച്ചിരിക്കുന്ന ഒരു രോഗത്തെക്കുറിച്ചാണ്. എന്തിന് പറയുന്നു, മനുഷ്യകുലത്തെ ഒന്നടങ്കം അത് ബാധിച്ചിരിക്കുന്നു. ഇസ്താംബൂളിലെ

ഒരു ആശുപത്രിയിൽ നിന്ന് അടുത്തിടെ ലഭിച്ച കണക്കനുസരിച്ച് വെറും അഞ്ച് മാസത്തിനുള്ളിൽ, നൂറ്റി പതിനഞ്ച് പെൺകുട്ടികൾ അവരെ ഗർഭധാരണവുമായി ബന്ധപ്പെട്ട പ്രശ്നങ്ങളുമായി സമീപിച്ചു. അതെ, അലി... പെൺകുട്ടികൾ! അവർ സ്വന്തം സഹോദരങ്ങളെ പ്രസവിക്കുന്നു, അല്ലെങ്കിൽ അവരുടെ സഹോദരന്മാരിൽ നിന്നോ അമ്മാവന്മാരിൽ നിന്നോ ഗർഭിണിയാകുന്നു. ഞാൻ ഉദ്ദേശിച്ചത്, ഇത് ശിക്ഷ നൽകി പരിഹരിക്കാവുന്ന ഒരു പ്രശ്നമല്ല. ജനങ്ങളെ ചികിൽസിച്ചു സുഖപ്പെടുത്തുക എന്നതാണ് പ്രധാനം. സമൂഹത്തിൽ നിന്ന് ഈ കുറ്റങ്ങളും അധഃപതനവും തുടച്ചുനീക്കുകയും ജനങ്ങളുടെ ആത്മാവിനെ ശുദ്ധീകരിക്കുകയും ചെയ്യുകയാണ് വേണ്ടത്. ഇതിനെപറ്റി നമ്മൾ ചിന്തിക്കുകയും മനശാസ്ത്രജ്ഞരെ അല്ലെങ്കിൽ സാമൂഹ്യശാസ്ത്രജ്ഞരെപ്പോലെ പ്രവർത്തിക്കുകയും വേണം.''

എന്റെ സഹായി പരിഭ്രമത്തോടെ ചിരിച്ചു.

''ശരി, പക്ഷേ ഇത്തരം കാര്യങ്ങൾ പുസ്തകങ്ങളിലും സിനിമകളിലും മാത്രമേ സംഭവിക്കുന്നുള്ളൂ സെയ്നെപ്, പക്ഷേ ജീവിതം ലളിതമാണ്. ഈ അഴുക്കുകൾ തെറ്റ് തിരുത്തുകയില്ല. പുരുഷന്മാർ അവരെ ഷണ്ഡൻമാരാക്കാൻ പോലും ആവശ്യപ്പെടുന്നു. ആ ഹികാബിയെത്തന്നെ എടുക്കൂ. അവന്റെ ശരീരവും ആത്മാവും വികൃതമാണ്. ഒരുപക്ഷേ കുട്ടിക്കാലത്ത് അവനും പീഡിപ്പിക്കപ്പെട്ടിട്ടുണ്ടാകാം. എനിക്കറിയില്ല, ഒരുപക്ഷേ അയാൾക്ക് സ്വന്തം അമ്മയോട് വിചിത്രമായ എന്തെങ്കിലും ബന്ധം ഉണ്ടായിരുന്നിരിക്കാം. ഒരുപക്ഷേ അവൻ തന്റെ പിതാവുമായി പ്രണയത്തിലായിരുന്നു. ഞാൻ അത് മനസ്സിലാക്കാനുള്ള പഠനം നടത്തിയാൽ ആ സമയം കൊണ്ട് അവൻ മൂന്ന് കുട്ടികളെ കൂടി നശിപ്പിക്കും. അവൻ തുലഞ്ഞത് തന്നെ നന്നായി. അവനെയോർത്ത് ഒരു തരി എങ്കിലും വിഷമം തോന്നിയാൽ ഞാൻ നശിച്ചു പോകട്ടെ. ലോകത്തിലെ അത്രയും മാലിന്യം കുറഞ്ഞു.''

''നിങ്ങൾ ദേഷ്യത്തോടെയാണ് സംസാരിക്കുന്നത്, എനിക്ക് അത് മനസ്സിലായി. നിങ്ങൾ പറഞ്ഞത് ശരിയാണ്. എന്തായാലും ഈ മാനസികാവസ്ഥ ഉപയോഗിച്ച് കാര്യങ്ങൾ പരിഹരിക്കുക അസാധ്യമാണ്. നിങ്ങൾ ഈ മാനസികാവസ്ഥ മാറ്റണം.''

ഇപ്പോൾ രണ്ടുപേരെയും കാണാൻ കഴിഞ്ഞു. സെയ്നെപ് അവളുടെ കമ്പ്യൂട്ടറിനു മുന്നിൽ ഇരിക്കുകയായിരുന്നു, അലി സമീപത്തു നിന്ന് കൊണ്ട് തന്റെ പ്രണയിനിയുമായി സംസാരിക്കുന്നു.

''ഞാൻ ഇത് വ്യക്തിപരമായി എടുക്കുകയല്ല. എന്റെ ജീവിതത്തിൽ അത്തരം കാര്യങ്ങൾ സംഭവിച്ചില്ലായിരുന്നെങ്കിൽ പോലും എനിക്ക് ഇങ്ങനെ തോന്നുമായിരുന്നു. ജീവിതം ഇത്ര മൃദുവായി കൈകാര്യം ചെയ്യാൻ കഴിയില്ല. മോശം കാര്യങ്ങൾ മോശം തന്നെയാണ്. നിങ്ങൾക്ക് അത് പരിഹരിക്കാൻ കഴിനില്ല. പ്രത്യേകിച്ച് ഒരു ബാലപീഡകനെ നിങ്ങൾക്ക് ഒരിക്കലും സുഖപ്പെടുത്താൻ കഴിയില്ല. നീ അവരോട് കരുണ കാണിക്കുകയും അവരെ വിട്ടയയ്ക്കുകയും ചെയ്യും. അവൻ പുറത്തിറങ്ങി കൂടുതൽ നിരപരാധികളായ കുട്ടികളുടെ ജീവിതം ഇരുട്ടിലാക്കും.''

സെയ്നെപ്പിന്റെ ദേഷ്യം ആളിക്കത്തുന്നത് ഞാൻ കണ്ടു.

''അലീ, നീ ഞാൻ പറയുന്നത് കേൾക്കുന്നില്ലേ? ഈ മനുഷ്യരെ വെറുതെ വിടാൻ ആരെങ്കിലും പറഞ്ഞോ? രണ്ട് രീതികളും ഉപയോഗിച്ചു വേണം നമുക്ക് ഇത് പരിഹരിക്കേണ്ടത്. ഞാൻ പറയാൻ ഉദ്ദേശിക്കുന്നത് പീഡകർ എന്നറിയപ്പെടുന്ന ഈ വഴിപിഴച്ചവർ ചൊവ്വയിൽ നിന്ന് വരുന്നവരല്ല. അവരും നിങ്ങളെയും എന്നെയും പോലെയുള്ള മനുഷ്യരാണ്. അവർക്കെല്ലാം മാതാപിതാക്കളുണ്ട്. ചിലർക്ക് അവർ പീഡിപ്പിക്കുന്ന കുട്ടികളുടെ അതേ പ്രായത്തിലുള്ള കുട്ടികളുണ്ട്. അവരെ ആരെയും പിശാച് ചതിച്ചതല്ല. എന്തുകൊണ്ടാണ് അവർ അത് ചെയ്യുന്നത്, ഞാൻ ചോദിക്കുന്നത് ഇത്രമാത്രമാണ്. എന്തുകൊണ്ടാണ് ഒരു വ്യക്തി മറ്റൊരു വ്യക്തിയെ പീഡിപ്പിക്കുന്നത്? അതാണ് നമുക്ക് കണ്ടുപിടിക്കേണ്ടത്. അങ്ങനെ കുറ്റകൃത്യത്തിനും കുറ്റവാളിക്കും എതിരെ നമുക്ക് കൂടുതൽ വിജയകരമായി പോരാടാനാകും.''

''ഞാൻ അത് നിഷേധിക്കുന്നില്ല, പക്ഷേ നിങ്ങൾ പറയുന്നത് ചെയ്യാൻ സമയമെടുക്കും. മാസങ്ങൾ, വർഷങ്ങൾ, അതിനിടയിൽ നമ്മൾ എന്താണ് ചെയ്യേണ്ടത്?''

വളരെ അടുത്ത് എത്തിയതിനാൽ എനിക്ക് സംഭാഷണത്തിൽ ചേരേണ്ടി വന്നു.

''കുറ്റകൃത്യത്തിനെതിരെ പോരാടാൻ കുറച്ച് സമയമെടുക്കും അലി. ഇത് പൊലീസിന്റെ മാത്രം കാര്യമല്ല.''

എന്റെ സാന്നിദ്ധ്യം മനസ്സിലാക്കിയപ്പോൾ രണ്ടുപേരും നിവർന്നു.

''ക്ഷമിക്കണം, സുഹൃത്തുക്കളേ, ഞാൻ അവിചാരിതമായി ഇവിടെ എത്തിപ്പെട്ടതാണ്. മനപൂർവ്വം കേട്ടതല്ല.'' ഞാൻ അലിയെ നോക്കി. ''പക്ഷേ സെയ്നെപ് പറഞ്ഞത് ശരിയാണ്. പീഡകരെ ഒന്നൊന്നായി പൂട്ടിയിട്ട് ഈ പ്രശ്നം പരിഹരിക്കാൻ കഴിയില്ല. കൊലയാളികളെ പിടികൂടി അവരെ ഓരോരുത്തരെയായി കമ്പിയഴികൾക്ക് പിന്നിലേക്ക് എറിയുന്നതിലൂടെ കൊലപാതകം തടയാൻ പറ്റാത്തതുപോലെ. അങ്ങനെയായിരുന്നെങ്കിൽ, ബ്ലൈൻഡ്മാൻസ് ബഫിന്റെ രീതി ഫലിക്കുമായിരുന്നു. ഒരു വർഷത്തിനുള്ളിൽ പന്ത്രണ്ട് അക്രമികളെ അവൻ കൊന്നു. എന്നിട്ട് എന്ത് സംഭവിച്ചു? കുട്ടികളെ ദുരുപയോഗം ചെയ്യുന്നവരുടെ എണ്ണം കുറഞ്ഞോ? ഈ നികൃഷ്ടരായ മനുഷ്യർ നടത്തുന്ന വെറുപ്പുളവാക്കുന്ന ആക്രമണങ്ങൾ നിറുത്തിയോ? ഞാൻ അങ്ങനെ കരുതുന്നില്ല. പ്രശ്നത്തിന്റെ അടിവേരിലേക്കാണ് നമ്മൾ എത്തേണ്ടത്. അതെ, അലി, ഇതിനെതിരെ ഒരു പൂർണ്ണമായ പോരാട്ടം ആവശ്യമാണ്. ചിലപ്പോഴെങ്കിലും സാമൂഹ്യശാസ്ത്രജ്ഞരെയും മനശാസ്ത്രജ്ഞരെയും പോലെ ചിന്തിക്കാൻ നമുക്ക് കഴിയണം. മറ്റൊരു തരത്തിലും വിജയിക്കുക സാധ്യമല്ല.''

തീർച്ചയായും എന്റെ അസിസ്റ്റന്റ് എന്നോട് യോജിച്ചില്ല, പക്ഷേ ഒരു വശത്ത് സ്നേഹിക്കുന്ന സ്ത്രീയും മറുവശത്ത് ആരാധിക്കുന്ന മനുഷ്യനും കൂടിയായപ്പോൾ അവൻ എതിർപ്പ് നിർത്തിയിട്ട് ഒന്നും

മിണ്ടാതെ പിൻവാങ്ങി. സെയ്നെപ് മേശയുടെ മുന്നിൽ നിന്ന് എഴുന്നേറ്റു

''ഇരിക്കൂ സെയ്നെപ്. ഇരിക്കൂ...''

എന്റെ നോട്ടം അവളുടെ മേശപ്പുറത്തുള്ള കടലാസുകളിലേക്ക് പോയി. ആൽപ്പറിൽ നിന്ന് ഞങ്ങൾക്ക് ലഭിച്ച ഫയൽ അവിടെ ഞാൻ കണ്ടു.

''എങ്ങനെ പോകുന്നു? എന്തെങ്കിലും കണ്ടെത്തിയോ?''

''ഇതുവരെ ഇല്ല,'' അവൾ നിരാശയോടെ പറഞ്ഞു, അവൾ പിന്നിലേക്ക് പേജുകൾ മറിച്ചു. ''നമുക്ക് ഇതിനകം അറിയാത്ത ഒന്നുമില്ല. പക്ഷേ ഞാൻ ഈ ഭാഗങ്ങൾ നോക്കിയില്ല...''

ഞാൻ മേശയുടെ അടുത്ത് ചെന്ന് പേപ്പറുകൾ മറിച്ചു.

''ബാർകോഡുകളെ പറ്റിയുള്ള എന്തെങ്കിലും കുറിപ്പുകൾ നിങ്ങളുടെ ശ്രദ്ധയിൽ പെടുന്നുണ്ടോ? ഞാൻ ഉദ്ദേശിച്ചത് കളിപ്പാട്ടങ്ങളിൽ നിന്നുള്ള ബാർകോഡുകളെപ്പറ്റിയാണ്. രണ്ടായിരത്തി പന്ത്രണ്ടിലെ കൊലപാതകങ്ങളുടെ സമയത്ത് കൊലപാതകി സ്വയം തയ്യാറാക്കിയ ബാർകോഡുകൾ കളിപ്പാട്ടങ്ങളിൽ ഒട്ടിച്ചുകൊണ്ടിരുന്നു. സ്വാഭാവികമായും, ബാർകോഡുകളിലെ അക്കങ്ങളുടെ ആകെത്തുക പന്ത്രണ്ടായിരുന്നു. നിങ്ങൾ വായിച്ച പേപ്പറുകളിൽ സെക്കായ് അത് രേഖപ്പെടുത്തിയിരുന്നോ?''

സെയ്നെപ്പും അലിയും ആ കുറിപ്പ് അവിടെയെങ്ങാനും കാണുമെന്ന മട്ടിൽ പേപ്പറുകൾ മറിച്ചു നോക്കി.

''ഇല്ല, ചീഫ്,'' ഞങ്ങളുടെ ക്രിമിനോളജിസ്റ്റ് പറഞ്ഞു. ''അങ്ങനെയുള്ള കുറിപ്പുകളൊന്നും ഞാൻ കണ്ടില്ല. ഇനിയുള്ള പേജുകളിൽ ഉണ്ടാകാം. കുറച്ചു ഭാഗങ്ങൾ ഇതുവരെ നോക്കിയില്ല, എനിക്കറിയില്ല...''

ഞാൻ കയ്യിലിരുന്ന പേപ്പറുകൾ മേശപ്പുറത്തേക്ക് ഇട്ടു.

''അത് മനസ്സിൽ വെയ്ക്കുക, അങ്ങനെ എന്തെങ്കിലും കണ്ടാൽ എന്നെ അറിയിക്കുക. ഈ അവസാന മൂന്ന് കൊലപാതകങ്ങളിൽ നിന്നുള്ള കളിപ്പാട്ടങ്ങളുടെ ബാർകോഡുകൾ പരിശോധിക്കേണ്ടതുണ്ട്. അവ അഞ്ച് വർഷം മുമ്പ് കുറ്റകൃത്യം നടന്ന സ്ഥലത്തുണ്ടായിരുന്ന കളിപ്പാട്ടങ്ങളിലേതുപോലെയാണോ എന്ന് നോക്കാം.''

''ശരി. ഞാൻ ഇന്ന് അവ പരിശോധിക്കാം.''

അപ്പോഴും സമീപത്ത് നിൽക്കുകയായിരുന്ന എന്റെ സഹായിയുടെ നേരെ ഞാൻ തിരിഞ്ഞു.

''അലീ നീ ഇന്നെന്ത് ചെയ്തു. ആ ടാക്സി ഡ്രൈവറോട് സംസാരിച്ചോ?''

''അതെ, ചീഫ്. അവന്റെ പേര് സിഹാൻ ബൊസാക് എന്നാണ്. അയാൾ നമ്മൾ സംശയിക്കുന്നയാളെ പെട്ടെന്ന് ഓർത്തെടുത്തു. അവനെ കൊകമുസ്തഫപാസ വരെ അയാൾ കൊണ്ടുപോയിരുന്നു. 'വളരെ

മര്യാദയുള്ള മനുഷ്യൻ,' സിഹാൻ പറഞ്ഞു. വണ്ടിയുടെ അകത്ത് കയറിയപ്പോഴും പുറത്തിറങ്ങിയപ്പോഴും അഭിവാദ്യം ചെയ്യുകയും നല്ല ദിവസം ആശംസിക്കുകയും ചെയ്തിരുന്നു. സാധാരണ ഗതിയിൽ അങ്ങനെയുള്ള യാത്രക്കാരെ ലഭിക്കില്ല. എന്റെ ചോദ്യങ്ങൾ കേട്ടപ്പോൾ എന്തെങ്കിലും കുഴപ്പമുണ്ടോ എന്ന് ഡ്രൈവർക്ക് ഭയം തോന്നി. സവാരിക്കാരന് എന്തെങ്കിലും കോളുകൾ വന്നോ എന്ന് ഞാൻ അവനോട് ചോദിച്ചു. ഒന്നുമുണ്ടായില്ല. ആ മനുഷ്യൻ പുറകിലെ മൂലയിൽ ബൊമോണ്ടി വരെ അനങ്ങാതെ ഇരുന്നു.''

''ഇത് ബ്ലൈൻഡ്മാൻസ് ബഫിന്റെ പ്രൊഫൈലുമായി യോജിക്കുന്നു,'' സെയ്നെപ് പറഞ്ഞു. ''അവൻ വളരെ ശ്രദ്ധാലുവാണ്. ക്യാബിൽ കയറുന്നതിന് മുമ്പ് കുറച്ച് തവണ വാഹനങ്ങൾ അവൻ മാറിയിരിക്കാം എന്ന് ഞാൻ സംശയിക്കുന്നു.''

അവൾ പെട്ടെന്ന് നിശ്ശബ്ദയായി. ആ നോട്ടം എന്റെ തോളിനു മുകളിലൂടെ പിന്നിലേക്ക് പോകുന്നത് കണ്ട ഞാൻ തിരിഞ്ഞു നോക്കി. മുനീർ എന്റെ മുന്നിൽ നിന്നിരുന്നു.

''ഹായ്, ചീഫ്'' അവന്റെ കോങ്കണ്ണുകളിൽനാണം കലർന്ന ഭാവം ഉണ്ടായിരുന്നു. കഴിഞ്ഞ ദിവസം സെയ്നെപ്പിൽ നിന്ന് കണ്ണെടുക്കാൻ കഴിയാതെ വലഞ്ഞത് അവൻ ഓർത്തു എന്നെനിക്ക് തോന്നി. അലിയെയും അവളെയും ഒരുമിച്ചു കണ്ടപ്പോൾ അയാൾക്ക് നാണക്കേട് തോന്നിയിട്ടുണ്ടാകും. പക്ഷേ അത് അധികനേരം നീണ്ടുനിന്നില്ല. അവന്റെ മുഖത്ത് ഗൗരവം പരന്നു.

''നിങ്ങളെ ഓഫീസിൽ കണ്ടില്ല, ഇവിടെ ഉണ്ടാകുമെന്ന് തൂപ്പുകാരി പറഞ്ഞു. ഞാൻ മേദേനിയെയും കൊണ്ടുവന്നതാണ്. അയാളെ ചോദ്യം ചെയ്യാൻ തയ്യാറാക്കിയിട്ടുണ്ട്.''

ഇതായിരുന്നു അന്നത്തെ ഏറ്റവും നല്ല വാർത്ത.

''എങ്കിൽ നമുക്ക് പോകാം.''

ഞാൻ കുറച്ച് ചുവടുകൾ വെച്ചശേഷം തിരിഞ്ഞു.

''അലീ, നീ ഞങ്ങളുടെ കൂടെ വരൂ. സെയ്നെപ് നീ ഈ പ്രശ്നം ഒന്ന് പരിഹരിക്ക്. ബാർകോഡുകളുടെ കാര്യം പ്രധാനമാണ്. നിങ്ങൾ ദയവായി അതിൽ ശ്രദ്ധ കേന്ദ്രീകരിക്കൂ.''

''ശരി, ചീഫ്, വിഷമിക്കേണ്ട.''

ഞങ്ങൾ ഇടനാഴിയിലൂടെ മുന്നോട്ട് പോകുമ്പോൾ മുനീർ തന്റെ രണ്ടാമത്തെ വാർത്ത പുറത്തെടുത്തു.

''ഫഹറിന്റെ പോസ്റ്റ്മോർട്ടം ഫലം കിട്ടി. കുട്ടി കടലിൽ മുങ്ങിമരിച്ചതാണ്. അവന്റെ ശ്വാസകോശത്തിൽ ഉപ്പുവെള്ളം നിറഞ്ഞിരുന്നു. കടലിൽ വീഴുമ്പോൾ അവൻ ജീവിച്ചിരിപ്പുണ്ടായിരുന്നു. അതൊരു അപകടമാണ്, കൊലപാതകമല്ല. ആ കുട്ടിയുടെ ഒരൊറ്റ വൃക്ക നീക്കം ചെയ്തിട്ടുണ്ട്. പക്ഷേ അത് ആറുമാസം മുമ്പാണ്, മേദേനി പറഞ്ഞതു പോലെ ഒരു വർഷമല്ല. അവർ കിലിസിൽ നിന്ന് വന്നതിനു ശേഷം.

ഇസ്താംബൂളിൽ വച്ചായിരിക്കണം ശസ്ത്രക്രിയ നടത്തിയത്. മേദേനി വൃക്ക വിറ്റതു തന്നെയാവണം. അയ്ബർ പറഞ്ഞത് സത്യമാണെന്ന് തോന്നുന്നു. പക്ഷെ ഞാൻ ഇക്കാര്യമൊന്നും മേദേനിയോട് പറഞ്ഞില്ല. അവനെ നമുക്ക് ഒരുമിച്ച് ചോദ്യം ചെയ്യാമെന്നു കരുതി.''

ഞാൻ നന്ദിയോടെ അവന്റെ തോളിൽ തലോടി.

''നന്ദി, മുനീർ. കൊള്ളാം. ഈ സംഭവം ബ്ലൈൻഡ്മാൻസ് ബഫിന്റെ കേസിൽ പ്രധാനമായേക്കാം.''

അവൻ മന്ദഹസിച്ചു.

''നമ്മൾ നമ്മുടെ ജോലി ചെയ്യുന്നു. അല്ലാതെന്താ ചീഫ്. പക്ഷേ ഈ ബ്ലൈൻഡ്മാൻസ് ബഫിനെ പിടിക്കുന്നത് ഒരു നല്ല ആശയമാണോ എന്ന് എനിക്കറിയില്ല.''

അലി അവ്യക്തമായി പുഞ്ചിരിക്കുന്നത് ഞാൻ ശ്രദ്ധിച്ചു. മറ്റൊരാൾ കൂടി തന്റെ അഭിപ്രായം പങ്കുവെച്ചതിൽ അവനു സന്തോഷമുണ്ട്. അവൻ തന്റെ സഹപ്രവർത്തകനോട് സൌമ്യമായി തലയാട്ടി സമ്മതം അറിയിക്കുന്നത് കൂടി കണ്ടപ്പോൾ എനിക്ക് മിണ്ടാതിരിക്കാൻ കഴിഞ്ഞില്ല.

''മുനീർ! നീ എന്താണ് പറയുന്നത്?'' ഞാൻ ജ്വലിച്ചു. ''ആ മനുഷ്യൻ സെക്കായിയെ കൊന്നു. എന്നെങ്കിലും അവന്റെ വഴിയിൽ നീയൊന്നു കടന്നു നിന്ന് നോക്ക്. അവൻ നിങ്ങളെയും എന്നെയും ഒരു മടിയും കൂടാതെ കൊല്ലും. അവൻ ഒരു കശാപ്പുകാരനാണ്. ഒരു കശാപ്പുകാരന്റെ സഹായം ആസ്വദിക്കുന്നതിലേക്ക് എന്റെ കുട്ടികൾ ചുരുങ്ങിപ്പോയതിൽ നിരാശയുണ്ട്.''

മുനീറിന്റെ മനസ്സ് ഇടിഞ്ഞെങ്കിലും അവൻ പിന്മാറിയില്ല.

''സൂപ്രണ്ട് സെക്കായിയുടെ കൊലപാതകം ഞാൻ അംഗീകരിക്കുന്നില്ല. അവനെ പരമാവധി ശിക്ഷിക്കണം. പക്ഷേ എനിക്ക് ഇത് പറയാതെ വയ്യ. ഈ വക്രബുദ്ധികൾക്കെതിരെ നിസ്സഹായരായി, വർഷങ്ങളായി മല്ലിടുന്ന ഒരാളെന്ന നിലയിൽ നമ്മൾ എന്ത് ചെയ്താലും ഈ പ്രശ്നം പരിഹരിക്കാൻ കഴിയില്ല എന്ന് ഞാൻ പറയും. നമ്മൾ ഇവരെ ജയിലുകളിൽ അടയ്ക്കുന്നു. ആശുപത്രികളിലേക്ക് അയക്കുന്നു. പക്ഷേ പുറത്തിറങ്ങി അല്പസമയത്തിനുള്ളിൽ വീണ്ടും അതെ പ്രവൃത്തികൾ ചെയ്യുകയാണ് ഇവരുടെ പതിവ്. ചീഫിനു വേണമെങ്കിൽ ദേഷ്യപ്പെട്ടോളൂ, അല്ലെങ്കിൽ എന്നെ ശകാരിച്ചോളൂ. പക്ഷെ ഈ ആളുകൾ എത്ര മോശക്കാരാണ് എന്ന് നിങ്ങൾക്കറിയാം. ജയിലിൽ മറ്റു കുറ്റവാളികൾ ഇവരെ എങ്ങനെയൊക്കെ ഉപദ്രവിക്കും എന്നറിയാമല്ലോ. അത് എന്നെ എത്രമാത്രം സന്തോഷിപ്പിക്കുന്നുവെന്ന് എനിക്ക് പറയാനാവില്ല.''

''അത് ഒരു പൊലീസുകാരനു ചേരുന്ന വാക്കുകൾ അല്ല മുനീർ.''

''ഞാൻ സമ്മതിക്കുന്നു,'' അവൻ മറുപടി പറഞ്ഞു. ''ഞാൻ സമ്മതിക്കുന്നു, പക്ഷേ അത് എന്നെ സന്തോഷവാനാക്കുന്നതിൽ നിന്ന്

തടയുന്നില്ല. ഞാൻ അത് ഇഷ്ടപ്പെടുന്നു. ഞങ്ങൾക്ക് ചെയ്യാൻ കഴിയാത്തത് തടവുകാർ ചെയ്യുന്നു.''

എന്ത് പറയണമെന്ന് എനിക്കറിയില്ലായിരുന്നു. മുനീർ എന്റെ മൗനം തന്റെ അഭിപ്രായംഞാൻ സ്വീകരിച്ചതിന്റെ അടയാളമായി കണക്കാക്കി എന്ന് തോന്നുന്നു.

''കഴിഞ്ഞ ദിവസം എന്റെ ഭാര്യ നാടകത്തിന്റെ ടിക്കറ്റ് വാങ്ങി. ഷേക്സ്പിയർ തന്നെ... എനിക്ക് ഇടയ്ക്ക് വിരസത തോന്നി. പക്ഷേ അതിൽ ഈ ഒരു ഡയലോഗ് ഉണ്ടായിരുന്നു. അത് എന്നെ ചിന്തിപ്പിച്ചു. ഒരു സീനിൽ ഒരു നടൻ പറഞ്ഞു, 'നരകം ശൂന്യമാണ്, എല്ലാ പിശാചുക്കളും ഇവിടെയുണ്ട്. അതു ശരിയാണ്. ഇവരെല്ലാം പിശാചുക്കൾ തന്നെയാണ്, നരകത്തിൽ നിന്ന് രക്ഷപ്പെട്ട പിശാചുക്കൾ. ഇവിടെ നമുക്കിടയിലും അവരുണ്ട്. അതുകൊണ്ട് നിങ്ങൾ അവരോട് സഹതാപം കാണിക്കരുത്.''

അവന്റെ ശബ്ദത്തിൽ മടുപ്പും നിരാശയും മുഴങ്ങി. വാദം തുടരുന്നതിൽ അർത്ഥമില്ലായിരുന്നു. കൂടാതെ ഞാൻ വിശദീകരിച്ച് കൊടുത്താൽ പോലും അവൻ ഈ പറയുന്ന, നരകത്തിൽ നിന്ന് രക്ഷപ്പെട്ട ഓരോ പിശാചുക്കളും ഓരോ ഇരകളാണ് എന്ന് അവൻ ഒരിക്കലും മനസ്സിലാക്കുകയില്ല.

നാശം പിടിച്ച ഈ നിരാശ
അത് ഞങ്ങളെ ക്രൂരന്മാരാക്കി

മേദേനി കാത്തിരിക്കുകയായിരുന്നു. അയാളുടെ മണ്ണിന്റെ നിറമുള്ള കണ്ണുകൾ നിരാശയോടെ മേശയിലെ ഒരു പാടിൽ തറച്ചു നിന്നു. എന്നെ കണ്ടപ്പോൾ ആ കണ്ണുകൾ ഒരു നിമിഷത്തേക്ക് തിളങ്ങി എങ്കിലും പതിവുള്ള ചിരി എന്റെ മുഖത്ത് കാണാതിരുന്നപ്പോൾ അയാൾ പരിഭ്രാന്തിയോടെ കസേരയിലിരുന്നു ഞെളിപിരി കൊണ്ടു.

''ഹലോ മേദേനിച്ചേട്ടാ.''

എന്റെ ശബ്ദം തണുത്തതും അധികാരം തുടിക്കുന്നതുമായിരുന്നു.

''ഹലോ നെവ്സാറ്റ് സാറേ...''

ഞാൻ ഒരു കസേര വലിച്ചിട്ട് അയാളുടെ എതിർവശത്തായി ഇരുന്നു. എന്റെ എതിർവശത്ത് അലി സ്ഥാനമുറപ്പിച്ചു. മുനീർ അവന്റെ തൊട്ടു പിന്നിലായി നിന്നു. അനിശ്ചിതത്വം നിറഞ്ഞ മൗനം ആ മുറിയിൽ തളം കെട്ടി.

വീണ്ടും അതേ നിർവ്വികാരമായ, അകൽച്ച നിറഞ്ഞ ശബ്ദത്തിൽ ഞാൻപറഞ്ഞു.

''ശരി, വിശദീകരിക്കൂ...''

അയാൾ ചിന്താക്കുഴപ്പത്തിലായി.

''ഞാൻ എന്താണ് സാറേ വിശദീകരിക്കേണ്ടത്?''

ഞാൻ കുഴപ്പം സൂചിപ്പിക്കുന്ന, എന്നാൽ പരിഹാസം ധ്വനിക്കുന്ന ഒരു ഭാവം എടുത്തണിഞ്ഞു.

''നിങ്ങളെ ഇവിടെ എന്തിനാണു കൊണ്ടുവന്നത് എന്നറിയാമോ?''

സമ്മർദ്ദം മൂലം അയാളുടെ മുഖം വലിഞ്ഞു മുറുകി. കൈകൾ ഇളക്കിക്കൊണ്ട് ആ മനുഷ്യൻ സംസാരിച്ചു തുടങ്ങി.

''അറിയാമോന്നോ? എനിക്ക് എങ്ങനെ അറിയാം? എന്റെ ഭാര്യ സെന്നൂപ്പും ആകെ പരിഭ്രമിച്ചു പോയി. ഒട്ടും പ്രതീക്ഷിക്കാത്ത നേരത്ത് അവർ വന്ന് എന്നെ ഒരു കാറിൽ ചുരുട്ടിക്കൂട്ടി ഇട്ട് ഇങ്ങോട്ട് കൊണ്ടുവന്നു. അവൾ വല്ലാതെ ഭയന്നിരിക്കുകയായിരിക്കണം.''

പുറകിൽ നിൽക്കുന്ന മുനീറിനെ നോക്കാൻ അയാളുടെ പേടിച്ച രണ്ട കണ്ണുകൾ. പക്ഷേ അയാൾക്ക് അവനെ കാണാൻ കഴിഞ്ഞില്ല.

''ഇൻസ്പെക്ടർ കാര്യം പറയാതെ...''

അവൻ പറഞ്ഞത് കേട്ടില്ല എന്ന മട്ടിൽ ഞാൻ ഒരു ദീർഘനിശ്വാസമെടുത്തു.

''നോക്കൂ, മേദേനിച്ചേട്ടാ. എനിക്ക് നിങ്ങളെ കണ്ട മാത്രയിൽ തന്നെ ഇഷ്ടപ്പെട്ടു. എവ്ജീനിയ പരിചയപ്പെടുത്തിയതിനാൽ ഞാൻ നിങ്ങളെ ഒരു സത്യസന്ധനായ വ്യക്തിയായാണ് പരിഗണിച്ചത്. നിങ്ങൾക്ക് ഒന്നിലും പ്രതീക്ഷയില്ലായിരുന്നു, നിങ്ങൾക്ക് സഹായം ആവശ്യമായിരുന്നു. സഹായിക്കാൻ എനിക്ക് കഴിയുന്നതെല്ലാം ചെയ്യാൻ ഞാൻ ശ്രമിച്ചു. പക്ഷേ ഞാൻ പ്രതീക്ഷിച്ച തരത്തിലുള്ള ഒരാൾ ആയിരുന്നില്ല നിങ്ങൾ എന്ന് മനസ്സിലായി. നിങ്ങൾ എവ്ജീനിയയെയും വഞ്ചിച്ചു. ഇതെല്ലാം ശരിക്കും എന്നെ നിരാശപ്പെടുത്തി.''

മേദേനിയുടെ ശരീരഭാഷ പ്രതിരോധത്തിലായി.

''ഞാൻ ആരെയും വഞ്ചിച്ചിട്ടില്ല; എന്നെ വിശ്വസിക്കൂ, ഞാൻ സത്യസന്ധനാണ്, നെവ്സാറ്റ് സാറേ. എന്തെങ്കിലും തെറ്റ് ഉണ്ടായെങ്കിൽ അതൊന്നും ഞാൻ മനഃപൂർവം ചെയ്തതല്ല.''

''ചോദിക്കുന്നതിന് മുമ്പ് സംസാരിക്കരുത്,'' എന്റെ അസിസ്റ്റന്റ് തന്റെ പരുഷമായ പതിവുരീതിയിൽ പൊട്ടിത്തെറിച്ചു.

''എന്റെ ചീഫിന്റെ മുഖത്തേക്ക് നോക്കിയിരിക്ക്. അദ്ദേഹം ചോദിക്കും, നിങ്ങൾ ഉത്തരം പറയും. മറ്റ് അഭിപ്രായങ്ങളൊന്നും വേണ്ട, മനസ്സിലായോ?''

അലിയുടെ ശകാരം മേദേനിയുടെ അസ്വസ്ഥത വർദ്ധിപ്പിച്ചു. അയാൾ സംസാരശേഷിയില്ലാത്തവനെപ്പോലെ നിശ്ചലനായി ഇരുന്നു.

''ഞാൻ നിന്നോടാണ് സംസാരിക്കുന്നത്. ചോദിച്ചാലല്ലാതെ സംസാരിക്കണ്ട.'' അയാൾ വീണ്ടും ശബ്ദമുയർത്തി. ''മനസ്സിലായോ?''

''എനിക്ക് മനസ്സിലായി ഇൻസ്പെക്ടർ സാറേ...''

അവൻ വായടച്ചിട്ട് ഇടതടവില്ലാതെ ഉമിനീർ വിഴുങ്ങി.

''ഗുരുതരമായ ഒരു സാഹചര്യമുണ്ടായി മേദേനിച്ചേട്ടാ. ഒരു കുട്ടിയുടെ മരണം. അവൻ നിങ്ങളെപ്പോലെ സിറിയയിൽ നിന്നാണ് വന്നത്. ഒരു അറബ് കുട്ടിയുടെ കൊലപാതകത്തെക്കുറിച്ചാണ് ഞാൻ സംസാരിക്കുന്നത്.''

ആ മുഖം വേദന കൊണ്ട് വലിഞ്ഞു മുറുകി.

''ഫഹർ. ഫഹർ കൊല്ലപ്പെട്ടതാണോ?''

മുനീർ കുനിഞ്ഞ് മേദേനിയുടെ തോളിൽ പിന്നിൽ നിന്ന് പിടിച്ചു.

''ഇല്ല. ഫഹർ കടലിൽ മുങ്ങി മരിച്ചതാണ്.''

വൃദ്ധൻ തണുത്തു. മുനീർ അയാളുടെ വികാരങ്ങൾ അവഗണിച്ചുകൊണ്ട് തുടർന്നു.

''ഞങ്ങൾ സംസാരിക്കുന്നത് അയ്ബറിന്റെയും കബീറിന്റെയും മകനെപ്പറ്റിയാണ്. മാലാഖയുടെ മുഖമുള്ള ഡൗൺ സിൻഡ്രോമുള്ള കുട്ടി...''

മേദേനി തിരിഞ്ഞു നോക്കി.

''ബെർസിസ്,'' അവൻ നാണക്കേട് മറച്ചുകൊണ്ട് പറഞ്ഞു. ''ആ പാവം കുട്ടിയെ കാണാതായിട്ട് ഒരു മാസമായി. അപ്പോൾ അവൻ കൊല്ലപ്പെട്ടു.''

മുനീർ മേദേനിയുടെ തോളിൽപ്പിടിച്ച് ശക്തിയായി കുലുക്കി.

''ഇത് അറിഞ്ഞില്ലെന്നു നടിക്കരുത്. ബേർസിസിനെ ആ വ്യാജ ആശുപത്രിയിൽ കൊണ്ടുപോയത് നിങ്ങളല്ലേ?''

കൈയോടെ പിടിക്കപ്പെട്ട ഒരാളുടെ പരിഭ്രാന്തിയോടെ മുനീറിന്റെ കരുത്തുറ്റ പിടിയിൽ നിന്ന് മുക്തനാവാൻ അയാൾ ശ്രമിച്ചു, പക്ഷേ അയാൾക്ക് ആ ശക്തമായ കരങ്ങളിൽ നിന്ന് മോചിതനാകാൻ കഴിഞ്ഞില്ല.

''അത് നുണയാണ്, ഞാൻ സത്യം ചെയ്യുന്നു, ഇത് ഒരു നുണയാണ്. അവർ എന്നെ അപകീർത്തിപ്പെടുത്തുകയാണ്.''

''നിഷേധിക്കുന്നതിൽ അർത്ഥമില്ല, മേദേനിച്ചേട്ടാ.''

ഞാൻ ഡെസ്കിൽ കൈകൾ കുത്തി വച്ചു കൊണ്ട് പറഞ്ഞു.

''നിങ്ങൾ അവരെ എങ്ങനെയാണ് ആശുപത്രിയിൽ എത്തിച്ചതെന്ന് അയ്ബർ ഞങ്ങളോട് പറഞ്ഞു. എന്തിനധികം, നിങ്ങളാണ് അവരെ അവയവ കച്ചവടക്കാർക്ക് പരിചയപ്പെടുത്തിക്കൊടുത്തത്.''

അയാൾ കീഴടങ്ങിയില്ല.

''ഇല്ല, എനിക്ക് ഈ ബിസിനസ്സുമായി ഒരു ബന്ധവുമില്ല. ഞാൻ ഖുർആനിൽ തൊട്ടു സത്യം ചെയ്യാം. അല്ലാഹു എന്നെ ശിക്ഷിച്ചോട്ടെ.''

''നിങ്ങൾ കള്ളം പറഞ്ഞാൽ ഞാനായിരിക്കും, ഖുർആനല്ല നിങ്ങളെ ശിക്ഷിക്കാൻ പോകുന്നത്,'' അലി അലറി. ''ഒരു നാണവുമില്ലാതെ ഖുർആനെ ചൊല്ലി സത്യം ചെയ്യുന്നു.''

ആ വൃദ്ധനോട് ഇങ്ങനെ മോശമായി പെരുമാറുന്നത് എന്നെ വേദനിപ്പിച്ചു, പക്ഷേ ചെയ്ത കാര്യം ഓർത്തപ്പോൾ അയാൾ ഇത് അർഹിക്കുന്നുവെന്ന് എനിക്ക് തോന്നി. എന്നിട്ടും, അയാൾ വേഗം തുറന്നു സംസാരിക്കട്ടെ എന്നും എല്ലാവർക്കും ഈ ഭീകരമായ അവസ്ഥയിൽ നിന്ന് വേഗം രക്ഷപ്പെടാൻ കഴിയട്ടെ എന്നും ഞാൻ പ്രാർത്ഥിച്ചു

''ഇനി പ്രധാനപ്പെട്ട ഒരു ചോദ്യം. ആരാണ് ഈ മിർസ?'' സംഘർഷം താങ്ങാനാവാതെ ഞാൻ ചോദിച്ചു. ''അതെ, ആ മനുഷ്യന്റെ കാര്യവും വിളിപ്പേരും ഞങ്ങൾക്കറിയാം. നോക്കൂ, മേദേനിച്ചേട്ടാ, ഈ വഞ്ചകരെ പിടികൂടുന്നതിന് അധികം സമയം വേണ്ട. ഒന്നുകിൽ നിങ്ങൾക്ക് ഞങ്ങളുമായി സഹകരിക്കാം, അവരെ പിടിക്കാൻ ഞങ്ങളെ സഹായിക്കാം, അല്ലെങ്കിൽ ഞങ്ങൾ നിങ്ങളെ അവരുടെ കൂടെ ജയിലിൽ ഇട്ടു പൂട്ടും.''

അയാൾ സീറ്റിൽ നിന്ന് പറക്കുന്നത് പോലെ ചാടി എഴുന്നേറ്റു.

''താങ്കൾ ചെയ്യുന്നത് വലിയ തെറ്റാണ് ചീഫ്, ഞാൻ സത്യസന്ധനായ ഒരു മനുഷ്യനാണ്.''

മുനീർ അയാളെ പൂർത്തിയാക്കാൻ അനുവദിച്ചില്ല. അവൻ തന്റെ ചൂണ്ടുവിരൽ വച്ചു ദേഷ്യത്തോടെ പുറകിൽ നിന്ന് അയാളുടെ മുതുകിൽ കുത്തി.

''കള്ളം പറയുന്നത് നിർത്തൂ, ഏതാനും നാണയങ്ങൾക്കുവേണ്ടി കൊച്ചുകുട്ടികളുടെ വൃക്കകൾ വിൽക്കാൻ പോലും മടിക്കാത്ത ഒരു തെണ്ടിയാണ് നീ. എന്തിനാ വെറുതെ ഞങ്ങളെ ചീത്തയാക്കുന്നത്?''

ഭയത്താൽ വളരുന്ന മേദേനിയുടെ കണ്ണുകൾ സഹായത്തിനായി യാചിക്കുന്നതുപോലെ എന്നെ നോക്കി. അയാൾക്ക് അവിടെയുണ്ടായിരുന്ന മറ്റാരെയും അറിയില്ലായിരുന്നു. ഞാൻ നിസ്സഹായനായി തലയാട്ടി.

''ഇത് നിഷേധിക്കുന്നതിൽ അർത്ഥമില്ല മേദേനി. ഞങ്ങൾക്ക് എല്ലാം അറിയാം, കുറ്റസമ്മതം നടത്തിയാൽ അല്ലാതെ നിങ്ങളെ രക്ഷിക്കാൻ ആർക്കും കഴിയില്ല.''

''പക്ഷേ...''

''ഒരു പക്ഷേയും ഇല്ല,'' അലി ആ മനുഷ്യന്റെ നേരെ ആഞ്ഞുകൊണ്ട് പറഞ്ഞു. ''നിങ്ങൾ എല്ലാം പറയും. എന്താണെങ്കിലും നിങ്ങൾ അതിന്റെ ഓരോ വിശദാംശങ്ങളും ഞങ്ങളോട് പറയും.''

അവന്റെ പെരുമാറ്റം രൂക്ഷമായിരുന്നു. മേദേനിയുമായി ഞങ്ങൾ നടത്തിയ തർക്കത്തിനു പകരം ചോദിക്കാൻ അയാൾ ആഗ്രഹിച്ചതുപോലെയായിരുന്നു അത്.

ഞാൻ വലതു കൈ കൊണ്ട് അലിയെ തടഞ്ഞു, എന്നിട്ട് വൃദ്ധന്റെ നേരെ തിരിഞ്ഞു.

''നിങ്ങൾ ജീവിക്കുന്ന സാഹചര്യങ്ങൾ എത്രത്തോളം വെല്ലുവിളി നിറഞ്ഞതാണെന്ന് ഞങ്ങൾക്കറിയാം. എന്താണ് അത്തരം നിന്ദ്യമായ പെരുമാറ്റത്തിന് പ്രേരിപ്പിച്ചതെന്നും ഞങ്ങൾക്കറിയാം. ഈ അവസ്ഥയിൽ ഇല്ലായിരുന്നുവെങ്കിൽ, നിങ്ങൾ ഒരിക്കലും ഇത്തരത്തിൽ ഒരു ക്രൂരമായ കാര്യം ചെയ്യാൻ ശ്രമിക്കില്ലായിരുന്നു.''

വൃദ്ധന്റെ ശരീരം വിറയ്ക്കുന്നത് ഞാൻ കണ്ടു. കൂടുതൽ സഹിക്കാനാകാതെ അയാൾ കരയാൻ തുടങ്ങി. ആദ്യം നിശ്ശബ്ദമായി, പിന്നീട് തന്റെ നീണ്ടു മെലിഞ്ഞ മുഖം കൈകൾക്കിടയിൽ ചേർത്തു വച്ചു അയാൾ എങ്ങലടിച്ച് കരഞ്ഞു. മേദേനിയുടെ കണ്ണുനീർ മുനീറിലോ അലിയിലോ ഒരു ഭാവമാറ്റവും ഉണ്ടാക്കിയില്ല. ഏതാനും മിനിറ്റുകൾക്ക് ശേഷം അയാൾ ശാന്തനായി. വലതുകൈയുടെ പിൻഭാഗം കൊണ്ട് കണ്ണുനീർ തുടച്ചു കൊണ്ട് അയാൾ പറഞ്ഞു.

''അറിയില്ല ചീഫ്.''

അവൻ പരാജയഭാവത്തിൽ പറഞ്ഞു. ''നിങ്ങളെപ്പോലെ കരുണയുള്ള ഒരാൾക്ക് പോലും ഞങ്ങൾ എന്തിലൂടെയാണ് കടന്നുപോയത് എന്ന് മനസ്സിലാക്കാൻ കഴിയില്ല. ഈ നിരാശ, അത് ഞങ്ങളെ ക്രൂരന്മാരാക്കി, നിർദ്ദയരാക്കി.'' അയാൾ വെല്ലുവിളിയുടെ ഭാവത്തിൽ അലിയെ നോക്കി. ''സത്യമാണ്. ഞാൻ അത് ചെയ്തു. ഞാൻ എന്റെ സ്വന്തം മരുമകന്റെ വൃക്ക വിറ്റു. കാരണം ഞങ്ങൾക്ക് എന്റെ ഭാര്യയുടെ മരുന്നുകൾപോലും വാങ്ങാൻ കഴിയുമായിരുന്നില്ല, ആ കുടിയേറ്റക്കാരുടെ അഭയകേന്ദ്രത്തിൽ ഞങ്ങൾക്ക് മനുഷ്യരെപ്പോലെ ജീവിക്കാൻ കഴിഞ്ഞില്ല. 'ഒരുപക്ഷേ അത് നമ്മെ രക്ഷിച്ചേക്കാം.' ഞങ്ങൾ പരസ്പരം പറഞ്ഞു. 'ഒരുപക്ഷേ നമ്മൾ ഫഹറിനെയും അസീസിനെയും ഈ അവസ്ഥയിൽ നിന്ന് ഇതിലൂടെ രക്ഷിച്ചേക്കാം.'''

അസീസിന്റെ വിഷയത്തിലേക്ക് കടക്കാൻ സമയമായിരുന്നില്ല.

''നിങ്ങൾ മിർസയെ കണ്ടെത്തിയോ? ഞാൻ ഉദ്ദേശിച്ചത്, ഫഹറിന്റെ വൃക്ക വിൽക്കാൻ.''

''ഇല്ല,'' അവൻ മൂക്ക് കൊണ്ട് പറഞ്ഞു. ''മിർസ ഞങ്ങളെ കണ്ടെത്തി. ഞങ്ങൾ താമസിക്കുന്ന സെക്യൂരിറ്റിയുമായി അയാൾക്ക് ബന്ധമുണ്ടായിരുന്നു. 202 ഷെൽട്ടറിന് എതിർവശത്തുള്ള കോഫിഹൗസിൽ വന്ന് എന്നോട് സംസാരിച്ചു. അവൻ ഞങ്ങൾക്ക് ധാരാളം തരാമെന്ന് പറഞ്ഞു പണം. ഒരു വൃക്ക മാത്രം എടുത്താൽ ഒരു പ്രശ്നവുമില്ലെന്നും ഫഹർ ജീവിച്ചിരിക്കുമെന്നും അദ്ദേഹം പറഞ്ഞു. അവന്റെ ജീവിതം. അത് നരകത്തിലേക്ക് പോകട്ടെ. ഞാൻ അവനെ വിശ്വസിച്ചു. പിശാച് എന്നെ അത് ചെയ്യാൻ പ്രേരിപ്പിച്ചു.''

മേദേനി വീണ്ടും കരയാൻ പോവുകയായിരുന്നു.

''പിശാച് നിങ്ങളാണ്.'' അലി പൊട്ടിത്തെറിച്ചു.

''വ്യാജമായ ദുഃഖം പ്രകടിപ്പിക്കാനുള്ള ധൈര്യമുണ്ടല്ലോ നിങ്ങൾക്ക്.'' ഞാൻ എന്റെ സഹായിയെ തുറിച്ചുനോക്കി, പക്ഷേ അവൻ എന്നെ അവഗണിച്ചു.

''മനുഷ്യാ, പണം വരുമെന്ന് നിങ്ങൾക്കറിയാമെങ്കിൽ, നാളെ നിങ്ങൾ ഇത് തന്നെ ചെയ്യും, നോക്കൂ അവൻ തന്റെ പാപങ്ങൾ ഏറ്റുപറയുന്നു, തെണ്ടി.''

അവൻ മേദേനിയോട് വളരെ അടുത്തു. ഞാൻ ഇടപെട്ടില്ലെങ്കിൽ അവൻ മേദേനിയെ തല്ലുമെന്ന് ഞാൻ ഭയപ്പെട്ടു.

''നിർത്തൂ അലി,'' ഞാൻ അലറി. ''നിങ്ങൾ പുറത്ത് കാത്തിരിക്കൂ.''

എന്റെ സഹായി സ്തംഭിച്ചുപോയി.

''എന്താ... എന്താ പറഞ്ഞത് ചീഫ്?''

''ഞാൻ നിങ്ങളോട് പുറത്ത് കാത്തിരിക്കാനാണ് പറഞ്ഞത്,'' ഞാൻ കഠിനമായി ആവർത്തിച്ചു. ''പോകൂ. നമുക്ക് അവിടെ കാണാം.''

അവൻ ശരിക്കും അസ്വസ്ഥനായിരുന്നു, പക്ഷേ അവൻ എതിർത്തില്ല.

''നിങ്ങൾ ആഗ്രഹിക്കുന്നതുപോലെ.''

അലി ചോദ്യം ചെയ്യൽ മുറിയിൽ നിന്ന് ഇറങ്ങിയപ്പോൾ ഞാൻ മേദേനിയിലേക്ക് തിരിഞ്ഞു.

''എപ്പോഴാണ് അവർ ഫഹറിനെ ഓപ്പറേഷൻ ചെയ്തത്?''

അവന് ഉറപ്പില്ലായിരുന്നു. അവൻ വിരലുകളിൽ കണക്ക് കൂട്ടി.

''ആറ് മാസം മുമ്പ്. അല്ല, ആറ് മാസത്തിൽ കൂടുതൽ...''

ഞാൻ കൻസു സർമാഷിക്കിന്റെ ഫോട്ടോ ഉള്ള I.D എടുത്ത് ഉയർത്തി.

''ഈ ഡോക്ടർ ആണോ ഓപ്പറേഷൻ ചെയ്തത്?''

അവൻ ഫോട്ടോ എടുത്തു, ഉടനെ അത് തിരിച്ചറിഞ്ഞു.

''അതെ, അവൻ തന്നെ. ഹയാതി ബേ. ഡോക്ടർ ഹയാതി.''

തീർച്ചയായും കൻസു ഒരു വ്യാജ നാമമാണ് ഉപയോഗിച്ചത്, പക്ഷേ അദ്ദേഹം തന്റെ പഴയ പങ്കാളിയുടെ പേര് തിരഞ്ഞെടുത്തത് വിചിത്രമായിരുന്നു.

ഉറപ്പിക്കാൻ വേണ്ടി ഞാൻ ചോദിച്ചു, ''പേര് ഹയാതി ആണെന്ന് ഉറപ്പാണോ?''

അയാൾ ആത്മവിശ്വാസത്തോടെ സ്ഥിരീകരിച്ചു.

''അതെ, ശസ്ത്രക്രിയയ്ക്ക് മുമ്പ് ഞങ്ങൾ കണ്ടുമുട്ടിയപ്പോൾ അവന്റെ പേര് ഹയാതി എന്നായിരുന്നു, അവൻ വളരെ മാന്യനായിരുന്നു. 'നിങ്ങളുടെ മരുമകന് ഒന്നും സംഭവിക്കാൻ പോകുന്നില്ല,' അവൻ പറഞ്ഞു. 'അവൻ അല്പസമയത്തിനകം ആരോഗ്യത്തോടെ തിരിച്ചെത്തും.' ശസ്ത്രക്രിയയ്ക്ക് ശേഷം ഫഹർ മുമ്പത്തേക്കാൾ ആരോഗ്യവാനായിരുന്നു.''

എന്റെ കണ്ണുകളിൽ സംശയത്തിന്റെ കാർമേഘങ്ങൾ കണ്ടപ്പോൾ അവൻ സ്വയം തിരുത്തി. ''അതിനു ശേഷം അവന് പ്രശ്നങ്ങളൊന്നും ഉണ്ടായില്ല എന്നാണ് ഞാൻ അർത്ഥമാക്കുന്നത്.''

''അതിനു ശേഷം എപ്പോഴെങ്കിലും ഈ ഡോക്ടർ ഹയാതിയെ കണ്ടിട്ടുണ്ടോ?''

''ബെർസിസിനെയും കൊണ്ട് പോയപ്പോൾ ഞാൻ അവനെ വീണ്ടും കണ്ടു.''

അയാൾ ഒരു മടിയും കൂടാതെ മറുപടി പറഞ്ഞു.

''ഓപ്പറേഷന് മുമ്പ്...''

ഇതുവരെ ഒന്നും മിണ്ടാതിരുന്ന മുനീറിൽ നിന്നാണ് ചോദ്യം.

''നീയാണോ ബെർസിസിന്റെ വൃക്ക വിൽക്കാൻ കബീറിനെ പ്രേരിപ്പിച്ചത്?''

അയാൾ അത് നിഷേധിച്ചു.

''ഇല്ല, അവർ ഫഹറിന്റെ ശസ്ത്രക്രിയയെ കുറിച്ച് മനസ്സിലാക്കി. അയ്ബർ എന്റെ ഭാര്യയുമായി സംസാരിച്ചു. 'ഞങ്ങൾക്ക് മൂന്ന് കുട്ടികളുണ്ട്. ഞങ്ങൾ ഭയാനകമായ അവസ്ഥയിലാണ്, പണം ആവശ്യമാണ്,' അവൾ പറഞ്ഞു. 'സഹായിക്കൂ. ഞങ്ങൾ ബെർസിസിന്റെ വൃക്ക വിൽക്കാൻ ആഗ്രഹിക്കുന്നു,' അവൾ പറഞ്ഞു. ഞങ്ങൾ അവരെ സഹായിച്ചു.''

മുനീർ ചോദ്യം ചെയ്യൽ തുടർന്നു, ആ ശബ്ദം ഉറപ്പുള്ളതായിരുന്നു.

''അപ്പോൾ ആ പയ്യൻ മിർസയിൽ നിന്ന് നിങ്ങൾക്ക് പണമൊന്നും ലഭിച്ചില്ലേ?''

''ഇല്ല, ഞങ്ങൾ അങ്ങനെ ചെയ്യുന്നവരല്ല. സുഹൃത്തുക്കളെ സഹായിക്കാൻ ഞങ്ങൾ ആഗ്രഹിച്ചു, എനിക്ക് മറ്റൊരാളുടെ കുട്ടിയുടെ ഉത്തരവാദിത്തം ഏറ്റെടുക്കാൻ കഴിയില്ല.''

''പക്ഷേ, ഫഹറിന്റെ കാര്യം വന്നപ്പോൾ, ഉത്തരവാദിത്തം ഏറ്റെടുക്കാൻ നിങ്ങൾക്ക് ഒരു മടിയുമുണ്ടായിരുന്നില്ല.''

എന്റെ സഹപ്രവർത്തകൻ അഭിപ്രായപ്പെട്ടു.

അയാളുടെ മുഖം ഒരു നിമിഷം ഇരുണ്ടുപോയി, പക്ഷേ മേദേനി തൽക്ഷണം സ്വയം നിയന്ത്രിച്ചു.

''ഫഹർ എന്റെ മരുമകനായിരുന്നു...''

ഞാൻ അവിശ്വാസത്തോടെ നോക്കുന്നത് കണ്ടപ്പോൾ അയാൾ ആവർത്തിച്ചു,

''അതെ, ഞാൻ നിങ്ങളോട് പറഞ്ഞതുപോലെ. എന്റെ മൂത്ത സഹോദരൻ എഡെമിന്റെ മകൻ...''

ഞാൻ അവജ്ഞയോടെ അയാളെ നോക്കി.

''അസീസും നിങ്ങളുടെ മൂത്ത സഹോദരന്റെ മകളാണ് അല്ലേ?''

''അതെ,'' അയാൾ ധൈര്യത്തോടെ പറഞ്ഞു.

''അസീസ് ഫഹറിന്റെ ചെറിയ സഹോദരിയാണ്.''

മുനീർ ആ മനുഷ്യന്റെ മുന്നിലെത്തി.

''നിങ്ങൾ ഇപ്പോഴും നാണമില്ലാതെ കള്ളം പറയുകയാണ്, ഫഹറോ ആ കൊച്ചു പെൺകുട്ടിയോ നിങ്ങളുടെ ബന്ധുക്കളല്ല. പണം സമ്പാദിക്കാൻ നിങ്ങൾ അവരെ കൂടെ കൂട്ടിക്കൊണ്ടുപോയി. പാവം ഫഹർ മരിച്ചില്ലായിരുന്നെങ്കിൽ എന്ത് സംഭവിക്കുമായിരുന്നു എന്ന് ആർക്കറിയാം. അസീസിന്റെ അവയവവും നിങ്ങൾ വിൽക്കുമായിരുന്നു. അവളുടെ വൃക്ക വിൽക്കുന്നതിന് മുമ്പ് അസീസ് വലുതാകാൻ നിങ്ങൾ കാത്തിരിക്കുകയായിരുന്നു.''

വൃദ്ധൻ പരിഭ്രാന്തനായി, വേഗത്തിൽ എഴുന്നേൽക്കാൻ ശ്രമിക്കുന്നതിനു ഇടയിൽ അയാൾ കസേരയിൽ നിന്ന് വീണു.

''ആ കുട്ടികൾ നിങ്ങളുടെ മരുമക്കളല്ല, മേദേനി.''

മുനീർ പറഞ്ഞത് ആവർത്തിച്ചുകൊണ്ട് ഞാൻ പറഞ്ഞു.

''ഫഹറിന്റെ മരണത്തിന് നിങ്ങൾ ഉത്തരവാദിയല്ല, പക്ഷേ അവന്റെ വൃക്ക നിയമവിരുദ്ധമായി നീക്കം ചെയ്തതിന് കാരണം നിങ്ങളാണ്. അസീസിന്റെ കാര്യം... ഞങ്ങൾ അവളെ നിങ്ങളിൽ നിന്ന് എടുക്കുകയാണ്.''

അഗാധമായ ദുഃഖത്തിന്റെ ഒരു തിരമാല അയാളുടെ മുഖത്തുകൂടി കടന്നുപോയി.

''അത് ചെയ്യരുത്, ആ പെൺകുട്ടിയെ ഞങ്ങളിൽ നിന്ന് എടുക്കരുത്, ഞാൻ ഭയങ്കരമായ കാര്യങ്ങൾ ചെയ്തുവെന്ന് ഞാൻ സമ്മതിക്കുന്നു, പക്ഷേ ദയവായി ചീഫ്. എന്നിൽ നിന്നോ എന്റെ ഭാര്യയിൽ നിന്നോ അവൾക്ക് ഒരു ദോഷവും സംഭവിക്കില്ല. അസീസ് ഇല്ലെങ്കിൽ, എന്റെ ഭാര്യക്ക് ജീവിക്കാൻ ഒരു ലക്ഷ്യവും അവശേഷിക്കില്ല. അതുകൊണ്ടാണ് ഞങ്ങൾ ഫഹറിന്റെ വൃക്ക വിറ്റത്. അസീസിന് നല്ലൊരു ജീവിതം നൽകാൻ. നിങ്ങൾ വിശ്വസിക്കുന്നില്ലെങ്കിൽ എന്റെ ബാങ്കിൽ ചോദിക്കൂ. ഞങ്ങൾക്ക് കിട്ടിയ ഇരുപത്തയ്യായിരം ലിറ ഇപ്പോഴും അവിടെ ത്തന്നെയുണ്ട്...''

മേദേനി പറയുന്നത് ആത്മാർത്ഥമായി തോന്നി. അവൻ പറഞ്ഞത് സത്യമായിരിക്കുമോ? മുനീറിനോട് ചോദിച്ചാൽ അവൻ പറയും ഒരിക്കലും വിശ്വസിക്കരുത് എന്ന്. കേൾക്കുമ്പോൾ തന്നെ അലി തെറി പറയാൻ തുടങ്ങും. എന്നിട്ടും എന്റെ ചിന്താഗതി വേറെയായിരുന്നു.

അവിശ്വസനീയമാണത്. ഓരോ വ്യക്തിക്കും ഉള്ളിൽ ഒരു നല്ല ഇടമുണ്ട്, കലർപ്പില്ലാത്ത ശുദ്ധിയുള്ള ഒരിടം. എനിക്കറിയില്ല. ഒരു പക്ഷേ അത് വിഡ്ഢിത്തം നിറഞ്ഞ ശുഭാപ്തിവിശ്വാസം മാത്രമായിരിക്കാം.

''അത് കോടതിയിൽ പറയൂ.''

ദേഷ്യമില്ലാത്ത സ്വരത്തിൽ ഞാൻ പറഞ്ഞു.

''എന്നാൽ കോടതിയെ കാണിക്കാൻ വേണ്ടി നിങ്ങളുടെ ഉദ്ദേശ്യങ്ങൾ നല്ലതാണ് എന്നും നിങ്ങൾ ഞങ്ങളെ സഹായിച്ചുവെന്നും തെളിയിക്കേണ്ടതുണ്ട്.''

മുഷിഞ്ഞ, ഭീരുത്വം നിറഞ്ഞ ഒരു ഭാവം ആ മുഖത്തെ പൊതിഞ്ഞു.

''നിങ്ങൾ ആഗ്രഹിക്കുന്നതെന്തും ഞാൻ ചെയ്യും, എന്നെ ജയിലിൽ അടയ്ക്കരുത്.''

''നമുക്ക് നോക്കാം,'' മുനീർ വീണ്ടും നിവർന്നിരുന്നു.

''ആദ്യം നീ ഈ തെണ്ടി മിർസയെ ഞങ്ങളെ ഏൽപ്പിക്ക്.''

തോൽവിയുടെ മറ്റൊരു തിരമാല അയാളുടെ രക്തമതമില്ലാത്ത മുഖത്തെ ആവരണം ചെയ്തു.

''പക്ഷേ ആ മനുഷ്യൻ എവിടെയാണെന്ന് എനിക്കറിയില്ല.''

‘‘നിന്റെ കൈയിൽ അവന്റെ നമ്പർ ഇല്ലേ?’’ ഞാൻ ഇടപെട്ട് പറഞ്ഞു. ‘‘അവൻ നിങ്ങളെ എങ്ങനെ ബന്ധപ്പെട്ടു?’’

‘‘അവൻ ഞങ്ങളുടെ കെട്ടിടത്തിന് എതിർവശത്തുള്ള കോഫി ഹൗസിലേക്ക് വരും, പക്ഷേ ഇനി എപ്പോൾ വരുമെന്ന് ദൈവത്തിനറിയാം.’’

മുനീർ പുറകിൽ പോയി വീണ്ടും അയാളുടെ തോളിൽ പിടിച്ചു.

‘‘മിർസ വരേണ്ടതില്ല, ഞങ്ങൾ അവന്റെ അടുത്തേക്ക് പോകാം. കൂടുതൽ കൃത്യമായി പറഞ്ഞാൽ നിങ്ങൾ ഞങ്ങളെ കൊണ്ടുപോകും.’’ അയാൾ തോളുകൾ സ്വതന്ത്രമാക്കാനായി ചുഴറ്റാൻ ശ്രമിച്ചു, പക്ഷേ കഴിഞ്ഞില്ല.

‘‘എനിക്ക് അവന്റെ വീട് അറിയില്ല.’’

‘‘അവന്റെ വീട് എവിടെയാണ് എന്നറിഞ്ഞാലും അത് ഞങ്ങൾക്ക് ഒരു ഗുണവും ചെയ്യില്ല.’’

ഞാൻ കസേരയിൽ നിന്ന് എഴുന്നേറ്റു പറഞ്ഞു.

‘‘ഞങ്ങളെ നിങ്ങൾ പോകുന്ന ആ ആശുപത്രിയിലേക്ക് കൊണ്ടുപോകൂ. നിങ്ങൾ ഫഹറിന്റെ വൃക്ക വിറ്റ ആ ദുഷ്ടത നിറഞ്ഞ കെട്ടിടത്തിലേക്ക്.’’

ദുഷ്ടന്മാർ വരികയും പോകുകയും ചെയ്യും പക്ഷേ തിന്മ എന്നും നിലനിൽക്കും

ഇത്തവണ എന്നെ സ്വീകരിച്ചത് 'എന്റെ മനസ്സിലെ ചെറിയ റോസാപ്പൂ' ആയിരുന്നു. ഞാൻ എവ്ജീനിയയെക്കുറിച്ചല്ല സംസാരിക്കുന്നത്.

പ്രധാന വാതിലിലൂടെ അകത്തു കടന്നപ്പോൾ ടാറ്റാവ്ലയിൽ എന്നെ സ്വീകരിച്ച പാട്ടായിരുന്നു അത്.

''എന്റെ മനസ്സിലെ ചെറിയ റോസാപ്പൂവേ,
എന്റെ ഹൃദയത്തിലെ സന്തോഷവതിയായ വാനംപാടീ,
അന്ന് ഞാൻ നിന്നെ കണ്ടു, നീ എന്നിൽ തീ കൊളുത്തി.''

മുസെയ്ൻ അബ്ലയുടെ മധുരമായ ശബ്ദം തോട്ടത്തിലേക്ക് എന്നെ അനുഗമിച്ചു. എവ്ജീനിയ വെള്ള ഭിത്തിക്ക് മുന്നിൽ നിന്ന് പ്രധാന പരിചാരകനുമായി സംസാരിക്കുകയായിരുന്നു.

''ഇൻഡിഗോ ബ്ലൂ, ഇഹ്സാൻ. ഐസ് ബ്ലൂ അല്ല, ഇൻഡിഗോ ഇവിടെ വളരെ ഭംഗിയായിരിക്കും. ഈ മതിൽ എപ്പോഴും എന്നെ ആശയക്കുഴപ്പത്തിലാക്കും. നമ്മൾ ആ ചെറുപ്പക്കാരെ ക്ഷണിക്കുകയാണെങ്കിൽ അവർക്കിഷ്ടമുള്ളത് വരയ്ക്കാൻ ഞാൻ അവരോട് പറയും. മിമർ സിനാൻ ഫൈൻ ആർട്സ് യൂണിവേഴ്സിറ്റിയിൽ പഠിക്കുന്നവരാണ്. പക്ഷേ ഉപഭോക്താക്കൾക്ക് അവരുടെ വര ഇഷ്ടമാകുമോ എന്ന് എനിക്കറിയില്ല.''

അപ്പോഴാണ് പ്രധാന പരിചാരകൻ എന്നെ ശ്രദ്ധിച്ചത്.

''ഓ, നെവ്സാറ്റ് സാറേ, സ്വാഗതം.''

എന്റെ പേര് കേട്ട നിമിഷം എവ്ജീനിയ സന്തോഷത്തോടെ തിരിഞ്ഞു നോക്കി.

''നെവ്സാറ്റ്, എന്തൊരു അതിശയിപ്പിക്കലാണ് ഇത്...''

അവൾ എന്റെ കഴുത്തിൽ കൈകൾ ചുറ്റി. അവളുടെ തൊലിയുടെ സുഗന്ധം ഞാൻ ആർത്തിയോടെ ശ്വസിച്ചു. പർപ്പിൾ നിറത്തിലെ ഒരു ലാവെൻഡർ പാടത്ത് വഴി തെറ്റിപ്പോയത് പോലെയായിരുന്നു ആ അനുഭവം. അവൾ കുറച്ചു നേരം അങ്ങനെ തന്നെ നിന്നു. ചലിക്കാതെ, സംസാരിക്കാതെ. മനസ്സാക്ഷിയും കരുണയും അനുകമ്പയും നഷ്ടപ്പെട്ട

ഈ ലോകത്തിലെ എന്റെ ഒരേയൊരു അടിത്തറ നീയാണ് എന്ന് പറയുന്നതുപോലെയായിരുന്നു അത്.

അല്പനേരത്തിനുശേഷം പതിയെ അവൾ എന്നിൽ നിന്നും ഒഴിഞ്ഞു മാറി.

''എനിക്ക് സന്തോഷമുണ്ട്. നിങ്ങൾ വന്നല്ലോ,'' അവൾ എന്റെ മുഖം കൈപ്പത്തിയിൽ എടുത്തുകൊണ്ട് പറഞ്ഞു.

''എനിക്ക് നിങ്ങളെ ശരിക്കും ആവശ്യമായിരുന്നു.''

അവൾക്ക് എന്നെ ശരിക്കും ആവശ്യമാണെന്ന് എനിക്കറിയാമായിരുന്നു. അവർ അസീസിനെ നൽകില്ലെന്ന് പറഞ്ഞപ്പോൾ മുതൽ എവ്ജീനിയ കൊഴിഞ്ഞുവീണ ഒരു പൂവിനെ പോലെയായിരുന്നു. ആ പെൺകുട്ടിയെ നഷ്ടപ്പെടാൻ അവൾ സ്വയം തയ്യാറെടുക്കുകയായിരുന്നു.

പക്ഷേ എവ്ജീനിയയ്ക്ക് തെറ്റി. അവൾക്ക് അസീസിനെ കിട്ടും. കാറ്റു പിടിച്ച മുടിയുള്ള ആ പെൺകുട്ടിയെ ഞങ്ങൾ രക്ഷിക്കും. മുനീറിനെയും അലിയെയും മിർസയുടെ കെട്ടിടത്തിൽ നടക്കാൻ പോകുന്ന ഓപ്പറേഷന് തയ്യാറെടുക്കാൻ വേണ്ടി സ്റ്റേഷനിൽ ഇറക്കിയിട്ടാണ് ഞാൻ വരുന്നത്. അതിനിടയിൽ പ്രണയിനിക്കുവേണ്ടി കുറച്ചു സമയം ചെലവഴിക്കാൻ ഞാൻ തീരുമാനിച്ചു.

''എനിക്കും നിന്നെ വേണം.''

ഞാൻ അവളുടെ മുടിയിൽ മെല്ലെ തലോടിക്കൊണ്ട് പറഞ്ഞു.

അതു കേട്ടപ്പോൾ സ്വന്തം പ്രശ്നങ്ങൾ അവൾ മറന്ന് പോയെന്നു തോന്നുന്നു. ആ പച്ചക്കണ്ണുകളിൽ കരുണ നിറഞ്ഞു.

''എന്താണ് സംഭവിച്ചത്, നെവ്സാറ്റ്? എന്തെങ്കിലും മോശമായ കാര്യമാണോ?''

''നമുക്ക് ഇതിനകം അറിയാവുന്നതിനേക്കാൾ മോശമായ ഒന്നുമില്ല എവ്ജീനിയ.''

ഞാൻ ചുറ്റും നോക്കി.

''എന്നെ ഇവിടെ ഇങ്ങനെ നിർത്തിയിട്ട് പോവുകയാണോ?''

''തീർച്ചയായും അല്ല. വരൂ ഇരിക്കൂ.''

ടൈൽ പാകിയ കുളത്തിനടുത്തുള്ള തണൽമരത്തിന്റെ ചുവട്ടിലേക്ക് എവ്ജീനിയ എന്നെ വലിച്ചു കൊണ്ടുപോയി. എന്നിട്ട് അവൾ പ്രധാന പരിചാരകന്റെ നേരെ തിരിഞ്ഞു.

ഇത്രയും നേരം ആരാധനയോടെ ഞങ്ങളെ വീക്ഷിക്കുകയായിരുന്നു അയാൾ.

''ശരി, ഇഹ്സാൻ, നിങ്ങൾ എന്തിനാണ് ഇങ്ങനെ കാത്തു നിൽക്കുന്നത്? നമുക്ക് ഈ ടേബിൾ സെറ്റ് ചെയ്യാം.''

ഇഹ്സാൻ അകത്തേക്ക് തിരക്കിട്ടു പോയപ്പോൾ ഞാൻ മതിലിന് നേരെ ആംഗ്യം കാണിച്ചു.

''എന്തുപറ്റി? നിങ്ങൾ അവിടെ ചിത്രം വരയ്ക്കാൻ പോവുകയാണോ?''

''കുറച്ചു നാളായി ഞാൻ ഈ സ്ഥലത്തെ അവഗണിച്ചിട്ടിരിക്കുകയാണ്. ഒരു ചെറിയ മാറ്റം ഗുണം ചെയ്യുമെന്ന് കരുതി.'' അവൾ പറഞ്ഞു. ആ പച്ച കണ്ണുകൾ വെളുത്ത ഭിത്തിയെ സൂക്ഷ്മമായി പരിശോധിച്ചു. അവൾ അപ്പോഴും യഥാർത്ഥ കാരണം മറച്ചുവെക്കുകയായിരുന്നു.

''മതിലിന്റെ കാര്യം കളയൂ, എന്താണ് സംഭവിച്ചത്? എന്താണ് കുഴപ്പം?''

ഞങ്ങൾ അപ്പോഴും നിൽക്കുകയായിരുന്നു.

''ഞാൻ വിശദീകരിക്കാം, പക്ഷേ ആദ്യം ഇവിടെ എന്റെയടുത്ത് ഇരിക്കൂ.''

അവളുടെ നോട്ടം അടുക്കളയിലേക്ക് പോയി.

''ഭക്ഷണം...''

ഞാൻ അവളുടെ കൈകളിൽ പിടിച്ച് കസേരയിൽ ഇരുത്തി.

''ഭക്ഷണം ശരിയാകും. ഞാൻ പട്ടിണി കിടന്ന് മരിക്കാൻ പോകുന്നില്ല.''

അവൾ ഇരുന്നു, പക്ഷേ എന്റെ മുഖത്ത് നിന്ന് ചോദ്യങ്ങൾ നിറഞ്ഞ കണ്ണുകൾ മാറ്റാൻ അവൾക്ക് കഴിഞ്ഞില്ല. ഞാൻ എതിർവശത്തെ കസേരയിൽ ഇരുന്നു.

അവളുടെ മുഖത്തേക്ക് നോക്കി ഞാൻ ചോദിച്ചു,

''ഞാൻ ഒരു സ്വപ്നജീവിയാണെന്ന് നീ പറയുമോ?''

അവൾക്ക് മനസ്സിലായില്ല.

''യാഥാർത്ഥ്യത്തേക്കാൾ എന്റെ തലയിൽ റൊമാന്റിക് സങ്കൽപ്പങ്ങൾ ആണെന്ന് തോന്നുന്നുണ്ടോ?''

അവളുടെ സുന്ദരമായ ചുണ്ടുകളിൽ ഒരു മധുരമായ പുഞ്ചിരി വിടർന്നു.

''അതിൽ എന്താണ് തെറ്റ്?''

''എന്റെയുള്ളിൽ സ്വാഭാവികമായി തന്നെ ശുഭാപ്തിവിശ്വാസമുണ്ട്. ഓരോ വ്യക്തിയെയും മനസ്സിലാക്കാൻ ഞാൻ കഠിനമായി ശ്രമിക്കുന്നു, എല്ലാവരോടും അർത്ഥശൂന്യമായി സഹാനുഭൂതി കാണിക്കുന്നു.''

അവൾ മേശയുടെ മുകളിൽ കൂടി എത്തി എന്റെ കൈകൾ പിടിച്ചു.

''നിങ്ങൾ ഒരു നല്ല വ്യക്തിയാണ്. അതുകൊണ്ടാണ് നിങ്ങൾ എല്ലാവരേയും മനസ്സിലാക്കാൻ ശ്രമിക്കുന്നത്. അത് നല്ല കാര്യമാണ്.''

ഞാൻ അവളുടെ കൈകളിൽ വാത്സല്യത്തോടെ തലോടി.

''എനിക്ക് സംശയമാണ്...''

അവളുടെ മുഖം വീണ്ടും ആശങ്കാകുലമായി.

“എന്താണ് സംഭവിച്ചത്? നിങ്ങളെ ആരെങ്കിലും വിഷമിപ്പിച്ചോ?”

ഞാൻ അവളെ അസ്വസ്ഥയാക്കാൻ ഉദ്ദേശിച്ചിരുന്നില്ല, പക്ഷേ അവൾക്ക് പെട്ടെന്ന് എന്റെ കയ്യിലുള്ള സന്തോഷവാർത്ത നൽകാൻ ഞാൻ ആഗ്രഹിച്ചില്ല.

“ഞാനും അലിയും തമ്മിൽ പിണങ്ങി.”

ഞാൻ നെറ്റി ചുളിച്ചു കൊണ്ട് പറഞ്ഞു.

“നമ്മുടെ അലി?” താൻ ഒരുപാട് സ്നേഹിച്ച ഒരു താന്തോന്നി പ്പയ്യന്റെ പേര് കേൾക്കുന്ന സന്തോഷത്തോടെ അവൾ പറഞ്ഞു.

“അവൻ നിങ്ങളെ വിഷമിപ്പിച്ചോ?”

ഞാൻ എന്റെ രണ്ടാമത്തെ ചീട്ട് ഇറക്കി.

“അവൻ മാത്രമല്ല, മുനീറിനൊപ്പവും ഞാൻ വഴക്കിട്ടു. അവനെ നിനക്ക് അറിയില്ലേ? കുട്ടികളെ കാണാതായ കേസുകൾ നോക്കുന്ന ഇൻസ്പെക്ടർ.”

മുഴുവൻ ചിത്രവും കാണാൻ ആഗ്രഹിക്കാത്തതുപോലെ എവ്ജീ നിയ പിന്തിരിഞ്ഞു.

“നെവ്സാറ്റ്, എന്റെ പ്രിയനേ, ആദ്യം മുതൽ എന്നോട് പറയൂ, നിങ്ങൾ എന്തിനാണ് ഇവരോട് വഴക്കിടുന്നത്? ഒരിക്കലും ആരുമായും പിണങ്ങാത്ത ആളാണല്ലോ... ഇത് കേട്ടിട്ട് ഞാൻ അത്ഭുതപ്പെടുക യാണ്.”

അവൾ പറഞ്ഞത് ശരിയാണ്. ഇനി പറയാനുള്ള കാര്യത്തിലേക്ക് എത്താൻ ശ്രമിക്കാം.

“ഞങ്ങൾ ഇന്ന് മേദേനിയെ കസ്റ്റഡിയിൽ എടുത്തു.”

അവളുടെ കണ്ണുകൾ വിടർന്നു.

“സിറിയക്കാരൻ മേദേനിയോ? അസീസിന്റെ അമ്മാവനോ?”

ഞാനത് തലയാട്ടി ഉറപ്പിച്ചു.

“ആ വൃദ്ധൻ അസീസിന്റെ അമ്മാവനല്ല, അസീസിന്റേതല്ല, ഫഹറി ന്റേതുമല്ല. മേദേനി ഒരു വഞ്ചകനാണ്. അവൻ ഫഹറിന്റെ വൃക്ക വിറ്റു.”

ശരീരത്തിൽ നിന്ന് രക്തം മുഴുവൻ വറ്റിപ്പോയത് പോലെ എവ് ജീനിയ വിളറി വെളുത്തു.

“എന്താ? നിങ്ങൾ എന്താണ് പറയുന്നത് നെവ്സാറ്റ്?”

“സത്യമാണ്. എന്തായാലും ആ മനുഷ്യൻ കുറ്റം സമ്മതിച്ചു.”

അവൾ സ്തബ്ധയായി നോക്കി.

“മറ്റേ കുട്ടി, ഈയിടെ മൃതദേഹം അവർ കണ്ടെത്തിയില്ലേ? അവ നെയും അവർ കൊന്നതാണോ?”

ഏതു നിമിഷവും അവൾ കുഴഞ്ഞു വീഴും എന്ന് തോന്നി. ഞാൻ നോട്ടം മാറ്റാൻ ശ്രമിച്ചു നോക്കിയെങ്കിലും അവളുടെ കണ്ണുകൾ അപ്പോഴും

എന്നിൽ തന്നെ ആയിരുന്നു. കാര്യം മുഴുവൻ വിശദീകരിക്കുന്നത് വരെ രക്ഷയില്ല എന്ന് എനിക്ക് മനസ്സിലായി.

''അവൻ ഓപ്പറേഷൻ ടേബിളിൽ വച്ചാണ് മരിച്ചത്. കാര്യത്തിന്റെ സത്യാവസ്ഥ ഞങ്ങൾ ഉടൻ കണ്ടുപിടിക്കും.''

വിഷയത്തെ ചുറ്റിപ്പറ്റിയുള്ള ഈ നൃത്തം എന്നെ എവിടെയും എത്തിക്കുന്നില്ല എന്ന് തോന്നി.

''എന്താ ഇനി കണ്ടുപിടിക്കാൻ ഉള്ളത്. അവയവങ്ങൾ മോഷ്ടിക്കുന്നതിനിടയിൽ അവർ കുട്ടിയെ കൊന്നു.''

''വിഷമിക്കേണ്ട, എവ്ജീനിയ,'' ഞാൻ ഉറച്ചു പറഞ്ഞു. ''ആ കുട്ടിയുടെ കൊലയാളികളെ ഞാൻ കണ്ടെത്തും.''

അവൾ നിസ്സഹായതയോടെ എന്റെ മുഖത്തേക്ക് നോക്കി.

''നിങ്ങൾ അത് ചെയ്യുമെന്ന് എനിക്ക് ഉറപ്പുണ്ട്. പക്ഷേ അത് മറ്റ് കുട്ടികൾക്ക് ഒരു സഹായവും ചെയ്യില്ല...''

എനിക്ക് മനസ്സിലായില്ല.

''മറ്റു കുട്ടികൾ... വേറെ ഏതൊക്കെ കുട്ടികൾ?''

അവൾ പുറത്തെ ഏതോ സ്ഥലത്തേക്ക്, ഇരുട്ടിലേക്ക് വിരൽ ചൂണ്ടി.

''മറ്റുള്ള കുട്ടികൾ, നിങ്ങൾക്കറിയില്ലേ അവരെ? ദുർബലമായ ബോട്ടുകളിൽ മാതാപിതാക്കളുടെ മടിയിൽ ഇരുന്നു ക്ഷോഭിച്ച സമുദ്രം മുറിച്ചു കടക്കുന്ന കുട്ടികൾ. ജീവൻ പണയം വച്ച് കൊടുങ്കാറ്റുള്ള കടലിലേക്ക് ഇറങ്ങുന്നവർ. ജീവിക്കാൻ യോഗ്യമായ ഒരു രാജ്യത്തേക്ക് പോകാൻ ശ്രമിക്കുന്നവർ. കടൽ കടക്കാൻ ശ്രമിക്കുന്നതിനിടയിൽ മുങ്ങി മരിക്കുന്നവർ. എല്ലാ രാത്രിയിലും ടിവിയിൽ കാണുന്ന കുട്ടികൾ. ആ പാവങ്ങളുടെ ശരീരം കഷ്ണങ്ങളാക്കിയ കൊലയാളികളെ കണ്ടെത്തുന്നത് മറ്റുള്ളവരെ മുങ്ങിമരണത്തിൽ നിന്ന് രക്ഷിക്കുമോ? പണത്തിനു വേണ്ടി അവയവങ്ങൾ ലേലം ചെയ്യുന്ന ഈ കൊലയാളികളെ ജയിലിൽ അടച്ചാൽ മനുഷ്യരാശി ഉണരുമോ?''

അവൾ എന്റെ വായിൽ നിന്ന് നിന്ന് പലപ്പോഴായി വീണ വാക്കുകൾ ഉപയോഗിക്കുകയായിരുന്നു. അറിയാമെങ്കിലും ആ ചോദ്യങ്ങൾക്ക് ഉത്തരം നൽകാൻ എനിക്ക് കഴിഞ്ഞില്ല. അവൾ വീണ്ടും നിശ്ശബ്ദയായി എങ്കിലും പെട്ടെന്ന് പൊട്ടിത്തെറിച്ചു,

''അസീസ്! അപ്പോൾ അസീസ് അപകടത്തിലാണ്.''

അവൾ എഴുന്നേൽക്കാൻ ശ്രമിക്കുകയായിരുന്നു. ഞാൻ കൈകൾ ബലമായി പിടിച്ച് അവളെ ഇരുത്തി.

''എവ്ജീനിയ ശാന്തയിരിക്കുക. അസീസ് സുരക്ഷിതയാണ്. അവൾ ഇപ്പോൾ ചൈൽഡ് പ്രൊട്ടക്റ്റീവ് സർവ്വീസിലാണ്. ഞാൻ അവളെ അവിടേക്ക് കൊണ്ടുപോയി. അവളുടെ കൂടെ ഞങ്ങളുടെ സ്വന്തം ശുക്രിയെ ഉണ്ട്. ഈ ഗ്രഹത്തിലെ ഏറ്റവും ദയയുള്ള സ്ത്രീ. ഞാൻ നിന്നെ വിശ്വസിക്കുന്നത് പോലെ അവളെ വിശ്വസിക്കുന്നു.''

എവ്ജീനിയ എന്നിൽ നിന്നും കണ്ണ് മാറ്റിയില്ല. ഒടുവിൽ അവളുടെ ഉത്കണ്ഠ ശമിച്ചു, ഞാൻ വിശദീകരിച്ചു തുടങ്ങി.

''എവ്ജീനിയ. യഥാർത്ഥത്തിൽ, ഞാൻ ഇവിടെ വന്നത് ചില നല്ല വാർത്തകൾ അറിയിക്കാനാണ്. എല്ലാ തടസ്സങ്ങളും മാറി. നമുക്ക് അസീസിനെ ലഭിക്കും.''

അവൾ സന്തോഷം കൊണ്ട് നിലവിളിച്ചു.

''നെവ്സാറ്റ്, എന്താണ് ഈ പറയുന്നത്?''

ഞാൻ വിജയത്തിന്റെ ഒരു വലിയ ചിരി പ്രദർശിപ്പിച്ചു.

''അസീസിന് മേദേനിയുമായി ഒരു ബന്ധവുമില്ല. അവൻ ഫഹറിനോട് ചെയ്തത് അറിഞ്ഞാൽ ഒരു കോടതിയും അയാൾക്ക് ആ പെൺകുട്ടിയുടെ സംരക്ഷണം നൽകില്ല.

നമുക്ക്അവളെ ഉടൻ ദത്തെടുക്കാൻ കഴിയില്ലായിരിക്കും. ആദ്യം അസീസിന് തുർക്കി പൗരത്വം ലഭിക്കേണ്ടതുണ്ട്. നമ്മൾ അവളെ വളർത്തു മാതാപിതാക്കളായി സ്വീകരിക്കും.

ആവശ്യമായ രേഖകൾ നൽകിക്കഴിഞ്ഞാൽ നമ്മൾ അവളെ സ്വീകരിക്കും. ഈ ജോലികൾ ഉടനെ തുടങ്ങണം. അതായത്, ഇപ്പോഴും അവളെ നിനക്ക് വേണമെങ്കിൽ...''

അവളുടെ കണ്ണുകൾ നനഞ്ഞു.

''തീർച്ചയായും എനിക്ക് അവളെ വേണം, നെവ്സാറ്റ്. ആ പെൺകുട്ടി ദൈവത്തിന്റെ സമ്മാനമാണ്.''

സത്യം പറഞ്ഞാൽ, 'ദൈവത്തിൽ നിന്നുള്ള സമ്മാനം' എന്ന ഈ കമന്റിൽ ഞാൻ കുടുങ്ങി. എന്തിനാ അവൾ അപ്പോഴും 'ഞാൻ' എന്ന് പറഞ്ഞുകൊണ്ടിരുന്നത്? എന്തുകൊണ്ട് 'നമ്മൾ' എന്ന് പറയുന്നില്ല? ഞാൻ അവൾക്ക് വേണ്ടത്ര ഉറപ്പ് നൽകിയില്ലേ? ഞങ്ങൾ അവസാനമായി കണ്ടുമുട്ടിയപ്പോൾ ഒരുമിച്ച് അസീസിനെ വളർത്താൻ ഞാൻ ആഗ്രഹിക്കുന്നുവെന്ന് അവളോട് പറഞ്ഞതാണ്. ഒരുപക്ഷേ അവൾക്ക് എന്നെയോ എന്റെ തൊഴിലിനെയോ വിശ്വാസമില്ലായിരിക്കാം. അത്തരം എന്തെങ്കിലും അവളെ ഭയപ്പെടുത്തിയിരിക്കാം. എപ്പോൾ വേണമെങ്കിലും എനിക്കെന്തെങ്കിലും സംഭവിക്കും എന്നവൾ വിഷമിക്കുന്നുണ്ടാകും. പക്ഷേ അവൾ ഈ സാഹചര്യവുമായി പൊരുത്തപ്പെടണം. ഞാൻ പെട്ടെന്ന് എന്റെ ഭാര്യ ഗുസൈഡിനെ ഓർത്തു. ഗുസൈഡ് എപ്പോഴെങ്കിലും എന്റെ രീതികളുമായി പൊരുത്തപ്പെട്ടിട്ടുണ്ടോ? രാത്രി വൈകിയും ഫോൺ വിളികൾ വരുന്നു, വിശദീകരണമൊന്നും കൂടാതെ ഞാൻ വീട്ടിൽ നിന്ന് ഇറങ്ങിപ്പോകുന്നു, അത്യാവശ്യമായ ദിവസങ്ങളിൽ എന്റെ അസാന്നിധ്യം കൊണ്ട് അവൾ വലയുന്നു... ഇല്ല, അവളും അത് ശീലമാക്കിയിരുന്നില്ല, പക്ഷേ അവൾ അത് സ്വീകരിച്ചു. മറ്റൊരു വിധത്തിൽ ഒരു പൊലീസുകാരനോടൊപ്പം എങ്ങനെ ജീവിക്കും? എവ്ജീനിയയും അത് സ്വീകരിക്കും. സത്യത്തിൽ, അവൾ അത് അംഗീകരിക്കുന്നതായി കാണപ്പെട്ടു, പക്ഷേ ഞങ്ങൾക്ക് ഇത് ഒരുമിച്ചു ചെയ്യാൻ

കഴിയുമെന്ന് വിശ്വസിക്കാൻ അവൾ വിസമ്മതിച്ചു. എന്റെ നിരാശ അറിയാതെ എവ്ജീനിയ സംസാരം തുടർന്നു.

''ഇനി നിയമസാധുതകൾ മാത്രമാണ് അവശേഷിക്കുന്നത്, എനിക്ക് ഈ ബിസിനസ്സിൽ തഴക്കം വന്ന ഒരു അഭിഭാഷകനെ വേണം.''

ഒരു ഉത്തരത്തിന് പകരം ഞാൻ അവളെ തറപ്പിച്ചു നോക്കി, അത് അവളെ ആശയക്കുഴപ്പത്തിലാക്കി.

''എന്തിനാ എന്നെ അങ്ങനെ നോക്കുന്നത്?''

''നീ ഒരു വക്കീലിനെ കണ്ടെത്തേണ്ടതില്ല, നമുക്ക് ഒരു അഭിഭാഷ കനെ കണ്ടെത്തണം, അസീസ് എന്റെയും മകളാകാൻ പോകുന്നു നിങ്ങളുടേത് മാത്രമല്ല.''

അവൾ താൻ പറഞ്ഞത് വ്യക്തമാക്കാൻ ശ്രമിച്ചു. പക്ഷേ ഞാൻ തുടർന്നു.

''നമ്മൾ ഇതിനെക്കുറിച്ച് സംസാരിച്ചു, ശരി, അവളുടെ കസ്റ്റഡി നിനക്ക് ലഭിക്കും, പക്ഷേ ഇത് മറക്കരുത്. നമ്മൾ ഒരുമിച്ച് അവളെ വളർത്തും.''

ഞാൻ പുഞ്ചിരിച്ചു.

''നമുക്ക് ഒരു നല്ല വക്കീലിനെ കണ്ടെത്താം. അതോർത്ത് നീ വിഷ മിക്കണ്ട. ഇത്തരം കാര്യങ്ങളിൽ വിദഗ്ധനായ ഒരു സുഹൃത്ത് എനി ക്കുണ്ട്. അത് അവന് ഒരു കേക്ക് കഴിക്കുന്നതുപോലെ എളുപ്പമായി രിക്കും.''

എന്താണ് സംഭവിക്കുന്നതെന്ന് എനിക്ക് മനസ്സിലാകുന്നതിന് മുമ്പ്, അവൾ എന്റെ കൈകൾ കവർന്നെടുത്ത് ചുംബിക്കാൻ തുടങ്ങി.

''നന്ദി, നെവ്സാറ്റ്. എന്റെ പ്രണയമേ, വളരെ നന്ദി.''

ഞാൻ അവളുടെ കൈകൾ എന്റെ നേരെ വലിച്ചെടുത്ത് ആ വിര ലുകൾ എന്റെ ചുണ്ടിൽ തൊട്ടു.

''ഇല്ല. നന്ദി നിന്നോടാണ് പറയേണ്ടത് എവ്ജീനിയ. വീണ്ടും മനുഷ്യനാകാൻ എന്നെ പഠിപ്പിച്ചതിന്.''

അവൾ ആദരവോടെ നോക്കുന്നുണ്ടായിരുന്നു.

''നിങ്ങൾ ഒരു നല്ല വ്യക്തിയാണ്, നെവ്സാറ്റ്. ചോദിച്ചാൽ ആരും അങ്ങനെ തന്നെ പറയും. നിങ്ങൾ പിടികൂടിയ ക്രൂരരായ കൊലപാത കികൾ പോലും ആ സത്യം പറയാൻ മടിക്കില്ല.''

അവൾ നിർത്തി. ആ പച്ച കണ്ണുകളെ സംശയം മൂടി.

''എന്നാൽ നിങ്ങളെ അലോസരപ്പെടുത്തുന്ന എന്തോ ഒരു കാര്യ മുണ്ട്. നിങ്ങൾ ശരിക്കും അലിയുമായി വഴക്കിട്ടോ?''

എന്റെ പിടിയിൽ നിന്ന് ഊരിയെടുക്കാൻ ശ്രമിച്ച അവളുടെ കൈ കൾ ഞാൻ മെല്ലെ ഞെക്കി.

''അത് ഒരു തർക്കത്തിനപ്പുറം ആയിരുന്നു. ഞാൻ അവനെ ശരിക്കും വിഷമിപ്പിച്ചുവെന്ന് തോന്നുന്നു. ഞാൻ അലിയെ അക്ഷരാർത്ഥത്തിൽ

ചോദ്യം ചെയ്യൽ മുറിയിൽ നിന്ന് പുറത്താക്കി. അവൻ അനാദരവു കാട്ടുന്നവനല്ല. പക്ഷേ ഞാൻ അതിനു ശേഷം പുറത്ത് വച്ചു കണ്ടപ്പോൾ അവൻ പറഞ്ഞത് മതിയായിരുന്നു എന്റെ തല കുഴപ്പിക്കാൻ. അയാൾ പുറത്തേക്ക് വന്നിട്ട് എന്നോട് പറഞ്ഞു, 'ചീഫ്, നിങ്ങൾ വളരെയധികം സഹാനുഭൂതി കാണിക്കുന്നു. ലോകത്തിന് അത്രയേറെ മൃദുലത ആവശ്യമില്ല. ആളുകൾക്ക് അത്രയും ഭാവുകത്വത്തോടെ കാര്യങ്ങൾ കൈകാര്യം ചെയ്യാൻ കഴിയില്ല. യാഥാർത്ഥ്യം ഏറെ ലളിതവും ക്രൂരവുമാണ്. പ്രായത്തിലും അനുഭവത്തിലും നിങ്ങൾ എന്നെക്കാൾ സീനിയറാണ്. നിങ്ങൾ പറയുന്നതെല്ലാം ഞാൻ അനുസരിക്കുന്നു. ഒരു കൽപ്പന എന്ന നിലയിൽ മാത്രമല്ല, അത് നടപ്പിലാക്കൽ എനിക്ക് ഒരു ബഹുമതി കൂടിയാണ്. എന്നാൽ നിങ്ങൾ ആഗ്രഹിക്കുന്നുവെങ്കിൽ മാത്രം ഈ യുവസുഹൃത്തിന് ഒരു നിമിഷം നൽകുക. ഒരു നിമിഷം മാത്രം. ഞാൻ നിങ്ങളോട് പറയാൻ ആഗ്രഹിക്കുന്നത് ഇതാണ്. സ്വയം വഞ്ചിക്കരുത്. തിന്മ തിന്മയാണ് ചീഫ്. കുറ്റവാളികളെ മനസ്സിലാക്കാൻ ശ്രമിക്കുന്നത് നല്ലതാണ്, പക്ഷേ അവരോട് കരുണ കാണിക്കരുത്. അത് അവരുടെ ഇരകളോട് കാട്ടുന്ന അന്യായമാണ്.' അവൻ അസ്വസ്ഥതയോടെ പറഞ്ഞു. മുനീറും ഞങ്ങളോടൊപ്പം ഉണ്ടായിരുന്നു. അവൻ ഒന്നും പറഞ്ഞില്ല. പക്ഷേ, ഞങ്ങളുടെ യുവ സഹപ്രവർത്തകനോട് അയാൾ യോജിക്കുന്നുവെന്ന് ഭാവത്തിൽ നിന്ന് വ്യക്തമായിരുന്നു.''

എവ്ജീനിയയുടെ മുഖത്ത് ചിന്തയുടെ ഭാരം നിഴൽ വീശി.

''നിങ്ങൾ അവനെ എന്തുപറഞ്ഞു?''

''ചോദ്യം ചെയ്യൽ മുറിയിൽ വെച്ച് മേദേനിയോട് മോശമായി പെരുമാറിയതിനാൽ ആദ്യം എനിക്ക് ദേഷ്യം വന്നു. അലി ആ വൃദ്ധനെ തല്ലാൻ പോകുകയായിരുന്നു. ഇപ്പോൾ അവൻ എന്നെ പഠിപ്പിക്കാൻ ശ്രമിക്കുന്നു എന്ന് ആദ്യം ഞാൻ വിചാരിച്ചു. പക്ഷേ, 'അവരുടെ ഇരകളോട് ചെയ്യുന്ന അന്യായമാണ്' എന്ന വാചകത്തിൽ ഞാൻ കുടുങ്ങി. ഞാൻ ഫഹറിന്റെ മൃതദേഹം ഓർത്തു. അസീസിനും ഇതേ വിധി വന്നേക്കാം എന്ന അവസ്ഥയാണ്. അപ്പോഴാണ് പ്രവചനം പോലെ അലിയുടെ വാക്കുകൾ എന്റെ ചെവിയിൽ മുഴങ്ങിയത്. ഞാൻ ശരിക്കും തെറ്റ് ചെയ്തിരുന്നോ? കുറ്റവാളികളോട് എനിക്ക് ഇത്രയധികം സഹാനുഭൂതി വേണമായിരുന്നോ? ഞങ്ങൾ അവരോട് കാണിച്ച അതേ സഹതാപം അവർ ഇരകളോട് കാണിക്കുന്നുണ്ടോ? ഈ ആളുകളെ മനസ്സിലാക്കാൻ ശ്രമിക്കുന്നത് വഴി ഞാൻ ക്രൂരവും അനാവശ്യവുമായ കാരുണ്യ പ്രവർത്തനം നടത്തുകയായിരുന്നോ?''

''നിങ്ങൾ നിങ്ങളോട് തന്നെ അനീതി കാണിക്കുന്നു.''

അവൾ എന്റെ വാക്കുകളെ തടസ്സപ്പെടുത്തിക്കൊണ്ട് പറഞ്ഞു. ''നിങ്ങൾ നിർഭയനല്ല, പക്ഷേ കരുണയുള്ളവനാണ്. ഒരുപക്ഷേ വളരെ ദയയുള്ള ഒരുവൻ. നിങ്ങൾ അവരെ മനസ്സിലാക്കാൻ ശ്രമിക്കുന്നത് ഒരു തെറ്റായ കാര്യമാണെന്ന് ഞാൻ കരുതുന്നില്ല. മനസ്സിലാക്കുന്നത്

ക്ഷമിക്കുകയല്ല. ഒരു കൊലപാതകിയെ എന്നല്ല, ഒരു കുട്ടിയെ പീഡിപ്പിച്ചവനെപ്പോലും മനസ്സിലാക്കേണ്ടത് അനിവാര്യമാണ്.''

അവൾ നിർത്തി, തല പിന്നിലേക്ക് എറിഞ്ഞു, ആ സുന്ദരമായ മുഖത്ത് ലജ്ജ തെളിഞ്ഞു.

''അയ്യോ പ്രിയപ്പെട്ടവനേ, ഞാൻ എന്താണ് ഈ ചെയ്യുന്നത്? വർഷങ്ങളോളം ഇതിനായി, ഈ ജോലിക്കായി നീക്കിവച്ച ഒരു മനുഷ്യനെ ഉപദേശിക്കാൻ ശ്രമിക്കുകയാണ്. ക്ഷമിക്കണം, നെവ്സാറ്റ്. ഞാൻ എന്റെ അതിരുകൾ ലംഘിച്ചുവെന്ന് തോന്നുന്നു.''

''തീർച്ചയായും ഇല്ല,'' ഞാൻ അവളുടെ കൈകളിൽ മുറുകെപ്പിടിച്ചുകൊണ്ട് പറഞ്ഞു. ''നീ എന്നെ ഉപദേശിക്കുകയല്ല, ആണെങ്കിൽ പോലും അതൊരു നല്ല കാര്യമായിരുന്നു. ദയവായി തുടരൂ.''

അവൾ ബോധ്യപ്പെടാതെ എന്നെ സൂക്ഷിച്ചു നോക്കി.

''ഉറപ്പായും, എവ്ജീനിയ. എനിക്ക് ചിലപ്പോൾ ആത്മവിശ്വാസം നഷ്ടപ്പെട്ടതായി തോന്നുന്നു. എന്റെ വിശ്വാസത്തിന് ഇളക്കം സംഭവിക്കുന്നു. ജീവിതം തകരുന്നത് കാണുമ്പോൾ ഞാൻ എപ്പോഴും വിശ്വസിച്ചിരുന്ന, സൂക്ഷിച്ചിരുന്ന മൂല്യങ്ങൾ എന്നെ തളർത്തുന്നു. ഇരുട്ടിന്റെ നടുവിൽ ഞാൻ എന്റെ ശൂന്യത കണ്ടെത്തുന്നു. എന്താണ് ശരി, എന്താണ് തെറ്റ്, ഏതാണ് സത്യം എന്ന് എങ്ങനെ അറിയും? അപ്പോൾ എന്താണ് ശരി എന്ന് നിങ്ങൾ ചോദിച്ചേക്കാം. എല്ലാവരും കാര്യങ്ങൾ തെറ്റായി മനസ്സിലാക്കുന്നു. സെക്കായ് ഒരു തെറ്റ് ചെയ്തു, അതിന് തന്റെ ജീവൻ നൽകേണ്ടി വന്നു. അതെ, നമ്മുടെ തെറ്റുകൾക്ക് ആളുകൾ അവരുടെ ജീവിതം കൊണ്ട് വില കൊടുക്കുന്നു. അലിയുടെ പരാമർശങ്ങൾ തള്ളിക്കളയേണ്ട ഒന്നല്ല.''

എവ്ജീനിയ ശാന്തയായി തുടർന്നു.

''വിചിത്രമാണെങ്കിലും എനിക്ക് അത് മനസ്സിലായി, അലിയെയും ഞാൻ മനസ്സിലാക്കുന്നു. ഒരു പക്ഷേ ഞാൻ ഒരു പൊലീസുകാരനായിരുന്നെങ്കിൽ ഈ കേസുകളിൽ അവൻ ചെയ്യുന്നതുപോലെ എനിക്കും ചെയ്യാൻ തോന്നിയേക്കും. ആ കുട്ടികളുടെ അവസ്ഥ കാണുക, നേരിടുക, ദൈനംദിന അടിസ്ഥാനത്തിൽ നിരപരാധികളായ ഇരകളോട് ഇടപഴകുക, നമ്മിൽ ഏറ്റവും മികച്ചവരെപ്പോലും കഠിനഹൃദയരാക്കാൻ അതിനു കഴിയും. നിങ്ങൾ ഇങ്ങനെ ചിന്തിക്കുന്നത് നിറുത്തിയാൽ, മനസ്സിലാക്കുന്നതിനുപകരം വിധിക്കാനോ അപലപിക്കാനോ ഉന്മൂലനം ചെയ്യാനോ നിങ്ങൾ ആഗ്രഹിക്കും. അതാണ് ഏറ്റവും എളുപ്പം. നിങ്ങൾ ചെയ്തതുപോലെ ചെയ്യുക, ഒരു വ്യക്തി കുറ്റവാളിയാണെങ്കിലും അല്ലെങ്കിൽ അവരെ മനസ്സിലാക്കാൻ ശ്രമിക്കുക എന്നതാണ് കഠിനമായ മാർഗം. തിന്മ. ഇതാണ് യഥാർത്ഥത്തിൽ പ്രധാനം. കാരണം, ദുഷ്ടന്മാർ വരും പോകും. എന്നാൽ തിന്മ നിലനിൽക്കും. ആളുകൾ എന്തിനാണ് തിന്മകൾ ചെയ്യുന്നതെന്ന് നമുക്ക് മനസ്സിലാകാൻ ബുദ്ധിമുട്ടാണ്. ഈ വിപത്തിനെ എങ്ങനെ തടയാം എന്ന് ആലോചിക്കണം.''

അവൾ എന്നെ ആർദ്രമായി നോക്കി ''നിങ്ങൾ ചെയ്യുന്നത് ശരിയാണ്, നെവ്സാറ്റ്. ആളുകളെ മനസ്സിലാക്കാൻ ശ്രമിക്കുന്നു, അവർ കശാപ്പുകാർ ആണെങ്കിലും അതിൽ തെറ്റൊന്നുമില്ല. നിങ്ങൾ കുറ്റവാളികളോട് ക്ഷമിക്കുകയല്ല. നിങ്ങൾ ഒരിക്കലും അവരെ മോചിപ്പിക്കുകയല്ല. ഞാൻ നിങ്ങളെ അങ്ങനെ കണ്ടിട്ടില്ല.'' അവൾ സ്നേഹപൂർവ്വം എന്റെ കൈയിൽ തലോടി.

''എന്നാൽ നിങ്ങൾ കുറ്റവാളികളെ മനസ്സിലാക്കാൻ കാണിക്കുന്ന താല്പര്യം, അത് അലിക്കും കാണിക്കാം. ഞാൻ ആ സമീപനത്തെ എതിർക്കില്ല.''

ആരുടെയോ നിഴൽ മേശപ്പുറത്ത് വീണു. ഇഹ്സാൻ പെട്ടെന്ന് പ്രത്യക്ഷപ്പെട്ടു. എവ്ജീനിയയുടെ വാക്കുകൾ അവസാനിച്ചു.

''ഇതാ നിങ്ങളുടെ റാക്കി എത്തി. വൈറ്റ് ചീസ്, തണ്ണിമത്തൻ, വറുത്ത റൊട്ടി...''

ഇഹ്സാൻ ഗ്ലാസുകളും കരാഫ് നിറയെ റാക്കിയും പ്ലേറ്റുകളും ഒരുമിച്ച് മേശപ്പുറത്ത് വച്ചു. അതാണ് അവന്റെ ശീലം. ഒരു ചങ്ങാടം പോലെ കരാഫിൽ പിടിച്ച് ഞാൻ ഒറ്റയടിക്ക് ഗ്ലാസ് നിറച്ചു.

അതേ അളവിലുള്ള വെള്ളം ഒഴിച്ചപ്പോൾ റാക്കി മഞ്ഞുപോലെ വെളുത്തു.

''ഞാൻ നിങ്ങൾക്ക് വേണ്ടിയാണ് ഇന്ന് കുടിക്കുന്നത്, എവ്ജീനിയ,'' ഞാൻ ഗ്ലാസ് ഉയർത്തി പറഞ്ഞു. ''എന്നിൽ എന്താണ് ഉള്ളതെന്ന് എന്നെ ഓർമ്മിപ്പിക്കുന്നതിന് നന്ദി.''

അവൾ മെല്ലെ തല കുലുക്കി. എന്റെ ഗ്ലാസിൽ സ്പർശിച്ചുകൊണ്ട് അതിനെ അവൾ മാന്യമായി എതിർത്തു.

''നമുക്ക് കുടിക്കാം, നെവ്സാറ്റ്, എന്റെ പ്രിയനേ, ചുറ്റും നരകമായിരുന്നിട്ടും ജീവിതം മനോഹരമാക്കുന്ന നമ്മുടെ സ്നേഹത്തിന് വേണ്ടി.''

മനുഷ്യരാശിയുടെ ഈ പാപമോചന ബോധമാണ് ഏറ്റവും വലിയ അപമാനം

ഞാൻ വാതിലിനു മുന്നിൽ എന്റെ വിശ്വസ്തനായ പഴയ കാറിനടുത്ത് ആകാശത്തേക്ക് നോക്കിക്കൊണ്ടിരുന്നു. ആകാശം നക്ഷത്രങ്ങളാൽ മൂടപ്പെട്ടിരിക്കുന്നു. എണ്ണിയാലൊടുങ്ങാത്ത പ്രകാശബിന്ദുക്കൾ ചേർന്ന് പ്രഭാതം മണിക്കൂറുകൾ അകലെയാണെങ്കിലും ഇരുണ്ട രാത്രിയെ പ്രഭാമയമാക്കി മാറ്റി. ശ്വാസം മുട്ടിക്കുന്ന ചൂട് ഇല്ലായിരുന്നുവെങ്കിൽ, എനിക്ക് അതിനെ അതിമനോഹരമായ ഒരു രാത്രി എന്ന് വിളിക്കാൻ പോലും കഴിയുമായിരുന്നു. എന്റെ പക്കൽ അധികം കുടിക്കാൻ ഉണ്ടായിരുന്നില്ല, ഒരു ഗ്ലാസ് മാത്രം, അത് സാവധാനത്തിൽ ആസ്വദിച്ച് ഞാൻ കഴിച്ചുകൊണ്ടേയിരുന്നു. വിശ്രമം, അത് മറക്കരുത്. തലയ്ക്കു പിടിക്കുന്നതിനെപ്പറ്റി ചിന്തിക്കാൻ പോലും കഴിയില്ലായിരുന്നു. ഒരു മയക്കം പോലും അനുഭവപ്പെട്ടില്ല. ഇല്ല, പ്രണയത്തിന്റെ ലഹരിയിലുമായിരുന്നില്ല ഞാൻ. ഞങ്ങൾ ചർച്ച ചെയ്തത് വളരെ വേദനാജനകമായ ഒരു വിഷയം ആയിരുന്നു. ഒരു വ്യക്തിയെ സന്തോഷിപ്പിക്കുന്നതിൽ കുറ്റബോധം തോന്നിപ്പിക്കുന്ന വിധം നോവിക്കുന്ന ഒന്ന്. കാറിന്റെ ഡോർ തുറക്കുന്നതിന് തൊട്ടുമുമ്പ് പ്രതീക്ഷിച്ചിരുന്ന ഫോൺകോൾ എന്നെ തേടിയെത്തി.

''ഗുഡ് ഈവനിംഗ് ചീഫ്,'' അലി ഒറ്റ ശ്വാസത്തിൽ പറഞ്ഞു. അവൻ കുപിതനായോ മര്യാദയില്ലാതെയോ അല്ല സംസാരിച്ചത്.

''ഒരുക്കങ്ങൾ പൂർത്തിയായി. നമുക്ക് ഓപ്പറേഷൻ ആരംഭിക്കാം.''

ഞാൻ ദീർഘമായി ശ്വാസമെടുത്തു, നനഞ്ഞ വായു ശ്വാസകോശത്തിൽ നിറഞ്ഞപ്പോൾ, എനിക്ക് താങ്ങാൻ കഴിയാത്ത തരം ആവേശത്തോടെ ഞാൻ ചോദിച്ചു.

''നിങ്ങൾ എവിടെയാണ്?''

എന്റെ അസിസ്റ്റന്റ് അതേ ആവേശത്തോടെ മറുപടി പറഞ്ഞു,

''ഞങ്ങൾ ആ കെട്ടിടത്തിനടുത്തുള്ള കുച്ചക്കോയിയിലാണ്. മേദേനി ഞങ്ങൾക്ക് സ്ഥലം കാണിച്ചുതന്നു.''

അര മണിക്കൂറിനുള്ളിൽ ഞാൻ അലി പറഞ്ഞ സ്ഥലത്ത് എത്തി.

രണ്ട് തെരുവുകൾക്കപ്പുറത്ത് ഒരു സ്ഥലത്തായിരുന്നു സംഘം കാത്തു നിന്നിരുന്നത്.

റെയ്ഡ് നടത്താനിരുന്നവർ പരസ്പരം സംസാരിക്കുന്നത് ഞാൻ നോക്കി നിന്നു.

കാറിന്റെ അരികിൽ നിന്ന് ഞാൻ വീണ്ടും ആകാശത്തേക്ക് നോക്കി. എവിടെയോ നായ്ക്കൾ കുരയ്ക്കുന്നുണ്ടായിരുന്നു. രാത്രി കുറച്ചുകൂടി തെളിച്ചമുള്ളതായി മാറിയിരുന്നു.

പ്രഭാതം ആയതിനാലായിരുന്നില്ല അത് സംഭവിച്ചത്. ഓരോ നിമിഷവും പുതിയ നക്ഷത്രങ്ങൾ ആകാശത്ത് നടക്കുന്ന പ്രകാശപൂരത്തിൽ ചേർന്നുകൊണ്ടേയിരുന്നു.

''ഇത് ധരിക്കൂ ചീഫ്.'' എന്റെ അസിസ്റ്റന്റ് ഒരു ബുള്ളറ്റ് പ്രൂഫ് വെസ്റ്റ് നീട്ടി. ''ഞങ്ങൾ അകത്തേക്ക് പോകുന്നു.''

ഞാൻ വെസ്റ്റ് എടുത്ത്, അത് എന്റെ മുതുകിലൂടെ വലിച്ചുകയറ്റിക്കൊണ്ട്, എന്നെ സഹായിക്കാനെത്തിയ അലിയെ നോക്കി, ഒപ്പം പിറുപിറുത്തു, ''ഇത് കൂടിധരിച്ചാൽ വിയർത്തു കുളിക്കും.''

തന്റെ ആകൃതിയുള്ള പല്ലുകൾ കാണിച്ചുകൊണ്ട് തെമ്മാടി ചിരിച്ചു.

''രക്തത്തേക്കാൾ നല്ലത് വിയർപ്പ് ചൊരിയുന്നതാണ്.''

എനിക്ക് എന്ത് പറയാൻ കഴിയും? അവൻ പറഞ്ഞത് ശരിയാണ്. ഞാൻ വെസ്റ്റ് ഭംഗിയായി ധരിച്ചു. പത്തു മിനിറ്റിനു ശേഷം ഞങ്ങൾ അകത്തേക്ക് കയറി

ത്രികോണാകൃതിയിലുള്ള കെട്ടിടത്തിന്റെ മുൻവശമായിരുന്നു വ്യാജ ആശുപത്രിയായി ഉപയോഗിച്ചിരുന്നത്. ഇടുങ്ങിയ തെരുവിന്റെ മൂലയിൽ ആയിരുന്നു കെട്ടിടം സ്ഥിതി ചെയ്തിരുന്നത്. മുന്നിലും പിന്നിലും ഒഴിഞ്ഞ സ്ഥലങ്ങളുണ്ടായിരുന്നു. ഞങ്ങളുടെത് പന്ത്രണ്ടു പേരടങ്ങുന്ന ഒരു പ്രത്യേക സംഘമായിരുന്നു. എന്റെ കുട്ടികൾ അവരുടെ ഉപകരണങ്ങളും ആയുധങ്ങളുമായി പ്രവേശന കവാടത്തിന്റെ ഇരുവശത്തും അണിനിരന്നു. ടീമിന്റെ തലവൻ തയ്ഫണിന്റെ കണ്ണുകളുമായി എന്റെ കണ്ണുകൾ ഇടഞ്ഞു. തലയാട്ടിക്കൊണ്ട് ഞാൻ മുന്നോട്ട് പോകാൻ അനുവാദം നൽകി. അവൻ തന്റെ ആളുകളുടെ നേരെ തിരിഞ്ഞു തന്റെ വിരലുകൾ ഉപയോഗിച്ച് പത്തുവരെ എണ്ണിത്തുടങ്ങി. ഞാൻ എന്റെ സഹായിയുടെ കൈപിടിച്ച് മന്ത്രിച്ചു,

''നമുക്ക് ഇങ്ങോട്ട് മാറി നിൽക്കാം. ആളുകൾ ജനാലകളിലൂടെ രക്ഷപ്പെടാൻ ശ്രമിച്ചേക്കാം.''

വാതിൽ ഇടിച്ചു പൊളിക്കുന്ന ശബ്ദം കേട്ടു തുടങ്ങിയപ്പോഴേക്കും കെട്ടിടത്തിന് പിന്നിലെ നിഴലിൽ ഞങ്ങൾ പതുങ്ങിക്കഴിഞ്ഞിരുന്നു.

മൂന്നു പ്രാവശ്യം രാത്രിയുടെ ഇരുട്ടിലൂടെ ആ ഭീകരമായ ശബ്ദം പ്രതിധ്വനിച്ചു. ബുള്ളറ്റ് പ്രൂഫ് വെസ്റ്റിന്റെ ചൂട് ശരിക്കും ഭയങ്കരമായിരുന്നു. ഞാൻ വിയർപ്പിൽ മൂടിയിരുന്നു. എന്റെ തോക്കിന്റെ പിസ്റ്റൾ

പിടി പോലും നനഞ്ഞിരുന്നു. ഞങ്ങളുടെ യുവപോരാളിയുടെ അവസ്ഥയും വ്യത്യസ്തമായിരുന്നില്ല. എങ്കിലും അവൻ അതൊന്നും കാര്യമാക്കിയില്ല. ഒരു പൂച്ച ഇരയെ പിടിക്കാൻ പതുങ്ങി ഇരിക്കുന്നതു പോലെ അലി നിശ്ശബ്ദനായി കാത്തിരുന്നു. ആ കണ്ണുകൾ ജനാലകളിൽ തറഞ്ഞു നിന്നു.

പെട്ടെന്ന് ഉള്ളിൽ ഒരു കരച്ചിൽ മുഴങ്ങി, നിലവിളികൾക്കൊപ്പം വിളക്കുകൾ ഒന്നൊന്നായി അണഞ്ഞു.

‘‘ഞങ്ങൾ പോകുന്നു അലി, സൂക്ഷിക്കണേ!’’

വിഷമിക്കേണ്ട എന്ന് പറയുന്നത് പോലെ അയാൾ തോക്കില്ലാത്ത കൈ ഉയർത്തി. ഉള്ളിലെ ബഹളം കൂടിക്കൊണ്ടിരുന്നു. ഒരു സ്ത്രീയുടെ നിലവിളി ഉയർന്നു. അതിനു പിന്നാലെ കുട്ടികളുടെ കരച്ചിൽ ഉയർന്നു. രണ്ടാം നിലയുടെ നടുവിലുള്ള ജനൽ തുറന്നു. ഒരു മനുഷ്യൻ താഴേക്ക് ചാടി. അവന്റെ തൊട്ടു പിന്നാലെ മറ്റൊരാൾ വന്നു വീണു. അലി താഴേക്ക് വീണ ആദ്യത്തെയാളിന്റെ നേർക്ക് ചാടി വീണു.

‘‘അനങ്ങരുത്. താഴെക്കിടക്ക്.’’

ആ മനുഷ്യൻ നിലത്ത് പതിഞ്ഞു കിടന്നു. രണ്ടാമത്തെ ചാട്ടക്കാരൻ കൂടുതൽ വേഗതയുള്ളവനായിരുന്നു, ജാഗ്രതയോടെ ചാടിയതിനാൽ അവൻ തറയിൽ വീണിരുന്നില്ല.

‘‘അനങ്ങരുത്.’’

ഞാൻ നിഴലിൽനിന്ന് പുറത്തേക്ക് ചാടി.

‘‘എവിടെയാണോ അവിടെ നിൽക്കുക.’’

അവൻ എന്നെ അവഗണിച്ചുകൊണ്ട് ഓടാൻ തുടങ്ങി. ഞാനും അവന്റെ പിന്നാലെ കുതിച്ചു. നിലാവെളിച്ചത്തിൽ എനിക്ക് അവനെ നന്നായി കാണാൻ കഴിഞ്ഞില്ല, പക്ഷേ അവൻ എന്നെക്കാൾ ഉയരമുള്ളവനും സാഹസികനും വേഗതയുള്ളവനുമായിരുന്നു. ഞാൻ ധരിച്ചിരുന്ന ബുള്ളറ്റ് പ്രൂഫ് വെസ്റ്റ് കുത്തി നോവിക്കാൻ തുടങ്ങി.

ആ മനുഷ്യൻ എനിക്ക് പിടിക്കാൻ കഴിയുന്നതിനേക്കാൾ വേഗതയിൽ ഓടിപ്പോകുകയായിരുന്നു.

‘‘നിൽക്ക്!’’

ഞാൻ ഒച്ചവെച്ചു.

‘‘പൊലീസ്! നിൽക്ക്, അല്ലെങ്കിൽ ഞാൻ വെടിവെക്കും.’’

അവൻ അതുകേട്ടില്ല. പകരം വേഗത കൂട്ടി, വളവ് തിരിഞ്ഞ് ഓടി മറയാൻ പോവുകയായിരുന്നു. പെട്ടെന്ന് അയാൾക്ക് മുന്നിൽ എവിടെ നിന്നോ ഒരു കാർ പ്രത്യക്ഷപ്പെട്ടു. കാർ മെല്ലെയായിരുന്നെങ്കിലും വളരെ വേഗത്തിൽ ഓടിയിരുന്ന അവൻ നേരെ വാഹനത്തിൽ ചെന്നിടിച്ചു. ആഘാതമേറ്റ് ആ മനുഷ്യൻ തളർന്നു നിലത്തു വീണു. ഞാൻ അയാളെ സമീപിച്ചു. കാറിന്റെ ഡോർ തുറന്നു, സെയ്നെപ്പും എക്രമും

പുറത്തിറങ്ങി. അവർക്ക് എന്താണ് സംഭവിച്ചത് എന്ന് മനസ്സിലാക്കാൻ കഴിഞ്ഞില്ല.

''അവനെ പിടിക്കൂ.'' ഞാൻ ഒച്ചവെച്ചു.

അവർ ഒരേസമയം തോക്കുകൾ വലിച്ചെടുത്ത് നിലത്തിരിക്കുന്ന മനുഷ്യനെ ലക്ഷ്യമാക്കി ചൂണ്ടി.

''അനങ്ങരുത്.''

ആ മനുഷ്യൻ വീണ്ടും എഴുന്നേൽക്കാൻ ശ്രമിച്ചു, എന്നാൽ എക്രം തന്റെ വലതുകാൽ കൊണ്ട് പുറകിൽ അമർത്തി അവനെ തള്ളി താഴേക്കിട്ടു. അയാൾ തന്റെ തോക്കിന്റെ കുഴൽ ആ മനുഷ്യന്റെ തലയിൽ കുത്തിപ്പിടിച്ചു.

''പറയുന്നത് കേട്ടില്ലേ മനുഷ്യാ, അനങ്ങരുത് എന്നാണ് ഞാൻ പറഞ്ഞത്.''

''ഞാൻ ഒന്നും ചെയ്തില്ല.'' അവൻ വിവശതയോടെ പറഞ്ഞു.

''ഭീകരർ കെട്ടിടം ആക്രമിച്ചു, ഞാൻ ജീവനുവേണ്ടി ജനാലയിലൂടെ പുറത്ത് ചാടി.''

ഓപ്പറയിലേതുപോലെ അവന്റെ ശബ്ദം ഉയർന്നു. അയ്ബർ പറഞ്ഞത് ഞാൻ ഓർത്തു.

ബെർസിസിന്റെ ശസ്ത്രക്രിയയ്ക്ക് അവരെ പ്രേരിപ്പിച്ച മിർസയെക്കുറിച്ച് വിവരിക്കുകയായിരുന്ന നേരത്ത് അവൾ പറഞ്ഞു,

''അയാൾക്ക് വളരെ ആഴത്തിലുള്ള ശബ്ദമുണ്ടായിരുന്നു. അവൻ അത് നന്നായി ഉപയോഗിച്ചു.''

''നീ ഒന്നും ചെയ്തില്ലെങ്കിൽ കുഴപ്പമില്ല.'' ഞാൻ നിലത്തിരുന്ന ആളോട് ശാന്തമായി പറഞ്ഞു.

''നിങ്ങൾക്ക് എഴുന്നേൽക്കാം.''

ആ മനുഷ്യൻ സ്വയം എഴുന്നേൽക്കുന്ന നേരത്ത്, ഞാൻ എക്രമിന്റെ നേരെ തിരിഞ്ഞു.

''നമ്മുടെ സുഹൃത്തിനെ ഒന്ന് പരിശോധിക്കാമോ?''

എക്രം തന്റെ തോക്ക് അതിന്റെ ഹോൾസ്റ്ററിൽ വച്ചു. ആ മനുഷ്യൻ എഴുന്നേറ്റു നിന്ന് പൊടി തട്ടി കളഞ്ഞതിനുശേഷം എക്രം അവന്റെ ശരീരം പരിശോധിക്കാൻ തുടങ്ങി. പക്ഷേ അയാൾക്ക് ഒന്നും ലഭിച്ചില്ല.

''എനിക്ക് നിങ്ങളുടെ ഐഡി ഒന്ന് കാണാൻ കഴിയുമോ?'' ഞാൻ ശാന്തനായി ചോദിച്ചു.

''എനിക്ക് അത് പരിശോധിക്കേണ്ടതുണ്ട്.''

അവൻ തന്റെ സമ്മർ ജാക്കറ്റിന്റെ അകത്തെ പോക്കറ്റിൽ നിന്ന് അത് എടുത്ത് എനിക്ക് നേരെ നീട്ടി. അതിൽ ദിൻക് അചിക്ഗോസ്

എന്ന് എഴുതിയിരുന്നു. മിർസ എന്ന് അവർ വിളിച്ച മനുഷ്യൻ ഇതായിരുന്നില്ലേ? അവന് സുന്ദരമായ കണ്ണുകൾ ഉണ്ടെന്ന് അയ്ബർ പറഞ്ഞിരുന്നു.

“നമുക്ക് ലൈറ്റിന് താഴേക്ക് പോകാം.”

ഞാൻ തെരുവ് വിളക്കിലേക്ക് ചൂണ്ടി പറഞ്ഞു.

“അവിടെ വച്ച് സംസാരിക്കുന്നത് എളുപ്പമായിരിക്കും.”

“ശരി.” അവൻ ആ പ്രത്യേക സ്വരത്തിൽ പറഞ്ഞു.

“എന്നെ വിശ്വസിക്കൂ, ഞാൻ ഒന്നും ചെയ്തില്ല...”

“എങ്കിൽ ഒരു പ്രശ്നവുമില്ല.”

അവന്റെ നോട്ടം ഒരു നിമിഷം അലിയിലേക്ക് പതിച്ചു. അയാൾ മറ്റേ പ്രതിയെ എഴുന്നേൽപ്പിച്ച് പരിശോധിക്കുകയായിരുന്നു.

ഞാൻ നോക്കുന്നത് ശ്രദ്ധിച്ചപ്പോൾ “ആയുധങ്ങളൊന്നുമില്ല, ചീഫ്” എന്ന് അലി പറഞ്ഞു.

ഉടനെ തന്നെ ആ മനുഷ്യനും ധൈര്യം സംഭരിച്ചു ന്യായീകരണം തുടങ്ങി.

“ഞാനും നിരപരാധിയാണ്, ഭീകരർ കെട്ടിടം ആക്രമിക്കുന്നുവെന്ന് ആരോ വിളിച്ചുപറഞ്ഞു. അത് കേട്ടാണ് ഞാൻ ചാടിയത്.”

തീർച്ചയായും ആരും അങ്ങനെ വിളിച്ചുപറഞ്ഞില്ല. അവൻ കള്ളം പറയുകയായിരുന്നു.

“ശരി, ശരി. എനിക്ക് മനസ്സിലായി. വരൂ. നീയും വരൂ,” ഞാൻ പറഞ്ഞു.

തുളച്ചു കയറുന്ന ശബ്ദമുള്ള മനുഷ്യനെ വെളിച്ചത്തിലേക്ക് ഞാൻ നടത്തി.

“അയാളുടെ പശ്ചാത്തലം കൂടി പരിശോധിക്കാം അലി.”

ഞാൻ വിളിച്ചു പറഞ്ഞു.

ഞങ്ങൾ തെരുവുവിളക്കിനടിയിലായപ്പോൾ, ഞാൻ അയാളുടെ മുഖം പരിശോധിക്കാൻ തുടങ്ങി. അവന്റെ ഇടതു കവിളിൽ അഴുക്ക് പുരണ്ടിരുന്നുവെങ്കിലും മഞ്ഞവെളിച്ചം അവന്റെ വലിയ പച്ചക്കണ്ണുകളുടെ എല്ലാ സൗന്ദര്യവും പുറത്തു കൊണ്ടുവന്നു. ഒരു സംശയവുമില്ല, എന്റെ മുന്നിൽ നിൽക്കുന്ന മനുഷ്യൻ നമ്മുടെ ആളാണ് എന്ന് ഞാൻ ഉറപ്പിച്ചു.

“നിങ്ങൾക്ക് മിർസ എന്നല്ലാതെ മറ്റ് വ്യാജപേരുകൾ ഉണ്ടോ?” ഞാൻ സാധാരണ ശബ്ദത്തിൽ ചോദിച്ചു. അവന് ഞാൻ പറഞ്ഞത് ഉടനെ ഗ്രഹിക്കാൻ കഴിഞ്ഞില്ല.

“എന്താ?”

“കളി കഴിഞ്ഞു, ദിൻക്.”

ഞാൻ മന്ദഹസിച്ചു.

''അതോ ഞാൻ മിർസ എന്ന് പറയണോ?''

അവൻ പരിഭ്രമത്തോടെ കിതച്ചു.

''നിങ്ങൾക്ക് തെറ്റിപ്പോയി...''

''നിഷേധിക്കാൻ ശ്രമിക്കരുത്. അയ്ബറും മേദേനിയും നിന്നെപ്പറ്റി നല്ല ഒരു വിവരണം നൽകിയിട്ടുണ്ട്.''

ഞാൻ കെട്ടിടം ചൂണ്ടിക്കാണിച്ചു.

''നിങ്ങളുടെ വ്യാജ ഹോസ്പിറ്റൽ റെയ്ഡ് ചെയ്യപ്പെട്ടു, എന്ത് തെളിവാണ്, ഏത് സാക്ഷികളെയാണ് ലഭിക്കുന്നത് എന്ന് നമുക്ക് നോക്കാം. ഞങ്ങളുടെ ആളുകൾ അവിടെയാകെ പരിശോധിക്കുകയാണ്. കിഡ്നിയും കരളും നഷ്ടപ്പെട്ട ചില പാവപ്പെട്ട മനുഷ്യരുടെ ആത്മാക്കൾ പോലും അവിടെയുണ്ടാവും എന്ന് ഞാൻ വിശ്വസിക്കുന്നു. നിനക്കിനി ഇതിൽ നിന്ന് രക്ഷയില്ല...''

ദിൻക് പരിഭ്രാന്തനായി, അവന്റെ കണ്ണുകൾ ഒരു നിമിഷം തെരുവിന്റെ മറ്റേ അറ്റത്തേക്ക് പോയി.

എക്രം തോക്ക് അവന്റെ പുറകിൽ കുത്തി.

''അനങ്ങരുത്. ഓടുന്നതിനെക്കുറിച്ച് ചിന്തിക്കുക പോലും വേണ്ട.'' സംശയം തോന്നിയ മറ്റേയാളുമായി ഞങ്ങളുടെ അടുത്തേക്ക് വന്നപ്പോൾ ഈ സംഭാഷണം അലിയും കേട്ടു. താൻ കൊണ്ടുവന്ന മനുഷ്യന് ഒരു തള്ള് കൊടുത്തുകൊണ്ട് അവൻ പറഞ്ഞു,

''ഈ തന്തയില്ലാത്തവന്മാർ തന്നെയല്ലേ കൻസുവിനെ കൊന്നത്?''

''എന്താ? ഞാൻ ആരെയും കൊന്നിട്ടില്ല. ഞാനൊരു ഡോക്ടറാണ്.'' എന്റെ അസിസ്റ്റന്റ് കൊണ്ടുവന്ന ആൾ പറഞ്ഞു. ''ഞാൻ ഡോ. റൂഹിയാണ്. നിങ്ങൾ ഒരു വലിയ തെറ്റാണീ ചെയ്യുന്നത്.''

ഇത്തവണ അലി അവനെ മുമ്പത്തേക്കാൾ ശക്തമായി തള്ളി.

''ഡോക്ടർ, അല്ലേ? നീ ഒരു കശാപ്പുകാരനാണ് സുഹൃത്തേ. വെറും ഒരു കശാപ്പുകാരൻ. എന്നിൽനിന്ന് നീ കണ്ണ് പറിക്കരുത്. അവിടെ, വേഗം, ആ മറ്റേ വിഡ്ഢിയുടെ അടുത്ത്, മതിലിനോട് ചേർന്ന് നിൽക്ക്.''

മിർസയും അവന്റെ ഡോക്ടർ കൂട്ടാളിയും ചേർന്ന് നിന്നു. അത് ആരെയും അസ്വസ്ഥമാക്കുന്ന ചിത്രമായിരുന്നു.

രാത്രിയുടെ മറവിൽ സായുധരായ നാല് ഉദ്യോഗസ്ഥരെ അഭിമുഖീകരിക്കുന്ന രണ്ട് ആളുകൾ. അവർ ഒരു ഫയറിംഗ് സ്ക്വാഡിന് എതിരെ നിൽക്കുന്നതുപോലെ ഉണ്ടായിരുന്നു.

''ഇത് നിയമവിരുദ്ധമാണ്, നിങ്ങൾ എന്താണ് ചെയ്യുന്നത്.''

ദിൻക് പെട്ടെന്ന് മുന്നോട്ട് കുതിച്ചുകൊണ്ടു പറഞ്ഞു. അലി അവന്റെ മുഖത്ത് ആഞ്ഞൊരടി വച്ചു കൊടുത്തു.

''ഞാൻ നിങ്ങൾക്ക് നിയമവിരുദ്ധമായിത്തന്നെ വേണ്ടത് തരാം!''

ദിൻക് ഇടതുവശത്തേക്ക് ചാഞ്ഞപ്പോൾ, അവന്റെ കൂട്ടാളി പതറി.

''നിങ്ങളിൽ ആരാണ് ട്രിഗർ വലിച്ചത്? നീയാണോ?''

അലി തന്റെ തോക്കിന്റെ കുഴൽ ദിൻകിന്റെ നെഞ്ചിലേക്ക് കുത്തി. ''അതോ അത് നീയായിരുന്നോ ഡോക്ടറാവാൻ ആഗ്രഹിക്കുന്നവനേ?'' അയാൾ മറ്റവനിലേക്ക് തിരിഞ്ഞു.

''അല്ല, ഇതാണ് കള്ളൻ. ഇവനാണ് അത്ചെയ്തത്. അവന് ഒരു വിളിപ്പേരും ഉണ്ട്. മിർസാ.. പറയൂ ചേട്ടാ, നിങ്ങളാണോ കൻസുവിനെ കൊന്നത്?''

''ഞാൻ... ഞാൻ ആരെയും കൊന്നിട്ടില്ല. ഞാൻ എന്തിന് കൻസുവിനെ കൊല്ലണം?''

സത്യത്തിൽ, ഞാൻ ഇതിനകം അലിയെ തടഞ്ഞു നിർത്തേണ്ടതായിരുന്നു. ചുറ്റുമുള്ള വീടുകളിലെ വിളക്കുകൾ തെളിഞ്ഞു തുടങ്ങിയിരുന്നു. അധികം താമസിയാതെ ജനക്കൂട്ടം ഞങ്ങൾക്ക് ചുറ്റും കൂടും. സെയ്നെപ് എന്നെ നോക്കുന്നുണ്ടായിരുന്നു

എന്തുകൊണ്ടാണ് ഞാൻ തടയാത്തത് എന്നായിരുന്നു ആ കണ്ണുകളിലെ ചോദ്യം. പക്ഷേ എന്റെ അസിസ്റ്റന്റിനെ തടയാൻ എനിക്ക് കഴിഞ്ഞില്ല. അത് ആവശ്യമായിരുന്നു.

തങ്ങളുടെ മാംസവും രക്തവും വിറ്റ നിസ്സഹായരായ സിറിയൻ കുടുംബങ്ങളെ വിറ്റ് കാശുണ്ടാക്കിയ നിന്ദ്യരായ ജീവികൾ. ജീവികൾ എന്ന് ഞാൻ പറഞ്ഞുവെങ്കിലും വാസ്തവത്തിൽ അവരും നമ്മളെപ്പോലെയുള്ള ആളുകളാണ്. സ്വന്തം താൽപ്പര്യാർത്ഥം എല്ലാത്തരം തിന്മകളും ചെയ്യും. എന്നിട്ട് പാപമോചനത്തിനായി ശ്രമിക്കും. മനുഷ്യരാശിയുടെ ഈ പാപമോചനബോധമാണ് ഏറ്റവും വലിയ അപമാനം. അതായിരിക്കാം നമ്മൾ എപ്പോഴും ദുഷ്പ്രവൃത്തികൾ ആവർത്തിക്കുന്നതിനുള്ള കാരണം. എല്ലാത്തരം തിന്മകളും എല്ലാത്തരം പ്രവൃത്തികളും ചെയ്യാൻ മനുഷ്യന് കഴിയും. പക്ഷേ കുറ്റകൃത്യങ്ങൾ ചെയ്തു കഴിഞ്ഞ് അവർ സ്രഷ്ടാവിൽ അഭയം തേടുകയും ക്ഷമ യാചിക്കുകയും ചെയ്യും.

ഈ തെണ്ടികളോടുള്ള അലിയുടെ മോശമായ പെരുമാറ്റത്തിനെതിരെ നില കൊള്ളാതിരുന്നത് അത് കൊണ്ടാണ്. ഞങ്ങൾ എന്തായാലും ഇത് ഇങ്ങനെ ആരംഭിച്ചു, ഇങ്ങനെ തന്നെ തുടരുന്നതാവും നല്ലത്. വേഗത്തിലുള്ള ഫലം ലഭിക്കാൻ വേണ്ടി ഞാൻ ഇടപെട്ടു. ഞാൻ ചെന്ന് ദിൻകിന് എതിരെ നിന്നു.

''കൻസുവിനെ എന്തിന് കൊല്ലണം എന്നോ? ബെർസിസ് എന്ന കുട്ടിയുടെ മരണം പുറത്തുവരാതിരിക്കാൻ വേണ്ടി. ഒരു മാസം മുമ്പ് ഓപ്പറേഷൻ ടേബിളിൽ വെച്ച് നിങ്ങൾ കൊന്ന കുട്ടിയെ ഓർമ്മയില്ലേ? അയ്ബറിന്റെയും കബീറിന്റെയും മകൻ? ഡൗൺസിൻഡ്രോമുള്ള കുട്ടി...

അവൻ പരിഭ്രമത്തോടെ സ്വയം പ്രതിരോധിക്കാൻ ശ്രമിച്ചു.

''ഇല്ല, ആ സംഭവത്തിൽ ഞാൻ കുറ്റക്കാരനല്ല, ആരും അല്ല. മാതാപിതാക്കൾ സമ്മതിച്ചു. ഞാൻ അവർക്ക് പണം നൽകി. ശസ്ത്രക്രിയ

യ്ക്കിടെ കുട്ടി മരിച്ചു. ശരി, ഒരുപക്ഷേ കൻസുവിന് തെറ്റുപറ്റിയിരിക്കാം.

എന്തായാലും ആ സംഭവത്തിനുശേഷം ഞങ്ങൾ പിരിഞ്ഞു. ഞാൻ രോഗികളെ സേവിക്കുന്നു. ഞങ്ങൾ അതിന് ഈ മാർഗങ്ങൾ അവലംബിക്കുന്നു. കാരണം ഇത്തരം കാര്യങ്ങൾക്ക് നിയമ സഹായമില്ല. ഞങ്ങൾ ധാരാളം ജീവനുകൾ രക്ഷിച്ചു...''

അവന്റെ ന്യായീകരണം എനിക്ക് താങ്ങാനായില്ല.

''നിങ്ങൾ പണമുള്ളവരുടെ ജീവൻ രക്ഷിച്ചു, പണമുള്ള ആളുകൾക്കുവേണ്ടി നിങ്ങൾ അനാഥരുടെ അവയവങ്ങൾ അവരുടെ ദയനീയാവസ്ഥ മുതലെടുത്ത് പിടിച്ചു പറിച്ചു. സമ്പന്നരായ ക്ലയന്റുകളുടെ ആയുസ്സ് വർദ്ധിപ്പിക്കുന്നതിനായായിരുന്നു ഈ അഭ്യാസം. നിലക്കടല പോലെ വിലയില്ലാത്ത ഒന്നാണ് ഈ അവയവങ്ങൾ എന്നാണോ നിങ്ങൾ കരുതിയത്? ഒരുപാട് കുട്ടികൾ മരിച്ചുപോയി. സത്യം ഇങ്ങനെ വളച്ചൊടിക്കാൻ നിനക്ക് നാണമില്ലേ?''

ദിൻക് പെട്ടെന്ന് തന്നെ അപകടം മണത്തു. താൻ തോറ്റുപോയി, ആരും തന്നെ രക്ഷിക്കാൻ പോകുന്നില്ലെന്ന് അയാൾ മനസ്സിലാക്കിയിരിക്കണം.

''ഞങ്ങൾ മാത്രമാണ് ഇത് ചെയ്യുന്നതെന്ന് നിങ്ങൾ കരുതുന്നുണ്ടോ? നിങ്ങൾ ശക്തിയില്ലാത്ത ഞങ്ങളെ അടിച്ചമർത്തുന്നു. സ്വാഭാവികമായും നിങ്ങൾക്ക് നിങ്ങളുടെ പല്ലുകൾ വൻകിടക്കാരിലേക്ക് ആഴ്ത്താൻ കഴിയില്ല.''

അലി ദേഷ്യത്തോടെ മുന്നോട്ട് നീങ്ങി. അയാൾ അവന്റെ കോളറിൽ പിടിക്കാൻ പോകുകയായിരുന്നു, പക്ഷേ ഞാൻ അവനെ തടഞ്ഞു.

''അവനെ വിട്. അവൻ സംസാരിക്കട്ടെ...'' ഞാൻ ദിൻകിലേക്ക് തിരിഞ്ഞു.

''നിങ്ങൾ ആരെക്കുറിച്ചാണ് പറയുന്നത്? ഇവരാരാണ്? ഈ വലിയവർ?''

അവൻ വീണ്ടും അപകടം മണത്തു. പിന്നെ പൊട്ടിച്ചിരിച്ചു,

''അറിയാത്തതുപോലെ...''

''കടങ്കഥ പറയുന്നത് നിർത്തൂ,'' ഞാൻ മുന്നറിയിപ്പ് നൽകി. എന്റെ ഞരമ്പുകൾ വലിഞ്ഞു മുറുകി. സെയ്നെപ് പരിഭ്രമത്തോടെ എന്നെ നോക്കി, പക്ഷേ ഞാൻ അത് കാര്യമാക്കിയില്ല.

''നീ ആരെക്കുറിച്ചാണ് പറയുന്നത്? സംസാരിക്കൂ.''

അവൻ ജാക്കറ്റിന്റെ കൈകൊണ്ട് കണ്ണുകൾ തുടച്ചു.

''കൻസുവിന്റെ പഴയ ബിസിനസ് പങ്കാളി, ഹയാതി. സെറാപ്പ് ഹോസ്പിറ്റൽസിന്റെ ഉടമ. അവന്റെ മുഴുവൻ സമ്പത്തും ഉണ്ട്.

ഈ ബിസിനസ്സിൽ. എന്തുകൊണ്ടാണ് ഞങ്ങൾ കൻസുവിനൊപ്പം

പ്രവർത്തിക്കുന്നതെന്നാണ് നിങ്ങൾ കരുതുന്നത്? ഹയാതിയും കൻസുവുമാണ് അവയവ കടത്ത് വിപണിയിലെ യജമാനന്മാർ. അവർ ഒന്നിലധികം തവണ വാർത്തകളിൽ പ്രത്യക്ഷപ്പെട്ടു, പക്ഷേ, ഓരോ തവണയും രക്ഷപ്പെടാൻ അവർക്ക് കഴിഞ്ഞു. ഈ ബിസിനസ്സിലേക്ക് ഇറങ്ങാൻ എന്നെ ഉപദേശിച്ചത് കൻസുവാണ്. അവൻ പറഞ്ഞു, 'ഹയാതിയെ നോക്ക്. ടൺ കണക്കിന് പണം നമുക്ക് ഉണ്ടാക്കാം. അല്പ സമയത്തിനുള്ളിൽ ജാക്ക്പോട്ട് അടിച്ചതുപോലെയാവും നിനക്ക് ഞാൻ വാക്ക് തരാം,' അവൻ എന്നെ നിർബന്ധിച്ചു. അത് എന്റെ തീരുമാന മായിരുന്നെങ്കിൽ...''

അവൻ പറഞ്ഞത് അവിശ്വസനീയമായിരുന്നു. തീർച്ചയായും ഈ വിവരങ്ങളുടെ കൃത്യത പരിശോധിക്കേണ്ടതുണ്ട്. പക്ഷേ ഹയാതി എങ്ങനെയാണ് ഒരു സാധാരണ വൈദ്യനിൽ നിന്ന് ഉടമയിലേക്ക് മാറി യതെന്ന് ഇത് വിശദീകരിച്ചു.

വെറും പത്ത് വർഷത്തിനുള്ളിൽ ആശുപത്രികളുടെ ഒരു ശൃംഖല തന്നെ അയാൾ ഉണ്ടാക്കി.

''ഹയാതിയും കൻസുവും തമ്മിൽ പിണങ്ങി, ശരിയാണോ?''

ആഴത്തിൽ കുഴിക്കാൻ ശ്രമിച്ചുകൊണ്ട് ഞാൻ പറഞ്ഞു.

''അങ്ങനെ എല്ലാവരും പറയുന്നു.''

എനിക്ക് എന്താണ് വേണ്ടത് എന്ന് അവനറിയില്ല, അതിനാൽ അവൻ ആദ്യം പറയാൻ മടിച്ചു. പക്ഷേ പിന്നീട് അതിൽ ദോഷമൊന്നും ഇല്ലെന്ന് മനസ്സിലാക്കിയാവണം അയാൾ പൊട്ടിത്തെറിച്ചു.

''കൻസു തന്റെ മുൻ പങ്കാളിയെ വെറുത്തു, അയാൾക്ക് വഞ്ചിക്ക പ്പെട്ടതായി തോന്നി. അവൻ പറയുമായിരുന്നു, ''കൊള്ളയടിച്ചതെല്ലാം ഒറ്റയ്ക്ക് എടുത്തിട്ട് എന്നെ ചണ്ടി പോലെ വലിച്ചെറിഞ്ഞു.''

''അത് സത്യമായിരുന്നോ?''

ചിന്തിക്കാതെ തന്നെ അയാൾ മറുപടി പറഞ്ഞു.

''അതിനെക്കുറിച്ച് എനിക്കറിയില്ല, പക്ഷേ കൻസുവും ശുദ്ധനാ യിരുന്നില്ല. ഒരു ധാർമ്മിക കാഴ്ചപ്പാടിൽ, നോക്കിയാൽ, എന്നാണ് ഞാൻ അർത്ഥമാക്കുന്നത്.''

അവൻ വീണ്ടും സംസാരം നിർത്തി. ചോദിക്കണോ വേണ്ടയോ എന്ന് എനിക്ക് തീരുമാനിക്കാൻ കഴിഞ്ഞില്ല, പക്ഷേ അവസാനം എനിക്ക് തടഞ്ഞു നിറുത്താൻ കഴിഞ്ഞില്ല,

''അവൻ ഒരു ബാലപീഡകനാണോ?''

ദിൻക് തല പിന്നിലേക്ക് എറിഞ്ഞു.

''എന്താ? ഇല്ല. നിങ്ങൾക്ക് എവിടുന്നാണ് ആ ഐഡിയ കിട്ടിയത്? അയാൾക്ക് ഒരുപാട് പണം നഷ്ടമായി. ചൂതാട്ടം മാത്രമല്ല, അവൻ പന്തയം വെക്കുന്ന ഒരു ഗെയിമിന് അടിമയായിരുന്നു. സമ്പന്നരുടെ കളി. അയാൾ എപ്പോഴും മറ്റുള്ളവരോട് കടം ചോദിച്ചുകൊണ്ടിരുന്നു.

അവൻ ഫോണിൽ ഹയാതിയുമായി പലതവണ. വഴക്കിടുന്നത് ഞാൻ കണ്ടു. ആ മനുഷ്യന് ചൂതാട്ടത്തോടുള്ള ഭ്രാന്ത് ഒരു അസുഖമായിരുന്നു.''

ഹയാതി ഞങ്ങളോട് പറഞ്ഞതിനെ ഇത് സ്ഥിരീകരിച്ചു. കൻസുവിന് രണ്ട് മില്യൺ ലിറ ഒറ്റയടിക്ക് നൽകിയെന്ന് അദ്ദേഹം പറഞ്ഞു. അവൻ ഇടതടവില്ലാതെ പണം ചോദിക്കുന്നുണ്ടെന്നും അയാൾ പറഞ്ഞിരുന്നു.

''അവൻ നിനക്ക് പണം കടപ്പെട്ടിരുന്നോ?'' എന്റെ ചിന്തകൾ ചിതറിച്ചുകൊണ്ട് അലി ചോദിച്ചു.

''അതിനാണോ നീ കൻസുവിനെ കൊന്നത്?''

ദിൻക് വിറച്ചു.

''ഇല്ല, ഞാൻ കൻസുവിനെ കൊന്നിട്ടില്ല, ഞാൻ ഒരിക്കലും അവനു പണം കടം കൊടുത്തിട്ടില്ല. അവൻ ഓരോ ശസ്ത്രക്രിയയ്ക്കും ഫീസ് വാങ്ങി. ഓരോ ഓപ്പറേഷനും കഴിഞ്ഞ് ഉടൻ തന്നെ വാങ്ങി. ആ സിറിയൻ കുട്ടി മരിച്ചപ്പോൾ മാത്രമാണ് ഞാൻ അത് തടഞ്ഞത്. നിങ്ങൾ എന്നെ വിശ്വസിക്കില്ല, പക്ഷേ ആ കുട്ടിയെ നഷ്ടപ്പെട്ടതിൽ ഞാൻ വളരെ സങ്കടപ്പെട്ടു...''

അവൻ അത് ആത്മാർത്ഥമായി പറയുകയാണോ അതോ സ്വന്തം കഴുത്ത് രക്ഷിക്കാൻ ശ്രമിക്കുകയാണോ... എനിക്ക് പറയാൻ കഴിഞ്ഞില്ല. പക്ഷേ ദിൻക് വിശദീകരിക്കുന്ന നേരത്ത്, കഷണങ്ങൾ ചേരും പടി ചേർക്കുന്നത് പോലെ എല്ലാം തൽസ്ഥാനത്ത് വന്നു വീണു. അപ്പോഴാണ് മുമ്പ് കുരച്ചു കൊണ്ടിരുന്ന നായ പൂർണ്ണമായും നിശ്ശബ്ദമായിരിക്കുന്നത് ഞാൻ ശ്രദ്ധിച്ചത്.

ജനലുകളിൽ തിക്കിത്തിരക്കി നിൽക്കുന്ന ആളുകളുടെ കൗതുകകരമായ പിറുപിറുക്കലുകൾ പകുതി വെളിച്ചത്തിൽ കേൾക്കാമായിരുന്നു.

സമ്പന്നനാണെങ്കിൽ നിങ്ങൾക്ക് ജീവിക്കാം. ദരിദ്രനാണെങ്കിൽ സ്വന്തം ശരീരം കഷണം കഷണങ്ങളായി വിൽക്കാം

"നമ്മൾ അത് എങ്ങനെ കാണാതെ പോയി?" സെയ്നപ്പിന്റെ ശബ്ദം വാടിയിരുന്നു. ചൂടിൽ നിന്ന് രക്ഷപ്പെടാൻ വേണ്ടി അവളുടെ മുടി തലയുടെ പിൻഭാഗത്ത് ഒരു ബൺ പോലെ കെട്ടിവച്ചിരുന്നു. ആ രൂപത്തിൽ അവളുടെ മുഖവും ആൽമണ്ട് ആകൃതിയിലുള്ള കണ്ണുകളും അവയുടെ എല്ലാ സൗന്ദര്യത്തോടെയും തെളിഞ്ഞു നിന്നു.

"നമ്മൾ അത് ആദ്യം മുതൽ തിരിച്ചറിയേണ്ടതായിരുന്നു ചീഫ്. എന്തുകൊണ്ടാണ് നമുക്ക് അതിനെക്കുറിച്ച് ചിന്തിക്കാൻ കഴിയാതിരുന്നത്? നമ്മൾ വളരെ വൈകിപ്പോയി..."

രാവിലെ വരെ ഓപ്പറേഷൻ നീണ്ടു. ദിന്സിയുടെയും ഡോ. റൂഹിയുടെയും ചോദ്യം ചെയ്യൽ പൂർത്തിയാക്കിയ ശേഷം ഞങ്ങൾ വീട്ടിൽ പോയി വിശ്രമിച്ചു. വീണ്ടും സെയ്നെപ്പിന്റെ ഓഫീസിൽ കണ്ടുമുട്ടിയപ്പോൾ, സന്ധ്യയായിക്കഴിഞ്ഞിരുന്നു. മൂന്ന് പേരും കൂടി കമ്പ്യൂട്ടറുമായി ബന്ധിപ്പിച്ചിരിക്കുന്ന ഒരു പ്രൊജക്ടറിൽ നിന്ന് ഭിത്തിയിലെ തിരശ്ശീലയിൽ പ്രതിഫലിക്കുന്ന ചിത്രം നോക്കി നിൽക്കുകയായിരുന്നു. ഞങ്ങളുടെ മുന്നിൽ ഒരു പത്രത്തിന്റെ ഒരു പേജ് പ്രത്യക്ഷപ്പെട്ടു. 'അവയവ കടത്തുകാരെ റെയ്ഡു ചെയ്തു' എന്ന തലക്കെട്ടിന് കീഴിൽ സിംഹത്തിന്റേതുപോലെ കറുത്ത മുടിയും മുരടിച്ച താടിയും ഉള്ള ഒരു മനുഷ്യന്റെ ഫോട്ടോ ഉണ്ടായിരുന്നു.

യൂണിഫോം ധരിച്ച രണ്ട് ഉദ്യോഗസ്ഥർക്കിടയിൽ നിന്ന അയാളുടെ തല ചെറുതായി തൂങ്ങിക്കിടന്നു.

"അയാളെ തിരിച്ചറിഞ്ഞോ ചീഫ്?"

എനിക്ക് അതിനു കഴിഞ്ഞില്ല. എന്റെ കണ്ണുകൾ ചിത്രത്തിന് താഴെയുള്ള കുറിപ്പിലായിരുന്നു.

"സത്യസന്ധതയില്ലാത്ത ഡോക്ടറെ കയ്യോടെ പിടികൂടി."

ഞാൻ വീണ്ടും ഫോട്ടോയിലെ മനുഷ്യനിൽ ശ്രദ്ധ കേന്ദ്രീകരിച്ചു. പക്ഷേ, അലി അവനെ പെട്ടെന്ന് തന്നെ തിരിച്ചറിഞ്ഞു.

''അത് നമ്മുടെ ആശുപത്രി ഉടമയല്ലേ? കഴിഞ്ഞ ദിവസം നമ്മൾ സംസാരിച്ച ആളാണ് ചീഫ്. കൻസുവിന്റെ പങ്കാളി... ആശുപത്രിക്ക് അവന്റെ മകളുടെ പേരിട്ടയാൾ.''

ഹയാതി ഡാർക്കനെക്കുറിച്ചാണ് അവൻ പറഞ്ഞത്. ഞാൻ അടുത്തേക്ക് നീങ്ങി നിന്ന് ഒന്നുകൂടി നോക്കി. അത് അയാളായിരുന്നു. കൻസുവിന്റെ മുൻ പങ്കാളി.

അവയവക്കടത്തിനെപ്പറ്റിയുള്ള വാർത്തകളിൽ അയാളുടെ പേര് വന്നതിനെ കുറിച്ച് ബുകെറ്റ് പറഞ്ഞിരുന്നു. ''അതൊരു തെറ്റിദ്ധാരണയാണെന്ന് തെളിഞ്ഞു.'' അതായിരുന്നു അവളുടെ വാക്കുകൾ. ഞങ്ങൾ ഇപ്പോൾ നോക്കുന്നത് ആ തെറ്റിദ്ധാരണയുടെ വാർത്തയാണോ? പശ്ചാത്താപമില്ലാത്ത ആ ദുഷ്ടന്റെ തനിനിറം എന്താണ് എന്ന് ഇന്ന് രാവിലെ ഞങ്ങൾ പിടികൂടിയ ദിൻക് പറഞ്ഞില്ലായിരുന്നുവെങ്കിൽ ഞാൻ ബുക്കെറ്റിനോട് യോജിക്കുമായിരുന്നു.

''ഈ വാർത്ത എട്ട് വർഷം മുമ്പുള്ളതാണ്,'' സെയ്നെപ് പറഞ്ഞു. ആ വാക്കുകൾ എന്റെ ആഹ്ലാദം അവസാനിപ്പിച്ചു.

''ഹയാതി ഡാർക്കനെക്കുറിച്ച് വന്ന അവസാനത്തെ മോശം വാർത്തയായിരുന്നു ഇത്.''

ഞങ്ങളുടെ ക്രിമിനോളജിസ്റ്റ് അവളുടെ കമ്പ്യൂട്ടറിലെ കീകളിൽ വിരലമർത്തി.

''നോക്കൂ, ഇത് ആറ് വർഷം മുമ്പുള്ള വാർത്തയാണ്. മറ്റൊരു പത്രവാർത്ത പ്രത്യക്ഷപ്പെട്ടു. ''സെറാപ്പ് ഹോസ്പിറ്റൽ ഇപ്പോൾ ഇസ്മിറിലും.'' ആദ്യത്തെ ഫോട്ടോയിൽ ഹയാതിയുടേത് മെലിഞ്ഞ രൂപം ആയിരുന്നു.

അടുത്ത ഫോട്ടോയിൽ അയാളുടെ ശരീരം കൊഴുത്തതായി കാണപ്പെട്ടു. ഷേവ് ചെയ്തു മിനുക്കിയ മുഖവുമായി ഒരു വില കൂടിയ ഇരുണ്ട നീല സ്യൂട്ടിനുള്ളിൽ ഇരുന്ന് അയാൾ ഞങ്ങളെ നോക്കി ചിരിച്ചു. അവന്റെ മുടി അല്പം നരച്ചിരുന്നു.

ആരോഗ്യമന്ത്രിയുടെ അരികിൽ അഭിമാനത്തോടെ പോസ് ചെയ്യുകയായിരുന്നു അയാൾ. ''സെറാപ്പ് ഹോസ്പിറ്റൽസിന്റെ മൂന്നാമത്തെ ശാഖ ഇസ്മിറിനെ സേവിക്കാൻ തുടങ്ങി.'' അതായിരുന്നു ഫോട്ടോയുടെ അടിക്കുറിപ്പ്.

''അവൻ മൂന്ന് ശാഖകളിൽ അവസാനിപ്പിച്ചില്ല,''

സെയ്നെപ് വിഷ്വലുകൾ പ്രദർശിപ്പിക്കുന്നത് തുടർന്നു.

''അവൻ പത്തുവർഷത്തിനിടെ ഒമ്പത് ആശുപത്രികൾ തുറന്നു. പക്ഷേ മതിയെന്ന് അയാൾക്ക് ഇപ്പോഴും തോന്നിയിട്ടില്ല.''

അവൾ കമ്പ്യൂട്ടർ സ്ക്രീനിലെ വാർത്തകൾ ചൂണ്ടിക്കാണിച്ചു. തുർക്കിയിൽ മാത്രമല്ല, ലോകം മുഴുവൻ ആശുപത്രികൾ തുറക്കുകയാണ് തന്റെ ലക്ഷ്യമെന്ന് ഹയാതി പ്രഖ്യാപിച്ചു. താൻ ബാൽക്കൺ രാജ്യങ്ങൾക്ക് മുൻഗണന നൽകും എന്നും അയാൾ കൂട്ടിച്ചേർത്തു.

അവന്റെ രണ്ടാമത്തെ ആശുപത്രി കൊസോവോയിൽ തുറന്ന അവസരമായിരുന്നു അത്.

''ഇതേ കാലയളവിലെ മറ്റൊരു ഫോട്ടോ നോക്കൂ.''

സ്ക്രീനിലെ മങ്ങിയ ഫോട്ടോയിൽ, ഹയാതി ഡാർക്കനും കൻസുസർമാഷിക്കും ക്യാമറകളെ നോക്കി പുഞ്ചിരിച്ചു.

ഒരു കെട്ടിടത്തിന് മുന്നിൽ നിൽക്കുകയായിരുന്നു അവർ. അതിനു മുകളിൽ 'ഹോസ്പിറ്റൽ ഓഫ് സെറാപ്പ്' എന്ന് വലിയ അക്ഷരങ്ങളിൽ എഴുതിയിരിക്കുന്നു. ഇരുവരും വെളുത്ത നിറത്തിലുള്ള ഡോക്ടറുടെ ഏപ്രണുകൾ ധരിച്ചിരുന്നു. ആ വാർത്തയുടെ തലക്കെട്ട് ഇങ്ങനെയായിരുന്നു.

''ടർക്കിഷ് മെഡിക്കുകൾ ബാൽക്കൻ രാജ്യങ്ങളിൽ ആരോഗ്യം കൊണ്ടുവരുന്നു.''

ഈ സമയം ചുവന്ന മുഖമുള്ള പലിശക്കാരൻ പറഞ്ഞത് ഞാൻ ഓർത്തു.

''കാൻസു കൊസോവോയിൽ വച്ച് എന്റെ അനന്തരവനെ ഓപ്പറേഷൻ ചെയ്യാൻ പോകുകയായിരുന്നു.''

ഒരുപക്ഷേ ഈ ഫോട്ടോയിലെ ആശുപത്രിയെക്കുറിച്ചായിരിക്കാം അവൻ സംസാരിച്ചത്. ഞാൻ അക്കാര്യം പുറത്തെടുത്തില്ല.

എന്റെ സുഹൃത്തുക്കളെ ആശയക്കുഴപ്പത്തിലാക്കാൻ ആഗ്രഹിച്ചില്ല എന്നതായിരുന്നു സത്യം.

എന്തായാലും സെയ്നെപ് അപ്പോഴും സംസാരിച്ചുകൊണ്ടിരിക്കുകയായിരുന്നു.

''ഒന്ന് ആലോചിച്ചു നോക്കൂ. ആദ്യത്തെ ആശുപത്രി ഇസ്താംബൂളിൽ, രണ്ടാമത്തേത് പ്രിസ്റ്റീനയിൽ. അതിൽ എന്താണ് പ്രശ്നം എന്ന് വേണമെങ്കിൽ നമുക്ക് ചിന്തിക്കാം? ആ മനുഷ്യന് പണം സമ്പാദിക്കാൻ ആഗ്രഹമുണ്ട്. അയാൾക്ക് നിയമപരമായി അനുവാദമുണ്ടെങ്കിൽ എത്ര രാജ്യങ്ങളിൽ വേണമെങ്കിലും ആശുപത്രികൾ തുറക്കാൻ കഴിയും. എന്നാൽ കൊസോവോ ഒരു കാലത്ത് ഏറ്റവും കൂടുതൽ ആളുകൾ അവയവ കടത്തിലൂടെയുള്ള ട്രാൻസ്പ്ലാന്റുകൾ നടന്നിട്ടുള്ള രാജ്യമായി വിശേഷിപ്പിക്കപ്പെട്ടിരുന്നു.''

''അപ്പോൾ ദിൻക് പറഞ്ഞത് ശരിയാണോ?'' അലി ഇടയ്ക്ക് കയറി. ''സെറാപ്പ് ആശുപത്രികളിലെ പ്രധാന ബിസിനസ് അവയവ കടത്താണോ?''

സെയ്നെപ് ഇതിനകം തന്നെ ഈ ധാരണയിൽ എത്തിയിരുന്നു.

''എന്റെ പ്രിയപ്പെട്ടവനേ, അയാൾക്ക് വേറെ എവിടുന്നാണ് പണം ലഭിക്കുക? അവൻ പിന്നെ എങ്ങനെ ഇത്ര പെട്ടെന്ന് ഒമ്പത് ആശുപത്രികൾ തുറക്കും? പത്ത് വർഷത്തിനുള്ളിൽ ഒൻപത് വലിയ ആശുപത്രികൾ?''

എന്നിരുന്നാലും നിഗമനങ്ങളിൽ എത്തിച്ചേരാൻ ഞങ്ങൾക്ക് കൂടുതൽ വസ്തുതകൾ ആവശ്യമായിരുന്നു.

''ഈ ആശുപത്രിക്ക് മറ്റ് ഏത് നഗരങ്ങളിലാണ് ശാഖകൾ ഉള്ളത്? ഈയിടെ എവിടെയാണ് അയാൾ അവ തുറന്നത്?''

എന്റെ മനസ്സിൽ എന്താണ് നടക്കുന്നതെന്ന് സെയ്നെപ്പിന് മനസ്സിലായി.

''നിരവധി നഗരങ്ങളിൽ തുറന്നിട്ടുണ്ട്, പക്ഷേ ശ്രദ്ധിക്കേണ്ടത് ഉർഫ, ഗാസിയാൻടെപ്പ്, ഹതായ് എന്നീ സ്ഥലങ്ങളിൽ തുറന്നവയാണ്. അവയെല്ലാം സിറിയയിൽ ആഭ്യന്തരയുദ്ധം പൊട്ടിപ്പുറപ്പെട്ട് മൂന്ന് വർഷത്തിന് ശേഷമാണ് തുറന്നത്. നമ്മുടെ രാജ്യം അഭയം തേടി എത്തുന്ന ആളുകൾക്ക് ഷെൽട്ടർ ഒരുക്കുന്ന പ്രവിശ്യകളിൽ...''

''നിങ്ങൾ ഉദ്ദേശിക്കുന്നത് നിരാശരായ ആളുകളിൽ നിന്ന് വില കുറഞ്ഞ അവയവങ്ങൾ ലഭിക്കാൻ കഴിയുന്ന സ്ഥലങ്ങളിലാണ് അവൻ ആശുപത്രികൾ തുറന്നത് എന്നല്ലേ?''

''അതിൽ ആലോചിക്കാൻ എന്തെങ്കിലും ഉണ്ടോ? അവയവക്കടത്തിൽ നിന്നാണ് ആ മനുഷ്യൻ തന്റെ സമ്പത്ത് സമ്പാദിച്ചതെന്ന് വ്യക്തമാണ്. കുടിയേറ്റക്കാർ താമസിക്കുന്ന പ്രദേശങ്ങളെ അവൻ ഒരു അവയവ ഭണ്ഡാരം ആയാണ് കണ്ടിരുന്നത്. ആ മനുഷ്യൻ അങ്ങനെയുള്ള സ്ഥലങ്ങളിൽ നേരിട്ട് ശ്രദ്ധ കേന്ദ്രീകരിച്ചു.''

''അങ്ങനെയാണ് കാര്യങ്ങൾ എന്നാണ് തോന്നുന്നത്,'' ഞാൻ എന്റെ വിവേചനാധികാരം പാലിച്ചുകൊണ്ട് പറഞ്ഞു. ''എന്നാൽ നമ്മൾ ഇപ്പോഴും ഊഹങ്ങൾക്കപ്പുറമെത്തിയിട്ടില്ല സുഹൃത്തുക്കളേ. അവയവം മാറ്റിവയ്ക്കൽ നടത്തിയതായി സംശയിക്കുന്നയാളിൽ നിന്ന് നമുക്ക് മൊഴി ലഭിച്ചിട്ടുണ്ട് എന്നത് ശരിയാണ്.''

തിരശ്ശീലയിലെ ആശുപത്രി ഉടമയെ ചൂണ്ടിക്കാണിച്ചുകൊണ്ട് ഞാൻ ചോദിച്ചു.

''ഹയാതി ഡാർക്കനെ കസ്റ്റഡിയിലെടുത്ത കേസ് അന്ന് എങ്ങനെയാണ് അവസാനിപ്പിച്ചത് സെയ്നെപ്?''

''അവൻ ഊരിപ്പോയി ചീഫ്, അവ്യക്തമായ തെളിവുകൾ, പക്ഷേ സത്യം ഇപ്പോൾ നിങ്ങൾക്കറിയാം...''

അവൾ എന്നെ ബോധ്യപ്പെടുത്താൻ ശ്രമിക്കുകയായിരുന്നു.

''എന്റെ അറിവ് കാര്യങ്ങൾക്ക് ഒരു വ്യത്യാസവും വരുത്തുന്നില്ല. പ്രോസിക്യൂട്ടർ നാദിർ സാറിന് തെളിവുകൾ ആവശ്യമാണ്. നമ്മുടെ പക്ഷത്തു നിൽക്കുന്ന സാക്ഷികളും. ഇവന് എതിരെ മറ്റ് കേസുകളൊന്നും ഉണ്ടായിരുന്നില്ലേ?''

''തീർച്ചയായും ഉണ്ടായിരുന്നു. കൃത്യം അഞ്ചെണ്ണം.''

''പക്ഷേ അവയിലൊന്നിലും അവൻ ശിക്ഷിക്കപ്പെട്ടിട്ടില്ല അല്ലേ?''

പരിഹസിച്ചുകൊണ്ട് അലി പറഞ്ഞു.

സെയ്നെപ് പ്രതിഷേധത്തോടെയാണ് സംസാരിച്ചത്.

''ഓരോ തവണയും അയാൾ രക്ഷപ്പെടാൻ ഒരു വഴി കണ്ടെത്തി... ശിക്ഷയെക്കുറിച്ച് മറന്നേക്ക്, സംഭവങ്ങൾപോലും കോടതിക്ക് മുന്നിൽ സമർപ്പിക്കപ്പെട്ടില്ല.''

എങ്ങനെയാണ് ഇത് നടന്നിരിക്കുക എന്ന് ഞാൻ തല പുകഞ്ഞാലോചിച്ചു.

''സെയ്നെപ്, അവൻ എങ്ങനെ ഓരോ തവണയും പുറത്തിറങ്ങാനുള്ള മാർഗ്ഗം കണ്ടെത്തി? നിയമത്തിൽ എന്തെങ്കിലും പഴുതുണ്ടോ? എന്താണ് അവനെ രക്ഷിച്ചത്?''

സെയ്നെപ് ആത്മവിശ്വാസത്തോടെ വിശദീകരിക്കാൻ തുടങ്ങിയതിനാൽ അവൾ ഈ വിഷയം പഠിച്ചിട്ടുണ്ട് എന്നത് എനിക്ക് വ്യക്തമായി.

''ഇത് അല്പം സങ്കീർണ്ണമായ കാര്യമാണ് ചീഫ്. ഒറ്റനോട്ടത്തിൽ ഒരു കുറ്റകൃത്യവും ഇല്ലെന്ന് തോന്നും. ഞാൻ ഉദ്ദേശിച്ചത്, ഒരു മനുഷ്യൻ തന്റെ അവയവം ദാനം ചെയ്യുന്നു, ആ അവയവം ഒരു രോഗിക്ക് കൈമാറുന്നു. എന്നാൽ അവയവം മാറ്റിവയ്ക്കലിനായി എല്ലാ രാജ്യങ്ങളിലും ഒരു കാത്തിരിപ്പ് പട്ടികയുണ്ട്. അതനുസരിച്ചു നിങ്ങൾ നിങ്ങളുടെ വൃക്കയോ മറ്റേതെങ്കിലും അവയവമോ ദാനം ചെയ്യുമ്പോൾ, ഏറ്റവും ആവശ്യമുള്ളവർക്ക് അല്ലെങ്കിൽ ഇതിനായി തയ്യാറാക്കിയിട്ടുള്ള പട്ടികയുടെ ഏറ്റവും മുകളിൽ ഉള്ള ഒരാളിന് ട്രാൻസ്പ്ലാന്റ് ചെയ്യണം. ഹയാതി ഡാർക്കനെയോ ദിൻക് അച്ചിക്ഗോസിനെയോ പോലെയുള്ളവർ വിവിധ രാജ്യങ്ങളിൽ നിന്നുള്ള സമ്പന്നരും എന്നാൽ രോഗികളുമായ ആളുകളെ കണ്ടെത്തുന്നു. ഊഴം കാത്തുനിൽക്കാതെ നല്ല തുക പ്രതിഫലം നൽകി ഈ പണക്കാർ ഈ തെമ്മാടികളുടെ സഹായത്തോടെ ട്രാൻസ്പ്ലാന്റ് ചെയ്യുന്നു. അടുത്തിടെ റെയ്ഡ് ചെയ്യപ്പെട്ട ഒരു ആശുപത്രിയിൽ ഇത് പൊലീസ് കയ്യോടെ പിടികൂടിയിരുന്നു. ഒരു സമ്പന്നനായ ജർമ്മൻ രോഗിക്ക് ദരിദ്രനായ ഒരു നൈജീരിയക്കാരന്റെ വൃക്ക മാറ്റിവക്കുകയായിരുന്നു. അത്തരം കേസുകൾക്ക് ഒരു കുറവുമില്ല. പത്തുവർഷത്തിനുള്ളിൽ നാനൂറിനടുത്ത് ആളുകളെ അവയവങ്ങളുടെയും കോശങ്ങളുടെയും കച്ചവടത്തിന്റെ പേരിൽ അറസ്റ്റ് ചെയ്തിട്ടുണ്ട്. ഒപ്പം ഇരുന്നൂറോളം പേര് സ്വന്തം അവയവങ്ങൾ അനധികൃതമായി വിറ്റതിന് പിടിക്കപ്പെട്ടു. ഒരു ഘട്ടത്തിൽ ഈ ബിസിനസ്സ് ഏറ്റവും കൂടുതൽ ചെയ്തുകൊണ്ടിരുന്നത് കൊസോവോയിലാണ്. ഇപ്പോൾ ഏറ്റവും കൂടുതൽ നിയമവിരുദ്ധമായ അവയവമാറ്റ ശസ്ത്രക്രിയകൾ നടക്കുന്ന രാജ്യമായി നമ്മൾ മാറിയിരിക്കുന്നു. തുർക്കിയിൽ നിയമവിരുദ്ധമായ അവയവ വിപണി ശരിക്കും മുന്നേറുകയാണ് എന്നാണ് തോന്നുന്നത്.''

''നാശം,'' അലി അലറി.

''സമ്പന്നനാണെങ്കിൽ നിങ്ങൾ ജീവിക്കും. ദരിദ്രനാണെങ്കിൽ നിങ്ങളുടെ ശരീരം കഷണം കഷണമായി വിൽക്കണം.''

''ശരിയാണ് അലി,'' സെയ്നെപ് സമ്മതിച്ചു, അവളുടെ ശബ്ദം വേദനയാൽ വിറയാർന്നു.

''നമ്മുടെ നാട്ടിലെ പാവങ്ങൾ ഈ അപമാനത്തിലൂടെ കടന്നു പോയത് പോരാ, ഇപ്പോൾ പാവപ്പെട്ട സിറിയക്കാരും അതേ ദുരന്തം അനുഭവിക്കുന്നു.''

ഇതിനൊക്കെ ഉത്തരവാദിയായ ആളുടെ മുഖത്ത് ഇടിക്കാൻ പോകുകയാണ് എന്നതുപോലെ അലി തന്റെ മുഷ്ടി ചുരുട്ടി.

''അയ്ബറും കബീറും സ്വന്തം മകൻ ബെർസിസിനെ വിറ്റത് പോലെ. മനുഷ്യത്വം എന്നത് കഴിഞ്ഞ കാലത്തെന്നോ ഉണ്ടായിരുന്ന ഒരു കാര്യമാണ്...''

അല്ലെങ്കിൽ മനുഷ്യത്വം എന്നത് ശരിക്കും ഇതായിരുന്നിരിക്കാം. സമ്പന്നർക്ക് മാത്രം ജീവിക്കാനുള്ള അവകാശമുള്ളൂ എന്ന് അംഗീകരിച്ച ഈ പാത ഒരു ദാതാവിന്റെ അഭാവം മൂലമുണ്ടായ തന്റെ മകളുടെ മരണശേഷം ഹയാതി തിരഞ്ഞെടുത്തത് കാര്യങ്ങളെ കൂടുതൽ ഭയാനകമാക്കി. എന്നാൽ മനുഷ്യപ്രകൃതിയെക്കുറിച്ച് തത്ത്വചിന്ത നടത്താനുള്ള സമയമായിരുന്നില്ല ഇത്. ഞങ്ങൾക്ക് യഥാർത്ഥ പ്രശ്നത്തിൽ ശ്രദ്ധിക്കേണ്ടതുണ്ട്.

''ശരി, സുഹൃത്തുക്കളേ,'' ഞാൻ ഒരു കസേരയിലേക്ക് വീണുകൊണ്ട് പറഞ്ഞു. ''നമ്മൾ ഹയാതി. ഡാർക്കൻ ഒരു അവയവ കടത്തുകാരനായിരുന്നു തെളിയിച്ചുവെന്ന് പറയാം. സെറാപ്പ് ഹോസ്പിറ്റൽസിന്റെ സമ്പത്ത് ഈ വൃത്തികെട്ട പണത്തെ അടിസ്ഥാനമാക്കിയുള്ളതാണെന്ന് നമുക്ക് പറയാം. പക്ഷേ കൊലപാതകങ്ങളുമായി ഇതിന് എന്താണ് ബന്ധം? ഓർക്കുക, നമ്മുടെ ജോലി നിയമവിരുദ്ധമായ ആരോഗ്യവിപണനത്തെക്കുറിച്ചുള്ള അന്വേഷണമല്ല, മറിച്ച് നാല് കൊലപാതകങ്ങളിലെ പ്രതികളെ കണ്ടെത്തുക എന്നതാണ്. എങ്കിൽ...''

ഞങ്ങളുടെ ക്രിമിനോളജിസ്റ്റ് എന്നെ പൂർത്തിയാക്കാൻ അനുവദിച്ചില്ല.

''ഹയാതി ഡാർക്കന്റെ കൂടെ മറ്റൊരു പേര് ചേർക്കണം, ചീഫ്.''

അവളുടെ ശബ്ദം ഏതാണ്ട് പ്രസന്നമായിരുന്നു.

''അതിനാണ് ഇന്നലെ രാത്രി ഞാനും എക്രമും ഒരുമിച്ച് ആ വ്യാജ ആശുപത്രിയിൽ പോയത്. എന്നാൽ അവിടെ കാര്യങ്ങൾ കൈവിട്ടു പോയിരുന്നു. സന്ദർഭം നിയന്ത്രിക്കുന്നതിന് ഇടയിൽ എനിക്ക് വിശദീകരിക്കാൻ കഴിഞ്ഞില്ല.''

സെയ്നെപ് കുട്ടിക്കളി കളിക്കുന്ന ഒരാളല്ല. അവൾക്ക് പ്രധാനപ്പെട്ട എന്തെങ്കിലും സൂചന കിട്ടിയിരിക്കണം. ശബ്ദത്തിലെ ശാന്തത നിലനിർത്താൻ ശ്രമിച്ചു കൊണ്ട് ഞാൻ ചോദിച്ചു.

''കുറ്റകൃത്യസ്ഥലത്ത് അവശേഷിച്ച ബാർകോഡുകളിൽ നിന്ന് എന്തെങ്കിലും ലഭിച്ചോ?''

അവളുടെ മുഖമാകെ പുഞ്ചിരി പരന്നു.

''അതും ഉണ്ട്. കഴിഞ്ഞ മൂന്ന് കൊലപാതകങ്ങളിലെ കളിപ്പാട്ടങ്ങളുടെ ബാർകോഡ് നമ്പറുകൾ കൂട്ടിച്ചേർത്താൽ പന്ത്രണ്ട് എന്ന അക്കം ലഭിക്കില്ല. പ്രോസിക്യൂട്ടർ നാദിർ പറഞ്ഞത് ശരിയാണ്. അഞ്ച് വർഷം മുമ്പ് നടന്ന കൊലപാതകങ്ങളുടെ കുറ്റകൃത്യ ദൃശ്യങ്ങളിൽ അവശേഷിക്കുന്ന കളിപ്പാട്ട ബാർകോഡുകൾ പോലെ ഈ സംഖ്യകൾ ബ്ലൈൻഡ്മാൻസ് ബഫ് സൃഷ്ടിച്ചതല്ല. നമുക്ക് ഇത് കണക്കിലെടുക്കണം. പക്ഷേ നമ്മൾ അടുത്തിടെ മനസ്സിലാക്കിയ വിവരങ്ങളുടെ അടിസ്ഥാനത്തിൽ കൂടുതൽ പ്രസക്തമായ ചില സൂചനകളിൽ ഞാൻ എത്തി. നമ്മുടെ മുൻ ഉദ്യോഗസ്ഥൻ, സൂപ്രണ്ട് സെക്കായിയുടെ മാനസപുത്രൻ ആൽപ്പർ സൈപ്പറിനെക്കുറിച്ച്... കഴിഞ്ഞ മൂന്ന് വർഷമായി സെറാപ്പ് ഹോസ്പിറ്റൽസിന്റെ സെക്യൂരിറ്റി നോക്കുന്നത് ആൽപേഴ്സ് കമ്പനിയാണ്.''

മറ്റൊരു പത്രത്തിന്റെ ക്ലിപ്പിംഗ് തിരശ്ശീലയിൽ പ്രത്യക്ഷപ്പെട്ടു. ഇത്തവണ സെകായിയും കൻസുവും ആൽപ്പറും ഒരുമിച്ച് നടത്തിയ ഒരു വാർത്താസമ്മേളനത്തെക്കുറിച്ചായിരുന്നു റിപ്പോർട്ട്. സെറാപ്പ് ഹോസ്പിറ്റലിൽ ജോലി ചെയ്യുന്ന ഒരു ലേഡി ഡോക്ടറെ ആരോ ആക്രമിച്ചതിനെക്കുറിച്ച് അവർ ചർച്ച ചെയ്യുകയായിരുന്നു

''ആൽപറിന് ഏറ്റവും പുതിയ ഇരയെ അറിയാമായിരുന്നു.''

വാക്കുകൾ സ്വയമേവ എന്റെ നാവിൽ നിന്ന് പുറത്തു വന്നു.

''അതേസമയം ഇന്നലെ, കൻസു സർമാഷിക്കിനെപ്പറ്റി പരാമർശിച്ചപ്പോൾ, അവൻ ഒരിക്കലും ആ പേര് കേട്ടിട്ടില്ല എന്ന ഭാവത്തിൽ നിന്നു.''

ഞാൻ നിറുത്തിയ ഇടത്ത് നിന്ന് സെയ്നെപ്പ് എന്റെ യുക്തിയുടെ കണ്ണികൾ കൂട്ടിച്ചേർത്തു.

''അതുതന്നെയാണ് ഞാൻ സംസാരിക്കുന്നത്, ചീഫ്, മറ്റ് കൊലപാതകങ്ങളെക്കുറിച്ച് എനിക്കറിയില്ല. കാൻസു സർമാഷിക്കിന്റെ കൊലപാതകത്തിൽ ആൽപ്പറിനു കയ്യുള്ളതുപോലെ തോന്നുന്നു. അങ്ങനെ, ഹയാതി ഡാർക്കൻ നമ്മുടെ പട്ടികയിൽ ഒന്നാമതെത്തുകയും ചെയ്തു.''

എന്റെ തൊട്ടടുത്തുള്ള കസേരയിൽ ഇരുന്ന അലി അത് സമ്മതിച്ചു.

''ആ മനുഷ്യനോട് തുടർച്ചയായി കൻസു പണം ചോദിച്ചിരുന്നു എന്ന് കേട്ടപ്പോൾ ഞാൻ അത്ഭുതപ്പെട്ടു. എന്തുകൊണ്ടാണ് അവൻ തന്റെ മുൻ പങ്കാളിക്ക് ഇത്രയും പണം നൽകുന്നത്. വ്യക്തമായും കൻസു ഹയാതിയെ ബ്ലാക്ക് മെയിൽ ചെയ്യുകയായിരുന്നു. പണം നൽകിയില്ലെങ്കിൽ, അവർ എങ്ങനെയാണ് അവയവങ്ങൾ കടത്തുന്നതെന്ന് എല്ലാവരോടും പറയുമെന്ന് പറഞ്ഞിട്ടുണ്ടാവണം.''

എന്റെ അസിസ്റ്റന്റ് ആ രംഗം കണ്ടതുപോലെ പറഞ്ഞുകൊണ്ടിരുന്നു. അത് സെറാപ്പ് ഹോസ്പിറ്റലുകളെ കുറിച്ച് ദിൻക് പറഞ്ഞത് കേട്ടതിനുശേഷം ഞാൻ എന്റെ തലയിൽ സൃഷ്ടിച്ച രംഗത്തിന് സമാനമായിരുന്നു. സെയ്നെപിന്റെ ഊഹങ്ങൾ ഈ ചിന്തകൾക്ക് ബലം കൂട്ടി.

ഇനി വിശദാംശങ്ങൾ പൂരിപ്പിക്കേണ്ടത് അവരുടെ സൂപ്പർവൈസർ എന്ന നിലയിൽ ഞാനായിരുന്നു

''എല്ലാവരോടും പറയുമെന്ന് അവൻ വെറുതെ ഭീഷണിപ്പെടുത്തുകയായിരുന്നില്ല, അലി, കൈവശമുള്ള ഡോക്യുമെന്റേഷൻ കാട്ടി എല്ലാം തുറന്നുകാട്ടുമെന്നും പറയുകയായിരുന്നു. മാത്രമല്ല അവന്റെ പണത്തിന്റെ ആവശ്യം അവസാനിക്കാത്തത് ആയിരുന്നു. അവനെ ആ പണക്കാരന്റെ കളി വല്ലാതെ ആകർഷിച്ചിരുന്നു. അവസരം കിട്ടിയിരുന്നെങ്കിൽ, സെറാപ്പ് ഹോസ്പിറ്റൽസിന്റെ എല്ലാ മൂലധനവും അവൻ പണയം വെക്കുമായിരുന്നു. ഹയാതിക്ക് ഈ ശല്യക്കാരനെ അവസാനിപ്പിക്കേണ്ടി വന്നു. ഒന്നുകിൽ അയാൾ തന്റെ വിഷമാവസ്ഥയെക്കുറിച്ച് ആൽപ്പറിനോട് പറഞ്ഞു, അല്ലെങ്കിൽ ബ്ലാക്ക് മെയിലിംഗിനെക്കുറിച്ച് നമ്മുടെ പഴയ ഓഫീസർ അറിഞ്ഞു. ഒരുപക്ഷേ ആൽപ്പർ തന്നെ കൻസുവിനെ ഒഴിവാക്കാനുള്ള ഉപദേശം നൽകിയിരിക്കാം. ഒരുപക്ഷേ ഹയാതി ഭയന്നുപോയിരിക്കാം. പണം നഷ്ടപ്പെടുക എന്നത് ഒരു കാര്യമാണ്, പക്ഷേ അവയവമാറ്റത്തെ തുടർന്ന് ഉണ്ടായ മരണങ്ങളുടെ ഉത്തരവാദിത്തം ഏറ്റെടുത്ത് ജയിലിൽ പോകാനുള്ള പദ്ധതിയൊന്നും ഹയാതിക്ക് ഉണ്ടായിരുന്നില്ല. തന്റെ ഇരട്ടകൾ; പിതാവില്ലാത്തവരായി വളരാൻ അവൻ ആഗ്രഹിക്കില്ല. പക്ഷേ പണപ്പിരിവ് സഹിക്കാനാവാതെ വന്നപ്പോൾ ആൽപ്പർ അദ്ദേഹത്തിന് നിരസിക്കാൻ കഴിയാത്ത ഒരു പദ്ധതി അവതരിപ്പിച്ചു. ഈ സാഹചര്യം അനുസരിച്ച്, അവർ ഒരിക്കലും പിടിക്കപ്പെടില്ല. കാരണം, കാൻസു സർമാഷിക്കിന്റെ കൊലപാതകം ഒരു പരമ്പര കൊലയാളിയുടെ മേൽ ആരോപിക്കപ്പെടും. എല്ലാവരും ബ്ലൈൻഡ്മാൻസ് ബഫിനെ കുറ്റപ്പെടുത്തും. അത് ബോധ്യപ്പെടുത്താൻ അവർക്ക് രണ്ടുപേരെ കൂടി കൊല്ലേണ്ടതുണ്ടായിരുന്നു. ബാലപീഡകർ ആയത് കൊണ്ട് സമൂഹത്തിന് ഹാനികരമായ അത്തരം കൊലപാതകങ്ങൾ പൊലീസ് പോലും അംഗീകരിക്കും.''

സെയ്നപ്പിന്റെ മുഖത്ത് വിസ്മയം വിരിഞ്ഞു.

''അത് വളരെ നല്ല ഊഹമാണ് ചീഫ്. ബ്ലൈൻഡ്മാൻസ് ബഫിനെക്കുറിച്ചുള്ള എല്ലാ വസ്തുതകളും ആൽപറിന്റെ കൈയിൽ ഉണ്ടായിരുന്നു. കൂടാതെ സീരിയൽ കില്ലറിനെക്കുറിച്ച് സെകായി ശേഖരിച്ച വിവരങ്ങൾ എല്ലാം അവന് അറിയാമായിരുന്നു. മിവാക്യൂറിയം ഉപയോഗിച്ച് അവൻ ഇരകൾക്ക് മയക്കുമരുന്ന് നൽകി. കുട്ടികളുമായി ബന്ധമുള്ള സ്ഥലങ്ങളിൽ അവരെ കൊണ്ടുപോയി കൊലപ്പെടുത്തി. അല്ലെങ്കിൽ അവരെ ആദ്യം തന്നെ കൊന്നിട്ടുണ്ടാവാനും സാധ്യതയുണ്ട്. അവൻ ബ്ലൈൻഡ്മാൻസ് ബഫിനെ അനുകരിച്ച് അവരുടെ കണ്ണുകൾക്ക് മുകളിൽ ചുവന്ന വെൽവെറ്റ് തുണി കെട്ടി, വലത് ചെവി മുറിച്ച്, ഓരോ ശരീരത്തിനും അടുത്തായി ഒരു കളിപ്പാട്ടം ഉപേക്ഷിച്ചു.''

ആൽപ്പർ ശരിക്കും പൈശാചികമായി എല്ലാം വിഭാവനം ചെയ്യുകയും നടപ്പിലാക്കുകയും ചെയ്തു.

''അവൻ കൂർമ്മബുദ്ധിയുള്ളവനായിരുന്നു സെയ്നെപ്,'' ഞാൻ മറ്റു ചിലത് ഓർത്തുകൊണ്ട് പറഞ്ഞു.

‘‘ഞാൻ കേസ് നോക്കുമെന്ന് ആൽപ്പറിന് അറിയാമായിരുന്നു. അവൻ എന്നെക്കുറിച്ച് കുറച്ച് ഗവേഷണം നടത്തി. അങ്ങനെ ആയിരിക്കണം ആകിഫ് സോയ്കൻ എന്റെ മകളെ ശല്യപ്പെടുത്തുന്നുണ്ടായിരുന്നു എന്ന് മനസ്സിലാക്കിയത്. അതുകൊണ്ടാണ് ആൽപ്പർ തന്റെ ആദ്യ ഇരയായി അകിഫിനെ തിരഞ്ഞെടുത്തത്. അവൻ എന്റെ മകളുടെ കൈയിൽ ഉണ്ടായിരുന്നതിന് സമാനമായ ഒരു പാവയെ സംഭവസ്ഥലത്ത് ഉപേക്ഷിച്ചു. ഞാൻ വികാരാധീനനാകണമെന്നും പൂർണ്ണമായും ബ്ലൈൻഡ്മാൻസ് ബഫിൽ ശ്രദ്ധ കേന്ദ്രീകരിക്കണമെന്നും അവൻ ആഗ്രഹിച്ചു.’’

‘‘പക്ഷേ, അവൻ ഒരു തെറ്റ് ചെയ്തു,’’ നിശ്ശബ്ദനായി ഇരുന്ന അലി പറഞ്ഞു. അവൻ ഞങ്ങളെ എല്ലാം ഇറുക്കിയ കണ്ണുകളോടെ ശ്രദ്ധിച്ചുകൊണ്ടിരിക്കുകയായിരുന്നു. ‘‘ബ്ലൈൻഡ്മാന്റെ ബഫിന്റെ കണക്ക് അവനു പാലിക്കാനായില്ല. പന്ത്രണ്ട് പേർക്ക് പകരം അവൻ രണ്ടുപേരെ മാത്രം കൊന്നു.’’ അവൻ വീണ്ടും കുറച്ചു നേരം മിണ്ടാതെ ഇരുന്നു, എന്നിട്ട് തന്നോട് തന്നെ എന്നപോലെ ചോദിച്ചു, ‘‘അവൻ ഈ പണി തുടരാൻ പോകുകയായിരുന്നോ എന്നാണ് എന്റെ സംശയം?’’

‘‘ഇല്ല അലി’’ ഞാൻ ആത്മവിശ്വാസത്തോടെ പറഞ്ഞു.

‘‘അങ്ങനെയാണെങ്കിൽ, അയാൾക്ക് കൃത്യം പന്ത്രണ്ടുപേരെ കൊല്ലേണ്ടി വന്നേനെ. അത്ര റിസ്ക് എടുക്കാൻ അയാൾക്ക് കഴിയുമായിരുന്നില്ല. വിശദാംശങ്ങളിൽ നമ്മൾ ശ്രദ്ധ കേന്ദ്രീകരിക്കും എന്ന് അവൻ കരുതിയില്ല. അവൻ അത്ര മുന്നോട്ടു പോയതുമില്ല. ഈ തെളിവുകൾ കിട്ടിയില്ലായിരുന്നുവെങ്കിൽ ഇത്തരം പൊരുത്തക്കേടുകൾ നമ്മൾ അവഗണിക്കുമായിരുന്നു.’’

സെയ്നെപ് ചിന്തയിൽ മുഴുകിയിരുന്നു. ‘‘നിങ്ങൾ പറഞ്ഞത് ശരിയാണ്,’’

അവൾ സമ്മതിച്ചു. ‘‘നമ്മൾ അത് ചിന്തിക്കുമായിരുന്നില്ല. എല്ലാത്തിനുമുപരി, നമ്മൾ ഒരു സീരിയൽ കില്ലറിനെ അഭിമുഖീകരിക്കുകയായിരുന്നു. നമുക്ക് അധികം പരിചയമില്ലാത്ത ഒന്ന്. അവൻ തന്റെ യഥാർത്ഥ കൊലപാതകങ്ങളുടെ പതിവ് രീതികൾ പാലിക്കുമെന്ന് നമ്മൾ പ്രതീക്ഷിക്കാതിരിക്കാനും സാധ്യതയുണ്ടായിരുന്നു.’’

അവൾ താൽക്കാലികമായി നിർത്തി.

‘‘സൈപ്പർ സെക്യൂരിറ്റിയുടെ മിനിവാനുകളിലൊന്ന് ഇതിനായി ഉപയോഗിച്ചു എന്ന് തോന്നുന്നു. അലി, താൻ ഒരു ഇരുണ്ട മിനിവാൻ കണ്ടെന്ന് പറഞ്ഞ സാക്ഷിയെ നിങ്ങൾ ഓർക്കുന്നോ?’’

‘‘തീർച്ചയായും ഞാൻ ഓർക്കുന്നു, പക്ഷേ അവർ ഉപയോഗിച്ചിരുന്ന മിനിവാനിന്റെ വശത്ത് സൈപ്പർ സെക്യൂരിറ്റി എന്നെഴുതിയിരുന്നില്ല.’’

‘‘അവർ എഴുത്ത് എങ്ങനെയോ മറച്ചു. ആൽപ്പറിന് ഒരു കൂട്ടാളി കൂടി ഉണ്ടായിരുന്നു. ആ വലിയ ആൾ...’’

‘‘മെർദാൻ,’’ ഞാൻ ശ്വാസം പിടിച്ചുകൊണ്ട് പറഞ്ഞു.

‘‘ഇതിനെല്ലാം അയാളുടെ കൂട്ടാളി മെർദാൻ ആയിരുന്നു. ആൽപറിന്റെ ജന്മനാട്ടിൽ നിന്നുള്ളയാളാണ്. അവർക്കിടയിൽ മറ്റെന്തെങ്കിലും വൃത്തികെട്ട ബിസിനസും ഉണ്ടായിരുന്നിരിക്കാം.’’

‘‘ഇതൊക്കെ ശരിയാണ്, പക്ഷേ, വിരമിച്ച ആളാണെങ്കിൽപ്പോലും ഒരു നിയമപാലകന് ഇത് എങ്ങനെ ചെയ്യാൻ കഴിയും?’’

ശുദ്ധഹൃദയനായ അലി അതിശയിച്ചു.

‘‘ആ മനുഷ്യൻ അക്ഷരാർത്ഥത്തിൽ ഒരു സീരിയൽ കില്ലറെ അനുകരിക്കുകയാണ് ചെയ്തത്. തീർച്ചയായും, അവൻ കൊലപ്പെടുത്തിയ ആളുകൾ മോശം മനുഷ്യർ ആയിരിക്കാം. പക്ഷേ അവൻ അവരെ കൊന്നത് സാധുവായ കാരണത്തിനോ ആദർശത്തിനോ ആയിരുന്നില്ല. അവന്റെ ഏക ആശങ്ക തന്റെ ബോസിനെ എങ്ങനെ സന്തോഷിപ്പിക്കാം എന്നതായിരുന്നു. അതായത് പണം...’’

ഇതുകൊണ്ടാണ് ഞാൻ ഈ മനുഷ്യനെ സ്നേഹിച്ചത്, കാരണം നരകത്തെ അഭിമുഖീകരിക്കുമ്പോൾ പോലും അയാൾക്ക് ഈ ആശ്ചര്യം നിലനിർത്താൻ കഴിയും. കാരണം അവൻ തിന്മ ശീലിച്ചിട്ടില്ല.

‘‘ബാക്കി കാര്യങ്ങളെപ്പറ്റി എന്ത് തോന്നുന്നു അലി, പണമാണ് കൊലപാതകത്തിന്റെ പ്രധാന കാരണം. അത് നിങ്ങൾക്കറിയാം.’’ ഞാൻ എന്റെ പ്രസംഗം തുടരാൻ പോകുകയായിരുന്നു, പക്ഷേ എന്റെ ഫോൺ അതിന് അനുവദിച്ചില്ല. അത് എക്രം ആയിരുന്നു.

‘‘ഗുഡ് ഈവനിംഗ്, ചീഫ്...’’ അവന്റെ പരിചിതമായ ശബ്ദം മുഴങ്ങി. ‘‘ഞങ്ങൾ രണ്ട് മൃതദേഹങ്ങൾ കണ്ടെത്തി, രണ്ട് പുരുഷന്മാരുടെ മൃതദേഹങ്ങൾ...’’

ഞാൻ പ്രവചിച്ചത് നടന്നോ?

‘‘നമുക്ക് അവരുടെ ഐഡന്റിറ്റി പിടികിട്ടിയോ?’’

ഞാൻ പരിഭ്രമത്തോടെ ചോദിച്ചു. ‘‘ആരാണ് ഇരകൾ?’’

‘‘ഒരാൾ ഒരു മുൻപൊലീസുകാരനാണ്, സേനയിൽ നിന്ന് രാജി വച്ച ആൽപ്പർ സൈപ്പർ, മറ്റൊരാൾ വിരമിച്ച ബോക്സർ, മെർദാൻ കെയ്മാസ്...’’

ബ്ലൈൻഡ്മാൻസ് ബഫിന്റെ കഥ നമുക്ക് ഇവിടെ അവസാനിപ്പിക്കാം

മെർദാന്റെ ശരീരം സിറ്റിംഗ് റൂമിന് മുന്നിലായിരുന്നു. മുട്ടുകുത്തി, വലതു തോൾ വാതിലിൽ ചാരിയിരിക്കുന്ന അവസ്ഥയിലായിരുന്നു ആ ഭീമാകാരനായ മനുഷ്യൻ. നെറ്റിയുടെ നടുവിലുള്ള ചെറിയ ഇരുണ്ട ദ്വാരവും വെടിയുതിർക്കാൻ അവസരം ലഭിക്കാതെ വിരലുകൾക്കിടയിൽ അപ്പോഴുമുണ്ടായിരുന്ന വെള്ളിക്കുഴൽ ബരെറ്റയും ഉള്ളിലേക്ക് നോക്കുകയായിരുന്നു അയാൾ എന്ന് സൂചിപ്പിക്കുന്നു. ആക്രമണം പെട്ടെന്നായിരുന്നതിനാൽ അനങ്ങാൻ പോലും അവസരം ലഭിച്ചില്ല എന്ന് തോന്നുന്നു. ബുള്ളറ്റ് തറച്ചപ്പോൾ അയാൾ പതുക്കെ മുട്ടുകുത്തി വീണതാവണം.

ആൽപ്പർ ഒരു കസേരയിൽ ഇരിക്കുകയായിരുന്നു, മടിയിൽ വീണു കിടക്കുന്ന വലതു കൈ, കണ്ണുകളിലെ ഞെട്ടൽ, പിന്നിലേക്ക് ചാഞ്ഞു കിടക്കുന്ന തല..., പുറത്ത് മരിച്ചു കിടക്കുന്ന മനുഷ്യനെപ്പോലെ തന്നെ അവന്റെ നെറ്റിയിലും ഒരു ചെറിയ ഇരുണ്ട ദ്വാരം ഉണ്ടായിരുന്നു. വ്യത്യാസം ഇത് മാത്രമായിരുന്നു, ആൽപ്പറിന്റെ തലയോട്ടിയിൽ കയറിയ വെടിയുണ്ട പുറകിലൂടെ പുറത്തേക്ക് വന്നിരുന്നു.

അയാളുടെ ഇളംപച്ച ഷർട്ടിന്റെ തോളുകളിൽ നിറയെ രക്തമായിരുന്നു. ഉണങ്ങിയ രക്തം പതിയെ ചുവപ്പിൽ നിന്ന് കറുപ്പിലേക്ക് നിറം മാറുകയായിരുന്നു. മൃതദേഹങ്ങൾ ദുർഗന്ധം വമിക്കുന്നില്ലെങ്കിലും മുറിയിലെ വായു ശരിക്കും ശ്വാസം മുട്ടിക്കുന്നതായിരുന്നു.

''വെടിയേറ്റിട്ട് കുറഞ്ഞത് പന്ത്രണ്ട് മണിക്കൂറെങ്കിലും ആയിട്ടുണ്ടാവണം.''

ഉണങ്ങിയ രക്തത്തിൽ പ്ലാസ്റ്റിക് കയ്യുറയ്ക്കുള്ളിലെ വിരൽകൊണ്ട് കുത്തി നോക്കിക്കൊണ്ട് സെയ്നെപ് പറഞ്ഞു.

''ചിലപ്പോൾ കുറച്ച് നേരം കൂടി കഴിഞ്ഞിട്ടുണ്ടാവണം.''

എല്ലാ സംഭവങ്ങളിലും ബ്ലൈൻഡ്മാൻസ് ബഫ് ഞങ്ങളെക്കാൾ വേഗത്തിൽ പ്രവർത്തിച്ചു. അതാണ് എനിക്ക് മനസ്സിലാക്കാൻ കഴിയാത്തത്. ശരിക്കുള്ള കൊലപാതകികൾ ആരാണെന്ന് അവൻ എങ്ങനെ ഞങ്ങളേക്കാൾ മുൻപ് കണ്ടുപിടിക്കുന്നു? അത് ചെയ്യാൻ വേണ്ടി

അയാൾക്ക് കേവലം കൂർമ്മബുദ്ധി മാത്രമല്ല, ഞങ്ങളുടെ കൈവശ മുള്ള വിവരങ്ങളിലേക്കുള്ള പ്രവേശനവും ആവശ്യമാണ്.

മറ്റൊരു തരത്തിൽ പറഞ്ഞാൽ, അയാൾ അന്വേഷണത്തിൽ ഉൾപ്പെട്ട ഒരാളാണ്. എന്റെ നോട്ടം എന്റെ അസിസ്റ്റന്റിലേക്ക് പോയി. അവൻ വലിയ താത്പര്യത്തോടെ മെർദാന്റെ ശരീരം പഠിച്ചു കൊണ്ടിരിക്കുകയാണ്. ഇല്ല, ഉള്ളിൽ ശകാരിച്ചുകൊണ്ട് ഞാൻ പറഞ്ഞു. ''നിങ്ങൾ അലിയെ സംശയിക്കുന്നുണ്ടോ? ഓ... എന്റെ സത്യസന്ധനും ചെറുപ്പക്കാരനും കോപാകുലനുമായ സുഹൃത്ത് ഒരിക്കലും ഇത്ര നിഷ്ഠൂരമായി പ്രവർത്തിക്കില്ല. മറുവശത്ത് കൂടി ചിന്തിച്ചാൽ ബ്ലൈൻഡ്മാൻസ് ബഫ് ആകാൻ ഏറ്റവും അനുയോജ്യൻ എന്റെ അസിസ്റ്റന്റ് ആയിരുന്നു. അവൻ കുട്ടിക്കാലത്ത് ലൈംഗികമായി ആക്രമിക്കപ്പെട്ടു. അവന്റെ മനസ്സ് നിറയെ കോപവും പ്രതിഷേധവുമുണ്ട്. കൊലപാതക വിഷയത്തിൽ വിദഗ്ദ്ധനാണ്. എല്ലാറ്റിനേക്കാളും പ്രധാനമായി അവൻ അന്വേഷണത്തിന്റെ ഭാഗമാണ്.'' ഇല്ല, മനസ്സിൽനിന്ന് അത്തരം ചിന്തകളെ അകറ്റി ഞാൻ പറഞ്ഞു.

''ഒരു അതിഥിയെപോലെ കയറി വന്നിരിക്കണം.''

സെയ്നെപ് അവളുടെ കണക്കുകൂട്ടലുകൾ വിശദീകരിക്കുന്നത് തുടർന്നു. അവൾ ആൽപ്പറിന്റെ മുന്നിലുള്ള കോഫി ടേബിളിൽ ഇരുന്ന കപ്പിലേക്ക് വിരൽ ചൂണ്ടി. ''ഒരു സുഹൃത്ത് കാപ്പി കുടിക്കാൻ വരുന്നതുപോലെ.'' അവളുടെ നോട്ടം മേശയുടെ മറ്റേ അറ്റത്തേക്ക് പോയി. ''തീർച്ചയായും അവൻ ആ കപ്പ് കഴുകിയിട്ടുണ്ട്.'' അവൾ എതിർവശത്ത് കിടന്ന കസേരയുടെ അടുത്തേക്ക് നടന്നുചെന്നിട്ട് മുട്ടുകുത്തിയിരുന്നു. ''അവൻ ഇവിടെ ഇരിക്കുകയായിരുന്നു.'' അവൾ വലതു കൈ കൊണ്ട് ഒരു തോക്ക് ഉണ്ടാക്കിയിട്ട് അത് നമ്മുടെ മുൻ പൊലീസുകാരന് നേരെ തിരിച്ചു. ''ഏറ്റവും സുരക്ഷിതമെന്ന് ആൽപ്പർ കരുതിയ നിമിഷം അയാൾ ആ മനുഷ്യനെ വെടിവച്ചു.'' അവൾ അവളുടെ സാങ്കൽപ്പിക തോക്ക് വാതിൽക്കൽ കിടന്നിരുന്ന ശരീരത്തെ ലക്ഷ്യമാക്കി തിരിച്ചു. ''മെർദാൻ രക്ഷയ്ക്കായി വരാൻ ശ്രമിച്ചു. പക്ഷേ യജമാനന്റെ വിധി തന്നെ അയാളെയും കാത്തിരുന്നത്.''

അലിയുടെ മനസ്സ് മറ്റെന്തോ കാര്യത്തിൽ കുടുങ്ങിയിട്ടുണ്ട്.

''എനിക്കത് മനസ്സിലാക്കാൻ കഴിയുന്നില്ല. ഈ മനുഷ്യൻ ഒരു മാന്ത്രികനായിരുന്നോ? അയാൾക്ക് എങ്ങനെ രണ്ട് പേരെ ഒറ്റയടിക്ക് കൊല്ലാൻ കഴിയും. ഒരാൾ മുൻ പൊലീസുകാരനും മറ്റേയാൾ ബോഡി ഗാർഡും ആണ് എന്നോർക്കണം.''

ബ്ലൈൻഡ്മാൻസ് ബഫിനോട് അയാൾക്കുണ്ടായിരുന്ന അത്ഭുതവും ഭയഭക്തിയും ഒരു എതിരാളിയോടുള്ള അസൂയ നിറഞ്ഞ ദേഷ്യത്തിന് വഴിമാറി.

''അത് ശരിയല്ലേ ചീഫ്? അയാൾക്കെങ്ങനെയാണ് ഇങ്ങനെ ആളുകളെ അവരറിയാതെ ഇല്ലാതാക്കാൻ കഴിയുന്നത്?''

ഉത്തരം ലളിതമായിരുന്നു. അഞ്ച് വർഷം മുമ്പ് തന്റെ പന്ത്രണ്ട് ഇരകളെ വേട്ടയാടിയ അതേ രീതിയിൽ. കുറച്ച് ദിവസങ്ങൾക്ക് മുമ്പ് സെകായിയെ കൊന്ന അതേ രീതിയിൽ. ബുദ്ധി, വൈദഗ്ദ്ധ്യം, ധൈര്യം, കൊല്ലാനുള്ള കഴിവ്. ഇത് പറയാൻ എനിക്ക് കഴിഞ്ഞില്ല, കാരണം പെട്ടെന്ന് ചെറിയ പുസ്തക അലമാരയുടെ സമീപത്ത് ഉണ്ടായിരുന്ന തൂണിനു തൊട്ടുപിന്നിൽ ഒരു വശത്ത് കിടക്കുന്ന മേശപ്പുറത്ത് ഉണ്ടായിരുന്ന വസ്തുക്കൾ ഞാൻ ശ്രദ്ധിച്ചു. ആദ്യം എന്റെ കണ്ണിൽ പെട്ടത് ചുവന്ന വെൽവെറ്റ് തുണിയായിരുന്നു. അതിന്റെ മീതെ ഒരു .38 സ്മിത്തും വെസ്സനും ഇരുന്നിരുന്നു. രണ്ട് ചുവടുകൾ മുന്നോട്ട് നീങ്ങിയപ്പോൾ ഞാൻ ഒരു വലിയ മരുന്ന് കണ്ടെയ്നർ കണ്ടു. എനിക്ക് ഉറപ്പില്ലായിരുന്നു. പക്ഷേ മിക്കവാറും അത് ഇരകളെ തട്ടിക്കൊണ്ടുപോകുമ്പോൾ ഉപയോഗിച്ച മിവാക്യൂറിയമായിരിക്കാം.

‘‘ബ്ലൈൻഡ്മാൻസ് ബഫ് വഞ്ചകരെ ഒരിക്കലും വെറുതെ വിടില്ല. ഇതാ നോക്ക്, തെളിവുകളും അയാൾ തന്നെ പ്രദർശിപ്പിച്ചിരിക്കുന്നു.’’

എന്റെ അസിസ്റ്റന്റ് എന്നെ പിന്തുടരുന്നത് ഞാൻ ശ്രദ്ധിച്ചിരുന്നില്ല. അവൻ എന്റെ ഒരു ചുവട് പുറകിൽനിന്ന് മേശപ്പുറത്ത് ഉണ്ടായിരുന്ന സാധനങ്ങൾ നോക്കുകയായിരുന്നു.

‘‘എന്റെ മനുഷ്യാ! ഇയാൾ തണുത്ത രക്തമുള്ളവനാണ്.’’

അവന്റെ ശബ്ദത്തിലേക്ക് പ്രശംസയുടെ അംശം മടങ്ങി വന്നിരുന്നു.

സെയ്നെപ് ഞങ്ങളോടൊപ്പം ചേർന്നു. അവൾ അവിടെ പ്രദർശിപ്പിച്ചിരുന്ന വസ്തുക്കൾ പരിശോധിച്ചു. എന്നിട്ട് തലയാട്ടി.

‘‘ഇന്ന് നമ്മൾ ചർച്ച ചെയ്തത് ഒരു സങ്കല്പമല്ല. നമ്മൾ വിഭാവനം ചെയ്ത രംഗം യാഥാർത്ഥ്യമാണ്ചീഫ്.’’

സെയ്നെപ്പിന്റെ വാക്കുകൾ എന്നെ ബോധത്തിലേക്ക് കൊണ്ടുവന്നു, ഞാൻ പെട്ടെന്ന് അലിയുടെ നേർക്ക് തിരിഞ്ഞു.

‘‘ആ ഹോസ്പിറ്റൽ ഉടമയുടെ നമ്പർ കിട്ടിയോ? ഹയാതി ഡാർക്കൻ?’’

അവർക്ക് ഞാൻ എന്താണ് ഉദ്ദേശിക്കുന്നത് എന്ന് മനസ്സിലാക്കാൻ കഴിഞ്ഞില്ല.

‘‘ഈ രണ്ടു പേരും കൊല്ലപ്പെട്ടു, അവനാണ് അടുത്ത ഇര. ഹയാതി ഡാർക്കനാണ് ഈ വ്യാജകൊലപാതകങ്ങൾക്ക് കാരണം.’’

എന്റെ തിടുക്കം അലിയിലേക്ക് പടർന്നു.

‘‘അയാൾ എനിക്ക് തന്റെ കാർഡ് തന്നിരുന്നു.’’ അവൻ ജാക്കറ്റിന്റെ പോക്കറ്റിൽ കയ്യിട്ട് തിരഞ്ഞു.

‘‘കിട്ടിപ്പോയി.’’

എന്റെ ഓർഡറിന് കാത്തു നിൽക്കാതെ അവൻ തന്റെ മൊബൈൽ ഫോൺ എടുത്ത് ബട്ടണുകൾ അമർത്തി.

ഫോൺ ചെവിയിൽ ചേർത്തു വച്ചിരുന്നുവെങ്കിലും അവന്റെ കണ്ണു കൾ എന്റെ മുഖത്ത് തങ്ങിനിന്നു. റിംഗ് ചെയ്യുന്നത് ഞാൻ കേട്ടു, പക്ഷേ ആരും ഉത്തരം നൽകിയില്ല. എന്റെ അസിസ്റ്റന്റ് കുറച്ചുനേരം ശ്രമിച്ചു. ആരും എടുക്കുന്നുണ്ടായിരുന്നില്ല.

‘‘നമുക്ക് ഹോസ്പിറ്റലിലേക്ക് വിളിക്കാം,’’ സെയ്നെപ് പറഞ്ഞു. അവൾ അവളുടെ സ്മാർട്ട് ഫോണും എടുത്തു വേഗം തിരഞ്ഞു തുടങ്ങി.

‘‘ശരി ഇതാ നമ്പർ... ഞാൻ അവരുടെ മെയിൻ ഹോസ്പിറ്റലിലേക്ക് വിളിക്കുകയാണ്...’’ വീണ്ടും റിംഗ് ചെയ്യുന്ന ശബ്ദം ദൂരെ നിന്ന് മുഴ ങ്ങുന്നു. ഇക്കുറി കാലതാമസം കൂടാതെ ആരോ ഫോൺ എടുത്തു. സെക്രട്ടറിയോട് അവൾ സ്വയം പരിചയപ്പെടുത്തുകയും അവൾക്കാ വശ്യമുള്ളത് ചോദിക്കുകയും ചെയ്തു.

‘‘എനിക്ക് മനസ്സിലായി, മാഡം,’’ ഫോണിലെ സ്ത്രീ പരിഭ്രമ ത്തോടെ പറഞ്ഞു.

‘‘ഞാൻ ഇന്ന് ഹയാതി സാറിനെ കണ്ടിട്ടില്ല. ഞാൻ നിങ്ങൾക്ക് അദ്ദേഹത്തിന്റെ സഹായിയായ പിനാർ മാഡത്തെ കണക്ട് ചെയ്തു തരാം...’’

പിനാറുമായി ബന്ധപ്പെടാൻ കുറച്ച് സമയമെടുത്തു. ഇടയ്ക്ക് ഫോൺ പ്രവർത്തനരഹിതമായി. സെയ്നെപ്പിന് വീണ്ടും വിളിക്കേണ്ടി വന്നു. ഒടുവിൽ അവൾക്ക് ആളെ കിട്ടി.

‘‘ഞങ്ങൾക്ക് ഹയാതി സാറുമായി സംസാരിക്കണം. ഹോമിസൈഡ് ഡിപ്പാർട്ട്മെന്റിൽ നിന്ന് വിളിക്കുകയാണ്.’’

ആ സ്ത്രീ പറയുന്നത് കേട്ട് സെയ്നെപ്പിന്റെ മുഖം വാടി.

‘‘നിനക്കും അയാളെ കോൺടാക്ട് ചെയ്യാൻ കഴിയുന്നില്ലേ? അയാൾ വീട്ടിലില്ലേ? ഭാര്യയും കുട്ടികളും... അവരുടെ മർമാരിസിലെ വേനൽ ക്കാല വസതിയിൽ ആണല്ലേ? അയാൾ അവരോടൊപ്പം പോകാതി രുന്നത് എന്താ? അങ്ങനെയാണോ? കുടുംബം എന്താണ് പറയുന്നത്? അവർ കഴിഞ്ഞ രാത്രി സംസാരിച്ചു? ശരി. എനിക്ക് മനസ്സിലായി... എന്നാൽ നിങ്ങൾ അദ്ദേഹത്തിൽനിന്ന് എന്തെങ്കിലും വാർത്ത കേൾ ക്കുകയാണെങ്കിൽ തീർച്ചയായും ഞങ്ങളെ അറിയിക്കണം.’’

ഫോൺ വച്ചതിനുശേഷം അവൾ എന്റെ നേരെ തിരിഞ്ഞു.

‘‘ബ്ലൈൻഡ്മാൻസ് ബഫ് ഹയാതിയെ തട്ടിക്കൊണ്ടുപോയിരിക്കണം. ഡ്രൈവർ ഇന്ന് രാവിലെ അയാളുടെ വീട്ടിലേക്ക് പോയി. ഹയാതി അവിടെ ഉണ്ടായിരുന്നില്ല. ആരും അയാളെ കണ്ടിട്ടില്ല, കേട്ടിട്ടില്ല.’’

‘‘അവൻ തന്റെ ഭാര്യയെ വഞ്ചിക്കുകയാണെന്ന് നിങ്ങൾ കരുതു ന്നില്ലേ?’’

അലിക്കാണ് ഈ ആശയം ഉണ്ടായത്. ഞങ്ങൾ രണ്ടുപേരും അവനെ വിചിത്രമായ ഭാവത്തിൽ നോക്കിയെങ്കിലും അലി ദുർബലമായ ശബ്ദ ത്തിൽ വ്യക്തമാക്കി.

''അത് അസാധ്യമാണോ? അവന്റെ ഭാര്യയും മക്കളും അവധിക്കാല വസതിയിൽ ആണ്.''

അതൊരു നേരിയ സാധ്യതയായിരുന്നു, എന്തായാലും എന്റെ അസിസ്റ്റന്റ് അതിൽ പിടിച്ചു തൂങ്ങിയില്ല. ഹയാതി സീരിയൽ കില്ലറുടെ കൈയിലാണെന്നതിനായിരുന്നു കൂടുതൽ സാധ്യത.

ഒരുപക്ഷേ അവൻ ഇതിനകം ഹയാതിയെ കൊന്നിട്ടുണ്ടാകാം. ഞങ്ങൾ എല്ലാവരും ചിന്തിച്ചത് ഇതായിരുന്നുവെങ്കിലും പരസ്പരം പറഞ്ഞില്ല. ഊഹാപോഹങ്ങൾക്ക് പകരം പ്രവർത്തിക്കേണ്ട സമയം ആണിത്. ഇസ്താംബുളിലെ പൊലീസ് സേനയെ മുഴുവൻ ഉണർത്തേണ്ടതുണ്ട് എന്ന് എനിക്ക് തോന്നി. പക്ഷേ, ഇത് എനിക്ക് ഒറ്റയ്ക്ക് ചെയ്യാൻ കഴിയുന്ന കാര്യമല്ല.

''പ്രോസിക്യൂട്ടർ നാദിറിന്റെ അടുത്തേക്ക് പോകാം.'' ഞാൻ പറഞ്ഞു.

''സെയ്നെപ്, നീ ഇവിടെ നിൽക്കൂ. ഇവിടുത്തെ കാര്യങ്ങളിൽ ശ്രദ്ധ പുലർത്തുക. അലി, നീ ഹയാതിയുടെ വീടിന് ചുറ്റും കറങ്ങുക. എന്തെങ്കിലും സൂചന കണ്ടെത്താൻ കഴിയുന്നുണ്ടോ എന്ന് നോക്കുക. പരസ്പരം ബന്ധപ്പെട്ടുകൊണ്ടിരിക്കുക. ഏറ്റവും കുറഞ്ഞത് രണ്ട് മണിക്കൂറിനുള്ളിൽ പരസ്പരം ഫോൺ ചെയ്യാം.''

പുറത്തേക്കിറങ്ങിയപ്പോൾ ചൂടുകാറ്റ് ജ്വാലപോലെ എന്റെ മുഖത്ത് നക്കി. സൂര്യൻ അസ്തമിച്ചിട്ട് ഏറെ നേരമായെങ്കിലും ആ നശിച്ച ചൂട് ഒട്ടും വിട്ടുമാറിയിരുന്നില്ല. ഞാൻ വിയർത്തു കുളിച്ച് കാറിനടുത്തേക്ക് നടന്നു. ഓരോ രോമകൂപങ്ങളിൽ നിന്നും വിയർപ്പ് തുള്ളികൾ കുതിച്ചു ചാടിക്കൊണ്ടിരുന്നു. പകൽനേരത്തെ ചൂടു മുഴുവൻ സീറ്റുകളിൽ ആവാഹിച്ചതുപോലെയുണ്ടായിരുന്നു. കാർ ഓവൻ പോലെ അനുഭവപ്പെട്ടു.

കഷ്ടപ്പെട്ട് കാർ വീണ്ടും സ്റ്റാർട്ട് ചെയ്തു. പെട്രോളിന്റെ കനത്ത ഗന്ധം കാറിൽ നിറഞ്ഞു. കോടതിയിൽ എത്തുന്നതുവരെ ആ മണം എന്നെ അലട്ടിക്കൊണ്ടേയിരുന്നു.

ഉദ്യോഗസ്ഥർക്കുള്ള പാർക്കിംഗ് സ്ഥലത്തേക്ക് പ്രവേശിച്ചപ്പോൾ ഞാൻ പ്രോസിക്യൂട്ടറെ ഒരു മിന്നായം പോലെ കണ്ടു. ഞാൻ വണ്ടി അയാളുടെ സമീപത്തേക്ക് അടുപ്പിച്ചിട്ട് ഗ്ലാസ് താഴ്ത്തി വിളിച്ചു, ''നാദിർ...'' അയാൾ ചിന്തയിൽ മുഴുകിയിരുന്നതിനാൽ ഞാൻ വിളിച്ചത് കേട്ടില്ല. ''നാദിർ, പ്രോസിക്യൂട്ടർ...''

അയാൾ തിരിഞ്ഞു നോക്കി. അവസാനം എന്റെ ശബ്ദം കേട്ടു. ഞാൻ വണ്ടി നിർത്തിയിട്ട് ഗ്ലാസ് താഴ്ത്തി പുറത്തേക്ക് തല നീട്ടി. എന്നെ കണ്ടപ്പോൾ അയാൾ അക്ഷരാർത്ഥത്തിൽ ഞെട്ടി.

''നിങ്ങളുടെ നേരെ അങ്ങനെ ആക്രോശിച്ചതിൽ ക്ഷമിക്കണം.''

അപ്പോഴും മനസ്സിലാകാത്തതുപോലെ അയാൾ ആദ്യം കുറച്ചു നേരം എന്നെ നോക്കി.

''ഇല്ലില്ല, അത് സാരമില്ല.'' അയാൾ അടുത്ത് വന്ന് പുഞ്ചിരിച്ചു കൊണ്ട് ജനലിലൂടെ കൈ നീട്ടി.

''എന്തു പറ്റി ചീഫ്, എന്താണ് ഇവിടെ?''

ഞാൻ നീട്ടിയ കൈ പിടിച്ചു കുലുക്കി.

''നല്ലതൊന്നും ഇല്ല എന്ന് പറയേണ്ടി വരുന്നതിൽ എനിക്ക് വിഷമമുണ്ട്. ഞാൻ നിങ്ങളുടെ അടുത്തേക്ക് വരുകയായിരുന്നു. ചില സംഭവ വികാസങ്ങൾ ഉണ്ടായിട്ടുണ്ട്. നമുക്ക് സംസാരിക്കണം.''

ആ മുഖം ചുളിഞ്ഞു.

''സംഗതി ഗൗരവമുള്ളതായി തോന്നുന്നു. ഞാൻ ഒരിടത്ത് പോകാൻ തുടങ്ങുകയായിരുന്നു.''

നാദിർ അസ്വസ്ഥതയോടെ പറഞ്ഞു. അയാളുടെ കണ്ണുകൾ ഞങ്ങളുടെ മുന്നിൽ കിടന്ന ചാരനിറത്തിലുള്ള മെഗാന്റെ നേർക്ക് നീണ്ടു. ''എന്റെ കൂടെ വാ, നമുക്ക് കാറിൽ വച്ച് സംസാരിക്കാം. ഞാൻ നിങ്ങളെ എവിടെയെങ്കിലും സൗകര്യപ്രദമായ സ്ഥലത്ത് ഡ്രോപ്പ് ചെയ്യാം. നിങ്ങൾക്ക് തിരികെ ടാക്സി എടുക്കാം.''

''തീർച്ചയായും. ഞാൻ എന്റെ ആ പഴയ കൂട്ടുകാരനെ പാർക്ക് ചെയ്തിട്ട് വരാം.''

''പഴയ കൂട്ടുകാരൻ, അല്ലേ?'' അയാൾ ആവർത്തിച്ചു. ''നല്ല ഒന്നാണല്ലോ അത്.'' അയാൾ എന്റെ വയസ്സൻ കാറിനെ നോക്കി.

''നിങ്ങൾ നന്നായി സൂക്ഷിച്ച ലക്ഷണമുണ്ട്. അത് നന്നായി. തീരെ മോശം അവസ്ഥയിൽ ആയതായി തോന്നുന്നില്ല.''

''താങ്ക്യൂ...'' ഞാൻ ആക്സിലേറ്ററിൽ ചവിട്ടി.

''ഞാൻ ഉടനെ വരാം.''

ചുവന്ന പ്യൂഷോയ്ക്കും ക്രീം നിറമുള്ള ഫോർഡിനും ഇടയിൽ കാർ പാർക്ക് ചെയ്തു കഴിഞ്ഞപ്പോൾ എന്റെ ഫോൺ റിംഗ് ചെയ്തു. അത് ഞങ്ങളുടെ ക്രിമിനോളജിസ്റ്റ് ആയിരുന്നു

''ഹായ്, സെയ്നെപ്, ചില നിർണായക തെളിവുകൾ കണ്ടെത്തിയെന്ന് ദയവായി എന്നോട് പറയ്.''

അവൾ സന്തോഷത്തോടെ ചിരിച്ചു.

''നിർണ്ണായകമാണ്, പക്ഷേ പുതിയതല്ല. ആ ചുവന്ന മണ്ണിന്റെ തരികൾ ചിലത് തറയിൽ ഉണ്ടായിരുന്നു. ഞങ്ങൾ പറഞ്ഞത് തെറ്റായിരുന്നില്ല. എല്ലാ തെളിവുകളും സൂചിപ്പിക്കുന്നത് നമ്മൾ എപ്പോഴും ആദ്യം സംശയിക്കുന്ന ആളിലേക്കാണ്...''

''ബ്ലൈൻഡ്മാൻസ് ബഫ്!''

അവളുടെ വാചകം ഞാൻ പൂർത്തിയാക്കി.

''ശരി, സെയ്നെപ്. എന്നെ അറിയിച്ചതിന് നന്ദി, പക്ഷേ എനിക്കിപ്പോൾ പോകണം. പ്രോസിക്യൂട്ടർ നാദിർ തന്റെ കാറിൽ എന്നെ കാത്തിരിക്കുന്നു.''

‘‘അയാളുടെ കാറിലോ? ചീഫ് നിങ്ങൾ ഇപ്പോൾ എവിടെയാണ്?’’

ഞാൻ ചിരിച്ചു.

“ഇതൊരു നീണ്ട കഥയാണ്, നാദിറിന് എവിടെയോ അത്യാവശ്യമായി പോകണം. ഞാൻ അയാളോട് കാറിൽ ഇരുന്ന് സംസാരിക്കാം. നിങ്ങൾക്ക് ഭാഗ്യമുണ്ടാകട്ടെ. ഞാൻ ഒരു മണിക്കൂറിനുള്ളിൽ മടങ്ങിയെത്തും.’’

നാദിർ മെഗാനിൽ കയറി, അയാളോടൊപ്പം മറ്റാരെയും കാണാത്തതിൽ ഞാൻ അത്ഭുതപ്പെട്ടു. ഞാൻ അയാളുടെ അടുത്ത സീറ്റിൽ കയറി ഇരുന്നപ്പോ പ്രോസിക്യൂട്ടർ എന്റെ വിചിത്രമായ നോട്ടം ശ്രദ്ധിച്ചു.

‘‘ഞാൻ കാവിറ്റിനെ, അതായത് എന്റെ ഡ്രൈവറെ നേരത്തെ വീട്ടിലേക്ക് അയച്ചു. അവന്റെ ഭാര്യക്ക് നല്ല സുഖമില്ല.’’

കാർ പാർക്കിംഗ് ലോട്ടിൽ നിന്ന് പുറത്തേക്ക് ഇറക്കുന്ന നേരത്ത് അയാൾ സംസാരിച്ചു തുടങ്ങി.

‘‘ശരി, ഇനി പറയൂ. എന്താണ് ഈ പ്രധാനപ്പെട്ട പുതിയ സംഭവവികാസം?’’

താൽപ്പര്യമില്ലാത്തതാണോ അതോ അങ്ങനെ കാണപ്പെടാൻ ശ്രമിക്കുകയാണോ എന്ന് എനിക്ക് മനസ്സിലാക്കാൻ കഴിഞ്ഞില്ല. ഞാൻ വിഷയത്തിലേക്ക് കൂപ്പുകുത്തി.

‘‘മൂന്ന് ഇരകളുടെ കൊലപാതകികളെ ഞങ്ങൾ കണ്ടെത്തി.’’

കാർ റോഡിലൂടെ ഒഴുകിത്തുടങ്ങിയപ്പോൾ അയാൾ എന്റെ നേരെ തിരിഞ്ഞു.

‘‘അങ്ങനെയാണോ? നിങ്ങൾ അവരെ പിടിച്ചോ?’’

അയാൾ പെട്ടെന്ന് ആവേശഭരിതനായതുപോലെ തോന്നി.

‘‘ഇല്ല, രണ്ടുപേരെയും അവർ കൊന്നു.’’

ഈ വാർത്ത കേട്ട് നാദിർ കാർ നിർത്തുകയോ വേഗത കുറയ്ക്കുകയോ ചെയ്തില്ല.

‘‘ആരാണ് അവരെ കൊന്നത്?’’

ഞാനായിരുന്നുവെങ്കിൽ, ഇരകൾ ആരാണെന്ന് ആദ്യം ചോദിക്കുമായിരുന്നു. പക്ഷേ പ്രോസിക്യൂട്ടർമാർ പൊലീസിനെപ്പോലെ ചിന്തിക്കേണ്ട ആവശ്യമില്ല.

‘‘ബ്ലൈൻഡ്മാൻസ് ബഫ് എന്ന് വിളിപ്പേരുള്ള സീരിയൽ കില്ലർ.’’

അയാൾ എന്നെ ഒന്ന് നോക്കിയിട്ട് കണ്ണുകൾ റോഡിലേക്ക് തന്നെ തിരിച്ചു.

‘‘അയാൾ തന്റെ പഴയ ശീലങ്ങൾ പാലിച്ചോ? മൃതദേഹങ്ങൾ കുട്ടികളുടെ സ്ഥലങ്ങളിൽ ഉപേക്ഷിച്ചോ?’’

ചോദ്യങ്ങൾ ശരിയായിരുന്നുവെങ്കിലും സ്വരത്തിൽ ജിജ്ഞാസയില്ലായിരുന്നു. എനിക്കറിയില്ല, ഇന്ന് നമ്മുടെ പ്രോസിക്യൂട്ടറിന് എന്തോ കുഴപ്പമുണ്ട്.

"ഇല്ല, അവൻ വീട്ടിൽ കയറി അവരെ കൊന്നു, കൊലയാളിക്ക് ഇരകളുടെ അടുത്തേക്ക് എളുപ്പത്തിൽ കയറിച്ചെല്ലാൻ കഴിഞ്ഞു. അവൻ സെകായിയുടെ വീട്ടിൽ കയറിയതുപോലെ തന്നെ. അവർക്ക് പരസ്പരം അറിയാമായിരിക്കണം, ഒരുപക്ഷേ ഇരകൾ അവനെ വിശ്വസിച്ചിരിക്കണം. അവൻ അവരെ രണ്ടുപേരെയും ഓർക്കാപ്പുറത്ത് തീർത്തു കളഞ്ഞു."

അവർ രണ്ടുപേരും ആരാണെന്ന് നാദിർ ഇതുവരെ ചോദിച്ചിട്ടില്ല.

"സംഭവസ്ഥലത്ത് എന്തെങ്കിലും സൂചനകൾ ഉണ്ടായിരുന്നോ? നിങ്ങൾക്ക് ഉപയോഗപ്രദമായ എന്തെങ്കിലും കണ്ടെത്താൻ കഴിഞ്ഞോ?"

"പതിവുപോലെ ഞങ്ങൾക്ക് ഒരു സൂചനയും കണ്ടെത്താൻ കഴിഞ്ഞില്ല. ചുവന്ന അഴുക്ക് തരികൾ ഒഴിച്ചാൽ മറ്റൊന്നും കിട്ടിയില്ല."

അവൻ എന്റെ നേരെ കണ്ണുകൾ തിരിച്ചു.

"എന്താണ് ചുവന്ന അഴുക്ക് തരികൾ?"

ഞാനത് നാദിറിനോട് പറഞ്ഞിരുന്നില്ല.

"ചുവന്ന മണ്ണിന്റെ തരികൾ. സൂപ്രണ്ട് സെകായിയുടെ ബോട്ടിലും അദ്ദേഹത്തിന്റെ വീട്ടിലും ഞങ്ങൾ അത് കണ്ടെത്തി. കൻസുവിന്റെ ഫ്ളാറ്റിലും അതുണ്ടായിരുന്നു. അവസാനം ഞങ്ങൾക്ക് അത് കിട്ടിയത് കൊല്ലപ്പെട്ട രണ്ട് പേരുടെയും വില്ലയിൽ നിന്നാണ്.

"രസകരമായിരിക്കുന്നു,"

നാദിർ ഗിയർ മാറ്റുന്നതിനിടയിൽ അവ്യക്തമായി പറഞ്ഞു.

"അതെ," ഞാൻ തുടർന്നു.

"വേറെ സൂചനകളൊന്നുമില്ല, ഇപ്പോഴും നമ്മുടെ സുഹൃത്തുക്കൾ കുറ്റകൃത്യം നടന്ന സ്ഥലം പരിശോധിക്കുകയാണ്. മറ്റൊരു പ്രധാന പ്രശ്നമുണ്ട്. ബ്ലൈൻഡ്മാൻസ് ബഫ് ശിശുപീഡകരുടെ കൊലപാതകത്തിന് പ്രേരിപ്പിച്ച വ്യക്തിയെ തട്ടിക്കൊണ്ടുപോയി എന്ന് തോന്നുന്നു."

അയാൾ എന്റെ നേർക്ക് ഒന്ന് നോക്കി.

"ആരാണത്?"

മറുപടിക്ക് കാത്തു നിൽക്കാതെ അയാൾ വഴിയിലേക്ക് ശ്രദ്ധ കേന്ദ്രീകരിച്ചു.

"ഹയാതി ഡാർക്കൻ. സെറാപ്പ് ഹോസ്പിറ്റൽസ് ഉടമ. മൂന്ന് കൊലകളും നടക്കാൻ അയാളാണ് കാരണം.

പക്ഷേ ഇതുവരെ നിങ്ങൾ ബ്ലൈൻഡ്മാൻസ് ബഫ് കൊന്ന രണ്ട് പേർ ആരാണ് എന്ന് ചോദിച്ചില്ലല്ലോ. ആൽപ്പറും അവന്റെ അംഗരക്ഷകൻ മെർദാനും ആയിരുന്നു മരിച്ചവർ. നിങ്ങൾ സൂപ്രണ്ട് സെകായിയുടെ വീട്ടിൽ വച്ച് ഇവരെ കണ്ടത് ഓർക്കുന്നില്ലേ?"

എന്റെ കുത്തുവാക്ക് അയാൾക്ക് പെട്ടെന്ന് പിടികിട്ടി.

"ഞാൻ ചോദിച്ചില്ല, കാരണം എന്റെ ചിന്ത കൊലപാതകിയെക്കുറിച്ചായിരുന്നു. ബ്ലൈൻഡ്മാൻസ് ബഫ്... നമ്മൾ ഇപ്പോഴും ആളെ പിടിച്ചില്ല. പത്രക്കാർ നമ്മുടെ പുറകെയാണ്. എല്ലാ ദിവസവും മുകളിൽ

നിന്ന് ഒരു ഫോൺ വിളികൾ വരുന്നു. ഉടൻ തന്നെ മന്ത്രാലയം നമ്മളോട് ഈ പണി മതിയാക്കാൻ പറയുമെന്ന് ഞാൻ ഭയപ്പെടുന്നു.''

ഞാൻ ഈ വാക്കുകൾക്ക് പ്രാധാന്യം നൽകിയില്ല.

''ഇനി ഇങ്ങനെ വിഷമിക്കേണ്ട ആവശ്യമുണ്ടാവില്ല, എനിക്ക് അധികാരം തരൂ, ഞാൻ ഒരു പ്രത്യേക ടീമിനെ സജ്ജമാക്കാം. ഹയാതിയെ രാത്രിയിൽ അവന്റെ വീട്ടിൽ നിന്ന് തട്ടിക്കൊണ്ടുപോയതായിരിക്കണം. നിരീക്ഷണ ക്യാമറകൾ പരിശോധിക്കാം. ഞങ്ങൾ ഒരു ലീഡ് കണ്ടെത്തുമെന്ന് ഉറപ്പാണ്. എനിക്ക് അത് എന്റെ സിരകളിൽ അനുഭവിക്കാൻ കഴിയുന്നുണ്ട്. ബ്ലൈൻഡ്മാൻസ് ബഫ് പരിഭ്രാന്തിയിലാണ്. അവൻ സമയത്തിനെതിരെ പായുകയാണ്. കഴിഞ്ഞ രാത്രി അവൻ രണ്ടുപേരെ കൊല്ലുകയും ഒരാളെ തട്ടിക്കൊണ്ടുപോകുകയും ചെയ്തു. ഇത് ആരായാലും അവൻ എന്തെങ്കിലും സൂചന ബാക്കി വയ്ക്കാതിരിക്കില്ല.''

''ശരി,'' അയാൾ ആകാംക്ഷയോടെ പറഞ്ഞു. ''എന്ത് വേണമെങ്കിലും ചെയ്യാം, ബ്ലൈൻഡ്മാൻസ് ബഫിന്റെ ഈ കഥ ഇവിടെ അവസാനിപ്പിക്കാം.''

അയാൾ വീണ്ടും എന്റെ നേരെ നോട്ടം തിരിച്ചു. ''നിങ്ങൾക്കല്ലാതെ മറ്റാർക്കും ഇത് ചെയ്യാൻ കഴിയില്ല, എന്തായാലും. നമുക്ക് കാര്യത്തിലേക്ക് കടക്കാം.''

അയാൾ ഇത് പറഞ്ഞുകൊണ്ടിരിക്കെ, ഞങ്ങളുടെ വലതുവശത്തു നിന്ന് ഒരു കറുത്ത പസാറ്റ് മുന്നിലേക്ക് വെട്ടിക്കയറി.

ഞാൻ എന്തെങ്കിലും പറയുന്നതിന് മുമ്പ്, ''സൂക്ഷിച്ചിരിക്ക്!'' നാദിർ അലറി. അയാൾ മിന്നൽ പോലെ സ്റ്റിയറിംഗ് വീൽ തിരിച്ചു.

ഞങ്ങൾ രണ്ടുപേരും മുന്നോട്ട് ആഞ്ഞു പോയെങ്കിലും അവസാന നിമിഷം കൂട്ടിയിടി ഒഴിവായിക്കിട്ടി.

''നിങ്ങൾ എവിടേക്കാണ് പോകുന്നതെന്ന് നോക്കൂ.'' പ്രോസിക്യൂട്ടർ ആക്രോശിച്ചു. പസാറ്റിന്റെ ഡ്രൈവർ കാറിന്റെ വേഗത കൂട്ടി ഓടിച്ചു പോയി.

നാദിർ മുഖം കുനിച്ചു തന്റെ കാലുകളിലേക്ക് നോക്കി.

''നിങ്ങൾക്ക് കുഴപ്പമൊന്നും ഇല്ലല്ലോ?'' ഞാൻ ചോദിച്ചു. ''പരിക്കുണ്ടോ?''

''ഇല്ല, ഇല്ല, എനിക്ക് പ്രശ്നമില്ല,'' അയാൾ പറഞ്ഞു, പക്ഷേ നാദിർ തന്റെ വലതുകാൽ പരിശോധിക്കുകയായിരുന്നു. അപ്പോഴാണ് ഞാൻ ആ ചുവപ്പ് നിറം ശ്രദ്ധിച്ചത്. മാറ്റിൽ ചുവന്ന മണ്ണിന്റെ കണികകൾ. സെകായിയുടെ ബോട്ടിലും കൻസുവിന്റെ വീട്ടിലും കണ്ടത് പോലെ തന്നെയായിരുന്നു അവ.

ഇന്ന് വൈകുന്നേരം കുറ്റകൃത്യം നടന്ന സ്ഥലത്തും ഇത് കണ്ടെത്തിയല്ലോ. ഇത് എങ്ങനെയാണ് സംഭവിക്കുക? ഇത്രയും വർഷമായി നമ്മൾ പിന്തുടർന്നുകൊണ്ടിരുന്ന ക്രൂരനായ കൊലപാതകി നമ്മുടെ പ്രോസിക്യൂട്ടർ നാദിറായിരുന്നോ? എന്തുകൊണ്ട് പാടില്ല? ഒരു പ്രോസിക്യൂട്ടറിന് സീരിയൽ കില്ലർ ആകാൻ കഴിയില്ല എന്ന് നിയമം ഒന്നുമില്ലല്ലോ?

''എന്താ? നിങ്ങൾ എന്താ നോക്കുന്നത്?'' നാദിറിന്റെ വാക്കുകൾ എന്റെ മനസ്സിനെ പൊള്ളിച്ചു കൊണ്ടിരുന്ന ചിന്തകളെ ചിതറിച്ചു.

''ഒന്നുമില്ല. ഞാൻ വെറുതെ നോക്കുകയായിരുന്നു...''

അവന്റെ മുഖത്ത് ശാന്തമായ ഒരു പുഞ്ചിരി വിടർന്നു.

''വിഷമിക്കേണ്ട; എനിക്ക് കുഴപ്പമില്ല, ശരിക്കും. നിങ്ങൾക്കും കുഴപ്പമില്ലല്ലോ, അല്ലേ?''

''എനിക്ക് പ്രശ്നമില്ല,'' ഞാൻ പറഞ്ഞു. പക്ഷേ എന്റെ നോട്ടം തനിയെ മാറ്റിലെ ചുവന്ന പാടുകളിലേക്ക് തെന്നിമാറി.

''കാര്യമായിട്ട്, ചീഫ്, നിങ്ങൾ എന്താണ് നോക്കുന്നത്?''

ഇത്തവണ അയാളുടെ ശബ്ദം പരുഷമായിരുന്നു.

''ഞാൻ ഉറപ്പ് വരുത്താൻ ശ്രമിക്കുകയായിരുന്നു.''

അയാൾ എന്നെ സംശയത്തോടെ നോക്കി.

''നിങ്ങൾ എന്താണ് ഉറപ്പ് വരുത്താൻ ആഗ്രഹിച്ചത്?''

ഞാൻ പുഞ്ചിരിച്ചു.

''ഞാൻ പറഞ്ഞല്ലോ കുഴപ്പമൊന്നും ഇല്ലെന്ന്.''

ഞാൻ ആ ചെയ്തത് ശരിയായില്ല. അയാൾക്ക് എന്തോ മണമടിച്ചു. അയാളുടെ സംശയം കൂട്ടുന്നതിൽ അർത്ഥമില്ല. ഞാൻ ഒരു ദീർഘ നിശ്വാസമെടുത്തതിന് ശേഷം റോഡിലേക്ക് നോക്കിയിരുന്നു. ഒരു പക്ഷേ എനിക്ക് തെറ്റുപറ്റിയിരിക്കാം. ഞാൻ ഈ നിയമപാലകന് സംശയത്തിന്റെ ആനുകൂല്യം കൊടുക്കേണ്ടതല്ലേ? മറുവശത്ത്, ബ്ലൈൻഡ്മാൻസ് ബഫിന്റെ എല്ലാ ലക്ഷണങ്ങളും നാദിറിന് ഉണ്ടായിരുന്നു.

പൊലീസിന്റെ രീതികൾ അദ്ദേഹത്തിന് നന്നായി അറിയാമായിരുന്നു. അയാൾ മിടുക്കനും ധീരനും ശക്തനുമായിരുന്നു. കൻസു താമസിച്ചിരുന്ന അംബരചുംബിയായ കെട്ടിട്ടത്തിലെ സുരക്ഷാ ക്യാമറകളിൽ നിന്നുള്ള തൊപ്പി വച്ച താടിക്കാരനെ ഞാൻ മനസ്സിൽ ദൃശ്യവൽക്കരിച്ചു. അവന്റെ ഉയരം ഞങ്ങളുടെ പ്രോസിക്യൂട്ടറുമായി യോജിക്കുമായിരുന്നു. അപ്പോൾ ഞാൻ മറ്റൊരു കാര്യം ഓർത്തു.

കുറ്റകൃത്യം നടന്ന സ്ഥലങ്ങളിൽ ഉണ്ടായിരുന്ന കളിപ്പാട്ടങ്ങളിൽ അവശേഷിച്ച ബാർകോഡുകൾ... സെക്കായിയെ സംശയത്തിലേക്ക് നയിച്ച നമ്പരുകൾ. സെക്കായ് ഈ വിഷയത്തിൽ ബുക്കെറ്റിനോട് മാത്രമേ സംസാരിച്ചിട്ടുള്ളൂ. സ്റ്റേഷന്റെ എതിർവശത്തുള്ള കഫേയിൽ ഇരിക്കുമ്പോൾ നാദിർ ബാർകോഡുകളെപ്പറ്റി പറഞ്ഞത് ഞാൻ ഓർത്തു.

''ഇല്ല, കാസിംപാസയിൽ കണ്ടെത്തിയ ബാർബിയിൽ അത്തരത്തിലുള്ള നമ്പറുകളൊന്നും ഉണ്ടായിരുന്നില്ല.'' ഇതായിരുന്നു അയാളുടെ വാക്കുകൾ.

ബ്ലൈൻഡ്മാൻസ് ബഫിന് മാത്രമേ അതിനെക്കുറിച്ച് അറിയാമായിരുന്നുള്ളൂ, കാരണം ഓരോ ബാർകോഡിലും സ്വന്തം കൈകൊണ്ട് സംഖ്യകൾ അയാൾ എഴുതിച്ചേർത്തിരുന്നു. അന്ന് സെക്കായ് എന്നെ

വിളിച്ച് ബ്ലൈൻഡ്മാൻസ് ബഫിനെ കണ്ടെത്തിയെന്ന് പറഞ്ഞു. അതിനുശേഷം, അയാൾ കൊല്ലപ്പെട്ടു. അതിനെ യാദൃച്ഛികം എന്ന് വിളിക്കാനാവില്ല. ഞാൻ വീണ്ടും പ്രോസിക്യൂട്ടറെ നോക്കി. അയാൾ പരിഭ്രാന്തനായിരുന്നു; പരിഹരിക്കപ്പെടാത്ത ചിലത് മനസ്സിനെ അലട്ടുന്നത് പോലെ തോന്നി. കാരണം അയാൾ ഹയാതിയെ തട്ടിക്കൊണ്ടുപോയി, പക്ഷേ ഇതുവരെ അവനെ കൊന്നിട്ടില്ല. ഇതായിരിക്കണം അയാളെ അലട്ടുന്നത്. സത്യം പറഞ്ഞാൽ എന്റെ ശരീരം വിറച്ചു. ഇത്തരമൊരു സാഹചര്യം അനുഭവിക്കുന്ന ആദ്യത്തെ കേസായിരുന്നു ഇത്.

പന്ത്രണ്ട് ബാലപീഡകരെ മാത്രമല്ല, പ്രിയപ്പെട്ട ഒരു സഹപ്രവർത്തകനെയും കൊന്ന ഒരാളുടെ അടുത്താണ് ഞാൻ ഇരുന്നിരുന്നത്. എന്തിനധികം പറയുന്നു, ആ മനുഷ്യൻ എന്റെ ബോസ് ആയിരുന്നു. എത്രയും പെട്ടെന്ന് തോക്ക് വലിച്ചെടുക്കുക എന്നതായിരുന്നു എന്റെ ആദ്യ ചിന്ത. ഇയാളെ പിടിക്കണം. പക്ഷേ അപ്പോഴും എന്റെ പക്കൽ മതിയായ തെളിവുകൾ ഇല്ലായിരുന്നു. അയാൾക്ക് എളുപ്പത്തിൽ വഴുതി മാറാം. ഞാൻ ക്ഷമയോടെ കാത്തിരിക്കുന്നതാണ് നല്ലത്, കാറിൽ നിന്നിറങ്ങിയ ശേഷം ഞാൻ അലിയെ വിളിക്കും, ഞങ്ങൾ ഒരുമിച്ച് അയാളുടെ പിന്നാലെ പോകും. അതിനിടയിൽ ഞാൻ സംശയം ഉണർത്താൻ പാടില്ലായിരുന്നു. ഞങ്ങൾ പിന്നീട് സംസാരിച്ചിട്ടില്ലെന്ന് ഞാൻ പെട്ടെന്ന് ശ്രദ്ധിച്ചു.

''പ്രോസിക്യൂട്ടർ, നമുക്ക് വിഷയത്തിലേക്ക് മടങ്ങാം,'' ഞാൻ കാറിലെ നിശ്ശബ്ദതയെ കീറിമുറിച്ചുകൊണ്ട് പറഞ്ഞു. ''നമ്മൾ ഉടനെ പ്രവർത്തിക്കണം. നിങ്ങൾ സഹായിക്കാം എന്ന് എനിക്ക് വാക്ക് തരൂ, ഞങ്ങൾ പ്രവർത്തനം ആരംഭിക്കാം. അതുവഴി ബ്ലൈൻഡ്മാൻസ് ബഫിൽനിന്ന് ഹയാതി ഡാർക്കനെ രക്ഷിക്കാൻ നമുക്ക് സാധിച്ചേക്കും. കടന്നുപോകുന്ന ഓരോ നിമിഷവും നമുക്കെതിരെയാണ് പ്രവർത്തിക്കുന്നത്.''

നാദിറിന്റെ മുഖം ഒന്നും പറഞ്ഞില്ല. അയാൾക്ക് സംശയം തോന്നിയില്ലേ എന്ന് ഞാൻ അത്ഭുതപ്പെട്ടു. എന്തായാലും സൂക്ഷിക്കേണ്ടിയിരിക്കുന്നു.

''നിങ്ങൾ പറഞ്ഞത് ശരിയാണ്. ഞാൻ ഉടനെ ഓർഡർ തരാം.'' അയാൾ ഫോൺ പുറത്തെടുത്തു.

ആ അവസരം മുതലെടുത്തു ഞാൻ എന്റെ ഫോണും കയ്യിൽ എടുത്തു. നാദിർ ഉയർന്ന ഏതോ ഒരാളുമായി ബന്ധപ്പെടാൻ ശ്രമിക്കുകയായിരുന്നു. ഞാൻ എന്റെ അസിസ്റ്റന്റിന് മെസേജ് അയക്കാൻ തീരുമാനിച്ചു. ഞാൻ ഫോൺ കയ്യിലെടുത്ത നിമിഷം ബ്രേക്കുകൾ അലറി. ഞാൻ മുന്നോട്ട് തെറിച്ചു പോയി. എന്റെ തല എവിടെയോ ആഞ്ഞടിച്ചു, ഞാൻ മയക്കത്തിലേക്ക് വീഴുകയായിരുന്നു.

എഴുന്നേൽക്കാൻ ശ്രമിക്കുന്നതിനിടയിൽ, എന്റെ മുഖത്ത് ഒരു കനത്ത ഇടി വീണു, അതിനുശേഷം മറ്റൊന്ന്... അന്ധകാരം മെല്ലെ എനിക്ക് ചുറ്റും വ്യാപിച്ചു. എങ്ങും ഇരുട്ട് മാത്രം...

ബുദ്ധിയുള്ള നീലമത്സ്യം

ജീവിതത്തിന്റെ വേഗത ഗണ്യമായി കുറഞ്ഞു. ഒരു കാറ്റ് മെല്ലെ വീശുന്നു, മരതകനിറമുള്ള ഫിർ മരങ്ങളുടെ ശാഖകൾ അലസമായി വെള്ളത്തിന്റെ ഒഴുക്കിനോടൊപ്പം ഉലയുന്നു, പച്ചപുല്ലുകളുടെ മിഠായി മഞ്ഞ നിറമുള്ള തലപ്പുകൾ മുന്നോട്ടും പിന്നോട്ടും ആരാധനയിൽ എന്നത് പോലെ കുനിയുകയും നിവരുകയും ചെയ്തു. കറുവപ്പട്ടയുടെ നിറമുള്ള പാറകൾ മാത്രം നിശ്ചലമായി കാണപ്പെട്ടു. ലോകം പെട്ടെന്ന് ചില്ലുകൊണ്ട് നിർമ്മിച്ച വർണ്ണാഭമായ ഒന്നായി മാറി. ഞാൻ പെട്ടെന്ന് മരണത്തിന്റെ മാലാഖയെ കണ്ടു. അത് തെളിഞ്ഞ വെള്ളത്തിൽ ആവേശം പൂണ്ട് നൃത്തം ചെയ്യുകയായിരുന്നു.

തോളിൽ നിന്ന് വാൽ വരെ നീളുന്ന കടും നീലച്ചിറകുകളുടെ ഗാംഭീര്യം. മെല്ലെ മുന്നോട്ട് നീങ്ങുമ്പോൾ ചിറകുകളിലെ തിളങ്ങുന്ന തൂവലുകൾ വലിയ ചെതുമ്പലുകളായി മാറുന്നു. നീലച്ചെതുമ്പലുകൾ വെളിച്ചത്തിൽ സുതാര്യമായി ജ്വലിക്കുന്നു. ഇത്രയധികം ഭംഗിയുണ്ടായിട്ടും ഇത്രയേറെ തിളക്കമുണ്ടായിട്ടും അതിനെ നോക്കിയിരുന്നപ്പോൾ എന്തുകൊണ്ടോ എനിക്ക് പറഞ്ഞറിയിക്കാൻ കഴിയാത്ത ഒരു വിഷാദം തോന്നി.

ഞാൻ മരണത്തിന്റെ മാലാഖയെ കണ്ണെടുക്കാതെ നോക്കിയിരുന്നു. അഗാധമായ, ഭേദമാക്കാനാവാത്ത വേദന എന്റെയുള്ളിലേക്ക് ഇരച്ചു കയറി വന്നു.

''സയാമീസ് ഫൈറ്റിംഗ് ഫിഷ്,'' പരിചിതമായ ഒരു ശബ്ദം പറഞ്ഞു. ''എന്റെ അഭിപ്രായത്തിൽ ഭൂമിയിലെ ഏറ്റവും മഹത്തായ ജീവിയാണത്.''

അയാൾ പുറം തിരിഞ്ഞാണ് നിന്നിരുന്നത്. ആ മനുഷ്യൻ അക്വേറിയത്തിന്റെ അടുത്തെത്തിയിട്ട് ഗ്ലാസിൽ ചൂണ്ടുവിരലുകൊണ്ട് സ്പർശിച്ചു. വിചിത്രമെന്നു പറയട്ടെ, മത്സ്യം അവനെ അറിയുന്നതുപോലെ ഗ്ലാസ്സിലേക്ക് വായ അമർത്തി. അയാൾ

തിരിഞ്ഞു നോക്കിയപ്പോൾ പ്രോസിക്യൂട്ടർ നാദിറിന്റെ മുഖം ഞാൻ കണ്ടു. വന്യമായ, ആത്മവിശ്വാസമുള്ള പുഞ്ചിരിയോടെ അയാൾ എന്നെ നോക്കി.

ആ മാന്ത്രിക പ്രപഞ്ചം നിമിഷ നേരത്തിനുള്ളിൽ ശിഥിലമായി, ഒരു സ്വീകരണമുറിയുടെ നടുവിലുള്ള പഴയ സെറ്റ് ഫർണിച്ചറിലെ കസേരകളിൽ ഒന്നിൽ ഞാൻ ഇരിക്കുകയായിരുന്നു.

സീലിംഗിൽ നിന്ന് രണ്ടു ചുവന്ന വിളക്കുകൾ. തൂങ്ങിക്കിടന്നിരുന്നു. നരകതുല്യമായ ചൂടായിരുന്നു ആ സ്വീകരണമുറിയിൽ. മരം കൊണ്ടുള്ള ഒരു ഗോവണി മുകളിലെ നിലയിലേക്ക് മുറിയുടെ ഇടതു വശത്തുകൂടി ഉയർന്നു പോകുന്നുണ്ടായിരുന്നു. അത് കുറഞ്ഞത് രണ്ട് നിലകളുള്ള വീടാണെന്ന് വ്യക്തമായിരുന്നു. രണ്ട് വാതിലുകളും തുറന്നിട്ടുണ്ടെങ്കിലും ചെറിയ ഒരു കാറ്റു പോലും അകത്തേക്ക് കടന്നു വന്നില്ല. ഉള്ളിൽ തങ്ങിനിന്ന ഈർപ്പം മൂലമോ സമ്മർദ്ദം മൂലമോ ആയിരിക്കും ഞാൻ വിയർപ്പിൽ നനഞ്ഞുകുതിർന്നിരുന്നു ശാരീരികമായ ചില ബുദ്ധിമുട്ടുകളും എനിക്ക് ഉണ്ടായിരുന്നു.

തലയിലെ വിങ്ങലും ചൂട് കാരണം ഉണ്ടായ ആലസ്യവും മറികടക്കാൻ വേണ്ടി ഞാൻ ചുറ്റുപാടുകൾ നിരീക്ഷിച്ചു. കുന്തിരിക്കത്തിന്റെ നിറമുള്ള മരച്ചുവരിൽ നിറയെ മഞ്ഞനിറത്തിലുള്ള ഫ്രെയിമുകളിൽ ഫോട്ടോഗ്രാഫുകൾ നിരന്നിരുന്നു.

സുന്ദരിയായ ഒരു യുവതി, ക്യാപ്റ്റന്റെ സൈനിക യൂണിഫോമിലുള്ള ഒരു പുരുഷൻ, അവർക്കിടയിൽ ഒരു കുട്ടി.., എല്ലാവരും ക്യാമറയിലേക്ക് നോക്കുന്നു. മറ്റ് ഫോട്ടോകളിൽ, കുട്ടിയുടെ വളർച്ച കാണാം. അവൻ വളർന്നു ഞങ്ങളുടെ പ്രോസിക്യൂട്ടർ ആകുന്നത് വരെയുള്ള ചിത്രങ്ങൾ. എന്നാൽ ചുവരിലെ ഏറ്റവും വലിയ ഫോട്ടോ നാദിർ പട്ടാളക്കാരനായിരുന്നപ്പോൾ എടുത്തതാണ്. കമാൻഡോ വസ്ത്രത്തിലെ ഫോട്ടോ ആയിരുന്നു അത്. ഇതിനെപ്പറ്റിയായിരുന്നു അയാൾ ഏറ്റവും അഭിമാനിച്ചിരുന്നത്. അയാൾ പാറക്കെട്ടുകളിൽ ഒരു കഴുകനെപ്പോലെ പോസ് ചെയ്യുകയായിരുന്നു. കയ്യിൽ ഒരു വലിയ റൈഫിൾ ഉണ്ടായിരുന്നു. ഫോട്ടോയിലേക്ക് കുറച്ചു നേരം സൂക്ഷിച്ചു നോക്കിയിരുന്നപ്പോൾ ചിത്രം മങ്ങാൻ തുടങ്ങി. എന്റെ കാഴ്ച വീണ്ടും ദുർബലമാകുന്നു. ഞാൻ കണ്ണടച്ച് കുറച്ചു നേരം അങ്ങനെ തന്നെയിരുന്നു.

‘‘നിങ്ങൾക്ക് കുഴപ്പം എന്തെങ്കിലും ഉണ്ടോ ചീഫ്? ചീഫ്.., ചീഫ്.., എന്തെങ്കിലും പ്രശ്നമുണ്ടോ?’’

എനിക്ക് കുഴപ്പമില്ലായിരുന്നു. പക്ഷേ തലയിൽ ഒരു ഭാരം അനുഭവപ്പെട്ടു. എന്റെ മുഖത്തിന്റെ ഇടതുവശം മിടിക്കുന്നുണ്ടായിരുന്നു. എനിക്ക് കൈകൾ ചലിപ്പിക്കണമെന്ന് തോന്നി. പക്ഷേ എനിക്ക് അനങ്ങാൻ കഴിഞ്ഞില്ല. എന്റെ കൈത്തണ്ടകൾ രണ്ട് കൈവിലങ്ങുകൾ കൊണ്ട് തടികൊണ്ടുള്ള ആംറെസ്റ്റുകളുമായി ബന്ധിപ്പിച്ചിരുന്നു.

ഞാൻ വീണ്ടും കണ്ണ് തുറന്നിട്ട് വെറുപ്പോടെ അയാളുടെ മുഖത്തേക്ക് നോക്കി.

‘‘എനിക്ക് സുഖമാണ്. നല്ല സുഖം.’’

അയാൾക്ക് കുത്തുവാക്ക് മനസ്സിലായി, പക്ഷേ നാദിർ എന്നെ വീണ്ടും അടിച്ചില്ല.

''അത് കൊള്ളാം,'' അവൻ ചിരിച്ചുകൊണ്ട് പറഞ്ഞു. ''സുഖമായതിൽ എനിക്ക് സന്തോഷമുണ്ട്. നിങ്ങളെ തല്ലേണ്ടി വന്നതിൽ ക്ഷമിക്കണം.''

ആ കപടമായ ഖേദപ്രകടനം കാര്യമാക്കാതെ ഞാൻ അക്വേറിയത്തിലേക്ക് തിരിഞ്ഞു നോക്കി. ഇത്തവണ മത്സ്യമല്ല, അക്വേറിയത്തിന്റെ ഉൾവശമായിരുന്നു എന്റെ ശ്രദ്ധ ആകർഷിച്ചത്. ഓരോ സെന്റീമീറ്ററും പ്ലാൻ ചെയ്തുണ്ടാക്കിയ ഡിസൈനായിരുന്നു അതിന്റേത്. പച്ചപ്പും വനപ്രദേശങ്ങളും കൊണ്ട് അത് നിറഞ്ഞിരുന്നു.

ബോട്ടുകൾ, പാറകൾ, മണൽ ബീച്ചുകൾ, ആ അക്വേറിയം ഒരു യഥാർത്ഥ കലാസൃഷ്ടിയായിരുന്നു.

ഈ മനോഹാരിതയിലെ അത്ഭുതം പോലെയായിരുന്നു ആ മത്സ്യം.

''നല്ല ഭംഗിയില്ലേ ചീഫ്?'' മത്സ്യത്തോടുള്ള എന്റെ താൽപ്പര്യം കണ്ടപ്പോൾ അയാൾ സന്തോഷിച്ചു.

വിദഗ്ദ്ധമായി ചിറകുകൾ വിരിച്ച് ഞങ്ങളുടെ ശ്രദ്ധ പിടിച്ചുപറ്റാൻ ശ്രമിക്കുന്ന വർണ്ണാഭമായ ആ മത്സ്യത്തെ എന്നെ പോലെ അയാളും തുറിച്ചു നോക്കുകയായിരുന്നു

''മനോഹരമാണ് എന്ന് മാത്രമല്ല, ബുദ്ധിമാനുമാണ്.''

അയാൾ ചെവി തുളയ്ക്കുന്നത് പോലെ ചിരിച്ചു.

''ബുദ്ധിയുള്ള, നീല മത്സ്യം... അത് പറയുമ്പോൾ ഞാൻ ചിരിച്ചേക്കാം, പക്ഷേ ശരിക്കും അതിന് അതിന്റേതായ ഫിലോസഫിയുണ്ട്. അതിന് അതിന്റെ ലോകത്ത് മറ്റാരെയും ആവശ്യമില്ല. അത് മറ്റു ആൺ മത്സ്യങ്ങളെ അതിനോടൊപ്പം ജീവിക്കാൻ അനുവദിക്കില്ല. ബീജസങ്കലനത്തിനായി മാത്രമാണ് ഇത് പെൺമത്സ്യങ്ങളുമായി ഇണ ചേരുന്നത്. എങ്കിലും അതിന് ഉത്തരവാദിത്തമുണ്ട്. ഇത് മുട്ടകളിൽ നിന്ന് വിരിഞ്ഞിറങ്ങുന്ന കുഞ്ഞുങ്ങളെ നന്നായി സംരക്ഷിക്കുന്നു, അവരെ വളർത്തുന്നു, ഒടുവിൽ അതിന്റെ ഏകാന്തതയിലേക്ക് മടങ്ങുന്നു. വിശുദ്ധമായ ഏകാന്തത...''

തലയിലെ ഭാരത്തിൽ നിന്ന് രക്ഷപ്പെടാൻ ഞാൻ കണ്ണ് ചിമ്മി നോക്കിയെങ്കിലും ഗുണം ചെയ്തില്ല.

''നിങ്ങളെപ്പോലെ?'' ഞാൻ ഞരങ്ങി. ''സ്വന്തം ജീവിതം എങ്ങനെയാണ് എന്ന് വിശദീകരിക്കുകയാണോ?''

തിളങ്ങുന്ന പല്ലുകൾ കാട്ടി അയാൾ ചിരിച്ചു.

''എന്നെപ്പോലെ, മാത്രമല്ല നിങ്ങളെയും പോലെ. എല്ലാവരെയും പോലെ, എല്ലാ ആളുകളെയും പോലെ. ഞാൻ എന്നെത്തന്നെ വിശദീകരിക്കുകയല്ല, മറിച്ച് മനുഷ്യരാശിയെ മുഴുവൻ വിശദീകരിക്കുകയാണ്.''

പ്രോസിക്യൂട്ടർ നാടിർ സംസാരിച്ചപ്പോൾ, അയാൾ ആ മരുന്ന് എനിക്ക് കുത്തിവയ്ച്ചിരുന്നോ എന്ന് ഞാൻ ശങ്കിച്ചു.

അവൻ മറ്റ് ഇരകളോട് അത് ചെയ്തിട്ടുണ്ട്. പക്ഷേ അങ്ങനെ ചെയ്തിരുന്നെങ്കിൽ എനിക്ക് സംസാരിക്കാൻ കഴിയുമായിരുന്നില്ല.

ഞാൻ വീണ്ടും കൈകൾ ചലിപ്പിക്കാൻ ശ്രമിച്ചു. കൈവിലങ്ങുകൾ അമർന്നു കൈത്തണ്ടയിൽ ശക്തമായ വേദന അനുഭവപ്പെട്ടുവെങ്കിലും എനിക്ക് വിരലുകൾ ചലിപ്പിക്കാൻ കഴിയും എന്ന് മനസ്സിലായി.

''വിഷമിക്കേണ്ട. ഞാൻ നിങ്ങൾക്ക് മയക്കുമരുന്ന് നൽകിയിട്ടില്ല,'' വിഷാദം കലർന്ന ശബ്ദത്തിൽ അയാൾ പറഞ്ഞു,

''ഇത് ഇങ്ങനെയാകാൻ ഞാൻ ആഗ്രഹിച്ചില്ല. എനിക്ക് നിങ്ങളോട് ശരിക്കും ബഹുമാനമുണ്ട്. സ്വന്തം ജോലി നന്നായി ചെയ്യുന്ന എല്ലാവരെയും ഞാൻ ബഹുമാനിക്കുന്നു. നിങ്ങൾ എന്റെ രഹസ്യം കണ്ടുപിടിച്ചില്ലായിരുന്നുവെങ്കിൽ ഇത് ഒരിക്കലും സംഭവിക്കില്ലായിരുന്നു. ശരിയാണ്, വീടിന്റെ വാതിൽക്കൽ കണ്ട ചുവന്ന മണ്ണിന്റെ തരികൾ എന്റെ ശ്രദ്ധക്കുറവുകൊണ്ട് സംഭവിച്ചതാണ്. പൊറുക്കാനാവാത്ത തെറ്റായിരുന്നു അത്. പക്ഷേ, നിങ്ങൾ എന്റെ കാറിൽ ചാടിക്കയറുമെന്ന് എനിക്ക് അറിയാമായിരുന്നോ? അതൊരു വല്ലാത്ത ഭാഗ്യദോഷമായിരുന്നു.''

അവൻ നെഞ്ചിൽ കൈകൾ ചേർത്തുപിടിച്ചിട്ട് കുറച്ചുകൂടി ഗൗരവമായി സംസാരിച്ചു തുടങ്ങി.

''വാസ്തവത്തിൽ, ഈ കേസ് കെട്ടിപ്പടുത്തത് ഭാഗ്യത്തിന്റെ അടിസ്ഥാനത്തിലാണ്. നമുക്ക് ആൽപ്പറിന്റെ കാര്യം തന്നെ എടുക്കാം. ചില ചെറിയ പാളിച്ചകൾ ഒഴിച്ചാൽ അവന് ഒരു നല്ല പ്ലാൻ ഉണ്ടായിരുന്നു. പക്ഷേ താൻ അനുകരിക്കുന്ന കൊലയാളി ഈ കേസിലെ പ്രോസിക്യൂട്ടർ ആണെന്ന് അയാൾ എങ്ങനെ ഊഹിക്കും? അതുകൊണ്ടാണ് വീട്ടിൽ ഞാൻ കയറിച്ചെന്നപ്പോൾ അവർക്ക് സംശയം തോന്നാതിരുന്നത്. രണ്ടുപേരെയും ഞാൻ അനായാസം കൊന്നു.''

അത് ശരിക്കും വിചിത്രമായിരുന്നു. ഇത്തവണ വിധി കുറ്റവാളികൾക്കായി ന്യായമായ ഒരു രംഗം എഴുതിച്ചേർത്തത് പോലെ എനിക്ക് തോന്നി.

''സൂപ്രണ്ട് സെക്കായിയെക്കുറിച്ചോർത്ത് എനിക്ക് വിഷമമുണ്ട്.'' ഞങ്ങളുടെ കൊലപാതകിയായ പ്രോസിക്യൂട്ടർ ഖേദം പ്രകടിപ്പിക്കുന്നതിൽ പരാജയപ്പെടാതെ പറഞ്ഞു.

''ഞാൻ അയാളെ ബഹുമാനിച്ചിരുന്നു. ഒരിക്കലും കൊല്ലാൻ ആഗ്രഹിച്ചില്ല. അതുകൊണ്ടാണ് ഞാൻ അയാളുടെ വീട്ടില് പോയത്. അയാൾ ഞാൻ ആരാണ് എന്ന് മനസ്സിലാക്കിയില്ല എന്ന് എനിക്ക് ഉറപ്പ് വരുത്തണമായിരുന്നു. അയാൾക്ക് ഞാൻ ബ്ലൈൻഡ്മാൻസ് ബഫ് ആണെന്ന് പിടികിട്ടിയില്ലായിരുന്നെങ്കിൽ, ഒരു ദോഷവും വരില്ലായിരുന്നു. പക്ഷേ വാതിൽ തുറന്നപ്പോൾത്തന്നെ ഞാൻ ആരാണെന്ന് അയാൾക്ക് അറിയാമെന്ന് എനിക്ക് ഉറപ്പായി തീർച്ചയായും അയാൾ ഒരു നല്ല ആതിഥേയനെപ്പോലെ എന്നെ അകത്തേക്ക് ക്ഷണിച്ചു. എനിക്ക് കാര്യം മനസ്സിലാകാതെയിരിക്കാൻ ശ്രമിച്ചു. അടുത്തത് എന്താണ് സംഭവിക്കാൻ പോകുന്നത് എന്ന് എനിക്ക് അറിയാമായിരുന്നു. ഒന്നും സംശയിച്ചിട്ടില്ലെന്ന ഭാവത്തിൽ സമർത്ഥമായി എന്റെ ശ്രദ്ധ തിരിക്കാൻ ശ്രമിക്കും.

എന്നിട്ട് ഞാൻ സൂക്ഷ്മതയില്ലാതെ ഇരിക്കുന്ന നിമിഷത്തിൽ എന്നെ പിടിക്കും. ഒരുപക്ഷേ അയാൾ ആ മഹത്തായ നിമിഷത്തിന്റെ ലഹരി നിങ്ങളോട് പോലും പങ്കിടുമായിരുന്നില്ല. നിങ്ങൾക്കറിയാമോ, ഞാൻ സെക്കായിയുടെ ജീവിതത്തിന്റെ ലക്ഷ്യമായിരുന്നു. എപ്പോഴും കണ്ണ് വെട്ടിച്ചു പായുന്ന വേട്ടമൃഗം. പക്ഷേ അയാൾക്ക് എന്നെ വേണ്ടത്ര അറിയില്ലായിരുന്നു. കുറച്ചുകൂടി വ്യക്തമായി പറഞ്ഞാൽ അയാൾ എന്നെ വില കുറച്ചുകണ്ടു. അതിനെ അഹങ്കാരം എന്ന് വേണമെങ്കിൽ നിങ്ങൾ വിളിച്ചോളൂ, പക്ഷേ, തീർച്ചയായും അതൊരു വലിയ തെറ്റായിരുന്നു. ആ തെറ്റിന് അയാൾ ജീവൻകൊണ്ട് വില കൊടുത്തു. എനിക്ക് മറ്റു മാർഗ്ഗമില്ലായിരുന്നു.''

നാദിറിന്റെ മുതലക്കണ്ണീരിൽ എനിക്ക് താൽപ്പര്യമില്ലായിരുന്നു. എന്റെ മനസ്സ് മറ്റൊരു കാര്യത്തിൽ കുടുങ്ങിയിരുന്നു. എന്തുകൊണ്ട് അയാൾ എന്നെ കാറിൽ വച്ചു വെടിവെച്ചു കൊന്നില്ല? ഒരു തെളിവും അവശേഷിപ്പിക്കാതെയിരിക്കണം. അങ്ങനെ ചെയ്താൽ കാർ നിറയെ രക്തമാകും. അയാൾക്ക് വേണമെങ്കിൽ കാർ റോഡിന്റെ വശത്തേക്ക് നിർത്തി പുറത്തേക്ക് സൂത്രത്തിൽ വിളിച്ചിറക്കി എന്നെ കൊല്ലാമായിരുന്നു.

''എനിക്ക് സംസാരിക്കണമായിരുന്നു.''

എന്റെ ചിന്തകൾ വീണ്ടും വായിച്ചതുപോലെ അയാൾ പറഞ്ഞു.

''എന്നെ എനിക്ക് വിശദീകരിക്കണമായിരുന്നു.''

അയാൾ ആത്മാർത്ഥതയുള്ള ശബ്ദത്തിൽ പറഞ്ഞു.

''ആദ്യമായാണ് ഞാൻ ഒരാളോട് സത്യം പറയാൻ ആഗ്രഹിക്കുന്നത്, ഞാൻ എന്താണ് അനുഭവിച്ചത്, ഞാൻ എന്താണ് ചെയ്തത്, ഞാൻ ചിന്തിക്കുന്നത്, അനുഭവിക്കുന്നത്...''

അവന്റെ കണ്ണുകൾ ഏതാനും മീറ്ററുകൾ അകലെ കിടക്കുന്ന മറ്റൊരു കസേരയിലേക്ക് നീണ്ടു. ഞാൻ തിരിഞ്ഞു ആ ദിശയിലേക്ക് നോക്കി. അവിടെ സെറാപ്പ് ഹോസ്പിറ്റൽസിന്റെ ഉടമ ഹയാതി ഡാർക്കൻ ഇരിക്കുന്നുണ്ടായിരുന്നു. അവന്റെ മരവിച്ച മുഖത്തെ കണ്ണുകൾ ഏതോ അദൃശ്യമായ ബിന്ദുവിൽ തറഞ്ഞിരുന്നു. അവന്റെ വലതു ചെന്നിയിൽ അധികം പഴക്കമില്ലാത്ത ഒരു മുറിവുണ്ടായിരുന്നു. അതിൽ നിന്നും ഒലിച്ചിറങ്ങിയ ചോരയുടെ ചെറുചാൽ താടിക്ക് താഴെയായി ചെന്നവസാനിച്ചു. ഹയാതി മരിച്ചുവെന്ന് തന്നെ ഞാൻ ആദ്യം കരുതി. പക്ഷേ കുറച്ചു നേരം ശ്രദ്ധിച്ചു നോക്കിയപ്പോൾ നെഞ്ചിടിപ്പ് ശ്രദ്ധയിൽപ്പെട്ടു.

''സത്യത്തിൽ, ഞാൻ നിങ്ങളെ തട്ടിക്കൊണ്ടുപോകാൻ പോകുകയാണെന്ന് എനിക്കറിയാമായിരുന്നെങ്കിൽ, ഞാൻ ഹയാതിയെ രാവിലെ അവന്റെ വീട്ടിൽ വച്ചു തന്നെ കൊന്നുകളയുമായിരുന്നു. നിങ്ങൾക്കറിയാമോ, ചാതുര്യത്തിന് അഭിനന്ദനങ്ങൾ മൂർച്ച കൂട്ടും. മറ്റുള്ളവരുടെ കണ്ണുകളിൽ നിങ്ങൾ ചെയ്തതിന്റെ ഫലങ്ങൾ നിങ്ങൾക്ക് കാണാൻ കഴിയുന്നില്ലെങ്കിൽ പിന്നെ എന്താണ് അതിൽ ഒരു രസം? ഞാൻ

ആരാണ് എന്ന് അവനോട് വിശദീകരിക്കാൻ പോവുകയായിരുന്നു. പക്ഷേ, തീർച്ചയായും അയാൾക്ക് അത് മനസ്സിലാകില്ലായിരുന്നു. നിങ്ങളുടെ ധാരണയും ഉൾക്കാഴ്ചയും അവനില്ല.''

പെട്ടെന്ന് അയാൾ ലജ്ജയോടെ അതിശയിച്ചു.

''എന്തൊരു മര്യാദയില്ലാത്തവനാണ് ഞാൻ. ചോദിക്കാൻ മറന്നു, നിങ്ങൾക്ക് കുറച്ച് വെള്ളം വേണോ? അല്ലെങ്കിൽ ഒരു കപ്പ് ചായ? എനിക്ക് കാപ്പി ഉണ്ടാക്കാൻ പോലും കഴിയും. ഇവിടെ ഒരു കോഫി മെഷീൻ ഉണ്ട്.''

എന്റെ വായ വരണ്ടിരുന്നു. സാഹസികനായ നായകനായി അഭിനയിക്കുന്നതിൽ അർത്ഥമില്ല.

''ഒരു ഗ്ലാസ് വെള്ളം കിട്ടിയാൽ നന്നായിരുന്നു.''

അവൻ തിടുക്കത്തിൽ അക്വേറിയത്തിന് അടുത്തുള്ള ടേബിളിന്റെ നേർക്ക് നടന്നു. പാതി ശൂന്യമായ ഒരു പ്ലാസ്റ്റിക് കുപ്പിയിൽ നിന്ന് ഒരു ഗ്ലാസിലേക്ക് വെള്ളം ഒഴിച്ചിട്ട് ചടുലതയോടെ അടുത്തുവന്ന് ഗ്ലാസ് ശ്രദ്ധയോടെ എന്റെ ചുണ്ടുകളിലേക്ക് ചേർത്തു വച്ചിട്ട്. മെല്ലെ മെല്ലെ അത് വായിലേക്ക് ഒഴിച്ചു.

''നിങ്ങളെ ബുദ്ധിമുട്ടിച്ചതിൽ ക്ഷമിക്കണം,'' ആവശ്യത്തിന് കുടിച്ചിട്ട് ചുണ്ടുകൾ നക്കി കൊണ്ട് ഞാൻ പറഞ്ഞു. ''നന്ദി.''

''അത് സാരമില്ല ചീഫ്.'' അവൻ എന്നെ ആരാധനയോടെ നോക്കിക്കൊണ്ടിരുന്നു. ''നിങ്ങളെപ്പോലുള്ളവർ ഇനിയധികമില്ല. ഏറ്റവും പ്രയാസകരമായ നിമിഷങ്ങളിൽ പോലും, നിങ്ങൾ നിങ്ങളുടെ സംസ്കാരം നിലനിർത്തുന്നു. മനുഷ്യരാശിയുടെ പ്രശ്നം തിന്മയല്ല, നെവ്സാറ്റ് സാറെ, അശ്ലീലതയാണ്. ഭൂമി ഒരു അശ്ലീലഗ്രഹമായി മാറിയിരിക്കുന്നു. നിങ്ങൾ എന്നോട് യോജിക്കുന്നില്ലെന്ന് എനിക്കറിയാം. നിങ്ങളെ സംബന്ധിച്ചിടത്തോളം തിന്മയാണ് ഏറ്റവും മോശം പ്രശ്നം, പക്ഷേ എനിക്ക് അത് അഹങ്കാരം, അജ്ഞത, മിതത്വം എന്നിവയാണ്. കാരണം, ഏത് സാഹചര്യത്തിലും നമ്മൾ ദുഷ്ടരാണ്. തിന്മയിൽ നിന്ന് രക്ഷപ്പെടാൻ നമുക്ക് സാധ്യമല്ല. അത് നമ്മിൽ അന്തർലീനമാണ്.'' അവൻ വീണ്ടും നിർത്തി. ''എന്തായാലും ഞാൻ ഇപ്പോൾ തത്ത്വചിന്ത വിളമ്പുന്നില്ല. ഒരു നിമിഷം തരൂ, ഞാൻ ഈ ഗ്ലാസ് താഴെ വയ്ക്കട്ടെ.'' അവൻ ഗ്ലാസ് മേശപ്പുറത്ത് വച്ചതിനു ശേഷം ചുമരിന്റെ അടുത്ത് നിന്ന് ഒരു കസേര വലിച്ചിട്ട് എന്റെ എതിർവശത്ത് ഇരുന്നു. ''നിങ്ങൾ ജിജ്ഞാസയാൽ മരിക്കുകയാണ് എന്ന് എനിക്ക് ഉറപ്പാണ് ചീഫ് ഇൻസ്പെക്ടർ. എനിക്ക് എങ്ങനെ അത്തരമൊരു ക്രൂരനായ കൊലയാളിയാകാൻ കഴിയും എന്ന് അറിയാൻ നിങ്ങൾക്ക് ആഗ്രഹമുണ്ട്.''

ഞാൻ എന്ത് പറയും എന്ന് കേൾക്കാൻ ആകാംക്ഷയോടെ അവൻ കാത്തു നിന്നു.

''ഇല്ല. നിങ്ങൾ എങ്ങനെ ഈ വഴിയിലേക്ക് തിരിഞ്ഞു എന്ന് അറിയാൻ എനിക്ക് ജിജ്ഞാസയില്ല,'' ഞാൻ നിസ്സംഗതയോടെ പറഞ്ഞു. ''ഒരുപക്ഷേ നിങ്ങൾ ഒരിക്കലും മാറിയിയിട്ടില്ലായിരിക്കും. നിങ്ങൾ

എല്ലായ്പ്പോഴും ഇങ്ങനെയായിരുന്നിരിക്കണം. ഒരുപക്ഷേ നിങ്ങൾക്ക് ഒരു ചീഞ്ഞ ബാല്യമുണ്ടായിരുന്നിരിക്കണം. ഒരുപക്ഷേ നിങ്ങളെ വളരെ ലാളിച്ചു വളർത്തിയിരിക്കാം. പക്ഷേ നിങ്ങൾ ഒരു മോശം വ്യക്തിയായിട്ടാണ് ജനിച്ചത്. കാരണം ഒരു നല്ല വ്യക്തിക്ക് ഇത് ചെയ്യാൻ കഴിയില്ല.''

അവന്റെ കൗതുകം കലർന്ന നോട്ടം എന്റെ മുഖത്ത് തങ്ങിനിന്നു.

''എല്ലാം നല്ല ഊഹങ്ങൾ, പക്ഷേ അവയൊന്നും ശരിയല്ല. ലളിതമാണ്. പുസ്തകങ്ങളിലും സങ്കീർണ്ണമായ സിദ്ധാന്തങ്ങളിലും എഴുതിയിരിക്കുന്നതിനേക്കാൾ ലളിതമാണ് സത്യം. എന്റെ ഉള്ളിൽ തിന്മ ഉണ്ടായിരുന്നു, അതെ, നിങ്ങളെപ്പോലെ തന്നെ. പക്ഷേ ചില സംഭവങ്ങൾ അതിനെ ഉണർത്തി എന്നുതന്നെ പറയണം. മറ്റൊരു വിധത്തിൽ പറഞ്ഞാൽ, ഞാൻ സ്വയം ബോധവാനായി.''

ഞാൻ അവന്റെ ആത്മാർത്ഥതയെ അഭിനന്ദിച്ചു. അവനെ പ്രോത്സാഹിപ്പിക്കാൻ ഞാൻ ശ്രമിച്ചു.

''നിങ്ങൾ പറഞ്ഞത് ശരിയാണ്. തിന്മ ചെയ്തിട്ട് ഒഴികഴിവ് പറയുന്നതിൽ അർത്ഥമില്ല. വർഷങ്ങൾ കൊണ്ട് എന്റെ പ്രൊഫഷണൽ ജീവിതത്തിൽ നടന്ന വേദനാജനകമായ അനുഭവങ്ങളിലൂടെ ഞാൻ അത് പഠിച്ചു. പക്ഷേ ഒരു കൊലപാതകി ആകുന്നതിന് മുമ്പ് നിങ്ങൾ എങ്ങനെയായിരുന്നു എന്നറിയാൻ എനിക്ക് ജിജ്ഞാസയുണ്ട് മിസ്റ്റർ പ്രോസിക്യൂട്ടർ.''

ഞാൻ എന്താണ് ചെയ്യുന്നതെന്ന് മനസ്സിലാക്കാൻ ശ്രമിച്ചുകൊണ്ട് അവൻ എന്നെ അളക്കുന്നതുപോലെ നോക്കി. അടങ്ങാത്ത ആത്മവിശ്വാസം ഒരു നിമിഷത്തേക്ക് അപ്രത്യക്ഷമായി, പക്ഷേ ഒരു നിമിഷത്തേയ്ക്ക് മാത്രമായിരുന്നു അത്. പെട്ടെന്ന് തന്നെ അയാൾ ഞെട്ടിയുണർന്നു.

''ഇന്ററോഗേഷൻ ടെക്നിക്കുകൾ, ഹാ...''

അവൻ സൗഹാർദ്ദത്തോടെ തലയാട്ടി.

''അത് ചെയ്യരുത്, ചീഫ് നെവ്സാറ്റ്. അതിന്റെ ഒരു ആവശ്യവുമില്ല. ഞാൻ എന്തായാലും നിങ്ങളോട് എല്ലാം പറയാം. പിന്നെ ഞാൻ എന്നെത്തന്നെ നല്ലവനാക്കാൻ ഉദ്ദേശിക്കുന്നില്ല. അതിനെക്കുറിച്ച് വിഷമിക്കേണ്ട. ഞാൻ ശരിയാണെന്ന് എനിക്കറിയാം. അതുകൊണ്ട് തന്നെ ഞാൻ ഒരിക്കലും കള്ളം പറയില്ല. എനിക്ക് നിങ്ങളോട് ഹൃദയം തുറന്ന് സംസാരിക്കണം. രണ്ട് സുഹൃത്തുക്കളെപ്പോലെ. ലോകവിവരമുള്ള രണ്ട് സുഹൃത്തുക്കൾ. എന്നെ വിശ്വസിക്കൂ, ഇത് വിലപ്പെട്ട കാര്യമാണ്...''

അയാൾ വീണ്ടും ഹയാതിയെ നോക്കി.

''അവൻ നമ്മൾ പറയുന്നത് കേൾക്കും. പക്ഷേ അവന് ഈ ഒന്നാന്തരം സംഭാഷണം കേൾക്കാൻ അർഹതയില്ല...'' അയാൾ മുഖം ചുളിച്ചുകൊണ്ട് പതുക്കെ എഴുന്നേറ്റു.

''ക്ഷമിക്കണം, അവൻ നമ്മൾ പറയുന്നത് കേട്ടു കൊണ്ടിരിക്കുമ്പോൾ എനിക്ക് സംസാരിക്കാൻ കഴിയില്ല.''

അവൻ തിരികെ മേശയിലേക്ക് നടന്നു, അപ്പോഴാണ് രണ്ടു കറുത്ത പാടുകൾ പോലെ രണ്ട് പിസ്റ്റളുകൾ ആ മേശപ്പുറത്ത് ഇരിക്കുന്നത് ഞാൻ ശ്രദ്ധിച്ചത്.

ആദ്യം ഇരുന്നിരുന്നത് എന്റെ തോക്ക് ആയിരുന്നു. രണ്ടാമത്തേത് നാദിറിന്റേതും. ഒരു ചെറിയ സൂചന പോലും കൂടാതെ അയാൾ അസ്വസ്ഥനായി മാറുകയും ഹയാതിയുടെ അടുത്തേക്ക് പോവുകയും ചെയ്തു. മുന്നറിയിപ്പൊന്നും കൂടാതെ അയാൾ തടവുകാരന്റെ തലയിലേക്ക് തോക്ക് ചൂണ്ടി.

''നിർത്തൂ, അത് ചെയ്യരുത്!'' ഞാൻ അലറി. പക്ഷേ അതിന് മുൻപ് തന്നെ അയാൾ ട്രിഗർ വലിച്ചു കഴിഞ്ഞിരുന്നു. ബുള്ളറ്റ് ഹയാതിയുടെ നെറ്റിയിലൂടെ കയറി തലയുടെ പുറകിലൂടെ ഒരു പിടി രക്തവും മാംസവും അസ്ഥിയും എടുത്തു കൊണ്ട് പറന്നു പോയി. അയാൾ തൽക്ഷണം മരിച്ചു. നാദിറിന്റെ മുഖത്തെ ഒരു പേശി പോലും ചലിച്ചില്ല എന്നത് ഞാൻ ശ്രദ്ധിച്ചു.

നാദിർ പിസ്റ്റൾ എന്റെ നേരെ തിരിച്ചു. ഇത് തന്റെ സ്വാഭാവികമായ സ്വഭാവം ആണെന്ന് പറയുന്നതുപോലെ അയാൾ വളരെ ശാന്തനായിരുന്നു. എന്നാൽ ആ സയാമീസ് യുദ്ധമത്സ്യത്തെപ്പോലെ അതൊരു വലിയ നുണയായിരുന്നു. അയാൾ എന്റെ ശ്രദ്ധ ആകർഷിക്കാനാണ് ആഗ്രഹിച്ചത്. എന്നെ ശ്രദ്ധിക്കുക, എന്നെ ഇഷ്ടപ്പെടുക, ഞാൻ എത്ര മാത്രം പ്രത്യേകതയുള്ളവനാണെന്ന് മനസ്സിലാക്കുക.., അയാൾ പറയുന്നതായി തോന്നി.

തീർച്ചയായും ഞാൻ അയാളെ ശ്രദ്ധിച്ചിരുന്നു, ശ്രദ്ധിക്കുകയും അത് പ്രകടമാക്കിയില്ലെങ്കിലും അയാൾ ഒരു പ്രത്യേക തരം ഭ്രാന്തനാണെന്ന് മനസ്സിലാക്കുകയും ചെയ്തിരുന്നു. പക്ഷേ ഈ സന്ദർഭത്തിൽ തീർത്തും നിസ്സംഗതയോടെ പ്രവർത്തിച്ചാൽപ്പോലും അതെന്റെ മനസ്സിലെ യഥാർത്ഥ വികാരങ്ങൾ വെളിപ്പെടുത്തുമായിരുന്നു.

''അവന് രണ്ട് കുട്ടികളുണ്ടായിരുന്നു,'' നാദിർ അടുത്തേക്ക് വന്നപ്പോൾ ഞാൻ പറഞ്ഞു. ''രണ്ട് പെൺമക്കൾ.''

അവൻ തോളുകൾ കുലുക്കി.

''ലോകത്ത് ഒരുപാട് കുട്ടികൾ അച്ഛനില്ലാത്തവരായുണ്ട്.'' അവൻ വെറുപ്പോടെ താൻ കൊന്ന മനുഷ്യനെ നോക്കി. ''മരിക്കാൻ അർഹതയില്ലാത്ത അച്ഛന്മാർ ഇതുപോലുള്ള വൃത്തികെട്ട അവയവ കച്ചവടക്കാരല്ല.'' അയാളുടെ ഇളംതവിട്ട് നിറമുള്ള കണ്ണുകൾ പരുന്തിനെപ്പോലെ എന്നെ വീക്ഷിച്ചു.

''എല്ലാ മനുഷ്യരും വിലപ്പെട്ടവരല്ല, ചീഫ്, നമുക്ക് അത്തരം വിഡ്ഢിത്തങ്ങളെ മറികടക്കണം. ഈ ലോകത്തിന് ഉപകാരമുള്ളവരുണ്ട്, ഇല്ലാത്തവരും ഉണ്ട്. നാശമുണ്ടാക്കുന്നവരിൽ ഒരാളെ കൊല്ലുന്നത് ഒരിക്കലും

തെറ്റല്ല. മനുഷ്യത്വം തുടങ്ങിയ മൂല്യങ്ങളിൽ നമ്മൾ വിശ്വസിക്കുന്നുവെങ്കിലും ഇത്തരത്തിലുള്ള പുരുഷന്മാരെ ഒഴിവാക്കുന്നത് വളരെ പ്രയോജനകരമാണ്. ഒരു മനോഹരമായ പൂന്തോട്ടത്തിലെ കള പറിക്കുന്നത് പോലെ...''

തോക്കിന്റെ അറ്റം കൊണ്ട് അയാൾ ഇരയുടെ നേരെ ആംഗ്യം കാണിച്ചു.

''ഉദാഹരണത്തിന്, ഈ മനുഷ്യന്റെ വായിൽ മണ്ണ് കയറിയാൽ മനുഷ്യകുലത്തിന് എന്തെങ്കിലും നഷ്ടപ്പെടുമോ? ഒരിക്കലുമില്ല. പകരം അത് എന്ത് നേടുന്നു? ഒരാൾക്ക് കൂടി ജീവിക്കാൻ അവസരമൊരുക്കുന്നു. ഭൂമിയും വെള്ളവും ഓക്സിജനും പരിധിയില്ലാത്തവയല്ല, അതിനർത്ഥം ഓരോ വ്യക്തിയും ഒരു മാലിന്യമാണ് എന്നാണ്. പ്രകൃതിക്ക് ഒരു ഭാരം. നോക്കൂ, ഈ രീതിയിൽ പ്രകൃതിയുടെ മേലുള്ള ഭാരം അല്പം കുറഞ്ഞിരിക്കുന്നു.''

എന്റെ കണ്ണുകൾ തോക്കിലേക്ക് പോകുന്നത് കണ്ട് അവൻ ലജ്ജിച്ചു.

''എന്നോട് ക്ഷമിക്കണം. തോക്ക് ചൂണ്ടി ഞാൻ നിങ്ങളെ ഭീഷണിപ്പെടുത്തുന്നുവെന്ന് ദയവായി കരുതരുത്. ഞാൻ അത്ര മര്യാദയില്ലാത്തവനല്ല.''

അയാൾ കസേരയിൽ ഇരുന്നിട്ട് തിടുക്കത്തിൽ തോക്ക് ജാക്കറ്റിന്റെ പോക്കറ്റിൽ ഇട്ടു. എന്നാൽ തോക്ക് ജാക്കറ്റിൽ ഭാരത്തോടെ തൂങ്ങിക്കിടന്നു.

അയാൾ അസ്വസ്ഥനായിരുന്നു. നാദിർ അതേ പോക്കറ്റിൽ നിന്ന് ഒരു മൊബൈൽ ഫോൺ എടുത്തു. എന്റെ കണ്ണുകൾ അയാളുടെ കൈകളിൽ തറഞ്ഞിരിക്കുന്നത് നാദിർ കണ്ടു.

അയാൾ വിശദീകരിച്ചു, ''എനിക്ക് നിങ്ങളുടെ ഫോൺ ഒഴിവാക്കേണ്ടി വന്നു. സെയ്നെപ്പും അലിയും വിളിച്ചുകൊണ്ടിരിക്കുന്നു. സത്യത്തിൽ അലിയെക്കാൾ സെയ്നെപ്പിന് ഉത്തരം നൽകണം എന്ന് എനിക്കുണ്ട്. പക്ഷേ എന്റെ കാഴ്ചപ്പാടിൽ നിന്ന് നോക്കിയാൽ അത് വിഡ്ഢിത്തമായിരിക്കും എന്ന് നിങ്ങൾ മനസ്സിലാക്കും. കൂടാതെ, അവർക്ക് നിങ്ങളുടെ ഫോണിൽ നിന്ന് നമ്മൾ എവിടെയാണ് എന്ന് മനസ്സിലാക്കാൻ കഴിയുമായിരുന്നു. അതിനാൽ ഞാൻ അത് വഴിയിൽ എറിഞ്ഞുകളഞ്ഞു.''

നാദിർ ഫോൺ തന്റെ മറ്റേ പോക്കറ്റിൽ തിരുകി വച്ചു. അത് ഒരു നല്ല സൂചനയാണെന്ന് ഞാൻ മനസ്സിലാക്കി. അതിനർത്ഥം അവർ എന്നെക്കുറിച്ച് വിഷമിക്കാൻ തുടങ്ങി എന്നാണ്. ഞാൻ എതിർവശത്ത് ഉണ്ടായിരുന്ന മര ക്ലോക്കിലേക്ക് നോക്കി. അത് സമയം 22:32 ആയെന്ന് കാണിച്ചു. ഏകദേശം എട്ട് മണിക്ക് ഞാൻ പ്രോസിക്യൂട്ടറെ കണ്ടുമുട്ടിയെങ്കിൽ ഏകദേശം രണ്ടര മണിക്കൂർ കഴിഞ്ഞു എന്നർത്ഥം. അവർക്ക് എന്നെ കണ്ടെത്താൻ സമയം വേണം. എനിക്ക് ഈ സംഭാഷണം കഴിയുന്നിടത്തോളം നീട്ടിക്കൊണ്ടുപോകണം.

''ഈ തോക്ക് കൊണ്ടാണോ നിങ്ങൾ പന്ത്രണ്ട് ബാലപീഡകരെ കൊന്നത്?''

തോക്ക് വീണ്ടും പുറത്തെടുക്കാൻ അയാൾ കൈ നീട്ടി.

''അതെ, ഇതാണത്... എന്റെ അച്ഛന്റെ സർവീസ് റിവോൾവറാണിത്. അദ്ദേഹം ഒരു സൈനിക ക്യാപ്റ്റനായിരുന്നു. സമാധാനമായി വിശ്രമിക്കട്ടെ. എനിക്ക് രണ്ട് വയസ്സുള്ളപ്പോൾ അദ്ദേഹം രക്തസാക്ഷിയായി. സിർനാക്കിൽ വച്ച് തീവ്രവാദികൾ പതിയിരുന്നു വെടിവച്ചു കൊല്ലുകയായിരുന്നു.''

അയാളുടെ കണ്ണുകൾ തോക്കിൽ പതിഞ്ഞു. ''ഇതുകൊണ്ട് ഇതിന് മുമ്പ് ആരെയെങ്കിലും കൊന്നിട്ടുണ്ടോ എന്ന് എനിക്കറിയില്ല, പക്ഷേ അതുകൊണ്ട് പതിമ്മൂന്ന് ബാലപീഡകർ, മൂന്ന് വഞ്ചകർ, സൂപ്രണ്ട് സെക്കായ് ഇത്രയും പേരെ കൊന്നിട്ടുണ്ട്.''

പതിമ്മൂന്ന്? ഞങ്ങൾക്ക് അറിയാത്ത മറ്റൊരു ഇരയുണ്ടോ?

''ആദ്യത്തെ പീഡകനെ ഞാനല്ല കൊന്നത്, എനിക്ക് കഴിയുമായിരുന്നുവെങ്കിൽ അത് ചെയ്യുമായിരുന്നു. പക്ഷേ എനിക്ക് അതിന് കഴിഞ്ഞില്ല.''

അക്വേറിയത്തിന്റെ ഇടതുവശത്ത് ഇരുന്നിരുന്ന ഫോട്ടോയിലേക്ക് അയാൾ ഒന്ന് തിരിഞ്ഞു നോക്കി. ഞാൻ അവന്റെ നോട്ടം പിന്തുടർന്നു. ''ആദ്യം എന്റെ അമ്മയാണ് കൊന്നത്. ഡോക്ടർ മുകദ്ദേസ്. അവർ ഒരു മികച്ച അമ്മയും കഴിവുള്ള ഒരു ഡോക്ടറും വളരെ നല്ല വ്യക്തിയുമായിരുന്നു. അവർക്ക് ഒരു നല്ല സ്വഭാവമുണ്ടായിരുന്നു. തന്റെ മകനെയോ തന്നെയോ ഉപദ്രവിച്ചവരോട് ഒരിക്കലും പൊറുക്കാത്ത കരുത്തിന്റെ ഒരു സ്തംഭം തന്നെയായിരുന്നു അവർ. ഞാൻ അവരുടെ പാത പിന്തുടർന്ന് പോയിരുന്നെങ്കിൽ...'' അയാളുടെ ശബ്ദം സങ്കടം നിറഞ്ഞതും കണ്ണുകൾ മഞ്ഞുമൂടിയതുപോലെയും കാണപ്പെട്ടു. ''ആളുകൾ എന്റെ അച്ഛന്റെ കാര്യം എപ്പോഴും പറയാറുണ്ട്. അച്ഛൻ വളരെ ധീരനായിരുന്നു, പക്ഷേ അമ്മയായിരുന്നു എന്റെ യഥാർത്ഥ ഹീറോ. ഒന്നിനും അവരെ പിടിച്ചുനിർത്താനായില്ല.

പ്രണയത്തിലോ കുടുംബത്തിലോ ഉള്ള പ്രശ്നങ്ങളോ ഭാവിയെക്കുറിച്ചുള്ള ആശങ്കകളോ അവരെ ആകുലപ്പെടുത്തിയില്ല. അവർ ഒരിക്കൽ പോലും ദുർബലയായി പെരുമാറിയിരുന്നില്ല. എല്ലായ്പ്പോഴും എന്റെ അമ്മ ഒരു കടുപ്പക്കാരിയായിരുന്നു. എന്റെ ജീവിതകാലം മുഴുവൻ ഞാൻ അവരെപ്പോലെയാകാൻ ശ്രമിച്ചു.''

നാദിർ തന്റെ അമ്മയെക്കുറിച്ച് ആത്മാർത്ഥമായി അഭിമാനിച്ചിരുന്നു. പക്ഷേ, അയാൾക്ക് തന്നെക്കുറിച്ച് സംശയമുണ്ടായിരുന്നു ഉറപ്പു വരുത്താൻ അയാൾ ആഗ്രഹിച്ചുവെന്ന് എനിക്ക് തോന്നി.

''ആ ശ്രമത്തിൽ വിജയിച്ചുവെന്ന് ഞാൻ കരുതുന്നു; നിങ്ങൾ എന്ത് പറയുന്നു?''

ഇത്തവണ തോളുകൾ കുലുക്കിയത് ഞാനായിരുന്നു.

''ഞാൻ മുമ്പ് പറഞ്ഞതുപോലെ, നിങ്ങൾ വിജയിച്ചോ എന്ന് മന സ്സിലാക്കാൻ നിങ്ങൾ നേരത്തെ എങ്ങനെയായിരുന്നുവെന്ന് അറിയണം. അതെനിക്ക് അറിയില്ല.''

ഞാൻ ഡോ. മുക്കാദേസിന്റെ ഫോട്ടോയിലേക്ക് തിരിഞ്ഞു നോക്കി. ''ഞാൻ മനസ്സിലാക്കിയതനുസരിച്ച്, നിങ്ങൾക്ക് നിങ്ങളുടെ അമ്മയെ ക്കുറിച്ചു പരാതികൾ ഒന്നുമില്ല. നിങ്ങൾ സ്നേഹം ലഭിച്ചാണ് വളർന്ന തെന്ന് വ്യക്തമാണ്.''

അവന്റെ മുഖം ആർദ്രതയാൽ മൃദുവായി.

''ഒരുപാട് സ്നേഹം. അമ്മ എന്നെ ആരാധിച്ചിരുന്നു എന്ന് വേണം പറയാൻ. അച്ഛന്റെ മരണം നമ്മൾ കണക്കിലെടുത്തില്ലെങ്കിൽ ചെറുപ്പ കാലത്ത് ഞാൻ വലിയ ദുരിതങ്ങളൊന്നും അനുഭവിച്ചിട്ടില്ല എന്ന് തന്നെ പറയാം. എന്റെ രണ്ടാനച്ഛൻ മുഷ്ഫിക് അദ്ദേഹത്തിന്റെ സ്ഥാനം ഏറ്റെ ടുത്തു.''

അവന്റെ മുഖത്ത് ഒരു വിചിത്രമായ പുഞ്ചിരി വളർന്നു.

''മുഷ്ഫിക് എന്നെ വളരെയധികം സ്നേഹിച്ചു. ഒടുവിൽ അയാൾക്ക് എന്നെ എന്റെ അമ്മയുമായി വേർതിരിച്ച് അറിയാൻ കഴിയാതെയായി...''

ഞങ്ങൾ പ്രവചിച്ചതുപോലെ, ബ്ലൈൻഡ്മാൻസ് ബഫ് കുട്ടിക്കാലത്ത് പീഡനത്തിനിരയായിട്ടുണ്ട് എന്ന് വ്യക്തമായി. പക്ഷേ അയാൾ അത് പറഞ്ഞത് എത്രമാത്രം ശാന്തനായിട്ടായിരുന്നുവെന്ന് ആലോചിച്ചു കൊണ്ടിരുന്നപ്പോൾ, അയാളുടെ ഫോൺ റിംഗ് ചെയ്യാൻ തുടങ്ങി. നാദിർ മുറുമുറുത്തുകൊണ്ട് ഫോൺ എടുത്തു, ''ഇനി എന്ത് വേണം..?'' ആ മുഖം വികൃതമായി. ''സെയ്നെപ് ആണ്. നിങ്ങളുടെ ക്രിമിനോളജിസ്റ്റ്. അവർ എന്തിനാണ് ഇങ്ങനെ വിളിക്കുന്നത് എന്നാണ് ഞാൻ അത്ഭുത പ്പെടുന്നത്?''

ഇത് എന്റെ അവസാന അവസരമാണ്. ഞാൻ അവനെ വഴി തെറ്റി ക്കാൻ ശ്രമിച്ചു.

''ഞാൻ നിങ്ങളെ കാണാൻ പോകുന്നു എന്ന് അവളോട് പറഞ്ഞി രുന്നു.''

അയാൾ പരിഭ്രമത്തോടെ ഞെരിപിരി കൊണ്ടു.

''അങ്ങനെ ആണോ? അതു ശരി. പക്ഷേ നിങ്ങൾ എന്നെ കണ്ടു വെന്ന് അവർക്കറിയില്ല, അല്ലേ? ഞാൻ നേരത്തെ തന്നെ ഇറങ്ങിയി രുന്നു. നിങ്ങൾ എത്തുമ്പോഴേക്കും കോടതിയിൽ ഞാൻ ഉണ്ടായിരു ന്നില്ല. എല്ലാത്തിനുമുപരി, നമ്മൾ എന്റെ ഓഫീസിൽ വച്ചു കണ്ടില്ല. ആർക്കാണ് ഇതെല്ലാം തെളിയിക്കാൻ കഴിയുക?''

നാദിറിന്റെ ഈ ചിന്താഗതി എനിക്ക് ഗുണം ചെയ്യും, അതിനാൽ ഞാൻ അയാളെ കുറച്ചുകൂടി പ്രകോപിപ്പിക്കാൻ ശ്രമിച്ചു.

''എന്നിരുന്നാലും, അവർ എന്റെ കാർ കോടതിയിലെ പാർക്കിംഗ് സ്ഥലത്ത് കണ്ടെത്തും...''

അയാൾ എന്നെ അലക്ഷ്യമായി നോക്കി.

''ഇന്ന് രാത്രി ഞാൻ അത് നീക്കും, അത് അങ്ങനെ പരിഹരിക്കാം.''

സെയ്നെപ് ഫോൺ കട്ട് ചെയ്തു.

''അങ്ങനെ ചെയ്യരുത്.'' ഞാൻ കള്ളസങ്കടത്തോടെ പറഞ്ഞു.

''അവസാനം നിങ്ങൾ സ്വയം പിടികൊടുക്കും.''

ആത്മവിശ്വാസത്തോടെ, ഏറെക്കുറെ ആഹ്ലാദത്തോടെ അദ്ദേഹം എനിക്ക് ഉത്തരം നൽകി.

''നിങ്ങൾ തെറ്റിദ്ധരിച്ചു, ചീഫ്, ഞാൻ ഇതുവരെ പിടിക്കപ്പെട്ടിട്ടില്ല, ഇനി ഒരിക്കലും പിടിക്കപ്പെടുകയുമില്ല.''

അയാൾ തന്റെ സെൽഫോൺ വീശി.

''ഇനി, എനിക്ക് സെയ്നെപ്പിനോട് സംസാരിക്കണം. അല്ലെങ്കിൽ, അവർ എന്നെ സംശയിക്കും.''

അവൻ ദയനീയമായി പുഞ്ചിരിച്ചു.

''പക്ഷേ, നിങ്ങൾ എന്നോട് ക്ഷമിക്കണം, ഞാൻ അവളോട് പുറത്ത് പോയി സംസാരിക്കും, നിങ്ങൾ ഈ സംഭാഷണത്തിന്റെ ഭാഗം ആകാൻ ഞാൻ ആഗ്രഹിക്കുന്നില്ല.''

‘‘നിഷേധിക്കേണ്ട കാര്യമില്ല ചീഫ്. നാമെല്ലാവരും നിന്ദ്യരായ മൃഗങ്ങളാണ്’’

‘‘മരിച്ചാലും മനുഷ്യൻ ലോകത്തെ വിരൂപമാക്കുന്നു.’’

നാദിർ തന്റെ ഫോൺ സംഭാഷണം അവസാനിപ്പിച്ച് അകത്തേക്ക് വന്നു. അയാൾ മുഖം ചുളിച്ച് താൻ ജീവൻ എടുത്ത ഹയാതി ഡാർക്കന്റെ മൃതശരീരത്തിലേക്ക് നോക്കി.

‘‘ഇത് ശരിയാവില്ല ചീഫ്. ഞാൻ നിങ്ങളെ കുറച്ചുനേരം കൂടി തനിച്ചാക്കാൻ പോവുകയാണ്.’’

അയാൾ വീണ്ടും പുറത്തേക്കു പോയി. കുറച്ചു സമയത്തേക്ക് അയാളെ കണ്ടതേയില്ല. എത്രത്തോളം വൈകുന്നുവോ അത്രയും നല്ലത്. പക്ഷേ അധികം വൈകുന്നതിനു മുൻപ് നാദിർ ഒരു വീൽചെയറുമായി വാതിൽക്കൽ പ്രത്യക്ഷപ്പെട്ടു.

‘‘ഞാൻ വരുന്നു. എന്റെ ജോലി ഇപ്പോൾ തീരും.’’ അയാൾ പരുഷമായി പറഞ്ഞു.

തന്റെ കരുത്തുറ്റ കൈകൾകൊണ്ട് നാദിർ ശരീരം അനായാസം വലിച്ച് വീൽചെയറിൽ കയറ്റി. തന്റെ ഇരകളെ അയാൾ എങ്ങനെ കൈകാര്യം ചെയ്തുവെന്ന് സ്വന്തം കണ്ണുകൊണ്ട് ഞാൻ കാണുകയായിരുന്നു. അയാൾ ശരീരം പുറത്തേക്ക് ഉരുട്ടി കൊണ്ടുപോയി. അത് അടക്കം ചെയ്യാൻ പോകുകയായിരിക്കും എന്ന് ഞാൻ പ്രതീക്ഷിച്ചു. മിനിറ്റുകൾ കടന്നുപോയി, ബ്ലൈൻഡ്മാൻസ് ബഫിനെ കാണാനുണ്ടായിരുന്നില്ല. ഞാൻ വാതിലിൽനിന്ന് കണ്ണുകൾ എടുക്കാതെ കാത്തിരുന്നു.

അയാൾ കൂടുതൽ താമസിച്ചാൽ എനിക്കത് ഗുണം ചെയ്യുമെന്നായിരുന്നു പ്രതീക്ഷ. പക്ഷേ ഞാൻ വാതിലിലേക്ക് നോക്കിയിരിക്കുന്നതിന് ഇടയിൽ പിന്നിൽ നിന്ന് നാദിറിന്റെ ശബ്ദം ഉയർന്നു.

‘‘ക്ഷമിക്കണം. അതിന് കുറച്ച് സമയമെടുത്തു.’’

അയാൾ മറ്റേ വാതിലിലൂടെ അകത്തേക്ക് വന്നിരിക്കണം. എന്റെ അടുത്തെത്തിയപ്പോൾ ആ പുഞ്ചിരിയിൽ പരിഹാസമായിരുന്നു എന്ന് ഞാൻ കണ്ടു.

''അയാളെ മിനിവാനിൽ കയറ്റുന്നത് ഒരു പ്രശ്നമായിരുന്നു. ഒരു ടൺ ഇഷ്ടിക എടുക്കുന്നത് പോലെയുണ്ടായിരുന്നു ആ അനുഭവം. എന്നാൽ അവന്റെ വൃത്തികെട്ട സാന്നിധ്യത്താൽ ഈ ലോകം ഇനി മലിനപ്പെടുകയില്ല.''

നാദിർ സാവധാനം ഭ്രാന്തമായ ഒരു അവസ്ഥയിലേക്ക് നീങ്ങുകയായിരുന്നു. അല്ലെങ്കിൽ അവൻ തുടക്കം മുതൽ തന്നെ അങ്ങനെ ആയിരുന്നിരിക്കണം.

''ശരി. നമ്മൾ എവിടെയാണ് നിറുത്തിയത് ചീഫ്?''

അയാളുടെ ശരീരം രക്തവും വിയർപ്പും കൊണ്ട് നനഞ്ഞിരുന്നു.

''ഓ... അത് മറന്നു. ഞാൻ സെയ്നെപ്പിനെ വിളിച്ചിരുന്നു. മൃതദേഹം വാനിൽ വെക്കുന്നതിന് മുമ്പ് അവളുടെ ജിജ്ഞാസ അകറ്റണമായിരുന്നു. നിങ്ങളെ കണ്ടോ എന്ന് അവൾ ചോദിച്ചു. ഇന്ന് നേരത്തെ ജോലി കഴിഞ്ഞിറങ്ങി എന്ന് ഞാൻ പറഞ്ഞു. 'നെവ്സാറ്റ് വന്നിരുന്നെങ്കിൽ അയാൾ എന്നെ കാണാതെ മടങ്ങിയിരിക്കണം,' ഞാൻ പറഞ്ഞു. അത് സ്വാഭാവികമായും അവളത്ര വിശ്വസിച്ചില്ല. നിങ്ങൾ വിളിച്ചില്ലേ എന്ന് അവൾ ചോദിച്ചു. വിളിച്ചിട്ടില്ലെന്നും നിങ്ങൾ എന്തെങ്കിലും കാര്യത്തിൽ പെട്ടുപോയതാവണം എന്നും ഞാൻ മറുപടി പറഞ്ഞു. അവൾ കുഴങ്ങി. ടീമിനെ അറിയിക്കേണ്ടേ എന്ന് അവൾ ചോദിച്ചു, ഞാൻ പറഞ്ഞു പരിഭ്രാന്തരാകേണ്ടതില്ല, ഇത് ചീഫ് ഇൻസ്പെക്ടർ നെവ്സാറ്റ് ആണ്. അയാൾക്ക് ഒന്നും സംഭവിക്കാൻ പോകുന്നില്ല. നമുക്ക് കാത്തിരിക്കാമെന്ന് ഞാൻ അവളെ ബോധ്യപ്പെടുത്തി. നിങ്ങൾ എവ്ജീനിയയെ കാണാൻ ടാറ്റവ്ലയിലേക്ക് പോയിരിക്കാം, ഞാൻ അവളോട് പറഞ്ഞു, ''നമുക്ക് എവ്ജീനിയയെ വിളിക്കാം'' അവൾ പറഞ്ഞു. ഞാൻ പറഞ്ഞു, ''വിളിക്കൂ. പ്രശ്നം തീരട്ടെ.''

എനിക്ക് ആശ്വാസമായി. പ്രോസിക്യൂട്ടർ കള്ളം പറയുകയാണെന്ന് അവർ മനസ്സിലാക്കും. അവർ എന്നെ കണ്ടെത്തുന്നതിന് കുറച്ച് സമയമേ എടുക്കൂ. അയാളുടെ ശ്രദ്ധ തിരിക്കേണ്ടിയിരിക്കുന്നു.

മേശമേലുള്ള കുടത്തിനു നേരെ തലകൊണ്ട് ഞാൻ ആംഗ്യം കാട്ടി.

''എനിക്ക് കുറച്ച് വെള്ളം കൂടി തരാമോ?''

അയാൾക്ക് സംശയം തോന്നിയില്ല.

''ഇപ്പോൾ തന്നെ തരാം.''

അയാൾ അതേ ഗ്ലാസ് എന്റെ ചുണ്ടിൽ പിടിച്ചു. ഞാൻ ചെറുചൂടുള്ള വെള്ളം ബോധപൂർവ്വം സമയമെടുത്ത് കുടിച്ചു.

''നിങ്ങൾക്ക് ഈ വീട് ഇഷ്ടമായോ? നമ്മൾ എവിടെയാണ് എന്ന് ഞാൻ ഇനി നിങ്ങളിൽ നിന്ന് മറയ്ക്കുന്നില്ല. ഈ വീട് കാഗിതാനെയുടെ പിൻഭാഗത്താണ്. ഏറ്റവും അടുത്തുള്ള വീട് കിലോമീറ്ററുകൾ അകലെയാണ്. ഇത് ശാന്തവും സമാധാനം നിറഞ്ഞതുമായ ഒരു സ്ഥലമാണ്.''

പറഞ്ഞുകഴിഞ്ഞപ്പോൾ അയാൾ വിനീതമായി ചോദിച്ചു,

''നിങ്ങൾക്ക് കുറച്ചുകൂടി വെള്ളം വേണോ?''

കാര്യങ്ങൾ അധികമായാൽ അപകടമാണ്. എന്റെ ഉദ്ദേശ്യം അയാൾ കണ്ടുപിടിക്കാൻ ഞാൻ ആഗ്രഹിച്ചില്ല.

''വേണ്ട. നന്ദി.''

ഒഴിഞ്ഞ ഗ്ലാസ് മേശപ്പുറത്ത് വച്ചുകൊണ്ട് അയാൾ നനഞ്ഞ കൈ ട്രൗസറിൽ തുടച്ചിട്ട് തിരിഞ്ഞു.

''ഈ സ്ഥലം പണ്ട് വിജനമായിരുന്നു. വേനൽക്കാലത്തും ശീതകാലത്തും എല്ലാ വാരാന്ത്യത്തിലും ഞങ്ങൾ ഇവിടെ വരുമായിരുന്നു.''

അയാൾ അമ്മയുടെ ഫോട്ടോയിലേക്ക് നോക്കി. ''എന്റെ അമ്മയ്ക്ക് ഈ വീട് ഇഷ്ടപ്പെട്ടു, പക്ഷേ മുഷ്ഫിക് അതിനേക്കാൾ കൂടുതൽ ഈ ഇടം ഇഷ്ടപ്പെട്ടു.''

അയാൾ താൽക്കാലികമായി നിർത്തി.

''ഞാൻ നിങ്ങളോട് എന്റെ രണ്ടാനച്ഛനെ കുറിച്ച് പറഞ്ഞില്ലേ? അയാളാണ് മുഷ്ഫിക്...''

ഞാൻ അയാളെ കൂടുതൽ സംസാരിക്കാൻ പ്രേരിപ്പിച്ചതോടെ നാദിർ വിശദാംശങ്ങളിലേക്ക് കടന്നു.

''അയാളല്ലേ നിങ്ങളെ പീഡിപ്പിച്ചത്?''

''അതെ, അത് തന്നെ.''

അയാൾ തന്റെ കസേരയിൽ ഇരുന്നുകൊണ്ട് നിസ്സംഗതയോടെ സ്ഥിരീകരിച്ചു.

''അയാൾ വളരെ സുന്ദരനായിരുന്നു. നല്ല ഉയരവും ഉറച്ച ശരീരവും. ഇരുണ്ട മുഖത്തിന് യോജിച്ച കറുത്ത മുന്തിരി പോലെയുള്ള വലിയ കണ്ണുകൾ... എന്റെ അമ്മ അയാളെ അഗാധമായി പ്രണയിച്ചിരുന്നു. നിങ്ങൾക്കറിയാം, സ്ത്രീകൾ മോശം പുരുഷന്മാരിലേക്ക് വേഗം ആകൃഷ്ടരാകുന്നു. അയാൾ രസതന്ത്രമാണ് പഠിച്ചത്. പക്ഷേ അതിൽ നിന്ന് പണമുണ്ടാക്കാൻ പറ്റില്ല എന്ന് മനസ്സിലായപ്പോൾ അയാൾ കരാർ ജോലികളിലേക്ക് തിരിഞ്ഞു. ഇക്കാലത്ത് തുർക്കിയിൽ കാശുണ്ടാക്കാനുള്ള എളുപ്പവഴിയാണത്. ഇതിന് ബുദ്ധിയോ അറിവോ ആവശ്യമില്ല പരിശ്രമവും വേണ്ട. കച്ചവടത്തിന് വേണ്ട കുതന്ത്രം മാത്രം മതി. കുറച്ച് മൂലധനം, കുറച്ച് രാഷ്ട്രീയ ബന്ധങ്ങൾ, മുനിസിപ്പാലിറ്റിയുമായുള്ള നല്ല ബന്ധം. എല്ലാം മുഷ്ഫിക്കിന് ഉണ്ടായിരുന്നു. തന്റെ കുടുംബത്തിൽ നിന്നുള്ള പണം ഉപയോഗിച്ച് വലിയ ആളുകളുമായി അയാൾ ബന്ധങ്ങൾ സ്ഥാപിച്ചു. സെയിലിങ് ആയിരുന്നു അയാളുടെ പ്രിയപ്പെട്ട ഹോബി. നൗകകൾ അയാൾക്ക് വലിയ ഇഷ്ടമായിരുന്നു. അയാൾക്ക് ബോട്ടുകൾ ഇല്ലാതെ ജീവിക്കാൻ കഴിയില്ലായിരുന്നു. എന്റെ അമ്മയ്ക്കും ബോട്ടുകളിൽ താത്പര്യമുണ്ടായിരുന്നു. അവർ അതിനെക്കുറിച്ച് എല്ലാം മനസ്സിലാക്കിയിരുന്നു. ഒരു വേനൽക്കാലത്ത് ചെഷ്മെയിൽ

വച്ച് അങ്ങനെയാണ് അവർ കണ്ടുമുട്ടിയത്. കിട്ടുന്ന അവസരങ്ങളി ലെല്ലാം മുഷ്ഫിക്ക് കടലിൽ പോകുമായിരുന്നു. അങ്ങനെയാണ് അയാ ളുടെ ചെവിയുടെ പകുതി നഷ്ടപ്പെട്ടത്. ഒരിക്കൽ കടലിൽ വച്ച് കൊടുങ്കാറ്റിൽ പെട്ട നേരത്ത് നനഞ്ഞ കയർ അയാളുടെ ചെവിയുടെ ഒരു ഭാഗം കീറിയെടുത്ത് വെള്ളത്തിലേക്ക് വലിച്ചെറിഞ്ഞു. അയാൾ എന്റെ അമ്മയുടെ മുമ്പിൽ തികച്ചും ധൂർത്തനായിരുന്നു. അയാളുടെ ഫോട്ടോ എപ്പോഴും പത്രങ്ങളിൽ വരുമായിരുന്നു. ഭാഗ്യാന്വേഷികൾ അയാളെ സ്നേഹിച്ചു. പക്ഷേ, അയാൾ എന്റെ അമ്മയെ കണ്ടുമുട്ടിയ തോടെ അത് അവസാനിച്ചു.''

നാദിറിന്റെ കണ്ണുകൾ ഒരു കൊച്ചുകുട്ടിയുടേതുപോലെ ആരാധന കൊണ്ട് തിളങ്ങി.

''നിങ്ങൾ ശ്രദ്ധിച്ചോ എന്ന് എനിക്കറിയില്ല, പക്ഷേ എന്റെ അമ്മ വളരെ സുന്ദരിയായിരുന്നു. മുഷ്ഫിക് ശരിക്കും ആ സൗന്ദര്യത്തിൽ വീണുപോയി. അയാൾ ഒരു പുതിയ ജീവിതം ആരംഭിച്ചു, അല്ലെങ്കിൽ അങ്ങനെ കരുതി. എന്തായാലും അയാൾ സ്വന്തം മകനെന്ന പോലെ എന്നോട് നല്ല രീതിയിൽ പെരുമാറി.''

അയാളുടെ ശബ്ദത്തിൽ കയ്പുണ്ടായിരുന്നു.

''അല്ലെങ്കിൽ അതാണ് ഞാൻ ചിന്തിച്ചത്. എന്റെ അമ്മ അയാളെ ആരാധിച്ചു, ഞാനും അയാളെ ശരിക്കും ഇഷ്ടപ്പെട്ടു. അതുകൊണ്ട് അയാൾ ഞങ്ങളുടെ ജീവിതത്തിൽ വന്നപ്പോൾ ഞാൻ വിഷമിച്ചില്ല. അയാൾ എന്റെ അമ്മയെ തൊടുന്നത് പോലെ എന്നെയും തൊട്ടു. മോശം ചിന്തകൾ തീർച്ചയായും എന്റെ മനസ്സിലൂടെ കടന്നുപോയി രുന്നു. അന്ന് ഞാൻ ചെറുതായിരുന്നു. ലജ്ജിച്ചുവെങ്കിലും ഞാൻ ഒരി ക്കലും എതിർത്തില്ല.''

നാദിറിന്റെ തവിട്ടുനിറത്തിലുള്ള കണ്ണുകൾ അഗാധമായ വെറുപ്പു കൊണ്ട് തിളങ്ങി.

''എന്നാൽ ഞാൻ അയാൾക്ക് അതിനുള്ള അവകാശം നൽകിയി രുന്നു. ഒരിക്കലും എന്റെ അമ്മയുടെ കിടക്കയിൽ അയാൾ ഈ കാര്യ ങ്ങൾ ചെയ്തിട്ടില്ല. പിന്നിലെ പൂന്തോട്ടത്തിലെ കുടിലിൽ വച്ച് അയാൾ തന്റെ സ്നേഹം കാണിക്കുമായിരുന്നു. അച്ഛന്റെ സ്നേഹവും ആണിന്റെ കാമവും തമ്മിലുള്ള വ്യത്യാസം എനിക്ക് ആദ്യം മനസ്സിലായില്ല. ഒരു പിതാവ് മകനെ തൊടുന്നത് അങ്ങനെയാണ് എന്നതുപോലെ അത് ഞാൻ ആസ്വദിച്ചു. നടക്കുന്നത് ഒരു കളിയാണ് എന്ന് ഞാൻ ചിന്തിച്ചു. സൂപ്രണ്ട് സെക്കായ് എനിക്ക് നൽകിയ ആ വിളിപ്പേര്, അത് കൃത്യ മായിരുന്നു: ബ്ലൈൻഡ്മാൻസ് ബഫ്. സ്നേഹമുള്ള രണ്ടാനച്ഛൻ എന്ന നിലയിൽ, മുഷ്ഫിക് വാരാന്ത്യങ്ങളിൽ എന്നോടൊപ്പം പുറകിലെ പൂന്തോ ട്ടത്തിൽ ഗെയിം കളിക്കുമായിരുന്നു. എല്ലാ തവണയും കളി കഴിയു മ്പോൾ അയാൾ എനിക്ക് ഒരു കളിപ്പാട്ടം തരുമായിരുന്നു.''

അതെല്ലാം മറികടന്നു എന്ന മട്ടിൽ ശാന്തനായി നാദിർ ഇതെല്ലാം പറഞ്ഞു. പക്ഷേ ശരിക്കും അത് അങ്ങനെ ആയിരുന്നില്ല. അയാളുടെ

ആത്മാവിന്റെ ആഴത്തിലെ ഉണങ്ങാത്ത ഒരു മുറിവിൽ നിന്ന് ഇടവിടാതെ ചോര വാർന്നുകൊണ്ടേയിരുന്നു എന്ന് ഞാൻ കണ്ടു. എന്ത് ചെയ്താലും, എത്ര ശ്രമിച്ചാലും അത് അയാൾക്ക് മറച്ചുവെക്കാൻ കഴിഞ്ഞിരുന്നില്ല. അയാളുടെ മുഖം മുറുകി, ശബ്ദം പരുഷമായി, എന്നിട്ടും ആ മുഖത്തെ പുഞ്ചിരി അയാൾക്ക് നഷ്ടപ്പെട്ടില്ല.

''എനിക്ക് ഒമ്പത് വയസ്സുള്ളപ്പോൾ ആരംഭിച്ച ഈ ഗെയിം, കൃത്യമായി പറഞ്ഞാൽ മൂന്ന് വർഷം തുടർന്നു. എനിക്ക് പന്ത്രണ്ട് വയസ്സ് തികയുന്നതുവരെ. എന്റെ പിറന്നാൾ കഴിഞ്ഞ് രണ്ട് ദിവസത്തിനു ശേഷം ആ മനോഹരമായ ഗെയിമുകളിലൊന്നായ ബ്ലൈൻഡ്മാൻസ് ബഫ് കളിക്കുമ്പോൾ, മുഷ്ഫിക്കിന് നിയന്ത്രണം നഷ്ടപ്പെട്ട് ആവേശത്തോടെ എന്നിലേക്ക് പ്രവേശിച്ചു. അയാൾ എന്നെ വല്ലാതെ വേദനിപ്പിച്ചു അയാളുടെ അടിയിൽ നിന്ന് പുറത്തുകടക്കാൻ ഞാൻ പാട്പെട്ടുവെങ്കിലും അയാൾക്ക് നിയന്ത്രണം നഷ്ടമായിരുന്നു. അയാൾ എന്റെ തോളുകളിൽ പിടിച്ചുകൊണ്ട് എല്ലാ രീതിയിലും എന്നെ ഉപയോഗിച്ചു. എനിക്ക് കഠിനമായി വേദനിച്ചു. അവസാനം മുഷ്ഫിക് എന്റെ മുടിയിൽ തലോടിക്കൊണ്ട് ക്ഷമാപണം നടത്തി.

''അമ്മയോട് പറയരുത് ഞാൻ സൈക്കിൾ എടുത്ത് തരാം.''

അയാൾ പറഞ്ഞു. വാസ്തവത്തിൽ അതിന്റെ ആവശ്യമില്ലായിരുന്നു. കാരണം ആരോടും പറയാൻ എനിക്ക് ആഗ്രഹമില്ലായിരുന്നു. പക്ഷേ ആ രാത്രിയിൽ എന്റെ മലദ്വാരത്തിൽ നിന്നും രക്തം വന്നു. തീർച്ചയായും ഡോക്ടറായ എന്റെ അമ്മ അത് ശ്രദ്ധിച്ചു. പരിഭ്രാന്തയായ അവർ എന്നെ പരിശോധിക്കാൻ തുടങ്ങി, എന്റെ തോളിൽ മുറിഞ്ഞു കിടന്ന വിരലടയാളങ്ങൾ അവർ കണ്ടു.

''ഇതെല്ലാം എന്താണ്?'' അവർ എന്നോട് ചോദിച്ചു.

സ്കൂളിൽ കുട്ടികളുമായി ഗുസ്തി പിടിക്കുന്ന സമയത്താണ് അവ സംഭവിച്ചതെന്ന് ഞാൻ അവരോട് പറഞ്ഞു. അവർ എന്നെ വിശ്വസിച്ചില്ല.

എന്തോ പ്രശ്നമുണ്ടെന്ന് അമ്മയ്ക്ക് മനസ്സിലായി. ഒരുപക്ഷേ അവർ എന്തെങ്കിലും നേരത്തെ സംശയിച്ചിട്ടുണ്ടാകാം, പക്ഷേ താൻ ഭ്രാന്തമായി സ്നേഹിച്ച ഭർത്താവിന്മേൽ ഇതുപോലൊരു സാധ്യത ആരോപിക്കാൻ അവർക്ക് കഴിഞ്ഞിരുന്നിരിക്കില്ല. പക്ഷേ അസുഖകരമായ ആ സത്യം ഇനി അവഗണിക്കുക അസാധ്യമായിരുന്നു. കുടുംബത്തിനുള്ളിലെ പീഡനങ്ങളുടെ കാര്യം വരുമ്പോൾ ബലഹീനരായ സ്ത്രീകൾ പെരുമാറുന്നതുപോലെയല്ല എന്റെ അമ്മ പെരുമാറിയത്. ഒരുപാട് സ്ത്രീകൾ ഈ അപമാനത്തിന് നേരെ കണ്ണടയ്ക്കുന്നുവെന്ന് നിങ്ങൾക്കറിയാമോ?

''എനിക്ക് എന്റെ ഭർത്താവിനെ നഷ്ടപ്പെടുത്താൻ ആഗ്രഹമില്ല'' അല്ലെങ്കിൽ, ''എന്റെ വീടിന്റെ സന്തോഷം തകർക്കാത്തിടത്തോളം

കാലം ഒന്നും പ്രശ്നമല്ല.'' പക്ഷേ എന്റെ അമ്മ ഇതിന് നേരെ കണ്ണട ച്ചില്ല. ഞാൻ നിങ്ങളോട് പറഞ്ഞല്ലോ, അവർ ഉറച്ച സ്വഭാവമുള്ള ഒരു സ്ത്രീയായിരുന്നു. ഒപ്പം മിടുക്കിയും. ഞാൻ അത് നിഷേധിച്ചപ്പോൾ അവർ എന്നെ കൂടുതൽ പറയാൻ നിർബന്ധിച്ചില്ല. പകരം അവർ ഒരുക്കങ്ങൾ നടത്തി ക്ഷമയോടെ കാത്തിരുന്നു.

ആ ശനിയാഴ്ച, അവർ ഹോസ്പിറ്റൽ ഡ്യൂട്ടി ഉണ്ടെന്ന വ്യാജേന പുറത്തിറങ്ങി. ഞാൻ എന്റെ രണ്ടാനച്ഛന്റെ കൂടെ വീട്ടിലുണ്ടായിരുന്നു. മുഷ്ഫിക്ക് തീർച്ചയായും തന്റെ അവസരം നഷ്ടപ്പെടുത്താൻ തയ്യാറാ യിരുന്നില്ല. ബ്ലൈൻഡ്മാൻസ് ബഫ് കളിക്കാം എന്ന തന്റെ പതിവ് ന്യായവുമായി അയാൾ എന്നെ പൂന്തോട്ടത്തിലെ കുടിലിലേക്ക് വലി ച്ചിഴച്ചു.

''നിന്നെ കിട്ടിപ്പോയി!''

അയാൾ എന്റെ കവിളിൽ ചുംബിക്കാൻ തുടങ്ങിയപ്പോൾ എന്റെ അമ്മയുടെ ശബ്ദം കേട്ടു.

''വിടൂ, എന്റെ മകനെ വിടൂ.''

ഞാൻ തിരിഞ്ഞു നോക്കിയപ്പോൾ അച്ഛന്റെ സർവീസ് റിവോൾ വറും ചൂണ്ടി നിൽക്കുന്ന എന്റെ അമ്മയെ അവിടെ കണ്ടു, അവരുടെ മുഖം ചുവന്നു തുടുത്തിരുന്നു.

ഒരിക്കൽ താൻ ഭ്രാന്തമായി പ്രണയിച്ചിരുന്ന ആ മനുഷ്യനിൽ അവ രുടെ കണ്ണുകൾ കഠാര പോലെ തറഞ്ഞു നിന്നു.

''എടാ വിഴുപ്പേ, ഞാൻ നിന്നോടാണ് സംസാരിക്കുന്നത്.'' അവർ പറഞ്ഞു. ''എന്റെ മകനെ വിടൂ...''

മുഷ്ഫിക് മരവിച്ചുപോയിരുന്നു. അയാൾ പതിയെ മുരടനക്കി, ''മുകദ്ദേസ്, നീ തെറ്റിദ്ധരിച്ചിരിക്കുന്നു. നിങ്ങൾ അവനോടുള്ള എന്റെ സ്നേഹത്തെ തെറ്റിദ്ധരിച്ചതാണ്.''

പക്ഷേ അവരുടെ കണ്ണുകളിലെ വെറുപ്പ് അണഞ്ഞില്ല, അവർ തോക്ക് താഴ്ത്തിയതുമില്ല.

നാണവും അമ്പരപ്പും ഇടകലർന്ന വികാരത്തോടെ ഞാൻ ഇതെല്ലാം കണ്ടുകൊണ്ടിരുന്നു. മുഷ്ഫിക് എന്നെ വിട്ടയച്ചതിന് ശേഷം അമ്മ യുടെ നേർക്ക് തിരിഞ്ഞ് സംസാരിച്ചു തുടങ്ങി.

''ഞാൻ വിശദീകരിക്കാം, മുകദ്ദേസ്,'' അയാൾ പറഞ്ഞു. ''ശരിക്കും നീ തെറ്റിദ്ധരിച്ചു. എന്നെ വിശ്വസിക്കുന്നില്ലെങ്കിൽ നാദിറിനോട് ചോദി ച്ചാൽ മതി.''

അതായിരുന്നു അയാളുടെ അവസാനത്തെ വൈക്കോൽത്തുരുമ്പ്. അവർ ആക്രോശിച്ചു,

''മിണ്ടാതിരിക്കൂ. നീ അവനെ നശിപ്പിച്ചു.''

അവർ ട്രിഗർ വലിച്ചു. അയാൾ തന്റെ നെഞ്ച് പൊത്തിപ്പിടിച്ചു, ഇടറി, മുട്ടുകുത്തി വീണു. രക്തം ഒഴുകിപ്പരന്നു. അയാളുടെ നീല

ഷർട്ടിൽ പ്രത്യക്ഷപ്പെട്ട ചുവന്ന പൊട്ട് നിമിഷം തോറും വളർന്ന് ശരീരം മുഴുവൻ പടർന്നു.

''ഇത് ചെയ്യരുത്, മുകദ്ദേസ്,''

അയാൾ അപേക്ഷിച്ചു.

''ഞാൻ നിരപരാധിയാണ്. പറയുന്നത് കേൾക്കൂ... ദയവായി... ഒരു പ്രാവശ്യം... ഞാൻ പറയുന്നത് കേൾക്കൂ.''

വെടിയൊച്ച കേട്ടതോടെ ഞാൻ പരിഭ്രാന്തനായി. ഞാൻ എന്റെ തല കൈകൾ കൊണ്ട് പൊത്തിപ്പിടിച്ചു കൊണ്ട് നിലവിളിച്ചു. എന്റെ അവസ്ഥ വളരെ മോശമായിരുന്നിരിക്കണം, കാരണം അമ്മ മുഷ്ഫിക്കിനെ മറന്ന് എന്റെ നേരെ തിരിഞ്ഞു.

''അത് നിന്റെ തെറ്റല്ല, മകനേ...''

അവർ എന്നോട് പറഞ്ഞു. അവരുടെ ശബ്ദത്തിൽ വേദന തുടിച്ചു നിന്നു.

''നീ ഒന്നും ചെയ്തില്ല മോനേ.''

പക്ഷേ, ഞാൻ അകപ്പെട്ട ഭീകരമായ അവസ്ഥയിൽ നിന്ന് രക്ഷപ്പെടാൻ എനിക്ക് കഴിഞ്ഞില്ല. പാവം സ്ത്രീ. അവർ തോക്ക് താഴ്ത്തിയിട്ട് എന്റെ അരികിലേക്ക് വന്നു.

അത് എന്റെ തെറ്റല്ലെന്നും ആ വിഴുപ്പ് എന്നെ മുതലെടുത്തെന്നും അവൾ ആവർത്തിച്ചു. മുഷ്ഫിക് എന്റെ അമ്മ ദുർബലയായി എന്ന് കണ്ടപ്പോൾ അവസരം പാഴാക്കിയില്ല. അയാൾ അവരുടെ മേൽ ചാടി വീണു. രണ്ടുപേരും ഒരുമിച്ചാണ് നിലത്ത് വീണത്. അമ്മ പിടിച്ചിരുന്ന തോക്ക് എന്റെ മുന്നിൽ വന്നു വീണു. മുഷ്ഫിക്കിന് പരിക്കേറ്റെങ്കിലും എന്റെ അമ്മയെ അയാളുടെ കൂറ്റൻ ശരീരത്തിനടിയിൽ അമർത്തിപ്പിടിച്ചു. പാവം സ്ത്രീ. അവർ സ്വയം പ്രതിരോധിക്കാൻ ശ്രമിച്ചുകൊണ്ട് എന്നെ സഹായത്തിന് വിളിച്ചു.

''നാദിർ, എന്നെ സഹായിക്ക്. ആ തോക്ക് എടുത്ത് ഈ തെണ്ടിയെ വെടി വയ്ക്ക്.''

അയാളെ കൊല്ലാനോ? എനിക്ക് അനങ്ങാൻ പോലും കഴിഞ്ഞില്ല. ഞാൻ മരവിച്ചു പോയി. നാണക്കേടും ഭയവും എന്നെ തളർത്തി. പക്ഷേ അപ്പോൾ ഒരു അത്ഭുതം സംഭവിച്ചു. മുഷ്ഫിക്കിന് അതിനകം ധാരാളം രക്തം നഷ്ടപ്പെട്ടിരുന്നു. അയാൾ ബോധരഹിതനായി. എന്റെ അമ്മ കിട്ടിയ അവസരം മുതലെടുത്തു, ഒരു പെൺകടുവയെപ്പോലെ അവർ അയാളുടെ അടിയിൽ നിന്ന് തെന്നിമാറിയിട്ട് തോക്ക് കൈക്കലാക്കി. മുഷ്ഫിക് കണ്ണുചിമ്മിക്കൊണ്ട് ബോധം വീണ്ടെടുക്കാൻ ശ്രമിക്കുന്നത് കണ്ട എന്റെ അമ്മ അയാളുടെ പുറകിൽ ചെന്ന് കഴുത്തിനു പിന്നിൽ തോക്ക് വച്ചിട്ട് വെടിയുതിർത്തു. എന്റെ കവിളിൽ ചുംബിക്കാൻ ശ്രമിച്ച ആ ചുണ്ടിലൂടെ തന്നെ വെടിയുണ്ട കടന്നു പോയി. പാറക്കഷണങ്ങൾ നിറച്ച ഒരു ചാക്ക് പോലെ അയാൾ മുഖം കുത്തി വീണു. ഒരിക്കൽ തന്റെ ഭർത്താവായിരുന്ന ആ ശരീരത്തിലേക്ക് അമ്മ ഒന്ന് നോക്കി.

എന്നിട്ട് അവർ തോക്ക് താഴെയിട്ട് എന്നെ കെട്ടിപ്പിടിച്ചു. ആ കണ്ണുകളിൽ കണ്ണുനീർ നിറഞ്ഞിരുന്നു. അവർ പറഞ്ഞു,

''അത് കഴിഞ്ഞു മകനേ. അത് അവസാനിച്ചു, അത് ഒരിക്കലും സംഭവിച്ചിട്ടില്ല. അത് മാത്രമല്ല, ഇക്കാര്യത്തിൽ നീ കുറ്റക്കാരനല്ല.''

അപ്പോഴാണ് ഞാൻ ചെയ്തത് എത്ര വലിയ തെറ്റാണെന്ന് എനിക്ക് മനസ്സിലായത്. എന്റെ അമ്മ പറഞ്ഞത് എന്തായാലും കാര്യമില്ല എന്ന് ആ നിമിഷം എനിക്ക് മനസ്സിലായി വാസ്തവത്തിൽ ഞാൻ കുറ്റക്കാരനായിരുന്നു.

നാദിർ നിശ്ശബ്ദനായി. അയാൾക്ക് നേരത്തെ ഉണ്ടായിരുന്ന ഉദാസീന മനോഭാവം പൂർണ്ണമായും അപ്രത്യക്ഷമായി. അയാളുടെ ശബ്ദം വിറയ്ക്കാൻ തുടങ്ങി. ആ കണ്ണുകൾ തെരുതെരെ ചിമ്മിയടഞ്ഞു. അയാൾ തന്നെത്തന്നെ കുറ്റപ്പെടുത്തുകയായിരുന്നു, അത് ഒരു സ്വഭാവിക പ്രതികരണമായിരുന്നു.

''സത്യമാണ് ചീഫ്. ഞാൻ നിരപരാധിയായിരുന്നില്ല,'' അയാൾ ഊന്നിപ്പറഞ്ഞു. ''ഞാൻ ബലാത്സംഗം അനുവദിക്കാൻ പാടില്ലായിരുന്നു...''

അതെങ്ങനെ സംഭവിച്ചുവെന്ന് എനിക്കറിയില്ല, പക്ഷേ നാദിറിനെ ആശ്വസിപ്പിക്കണമെന്ന് എനിക്ക് തോന്നി.

''നിങ്ങൾ ഒരു കുട്ടിയായിരുന്നു, നിങ്ങൾ വളരെ ചെറുപ്പമായിരുന്നു, ആ മനുഷ്യൻ നിങ്ങളെ ലക്ഷ്യം വെച്ചു, നിങ്ങളുടെ അമ്മ പറഞ്ഞത് ശരിയാണ്. ഈ സാഹചര്യത്തിൽ അവസാനമായി കുറ്റപ്പെടുത്താവുന്ന വ്യക്തി നിങ്ങളാണ്.''

''അത് തെറ്റാണ്,'' നാദിർ ശക്തിയായി പറഞ്ഞു. ''എന്റെ അമ്മ പറഞ്ഞത് തെറ്റായിരുന്നു, ഇപ്പോൾ നിങ്ങൾ പറയുന്നതും തെറ്റ് തന്നെയാണ്. ഞാൻ അത് അനുവദിച്ചു, അതു നിമിത്തം ഞാനാണ് ഇക്കാര്യത്തിൽ യഥാർത്ഥ കുറ്റവാളി. പീഡനത്തെക്കുറിച്ച് മാത്രമല്ല ഞാൻ പറയുന്നത്. അതിനെയും അത്രയെളുപ്പം വെള്ള പൂശാൻ കഴിയില്ല. വേണമെങ്കിൽ എന്നോട് ക്ഷമിക്കാം. ഞാൻ ഒരു കുട്ടിയായിരുന്നുവെന്നും കാര്യം മനസ്സിലായില്ല എന്നും വേണെങ്കിൽ പറയാം. പക്ഷെ ആ കുടിലിൽ വച്ച് എന്റെ അമ്മയെ സഹായിക്കാത്തതിന് എനിക്ക് എന്നോട് ക്ഷമിക്കാൻ ഒരിക്കലും കഴിഞ്ഞില്ല. അവർ ആ തെണ്ടി മുഷ്ഫിക്കിനെ കൊല്ലുമ്പോൾ ഞാൻ വെറുതെ ഇരുന്നു. ഞാൻ ഒന്നും ചെയ്തില്ല എന്നത് അപമാനകരവും ഭീരുത്വവും ആയിരുന്നു. ഒരു പേശി പോലും ഞാൻ അനക്കിയില്ല. ഭാഗ്യം അയാളുടെ പക്ഷത്തായിരുന്നെങ്കിൽ അമ്മയെ കൊന്നതിന് ശേഷം മുഷ്ഫിക്ക് എന്നെയും കൊല്ലുമായിരുന്നു. എന്റെ അമ്മയുടെ കൊലപാതകം ഞാൻ കാണുമായിരുന്നു. എന്നെയും അമ്മയെയും അവന്റെ ആവശ്യാനുസരണം ഉപയോഗിച്ചതിനുശേഷം നിസ്സഹായരായ രണ്ട് മൃഗങ്ങളെപ്പോലെ ആ മനുഷ്യൻ അറുക്കുമായിരുന്നു. അതുകൊണ്ടാണ് എനിക്ക് ഒരിക്കലും

എന്നോട് ക്ഷമിക്കാൻ കഴിയാതിരുന്നത്. ഞാൻ എന്നോട് ക്ഷമിച്ചിരുന്നെങ്കിൽ, ഞാൻ ദുർബ്ബലനായി പോകുമായിരുന്നു. അത് സത്യമാണ് ചീഫ്. ഈ ലോകത്ത് ശരിയായിരിക്കുക, നീതിമാനായിരിക്കുക, ധാർമ്മികത പുലർത്തുക എന്നീ കാര്യങ്ങൾ ഒരു ലക്ഷ്യവും നിറവേറ്റുന്നില്ല. നിങ്ങൾ ശക്തനും ധീരനും കരുണയില്ലാത്തവനുമായിരിക്കണം. അതി ജീവിക്കാൻ വേറെ വഴിയില്ല. അല്ലെങ്കിൽ നിങ്ങൾക്ക് വിജയിക്കാനാവില്ല...''

അയാളുടെയുള്ളിൽ കുറ്റബോധത്തിന്റെ ഒരു കടൽ തന്നെ ഉണ്ടായിരുന്നു, ഒരിക്കലും അവസാനിക്കാത്ത പശ്ചാത്താപം. അതിനെ അയാൾ ഒരിക്കലും മറികടക്കുകയില്ല.

വളരെക്കാലം മുമ്പു നടന്ന ആ ദുഷിച്ച സംഭവത്തിൽ നിന്നുണ്ടായ വികാരം അയാളുടെയുള്ളിൽ കുടുങ്ങിക്കിടക്കുന്നു. കുറച്ചു നേരം നാദിർ നിശ്ശബ്ദനായിരുന്നു, ഒരു പ്രേതത്തെപ്പോലെയുള്ള അയാളുടെ നോട്ടം ഇരുട്ടിൽ എവിടെയോ നഷ്ടപ്പെട്ടു.

''നിങ്ങൾ വിജയിച്ചോ അവസാനം?'' എന്റെ ശബ്ദം ആ വലിയ മുറിയിലാകെ പ്രതിധ്വനിച്ചു.

ചൂടുള്ള കാലാവസ്ഥയിൽ വീടിന്റെ ഉള്ളിൽ കനത്തു നിന്ന ഗന്ധം വളരുന്നുണ്ടായിരുന്നു.

''ഹാ!''

ഗാഢനിദ്രയിൽ നിന്ന് ഉണർന്നെഴുന്നേൽക്കുന്നതുപോലെ അയാൾ വിറച്ചു.

''ശക്തനും ധീരനും കരുണയില്ലാത്തവനുമായി മാറാൻ നിങ്ങൾക്ക് കഴിഞ്ഞോ എന്നാണ് ഞാൻ ചോദിച്ചത്.''

നാദിർ അത് കേട്ടപ്പോൾ പുഞ്ചിരിച്ചില്ല. അയാൾ ആഴത്തിൽ ശ്വസിച്ചു.

''അതിന് ഞാൻ കുറച്ചു സമയമെടുത്തു.''

അയാൾ പതുക്കെ പറഞ്ഞു. ''ഒരുപാട് നാളുകൾ, അമ്മ എന്നെ സൈക്കോളജിസ്റ്റിന്റെ അടുത്ത് ഒരിക്കലും കൊണ്ടുപോയിട്ടില്ല. നടന്ന കൊലപാതകത്തെ പറ്റി ഞാൻ വിശദീകരിക്കുമെന്ന് അവർ ഭയപ്പെട്ടു. അവർ അത് വ്യക്തിപരമായി കൈകാര്യം ചെയ്തു. അതിനുവേണ്ടി വളരെയധികം പരിശ്രമിച്ചു. അവർ എന്നോട് കൂടുതൽ സ്നേഹവും കൂടുതൽ അനുകമ്പയും കാണിക്കാൻ തുടങ്ങി. ഈ രീതിയിൽ എനിക്കേറ്റ ആഘാതം ഭേദമാക്കി എന്നെ വീണ്ടും സുഖപ്പെടുത്താൻ കഴിയുമെന്ന് അവർ കരുതി. എന്നാൽ അത് തികച്ചും തെറ്റായിരുന്നു. അവർ എന്നെ വിമർശിക്കുകയും ശിക്ഷിക്കുകയും ചെയ്തിരുന്നെങ്കിൽ നല്ലതായിരുന്നു.'' ഞാൻ ചിരിച്ചു.

''നിങ്ങൾ പറയുന്നത് പോലെയാണെങ്കിൽ, വിശുദ്ധ ഗ്രന്ഥങ്ങൾ അത്ഭുതങ്ങൾ പ്രവർത്തിക്കും. അവ ആളുകളെക്കൊണ്ട് അവരുടെ തിന്മ ഉപേക്ഷിപ്പിക്കും. എന്നാൽ നരകത്തെക്കുറിച്ചുള്ള ഭയം പോലും

ആളുകളെ നേരെയാക്കുന്നില്ല. നമുക്ക് കൂടുതൽ സ്നേഹവും കൂടുതൽ സത്യവും ആവശ്യമാണ്.''

അയാളുടെ നോട്ടം ആദ്യമായി മൃദുവായി.

''ഇപ്പറഞ്ഞതിൽ സത്യത്തിന്റെ ഭാഗത്തോട് മാത്രമാണ് ഞാൻ യോജിക്കുന്നത്. നിങ്ങൾ പറഞ്ഞത് ശരിയാണ്. മനുഷ്യർക്ക് സത്യം ആവശ്യമാണ്. ഏത് പ്രായക്കാരായാലും എല്ലാവർക്കും അവരവരുടെ തെറ്റുകൾ നേരിടേണ്ടിവരും. അവർ സ്വയം അറിയണം. സ്വന്തം ബലഹീനത, സ്വന്തം അടിത്തറ എന്നിവ മനുഷ്യൻ അറിയണം. അപമാനകരമായ പെരുമാറ്റം മാത്രമേ മനുഷ്യർ മനസ്സിലാക്കൂ. കാരണം അത് അവരുടെ സ്വഭാവമാണ്. എന്റെ അമ്മയും അതാണ് ചെയ്യേണ്ടിയിരുന്നത്. എന്നിട്ട് എന്റെ കണ്ണുകളിലേക്ക് നോക്കി മനസ്സിലാക്കി, സ്നേഹത്തോടെ എന്റെ കൈകളിൽ മുറുകെ പിടിച്ച്, അവർക്ക് പറയാമായിരുന്നു, 'വൈകിയിട്ടില്ല. നിനക്ക് സാധാരണപോലെ ആവാൻ പറ്റും.' പക്ഷേ അവർക്ക് മനുഷ്യസ്വഭാവം മനസ്സിലായില്ല. എല്ലാവരേയും പോലെ അവർക്കു അമിതപ്രതീക്ഷകളായിരുന്നു. എന്നാൽ മനുഷ്യർ നിഷ്കരുണയില്ലാത്ത, വിനാശകാരികളായ, സ്വാർത്ഥരായ, ആനന്ദം തേടുന്ന, ചൂഷണം ചെയ്യുന്ന, അവസരവാദികളായ, ദുർബലരാണ്. അതേ സമയം അവർ വിഡ്ഢികളായ ജീവികളുമാണ്. ഞാൻ പ്രത്യേകിച്ച് ആരെയും കുറ്റപ്പെടുത്തുന്നില്ല; ഇതെല്ലാം ഞാൻ എന്നിൽ തന്നെ കണ്ടു, അനുഭവിച്ചറിഞ്ഞു വ്യക്തിപരമായിത്തന്നെ ഞാൻ അത് അറിഞ്ഞു. നിഷേധിക്കേണ്ട കാര്യമില്ല ചീഫ്. നാമെല്ലാവരും നിന്ദ്യരായ മൃഗങ്ങളാണ്, ഒരുപക്ഷേ ഏറ്റവും നിന്ദ്യമായ മൃഗം. എന്തായാലും, ഞാൻ എന്റെ ജീവിതം വീണ്ടും കെട്ടിപ്പടുക്കാൻ ശ്രമിച്ചപ്പോൾ, ആ ശപിക്കപ്പെട്ട ദിവസം ഞാൻ അനുഭവിച്ച നാണക്കേടിനേക്കാൾ അമ്മയുടെ കരുണയാണ് എന്നെ വേദനിപ്പിച്ചത്. ആ നാണക്കേട് ഒരിക്കലും എന്നെ വിട്ടുപോയില്ല. അത് എന്നെ ശക്തനാക്കി, ആ നാണക്കേട് കാരണം എനിക്ക് വീണ്ടും ജീവിതം ആരംഭിക്കാൻ കഴിഞ്ഞു. അത് കാരണം ഞാൻ സുഖം പ്രാപിച്ചു. വർഷങ്ങൾ, അനേക വർഷങ്ങൾ അതിനായി വേണ്ടി വന്നു. പക്ഷേ അവസാനം ഞാൻ വിജയിച്ചു.''

''മറ്റുള്ളവരെ കൊന്നു കൊണ്ടോ? അത് അത്ര ലളിതമാണോ?''

തന്റെ ബോധ്യങ്ങളുടെ ബലത്തിൽ അയാൾ അത് സ്ഥിരീകരിച്ചു.

''അതെ. അത് വളരെ ലളിതമാണ്. മറ്റുള്ളവരെ കൊല്ലുന്നതിലൂടെ ത്തന്നെ.''

വൃത്തികെട്ട വാചകങ്ങളുപയോഗിച്ചുള്ള അയാളുടെ സംസാരം അത്ര നല്ല കാര്യമായിരുന്നില്ല. പക്ഷേ എനിക്ക് കൂടുതൽ ആഴത്തിൽ കാര്യങ്ങൾ അറിയേണ്ടതുണ്ട്.

''കുട്ടികളെ പീഡിപ്പിക്കുന്നവർ? അവരാണോ അത് അർഹിക്കുന്നവർ?''

അയാളുടെ മുഖത്ത് അഭിമാനം നിഴലിച്ചു.

"മരിക്കാൻ വിധിക്കപ്പെട്ടവർ എന്ന് നമുക്ക് പറയാം. ഉദാഹരണത്തിന്, 2012ൽ കൊല്ലപ്പെട്ട പന്ത്രണ്ട് പീഡകരെയും എനിക്ക് അറിയില്ലായിരുന്നു. അവർ ഒരിക്കലും എന്നെ നേരിട്ട് ഉപദ്രവിച്ചിട്ടില്ല. പക്ഷേ അവരെ കൊല്ലാൻ ഞാൻ നിർബന്ധിതനായി. കാരണം, ഈ കൊലപാതകങ്ങളിലൂടെ വർഷങ്ങൾക്ക് മുമ്പുള്ള ആ ട്രോമയിൽനിന്ന് എനിക്ക് രക്ഷപ്പെടാൻ കഴിയുമെന്ന് ഞാൻ വിശ്വസിച്ചു തുടങ്ങിയിരുന്നു. സീരിയൽ കില്ലർമാരെക്കുറിച്ചുള്ള ഒരു സിനിമയാണ് ഈ ആശയം എന്റെ മനസ്സിൽ കൊണ്ടുവന്നത്. അത് ഒരു മാസ്റ്റർപീസ് ഒന്നും ആയിരുന്നില്ല, ഒരു സാധാരണ അമേരിക്കൻ സിനിമ. ഒരു പുരുഷൻ ചെറുപ്പത്തിൽ ലൈംഗികാതിക്രമം അനുഭവിക്കുന്നു. അതിനുശേഷം അവൻ അക്കാര്യത്തെ ഓർമ്മിപ്പിക്കുന്ന ആളുകളെ കൊല്ലാൻ തുടങ്ങുന്നു. അങ്ങനെ അയാൾ ആ മാനസിക ആഘാതത്തെ മറികടക്കുന്നു. ശരി, ഞാനും അത് തന്നെ ചെയ്തു. എനിക്ക് ആശ്വാസം നൽകാൻ ഞാൻ ശ്രമിച്ചു

ഭീരുത്വംനിറഞ്ഞ അനേക വർഷങ്ങൾക്ക് പന്ത്രണ്ട് വ്യത്യസ്ത കൊലപാതകങ്ങൾ കൊണ്ട് ഞാൻ പകരം വീട്ടി. ഞാൻ അക്രമികളെ ഇവിടെ പിന്നിൽ കാണുന്ന പൂന്തോട്ടത്തിലേക്ക് തട്ടിക്കൊണ്ടുവന്നു. അവരെ കുത്തിവയ്ക്കുകയും ബോധം കെടുത്തുകയും ചെയ്തു. എന്റെ രണ്ടാനച്ഛനൊപ്പം കളിക്കുമ്പോൾ ഉപയോഗിച്ചത് പോലെയുള്ള വെൽവെറ്റ് തുണികൊണ്ട് ഞാൻ അവരുടെ കണ്ണടച്ചു കെട്ടി. എന്നിട്ട് എന്റെ അമ്മ മുഷ്ക്കിഫിനെ ചെയ്തതുപോലെ ഞാൻ അവരെ കൊന്നു. എന്റെ പിതാവിന്റെ സർവീസ് പിസ്റ്റൾ ഉപയോഗിച്ച് കഴുത്തിന്റെ പിൻഭാഗത്തേക്ക് ഒരു ബുള്ളറ്റ്.

കുട്ടികൾ പോകുന്ന സ്ഥലങ്ങളിൽ ഞാൻ ആ ശരീരങ്ങൾ ഉപേക്ഷിച്ചു. ഒപ്പം എന്റെ അനുഭവത്തെ അനുസ്മരിപ്പിക്കുന്ന ഒരു കളിപ്പാട്ടവും ഉപേക്ഷിച്ചു, ബ്ലൈൻഡ്മാൻസ് ബഫിന്റെ എല്ലാ കളികൾക്കും ശേഷം ആ അക്രമി എനിക്ക് തന്നത് പോലെയുള്ളവ. ഞാൻ കൊന്നവർ മുഷ്ഫിക് ആണെന്ന സംതൃപ്തി ലഭിക്കാനായി അവരുടെ വലത് ചെവിയുടെ പകുതി വെട്ടിക്കളഞ്ഞു. ഇതെല്ലാം ചെയ്യുമ്പോൾ, ഞാൻ പന്ത്രണ്ട് എന്ന സംഖ്യയ്ക്ക് ഊന്നൽ നൽകി. കാരണം എനിക്ക് പന്ത്രണ്ട് വയസ്സുള്ളപ്പോഴാണ് എന്നെ ആക്രമിച്ചവൻ കൊല്ലപ്പെട്ടത്. നിങ്ങൾക്കറിയാവുന്നതുപോലെ, 2012ൽ ഞാൻ പന്ത്രണ്ട് കൊലപാതകങ്ങൾ നടത്തി. ഞാൻ കൊലപ്പെടുത്തിയ തീയതികൾ കൂട്ടിയാൽ പന്ത്രണ്ട് ലഭിക്കുമായിരുന്നു. ഒപ്പം സംഖ്യകളും. ഞാൻ കൊലപ്പെടുത്തിയ മാസങ്ങൾ കൂട്ടി നോക്കിയാലും പന്ത്രണ്ട് ലഭിക്കുമായിരുന്നു. സൂപ്രണ്ട് സെക്കായ് കണ്ടുപിടിച്ചതുപോലെ ഞാൻ കളിപ്പാട്ടങ്ങളുടെ ബാർ കോഡുകൾക്ക് പകരം കൂട്ടിയാൽ പന്ത്രണ്ട് ലഭിക്കുന്ന തരത്തിൽ അക്കങ്ങൾ എഴുതി."

ഒരു നിമിഷം, എന്റെ സ്വന്തം ജീവൻ രക്ഷിക്കാൻ വേണ്ടി പിടിച്ചു നിൽക്കേണ്ടതിനെപ്പറ്റി ഞാൻ മറന്നു. തന്റെ അസ്തിത്വം വീണ്ടും സാധാരണമാക്കാൻ ശ്രമിക്കുന്ന ഒരു മനുഷ്യന്റെ അചിന്തനീയമായ കഥയിലേക്ക് ഞാൻ ആകർഷിക്കപ്പെട്ടു.

''അത് നിങ്ങളെ സഹായിച്ചോ?'' ഞാൻ അടക്കിയ ശബ്ദത്തിൽ ചോദിച്ചു. ''നിങ്ങൾക്ക് സന്തോഷം കണ്ടെത്താൻ കഴിഞ്ഞോ?''

''തീർച്ചയായും.'' അയാൾ ഒരു മടിയും കൂടാതെ മറുപടി പറഞ്ഞു. ''ഞാൻ അവരെ കൊന്നില്ലായിരുന്നുവെങ്കിൽ, നാണംകെട്ട, തരം താഴ്ത്തപ്പെട്ട, ആത്മാഭിമാനം നഷ്ടപ്പെട്ട ഒരാളായി ഞാൻ അവശേഷിക്കുമായിരുന്നു.''

പറഞ്ഞു നിർത്തിയിട്ട് അയാൾ എന്റെ മുഖത്തേക്ക് നോക്കി.

''ഞാൻ ഒരിക്കലും ഒരു സ്ത്രീയോടൊപ്പം കഴിഞ്ഞിട്ടില്ല ചീഫ്, ഞാൻ ശ്രമിച്ചു, പക്ഷേ അത് സംഭവിച്ചില്ല. വർഷങ്ങൾക്കു ശേഷം 'നിങ്ങൾ കുട്ടിയെ നശിപ്പിച്ചു' എന്ന് ആ ബലാത്സംഗിയോട് ആക്രോശിച്ചപ്പോൾ എന്റെ അമ്മ എന്താണ് പറഞ്ഞത് എന്ന് ഞാൻ മനസ്സിലാക്കി. അതുകൊണ്ടാണ് കൊലയിലൂടെ എന്നെ രക്ഷിക്കാനാകുമെന്ന് ഞാൻ കരുതിയത്. എനിക്ക് ഉറപ്പില്ലായിരുന്നു. എന്നാൽ അത് ശ്രമിച്ചു നോക്കേണ്ടതായിരുന്നു. ഞാൻ ശ്രമിച്ചു. എന്റെ ഊഹം ശരിയാണെന്ന് കണ്ടെത്തുകയും ചെയ്തു. വിചിത്രമെന്നു പറയട്ടെ, ആ സമയത്ത് എന്നിൽ മറ്റൊരു വികാരം ഞാൻ കണ്ടെത്തി. അതെ, ആ പന്ത്രണ്ടു പേരെ കൊന്നപ്പോൾ ഞാൻ അനുഭവിച്ച കാര്യങ്ങളെക്കുറിച്ചാണ് ഞാൻ പറയുന്നത്.

''ഞാൻ അത് നിഷേധിക്കില്ല, ആദ്യത്തെ രണ്ട് കൊലപാതകങ്ങൾ ചെയ്തപ്പോൾ എനിക്ക് കുറച്ച് ബുദ്ധിമുട്ടുകൾ ഉണ്ടായിരുന്നു. ഞാൻ അതിനെക്കുറിച്ചല്ല സംസാരിക്കുന്നത് ഇരകളെ തട്ടിക്കൊണ്ടു പോകുമ്പോൾ ഞാൻ നേരിട്ട സാങ്കേതിക ബുദ്ധിമുട്ടുകൾ എന്ന കാര്യത്തെക്കുറിച്ചാണ് ഞാൻ സംസാരിക്കുന്നത്. കൊല്ലുക, ഒരാളുടെ ജീവൻ അപഹരിക്കുക എന്ന പ്രവൃത്തിയെപറ്റി. ഒട്ടും കോപം ഇല്ലാത്ത അവസ്ഥയിൽ, നിങ്ങൾക്ക് ഒരു ദോഷവും ചെയ്തിട്ടില്ലാത്ത ഒരാളെ കൊല്ലുക. ആദ്യത്തേതിൽ, ഞാൻ ശരിക്കും ബുദ്ധിമുട്ടി. ഞാൻ തോക്ക് കൃത്യമായി മൂന്ന് തവണ ഉയർത്തുകയും താഴ്ത്തുകയും ചെയ്തു. പക്ഷേ അവസാനം ഞാൻ ട്രിഗർ വലിച്ചു. രണ്ടാമത്തേത് ആയപ്പോൾ ഞാൻ തളർന്നു. പക്ഷേ, മൂന്നാമത്തേതായപ്പോഴേക്കും ഞാൻ കൊല്ലുന്നതിൽ സന്തോഷിക്കാൻ തുടങ്ങി. എന്റെ ഇരകളുടെ കണ്ണുകളിലെ ഭയം, അപേക്ഷ, എന്റെ മുഖത്തേയ്ക്ക് തെറിക്കുന്ന രക്തത്തിന്റെ ചൂട്.. അവ വിചിത്രമായ രീതിയിൽ എന്നോട് സംവദിച്ചു. എനിക്ക് ആ അനുഭവം ഇഷ്ടപ്പെട്ടു. തുടക്കത്തിൽ വികാരങ്ങളാൽ കീഴടക്കപ്പെട്ടതിനാൽ അത് വ്യക്തമായിരുന്നില്ല. പക്ഷേ പിന്നീട് ഞാൻ എന്നെ മുന്നോട്ട് പോകാൻ അനുവദിച്ചു. നമ്മുടെ പൂർവ്വികരുടെ പ്രാകൃതമായ അവസ്ഥയിലേക്ക് ഞാൻ മടങ്ങി.'' അയാൾ ഒരു നിമിഷം നിശ്ശബ്ദനായിരുന്നതിനുശേഷം എന്നെ മടിയോടെ നോക്കി.

''ഞാൻ എന്താണ് ഉദ്ദേശിക്കുന്നതെന്ന് നിങ്ങൾക്ക് മനസ്സിലായോ? ഞാൻ സംസാരിക്കുന്നത് ലളിതമായ ആനന്ദങ്ങളെക്കുറിച്ചാണ്. കൻസുസർമാഷിക്കിന്റെ വീട്ടിലേക്കുള്ള എന്റെ സന്ദർശനം പോലെയുള്ള

എളുപ്പത്തിലുള്ള ആവേശങ്ങളെക്കുറിച്ചാണ്. ഞാൻ നിഷേധിക്കുന്നില്ല, തീർച്ചയായും കൻസുവിനെ കൊന്നത് ആരാണെന്ന് അറിയാൻ ഞാൻ ആഗ്രഹിച്ചു. കാരണം ആ ശസ്ത്രക്രിയാവിദഗ്ദ്ധൻ ബാലപീഡക നായിരുന്നില്ല. പക്ഷേ അവന്റെ വീട്ടിൽ കയറുന്നത് അപകടകരമായി രുന്നു. മനസ്സില്ലാമനസ്സോടെ എനിക്ക് സെയ്നെപ് മാഡത്തിനെ ബോധം കെടുത്തേണ്ടി വന്നു. അന്ന് താങ്കളും ഞാനും ഏതാണ്ട് മൂക്കുകൾ തമ്മിൽ കൂട്ടി മുട്ടുന്നയത്ര അടുത്ത് എത്തിയിരുന്നു. ഇതൊക്കെയാ ണെങ്കിലും, അപകടകരമായ ആ നിമിഷങ്ങൾ സന്തോഷകരമായിരുന്നു. പക്ഷേ ഞാൻ പറയുന്നത് അതല്ല. കൊലപാതകം ഒരു വ്യക്തിക്ക് നൽകുന്ന അതിശയകരമായ ആനന്ദത്തെക്കുറിച്ചാണ് ഞാൻ സംസാരി ക്കുന്നത്.''

അവന്റെ കണ്ണുകൾ ക്രൂരമായ പ്രകാശത്താൽ തിളങ്ങി.

''ചീഫ്, അങ്ങ് കൊന്നിട്ടുണ്ടാവും. ഗംഭീരമായി അത് നിങ്ങളോട് സംവദിക്കുന്നതായി നിങ്ങൾക്ക് തോന്നിയിട്ടില്ലേ?''

അയാൾ ആത്മാർത്ഥമായിട്ടാണോ അതോ കളിക്കുകയാണോ എന്ന് എനിക്ക് മനസ്സിലായില്ല, പക്ഷേ ഞാൻ സത്യം പറഞ്ഞു.

''ആരെയെങ്കിലും കൊല്ലുന്നത് നമ്മളെ മനുഷ്യരാക്കുന്നില്ല, അത് നമ്മളെ കൊലയാളികളാക്കുന്നു. ഈ സംവേദനത്തിൽ ആഹ്ലാദിക്കുന്ന താണ് പ്രാകൃതമായത്.''

അയാൾ വീണ്ടും ചിരിച്ചു.

''അതാണ് ചീഫ് ഞാൻ പറയുന്നത്, പ്രാകൃതമായത് ശുദ്ധമാണ്, നമ്മുടെ ഏറ്റവും ശുദ്ധമായ അവസ്ഥയിലേക്ക് മടങ്ങുക. എന്നാൽ അഞ്ച് വർഷം മുമ്പ് എന്റെ മനസ്സും മലിനമായി. നിങ്ങളുടേതുപോലെ. നാഗരികതയുടെ അസംബന്ധം എന്റെ മനസ്സിനെ കീഴടക്കി. ആ പന്ത്രണ്ടു പേർക്കു ശേഷം ഞാൻ കൊലകൾ നിറുത്തി. ഞാൻ സ്വയം പറഞ്ഞു. ശരി, മതിയാക്ക്. അഞ്ച് വർഷം മുഴുവൻ ഞാൻ ഒന്നിനെയും കൊന്നി ട്ടില്ല. എന്നാൽ നിങ്ങൾക്കറിയാവുന്നതുപോലെ എനിക്ക് പകരം മറ്റുള്ള വർ കൊല്ലാൻ തുടങ്ങി. പക്ഷേ അവർക്ക് ഒരു സംതൃപ്തിയും ലഭി ച്ചില്ല. കൊലയിലെ സമാനതകളില്ലാത്ത സൗന്ദര്യത്തോട് അവർ നീതി പുലർത്തിയില്ല. ആ മഹത്തായ സംതൃപ്തി നേടാൻ ശ്രമിച്ചില്ല. അല്ലെ ങ്കിൽ ആ അന്ധകാരത്തിന്റെ രഹസ്യം തകർക്കാൻ ശ്രമിച്ചില്ല. അവ രുടെ അപരിഷ്കൃതത്വം ശുദ്ധിയില്ലായ്മ, മാലിന്യങ്ങൾ. എനിക്ക് ഇത്തരം കാര്യങ്ങൾ സഹിക്കാൻ കഴിഞ്ഞില്ല ഞാൻ ഉണ്ടാക്കി വച്ച ചരിത്രം, സൽപ്പേര്. അത് അവർ നശിപ്പിക്കുകയായിരുന്നു... ചീഫ്, അതുകൊണ്ടാണ് ഞാൻ തിരികെ വന്നത്.''

നാദിർ ഇതെല്ലാം വിശദീകരിച്ചപ്പോൾ, അയാൾ ഇതുവരെ ബ്ലൈൻഡ് മാൻസ് ബഫിലേക്കുള്ള തന്റെ രൂപമാറ്റം പൂർത്തിയാക്കിയിട്ടില്ലെന്ന് ഞാൻ ശ്രദ്ധിച്ചു. അഞ്ച് വർഷം മുമ്പ്, പന്ത്രണ്ട് പേരെ കൊന്ന് നാദിർ ഒരുതരം പ്രതികാരം ചെയ്യുകയായിരുന്നു. അയാൾ കൊല്ലാൻ പഠിക്കു കയും തന്റെ സ്വാഭിമാനം വീണ്ടെടുക്കുകയും ചെയ്തു, പക്ഷേ തന്റെ

കൊലപാതക പരമ്പര തുടരുന്നതിനെക്കുറിച്ച് അയാൾ ആലോചിച്ചിരുന്നില്ല. ഒരുപക്ഷേ നാദിർ സ്വന്തം ആഗ്രഹങ്ങളോട് പോരാടുകയായിരുന്നിരിക്കണം. എന്നാൽ അയാളെ അനുകരിച്ചവർ അയാളുടെ ഉള്ളിലെ രക്തമോഹത്തെ പുനരുജ്ജീവിപ്പിച്ചു.

അയാൾ ആനന്ദത്തിനായി ജീവനെടുക്കാൻ തുടങ്ങി. എന്നെ കൊന്നതിന് ശേഷം നാദിർ ഒരു യഥാർത്ഥ രാക്ഷസനായി മാറിയേക്കാം. ഞാൻ ആഗ്രഹിച്ചതുപോലെ സമയം കഴിഞ്ഞുപോയിക്കൊണ്ടിരിക്കുകയായിരുന്നു. കൂടുതൽ വൈകിപ്പിക്കാൻ വേണ്ടി ഞാൻ ചോദിച്ചു,

‘‘മുഷ്ഫിക്കിന് എന്ത് സംഭവിച്ചു? അയാളുടെ ശരീരം എന്ത് ചെയ്തു? ആരും അവനെക്കുറിച്ച് ചോദിച്ചില്ലേ?’’

‘‘എന്റെ അമ്മയെ വിലകുറച്ച് കാണരുത്.’’ നാദിർ ആവേശത്തോടെ പറഞ്ഞു.

‘‘ഞാൻ മുഷ്ഫിക്കിന്റെ ബോട്ടുകളോടുള്ള അഭിനിവേശത്തെ പറ്റി പറഞ്ഞത് ഓർക്കുന്നോ? അയാൾ മരിച്ച ആ ദിവസങ്ങളിൽ, ഇസ്താംബൂളിലെ പ്രശസ്തമായ തീരങ്ങളിലൊന്നിൽ കാറ്റ് ചീറിയടിച്ചുകൊണ്ടിരുന്നു. അവന്റെ ഒരു ബോട്ട് എന്റെ അമ്മ കടലിലേക്ക് മറ്റൊരു ബോട്ട് ഉപയോഗിച്ച് വലിച്ചു കൊണ്ടുപോയി. പിറ്റേന്ന് അവർ പൊലീസ് സ്റ്റേഷനിൽ പോയി പറഞ്ഞു, ‘‘എന്റെ ഭർത്താവ് പുറത്തുപോയിട്ട് മടങ്ങി വന്നില്ല.’’ കടലിൽ തിരയലുകൾ, അന്വേഷണങ്ങൾ അങ്ങനെ പലതും നടന്നു. അല്പദിവസങ്ങൾക്കുശേഷം ബോട്ട് തീരത്ത് പാറകളിൽ തട്ടി തകർന്ന നിലയിൽ കണ്ടെത്തി, പക്ഷേ മുഷ്ഫിക്കിന്റെ ശരീരം ഒരിക്കലും കണ്ടെടുത്തില്ല.’’

അയാൾ ജനലിലേക്ക് നോക്കി.

‘‘എന്നാൽ അത് നിങ്ങളോട്പറയാൻ എനിക്ക് വിഷമമില്ല, അവൻ ഈ വാതിലിനു പുറത്തുള്ള മാതളമരത്തിന്റെ ചുവട്ടിൽ വിശ്രമിക്കുന്നു.’’

അയാൾ ആത്മാർത്ഥമായി ദുഃഖിതനായതുപോലെ നെടുവീർപ്പിട്ടു.

‘‘ഇന്ന് രാത്രി അവസാനിക്കുന്നതോടെ നിങ്ങൾ കിടക്കാൻ പോകുന്ന സ്ഥലത്തിന് അത് വളരെ അടുത്തായിരിക്കുമെന്ന് എനിക്ക് തോന്നുന്നു. നിങ്ങളെ കൊല്ലണം എന്ന് എനിക്ക് ആഗ്രഹമില്ല. പക്ഷേ എനിക്ക് അത് ചെയ്യണം. നിങ്ങൾക്കത് അറിയാം, അല്ലേ?’’

‘‘ഇല്ല, നിങ്ങൾ അത് ചെയ്യരുത്.’’

ഞാൻ പറഞ്ഞു,

‘‘നിങ്ങൾ എന്നെ കൊന്നാൽ, നിങ്ങളുടെ ആത്മാവിലെ മുറിവ് വർദ്ധിക്കുകയേയുള്ളൂ. മനുഷ്യർ സ്വയം നേരിടണം എന്ന് നിങ്ങൾ പറഞ്ഞു. ശരിയാണ്. എന്നാൽ നിങ്ങൾ ആദ്യം അത് ചെയ്യേണ്ടതുണ്ട്. സ്വയം നേരിടൂ. നിങ്ങൾ നോർമലല്ല നാദിർ. നിങ്ങൾ ആ ആഘാതത്തിൽ നിന്ന് മുക്തനായിട്ടില്ല. എന്നാൽ നിങ്ങൾക്ക് മാറ്റമുണ്ടാക്കാൻ കഴിയും. മറ്റുള്ളവരെ കൊല്ലുന്നതിലൂടെയല്ല, മറിച്ച് ജീവിതത്തെ മറ്റൊരു വീക്ഷണകോണിൽ നിന്ന് നോക്കുക. എല്ലാം വീണ്ടും ആരംഭിക്കുക.’’

ഒരു പൊട്ടിച്ചിരിയോടെ നാദിർ എന്നെ തടഞ്ഞു. എന്നിട്ട് അക്വേറിയത്തിലേക്ക് തിരിഞ്ഞ് അയാളുടെ മനോഹരമായ നീല മത്സ്യത്തിനോട് സംസാരിച്ചു തുടങ്ങി.

''നീ അത് കേട്ടോ? വീണ്ടും തുടങ്ങാനാണ് നെവ്സാറ്റ് സാറ് പറയുന്നത്. ബലഹീനതയാണ് അദ്ദേഹം ശുപാർശ ചെയ്യുന്നത്. മറ്റുള്ളവർ നിങ്ങളെ തകർക്കട്ടെ, അവർ നിങ്ങളുടെ ശരീരം അവർക്കിഷ്ടമുള്ളതുപോലെ ഉപയോഗിക്കട്ടെ, നിങ്ങളുടെ മനസ്സിനെ കൊള്ളയടിക്കാൻ അനുവദിക്കുക, നിന്റെ ആത്മാവ്...''

നീലമത്സ്യം അതിന്റെ വർണ്ണാഭമായ ശരീരം താഴേക്ക് താഴ്ത്തി അയാളോട് യോജിക്കുന്നതുപോലെ ഗ്ലാസിനടുത്തേക്ക് വന്നു.

നാദിർ തീക്ഷ്ണമായ ഭാവത്തോടെ എന്റെ നേർക്ക് തിരിഞ്ഞു.

''അത് കണ്ടോ? ഈ മീൻ പോലും നിങ്ങളെക്കാൾ മെച്ചമായിട്ട് കാര്യകാരണസഹിതം വാദിക്കും. സംസാരിച്ചത് മതി ചീഫ്, സമയമായി.''

അയാളുടെ ശബ്ദം പതിഞ്ഞിരുന്നു. എന്നെ വെടിവെച്ച് കൊല്ലുന്നതിൽ അയാൾ ശരിക്കും അസ്വസ്ഥനായതുപോലെ എനിക്ക് അനുഭവപ്പെട്ടു. ആദ്യമായി അന്ന്, ആ നിമിഷം, മരിക്കുമെന്ന് ഞാൻ മനസ്സിലാക്കി. ഞാൻ എന്റെ വഴിയുടെ അവസാന അറ്റത്ത് എത്തിയിരുന്നോ?

നാദിർ കണ്ണുകൾ വിടർത്തിയിട്ട് വലതുകൈ പോക്കറ്റിലിട്ട് തോക്ക് പുറത്തെടുത്തു. അയാൾ എന്റെ പിന്നിലേക്ക് നടക്കുമ്പോൾ ഞാൻ വിളിച്ചുപറഞ്ഞു,

''നിൽക്കൂ, എനിക്ക് ഒരു അപേക്ഷയുണ്ട്, കൊല്ലുന്നത് നിങ്ങൾക്ക് എത്രമാത്രം സന്തോഷം നൽകുന്നു എന്നെനിക്ക് മനസ്സിലായിക്കഴിഞ്ഞു, എന്റെ കണ്ണിലേക്ക് നോക്കിക്കൊണ്ട് നിങ്ങൾക്ക് ട്രിഗർ വലിക്കാമോ?''

അൽപനേരം മിണ്ടാതെ നിന്നിട്ട് അയാൾ പറഞ്ഞു,

''തീർച്ചയായും, നിങ്ങൾ ആഗ്രഹിക്കുന്നതെന്തും ഞാൻ ചെയ്യും.''

അയാൾ എന്റെ മുന്നിൽ വന്ന് എന്റെ നെറ്റി ലക്ഷ്യമാക്കി തോക്ക് ചൂണ്ടി. ഞാൻ അയാളുടെ മുഖത്തേക്ക് നോക്കി. നിറയൊഴിക്കാനുള്ള ധൈര്യം സംഭരിക്കും മുൻപ് അയാൾ തന്റെ കണ്ണുകൾ എന്നിൽ നിന്ന് അകറ്റുന്നതായി തോന്നി.

''ഞാൻ നിങ്ങളോട് കള്ളം പറയുന്നില്ല ചീഫ്. ഞാൻ കൊല്ലുന്നതിൽ ആനന്ദം കണ്ടെത്തി തുടങ്ങിയിരിക്കുന്നു.''

ഞങ്ങൾ കുറച്ചു നേരം പരസ്പരം നോക്കി. അയാൾ ട്രിഗർ വലിക്കാൻ പോവുകയായിരുന്നുവെന്നതിൽ എനിക്ക് ഒരു സംശയവും ഇല്ലായിരുന്നു. എന്റെ വഴിയുടെ അവസാനം അതാണെന്ന് ഞാൻ ഊഹിച്ചു. ഞാൻ എവ്ജീനിയയെക്കുറിച്ച് മാത്രമാണ് ചിന്തിച്ചത്. അവൾ അസീസിനെ സ്വന്തമാക്കുമല്ലോ എന്നോർത്തു ഞാൻ സന്തോഷിച്ചു.

അത് അവൾക്ക് വലിയ ആശ്വാസമായിരിക്കും. ഒരു നിമിഷത്തിനുള്ളിൽ ഇതെല്ലാം എന്റെ മനസ്സിലൂടെ കടന്നുപോയി.

പെട്ടെന്ന് അലിയുടെ ശബ്ദം മുറിയിൽ മുഴങ്ങി.

''താഴെയിട്! തോക്ക് താഴെയിട്!''

ഞാൻ എന്റെ കസേരയിൽ ഇരുന്ന് സന്തോഷം കൊണ്ട് വിറച്ചു. അവർ എന്നെ കണ്ടെത്തിയിരിക്കുന്നു. നാദിർ നിശ്ചലനായി. അയാൾ ശാന്തനായി എന്റെ സഹായിയുടെ നേരെ തിരിഞ്ഞു.

''ഓ, ഇൻസ്പെക്ടർ അലി. നിങ്ങളോ?''

അയാളുടെ മുഖത്ത് ഒരു നിന്ദ്യമായ പുഞ്ചിരി പ്രത്യക്ഷപ്പെട്ടു.

''തീർച്ചയായും അത് നീ തന്നെ ആയിരിക്കും. എന്റെ കൂടെയുണ്ടെന്ന് നിങ്ങളെ അറിയിക്കാൻ ചീഫ് എന്ത് തന്ത്രങ്ങളാണ് ഉപയോഗിച്ചതെന്നാണ് ഞാൻ അതിശയിക്കുന്നത്.''

''തോക്ക് താഴെ വെക്കാൻ ഞാൻ പറഞ്ഞു.'' അലി അലറിക്കൊണ്ട് വീണ്ടും താക്കീത് ചെയ്തു. നാദിർ അത് നീട്ടിക്കൊണ്ട് പോകുന്നത് അവനെ പരിഭ്രാന്തനാക്കി.

''അത് താഴെയിടാനാണ് പറയുന്നത്, അല്ലെങ്കിൽ ഞാൻ വെടിവെക്കും.''

നാദിറിന്റെ ചുണ്ടിൽ പരിഹാസച്ചിരി തങ്ങി നിന്നു. അയാൾ മുറുകെ പിടിച്ചിരുന്ന തോക്ക് താഴെ വെച്ചില്ല. പകരം എന്റെ പുറകിലേക്ക് മാറിനിന്നിട്ട് ബാരൽ എന്റെ ചെന്നിയിൽ കുത്തി.

''നിങ്ങൾ വെടിയുതിർക്കുന്ന നിമിഷം, ഞാൻ ചീഫിനെ വെടിവയ്ക്കും.''

അയാൾ ഒരു നിമിഷം നിറുത്തി. എന്നിട്ട് ഗൗരവത്തിൽ ആവർത്തിച്ചു,

''വയ്ക്ക്... നീ ആദ്യം വെടിവയ്ക്ക്.''

അലി വിറയ്ക്കുകയായിരുന്നു.

''ഇൻസ്പെക്ടർ, നിങ്ങൾ ആയുധം താഴെയിടൂ. അല്ലെങ്കിൽ ചീഫ് നെവ്സാറ്റ് മരിക്കും.''

ആ നിമിഷം, എന്റെ സഹായി കീഴടങ്ങാൻ തീരുമാനിച്ച നിമിഷം, നാദിർ അവസരം നഷ്ടപ്പെടുത്തിയില്ല. അതിവേഗത്തിലുള്ള ഒരു ചലനത്തിലൂടെ അയാൾ അലിക്ക് നേരെ തോക്ക് തിരിക്കുകയും വെടിയുതിർക്കുകയും ചെയ്തു. കൃത്യസമയത്ത് തന്നെ അലി തന്റെ ട്രിഗറും വലിച്ചു. എന്റെ അസിസ്റ്റന്റ് കരയുന്നത് കണ്ടപ്പോൾ എന്റെ ശ്വാസം നിലച്ചതുപോലെ തോന്നി. അവൻ കുഴഞ്ഞുവീഴുന്നതിനിടയിൽ തോളിൽ രക്തം പടരുന്നത് കണ്ട എന്റെ ഉള്ളിൽ നിന്നും ഒരു ചെറിയ നിലവിളി പുറപ്പെട്ടു. ഞങ്ങൾ ഒരുമിച്ചാണ് തറയിൽ വീണത്.

''എടാ തെണ്ടീ!'' നാദിറിനു നേരെ ചാടാൻ ശ്രമിച്ചുകൊണ്ട് ഞാൻ നിലവിളിച്ചു. തീർച്ചയായും എനിക്ക് അതിനു കഴിഞ്ഞില്ല. എന്നെ കെട്ടി

വച്ചിരുന്ന കസേര വളരെ ഭാരമുള്ളതിനാൽ എനിക്ക് അനങ്ങാൻ കഴിഞ്ഞില്ല.

പ്രോസിക്യൂട്ടർ വീണ്ടും പരിഹാസം കലർന്ന ഭ്രാന്തൻ ഭാവം എടുത്തണിഞ്ഞു.

''വെറുതെ ശരീരത്തിന്റെ ആകൃതി മാറ്റണ്ട ചീഫ്, നിങ്ങളുടെയാൾ അത് ചോദിച്ചു വാങ്ങിയതാണ്.''

ഞാൻ വീണ്ടും എന്റെ സഹായിയുടെ നേരെ ഭയത്തോടെ തിരിഞ്ഞു. അവൻ തറയിൽ കിടന്നു പുളയുകയായിരുന്നു, അവന്റെ തോക്ക് ഒരു മീറ്റർ എങ്കിലും അകലെ വീണു കിടന്നു. ഞാൻ മരിക്കാൻ തയ്യാറായിരുന്നു. പക്ഷേ അലിക്ക് വെടിയേൽക്കുമെന്ന് ഞാൻ സ്വപ്നം പോലും കണ്ടിരുന്നില്ല. അതാണ് എന്നെ വിഷമിപ്പിച്ചത്. നാദിറിന് ഇത് മനസ്സിലായിരിക്കണം. കാരണം അയാൾ ആ നിമിഷം ആസ്വദിക്കുന്നതു പോലെ പതുക്കെ അലിയുടെ അടുത്തേക്ക് നടന്നു. മരം കൊണ്ടുണ്ടാക്കിയ നിലത്ത് പതിയുന്ന അവന്റെ ഷൂസിന്റെ ശബ്ദം ഒരു ക്ലോക്കിന്റെ ഒച്ച പോലെ എന്റെ കാതുകളിൽ പ്രതിധ്വനിച്ചു. ഒരുപക്ഷേ അടുത്ത് വരുന്ന മരണത്തിന്റെ നിമിഷങ്ങൾ ഞങ്ങളെ അറിയിക്കാനായി നാദിർ മനപ്പൂർവം അങ്ങനെ നിലത്ത് ചവിട്ടിയതാകാം.

വലതുകൈയിൽ തോക്കുമായി അയാൾ നിമിഷനേരത്തിനുള്ളിൽ അലിയോട് അടുത്തു.

''നിർത്തൂ...'' ഞാൻ കരഞ്ഞു. ''നിർത്തൂ... അവനെ വെറുതെ വിടൂ, എന്നെ വെടിവെക്കൂ...''

അയാൾ തിരിഞ്ഞു പോലും നോക്കിയില്ല. അലി അയാളെയും കണ്ടിരുന്നു, അവൻ തെറിച്ചു ദൂരെ കിടന്നിരുന്ന തോക്ക് കൈക്കലാക്കാനുള്ള അവസാന ശ്രമത്തിലായിരുന്നു.

സ്വാഭാവികമായും നാദിർ ആദ്യം അത് കൈക്കലാക്കി. അയാൾ തന്റെ കാൽ ഉപയോഗിച്ച് ആയുധം ചുമരിന്റെ അടുത്തേക്ക് തട്ടി നീക്കിയിട്ട് സ്വന്തം തോക്ക് അലിയുടെ തല ലക്ഷ്യമാക്കി ചൂണ്ടി.

''ഒരു പ്രോസിക്യൂട്ടർ എന്ന നിലയിൽ നിങ്ങൾ എന്നെ ശരിക്കും ഇഷ്ടപ്പെട്ടിരുന്നില്ല, ഇൻസ്പെക്ടർ, പക്ഷേ, ഒരുപക്ഷേ, ബ്ലൈൻഡ് മാൻസ് ബഫ് എന്ന നിലയിൽ നിങ്ങൾ എന്നെ ഇഷ്ടപ്പെടുമായിരുന്നിരിക്കണം. എല്ലാത്തിനുമുപരി, നിയമത്തിന് കഴിയാത്തത് ഞാൻ ചെയ്തു. കുട്ടികളെ പീഡിപ്പിക്കുന്നവരെ ഇല്ലാതാക്കി. പക്ഷേ എനിക്ക് ഇത് സമ്മതിക്കാതെ തരമില്ല. പ്രോസിക്യൂട്ടർ നാദിർ എന്ന നിലയിൽ ഞാൻ നിങ്ങളെയും ഇഷ്ടപ്പെട്ടിരുന്നില്ല. ബ്ലൈൻഡ്മാന്റെ ബഫ് എന്ന നിലയിലും ഞാൻ നിങ്ങളെ ഇഷ്ടപ്പെട്ടില്ല. അതിനാൽ ഞാൻ ഈ ട്രിഗർ വലിക്കുന്നത് വളരെ സന്തോഷത്തോടെയാണ്.''

അയാൾ ചൂണ്ടുവിരൽ അനക്കി. ആ ഭയാനകമായ രംഗം കാണാൻ ആഗ്രഹിക്കാത്തതിനാൽ ഞാൻ കണ്ണുകൾ അടച്ചു, ആ നിമിഷം തുടർച്ചയായി രണ്ട് ഷോട്ടുകൾ മുഴങ്ങുന്നത് ഞാൻ കേട്ടു. പക്ഷെ ആ ശബ്ദം

എന്റെ പുറകിൽ നിന്നായിരുന്നു. ഞാൻ കണ്ണ് തുറന്നപ്പോൾ പ്രോസിക്യൂട്ടർ നാദിറിന്റെ ശരീരം കുലുങ്ങുന്നതാണ് കണ്ടത്. അതെ, വെടി കൊണ്ടത് ബ്ലൈൻഡ്മാൻസ് ബഫിന് ആയിരുന്നു. തിരിഞ്ഞു നോക്കാൻ അയാൾ പാടുപെട്ടു. ആ മുഖത്ത് പശ്ചാത്താപം നിറഞ്ഞ ഒരു പുഞ്ചിരി ഉണ്ടായിരുന്നു.

''സെയ്നെപ്'' അയാൾ പറഞ്ഞു. ''ക്രിമിനോളജിസ്റ്റ് സെയ്നെപ് ഈ ടീമിൽ ഞാൻ ഏറ്റവും ഭയപ്പെട്ടിരുന്നയാൾ...''

അയാൾക്ക് തുടരാൻ കഴിഞ്ഞില്ല. ആ കൈയിൽനിന്ന് തോക്ക് താഴെ വീണു. ഞാൻ തിരിഞ്ഞു നോക്കി. കൈയിൽ തോക്കുമായി ഒരു കാവൽ മാലാഖയെപ്പോലെ സെയ്നെപ് മറ്റേ വാതിലിനു മുന്നിൽ നിൽക്കുന്നത് കാണാമായിരുന്നു. അവളുടെ കണ്ണുകൾ നാദിറിലായിരുന്നു. അയാളുടെ ശരീരം അനങ്ങുന്നില്ല എന്ന് കണ്ടപ്പോൾ അവൾ എന്റെ നേർക്ക് ഓടി വന്നു.

''എന്നെ കാര്യമാക്കണ്ട'' ഞാൻ പറഞ്ഞു. ''അലിയെ സഹായിക്കൂ. ആംബുലൻസ് അയയ്ക്കാൻ അവരോട് പറയ്.''

സെയ്നെപ് അലിയുടെ അടുത്തേക്ക് ഓടി. തന്റെ പ്രിയപ്പെട്ടവളെ കണ്ടപ്പോ തെമ്മാടിക്ക് ധൈര്യമായി.

''ഒന്നുമില്ല.'' അവന്റെ ശബ്ദം ഉറക്കെ മുഴങ്ങി. ''എനിക്ക് കുഴപ്പമില്ല സെയ്നെപ്, ബുള്ളറ്റ് എന്റെ വലത്തേ തോളിലൂടെ കടന്നു പോയി.''

ആംബുലൻസ് വിളിച്ചതിനുശേഷം, അവൾ ഒരു തുണിക്കഷണം കൊണ്ട് മുറിവു കെട്ടി. അവൾ എവിടെനിന്നോ താക്കോൽ കണ്ടുപിടിക്കുകയും എന്റെ വിലങ്ങു നീക്കം ചെയ്യുകയും ചെയ്തു. ഞാൻ നേരെ അലിയുടെ അരികിലേക്ക് ചെന്നു.

''എനിക്ക് സുഖമാണ്.'' അവൻ ആവർത്തിച്ചു. ''വിഷമിക്കേണ്ട ചീഫ്.''

വിചിത്രമെന്നു പറയട്ടെ, ആ തെമ്മാടി ശരിക്കും ശക്തനായി തന്നെ കാണപ്പെട്ടു.

''കൊള്ളാം.'' ഞാൻ സന്തോഷത്തോടെ പറഞ്ഞു. ''അതുകൊള്ളാം; പക്ഷേ അനങ്ങാതെ ഇരിക്കൂ.''

എന്റെ നോട്ടം ബ്ലൈൻഡ്മാൻസ് ബഫിലേക്ക് നീണ്ടു. അയാൾക്ക് അപ്പോഴും ജീവനുണ്ടായിരുന്നു. ആ മനുഷ്യൻ ശ്വസിക്കുന്നുവെന്ന് കണ്ടപ്പോൾ ഞാൻ അയാളെ സമീപിച്ചു. എന്നെ കണ്ടതും നാദിർ വേദന കലർന്ന ഒരു ചിരി ചിരിച്ചു. ഐസ് കട്ട പോലെയുള്ള ഒരു പുഞ്ചിരി, എന്നിട്ടും അത് ഹൃദ്യമായിരുന്നു.

''ഇതാണ് നടക്കേണ്ടിയിരുന്നത്.'' അവൻ പറഞ്ഞു, ശ്വാസകോശത്തിൽ നിന്ന് വരുന്നതു പോലെയുള്ള ഒരു ശബ്ദത്തിൽ നാദിർ പറഞ്ഞു. ''ഏറ്റവും ശക്തമായത്, ഏറ്റവും ബുദ്ധിയും മൂർച്ചയുമുള്ളത്. വിജയിച്ചു.

സെയ്നെപ് വരുമെന്നത് ഞാൻ കണക്ക് കൂട്ടേണ്ടതായിരുന്നു. ഞാനത് ചെയ്തില്ല, എനിക്ക് അർഹമായത് ലഭിച്ചു.''

നാദിർ ചുമച്ചുതുടങ്ങി, അവന്റെ മുറിവുകളിൽനിന്ന് രക്തം കുതിച്ചു ചാടി.

''ഇതാണ് ശരി... പ്രകൃതിയുടെ നിയമം. എന്നാൽ ജോലി ഇപ്പോൾ നിങ്ങളുടേതാണ്. ഈ ഗെയിമിന് ഒരു നിയമമുണ്ട്. നിങ്ങളെ തിരഞ്ഞെടുക്കുമ്പോൾ നിങ്ങൾ 'അത്' ആണ്. ഇനി നിങ്ങൾ ബ്ലൈൻഡ്മാൻസ് ബഫ് ആണ്... നിങ്ങളെ ഞാൻ തിരഞ്ഞെടുത്തു ചീഫ്. ഇനി മുതൽ നിങ്ങൾ ആ കുട്ടികൾക്കുവേണ്ടി പ്രതികാരം ചെയ്യും. കുഞ്ഞുങ്ങളെ പീഡിപ്പിക്കുന്നവരെ നിങ്ങൾ നേരിടും.''

അയാൾക്ക് വീണ്ടും ചുമ വരുന്നുണ്ടായിരുന്നു. അയാൾ വീണ്ടും എന്തോ പറയാൻ ശ്രമിച്ചു. പക്ഷേ തുറന്ന വായ പിന്നെ അടഞ്ഞില്ല. അസ്പഷ്ടമായ എന്തോ പറഞ്ഞുകൊണ്ട് ആ മുഖത്തെ വിറയലുകളെല്ലാം നിലച്ചു. ഇളം തവിട്ടുനിറത്തിലുള്ള കണ്ണുകൾ ജനാലയിൽ കുടുങ്ങിയതുപോലെ തറച്ചു നിന്നു. ശാന്തത അവിടെ നിന്ന് അയാളെ തേടി വരുമെന്നത് പോലെയാണ് ആ നോട്ടം കണ്ടപ്പോൾ എനിക്ക് തോന്നിയത്. അപ്പോഴാണ് പുറത്തെ നീലവെളിച്ചം ഞാൻ ശ്രദ്ധിച്ചത്. നല്ല ഇരുട്ടായിരുന്നു. ഇടിമുഴക്കത്തിനൊപ്പം മിന്നലുകൾ പ്രകാശം പരത്തി. പെട്ടെന്ന്, വാതിൽ മലർക്കെ തുറന്നു. ഒരു നനഞ്ഞ തണുത്ത കാറ്റ് ഞങ്ങളെ സമാശ്വസിപ്പിച്ചുകൊണ്ട് മുറിയിൽ നിറഞ്ഞു.

''ഓ, കൊള്ളാം.'' കിടന്നിടത്തുനിന്ന് പുറത്തേക്ക് നോക്കി അലി പറഞ്ഞു. ''അവസാനം മഴ പെയ്തു.''

■

www.ingramcontent.com/pod-product-compliance
Lightning Source LLC
LaVergne TN
LVHW060313051026
849517LV00004B/1092